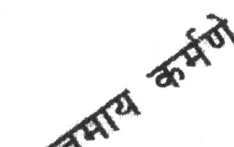  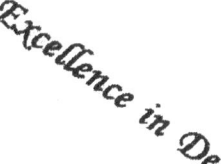 

फेडरेशन ऑफ इण्डियन पब्लिशर्स

The Federation of Indian Publishers

The Representative Body of the Publishers in Hindi, English & Other Indian
Languages / Regional Office for South Asia of
International Publishers Association

Awards for
Excellence in Publishing

M/s. *Nirali Prakashan, Pune*

have been given

First/Second Prize/Certificate of Merit

for *Mega State Maharashtra (Marathi)*

in Category *Reference Books :*
(Regional Languages)

Among Hindi/English/Regional Languages Publications Printed and Published
in India in 2010-2011.

(ANAND BHUSHAN)
PRESIDENT

18/1C, Institutional Area, Aruna Asaf Ali Marg (Near JNU), New Delhi - 110067
Phone : 26964847, 26852263, Fax : 91-11-26864054
e-mail : fip1@sify.com   Website : www.fipindia.org

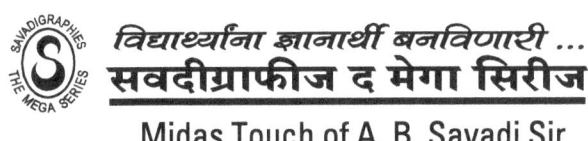

विद्यार्थ्यांना ज्ञानार्थी बनविणारी ...
सवदीग्राफीज द मेगा सिरीज
Midas Touch of A. B. Savadi Sir

▪ PSI ▪ STI ▪ ASO पूर्व परीक्षांसाठी आवश्यक ग्रंथ !
महाराष्ट्र : गट 'क' सेवा पूर्व परीक्षांना आदर्श ग्रंथ !

भूगोल

महाराष्ट्राच्या विशेष अभ्यासासह

MPSC च्या अन्य स्पर्धा परीक्षांसाठी अत्यंत उपयुक्त !

Radically Changed FIFTH Edition : 2019-2020

PSI/STI/ASO पूर्व परीक्षा 2015 ते 2019
तसेच आधीच्या प्रश्नपत्रिकांचा उत्तरांसह समावेश

भूगोल अध्ययन-अध्यापन आणि संशोधनात 50 + वर्षे कार्यमग्न असलेले
'द मेगा स्टेट' कार
ए. बी. सवदी सर
M.Sc. (पुणे - Geog)

किंमत : ₹ 360.00

NIRALI PRAKASHAN
ADVANCEMENT OF KNOWLEDGE

N2008

PSI/STI/ASO पूर्व परीक्षा भूगोल (महाराष्ट्रासह) **ISBN 978-93-83971-41-1**

प्रथम आवृत्ती : जानेवारी 2014

पाचवी आवृत्ती : जून 2019, पुनर्मुद्रण फेब्रुवारी 2020

© : **सौ. अरुणावती अ. सवदी**

डीटीपीकार : सुरेखा ग. लावंड

नकाशाकार : श्री. सुनील हेर्लेकर, सौ. योजना देशपांडे व सौ. दीपा लचके

मुखपृष्ठ : श्री. अविनाश गुळवणी, श्री. सुनील हेर्लेकर

प्रकाशक
निराली प्रकाशन
अभ्युदय प्रगती, १३१२, शिवाजीनगर,
जंगली महाराज रोड, पुणे ४११ ००५.
फोन : (०२०) २५५१ २३३६/३७/३९
फॅक्स : (०२०) २५५१ १३७९.
Email : niralipune@pragationline.com

(Poly Plates)

मुद्रक
योगिराज प्रिंटर्स अ‍ॅन्ड बाइंडर्स
सर्व्हे नं. १०/१, घुले इंडस्ट्रिअल इस्टेट,
नांदेड गाव रोड, ता. हवेली,
पुणे – ४११ ०४१.
मो. : ९८५००४६५१७/९४०४२३३०४१

पुस्तक मिळण्याचे ठिकाण

प्रगती बुक सेंटर : पुणे : Email : pbcpune@pragationline.com

- १५७, बुधवार पेठ, रतन टॉकिजसमोर, **पुणे २. मो.** ९६५७७०३१४८
- ६७६/ब, बुधवार पेठ, जोगेश्वरी मंदिरासमोर, **पुणे २. मो.** ९६५७७०३१४७
- २८/अ, बुधवार पेठ, अंबर चेंबर, अप्पा बळवंत चौक, **पुणे २. मो.** ९६५७७०३१४२/९६५७७०३१४९
- १५२, बुधवार पेठ, जोगेश्वरी मंदिराशेजारी, **पुणे २.** ☎ ८०८७८८१७९५

प्रगती बुक कॉर्नर : मुंबई : Email : pbcmumbai@pragationline.com

- अपूर्वा बिल्डिंग, शॉप नं. १, शारदाश्रम सोसायटी समोर, भवानी शंकर रोड, दादर (पश्चिम), **मुंबई २८.** ☎ (०२२) २४२२३५२६

प्रमुख वितरण केंद्रे

निराली प्रकाशन : पुणे

- ११९, बुधवार पेठ, जोगेश्वरी मंदिर मार्ग, **पुणे ४११ ००२.** ☎ (०२०) २४४५ २०४४ **मो.** ९६५७७०३१४५
  Email : niralilocal@pragationline.com

निराली प्रकाशन : धायरी (पुणे)

- सर्वे नं. २८/२७ धायरी-कात्रज रोड, पारी कंपनीजवळ, **पुणे ४११ ०४१.** ☎ (०२०) २४६९ ०२०४
  मो. ९६५७७०३१४३ Email : bookorder@pragationline.com

मुंबई

- ३८५, एस.व्ही.पी. मार्ग, रसधारा को. ऑप. हाउसिंग सोसायटी लि., गिरगाव, **मुंबई ४०० ००४.**
  ☎ (०२२) २३८५ ६३३९/२३८६ ९९७६ **फॅक्स :** (०२२) २३८६ ९९७६. **मो.** ९३२०१२९५८७
  Email : niralimumbai@pragationline.com

वितरक शाखा

निराली प्रकाशन :

- ३४, व्ही. व्ही. गोलानी मार्केट, नवी पेठ, **जळगाव ४२५ ००१.** ☎ (०२५७) २२२ ०३९५. **मो.** ९४२३४९११८६०
  Email : niralijalgaon@pragationline.com
- न्यू महाद्वार रोड, केदार लिंग प्लाझा, पहिला मजला, आय. डी. बी. आय. बँकेसमोर, **कोल्हापूर ४१६ ०१२.**
  मो. ९८५० ०४६ १५५ Email : niralikolhapur@pragationline.com
- लोकरत्न कमर्शियल कॉम्प्लेक्स, दुकान नं. ३, सीताबर्डी, **नागपूर ४४० ०१२.** ☎ (०७१२) २५४७ १२९.
  Email : niralinagpur@pragationline.com

इतर शाखा : दिल्ली, बंगळुरू, हैदराबाद, चेन्नई

• www.pragationline.com

अर्पण पत्रिका

चि. विहान शैलेश सवदी

चि. निषाद शैलेश सवदी

आमच्या नातवंडांना

आशीर्वादपर !

- आजी आणि आजोबा

PSI/STI/ASO पूर्व परीक्षेच्या ग्रंथाच्या पाचव्या आवृत्तीप्रीत्यर्थ...

निराली प्रकाशन विद्यमाने 'सवदीग्राफीज द मेगा सिरीज' अंतर्गत PSI/STI/ASO व दुय्यम 'क' गट सेवेच्या पूर्व परीक्षेसाठी 'भूगोल (महाराष्ट्राच्या विशेष अभ्यासासह)' या ग्रंथाला परीक्षार्थींनी भरघोस पाठिंबा दिल्याने पाचव्या आवृत्तीचा (2019-20) योग जुळून आला.

पाचव्या आवृत्तीच्या ग्रंथाचे प्रमुख गुणवैशिष्ट्य असे की, याची निर्मिती डबल डेमी साईजमध्ये केलेली आहे. यामुळे नकाशे, आलेख व तक्त्यांना अधिक जागा मिळाल्याने ग्रंथाला आगळावेगळा आयाम प्राप्त झाला. सर्वांत महत्त्वाचे म्हणजे ग्रंथाची किंमत कमी होऊन परीक्षार्थींना अधिक वाजवी किमतीत याची प्राप्ती झाली.

अभ्यासक्रमामधील प्रमुख विभाग पृथ्वी, भारताचा भूगोल व महाराष्ट्राचा भूगोल यांचे सविस्तर विश्लेषण केलेले आहे. याचप्रमाणे प्रत्येक विभागामधील प्रत्येक उपविभागदेखील सुस्पष्टित केलेले आहेत.

MPSC पूर्व परीक्षा पेपर-1 'भूगोल व पर्यावरण' मधील भूगोल घटकांचा सारांशरूपाने PSI/STI/ASO च्या पूर्व परीक्षेसाठी अभ्यासक्रम आहे. साहजिकच याचे संक्षिप्त रूप 'भूगोल (महाराष्ट्राच्या विशेष अभ्यासासह)' आहे.

सध्या 'भूगोल' विषयाचा 'भू' न गिरविणारी मंडळीदेखील 'लेखकू' होऊ पाहात आहेत. फक्त माहितीचे संकलन वा संपादन म्हणजे भूगोल नाही. याचा आवाका समजण्यासाठी Geography is Mother Science याची किती लेखकांनी आराधना केलेली आहे? किती जणांनी आपल्या पुस्तकासाठी विद्यापीठ स्तरावर मान्यता प्राप्त करून घेतली आहे किंवा भारतीय स्तरावर पुरस्कार प्राप्त केलेले आहेत? वेगळी मळवाट शोधली आहे? प्रकाशनात असे बरेच 'अनुभवी प्राध्यापक' लेखक आहेत ज्यांनी बाजारात पुस्तके मांडली आहेत. रंगी-बेरंगी पुस्तके काढली म्हणजे पुस्तक चांगले असतेच असे नाही. यामधून ज्ञानाचे कण किती प्राप्त होतात हा भाग वेगळाच !

निराली प्रकाशन आणि सवदीग्राफीज मेगा सिरीजची घोषवाक्ये पाहा –

'Advancement of Knowledge.'

'विद्यार्थ्यांना ज्ञानार्थी बनविणारी'...

यासाठी आम्ही आयुष्यभर कास धरलेली आहे. भूगोलाची आराधना व तपश्चर्या करून प्राप्त झालेल्या ज्ञानकणांचे वाटप मुक्तहस्ते विद्यार्थ्यांना करीत असतो असो.

PSI/STI/ASO च्या पूर्व परीक्षेसाठी 'भूगोल (महाराष्ट्राच्या विशेष अभ्यासासह)' ही MPSC पूर्व परीक्षेच्या 'भूगोल व पर्यावरणा'ची छोटेखानी आवृत्ती असल्याने सहकारींची पुनरुक्ती टाळून मनोगत पूर्ण करीत आहे.

अर्थातच निराली प्रकाशनचे **श्री. दिनेशभाई फुरिया** आणि **श्री. जिग्नेशभाई फुरिया** यांच्या सहकार्याने पाचव्या आवृत्तीचा योग जुळून आला.

– ए. बी. सवदी सर
'अरुणोदय' बंगला
223, आर. के. नगर, सोसा. 1
कोल्हापूर – 416013
दूरध्वनी (0231) 2639143
भ्रमणध्वनी – 7721823781

दिनांक : 7 जून, 2019
मृग नक्षत्र

★ ★ ★

पहिल्या आवृत्तीचे मनोगत

एम.पी.एस.सी.च्या PSI, STI व Asst. पूर्व परीक्षेमधील भूगोल विषयासंबंधी पुस्त क लिहिण्याचे बरेच दिवस मनामध्ये घोळत होते. परंतु कार्यबाहुल्याने योग जुळून येत नव्हता. 2014 सालच्या सुरुवातीस सारे जमून आले.

'भूगोल' (महाराष्ट्राच्या विशेष संदर्भासह) *याचे लिखाण करताना आतापर्यंत परीक्षेत विचारलेल्या प्रकरणांचा व प्रश्नांचा विचार केला. याचप्रमाणे विषयाचा सूक्ष्म स्तरावर अभ्यास करून त्याचाही परामर्श घेण्यात आलेला आहे. यामुळे लिखाणाची उत्तम चाळणी होऊन विचारांचे स्फटिकीकरण झाले आणि वेगळे आयाम असणाऱ्या पुस्तकाची निर्मिती झाली.*

सन 2013 ते 1979 या कालावधीमध्ये PSI, STI आणि Asst. परीक्षांमधील भूगोलाच्या प्रश्नांचे संकलन करून त्याची उत्तरे दिलेली आहेत याचा परीक्षार्थींना स्वयं तयारीसाठी चांगला उपयोग होईल अशी खात्री वाटते.

निराली प्रकाशनाचे ***श्री. दिनेशभाई फुरिया*** *आणि* ***श्री. जिग्नेशभाई फुरिया*** *यांच्या सहकार्याने पुस्तकाची निर्मिती होऊ शकली.*

डी.टी.पी.चे ***सुरेखा ग. लावंड*** *व मुद्रितशोधनाचे काम* ***सौ. संध्या र. कोंडे (देशमुख)*** *आणि* ***कु. कविता पवार*** *यांनी उत्तम प्रकारे केले. पुस्तकाचे आकर्षक मुखपृष्ठ* ***श्री. रवींद्र वाळोदरे*** *यांनी केले. पुस्तक निर्मिती प्रक्रियेत* ***श्री. महेश साचणे*** *यांचे सहकार्य लाभले.* ***सौ. दीपा लचके*** *यांनी आकृत्या आणि नकाशे यांची जबाबदारी पार पाडली. तसेच छपाई* ***श्री. दामोदरप्रसाद गौड*** *यांच्यामुळे शक्य झाली. मार्केटिंगचा भार नेहमीप्रमाणे* ***श्री. रवींद्र गायकवाड, श्री. गोपाल भुतडा, श्री. मल्लिकार्जुन मुंडे*** *यशस्वीरीत्या उचलतात.*

PSI, STI व Asst. च्या मुख्य परीक्षेच्या ***'महाराष्ट्राचा भूगोल'*** *याला आपण उत्तम प्रतिसाद दिलात त्याचप्रमाणे पूर्व परीक्षेच्या* ***'भूगोल' (महाराष्ट्राच्या विशेष संदर्भासह)*** *यालाही सक्रिय पाठिंबा द्याल अशी अपेक्षा बाळगीत आहे. आपल्या सूचनांचे स्वागत करीत आहे व त्याचा पुढील आवृत्तीमध्ये समावेश करीन असे आश्वासन देत आहे.*

– ए. बी. सवदी सर

दिनांक : **26 जानेवारी, 2014**
(भारतीय प्रजासत्ताक दिन)

ए. बी. सवदी सर
'अरुणोदय' बंगला
223, आर. के. नगर, सोसा. 1
कोल्हापूर – 416013
दूरध्वनी – 0231-2639143
भ्रमणध्वनी – 7721823781

★★★

भारतीय सर्वेक्षण विभाग : नकाशा प्रमाणपत्र

'महाराष्ट्राचा भूगोल' या पुस्तकातील भारताच्या नकाशात व महाराष्ट्राच्या नकाशात दर्शविलेल्या भारताच्या बाह्य सीमा व समुद्रतटीय रेषा भारतीय सर्वेक्षण विभाग, डेहराडून यांनी खालील पत्र क्रमांकानुसार प्रमाणित केलेल्या आहेत.

◇ मंजुरी क्र. सं. नं. टी. बी. 94 - 62 - ए/ए - 1 Date : 13 / 01 / 1995
◇ मंजुरी क्र. सं. नं. टी. बी. 2433/62 - ए - 3 /ए Date : 12 / 08 / 2005
◇ मंजुरी क्र. सं. नं. टी. बी. 265/62 - ए - 3 /ए 1 Date : 18 / 01 / 2007

1. Based upon Survey of India map with the Permission of the Surveyor General of India.

2. © Government of India Copyright - 2007.

3. The responsibility for correctness of internal detail shown on the map rests with the publisher.

4. The territorial waters of India extend into the sea to a distance of twelve nautical miles measured from the appropriate base line.

5. The boundary of meghalaya shown in the map is as interpreted from the North Eastern Areas (Reorganisation) Act, 1971; but has yet to be verified.

6. The administrative headquarters of Chandigarh, Haryana and Punjab are at Chandigarh.

STATUTORY WARNING

PSI/STI/ASO पूर्व परीक्षा भूगोल (महाराष्ट्राच्या विशेष अभ्यासासह)

Radically Changed FIFTH Edition (2019-2020)

ए. बी. सवदी सर लिखित विस्तारित व संशोधित ग्रंथाची प्रमुख ठळक वैशिष्ट्ये

◇ प्रथमच डबल डेमी साईजच्या ग्रंथाचे प्रकाशन.

◇ साहजिकच मोठ्या आकारामध्ये सुस्पष्टित सवदीग्राफीजचे नकाशे.

◇ वैशिष्ट्यपूर्ण वाक्ये अधोरेखित व तक्त्यांच्या आधारे निष्कर्ष.

◇ शासकीय अधिकृत सांख्यिकी, इंटरनेटच्या आधारे प्रकरणांचे विश्लेषण : वैशिष्ट्यपूर्ण संकलन, आलेख, तक्ते व नकाशे.

◇ PSI/STI/ASO पूर्व परीक्षा संच (भूगोल, महाराष्ट्राच्या विशेष अभ्यासासह) 2015 ते 2019 आणि पूर्वीच्या प्रश्नपत्रिकांचा उत्तरांसह समावेश.

◇ महाराष्ट्र : गट 'क' सेवा पूर्व परीक्षांचा अत्यंत उपयुक्त ग्रंथ !

◇ 1965 सालापासून भूगोल अध्यापन व संशोधनात कार्यरत असणाऱ्या ए. बी. सवदी सरांच्या सिद्धहस्त लेखणीमधून ग्रंथाचे लिखाण !

◇ Midas Touch of A. B. Savadi Sir यांची पदोपदी जाण.

सवदीग्राफीज द मेगा सिरीजला पर्याय नाही !

★ ★ ★

निराली प्रकाशनद्वारा प्रकाशित भूगोलाचे दर्जेदार ग्रंथ व पुस्तके (प्रचलित)

I. MPSC- विविध स्पर्धा परीक्षांसाठी दर्जेदार ग्रंथ

1. **द मेगा स्टेट महाराष्ट्र** (चौदावी आवृत्ती) - 2019-20
   (निराली प्रकाशनासाठी 'फेडरेशन ऑफ इंडियन पब्लिशर्स न्यू दिल्ली' यांचे प्रादेशिक भाषेमधील प्रथम पारितोषिकाने गौरव 2010-11 ची बारावी आवृत्ती)
2. **सवदीज महाराष्ट्राचा प्रगत ॲटलास** (पाचवी आवृत्ती) - 2019-20 प्रकाशनाच्या मार्गावर
3. PSI/STI/Asst. **पूर्व परीक्षा** : भूगोल (महाराष्ट्राच्या विशेष अभ्यासासह) (सुधारित पाचवी आवृत्ती) - जून 2019
4. PSI/STI/Asst. **मुख्य परीक्षा** : महाराष्ट्राचा भूगोल (नववी आवृत्ती) - 2019-20 प्रकाशनाच्या मार्गावर
5. **राज्यसेवा पूर्व परीक्षा–I** : भूगोल व पर्यावरण (सातवी आवृत्ती) - 2019-20
6. **राज्यसेवा मुख्य परीक्षा** : भूगोल व कृषी - (सुधारित पाचवी आवृत्ती) - 2018

II. UPSC विविध स्पर्धा परीक्षांसाठी भूगोलाचे संदर्भ ग्रंथ

7. UPSC **पूर्व परीक्षा** G.S.-I : भारत व जगाचा भूगोल आणि पर्यावरण - (Radically Changed Sixth Edition) - 2019-20
8. **ऐच्छिक भूगोल पेपर–1** : भूगोलाची मूलतत्त्वे (प्राकृतिक भूगोल) - खंड पहिला (तिसरी आवृत्ती) - 2018
9. **ऐच्छिक भूगोल पेपर–1** : भूगोलाची मूलतत्त्वे (मानवी भूगोल) - खंड दुसरा (आठवी आवृत्ती) - 2019-20
10. **ऐच्छिक भूगोल पेपर–1** : हवामान व सागरशास्त्र (तिसरी आवृत्ती)
11. **ऐच्छिक भूगोल पेपर–2** : भारताचा समग्र भूगोल - खंड पहिला (दुसरी आवृत्ती प्रकाशनाच्या मार्गावर)
12. **ऐच्छिक भूगोल पेपर–2** : भारताचा समग्र भूगोल - खंड दुसरा - 2018

III. 13. **NET & SET : भूगोल**

IV. महाविद्यालयीन भूगोलाची आदर्श पुस्तके

पुणे विद्यापीठ

14. **एफ.वाय.बी.ए.** : भूरूपशास्त्राची मूलतत्त्वे
15. **एस.वाय.बी.ए.** : हवामान व सागरशास्त्राची मूलतत्त्वे
16. **टी.वाय.बी.ए.** : मानवी भूगोल

भूगोलाच्या 'सवदीग्राफीज द मेगा सिरीज'ला पर्याय नाही !

अनुक्रमणिका

विभाग – तिसरा : महाराष्ट्राचा भूगोल

महाराष्ट्र लोकसेवा आयोगाच्या प्रश्नपत्रिका

MPSC : महाराष्ट्र दुय्यम सेवा गट-ब (अराजपत्रित) पूर्व परीक्षा : 23 मार्च, 2019

1. खालीलपैकी पुणे विभागात सर्वांत उत्तरेकडील तालुका कोणता?
(1) जुन्नर (2) मावळ (3) मेढा (4) चंदनगड

2. महाराष्ट्र पठारावरील सर्वांत मोठे नदीखोरे कोणते?
(1) तापी पूर्णा खोरे (2) गोदावरी खोरे
(3) कृष्णा खोरे (4) भीमा खोरे

3. महाराष्ट्र पठाराची पूर्व-पश्चिम लांबी किती आहे?
(1) 750 कि.मी. (2) 850 कि.मी.
(3) 650 कि.मी. (4) 550 कि.मी.

4. जोड्या लावा.

'अ' गट (प्राणी)	'ब' गट (ब्रीड)
(अ) गाई	(1) मेहसाना
(ब) म्हशी	(2) गीर
(क) शेळी	(3) गड्डी (Gaddi)
(ड) मेंढी	(4) जमुनापुरी

पर्यायी उत्तरे :
(1) अ-2, ब-3, क-4, ड-1 (2) अ-1, ब-2, क-4, ड-3
(3) अ-2, ब-1, क-4, ड-3 (4) अ-2, ब-1, क-3, ड-4

5. जोड्या लावा.

'अ' गट (प्रदेश/राज्य)	'ब' गट (स्थलांतरित शेतीचे नाव)
(अ) पश्चिम घाट	(1) पेंडा
(ब) मेघालय	(2) कुमरी
(क) मध्य प्रदेश	(3) पोडू
(ड) ओडिशा	(4) झूम

पर्यायी उत्तरे :
(1) अ-2, ब-3, क-4, ड-1 (2) अ-2, ब-4, क-1, ड-3
(3) अ-3, ब-2, क-4, ड-1 (4) अ-2, ब-1, क-4, ड-3

6. महाराष्ट्रातील खालीलपैकी सर्वांत मोठा जलविद्युत प्रकल्प कोणता?
(1) खोपोली (2) कोयना
(3) वैतरणा (4) वरीलपैकी नाही.

7. महाराष्ट्रातील खालील पर्वतरांगांचा क्रम उत्तरेकडून दक्षिणेकडे बरोबर आहे?
(1) शंभूमहादेव, हरिश्चंद्रगड, सातमाळ, अजंठा
(2) अजंठा, सातमाळ, हरिश्चंद्रगड, शंभूमहादेव
(3) सातमाळ, शंभूमहादेव, हरिश्चंद्रगड, अजंठा
(4) अजंठा, सातमाळ, शंभूमहादेव, हरिश्चंद्रगड

8. जोड्या लावा.

'अ' गट (धातू)	'ब' गट (खानउद्योग जिल्हे)
(अ) मँगनीज	(1) कोल्हापूर
(ब) बॉक्साइट	(2) यवतमाळ
(क) चुनखडी	(3) भंडारा
(ड) क्रोमाईट	(4) उस्मानाबाद

पर्यायी उत्तरे :
(1) अ-3, ब-1, क-4, ड-2 (2) अ-3, ब-1, क-2, ड-4
(3) अ-1, ब-3, क-2, ड-4 (4) अ-4, ब-2, क-1, ड-3

9. महाराष्ट्रातील खालीलपैकी कोणता प्रादेशिक विभाग पर्जन्यछायेच्या प्रदेशात येतो?
(1) मराठवाडा (2) विदर्भ
(3) पश्चिम महाराष्ट्र (4) कोकण

10. जोड्या लावा.

'अ' गट (जलविद्युत केंद्र)	'ब' गट (जिल्हा)
(अ) भिरा	(1) अहमदनगर
(ब) विर	(2) रायगड
(क) भंडारदरा	(3) सोलापूर
(ड) उजनी	(4) पुणे

पर्यायी उत्तरे :
(1) अ-2, ब-4, क-3, ड-1 (2) अ-2, ब-4, क-1, ड-3
(3) अ-2, ब-1, क-4, ड-3 (4) अ-3, ब-4, क-1, ड-2

11. 2011 च्या जनगणनेनुसार महाराष्ट्राची एकूण लोकसंख्या किती होती?
(1) 11,23,74,333 (2) 11,13,47,444
(3) 11,13,47,555 (4) 11,13,74,222

12. पुढील नकाशात महाराष्ट्रातील एक प्रशासकीय विभाग दाखविला आहे. खालीलपैकी कोणता प्रशासकीय विभाग आणि वर्तुळाने (O) दाखविलेले जिल्हा मुख्यालय बरोबर आहे?

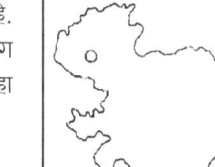

(1) पुणे विभाग - सातारा
(2) नाशिक विभाग - धुळे
(3) औरंगाबाद विभाग - औरंगाबाद
(4) नागपूर विभाग - गडचिरोली

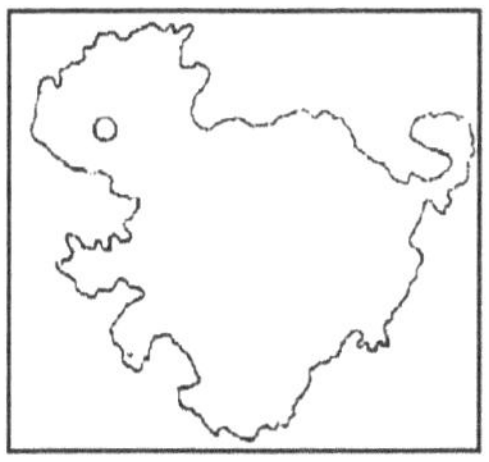

13. जोड्या लावा.

'अ' गट (पुळण)	'ब' गट (जिल्हे)
(अ) उभादांडा	(1) ठाणे
(ब) नंदगाव	(2) रायगड
(क) मारवे	(3) मुंबई
(ड) सातपाटी	(4) सिंधुदुर्ग

पर्यायी उत्तरे :
(1) अ-4, ब-2, क-3, ड-1 (2) अ-1, ब-3, क-4, ड-2
(3) अ-4, ब-2, क-1, ड-3 (4) अ-4, ब-1, क-3, ड-2

14. खालीलपैकी महाराष्ट्राचा कोणता अक्षवृत्त विस्तार बरोबर आहे?
(1) 15° 44' उत्तर ते 22° 6' उत्तर
(2) 15° 44' दक्षिण ते 22° 6' दक्षिण
(3) 15° 33' उत्तर ते 22° 8' उत्तर
(4) 15° 33' दक्षिण ते 22° 8' दक्षिण

15. महाराष्ट्रातील खालीलपैकी कोणती नदी खचदरीतून वाहते?
(1) घटप्रभा (2) कृष्णा
(3) गोदावरी (4) तापी

उत्तरसूची

1. (1)	2. (2)	3. (1)	4. (3)	5. (2)	6. (2)	7. (2)	8. (1)	9. (3)
10. (2)	11. (1)	12. (3)	13. (1)	14. (1)	15. (4)			

★★★

MPSC : PSI/STI/ASST. पूर्व परीक्षा : 13 मे, 2018

1. 'प्रधानमंत्री मातृत्व (मातृ) वंदना' योजनेबाबत पुढील विधाने विचारात घ्या : (अ) सदरहू योजना 1 एप्रिल, 2016 रोजी केंद्रशासनाने लागू केली आहे. (आ) या योजनेनुसार शासन गर्भवती आणि स्तनदा मातांना ₹ 8,000 वित्तसाहाय्य देते. (इ) गर्भवती महिलांना आणि स्तनदा मातांना रोख रकमेद्वारे त्यांचे आरोग्य सुधारणे हे देखील या योजनेचे उद्दिष्ट आहे.

पर्यायी उत्तरे :

(1) विधाने 'अ', 'ब', 'क' बरोबर आहेत.
(2) विधाने 'ब', 'क' बरोबर आहेत.
(3) केवळ विधान 'अ' बरोबर आहे.
(4) केवळ विधान 'क' बरोबर आहे.

2. भारत सरकारच्या पर्यटन मंत्रालयाच्या विविध पुढाकारांपैकी पुढे दिलेल्या पुढाकारांच्या पर्यायांपैकी चुकीचा पर्याय कोणता आहे ते सांगा.

(1) **प्रसाद** – प्रसिद्ध तीर्थक्षेत्रांच्या येथे भाविकांना नि:शुल्क अन्न वितरण.
(2) ह्रदय – भारताच्या वारसा असणाऱ्या शहरांचे जतन आणि नवजीवन घडविणे.
(3) **इन्क्रेडीबल इंडिया 2.0** – भारतात पर्यटनाचा विकास घडविणे.
(4) **पर्यटनस्थानी ई तिकिटांची सुविधा** – ताजमहल आणि हुमायूनची कबर येथे सुरुवात.

3. कैलास मानसरोवर यात्रेसंबंधी पुढीलपैकी कोणती विधाने सत्य आहेत ? (अ) या यात्रेचे आयोजन परराष्ट्र मंत्रालयाद्वारा केले जाते. (ब) यात्रेचे आयोजन दोन वेगवेगळ्या मार्गांनी होते. एक मार्ग लिपुलेखा खिंड (उत्तरांचल) व दुसरा मार्ग नथुला खिंड (सिक्कीम) (क) या यात्रेसाठी परकीय/परदेशी व्यक्ती पात्र नाहीत. (ड) यात्रेकरूंना या यात्रेसाठी परराष्ट्र मंत्रालय कोणतीही सवलत/आर्थिक साहाय्य देत नाही.

पर्यायी उत्तरे :

(1) 'अ', 'ब', 'क', 'ड' (2) 'अ', 'ब', 'क'
(3) 'ब', 'क' (4) 'अ', 'ब'

4. अग्नी-5 बॅलेस्टिक क्षेपणास्त्राची लक्ष्यवेधाची क्षमता किती आहे ?

(1) 5,000 – 5,500 कि.मी. (2) 3,500 कि.मी.
(3) 7,500 कि.मी. (4) 10,000 कि.मी.

5. '#MeToo' हे सोशल मीडियावरील अभियान कशाशी संबंधित आहे ?

(1) लैंगिक अत्याचार आणि हल्ले
(2) नैराश्य, आत्महत्यासारख्या मानसशास्त्रीय मुद्द्यांविषयी
(3) सोशल मीडियावरील व्यक्तिगत माहिती सुरक्षेचे मुद्दे
(4) मतदार अभियान

6. जोड्या लावा.

'अ' गट (गाव/शहरे)	'ब' गट (प्रकल्प)
(अ) पवनी तालुका	(1) नागझिरा व्याघ्र प्रकल्प
(ब) चिचपल्ली	(2) गोसीखुर्द
(क) नवेगाव	(3) माझी मेट्रो
(ड) नागपूर	(4) बांबू संशोधन व प्रशिक्षण केंद्र

पर्यायी उत्तरे :

(1) अ-2, ब-4, क-1, ड-3 (2) अ-2, ब-4, क-3, ड-1
(3) अ-1, ब-4, क-2, ड-3 (4) अ-1, ब-2, क-3, ड-4

7. महाराष्ट्र राज्य महिला आयोगाचे .... हे महत्त्वाचे कार्य आढळते. (अ) राज्यातील स्त्रियांच्या सक्षमीकरणाच्या प्रगतीचे मूल्यमापन करणे. (ब) संविधानाच्या अनुच्छेद 38, 39, 39-A आणि 42 मध्ये अंतर्भूत केलेली निर्देशक तत्त्वे अमलात आणणे. (क) राज्य विधानसभा व स्थानिक स्वराज्य संस्थांमधील महिलांच्या निवडणुका घेणे. (ड) वरीलपैकी नाही.

(1) फक्त 'अ' (2) 'अ' आणि 'ब'
(3) 'ब' आणि 'क' (4) फक्त 'ड'

8. अवनी चतुर्वेदी यांनी एकटीने लढाऊ विमान उडविणारी पहिली भारतीय महिला होण्याचा मान नुकताच मिळविला. त्यांनी यावेळी कोणते लढाऊ विमान उडविले ?

(1) मिग-21 बायसन (2) मिग-27 बायसन
(3) सुखोई (4) सु-57

9. दारिद्र्यरेषेखालील श्रेणीतील ज्येष्ठ नागरिकांना भौतिक साधने आणि साहाय्यक साधने उपलब्ध करून देण्यासाठी केंद्रशासनाने कोणती योजना सुरू केली आहे ?

(1) दिन दयाल वयोश्री योजना (2) राष्ट्रीय वयोश्री योजना
(3) प्रधानमंत्री वयोश्री योजना (4) अटल वयोश्री योजना

10. 'न्यू वर्ल्ड वेल्थ' या संस्थेच्या अहवालानुसार मुंबई हे जगातील सर्वाधिक श्रीमंत शहरांच्या यादीमध्ये पहिल्या 15 मध्ये आहे. मुंबईनंतर कोणत्या शहराचा क्रमांक लागतो ?

(1) शिकागो (2) टोरांटो (3) फ्रँकफर्ट (4) शांघाय

11. कोणत्या राज्याने गरोदर स्त्रिया आणि नवजात बालकांच्या कल्याणाकरिता राज्यांमध्ये के.सी.आर. किट योजना सुरू केली आहे ?

(1) तेलंगणा (2) केरळ (3) हरियाणा (4) आसाम

12. नुकत्याच निधन पावलेल्या मानवाधिकार कार्यकर्त्या अस्मां जहांगीर या कोणत्या देशाच्या नागरिक होत्या ?

(1) भारत (2) पाकिस्तान
(3) बांगलादेश (4) अफगाणिस्तान

13. खालीलपैकी कोणत्या राज्यात अनुसूचित जमातींसाठी लोकसभेच्या जागा राखीव आहेत ?

(1) बिहार (2) ओडिशा (3) तमिळनाडू (4) उत्तर प्रदेश

14. 'ऑपरेशन पोलो' हे कोणते संस्थान भारतीय संघराज्यात विलीन करण्यासाठी चालविले होते ?

(1) जुनागड (2) हैदराबाद (3) काश्मीर (4) लिंमडी

15. महाराष्ट्राचे एकूण भौगोलिक क्षेत्र किती आहे ?

(1) 200.60 लाख हेक्टर (2) 207.60 लाख हेक्टर
(3) 307.70 लाख हेक्टर (4) 318.60 लाख हेक्टर

16. कोकण रेल्वेमुळे मुंबई ते कोचीन दरम्यानचे अंतर .... कि.मी. ने कमी झाले.

(1) 513 (2) 213 (3) 102 (4) 302

17. खालीलपैकी कोणती नदी गोदावरी खोऱ्याचा भाग नाही ?

(1) तेरणा (2) प्रवरा (3) मांजरा (4) भातसा

18. .... गुजरात राज्यातील प्रमुख बंदर आहे.

(1) कांडला (2) केची (3) मांडवी (4) यापैकी नाही.

19. जागतिक वारसा शिल्पस्थानात .... या लेणीची नोंद केलेली आहे.

(1) अजंठा लेणी (2) कार्ले लेणी
(3) पितळखोरा लेणी (4) बेडसा लेणी

20. खालीलपैकी कोणत्या राज्यात तलाव सिंचन जास्त आहे ?

(1) आंध्र प्रदेश (2) महाराष्ट्र
(3) मध्य प्रदेश (4) गुजरात

21. गोमित, पारधी, भिल्ल या अनुसूचित जमाती खालीलपैकी प्रामुख्याने कोणत्या जिल्ह्यात आढळतात ?

(1) अकोला (2) बुलढाणा (3) धुळे (4) ठाणे

22. 2011 च्या जनगणनेनुसार अनुसूचित जातीची लोकसंख्या महाराष्ट्रात .... जिल्ह्यात सर्वाधिक आढळते.

(1) नाशिक (2) औरंगाबाद (3) पुणे (4) सोलापूर

23. भारताची पहिली पंचवार्षिक योजना ....

(1) 1950-1955 (2) 1941-1946
(3) 1951-1956 (4) 1961-1966

24. महाराष्ट्रात प्रमुख जलविभाजक कोणता ?

(1) सह्याद्री पर्वत (2) सातपुडा पर्वत
(3) निलगिरी पर्वत (4) अरवली पर्वत

25. महाराष्ट्रातील पहिली अणुभट्टी .... नावाने ओळखली जाते.

(1) सायरस (2) ध्रुव (3) पूर्णिमा (4) अप्सरा

26. जोड्या लावा.

'अ' गट (जिल्हा)	'ब' गट (तालुका)
(अ) नांदेड	(1) भोकर
(ब) जालना	(2) भोकरदन
(क) बुलढाणा	(3) उमरखेड
(ड) यवतमाळ	(4) संग्रामपूर

पर्यायी उत्तरे :

(1) अ-3, ब-2, क-1, ड-4 (2) अ-4, ब-3, क-1, ड-2
(3) अ-2, ब-1, क-4, ड-3 (4) अ-1, ब-2, क-4, ड-3

27. महाराष्ट्रात डोलोमाईटचे साठे .... जिल्ह्यात आहेत.
(1) अमरावती व अकोला (2) नांदेड व परभणी
(3) हिंगोली व वाशिम (4) यवतमाळ व रत्नागिरी

28. .... हा महाराष्ट्रातील पहिला पर्यटन जिल्हा आहे.
(1) कोल्हापूर (2) नाशिक
(3) सिंधुदुर्ग (4) रत्नागिरी

29. जालना जिल्ह्याच्या सीमा पुढीलपैकी कोणकोणत्या जिल्ह्यांशी जोडल्या आहेत ?
(अ) बुलढाणा, परभणी, बीड, औरंगाबाद
(ब) बुलढाणा, वाशिम, परभणी, नांदेड, बीड, औरंगाबाद, जळगाव
(क) औरंगाबाद, जळगाव, उस्मानाबाद, परभणी, हिंगोली, बुलढाणा
पर्यायी उत्तरे :
(1) फक्त विधान 'अ' बरोबर आहे.
(2) फक्त विधान 'ब' बरोबर आहे.
(3) फक्त विधान 'क' बरोबर आहे.
(4) वरील सर्व विधाने चूक आहेत.

30. 1950-51 ते 2013-14 या काळात एकूण स्थूल देशांतर्गत उत्पादनामध्ये शेती क्षेत्राचा वाटा .... प्रवृत्ती दर्शवितो.
(1) स्थिर (2) घटती (3) वाढती (4) तटस्थ

31. महाराष्ट्र राज्यातील कोकण विभागाला खालील क्षेत्रात शाश्वत तुलनात्मक लाभ आहे.
(अ) शेती आणि कृषी प्रक्रिया उद्योग
(ब) वन आणि खनिजसंपत्ती (क) कापड उद्योग
(ड) मत्स्यपालन, फलोत्पादन, पर्यटन
वरीलपैकी कोणते विधान बरोबर आहे ?
(1) फक्त 'अ' (2) 'अ' आणि 'ब'
(3) फक्त 'ड' (4) 'क' आणि 'ड'

32. महाराष्ट्र शासन 2013 केळकर समिती अहवाल प्रकाशित माहितीनुसार, राज्यातील खालील समाज गटांची 'प्राचीन आदिवासी गट' म्हणून गणना केली आहे.
(अ) कातकरी (ब) माडिया गोंड (क) कोलाम (ड) भिल्ल
खालीलपैकी एक पर्याय बरोबर आहे.
(1) 'अ', 'ब' आणि 'क' (2) फक्त 'अ' आणि 'ब'
(3) फक्त 'ब' आणि 'क' (4) फक्त 'ड'

33. लोकसंख्या संक्रमण सिद्धान्तानुसार दुसऱ्या टप्प्यामध्ये ....
(1) लोकसंख्या वेगाने वाढते.
(2) कमी-अधिक प्रमाणात लोकसंख्या स्थिर राहते.
(3) लोकसंख्यावाढीचा दर स्थिर राहतो.
(4) वरीलपैकी कोणतेही नाही.

34. खालीलपैकी एक पर्याय महाराष्ट्र राज्याचा मनरेगा योजनेसंबंधित वर्ष 2015-16 साठीचा अनुक्रमे एक दिवसाचा रोजगारनिर्मिती खर्च (रुपयांत) व प्रत्येक कुटुंबासाठी सरासरी रोजगार (दिवसात) दर्शवितो. खालीलपैकी कोणते विधान बरोबर आहे ?
(1) ₹ 262, 53 दिवस (2) ₹ 242, 60 दिवस
(3) ₹ 324, 44 दिवस (4) ₹ 370, 50 दिवस

35. शेती क्षेत्रासाठीच्या आर्थिक नियोजनाची खालीलपैकी कोणती उद्दिष्टे आहेत ?
(1) शेती उत्पादन वाढ (2) रोजगार संधींमध्ये वाढ
(3) ग्रामीण भागातील उत्पन्नातील विषमता कमी करणे.
(4) वरील सर्व.

36. जोड्या लावा.
यादी-I (सरकारी योजना)
(अ) प्रधानमंत्री मुद्रा योजना
(ब) सौभाग्य योजना
(क) प्रधानमंत्री उज्ज्वला योजना
(ड) उज्ज्वल डिसकॉम अशुअरन्स योजना
यादी-II (उद्दिष्टे)
(1) दारिद्र्यरेषेखालील कुटुंबांना एलपीजी जोडणी
(2) वीज वितरण कंपन्यांचे आर्थिक आरोग्य सुधारणे.
(3) सार्वत्रिक घरगुती विद्युतीकरण
(4) सूक्ष्म उद्योगांना पुनर्वित्त आणि विकास
पर्यायी उत्तरे :
(1) अ-1, ब-2, क-3, ड-4 (2) अ-3, ब-2, क-1, ड-4
(3) अ-4, ब-3, क-1, ड-2 (4) अ-4, ब-3, क-2, ड-1

उत्तरसूची

1.	(4)	2.	(1)	3.	(1)	4.	(1)	5.	(1)	6.	(1)	7.	(2)	8.	(1)	9.	(2)
10.	(2)	11.	(1)	12.	(2)	13.	(2)	14.	(2)	15.	(3)	16.	(1)	17.	(4)	18.	(1)
19.	(1)	20.	(1)	21.	(3)	22.	(3)	23.	(3)	24.	(1)	25.	(4)	26.	(4)	27.	(4)
28.	(3)	29.	(1)	30.	(2)	31.	(3)	32.	(1)	33.	(1)	34.	(2)	35.	(4)	36.	(3)

★★★

MPSC : विक्रीकर निरीक्षक पूर्व परीक्षा : 29 जानेवारी, 2017

1. पूर्व महाराष्ट्रातील विशेषतः चंद्रपूर आणि भंडारा जिल्ह्यातील परंपरागत जलसिंचन तलावास काय म्हणतात ?
(1) जोहड (2) मालगुजारी (3) शेततळी (4) पाणलोट

2. खालीलपैकी कोणता वसाहतीच्या विकासाचा क्रम अचूक आहे ?
(1) खेडे, नगर, शहर, सन्नगर, महानगर
(2) खेडे, नगर, शहर, महाकायनगर, महानगर
(3) खेडे, शहर, नगर, महाकायनगर, सन्नगर
(4) खेडे, शहर, नगर, महानगर, सन्नगर

3. खालील रेल्वे विभाग व त्यांचे मुख्यालय यांच्या योग्य जोड्या लावा.

गट 'अ' (रेल्वे विभाग)	गट 'ब' (मुख्यालय)
(अ) पश्चिम विभाग	(1) अलाहाबाद
(ब) पूर्व-मध्य विभाग	(2) भुवनेश्वर
(क) पूर्व किनारी विभाग	(3) हाजीपूर
(ड) उत्तर मध्य विभाग	(4) चर्चगेट (मुंबई)

(1) अ-2, ब-1, क-3, ड-4 (2) अ-3, ब-4, क-1, ड-2
(3) अ-4, ब-3, क-2, ड-1 (4) अ-2, ब-4, क-1, ड-3

4. भारतातील कोणते राज्य सन 2015 मध्ये सेंद्रिय राज्य (Organic State) म्हणून घोषित केले गेले?
(1) अरुणाचल प्रदेश (2) ओरिसा
(3) तमिळनाडू (4) सिक्कीम

5. जोड्या लावा.

गट 'अ' (उपग्रह)	गट 'ब' (उपयोजन)
(अ) गगन	(1) दळणवळण
(ब) जीसॅट	(2) पृथ्वीचे निरीक्षण
(क) कार्टोसॅट	(3) हवामान आणि पर्यावरण
(ड) ॲग्रोमेट	(4) दिशादर्शन

(1) अ-3, ब-4, क-1, ड-2 (2) अ-4, ब-1, क-2, ड-3
(3) अ-4, ब-2, क-1, ड-3 (4) अ-4, ब-3, क-2, ड-1

6. महाराष्ट्रात सर्वांत जास्त स्थलांतर .... होते.
(1) नागरी केंद्राकडून ग्रामीण क्षेत्रांकडे
(2) ग्रामीण क्षेत्रांकडून ग्रामीण क्षेत्रांकडे
(3) ग्रामीण क्षेत्रांकडून नागरी क्षेत्रांकडे
(4) नागरी केंद्राकडून नागरी केंद्राकडे

7. भारताच्या ग्रेट निकोबार बेटातील .... हे सर्वांत दक्षिणेकडील ठिकाण असून ते 6°45' उत्तर अक्षवृत्तावर आहे.
(1) वीर सावरकर पॉईंट (2) सुभाषचंद्र बोस पॉईंट
(3) इंदिरा पॉईंट (4) जवाहर पॉईंट

8. खालील विधानांतून बरोबर उत्तर निवडा.
(1) महाराष्ट्रात औरंगाबाद, बीड, जालना व बुलढाणा जिल्ह्यांत बॉक्साइटचे साठे आहेत.
(2) महाराष्ट्रात कोल्हापूर, रत्नागिरी, सिंधुदुर्ग व रायगड जिल्ह्यांत बॉक्साइटचे साठे आहेत.
(3) महाराष्ट्रात चंद्रपूर, भंडारा, यवतमाळ व वर्धा जिल्ह्यांत बॉक्साइटचे साठे आहेत.
(4) महाराष्ट्रात अहमदनगर, धुळे, नंदुरबार व नाशिक जिल्ह्यांत बॉक्साइटचे साठे आहेत.

9. महाराष्ट्रातील खालील खाड्यांचा दक्षिणेकडून उत्तरेकडे योग्य क्रम लिहा.
(1) तेरेखोल, विजयदुर्ग, दाभोळ, राजापुरी
(2) दाभोळ, राजापुरी, तेरेखोल, विजयदुर्ग
(3) विजयदुर्ग, दाभोळ, राजापुरी, तेरेखोल
(4) राजापुरी, तेरेखोल, विजयदुर्ग, दाभोळ

10. महाराष्ट्रात नागचंपा, पांढरासिडार, फणस, कावसी इ. वृक्ष खालीलपैकी कोणत्या प्रकारच्या अरण्यात आढळतात ?
(1) उष्ण कटिबंधीय सदाहरित
(2) उष्ण कटिबंधीय निम सदाहरित
(3) उप उष्ण कटिबंधीय सदाहरित
(4) उष्ण कटिबंधीय आर्द्र पानझडी

11. महाराष्ट्रातील प्रमुख जलसिंचन योजनेच्या जिल्ह्याप्रमाणे योग्य जोड्या लावा.

गट 'अ'	गट 'ब'
(अ) देवघर	(1) नाशिक
(ब) पुणेगाव	(2) बुलढाणा
(क) मांजरा	(3) पुणे
(ड) नळगंगा	(4) उस्मानाबाद

(1) अ-2, ब-4, क-3, ड-1 (2) अ-4, ब-3, क-1, ड-2
(3) अ-3, ब-1, क-4, ड-2 (4) अ-1, ब-4, क-2, ड-3

12. खालील विधानांवर विचार करा.
(अ) फरिदाबाद हे उपग्रह शहर (Satellite Town) आहे.
(ब) हे शहर दिल्लीच्या दक्षिणेस 25 कि. मी. असून वाहतूक सुविधेने जोडलेले आहे.
वरीलपैकी कोणते विधान बरोबर आहे/आहेत?
(1) फक्त विधान 'अ'
(2) फक्त विधान 'ब'
(3) विधान 'अ' आणि 'ब' बरोबर
(4) विधान 'अ' आणि 'ब' दोन्ही नाहीत.

13. खाली नमूद महाराष्ट्रातील खाड्या व नद्यांच्या योग्य जोड्या लावा.

गट 'अ' (खाडी)	गट 'ब' (नदी)
(अ) मनोरी	(1) काजळी
(ब) भाट्ये	(2) पाताळगंगा
(क) जैतापूर	(3) दहिसर
(ड) धरमतर	(4) काजवी

(1) अ-1, ब-3, क-2, ड-4 (2) अ-3, ब-1, क-4, ड-2
(3) अ-4, ब-2, क-3, ड-1 (4) अ-2, ब-4, क-1, ड-3

14. जोड्या जुळवा.

गट 'अ' (नदी)	गट 'ब' (उपनदी)
(अ) तापी	(1) तावरजा
(ब) मांजरा	(2) घोड
(क) प्रवरा	(3) मुळा
(ड) भीमा	(4) अनेर

(1) अ-4, ब-2, क-1, ड-3 (2) अ-4, ब-1, क-3, ड-2
(3) अ-4, ब-3, क-1, ड-2 (4) अ-2, ब-4, क-3, ड-1

15. मोसमी पावसाचे प्रमाण व जिल्ह्यांच्या योग्य जोड्या लावा.

गट 'अ'	गट 'ब'
(अ) 40 ते 50 सें. मी.	(1) लातूर
(ब) 50 ते 75 सें. मी.	(2) नागपूर
(क) 75 ते 100 सें. मी.	(3) सांगली
(ड) 100 ते 150 सें. मी.	(4) बुलढाणा

(1) अ-2, ब-1, क-4, ड-3 (2) अ-1, ब-3, क-2, ड-4
(3) अ-3, ब-4, क-1, ड-2 (4) अ-4, ब-2, क-3, ड-1

उत्तरसूची

1. (2)	2. (4)	3. (3)	4. (4)	5. (2)	6. (2)	7. (2)	8. (2)
9. (1)	10. (1)	11. (3)	12. (3)	13. (3)	14. (2)	15. (3)	

★★★

MPSC : PSI/STI/ASST. पूर्व परीक्षा : 16 जुलै, 2017

1. नोव्हेंबर 2016 मध्ये 'हॅन्ड इन हॅन्ड 2016' या नावाची संयुक्त लष्करी कवायत पुणे येथे भारत आणि .... या देशांमध्ये पार पडली.
(1) रशिया (2) अमेरिका (3) चीन (4) जपान

2. खालील विधाने विचारात घ्या.
(अ) भारतमाला हा केंद्रशासनाचा महत्त्वाकांक्षी प्रकल्प आहे.
(ब) या प्रकल्पांतर्गत 25,000 कि.मी.चे रस्ते बांधण्यात येणार आहेत.
(क) हा प्रकल्प 2018 पर्यंत पूर्ण केला जाईल.
वरीलपैकी कोणते/ती विधान/ने बरोबर आहे/त ?
(1) 'अ' आणि 'ब' (2) 'ब' आणि 'क'
(3) फक्त 'क' (4) 'अ' आणि 'क'

3. मेजर रोहीत सुरी यांना अलीकडेच भारताच्या राष्ट्रपतींच्या हस्ते .... मिळाले.
(1) कीर्ती चक्र (2) शौर्य चक्र
(3) अशोक चक्र (4) परमवीर चक्र

4. 'राष्ट्रीय विकास परिषदेत' पुढीलपैकी कोणत्या घटकांचा समावेश असतो ?
(अ) पंतप्रधान (ब) अध्यक्ष, वित्त आयोग (क) केंद्रीय कॅबिनेट मंत्री
(ड) राज्यांचे मुख्यमंत्री
पुढीलपैकी योग्य पर्याय निवडा.
(1) फक्त 'ब' आणि 'ड' (2) फक्त 'ब' आणि 'क'
(3) फक्त 'अ' आणि 'क' (4) फक्त 'ब', 'क' आणि 'ड'

5. महिलांविरुद्धचा हिंसाचार नष्ट करण्यासाठीचा आंतरराष्ट्रीय दिवस .... हा आहे.
(1) 25 नोव्हेंबर (2) 10 डिसेंबर
(3) 16 डिसेंबर (4) 25 डिसेंबर

6. खालील विधाने विचारात घ्या.
(अ) 'इस्रो' या भारतीय अवकाश संस्थेने नुकतेच 104 उपग्रह प्रक्षेपित करून विक्रम नोंदविला.
(ब) 104 उपग्रहांपैकी फक्त तीन उपग्रह भारताचे आणि उर्वरित आंतरराष्ट्रीय ग्राहकांचे होते.
वरीलपैकी कोणते/ती विधान/ने बरोबर आहे/त ?
(1) फक्त 'अ' (2) फक्त 'ब'
(3) 'अ' आणि 'ब' (4) वरीलपैकी नाही.

7. टाटा हायड्रोलिक पावर कंपनीची स्थापना कोणी केली ?
(1) दोराबजी टाटा (2) जमशेदजी टाटा
(3) रतन टाटा (4) वीरजित टाटा

8. 1949 मध्ये कोणत्या प्रादेशिक विद्यापीठाची स्थापना झाली ?
(1) मुंबई (2) पुणे (3) अमरावती (4) कोल्हापूर

9. रायरेश्वर शिखराची उंची .... मीटर आहे.
(1) 1173 (2) 1273 (3) 1373 (4) 1423

10. सौराष्ट्र व अरुणाचल प्रदेश यातील स्थानिक वेळेत किती तासांचा फरक आहे ?
(1) 3 तास (2) 2 तास (3) 1 तास (4) 4 तास

11. महाराष्ट्र राज्याचे भौगोलिक क्षेत्रफळ .... चौ.कि.मी. असून भारताच्या .... टक्के क्षेत्र व्यापलेले आहे.
(1) 307713, 9.36 (2) 306713, 8.36
(3) 305612, 9.36 (4) 305710, 7.26

12. द. बिहारमधील .... हे सिमेंट, कागद व पुठ्ठे, प्लायवूड इत्यादी उद्योगांचे प्रमुख केंद्र म्हणून उदयास आले आहे.
(1) रांची (2) दालमियानगर
(3) रूरकेला (4) असनसोल

13. चिल्का सरोवर कोठे वसलेले आहे ?
(1) कृष्णा व कावेरी नद्यांच्या त्रिभुज प्रदेशांच्या दरम्यान
(2) गोदावरी व कृष्णा नद्यांच्या त्रिभुज प्रदेशांच्या दरम्यान
(3) गंगा व महानदी नद्यांच्या त्रिभुज प्रदेशांच्या दरम्यान
(4) महानदी व गोदावरी नद्यांच्या त्रिभुज प्रदेशांच्या दरम्यान

14. जोड्या लावा.

'अ' गट (गट जिल्हा)	'ब' गट (गट जलाशय)
(अ) ठाणे	(1) धामापूर
(ब) रत्नागिरी	(2) भातसा
(क) रायगड	(3) फणसवाडी
(ड) सिंधुदुर्ग	(4) कालाते

पर्यायी उत्तरे :
(1) अ-2, ब-3, क-4, ड-1 (2) अ-1, ब-2, क-3, ड-4
(3) अ-4, ब-3, क-2, ड-1 (4) अ-2, ब-4, क-3, ड-1

15. खालीलपैकी कोणते/कोणती जलविद्युत केंद्र/केंद्रे रायगड जिल्ह्यात आहे/आहेत ?
(अ) वैतरणा (ब) येलदरी (क) भिरा (ड) भिवपुरी
पर्यायी उत्तरे :
(1) 'अ' (2) 'अ', 'ब' आणि 'क'
(3) 'ब' आणि 'क' (4) 'क' आणि 'ड'

16. खालील विधाने पाहा.
(अ) पंचगंगा व कृष्णा नद्यांच्या संगमाजवळ नरसोबाची वाडी आहे.
(ब) कृष्णा व भिमा नद्यांची खोरी महादेव डोंगरामुळे वेगळी होतात.
(क) वर्धा व वैनगंगा नद्यांच्या एकत्रित प्रवाहास 'प्राणहिता' असे म्हणतात.
पर्यायी उत्तरे :
(1) फक्त विधान 'अ' बरोबर आहे.
(2) फक्त विधान 'ब' बरोबर आहे.
(3) विधाने 'अ' आणि 'ब' बरोबर आहेत.
(4) विधाने 'अ', 'ब' आणि 'क' बरोबर आहेत.

17. मध्य व दक्षिण सह्याद्री यांच्या दरम्यान .... खिंड आहे.
(1) थळघाट (2) फोंडाघाट (3) पालघाट (4) कुंभार्ली घाट

18. योग्य जोड्या लावा.

'अ' गट (स्थलांतरित शेती)	'अ' गट (देश)
(अ) रोका	(1) मलेशिया
(ब) लदांग	(2) ब्राझील
(क) चेना	(3) झैरे
(ड) मसोले	(4) श्रीलंका

पर्यायी उत्तरे :
(1) अ-2, ब-1, क-4, ड-3 (2) अ-1, ब-2, क-3, ड-4
(3) अ-3, ब-2, क-1, ड-4 (4) अ-4, ब-3, क-2, ड-1

19. पहिल्या आधुनिक सुतगिरणीची स्थापना मुंबई येथे 1854 मध्ये .... यांनी केली.
(1) सेठ सी.एन. लाड (2) डी.जी. पोतदार
(3) सी.एन. दावर (4) टाटा ॲन्ड सन्स

20. दख्खन पठाराच्या उत्तर व पूर्व सीमावर्ती डोंगराळ भागात .... जमातीचे लोक राहतात.
(1) गारो व खासी (2) वारली व ठाकर
(3) कातकरी व हळबा (4) भिल्ल व गोंड

21. पूर्व हिमालय प्रदेशात ज्वारी व बाजरीसारखी पिके अभावानेच आढळतात. कारण ....
(1) हा विभाग अतिपूर्वेकडील सखल प्रदेश आहे.
(2) हा विभाग जास्त उठाव आणि अधिक पर्जन्यमान असलेला प्रदेश आहे.
(3) हा विभाग उबदार हवामानाचा आहे.
(4) हा विभाग अतिदाट जंगलांनी व्यापलेला आहे.

22. उष्ण कटिबंधीय सदाहरित जंगलांचे खालीलपैकी कोणते/कोणती वैशिष्ट्य/ष्ट्ये बरोबर आहे/आहेत ?
(अ) अत्यंत घनदाट जंगले. (ब) वार्षिक पानगळ होते.
(क) लाकूड टणक व टिकाऊ असते.
(ड) एकाच प्रकारच्या वृक्षांची कमतरता असते.
पर्यायी उत्तरे :
(1) 'अ' फक्त (2) 'अ', 'क' आणि 'ड'
(3) 'क' फक्त (4) 'ब' आणि 'क'

23. राजस्थानच्या पश्चिमेकडील जैसलमेर, बारमेर, जोधपूर आणि बिकानेर जिल्ह्यात .... ही खनिजे सापडतात.
(1) कच्चे लोह, दगडी कोळसा आणि मँगनीज
(2) बॉक्साईट, अभ्रक आणि तांबे (3) चुनखडक, जिप्सम आणि मीठ
(4) क्रोमाईट, सिलिका आणि कच्चे लोह

24. जगातील एकूण क्षेत्रापैकी भारताला केवळ 2.4 टक्के भूभाग लाभला आहे. उलटपक्षी भारताची लोकसंख्या मात्र एकूण जगाच्या लोकसंख्येपैकी जवळपास 16.85 टक्के एवढी आहे. मृत्युदरात वेगाने झालेल्या घसरणीतून लोकसंख्येत वेगाने वाढ घडून आली. तर जननदरात मात्र लक्षणीय घट झाली नाही. खालीलपैकी कोणता एक आर्थिक आणि एक सामाजिक घटक सातत्याने उच्च राहिलेल्या जननदरास जबाबदार आहेत ?
(अ) धिम्या गतीने होणारी शहरीकरणाची प्रक्रिया (ब) शिक्षणाचा अभाव (क) साथीच्या रोगांवरील नियंत्रण (ड) हिवतापाच्या प्रादुर्भावात झालेली घट
पर्यायी उत्तरे :
(1) 'अ' आणि 'ब' (2) 'ब' आणि 'क'
(3) 'अ' आणि 'क' (4) 'ब' आणि 'ड'

25. .... 1990-91 मध्ये भारतातून निर्यात होणाऱ्या प्रमुख वस्तू होत्या.
(1) तयार कपडे (2) रत्ने आणि अलंकार
(3) चामडी वस्तू (4) पेट्रोलियम उत्पादने

26. नवव्या पंचवार्षिक योजनेत सेवा क्षेत्राने सर्वाधिक वृद्धिदर नोंदविला यामागचे प्रमुख कारण म्हणजे ....
(1) शासनाकडून वेतनात मोठी वाढ
(2) असंघटित क्षेत्रातील वेतनदरात वाढ
(3) बँकांच्या अधिकाधिक शाखा सुरू झाल्या.
(4) वरीलपैकी कोणतेही नाही.

उत्तरसूची

1.	(3)	2.	(1)	3.	(1)	4.	(4)	5.	(1)	6.	(3)	7.	(1)	8.	(2)	9.	(3)
10.	(2)	11.	(1)	12.	(2)	13.	(4)	14.	(1)	15.	(4)	16.	(4)	17.	(3)	18.	(1)
19.	(3)	20.	(4)	21.	(2)	22.	(2)	23.	(3)	24.	(1)	25.	(2)	26.	(1)		

★★★

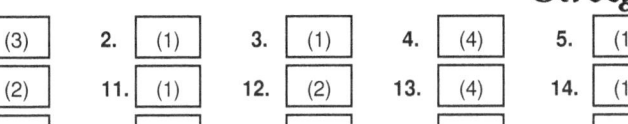

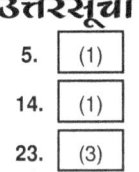

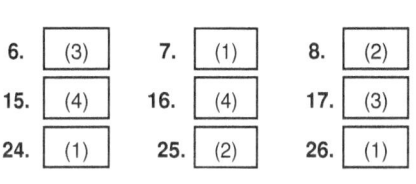

MPSC : STI पूर्व परीक्षा : 19 जून, 2016

1. अलीकडेच कोणत्या उच्च न्यायालयाने अनुसूचित जाती आणि जमातींना देण्यात येणारे सरकारी नोकऱ्यांमधील बढतीमधील आरक्षण रद्द केले ?
(1) भोपाळ (2) चेन्नई (3) कलकत्ता (4) मुंबई

2. खालील विधाने विचारात घ्या.
(अ) भारताने 2015 मध्ये जगात सर्वाधिक भात निर्यात करण्याच्या बाबतीत थायलंडवर मात केली आहे.
(ब) भारताने 2015 मध्ये 10.23 दशलक्ष टन भाताची निर्यात केली आहे.
(क) व्हिएतनाम हा भात निर्यात करणारा तिसरा मोठा देश आहे.
(ड) चीन हा भात आयात करणारा प्रथम क्रमांकाचा देश आहे.
वरीलपैकी कोणती विधाने सत्य आहेत ?
(1) (अ) आणि (क) (2) (अ) आणि (ब)
(3) (क) आणि (ड) (4) वरील सर्व

3. 'मेक इन इंडिया सप्ताहा'बाबत खालीलपैकी कोणते विधान बरोबर नाही?
(अ) त्याचे आयोजन मुंबईमध्ये 13 ते 18 फेब्रुवारी, 2016 दरम्यान केले गेले.
(ब) स्वीडन आणि फिनलंड देशांचे पंतप्रधान उद्घाटन सोहळ्यास उपस्थित होते.
पर्यायी उत्तरे :
(1) केवळ (अ) (2) केवळ (ब)
(3) दोन्ही (4) एकही नाही.

4. 2016-17 रेल्वे अंदाजपत्रक सादर करतेवेळी घोषित केल्या गेलेल्या नवीन रेल्वे गाड्यांबाबत जोड्या लावा.

'अ' गट	'अ' गट
(अ) तेजस	(1) पूर्णतः वातानुकूलित सेवा
(ब) हमसफर	(2) पूर्णतः अनारक्षित सेवा
(क) अंत्योदय	(3) डबल डेकर वातानुकूलित
(ड) उदय	(4) अतिवेगवान गाडी (130 कि.मी. प्रति तास)

(1) अ-1, ब-2, क-3, ड-4 (2) अ-4, ब-1, क-2, ड-3
(3) अ-4, ब-3, क-2, ड-1 (4) अ-3, ब-4, क-1, ड-2

5. 'वरुणा' (VARUNA) नाविक अभ्यास हा कोणत्या दोन देशातील आहे ?
(1) भारत आणि अमेरिका (2) भारत आणि चीन
(3) भारत आणि फ्रान्स (4) भारत आणि रशिया

6. शेतकऱ्यांना समर्पित असलेली भारतातील प्रथम दूरदर्शन वाहिनी कोणती आहे ?
(1) डी. डी. पिके (2) डी. डी. भारती
(3) डी. डी. कृषी (4) वरीलपैकी एकही नाही.

7. खालील विधाने विचारात घ्या.
(अ) जागतिक अर्थ परिषदेने जाहीर केलेल्या जगातील राहण्यायोग्य 60 सर्वोत्तम देशांच्या प्रारंभिक यादीमध्ये भारताचा 22 वा क्रमांक आहे.
(ब) सदरहू यादी ही स्थिरता, सांस्कृतिक प्रभाव, उद्योजकता, आर्थिक प्रभाव आणि जीवनशैली यांवर आधारित तयार करण्यात येते.
(क) या यादीमध्ये स्वीडनला सर्वोच्च स्थान देण्यात आले आहे.
(ड) या यादीमध्ये जर्मनीचा दुसरा क्रमांक आहे.
वरीलपैकी कोणते/कोणती विधाने/विधाने बरोबर आहे/आहेत ?
(1) फक्त (अ) (2) (अ) आणि (ब)
(3) (अ), (ब) आणि (क) (4) (ब), (क) आणि (ड)

8. विभाजनानंतरच्या आंध्र प्रदेशाची राजधानी अमरावती .... सारखी बनविली जाणार आहे.
(1) शांघाय (2) सिंगापूर
(3) ॲमस्टरडॅम (4) लॉस एंजलीस

9. खालील विधाने विचारात घ्या.
(अ) सर्व पोलीस ठाणे ऑनलाइन जोडली जाणारे महाराष्ट्र हे देशातील पहिले राज्य आहे.
(ब) सी.सी.टी.व्ही. निगराणीखाली असलेले पुणे हे देशातील पहिले शहर ठरले आहे.
(1) विधान (अ) बरोबर, (ब) चूक (2) विधान (ब) बरोबर, (अ) चूक
(3) दोन्हीही विधाने चुकीची आहेत.
(4) दोन्हीही विधाने बरोबर आहेत.

10. उष्ण कटिबंधीय शुष्क पानझडी अरण्यात पुढीलपैकी कोणती झाडे आढळतात ?
(अ) सागवान (ब) सिसम (क) अंजन (ड) तिवर (इ) हिरडा
पर्यायी उत्तरे :
(1) (अ), (क), (ड), (इ) (2) (क), (ड), (इ)
(3) (अ), (ब), (क) (4) (अ), (ब), (क), (इ)

11. खालील जोड्या लावा.

उद्योग	स्थान
(अ) आय.टी.हार्डवेअर पार्क	(1) कुडाळ
(ब) सिप्झ	(2) नाशिक
(क) मेल्ट्रॉन सेमीकंडक्टर्स लि.	(3) मुंबई
(ड) मायक्रो प्रोसेसर आधारित प्रणाली प्रकल्प	(4) द्रोणागिरी

(1) अ-3, ब-4, क-2, ड-1 (2) अ-4, ब-3, क-2, ड-1
(3) अ-1, ब-2, क-3, ड-4 (4) अ-4, ब-3, क-1, ड-2

12. भारतात सागरी मत्स्य उत्पादनात खालीलपैकी कोणते राज्य अग्रेसर आहे ?
(1) आंध्र प्रदेश (2) तमिळनाडू
(3) महाराष्ट्र (4) केरळ

13. खालील विधानांचा विचार करा.
(अ) भारतामध्ये 6 वर्षांखालील लोकसंख्येची टक्केवारी 2001 मध्ये 15.9% पासून 2011 मध्ये 12.1% एवढी घटली.
(ब) 2011 च्या जनगणनेनुसार जम्मू आणि काश्मीर राज्य सोडून भारतातील इतर सर्व राज्यांत 6 वर्षांखालील लोकसंख्येची टक्केवारी घटली आहे.
वरीलपैकी कोणते/कोणती विधान/विधाने बरोबर आहे/आहेत ?
(1) फक्त (अ) (2) फक्त (ब)
(3) (अ) आणि (ब) दोन्हीही (4) (अ) किंवा (ब) दोन्हीही नाही.

14. सोलापूर-धुळे महामार्गावर पडणारी शहरे कोणती ?
(अ) तुळजापूर (ब) लातूर (क) बीड (ड) उस्मानाबाद (इ) चाळीसगाव
पर्यायी उत्तरे :
(1) (अ), (ब), (ड), (इ) (2) (अ), (ड), (क), (इ)
(3) (ब), (ड), (क), (इ) (4) (अ), (ब), (क), (इ)

15. खालील विधाने पहा.
(अ) मुंबईमध्ये 26 जुलै, 2005 रोजी 900 मी. मी. पेक्षा जास्त पाऊस पडला होता.
(ब) मावळ प्रदेशात पूर्वेकडून पश्चिमेकडे पर्जन्याचे प्रमाण वाढत जाते.
(क) दक्षिण कोकणात उत्तर कोकणापेक्षा पर्जन्याचे प्रमाण जास्त असते.
पर्यायी उत्तरे :
(1) विधान 'अ' आणि 'ब' आहेत.
(2) विधान 'अ' आणि 'क' बरोबर आहेत.
(3) विधान 'ब' आणि 'क' बरोबर नाहीत.
(4) वरील सर्व विधाने बरोबर आहेत.

16. खालील विधानांचा विचार करा.
(अ) भारताच्या एकूण रस्त्यांच्या लांबीची सर्वाधिक टक्केवारी (12.78%) उत्तर प्रदेशामध्ये असून, त्या खालोखाल अनुक्रमे महाराष्ट्र व राजस्थान यांचा क्रमांक लागतो.
(ब) डांबरी रस्त्यांचे प्रति 100 चौ.कि.मी. लांबीचे जाळे हे गोवा राज्यात सर्वांत जास्त असून (203.54) त्या खालोखाल केरळ व पंजाब राज्यांचा क्रमांक लागतो.
पर्यायी उत्तरे :
(1) (अ) आणि (ब) बरोबर (2) (अ) बरोबर (ब) चूक
(3) (अ) चूक (ब) बरोबर (4) (अ) आणि (ब) चूक

17. खालीलपैकी कोणते घटक कोकणात मासेमारी व्यवसाय वाढण्यास कारणीभूत झाले आहेत?
(अ) सरळ समुद्रकिनारा (ब) विस्तीर्ण समुद्रबूड (क) सहकारी संस्था (ड) सरकारी आधार
पर्यायी उत्तरे :
(1) (अ), (ब) आणि (क) (2) (अ), (क) आणि (ड)
(3) (अ) आणि (ब) (4) वरील सर्व

18. खालील विधाने पहा.
(अ) पश्चिम राजस्थानच्या वाळवंटात आढळणाऱ्या क्षारयुक्त मृदेस रेह अथवा कल्लार म्हणतात. (ब) भांगर मृदा नदीजवळ गाळाच्या संचयनाने तयार होते. (क) खादर मृदा हिमालयाच्या पायथ्याशी आढळते.
पर्यायी उत्तरे :
(1) फक्त विधान (अ) बरोबर आहे. (2) फक्त विधान (ब) बरोबर
(3) फक्त विधान (क) बरोबर आहे.
(4) विधाने (अ), (ब) आणि (क) बरोबर नाहीत.

19. खालीलपैकी कोणता राष्ट्रीय महामार्ग पनवेल आणि गोव्यास जोडतो ?
(1) NH 13 (2) NH 16 (3) NH 17 (4) NH 7

20. 2011 च्या जनगणनेनुसार खालील विधाने पाहा.
(अ) बिहार, पश्चिम बंगाल व केरळ या राज्यांनी प्रति चौ.कि.मी. माणसांच्या घनतेचा 1000 हा आकडा ओलांडला आहे.
(ब) अरुणाचल प्रदेश, मिझोराम व सिक्कीम या राज्यांची प्रति चौ.कि.मी. माणसांची घनता 100 पेक्षा कमी आहे.
पर्यायी उत्तरे :
(1) (अ) आणि (ब) बरोबर (2) (अ) बरोबर (ब) चूक
(3) (अ) चूक (ब) बरोबर (4) (अ) आणि (ब) चूक

21. खालील विधाने पाहा.
(अ) महाराष्ट्रामध्ये मराठी, हिंदी व उर्दू भाषा बोलणाऱ्या लोकांच्या टक्केवारीतील क्रमांक प्रथम, द्वितीय व तृतीय आहेत.
(ब) तसेच गुजराथी, तेलगू, कन्नड आणि सिंधी भाषा बोलणाऱ्या लोकांची एकूण टक्केवारी ही उर्दू भाषा बोलणाऱ्या लोकांच्या टक्केवारीपेक्षा कमी आहे.
(1) (अ) आणि (ब) बरोबर (2) (अ) बरोबर (ब) चूक
(3) (अ) चूक (ब) बरोबर (4) (अ) आणि (ब) चूक

22. कुहरी बेसाल्ट खडक म्हणजे काय ?
(अ) लाव्हारसाने तयार झालेला खडक (ब) पोकळ्यांनी युक्त बेसाल्ट खडक (क) भेगामध्ये लाव्हारस थंड होऊन झालेला खडक
पर्यायी उत्तरे :
(1) फक्त (अ) (2) (अ) आणि (ब)
(3) फक्त (ब) (4) वरील सर्व

23. खालील विधाने पाहा.
(अ) जेट वायूच्या प्रभावामुळे हिवाळ्यात काश्मीर व हिमाचल प्रदेशात पाऊस आणि हिमालयात बर्फ पडतो.
(ब) हिवाळ्यात तमिळनाडूमध्ये ईशान्य मान्सून वाऱ्यामुळे पाऊस पडतो.
(क) बंगालमध्ये उन्हाळ्यात उष्ण हवेचे प्रवाह वाहतात त्यांना कालबैसाखी म्हणतात.
पर्यायी उत्तरे :
(1) फक्त विधान (अ) बरोबर आहे.
(2) फक्त विधान (ब) बरोबर आहे.
(3) फक्त विधान (क) बरोबर आहे.
(4) वरील सर्व विधाने बरोबर आहेत.

24. महाराष्ट्रातील खालील नद्या पाणलोट क्षेत्राच्या क्षेत्रफळानुसार उतरत्या क्रमाने लिहा : (अ) वर्धा (ब) कोयना (क) उल्हास (ड) सावित्री
पर्यायी उत्तरे :
(1) (अ), (ब), (क), (ड) (2) (ब), (क), (ड), (अ)
(3) (अ), (ब), (ड), (क) (4) (ड), (क), (ब), (अ)

25. जोड्या लावा.

गायीचे नाव	आढळ स्थान
(अ) देवणी	(1) अहमदनगर
(ब) डांगी	(2) नागपूर
(क) गौळाउ	(3) उस्मानाबाद
(ड) सोरटी	(4) रायगड

(1) अ-4, ब-3, क-2, ड-1 (2) अ-3, ब-4, क-1, ड-2
(3) अ-1, ब-2, क-3, ड-4 (4) अ-3, ब-4, क-2, ड-1

26. जसजशी भारतीय अर्थव्यवस्था विकसित होत आहे तसतसा शेतीचा स्थूल देशांतर्गत उत्पन्नातील वाटा कमी-कमी होत आहे. आज तो केवळ 14.1 टक्क्यांवर आला आहे. असे असले तरीही देशाच्या अर्थव्यवस्थेत शेती महत्त्वाची आहे कारण :
(1) भारतीय अर्थव्यवस्था परंपरेने कृषिप्रधान राहिलेली आहे.
(2) शेती उद्योगाला मोठ्या प्रमाणावर अर्थसाहाय्य (subsidy) मिळते.
(3) शेतीमधून उद्योगांसाठी लागणारा कच्चा माल उत्पादित होतो.
(4) शेतीक्षेत्र 59% हून अधिक लोकांना थेट रोजगार देत आहे.

27. निर्यातीला प्रोत्साहन देण्यासाठी भारत सरकारने अनेक मंडळे आणि संघटना स्थापन केल्या आहेत. त्या या आहेत :
(अ) निर्यात विकास मंडळ
(ब) शेती आणि प्रक्रियायुक्त अन्नपदार्थ निर्यात विकास मंडळ
(क) वस्तू मंडळे
(ड) पायाभूत सुविधा विकास आणि वित्तीय महामंडळ
पर्यायी उत्तरे :
(1) (अ) बरोबर आहे.
(2) (अ), (ब) आणि (क) बरोबर आहेत.
(3) (क) बरोबर आहे.
(4) (अ), (ब) आणि (ड) बरोबर आहेत.

28. लोकसंख्या संक्रमणाच्या दुसऱ्या टप्प्यावर :
(1) जन्मदर उच्च परंतु मृत्युदर वेगाने घटतो.
(2) जन्मदर कमी परंतु मृत्युदर वेगाने वाढतो.
(3) मृत्युदर अधिक राहतो परंतु जन्मदर वेगाने घटतो.
(4) वरील एकही नाही.

29. महात्मा गांधी राष्ट्रीय ग्रामीण रोजगार हमी योजना हा आंतरराष्ट्रीय पातळीवरील पहिलाच अभूतपूर्व प्रमाणातील वेतनधारी रोजगार हमी कायदा आहे. त्याचे मुख्य यश पुढील बाबीत आहे.
(अ) रोजगार संधीत वाढ (ब) वेतन मिळकत वाढण्यास मदत
(क) वित्तीय समावेशन (ड) महिला सक्षमीकरणास मदत
पर्यायी उत्तरे :
(1) (अ) आणि (ब) बरोबर आहेत.
(2) (ब) आणि (क) बरोबर आहेत.
(3) (अ), (ब) आणि (क) बरोबर आहेत.
(4) वरील सर्व बरोबर आहेत.

30. 2013-2014 या वर्षी भारतात .... या पिकाची लागवड अन्न-धान्याखालील एकूण क्षेत्राच्या सर्वांत जास्त प्रमाणात दिसून येते.
पर्यायी उत्तरे :
(1) गहू (2) तांदूळ (3) ज्वारी (4) मका

31. 2010 पासून मानवी विकास निर्देशांक (HDI) ची व्याख्या ही प्रत्येक पैलूतील यश मापन करणाऱ्या सामान्य निर्देशांकाचे .... अशी केली जाते.
(1) गणित मध्य (2) भूमितीय मध्य
(3) मध्यक मूल्य (4) बहुलक मूल्य

32. संयुक्त राष्ट्रसंघाच्या लोकसंख्या निधीच्या, 'जागतिक लोकसंख्या अहवाल 2011 नुसार' भारताची लोकसंख्या 2025 मध्ये .... इतकी होईल जेणेकरून चीनच्या 1.39 अब्ज लोकसंख्येच्या पुढे जाऊन लोकसंख्येच्या बाबतीत तो सर्वांत मोठा देश ठरेल.
(1) 1.44 अब्ज (2) 1.46 अब्ज
(3) 1.45 अब्ज (4) 1.47 अब्ज

33. खगोलशास्त्राला समर्पित केलेली भारताची पहिली अंतरीक्ष उपग्रह वेधशाळा .... होय.
(1) ॲस्ट्रोनॉट (2) मार्स ऑर्बिटर मिशन
(3) ॲस्ट्रोसॅट (4) यापैकी नाही.

उत्तरसूची

1.	(1)	2.	(4)	3.	(2)	4.	(2)	5.	(3)	6.	(4)	7.	(2)	8.	(2)
9.	(4)	10.	(3)	11.	(2)	12.	(3)	13.	(2)	14.	(2)	15.	(4)	16.	(4)
17.	(2)	18.	(1)	19.	(3)	20.	(3)	21.	(1)	22.	(2)	23.	(4)	24	(1)
25.	(4)	26.	(4)	27.	(2)	28.	(1)	29.	(4)	30.	(2)	31.	(2)	32.	(2)
33.	(3)														

टीप : सदर उत्तरतालिका प्रारंभिक (21 जून, 2016) असून अंतिम उत्तरतालिकेनुसार उत्तरे बदलण्याची शक्यता आहे.

★★★

MPSC : सहाय्यक कक्ष अधिकारी पूर्व परीक्षा : 31 जुलै, 2016

1. जोड्या लावा.

गट 'अ'	गट 'ब'
(अ) भिल्लांचे उठाव	(1) 1816-1832
(ब) कित्तूरचा उठाव	(2) 1841
(क) साताऱ्याचा उठाव	(3) 1824
(ड) सौराष्ट्रातील राज्यकर्त्यांचे उठाव	(4) 1818-1831

(1) अ-1, ब-2, क-3, ड-4 (2) अ-4, ब-3, क-2, ड-1
(3) अ-3, ब-4, क-1, ड-2 (4) अ-2, ब-1, क-4, ड-3

2. खालील कोणती तापीची उपनदी नाही ?
(1) पूर्णा (2) पांझरा (3) दुधना (4) गिरणा

3. जोड्या लावा.

गट 'अ'	गट 'ब'
(अ) बिस्त दोआब	(1) रावी व चिनाब नद्यांमधील मैदान
(ब) बारी दोआब	(2) चिनाब व झेलम नद्यांमधील मैदान
(क) रेचना दोआब	(3) बिआस व रावी नद्यांमधील मैदान
(ड) चाझ दोआब	(4) बिआस व सतलज नद्यांमधील मैदान

(1) अ-4, ब-3, क-1, ड-2 (2) अ-3, ब-4, क-1, ड-2
(3) अ-2, ब-3, क-4, ड-1 (4) अ-1, ब-4, क-2, ड-3

4. खालील महाराष्ट्राच्या नकाशातील दोन समताप रेषा कोणत्या महिन्यातील तापमानाचे वितरण दर्शवितात ?

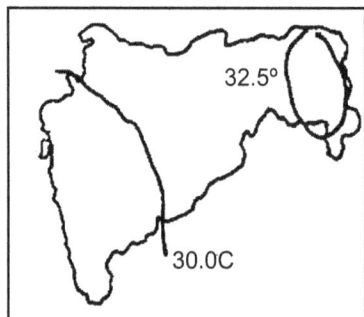

(1) जानेवारी
(2) एप्रिल
(3) जुलै
(4) ऑक्टोबर

5. भारतातील नद्यांचा त्यांच्या लांबीनुसार उतरता क्रम लावा.
(अ) महानदी (ब) गोदावरी (क) कृष्णा (ड) नर्मदा
(1) (अ), (ब), (क), (ड) (2) (ब), (अ), (ड), (क)
(3) (ब), (क), (ड), (अ) (4) (क), (ब), (ड), (अ)

6. विजेचा वापर व त्या अनुषंगाने जिल्ह्याचे असलेले स्थान यांच्या जोड्या लावा.

गट 'अ'	गट 'ब'
(अ) दरडोई घरगुती विजेचा सर्वांत जास्त वापर	(1) ठाणे
(ब) दरडोई कृषीसाठी विजेचा सर्वांत जास्त वापर	(2) बृहन्मुंबई
(क) दरडोई औद्योगिक विजेचा सर्वांत जास्त वापर	(3) रायगड
(ड) दरडोई कृषीसाठी विजेचा सर्वांत कमी वापर	(4) सांगली

(1) अ-3, ब-1, क-4, ड-2 (2) अ-1, ब-3, क-2, ड-4
(3) अ-4, ब-2, क-1, ड-3 (4) अ-2, ब-4, क-3, ड-1

7. महाराष्ट्रातील पिकांचा त्यांच्या 2011-2012 मधील लागवडीखालील क्षेत्रानुसार उतरता क्रम लावा.
(अ) कापूस (ब) ऊस (क) ज्वारी (ड) गहू (इ) तांदूळ
(1) (क), (अ), (ब), (ड), (इ) (2) (अ), (क), (इ), (ब), (ड)
(3) (अ), (इ), (क), (ड), (ब) (4) (इ), (क), (ड), (अ), (ब)

8. भारतातील खालीलपैकी कोणत्या शहरातून उत्तर-दक्षिण कॉरीडॉर (महामार्ग) जात नाही ?
(1) जम्मू (2) नागपूर (3) बिजापूर (4) हैदराबाद

9. खालील विधानांचा विचार करा.
(अ) सिंधुदुर्ग आणि गडचिरोली जिल्ह्यांची रस्त्यांची लांबी प्रती एक लाख लोकसंख्येमागे सर्वांत अधिक आहे (Road in km/lakh population).
(ब) नाशिक आणि सातारा जिल्ह्यांची रस्त्यांची घनता प्रती 100 चौरस किलोमीटर सर्वांत अधिक आहे (Road Density/100 km^2).
वरीलपैकी कोणते/कोणती विधान/विधाने बरोबर आहे/आहेत ?
(1) फक्त (अ) (2) फक्त (ब)
(3) (अ) आणि (ब) दोन्हीही (4) (अ) आणि (ब) दोन्हीही नाही.

10. कर्नाटक राज्यात मान्सूनपूर्व पर्जन्य .... या नावाने ओळखतात.
(1) आम्रसरी (2) कॉफीबहार सरी
(3) कालबैसाखी (4) आंधी

11. जोड्या लावा.

गट 'अ' (पीक)	गट 'ब' (प्रमुख जात)
(अ) टोमॅटो	(1) कोकण तारा
(ब) वांगी	(2) कालीकत
(क) आले	(3) मांजरी गोटा
(ड) कारले	(4) धनश्री

(1) अ-1, ब-2, क-3, ड-4 (2) अ-4, ब-3, क-2, ड-1
(3) अ-1, ब-4, क-3, ड-2 (4) अ-4, ब-1, क-2, ड-3

12. जोड्या लावा.

गट 'अ' (पीक)	गट 'ब' (जात)
(अ) ज्वारी	(1) कैलास
(ब) बाजरी	(2) श्रद्धा
(क) गहू	(3) टेकुरपेटा
(ड) हळद	(4) निळवा

(1) अ-4, ब-2, क-1, ड-3
(2) अ-2, ब-3, क-4, ड-1
(3) अ-4, ब-1, क-3, ड-2
(4) अ-1, ब-2, क-3, ड-4

13. 2012 च्या लोकसंख्येनुसार जगामध्ये भारताचा दुसरा क्रमांक लागतो. तिसऱ्या व चौथ्या क्रमांकावरील देश क्रमाने कोणते ?
(1) इन्डोनेशिया आणि ब्राझील (2) इन्डोनेशिया आणि पाकिस्तान
(3) यु.एस.ए. आणि ब्राझील (4) यु.एस.ए. आणि इन्डोनेशिया

14. कोणत्या राज्यांच्या गटामध्ये 2001 ते 2011 मध्ये लोकसंख्येची वाढ सर्वांत कमी झाली ?
(1) केरळ, गोवा, हरियाणा (2) नागालँड, केरळ, मिझोराम
(3) नागालँड, केरळ, गोवा (4) केरळ, गोवा, मेघालय

15. कोकण प्रदेशामध्ये जास्त पर्जन्य आणि जास्त तापमान असल्यामुळे - (अ) तेथे जांभी मृदा आढळते. (ब) तेथील मातीचा पी.एच. 7 ते 7.5 असतो. (क) तेथे रासायनिक विदारण मोठ्या प्रमाणावर होते.
(1) फक्त विधान 'अ' बरोबर आहे.
(2) विधान 'अ' आणि 'ब' बरोबर आहेत.
(3) विधान 'ब' आणि 'क' बरोबर आहेत.
(4) वरील सर्व विधाने बरोबर आहेत.

16. खालीलपैकी कोणत्या नदीला कोल्हापूर जिल्ह्याची जीवनदायी असे म्हणतात ?
(1) कृष्णा (2) वारणा (3) पंचगंगा (4) वेदगंगा

उत्तरसूची

1. (2)	2. (3)	3. (1)	4. (2)	5. (3)	6. (4)	7. (2)	8. (3)
9. (3)	10. (2)	11. (2)	12. (1)	13. (4)	14. (3)	15. (4)	16. (3)

★★★

MPSC : STI पूर्व परीक्षा : 1 फेब्रुवारी, 2015

1. पुढील कोणते/ती विधान/ने योग्य आहे/त ?
(अ) मोहगनी उष्ण कटिबंधीय पानझडी जंगलात आढळतात.
(ब) सुंद्री किनारवर्ती जंगलात आढळतात.
(1) केवळ 'अ' योग्य (2) केवळ 'ब' योग्य
(3) 'अ' व 'ब' दोन्ही योग्य (4) 'अ' व 'ब' दोन्ही अयोग्य

2. पुढील कोणते विधान योग्य आहे ?
(अ) संयुक्त अरब अमिरातींमध्ये एकूण नऊ अमिराती आहेत.
(ब) अबू-धाबी यातील एक अमिरात नाही.
(1) केवळ 'अ' (2) केवळ 'ब'
(3) 'अ' व 'ब' दोन्ही (4) 'अ' व 'ब' दोन्ही नाहीत.

3. (अ) BICEP 2 खगोलीय दुर्बिणीच्या वापराने खगोलशास्त्रज्ञांनी अंतराळ विस्ताराच्या सिद्धान्तावर शिक्कामोर्तब केले.
(ब) अंतराळ विस्तार सिद्धान्तानुसार विश्वाच्या उत्पत्तीनंतर विश्व प्रसरण पावले.
(क) BICEP 2 ने गुरुत्वाकर्षण लहरी शोधल्या.
वरीलपैकी कोणते विधान/कोणती विधाने बरोबर आहे/आहेत ?
(1) फक्त 'अ' (2) फक्त 'अ' व 'ब'
(3) वरील सर्व (4) वरीलपैकी एकही नाही.

4. खालील विधानापैकी चुकीचे विधान कोणते ?
(अ) महाराष्ट्रात सर्वांत जास्त तांदळाचे उत्पादन रायगड जिल्ह्यात होते.
(ब) कोकणात पावसाचे प्रमाण जास्त असल्यामुळे गहू पिकविला जात नाही.
(क) भारतात सर्वांत जास्त केळी उत्पादन महाराष्ट्रात होते.
(ड) महाराष्ट्रात खरीप पिकांचे सर्वांत कमी क्षेत्र अकोला-वाशीम जिल्ह्यात आहे.
(1) 'अ' फक्त (2) 'ड' फक्त
(3) 'अ', 'ब' व 'क' (4) 'ब', 'क' व 'ड'

5. पुढील दोन विधानांपैकी कोणते योग्य आहे ?
(अ) सन 2011 च्या जनगणनेनुसार महाराष्ट्र राज्यातील एकुण लोकसंख्येच्या 45.2% लोकसंख्या नागरी भागात राहते.
(ब) सन 2001 मध्ये हे प्रमाण 42.4% होते.
(1) केवळ 'अ' योग्य (2) केवळ 'ब' योग्य
(3) 'अ' व 'ब' दोन्ही योग्य (4) 'अ' व 'ब' कोणतेही योग्य नाही.

6. लोहखनिजात असलेल्या लोहाच्या प्रमाणावरून लोहखनिजांचे उच्च प्रतीकडून कमी प्रतीकडे क्रम लावा.
(अ) हेमेटाईट (ब) सिडेराईट (क) मॅग्नेटाईट (ड) लिमोनाईट
(1) 'अ', 'ड', 'क', 'ब' (2) 'क', 'अ', 'ड', 'ब'
(3) 'क', 'ब', 'अ', 'ड' (4) 'ड', 'क', 'ब', 'अ'

7. खालीलपैकी कोणती नदी काही क्षेत्रात पुणे आणि सोलापूर व पुणे आणि अहमदनगर जिल्ह्यांची नैसर्गिक सीमा आहे ?
(1) गोदावरी (2) भीमा
(3) कृष्णा (4) वरील एकही नाही.

8. खालील विधाने भारतातील हिवाळ्यातील हवामानाची स्थिती वर्णन करतात.
(अ) उत्तर भारतात कमी तापमान असते.
(ब) उत्तर भारतात उच्च दाब असलेला विभाग असतो.
(क) हवेचा दाब उत्तरेकडे कमी होत जातो.
(ड) वारे जमिनीकडून समुद्राकडे वाहतात.
वरीलपैकी कोणती विधाने बरोबर आहेत ?
(1) 'अ', 'ब' आणि 'क' (2) 'अ', 'क' आणि 'ड'
(3) 'अ', 'ब' आणि 'ड' (4) फक्त 'क'

9. पुढीलपैकी कोणते विधान योग्य आहे ?
(अ) डोलोमाईट हा खडक महाराष्ट्राच्या कडाप्पा प्रणालीमध्ये सापडतो.
(ब) चुनखडी खडक महाराष्ट्राच्या धारवाड प्रणालीत आढळतो.
(1) केवळ 'अ' योग्य (2) केवळ 'ब' योग्य
(3) 'अ' व 'ब' दोन्ही योग्य (4) 'अ' व 'ब' दोन्ही योग्य नाहीत.

10. पुढीलपैकी कोणते/ती विधान/ने योग्य आहे/त ?
(अ) रत्नागिरी जिल्ह्यात नारळ संशोधन केंद्र हर्णे येथे आहे.
(ब) दापोलीला रत्नागिरी जिल्ह्याचे महाबळेश्वर म्हणतात.
(1) केवळ 'अ' योग्य आहे. (2) केवळ 'ब' योग्य आहे.
(3) 'अ' व 'ब' दोन्ही योग्य आहेत.
(4) 'अ' व 'ब' दोन्ही अयोग्य नाहीत.

11. महाराष्ट्रातील सिंचन क्षेत्रानुसार पुढील सिंचन स्रोत उतरत्या क्रमाने लावा.
(अ) सरकारी कालवे (ब) खासगी कालवे (क) विहिरी (ड) तलाव
(1) 'अ', 'ब', 'क', 'ड' (2) 'क', 'अ', 'ड', 'ब'
(3) 'क', 'अ', 'ब', 'ड' (4) 'क', 'ब', 'अ', 'ड'

12. उत्तर भारतीय मैदानी प्रदेशातील गाळाच्या संचयनाचा खालीलपैकी कोणता क्रम उत्तरेकडून दक्षिणेकडे बरोबर आहे ?
(1) तराई, खादर, भांगर (2) तराई, भांगर, खादर
(3) खादर, भांगर, तराई (4) भांगर, तराई, खादर

13. पुढीलपैकी कोणते/ती विधान/ने योग्य आहे/त ?
(अ) मालवणजवळील खांदेरी बेटावर सिंधुदुर्ग हा किल्ला आहे.
(ब) एलिफंटा लेणी उंदेरी बेटावर आढळतात.
(1) केवळ 'अ' योग्य आहे. (2) केवळ 'ब' योग्य आहे.
(3) 'अ' व 'ब' दोन्ही योग्य आहेत.
(4) 'अ' व 'ब' दोन्ही अयोग्य नाहीत.

14. महाराष्ट्रातील मोसमी वनातील वृक्षाची पाने उन्हाळ्यात गळून पडतात. कारण -
(1) उन्हाळ्यात पाऊस पडत नाही.
(2) उन्हाळ्यात तापमान जास्त असते.
(3) उन्हाळ्यात हवामान विषम असते.
(4) बाष्पीभवन कमी करण्यास्तव

15. गोदावरी नदीला 'वृद्ध' गंगा म्हणतात. कारण -
(1) गोदावरी नदीच्या विस्तृत आकार व विस्तारामुळे
(2) गोदावरी नदी भारतातील जुनी नदी असल्यामुळे
(3) गोदावरी नदीची लांबी गंगा नदीएवढी असल्यामुळे
(4) गोदावरी नदीच्या काठावर अनेक तीर्थस्थाने असल्यामुळे

16. पुढीलपैकी कोणते/ती विधान/ने योग्य आहे/त ?
(अ) सहस्त्रकुंड धबधबा वैनगंगा नदीवर आहे.
(ब) वणी हे गाव निरगुडा नदीवर वसलेले आहे.
(1) केवळ 'अ' योग्य (2) केवळ 'ब' योग्य
(3) 'अ' व 'ब' दोन्ही योग्य (4) 'अ' व 'ब' योग्य नाहीत.

17. उत्तरेकडून दक्षिणेकडे, रत्नागिरी जिल्ह्यातील नद्यांचा खालीलपैकी कोणता क्रम बरोबर आहे ?
(1) सावित्री, भारजा, जोग, वशिष्ठी
(2) वशिष्ठी, जोग, भारजा, सावित्री
(3) जोग, भारजा, वशिष्ठी, सावित्री
(4) सावित्री, वशिष्ठी, जोग, भारजा

18. सिंधुदुर्ग आणि रत्नागिरी जिल्ह्यातील लिंग-गुणोत्तर प्रमाण अधिक आहे. कारण -
(1) हे क्षेत्र स्त्रियांच्या वाढीसाठी अधिक पोषक आहे.
(2) स्त्रियांचा जन्मदर पुरुषांपेक्षा अधिक आहे.
(3) या जिल्ह्यांतील पुरुषांनी स्थलांतर केले आहे.
(4) या जिल्ह्यांमध्ये पुरुषांचा मृत्युदर स्त्रियांपेक्षा जास्त आहे.

19. राष्ट्रीय लोकसंख्या धोरण 2000 ची उद्दिष्टे आहेत.
(अ) माता मृत्युदर प्रति लाख जन्मास 100 पेक्षा खाली आणणे.
(ब) सार्वत्रिक लसीकरण
(क) बाल मृत्युदर प्रतिहजार जन्मास 20 पेक्षा खाली आणणे.
(1) 'अ' फक्त (2) 'अ' आणि 'ब' फक्त
(3) 'अ' आणि 'क' फक्त
(4) वरील सर्व

20. (अ) उच्च उत्पादकता प्रजाती कार्यक्रम 1966 मध्ये सुरू करण्यात आला.
(ब) उच्च उत्पादकता प्रजाती कार्यक्रम हा फक्त गहू आणि तांदूळ यापुरताच मर्यादित होता.
(1) 'अ' फक्त बरोबर आहे.
(2) 'ब' फक्त बरोबर आहे.
(3) 'अ' आणि 'ब' दोन्ही बरोबर आहेत.
(4) 'अ' आणि 'ब' दोन्ही चूक आहेत.

उत्तरसूची

1. (2)	2. (4)	3. (3)	4. (2)	5. (4)	6. (2)	7. (2)	8. (3)
9. (4)	10. (2)	11. (2)	12. (2)	13. (4)	14. (4)	15. (2)	16. (2)
17. (1)	18. (3)	19. (2)	20. (1)				

सूचना : अंतिम उत्तरतालिकेनुसार उत्तरे बदलण्याची शक्यता आहे.

★★★

MPSC : Asst. पूर्व परीक्षा : 5 जुलै, 2015

1. काळी मृदा सुपीक असते, कारण –
(अ) ओलावा टिकवून धरण्याची क्षमता जास्त
(ब) चुन्याचे प्रमाण अधिक (क) चिकण मातीचे प्रमाण जास्त
(ड) पुरेशा प्रमाणात मॅग्नेशिअम कार्बोनेट
(1) फक्त 'अ', आणि 'ब' (2) फक्त 'ब', आणि 'क'
(3) फक्त 'अ', 'ब' आणि 'क' (4) 'अ', 'ब', 'क' आणि 'ड'

2. तांबड्या मृदेसंदर्भातील विधाने पहा :
(अ) ह्युमसचे प्रमाण जास्त असते.
(ब) सेंद्रिय द्रव्याचे प्रमाण कमी असते.
(क) अॅल्युमिनिअम ऑक्साइडमुळे तांबडा रंग प्राप्त होतो.
(1) विधान 'अ' आणि 'ब' बरोबर आहेत.
(2) विधान 'ब' आणि 'क' बरोबर आहेत.
(3) विधान 'अ' आणि 'ब' बरोबर नाहीत.
(4) विधान 'अ' आणि 'क' बरोबर नाहीत.

3. भारताची दक्षिणोत्तर लांबी किती आहे?
(1) 3214 कि. मी. (2) 3014 कि. मी.
(3) 2933 कि. मी. (4) 3312 कि. मी.

4. दख्खन पठाराची उंची .... मीटरच्या दरम्यान आहे.
(1) 200 - 300 (2) 300 - 900
(3) 100 - 300 (4) 500 - 700

5. खालील विधाने पहा.
(अ) बॉक्साइटपासून क्रोमाईटचे उत्पादन केले जाते.
(ब) सांगली जिल्ह्यातील शिराळा तालुक्यात बॉक्साइट सापडते.
(क) पालघर जिल्ह्यातील तुंगार टेकड्यांमध्ये बॉक्साइटचे साठे आहेत.
(1) विधान 'अ' आणि 'ब' बरोबर आहेत.
(2) विधान 'ब' आणि 'क' बरोबर आहेत.
(3) विधान 'अ', 'ब' आणि 'क' बरोबर आहेत.
(4) विधान 'अ', 'ब' आणि 'क' बरोबर नाहीत.

6. खालील विधाने पहा.
(अ) कोकण किनारपट्टीच्या प्रदेशात जांभा खडकाची पठारे आहेत.
(ब) जांभा दगड हा बेसॉल्टच्या कायिक विदारणामुळे तयार होतो.
(क) महाराष्ट्राच्या 80% भूप्रदेशावर क्रिटेशियस कालखंडातील लाव्हाचे थर आहेत.
(1) फक्त विधान 'अ' बरोबर आहे.
(2) फक्त विधान 'ब' बरोबर नाही.
(3) विधाने 'अ' आणि 'ब' बरोबर आहेत.
(4) विधाने 'अ' आणि 'क' बरोबर नाहीत.

7. खालील विधाने पाहा.
(अ) उष्ण कटिबंधीय सदाहरित वने सह्याद्रीच्या पश्चिमेकडील उतारावर आढळतात.
(ब) उष्ण कटिबंधीय सदाहरित वनातील वृक्षांची पाने रुंद असतात.
(क) पळस, शिसम, खैर इ. वृक्ष प्रामुख्याने उष्ण कटिबंधीय सदाहरित वनात आढळतात.
(1) फक्त विधान 'अ' बरोबर आहे.
(2) फक्त विधान 'ब' बरोबर आहे.
(3) विधान 'क' बरोबर नाही.
(4) विधान 'अ', 'ब' आणि 'क' बरोबर नाहीत.

8. जोड्या लावा.

गट 'अ' (जलसिंचन कालवा)	गट 'ब' (निर्मिती वर्ष)
(अ) कृष्णा कालवा	(1) 1875
(ब) खडकवासला कालवा	(2) 1870
(क) निरा डावा बँक कालवा	(3) 1885
(ड) गिरणा कालवा	(4) 1910

(1) अ-2, ब-4, क-1, ड-3 (2) अ-4, ब-1, क-3, ड-2
(3) अ-3, ब-2, क-4, ड-1 (4) अ-2, ब-1, क-3, ड-4

9. कोकणची उत्तर व दक्षिण सीमा अनुक्रमे ..... यांनी निश्चित केली आहे.
(1) अचरा ते दमणगंगा नदीपर्यंत
(2) दमणगंगा ते तेरेखोल नदीपर्यंत
(3) तानसा ते गाड नदीपर्यंत.
(4) वैतरणा ते तेरेखोल नदीपर्यंत

10. अंजीर पिकाचे उत्पन्न जास्त प्रमाणात कोठे घेतले जाते?
(1) सिंधुदुर्ग (2) कणकवली
(3) राजेवाडी (4) वसई

11. भारतातील एकूण बॉक्साइट उत्पादनापैकी किती टक्के उत्पादन बिहार राज्यात होते ?
(1) 20% (2) 32% (3) 36% (4) 27%

12. महाराष्ट्राचा रेखावृत्तीय विस्तार .... आहे.
(1) 70° 5' ते 80° 9' (2) 71° 6' ते 81° 8'
(3) 72° 6' ते 80° 9' (4) 72° 12' ते 81° 8'

13. खालील विधाने पहा.
(अ) नंदादेवी शिखराची उंची 7817 मी. आहे.
(ब) हिमालयातील जोजीला खिंडीतून श्रीनगर ते लेह मार्ग जातो.
(क) बद्रीनाथ शिखराची उंची गंगोत्री शिखरापेक्षा कमी आहे.
(1) फक्त विधान 'ब' बरोबर आहे.
(2) फक्त विधान 'क' बरोबर आहे.
(3) विधान 'अ' आणि 'ब' बरोबर आहेत.
(4) विधान 'अ', 'ब' आणि 'क' बरोबर आहेत.

14. खालील विधाने पहा.
(अ) ठाणे जिल्ह्यातील अकलोली येथे गरम पाण्याचे झरे आहेत.
(ब) गुहाघर पर्यटन क्षेत्र चिपळूण शहराच्या पूर्वेकडे आहे.
(क) उरळी कांचन येथे वैद्यकीय पर्यटन केंद्र आहे.
(1) फक्त विधान 'ब' बरोबर आहे.
(2) फक्त विधान 'क' बरोबर आहे.
(3) विधान 'अ' आणि 'ब' बरोबर आहेत.
(4) विधान 'अ' आणि 'क' बरोबर आहेत.

15. खालील विधाने पहा.
(अ) पिट हा उत्कृष्ट प्रकारचा कोळसा आहे.
(ब) भारतातील 97% कोळशाचे उत्पादन टर्शरी विभागातून होते.
(क) बिहारमधील कर्णपुरा येथून कोळशाचे उत्पादन घेतले जाते.

(1) फक्त विधान 'अ' बरोबर आहे. (2) फक्त विधान 'क' बरोबर
(3) फक्त विधान 'अ' आणि 'क' बरोबर नाहीत.
(4) विधान 'अ', 'ब' आणि 'क' बरोबर नाहीत.

16. आपल्या पहिल्या तीन पंचवार्षिक योजनांचे सुरुवातीपासूनचे सर्वांत महत्त्वाचे आर्थिक उद्दिष्ट म्हणजे –
(1) समाजवादी समाजरचना निर्माण करणे.
(2) आर्थिक विषमता कमी करणे.
(3) विभागीय समतोल (4) औद्योगिकीकरण

17. ग्रामीण व शहरी भागातील गरीब व निम्न उत्पन्नगटातील कुटुंबाच्या किमान एका व्यक्तीला वर्षभरात किमान 100 दिवस रोजगारासाठी कायदेशीर हमी खालीलपैकी कोणत्या योजनेमुळे प्राप्त झाली ?
(1) रोजगार हमी योजना 1971 (2) रोजगार हमी कायदा 2005
(3) जवाहर रोजगार योजना (4) वरील कोणत्याही नाही.

18. भारतीय अन्नधान्य उत्पादनांचा उतरता क्रम खालीलपैकी कोणता आहे ते सांगा.
(1) गहू - तांदूळ - डाळी - भरड धान्ये
(2) तांदूळ - गहू - डाळी - भरड धान्ये
(3) गहू - तांदूळ - भरड धान्ये - डाळी
(4) तांदूळ - गहू - भरड धान्ये - डाळी

19. वर्ष 2008 -09 मध्ये भारताच्या एकूण निर्यातीमध्ये कोणत्या वस्तुभराचा हिस्सा सर्वाधिक दिसून आला?
(1) शेतमाल (2) रासायनिक वस्तू
(3) पेट्रोलिअम पदार्थ (4) अभियांत्रिकी वस्तू

20. सन 2001 ते 2011 या दरम्यान भारतातील लोकसंख्येचा वृद्धिदर दर हजारी खालीलपैकी किती होता ?
(1) 24.7 (2) 23.9 (3) 21.5 (4) 17.64

21. पृथ्वीच्या भूपृष्ठावर ॲल्युमिनिअम हा धातू शेकडा किती प्रमाणात आढळतो ?
(1) 20 ते 25 % (2) 7 ते 8 %
(3) 70 ते 75% (4) 50 ते 60 %

22. खालीलपैकी कोणते मूलद्रव्य धातूसदृश आहे ?
(1) ॲल्युमिनिअम (Al) (2) सिलिकॉन (Si)
(3) लीड (Pb) (4) कॅल्शिअम (Ca)

उत्तरसूची

1. (4)	2. (4)	3. (1)	4. (#)	5. (2)	6. (2)	7. (3)	8. (4)
9. (2)	10. (3)	11. (#)	12. (3)	13. (3)	14. (4)	15. (4)	16. (1)
17. (2)	18. (4)	19. (4)	20. (4)	21. (2)	22. (2)		

 # ने दर्शविलेले प्रश्न रद्द करण्यात आलेले आहेत.

★★★

MPSC : PSI पूर्व परीक्षा : 18 मे, 2014

1. 'न्यू मूर' या बेटावरून सध्या कोणत्या दोन देशांमध्ये वाद सुरू आहे ?
(1) भारत व चीन (2) भारत व पाकिस्तान
(3) भारत व बांगलादेश (4) भारत व श्रीलंका

2. जागतिक वारसास्थळ यादीत महाराष्ट्रातील खालीलपैकी कोणत्या स्थळांचा समावेश होतो ?
(अ) शनिवारवाडा आणि शिंद्यांची छत्री
(ब) अजिंठा आणि वेरूळ
(क) कासचे पठार आणि छत्रपती शिवाजी टर्मिनस
(ड) नांदेड येथील गुरुद्वारा आणि ज्ञानेश्वर समाधी
(1) 'अ' आणि 'ब' (2) 'ब' आणि 'क'
(3) 'क' आणि 'ड' (4) 'अ' आणि 'ड'

3. वनहक्क कायद्याच्या अंमलबजावणीत खालीलपैकी कोणत्या जिल्ह्याने देशात प्रथम क्रमांक मिळविला आहे ?
(1) भंडारा (2) ठाणे
(3) गडचिरोली (4) चंद्रपूर

4. महाराष्ट्रातील खालीलपैकी कोणती नदी जवळपास उत्तरेकडून दक्षिणेकडे वाहते ?
(1) तापी (2) वैनगंगा (3) नर्मदा (4) कृष्णा

5. महाराष्ट्रातील एकाच नावाचे तालुके व जिल्हे यांच्या जोड्या लावा.

'अ' गट (तालुके)	'ब' गट (जिल्हे)
(अ) खेड	(1) रायगड, अहमदनगर
(ब) कर्जत	(2) रत्नागिरी, पुणे
(क) कळंब	(3) नाशिक, अमरावती
(ड) नंदगाव	(4) उस्मानाबाद, यवतमाळ

(1) अ-2, ब-4, क-1, ड-3 (2) अ-1, ब-2, क-4, ड-3
(3) अ-2, ब-1, क-4, ड-3 (4) अ-4, ब-3, क-2, ड-1

6. खालील यादीतील योग्य जोड्या जुळवा व खाली दिलेल्या यादीतील पर्यायांमधून योग्य पर्याय निवडा.

'अ' गट (म्हैस प्रकार)	'ब' गट (राज्य)
(अ) मुऱ्हा	(1) उत्तर प्रदेश
(ब) भादवरी	(2) पंजाब
(क) महेसाना	(3) हरियाणा
(ड) निलीरावी	(4) गुजरात

(1) अ-1, ब-2, क-3, ड-4 (2) अ-2, ब-3, क-4, ड-1
(3) अ-2, ब-4, क-1, ड-3 (4) अ-3, ब-1, क-4, ड-2

7. खालील यादीमधून योग्य जोड्या जुळवा व खाली दिलेल्या यादीतील पर्यायांमधून योग्य उत्तरे निवडा.

'अ' गट (जिल्हे)	'ब' गट (लिंग-गुणोत्तर-दरहजारी) 2001 जनगणना
(अ) सिंधुदुर्ग	(1) 951
(ब) रत्नागिरी	(2) 934
(क) नाशिक	(3) 1,122
(ड) नागपूर	(4) 1,036

(1) अ-1, ब-2, क-3, ड-4 (2) अ-2, ब-3, क-4, ड-1
(3) अ-3, ब-4, क-1, ड-3 (4) अ-4, ब-3, क-2, ड-1

8. भारतातील कोणत्या उद्योगधंद्यास 'सनराईज इंडस्ट्री' असे म्हणतात ?
(1) खत उद्योगधंदा
(2) अन्नावर प्रक्रिया करणारा उद्योगधंदा
(3) लोह आणि पोलाद उद्योगधंदा
(4) सिमेंट उद्योगधंदा

9. खालीलपैकी कोणता घटक भारताच्या वायव्य भागात हिवाळ्यात पाऊस पडण्यास कारणीभूत ठरतो ?
(1) प्रत्यावर्त (2) पश्चिमी चक्रवात
(3) मान्सूनची माघार (4) नैर्ऋत्य मान्सून

10. धबधबे व त्यांची ठिकाणे यांच्या योग्य जोड्या लावा.

'अ' गट (धबधबे)	'ब' गट (ठिकाण)
(अ) मार्लेश्वर	(1) सातारा
(ब) ठोसेघर	(2) रत्नागिरी
(क) सौताडा	(3) अहमदनगर
(ड) रंधा	(4) बीड

(1) अ-2, ब-3, क-1, ड-4 (2) अ-4, ब-3, क-2, ड-1
(3) अ-1, ब-4, क-3, ड-2 (4) अ-2, ब-1, क-4, ड-3

11. राष्ट्रीय महामार्ग क्र. 6 व 7 खालीलपैकी कोणत्या शहरात एकमेकांना छेदतात ?
(1) भोपाळ (2) हैदराबाद (3) नागपूर (4) रायपूर

12. खालील आदिवासी जमातींच्या त्यांच्या राहण्याच्या प्रदेशानुसार जोड्या जुळवा व खालील पर्यायांमधून योग्य उत्तर निवडा.

'अ' गट (प्रमुख आदिवासी जमाती)	'ब' गट (राहात असलेला प्रदेश)
(अ) गोंड	(1) अमरावती जिल्हा
(ब) भिल्ल	(2) ठाणे जिल्हा
(क) कोरकू	(3) धुळे व नंदुरबार जिल्हे
(ड) वारली	(4) चंद्रपूर व गडचिरोली जिल्हे

(1) अ-1, ब-2, क-3, ड-4 (2) अ-2, ब-1, क-4, ड-3
(3) अ-3, ब-4, क-2, ड-1 (4) अ-4, ब-3, क-1, ड-2

13. खालील विधानांचा विचार करा.
(अ) सुवर्ण चतुर्भुज मार्ग दिल्ली, मुंबई, बेंगलुरू व कोलकाता या प्रमुख शहरांना जोडतो.
(ब) उत्तर-दक्षिण कॉरिडॉर (मार्ग) हैदराबादमधून जातो.
वरीलपैकी कोणते विधान/विधाने बरोबर आहे/ आहेत ?
(1) 'अ' फक्त (2) 'ब' फक्त
(3) 'अ' व 'ब' दोन्ही (4) 'अ' व 'ब' दोन्हीही नाहीत.

14. कैमूरच्या टेकड्या खालीलपैकी कोणत्या पर्वतरांगांमध्ये आहेत ?
(1) विंध्य रांगा (2) सातपुडा रांगा
(3) काराकोरम रांगा (4) कोल्ली रांगा

15. खालील विधानांचा विचार करा.
(अ) घडीच्या पर्वतांत विविध प्रकारच्या खडकांची संरचना असते आणि खोल दऱ्या व उंच शंकू आकाराची शिखरे असतात.
(ब) घडीच्या पर्वतांची निर्मिती टेन्साईल फोर्सेसमुळे होते.
वरीलपैकी कोणते विधान/विधाने बरोबर आहे/आहेत ?
(1) फक्त 'अ' (2) फक्त 'ब'
(3) 'अ' व 'ब' दोन्ही (4) 'अ' व 'ब' दोन्हीही नाहीत.

16. जोड्या लावा.

'अ' गट (जिल्हे)	'ब' गट (साक्षरता %)
(अ) धुळे	(1) 72.8
(ब) नागपूर	(2) 88.4
(क) नंदुरबार	(3) 64.4
(ड) अमरावती	(4) 87.4

(1) अ-1, ब-4, क-3, ड-2 (2) अ-2, ब-4, क-1, ड-3
(3) अ-1, ब-2, क-3, ड-4 (4) अ-4, ब-2, क-3, ड-1

17. विषुववृत्तीय सदाहरित जंगलासंबंधी खालीलपैकी कोणते वैशिष्ट्य बरोबर आहे ?
(अ) अत्यंत दाट आहेत.
(ब) वार्षिक पानगळ होते.
(क) लाकूड टणक आणि टिकाऊ आहे.
(ड) एकाच प्रकारच्या वृक्षांची नसतात.
वरीलपैकी कोणते विधान/विधाने बरोबर आहे/आहेत ?
(1) फक्त 'अ' (2) फक्त 'अ', 'क' 'ड'
(3) फक्त 'क' (4) फक्त 'ब' व 'क'

उत्तरसूची

1.	(3)	2.	(2)	3.	(3)	4.	(2)	5.	(3)	6.	(4)	7.	(4)	8.	(2)
9.	(2)	10.	(4)	11.	(3)	12.	(4)	13.	(#)	14.	(1)	15.	(1)	16.	(3)
17.	(2)														

 # ने दर्शविलेले प्रश्न रद्द करण्यात आलेले आहेत.

★★★

MPSC : Asst. पूर्व परीक्षा : 15 जून, 2014

1. खालील नकाशात 'XY' रेषा मोसमी पावसाच्या परतीच्या प्रवासाची खालीलपैकी कोणत्या तारखेची आहे ?

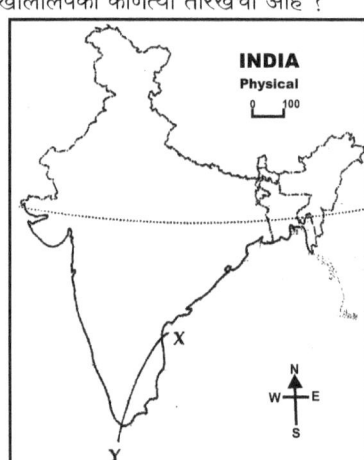

(1) 15 ऑक्टोबर
(2) 1 नोव्हेंबर
(3) 15 नोव्हेंबर
(4) 1 डिसेंबर

2. 'एल् निनो' हा उबदार पाण्याचा समुद्रप्रवाह वाहणाऱ्या देशाचा किनारा .... आहे.
(1) अर्जेंटिना (2) पेरू
(3) ब्राझील (4) चिली

3. डेक्कन ओडिसी हा संयुक्त प्रकल्प MTDC आणि .... मध्ये आहे.
(1) भारतातील हॉटेल (2) रेल्वे
(3) एअर इंडिया (4) आय.टी.डी.सी.

4. भारतातील खालील तेलशुद्धीकरण केंद्रांची पश्चिमेकडून पूर्वेकडे मांडणी करा व खाली दिलेल्या पर्यायांमधून योग्य उत्तर निवडा.
(अ) कोयाली (ब) बोन्गईगाव (क) मथुरा (ड) नुमलीगड
(1) 'अ', 'ब', 'क', 'ड' (2) 'अ', 'क', 'ब', 'ड'
(3) 'क', 'अ', 'ब', 'ड' (4) 'ब', 'ड', 'क', 'अ'

5. खालीलपैकी कोणता मासा गोड्या पाण्याच्या मत्स्य शेतीत महत्त्वाचा आहे ?
(1) बांगडा (2) झिंगा (3) बोंबील (4) कोळंबी

6. 'लू' हे कोरडे आणि धुळीचे वारे भारताच्या वायव्य भागातून वाहणारे महिने ....
(1) एप्रिल - मे (2) मे - जून
(3) जून - जुलै (4) ऑक्टोबर - नोव्हेंबर

7. खालीलपैकी कोणते घटक वयोरचनेवर परिणाम करतात ?
(अ) जन्मदर (ब) मृत्युदर (क) लोकसंख्येचे आकारमान (ड) स्थलांतर
(1) 'ब', 'क' आणि 'ड' (2) फक्त 'क'
(3) फक्त 'ड' (4) वरीलपैकी कोणतीही नाही.

8. जोड्या लावा.

'अ' गट	'ब' गट
(अ) पंजाब हिमालया	(1) काळी आणि तिस्ता नदीमधील हिमालया
(ब) आसाम हिमालया	(2) सिंधू आणि सतलज नदीमधील हिमालया
(क) नेपाळ हिमालया	(3) सतलज आणि काळी नदीमधील हिमालया
(ड) कुमाऊन हिमालया	(4) दिहांग व तिस्ता नदीमधील हिमालया

(1) अ-4, ब-2, क-3, ड-1 (2) अ-2, ब-4, क-1, ड-3
(3) अ-1, ब-3, क-4, ड-2 (4) अ-2, ब-4, क-3, ड-1

9. जिल्हे आणि त्यांचे निर्मिती साल यांच्या योग्य जोड्या लावा.

'अ' गट (जिल्हा)	'ब' गट (निर्मिती साल)
(अ) गोंदिया	(1) 26 ऑगस्ट, 1982
(ब) वाशीम	(2) 16 ऑगस्ट, 1982
(क) गडचिरोली	(3) 01 मे, 1999
(ड) लातूर	(4) 01 जुलै, 1998

(1) अ-3, ब-4, क-2, ड-1 (2) अ-4, ब-3, क-1, ड-2
(3) अ-3, ब-4, क-1, ड-2 (4) अ-2, ब-1, क-3, ड-4

10. खालीलपैकी कोणती नदी खचदरीतून वाहते ?
(1) दामोदर (2) कृष्णा
(3) तुंगभद्रा (4) तापी

11. भारताचे सर्वांत पूर्वेकडील रेखावृत्त .... आहे.
(1) 97° 25' E (2) 68° 7' E
(3) 82° 50' E (4) 90° 25' E

12. मानव विकास निर्देशांक मुंबई आणि ठाणे जिल्ह्यात .... पेक्षा जास्त आहे.
(1) 0.3 (2) 0.5 (3) 0.9 (4) 0.8

13. गुरुशिखर खालीलपैकी कोणत्या पर्वतरांगेचे सर्वोच्च शिखर आहे ?
(1) छोटा नागपूर (2) अरवली
(3) विंध्य (4) मालवा

14. सोबतच्या चित्रातील व्यक्ती कोणत्या आदिवासी समाजाच्या आहेत ते ओळखा.

(1) भिल्ल
(2) गोंड
(3) नागा
(4) वारली

15. एका कुटुंबात दोनच मुले असावीत असे राष्ट्रीय लोकसंख्याविषयक धोरण केव्हा जाहीर झाले ?
(1) 1976 (2) 1991 (3) 2000 (4) 2001

उत्तरसूची

1.	(4)	2.	(2)	3.	(2)	4.	(2)	5.	(4)	6.	(2)	7.	(4)	8.	(2)
9.	(3)	10.	(#)	11.	(1)	12.	(4)	13.	(2)	14.	(1)	15.	(3)		

 # ने दर्शविलेले प्रश्न रद्द करण्यात आलेले आहेत.

★★★

MPSC : PSI पूर्व परीक्षा : 25 ऑगस्ट, 2013

1. जोड्या लावा.

'अ' गट (राष्ट्रीय महामार्ग)	'ब' गट (महामार्ग क्रमांक)
(अ) मुंबई-आग्रा	(1) NH - 4
(ब) मुंबई-पुणे-बेंगलोर	(2) NH - 17
(क) पुणे-नाशिक रोड	(3) NH - 3
(ड) मुंबई-कोकण-गोवा	(4) NH - 50

(1) अ-3, ब-1, क-4, ड-2 (2) अ-2, ब-1, क-3, ड-4
(3) अ-4, ब-2, क-3, ड-1 (4) अ-3, ब-4, क-1, ड-2

2. मुंबईतील खालीलपैकी कोणत्या उपनगराला 'गॅस चेंबर' असे म्हटले जाते ?
(1) दादर (2) चेंबूर (3) भायखळा (4) परेल

3. जोड्या जुळवा.

'अ' गट (पिके)	'ब' गट (प्रमुख सुधारित जाती)
(अ) गहू	(1) सुवर्णा
(ब) ज्वारी	(2) बन्सी
(क) तांदूळ	(3) लक्ष्मी
(ड) कापूस	(4) चिनोर

(1) अ-1, ब-2, क-3, ड-4 (2) अ-2, ब-4, क-3, ड-1
(3) अ-2, ब-1, क-4, ड-3 (4) अ-3, ब-2, क-1, ड-4

4. कोणता त्रिभूज प्रदेश हरित त्रिभूज प्रदेश म्हणून ओळखला जातो ?
(1) महानदी त्रिभूज प्रदेश (2) गोदावरी त्रिभूज प्रदेश
(3) कृष्णा त्रिभूज प्रदेश (4) गंगा-ब्रह्मपुत्रा त्रिभूज प्रदेश

5. पहाटे 3.00 वाजता लंडन येथून प्रसारित होणारी बातमी अलाहाबाद (82° 30' पूर्व रेखावृत्त) येथे किती वाजता ऐकायला येईल ?
(1) रात्री 8.30 वा. (2) सकाळी 9.30 वा.
(3) सकाळी 7.30 वा. (4) सकाळी 8.30 वा.

6. जोड्या जुळवा.

'अ' गट (ठिकाण)	'ब' गट (ऐतिहासिक वैशिष्ट्ये)
(अ) पैठण	(1) 'सिल्हारा' राजघराण्याची राजधानी
(ब) कल्याण	(2) शालिवाहन राजाची राजधानी
(क) अचलपूर	(3) 11 व्या शतकात चालुक्यांची राजधानी
(ड) कोल्हापूर	(4) राष्ट्रकूटांची राजधानी

(1) अ-1, ब-4, क-3, ड-2 (2) अ-2, ब-4, क-3, ड-1
(3) अ-4, ब-3, क-2, ड-1 (4) अ-2, ब-3, क-4, ड-1

7. कापसाचे दरहेक्टरी उत्पादन सर्वांत जास्त असलेला जिल्हा कोणता ?
(1) यवतमाळ (2) अमरावती
(3) सोलापूर (4) जळगाव

8. नर्मदा व महानदीमध्ये खालीलपैकी कोणत्या रांगा जलविभाजक आहेत ?
(1) सातपुडा-महादेव (2) सातपुडा-मैकल
(3) फक्त मैकल (4) फक्त महादेव

9. प्राचीन ग्रंथामध्ये मुशक, आळूक, कुपक अशी नावे असलेला खालीलपैकी कोणता प्रदेश आहे ?
(1) कोकण (2) खानदेश
(3) विदर्भ (4) मराठवाडा

10. आशियातील सर्वांत मोठे कृषी विश्वविद्यालय कोठे आहे ?
(1) हिस्सार (2) पुणे (3) राहुरी (4) दापोली

11. उत्तरेकडून दक्षिणेकडे खालीलपैकी कोणत्या नद्यांच्या खोऱ्यांचा क्रम बरोबर आहे ?
(1) तापी, गोदावरी, सीना, भीमा, कृष्णा
(2) तापी, गोदावरी, सीना, कृष्णा, भीमा
(3) भीमा, गोदावरी, तापी, कृष्णा, सीना
(4) तापी, सीना, गोदावरी, कृष्णा, भीमा

12. पुढील वाक्य योग्यरीत्या पूर्ण करावे.
गोंडवाना हा एक मोठा भूभाग होता. त्या अंतर्गत असलेला भूभाग ......
(1) दक्षिण अमेरिका, आफ्रिका, युरोप, अंटार्क्टिका
(2) भारत, ऑस्ट्रेलिया, आफ्रिका, दक्षिण अमेरिका, अंटार्क्टिका
(3) उत्तर अमेरिका, दक्षिण अमेरिका, युरोप, ऑस्ट्रेलिया
(4) भारत, ऑस्ट्रेलिया, आफ्रिका, उत्तर अमेरिका, दक्षिण अमेरिका

13. खालीलपैकी पर्जन्यविषयक कोणती प्रमुख समस्या महाराष्ट्राला भेडसावते ?
(1) स्थलीय विविधता (2) कालीय विविधता
(3) स्थल-कालीय विविधता (4) यांपैकी नाही.

14. बांधकामात उपयोगी पडणारा बेसॉल्ट खालीलपैकी कोणते विभाग सोडून इतरत्र आढळतो ?
(1) पूर्व विदर्भ व कोकण (2) उत्तर कोकण व दक्षिण मराठवाडा
(3) पश्चिम मराठवाडा व खानदेश
(4) उत्तर कोकण व खानदेश

15. राजस्थानमधील अंशतः शुष्क प्रदेशास काय म्हणतात ?
(1) बागर (2) घग्गर
(3) बांगर (4) खादर

16. खालीलपैकी कोणत्या उद्योगामुळे सर्वाधिक लोकांना रोजगार उपलब्ध होतो ?
(1) लोह-पोलाद उद्योग (2) सुती कापड उद्योग
(3) साखर कारखाना (4) जहाजबांधणी उद्योग

17. ताजमहलच्या बांधकामासाठी संगमरवर कोठून आणला गेला ?
(1) जोधपूर (2) उदयपूर
(3) मकराना (4) जबलपूर

18. खालीलपैकी कोणत्या ठिकाणाचे ऐतिहासिक नाव 'मोमिनाबाद' असे होते ?
(1) परळी-वैजनाथ (2) पैठण
(3) बीड (4) अंबेजोगाई

19. महाराष्ट्रातील कोणत्या भागात बेसॉल्ट खडकाची जाडी सर्वांत जास्त आहे ?
(1) दक्षिणेकडील (2) पश्चिमेकडील
(3) मध्यभाग (4) उत्तरेकडील

20. खालीलपैकी कोणते वाक्य बरोबर आहे ?
(1) भारतात साक्षरतेचे प्रमाण पुरुषांपेक्षा स्त्रियांमध्ये जास्त आहे.
(2) अंदमान-निकोबार येथे साक्षरतेचे प्रमाण सर्वांत कमी आहे.
(3) भारतात साक्षरता कमी होत आहे.
(4) वरील एकही नाही.

उत्तरसूची

1.	(1)	2.	(2)	3.	(3)	4.	(4)	5.	(4)	6.	(4)	7.	(3)	8.	(3)
9.	(1)	10.	(1)	11.	(1)	12.	(2)	13.	(3)	14.	(1)	15.	(1)	16.	(2)
17.	(3)	18.	(4)	19.	(2)	20	(4)								

★★★

MPSC : Asst. पूर्व परीक्षा : 29 सप्टेंबर, 2013

1. गुणवत्तेच्या आधारावर व कार्बनच्या प्रमाणानुसार दगडी कोळशाचे उच्च गुणवत्तेकडून कमी गुणवत्तेकडील क्रम सांगा.
(अ) बिटुमिनस (ब) पीट (क) अँथ्रासाइट (ड) लिग्नाईट
(1) 'अ', 'क', 'ड', 'ब' (2) 'ब', 'ड', 'अ', 'क'
(3) 'क', 'अ', 'ड', 'ब' (4) 'क', 'ब', 'अ', 'ड'

2. जोड्या लावा.

पर्यटनस्थळे	जिल्हे
(अ) राजापूर	(1) पुणे
(ब) शिवापूर	(2) सातारा
(क) मांढरदेव	(3) रत्नागिरी
(ड) हाजीमलंग	(4) ठाणे

(1) अ-2, ब-1, क-4, ड-3 (2) अ-1, ब-3, क-2, ड-4
(3) अ-3, ब-1, क-2, ड-4 (4) अ-2, ब-3, क-4, ड-1

3. कोकण रेल्वेमार्गाची लांबी .... कि.मी. आहे.
(1) 743 (2) 843 (3) 972 (4) 720

4. उत्तरेकडून दक्षिणेकडे गेल्यास खालीलपैकी जलविद्युत केंद्रांचा कोणता क्रम बरोबर आहे ?
(1) भाटघर, कण्हेर, राधानगरी, कोयना
(2) राधानगरी, कोयना, कण्हेर, भाटघर
(3) कोयना, कण्हेर, भाटघर, राधानगरी
(4) भाटघर, कण्हेर, कोयना, राधानगरी

5. खालीलपैकी कोणत्या थंड हवेच्या ठिकाणी रेल्वेने पोहोचता येते ?
(1) महाबळेश्वर (2) माथेरान (3) पाचगणी (4) अंबोली

6. सोबत दिलेल्या चित्रामध्ये कोणत्या आदिवासी जमातीचे जोडपे आहे ?

(1) संथाळ
(2) गोंड
(3) तोडा
(4) नागा

7. खालील नकाशात टिंबांनी दाखविलेल्या प्रदेशात खालीलपैकी कोणत्या धातूचे केंद्रीकरण झाले आहे ?

(1) लोह खनिज
(2) चुनखडी
(3) मँगनीज
(4) बॉक्साइट

8. उत्तरेकडून दक्षिणेकडे पूर्व घाटातील खालीलपैकी कोणता पर्वत शिखरांचा क्रम बरोबर आहे ?
(1) अन्नाईमुडी, पालकोंडा, नल्लामाला, निमगिरी
(2) पालकोंडा, अन्नाईमुडी, निमगिरी, नल्लामाला
(3) निमगिरी, नल्लामाला, पालकोंडा, अन्नाईमुडी
(4) नल्लामाला, निमगिरी, अन्नाईमुडी, पालकोंडा

9. खालीलपैकी कोणते तळे चंद्रपूर जिल्ह्यात नाही ?
(1) ताडोबा (2) नवेगाव (3) घोडझरी (4) असोलामेंढा

10. दक्षिण महाराष्ट्रातील खालीलपैकी कोणते माग आणि यंत्रमागांचे प्रमुख केंद्र आहे ?
(1) बार्शी (2) इचलकरंजी (3) मिरज (4) सांगली

11. हल्ली खालीलपैकी कोणते आण्विक केंद्र बंद करण्यात आले आहे ?
(1) कोराडी (2) पारस (3) चोला (4) डहाणू

12. जोड्या लावा.

'अ' गट	'ब' गट
(अ) दीव	(1) वाळूच्या दांडावरील बेट
(ब) सालसेट	(2) नौदलचे स्थानक
(क) श्रीहरिकोटा	(3) मासेमारीसाठी बेट
(ड) वेलिंग्टन	(4) सात बेटांचा समूह

(1) अ-1, ब-4, क-3, ड-2 (2) अ-3, ब-4, क-1, ड-2
(3) अ-4, ब-3, क-2, ड-1 (4) अ-3, ब-2, क-1, ड-4

13. पुढील नकाशामध्ये पश्चिम हिमालयातील चार पर्वतरांगा 1, 2, 3, 4 अंकांनी दाखविलेल्या आहेत. या पर्वतरांगांचा दक्षिणेकडून उत्तरेकडे कोणता क्रम बरोबर आहे ?

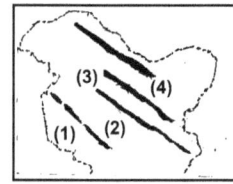

(1) झास्कर, लडाख, पिरपांजळ, काराकोरम
(2) पिरपांजळ, झास्कर, लडाख, काराकोरम
(3) काराकोरम, लडाख, झास्कर, पिरपांजळ
(4) लडाख, झास्कर, पिरपांजळ, काराकोरम

14. जोड्या लावा.

'अ' गट (जलविद्युत प्रकल्प)	'ब' गट (जिल्हा)
(अ) धोम	(1) रायगड
(ब) भिरा	(2) पुणे
(क) भातसा	(3) सातारा
(ड) पवना	(4) ठाणे

(1) अ-1, ब-3, क-4, ड-2 (2) अ-3, ब-2, क-1, ड-4
(3) अ-1, ब-3, क-2, ड-4 (4) अ-3, ब-1, क-4, ड-2

15. भारतातील खालीलपैकी कोणती लेणी सर्वांत प्राचीन लेणी आहेत ?
(1) वेरूळ (2) कार्ले-भाजे
(3) पितळखोरा (4) घारापुरी

उत्तरसूची

1. (3)	2. (3)	3. (#)	4. (4)	5. (2)	6. (2)	7. (4)	8. (3)
9. (1)	10. (2)	11. (3)	12. (2)	13. (2)	14. (4)	15. (3)	

 # ने दर्शविलेले प्रश्नांच्या उत्तराबद्दल निश्चिततः नाही किंवा रद्द करण्यात आलेले आहेत.

★★★

MPSC : STI पूर्व परीक्षा : 22 डिसेंबर, 2013

1. तारापूर अणुऊर्जा प्रकल्पासंबंधी कोणती विधाने बरोबर आहेत ?
(अ) भारतामधील पहिला अणुऊर्जा प्रकल्प.
(ब) आशियामधील सर्वांत मोठा अणुऊर्जा प्रकल्प.
(क) अमेरिकन तंत्रावर आधारित भारतातील पहिला अणुऊर्जा प्रकल्प.
(ड) फ्रान्सच्या साहाय्याने अणुऊर्जा प्रकल्पाची सुरुवात.
(1) 'अ', 'ब' आणि 'क' (2) 'अ' आणि 'ब'
(3) 'ड' आणि 'क' (4) 'ब', 'क' आणि 'ड'

2. पर्वतीय वाऱ्यांना चिनूक वारे असे कोणत्या विभागात म्हणतात ?
(1) अमेरिका आणि मेक्सिको (2) अमेरिका आणि कॅनडा
(3) ब्राझील आणि अर्जेंटिना
(4) ऑस्ट्रेलिया आणि न्यूझीलँड

3. खालीलपैकी कोणती वाक्ये अर्टेशियन विहिरीच्या संदर्भात सत्य आहेत?
(1) ही एक वाळवंटातील कोरडी विहीर आहे.
(2) अशा विहिरी नैसर्गिक तेल पुरवितात.
(3) या विहिरी नैसर्गिक वायू पुरवितात.
(4) वरील कोणतेही नाही.

4. जोड्या जुळवा.

'अ' गट (पर्यटनस्थळ)	'ब' गट (प्रसिद्ध ठिकाण)
(अ) लोणावळा	(1) गाविलगड किल्ला
(ब) पन्हाळा	(2) लिंगमळा धबधबा
(क) चिखलदरा	(3) तुंगार्ली सरोवर
(ड) महाबळेश्वर	(4) तबक उद्यान

(1) अ-3, ब-4, क-1, ड-2 (2) अ-4, ब-2, क-1, ड-3
(3) अ-2, ब-1, क-3, ड-4 (4) अ-3, ब-1, क-4, ड-2

5. ....% सौरशक्ती पृथ्वीच्या पृष्ठभागापर्यंत पोहोचत नाही.
(1) 79 (2) 59 (3) 49 (4) 39

6. नागरिकीकरणाच्या प्रक्रियेत वसाहतींचा विकासानुसार क्रम सांगा :
(अ) महानगर (ब) नगर (क) शहर (ड) सन्नगर
(1) 'ब', 'अ', 'क', 'ड' (2) 'क', 'ब', 'अ', 'ड'
(3) 'ब', 'क', 'ड', 'अ' (4) 'ब', 'क', 'अ', 'ड'

7. खालील चित्र पाहा आणि जोडपे कोणत्या आदिवासी जमातीचे आहे ते सांगा.

(1) संथाळ
(2) गोंड
(3) तोडा
(4) नागा

8. खालील दिलेल्या अक्षांश आणि दिवसांचा कालावधी यांच्या जोड्या लावा :

'अ' गट (अक्षांस)	'ब' (गट दिवसांचा कालावधी)
(अ) 0°	(1) 20 तास
(ब) 41°	(2) 24 तास
(क) 63°	(3) 15 तास
(ड) $66\frac{1}{2}^\circ$	(4) 12 तास

(1) अ-1, ब-2, क-3, ड-4 (2) अ-4, ब-3, क-2, ड-1
(3) अ-4, ब-3, क-1, ड-2 (4) अ-2, ब-1, क-3, ड-4

9. रेडी बंदर हे .... च्या निर्यातीसाठी प्रसिद्ध आहे.
(1) आंबा (2) नैसर्गिक वायू
(3) कोळसा (4) लोहखनिज

10. पुढील भूआकारांचा नीट विचार करा.
(अ) पाणपोया (ब) हम्मादा (क) भूछत्र खडक (ड) यारदांग
वरीलपैकी कोणते भूआकार वाऱ्याच्या क्षरण कार्यामुळे तयार झालेले आहेत ?
(1) 'अ', 'क', 'ड' (2) 'अ', 'ब'
(3) 'अ', 'ब', 'क', 'ड' (4) 'अ', 'ड'

11. जोड्या जुळवा.

'अ' गट (जिल्हा)	'ब' गट (डोंगर)
(अ) औरंगाबाद	(1) गाळणा डोंगर
(ब) नांदेड	(2) वेरूळ डोंगर
(क) गडचिरोली	(3) मुदखेड डोंगर
(ड) धुळे	(4) सूरजगड डोंगर

(1) अ-2, ब-1, क-3, ड-4 (2) अ-2, ब-3, क-4, ड-1
(3) अ-1, ब-3, क-2, ड-4 (4) अ-3, ब-1, क-2, ड-4

12. ड्रमलीन काय आहेत ?
(1) हिमनदीच्या भरण कार्यामुळे तयार झालेल्या लहान टेकड्या
(2) वाऱ्याच्या भरण कार्यामुळे तयार झालेल्या लहान टेकड्या
(3) हिमनदीच्या खनन कार्यामुळे तयार झालेले लहान खडक
(4) लाटांच्या खनन कार्यामुळे तयार झालेले लहान खडक

13. भारतातील कोणकोणत्या राज्यांवरून कर्कवृत्त जाते ?
(1) गुजरात, मध्य प्रदेश, पश्चिम बंगाल, मणिपूर
(2) गुजरात, मध्य प्रदेश, पश्चिम बंगाल, मेघालय
(3) गुजरात, मध्य प्रदेश, पश्चिम बंगाल, मिझोराम
(4) गुजरात, मध्य प्रदेश, पश्चिम बंगाल, नागालँड

उत्तरसूची

1. (1)	2. (2)	3. (4)	4. (1)	5. (3)	6. (2)	7. (3)	8. (3)
9. (4)	10. (3)	11. (2)	12. (1)	13. (3)			

★★★

MPSC : PSI पूर्व परीक्षा : 22 एप्रिल, 2012

1. महाराष्ट्राच्या एकूण क्षेत्रफळापैकी तीन-चतुर्थांश भागात ..... आढळते.
   (1) गाळाची मृदा
   (2) रेगूर मृदा
   (3) वन मृदा
   (4) जांभी मृदा

2. पर्यावरण व वने मंत्रालय तसेच केंद्रीय प्रदूषण मंडळ त्यांच्या 2009 च्या अहवालानुसार महाराष्ट्रातील सर्वांत प्रदूषित शहर कोणते ?
   (1) मुंबई
   (2) ठाणे
   (3) चंद्रपूर
   (4) नागपूर

3. भारतीय प्रमाणवेळ कोणत्या रेखावृत्तावर निश्चित केली गेली आहे ?
   (1) 82°30' पश्चिम
   (2) 82°38' पश्चिम
   (3) 82°30' पूर्व
   (4) 82°28' पश्चिम

4. टाटा आयर्न अँड स्टील कंपनी (जमशेटपूर) कोणत्या नदीवर आहे ?
   (1) सुवर्णरेखा
   (2) गंगा
   (3) नर्मदा
   (4) ब्राह्मणी

5. ऑपरेशन फ्लड प्रोग्रॅम कशासंबंधी आहे ?
   (1) पूरनियंत्रण
   (2) पूर व्यवस्थापन
   (3) वाढीव दूध उत्पादन व संकलन
   (4) वाढीव अन्न उत्पादन

6. दक्षिण मध्य रेल्वेचे मुख्यालय कोठे आहे ?
   (1) मुंबई
   (2) सिकंदराबाद
   (3) गोहाती
   (4) गोरखपूर

7. महाराष्ट्राच्या पूर्व-पश्चिम विस्तारापेक्षा दक्षिणोत्तर विस्तार ......
   (1) कमी आहे.
   (2) जास्त आहे.
   (3) तेवढाच आहे.
   (4) वेगळा आहे.

8. रेगूर मृदा ही खालीलपैकी कोणत्या प्रदेशात मोठ्या प्रमाणावर आढळते ?
   (1) दख्खनचा पठारी प्रदेश
   (2) कोकणातील डोंगराळ प्रदेश
   (3) कोकण किनारपट्टीची चिंचोळी मैदाने
   (4) भामरागडचा डोंगरी प्रदेश

9. महाराष्ट्रात नारळाच्या बागा प्रामुख्याने कोणत्या भागात आढळतात ?
   (1) ईशान्य भागात
   (2) पश्चिम भागात
   (3) आग्नेय भागात
   (4) मध्य भागात

10. महाराष्ट्र पठाराची निर्मिती कशाने झाली ?
    (1) भूप्रक्षोभ
    (2) संचयन
    (3) भूकंप
    (4) भ्रंशमूलक उद्रेक

11. खालीलपैकी कोणत्या जिल्ह्यात खनिजसंपत्ती विपुल आहे ?
    (1) पुणे
    (2) चंद्रपूर
    (3) बीड
    (4) सोलापूर

12. महाराष्ट्रात खालीलपैकी कोणत्या प्रदेशात सर्वांत अधिक जैवविविधता आढळते ?
    (1) पश्चिम घाट
    (2) सातपुडा रांगा
    (3) मेळघाट प्रदेश
    (4) चिखलदरा टेकड्या

13. भारतामध्ये पवनऊर्जा क्षेत्रात खालीलपैकी अग्रेसर राज्य कोणते ?
    (1) गुजरात
    (2) महाराष्ट्र
    (3) ओडिशा
    (4) तमिळनाडू

14. पशू, प्राणी व वनस्पती या सर्वांचे रक्षण करण्यासाठी संसदेने केव्हा वन्यजीव संरक्षण कायदा संमत केला ?
    (1) 1970
    (2) 1974
    (3) 1972
    (4) 1980

15. सह्याद्रीच्या पूर्वेकडील प्रदेश काय म्हणून ओळखला जातो ?
    (1) अति पर्जन्याचा प्रदेश
    (2) ओल्या दुष्काळाचा प्रदेश
    (3) पर्जन्यछायेचा प्रदेश
    (4) तराई

16. कोणती नदी अरबी समुद्राला मिळते ?
    (1) तापी
    (2) कावेरी
    (3) महानदी
    (4) कृष्णा

17. कोणती नदी पश्चिमवाहिनी नाही ?
    (1) उल्हास
    (2) वैतरणा
    (3) कुंडलिका
    (4) वरील कोणतीही नाही.

18. खालीलपैकी कोणते वैशिष्ट्य चतुर्थक व्यवसायांना लागू पडते ?
    (1) निसर्गावर अवलंबून
    (2) विनिमय
    (3) संशोधन व विकास यावर अवलंबून
    (4) पदार्थावरील प्रक्रिया

19. महाराष्ट्रात कापूस उत्पादनासाठी कोणते विभाग अग्रेसर आहेत ?
    (1) पश्चिम महाराष्ट्र
    (2) विदर्भ आणि मराठवाडा
    (3) कोकण
    (4) उत्तर महाराष्ट्र

20. महाराष्ट्रातील दगडी कोळशाचा प्रामुख्याने कशासाठी वापर केला जातो ?
    (1) औष्णिक विद्युत ऊर्जा
    (2) आण्विक ऊर्जा
    (3) जलविद्युत ऊर्जा
    (4) यांपैकी नाही.

21. औद्योगिक विकासाशी संबंधित कोणती संस्था नाही ?
    (1) सिकॉम
    (2) महाराष्ट्र राज्य वित्तीय महामंडळ
    (3) वरील दोन्ही
    (4) वरीलपैकी कोणतेही नाही.

22. 1941-1961 अशी 20 वर्षांची रस्तेबांधणी योजना स्वातंत्र्यापूर्वी ठरविण्यात आली. त्या योजनेचे नाव काय होते ?
    (1) मुंबई योजना
    (2) नागपूर योजना
    (3) पुणे योजना
    (4) मुंबई-पुणे योजना

23. सन 2011 च्या लोकसंख्या जनगणनेनुसार महाराष्ट्रात साक्षरतेची टक्केवारी काय आहे ?
    (1) 47.80%
    (2) 74.30%
    (3) 82.3%
    (4) 79.81%

उत्तरसूची

1. (2)	2. (3)	3. (3)	4. (1)	5. (3)	6. (2)	7. (1)	8. (1)
9. (2)	10. (4)	11. (2)	12. (1)	13. (4)	14. (3)	15. (3)	16. (1)
17. (4)	18. (3)	19. (2)	20. (1)	21. (4)	22. (2)	23. (3)	

★★★

MPSC : STI पूर्व परीक्षा : 26 मे, 2012

1. सन 2011 च्या शिरगणती अहवालानुसार खालीलपैकी कोणते विधान असत्य आहे ?
   (1) महाराष्ट्रातील लोकसंख्येची घनता भारतापेक्षा अधिक आहे.
   (2) संपूर्ण देशात महाराष्ट्राच्या लोकसंख्येचा वाटा साधारणतः 9% आहे.
   (3) देशातील लोकसंख्येमध्ये सर्वांत जास्त वाटा उत्तर प्रदेशाचा आहे.
   (4) बाललिंग प्रमाणाबाबत महाराष्ट्राची परिस्थिती भारताच्या तुलनेत वाईट आहे.

2. दुसऱ्या पंचवार्षिक योजनेत .... ला अग्रक्रम देण्यात आला.
   (1) शेतीव्यवसाय
   (2) पोलाद उद्योग
   (3) सामाजिक न्याय
   (4) जलसिंचन

3. भारतीय प्रमाणवेळ आणि ग्रीनिच प्रमाणवेळ यांच्यात ..... अंतर आहे.
   (1) पाच तास
   (2) सहा तास
   (3) साडेचार तास
   (4) साडेपाच तास

4. ईशान्य (उत्तर-पूर्व) रेल्वेचे मुख्यालय कुठे आहे ?
   (1) गोरखपूर
   (2) मुंबई
   (3) सिकंदराबाद
   (4) गोहाटी

5. अकराव्या पंचवार्षिक योजनेचे प्रमुख उद्दिष्ट कोणते ?
   (1) लोकसंख्यावाढीवर निर्बंध
   (2) स्त्रीचा आणि मुलींमधील ॲनिमियाचे प्रमाण योजना अखेरीस 50% वर आणणे.
   (3) गरिबी हटाओ कार्यक्रम
   (4) 2007 पर्यंत गरिबी 5% ने कमी करणे.

6. खालीलपैकी गोदावरीची कोणती उपनदी नाही ?
   (1) इंद्रावती
   (2) प्रवरा
   (3) इंद्रायणी
   (4) दुधना

7. महाराष्ट्र राज्यात जंगलाखालील क्षेत्राचे प्रमाण ..... आहे.
   (1) 20%
   (2) 25%
   (3) 27%
   (4) 10%

8. महाराष्ट्र राज्याची निर्मिती .... रोजी झाली.
(1) 26 जानेवारी, 1960 (2) 15 ऑगस्ट, 1947
(3) 1 मे, 1950 (4) यांपैकी नाही.

9. माथेरान हा प्रसिद्ध घाटमाथा .... जवळ आहे.
(1) लोणावळा (2) नेरूळ
(3) नेरळ (4) पुणे

10. भारताची पहिली पंचवार्षिक योजना केव्हापासून सुरू झाली ?
(1) 15 ऑगस्ट, 1947 (2) 26 जानेवारी, 1950
(3) 1 एप्रिल, 1951 (4) 1 मे, 1950

11. खालीलपैकी कोणत्या जिल्ह्याचा पर्जन्यछायेच्या क्षेत्रात समावेश होतो ?
(1) सांगली (2) अहमदनगर
(3) सोलापूर (4) वरील सर्व

12. खालीलपैकी कोणत्या ठिकाणी दैनिक सरासरी तापमान कक्षा जास्त आहे ?
(1) अलिबाग (2) पुणे
(3) कोल्हापूर (4) नागपूर

13. कोकणात रेल्वे प्रकल्पासाठी कोकण रेल्वे कॉर्पोरेशनची स्थापना केव्हा करण्यात आली ?
(1) 1980 (2) 1985 (3) 1990 (4) 1995

14. सातपुडा पर्वतरांगेमुळे .... नद्यांची खोरी वेगळी झाली आहेत.
(1) नर्मदा व तापी (2) गोदावरी व भीमा
(3) भीमा व कृष्णा (4) तापी व पूर्णा

15. कोकणात आर्द्रतेचे प्रमाण नेहमी जास्त असण्याचे कारण कोणते ?
(1) जास्त पर्जन्य (2) सागर किनारा
(3) उष्ण कटिबंधीय सदाहरित वर्षावने
(4) पश्चिम घाट

16. महाराष्ट्रामध्ये खालीलपैकी कोणती नदी पश्चिमवाहिनी नाही ?
(1) वशिष्ठी (2) तापी (3) भीमा (4) उल्हास

17. महाराष्ट्रात नैर्ऋत्य मोसमी वाऱ्यापासून पडणाऱ्या पावसाचे प्रमाण किती आहे ?
(1) 65% (2) 50% (3) 85% (4) 100%

18. खालीलपैकी कोणते विधान विंध्य प्रणालीला लागू पडत नाही ?
(1) विंध्य प्रणाली अग्निजन्य खडकांनी बनली आहे.
(2) तिची खोली 4,000 मीटरपेक्षा जास्त आहे.
(3) या प्रणालीने गंगेचे मैदान व दख्खनचे पठार वेगळे होतात.
(4) ही प्रणाली तांबड्या वालुकाश्मासाठी प्रसिद्ध आहे.

19. महाराष्ट्रात ठिबक जलसिंचन पद्धती कोणत्या पिकासाठी जास्त उपयुक्त ठरली आहे ?
(1) ऊस (2) कापूस
(3) फलोत्पादन (4) तेलबिया

20. खालीलपैकी कोणते वैशिष्ट्य भारतातील शहरी वसाहतींना लागू पडत नाही ?
(1) पाच हजारपेक्षा जास्त लोकसंख्या
(2) लोकसंख्येची घनता दर चौरस किलोमीटरला 400 पेक्षा जास्त
(3) दहा चौरस किलोमीटरपेक्षा जास्त प्रदेश
(4) 75% जास्त कर्ती लोकसंख्या बिगर-प्राथमिक व्यवसायांशी संबंधित

21. महाराष्ट्रातील मेंढा-लेखा हे भारतातील आदिवासी हक्क जतन करून बांबूतोड करणारे भारतातील पहिले गाव ठरले. ही चळवळ संसाधनांच्या जागतिकीकरणाच्या विरोधातील आहे. हे गाव महाराष्ट्रात .... आहे.
(1) रत्नागिरी जिल्ह्यात (2) गडचिरोली जिल्ह्यात
(3) नागपूर जिल्ह्यात (4) सिंधुदुर्ग जिल्ह्यात

22. महाराष्ट्रातील खालीलपैकी कोणता जागतिक प्रकल्प बांधा-वापरा आणि हस्तांतरण करा या बाबतीत अयशस्वी ठरला ?
(1) उजनी प्रकल्प (2) दाभोळ प्रकल्प
(3) सुवर्ण चतुष्कोन प्रकल्प (4) सिंगूर प्रकल्प

23. जायकवाडी मत्स्य बीज केंद्र खालीलपैकी कोणत्या जिल्ह्यात आहे ?
(1) परभणी (2) लातूर (3) भंडारा (4) औरंगाबाद

24. 2 ऑक्टोबर, 1972 रोजी दूरदर्शन केंद्र कुठे सुरू झाले ?
(1) दिल्ली (2) कोलकाता (3) मुंबई (4) चेन्नई

25. 2001 च्या शिरगणतीनुसार महाराष्ट्रातील लोकसंख्येच्या बाबतीत दुसऱ्या क्रमांकाचा जिल्हा कोणता ?
(1) मुंबई शहर (2) मुंबई उपनगर
(3) पुणे (4) ठाणे

26. तांदूळ उत्पादनात भारताचा जगात कितवा क्रमांक लागतो ?
(1) पहिला (2) दुसरा (3) तिसरा (4) चौथा

27. महाराष्ट्र शासनाने महिलांसाठी स्थानिक स्वराज्य संस्थेत आरक्षण शेवटी केव्हा वाढविले ?
(1) 2006 (2) 2011 (3) 2012 (4) 1993

28. 14 वी राष्ट्रीय-ई-गव्हर्नन्स परिषद कुठे आयोजित करण्यात आली होती ?
(1) औरंगाबाद (2) पुणे
(3) रत्नागिरी (4) नागपूर

29. लोकायुक्त संस्था 1972 साली स्थापन करणारे भारतातील पहिले राज्य कोणते ?
(1) राजस्थान (2) ओडिशा
(3) महाराष्ट्र (4) हरियाणा

30. 2011-2020 हे दशक संयुक्त राष्ट्रांकडून ...... दशक म्हणून साजरे केले जात आहे.
(1) रस्ता सुरक्षिततेसाठी कृती दशक
(2) दारिद्र्यनिर्मूलन दशक
(3) मानवी हक्क शिक्षण दशक
(4) यांपैकी नाही.

31. सर्वांत अधिक बालकामगार असणारा देश कोणता ?
(1) भारत (2) पाकिस्तान (3) नेपाळ (4) बांगलादेश

32. डिसेंबर 2011 मध्ये दर्बान शिखर परिषद कोणत्या जागतिक समस्येवर चर्चा करण्याकरिता बोलविण्यात आली होती ?
(1) अण्वस्त्रप्रसार बंदी
(2) पृथ्वीच्या वातावरणातील बदल
(3) आंतरराष्ट्रीय दहशतवाद
(4) आंतरराष्ट्रीय व्यापार

उत्तरसूची

1.	(1)	2.	(2)	3.	(1)	4.	(1)	5.	(2)	6.	(3)	7.	(1)	8.	(4)
9.	(3)	10.	(3)	11.	(4)	12.	(4)	13.	(3)	14.	(1)	15.	(2)	16.	(3)
17.	(3)	18.	(1)	19.	(3)	20.	(3)	21.	(2)	22.	(2)	23.	(4)	24.	(3)
25.	(4)	26.	(2)	27.	(2)	28.	(1)	29.	(1)	30.	(1)	31.	(1)	32.	(2)

★★★

MPSC : Asst. पूर्व परीक्षा : 24 जून, 2012

1. जोड्या लावा.

'अ' गट (नदी)	'अ' गट (उगमस्थान)
(अ) गोदावरी	(1) महाबळेश्वर
(ब) भीमा	(2) त्र्यंबकेश्वर
(क) कृष्णा	(3) गाविलगड
(ड) पूर्णा	(4) भीमाशंकर

(1) अ-1, ब-2, क-4, ड-3 (2) अ-2, ब-4, क-1, ड-3
(3) अ-4, ब-3, क-2, ड-1 (4) अ-3, ब-1, क-2, ड-4

2. कोणत्या पंचवार्षिक योजनेच्या काळात विकास प्रकल्पाची साधनसामग्री संरक्षण क्षेत्राकडे वळविणे भाग पडले ?
(1) पहिली पंचवार्षिक योजना (2) दुसरी पंचवार्षिक योजना
(3) तिसरी पंचवार्षिक योजना (4) पाचवी पंचवार्षिक योजना

3. महाराष्ट्रातील कोणत्या प्रदेशात नैर्ऋत्य मान्सून वाऱ्यांच्या दोन्ही शाखांपासून पाऊस मिळतो ?
(1) मराठवाडा (2) कोकण
(3) खानदेश (4) विदर्भ

4. कोकण रेल्वे प्रकल्प कोणत्या राज्यांच्या सहकार्यातून उभा राहिला ?
(1) महाराष्ट्र, गोवा, कर्नाटक, केरळ
(2) महाराष्ट्र, तमिळनाडू, गोवा, केरळ
(3) महाराष्ट्र, गुजरात, कर्नाटक, केरळ
(4) महाराष्ट्र, कर्नाटक, तमिळनाडू, केरळ

5. खालीलपैकी कोणत्या ठिकाणी अणुऊर्जा प्रकल्प स्थापित नाही ?
(1) कुडानकुलम (2) कल्पक्कम
(3) रावतभाटा (4) न्येवेली

6. 2005 मध्ये महानिर्मिती, महावहन आणि महावितरण या तीन कंपन्या .... मधून तयार करण्यात आल्या आहेत.
(1) एम.एस.इ.बी. महाराष्ट्र राज्य विद्युत मंडळ
(2) एम.पी.एसी.बी. महाराष्ट्र प्रदूषण नियंत्रण मंडळ
(3) एम.एस.एस.आय.डी.सी. महाराष्ट्र लघुउद्योग विकास महामंडळ
(4) एम.एस.आर.टी.सी. महाराष्ट्र राज्य मार्ग परिवहन मंडळ

7. महाराष्ट्रातील पहिली सैनिक शाळा कोठे सुरू झाली ?
(1) नाशिक (2) पुणे (3) सातारा (4) औरंगाबाद

8. तांबडा समुद्र व भूमध्यसागर कोणत्या कालव्याने जोडला गेला आहे ?
(1) सुएझ (2) पनामा
(3) इंदिरा गांधी (4) वरीलपैकी कोणतेही नाही.

9. महाराष्ट्राच्या नदीप्रणालीबाबत कोणते विधान चूक आहे ?
(अ) गोदावरी महाराष्ट्राचे सुमारे अर्धे क्षेत्र व्यापते.
(ब) उत्तरेकडील मोठ्या दोन नद्या महाराष्ट्राबाहेर उगम पावतात.
(क) परराज्यातून महाराष्ट्रात येणाऱ्या नद्या पश्चिमवाहिनी नद्या आहेत.
(1) (अ) (2) (ब)
(3) (क) (4) वरीलपैकी कोणतेही नाही.

10. भारतातील दुसऱ्या क्रमांकाची वेगवान रेल्वेगाडी कोणती आहे ?
(1) भोपाळ शताब्दी
(2) मुंबई-दिल्ली (राजधानी एक्सप्रेस)
(3) दुरांतो
(4) डेक्कन क्वीन

11. खालीलपैकी कोणते अभयारण्य गव्याकरिता प्रसिद्ध आहे ?
(1) सागरेश्वर- सांगली (2) मेळघाट-अमरावती
(3) राधानगरी-कोल्हापूर (4) तानसा-ठाणे

12. जोगेश्वरी लेणी कोणत्या जिल्ह्यात स्थित आहेत ?
(1) मुंबई उपनगर (2) कोल्हापूर
(3) अमरावती (4) औरंगाबाद

13. महाराष्ट्रातील मासेमारीबद्दल काय खरे नाही ?
(अ) महाराष्ट्रात मासेमारीसाठी 75,000 पेक्षा अधिक चौ. कि.मी. क्षेत्र उपयुक्त आहे.
(ब) महाराष्ट्रात मासेमारी खाऱ्या, निमखाऱ्या व गोड्या पाण्यावर चालते.
(क) अधिक मासेमारी गोड्या पाण्यावर चालते.
(ड) सुमारे अर्धे पकडलेले मासे सुकविले जातात.
(इ) तीव्र उन्हाळ्यात मासेमारी बंद असते.
(1) (अ), (ब) (2) (क), (ड)
(3) (क), (इ) (4) (अ), (ड)

14. खालीलपैकी कोणत्या रेखावृत्तांच्या दरम्यान भारताचे स्थान आहे ?
(1) 36°07' ते 97°25' पश्चिम (2) 08°04' ते 37°06' पूर्व
(3) 08°04' ते 37°06' उत्तर (4) 68°07' ते 97°25' पूर्व

15. सुसूत्रता व व्यवस्थापन याकरिता भारतीय रेल्वेचे किती विभाग केलेले आहेत ?
(1) 12 (2) 16 (3) 08 (4) 10

16. नवव्या पंचवार्षिक योजनेमध्ये कोणत्या उद्दिष्टाला अग्रक्रम देण्यात आला होता ?
(1) समाजवादी समाजरचना (2) आत्मनिर्भरता
(3) समताधिष्ठित न्यायासह विकास
(4) प्रादेशिक समतोल

17. सदाहरित वने महाराष्ट्रात प्रामुख्याने कोणत्या भागात आढळतात ?
(1) 3,000 मिमी पेक्षा जास्त पर्जन्याचे प्रदेश
(2) 1,000 मिमी इतक्या पर्जन्याचे प्रदेश
(3) 600 मिमी इतक्या पर्जन्याचे प्रदेश
(4) 600 मिमी पेक्षा कमी पर्जन्याचे प्रदेश

18. महाराष्ट्रात जून 2010 पर्यंत किती जलविद्युत प्रकल्प पूर्ण करण्यात आलेले आहेत ?
(1) 50 (2) 60 (3) 48 (4) 25

19. खालीलपैकी कोणते खनिज लोहखनिज नाही ?
(1) हेमेटाइट (2) लिमोनाइट
(3) लिग्नाइट (4) मॅग्नेटाइट

20. 2011 च्या जनगणनेच्या आधारे कोणते राज्य भारतात टक्केवारीने सर्वांत जास्त शहरी लोकसंख्या असलेले राज्य आहे ?
(1) गोवा (2) मिझोराम (3) तमिळनाडू (4) केरळ

21. खालीलपैकी कोणता किनारा भारताच्या पूर्व किनाऱ्याचा भाग आहे ?
(1) कोकण किनारा (2) मलबार किनारा
(3) कोरोमंडल किनारा (4) दक्षिण किनारा

22. 'यशवंत पंचायती राज्य अभियान' पुरस्काराअंतर्गत तृतीय क्रमांकाचे 10 लाखांचे पारितोषिक पटकाविणारा पूर्व महाराष्ट्रातील जिल्हा कोणता ?
(1) अमरावती (2) गडचिरोली
(3) चंद्रपूर (4) गोंदिया

23. कोणता दिवस जगात 'मानवी हक्क दिन' म्हणून साजरा केला जातो ?
(1) 2 ऑक्टोबर (2) 15 ऑगस्ट
(3) 15 मार्च (4) 10 डिसेंबर

24. भारतात दगडी कोळसा वापरून किती टक्के ऊर्जा प्राप्त केली जाते ?
(1) 67% (2) 50% (3) 20% (4) 17%

25. देशातील पहिली 'संत्रा वायनरी' नागपूर जिल्ह्यातील कोणत्या ठिकाणी प्रस्तावित आहे ?
(1) सावरगाव (2) भिवापूर
(3) काटोल (4) नरखेड

26. खालीलपैकी कोणता गरम पाण्याचा झरा रत्नागिरीत स्थित नाही ?
(1) वज्रेश्वरी (2) राजवाडी
(3) आसवली (4) उन्हेरे

27. तेंडुलकर समितीच्या अहवालानुसार भारतातील किती टक्के लोक दारिद्र्यरेषेखालील जीवन जगतात?
(1) 37 (2) 27 (3) 17 (4) 47

उत्तरसूची

1. (2)	2. (3)	3. (4)	4. (1)	5. (4)	6. (1)	7. (3)	8. (1)
9. (4)	10. (2)	11. (3)	12. (1)	13. (3)	14. (4)	15. (2)	16. (3)
17. (1)	18. (3)	19. (3)	20. (1)	21. (3)	22. (3)	23. (4)	24. (1)
25. (1)	26. (1)	27. (1)					

★★★

MPSC : PSI पूर्व परीक्षा : 26 जून, 2011

1. क्षेत्रफळाच्या दृष्टीने भारत हा जगातील .... क्रमांकाचा देश आहे.
(1) तीन (2) पाच (3) सात (4) नऊ
2. झास्कर, लडाख व काराकोरम पर्वतरांगांचे स्थान .... हिमालयात आहे.
(1) कुमाऊं (2) काश्मीर (3) पूर्व (4) मध्य
3. .... हा भारतातील सर्वांत उंच धबधबा आहे.
(1) जोग (2) नायगारा
(3) कपिलधारा (4) शिवसमुद्र
4. भारतात दर .... वर्षांनी पशुगणना केली जाते.
(1) दहा (2) बारा (3) सात (4) चार
5. श्योक, झास्कर आणि गिलगिट या नद्या .... या नदीच्या प्रमुख उपनद्या आहेत.
(1) गंगा (2) कोसी (3) महानंद (4) सिंधू
6. .... हे राज्य तंबाखू उत्पादनात अग्रेसर आहे.
(1) आंध्र प्रदेश (2) महाराष्ट्र
(3) कर्नाटक (4) गुजरात
7. सोलापूर-विजापूर-हुबळी हा राष्ट्रीय महामार्ग क्रमांक .... आहे.
(1) नऊ (2) तेरा (3) सात (4) आठ
8. कोणत्या नदीला बिहारचे दु:खाश्रू म्हणतात ?
(1) कोसी (2) दामोदर (3) गंडक (4) घागरा
9. लोह व ॲल्युमिनिअमचे प्रमाण कोणत्या मृदेमध्ये जास्त असते ?
(1) काळी मृदा (2) गाळाची मृदा
(3) जांभी मृदा (4) पिवळसर मृदा
10. अभयारण्यांची संख्या व क्षेत्रफळ सर्वांत जास्त असलेले राज्य .... आहे.
(1) हिमाचल प्रदेश (2) महाराष्ट्र
(3) गुजरात (4) राजस्थान
11. जम्मू व काश्मीर या राज्यातील सलाल जलविद्युत प्रकल्प .... या नदीवर आहे.
(1) रावी (2) बियास (3) चिनाब (4) व्यास
12. भारतातील सर्वांत जास्त तांबे उत्पादन करणारे राज्य कोणते ?
(1) कर्नाटक (2) झारखंड
(3) आंध्र प्रदेश (4) उत्तर प्रदेश
13. संकल्पित जैतापूर अणू-ऊर्जा प्रकल्पाचे स्थान .... या जिल्ह्यात आहे.
(1) रत्नागिरी (2) सिंधुदुर्ग
(3) कोल्हापूर (4) सोलापूर
14. कोकण रेल्वेमार्गावरील सर्वांत लांब बोगदा .... या ठिकाणी आहे.
(1) आडवली (2) करबुडे
(3) दिवा (4) चिपळूण
15. खालीलपैकी कोणत्या जिल्ह्यात चामड्याच्या वस्तू बनविण्याचा उद्योग मोठ्या प्रमाणावर चालतो ?
(1) सिंधुदुर्ग (2) रत्नागिरी (3) सातारा (4) कोल्हापूर
16. खालीलपैकी कोणत्या ठिकाणास महाराष्ट्रातील चेरापुंजी असे म्हटले जाते ?
(1) माथेरान (2) आंबोली (3) रामटेक (4) लोणावळा
17. खालीलपैकी कोणता जिल्हा महाराष्ट्रामध्ये लोकसंख्येच्या दृष्टीने सर्वांत मोठा आहे ?
(1) पुणे (2) नागपूर (3) ठाणे (4) कोल्हापूर
18. महाराष्ट्राच्या कोणत्या जिल्ह्यात अजिंठा-वेरूळ लेणी आहेत ?
(1) पुणे (2) अहमदनगर (3) औरंगाबाद (4) लातूर
19. महाराष्ट्रात खालीलपैकी कोणत्या ठिकाणी ऊस संशोधन केंद्र सुरू करण्यात आले आहे ?
(1) लोणंद (2) पाडेगाव (3) शेखमिरेवाडी (4) कागल
20. खालीलपैकी कोणती वस्ती महानगरपालिका नाही ?
(1) नागपूर (2) भिवंडी (3) पुणे (4) बुलढाणा
21. उत्तराखंड, छत्तीसगड, झारखंड या राज्यांची निर्मिती .... या पंचवार्षिक योजनेत झाली.
(1) नवव्या (2) सातव्या
(3) आठव्या (4) वरीलपैकी नाही.
22. भारताच्या दहाव्या पंचवार्षिक योजनेनुसार (2002-2007) शेतीक्षेत्रा-मधून अजूनही .... % रोजगारनिर्मिती होत आहे.
(1) 50.3 (2) 40.4 (3) 45.0 (4) 58.4
23. हिराकूड योजना निर्मिती ही .... पंचवार्षिक योजनेची निष्पत्ती आहे.
(1) पहिल्या (2) दुसऱ्या (3) तिसऱ्या (4) चौथ्या
24. .... हे नियोजन आयोगाचे पहिले अध्यक्ष होते.
(1) श्री. जवाहरलाल नेहरू (2) श्री. राजेंद्रप्रसाद
(3) श्री. सी. डी. देशमुख (4) श्री. के. सी. पंत
25. भारतातील पहिला खत कारखाना पहिल्या पंचवार्षिक योजनेत .... येथे सुरू झाला.
(1) भटिंडा (2) सिंद्री (3) कोची (4) हाजिरा
26. 11 व्या पंचवार्षिक योजनेचा कालावधी ...... आहे.
(1) 2006-2013 (2) 2009-2014
(3) 2007-2012 (4) 2010-2015
27. महाराष्ट्रातील ग्राम स्वच्छता अभियानाला कोणत्या संताचे नाव दिलेले आहे ?
(1) संत तुकाराम महाराज (2) संत गाडगे महाराज
(3) संत तुकडोजी महाराज (4) संत नामदेव महाराज
28. गोसीखुर्द धरण .... जिल्ह्यात आहे.
(1) बीड (2) जालना (3) चंद्रपूर (4) गडचिरोली
29. 'जलमणी' योजना कशाशी संबंधित आहे ?
(1) शहरांना शुद्ध पाणीपुरवठा
(2) विद्यार्थ्यांना पिण्याचे शुद्ध पाणी पुरविणे.
(3) पावसाचे पाणी साठविणे. (4) पाण्याचा जपून वापर करणे.
30. महात्मा गांधी राष्ट्रीय रोजगार हमी कायदा 2005 अंतर्गत उत्कृष्ट काम केल्याबद्दल कोणत्या जिल्ह्यांना पुरस्कार मिळाले ?
(1) औरंगाबाद, वर्धा (2) औरंगाबाद व गडचिरोली
(3) गडचिरोली, धुळे (4) गडचिरोली, उस्मानाबाद
31. 'अकुला' पाणबुडी भारताने कोणत्या देशाकडून घेतली आहे ?
(1) इंग्लंड (2) फ्रान्स (3) अमेरिका (4) रशिया
32. 'सेझ' (SEZ) चे विस्तारित रूप काय आहे ?
(1) स्मॉल इकॉनॉमिक झोन (2) सोशल इकॉनॉमिक झोन
(3) स्पेशल इकॉनॉमिक झोन (4) सर्व्हिस इकॉनॉमिक झोन
33. यमुना-गंगा नदीचा संगम कोठे होतो ?
(1) हरिद्वार (2) अलाहाबाद (3) आग्रा (4) मीरत
34. महाराष्ट्रात 2008 हे वर्ष काय म्हणून साजरे करण्यात आले ?
(1) माहिती व तंत्रज्ञान वर्ष (2) क्रीडा वर्ष
(3) साक्षरता वर्ष (4) महिला विकास वर्ष

35. .... राज्य सरकारमध्ये गुर्जरांना नोकरीत 5% (टक्के) आरक्षण दिले आहे.
(1) गुजरात (2) राजस्थान
(3) महाराष्ट्र (4) बिहार

36. 8 मार्च .... म्हणून पाळला जातो.
(1) आंतरराष्ट्रीय महिला दिन (2) जागतिक एड्स दिन
(3) मानवी हक्क दिन (4) जागतिक कामगार दिन

37. 2008 सालची जी-8 शिखर परिषद कोठे घेण्यात आली ?
(1) लंडन (2) रोम (3) पॅरिस (4) होक्कायडो

उत्तरसूची

1. (3)	2. (2)	3. (1)	4. (4)	5. (4)	6. (1)	7. (2)	8. (1)
9. (3)	10. (2)	11. (3)	12. (2)	13. (1)	14. (2)	15. (4)	16. (2)
17. (3)	18. (3)	19. (2)	20. (4)	21. (1)	22. (4)	23. (1)	24. (1)
25. (2)	26. (3)	27. (2)	28. (3)	29. (2)	30. (2)	31. (4)	32. (3)
33. (2)	34. (1)	35. (2)	36. (1)	37. (4)			

★★★

MPSC : Asst. पूर्व परीक्षा : 28 ऑगस्ट, 2011

1. महाराष्ट्र राज्यात .... या जिल्ह्यामध्ये अरण्यांची टक्केवारी सर्वांत जास्त आहे.
(1) सिंधुदुर्ग (2) गडचिरोली
(3) औरंगाबाद (4) सोलापूर

2. आपण महाराष्ट्रामध्ये पश्चिमेकडून पूर्वेकडे जातो तेव्हा विविध नद्यांची खोरी पार करतो. त्यांचा क्रम खालीलपैकी कोणता ?
(1) भीमा, वैनगंगा, सीना, सावित्री
(2) वैनगंगा, सीना, भीमा, सावित्री
(3) सावित्री, भीमा, सीना, वैनगंगा
(4) वैनगंगा, भीमा, सीना, सावित्री

3. महाराष्ट्र राज्याची पूर्व-पश्चिम लांबी सुमारे .... किमी आहे.
(1) 600 किमी. (2) 700 किमी.
(3) 720 किमी. (4) 800 किमी.

4. खालीलपैकी कोणते स्थान महाराष्ट्रातील ऊर्जानिर्मिती केंद्र नाही ?
(1) उरण (2) खापरखेडा (3) अंबरनाथ (4) परळी

5. ...... ही वर्धा नदीची उपनदी आहे.
(1) पेनगंगा (2) भीमा (3) येरळा (4) पंचगंगा

6. पर्जन्यछायेच्या प्रदेशामध्ये .... चे स्थान आहे.
(1) महाड (2) वाई (3) महाबळेश्वर (4) नाशिक

7. खालीलपैकी भाताची कोणती जात संकरित नाही ?
(1) इंद्रायणी (2) जया
(3) हंसा (4) हिरामोती

8. महाराष्ट्राच्या पठारी विभागामध्ये ..... मृदा मोठ्या प्रमाणात विखुरलेली आढळते.
(1) काळी (2) तांबडी (3) गाळाची (4) जांभी

9. .... या सरोवराची निर्मिती उल्कापातामधून झालेली आहे.
(1) चिल्का (2) लोणार (3) सांभार (4) पुलिकत

10. माथेरान हे ..... वस्तीचे उदाहरण आहे.
(1) रेषीय (2) जुळी (3) गोलाकार (4) डोंगरमाथा

11. महाराष्ट्रातील .... येथे सर्वांत जास्त पाऊस पडतो.
(1) चिखलदरा (2) तोरणमाळ
(3) आंबोली (4) गडचिरोली

12. खालीलपैकी कोणती नदी पश्चिमवाहिनी नाही ?
(1) वैतरणा (2) तानसा (3) कोयना (4) शास्त्री

13. भारताला .... किलोमीटर लांबीची भूसीमा लाभलेली आहे.
(1) 14,300 (2) 15,200 (3) 16,500 (4) 15,000

14. .... हा भारतातील प्राचीन घडीचा पर्वत आहे.
(1) अरवली (2) सह्याद्री (3) विंध्य (4) निलगिरी

15. खालीलपैकी कोणती संज्ञा गाळाच्या जमिनीशी संबंधित नाही ?
(1) खादर (2) भांगर (3) भाबर (4) रेगूर

16. गुजरात राज्यातील गीर अभयारण्य हे .... साठी राखून ठेवण्यात आलेले आहे.
(1) वाघ (2) हत्ती (3) सिंह (4) गेंडा

17. जमशेदपूर हे औद्योगिक शहर .... या नदीवर वसले आहे.
(1) महानदी (2) शोण (3) सुवर्णरेखा (4) गंगा

18. भारतात चहा उत्पादनात .... राज्याचा प्रथम क्रमांक आहे.
(1) आसाम (2) बिहार (3) महाराष्ट्र (4) ओडिशा

19. रेल्वे विद्युतीकरणामध्ये भारताचा जगात कितवा क्रमांक लागतो ?
(1) प्रथम (2) द्वितीय (3) तृतीय (4) चतुर्थ

20. गंगा नदी मैदानी (सखल) प्रदेशात .... जवळ प्रवेश करते.
(1) रुद्रप्रयाग (2) ऋषिकेश
(3) अलाहाबाद (4) गढवाल

21. .... राज्यातील लोह-पोलाद कारखान्याची निर्मिती ही सहाव्या पंचवार्षिक योजनेची निष्पत्ती आहे.
(1) कर्नाटक (2) बिहार
(3) महाराष्ट्र (4) ओडिशा

22. दुसऱ्या पंचवार्षिक योजनेची अंमलबजावणी .... या काळात करण्यात आली.
(1) 1950 ते 1955 (2) 1956 ते 1961
(3) 1952 ते 1957 (4) 1961 ते 1966

23. चौथी पंचवार्षिक योजना कोणत्या साली सुरू झाली ?
(1) 1974 (2) 1966 (3) 1969 (4) 1970

24. राज्य नियोजन आयोगाचा अध्यक्ष कोण असतो ?
(1) राज्यपाल (2) मुख्यमंत्री
(3) अर्थमंत्री (4) योजनामंत्री

25. दुसऱ्या पंचवार्षिक योजनेची अंमलबजावणी पूर्णतः होऊ शकली नाही याचे कारण म्हणजे ....
(1) अन्नधान्याची तीव्र टंचाई
(2) परकीय चलनाची तीव्र टंचाई
(3) युद्धावर झालेला प्रचंड खर्च (4) राजकीय संघर्ष

26. दामोदर खोरे योजना ही .... पंचवार्षिक योजनेची निष्पत्ती आहे.
(1) पहिल्या (2) दुसऱ्या (3) तिसऱ्या (4) पाचव्या

27. भारतातील कोणत्या घटकराज्याची स्वतःची स्वतंत्र राज्यघटना आहे ?
(1) जम्मू आणि काश्मीर (2) महाराष्ट्र
(3) बिहार (4) आंध्र प्रदेश

28. महाराष्ट्रातील एकूण तालुक्यांची संख्या ...... आहे.
(1) 350 (2) 355 (3) 351 (4) 357

29. .... हे भारताचे 25 वे राज्य बनले.
(1) गोवा (2) मिझोराम (3) सिक्कीम (4) झारखंड

30. जैतापूरजवळ माडबन येथे कोणता ऊर्जा प्रकल्प उभा राहतो आहे ?
(1) समुद्रलाटांवर आधारित (2) अणू ऊर्जा
(3) जलविद्युत (4) पवन ऊर्जा

31. खालील ठिकाणांपैकी रेल्वे डब्यांच्या निर्मितीसाठी कोणते स्थळ प्रसिद्ध आहे ?
(1) नाशिक (2) कपूरथला
(3) कानपूर (4) कोची

32. डॉ. अभय बंग आणि डॉ. राणी बंग आदिवासींकरिता कोणत्या जिल्ह्यात आरोग्यविषयक कार्य करीत आहेत ?
(1) नंदूरबार (2) ठाणे
(3) गडचिरोली (4) यवतमाळ

33. खालीलपैकी कोणती जोडी कृषी विद्यापीठ व गाव यांच्याकरिता बरोबर आहे ?
(1) मराठवाडा कृषी विद्यापीठ-राहुरी
(2) डॉ. पंजाबराव देशमुख कृषी विद्यापीठ-अकोला
(3) डॉ. बाबासाहेब आंबेडकर कृषी विद्यापीठ-परभणी
(4) महात्मा फुले कृषी विद्यापीठ-दापोली

34. मुलींसाठी धनलक्ष्मी योजना ही मार्च 2008 मध्ये सुरू करण्यात आली.
(अ) ही सर्वप्रथम सात राज्यांत सुरू करण्यात आली.
(ब) मुलीला 2 लाखांपर्यंत रक्कम मिळते.
(1) 'अ' आणि 'ब' दोन्ही बरोबर आहेत.
(2) 'अ' बरोबर आहे तर 'ब' चूक आहे.
(3) 'अ' आणि 'ब' चुकीचे आहेत.
(4) 'अ' चूक आहे तर 'ब' बरोबर आहे.

35. भारताच्या आर्थिक नियोजनाचे खालीलपैकी कोणते उद्दिष्ट नाही ?
(1) लोकसंख्यावाढ (2) औद्योगिक वाढ
(3) स्वावलंबन (4) रोजगारनिर्मिती

36. मार्च 2008 मध्ये ओडिशा राज्यात कोणत्या क्षेपणास्त्राची चाचणी घेतली गेली ?
(1) अग्नी-I (2) अग्नी-II
(3) अग्नी-III (4) पृथ्वी

37. ऑगस्ट 2008 मधील पंधरावी सार्क शिखर परिषद .... येथे आयोजित करण्यात आली.
(1) नवी दिल्ली (2) कोलंबो
(3) काठमांडू (4) इस्लामाबाद

उत्तरसूची

1. (2)	2. (3)	3. (4)	4. (3)	5. (1)	6. (2)	7. (4)	8. (1)
9. (2)	10. (4)	11. (3)	12. (3)	13. (2)	14. (1)	15. (4)	16. (3)
17. (3)	18. (1)	19. (2)	20. (2)	21. (#)	22. (2)	23. (3)	24. (2)
25. (2)	26. (1)	27. (1)	28. (2)	29. (1)	30. (2)	31. (2)	32. (3)
33. (2)	34. (1)	35. (1)	36. (1)	37. (2)			

 # ने दर्शविलेल्या प्रश्नांच्या उत्तराबद्दल निश्चिततः नाही किंवा रद्द करण्यात आलेले आहेत.

★★★

MPSC : STI पूर्व परीक्षा : 25 सप्टेंबर, 2011

1. जैव वायूमध्ये 60% प्रमाण ...... वायूचे असते.
(1) हायड्रोजन (2) ऑक्सिजन
(3) मिथेन (4) कार्बन डायऑक्साइड

2. भारतात शेतीपाठोपाठ रोजगार उपलब्ध करून देणारा दुसऱ्या क्रमांकाचा उद्योग ..... हा आहे.
(1) हातमाग (2) साखर कारखाने
(3) ज्यूट कारखाने (4) पोलाद कारखाने

3. ..... ही भारतातील सर्वांत लांब हिमनदी आहे.
(1) हिस्सार (2) चंद्रा (3) गंगा (4) सियाचीन

4. भारतात अनुसूचित जमातीच्या संख्येचे एकूण लोकसंख्येशी प्रमाण सर्वांत अधिक असलेले राज्य म्हणजे -
(1) गुजरात (2) तमिळनाडू (3) मिझोराम (4) ओडिशा

5. भारताला एकूण .... किलोमीटर लांबीचा समुद्रकिनारा लाभला आहे.
(1) 6,555 (2) 8,517 (3) 7,517 (4) 6,000

6. खालीलपैकी कोणते बंदर लोह-खनिज निर्याताभिमुख आहे ?
(1) चेन्नई (2) कोलकाता
(3) नवीन मंगलोर (4) कांडला

7. चहाची लागवड .... या राज्यात सर्वांत प्रथम झाली.
(1) कर्नाटक (2) केरळ
(3) आसाम (4) तमिळनाडू

8. भिलाई येथे लोह-पोलाद कारखान्याची निर्मिती ही ...... पंचवार्षिक योजनेची निष्पत्ती आहे.
(1) पहिल्या (2) दुसऱ्या (3) तिसऱ्या (4) चौथ्या

9. दगडी कोळशाच्या जागतिक उत्पादनात भारताचा ..... क्रमांक आहे.
(1) प्रथम (2) द्वितीय (3) तृतीय (4) चतुर्थ

10. मुंबई बंदरावरील वाहतुकीचा ताण कमी करण्यासाठी विकसित केलेले बंदर ..... हे आहे.
(1) कांडला (2) मार्मागोवा (3) हल्दिया (4) न्हावा-शेवा

11. मुंबई-पणजी हा राष्ट्रीय महामार्ग क्रमांक ..... आहे.
(1) सोळा (2) सतरा (3) अठरा (4) वीस

12. ...... हा भारतातील पहिला लोहमार्ग आहे.
(1) दिल्ली ते आग्रा (2) मुंबई ते ठाणे
(3) हावडा ते खडकपूर (4) चेन्नई ते रेनीगुंठा

13. सोलापूर जिल्ह्यातील चिंचोली औद्योगिक वसाहत खालीलपैकी कोणत्या उत्पादनासाठी प्रसिद्ध आहे ?
(1) औषधी निर्माण (2) कातडी वस्तू
(3) कागद (4) होजिअरी

14. पश्चिम महाराष्ट्रातील .... जिल्ह्यामध्ये बॉक्साइटचे साठे आढळतात.
(1) नाशिक (2) पुणे
(3) कोल्हापूर (4) सोलापूर

15. महाराष्ट्रातील नागपूरजवळील पंचतारांकित औद्योगिक वसाहत खालीलपैकी कोठे आहे ?
(1) निवळी (2) इंदापूर (3) बुटीबोरी (4) वाळूंज

16. महाराष्ट्रातील ...... हा पट्टा खनिजांवर आधारित उद्योगांकरिता प्रसिद्ध आहे.
(1) नागपूर-चंद्रपूर (2) रायगड-रत्नागिरी
(3) मुंबई-पुणे (4) नाशिक-जळगाव

17. महाराष्ट्रातील जिल्ह्यांची संख्या ...... आहे.
(1) 36 (2) 37 (3) 31 (4) 28

18. महाराष्ट्रातील .... या जिल्ह्यांमध्ये मँगनीज खनिजाचे विस्तृत साठे आढळतात.
(1) नागपूर व गोंदिया (2) सातारा व सांगली
(3) धुळे व जळगाव (4) यवतमाळ व परभणी

19. कोकणातील घाटांची रचना उत्तरेकडून दक्षिण दिशेकडे करा.
(1) थळ, कुंभार्ली, फोंडा, आंबोली
(2) थळ, फोंडा, कुंभार्ली, आंबोली
(3) कुंभार्ली, थळ, फोंडा, आंबोली
(4) आंबोली, फोंडा, कुंभार्ली, थळ

20. हापूस आंब्याची झाडे ...... जिल्ह्यात आढळतात.
(1) सिंधुदुर्ग (2) रत्नागिरी
(3) रायगड (4) वरील सर्व जिल्ह्यात

21. दुसऱ्या पंचवार्षिक योजनेचे मुख्य उद्दिष्ट काय होते ?
(1) धरण बांधणे. (2) निर्यातीत वाढ करणे.
(3) शेतीचा विकास करणे. (4) औद्योगिकीकरण

22. .... रोजी राष्ट्रीय विकास (एन. डी. सी.) कडून 10 व्या पंचवार्षिक योजनेस मंजुरी देण्यात आली.
(1) 21 डिसेंबर, 2002 (2) 31 डिसेंबर, 2002
(3) 21 जानेवारी, 2003 (4) 31 जानेवारी, 2003

23. पाचव्या पंचवार्षिक योजनेची अंमलबजावणी .... या काळात झाली.
(1) 1969-74 (2) 1974-79
(3) 1980-85 (4) 1985-90

24. भारताच्या आर्थिक विकासासाठी योजना आयोगाची स्थापना .... मध्ये करण्यात आली.
(1) 1948 (2) 1950 (3) 1951 (4) 1952

25. दामोदर खोरे योजना ही ...... पंचवार्षिक योजनेची निष्पत्ती आहे.
(1) पहिल्या (2) दुसऱ्या (3) तिसऱ्या (4) पाचव्या

26. महाराष्ट्रातील ...... जिल्हे त्यांच्या द्राक्ष उत्पादनाकरिता प्रसिद्ध आहेत.
(1) धुळे व नाशिक (2) पुणे व नाशिक
(3) सातारा व नाशिक (4) सांगली व नाशिक

27. नियोजन विभागाचा प्रशासकीय प्रमुख कोण ?
(1) मुख्य सचिव (2) नियोजन सचिव
(3) अर्थ सचिव (4) गृह सचिव

28. कोणत्या देशाकडे सन 2010 मध्ये सार्कचे अध्यक्ष पद होते ?
(1) पाकिस्तान (2) नेपाळ (3) भारत (4) भूतान

29. भारताने 21 मार्च, 2010 रोजी कोणत्या क्षेपणास्त्राची यशस्वीपणे चाचणी केली ?
(1) ब्राह्मोस (2) अग्नी (3) त्रिशूल (4) नाग

30. भारताचे मुख्य निवडणूक आयुक्त कोण आहेत ?
(1) नवीन जिंदल (2) नवीन चावला
(3) एस. वाय. कुरेशी (4) के. पी. एस. गिल

31. कोणता दिवस 'राष्ट्रीय पर्यटन दिन' म्हणून साजरा केला जातो ?
(1) 25 जानेवारी (2) 31 जानेवारी
(3) 8 जानेवारी (4) 12 जानेवारी

32. राज्याचा पहिला कृषी आधारित अर्थसंकल्प कोणत्या राज्याने तयार केला ?
(1) महाराष्ट्र (2) कर्नाटक (3) पंजाब (4) बिहार

33. इस्रोचे (ISRO) चेअरमन कोण आहेत ?
(1) कस्तुरी रंगा
(2) डॉ. के. राधाकृष्णन
(3) ए.पी.जे. अब्दुल कलाम
(4) यापैकी कोणीही नाही.

34. कोणता देश नुकताच नाम संघटनेत सहभागी झाला आहे ?
(1) फिजी (2) क्यूबा
(3) कोलंबिया (4) इजिप्त

35. इन्फोसिसचे नवे अध्यक्ष कोण ?
(1) के. व्ही. कामत (2) सुधामूर्ती
(3) डॉ. विजय भटकर (4) एस. डी. शिबूलाल

उत्तरसूची

1.	(3)	2.	(1)	3.	(4)	4.	(3)	5.	(3)	6.	(3)	7.	(3)	8.	(2)
9.	(4)	10.	(4)	11.	(2)	12.	(2)	13.	(4)	14.	(3)	15.	(3)	16.	(1)
17.	(1)	18.	(1)	19.	(1)	20.	(4)	21.	(4)	22.	(1)	23.	(2)	24.	(2)
25.	(1)	26.	(4)	27.	(2)	28.	(4)	29.	(2)	30.	(3)	31.	(1)	32.	(2)
33.	(2)	34.	(1)	35.	(1)										

★★★

MPSC : PSI पूर्व परीक्षा : 20 जून, 2010

1. सप्टेंबर 2007 मध्ये भारताने प्रक्षेपित केलेला उपग्रह .... साठी उपयोगी ठरला.
(1) दळणवळणा (2) कृषी संशोधना
(3) भूमापना (4) हेरगिरी

2. भारताने लोकसंख्यावाढ नियंत्रित करण्यासाठी ..... पंचवार्षिक योजनेत कुटुंबनियोजन कार्यक्रमावर भर देण्यात आला होता.
(1) चौथ्या (2) पाचव्या
(3) सहाव्या (4) वरीलपैकी कोणत्याही नाही.

3. आशिया खंडातील सर्वांत लांब रेल्वे बोगदा महाराष्ट्रातील कोणत्या जिल्ह्यात आहे ?
(1) सिंधुदुर्ग (2) रायगड (3) रत्नागिरी (4) ठाणे

4. राष्ट्रीय जलचर प्राणी म्हणून ...... प्राण्यास घोषित करण्यात आले आहे.
(1) मगर (2) पाणघोडा (3) डॉल्फिन (4) कासव

5. सातव्या पंचवार्षिक योजनेत .... विकासाला चालना मिळण्यासाठी नवीन योजना तयार करण्यात आली.
(1) शेती (2) मासेमारी (3) कारखाने (4) खाणकाम

6. .... या भारतातील सर्वांत जुन्या घडी पर्वताच्या रांगा आहेत.
(1) विंध्य पर्वतरांगा (2) सातपुडा पर्वतरांगा
(3) अरवली पर्वतरांगा (4) सह्याद्री पर्वतरांगा

7. महाराष्ट्रात कोणत्या जिल्ह्यात दगडी कोळसा सापडतो ?
(1) भंडारा (2) चंद्रपूर (3) यवतमाळ (4) रत्नागिरी

8. 'ब्राह्मोस' कशाचे नाव आहे ?
(1) क्षेपणास्त्र (2) पाणबुडी
(3) लढाऊ जहाज (4) उपग्रह

9. कोकणातील खाड्यांचा उत्तरेकडून दक्षिणेकडे क्रम लावा.
(1) राजापुरी, दाभोळ, जयगड, तेरेखोल
(2) दाभोळ, राजापुरी, जयगड, तेरेखोल
(3) दाभोळ, जयगड, राजापुरी, तेरेखोल
(4) तेरेखोल, जयगड, दाभोळ, राजापुरी

10. दुसऱ्या पंचवार्षिक योजनेचे मुख्य उद्दिष्ट कोणते होते ?
(1) औद्योगिकीकरण (2) शेती विकास
(3) निर्यातवाढ (4) धरणे बांधणे

11. भारतातील .... या राज्यात सर्वांत जास्त रबराचे उत्पादन होते.
(1) कर्नाटक (2) तमिळनाडू
(3) त्रिपुरा (4) केरळ

12. भारत सरकारची .... पंचवार्षिक योजना 2007 सालापासून 2012 सालापर्यंत अमलात आणली जाईल.
(1) अकरावी (2) दहावी (3) तेरावी (4) पंधरावी

13. अकराव्या पंचवार्षिक योजनेत एकूण प्रस्तावित खर्चाच्या .... खर्च सामाजिक सेवांसाठी निर्धारित केला आहे.
(1) 10.5% (2) 30.3% (3) 50.8% (4) 61.2%

14. भाक्रा-नांगल धरण .... नदीवर बांधले आहे.
(1) सतलज (2) रावी (3) बियास (4) गंगा

15. खालीलपैकी कोणते ठिकाण अष्टविनायकांपैकी नाही ?
(1) पाली (2) रांजणगाव (3) मोरगाव (4) गणपतीपुळे

16. भारतीय नियोजन मंडळाचे अध्यक्ष .... हे असतात.
(1) भारताचे राष्ट्रपती (2) भारताचे उपराष्ट्रपती
(3) भारताचे वित्तमंत्री (4) भारताचे पंतप्रधान

17. राष्ट्रीय संरक्षण प्रबोधिनी कोणत्या जिल्ह्यात आहे ?
(1) ठाणे (2) पुणे (3) नाशिक (4) कोल्हापूर
18. आठव्या पंचवार्षिक योजनेचा कालावधी .... होता.
(1) 1992 ते 1997 (2) 1990 ते 1995
(3) 1991 ते 1996 (4) वरीलपैकी कोणताही नाही.
19. भारतातील पहिली रेल्वेगाडी मुंबई ते ठाणे दरम्यान इ.स. .... मध्ये सुरू झाली.
(1) 1835 (2) 1850 (3) 1853 (4) 1870
20. महाराष्ट्रात एकूण .... जिल्हे आहेत.
(1) 26 (2) 31 (3) 33 (4) 35
21. मान्सूनपूर्व पडणाऱ्या पावसाच्या सरींना महाराष्ट्रात .... म्हणतात.
(1) चेरी-ब्लॉझम-शॉवर्स (2) कालबैसाखी
(3) नॉर्वेस्टर (4) आम्रसरी
22. आकारमानाने भारतातील सर्वांत मोठे राज्य 2001 नुसार .... आहे.
(1) मध्य प्रदेश (2) उत्तर प्रदेश
(3) राजस्थान (4) कर्नाटक
23. .... येथील कारखान्यातील मिथिल आयसोसाईनाईडच्या विषारी वायुगळतीमुळे हजारोंचे बळी गेले.
(1) भुज (2) भोपाळ (3) मुंबई (4) भुवनेश्वर
24. ईशान्य मोसमी वाऱ्यांमुळे .... राज्याच्या तटवर्ती भागात पाऊस पडतो.
(1) गोवा (2) पंजाब
(3) महाराष्ट्र (4) तमिळनाडू
25. भारतात सर्वांत जास्त पाऊस .... येथे पडतो.
(1) कोकण (2) मलबार (3) चेरापुंजी (4) गुजरात
26. कोकण किनारपट्टीवर कोणत्या प्रकारची मृदा आढळते ?
(1) गाळाची मृदा (2) रेगूर मृदा
(3) तांबडी मृदा (4) काळी मृदा
27. 'अग्नी-III' या क्षेपणास्त्राचा पल्ला किती आहे ?
(1) 3,500 कि.मी. (2) 5,000 कि.मी.
(3) 3,000 कि.मी. (4) 2,000 कि.मी.
28. खालीलपैकी कोणती नदी महाराष्ट्रात पश्चिमेकडे वाहते ?
(1) तापी (2) गोदावरी (3) कृष्णा (4) भीमा
29. भारताच्या एकूण भूप्रदेशांपैकी .... टक्के प्रदेश वनाखाली असणे आवश्यक आहे.
(1) 32 (2) 30 (3) 31 (4) 33

उत्तरसूची

1. (2)	2. (2)	3. (3)	4. (3)	5. (1)	6. (3)	7. (2)	8. (1)
9. (1)	10. (1)	11. (4)	12. (1)	13. (2)	14. (1)	15. (4)	16. (4)
17. (2)	18. (1)	19. (3)	20. (4)	21. (4)	22. (3)	23. (2)	24. (4)
25. (3)	26. (3)	27. (1)	28. (1)	29. (4)			

★★★

MPSC : Asst. पूर्व परीक्षा : 20 नोव्हेंबर, 2009

1. पश्चिम बंगालमध्ये गडगडाटी वादळांना .... म्हणतात.
(1) आम्रसरी (2) लू
(3) आंधी (4) कालबैसाखी
2. टाटा लोह आणि पोलाद कारखाना कोठे आहे ?
(1) भुवनेश्वर (2) दुर्गापूर
(3) भिलाई (4) जमशेदपूर
3. भारतीय नियोजन आयोगाचे अध्यक्ष कोण आहेत ?
(1) अर्थमंत्री (2) पंतप्रधान (3) राष्ट्रपती (4) राज्यपाल
4. महाराष्ट्रात सर्वांत जास्त जंगलाखालील क्षेत्र .... जिल्ह्यात आहे.
(1) बुलढाणा (2) सोलापूर
(3) चंद्रपूर (4) जळगाव
5. भारतीय संघराज्यात किती घटकराज्ये व केंद्रशासित प्रदेश आहेत ?
(1) 28 घटकराज्ये आणि 7 केंद्रशासित प्रदेश
(2) 27 घटकराज्ये आणि 5 केंद्रशासित प्रदेश
(3) 28 घटकराज्ये आणि 8 केंद्रशासित प्रदेश
(4) 35 घटकराज्ये आणि 7 केंद्रशासित प्रदेश
6. महाराष्ट्रात ऊस संशोधन केंद्र कोठे स्थापन झालेले आहे ?
(1) लोणंद (2) शेखमिरेवाडी (3) पाडेगाव (4) कागल
7. महाराष्ट्रातील पहिला वायुविद्युत प्रकल्प कोणत्या जिल्ह्यात आहे ?
(1) नाशिक (2) रत्नागिरी (3) सिंधुदुर्ग (4) पुणे
8. महाराष्ट्राची सागरी किनारपट्टी .... कि.मी. आहे.
(1) 720 (2) 880 (3) 420 (4) 220
9. ईशान्य मोसमी वाऱ्यांमुळे .... राज्याच्या तटवर्ती भागात पाऊस पडतो.
(1) तमिळनाडू (2) महाराष्ट्र
(3) पंजाब (4) गोवा
10. भारतातील हिमालय पर्वत हा .... प्रकारचा पर्वत आहे.
(1) अवशिष्ट पर्वत (2) ठोकळ्याचा पर्वत
(3) घडीचा पर्वत (4) ज्वालामुखी
11. खालीलपैकी कोणता वृक्ष उष्ण कटिबंधीय सदाहरित जंगलामध्ये आढळतो ?
(1) अंजन (2) महोगनी (3) पिंपळ (4) पळस
12. खालीलपैकी कोणता सर्वोत्कृष्ट प्रतीचा खनिज कोळसा आहे ?
(1) अँथ्रासाइट (2) पीट
(3) बिट्युमिनस (4) लिग्नाइट
13. खालीलपैकी कोणते शहर मुंबई-हैद्राबाद या राष्ट्रीय महामार्गावर वसलेले आहे ?
(1) नाशिक (2) सांगली (3) सोलापूर (4) कोल्हापूर
14. चीन, भारत, मेक्सिको, ब्राझील आणि दक्षिण आफ्रिका यांच्या संघटनेला काय संबोधतात ?
(1) जी-08 (2) जी-05 (3) जी-15 (4) जी-04
15. खालीलपैकी कोणत्या राज्यात 'कोयना जलविद्युत प्रकल्प' आहे ?
(1) मध्य प्रदेश (2) महाराष्ट्र
(3) केरळ (4) ओडिशा
16. खालीलपैकी कोणते ठिकाण लाकडी खेळणी बनविण्यासाठी प्रसिद्ध आहे ?
(1) वेंगुर्ले (2) मालवण (3) कणकवली (4) सावंतवाडी
17. चंद्राच्या वैज्ञानिक संशोधनासाठी 2008 साली भारताने कोणते अंतराळयान सोडले ?
(1) सोमयान-I (2) चांद्रयान-I
(3) शशीयान-I (4) अग्नी-I
18. द्वितीय श्रेणी व्यवसाय असणाऱ्या .... या परिसरात दाट लोकवस्ती आहे.
(1) लातूर - उस्मानाबाद (2) जळगाव - भुसावळ
(3) पंढरपूर - सोलापूर (4) पिंपरी - चिंचवड
19. 'मिहान' (MIHAN) नामक महत्त्वाकांक्षी प्रकल्प .... येथे आकार घेत आहे.
(1) नाशिक (2) नांदेड (3) नागपूर (4) नवी मुंबई

20. महाराष्ट्रात सर्वांत जास्त पाऊस .... येथे पडतो.
(1) तोरणमाळ (2) आंबोली
(3) गडचिरोली (4) चिखलदरा
21. भारतातील पहिला रासायनिक खतांचा कारखाना .... येथे स्थापन करण्यात आला.
(1) मुंबई (2) सिंद्री (3) हैद्राबाद (4) जयपूर
22. भारतातील पंचवार्षिक योजनांची सुरुवात .... या वर्षी झाली.
(1) 1947 (2) 1948 (3) 1950 (4) 1951
23. 'रोजगार हमी योजना' प्रथम .... या राज्याने राबविली.
(1) राजस्थान (2) गुजरात
(3) उत्तर प्रदेश (4) महाराष्ट्र
24. मुंबई बंदरातील वाहतुकीचा भार कमी व्हावा म्हणून .... हे बंदर विकसित करण्यात आलेले आहे.
(1) हल्दिया (2) न्हावा-शेवा (3) कांडला (4) मार्मागोवा
25. जागतिक व्यापार संघटनेचे मुख्यालय .... येथे आहे.
(1) जिनिव्हा (2) पॅरिस
(3) न्यूयॉर्क (4) रोम
26. भारतीय प्रमाणवेळ (I.S.T.) ही ग्रीनिच प्रमाणवेळेपेक्षा (G.M.T.) .... तासांनी पुढे आहे.
(1) अडीच (2) तीन (3) साडेचार (4) साडेपाच
27. पेट्रोलमध्ये मिसळले जाणारे इथेनॉल भारतात कशापासून बनवितात ?
(1) द्राक्ष (2) मका (3) ऊस (4) डिझेल
28. ठाणे जिल्ह्यातील घोलवड येथील .... लोकप्रिय आहेत.
(1) आंबे (2) चिकू (3) द्राक्ष (4) नारळ

उत्तरसूची

1. (4)	2. (4)	3. (2)	4. (3)	5. (1)	6. (3)	7. (3)	8. (1)
9. (1)	10. (3)	11. (1)	12. (1)	13. (3)	14. (2)	15. (2)	16. (4)
17. (2)	18. (4)	19. (3)	20. (2)	21. (2)	22. (4)	23. (4)	24. (2)
25. (1)	26. (4)	27. (3)	28. (2)				

★★★

MPSC : PSI पूर्व परीक्षा : 21 सप्टेंबर, 2008

1. .... ही पर्वतरांग महाराष्ट्रात नाही.
(1) राजमहल टेकड्या (2) सातमाळ्याचे डोंगर
(3) बालाघाट टेकड्या (4) पश्चिम घाट
2. विसंगत घटक ओळखा.
(1) नगरपालिका (2) नगर पंचायत
(3) महानगर पालिका (4) केंद्र सरकार
3. भारतातील खालीलपैकी कोणता लोह-पोलाद कारखाना दुसऱ्या पंचवार्षिक योजनेत स्थापन झालेला नव्हता ?
(1) भिलाई लोह-पोलाद कारखाना
(2) रुरकेला लोह-पोलाद कारखाना
(3) बोकारो लोह-पोलाद कारखाना
(4) दुर्गापूर लोह-पोलाद कारखाना
4. खालीलपैकी कोणता दिवस 'जागतिक पर्यटन दिन' म्हणून साजरा केला जातो ?
(1) 2 सप्टेंबर (2) 27 सप्टेंबर
(3) 13 ऑक्टोबर (4) 24 ऑक्टोबर
5. भारतात नभोवाणी केंद्राची स्थापना पहिल्यांदा मुंबई व कोलकाता येथे .... साली झाली होती.
(1) 1927 (2) 1936 (3) 1947 (4) 1957
6. .... हे महाराष्ट्रातील औष्णिक वीज केंद्र आहे.
(1) खोपोली (2) तुर्भे (3) कोराडी (4) कोयना
7. .... हे बंदर भारताचे प्रवेशद्वार आहे.
(1) कांडला (2) विशाखापट्टणम
(3) मुंबई (4) चेन्नई
8. हिमालयातील खालीलपैकी कोणते सर्वोच्च शिखर भारतात आहे ?
(1) नंगा पर्वत (2) नंदादेवी
(3) माउंट गॉडविन ऑस्टिन (4) गंगोत्री
9. काझीरंगा अभयारण्य .... साठी प्रसिद्ध आहे.
(1) बिबट्या (2) जंगली गाढव
(3) एकशिंगी गेंडा (4) याक
10. जुलै 2008 मधील जी-8 परिषद .... येथे घेण्यात आली.
(1) चीन (2) जपान (3) भारत (4) फ्रान्स
11. पंजाबमधील .... जातीच्या गाई दूध उत्पादनासाठी प्रसिद्ध आहेत.
(1) साहिवाल (2) देवनी
(3) गिर (4) कपिला
12. महाराष्ट्रातील खालीलपैकी कोणते ठिकाण ज्योतिर्लिंगाचे स्थान नाही ?
(1) भीमाशंकर (2) परळी-वैजनाथ
(3) त्र्यंबकेश्वर (4) लेण्याद्री
13. मिथेन .... मध्ये सापडतो.
(1) गोबर गॅस (2) वॉटर गॅस
(3) प्रोड्यूसर गॅस (4) रॉकेल
14. कोकणात प्रामुख्याने .... प्रकारची वस्ती आढळते.
(1) केंद्रित (2) वर्तुळाकृती (3) ताराकृती (4) रेषाकृती
15. महाराष्ट्रातील .... या जिल्ह्यात ग्रामीण लोकसंख्या अधिक आहे.
(1) सिंधुदुर्ग (2) अहमदनगर (3) गडचिरोली (4) पुणे
16. भारतातील आकारमानाने सर्वांत मोठे राज्य कोणते ?
(1) महाराष्ट्र (2) कर्नाटक (3) मध्य प्रदेश (4) राजस्थान
17. खालीलपैकी कोणती आदिवासी जमात विदर्भातील नाही ?
(1) ठाकर (2) गोंड (3) कोरकू (4) माडिया गोंड
18. सार्कचे .... सदस्य आहेत.
(1) 7 (2) 8 (3) 10 (4) 11
19. .... सरोवराची निर्मिती उल्कापातामुळे झालेली आहे.
(1) चिल्का (2) सांभर (3) लोणार (4) पुलिकत
20. खालीलपैकी कोणता प्रदेश पर्जन्यछायेचा आहे ?
(1) शिलाँग (2) चेरापुंजी
(3) मौसीनराम (4) गारो टेकड्या
21. भारतात वार्षिक (एकवर्षीय) नियोजनाचा कार्यक्रम प्रथमतः .... साली राबविण्यात आला.
(1) 1947 (2) 1950 (3) 1962 (4) 1966
22. कोकणातील मासेमारी बंदरांची रचना दक्षिणेकडून उत्तरेकडे करा.
(1) डहाणू, मुरूड, श्रीवर्धन, मालवण
(2) मालवण, श्रीवर्धन, मुरूड, डहाणू
(3) मालवण, मुरूड, श्रीवर्धन, डहाणू
(4) मुरूड, श्रीवर्धन, मालवण, डहाणू
23. कोकण रेल्वेमार्गावरील स्थानकांचा उत्तरेकडून दक्षिणेकडे क्रम लावा.
(1) चिपळूण, राजापूर रोड, खेड, रोहा
(2) खेड, रोहा, राजापूर रोड, चिपळूण
(3) रोहा, खेड, चिपळूण, राजापूर रोड
(4) रोहा, चिपळूण, खेड, राजापूर रोड
24. खालीलपैकी कोणता राष्ट्रीय महामार्ग महाराष्ट्र, छत्तीसगड आणि ओडिशा या राज्यांमधून जातो ?
(1) एन.एच. 4 (2) एन.एच. 5
(3) एन.एच. 6 (4) एन.एच. 7
25. खालीलपैकी कोणत्या नदीला 'बिहारचे अश्रू' असे म्हटले जाते ?
(1) गंगा (2) कोसी (3) यमुना (4) ब्रह्मपुत्रा

उत्तरसूची

1. (1)	2. (4)	3. (3)	4. (2)	5. (1)	6. (3)	7. (3)	8. (3)
9. (3)	10. (2)	11. (1)	12. (4)	13. (1)	14. (4)	15. (2)	16. (4)
17. (1)	18. (2)	19. (3)	20. (1)	21. (4)	22. (2)	23. (3)	24. (3)
25. (2)							

★★★

MPSC : PSI/STI/Asst. पूर्व परीक्षा : 23 डिसेंबर, 2007

1. खालीलपैकी योग्य जोड्या जुळवा.

'अ' गट (कोळशाचे प्रकार)	'ब' गट (कार्बनचे प्रमाण)
(अ) पीट	(1) < 50%
(ब) लिग्नाइट	(2) 85 - 90%
(क) बिट्युमिनस	(3) 90-95%
(ड) ॲन्थ्रासाइट	(4) 65-75%

(1) अ-2, ब-3, क-1, ड-4 (2) अ-1, ब-4, क-2, ड-3
(3) अ-2, ब-3, क-4, ड-1 (4) अ-4, ब-1, क-3, ड-2

2. भूगडजवळ .... नदी महाराष्ट्र व गुजरात राज्याची सीमा आहे.
(1) नर्मदा (2) गोदावरी (3) वैतरणा (4) दमणगंगा

3. इ.स. 1920 साली रेल्वेमार्गाच्या विस्ताराच्याबाबतीत भारताचा जगात .... क्रमांक होता.
(1) 4 (2) 7 (3) 2 (4) 5

4. नवव्या पंचवार्षिक योजनेच्या वेळी कोणत्या गोष्टीवर अधिक लक्ष दिले ?
(1) आर्थिक वृद्धीतील स्थैर्य
(2) सार्वजनिक क्षेत्र आणि खासगी क्षेत्र
(3) शेती आणि जलसिंचन
(4) सामाजिक न्यायासह विकास आणि समानता

5. नियोजित आलेवाडी बंदर .... जिल्ह्यात आहे.
(1) सिंधुदुर्ग (2) ठाणे (3) रत्नागिरी (4) रायगड

6. .... शहराला इलेक्ट्रॉनिक उद्योगाची राजधानी म्हणतात.
(1) मुंबई (2) बंगलोर (3) कानपूर (4) हैद्राबाद

7. भारतातील एकूण ज्वारी उत्पादनापैकी .... उत्पादन महाराष्ट्रात होते.
(1) 50% (2) 75% (3) 60% (4) 25%

8. सागरतळाच्या जमिनीलगतच्या भागास .... ही संज्ञा वापरतात.
(1) भूखंडीय मैदाने (2) भूखंड उतार
(3) भूखंड मंच (4) वरीलपैकी कोणतेही नाही.

9. महाराष्ट्रात दक्षिण-पश्चिम मान्सूनचे आगमन जूनच्या .... आठवड्यात होते.
(1) दुसऱ्या (2) पहिल्या
(3) तिसऱ्या (4) वरीलपैकी कोणतेही नाही.

10. वनस्पतीच्या .... प्रक्रियेने दगडी कोळसा तयार होतो.
(1) भस्मीकरण (2) कार्बनीकरण
(3) द्रावणीकरण (4) बाष्पीकरण

11. खालीलपैकी कशामध्ये 'कल्याणकारी राज्याची' संकल्पना स्पष्ट केली आहे ?
(1) भारतीय उद्देश्यपत्रिका (2) मार्गदर्शक तत्त्वे
(3) मूलभूत हक्क (4) संघराज्य

12. गोदावरी नदी महाराष्ट्रात .... येथून उगम पावते.
(1) भीमाशंकर (2) मुलताई
(3) त्रिंबकेश्वर (4) महाबळेश्वर

13. सेतूसमुद्रम प्रकल्पामुळे पाल्कची सामुद्रधुनी आणि .... चे आखात जोडले जाईल.
(1) मन्नार (2) खंबाट (3) कच्छ (4) सुएझ

14. आम्ली पर्जन्य पडण्यासाठी नायट्रोजनची ऑक्साइड्स आणि .... हे जबाबदार असतात.
(1) कार्बन डायऑक्साइड (2) सल्फर डायऑक्साइड
(3) ऑक्सिजन (4) हायड्रोजन

15. तैवानचे जुने नाव काय होते ?
(1) सैगाव (2) फॉर्मोसा (3) तैगी (4) चिली

16. भारतातील सर्वांत मोठा बहूद्देशीय प्रकल्प कोणता ?
(1) भाक्रा-नानगल (2) दामोदर
(3) जायकवाडी (4) तुंगभद्रा

17. 33 व्या जी-8 राष्ट्रांची शिखर परिषद .... येथे संपन्न झाली.
(1) फ्रान्स (2) जर्मनी (3) कॅनडा (4) इटली

18. सिमेंट उद्योगात .... या कच्च्या मालाची गरज असते.
(1) लोह-खनिज (2) चुनखडी
(3) नैसर्गिक वायू (4) चांदी

19. भारताने 2 सप्टेंबर, 2007 रोजी प्रक्षेपित केलेला उपग्रह कशासाठी उपयोगात येणार आहे ?
(1) दळणवळण (2) कृषी संशोधन
(3) हेरगिरी (4) भूमापन

20. भारतातील पहिला आधुनिक लोह-पोलाद कारखाना पश्चिम बंगाल-मधील .... येथे सुरू करण्यात आला.
(1) जमशेदपूर (2) आसनसोल
(3) कुल्टी (4) दार्जिलिंग

21. भारतातील पहिला भुयारी लोहमार्ग .... शहरात बांधण्यात आला.
(1) मुंबई (2) दिल्ली (3) चेन्नई (4) कोलकता

22. महाराष्ट्रात .... जिल्ह्यात लोणार येथे खाऱ्या पाण्याचे सरोवर आहे.
(1) अकोला (2) यवतमाळ (3) चंद्रपूर (4) बुलढाणा

23. प्रशासकीय सोईसाठी महाराष्ट्राची विभागणी .... महसूल विभागात करण्यात आली आहे.
(1) 04 (2) 08 (3) 06 (4) 03

24. 1907 साली जमशेदजी टाटा यांनी पोलादनिर्मितीचा पहिला कारखाना कोठे सुरू केला ?
(1) विशाखापट्टणम (2) जमशेदपूर
(3) भिलाई (4) भोपाळ

25. जगाच्या एकूण भूभागापैकी .... % क्षेत्र भारताने व्यापलेले आहे.
(1) 2.4 (2) 3.8 (3) 2.8 (4) 3.0

26. तेल व नैसर्गिक वायू मंडळाला .... संस्था हेलिकॉप्टर सेवा पुरविते.
(1) एअर इंडिया (2) इंडियन एअरलाइन्स
(3) पवनहंस (4) वायुदूत

27. क्षेत्रफळाच्या दृष्टीने सर्वांत लहान राज्य कोणते ?
(1) गोवा (2) त्रिपुरा (3) सिक्कीम (4) नागालँड

28. भारताचा पहिला कृत्रिम उपग्रह आर्यभट्ट अंतराळात कधी पाठविला ?
(1) 19 एप्रिल, 1975 (2) 10 जुलै, 1975
(3) 10 ऑक्टोबर, 1978 (4) 4 ऑक्टोबर, 1957

29. महाराष्ट्रात पंचायती राज्याची स्थापना .... दिवशी झाली.
(1) 1 मे, 1960 (2) 1 मे, 1961
(3) 1 मे, 1962 (4) 1 मे, 1965

30. मध्य प्रदेशातील स्थलांतरित शेती .... या नावाने ओळखली जाते.
(1) पोड (2) कुमरी (3) बेवर (4) डांगर

31. महाराष्ट्र सरकारने राज्याच्या शेतीविषयक विकासासाठी उपाययोजना सुचविण्यासाठी .... यांच्या अध्यक्षतेखाली समिती नेमली होती.
(1) डॉ. गोवारीकर (2) डॉ. माशेलकर
(3) डॉ. भाटकर (4) डॉ. स्वामीनाथन

32. खालीलपैकी कोणत्या पिकाचे भाव ऑक्टोबर 2007 मध्ये खूप वाढले होते ?
(1) गहू (2) कांदा (3) तांदूळ (4) टोमॅटो

33. खालीलपैकी कोण 'सार्क' चा सदस्य नाही ?
(1) भूतान (2) म्यानमार (3) बांगलादेश (4) मालदीव

उत्तरसूची

1. (2)	2. (4)	3. (1)	4. (4)	5. (2)	6. (2)	7. (1)	8. (3)
9. (1)	10. (2)	11. (2)	12. (3)	13. (1)	14. (2)	15. (2)	16. (2)
17. (2)	18. (2)	19. (1)	20. (3)	21. (4)	22. (4)	23. (3)	24. (2)
25. (1)	26. (3)	27. (1)	28. (1)	29. (3)	30. (3)	31. (4)	32. (2)
33. (2)							

★★★

MPSC : PSI/STI/Asst. पूर्व परीक्षा : 4 सप्टेंबर, 2005

1. व्यापार करून रोख पैसे मिळविण्याच्या हेतूने नगदी पिके घेणे म्हणजे शेतीचे .... होय.
(1) व्यापारीकरण (2) आधुनिकीकरण
(3) खासगीकरण (4) राष्ट्रीयीकरण

2. 2010 पर्यंत सर्वांना प्राथमिक शिक्षण मिळावे म्हणून केंद्र सरकार कोणती योजना राबवित आहे ?
(1) सर्व शिक्षा अभियान (2) प्रौढ शिक्षण
(3) सैनिकी शिक्षण (4) विस्तार शिक्षण

3. महाराष्ट्र आरोग्य विद्यापीठ कोणत्या शहरात आहे ?
(1) पुणे (2) नाशिक (3) नागपूर (4) मुंबई

4. 1 मे, 2004 नंतर युरोपियन संघातील सदस्य राष्ट्रांची संख्या किती झाली आहे ?
(1) 25 (2) 15 (3) 10 (4) 20

5. खालीलपैकी कोणत्या वर्षापर्यंत 'पोलिओ मुक्त भारत' हे ध्येय साध्य करण्याचे ठरविले होते ?
(1) 2020 (2) 2010 (3) 2007 (4) 2015

6. देशातील पहिली 540 मेगावॅट वीजनिर्मिती करणारी अणुभट्टी कोठे सुरू करण्यात आली ?
(1) रावतभाटा (2) तारापूर
(3) काक्रापार (4) श्रीहरीकोटा

7. दक्षिण महाराष्ट्रातील किनारी प्रदेशात .... प्रकारची मृदा आढळते.
(1) क्षारयुक्त व अल्कली (2) रेगूर
(3) जांभी (4) दलदलयुक्त

8. हिमालय हा .... आहे.
(1) अर्वाचीन वलीपर्वत (घडीचा पर्वत) (2) अवशिष्ट पर्वत
(3) ठोकळ्यांचा पर्वत (4) ज्वालामुखीय पर्वत

9. पहिल्या पंचवार्षिक योजनेत .... ला सर्वोच्च प्राधान्य देण्यात आले.
(1) व्यापार (2) शेती
(3) औद्योगिकीकरण (4) गुंतवणूक

10. धवलक्रांती .... ही संबंधित आहे.
(1) शेतीव्यवसाय (2) मत्स्य व्यवसाय
(3) दुग्ध व्यवसाय (4) कुक्कुटपालन व्यवसाय

11. खालीलपैकी कोणती एक जोडी अचूक जुळते ?
(1) गुरुशिखर-1,727 मी. (2) कळसुबाई-1,646 मी.
(3) धूपगढ-1,530 मी. (4) माकूर्णी-1,694 मी.

12. नदी खोरे क्षेत्रांच्या चढत्या भाजणीनुसार खालीलपैकी कोणता क्रम योग्य आहे ?
(1) कावेरी, नर्मदा, गोदावरी, कृष्णा
(2) कावेरी, कृष्णा, गोदावरी, नर्मदा
(3) कावेरी, कृष्णा, नर्मदा, गोदावरी
(4) कावेरी, नर्मदा, कृष्णा, गोदावरी

13. महाराष्ट्र राज्यात सर्वाधिक पाऊस कोठे पडतो ?
(1) महाबळेश्वर (2) पाचगणी
(3) लोणावळा (4) आंबोली

14. खालीलपैकी कोणती जोडी योग्य प्रकारे जोडण्यात आली नाही ?
(1) सतलज-भाक्रा नानगल (2) महानदी-हिराकूड
(3) गोदावरी-जायकवाडी (4) नर्मदा-चांदोली

15. सन 2001 च्या जनगणनेनुसार भारताच्या लोकसंख्येची सरासरी घनता .... व्यक्ती दर चौ.कि.मी. आहे.
(1) 77 (2) 234 (3) 342 (4) 324

16. दोन रेखावृत्तातील सर्वांत जास्त अंतर विषुववृत्तावर ..... कि.मी. असते.
(1) 110 (2) 115 (3) 105 (4) 120

17. भूऔष्णिक विद्युतनिर्मिती केंद्र .... येथे आहे.
(1) पेंच (2) मणिकरण (3) कोयना (4) मंडी

18. भारतात पशुगणना दर .... वर्षांनी केली जाते.
(1) दोन (2) तीन (3) चार (4) सहा

19. खालीलपैकी कोणते तरंग भूकंपाशी निगडित नाहीत ?
(1) पी-तरंग (2) एस-तरंग
(3) पृष्ठीय तरंग (4) विद्युत चुंबकीय तरंग

20. महाराष्ट्र पठार .... खडकापासून बनलेले आहे.
(1) वालुकाश्म (2) स्लेट
(3) संगमरवर (4) बेसाल्ट

21. भारतीय नियोजनाचे सर्वांत महत्त्वाचे उद्दिष्ट कोणते ?
(1) औद्योगिक वाढ (2) कृषीदर वृद्धी
(3) न्यायिक पुनर्वितरणासह आर्थिक वाढ
(4) राष्ट्रीय संपत्तीची वृद्धी

22. पंढरपूर हे प्रसिद्ध तीर्थक्षेत्र .... नदीकाठी वसले आहे.
(1) नीरा (2) गोदावरी (3) कृष्णा (4) भीमा

23. .... हा जायकवाडी बहूद्देशीय प्रकल्पावरील जलाशय आहे.
(1) नागार्जुन सागर (2) गोविंद सागर
(3) नाथसागर (4) कृष्णराज सागर

24. .... हे भारतातील सर्वांत जास्त शहरीकरण झालेले राज्य आहे.
(1) महाराष्ट्र (2) मध्य प्रदेश (3) गुजरात (4) उत्तर प्रदेश

25. .... हे सह्याद्रीचे सर्वांत उंच शिखर आहे.
(1) कळसुबाई (2) महाबळेश्वर
(3) महादेव (4) धूपगड

26. .... हे महाराष्ट्रातील बुलढाणा जिल्ह्यातील खाऱ्या पाण्याचे सरोवर आहे.
(1) चिल्का (2) सांभर (3) लोणार (4) वेंबनाड

27. महाराष्ट्रातील .... हा आकाराने सर्वांत लहान जिल्हा आहे.
(1) हिंगोली (2) भंडारा (3) मुंबई (4) नाशिक

28. लक्षद्वीप बेटे ही .... याचे उदाहरण आहे.
(1) प्रवाळीय निर्मित (2) विवर्तनीय निर्मित
(3) ज्वालामुखीय निर्मित (4) जलोदीप निर्मित

उत्तरसूची

1. (1)	2. (1)	3. (2)	4. (1)	5. (3)	6. (2)	7. (3)	8. (1)
9. (2)	10. (3)	11. (2)	12. (4)	13. (4)	14. (4)	15. (4)	16. (1)
17. (2)	18. (3)	19. (4)	20. (4)	21. (3)	22. (4)	23. (3)	24. (1)
25. (1)	26. (3)	27. (3)	28. (1)				

★★★

MPSC : PSI पूर्व परीक्षा : 8 मे, 2004

1. वीर-दासगाव हे कोकण रेल्वेवरील रेल्वे स्टेशन महाराष्ट्रातील .... या जिल्ह्यात आहे.
(1) रत्नागिरी (2) ठाणे
(3) सिंधुदुर्ग (4) रायगड
2. भारताच्या घटकराज्यांपैकी खाली दिलेल्या कोणत्या एका राज्याची लोकसंख्या घनता सर्वांत कमी आहे ?
(1) जम्मू-काश्मीर (2) राजस्थान
(3) नागालँड (4) अरुणाचल प्रदेश
3. महाराष्ट्रातील प्रमुख नदी खोऱ्याचे नाव लिहा.
(1) कृष्णा नदी खोरे (2) कोयना नदी खोरे
(3) गोदावरी नदी खोरे (4) तापी नदी खोरे
4. कोणत्या जिल्ह्यात सर्वाधिक सहकारी साखर कारखाने आढळतात ?
(1) पुणे जिल्हा (2) औरंगाबाद जिल्हा
(3) सोलापूर जिल्हा (4) अहमदनगर जिल्हा
5. .... हे ऑक्टोबर उष्म्याचे प्रमुख कारण आहे.
(1) जास्त तापमानाबरोबरच अधिक आर्द्रता
(2) उष्ण व कोरडी हवा (3) वाऱ्याचा मंद वेग
(4) लघुदाबाचा प्रदेश
6. 'राष्ट्रीय संरक्षण प्रबोधिनी' कोणत्या ठिकाणी आहे ?
(1) नवी दिल्ली (2) बेंगलोर
(3) मुंबई (4) पुणे (खडकवासला)
7. भारतातील कोणत्या राज्यात 'सुंदरबन' हा त्रिभुज प्रदेश वसलेला आहे ?
(1) ओडिशा (2) बिहार
(3) प. बंगाल (4) आसाम
8. उगवत्या सूर्याचा देश कोणत्या देशाला म्हणतात ?
(1) चीन (2) कोरिया (3) जपान (4) म्यानमार
9. नीलक्रांती .... व्यवसायाशी संबंधित आहे.
(1) दुग्ध (2) मत्स्य (3) शेती (4) कुक्कुटपालन
10. भारतात 'चिपको आंदोलन' कोणी सुरू केले ?
(1) मेनका गांधी (2) विनोबा भावे
(3) सुंदरलाल बहुगुणा (4) बाबा आमटे
11. ईशान्य मान्सूनपासूनचा पाऊस .... येथे पडतो.
(1) मुंबई (2) कोलकाता (3) दिल्ली (4) चेन्नई
12. खालीलपैकी कोणत्या एका शहराचे हवामान विषम आहे ?
(1) पणजी (2) चेन्नई (3) कोची (4) भोपाळ
13. महाराष्ट्रातील खालीलपैकी कोणते शहर मुंबई-हैद्राबाद या राष्ट्रीय महामार्गावर वसलेले आहे ?
(1) नाशिक (2) सांगली (3) सोलापूर (4) कोल्हापूर
14. महाराष्ट्रातील खालीलपैकी कोणते शहर गोदावरी काठावर वसलेले आहे ?
(1) नांदेड (2) परभणी (3) जालना (4) औरंगाबाद
15. नर्मदा व तापी या नद्यांच्या दरम्यान .... पर्वतरांगा आहेत.
(1) विंध्य (2) सातपुडा (3) सातमाळा (4) अजंठा
16. दिल्ली (77° पूर्व) या शहरात स्थानिक वेळेनुसार सकाळचे 8 वाजले आहेत तर त्याच वेळेला सिंगापूर 104° पूर्व येथील स्थानिक वेळ कोणती असेल ?
(1) 7:12 सकाळी (2) 9:12 सकाळी
(3) 9:48 सकाळी (4) 9:26 सकाळी
17. आंतरराष्ट्रीय न्यायालय हे .... या शहरात आहे.
(1) लंडन (2) रंगून (3) हेग (4) पॅरिस
18. महाराष्ट्रातील .... जिल्ह्यात चामड्याच्या वस्तू बनविण्याचा व्यवसाय मोठ्या प्रमाणात चालतो ?
(1) बीड (2) उस्मानाबाद
(3) कोल्हापूर (4) सोलापूर
19. भारतातील कोणत्या राज्याने 1991-2001 दरम्यान महिला साक्षरतेच्या प्रमाणात सर्वांत जास्त वाढ नोंदविली ?
(1) मध्य प्रदेश (2) ओडिशा
(3) राजस्थान (4) छत्तीसगड
20. महाराष्ट्रातील शहर व उद्योगधंदे दाखविणाऱ्या खालील जोड्यांपैकी कोणती जोडी बरोबर आहे ?
(1) ओझर - तेलशुद्धीकरण (2) इचलकरंजी - यंत्रमाग
(3) पैठण - साखर (4) कोल्हापूर - सुती कापड
21. रेशीम उद्योग प्रथम कोठे सुरू झाला ?
(1) चीन (2) जपान (3) अमेरिका (4) भारत
22. जागतिक उष्मा (Global Warming) या संबंधी असणारा वायू .... होय.
(1) सल्फर डायऑक्साइड (2) हायड्रोजन सल्फाइड
(3) मिथेन (4) कार्बन डायऑक्साइड
23. भारत-चीनमधील सीमारेषा खालीलपैकी कोणत्या नावाने ओळखली जाते ?
(1) रॅक्लीफ रेषा (2) हॉट रेषा
(3) कंट्रोल रेषा (4) मॅकमोहन रेषा
24. महाराष्ट्र लोकसेवा आयोगाच्या अध्यक्षाची नियुक्ती .... यांच्याद्वारे केली जाते.
(1) मुख्यमंत्री (2) राज्यपाल
(3) राष्ट्रपती (4) पंतप्रधान
25. खालीलपैकी कोणत्या वर्षी 9 वी पंचवार्षिक योजना सुरू झाली ?
(1) एप्रिल 1995 (2) एप्रिल 1996
(3) एप्रिल 1997 (4) एप्रिल 1998
26. 26 जानेवारी हा दिवस भारतात .... साजरा केला जातो.
(1) स्वातंत्र्यदिन (2) प्रजासत्ताक दिन
(3) शिक्षकदिन (4) महाराष्ट्राच्या स्वातंत्र्याचा दिन
27. कोणता ग्रह सूर्याच्या सर्वांत जवळ आहे ?
(1) बुध (2) प्लुटो (3) पृथ्वी (4) गुरू
28. जगात आकाराने सर्वांत लहान देश कोणता आहे ?
(1) श्रीलंका (2) ऑस्ट्रेलिया
(3) व्हॅटीकन सिटी (4) नायजेरिया
29. खालीलपैकी कोणत्या ठिकाणी कागद कारखाना आहे ?
(1) बार्शी (2) लातूर (3) चिंचवड (4) जालना
30. महाराष्ट्रात .... या ठिकाणी सुती उद्योगाचे केंद्रीकरण झालेले आहे.
(1) नागपूर (2) सोलापूर (3) मुंबई (4) कोल्हापूर
31. 'कोडाईकॅनाल' हे पर्वतीय स्थान खालीलपैकी कोणत्या राज्यात आहे ?
(1) केरळ (2) तमिळनाडू (3) कर्नाटक (4) आंध्र प्रदेश
32. मुंबईतील सहारा विमानतळाचे पुनर्नामांकन .... असे झाले.
(1) इंदिरा गांधी विमानतळ
(2) राजीव गांधी आंतरराष्ट्रीय विमानतळ
(3) छत्रपती शिवाजी आंतरराष्ट्रीय विमानतळ
(4) वरीलपैकी एकही नाही.
33. हॅलेचा धुमकेतू .... या साली शेवटचा दिसला.
(1) इ.स. 1984 (2) इ.स. 1985
(3) इ.स. 1986 (4) यांपैकी कोणतेही नाही.
34. खालीलपैकी कोणत्या एका ग्रहावर 'शूमेकर' हा धुमकेतू आढळला ?
(1) मंगळ (2) गुरु (3) शुक्र (4) बुध

उत्तरसूची

1.	(4)	2.	(4)	3.	(3)	4.	(4)	5.	(1)	6.	(4)	7.	(3)	8.	(3)
9.	(2)	10.	(3)	11.	(4)	12.	(4)	13.	(3)	14.	(1)	15.	(2)	16.	(3)
17.	(3)	18.	(3)	19.	(4)	20.	(2)	21.	(1)	22.	(4)	23.	(4)	24.	(2)
25.	(3)	26.	(2)	27.	(1)	28.	(3)	29.	(3)	30.	(3)	31.	(2)	32.	(3)
33.	(3)	34.	(2)												

★★★

MPSC : PSI/STI/ASST. पूर्व परीक्षा : 18 जून, 2000

1. .... या दिवशी भारताची लोकसंख्या 1 अब्ज झाली.
   (1) 10 मे, 2000 (2) 14 मे, 2000
   (3) 11 मे, 2000 (4) यांपैकी कोणतेही नाही.
2. महाराष्ट्रातील एकूण अन्नधान्य उत्पादनात .... चा मोठा वाटा आहे.
   (1) बाजरी (2) ज्वारी (3) तांदूळ (4) गहू
3. कोकण रेल्वे महाराष्ट्राच्या किती जिल्ह्यांतून धावते ? ते खाली दिलेल्या पर्यायामधून अचूकपणे निवडा.
   (1) 4 जिल्हे (2) 5 जिल्हे
   (3) 6 जिल्हे (4) 3 जिल्हे
4. फ्रेंच गयानातील कौरोऊ येथून युरोपियन स्पेस लॉंचिंग स्टेशनवरून INSAT-3B उपग्रह सोडण्यासाठी वापरलेल्या रॉकेटचे नाव ....
   (1) एरियन-5 (2) मीर
   (3) कोलंबिया (4) पाथफाईंडर
5. 'नाबार्ड' प्रत्यक्षपणे .... ला पतपुरवठा करते.
   (1) राज्य सहकारी बँक (2) व्यापारी बँक
   (3) कृषी बँक (4) प्राथमिक पतपुरवठा संस्था
6. राष्ट्रीय विकास मंडळाची स्थापना .... या वर्षी झाली.
   (1) 1951 (2) 1952 (3) 1956 (4) 1950
7. पाचव्या पंचवार्षिक योजनेची अंमलबजावणी .... या काळात झाली.
   (1) इ.स. 1970 ते 1974 (2) इ.स. 1965 ते 1970
   (3) इ.स. 1971 ते 1975 (4) इ.स. 1974 ते 1979
8. महाराष्ट्र शासनाने रोजगार हमी योजना .... या वर्षी सुरू केली.
   (1) इ.स. 1960 ते 1961 (2) इ.स. 1972 ते 1973
   (3) इ.स. 1975 ते 1976 (4) इ.स. 1980 ते 1981
9. भारतीय नियोजन मंडळाचे अध्यक्ष ... हे असतात.
   (1) भारताचे राष्ट्रपती (2) भारताचे उपराष्ट्रपती
   (3) भारताचे पंतप्रधान (4) भारताचे वित्तमंत्री
10. कोरकू ही अनुसूचित जमात .... मध्ये राहते.
   (1) कोकण (2) मेळघाट (3) ताडोबा (4) सह्याद्री
11. महाराष्ट्रातील खालीलपैकी कोणती सर्वांत मोठी नदी आहे ?
   (1) गोदावरी (2) कृष्णा
   (3) वैनगंगा (4) वर्धा
12. खालीलपैकी कोणत्या एका जिल्ह्यात मोठ्या प्रमाणावर कापूस उत्पादन होते ?
   (1) यवतमाळ (2) परभणी
   (3) अमरावती (4) नाशिक
13. संपूर्ण महाराष्ट्राचे हवामान खालीलपैकी एका प्रकारचे आहे ?
   (1) उष्ण कटिबंधीय हवामान (2) विषुववृत्तीय हवामान
   (3) भूमध्य सागरी हवामान (4) समशीतोष्ण कटिबंधीय हवामान
14. खालीलपैकी कोणत्या शहरात पहिली वन संशोधन संस्था स्थापन झाली ?
   (1) बंगलोर (2) हैद्राबाद (3) चंद्रपूर (4) डेहराडून
15. कोणत्या प्रकारची वीज पारस येथे निर्माण केली जाते ?
   (1) जलविद्युत (2) अणू विद्युत
   (3) औष्णिक विद्युत (4) यांपैकी कोणतेही नाही.
16. महाराष्ट्रातील खालीलपैकी कोणता एक विभाग संत्राविभाग म्हणून ओळखला जातो ?
   (1) मराठवाडा (2) कोकण
   (3) पुणे (4) नागपूर
17. खालीलपैकी कोणता जिल्हा 'तलावांचा प्रदेश' म्हणून ओळखला जातो ?
   (1) गडचिरोली (2) भंडारा
   (3) चंद्रपूर (4) वर्धा
18. खालीलपैकी कोणत्या ठिकाणची जून 1991 मध्ये झालेल्या अति-वृष्टीमुळे खूप हानी झाली ?
   (1) नरखेड (2) वरूड (3) मिवाड (4) मोर्शी
19. कोणत्या शहरात भूमिगत रेल्वेमार्ग सुरू करण्यात आला आहे ?
   (1) मुंबई (2) वाराणसी (3) कोलकता (4) चंदीगड
20. 21 जून व 22 डिसेंबर या दिवसांना ..... म्हणतात.
   (1) अनुक्रमे शरद व वसंत संपात दिन
   (2) अनुक्रमे वसंत व शरद संपात दिन
   (3) विषुवदिन
   (4) अयनदिन
21. तापमानाची विपरीतता म्हणजे ....
   (1) वाढत्या उंचीबरोबर तापमान कमी होणे.
   (2) वाढत्या उंचीबरोबर तापमान स्थिर होणे.
   (3) वाढत्या उंचीबरोबर तापमान वाढणे.
   (4) वरीलपैकी कोणतेही नाही.
22. 'ध्रुव अणुभट्टी' कोणत्या ठिकाणी आहे ?
   (1) नरोरा (2) मद्रास (3) कोटा (4) मुंबई
23. हवामानावर परिणाम करणारा सर्वांत महत्त्वाचा घटक ....
   (1) वारे (2) वृष्टी (3) तापमान (4) वायुभार
24. पृथ्वी आपल्या आसाभोवती .... फिरते.
   (1) पूर्वेकडून पश्चिमेकडे (2) दक्षिणेकडून उत्तरेकडे
   (3) उत्तरेकडून दक्षिणेकडे (4) पश्चिमेकडून पूर्वेकडे
25. 'लॅप्सरेट' हे खालीलपैकी एकाचे मोजमाप करण्याचे परिमाण आहे ?
   (1) समुद्राची खोली (2) हवेचा दाब
   (3) हवेचे तापमान (4) पर्जन्य
26. वेगनर या शास्त्रज्ञाच्या मते पृथ्वी निर्माण झाली तेव्हा एकच खंड होता. त्याला त्याने खालीलपैकी कोणते नाव दिले ?
   (1) टेथिस (2) पँजिया (3) अंटार्क्टिका (4) वेगनर
27. भारताला .... किलोमीटर लांबीची भूसीमा लाभली आहे.
   (1) 10,475 (2) 15,200 (3) 16,720 (4) 21,105

उत्तरसूची

1. (3)	2. (2)	3. (3)	4. (1)	5. (1)	6. (2)	7. (4)	8. (2)
9. (3)	10. (2)	11. (1)	12. (1)	13. (1)	14. (4)	15. (3)	16. (4)
17. (2)	18. (3)	19. (3)	20. (2)	21. (3)	22. (4)	23. (3)	24. (4)
25. (3)	26. (2)	27. (2)					

★★★

MPSC : PSI/STI/ASST. पूर्व परीक्षा : 1 ऑगस्ट, 1998

1. महाराष्ट्र सरकार प्रकाशित करीत असलेले नियतकालिक ....
(1) लोकराज्य (2) अपना देश
(3) महाराष्ट्र टाईम्स (4) यांपैकी कोणतेही नाही.
2. महाराष्ट्रात कुटुंबनियोजन कार्यक्रम जिल्हा परिषदेकडे कोणत्या वर्षी सुपूर्द करण्यात आला ?
(1) 1966 (2) 1967 (3) 1968 (4) 1969
3. जगातील सर्वांत मोठे बेट कोणते ?
(1) टास्मानिया (2) ग्रीनलँड
(3) आईसलँड (4) भारत
4. भारतात डिसेंबर महिन्यात कोणत्या ठिकाणी अधिक वेळ सूर्यप्रकाश असतो ?
(1) मद्रास (2) कोईमतूर (3) कन्याकुमारी (4) बंगलोर
5. जगात सर्वांत जास्त चांदीचे उत्पादन कोठे होते ?
(1) अमेरिका (2) भारत
(3) रशिया (4) मेक्सिको
6. उत्तर प्रदेशातील सारनाथ कशासाठी प्रसिद्ध आहे ?
(1) कुंभमेळा (2) बौद्धस्तूप
(3) तेलक्षेत्र (4) हातमाग उद्योग
7. पाचगणी हे महाराष्ट्रातील थंड हवेचे प्रसिद्ध ठिकाण खालीलपैकी कोणत्या जिल्ह्यात आहे ?
(1) पुणे (2) रत्नागिरी (3) कोल्हापूर (4) सातारा
8. खालीलपैकी शहरांची कोणती एक जोडी कुंभार्ली घाटातून जाणाऱ्या रस्त्याने परस्परांशी जोडली आहे ?
(1) कोल्हापूर व रत्नागिरी (2) सांगली व मालवण
(3) कराड व चिपळूण (4) पुणे व सातारा
9. खालीलपैकी कोणती नदी कोकणातील सर्वांत जास्त लांबीची आहे ?
(1) मुचकुंदी (2) शास्त्री (3) वशिष्ठी (4) उल्हास
10. पुणे जिल्ह्यातील कोणते नगर बटाट्याच्या व्यापारासाठी प्रसिद्ध आहे ?
(1) भोर (2) नीरा (3) जुन्नर (4) इंदापूर
11. पुढीलपैकी कोणती जोडी अचूक आहे ?

	नदी	जिल्हा
(1)	गोदावरी	पुणे
(2)	तापी	नाशिक
(3)	कृष्णा	सातारा
(4)	भीमा	ठाणे

12. 1991 च्या खानेसुमारीनुसार महाराष्ट्रातील .... लोकसंख्या साक्षर होती.
(1) 52.42% (2) 63.1% (3) 78.25% (4) 84.36%
13. खालीलपैकी कोणत्या एका जिल्ह्यात साखरेचे सर्वाधिक उत्पादन होते ?
(1) सातारा (2) पुणे (3) सोलापूर (4) अहमदनगर
14. खालीलपैकी कोणत्या जिल्ह्यात चामडी वस्तू बनविण्याचा उद्योग मोठ्या प्रमाणात चालतो ?
(1) कोल्हापूर (2) सांगली
(3) सातारा (4) सिंधुदुर्ग
15. खंडवहनाचा सिद्धान्त .... या शास्त्रज्ञाने मांडला.
(1) आर्थर होम्स (2) डब्ल्यू.एम. डेव्हिस
(3) हॉन-वायझेकर (4) आल्फ्रेड वेगनर
16. समुद्रप्रवाह व देश दाखविणाऱ्या खालील जोड्यांपैकी कोणती जोडी बरोबर आहे ?
(1) क्युरोसिवो - कांगो (2) लॅब्रोडोर - कॅनडा
(3) बेंग्वेला - यू.एस.ए. (4) गल्फ प्रवाह - जपान
17. कोणते विधान दक्षिण फ्रान्सबाबत बरोबर आहे ?
(1) लाकूडतोड हा तेथील महत्त्वाचा व्यवसाय आहे.
(2) मद्य बनविणे हा तेथील पारंपरिक उद्योग आहे.
(3) सोन्याच्या खाणीत काम करणे हा तेथील मोठा व्यवसाय आहे.
(4) शिकार करणे हा तेथील पारंपरिक व्यवसाय आहे.
18. खालीलपैकी कोणता देश खनिजतेलासाठी प्रसिद्ध आहे ?
(1) अर्जेंटिना (2) व्हेनेझुएला
(3) दक्षिण आफ्रिका (4) चिली
19. खालीलपैकी अचूक जोडी कोणती ?
(1) उष्ण कटिबंधीय जंगल - महोगनी
(2) मोसमी जंगल - पाईन (3) सूचीपर्णी जंगल - साग
(4) निमओसाड जंगल - पांढरा ओक
20. खालीलपैकी कोणती जोडी बरोबर जुळली आहे ?
(1) स्टेप्स - युरेशिया (2) प्रेअरीज - दक्षिण अमेरिका
(3) पम्पास - आफ्रिका (4) व्हेल्ड - उत्तर अमेरिका
21. पृथ्वीचा व्यास .... आहे.
(1) 64,000 कि.मी. (2) 12,800 कि.मी.
(3) 25,000 कि.मी. (4) 40,000 कि.मी.
22. मँगेनीजच्या उत्पादनात महाराष्ट्राचा भारतात .... क्रमांक लागतो.
(1) पहिला (2) दुसरा (3) तिसरा (4) चौथा
23. भारतातून परदेशात मालवाहतूक आणि प्रवासी नेण्याचे काम खालीलपैकी कोणती विमानसेवा करते ?
(1) इंडियन एअरलाइन्स (2) वायुदूत
(3) पवनहंस (4) एअर इंडिया
24. भारतातील पहिला कागद कारखाना .... या राज्यात उभारला गेला.
(1) आंध्र प्रदेश (2) हिमाचल प्रदेश
(3) उत्तर प्रदेश (4) पश्चिम बंगाल
25. 1950 साली नियोजन मंडळाची स्थापना .... झाली.
(1) संसदेच्या कायद्यामुळे (2) राष्ट्रपतींच्या वटहुकूमामुळे
(3) केंद्रीय मंत्रिमंडळाच्या आदेशामुळे
(4) घटनेतील तरतुदीनुसार
26. भारतात सरासरी भू-धारण क्षेत्राचे आकारमान घटत आहे. कारण ......
(1) वाढती लोकसंख्या (2) ग्रामीण कर्जबाजारीपणा
(3) ग्रामीण भागातील निरक्षरता
(4) शहरीकरण
27. 'हरित क्रांती' कार्यक्रमाची सुरुवात .... साली झाली.
(1) 1956 (2) 1960 (3) 1965 (4) 1970
28. राष्ट्रीय 'किमान गरजा कार्यक्रम' .... द्वारा प्रथमच सुरू करण्यात आला.
(1) तिसरी पंचवार्षिक योजना (2) चौथी पंचवार्षिक योजना
(3) पाचवी पंचवार्षिक योजना (4) सहावी पंचवार्षिक योजना
29. 1966-1969 हा कालखंड .... म्हणून ओळखला जातो.
(1) नियोजनाची सुटी (2) तिसऱ्या योजनेचा कालखंड
(3) चौथ्या योजनेचा कालखंड
(4) योजनेचा आराखडा तयार करण्याचा कालखंड
30. सातव्या योजनेच्या काळात सर्वांत जास्त रक्कम .. यावर खर्ची पडली.
(1) शेती (2) ऊर्जानिर्मिती
(3) ग्रामीण विकास (4) सामाजिक सेवा
31. महाराष्ट्र राज्य वित्तीय महामंडळ .... ला कर्जपुरवठा करते.
(1) लघू व मध्यम उद्योग (2) मोठे उद्योग
(3) शेती (4) बहुराष्ट्रीय कंपन्या
32. एकात्मिक ग्रामीण विकास योजनेची सुरुवात .... काळात झाली.
(1) दुसऱ्या (2) चौथ्या (3) पाचव्या (4) सहाव्या
33. भारतीय नियोजन मंडळाचे अध्यक्ष .... हे असतात.
(1) पंतप्रधान (2) भारताचे नियोजन मंत्री
(3) भारताचे अर्थमंत्री (4) भारताचे वाणिज्य मंत्री
34. खालीलपैकी कोणते 'धर्माधिष्ठित' राज्य आहे ?
(1) भारत (2) नेपाळ (3) श्रीलंका (4) इंग्लंड
35. मॅकमोहन रेषा .... या दोन देशांमधील सीमारेषा निश्चित करते.
(1) भारत व चीन (2) भारत व रशिया
(3) पाकिस्तान व अफगाणिस्तान
(4) चीन व पाकिस्तान
36. 1954 साली कोणत्या देशांमध्ये झालेल्या करारात 'पंचशील' तत्त्वांचा स्वीकार करण्यात आला ?
(1) भारत व पाकिस्तान (2) भारत व श्रीलंका
(3) भारत व चीन
(4) भारत व सोव्हिएत युनियन रशिया

उत्तरसूची

1. (1)	2. (1)	3. (2)	4. (3)	5. (4)	6. (2)	7. (4)	8. (3)
9. (4)	10. (3)	11. (3)	12. (2)	13. (4)	14. (1)	15. (4)	16. (2)
17. (2)	18. (2)	19. (1)	20. (1)	21. (2)	22. (1)	23. (4)	24. (4)
25. (2)	26. (1)	27. (3)	28. (3)	29. (1)	30. (2)	31. (1)	32. (4)
33. (1)	34. (2)	35. (1)	36. (3)				

★★★

MPSC : PSI/STI/ASST. पूर्व परीक्षा : 14 सप्टेंबर, 1997

1. धाराशीव हे मराठवाड्यातील .... शहराचे नवे नाव आहे.
(1) औरंगाबाद (2) बीड
(3) उस्मानाबाद (4) नांदेड

2. भारतातील कोणते राज्य 'वाघांचे राज्य' म्हणून गणले जाते ?
(1) मध्य प्रदेश (2) उत्तर प्रदेश
(3) आंध्र प्रदेश (4) आसाम

3. 'जागतिक ग्राहक दिन' .... या तारखेला साजरा करण्यात आला.
(1) 22 मार्च, 1997 (2) 15 मार्च, 1997
(3) 15 फेब्रुवारी, 1997 (4) 17 जानेवारी, 1997

4. बरोबर बारा तासांचा दिवस व बारा तासांची रात्र असणारा वर्षातील दिवस कोणता ?
(1) 14 जानेवारी (2) 21 फेब्रुवारी
(3) 25 मार्च (4) 21 मार्च

5. विषुववृत्तावर दिवसाचा कालावधी किती तासांचा असतो ?
(1) 10 तास (2) 12 तास (3) 14 तास (4) 16 तास

6. पृथ्वीपेक्षा सूर्य आकारमानाने किती पटीने मोठा आहे ?
(1) 1,000 पट (2) 10,000 पट
(3) 1,00,000 पट (4) 13,00,000 पट

7. भूमध्य सागरी हवामान प्रदेशाचे वैशिष्ट्य कोणते ?
(1) फळे व फुले (2) शिकार
(3) मुसळधार पाऊस (4) वर्षभर पाऊस

8. किरगीज लोकांचे मुख्य पेय कोणते ?
(1) चहा (2) क्युमिस (3) कॉफी (4) कोको

9. महाराष्ट्रामध्ये कापसाच्या पिकासाठी कोणत्या प्रकारची जमीन आवश्यक आहे ?
(1) जांभ्याची मृदा (2) रेगूर
(3) चिकणमाती (4) तपकिरी करडी

10. ताडोबा राष्ट्रीय उद्यान महाराष्ट्राच्या .... या जिल्ह्यात आहे.
(1) चंद्रपूर (2) भंडारा
(3) गडचिरोली (4) वर्धा

11. सिंधुदुर्ग जिल्ह्याची निर्मिती .... साली झाली.
(1) 1980 (2) 1981 (3) 1985 (4) 1991

12. 'अश्व अक्षांश' म्हणजे ....
(1) 0 अंश अक्षांश (2) 30 अंश अक्षांश
(3) 60 अंश अक्षांश (4) 66, 1/2 अंश अक्षांश

13. 'मूळ रेखावृत्त' या शहरातून जाते ....
(1) ग्रीनविच (2) अलाहाबाद
(3) टोकियो (4) न्यूयॉर्क

14. महाराष्ट्रातील खालीलपैकी कोणती एक मृदा फळबागायतीस अधिक सोईची व अनुकूल आहे ?
(1) लॅटेराईट (2) रेगूर
(3) ॲल्यूव्हियल (4) यांपैकी कोणतीही नाही.

15. खालीलपैकी कोणते एक शहर बाव दरवाजांचे शहर म्हणून ओळखले जाते ?
(1) अमरावती (2) औरंगाबाद
(3) सांगली (4) सातारा

16. 'जायकवाडी प्रकल्प' कोणत्या नदीवर आहे ?
(1) कृष्णा (2) गोदावरी (3) तापी (4) नर्मदा

17. अजिंठा व वेरूळ ही जगप्रसिद्ध लेणी .... या जिल्ह्यात आहेत.
(1) औरंगाबाद (2) जळगाव
(3) नाशिक (4) अहमदनगर

18. .... कालवा अमेरिकेची संयुक्त संस्थाने यांना महत्त्वाचा आहे.
(1) सुएझ (2) पनामा (3) कील (4) मँचेस्टर

19. खालीलपैकी कोणती नदी युरोपातील नाही ?
(1) नाईल (2) व्होल्गा (3) डॅन्यूब (4) ऱ्हाईन

20. खालीलपैकी कोणते शहर ऑस्ट्रेलियात आहे ?
(1) लिस्बन (2) रोम (3) पर्थ (4) व्हिएन्ना

21. कोणते विधान 'नागार्जुन सागर' प्रकल्पाबाबत बरोबर आहे ?
(1) ते कृष्णा नदीवर महाराष्ट्रात बांधले आहे.
(2) ते कृष्णा नदीवर आंध्र प्रदेशात बांधले आहे.
(3) ते कावेरी नदीवर कर्नाटकात बांधले आहे.
(4) ते कावेरीवर तमिळनाडूत बांधले आहे.

22. खालीलपैकी कोणते बंदर भारताच्या पूर्व किनाऱ्यावर नाही ?
(1) कोलकता (2) विशाखापट्टणम
(3) मंगलोर (4) तुतीकोरीन

23. राष्ट्रीय योजना आयोगाची स्थापना .... साली झाली.
(1) 26 जानेवारी, 1950 (2) 26 नोव्हेंबर, 1950
(3) 15 मार्च, 1950 (4) 15 ऑगस्ट, 1947

24. नॅशनल इन्स्टिट्यूट ऑफ ओशिओनॉग्राफी .... येथे आहे.
(1) विशाखापट्टणम (2) गोवा
(3) मद्रास (4) मुंबई

25. .... हे सातवी पंचवार्षिक योजना सुरू झाल्याचे वर्ष आहे.
(1) 1984 (2) 1985 (3) 1986 (4) 1987

26. 20 कलमी कार्यक्रम कोणी सुरू केला ?
(1) जवाहरलाल नेहरू (2) लाल बहादूर शास्त्री
(3) श्रीमती इंदिरा गांधी (4) मोरारजी देसाई

उत्तरसूची

1. (3)	2. (1)	3. (2)	4. (4)	5. (2)	6. (4)	7. (1)	8. (2)
9. (2)	10. (1)	11. (2)	12. (2)	13. (1)	14. (1)	15. (2)	16. (2)
17. (1)	18. (2)	19. (1)	20. (3)	21. (2)	22. (3)	23. (3)	24. (2)
25. (2)	26. (3)						

MPSC : PSI पूर्व परीक्षा : 3 मार्च, 1996

1. ऑक्टोबर 1995 चे खग्रास सूर्यग्रहण भारतात कोठून पूर्णपणे दिसले होते?
(1) मुंबई (2) कोलकता (3) अहमदाबाद (4) चेन्नई
2. अजिंठा-वेरूळ येथील गुंफाची देखभाल खालीलपैकी कोणत्या संस्थेमार्फत केली जाते ?
(1) भारतीय पर्यटन विकास महामंडळ
(2) महाराष्ट्र पर्यटन विकास महामंडळ
(3) भारतीय पुरातन वस्तू जतन विभाग (4) युनेस्को
3. (अ) विषुववृत्तीय प्रदेशात ऋतू बदलत नाहीत.
(ब) तेथे वर्षभर तापमान सारखे असते.
(1) (अ) व (ब) बरोबर असून (ब) हे (अ) चे योग्य कारण आहे.
(2) (अ) व (ब) बरोबर असून (ब) हे (अ) चे योग्य कारण नाही.
(3) (अ) बरोबर, (ब) चूक (4) (अ) चूक, (ब) बरोबर
4. महाराष्ट्रात कमाल पावसाचे प्रमाण कोणत्या ठिकाणी आहे ?
(1) महाबळेश्वर (2) चिखलदरा
(3) आंबोली (4) रत्नागिरी
5. विदर्भातील थंड हवेचे ठिकाण खालीलपैकी कोणते ?
(1) महाबळेश्वर (2) माथेरान
(3) चिखलदरा (4) पाचगणी
6. महाराष्ट्राचा भूप्रदेश कोणत्या हवामानाच्या पट्ट्यात येतो ?
(1) समशीतोष्ण (2) विषुववृत्तीय
(3) उष्ण कटिबंधीय (4) सुदानी
7. खालीलपैकी महाराष्ट्रातील सर्वांत मोठी नदी कोणती ?
(1) कृष्णा (2) नर्मदा (3) गोदावरी (4) भीमा
8. (अ) पृथ्वी सूर्याभोवती फिरते. (ब) सूर्य पृथ्वीभोवती फिरतो.
(क) सूर्य व चंद्र पृथ्वीभोवती फिरतात. यापैकी -
(1) फक्त (अ) बरोबर (2) (अ) व (ब) बरोबर
(3) (अ), (ब) व (क) चूक (4) (ब) व (क) बरोबर
9. बेसाल्ट खडकांच्या बाबतीत योग्य विधान कोणते ?
(अ) हा खडक ज्वालामुखीच्या उद्रेकामुळे झालेल्या लाव्हारसामुळे तयार झाला.
(ब) लाव्हारस थंड झाल्याने कठीण बनला.
(क) हे खडक जांभळ्या रंगाचे असतात.
(ड) त्यांच्यात पाणी साठवून ठेवण्याची क्षमता जास्त असते.
(1) फक्त (अ) बरोबर (2) फक्त (अ) व (ब) बरोबर
(3) फक्त (अ), (क) व (ड) बरोबर
(4) वरील सर्व.
10. पृथ्वीच्या उत्तर/दक्षिण ध्रुवाकडे चालत गेल्यास कोणत्या रेखा किंवा अक्षवृत्तावर पृथ्वीच्या भूपृष्ठाचा शेवट होतो ?
(1) 90° अक्षांश (2) 60° अक्षांश
(3) 180° अक्षांश (4) 360° रेखांश
11. विषुववृत्तीय पट्ट्यातील तापमान खालीलपैकी कसे असते ?
(1) वर्षभर कोरडे व उष्ण (2) पावसाळ्यात दमट व उष्ण
(3) वर्षभर उष्ण व दमट (4) हिवाळ्यात दमट व थंड
12. भूमध्य सामुद्रिक हवामानाच्या प्रदेशात कोणत्या प्रकारची वनस्पती आढळते ?
(1) साग, आंबा, चिंच, ओक, लार्च
(2) सदाहरित, ओक, ऑलिव्ह, संत्री, द्राक्षे
(3) नारळ, सुपारी, साग, आक्रोड
(4) देवदार, पाइन, स्प्रूस, फर
13. खालीलपैकी महाराष्ट्रातील संत्र्याचा प्रदेश कोणता ?
(1) नाशिक (2) नागपूर (3) चंद्रपूर (4) खानदेश
14. खालीलपैकी महाराष्ट्रातील 'सर्वांत जुने धरण' कोणते ?
(1) गंगापूर (2) कोयना (3) जायकवाडी (4) भंडारदरा
15. महाराष्ट्रात 'मँगेनीज शुद्धीकरण प्रकल्प' कोठे आहे ?
(1) नागपूर (2) चंद्रपूर (3) कन्हान (4) तुमसर
16. सर्वांत जास्त साखर उत्पादन कोणत्या विभागात होते ?
(1) मराठवाडा (2) विदर्भ
(3) पश्चिम महाराष्ट्र (4) दक्षिण महाराष्ट्र
17. महाराष्ट्रातील 'सर्वांत मोठा कत्तलखाना' कोठे आहे ?
(1) देवनार (2) तुर्भे (3) भिवंडी (4) निजामपूर
18. 1996 साली महाराष्ट्रात एकूण किती जिल्हे होते ?
(1) 25 (2) 26 (3) 29 (4) 31
19. पृथ्वीचा ध्रुवीय व्यास .... कि.मी. आहे.
(1) 12,547 (2) 12,739 (3) 12,714 (4) 12,758
20. 'प्रेअरीज व स्टेप्स' हा प्रदेश कोणत्या भागात येतो ?
(1) समशीतोष्ण (2) उष्ण कटिबंधीय
(3) विषुववृत्तीय (4) भूमध्य सामुद्रिक
21. पृथ्वीच्या पृष्ठभागाच्या मध्यातून जाणाऱ्या काल्पनिक वर्तुळास .... म्हणतात.
(1) विषुववृत्त (2) कर्कवृत्त
(3) मकरवृत्त (4) अंटार्क्टिका वृत्त
22. नदी व तिचा उगम याबाबत योग्य जोडी कोणती ?
(1) गोदावरी - पश्चिम घाट (2) कावेरी - निलगिरी
(3) वर्धा - विंध्याचल (4) कृष्णा - पूर्व घाट
23. कृष्णा नदीचा उगम कोठे झाला आहे ?
(1) महाबळेश्वर (2) सातारा
(3) त्र्यंबकेश्वर (4) भीमाशंकर
24. एखाद्या स्थानाची नैसर्गिक परिस्थिती कशावर अवलंबून असते ?
(1) पाणी (2) तापमान (3) वातावरण (4) वरील सर्व
25. भारतातील सर्वांत मोठा उद्योगधंदा कोणता ?
(1) लोह व पोलाद उद्योग (2) कापड उद्योग
(3) ताग उद्योग (4) विडी उद्योग
26. रोजगार हमी योजना भारतात सर्वप्रथम .... या राज्यात सुरू झाली.
(1) पंजाब (2) गुजरात (3) महाराष्ट्र (4) प. बंगाल
27. चौथ्या पंचवार्षिक योजनेचे कोणते मुख्य उद्दिष्ट होते ?
(1) दारिद्र्यरेषेखालील जनतेच्या किमान गरजा भागविणे.
(2) शेती व जलसिंचनावर भर देणे.
(3) मूलभूत व जड उद्योगधंद्यांवर भर देणे.
(4) उत्पादनातील विषमता दूर करणे.
28. तार व पोस्ट खाते खालीलपैकी कोणत्या गव्हर्नर जनरलच्या कारकिर्दीत सुरू झाले ?
(1) लॉर्ड कर्झन (2) लॉर्ड हार्डिंग
(3) लॉर्ड रीडिंग (4) लॉर्ड डलहौसी

उत्तरसूची

1. (2)	2. (1)	3. (1)	4. (3)	5. (3)	6. (3)	7. (3)	8. (1)
9. (4)	10. (1)	11. (3)	12. (2)	13. (2)	14. (1)	15. (3)	16. (3)
17. (1)	18. (4)	19. (3)	20. (1)	21. (1)	22. (1)	23. (1)	24. (4)
25. (2)	26. (3)	27. (1)	28. (4)				

★★★

MPSC : STI/ASST. पूर्व परीक्षा : 8 सप्टेंबर, 1996

1. 16 जुलै, 1994 रोजी 'शुमेकर-लेव्ही 9' हा धुमकेतू एका ग्रहावर कोसळला, त्या ग्रहाचे नाव काय ?
(1) मंगळ (2) शुक्र (3) गुरु (4) शनी
2. भारतात सर्वांत जास्त लोकसंख्येची घनता खालीलपैकी कोणत्या राज्यात आहे ?
(1) महाराष्ट्र (2) उत्तर प्रदेश (3) प. बंगाल (4) बिहार
3. भारतातील कोणता उद्योग सर्वांत जास्त रोजगार पुरवितो ?
(1) लोखंड (2) वस्त्रोद्योग (3) साखर (4) सिमेंट
4. 1991 च्या जनगणनेप्रमाणे खालील शहरांच्या लोकसंख्येच्या उतरत्या क्रमाने असलेला पर्याय कोणता ?
(1) ठाणे, सोलापूर, कल्याण, नाशिक, औरंगाबाद
(2) कल्याण, ठाणे, नाशिक, सोलापूर, औरंगाबाद
(3) औरंगाबाद, ठाणे, सोलापूर, कल्याण, नाशिक
(4) नाशिक, औरंगाबाद, ठाणे, कल्याण, सोलापूर
5. कोणते ठिकाण ऑइल इंजीन उत्पादनासाठी प्रसिद्ध आहे ?
(1) रत्नागिरी (2) किर्लोस्करवाडी
(3) जळगाव (4) येवले
6. लोकसेवा आयोगाचा मुख्य उद्देश हा आहे ....
(1) अपात्र व्यक्तींना बाहेर ठेवणे व उत्तमांची नोकरीकरिता निवड करणे.
(2) राष्ट्रीय एकता व एकात्मता सुलभ करणे.
(3) जनतेचे सेवकवर्गाशी असलेले संबंध सुधारणे.
(4) प्रशासनात शिस्त निर्माण करणे.
7. प्रगत राष्ट्रांच्या ऊर्जानिर्मितीचा महत्त्वाचा स्रोत कोणता ?
(1) वारा (2) पाणी (3) सौर (4) अणू
8. पश्चिम युरोपियन देशांमध्ये दुग्धव्यवसाय प्रसिद्ध आहे. कारण तेथे .... आढळते.
(1) दाट लोकसंख्या (2) थंड हवामान
(3) पुष्कळ गवताळ कुरणे (4) सधन लोकसंख्या
9. तैगा वने .... कटिबंधात आढळतात.
(1) उष्ण (2) उपोष्ण (3) शीत (4) समशीतोष्ण
10. महाराष्ट्र राज्याच्या उत्तर सीमेवर कोणता पर्वत आहे ?
(1) सह्याद्री (2) सातपुडा
(3) मेळघाट (4) सातमाळा
11. कोणत्या नदीला 'दक्षिण भारताची गंगा' म्हणतात ?
(1) कोयना (2) वारणा (3) गोदावरी (4) कृष्णा
12. महाराष्ट्रामधील 'सर्वांत मोठा जलसिंचन बहूद्देशीय प्रकल्प' कोणता ?
(1) जायकवाडी (2) कोयना
(3) मुळा (4) भंडारदरा
13. महाराष्ट्र राज्यामध्ये 'अजंठा-एलोरा लेणी' कोणत्या जिल्ह्यात आहेत ?
(1) नांदेड (2) नाशिक (3) औरंगाबाद (4) अकोला
14. मँगेनीज व कच्चे लोखंड यांच्या खाणकामासाठी प्रसिद्ध असलेले 'रेडी' हे गाव महाराष्ट्राच्या .... जिल्ह्यात आहे.
(1) रत्नागिरी (2) रायगड
(3) ठाणे (4) सिंधुदुर्ग
15. प्रत्येक एक अंश रेखावृत्तावर होणारा स्थानिक वेळेतील बदल .... होतो.
(1) 1 मिनिट (2) 2 मिनिटे
(3) 3 मिनिटे (4) 4 मिनिटे
16. फिलाडेल्फिया शहर 75 अंश पश्चिम रेखावृत्तावर आहे. तेथील स्थानिक वेळेनुसार सकाळचे सहा वाजले असतील तर 75 अंश पूर्व रेखावृत्तावर असलेल्या कोटा येथे स्थानिक वेळेनुसार किती वाजले असतील ?
(1) दुपारनंतर 10 (2) दुपारनंतर 4
(3) दुपारनंतर 6 (4) वरीलपैकी कोणतेही नाही.
17. खालील विधाने वाचा व अचूक पर्याय शोधा.
(ए) कोकणात जमिनीची धूप मोठ्या प्रमाणावर होते.
(आर) बेसुमार जंगलतोड आणि कुरणांचा अनिर्बंध वापर कोकणात मोठ्या प्रमाणावर होतो.
(1) (ए) व (आर) दोन्ही विधाने सत्य आहेत व (आर) हे (ए) चे अचूक स्पष्टीकरण आहे.
(2) (ए) व (आर) ही दोन्ही विधाने सत्य आहेत. परंतु (आर) हे (ए) चे अचूक कारण नाही.
(3) (ए) हे विधान सत्य आहे. पण (आर) हे विधान असत्य आहे.
(4) (ए) हे विधान असत्य आहे. पण (आर) हे विधान सत्य आहे.
18. कोणत्या एका ठिकाणी सर्वाधिक पाऊस पडतो ?
(1) अलिबाग (2) आंबोली
(3) रत्नागिरी (4) गडचिरोली
19. खालीलपैकी कोणते एक शहर कृष्णा नदीकाठी वसले आहे ?
(1) वाई (2) आळंदी (3) नेवासे (4) पंढरपूर
20. भारतातील कोणत्या राज्यात कालव्यांद्वारे शेतीला सर्वांत जास्त पाणी पुरवठा होतो ?
(1) हरियाणा (2) महाराष्ट्र
(3) उत्तर प्रदेश (4) पंजाब
21. सूर्यग्रहण होते तेव्हा ....
(1) पृथ्वी आणि चंद्र यांच्यामध्ये सूर्य येतो.
(2) पृथ्वी आणि सूर्य यांच्यामध्ये चंद्र येतो.
(3) चंद्र आणि सूर्य यांच्यामध्ये पृथ्वी येते.
(4) पृथ्वी, सूर्य आणि चंद्र एका सरळ रेषेत नसतात.
22. खालीलपैकी कोणत्या एका ठिकाणी रसायननिर्मिती उद्योग मोठ्या प्रमाणावर चालतो ?
(1) पुणे (2) माधवनगर (3) सोलापूर (4) अंबरनाथ
23. कोणता नैसर्गिक प्रदेश 'शिकाऱ्यांचे नंदनवन' म्हणून प्रसिद्ध आहे ?
(1) मोसमी (2) सॅव्हाना (3) विषुववृत्तीय (4) वाळवंटी
24. भारतीय नियोजन मंडळाची स्थापना .... साली झाली.
(1) 1949 (2) 1950 (3) 1951 (4) 1948
25. पंचवार्षिक योजनांना अंतिम मंजुरी कोण देत असतो ?
(1) नियोजन मंडळ (2) राष्ट्रीय विकास परिषद
(3) वित्त मंत्री (4) भारताचे राष्ट्रपती
26. भारतातील सर्वांत मोठी औद्योगिक वित्तपुरवठा करणारी संस्था कोणती ?
(1) आय.सी.आय.सी.आय. (2) आय.डी.बी.आय.
(3) आय.एफ.सी.आय. (4) आय.आर.बी.आय.
27. महाराष्ट्राच्या रोजगार हमी योजनेचा उद्देश काय आहे ?
(1) रस्ते व धरणे बांधणे. (2) रोजगार हमी देणे.
(3) संपत्तीचे समान वाटप करणे.
(4) ग्रामीण अर्थव्यवस्था सुधारणे.
28. महाराष्ट्रात पीक विमा योजना केव्हापासून सुरू झाली ?
(1) 1980-81 (2) 1981-82
(3) 1984-85 (4) 1985-86
29. एकात्मिक ग्रामीण विकास योजनेची सुरुवात .... साली झाली.
(1) 1974-75 (2) 1980-81
(3) 1971-72 (4) 1961-62
30. खालीलपैकी कोणत्या जिल्ह्यात तेलबियांचे सर्वाधिक उत्पादन होते ?
(1) सांगली (2) धुळे (3) परभणी (4) पुणे
31. आंतरराष्ट्रीय वाररेषा निश्चित करण्याचे कार्य करणारा शास्त्रज्ञ ....
(1) व्हॉन वायझॅकर (2) हेन्री वेग्नर
(3) प्राध्यापक डेव्हिडसन (4) ऑर्थर होम्स
32. समोच्चता रेषांमुळे भूरूपाचे स्वरूप कळते कारण ....
(1) या रेषा उतार दर्शवितात.
(2) निरनिराळ्या भागात त्या कमी-जास्त प्रमाणात काढलेल्या असतात.
(3) समान उंचीची ठिकाणे जोडलेली असतात.
(4) चढावानुरूप समोच्चता रेषा बदलतात.
33. महाराष्ट्रातील .... हा पर्वतीय प्रदेश मृत ज्वालामुखीचे उदाहरण आहे.
(1) सह्याद्री (2) सातपुडा
(3) महादेव डोंगर (4) अजिंठा टेकड्या

उत्तरसूची

1.	(3)	2.	(3)	3.	(2)	4.	(2)	5.	(2)	6.	(1)	7.	(4)	8.	(2)
9.	(4)	10.	(2)	11.	(3)	12.	(1)	13.	(3)	14.	(4)	15.	(4)	16.	(2)
17.	(1)	18.	(2)	19.	(1)	20.	(3)	21.	(2)	22.	(4)	23.	(2)	24.	(2)
25.	(2)	26.	(2)	27.	(2)	28.	(4)	29.	(2)	30.	(3)	31.	(3)	32.	(3)
33.	(4)														

★★★

MPSC : STI पूर्व परीक्षा : 1 सप्टेंबर, 1995

1. थायलंडची राजधानी खालीलपैकी कोणते शहर आहे ?
(1) सयाम (2) जकार्ता (3) सिंगापूर (4) बँकॉक

2. 'अथेन्स शहर' खालीलपैकी कोणत्या देशात आहे ?
(1) रोम (2) इटली (3) फ्रान्स (4) ग्रीस

3. खालीलपैकी बरोबर जोडी कोणती ?
(1) पृथ्वी-उपग्रह (2) अग्नी-पाणबुडी
(3) नाग-रणगाडा (4) पृथ्वी-क्षेपणास्त्र

4. 'जागतिक साक्षरता दिन' कोणता ?
(1) 18 सप्टेंबर (2) 13 मे
(3) 5 जून (4) 8 सप्टेंबर

5. भारतातील सर्वांत मोठी मशीद खालीलपैकी कोणती ?
(1) जामा मशीद-विजापूर (2) जामा मशीद-दिल्ली
(3) जामा मशीद-आग्रा (4) शाही मशीद-नवी दिल्ली

6. 'सात बेटांचे शहर' खालीलपैकी कोणते ?
(1) मुंबई (2) रोम (3) लंडन (4) न्यूयॉर्क

7. मार्को पोलोचा देश खालीलपैकी कोणता ?
(1) फ्रान्स (2) पोलंड (3) जर्मनी (4) इटली

8. भारतातील पहिले साक्षर राज्य खालीलपैकी कोणते ?
(1) मिझोराम (2) तमिळनाडू
(3) केरळ (4) कर्नाटक

9. चंद्र मावळतो त्या वेळेस तो खालीलपैकी कसा दिसतो ?
(1) आहे तेवढाच (2) पूर्वीपेक्षा मोठा
(3) पूर्वीपेक्षा लहान (4) सुरुवातीला लहान नंतर मोठा

10. मध्य महाराष्ट्रात वस्ती कमी आहे कारण तेथील ....
(1) हवामान (2) पाणीपुरवठा (3) भूरचना (4) भूकंप

11. कोणते शहर दोन राष्ट्रीय महामार्गांनी जोडले गेले आहे ?
(1) अहमदनगर (2) अकोला
(3) धुळे (4) अमरावती

12. महाराष्ट्रात 'अणुसंशोधन केंद्र' खालीलपैकी कोठे आहे ?
(1) उरण (2) तुर्भे (3) कल्पक्कम (4) तारापूर

13. खालीलपैकी कोणती नदी 'बैतूल' येथे उगम पावते ?
(1) तापी (2) पैनगंगा (3) वैनगंगा (4) नर्मदा

14. कोकण किनारपट्टी व अरबी समुद्र यातील अंदाजे अंतर खालीलपैकी किती आहे ?
(1) 30 ते 60 कि.मी. (2) 45 ते 70 कि.मी.
(3) 60 ते 75 कि.मी. (4) 50 ते 90 कि.मी.

15. मुंबई येथे असलेल्या 'बॉम्बे हाय' येथे काय मिळते ?
(1) नैसर्गिक वायू (2) फक्त खनिज तेल
(3) खनिज तेल व नैसर्गिक वायू (4) यांपैकी नाही.

16. इंग्लंड येथे सकाळी 9 वाजता सुरू झालेला क्रिकेट सामना भारतात किती वाजता दिसेल ?
(1) 3.30 दुपारी (2) 2.30 दुपारी
(3) 2.30 रात्री (4) 5.30 दुपारी

17. 'उपग्रह प्रक्षेपण केंद्र' भारतात खालीलपैकी कोठे आहे ?
(1) थुंबा (2) मद्रास
(3) श्रीहरीकोटा (4) बेंगलोर

18. मुंबई-पुणे या पट्ट्यात कारखानदारी फार वाढलेली आहे, कारण ....
(अ) दळणवळणाची साधने उपलब्ध
(ब) त्याच ठिकाणी किंवा जवळच कच्च्या मालाचा पुरवठा
(क) वीज व इतर साधने उपलब्ध
(ड) मुंबईहून तयार माल निर्यातीस उपयुक्त बंदर
यांपैकी योग्य पर्याय -
(1) 'अ' व 'ब' (2) 'अ' व 'क'
(3) 'अ', 'ब' व 'क' (4) 'अ', 'ब', 'क' व 'ड'

19. 1975 साली आदिवासी लोकांसाठी भारत सरकारने खालीलपैकी कोणती योजना सुरू केली ?
(1) विशेष कृती योजना (2) आदिवासी उपयोजना
(3) समुदाय विकास योजना (4) आदिवासी कल्याण योजना

20. गंगेच्या काठी वसलेले शहर खालीलपैकी कोणते ?
(1) अलाहाबाद (2) कटक
(3) कानपूर (4) कोलकता

21. 1,000 मि.मी. पावसाच्या प्रदेशात जमीन कशी असते ?
(1) काळी (2) तांबडी (3) रेताड (4) नापीक

22. कोणत्या नदीस 'दक्षिण गंगा' असे संबोधतात ?
(1) कृष्णा (2) भीमा (3) महानदी (4) कावेरी

23. 'चांदीपूर' खालीलपैकी कोठे आहे ?
(1) आसाम (2) आंध्र प्रदेश (3) बिहार (4) ओडिशा

24. 'पुष्कर सरोवर' खालीलपैकी कोठे आहे ?
(1) जम्मू-काश्मीर (2) आंध्र प्रदेश
(3) राजस्थान (4) तमिळनाडू

25. 'कर्नाळा' हे पक्षी अभयारण्य खालीलपैकी कोठे आहे ?
(1) चंद्रपूर (2) अमरावती (3) रायगड (4) ठाणे

26. 'कोयना धरण' खालीलपैकी कोणत्या राज्यात आहे ?
(1) आंध्र प्रदेश (2) महाराष्ट्र
(3) राजस्थान (4) ओडिशा

27. 'अ' हे ठिकाण 'ब' या ठिकाणाच्या 60 अंश पश्चिमेस आहे तर ....
(1) 'अ' येथील प्रमाणवेळ 'ब' च्या वेळेपेक्षा 4 तास मागे असेल.
(2) 'अ' येथील प्रमाणवेळ 'ब' च्या वेळेपेक्षा 4 तास पुढे असेल.
(3) 'अ' व 'ब' येथील प्रमाणवेळ सारखीच असेल.
(4) या दोन्ही ठिकाणच्या प्रमाणवेळांची तुलना करता येणार नाही.

28. सतत 12 तास दिवस व 12 तास रात्र कोठे असते ?
(1) कर्कवृत्त (2) मकरवृत्त
(3) विषुववृत्त (4) अंटार्क्टिका वृत्त

29. महाराष्ट्रात कूपनलिकांचे प्रमाण कमी आहे. कारण ....
(1) महाराष्ट्राचे भूपृष्ठ बेसॉल्ट या कठीण खडकांचे आहे.
(2) महाराष्ट्रात भूजल कमी प्रमाणात आहे.
(3) महाराष्ट्रात बाहेरून पाणीपुरवठा होतो.
(4) महाराष्ट्रात भूजल जमिनीत खूप खोलवर आहे.

30. महाराष्ट्रात कोणत्या भागात धरणे बांधणे शक्य नाही ?
(1) नैर्ऋत्य (2) आग्नेय (3) ईशान्य (4) वायव्य

31. गोदावरीवरील 'जायकवाडी धरण' कोठे आहे ?
(1) नेवासा (2) औरंगाबाद (3) अहमदनगर (4) पैठण

32. दिवसातून जरी दोन वेळा भरती येत असली तरी दोन भरत्यांमधील अंतर किती असते ?
(1) 12 तास 15 मि. (2) 12 तास 25 मि.
(3) 12 तास 10 मि. (4) 12 तास 30 मि.

33. उल्हास नदीत आता मासे सापडत नाहीत, कारण ....
(1) कारखान्यांच्या टाकाऊ पदार्थांचा प्रवाह उल्हास नदीत सोडल्यामुळे तेथील आम्लता वाढते.
(2) हवेच्या प्रदूषणामुळे
(3) त्यांचे कुपोषण झाल्यामुळे
(4) मासेमारी मोठ्या प्रमाणात वाढल्यामुळे

34. पाण्याने पृथ्वीचा किती टक्के भाग व्यापला आहे ?
(1) 73% (2) 75% (3) 80% (4) 71%

35. कोणत्या ठिकाणी वर्षभर दुपारची सावली तिरपी असते ?
(1) ध्रुवीय प्रदेश (2) कर्कवृत्त
(3) मकरवृत्त (4) विषुववृत्त

36. खालीलपैकी कोणती जमीन कसण्यास कठीण असते ?
(1) लाल (2) तांबडी (3) वालुकामय (4) चिकण

37. नांदेड जिल्ह्यातील जास्त जंगले असलेले ठिकाण कोणते ?
(1) किनवट (2) नांदेड (3) ताडोबा (4) वरील सर्व

38. (अ) ते बंदर महत्त्वाचे असल्याने व्यापारी केंद्र बनले आहे.
(ब) मुंबई हे एक महत्त्वाचे नैसर्गिक बंदर आहे.
(1) (अ) व (ब) बरोबर असून (ब) चे (अ) हे कारण आहे.
(2) (अ) व (ब) बरोबर परंतु (ब) चे (अ) हे कारण नाही.
(3) (अ) बरोबर पण (ब) चूक (4) दोन्हीही चूक

39. खालीलपैकी कोणता उद्योग पायाभूत मानला जातो ?
(1) सुती कापड उद्योग (2) लोह-पोलाद उद्योग
(3) साखर उद्योग (4) सिमेंट उद्योग

40. भारताची आर्थिक स्थिती मुख्यत्वेकरून खालीलपैकी कशावर अवलंबून आहे ?
(1) कृषिक्षेत्र (2) उद्योगधंदे
(3) निर्यात (4) परदेशी मदत

41. महाराष्ट्रात 'सर्वंकष पीक योजना' कधी सुरू झाली ?
(1) 1984-85 (2) 1990-91
(3) 1983-84 (4) 1985-86

उत्तरसूची

1.	(4)	2.	(4)	3.	(4)	4.	(4)	5.	(2)	6.	(1)	7.	(4)	8.	(3)
9.	(2)	10.	(3)	11.	(3)	12.	(2)	13.	(1)	14.	(2)	15.	(3)	16.	(2)
17.	(3)	18.	(4)	19.	(2)	20.	(1)	21.	(2)	22.	(4)	23.	(4)	24.	(3)
25.	(3)	26.	(2)	27.	(2)	28.	(3)	29.	(1)	30.	(3)	31.	(4)	32.	(2)
33.	(1)	34.	(4)	35.	(1)	36.	(3)	37.	(1)	38.	(1)	39.	(2)	40.	(1)
41.	(4)														

★★★

MPSC : STI पूर्व परीक्षा : 1 ऑक्टोबर, 1995

1. इस्रायलची राजधानी खालीलपैकी कोणती ?
(1) जेरुसलेम (2) दमास्कस
(3) तेल अवीव (4) तेहरान

2. 'सार्क' म्हणजे काय ?
(1) सात दक्षिण आशियाई राष्ट्रांची सहकारी संघटना
(2) प्रादेशिक सहकार्यासाठी दक्षिण आशियाई राष्ट्रांची संघटना
(3) हिंदी महासागरात सापडणारा मोठा मासा
(4) दक्षिण आशियाई राष्ट्रांची प्रादेशिक औद्योगिक वसाहत

3. भात व मासे हे कोणत्या प्रदेशातील लोकांचे प्रमुख अन्न आहे ?
(1) मराठवाडा (2) विदर्भ
(3) कोकण (4) पश्चिम महाराष्ट्र

4. भारतातील पाचवे आंतरराष्ट्रीय विमानतळ कोणते ?
(1) त्रिवेंद्रम (2) बंगलोर (3) नागपूर (4) अमृतसर

5. पहिला भारतीय उपग्रह अंतराळात कधी सोडण्यात आला ?
(1) 26 जानेवारी, 1975 (2) 19 एप्रिल, 1976
(3) 22 जून, 1979 (4) 19 एप्रिल, 1975

6. आधुनिक जगात सागरशास्त्राचा अभ्यास उत्तरोत्तर मोठ्या प्रमाणात करणे आवश्यक आहे, कारण ....
(1) सागरात अनेक मौल्यवान खनिजद्रव्ये सापडतात.
(2) त्यापासून मीठ, पाणी व मासे मिळतात.
(3) वाढत्या लोकसंख्येची आजची गरज भागविण्यासाठी महासागर उपयुक्त ठरतो.
(4) महासागर हे दळणवळणासाठी अतिशय उपयुक्त आहे.

7. गंगा नदी खालीलपैकी किती राज्यांतून वाहते ?
(1) एक (2) दोन (3) तीन (4) चार

8. खालीलपैकी थंड हवेचे ठिकाण कोणते नाही ?
(1) सिमला (2) पंचमढी
(3) ऋषिकेश (4) कोडाईकॅनॉल

9. 'सुंदरबन' खालीलपैकी कोणत्या ठिकाणी आहे ?
(1) गंगेच्या त्रिभुज प्रदेशात (2) तराईच्या प्रदेशात
(3) गोदावरी खोऱ्यात (4) ब्रह्मपुत्रा नदीच्या खोऱ्यात

10. 'सुएझ कालवा' कोणत्या दोन सागरांना जोडतो ?
(1) तांबडा समुद्र व भूमध्य समुद्र
(2) अटलांटिक महासागर व प्रशांत महासागर
(3) अरबी समुद्र व बंगालचा समुद्र
(4) प्रशांत महासागर व हिंदी महासागर

11. खालीलपैकी सर्वांत मोठा ग्रह कोणता ?
(1) गुरू (2) शनि (3) नेपच्यून (4) युरेनस

12. पृथ्वीवर दिवस व रात्र खालीलपैकी कशामुळे येतात ?
(1) पृथ्वीच्या परिवलनामुळे (2) पृथ्वीच्या परिभ्रमणामुळे
(3) पृथ्वीच्या वैश्विक गतीमुळे
(4) पृथ्वी, सूर्य व चंद्र यामध्ये असल्याने

13. 'बृहद्‌वर्तुळ' खालीलपैकी कशास म्हणतात ?
(1) अंटार्क्टिक वर्तुळ (2) मकरवृत्त
(3) विषुववृत्त (4) कर्कवृत्त

14. सर्वांत जास्त जंगलाखालील प्रदेश कोणत्या राज्यात आहे ?
(1) उत्तर प्रदेश (2) मध्य प्रदेश
(3) आसाम (4) हरियाणा

15. 'दिएगो गार्सिया' हे बेट कोणत्या महासागरात आहे ?
(1) हिंदी महासागर (2) अटलांटिक
(3) आर्क्टिक (4) पॅसिफिक

16. 'हिराकूड धरण' खालीलपैकी कोणत्या नदीवर आहे ?
(1) कावेरी (2) गोदावरी (3) महानदी (4) इरावती

17. केरळमधील 'सुती उद्योग' कोणत्या स्रोतावर अवलंबून आहे ?
(1) ताग (2) लोकर (3) काथ्या (4) रेशीम

18. 'वृंदावन बाग' खालीलपैकी कोणत्या राज्यात आहे ?
(1) गुजरात (2) जम्मू-काश्मीर
(3) कर्नाटक (4) महाराष्ट्र

19. सर्वांत जुनी वेधशाळा खालीलपैकी कोठे आहे ?
(1) पुणे (2) अलिबाग (3) सिमला (4) मुंबई

20. भारतास लाभलेल्या समुद्रकिनाऱ्याचा योग्य असा उपयोग का होत नाही ?
(1) उथळ समुद्रकिनारा (2) खोल समुद्रकिनारा
(3) खडकाळ समुद्रकिनारा (4) दंतुर समुद्रकिनारा

21. भारतातील कोणत्या क्षेत्रात संगमरवराचे साठे जास्त आहेत ?
(1) जबलपूर (2) राजस्थान
(3) मराठवाडा (4) विदर्भ

22. पंढरपूर खालीलपैकी कशासाठी प्रसिद्ध आहे ?
(1) सावळाराम मंदिर (2) औद्योगिक वसाहत
(3) गणेश बोरांचे उत्पादन (4) विठ्ठलाचे मंदिर

23. 'रोटेशन क्रॉप' पद्धत कशासाठी वापरतात ?
(1) सुयोग्य शेती करण्यासाठी (2) उत्पादकता वाढविण्यासाठी
(3) जमिनीचा कस टिकवून ठेवण्यासाठी
(4) नैसर्गिक पद्धतीची शेती करण्यासाठी

24. 'निसर्गाची मानवावर अधिसत्ता आहे' या विधानास गैरलागू असे खालीलपैकी विधान कोणते ?
(1) हवामानाप्रमाणे पिके
(2) हवामानानुसार कपड्यांचा वापर
(3) हवामानानुसार घरांची रचना
(4) मानव कोणत्याही हवामानात कोठेही राहू शकतो.

उत्तरसूची

1. (3)	2. (2)	3. (3)	4. (1)	5. (4)	6. (4)	7. (4)	8. (3)
9. (1)	10. (1)	11. (1)	12. (1)	13. (3)	14. (2)	15. (1)	16. (3)
17. (3)	18. (3)	19. (2)	20. (1)	21. (2)	22. (4)	23. (3)	24. (4)

MPSC : STI/Asst. पूर्व परीक्षा : 28 ऑगस्ट, 1994

1. सोव्हिएत युनियनच्या विघटनानंतर .... स्वतंत्र राष्ट्रे निर्माण झाली.
(1) 15 (2) 16 (3) 17 (4) 14

2. 'ऑइल अँण्ड नॅचरल गॅस कमिशन'ची स्थापना कधी झाली ?
(1) 1955 (2) 1956 (3) 1957 (4) 1958

3. 'अमूदर्या' व 'सिरदर्या' ही खोरी कोणत्या देशात आहेत ?
(1) रशिया (2) अमेरिका
(3) इजिप्त (4) सौदी-अरेबिया

4. समुद्रसपाटीपासून .... मीटर उंचीवर वायुदाबमापकातील पारा 1 सें.मी. खाली उतरतो.
(1) 760 (2) 76 (3) 110 (4) 90

5. खालीलपैकी चुकीची जोडी ओळखा.
(1) अमेरिका - डॉलर (2) इंग्लंड - पौंड
(3) रशिया - क्रोन (4) जपान - येन

6. प्रौढ शिक्षण कार्यक्रम कधी सुरू करण्यात आला ?
(1) 2 ऑक्टोबर, 1978 (2) 2 ऑक्टोबर, 1972
(3) 2 ऑक्टोबर, 1975 (4) 2 ऑक्टोबर, 1976

7. 'नाबार्ड' हे खालीलपैकी काय आहे ?
(1) ग्रामीण व कृषी पतपुरवठा करणारी बँक
(2) ग्रामीण व्यापारी बँक (3) ग्रामीण मध्यवर्ती बँक
(4) ग्रामीण सहकारी बँक

8. संयुक्त राष्ट्रसंघाची स्थापना कधी झाली ?
(1) 1945 (2) 1920 (3) 1913 (4) 1922

9. खालीलपैकी योग्य जोडी ओळखा.
(1) बुलंद दरवाजा - फत्तेपूर सिक्री
(2) जामा मशीद - मथुरा
(3) शांतीवन - कोलकता
(4) ग्यानवापी मशीद - आग्रा

10. 'शिंटो' या धर्माचा उगम .... या देशात झाला.
(1) जपान (2) चीन (3) श्रीलंका (4) ब्राझील

11. अंत्योदय कार्यक्रमाचे खालीलपैकी उद्दिष्ट कोणते ?
(1) बेकारांना नोकऱ्या देणे. (2) स्वस्त निवारा पुरविणे.
(3) ग्रामीण शिक्षण देणे.
(4) गरिबातील गरीब लोकांना आर्थिक साहाय्य करणे.

12. 'मध्यरात्रीचा सूर्य' खालीलपैकी कोठे दिसतो ?
(1) स्वीडन (2) इंग्लंड (3) डेन्मार्क (4) नॉर्वे

13. महाराष्ट्रात सर्वांत लांब नदी खालीलपैकी कोणती आहे ?
(1) कृष्णा (2) गोदावरी (3) प्राणहिता (4) वर्धा

14. जास्त काळी माती असलेल्या प्रदेशात खालीलपैकी कोणते पीक मोठ्या प्रमाणात येते ?
(1) ऊस (2) तांदूळ (3) कापूस (4) भुईमूग

15. 'पंढरपूर शहर' खालीलपैकी कोणत्या नदीकाठी आहे ?
(1) कृष्णा (2) भीमा (3) गोदावरी (4) पूर्णा

16. 'जायकवाडी धरण' खालीलपैकी कोणत्या विभागात आहे ?
(1) विदर्भ (2) मराठवाडा
(3) प. महाराष्ट्र (4) उ. महाराष्ट्र

17. विदर्भातील कोणत्या जिल्ह्यात तांबडी, रेताड जमीन आढळते ?
(1) बुलढाणा (2) चंद्रपूर
(3) अकोला (4) नागपूर

18. 'ताडोबा तलाव' खालीलपैकी कोणत्या जिल्ह्यात आहे ?
(1) चंद्रपूर (2) भंडारा (3) अकोला (4) वर्धा

19. 'जवाहरलाल नेहरू बंदर' कोणत्या जिल्ह्यात आहे ?
(1) सिंधुदुर्ग (2) मुंबई (3) ठाणे (4) रायगड

20. महाराष्ट्रात मोठ्या प्रमाणातील मासेमारी कोणत्या ठिकाणी होते ?
(1) श्रीवर्धन (2) रेडी
(3) मालवण (4) रत्नागिरी

21. नागपूरजवळ असलेले औष्णिक ऊर्जा केंद्र कोणते ?
(1) कोराडी (2) पारस (3) हेळवाक (4) पोफळी

22. महाराष्ट्रात सर्वाधिक साखर कारखाने कोणत्या क्षेत्रात आहेत ?
(1) सरकारी (2) सहकारी
(3) खासगी (4) व्यक्तिगत

23. पृथ्वी खालीलपैकी कोणत्या दिशेने फिरते ?
(1) पश्चिमेकडून पूर्वेकडे (2) उत्तरेकडून दक्षिणेकडे
(3) पूर्वेकडून पश्चिमेकडे (4) दक्षिणेकडून उत्तरेकडे

24. ऊस हे खालीलपैकी कोणत्या प्रकारचे पीक आहे ?
(1) बारमाही (2) रब्बी
(3) खरीप व रब्बी (4) गैरहंगामी

25. सरदार सरोवर प्रकल्प खालीलपैकी कोणत्या नदीवर आहे ?
(1) गोदावरी (2) कृष्णा
(3) चंबळ (4) नर्मदा

26. जगातील सर्वांत मोठे बेट खालीलपैकी कोणते ?
(1) क्युबा (2) ग्रीनलँड (3) आईसलँड (4) श्रीलंका

27. खालीलपैकी योग्य जोड्या जुळवा.
(अ) एस्किमो (1) गवताळ प्रदेश
(ब) बदायुनी (2) विषुववृत्तीय प्रदेश
(क) किरगीझ (3) प्रेअरीज
(ड) पिग्मी (4) टुंड्रा प्रदेश
(1) अ-4, ब-1, क-3, ड-2 (2) अ-1, ब-3, क-2, ड-4
(3) अ-4, ब-2, क-1, ड-3 (4) अ-2, ब-4, क-3, ड-1

28. 90 अंश अक्षांशास काय म्हणतात ?
(1) मकरवृत्त (2) कर्कवृत्त
(3) ध्रुव (4) विषुववृत्त

29. खालीलपैकी कोणते ग्रहण क्वचित दिसते ?
(1) खग्रास सूर्यग्रहण (2) खंडग्रास सूर्यग्रहण
(3) कंकणाकृती सूर्यग्रहण (4) खग्रास चंद्रग्रहण
30. पौर्णिमेच्या दिवशी चंद्र कधी उगवतो ?
(1) दुपारी (2) सायंकाळी (3) मध्यरात्री (4) सकाळी
31. महाराष्ट्रात कोणत्या भागात जास्त पाऊस पडतो ?
(1) कोकण (2) खानदेश (3) मराठवाडा (4) विदर्भ
32. 'विड्यांची पाने' गोळा करण्याचा व्यवसाय कोठे चालतो ?
(1) यवतमाळ (2) भंडारा
(3) गोंदिया (4) पुणे
33. पृथ्वीवर ...... हे खनिज विपुल प्रमाणात आढळते.
(1) सिलिका (2) निकेल
(3) झिंक (4) लोह
34. सामान्यपणे पिके तयार होण्यासाठी किती अंश सेल्सियस तापमानाची आवश्यकता असते ?
(1) 17-35 (2) 22-30 (3) 13-15 (4) 20-30
35. भारत हा एक .... देश आहे.
(1) विकसनशील (2) विकसित
(3) मागासलेला (4) साम्यवादी
36. भारतात कोणत्या उद्योगांमध्ये सार्वजनिक भांडवलाची जास्त गुंतवणूक केली जाते ?
(1) रासायनिक (2) तागउद्योग
(3) लोह आणि पोलाद (4) साखर कारखाने
37. काही लोकांना कामावरून काढून टाकले असता उत्पादनात काहीच फरक पडत नाही, अशा स्थितीस .... बेकारी म्हणतात.
(1) रचनात्मक (2) प्रच्छन्न
(3) छुपी (4) तांत्रिक

उत्तरसूची

1. (1)	2. (2)	3. (1)	4. (3)	5. (3)	6. (1)	7. (1)	8. (1)
9. (1)	10. (1)	11. (4)	12. (4)	13. (2)	14. (3)	15. (2)	16. (2)
17. (2)	18. (1)	19. (4)	20. (4)	21. (1)	22. (2)	23. (1)	24. (1)
25. (4)	26. (2)	27. (1)	28. (3)	29. (1)	30. (2)	31. (1)	32. (3)
33. (1)	34. (4)	35. (1)	36. (3)	37. (3)			

★★★

MPSC : PSI/STI/Asst. पूर्व परीक्षा : 29 ऑगस्ट, 1993

1. 'प्रगती एक्स्प्रेस' मुंबई व .... या शहरादरम्यान धावते.
(1) पुणे (2) बेंगलोर (3) मद्रास (4) लखनौ
2. सर्वप्रथम 100% साक्षर झालेला जिल्हा कोणता ?
(1) पुणे (2) सिंधुदुर्ग (3) नांदेड (4) रत्नागिरी
3. केरळ राज्यास संपूर्ण साक्षरता प्राप्त केलेले पहिले राज्य असे घोषित केले गेले. त्यासाठी लावलेला निकष कोणता ?
(1) तेथे 7 ते 60 वयोगटातील 90% पेक्षा जास्त लोक साक्षर आहेत.
(2) तेथे 100% लोक साक्षर आहेत.
(3) तेथे 7 ते 60 वयोगटातील 100% लोक साक्षर आहेत.
(4) तेथे 7 वर्षांवरील 90% लोक साक्षर आहेत.
4. 'मॅकमोहन रेषा' कोणत्या राष्ट्रांतील सीमारेषा आहे ?
(1) भारत-पाकिस्तान (2) भारत-भूतान
(3) भारत-म्यानमार-चीन (4) भारत-बांगलादेश
5. भारतातील 'पहिले दूरचित्रवाणी केंद्र' कोठे सुरू झाले ?
(1) मुंबई (2) दिल्ली (3) मद्रास (4) बंगलोर
6. कृषी मूल्यांकन आयोग केव्हा नेमण्यात आला होता ?
(1) 1951 (2) 1956 (3) 1963 (4) 1965
7. भारताचे राष्ट्रीय उत्पन्न कोण जाहीर करते ?
(1) भारतीय सांख्यिकी संघटना
(2) नियोजन मंडळ (3) वित्त आयोग
(4) राष्ट्रीय विकास परिषद
8. 'क्रांती' म्हणजे खालीलपैकी काय ?
(1) हळूहळू बदल (2) आकस्मिक बदल
(3) सामाजिक दोष (4) समाजसुधारणेचा पहिला टप्पा
9. 'बॉम्बे हाय' कशाच्या उत्पादनासाठी प्रसिद्ध आहे ?
(1) कोळसा (2) मासे (3) खनिज तेल (4) लोखंड
10. 'टोर्नेडो' हे खालीलपैकी काय आहे ?
(1) ध्रुवीय वारे (2) पश्चिमी वारे
(3) व्यापारी बेटे (4) आवर्त वारे
11. चंद्र दररोज किती मिनिटे उशिरा उगवतो ?
(1) 50 (2) 60 (3) 55 (4) 45
12. सह्याद्री पर्वतास दुसऱ्या कोणत्या नावाने ओळखतात ?
(1) पश्चिम घाट (2) निलगिरी पर्वत
(3) अरवली पर्वत (4) सातपुडा पर्वत
13. डिझेल इंजीनचे कारखाने सर्वांत जास्त कोठे आहेत ?
(1) कोल्हापूर (2) सांगली
(3) सातारा (4) पुणे
14. 'चंद्रभागा' नदीस कोणत्या नावाने ओळखले जाते ?
(1) कोयना (2) भीमा (3) कृष्णा (4) गोदावरी
15. महाराष्ट्राला किती कि.मी. लांबीचा किनारा लाभला आहे ?
(1) 540 (2) 720 (3) 800 (4) 900
16. विषुववृत्तीय प्रदेशातील अरण्यांना काय म्हणतात ?
(1) टुंड्रा (2) सुदान (3) सॅव्हाना (4) सेल्व्हास
17. आंतरराष्ट्रीय वाररेषा कोणत्या रेखावृत्तावरून जाते ?
(1) 0° पू. (2) 360° पू. (3) 90° पू. (4) 180° पू.
18. गरम पाण्याचे झरे खालीलपैकी कोठे आहेत ?
(1) हरिहरेश्वर (2) वज्रेश्वरी
(3) गणपतीपुळे (4) संगमेश्वर
19. सर्वांत जास्त कापूस उत्पादन करणारा प्रदेश कोणता ?
(1) आग्नेय महाराष्ट्र (2) ईशान्य महाराष्ट्र
(3) मध्य महाराष्ट्र (4) वायव्य महाराष्ट्र
20. मुंबईजवळ असलेली प्रेक्षणीय लेणी कोणती ?
(1) अजिंठा (2) घारापुरी (3) मळवली (4) भाजे-कार्ले
21. भुईमुगाचे सर्वांत जास्त उत्पादन करणारा जिल्हा कोणता ?
(1) बीड (2) नांदेड (3) लातूर (4) उस्मानाबाद
22. सर्वांत जास्त खाणींचा प्रदेश कोणत्या विभागात आहे ?
(1) मराठवाडा (2) विदर्भ
(3) कोकण (4) प. महाराष्ट्र
23. कोयना विद्युत प्रकल्प खालीलपैकी कोठे आहे ?
(1) हेळवाक (2) पोफळी (3) वडगाव (4) चिपळूण
24. भूकंपाचा धक्का .... च्यावर असेल तेव्हा तो धोकादायक असतो.
(1) 3.5 (2) 3.1 (3) 6.1 (4) 7.5

25. भारतात सर्वांत जास्त मत्स्य उत्पादन कोठे होते ?
(1) महाराष्ट्र (2) केरळ
(3) गोवा (4) तमिळनाडू

26. भारताने आर्थिक नियोजनाची प्रेरणा कोणाकडून घेतली ?
(1) अमेरिका (2) फ्रान्स
(3) रशिया (4) इंग्लंड

27. 'किमान गरजा' कार्यक्रम कोणत्या योजनेत राबविण्यात आला ?
(1) पाचव्या (2) सहाव्या
(3) तिसऱ्या (4) सातव्या

28. 'सरकती योजना' कोणाच्या कारकिर्दीत राबविली गेली ?
(1) जनता पक्ष (2) काँग्रेस
(3) जनता दल (4) भाजप

उत्तरसूची

1.	(1)	2.	(2)	3.	(1)	4.	(3)	5.	(2)	6.	(4)	7.	(1)	8.	(2)
9.	(3)	10.	(2)	11.	(1)	12.	(1)	13.	(1)	14.	(2)	15.	(2)	16.	(4)
17.	(4)	18.	(2)	19.	(2)	20.	(2)	21.	(4)	22.	(2)	23.	(1)	24.	(3)
25.	(2)	26.	(3)	27.	(1)	28.	(1)								

★★★

MPSC : PSI/STI/Asst. पूर्व परीक्षा : 1992

1. मुंबई दूरदर्शन केव्हा सुरू झाले ?
(1) 2 ऑक्टोबर, 1972 (2) 15 ऑगस्ट, 1972
(3) 26 जानेवारी, 1972 (4) 1 मे, 1975

2. 1990 हे वर्ष आंतरराष्ट्रीय ...... म्हणून साजरे झाले.
(1) बालिका वर्ष (2) साक्षरता वर्ष
(3) पर्यटन वर्ष (4) महिला वर्ष

3. खालील जोड्या जुळवा.
(अ) मुंबई (1) सूर्य मंदिर
(ब) दिल्ली (2) मीनाक्षी मंदिर
(क) मदुराई (3) एलिफंटा
(ड) कोणार्क (4) जंतरमंतर
(1) अ-3, ब-4, क-2, ड-1 (2) अ-4, ब-2, क-3, ड-1
(3) अ-2, ब-3, क-1, ड-4 (4) अ-3, ब-2, क-1, ड-4

4. '10 डिसेंबर' हा दिवस काय म्हणून साजरा करतात ?
(1) मानवी हक्क दिन (2) संयुक्त राष्ट्रदिन
(3) नौदल दिन (4) पर्यावरण दिन

5. नदीच्या वाहत्या पाण्यात ....
(1) केवळ स्थितीज ऊर्जा असते.
(2) केवळ गतिज ऊर्जा असते.
(3) गतिज व स्थितीज ऊर्जा दोन्ही असतात.
(4) तांत्रिक ऊर्जा असते.

6. भारतात पहिली अणू चाचणी .... साली घेण्यात आली.
(1) 1974 (2) 1973 (3) 1975 (4) 1950

7. 'भोपाळ वायू दुर्घटना' कोणत्या वायूमुळे झाली ?
(1) नायट्रोजन (2) हैड्रोजन
(3) क्लोरीन (4) मिथाईल आयसोसायनेट

8. आकाश दुपारी निळे दिसते. कारण ....
(1) वातावरण सर्व निळा प्रकाश सामावून घेते.
(2) वातावरणातील कण निळा प्रकाश बाहेर सोडतात.
(3) निळ्या प्रकाशाचे मोठ्या प्रमाणात विकिरण होते.
(4) निळ्या रंगाचे कमी प्रमाणात प्रसरण होते.

9. स्वातंत्र्यानंतर कोणत्या शहराची प्रथमच नियोजनबद्ध रचना करण्यात आली ?
(1) चंदीगड (2) नवी दिल्ली (3) नवी मुंबई (4) अमृतसर

10. भारतीय पहिला रेल्वेमार्ग केव्हा सुरू झाला ?
(1) 1853 (2) 1854 (3) 1855 (4) 1848

11. ग्रह हे आकाशातील गोल असून ....
(1) ते सूर्याभोवती फिरतात व स्वयंप्रकाशित असतात.
(2) ते दुसऱ्या ग्रहाच्या आसाभोवती फिरतात.
(3) ते सूर्याभोवती फिरतात व त्याच्यापासूनच प्रकाश घेतात.
(4) वरील सर्व.

12. 'खजुराहो' कोणत्या राज्यात आहे ?
(1) उत्तर प्रदेश (2) मध्य प्रदेश
(3) महाराष्ट्र (4) ओडिशा

13. सुदान व इजिप्त कोणत्या पीक उत्पादनासाठी प्रसिद्ध आहेत ?
(1) ऊस (2) ताग (3) गहू (4) कापूस

14. भारताचा लोकसंख्या बाबतीत जगात कितवा क्रमांक लागतो ?
(1) 1 (2) 2 (3) 5 (4) 3

15. महाराष्ट्रात रब्बी पिके कोणत्या ऋतूत घेतली जातात ?
(1) पावसाळा (2) उन्हाळा
(3) मोसमी (4) हिवाळा

16. साखर कारखाने कोणत्या जिल्ह्यांमध्ये जास्त आहेत ?
(1) सांगली (2) अहमदनगर (3) कोल्हापूर (4) सातारा

17. महाराष्ट्रातील सर्वांत जास्त अवर्षणग्रस्त जिल्हा कोणता ?
(1) भंडारा (2) अहमदनगर (3) कोल्हापूर (4) पुणे

18. मुंबई-दिल्ली महामार्गावरील महाराष्ट्रातील सर्वांत शेवटचे स्टेशन खालीलपैकी कोणते ?
(1) मनमाड (2) भुसावळ (3) नंदुरबार (4) दौंड

19. कोयना प्रकल्पाचे मुख्य उद्दिष्ट काय होते ?
(1) शेतीसाठी पाणीपुरवठा करणे. (2) महाराष्ट्राला वीजपुरवठा करणे.
(3) वन्यप्राणी व जंगल संवर्धन करणे.
(4) पिण्याच्या पाण्याचा पुरवठा करणे.

20. 'लक्षद्वीप बेटे' खालीलपैकी कोणत्या समुद्रात आहेत ?
(1) अरबी समुद्र (2) बंगालचा उपसागर
(3) हिंदी महासागर (4) पॅसिफिक महासागर

21. 'पोर्ट ब्लेअर' खालीलपैकी कोठे आहे ?
(1) अरबी समुद्र (2) हिंदी महासागर
(3) अटलांटिक महासागर (4) बंगालचा उपसागर

22. महाराष्ट्रात दगडी कोळसा कोठे सापडतो ?
(1) चंद्रपूर (2) रत्नागिरी
(3) यवतमाळ (4) भंडारा

23. भारतात खालीलपैकी कोणती आदिवासी जमात नाही ?
(1) मसाई (2) तोडा (3) संथाल (4) मुंडा

24. 'अजंठा-वेरूळ लेणी' कोणत्या जिल्ह्यात आहेत ?
(1) पुणे (2) खजुराहो (3) अहमदनगर (4) औरंगाबाद

25. सूर्यमालेतील सर्वांत मोठा ग्रह कोणता ?
(1) गुरू (2) बुध (3) शनी (4) शुक्र

26. मलायामध्ये रबराची लागवड प्रथम कोणी केली ?
(1) डच (2) ब्रिटिश (3) फ्रेंच (4) पोर्तुगीज

27. राष्ट्रीय संरक्षण प्रबोधिनी कोणत्या जिल्ह्यात आहे ?
(1) पुणे (2) हैद्राबाद (3) अहमदनगर (4) नाशिक

28. जायकवाडी प्रकल्प खालीलपैकी कोणत्या नदीवर आहे ?
(1) भीमा (2) कृष्णा (3) वैनगंगा (4) गोदावरी

29. पंजाब-हरियाणा यांची संयुक्त राजधानी कोणती ?
(1) चंदीगड (2) अमृतसर (3) गुरुदासपूर (4) कपूरथळा
30. दुर्गापूर, भिलाई, रुरकेला, बोकारो येथील जड उद्योगधंदे खालीलपैकी कोणत्या योजनेत सुरू झाले ?
(1) पहिली (2) दुसरी (3) चौथी (4) पाचवी
31. ज्यूटचे उत्पादन कमाल प्रमाणात करणारा देश कोणता ?
(1) बांगलादेश (2) भारत
(3) श्रीलंका (4) प. बंगाल
32. दौंड-मनमाड या रेल्वेमार्गावर कोणते स्थानक आहे ?
(1) अकोला (2) अहमदनगर (3) पुणे (4) औरंगाबाद
33. उत्तर अटलांटिक समुद्र आणि बाल्टिक समुद्र यांना जोडणारा कालवा कोणता ?
(1) कील कालवा (2) सुएझ कालवा
(3) पनामा कालवा (4) बाल्टीमोर कालवा
34. जिब्राल्टरची खाडी, अटलांटिक व .... या समुद्रांना जोडते.
(1) तांबडा समुद्र (2) मृत समुद्र
(3) बाल्टिक समुद्र (4) भूमध्य समूद्र
35. कुटीर उद्योगांना प्राधान्य देण्याचा मुख्य उद्देश कोणता ?
(1) ग्रामीण भागात रोजगार मिळवून देणे.
(2) मोठ्या प्रमाणावर परकीय चलन मिळविणे.
(3) अर्थव्यवस्थेची भरभराट
(4) सर्वांगीण विकास
36. मिश्र अर्थव्यवस्था म्हणजे ....
(1) खासगी उद्योग व सार्वजनिक उद्योगधंदे यांचे अस्तित्व
(2) सरकारी व निमसरकारी उद्योगांचे अस्तित्व
(3) परकीय व देशी उद्योगधंद्यांचे अस्तित्व
(4) वरीलपैकी सर्व.
37. पहिल्या योजनेचे मुख्य उद्दिष्ट कोणते होते ?
(1) रोजगारनिर्मिती (2) औद्योगिकीकरण
(3) शेती सुधारणा (4) गरिबी हटाव

उत्तरसूची

1. (1)	2. (1)	3. (1)	4. (1)	5. (3)	6. (1)	7. (4)	8. (3)
9. (1)	10. (1)	11. (3)	12. (2)	13. (4)	14. (2)	15. (4)	16. (2)
17. (2)	18. (2)	19. (2)	20. (1)	21. (4)	22. (1)	23. (1)	24. (4)
25. (1)	26. (1)	27. (1)	28. (4)	29. (1)	30. (2)	31. (1)	32. (2)
33. (1)	34. (4)	35. (1)	36. (1)	37. (3)			

★★★

MPSC : PSI/STI/Asst. पूर्व परीक्षा : 1991

1. भारतात एकूण किती घटकराज्ये आहेत ?
(1) 22 (2) 28 (3) 23 (4) 18
2. खालीलपैकी भारताचा राष्ट्रीय पशू कोणता ?
(1) वाघ (2) सिंह (3) हत्ती (4) घोडा
3. महाराष्ट्र शासनाने 'संजय गांधी निराधार अनुदान योजना' केव्हा सुरू केली ?
(1) 2 ऑक्टोबर, 1980 (2) 26 जानेवारी, 1981
(3) 6 जून, 1981 (4) 24 फेब्रुवारी, 1980
4. पहिली सार्क परिषद खालीलपैकी कोठे भरली होती ?
(1) ढाका (2) दिल्ली (3) कोलंबो (4) काठमांडू
5. 'दक्षिण गंगोत्री' हे खालीलपैकी काय आहे ?
(1) अंटार्क्टिकावरील भारताचे कायमस्वरूपी संशोधन केंद्र
(2) निर्मनुष्य संशोधन केंद्र (3) गोदावरीचे उगमस्थान
(4) अंटार्क्टिकावरील हवामान अंदाज घेणारे मानवरहित केंद्र
6. सियाचीनसंबंधी वाद खालीलपैकी कोणत्या देशामध्ये आहे ?
(1) भारत व पाकिस्तान (2) भारत व नेपाळ
(3) भारत व चीन (4) भारत व अफगाणिस्तान
7. 'मानवी हक्कदिन' कोणत्या दिवशी साजरा केला जातो ?
(1) 10 डिसेंबर (2) 7 डिसेंबर
(3) 24 ऑक्टोबर (4) 16 नोव्हेंबर
8. '24 ऑक्टोबर' जगभर काय म्हणून साजरा करतात ?
(1) यूनो दिन (2) कामगार दिन
(3) शिक्षक दिन (4) बालक दिन
9. आंतरराष्ट्रीय न्यायालय खालीलपैकी कोठे आहे ?
(1) न्यूयॉर्क (2) हेग (3) पॅरिस (4) वॉशिंग्टन
10. खालीलपैकी कोणत्या शहरात UNESCO चे मुख्यालय आहे ?
(1) न्यूयॉर्क (2) पॅरिस (3) जिनिव्हा (4) लंडन
11. भूप्रदेश व लोकसंख्या याबाबत भारतात महाराष्ट्राचा खालीलपैकी कितवा क्रमांक लागतो ?
(1) पहिला व दुसरा (2) तिसरा व दुसरा
(3) दुसरा (4) सातवा
12. सूर्यग्रहण खालीलपैकी केव्हा होते ?
(1) पृथ्वी व सूर्य यामध्ये चंद्र असेल तर
(2) सूर्य व चंद्र यामध्ये पृथ्वी असेल तर
(3) पृथ्वी व चंद्र यामध्ये सूर्य असेल तर
(4) सूर्य, चंद्र, पृथ्वी सरळ रेषेत असताना
13. भारताने रशियातून सोडलेला दुसरा उपग्रह कोणता ?
(1) रोहिणी (2) भास्कर-1 (3) आर्यभट्ट (4) पुष्पक
14. चंद्रग्रहणाच्या वेळी खालीलपैकी कोणती स्थिती असते ?
(1) पृथ्वी व चंद्र यामध्ये चंद्र (2) पृथ्वी व चंद्र यामध्ये सूर्य
(3) सूर्य व चंद्र यामध्ये पृथ्वी
(4) सूर्य, चंद्र, पृथ्वी सरळ रेषेत असताना
15. 'टायटन' हा खालीलपैकी कोणत्या ग्रहाचा उपग्रह आहे ?
(1) गुरु (2) शनि (3) मंगळ (4) बुध
16. समुद्रसपाटीवर वातावरणाचा दाब पाण्याच्या स्तंभाशी किती असतो ?
(1) 76 mm (2) 760 mm (3) 7,600 mm (4) 1,000 mm
17. द. आफ्रिकेत कोणते खनिज सापडते ?
(1) सोने (2) लोखंड (3) कोळसा (4) अभ्रक
18. समतोल अक्षाशी पृथ्वीच्या आसाचा किती कोन असतो ?
(1) 66, 1/2° (2) 60, 1/2°
(3) 90° (4) 33, 1/2°
19. महाराष्ट्रात तंबाखू उत्पादनात अग्रेसर जिल्हा कोणता आहे ?
(1) कोल्हापूर (2) सातारा
(3) अमरावती (4) सांगली
20. महाराष्ट्रातील सर्वांत जास्त अवर्षणग्रस्त जिल्हा कोणता ?
(1) अहमदनगर (2) चंद्रपूर
(3) जळगाव (4) सांगली
21. महाराष्ट्रात एकूण किती कृषी विद्यापीठे आहेत ?
(1) सात (2) पाच (3) चार (4) अकरा
22. खालीलपैकी भारतातील सर्वांत लांब नदी कोणती ?
(1) ब्रह्मपुत्रा (2) गोदावरी (3) यमुना (4) गंगा
23. मध्य प्रदेशला लागून .... राज्याच्या सीमा आहेत.
(1) 4 (2) 5 (3) 6 (4) 7

24. 'अगरताळा' ही कोणत्या राज्याची राजधानी आहे ?
(1) मेघालय (2) मिझोराम
(3) हिमाचल प्रदेश (4) त्रिपुरा
25. 'नागार्जुनसागर धरण' कोणत्या राज्यात आहे ?
(1) आंध्र प्रदेश (2) कर्नाटक
(3) तमिळनाडू (4) महाराष्ट्र
26. भारतात कोणत्या उद्योगात सर्वांत जास्त मजूर आहेत ?
(1) लोह-पोलाद (2) रेल्वे
(3) खाण (4) वस्त्रोद्योग
27. खालीलपैकी जगातील सर्वांत मोठे वाळवंट कोणते ?
(1) सहारा (2) थर (3) कलहारी (4) अटाकामा
28. जगातील सर्वांत जास्त क्षेत्रफळाचा देश कोणता ?
(1) रशिया (2) कॅनडा (3) चीन (4) अमेरिका
29. भारतात तांब्याच्या खाणी खालीलपैकी कोठे आहेत ?
(1) खेत्री (2) पन्ना (3) कोलार (4) बदामपहाड
30. जायकवाडी धरण खालीलपैकी कोणत्या नदीवर आहे ?
(1) प्रवरा (2) कोयना (3) महानंदा (4) गोदावरी
31. खालीलपैकी कोठे ऋतू आढळत नाहीत ?
(1) विषुववृत्त (2) ध्रुव प्रदेश
(3) मकरवृत्त (4) कर्कवृत्त
32. कोणत्या नदीच्या खोऱ्यात उसाचे पीक जास्त होते ?
(1) भीमा (2) प्रवरा (3) कोयना (4) तापी
33. पृथ्वीची त्रिज्या अंदाजे किती कि.मी. आहे ?
(1) 6,400 (2) 6,371 (3) 3,400 (4) 7,680
34. महाराष्ट्राला एकूण किती कि.मी. लांबीचा समुद्रकिनारा लाभला आहे ?
(1) 780 (2) 600 (3) 750 (4) 720
35. अर्थव्यवस्थेची उड्डाण अवस्था (Take Off Stage) म्हणजे काय ?
(1) आर्थिक नियंत्रण टप्प्याटप्प्याने दूर करणे.
(2) अर्थव्यवस्था कोलमडणे.
(3) अर्थव्यवस्थेच्या विकासासाठी पूरक परिस्थिती निर्माण करणे.
(4) आर्थिक परिस्थिती स्थितीशील असणे.
36. कार्यक्षम अर्थव्यवस्था खालीलपैकी कशावर अवलंबून असते ?
(1) कार्यक्षम बाजारपेठ (2) कार्यक्षम वाहतूक
(3) कार्यक्षम हंगाम (4) मजुरांचा पुरवठा
37. 'दारिद्र्यनिर्मूलन व आर्थिक विकास' हे खालीलपैकी कोणत्या योजनेचे उद्दिष्ट होते ?
(1) पहिल्या (2) तिसऱ्या (3) चौथ्या (4) पाचव्या
38. सहाव्या योजनेपूर्वी (1981) दारिद्र्यरेषेखालील लोकसंख्या किती टक्के होती ?
(1) 48 (2) 42 (3) 52 (4) 60
39. 'नियोजनातून आर्थिक विकास' ही संकल्पना कोणाची ?
(1) सर विश्वेश्वरय्या (2) पंडित नेहरू
(3) जे.आर.डी. टाटा (4) सरदार पटेल
40. लोकसंख्येत घट झाल्यास .... होईल.
(1) दरडोई उत्पन्नात वाढ (2) गुंतवणुकीत वाढ
(3) बचतीत घट (4) दरडोई उत्पन्नात घट
41. स्वातंत्र्यानंतर भारतीय उद्योगधंद्याच्या बाबतीत .... झाला/झाली/झाले.
(1) उत्पादनात वाढ (2) उत्पादनक्षमतेचा पूर्ण वापर
(3) धंद्याचे विकेंद्रीकरण (4) व्यवसायाचे केंद्रीकरण
42. अशिक्षित जनतेच्या लोकशिक्षणाचे प्रभावी माध्यम ....
(1) वर्तमानपत्र (2) दूरदर्शन
(3) रेडिओ (4) नाटक

उत्तरसूची

1. (2)	2. (1)	3. (1)	4. (1)	5. (1)	6. (1)	7. (1)	8. (1)
9. (2)	10. (2)	11. (2)	12. (1)	13. (2)	14. (3)	15. (2)	16. (2)
17. (1)	18. (1)	19. (1)	20. (1)	21. (3)	22. (4)	23. (2)	24. (4)
25. (1)	26. (4)	27. (1)	28. (1)	29. (1)	30. (4)	31. (1)	32. (2)
33. (2)	34. (4)	35. (3)	36. (1)	37. (2)	38. (1)	39. (2)	40. (1)
41. (1)	42. (2)						

★★★

MPSC : PSI पूर्व परीक्षा : 1991

1. रोजगार हमी योजनेशी कोणती समिती संबंधित आहे ?
(1) दांडेकर समिती (2) वि.स. पागे समिती
(3) स. गो. बर्वे समिती (4) गोडबोले समिती
2. मॅकमोहन रेषा अशी आहे की जी .... या देशातील सीमा मर्यादा दाखविते.
(1) भारत-पाक (2) भारत-बांगलादेश
(3) भारत-चीन (4) भारत-भूतान
3. आंतरराष्ट्रीय न्यायालयाची कचेरी खालीलपैकी कोठे आहे ?
(1) न्यूयॉर्क (2) लंडन (3) पॅरिस (4) हेग
4. 'जागतिक पर्यावरण दिवस' केव्हा साजरा करतात ?
(1) 5 जून (2) 7 जून (3) 9 ऑगस्ट (4) डिसेंबर
5. खालीलपैकी भारताचा पहिला अंतराळवीर कोण ?
(1) राकेश चौधरी (2) राकेश शर्मा
(3) राकेश रोशन (4) राकेश बेदी
6. 'राष्ट्रीय संरक्षण प्रबोधिनी' ही संस्था कोठे आहे ?
(1) देवळाली (2) मिरज
(3) कडकी (4) खडकवासला
7. फिनलंडच्या राजधानीचे नाव काय आहे ?
(1) सुवा (2) मद्रास (3) हेलसिंकी (4) ब्रुसेल्स
8. 'सेंट्रल बिल्डिंग रिसर्च इन्स्टिट्यूट' कोठे आहे ?
(1) खडकी (2) रुरकेला (3) रुरकी (4) मुंबई
9. 'गुलाबी शहर' असे कोणत्या शहरास म्हणतात ?
(1) बंगलोर (2) जयपूर (3) श्रीनगर (4) चंदीगड
10. जगातील सर्वांत मोठा राजवाडा कोणत्या देशात आहे ?
(1) व्हॅटिकन (2) मॉस्को
(3) पॅरिस (4) न्यूयॉर्क
11. गव्हावरील 'तांबेरा रोग' कोणत्या कारणांमुळे होतो ?
(1) जीवाणू (2) विषाणू (3) कवक (4) ब्रायोफाइट
12. कमी तीव्रतेच्या प्रकाशात वनस्पतीची पाने कशी होतात ?
(1) अरुंद (2) जाड (3) पसरट (4) काळपट
13. खालीलपैकी सूर्यमालेतील सर्वांत मोठा ग्रह कोणता ?
(1) पृथ्वी (2) शुक्र (3) गुरु (4) शनी
14. हवेचा दाब मोजण्यासाठी कोणते साधन वापरले जाते ?
(1) हायड्रोमीटर (2) बॅरोमीटर
(3) पायरोमीटर (4) मायक्रोमीटर
15. भूकंपाचे मापन करण्यासाठी कोणते उपकरण वापरतात ?
(1) सेस्मोमीटर (2) बॅरोमीटर
(3) सिस्मोग्राफ (4) यापैकी नाही.
16. भारतात प्रशासकीय (सिव्हिल) सेवा कोणी सुरू केल्या ?
(1) लॉर्ड कर्झन (2) लॉर्ड कॉर्नवॉलिस
(3) लॉर्ड डलहौसी (4) लॉर्ड मेयो

17. महाराष्ट्र राज्यात तोफखाना प्रशिक्षण शाळा कोठे आहे ?
(1) मिरज (2) देवळाली
(3) खडकवासला (4) खडकी

18. खालीलपैकी कोणती नदी पूर्वेकडून पश्चिमेकडे वाहते ?
(1) गोदावरी (2) वैनगंगा
(3) तापी (4) वर्धा

19. महाराष्ट्र राज्यात 'कागद उद्योग' कोठे वसलेला आहे ?
(1) कन्हान (2) किर्लोस्करवाडी
(3) मिरज (4) बल्लारपूर

20. यशवंतराव चव्हाण मुक्त विद्यापीठ खालीलपैकी कोठे आहे ?
(1) नाशिक (2) मुंबई (3) पुणे (4) जळगाव

21. महाराष्ट्रातील खालीलपैकी कोणत्या जिल्ह्यात मोठ्या प्रमाणावर कोळसा सापडतो ?
(1) चंद्रपूर (2) कोल्हापूर (3) नागपूर (4) सोलापूर

22. महाराष्ट्रात 'थळ वायशेत' व्यतिरिक्त कोठे खत कारखाना आहे ?
(1) पुणतांबे (2) तुर्भे (3) चंद्रपूर (4) कोल्हापूर

23. सर्वांत जास्त सोने जगात खालीलपैकी कोठे सापडते ?
(1) द. आफ्रिका (2) अमेरिका
(3) रशिया (4) भारत

24. 'ऐझवाल' ही कोणत्या देशाची राजधानी आहे ?
(1) त्रिपुरा (2) मेघालय (3) मिझोराम (4) मणिपूर

25. पृथ्वीच्या पृष्ठभागापैकी किती भाग पाण्याने व्यापलेला आहे ?
(1) 50% (2) 60% (3) 71% (4) 80%

26. पुढील विधानांपैकी कोणते विधान बरोबर आहे ?
(1) काजू हे फळ उष्ण व सागरी हवामानात चांगले वाढते.
(2) काजू हे फळ उष्ण व सागरी हवामानात चांगले वाढत नाही.
(3) काजू हे फळ पावसाळ्यात वाढते.
(4) काजू हे फळ हिवाळ्यात वाढते.

27. आंतरराष्ट्रीय तिथी रेषा ज्या रेखांशास समांतर जाते ते रेखांश खालीलपैकी कोणते ?
(1) 160° पूर्व (2) 170° पूर्व
(3) 180° पश्चिम (4) 190° पश्चिम

28. महाराष्ट्र राज्यातील प्रमुख नगदी पिके कोणती ?
(1) तंबाखू-ऊस (2) ऊस-कापूस
(3) तंबाखू-कापूस (4) ऊस-द्राक्षे

29. भारतातील किती टक्के लोक शेतीवर अवलंबून आहेत ?
(1) 50% (2) 60% (3) 70% (4) 80%

30. खालीलपैकी जगातील सर्वांत मोठे बेट कोणते ?
(1) ग्रीनलँड (2) ग्रेट ब्रिटन
(3) इंडोनेशिया (4) बोर्निओ

31. महाराष्ट्रातील कोणत्या नदीला गंगा म्हणतात ?
(1) गोदावरी (2) तापी
(3) नर्मदा (4) कृष्णा

32. 'सहारा वाळवंट' खालीलपैकी कोठे आहे ?
(1) आशिया (2) अफगाणिस्तान
(3) आफ्रिका (4) युरोप

33. कापसासाठी प्रसिद्ध बाजारपेठ खालीलपैकी कोठे आहे ?
(1) अकोला (2) अमरावती
(3) यवतमाळ (4) नागपूर

34. भारतातील गोड्या पाण्याचे सर्वांत मोठे सरोवर कोणते ?
(1) वूलर (2) सांबर (3) मानस (4) चिल्का

35. 'सलाल जलविद्युत निर्मिती प्रकल्प' कोठे आहे ?
(1) गुजरात (2) ओडिशा
(3) जम्मू व काश्मीर (4) हिमाचल प्रदेश

36. महाराष्ट्रात एकूण किती कापड गिरण्या आहेत ?
(1) 104 (2) 110 (3) 134 (4) 108

37. तापीची मुख्य उपनदी खालीलपैकी कोणती ?
(1) नर्मदा (2) गिरणा (3) मांजरा (4) पूर्णा

38. जगातील सर्वांत जास्त खोल सरोवर खालीलपैकी कोणते ?
(1) लेक सुपिरीअर (2) कॅस्पियन
(3) बैकल (4) मृत सरोवर

39. 'लखनौ शहर' कोणत्या नदीवर वसलेले आहे ?
(1) बियास (2) रावी (3) गंगा (4) गोमती

40. पृथ्वीच्या सूर्याभोवतीच्या फिरण्यास काय म्हणतात ?
(1) दैनिक गती (2) परिभ्रमण
(3) परिवलन (4) वैश्विक गती

41. 'आंतरराष्ट्रीय वाररेषे'ची कल्पना मांडणारे प्रा. डेव्हिडसन कोणत्या देशातील होते ?
(1) चीन (2) रशिया (3) फ्रान्स (4) अमेरिका

42. जमिनीची धूप थांबविण्यासाठी सर्वांत चांगला उपाय कोणता ?
(1) खते वापरणे. (2) धरणे बांधणे.
(3) बांध घालणे. (4) ठिबक सिंचनाचा वापर करणे.

43. भारतातील व्हर्जिनिया तंबाखूचे सर्वांत जास्त उत्पादन कोणत्या राज्यात होते ?
(1) कर्नाटक (2) महाराष्ट्र
(3) आंध्र प्रदेश (4) मध्य प्रदेश

44. महाराष्ट्राचे नैसर्गिक रचनेच्या दृष्टीने किती भाग पडतील ?
(1) चार (2) पाच (3) सहा (4) दोन

45. महाराष्ट्रात कच्चे लोखंड कोणत्या ठिकाणी तयार होते ?
(1) खडकी (2) नाशिक (3) नागपूर (4) कोल्हापूर

46. भारतात एकंदर किती 'पिनकोड झोन्स' आहेत ?
(1) सात (2) आठ (3) नऊ (4) दहा

47. 'महादेवाच्या डोंगररांगा' कोणत्या जिल्ह्यात आहेत ?
(1) रत्नागिरी (2) सातारा
(3) औरंगाबाद (4) नाशिक

48. 'इंदिरा गांधी कॅनॉल' खालीलपैकी कोणत्या राज्यात आहे ?
(1) गुजरात (2) राजस्थान
(3) हरियाणा (4) पंजाब

49. कोणत्या जिल्ह्यात काजूचे उत्पादन अधिक होते ?
(1) कोल्हापूर (2) रत्नागिरी
(3) रायगड (4) सिंधुदुर्ग

50. खालीलपैकी घडीचा पर्वत कोणता ?
(1) सह्याद्री (2) हिमालय
(3) सातपुडा (4) अरवली

51. भारतातील सर्वांत शेवटी अस्तित्वात आलेले राज्य कोणते ?
(1) गोवा (2) उत्तराखंड (3) छत्तीसगड (4) झारखंड

52. महाराष्ट्रात बॉक्साइटचे साठे कोणत्या जिल्ह्यात आढळतात ?
(1) सोलापूर (2) सातारा
(3) कोल्हापूर (4) सांगली

53. खालीलपैकी कोणते पीक खरिपाचे नाही ?
(1) ज्वारी (2) भुईमूग (3) तांदूळ (4) हरभरा

54. भारतातील आकारमानाने सर्वांत मोठे राज्य कोणते ?
(1) महाराष्ट्र (2) उत्तर प्रदेश
(3) मध्य प्रदेश (4) राजस्थान

55. 'काक्रापारा धरण' कोणत्या नदीवर बांधले आहे ?
(1) नर्मदा (2) तापी (3) महानदी (4) गंगा

56. 'नैर्ऋत्य मोसमी वारे' कोणत्या महिन्यात वाहतात ?
(1) मे ते सप्टेंबर (2) जून ते सप्टेंबर
(3) ऑक्टोबर ते डिसेंबर (4) सप्टेंबर ते नोव्हेंबर

57. 'चुनखडक' हा कोणत्या प्रकारचा खडक आहे ?
(1) अग्निजन्य खडक (2) रूपांतरित खडक
(3) स्तरित खडक (4) वालुकाश्म

58. खालीलपैकी जगातील सर्वांत उंच शिखर कोणते ?
(1) गॉडवीन ऑस्टीन (2) नंदादेवी
(3) माऊंट एव्हरेस्ट (4) कांचनगंगा

59. अहमदनगरमधील 'आकुर्डी' कशासाठी प्रसिद्ध आहे ?
(1) स्कूटरनिर्मिती (2) शेतीची अवजारे
(3) काच सामान (4) अँबेसॅडर मोटार

60. महाराष्ट्रात औद्योगिक वसाहती कोठे केंद्रित झालेल्या आहेत ?
(1) मुंबई-पुणे (2) पुणे-अहमदनगर
(3) औरंगाबाद-मुंबई (4) मुंबई-पुणे-नाशिक

61. चौथ्या पंचवार्षिक योजनेत कशावर भर होता ?
(1) औद्योगिकीकरणात वाढ करणे.
(2) शेती व जलसिंचन
(3) राहणीमानाचा दर्जा उंचाविणे
(4) गरिबी हटाव

उत्तरसूची

1. (2)	2. (3)	3. (4)	4. (1)	5. (2)	6. (4)	7. (3)	8. (3)
9. (2)	10. (1)	11. (3)	12. (2)	13. (3)	14. (2)	15. (3)	16. (2)
17. (2)	18. (3)	19. (4)	20. (1)	21. (1)	22. (2)	23. (1)	24. (3)
25. (3)	26. (1)	27. (3)	28. (2)	29. (3)	30. (1)	31. (1)	32. (3)
33. (2)	34. (1)	35. (3)	36. (1)	37. (4)	38. (3)	39. (4)	40. (2)
41. (4)	42. (3)	43. (3)	44. (2)	45. (3)	46. (3)	47. (2)	48. (2)
49. (4)	50. (2)	51. (4)	52. (3)	53. (4)	54. (4)	55. (2)	56. (2)
57. (3)	58. (3)	59. (1)	60. (4)	61. (4)			

★★★

MPSC : PSI/STI/Asst. पूर्व परीक्षा : 1990

1. 'सागर सम्राट' हे खालीलपैकी काय आहे ?
(1) तेलशुद्धीकरण करण्याचा कारखाना
(2) तेलवाहू जहाज
(3) तेलविहीर प्लॅटफॉर्म
(4) समुद्रातील खनिजतेल शोधण्याकरिता बनविलेले जहाज

2. खालीलपैकी कोणता देश सार्क राष्ट्रांचा सदस्य आहे ?
(1) सिंगापूर (2) मालदीव
(3) इंडोनेशिया (4) फिलिपिन्स

3. चीनने भारतावर कधी आक्रमण केले होते ?
(1) 20 ऑक्टोबर, 1962 (2) 21 नोव्हेंबर, 1962
(3) 11 ऑगस्ट, 1965 (4) 10 जानेवारी, 1966

4. भारतातील सर्वांत मोठे प्राणिसंग्रहालय .... राज्यात आहे.
(1) आसाम (2) प. बंगाल (3) उत्तर प्रदेश (4) तमिळनाडू

5. 'इंदिरा गांधी नॅशनल ओपन युनिव्हर्सिटी'चे मुख्यालय .... येथे आहे.
(1) रायबरेली (2) नवी दिल्ली
(3) अलाहाबाद (4) बंगलोर

6. (अ) चंद्राचा प्रकाश शीतल आहे.
(ब) सूर्यापासून मिळालेल्या प्रकाशापैकी 67% प्रकाश चंद्र परावर्तित करतो.
(1) (अ) व (ब) दोन्ही विधाने सत्य आहेत.
(2) (अ) व (ब) दोन्ही बरोबर असून (ब) हे (अ) चे कारण आहे.
(3) (अ) बरोबर, (ब) चूक (4) (अ) व (ब) दोन्ही चूक

7. कोणत्या हवेत सर्वांत जास्त हवेचा दाब असतो ?
(1) थंड व बाष्पयुक्त (2) उबदार व बाष्पयुक्त
(3) थंड व बाष्प नसलेली (4) उबदार व बाष्प नसलेली

8. तांदळाचे पीक कोणत्या राज्यात सर्वांत जास्त प्रमाणात होते ?
(1) पंजाब व हरियाणा (2) पंजाब व आंध्र प्रदेश
(3) उत्तर प्रदेश व राजस्थान (4) प. बंगाल व आंध्र प्रदेश

9. 'माथेरान' हे थंड हवेचे ठिकाण कोणत्या जिल्ह्यात आहे ?
(1) पुणे (2) रायगड (3) नाशिक (4) धुळे

10. समशीतोष्ण कटिबंधामध्ये वनस्पतींची वाढ खालीलपैकी किती तापमानास होते ?
(1) 10 सें. (2) 15° सें. (3) 25 सें. (4) 30° सें.

11. भुईमुगाचे पीक कोणत्या नदी खोऱ्यात सर्वांत जास्त आहे ?
(1) तापी (2) कृष्णा (3) प्रवरा (4) गोदावरी

12. तंबाखूचे पीक खालीलपैकी कोणत्या खोऱ्यात जास्त होते ?
(1) तापी नदीचे खोरे (2) कृष्णा नदीचे खोरे
(3) प्रवरा नदीचे खोरे (4) गोदावरी नदीचे खोरे

13. खालीलपैकी कोणते पीक नगदी नाही ?
(1) ऊस (2) कापूस (3) कांदा (4) तांदूळ

14. खालीलपैकी कोणती नदी पश्चिमवाहिनी नाही ?
(1) तापी (2) नर्मदा (3) सावित्री (4) गोदावरी

15. अभ्रक खनिज कोणत्या राज्यात मोठ्या प्रमाणात सापडते ?
(1) झारखंड (2) मध्य प्रदेश
(3) ओडिशा (4) प. बंगाल

16. चलनी नोटांचा कारखाना खालीलपैकी कोठे आहे ?
(1) नाशिक (2) देवळाली (3) दिल्ली (4) ओझर

17. 'जिम कार्बेट नॅशनल पार्क' खालीलपैकी कोठे आहे ?
(1) उत्तराखंड (2) पश्चिम बंगाल
(3) आसाम (4) बिहार

18. महाराष्ट्रात सर्वांत जास्त खनिजसाठा कोठे आहे ?
(1) कोकण (2) विदर्भ (3) खानदेश (4) भंडारा-चंद्रपूर

19. जगातील सर्वांत मोठी नदी कोणती ?
(1) नाईल (2) ॲमेझॉन (3) मिसिसिपी (4) कांगो

20. 'राजा केळकर वस्तुसंग्रहालय' खालीलपैकी कोठे आहे ?
(1) मुंबई (2) पुणे (3) नाशिक (4) कोल्हापूर

21. वाळवंटातील प्रवासी कधी प्रवास करतात ?
(1) सकाळी (2) संध्याकाळी (3) पहाटे (4) रात्री

22. रेशमाचे किडे कोणत्या झाडांच्या पानावर पोसले जातात ?
(1) चंदन (2) रातराणी (3) सुबाभूळ (4) तुती

23. महाराष्ट्रात 'गॅस क्रॅकर कॉम्प्लेक्स' (वायू विभंजन प्रकल्प) कोठे उभारण्यात आला आहे ?
(1) माझगांव डॉक (2) नागोठाणे
(3) ठाणे-बेलापूर (4) थळ-वायशेत

24. कृषी वनीकरणासाठी 'सर्वोत्कृष्ट झाड' कोणते मानले जाते ?
(1) ऑस्ट्रेलियन बाभूळ (2) स्टायलोझथीस हमाय
(3) ग्लिसर्डिया (4) सुबाभूळ

25. अफगाणिस्तानची राजधानी खालीलपैकी कोणती ?
(1) ढाका (2) इस्लामाबाद (3) बैरुत (4) काबूल

26. कृष्णा व कोयना नद्यांच्या संगमाचे ठिकाण कोणते ?
(1) कराड (2) सातारा (3) कोयना (4) औदुंबर

27. खालीलपैकी गव्हाची सुधारित जात कोणती ?
(1) आय.आर. 28 (2) को 40
(3) सोनामुखी (4) कल्याणसोना

28. खालीलपैकी औष्णिक वीज केंद्र कोणते आहे ?
(1) तारापूर (2) कोराडी
(3) कोयनानगर (4) जायकवाडी

29. हिराकूड धरणाचा जास्त फायदा कोणत्या राज्याला मिळतो ?
(1) ओडिशा (2) बिहार
(3) आसाम (4) प. बंगाल

30. महाराष्ट्रास लागून खालीलपैकी कोणत्या राज्याची सीमा सर्वांत जास्त लांब आहे ?
(1) मध्य प्रदेश (2) आंध्र प्रदेश
(3) कर्नाटक (4) गुजरात

31. दादरा व नगर हवेलीस पोर्तुगिजांपासून स्वातंत्र्य केव्हा मिळाले ?
(1) 1950 (2) 1954
(3) 1961 (4) 1959

32. पंचवार्षिक योजनेचे नियोजन भारत सरकारने खालीलपैकी कोणत्या राष्ट्राकडून घेतले ?
(1) रशिया (2) अमेरिका
(3) ब्रिटन (4) फ्रान्स

33. महाराष्ट्रातील प्रादेशिक विकासाच्या असमतोलाचा अभ्यास करण्यासाठी कोणती समिती नेमली गेली होती ?
(1) प्रो. गोडबोले समिती (2) प्रा. दांडेकर समिती
(3) राजाध्यक्ष समिती (4) सुब्रह्मण्यम समिती

34. निलगिरी पर्वतातील सर्वांत उंच शिखर कोणते ?
(1) बाबाबुडनगिरी (2) दोडाबेट्टा
(3) गॉडविन ऑस्टिन (4) कळसूबाई

35. शेतीसाठी दीर्घ मुदतीचे कर्ज कोणती बँक देते ?
(1) आरबीआय (2) आरआरबी
(3) आयडीबीआय (4) एलडीबी

36. महाराष्ट्रातील प्रशासकीय विभाग किती ?
(1) 5 (2) 6 (3) 7 (4) 8

उत्तरसूची

1. (4)	2. (2)	3. (1)	4. (1)	5. (2)	6. (2)	7. (3)	8. (4)
9. (2)	10. (3)	11. (2)	12. (2)	13. (4)	14. (4)	15. (1)	16. (1)
17. (1)	18. (4)	19. (1)	20. (2)	21. (3)	22. (4)	23. (2)	24. (4)
25. (4)	26. (1)	27. (4)	28. (2)	29. (1)	30. (1)	31. (3)	32. (1)
33. (2)	34. (2)	35. (4)	36. (2)				

★★★

MPSC : PSI पूर्व परीक्षा : 1990

1. हिमाचल प्रदेशाची राजधानी खालीलपैकी कोठे आहे ?
(1) सिमला (2) मनाली
(3) डलहौसी (4) गोविंदसागर

2. अंटार्क्टिकावरील भारताच्या कायमस्वरूपी निवासी संशोधन स्थळाचे नाव काय ?
(1) द. गंगोत्री (2) उ. गंगोत्री
(3) पू. गंगोत्री (4) प. गंगोत्री

3. चीनने भारतावर खालीलपैकी कोणत्या वर्षी आक्रमण केले ?
(1) 1966 (2) 1965 (3) 1971 (4) 1962

4. भारताने कोणत्या वर्षी पोखरणचा अणुस्फोट केला ?
(1) 1974 (2) 1975 (3) 1976 (4) 1974

5. 'तुफान एक्स्प्रेस' कोठून कोठे धावते ?
(1) दिल्ली-जयपूर (2) दिल्ली-अहमदाबाद
(3) दिल्ली-हावडा (4) दिल्ली-कोलकाता

6. कोणत्या देशास भूकंपाचे वारंवार धक्के बसतात ?
(1) जपान (2) भारत (3) चीन (4) रशिया

7. भारतात हरित क्रांती कोणत्या साली झाली ?
(1) 1962 (2) 1966 (3) 1967 (4) 1969

8. भोपाळ वायू दुर्घटना कोणत्या वायूच्या गळतीमुळे झाली ?
(1) क्लोरीन (2) अमोनिया
(3) मिथाईल आयसोसायनेट (4) मिथेन

9. समुद्राची खोली कशाच्या साहाय्याने मोजतात ?
(1) मॅनोमीटर (2) स्फिग्मोमॅनोमीटर
(3) फॅदमोमीटर (4) बॅरोमीटर

10. भूकंपमापनासाठी खालीलपैकी कोणते यंत्र वापरतात ?
(1) क्रेस्कोग्राफ (2) सिस्मोग्राफ
(3) भूकंपमापक (4) मॅनोमीटर

11. भारतातील महत्त्वाचे ऊर्जानिर्मिती साधन कोणते ?
(1) जल (2) अणू (3) कोळसा (4) जैविक

12. भारतातील आर्थिक वर्ष कोणत्या महिन्यापासून सुरू होते ?
(1) जानेवारी (2) मार्च
(3) एप्रिल (4) जून

13. कोणत्या पंचवार्षिक योजनेत सर्वप्रथम अवजड उद्योगांवर भर देण्यात आला होता ?
(1) पहिल्या (2) दुसऱ्या (3) तिसऱ्या (4) सातव्या

14. 'जायकवाडी प्रकल्प' खालीलपैकी कोणत्या नदीवर आहे ?
(1) गोदावरी (2) गंगा
(3) कृष्णा (4) भीमा

15. 'जिम कार्बेट नॅशनल पार्क' कोणत्या राज्यात आहे ?
(1) आसाम (2) झारखंड (3) उत्तराखंड (4) मध्य प्रदेश

16. कोणत्या बेटाचा भारतीय संघराज्यात समावेश होत नाही ?
(1) लक्षद्वीप (2) मालदीव
(3) अंदमान (4) निकोबार

17. खालीलपैकी कोणत्या प्रदेशात वर्षभर पाऊस पडतो ?
(1) टुंड्रा (2) तैगा (3) विषुववृत्तीय (4) उष्ण कटिबंध

18. खालीलपैकी कोणता प्रदेश केंद्रशासित प्रदेश आहे ?
(1) मिझोराम (2) अरुणाचल प्रदेश
(3) चंदीगड (4) गोवा

19. भारतातील सर्वांत जास्त लोकसंख्येचे राज्य कोणते ?
(1) केरळ (2) उत्तर प्रदेश
(3) पश्चिम बंगाल (4) महाराष्ट्र

20. सर्वांत जास्त ऊस पिकविणारा जिल्हा कोणता ?
(1) पुणे (2) कोल्हापूर
(3) अहमदनगर (4) सांगली

21. महाराष्ट्राला किती कि.मी. लांबीचा किनारा लाभला आहे ?
(1) 620 (2) 720 (3) 820 (4) 750

22. ब्रह्मदेशाच्या 'थिबा राजाचा राजवाडा' कोठे आहे ?
(1) रत्नागिरी (2) सिंधुदुर्ग
(3) रंगून (4) सावंतवाडी

23. हिमरु शालीसाठी प्रसिद्ध ठिकाण कोणते ?
(1) येवले (2) पैठण
(3) औरंगाबाद (4) अहमदनगर

उत्तरसूची

1. (1)	2. (1)	3. (4)	4. (4)	5. (3)	6. (1)	7. (2)	8. (3)
9. (3)	10. (2)	11. (3)	12. (3)	13. (2)	14. (1)	15. (3)	16. (2)
17. (3)	18. (3)	19. (2)	20. (3)	21. (2)	22. (1)	23. (3)	

MPSC : PSI/STI/Asst. पूर्व परीक्षा : 1989

1. 1989 साली केरळ राज्यातील .... हा पूर्ण शिक्षित जिल्हा म्हणून घोषित केला गेला होता.
(1) त्रिवेंद्रम (2) अल्लेपी (3) थुंबा (4) एर्नाकुलम

2. भारताने 1989 साली अवकाशात खालीलपैकी कोणता उपग्रह सोडला होता ?
(1) इन्सॅट - 1 बी (2) रोहिणी - 3
(3) भास्कर - 2 (4) आर्यभट्ट

3. .... यांनी राज्यातील पहिला सहकारी साखर कारखाना .... येथे काढला.
(1) पद्मश्री विखे पाटील, प्रवरानगर
(2) वसंतदादा पाटील, सांगली
(3) शरद पवार, बारामती
(4) बाळासाहेब देसाई, पाटण

4. पृथ्वीवर सूर्यप्रकाश नसता तर आभाळ कसे दिसले असते ?
(1) निळे (2) लाल (3) जांभळे (4) काळे

5. भारतामध्ये विद्युतनिर्मितीसाठी इंधन म्हणून सर्वांत जास्त प्रमाणात .... चा वापर होतो.
(1) सौर (2) कोळसा (3) अणू (4) जलविद्युत

6. वनस्पतींनी प्राचीन काळी जमिनीत साठविलेली ऊर्जा खालीलपैकी कोणत्या स्वरूपात मिळते ?
(1) खनिज व दगडी कोळसा (2) नैसर्गिक तेल व वायू
(3) वायू (4) गोबर गॅस

7. जगातील 'पहिले स्पेस शटल' खालीलपैकी कोणते ?
(1) अपोलो (2) आर्यभट्ट (3) कोलंबिया (4) व्होस्टोक

8. 'दक्षिण गंगोत्री' हे केंद्र खालीलपैकी कोणत्या सागरात भारताने उभारले आहे ?
(1) अंटार्क्टिका (2) पॅसिफिक
(3) अटलांटिक (4) भूमध्य समुद्र

9. .... हा हवेचा सर्वांत मुख्य घटक आहे.
(1) ऑक्सिजन (2) हैड्रोजन
(3) नायट्रोजन (4) कार्बन डायऑक्साइड

10. खालीलपैकी 'सर्वांत स्वच्छ जल' कोणते ?
(1) समुद्रातील (2) सरोवरातील
(3) विहिरीतील (4) पावसाचे

11. दुधातील पाण्याचे प्रमाण पाहण्याचे यंत्र कोणते ?
(1) लॅक्टोमीटर (2) मायक्रोमीटर
(3) हायग्रोमीटर (4) पायरोमीटर

12. महाराष्ट्रात प्रतिजैविके निर्मितीचा कारखाना कोठे आहे ?
(1) पिंपरी (2) चिंचवड (3) आळंदी (4) देहू

13. 'कैगा प्रकल्प' खालीलपैकी कशासाठी प्रसिद्ध आहे ?
(1) अणुऊर्जा (2) अवकाश संशोधन केंद्र
(3) नौदल केंद्र (4) अभयारण्य

14. औरंगाबाद खालीलपैकी कशासाठी प्रसिद्ध आहे ?
(1) ताजमहल (2) पैठणी
(3) हिमरू शाली (4) बिबीका मकबरा

15. अरबी समुद्राला खालीलपैकी कोणती नदी मिळते ?
(1) तापी (2) गोदावरी (3) कृष्णा (4) पूर्णा

16. सिंधुदुर्ग जिल्ह्याची राजधानी खालीलपैकी कोणती ?
(1) कणकवली (2) कुडाळ
(3) रत्नागिरी (4) ओरोस बुद्रुक

17. गव्हाच्या पिकासाठी कोणत्या प्रकारची जमीन योग्य आहे ?
(1) रेगूर (2) लॅटेराईट
(3) काळी
(4) कसदार व ओलावा टिकवून ठेवणारी

18. भारताची 1981 मधील लोकसंख्या .... कोटी होती.
(1) 40.80 (2) 68.3 (3) 69.5 (4) 90

19. खालीलपैकी .... येथे वाघांचे अभयारण्य आहे आणि तेथे सर्वांत जास्त वाघ आहेत.
(1) मेळघाट (अमरावती) (2) ताडोबा
(3) कर्नाळा (4) चंपारण्य

20. गोंड आदिवासी जमात .... येथे व कोरकू जमात .... जिल्ह्यांत आढळते.
(1) चंद्रपूर, अमरावती (2) अमरावती, चंद्रपूर
(3) नागपूर, रत्नागिरी (4) सिंधुदुर्ग, पुणे

21. महाराष्ट्र व गोवा ही राज्ये सिंधुदुर्ग जिल्ह्यातील .... खाडीमुळे जोडली गेली.
(1) वसई (2) तेरेखोल (3) राजापूर (4) दाभोळ

22. 1989 साली भारताने खालीलपैकी कोणत्या देशांच्या सहकार्याने पाणबुडी प्रकल्प सुरू केला होता ?
(1) जर्मनी (2) रशिया (3) इंग्लंड (4) फ्रान्स

23. एक माध्य सौरदिन म्हणजे किती सेकंद ?
(1) 86,400 (2) 3,600 (3) 90,000 (4) 36,000

24. खालीलपैकी चुकीची जोडी ओळखा.
(1) वारली - ठाणे (2) कोरकू - धुळे
(3) गोंड - चंद्रपूर (4) भिल्ल - धुळे

25. महाराष्ट्रात खालीलपैकी कोणते पीक सर्वांत जास्त होते ?
(1) गहू (2) ज्वारी (3) बाजरी (4) तांदूळ

26. रत्नागिरी जिल्ह्यातून कोणती नदी वाहत नाही ?
(1) सावित्री (2) वशिष्ठी (3) उल्हास (4) काजळी

27. औद्योगिक विकासाच्या दृष्टीने .... चे मानवाच्या दृष्टिकोनातून महत्त्व कमी झाले आहे.
(1) जमिनीचे (2) घरबांधणीचे
(3) जंगलाचे (4) शेतीचे

28. शस्त्रसाहित्य उत्पादनासाठी महाराष्ट्रातील प्रसिद्ध ठिकाण खालीलपैकी कोणते ?
(1) नाशिक (2) खडकी
(3) खडकवासला (4) सातारा

29. खालीलपैकी चुकीचे वाक्य शोधा.
(1) नागपूर अननसांसाठी प्रसिद्ध आहे.
(2) नाशिक द्राक्षांसाठी प्रसिद्ध आहे.
(3) जळगाव केळींसाठी प्रसिद्ध आहे.
(4) मालवण काजूंसाठी प्रसिद्ध आहे.

30. महाराष्ट्रात सर्वांत जास्त पर्जन्यवृष्टी खालीलपैकी कोठे होते ?
(1) आंबोली (2) मुंबई
(3) सातारा (4) सांगली

31. सर्वाधिक जंगले खालीलपैकी कोणत्या जिल्ह्यांत आहेत ?
(1) भंडारा (2) गडचिरोली (3) चंद्रपूर (4) रत्नागिरी

32. 'चिखलदरा' हे ठिकाण कशासाठी प्रसिद्ध आहे ?
(1) धरण (2) खनिज
(3) थंड हवेचे ठिकाण (4) अभयारण्य

33. सर्वांत जास्त स्वस्त जलसिंचन पद्धती कोणती ?
(1) विहिरीची (2) कूपनलिकेची
(3) कालव्याची (4) तलावाची

34. भारतातील पहिली भुयारी रेल्वे खालीलपैकी कोठे आहे ?
(1) मुंबई (2) कोलकता (3) दिल्ली (4) मद्रास

35. भारत हा .... देश आहे.
(1) धर्मनिरपेक्ष (2) जगात सर्वांत मोठा
(3) जगात सर्वांत गरीब
(4) आशियातील सर्वांत साक्षरता असलेला देश

36. कोणते बेट भारतात केंद्रशासित प्रदेश म्हणून सामील झाले ?
(1) दीव व दमण (2) न्यू मूर
(3) सिक्कीम (4) पुद्दुचेरी

37. 'आर्मेनिया' हा कोणत्या देशाचा भाग होता ?
(1) अमेरिका (2) युगोस्लाव्हिया
(3) रशिया (4) अफगाणिस्तान

38. खालीलपैकी कोणत्या शहरात महानगरपालिका नाही ?
(1) औरंगाबाद (2) सोलापूर
(3) अमरावती (4) सातारा

39. समुदाय विकास कार्यक्रम (Community Development Programme) राबविण्याची जबाबदारी कोणाची असते ?
(1) ग्रामपंचायत (2) पंचायत समिती
(3) जिल्हा परिषद (4) राज्य सरकार

40. 1989 साली दारिद्र्यरेषेखालील लोकांना रोजगार मिळावेत म्हणून कोणती योजना सुरू झाली ?
(1) जवाहर रोजगार योजना (2) रोजगार हमी योजना
(3) संजय गांधी स्वावलंबन योजना
(4) संजय गांधी निराधार अनुदान योजना

41. पहिल्या योजनेत कशाला प्राधान्य देण्यात आले होते ?
(1) शेती व जलसिंचन (2) बेरोजगार
(3) औद्योगिक उत्पादनात वाढ (4) कुटुंबनियोजन

42. पहिली पंचवार्षिक योजना ...... साली सुरू झाली.
(1) 1949 (2) 1950 (3) 1951 (4) 1952

43. 'रोजगार हमी योजना' प्रथम कोणत्या जिल्ह्यात सुरू झाली ?
(1) पुणे (2) बीड (3) सातारा (4) सांगली

44. वीस कलमी कार्यक्रम खालीलपैकी कोणी सुरू केला ?
(1) इंदिरा गांधी (2) पं. नेहरू
(3) महात्मा गांधी (4) राजीव गांधी

45. 'एक गाव एक पाणवठा' मोहिमेचे नेतृत्व .... यांनी केले.
(1) जयप्रकाश नारायण (2) डॉ. बाबा आढाव
(3) सेनापती बापट (4) छत्रपती शाहू महाराज

उत्तरसूची

1. (4)	2. (1)	3. (1)	4. (4)	5. (2)	6. (1)	7. (3)	8. (1)
9. (3)	10. (4)	11. (1)	12. (1)	13. (1)	14. (3)	15. (1)	16. (4)
17. (4)	18. (2)	19. (1)	20. (1)	21. (2)	22. (2)	23. (1)	24. (2)
25. (2)	26. (2)	27. (3)	28. (2)	29. (1)	30. (1)	31. (2)	32. (3)
33. (2)	34. (2)	35. (1)	36. (#)	37. (3)	38. (4)	39. (3)	40. (1)
41. (1)	42. (3)	43. (1)	44. (2)	45. (2)			

 # ने दर्शविलेले प्रश्नांच्या उत्तराबद्दल निश्चितता नाही किंवा रद्द करण्यात आलेले आहेत.

★★★

MPSC : PSI/STI/Asst. पूर्व परीक्षा : 1982

1. भारतातील पहिले एफ.एम. रेडिओ स्टेशन कोठे सुरू झाले ?
(1) पुणे (2) पणजी (3) बेंगलोर (4) हासन

2. 1980 चे सूर्यग्रहण सर्वांत जास्त वेळ कोठे दिसले होते ?
(1) अहमदाबाद (2) लखनौ
(3) कानपूर (4) मुंबई

3. खालीलपैकी जगात सर्वांत जास्त बायोगॅस व गोबरगॅस प्लँट कोठे आहेत ?
(1) भारत (2) रशिया (3) अमेरिका (4) जपान

4. खालीलपैकी तांबड्या रंगाचा ग्रह कोणता ?
(1) बुध (2) मंगळ (3) शुक्र (4) गुरु

5. डेसिबल हे .... मोजण्याचे एकक आहे.
(1) आवाजाची तीव्रता (2) विद्युत प्रवाह
(3) उष्णता (4) अंतर

6. हवेच्या प्रदूषणास जास्तीत जास्त जबाबदार असलेला वायू खालीलपैकी कोणता ?
(1) हायड्रोजन (2) कार्बन मोनॉक्साइड
(3) अमोनिया (4) कार्बन डायऑक्साइड

7. 'प्रकाशवर्ष' हे खालीलपैकी कशाचे परिमाण आहे ?
(1) प्रकाश (2) वेळ
(3) खगोलशास्त्रीय अंतर (4) वार्षिक गती

8. पृथ्वीभोवती 24 तासांत एकापेक्षा जास्त प्रदक्षिणा घालणारे यान कोणते ?
(1) चॅलेंजर (2) सोयुझ
(3) कोलंबिया (4) वरीलपैकी सर्व

9. अंटार्क्टिका खंडावर कोणत्या देशाने पहिली मोहीम पार पाडली ?
(1) USA (2) USSR (3) UK (4) UAE

10. महाराष्ट्रात 'खत प्रकल्प' कोठे आहे ?
(1) थळ वायशेत (2) कोल्हापूर
(3) पुणे (4) सातारा

11. अमेरिकेच्या पहिल्या अवकाशयानाचे नाव काय होते ?
(1) कोलंबिया (2) चॅलेंजर
(3) नासा (4) डिस्कव्हरी

12. 'खजुराहो लेणी' खालीलपैकी कोणत्या राज्यात आहेत ?
(1) महाराष्ट्र (2) मध्य प्रदेश
(3) उत्तर प्रदेश (4) राजस्थान

13. मल्याळी भाषा बोलणारी लोकसंख्या खालीलपैकी कोणत्या राज्यात सर्वांत जास्त आहे ?
(1) केरळ (2) कर्नाटक
(3) तमिळनाडू (4) आंध्र प्रदेश

14. 'विवेकानंद स्मारक' भारतात खालीलपैकी कुठे आहे ?
(1) रामेश्वर (2) कन्याकुमारी
(3) त्रिवेंद्रम (4) कोलकता

15. 'ताजमहल' कोठे व कोणी बांधला ?
(1) मथुरा, औरंगजेब (2) आग्रा, शहाजहान
(3) फत्तेपूर-सिक्री, अकबर (4) आग्रा, जहांगीर

16. खालीलपैकी 'उसाची संकरित जात' कोणती आहे ?
(1) IR-20 (2) NI-5439 (3) CO-798 (4) IR-78

17. मिझोरामची राजधानी खालीलपैकी कोणती ?
(1) शिलाँग (2) ऐझवाल (3) कोहिमा (4) आगरताळा

18. सिक्कीमची राजधानी खालीलपैकी कोणती ?
(1) गंगटोक (2) दार्जिलिंग (3) गया (4) पाटणा

19. 'जायकवाडी प्रकल्प' खालीलपैकी कोणत्या जिल्ह्यात आहे ?
(1) औरंगाबाद (2) अहमदनगर
(3) नाशिक (4) पुणे

20. महाराष्ट्र एक्सप्रेस खालीलपैकी कुठून कोठे धावते ?
(1) नागपूर - नाशिक (2) नागपूर - कोल्हापूर
(3) गोंदिया - कोल्हापूर (4) मिरज - अमरावती

21. महाराष्ट्रातील सर्वांत मोठे धरण खालीलपैकी कोणते ?
(1) कोयना (2) जायकवाडी (3) उजनी (4) गिरणा

22. महाराष्ट्रात आंब्याचे सर्वांत जास्त उत्पादन कोठे होते ?
(1) रत्नागिरी (2) सिंधुदुर्ग
(3) रायगड (4) कोल्हापूर

23. महाराष्ट्रात कोळशाचे उत्पादन सर्वांत जास्त खालीलपैकी कोणत्या जिल्ह्यात होते ?
(1) चंद्रपूर (2) बीड (3) भंडारा (4) नागपूर

24. महाराष्ट्रात पहिल्या पावसाच्या सरी कोणत्या नक्षत्रात पडतात ?
(1) मृग (2) वर्षा (3) कृतिका (4) हस्त

25. 'नाईल नदीची देणगी' असलेला देश कोणता ?
(1) इजिप्त (2) इथिओपिया (3) केनिया (4) नामिबिया

26. खालीलपैकी उत्तम गव्हाची जात कोणती ?
(1) कल्याणसोना (2) IR-20
(3) NI-5439 (4) IR-99

27. महाराष्ट्रात गोदावरी नदी आहे तर बियास नदी कोठे आहे ?
(1) पंजाब (2) सिंध
(3) जम्मू-काश्मीर (4) हरियाणा

28. खालीलपैकी असंबंध ठिकाण ओळखा.
(1) मुंबई (2) दिल्ली (3) पॅरिस (4) वॉशिंग्टन

29. खालीलपैकी कोणती रेषा इतर रेषेपेक्षा वेगळी आहे ?
(1) ड्युरांड रेषा (2) मॅकमोहन रेषा
(3) प्लीमसोल रेषा (4) 38° अक्षांश रेषा

30. महाराष्ट्र पोलीस प्रशिक्षण अकादमी कोठे आहे ?
(1) नागपूर (2) नाशिक (3) देवळाली (4) पुणे

31. 'रायगड' जिल्ह्याचे मुख्य कार्यालय खालीलपैकी कोठे आहे ?
(1) पेण (2) महाड (3) अलिबाग (4) कर्जत

32. 1981 साली मराठवाड्यात नव्याने निर्माण झालेल्या जिल्ह्याचे नाव काय ?
(1) लातूर (2) जालना (3) बारामती (4) उस्मानाबाद

33. 1982 साली खालीलपैकी कोणत्या कॉर्पोरेशनचे विभाजन होणार होते ?
(1) बृहन्मुंबई (2) पिंपरी-चिंचवड
(3) नागपूर (4) पुणे

34. महाराष्ट्रातील पोलीस खात्यातील सर्वोच्च पद खालीलपैकी कोणते ?
(1) DIGP (2) DGP (3) IGP (4) COP

उत्तरसूची

1.	(1)	2.	(1)	3.	(1)	4.	(2)	5.	(1)	6.	(4)	7.	(3)	8.	(4)
9.	(1)	10.	(1)	11.	(1)	12.	(2)	13.	(1)	14.	(2)	15.	(2)	16.	(3)
17.	(2)	18.	(1)	19.	(1)	20.	(2)	21.	(2)	22.	(1)	23.	(1)	24.	(1)
25.	(1)	26.	(1)	27.	(1)	28.	(1)	29.	(3)	30.	(2)	31.	(3)	32.	(2)
33.	(1)	34.	(2)												

★★★

MPSC : PSI/STI/Asst. पूर्व परीक्षा : 1981

1. खालीलपैकी कोणत्या नेत्याच्या स्मृतिप्रीत्यर्थ महाराष्ट्रात 'कृषिदिन' साजरा करण्यात येतो ?
(1) यशवंतराव चव्हाण (2) वल्लभभाई पटेल
(3) वसंतराव नाईक (4) वसंतदादा पाटील

2. महाराष्ट्रात खालीलपैकी कोणत्या ठिकाणी 'नेहरू बालभवन' स्थापण्यात आलेले आहे ?
(1) नागपूर (2) औरंगाबाद (3) वरील दोन्ही (4) यापैकी नाही.

3. 'सेतुपती पूल' खालीलपैकी कोणत्या राज्यात आहे ?
(1) केरळ (2) प. बंगाल (3) तमिळनाडू (4) कर्नाटक

4. 'पोर्ट ब्लेअर' ही कोणत्या केंद्रशासित प्रदेशाची राजधानी आहे ?
(1) लक्षद्वीप व मिनिकॉय (2) अंदमान-निकोबार
(3) दीव व दमण (4) पुद्दुचेरी

5. कोणता पोलाद प्रकल्प भारत सरकारच्या मालकीचा नाही ?
(1) रुरकेला (2) भिलाई
(3) जमशेदपूर (4) बोकारो

6. 'सुएझ कालवा' खालीलपैकी कोणाच्या मालकीचा आहे ?
(1) संयुक्त राष्ट्रसंघ (2) इजिप्त
(3) इस्रायल (4) ब्रिटन

7. 'महाराष्ट्र राज्य' कोणत्या दिवशी अस्तित्वात आले ?
(1) 26 जानेवारी, 1961 (2) 15 ऑगस्ट, 1960
(3) 1 नोव्हेंबर, 1956 (4) 1 मे, 1960

8. महाराष्ट्रात 'सिंहस्थ कुंभमेळा' खालीलपैकी कोठे भरतो ?
(1) नाशिक (2) कोल्हापूर (3) पंढरपूर (4) आळंदी

9. महाराष्ट्र राज्याची सीमा किती राज्यांना भिडलेली आहे ?
(1) सहा (2) चार (3) पाच (4) सात

10. खालीलपैकी कोणती नदी पश्चिमवाहिनी आहे ?
(1) पैनगंगा (2) तापी (3) कृष्णा (4) गोदावरी

11. समृद्ध युरेनियमचे अणुशक्ती इंधनात रूपांतर करण्याचा कारखाना खालीलपैकी कोठे आहे ?
(1) बेंगलोर (2) हैद्राबाद (3) जबलपूर (4) कोलकता

12. कोणते पीक रब्बी व खरीप या दोन्ही हंगामात घेतले जाते ?
(1) तांदूळ (2) गहू (3) ज्वारी (4) हरभरा

13. भारताचे पहिले राखीव जैविक अभयारण्य .... येथे सुरू झाले.
(1) सुंदरबन (2) निलगिरी
(3) सह्याद्री (4) हिमालय

14. खालीलपैकी कोणते धरण गोदावरीच्या खोऱ्यात नाही ?
(1) भंडारदरा (2) जायकवाडी
(3) गंगापूर (4) धोम

15. महाराष्ट्र राज्य वीज मंडळाचे औष्णिक वीजनिर्मिती केंद्र खालीलपैकी कोणते ?
(1) तुर्भे (2) कोराडी (3) भिवपुरी (4) कोयना

16. भारतात थोरियमचे खनिज कोणत्या स्वरूपात सापडते ?
(1) इल्मेनाइट (2) मोनॅझाइट
(3) टिटॅनाइट (4) लिग्नाइट

17. 'इंडियन इन्स्टिट्यूट ऑफ सायन्सेस' कोठे आहे ?
(1) त्रिवेंद्रम (2) बेंगळुरू (3) अहमदाबाद (4) थुंबा

18. 'झेलम नदी' खालीलपैकी कोणत्या सरोवरातून वाहते ?
(1) लोणार (2) दाल (3) मानस (4) वूलर

19. 'कैगा प्रकल्प' खालीलपैकी कशासाठी प्रसिद्ध आहे ?
(1) अवकाश संशोधन (2) नौदल
(3) अणुऊर्जा प्रकल्प (4) पर्यावरण संतुलन

20. 1967 साली महाराष्ट्र शासनाने खालीलपैकी कोणत्या महामंडळाची स्थापना केली होती ?
(1) महाराष्ट्र औद्योगिक विकास महामंडळ
(2) महाराष्ट्र राज्य वित्त महामंडळ

(3) महाराष्ट्र लघुउद्योग विकास महामंडळ
(4) सिडको

21. 'पहिला सहकारी चळवळ कायदा' कधी पास झाला ?
(1) 1904 (2) 1960 (3) 1972 (4) 1962

22. महानगरपालिकेच्या अध्यक्षाला महाराष्ट्रात .... म्हणतात.
(1) अध्यक्ष (2) सभापती
(3) महापौर (4) पालिका आयुक्त

23. अस्पृश्यांच्या आर्थिक उन्नतीसाठी 'म्हैसाळ प्रकल्प' राबविणारे थोर समाजसुधारक कोण आहेत ?
(1) आबा मोडक (2) बाबा आमटे
(3) मधुकरराव देवल (4) यशवंतराव चव्हाण

24. खालीलपैकी रशियाचे 'पहिले स्पेस शटल' कोणते ?
(1) एनर्जिया (2) मीग
(3) बुरान (4) हरमीस

25. खालीलपैकी विसंगत घटक ओळखा.
(1) भारत (2) लिस्बन (3) फ्रान्स (4) स्वीडन

26. खालीलपैकी विजोड घटक शोधा.
(1) पेट्रोल (2) रॉकेल (3) पॅराफिन (4) डांबर

27. खालीलपैकी विजोड घटक शोधा.
(1) ग्रीष्म (2) वसंत (3) कार्तिक (4) हेमंत

28. खालीलपैकी विजोड घटक शोधा.
(1) तलाव (2) सरोवर (3) विहीर (4) नदी

उत्तरसूची

1. (3)	2. (3)	3. (2)	4. (2)	5. (3)	6. (2)	7. (4)	8. (1)
9. (1)	10. (2)	11. (2)	12. (3)	13. (1)	14. (4)	15. (2)	16. (2)
17. (2)	18. (2)	19. (3)	20. (4)	21. (1)	22. (3)	23. (3)	24. (3)
25. (2)	26. (3)	27. (3)	28. (4)				

★★★

MPSC : PSI/STI/Asst. पूर्व परीक्षा : 1980

1. प्रवरा सहकारी साखर कारखान्याची स्थापना कोणी केली ?
(1) पद्मश्री विठ्ठलराव विखे पाटील
(2) वसंतराव नाईक
(3) यशवंतराव चव्हाण
(4) बाळासाहेब विखे पाटील

2. '1 मे' या दिनाचे खालीलपैकी काय महत्त्व आहे ?
(1) कामगार दिन (2) महाराष्ट्र दिन
(3) वरील दोन्ही (4) यापैकी नाही.

3. '7 जून' नंतर खालीलपैकी कोणते नक्षत्र येते ?
(1) मृग (2) वसंत
(3) हस्त (4) कृतिका

4. 1971 साली कोणता देश स्वतंत्र झाला होता ?
(1) नामिबिया (2) बांगलादेश
(3) फिजी (4) झिंबाब्वे

5. 'केनेली हेवीसाईड' थर हा .... थर आहे.
(1) सागरातील गरम पाण्याचा (2) पृथ्वीजवळ वातावरणाचा
(3) द. ध्रुवावरील प्राचीन बर्फाचा
(4) वातावरणातील वरचा

6. 'रिश्टर स्केल' हे खालीलपैकी काय आहे ?
(1) घनतामापक (2) तापमानमापक
(3) दाबमापक (4) भूकंप तीव्रतामापक

7. भारतामध्ये 'अवकाशयान उड्डाण केंद्र' कोठे आहे ?
(1) थुंबा (2) श्रीहरीकोटा
(3) त्रिवेंद्रम (4) हासन

8. भारतात रंगीत टी.व्ही. चे प्रक्षेपण सर्वप्रथम कोठे सुरू झाले ?
(1) दिल्ली (2) मुंबई (3) लंडन (4) न्यूयॉर्क

9. वैशाखी पौर्णिमेस कुंभमेळा खालीलपैकी कोठे भरतो ?
(1) नाशिक (2) प्रयाग (3) हरिद्वार (4) काशी

10. जगातील आकाराने सर्वांत लहान प्रजासत्ताक कोणते ?
(1) व्हॅटिकन सिटी (2) ब्रुनेई
(3) मॉरिशस (4) ऑरेगॉन

11. 'उत्तर ऱ्होडेशिया' चे खालीलपैकी नवे नाव कोणते आहे ?
(1) नामिबिया (2) बोट्सवाना
(3) झांबिया (4) झिंबाब्वे

12. खालीलपैकी गव्हाच्या बियाणांची संकरित जात कोणती ?
(1) IR-8 (2) NI-5613 (3) Co-47 (4) सोनालिका

13. निकोबार द्वीपबेटात किती बेट आहेत ?
(1) 37 (2) 13 (3) 51 (4) 103

14. झिंबाब्वे राजधानी खालीलपैकी कोणती ?
(1) केपटाऊन (2) विंडहोक
(3) हरारे (4) ब्रिजटाऊन

15. सध्या महाराष्ट्रात कोळशाच्या खाणी कोठे नाहीत ?
(1) भंडारा (2) चंद्रपूर (3) नागपूर (4) सिंधुदुर्ग

16. 'महाराष्ट्र एक्सप्रेस' खालीलपैकी कोठून कोठपर्यंत धावते ?
(1) पुणे-कोल्हापूर (2) गोंदिया-नागपूर-कोल्हापूर
(3) नागपूर-मिरज (4) मिरज-अमरावती

17. 'मुंबई-पुणे डबल डेकर एक्सप्रेस' हे नाव काय ?
(1) डेक्कन एक्सप्रेस (2) सिंहगड
(3) इंद्रायणी (4) डेक्कन क्वीन

18. खालीलपैकी कोणत्या दोन स्टेशनमध्ये रेल्वे वाहतूक होत नाही ?
(1) मुंबई-ठाणे (2) कोल्हापूर-ठाणे
(3) मिरज-बेळगाव (4) कोल्हापूर-रत्नागिरी

19. कोकणात कोणत्या पिकाची लागवड प्रायोगिक तत्त्वावर 1980 साली केली गेली होती ?
(1) ऊस (2) काजू (3) रबर (4) निलगिरी

20. महाराष्ट्रातील कोणते आंबे प्रसिद्ध आहेत ?
(1) अल्फान्सो (2) देवगड
(3) माणकूर (4) पायरी

21. भारतात सगळ्यात जास्त ऊस कोणत्या राज्यात पिकतो ?
(1) उत्तर प्रदेश (2) महाराष्ट्र
(3) पंजाब (4) तमिळनाडू

22. इंदिरा गांधींनी वीस कलमी कार्यक्रम सर्वप्रथम कधी जाहीर केला होता ?
(1) 1974 (2) 1975 (3) 1976 (4) 1980

23. महाराष्ट्रात 'पोलीस शिपाई ट्रेनिंग कॉलेज' खालीलपैकी कोठे आहे ?
(1) नाशिक (2) पुणे (3) मुंबई (4) खंडाळा

24. खालीलपैकी विसंगत घटक ओळखा.
(1) इंग्रजी (2) फ्रेंच (3) मराठी (4) जर्मन

25. खालीलपैकी विसंगत घटक ओळखा.
(1) देऊळ (2) मठ (3) चर्च (4) धर्मशाळा

26. खालीलपैकी विसंगत घटक ओळखा.
(1) आग्रा (2) लखनौ (3) पुणे (4) रत्नागिरी

27. खालीलपैकी विसंगत घटक ओळखा.
(1) मंगळ (2) शनी (3) युरेनस (4) चंद्र

28. खालीलपैकी विसंगत घटक ओळखा.
(1) ऊस (2) हळद (3) बटाटा (4) आले

उत्तरसूची

1. (1)	2. (3)	3. (1)	4. (2)	5. (4)	6. (4)	7. (2)	8. (1)
9. (3)	10. (1)	11. (3)	12. (4)	13. (2)	14. (3)	15. (4)	16. (2)
17. (2)	18. (4)	19. (3)	20. (1)	21. (1)	22. (2)	23. (4)	24. (3)
25. (4)	26. (4)	27. (4)	28. (1)				

★★★

MPSC : PSI/STI/Asst. पूर्व परीक्षा : 1979

1. 'ओनम' हा सण खालीलपैकी कोणत्या राज्यात साजरा करतात ?
(1) तमिळनाडू (2) केरळ
(3) कर्नाटक (4) आंध्र प्रदेश

2. 'नामिबिया' या देशाचे जुने नाव खालीलपैकी काय होते ?
(1) बेल्जिअम कांगो (2) ईस्ट आफ्रिका
(3) ब्लॅक कंट्री (4) नैर्ऋत्य आफ्रिका

3. 'आकाशवाणी' स्वायत्त करण्याचे प्रमुख कारण कोणते ?
(1) जनमताचा दबाव (2) आर्थिक समता
(3) राजकीय स्वातंत्र्य (4) घटनेतील मार्गदर्शक तत्त्वे

4. भारतीय पंचांगातील कालगणनेनुसार 'नववर्ष दिन' कोणत्या महिन्यात येतो ?
(1) अश्विन (2) चैत्र
(3) श्रावण (4) मार्गशीर्ष

5. महाराष्ट्राने 1979 वर्ष काय म्हणून साजरे केले होते ?
(1) अपंग वर्ष (2) सहारा वर्ष
(3) महिला वर्ष (4) यांपैकी कोणतेही नाही.

6. 1979 साली खग्रास ग्रहण भारतात केव्हा दिसले होते ?
(1) सप्टेंबर (2) मार्च (3) जानेवारी (4) जून

7. वारली आदिवासींचे मूळ स्थान खालीलपैकी कोणते ?
(1) ठाणे (2) रायगड (3) चंद्रपूर (4) भंडारा

8. रायगड जिल्ह्यातील मोठे असणारे प्रमुख शहर कोणते ?
(1) अलिबाग (2) पेण (3) पनवेल (4) कर्जत

9. पिनकोडचे 'शेवटचे आकडे' काय दर्शवितात ?
(1) टपाल वितरण केंद्र (2) जिल्हा
(3) राज्य (4) तालुका

10. महाराष्ट्रात कुंभमेळा भरणारे व लाखो लोकांचे यात्रास्थान कोणते ?
(1) नाशिक (2) हरिद्वार
(3) प्रयाग (4) गया

11. सर्वोत्कृष्ट 'काश्मिरी कला' खालीलपैकी कोणती आहे ?
(1) शालीवर कशिदा काढणे. (2) लाकूड कलाकुसर
(3) हुक्का (4) घागरा

12. खालीलपैकी चीनची राजधानी कोणती ?
(1) उलन बतोर (2) ल्हासा
(3) सिनकियांग (4) बीजिंग

13. गव्हाच्या संकरित बियाणांचे नाव खालीलपैकी काय ?
(1) कल्याणसोना (2) लक्ष्मी
(3) को. 740 (4) IC 320

14. दरवर्षी खुडणी-छाटणी आवश्यक असणारे व डोंगर उतारावर येणारे खालीलपैकी पीक कोणते ?
(1) द्राक्षे (2) कापूस (3) कॉफी (4) चहा

15. कांद्याचे उत्पादन सर्वांत जास्त खालीलपैकी कोणत्या जिल्ह्यात होते ?
(1) नाशिक (2) अहमदनगर (3) सातारा (4) पुणे

16. खालीलपैकी कोणत्या जिल्ह्याची सीमा जास्तीत जास्त जिल्ह्यांना लागून आहे ?
(1) पुणे (2) नाशिक (3) अहमदनगर (4) बुलढाणा

17. महाराष्ट्रात कॅनॉलमुळे खालीलपैकी कोणत्या जिल्ह्यास सर्वप्रथम फायदा झाला ?
(1) अहमदनगर (2) नांदेड
(3) बीड (4) औरंगाबाद

18. 'हिंदुस्थान जहाजबांधणी यार्ड' खालीलपैकी कोठे आहे ?
(1) विशाखापट्टणम (2) मुंबई
(3) चेन्नई (4) कोचीन

19. 'पेंच प्रकल्प' महाराष्ट्र सरकारने कोणत्या राज्याच्या सहकार्याने सुरू केला आहे ?
(1) आंध्र प्रदेश (2) गुजरात
(3) मध्य प्रदेश (4) कर्नाटक

20. महाराष्ट्रात कच्च्या लोखंडाचे उत्पादन कोणत्या जिल्ह्यात सर्वांत जास्त होते ?
(1) रत्नागिरी (2) चंद्रपूर
(3) नागपूर (4) सिंधुदुर्ग

21. खालीलपैकी कोणत्या राज्यात उत्तम ज्यूट बियाणांचे उत्पादन होते ?
(1) प. बंगाल (2) आंध्र
(3) बिहार (4) आसाम

22. कोरडवाहू जमीन सर्वांत जास्त प्रमाणात खालीलपैकी कोणत्या जिल्ह्यात आहे ?
(1) ठाणे (2) नाशिक (3) सोलापूर (4) चंद्रपूर

23. भारतात सर्वांत जास्त शेंगदाणा पिकविणारे राज्य कोणते ?
(1) गुजरात (2) कर्नाटक (3) महाराष्ट्र (4) आंध्र प्रदेश

24. बांबूपासून कागद तयार करण्याचा कारखाना कोठे आहे ?
(1) पुणे (2) चंद्रपूर (3) माणिकगड (4) नेपानगर

25. नाणी पाडण्याचा कारखाना खालीलपैकी कोणत्या ठिकाणी आहे ?
(1) नाशिक (2) पुणे (3) नागपूर (4) सातारा

26. खालीलपैकी भारतातील 'मुक्त बंदर' कोणते ?
(1) मंगळूर (2) चेन्नई (3) ओखा (4) कोचीन

27. उत्तम ज्वारी पैदास करणारा जिल्हा खालीलपैकी कोणता ?
(1) अकोला (2) नागपूर (3) सोलापूर (4) परभणी

28. कोकणामध्ये खालीलपैकी कोणत्या पिकांची प्रायोगिक लागवड करण्यात आली होती ?
(1) काजू (2) रबर (3) निलगिरी (4) आंबा

29. कोयना धरणाच्या जलाशयाचे नाव कोणते आहे ?
(1) शिवाजी सागर (2) वसंत सागर
(3) यशवंत सागर (4) शाहू सागर

30. 'दगडी कोळसा' मोठ्या प्रमाणात कोठे सापडतो ?
(1) सिंधुदुर्ग (2) चंद्रपूर (3) भंडारा (4) रत्नागिरी

31. चंद्रपूरपेक्षा अधिक जंगलमय जिल्हा कोणता ?
(1) ठाणे (2) रत्नागिरी (3) गडचिरोली (4) गोंदिया

32. तेंदूपानाचा उपयोग खालीलपैकी कशासाठी करतात ?
(1) विडी कारखान्यांत (2) कागद कारखान्यांत
(3) साखर कारखान्यांत (4) खाद्यपदार्थ म्हणून

33. थेक्कडी (पेरियार) अभयारण्य कोणत्या प्रांतात आहे ?
(1) महाराष्ट्र (2) मध्य प्रदेश (3) बिहार (4) केरळ

34. 'नागार्जुनसागर धरण' कोणत्या नदीवर आहे ?
(1) गोदावरी (2) नर्मदा
(3) महानदी (4) कृष्णा

35. तांदूळ उत्पादनवाढीकरिता कोणते खत वापरतात ?
(1) युरिया (2) फॉस्फेट (3) जैविक (4) पोटॅश

36. भारतात पाचव्या पंचवार्षिक योजनेत सापडलेले खनिज खालीलपैकी कोणते ?
(1) युरेनियम (2) पोटॅशियम
(3) सोडियम (4) थोरियम

37. मोठ्या संख्येने तलाव असलेला जिल्हा कोणता ?
(1) गोंदिया (2) गडचिरोली (3) चंद्रपूर (4) नागपूर

38. भारतातील रेल्वेचे विभाग खालीलपैकी किती आहेत ?
(1) 7 (2) 8 (3) 17 (4) 12

39. 'अंत्योदय' योजना कोणत्या राज्यात सर्वप्रथम सुरू झाली ?
(1) राजस्थान (2) गुजरात
(3) महाराष्ट्र (4) बिहार

40. भारताचे अग्निबाण उड्डाण केंद्र खालीलपैकी कोठे आहे ?
(1) थुंबा (2) श्रीहरीकोटा
(3) तिरुअनंतपुरम (4) अहमदाबाद

41. खालीलपैकी सर्वांत मोठा ग्रह कोणता ?
(1) शनि (2) गुरु (3) शुक्र (4) युरेनस

42. आण्विक विद्युत केंद्र महाराष्ट्रात खालीलपैकी कोठे आहे ?
(1) तारापूर (2) ट्रॉम्बे (3) कोयना (4) नागपूर

43. 'मायका' चा वापर खालीलपैकी कशामध्ये करतात ?
(1) आरशांमध्ये (2) गाड्यांचे कुशनमध्ये
(3) रंग तयार करण्यासाठी (4) विद्युतरोधक म्हणून

44. हिंदुस्थान ॲंटिबायोटिक्सचे उत्पादन केंद्र कोठे आहे ?
(1) पुणे (2) मुंबई (3) ठाणे (4) औरंगाबाद

45. 'सिस्मोग्राफ'चा उपयोग खालीलपैकी कशाकरिता करतात ?
(1) भूकंपाचे उद्रेक स्थळ पाहण्यासाठी
(2) ज्वालामुखीची तीव्रता मोजण्यासाठी
(3) पृथ्वीचा अंतर्भाग पाहण्यासाठी
(4) भूकंपाची तीव्रता मोजण्यासाठी

46. खालीलपैकी कृत्रिम धागा कोणता ?
(1) रेशीम (2) रेयॉन (3) ज्यूट (4) कापूस

47. 'रेयॉन धागा' खालीलपैकी कशापासून बनवितात ?
(1) पेट्रोकेमिकल्स (2) सेल्युलोज
(3) हायड्रोकार्बन्स (4) पीव्हीसी

48. धान्य साठा टिकविण्यासाठी कोणते औषध वापरतात ?
(1) डांबर गोळ्या (2) सोडियम फॉस्फेट
(3) चुनखडी (4) सोडियम क्लोरेट

49. भारतात सर्वांत जास्त जलविद्युत उत्पादन कोठे होते ?
(1) दिल्ली (2) भाक्रा-नानगल
(3) मुंबई (4) कोयना

50. 'केंद्रीय जलविद्युत संशोधन केंद्र' खालीलपैकी कोठे आहे ?
(1) कोल्हापूर (2) मुंबई
(3) नागपूर (4) खडकवासला

51. खालीलपैकी औष्णिक विद्युत केंद्राचे नाव कोणते ?
(1) कोराडी (2) खापरखेडा
(3) पारस (4) वरील सर्व

52. 1 हेक्टर म्हणजे किती एकर ?
(1) 2 एकर (2) 2.5 एकर (3) 2.2 एकर (4) 1.5 एकर

53. रायगड जिल्ह्याचे मुख्यालय कोठे आहे ?
(1) अलिबाग (2) विजयदुर्ग
(3) सिंधुदुर्ग (4) पनवेल

54. महाराष्ट्र पोलीस प्रमुखाचे पदनाम खालीलपैकी काय आहे ?
(1) DIGP (2) DGP (3) IGP (4) COP

55. खालीलपैकी अयोग्य घटक शोधा.
(1) मुंबई (2) पॅरिस (3) जकार्ता (4) लंडन

56. खालीलपैकी विसंगत घटक शोधा.
(1) गंगा (2) तापी (3) नर्मदा (4) गोदावरी

उत्तरसूची

1.	(2)	2.	(4)	3.	(4)	4.	(2)	5.	(3)	6.	(2)	7.	(1)	8.	(3)
9.	(1)	10.	(1)	11.	(1)	12.	(4)	13.	(1)	14.	(4)	15.	(1)	16.	(3)
17.	(1)	18.	(1)	19.	(3)	20.	(2)	21.	(1)	22.	(3)	23.	(1)	24.	(4)
25.	(1)	26.	(3)	27.	(3)	28.	(2)	29.	(1)	30.	(2)	31.	(3)	32.	(1)
33.	(4)	34.	(4)	35.	(1)	36.	(4)	37.	(1)	38.	(3)	39.	(1)	40.	(2)
41.	(2)	42.	(1)	43.	(4)	44.	(1)	45.	(4)	46.	(2)	47.	(2)	48.	(4)
49.	(4)	50.	(4)	51.	(4)	52.	(2)	53.	(1)	54.	(2)	55.	(1)	56.	(1)

★★★

विभाग - पहिला : पृथ्वी

1. पृथ्वी

1.1 भूगोलाची व्याख्या, व्याप्ती, स्वरूप आणि शाखा

1.2 सूर्यकूल

1.3 अक्षांश व रेखांश

1.1 भूगोलाची व्याख्या, व्याप्ती, स्वरूप आणि शाखा

प्रस्तावना

मानवी कुतूहल व जिज्ञासा यामधूनच विज्ञानाची प्रगती झालेली आहे. दैनंदिन जीवनात आपल्या अवतीभोवती अनेक घटना घडत असतात. सूर्य उगवतो व मावळतो. दिवसामागून रात्र येते. पावसाळ्यानंतर हिवाळा येतो. बीजापासून अंकुर-रोपटे-वृक्ष वाढतो. प्राणी जन्माला येतात व मृत पवतात. सागराला भरती-ओहोटी येते. सूर्याला व चंद्राला ग्रहणे लागतात. भूकंप, ज्वालामुखी होतात. पर्जन्यवृष्टी, नद्यांना येणारे पूर, वादळे यांसारख्या अनेक घटना आपण पाहत असतो. घटना आपणास समजणे किंवा तिचे आकलन होणे म्हणजे ज्ञान होय. घटनांची सुसंगत मांडणी करता येणे म्हणजे ज्ञान होय. घटनेची सुसंगत मांडणी करण्यासाठी त्या घटनेला काय ? केव्हा ? कोठे ? कसे ? आणि का ? असे प्रश्न विचारले असता आपण जर त्या प्रश्नांची समर्पक उत्तरे देऊ शकलो तर त्याला ज्ञान म्हणता येईल. परंतु घटनेशी संबंधित वरीलपैकी काही प्रश्नांची उत्तरे आपण देऊ शकलो नाही, तरी ती घटना म्हणजे एक समस्या राहते. तिला ज्ञान म्हणता येत नाही.

व्याख्या : इरॅटोस्थेनिस यांनी 'पृथ्वीच्या वर्णनासाठी' जिऑग्राफी *(Geography)* **हा शब्द सर्वप्रथम रूढ केला.** *Geography* **या शब्दातील** *Geo* **म्हणजे पृथ्वी व** *Graphy* **म्हणजे वर्णन. 'पृथ्वीचे वर्णन म्हणजे भूगोल' अशी व्याख्या प्रारंभिक अवस्थेत करण्यात आली.**

"भूगोल हे असे शास्त्र आहे की, ज्यामध्ये प्रादेशिक विभिन्नतेचा व प्रदेशा-प्रदेशांमधील परस्परसंबंधांचा अभ्यास केला जातो."

- ब्रिटिश परिशिष्ट मंडळ, 1950

भूगोलाची व्याप्ती : भूपृष्ठावरील विविधता अभ्यासणे हा भूगोलाचा मूळ उद्देश आहे; यामुळेच भूपृष्ठाचा समग्र अभ्यास हा भूगोलाचा अभ्यासविषय आहे. भूगोलात संपूर्ण पृथ्वीचे समग्र दर्शन घडविण्याचा प्रयत्न केलेला असतो; यामुळेच भूगोलाच्या अभ्यासाला पूर्णत्व प्राप्त झालेले आहे.

मानव व पर्यावरण सहसंबंध : आपल्या सभोवतालची निसर्गनिर्मित व मानवनिर्मित परिस्थिती म्हणजे पर्यावरण होय; यामुळे पर्यावरणाचे नैसर्गिक व सांस्कृतिक पर्यावरण असे प्रकार अभ्यासले जातात.

भूगोलाचे स्वरूप : विसाव्या शतकात अभिक्षेत्रीय संघटन व अभिक्षेत्रीय वर्तन (Spatial Organisation and Spatial Behaviour) हे भूगोलाचे अभ्यास केंद्र बनले. अनेक नवनवे विचारप्रवाह या विषयात समाविष्ट झाले. तेव्हा प्राचीन काळापासून ते आजअखेरचे या विषयाचे बदलते स्वरूप पुढीलप्रमाणे विशद करता येईल.

(1) सांकल्पनिक भूगोल : विशेषतः ग्रीक व रोमन काळात या विषयाचे स्वरूप सांकल्पनिक होते. पृथ्वी स्थिर असून आकाशातील तारे व ग्रह तिच्याभोवती प्रदक्षिणा घालतात अशी परिकल्पना मांडली.

(2) वर्णनात्मक भूगोल : ग्रीक व रोमन भूगोलकारांनी पृथ्वीच्या प्रदेशातील अनेक ठिकाणांचे वर्णन केलेले आहे. **प्राचीन काळी 'भूगोल' विषयाचे स्वरूप वर्णनात्मक होते. याच काळात भूगोलास 'विज्ञानाची जननी'** *(Geography is the Mother of Science)* **असे संबोधले जाऊ लागले.**

(1.1)

(3) **वितरणात्मक स्वरूप : • भौगोलिक अध्ययनात वितरणाच्या विश्लेषणास फार महत्त्व असते. • अभिक्षेत्रीय वितरणामध्ये वितरणाची घनता, त्याचे विक्षेपण आणि त्याचे प्रारूप दर्शविले जाते. वितरणाच्या अभ्यासामुळे भूगोलास शास्त्रीय दर्जा प्राप्त झाला.**

(4) **वैज्ञानिक स्वरूप : • निरीक्षण, संकलन, वर्गीकरण, परिशीलन, कार्यकारणभावात्मक परिकल्पना, त्या परिकल्पनेची कसोटी आणि निष्कर्ष या शास्त्रीय पद्धतीच्या कसोट्या आहेत.** • भूगोलाच्या बाबतीत या कसोट्यांचा अवलंब होऊ लागला; यामुळे भूगोलास शास्त्रीय अधिष्ठान प्राप्त झाले. भूगोल ही एक स्वतंत्र विज्ञान शाखा तयार झाली. **जर्मन भूगोलकार हुम्बोल्ट व कार्ल रिटर यांना 'आधुनिक भूगोलाचे जनक' असे म्हणतात.**

(5) **आधुनिक भूगोलाची संकल्पना :** • 20 व्या शतकात **"भूगोल म्हणजे अभिक्षेत्रीय घटनांचा, अनुभवांचा, संयोजनांचा अभ्यास होय." ही संकल्पना अधिक दृढ झाली.** • अभिक्षेत्रीय संकल्पनेत आज मानवाचा अंतर्भाव अभिप्रेत असल्याने अभिक्षेत्रीय संघटन व अभिक्षेत्रीय वर्तन हे भूगोलाच्या अध्ययनाचे केंद्रबिंदू झालेले आहेत. • अभिक्षेत्रीय अंतर्क्रिया (Spatial Interaction) ही देखील भूगोलातील आजची महत्त्वाची संकल्पना आहे.

भूगोलाच्या शाखा : भूगोल आंतरविद्याशाखीय व एकात्मीकरणाचे विज्ञान आहे. त्याच्या मुख्य शाखा (अ) सुसंबद्ध भूगोल (ब) प्रादेशिक भूगोल.

(अ) सुसंबद्ध भूगोल (Systematic Geography)

सुसंबद्ध भूगोलाची चार शाखांमध्ये विभागणी केली जाते.

I. प्राकृतिक भूगोल

"पृथ्वीवरील प्राकृतिक घटकांचा अभ्यास करणारी अशी शाखा म्हणजे प्राकृतिक भूगोल, ज्यामध्ये भूमी, जल आणि हवेच्या अभ्यासाचा प्रामुख्याने समावेश होतो. या शास्त्रामध्ये सागरशास्त्र, हवामानशास्त्र, भूरूपशास्त्र याप्रमाणेच मृदा, वनस्पती आणि प्राणी यांच्या अध्ययनाचा समावेश होतो."

- डब्ल्यू.जी. मूर

प्राकृतिक भूगोलाच्या शाखा :

(1) **ज्योतिर्विज्ञान भूगोल :** "आपले विश्व, सूर्यमाला, ग्रह-उपग्रहांची निर्मिती, पृथ्वी व इतर ग्रह, त्यांचे उपग्रह, यांच्या गती, कालमापन, भरती-ओहोटी, दिवस-रात्रनिर्मिती, ऋतुचक्र यांचे अध्ययन ज्योतिर्विज्ञान भूगोलात केले जाते."

(2) **भूरूपशास्त्र :** पृथ्वीच्या पृष्ठभागावरील विविध भूरूपे, त्यांची निर्मिती, उत्क्रांती, भूपृष्ठाच्या जडणघडणीमध्ये सहभागी होणाऱ्या शक्ती, भूरूपांचे वर्गीकरण, वितरण इत्यादींचा अभ्यास भूरूपशास्त्रात केला जातो.

(3) **हवामानशास्त्र :** हवामानशास्त्रात पृथ्वीभोवती असलेले वातावरण, त्याचे घटक, वातावरणाचे थर, सौरशक्ती, तापमान, वायुभार, वारे, आर्द्रता, मेघ, वृष्टीचे प्रकार, पर्जन्यमान इत्यादी घटकांचा अभ्यास केला जातो.

(4) **सागरशास्त्र :** सागरशास्त्र व भूगोल यांचा जवळचा संबंध आहे. महासागरांचे सागरतळ, सागरजलाची क्षारता, सागरतळावरील निक्षेप, सागरजलाच्या हालचाली, भरती-ओहोटी इत्यादींचा अभ्यास सागरी भूगोलात केला जातो.

(5) **मृदाशास्त्र भूगोल :** मृदेची निर्मिती, मृदेचे गुणधर्म, मृदेचे वर्गीकरण व वितरण, सुपीकता व उत्पादनक्षमता इत्यादींचा अभ्यास मृदाशास्त्र भूगोलात केला जातो.

II. जैविक भूगोल (पर्यावरण भूगोलासहित)

भूगोल व जीवशास्त्र यांच्याशी संबंधित 'जैविक भूगोल' ही शाखा विकसित झालेली आहे. जैविक भूगोलाचे वनस्पती भूगोल व प्राणी भूगोल या दोन उपशाखांत वर्गीकरण केले जाते.

वनस्पती भूगोल : पृथ्वीवरील वनस्पतींचे प्रकार, त्यांची वैशिष्ट्ये, गुणधर्म व वितरण यांचा अभ्यास वनस्पती भूगोलात केला जातो.

प्राणी भूगोल : पृथ्वीवरील प्राणी, त्यांचे प्रकार, वितरण यांचा अभ्यास करतात.

याशिवाय मानवी पारिस्थितिकी व पर्यावरण भूगोलाचा अभ्यास केला जातो.

III. मानवी भूगोल

मानवी भूगोल म्हणजे मानव व त्याच्या सभोवतालचे पर्यावरण यांचा परस्परसंबंध व त्यामधून निर्माण होणाऱ्या क्रिया-प्रतिक्रिया यांचा अभ्यास करणारे शास्त्र होय.

मानवी भूगोलाच्या शाखा :

(1) **आर्थिक भूगोल :** एखाद्या प्रदेशातील वस्तू व सेवा यांचे उत्पादन, विनियोग, उपयोग यांच्यातील क्षेत्रीय भिन्नता आणि त्या प्रदेशातील आर्थिक हालचालीचा कार्यात्मक सहसंबंध हा आर्थिक भूगोलाचा केंद्रविषय आहे; तसेच मानवाच्या आर्थिक प्रयत्नांचे इतर प्राकृतिक व सांस्कृतिक घटकांशी असलेल्या संबंधांचे विश्लेषण केले जाते.

आर्थिक भूगोलाच्या कृषी भूगोल, औद्योगिक भूगोल, व्यापारी भूगोल, वाहतूक भूगोल या महत्त्वपूर्ण उपशाखा आहेत.

(अ) **कृषी भूगोल :** कृषी भूगोलात पृथ्वीवर विविध भौगोलिक परिस्थितीत अनेक प्रकारची पिके घेतली जातात याचा अभ्यास केला जातो. अन्नधान्यांची पिके, नगदी पिके, फळफळावळ यांचा सविस्तर अभ्यास केला जातो. आर्थिकदृष्ट्या पिकांचे उत्पन्न कसे फायदेशीर होईल याकडे लक्ष दिले जाते.

(ब) **औद्योगिक भूगोल :** औद्योगिक भूगोलात विविध उद्योगधंदे, त्यांचे वितरण, केंद्रीकरण, विकेंद्रीकरण यांचा अभ्यास केला जातो. प्रादेशिक नियोजनाच्या अभ्यासात औद्योगिक भूगोलाच्या अभ्यासाची फार मदत होते.

(क) **व्यापारी भूगोल :** व्यापाराचे अभिक्षेत्रीय घटक, व्यापार वस्तूंची प्रादेशिक विविधता, व्यापाराची दिशा, जागतिक व्यापारी संघटना इत्यादी घटकांचा अभ्यास व्यापारी भूगोलात केला जातो.

(ड) **वाहतूक भूगोल :** वाहतूक भूगोलावर वाहतूक मार्गांची जाळी, त्यांचे परस्परांशी साधलेले समायोजन यांचा अभ्यास वाहतूक भूगोलात केला जातो.

(2) राजकीय भूगोल : देशाच्या सीमा, सरहद्द, सागरी महत्त्व, राज्या-राज्यांतील संबंध, विदेशी धोरण, साधनसंपत्ती विकास, नागरी क्षेत्रे, राष्ट्रवाद या राजकीय भूगोलातील नव्या संकल्पना असून त्या दृष्टीने संशोधन सुरू आहे.

(3) ऐतिहासिक भूगोल : ऐतिहासिक भूगोलात ऐतिहासिक घटना व प्राचीन काळापासून ते आजअखेर विविध देशांचा विस्तार याचे अध्ययन केले जाते. वर्तमानकाळाची समज भूतकाळातील अभ्यासाशिवाय येत नाही.

(4) सामाजिक भूगोल : वसाहती, लोकसंख्या, लोकसंख्येचे वितरण, लोकसंख्या स्थलांतर इत्यादींचा अभ्यास सामाजिक भूगोलात केला जातो. लोकसंख्या भूगोल व वसाहत भूगोल या सामाजिक भूगोलाच्या उपशाखा आहेत.

(अ) लोकसंख्या भूगोल : विविध प्रदेशांतील लोकसंख्या, तिची वाढ, वितरण, घनता, लोकसंख्या स्थलांतर, राहणीमानाचा दर्जा, लोकसंख्येची आर्थिक रचना इत्यादी व त्यांनी सभोवतालच्या पर्यावरणाशी केलेले अनुकूलन हा लोकसंख्या भूगोलाचा अभ्यासविषय आहे.

(ब) वसाहत भूगोल : पृथ्वीवर मानवी वसाहतींचे 'ग्रामीण वसाहती' व 'नागरी वसाहती' असे दोन प्रकार पडतात.

(i) **नागरी भूगोल :** नागरी भूगोलात नगराचे स्थान व स्थिती, नगराचा ऐतिहासिक विकास, नगर संरचना, नागरी कार्ये, एका नगराचे दुसऱ्या नगराशी असलेले संबंध, नगरांचे वर्गीकरण, नागरी प्रभावक्षेत्र, नागरी समस्या, नगर श्रेणीरचना इत्यादी घटकांचा अभ्यास केला जातो. नगरांतर्गत वाहतूक, नगराचा विस्तार व अभिक्षेत्रीय वर्तनदेखील नागरी भूगोलात अभ्यासले जाते.

(ii) **ग्रामीण भूगोल :** ग्रामीण भूगोलात ग्रामीण वसाहती, त्याचे स्वरूप, व्यवसाय यांचा अभ्यास केला जातो. यात मुख्यत्वेकरून कृषिव्यवसायाचे चित्रण होते. ग्रामीण वसाहतीच्या वैशिष्ट्यांचा अभ्यास केला जातो.

(ब) प्रादेशिक भूगोल

दृष्टोत्पत्तीस पडणाऱ्या विविध आकाराच्या प्रदेशांवर एक किंवा सर्व सुसंबद्ध भौगोलिक प्रक्रियांचा क्षेत्रीय ठसा उमटल्यावर प्रादेशिक भूगोलाचा प्रारंभ होतो. प्राकृतिक रचना, पर्जन्य, वनस्पती, दरडोई उत्पन्न, साक्षरता इत्यादींपैकी कोणत्याही एका घटकाच्या आधारे प्रदेशाची निश्चिती करता येते. याचप्रमाणे दोन किंवा त्यापेक्षाही जास्त घटकांच्या साहचर्याने प्रदेशाची निश्चिती होते.

प्रादेशिक भूगोलाच्या उपशाखा : (1) प्रादेशिक अभ्यास (2) प्रादेशिक नियोजन (3) प्रादेशिक विश्लेषण (4) प्रादेशिक विकास.

1.2 सूर्यकूल

विश्व *(The Universe)* **:** विश्वामध्ये 100 अब्जांपेक्षा जास्त तारामंडळे/आकाशगंगा (Galaxies) आहेत. तारामंडळ लक्षावधी ताऱ्यांचा (Stars) समूह आहे. आपल्या तारामंडळास 'आकाशगंगा' (The Milky Way) असे संबोधले जाते. आकाशगंगेमध्ये सुमारे 300 अब्ज तारे आहेत. यांपैकी आपला सूर्य एक तारा आहे.

सूर्यकूल *(The Solar System)* **:** ''सूर्याभोवती ग्रह आणि काही अवकाश वस्तू फिरतात याला 'सूर्यकूल' असे म्हणतात.'' सूर्यकुलाच्या केंद्रभागी सूर्य आहे.

सूर्यकुलाचे स्वरूप : • तारा - सूर्य, ग्रह - सूर्याभोवती परिभ्रमण करतात. • उपग्रह - ग्रहांभोवती परिभ्रमण करतात. • लहान वस्तू - लघुग्रह आणि धूमकेतूसारख्या लहान वस्तू.

तक्ता क्र. 1.1 : ग्रहांची वैशिष्ट्ये

ग्रह	घटक	वैशिष्ट्ये
1. बुध	व्यास	4849.6 कि.मी.
	चंद्र	नाही
	सूर्यापासून सरासरी अंतर	57.6 दशलक्ष कि.मी.
	सूर्याभोवती प्रदक्षिणेचा काळ	88 दिवस
	स्वरूप	1) लहान ग्रह, पृथ्वीच्या चंद्रापेक्षा थोडासा मोठा 2) दर तासाला 1,76,000 कि.मी. वेगाने लंबवर्तुळाकार कक्षेत भ्रमण 3) बुधावर वातावरण नाही. दिवसा कडक ऊन आणि रात्री गोठविणारी थंडी
2. शुक्र	व्यास	12,032 कि.मी.
	चंद्र	नाही
	सूर्यापासून सरासरी अंतर	107.52 दशलक्ष कि.मी.
	सूर्याभोवती प्रदक्षिणेचा काळ	225 दिवस
	स्वरूप	1) पृथ्वीचा दुप्पट आकार आणि वस्तुमान 2) सपाट, खडकाळ मैदान आणि ज्वालामुखी क्रियेची चिन्हे 3) कार्बन डायऑक्साइडचे आवरण
3. पृथ्वी	व्यास	12,732.2 कि.मी.
	चंद्र	1
	सूर्यापासून सरासरी अंतर	148.8 दशलक्ष कि.मी.
	सूर्याभोवती प्रदक्षिणेचा काळ	365 दिवस

(क्रमशः)

ग्रह	घटक	वैशिष्ट्ये
	स्वरूप	1) वैशिष्ट्यपूर्ण मध्यम तापमान 2) ऑक्सिजनचे अस्तित्व 3) पाण्याची उपलब्धता 4) सूर्यकुलामधील एकमेव पृथ्वी ग्रहावर जीवसृष्टी
4. मंगळ	व्यास	6755.2 कि.मी.
	चंद्र	2
	सूर्यापासून सरासरी अंतर	225.6 दशलक्ष कि.मी.
	सूर्याभोवती प्रदक्षिणेचा काळ	687 दिवस
	स्वरूप	1) उजाड उपग्रह, तांबूस मृदा आणि दगडधोंडे 2) कोणे एके काळी जागृत ज्वालामुखी, निद्रिस्त ज्वालामुखी वैशिष्ट्यांचे अस्तित्व 3) पूर्वी पाण्याच्या अस्तित्वाच्या खुणा
5. गुरु	व्यास	1,41,968 कि.मी.
	चंद्र	16
	सूर्यापासूनचे सरासरी अंतर	772.8 दशलक्ष कि.मी.
	सूर्याभोवती प्रदक्षिणेचा काळ	11-9 वर्षे
	स्वरूप	1) सूर्यकुलामधील सर्वात मोठ्या ग्रहावरील 'ग्रेट रेड स्पॉट' चे दोन पायोनियर उपग्रहाद्वारा छायाचित्रे प्राप्त 2) व्हॉयेजर-I आणि II ने मेघाचे संक्षुब्ध (Turbulent) आच्छादनाचा आवर्त प्रवाह दर्शविले. 3) याचप्रमाणे धुलीय वलय, तीन नवीन चंद्र आणि चंद्रावर ज्वालामुखी दर्शविले.
6. शनी	व्यास	1,19,296 कि.मी.
	चंद्र	20 किंवा त्यापेक्षा जास्त
	सूर्यापासून सरासरी अंतर	1,417.6 दशलक्ष कि.मी.
	सूर्याभोवती प्रदक्षिणेचा काळ	29.5 वर्षे
	स्वरूप	1) व्हॉयेजर-I यांना संशोधनांती असे आढळले की शनीची सोनेरी वलये (कडा) हजारो तरंग आणि सर्पील पट्ट्यांनी (Spiral Bands) निर्माण झालेले असून त्याची जाडी फक्त सुमारे 35 मीटर आहे. 2) टायटन चंद्रावर नायट्रोजन वातावरण आणि हायड्रोकार्बन आहेत.
7. युरेनस	व्यास	52,096 कि.मी.
	चंद्र	17
	सूर्यापासून सरासरी अंतर	2852.8 दशलक्ष कि.मी.
	सूर्याभोवती प्रदक्षिणेचा काळ	84 वर्षे
	स्वरूप	1) जलयुक्त युरेनस 2) एक ध्रुव, सूर्याकडे कक्षेसाठी ते टोक आहे. 3) व्हॉयेजर-I ला युरेनस ग्रहासभोवती 9 गडद, सघन कड्या आढळल्या. 4) कॉर्कस्क्रू (Corkscrew) आकाराचे चुंबकीय क्षेत्र असून त्याचा विस्तार दशलक्ष कि.मी. चा आहे.
8. नेपच्यून	व्यास	49,000 कि.मी.
	चंद्र	8
	सूर्यापासून सरासरी अंतर	4,497 दशलक्ष कि.मी.
	सूर्याभोवती प्रदक्षिणेचा काळ	165 वर्षे
	स्वरूप	1) युरेनसपेक्षा अधिक घनतायुक्त परंतु थोडा लहान 2) वातावरण नीलसदृश्य याचे रूपांतर शुभ्र मेघात जलदरीत्या होते. 3) वातावरणात हायड्रोकार्बन्सची संयुगे बऱ्याच अंशी असतात. 4) सूर्यापासून प्राप्त होणाऱ्या ऊर्जेपेक्षा 2.3 पटीने उत्सर्जन होते. व्हॉयेजर II ने ध्रुवीय प्रकाशाची नोंद केलेली आहे.
सूर्य-तारा	व्यास	13,84,000 कि.मी.
	उपग्रह	8 ग्रह
	वय	4.5 अब्ज वर्षे
	स्वरूप	1) मध्यमवयीन तारा, वायुरूप सूर्याचे गाभ्यात कमाल तापमान 27 दशलक्ष से. 2) सूर्याच्या डागाचे निरीक्षण करता सूर्याचे 11 वर्षांचे चक्र 3) पृथ्वीवर काही रेडिओ लहरी बिघाड आणतात. तसेच उत्तर प्रकाश आढळतात.

प्लूटो आणि बुटके ग्रह : शास्त्रज्ञांनी आपल्या सूर्यमालेत प्लूटो हा नववा ग्रह मानलेला होता. परंतु 2006 साली शास्त्रज्ञांनी प्लूटो पुनर्नामांकन 'बुटका ग्रह' (Dwarf Planet) केले आहे. यामुळे आपल्या सूर्यकुलात 8 ग्रह आहेत.

सूर्यभोवती अन्य वस्तूंचा शोध शास्त्रज्ञांनी घेतलेला आहे. यामध्ये धूमकेतू लघुग्रह आणि प्लूटो व एरीससारख्या बुटक्या ग्रहांचा समावेश आहे.

तक्ता क्र. 1.2 : ग्रहासंबंधी वैशिष्ट्यपूर्ण माहिती

• सर्वांत जवळचा तारा	प्रॉक्झिमा सेंटॉरी	• सूर्याचा सर्वांत बाह्य थर	करोना (ग्रहणावेळी दृश्यमान)
• पूर्वेकडून पश्चिमेकडे परिभ्रमण करणारे ग्रह	शुक्र व युरेनस		
• अंतर्गत ग्रह	बुध, शुक्र, पृथ्वी व मंगळ	• बहिर्गत ग्रह	गुरु, शनी, नेपच्यून, युरेनस
• सूर्यकुलातील सर्वांत लहान ग्रह	बुध	• सूर्यकुलातील सर्वांत प्रकाशमान ग्रह	शुक्र
• संध्याकाळी/सकाळी दिसणारा ग्रह	शुक्र	• नीलग्रह (पाण्याच्या अस्तित्वामुळे)	पृथ्वी
• लाल किंवा अग्नी प्रदीप्त ग्रह	मंगळ	• धुलिकामय ग्रह	मंगळ
• सर्वांत मोठा ग्रह	गुरु	• वेगाने परिभ्रमण करणारा ग्रह	गुरु
• सर्वांत कमी वेगाने परिभ्रमण करणारा ग्रह	शुक्र	• उघड्या डोळ्यांनी पाहता येणारा सर्वांत दूरचा ग्रह	शनी
• पहुडलेला ग्रह	युरेनस	• सूर्यापासून अनुक्रमानुसार दूर असणारे ग्रह	• बुध, शुक्र, पृथ्वी, मंगळ, गुरु, शनी, युरेनस व प्लूटो
• पृथ्वीपासून अंतरानुसार ग्रह	शुक्र, मंगळ, बुध, गुरु, शनी, युरेनस व नेपच्यून	• आकारानुसार उतरत्या क्रमाने ग्रह	गुरु, शनी, युरेनस, नेपच्यून, पृथ्वी, शुक्र, मंगळ व बुध

तक्ता क्र. 1.3 : ग्रहाचे महत्त्वाचे उपग्रह

ग्रह	महत्त्वाचे उपग्रह	ग्रह	महत्त्वाचे उपग्रह
1. पृथ्वी	चंद्र	4. शनी	Atlas, Titan, Tenthis, Phoebe, Ria, Helen
2. मंगळ	Phobas, Deimos	5. युरेनस	Miranda, Titenia, Belinda, Arial
3. गुरु	Himaliya, Elara, Europa, Ganymede, Caitesto	6. नेपच्यून	Titan Nerid

पृथ्वीची उत्पत्ती (Origin of the Earth)

पृथ्वीच्या उत्पत्तीसंबंधी विद्वानांनी अनेक परिकल्पना, संकल्पना व सिद्धान्त प्रतिपादन केलेले आहेत. याचा थोडक्यात आढावा घेऊ या.

तक्ता क्र. 1.4 : पृथ्वीसंबंधी सांख्यिकी माहिती (Statistical Data of the Earth)

1.	व्यास		12.	पृष्ठीय सरासरी तापमान	14° से.
	विषुववृत्तीय व्यास	12,756 कि.मी.	13.	ध्रुवीय अक्षाभोवतीचा परिभ्रमणाचा काल (नाक्षत्र दिन)	23 तास 56 मि. 4.09 सेकंद
	ध्रुवीय व्यास	12,714 कि.मी.			
2.	परीघ		14.	पृथ्वीच्या आसाचा कल	23° 26' 56"
	विषुववृत्तीय परीघ	40,077 कि.मी.	15.	सूर्याभोवती एका प्रदक्षिणेचा काल (नाक्षत्र वर्ष)	365.256.36 दिवस (उष्ण कटिबंधीय वर्ष)
	ध्रुवीय परीघ	40,009 कि.मी.			
3.	एकूण पृष्ठीय क्षेत्रफळ (भूखंडे : 29.22%, महासागर 70.78%)	510 दशलक्ष चौ.कि.मी.	16.	सूर्याभोवतीचा कक्षीय वेग	29.8 कि.मी./से.
			17.	कक्षेची विकेंद्रीयता (Eccentricity of Orbit)	0.0167
4.	आकारमान	1.083×10^{12} Cubic km	18.	सूर्यापासून सरासरी अंतर (1 खगोलीय एकक AU)	14,95,98,500 कि.मी.
5.	वस्तुमान	5.978×10^{24} kg			
6.	घनता	$5.529/cm^2$ (पाण्यापेक्षा पाचपट)	19.	सूर्यापासून कमाल अंतर अपसूर्य स्थिती 4 जुलै	सुमारे 152 दशलक्ष कि.मी.
7.	वय	4.6 अब्ज वर्षे	20.	सूर्यापासून किमान अंतर उपसूर्य स्थिती 3 जानेवारी	सुमारे 1,47 दशलक्ष कि.मी.
8.	भूपृष्ठावरील सर्वांत उंच ठिकाण एव्हरेस्ट (नेपाळ)	8,850 मी	21.	सूर्यापासून सरासरी अंतर	AU (14,95,97,890 km)
9.	भू-भागावरील सर्वांत निम्न स्तरावरील ठिकाण : मृत समुद्र	– 397 मी	22.	तापमान	
				सर्वांत जास्त तापमान	58° C अल अझिझियाह, लिबिया
10.	महासागराची सरासरी खोली	3,730 मी		सर्वांत कमी तापमान	– 89.6° अंटार्क्टिका
11.	महासागराची सर्वांत मोठी खोली : मरियाना गर्त 7° से.	11,022 मी			

1.3 अक्षांश व रेखांश

अक्षवृत्ते आणि अक्षांश

"पृथ्वीच्या पृष्ठभागावरील कोणत्याही स्थळाचे स्थान निश्चित करण्यासाठी ज्या विशिष्ट काल्पनिक रेषांचा वापर केला जातो, त्या रेषांना 'अक्षांश व रेखांश' असे म्हणतात."

अक्षवृत्ते

विषुववृत्त : "पृथ्वीच्या उत्तर ध्रुव व दक्षिण ध्रुव बिंदूपासून समान अंतरावर आणि पृथ्वीच्या बरोबर मध्यातून जाणाऱ्या काल्पनिक वर्तुळाला विषुववृत्त असे म्हणतात."

• विषुववृत्त हे शून्य अंशाचे व सर्वांत मोठे अक्षवृत्त आहे. • विषुववृत्तामुळे पृथ्वीचे उत्तर गोलार्ध व दक्षिण गोलार्ध असे दोन समसमान भाग होतात.

• विषुववृत्तापासून उत्तर ध्रुवापर्यंतचा भाग उत्तर गोलार्ध आणि विषुववृत्तापासून दक्षिण ध्रुवापर्यंतचा भाग दक्षिण गोलार्धाचा आहे.

अक्षवृत्ते : "विषुववृत्ताला समांतर असलेल्या वर्तुळावर काल्पनिक रेषांना अक्षवृत्ते असे म्हणतात."

• विषुववृत्त हे शून्य अंश अक्षवृत्त मानतात. विषुववृत्तापासून उत्तर ध्रुवापर्यंतच्या अक्षवृत्तांना उत्तर अक्षवृत्ते म्हणतात. दक्षिण ध्रुवापर्यंतच्या अक्षवृत्तांना दक्षिण अक्षवृत्ते असे म्हणतात. • विषुववृत्तापासून दूर एक अंश अंतरावर उत्तर ध्रुवापर्यंत 90 व दक्षिण ध्रुवापर्यंत 90 अंशी 180 अक्षवृत्ते आणि **विषुववृत्त धरून एकूण 181 अक्षवृत्ते आहेत.**

1° च्या अंतराने दोन अक्षवृत्तांमधील अंतर 111.04 कि.मी. भरते.

अक्षवृत्तामुळे पृथ्वीवरील एखादे स्थळ उत्तर गोलार्धात आहे की, दक्षिण गोलार्धात आहे ते समजते. तसेच ते कोणत्या अक्षवृत्तावर आहे हे समजते. उदा., मुंबई 19° उत्तर अक्षवृत्तावर आहे. दिल्ली 29° उत्तर अक्षवृत्तावर आहे.

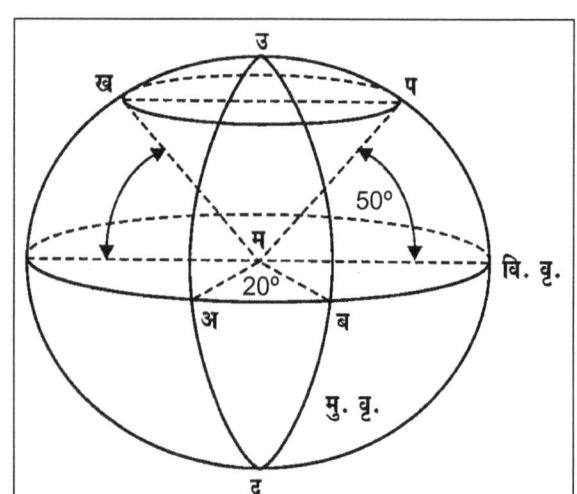

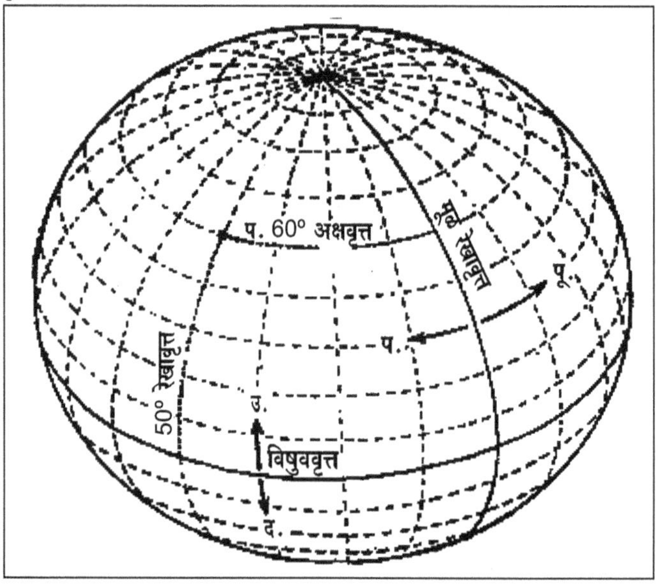

आकृती क्र. 1.1 : अक्षांश व रेखांश

अक्षांश

अक्षांश हे विषुववृत्तापासून उत्तरेस किंवा दक्षिणेस मोजलेले अंशात्मक अंतर असून अक्षवृत्त हे त्या अंतरावर काढलेले काल्पनिक वर्तुळ असते.

व्याख्या : "पृथ्वीच्या पृष्ठभागावरील कोणताही एक बिंदू तिच्या मध्यबिंदूशी सरळ रेषेत जोडला तर ती रेषा विषुववृत्ताच्या पातळीशी जो कोन करते, त्यास त्या बिंदूचे अक्षांश असे म्हणतात."

आकृतीमध्ये 'प' हा पृथ्वीच्या पृष्ठभागावरील कोणताही एक बिंदू आहे. तो 'म' या मध्यबिंदूशी 'पम' रेषेने सरळ जोडला आहे. 'पम' ही रेषा विषुववृत्ताच्या पातळीशी 50° चा कोन करते. म्हणजेच 'प' हा बिंदू विषुववृत्तापासून 50° अंतरावर आहे. म्हणून 'प' बिंदूचे अक्षांश 50° आहे. 'प' चे स्थान विषुववृत्ताच्या उत्तरेस असल्याने 'प' हा बिंदू 50° उत्तर अक्षवृत्तावर आहे. या अंशात्मक अंतरावर कल्पिलेले 'पख' हे 50° उत्तर अक्षवृत्त आहे. या पद्धतीने विषुववृत्ताच्या उत्तरेस व दक्षिणेस कोणत्याही बिंदूचे अक्षांश ठरविता येईल.

आकृती क्र. 1.2 : अक्षांश व अक्षवृत्ते मोजण्याची पद्धती

कर्कवृत्त आणि मकरवृत्त : "विषुववृत्तापासून उत्तरेस व दक्षिणेस 23 1/2° अंतरावर कल्पिलेल्या अक्षवृत्तांना अनुक्रमे 'कर्कवृत्त' व 'मकरवृत्त' असे म्हणतात."

लंबरूप सूर्यकिरणांच्या उत्तर व दक्षिण गोलार्धातील या शेवटच्या मर्यादा आहेत.

आर्क्टिक वृत्त आणि अंटार्क्टिक : "66 1/2° उत्तर अक्षवृत्तास 'आर्क्टिक वृत्त' व 66 1/2° दक्षिण अक्षवृत्तास 'अंटार्क्टिक वृत्त' असे म्हणतात."

पृथ्वीवरील 24 तासांचा दिवस व 24 तासांची रात्र यांच्या उत्तर व दक्षिण गोलार्धातील या मर्यादा आहेत.

अक्षवृत्ताची वैशिष्ट्ये : • सर्व अक्षवृत्ते गोलाकार असतात. • अक्षवृत्ते परस्परांना समांतर असतात. • 0° अक्षवृत्ताला 'विषुववृत्त' म्हणतात. • विषुववृत्तापासून उत्तरेला 1°-1° अंतराने 90 अक्षवृत्ते काढली जातात. 0° ते 90° उत्तर या भागाला 'उत्तर गोलार्ध' असे म्हणतात. • विषुववृत्तापासून दक्षिणेला 1°-1° अंतराने 90 अक्षवृत्ते काढली जातात. 0° ते 90° दक्षिण या भागाला 'दक्षिण गोलार्ध' असे म्हणतात. • 0° अक्षवृत्त म्हणजे विषुववृत्त आणि उत्तर गोलार्धातील 90 व दक्षिण गोलार्धातील 90 अशी एकूण 181 अक्षवृत्ते आहेत. • विषुववृत्त हे सर्वांत लांब अक्षवृत्त असून इतर अक्षवृत्तांची लांबी ध्रुवाकडे कमी-कमी होत जाते. ध्रुव बिंदूवत असतात. • दोन जवळजवळच्या अक्षवृत्तांमधील अंतर सर्वत्र सारखे असते.

रेखावृत्ते आणि रेखांश

रेखावृत्ते

पृथ्वीच्या पृष्ठभागावर उत्तर ध्रुवापासून दक्षिण ध्रुवापर्यंत जाणारी आणि विषुववृत्ताला काटकोनात छेदणारी जी अर्धवर्तुळे छेदलेली आहेत त्यांना 'रेखावृत्त' असे म्हणतात. रेखावृत्ते उत्तर-दक्षिण दिशांनी कल्पिलेली असतात. विषुववृत्ताचे एक-एक अंश अंतरावर समान 360 भाग करून त्या प्रत्येक भागातून जाणारी व दोन्ही ध्रुवांना जोडणारी अशी एकूण 360 रेखावृत्ते आहेत. प्रत्येक रेखावृत्ताची लांबी परिघाच्या निम्मी म्हणजे 20,000 कि.मी. असते.

लंडनच्या ग्रिनिच उपनगरातून जाणाऱ्या काल्पनिक रेखावृत्तास 'मूळ रेखावृत्त' किंवा 'ग्रिनीच रेखावृत्त' असे म्हणतात. ग्रिनिच रेखावृत्ताच्या पूर्वेस एक अंश अंतरावर 180 व पश्चिमेस 180 रेखावृत्ते मानली आहेत. 180° पूर्व व 180° पश्चिम ही दोन्ही रेखावृत्ते वेगळी नसून ती एकच आहेत. अशा प्रकारे मूळ रेखावृत्त शून्य (0°) रेखावृत्त धरून अशी एकूण 360 रेखावृत्ते आहेत.

मूळ रेखावृत्ताच्या पूर्वेकडील रेखावृत्तांना 'पूर्व रेखावृत्ते' व पश्चिमेकडील रेखावृत्तांना 'पश्चिम रेखावृत्ते' असे म्हणतात. मूळ रेखावृत्ताच्या पूर्वेकडील भागास 'पूर्व गोलार्ध' व पश्चिमेकडील भागास 'पश्चिम गोलार्ध' असे म्हणतात.

दोन रेखावृत्तांमधील अंतर सर्वत्र सारखे नसते. विषुववृत्तावर दोन रेखावृत्तांमधील अंतर सर्वांत जास्त म्हणजे 111.04 कि.मी. असते. विषुववृत्तापासून उत्तर ध्रुवाकडे हे अंतर कमी होत जाते. 60° उत्तर व दक्षिण अक्षवृत्ते विषुववृत्ताच्या निम्मी असल्याने या अक्षवृत्तावर दोन रेखावृत्तांमधील अंतर 55.52 कि.मी. असते.

रेखांश

''पृथ्वीच्या पृष्ठभागावरून जाणाऱ्या कोणत्याही दोन रेखावृत्तांच्या पातळीने पृथ्वीच्या आसाजवळ केलेल्या कोनाला रेखांश असे म्हणतात.''

अक्षवृत्तामुळे आपणास एखाद्या ठिकाणच्या हवामानाचा अंदाज व्यक्त करता येतो तर रेखावृत्तामुळे एखाद्या ठिकाणच्या वेळेचा अंदाज व्यक्त करता येतो.

रेखावृत्ताची वैशिष्ट्ये : • सर्व रेखावृत्ते गोलाकार असतात. • रेखावृत्ते दोन्ही ध्रुवांना जाऊन मिळतात. लंडन शहराचे उपनगर ग्रिनीचवरून जाणारे रेखावृत्त मूळ/शून्य रेखावृत्त मानले जाते. • ग्रिनीचपासून पूर्वेला 1°-1° अंतराने 180 रेखावृत्ते काढतात. 0° ते 180° पूर्व याला 'पूर्व गोलार्ध' असे म्हणतात. • ग्रिनीचपासून पश्चिमेला 1°-1° अंतराने 180 रेखावृत्ते काढतात. 0° ते 180° पश्चिम याला 'पश्चिम गोलार्ध' असे म्हणतात. • सर्व रेखावृत्ते समान लांबीची असतात. • दोन जवळजवळच्या रेखावृत्तांमधील अंतर विषुववृत्तापासून ध्रुवाकडे कमी होत जाते. • पूर्व गोलार्धातील 180 आणि पश्चिम गोलार्धातील 180 अशी एकूण 360 रेखावृत्ते आहेत.

स्थानिक वेळ व प्रमाण वेळ

स्थानिक वेळ

सूर्य डोक्यावर आला म्हणजे दुपारचे बारा वाजले किंवा मध्यान्ह झाली असे आपण समजतो. म्हणजे सूर्याच्या आधारे वेळ ठरविली जाते. वेळ ठरविण्यासाठी पृथ्वीची दैनिक गती व रेखावृत्ते यांचा उपयोग होतो. पृथ्वी 24 तासांमध्ये स्वतःभोवती एक प्रदक्षिणा पूर्ण करते. या काळात पृथ्वीवरील 360 रेखावृत्ते क्रमाक्रमाने सूर्यासमोर येतात.

व्याख्या : ''पृथ्वीच्या कोणत्याही एखाद्या ठिकाणी सूर्य बरोबर डोक्यावर आला म्हणजे त्या ठिकाणी दुपारचे बारा वाजले आहेत असे गृहीत धरून कालगणना केली जाते. या वेळेला स्थानिक वेळ असे म्हणतात. म्हणजे कोणत्याही ठिकाणच्या मध्यान्हीच्या वेळेस स्थानिक वेळ असे म्हणतात.''

प्रमाण वेळ

भिन्न-भिन्न रेखावृत्तांवरील स्थळांची स्थानिक वेळ भिन्न-भिन्न असते. यामुळे एकाच देशातील भिन्न-भिन्न ठिकाणी भिन्न-भिन्न स्थानिक वेळा असू शकतात. मुंबईपेक्षा दिल्ली, कोलकता यांच्या स्थानिक वेळा पुढे असतील. यामुळे वेळेत विसंगती/गोंधळ निर्माण होईल. वेळेतील विसंगती किंवा गोंधळ टाळण्यासाठी तसेच देशाच्या एका विस्तृत भागातील व्यवहारात वेळेच्या दृष्टीने एकसूत्रता येण्यासाठी देशातील मध्यवर्ती ठिकाणाहून किंवा महत्त्वाच्या शहरावरून जाणाऱ्या रेखावृत्ताची स्थानिक वेळ प्रमाणभूत मानून त्या वेळेप्रमाणे देशातील सर्व ठिकाणांची घड्याळे लावली जातात.

व्याख्या : ''देशातील मध्यवर्ती रेखावृत्तावरील स्थानिक वेळ सर्व देशांशी संबंधित व्यवहारासाठी प्रमाण मानतात, त्या वेळेला 'प्रमाण वेळ' असे म्हणतात.''

यासाठी प्रमाण रेखावृत्त ठरविणे संबंधित देशाच्या सरकारच्या स्वाधीन असते.

भारतीय प्रमाण वेळ : भारताची प्रमाण वेळ 82 1/2° पूर्व रेखावृत्तावरील स्थानिक वेळ हीच संपूर्ण देशाची प्रमाण वेळ मानली जाते. 1905 पासून ही प्रचलित आहे. 82 1/2° पूर्व रेखावृत्त आपल्या देशात प्रमाण रेखावृत्त मानले जाते. तेथील स्थानिक वेळेत आणि भारतातील इतर कोणत्याही ठिकाणाच्या स्थानिक वेळेत एका तासापेक्षा अधिक फरक नाही. म्हणून संपूर्ण देशाच्या व्यवहारासाठी 82 1/2° पूर्व रेखावृत्तावरील स्थानिक वेळ हीच भारताची प्रमाण वेळ मानली आहे.

IT IS TIME FOR INDIA TO HAVE TWO TIME ZONES ?

The sun sets almost two hours later in Gujarat than in Arunachal Pradesh, yet the watches show the same time. The country rises, works, studies and sleeps according to a single Indian Standard Time. A new study shows why we may have stretched IST too far for our own good.

What's IST : • Indian Standard Time is 5 hours 30 minutes ahead of Universal Coordinated Time (UCT which was earlier called GMT), and is based on a longitudinal line (82°33'E) running through Mirzapur, UP. • **Pre-independence, India had two time zones - Bombay Time and Calcutta Time - to help traders make use of daylight.** However, in 1905, the British adopted a single time zone for India.

Why has the issue cropped up again : Well, it's not really new. The North-east has been demanding a different time zone for some time via PILS (Which got thrown out), and campaigns. A government panel also shot down a proposal citing increased risk of railway accidents.

But research shows later sunsets mean less sleep... : • A new study by Cornell University economist Maulik Jagnani has noted the negative impact on quality of sleep, especially among poor kids, and their educational levels. While the school day starts at the same time all over India, kids go to bed later where the sun sets later, reports India Spend. • One-hour delay in sunset means roughly 30 minutes less sleep for kids. • Reduces school enrolment by 11%. • Leads to lower wages among adults, especially the poor. • ₹ **29,000 Cr is what India may be losing in human capital costs annually.**

And more consumption of power : • Working in the dark requires artificial lighting. Researchers from CSIR-National Physical Laboratory Estimate an annual energy savings of 20 million kWh if two time zones are implemented.

How can it be done : Demarcation line can be at 89°52'E, the chicken neck border between Assam and West Bengal, so that only a few railway stations need to reset times, according to CSIR-NPL researchers.

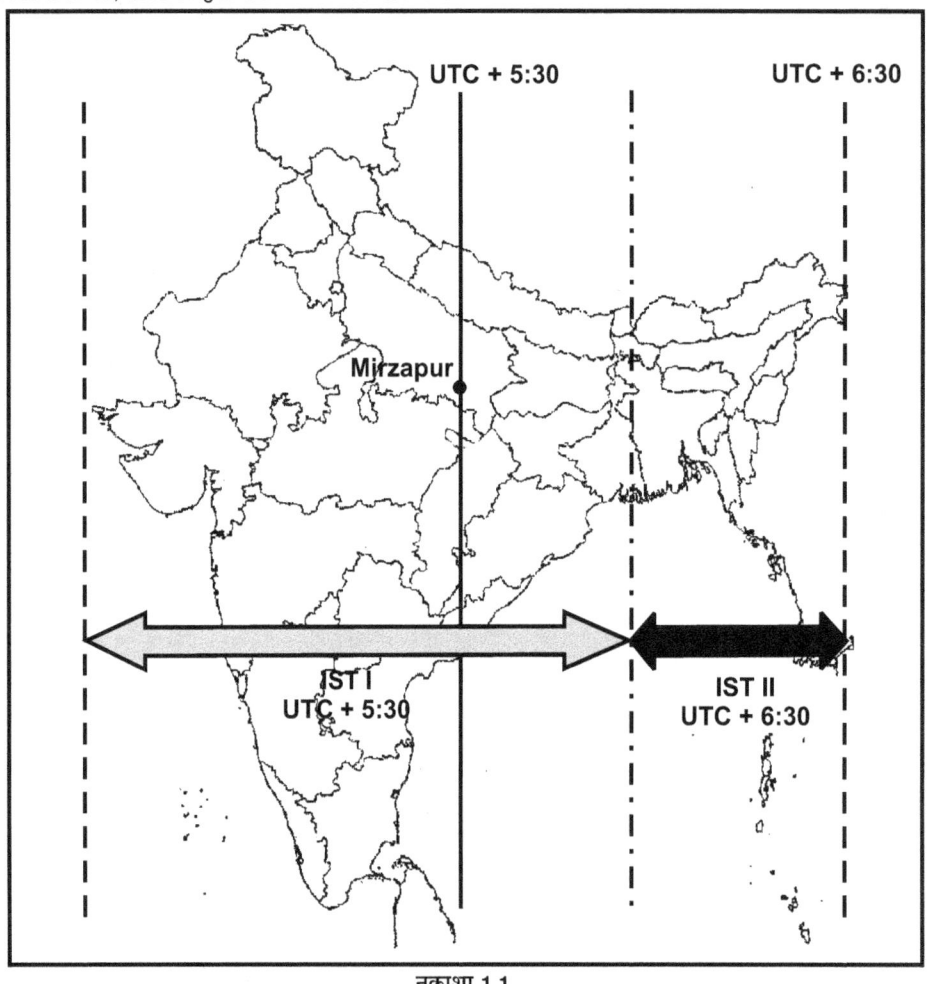

नकाशा 1.1

UTC+6.30 : • New time zone (IST-II) should be an hour ahead of existing IST • Assam, Meghalaya, Nagaland, Arunachal Pradesh, Manipur, Mizoram, Tripura, Andaman and Nicobar Islands would follow IST-II.

Sources : BBC, indiaspend.com.

Elsewhere in Time : Russia has 11 time zones, US has 9, Australia 3, China only 1. • Many countries in Africa. Europe and most states in the US use daylight saving time (DST) - by setting their clocks forward, usually by an hour, from the standard in summer and back in winter - to make better use of daylight.

काल विभाग

जगातील विविध देशांमध्ये प्रचलित प्रमाण वेळेत परस्परसंबंध ठेवण्यासाठी जगाचे एक-एक तासाच्या अंतराने एकूण 24 काल विभाग (Time Zone) पाडण्यात आले आहेत.

जागतिक व्यवहारासाठी आंतरराष्ट्रीय वेळ म्हणून ग्रिनीच येथील स्थानिक वेळ प्रमाण वेळ मानली आहे. ग्रिनीच वेळ व भारतीय प्रमाण वेळ यामध्ये 5 तास 30 मिनिटांचे अंतर आहे. भारत पूर्वेला असल्याने भारताची प्रमाण वेळ ग्रिनीचच्या वेळेच्या साडेपाच तासांनी पुढे आहे.

ज्या देशांचा पूर्व-पश्चिम अर्थात रेखावृत्तीय विस्तार जास्त असतो अशा देशात एकापेक्षा अधिक प्रमाण वेळा मानण्यात आल्या आहेत. कॅनडाचा रेखावृत्तीय विस्तार जास्त असल्याने या देशात एक-एक तासाच्या अंतराने अटलांटिक टाईम, ईस्टर्न टाईम, सेंट्रल टाईम, माऊंटन टाईम, पॅसिफिक टाईम अशा पाच प्रमाण वेळा मानल्या आहेत. याप्रमाणे संयुक्त संस्थानात चार काल विभाग पाडले आहेत.

आंतरराष्ट्रीय वार रेषा

स्थानिक वेळेतील विसंगती प्रमाण वेळेच्या साहाय्याने दूर करण्यात आली. जगातील विविध देशांच्या प्रमाण वेळात एकसूत्रीपणा आणण्यासाठी जगाचे 24 कालविभाग पाडण्यात आले आहेत. पृथ्वीच्या पश्चिमेकडून पूर्वेला होणाऱ्या परिवलनामुळे पूर्वेकडील रेखावृत्तावरील स्थानिक वेळ पश्चिमेकडील रेखावृत्तावरील स्थानिक वेळेपेक्षा पुढे असते.

रेखावृत्तावरील स्थानिक वेळांच्या या विसंगतीमुळे जग प्रवास करणाऱ्या जहाजांना किंवा विमानांना 360° रेखावृत्तापासून प्रवास केल्यावर वेळेच्या व तारखेच्या बाबतीत घोटाळा होऊ शकतो. पूर्वेकडून किंवा पश्चिमेकडून प्रवास करणाऱ्या जहाजांना ग्रिनीच रेखावृत्तावरील तारखेशी त्यांची तारीख जुळवून घेण्यासाठी त्यांच्या तारखेतील या प्रकारचा बदल प्रत्येक रेखावृत्तावर करणे गैरसोईचे ठरेल. तारखेतील बदल 180° रेखावृत्तावर करणे सोईस्कर आहे असे जगातील अनेक देशांनी एकमताने ठरविले.

पूर्वेकडे प्रवासास निघालेल्या जहाजांनी हे रेखावृत्त ओलांडताना एक दिवस मागची तारीख व वार धरावा आणि पश्चिमेकडे प्रवास करताना जहाजाने हे रेखावृत्त ओलांडताना एक दिवस पुढची तारीख व वार धरावा असे निश्चित करण्यात आले आहे.

व्याख्या : "180° रेखावृत्ताच्या अनुरोधाने वार व दिनांक यांच्यात आवश्यक तो बदल करण्यासाठी जी रेषा कल्पिलेली आहे, त्या रेषेला आंतरराष्ट्रीय वार रेषा असे म्हणतात."

ही रेषा पॅसिफिक महासागरातील द्वीपसमूह वगळून पूर्णपणे महासागरातून निश्चित करण्यात आली आहे. सैबेरिया व अलास्का दरम्यानच्या बेरिंगच्या सामुद्रधुनीतून ही रेषा 180° रेखा-वृत्तापासून पूर्वेकडे व दक्षिण भागात ही ॲल्युशन बेटाच्या पश्चिमेकडून वगळलेली आहे. विषुववृत्ताच्या दक्षिण भागात 180° रेखावृत्तावरून फिजी बेटे व टोंगो बेटांना वळसा घालून नेलेली आहे.

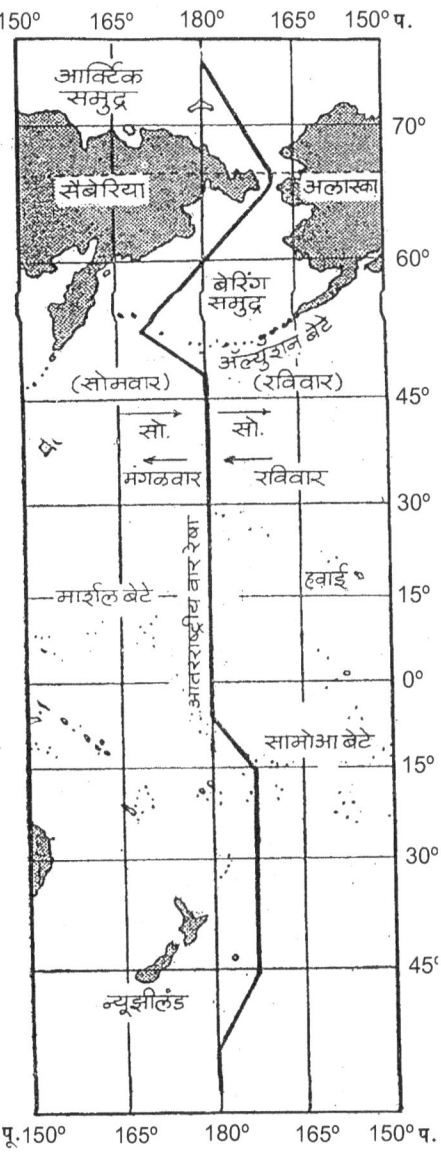

आकृती क्र. 1.3 : आंतरराष्ट्रीय वार रेषा

★★★

2. पृथ्वीची आवरणे

2.1	शिलावरण (मृदावरण)	2.2	वातावरण (हवामानशास्त्र)
2.3	जलावरण (सागरशास्त्र)	2.4	जीवावरण किंवा सजीव घटक

2.1 शिलावरण (मृदावरण)

शिलावरणात पुढील मुद्द्यांच्या आधारे अभ्यास करणार आहोत.

1. पृथ्वीचे अंतरंग
2. भूप्रक्षोभीय/भूविवर्तनी हालचाली
3. भूकंप
4. ज्वालामुखी
5. खडक
6. मृदा
7. अनाच्छादन प्रक्रिया
8. नदीय, हिमनदीय, शुष्क कार्स्ट आणि समुद्रतटीय चक्राशी संबंधित भूरूपे

व्याख्या : ''भूकवच आणि बाह्य प्रावरणाच्या उच्च स्तराच्या एकत्रित शीत दृढ बाह्य विभागाला 'शिलावरण' असे म्हणतात.''

"The combined cool rigid outer region, which includes both the crust and top layer of the upper mantle is called lithosphere."

बाह्य प्रावरणाचा 80 ते 100 कि.मी. जाडीचा थर भूकवचाप्रमाणे साधारण शीत व दृढ आहे आणि पृथ्वीच्या शीत बाह्य भूपृष्ठ भागाशी निगडित आहे. शिलावरणाची अनेक विशाल शकलात (Large Fragments) विभागणी झाली असून याला भूपट्ट (Plates) असे संबोधले जाते. वर्षानुवर्षे या भूपृष्ठीय भूपट्टाच्या गतीला 'भूपट्ट विवर्तनिकी' (Plate Tectonics) असे म्हणतात.

पृथ्वीचा भूशास्त्रीय कालखंड – हवामान व जीवशास्त्रीय स्वरूप

1. पृथ्वीचे अंतरंग (Interior of the Earth)

पृथ्वीच्या पृष्ठभागापासून केंद्रापर्यंतचे अंतर 6,371 कि.मी. असून त्याचे स्वरूप खोलीनुसार बदलत जाते. या बदलत्या गुणधर्मानुसार पृथ्वीच्या अंतरंगाचे तीन विभाग पडतात.

(1) शिलावरण/कवच *(Lithosphere / Crust)* : पृथ्वीच्या सर्वांत वरच्या बाह्य घनरूपास 'शिलावरण' असे म्हणतात. • शिलावरणाची जाडी 16 ते 40 कि.मी. पर्यंत आहे. • सरासरी जाडी 33 कि.मी. मानली गेलेली आहे. • हिमालय व रॉकीसारख्या पर्वतश्रेण्यांखाली ही जाडी 40 कि.मी. पेक्षा थोडी जास्त आढळते. महासागराखाली ती 10 कि.मी. पेक्षा कमी जाड आहे.

शिलावरणाचे 'सियाल' व 'सिमा' असे दोन थर आहेत.

(अ) सियाल *(Sial)* **: ''भूपटलाच्या सर्वांत वरच्या घन थरास 'सियाल' असे म्हणतात.''**

या थराची वैशिष्ट्ये पुढीलप्रमाणे : • **मूलद्रव्ये** : भूखंडे प्रामुख्याने सियालची बनलेली आहेत. Si म्हणजे सिलिका व Al म्हणजे ॲल्युमिनिअम. • **खडक** : ग्रॅनाइटसारख्या अधिसिलिक (Acid) व अवसादी (जलजन्य) खडकापासून सियाल बनलेला असून काही ठिकाणी बेसाल्ट खडकदेखील आढळतो. • **जाडी** : भूखंडाखाली सियाल थराची जाडी 29 कि.मी. असावी. • **घनता** : सियालची घनता 2.65 ते 2.77 एवढी आहे. • **भूकंप-लहरींचा वेग** : प्राथमिक लहरी या थरातून सेकंदाला 5.6 कि.मी. वेगाने तर दुय्यम लहरी दर सेकंदाला 3.2 कि.मी. वेगाने सियाल थरातून प्रवास करतात.

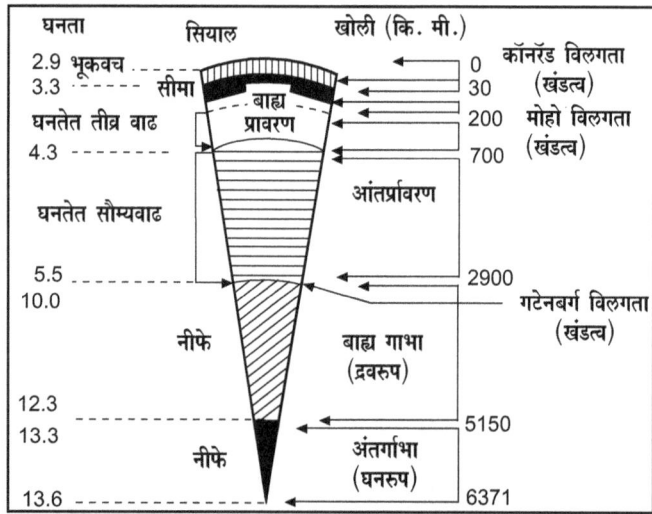

आकृती क्र. 2.1 : पृथ्वीच्या अंतरंगाची रचना

(ब) कॉनरॅड विलगता (खंडत्व) *(Conrad Discontinuity)* : **''सियाल व सिमा यांची ज्या भागात घनता बदलते, त्यास कॉनरॅड विलगता (खंडत्व) असे म्हणतात.''** हा विभाग ठिकठिकाणी वेगवेगळ्या खोलीवर आहे.

(क) सिमा *(Sima)* : **''सियाल थराच्या खालील थरास सिमा असे म्हणतात.'' (आकृती क्र. 2.1 पाहा.)**

वैशिष्ट्ये : • मूलद्रव्ये : सामान्यतः महासागरतळ सिमाचे बनलेले आहे. Si म्हणजे सिलिका व Ma म्हणजे मॅग्नेशिअम. **• खडक** : सिमा थरात बेसाल्ट खडक आढळतात. **• जाडी** : सिमा थराची जाडी महासागराखाली 3 ते 5 कि.मी. तर भूखंडाखाली 13 कि.मी. आहे. म्हणजे शिलावरणाचा थर 42 कि.मी. चा (सियाल 29 कि.मी. व सिमा 13 कि.मी. मिळून) आहे. **• घनता** : सिमाची घनता 2.85 ते 3.3 ग्रॅम/घन सें.मी. आहे. **• भूकंप-लहरींचा वेग** : सिमा थरात भूकंपाच्या प्राथमिक लहरी दर सेकंदाला 6 ते 7.2 कि.मी. वेगाने तर दुय्यम लहरी दर सेकंदाला 3 ते 4 कि.मी. वेगाने प्रवास करतात.

(2) प्रावरण/मध्यावरण *(Mantle)* : **''शिलावरणाच्या खालील थरास प्रावरण असे म्हणतात.''**

• जाडी : प्रावरणाची जाडी सुमारे 2,865 कि.मी. असून याचा खोलीनुसार विस्तार 33 कि.मी. ते 2,900 कि.मी. पर्यंत आहे. **• घनता** : प्रावरणाच्या वरील भागातील घनता 3.1 व आतील भागातील घनता 5.57 ग्रॅम/घन सें.मी. इतकी आहे. **• पदार्थांची अवस्था** : या थरातील पदार्थांची मूळ अवस्था घन असून खोल भागात द्रायु (Fluid) अवस्थेतील गुणधर्म आढळतात. **• क्षेत्रफळ व वस्तुमान** : पृथ्वीच्या एकूण घनफळापैकी प्रावरणाने 83% भाग व्यापलेला आहे. पृथ्वीच्या एकूण वस्तुमानापैकी प्रावरणाचे वस्तुमान 68% आहे.

प्रावरणाचे प्रमुख थर : (अ) मोहो विलगता (खंडत्व) *(Moho Discontinuity)* : **सिमा थराच्या खाली भूकवच व प्रावरण यांना विलग करणारी 'मोहो विलगता (खंडत्व)' संक्रमण सिमा आहे.**

मोहोरोव्हिसीक शास्त्रज्ञाने ती शोधून काढली, म्हणून त्यांच्या नावाने ही ओळखली जाते. ''भूकंप-लहरींपैकी 'P' लहरींची गती ज्या भागात एकदम वाढते, त्याला 'मोहो विलगता (खंडत्व)' असे म्हणतात.''

(ब) बाह्य प्रावरण : याचा विस्तार अंतरंगात 42 ते 700 कि.मी. खोलीवर आढळतो. **• खनिज द्रव्ये** : बाह्य प्रावरणात ऑलिव्हिन 60 ते 70% व पायरॉक्सिन 15 ते 20 टक्क्यांपर्यंत असते. हेच प्रमाण उल्काच्या बाह्य भागात आहे.

वैशिष्ट्ये : • शिलारसाच्या उत्पत्तीशी याच थराचा संबंध असावा. • पृथ्वीच्या अंतर्गत शक्तीचे उगमस्थान प्रावरण हेच मानले जाते. • प्रावरणातील अंतर्गत शक्तीमुळेच भूखंड वहन, सागरतळ विस्तार, पर्वत निर्माणकारी हालचाली व भूकंप होत असावेत.

(क) आंतर्प्रावरण : पृथ्वीच्या अंतरंगात 700 ते 2,890 कि.मी. आंतर्प्रावरण आढळते. • आंतर्प्रावरणामध्ये अधिक घनतेची सिलिका द्रव्ये व विविध ऑक्साइड्स आहेत. अशाच प्रकारची द्रव्ये उल्काच्या अंतर्भागात आहेत.

(3) गाभा *(Core)* : **''अंतरंगात 2,890 कि.मी. ते 6,371 कि.मी. पर्यंत म्हणजे पृथ्वीच्या केंद्रबिंदूपर्यंतच्या पृथ्वीच्या अंतरंगास गाभा असे म्हणतात.''**

गटेनबर्ग विलगता (खंडत्व) : ''प्रावरण व गाभा यांच्या सीमावर्ती प्रदेशास गटेनबर्ग विलगता (खंडत्व) असे म्हणतात.''

(1) गाभ्याचे थर : गाभ्याचे दोन थर आहेत : (अ) बाह्य गाभा (ब) आंतरिक गाभा.

(अ) बाह्य गाभा *(Outer Core)* : **''अंतरंगात 2,890 कि.मी. ते 5,150 कि.मी. पर्यंतच्या पृथ्वीच्या अंतरंगास बाह्य गाभा असे म्हणतात.''**

वैशिष्ट्ये : • द्रवरूप : बाह्य गाभ्यातून दुय्यम भूकंप-लहरी जाऊ शकत नसल्याने हा भाग द्रवरूप असावा असे मानले जाते. **• घनता** : बाह्य गाभ्याची घनता गटेनबर्ग विलगतेजवळ 10 आहे; तर आंतरिक गाभ्याजवळ 12.3 ग्रॅम/घन सें.मी. आहे.

(ब) आंतरिक गाभा : ''अंतरंगात 5,150 कि.मी. ते 6,371 कि.मी. म्हणजे पृथ्वीच्या केंद्रबिंदूपर्यंतच्या अंतरंगास 'आंतरिक गाभा' असे म्हणतात.''

वैशिष्ट्ये : • घन अवस्था : गाभ्याच्या बाह्य थराखालील आंतरिक गाभा अगदी केंद्रबिंदूपर्यंत घन अवस्थेत आहे, असे अनुमान काढण्यात आले आहे. **• घनता** : आंतरिक गाभ्याची घनता 13.3 पासून 13.6 ग्रॅम/घन सें.मी. पर्यंत वाढत जाते.

(2) गाभ्यातील खनिज पदार्थ व त्यांचे स्वरूप : हा भाग अतिशय कठीण अशा खनिज द्रव्यापासून तयार झालेला आहे. यात **निकेल व लोह या धातूंचे मिश्रण असल्याने त्यास 'निफे' (Nife) असे म्हणतात.** बाह्य भागात लोह-निकेल 80% व सिलिकॉन 20% आहे.

(3) गाभ्याचे घनफळ, वस्तुमान व घनता : पृथ्वीच्या एकूण घनफळापैकी 16% घनफळ व एकूण वस्तुमानापैकी 32% वस्तुमान गाभ्याचे आहे.

भूकंप-लहरींच्या अभ्यासावरून अंतरंगाचे स्वरूप

(1) घनरूप गाभा : 1,300 कि.मी. त्रिज्या **(2) बाह्य गाभा द्रवरूप (विष्यंद)** : 1,300 कि.मी. ते 3,400 कि.मी. **(3) गटेनबर्ग विलगता (खंडत्व)** : गाभा व प्रावरण दरम्यान **(4) प्रावरण** : कमी-जास्त घनतेचे घटक **(5) मोहो विलगता (खंडत्व)** : प्रावरण व शिलावरण (कवच) दरम्यान **(6) सिमा व सियाल** : सिमाच्या प्रदेशावर तरंगणारे सियालचे प्रदेश **(7) कॉनरॅड विलगता** : सियाल व सिमादरम्यान **(8) शिलावरण (कवच)** : प्रावरणाच्या मानाने ठिसूळ शिलावरण.

2. भूप्रक्षोभीय/भूविवर्तनी हालचाली (Diastrophic Movements)

भूप्रक्षोभ (भूविवर्तनी)

व्याख्या : ''भूकवचावर मंद गतीने कार्य करणाऱ्या अंतर्गत शक्तीमुळे महाद्वीपीय व पर्वत निर्माणकारी भूहालचाली निर्माण होतात. त्याचप्रमाणे संकोचीय व तणावक हालचालींमुळे भूकवचाच्या भागास वलीकरण होऊन घड्या पडतात किंवा भ्रंश निर्माण होऊन खडकांच्या तुकड्यांचे स्थानांतर होते किंवा खडकास फक्त तडे जाऊन जोड निर्माण होतात. अशा प्रकारे भूकवचावर सावकाश बदल घडवून नवीन भूरूपे निर्माण करणाऱ्या या शक्तीस भूप्रक्षोभ (भूविवर्तनी) (Diastrophism) **असे म्हणतात.''**

भूगर्भातील प्रक्रियाद्वारा निर्माण होणाऱ्या भूरूपानुसार त्याची दोन गटांत विभागणी होते. (अ) महाद्वीपीय (भूखंडजनक) निर्माणकारी हालचाली (ब) पर्वत (गिरिजनक) निर्माणकारी हालचाली.

(अ) महाद्वीपीय (भूखंडजनक) निर्माणकारी हालचाली (Epeirogenic Earth Movements or Continental Building Movements)

भूगर्भातील ऊर्ध्व हालचालीमुळे ऊर्ध्वगामी व अधोगामी हालचाली होऊन उंचावणे किंवा खचणे होते, याला 'महाद्वीपीय निर्माणकारी हालचाली' असे म्हणतात. यामुळे पृथ्वीवर पठारे, मैदाने निर्माण होतात, म्हणून यास **'भूखंडजनक निर्माणकारी हालचाली'** असेही म्हणतात. या हालचाली दोन उपप्रकारात कार्य करतात.

(1) निमज्जनकारी क्रिया *(Submergence)* **: भूकवचाचे अधोगामी हालचालींमुळे खचणे होते, यास 'निमज्जनकारी क्रिया' म्हणतात.** निमज्जन क्रियेमुळे काही भूभाग सागरात जातात. या क्रिया किनारपट्टी व सागर या बाबतीत मर्यादित असतात. निमज्जनाचे उत्तम उदाहरण म्हणजे प्रवाळ बेटे होत. उदाहरणार्थ, वेस्ट इंडिज बेटामधील टोबॅगो.

(2) उठावकारी क्रिया (उन्मज्जन) *(Emergenic)* **: भूकवचाचे ऊर्ध्वगामी हालचालीमुळे उंचावणे होते, त्यास 'उठावकारी क्रिया' असे म्हणतात.** काही वेळेस एखादा भूभाग जवळपासच्या प्रदेशाच्या मानाने उंचावला म्हणजे त्यास '**उभार**' म्हणतात, तर काही वेळा सागरामधील जलमग्न भाग सावकाश उंचावला म्हणजे त्यास '**उत्थापन**' म्हणतात.

(ब) पर्वत (गिरिजनक) निर्माणकारी हालचाली (Orogenic Earth Movements or Mountain Building Movements)

भूकवचात अंतर्गत भागात क्षितिजसमांतर हालचालीमुळे जलजन्य खडकांना वळ्या पडून पर्वताची निर्मिती होते, म्हणून त्यास 'पर्वत निर्माणकारी हालचाली' असे म्हणतात. (आ. क्र. 2.2 पाहा.)

जगामध्ये खडकांना वळ्या पडून अनेक पर्वत निर्माण झाले आहेत. उदाहरणार्थ, भारतीय उपखंडातील हिमालय, युरोपमधील आल्प्स पर्वत, उत्तर अमेरिकेमधील रॉकी पर्वत.

पर्वत निर्माणकारी हालचाली दोन उपप्रकारांत कार्य करतात.

(1) संकोचीय हालचाली *(Compressional Movement)* : **"दोन परस्पर विरुद्ध दिशेने कार्य करणाऱ्या शक्ती एकत्रित येऊन एखादा भूभाग दबला जाऊन त्याचे संकोचन होते, यास 'संकोचीय हालचाली' असे म्हणतात."**

(2) तणावक हालचाली *(Tensional Movement)* : **"दोन परस्पर विरुद्ध दिशांनी खडकावर अंतर्गत शक्ती कार्य करतात, तेव्हा खडकात तणाव निर्माण होतात, त्यास 'तणावक हालचाली' असे म्हणतात."**

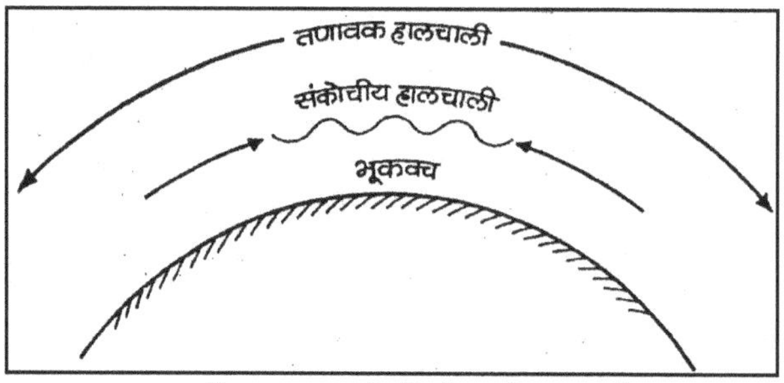

आकृती क्र. 2.2 : पर्वत निर्माणकारी हालचाली

संकोचीय हालचाली उत्पन्नित संरचना (Structure due to Compression)

(1) संवलन *(Warping)* : **"संकोचीय हालचालींमुळे खडकास बांक निर्माण होतो, त्यास 'संवलन' असे म्हणतात."**

(2) वलीकरण *(Folding)* : **"पर्वत निर्माणकारी भूहालचालींमुळे (क्षितिजसमांतर संकोचीय हालचाली) भूपृष्ठावर मृदू खडकांना वळ्या पडतात, या क्रियेस 'वलीकरण' असे म्हणतात."**

वळ्यांचे विभिन्न स्वरूप : (आ. क्र. 2.3 पाहा) (1) अपनती *(Anticline)* : "वळीच्या वर आलेल्या भागाला 'अपनती' असे म्हणतात.

(1) अपनती (2) अभिनती (3) समपनती (4) समभिनती

आकृती क्र. 2.3 : वळीचे स्वरूप

(2) अभिनती *(Syncline)* : वळीच्या खाली गेलेल्या भागास 'अभिनती' असे म्हणतात."

(3) समपनती *(Anticlinorium)* : "काही वेळा विस्तीर्ण अपनती भागात लहान-लहान वळ्या पडतात, त्यास 'समपनती' असे म्हणतात."

(4) समभिनती *(Synclinorium)* : "अभिनतीच्या भागात लहान-लहान वळ्या पडतात, त्यास 'समभिनती' असे म्हणतात."

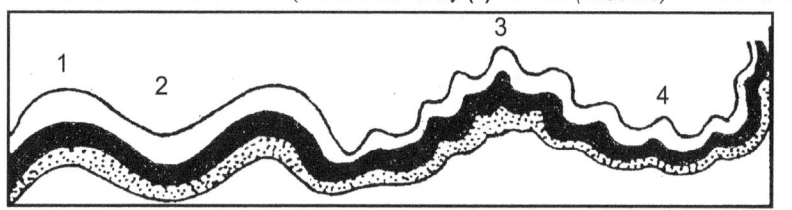

वलीकरणामुळे निर्माण होणारी भूरूपे - वळीचे/घडीचे पर्वत : अंतर्गत शक्तीमुळे मंद गतीने कार्य करणाऱ्या हालचाली जेव्हा क्षितिजसमांतर दिशेने कार्य करतात तेव्हा मृदू भूकवचास वळ्या पडून वळ्याच्या किंवा घडीच्या पर्वतांची निर्मिती होते. भूसन्नतीमध्ये (भूअभिनती - Geosyncline) गाळाचे निक्षेपण होऊन त्यावर क्षितिजसमांतर दिशेने दाब घडून घडीचे पर्वत निर्माण झाले. जगामधील आल्प्स, हिमालय वगैरे पर्वत निर्माण झाले आहेत. **(आ. क्र. 2.4 पाहा)**

तणावक हालचाली उत्पन्नित संरचना (Structure Due to Tension)

(1) तडे *(Cracks)* : जेव्हा तणावक शक्ती मंद गतीची असते तेव्हा खडकास फक्त तडेच पडतात.

(2) भ्रंश *(Fractures)* : तणावक शक्तीच्या तीव्रतेमुळे खडकांच्या स्तरात ताण निर्माण होतो तेव्हा भ्रंश निर्माण होतात.

(3) जोड *(Joints)* : कठीण प्रकारच्या खडकात ताण निर्माण होऊन त्यास वळ्या पडत नाहीत. तडे पडलेल्या खडकांच्या भागाचे स्थानांतर होत नाही, अशा भेगांना 'जोड' असे म्हणतात.

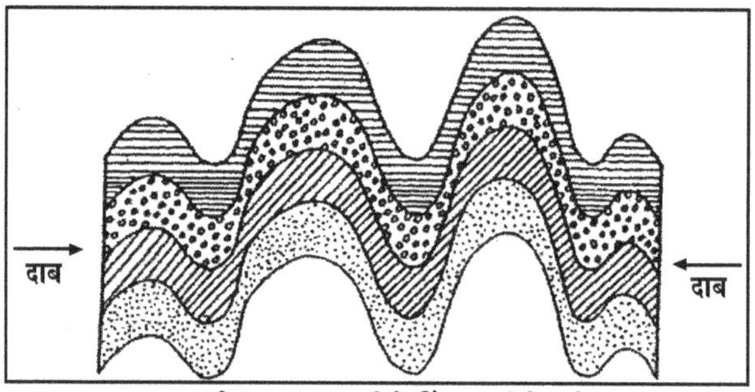

आकृती क्र. 2.4 : वळीचे किंवा घडीचे पर्वत

भ्रंश/प्रस्तरभंग (Fault)

व्याख्या : "भूकवचावर भूगर्भीय हालचालींमुळे एका ठिकाणी दाब पडतो तर दुसऱ्या ठिकाणी तणाव निर्माण होतो. यामुळे खडकावर तडे/भेगा पडतात. या क्रियेमुळे काही भाग भ्रंश पातळीच्या खाली खचले जातात तर काही भाग वर उचलले जातात, यालाच 'भ्रंश/प्रस्तरभंग' असे म्हणतात."

भ्रंशामुळे निर्माण होणारी भूरूपे : (1) अवरोधी पर्वत *(Horst Mountain)* : एखाद्या प्रदेशास एकापेक्षा अधिक भ्रंश पडल्यास त्याचे काही विभक्त भाग तयार होतात. अशा विभक्त भागापैकी एखादा भाग उंचावला जातो तर कधी खचतो व यामुळे विजातीय जातीचे खडक समपातळीत येतात.

एखाद्या प्रदेशात समोरासमोर दोन ठिकाणी भ्रंश असल्यास अंतर्गत शक्तीमुळे दोन भ्रंशांच्या दरम्यान भूभाग उंचावला जातो. सभोवतालच्या सखल पार्श्वभूमीवर उंचावलेल्या भागास 'अवरोधी पर्वत' किंवा 'गट पर्वत' किंवा 'ठोकळ्याचे पर्वत' असे म्हणतात. उदाहरणार्थ, संयुक्त संस्थानामधील कॅलिफोर्नियात सिएरा नेवाडा हा जगातील सर्वांत लांब अवरोधी पर्वत आहे.

(2) **खचदरी** *(Rift Valley)* : एखाद्या भागात समोरासमोर दोन भ्रंश पडून त्या दरम्यानचा भाग खचतो. अशा ठिकाणी तयार होणाऱ्या खोलगट भागास 'खचदरी' असे म्हणतात. उदाहरणार्थ, युरोपमध्ये ब्लॅक फॉरेस्ट व व्हॉसजेस या दोन अवरोधी पर्वताच्या दरम्यान खचदरी असून त्यामधून ऱ्हाईन नदी वाहते.

तक्ता क्र. 2.1 : संकोचीय व तणावक हालचाली (Comprehension and Tensional Movements)

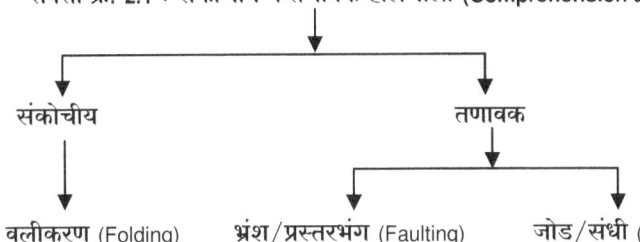

संकोचीय → **वलीकरण** (Folding)

तणावक → **भ्रंश/प्रस्तरभंग** (Faulting), **जोड/संधी** (Joints)

वळ्यांचे विभिन्न स्वरूप
1. अपनती
2. अभिनती
3. समपनती
4. समभिनती

वळ्यांचे प्रकार
1. साधारण/संमित वळ्या
2. असाधारण/असंमित वळ्या
3. एकनत/दिग्नत वळ्या
4. समनत वळ्या
5. परिवलित वळ्या
6. प्रतिवलित वळ्या
7. पंखाकार वळ्या
8. खुल्या वळ्या
9. बंदिस्त वळ्या
10. विखंडित वळ्या/ग्रीवा खंड

निर्माण होणारी भूरूपे
वळीचे/घडीचे पर्वत.

भ्रंशाचे प्रकार
1. सामान्य भ्रंश
2. व्युत्क्रम भ्रंश
3. पार्श्वीय/नतिलंब सर्पण भ्रंश
4. नती उतार सर्पण भ्रंश
5. क्षेपित/प्रणोद भ्रंश
6. पायऱ्यांचा/शिडीदार/सोपान भ्रंश

निर्माण होणारी भूरूपे
1. अवरोधी पर्वत
2. खचदरी.

निर्मितीची कारणे
1. खडकांचे निवणे
2. खडक कोरडे होणे
3. खडकांचे स्फटिकीभवन
4. अपनती व अभिनती वलयांवर दाब पडणे.

जोडांचे प्रकार
1. स्तंभ/स्तंभी जोड
2. पाटण/विपत्रण जोड
3. प्रमुख जोड : (अ) नती जोड, (ब) नतिलंब जोड
4. एकसंध/स्तरिकित जोड.

जोडांचे महत्त्व
1. बहिर्गत शक्तीच्या कारकांचे कार्य सुलभरीत्या
2. अपक्षय (विदारण) व अपक्षरणाचे कार्य वेगाने
3. कायिक व रासायनिक अपक्षयाची (विदारणाची) क्रिया
4. पाणी मुरण्याची क्रिया जलद व भूमिगत पाण्यात वाढ
5. भ्रंश व जोडांचा अभ्यास करून पाणीपुरवठ्याच्या योजनेचा आराखडा शक्य.

3. भूकंप (Earthquake)

व्याख्या : "भूकंप पृथ्वीच्या भूकवचाचे कंपन किंवा कंप Vibration or Tremors होय. दुसऱ्या शब्दात सांगावयाचे झाल्यास भूकंप पृथ्वीच्या खडकाळ बाह्येतर भूकवचाच्या मोठ्या विभागाच्या हालचालीद्वारा भूमीचे कंपन होय."

बरेचसे भूकंप भूपट्ट हालचालीशी (Plate Movement) संबंधित असतात. काही वेळेस ज्वालामुखी उद्रेकामुळेही भूकंप निर्माण होतात.

भूकंप-लहरी

भूकंप नाभी व भूकंप-लहरींचे संचरण : भूकंप केंद्र किंवा नाभी *(Focus)* **: "भूकवचातील ज्या विक्षोभ स्थानापासून भूकंप-लहरी उगम पावून सर्वदूर संचरित होतात, त्या स्थानास 'भूकंप केंद्र' किंवा 'नाभी' असे म्हणतात."**

अधिकेंद्र *(Epicentre)* **: "भूकंप केंद्राच्या-नाभीच्या अगदी वर क्षितिजतलाच्या लंब रेषेवर पृथ्वीच्या पृष्ठभागावर जो बिंदू मिळतो, त्याला 'अधिकेंद्र' असे म्हणतात."**

भूकंप केंद्रापासून निघणाऱ्या भूकंप-लहरींचा सर्वांत अधिक प्रभाव अधिकेंद्राच्या निकट दिसून येतो. अधिकेंद्रापासून जसजसे अंतर वाढत जाते तसतशी भूकंपाची तीव्रता कमी-कमी होत जाते.

समकंप रेषा : "भूपृष्ठावरील ज्या सर्व स्थानी भूकंपाची तीव्रता समान असते, त्या सर्व बिंदूंना जोडणाऱ्या रेषेस 'समकंप रेषा' असे म्हणतात."

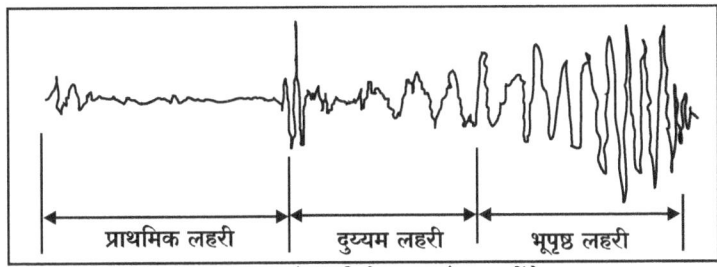

आकृती क्र. 2.5 : भूकंप अभिलेख - भूकंप-लहरींचे स्वरूप

भूकंप अभिलेख *(Seismogram)* **:**

(1) **प्राथमिक लहरी** *('P' Waves)* : • प्राथमिक लहरींचा वेग इतर सर्व प्रकारच्या लहरींपेक्षा जास्त असून **द्रायु (Fluid) पदार्थातून पार जाऊ शकतात. • ध्वनिलहरीप्रमाणे प्राथमिक लहरी असून यात कणांचे कंपन लहरींच्या संचरण दिशेने घडून येते. • प्राथमिक लहरींचा सरासरी वेग दर सेकंदाला 5 कि.मी. असतो. • कठीण खडकांच्या थरातून प्राथमिक लहरी दर सेकंदाला 8 ते 12 कि.मी.** वेगाने प्रवास करतात. **(आकृती क्र. 2.5 पाहा.)**

(2) **दुय्यम लहरी** *('S' Waves)* : • दुय्यम लहरी प्रकाशलहरींप्रमाणे असून **यात कणांचे कंपन संचरण दिशेशी समलंब** दिशेत घडून येते. • **दुय्यम लहरी घनपदार्थांतून पार जाऊ शकतात; परंतु द्रायु पदार्थांतून जाऊ शकत नाहीत.** • पदार्थाची घनता व दृढता जसजशी वाढत जाते तसतसा दुय्यम लहरींचा वेग वाढत जातो. • सर्वसाधारणपणे यांचा वेग प्राथमिक लहरींच्या वेगापेक्षा निम्मा असतो; परंतु दुय्यम लहरी अधिक विध्वंसक स्वरूपाच्या असतात. • पृथ्वीच्या खोलीबरोबर प्राथमिक व दुय्यम लहरींचा वेग वाढत जातो.

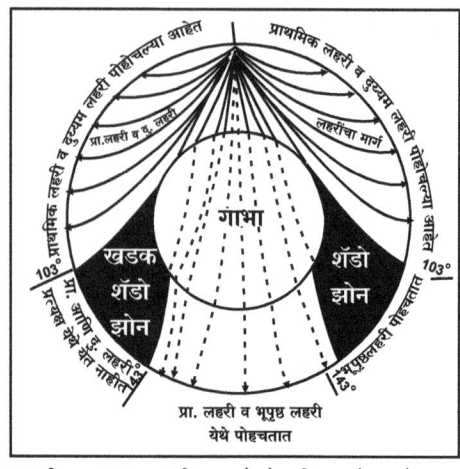

(3) भूपृष्ठ लहरी *('L' Waves)* : • भूपृष्ठ लहरी **भूपृष्ठावरूनच सागराच्या लहरीसमान प्रवाहित** होतात. • भूपृष्ठापासून अधिक खोलवर या लहरी प्रवास करू शकत नाहीत. • भूपृष्ठ लहरींचा वेग अतिशय मंद म्हणजे दर सेकंदाला 3.2 कि.मी. पर्यंत असतो. • **सर्व भूकंप-लहरींत भूपृष्ठ लहरी अधिक विनाशक असतात.** • **भूपृष्ठ लहरी पृथ्वीतून आरपार न जाता पृथ्वीगोलाला फेरी मारतात. (आकृती क्र. 2.6 पाहा.)** • भूकंप अभिलेख यंत्रात सर्वांत वेगवान प्राथमिक लहरींची नोंद प्रथम होते. त्यानंतर दुय्यम व शेवटी भूपृष्ठ लहरींची नोंद होते.

आकृती क्र. 2.6 : पृथ्वीच्या अंतरंगातील भूकंप तरंगाचा प्रवास

रिश्टर प्रमाण (Richter Scale)

1935 साली अमेरिकन भूकंपशास्त्रज्ञ चार्ल्स रिश्टर यांनी भूकंपाच्या भूकंप-लहरींची महत्तेची तीव्रता मोजमापासाठी साधन शोधून काढले, याला भूकंपमापी (Seismometer) असे म्हणतात. याच्या साहाय्याने भूकंपाच्या तीव्रतेची सातत्याने नोंद केली जाते, याला भूकंपलेख (Seismograph) असे म्हणतात. त्याची कक्षा 1 ते 9 दरम्यान असते.

भूकंपाचे जागतिक वितरण : (1) पॅसिफिक महासागराभोवतालचा पट्टा : • पॅसिफिक महासागरातील भूकंपाच्या पट्ट्याची सुरुवात न्यूझीलंडपासून सुरू होते.

न्यू गिनी,इंडोनेशिया, फिलिपाईन्स, यानंतर पुढे उत्तरेस जपानची बेटे, कामचटका द्वीपकल्प व पूर्व सैबेरियापर्यंत हा पट्टा पसरलेला आहे, याला 'अग्निकंकणाचा प्रदेश' असे म्हणतात.

• भूकंपाचा हा पट्टा उत्तर अमेरिकेत अलास्कापासून रॉकीज पर्वत, दक्षिण अमेरिकेत अँडीज पर्वताला अनुसरून पुढे अंटार्क्टिका खंडापर्यंत गेलेला आहे. **(नकाशा क्र. 2.1 पाहा.)** • या भागात भ्रंशमूलक व ज्वालामुखीय भूकंपाचे प्रमाण जास्त आहे. तसेच वळ्यांच्या पर्वतामध्ये कमकुवत खडकात भूकंपाचे प्रमाण जास्त आहे. • **जगामधील 65% भूकंप प्रदेश 'पॅसिफिक महासागराच्या सभोवतालच्या पट्ट्यात' आढळतात. जपानमध्ये सर्वांत जास्त भूकंप होत असतात, म्हणून त्यास 'भूकंपाचा देश' असेही म्हणतात.** जगातील सर्वांत जास्त विनाशकारी भूकंप जपानच्या 'हान्शू' बेटावर होतात.

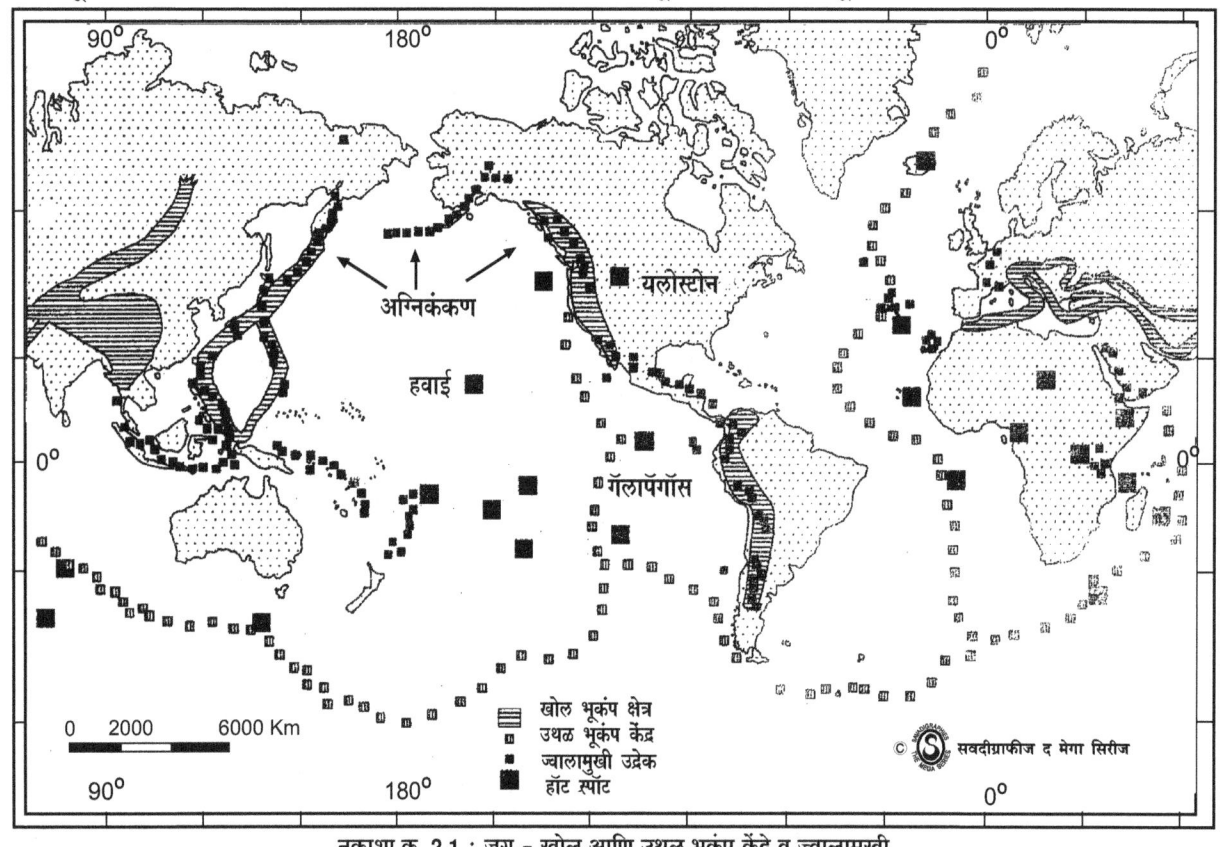

नकाशा क्र. 2.1 : जग - खोल आणि उथळ भूकंप केंद्रे व ज्वालामुखी

(2) मध्य अटलांटिक पट्टा : या पट्ट्यात अटलांटिक महासागरामधील मध्य अटलांटिक रिज आणि रिजजवळील अनेक बेटांचा समावेश होतो. सध्या अटलांटिक पट्ट्यात सर्वसाधारणपणे मध्यम तीव्रतेच्या भूकंपाची नोंद होते.

(3) भूमध्य सागरीय पट्टा : या पट्ट्याचा विस्तार अटलांटिक महासागरातील जलमग्न पर्वतरांगेपासून होऊन भूमध्य समुद्राभोवताली पसरलेला आहे.

(4) अल्पाईन हिमालयीन पर्वत पट्टा : या पट्ट्यामध्ये युरोपमधील अल्पाईन पर्वत आणि तिच्या शाखा, उत्तर आफ्रिका, पूर्व आफ्रिका, कॉकेशस पर्वत, हिमालय पर्वत आणि म्यानमारच्या चापाचा समावेश होतो. हा पट्टा चीनपर्यंत पसरलेला आहे.

(5) आंतरभूपट्ट भूकंप *(Intraplate Earthquake)* : काही भूकंपांची नोंद पठारी क्षेत्रामध्ये होत असते. त्यांची स्थाने वेगवेगळी आहेत. अशा प्रकारचे भूकंप पूर्व आफ्रिका, पश्चिम संयुक्त संस्थाने, भारतीय द्वीपकल्प पठार इत्यादी प्रदेशांमध्ये होतात. जगातील 21% भूकंपाचे प्रदेश या पट्ट्यात आहेत. महाराष्ट्रामध्ये 1993 साली झालेला लातूरचा भूकंप या कारणामुळे झाला.

तक्ता क्र. 2.2 : भूकंप (Earthquakes)

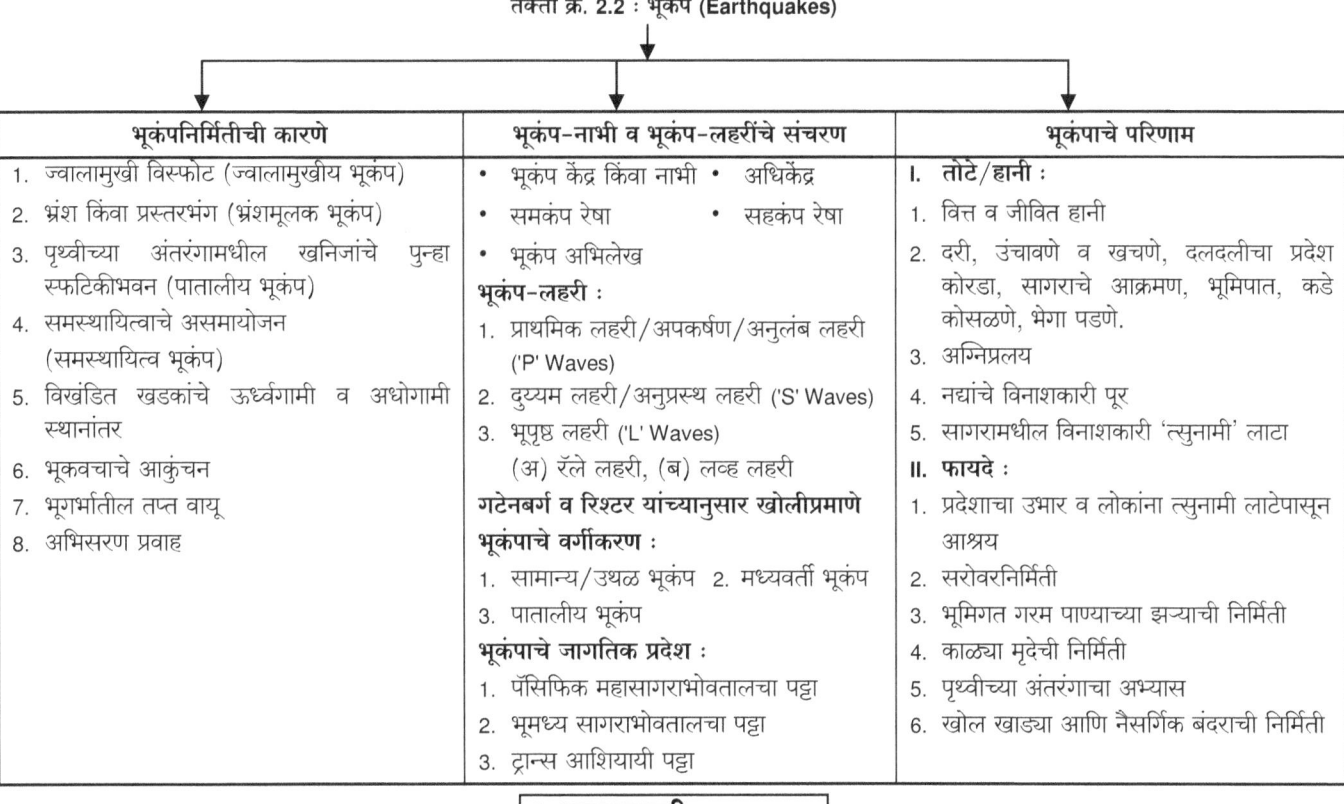

भूकंपनिर्मितीची कारणे	भूकंप-नाभी व भूकंप-लहरींचे संचरण	भूकंपाचे परिणाम
1. ज्वालामुखी विस्फोट (ज्वालामुखीय भूकंप) 2. भ्रंश किंवा प्रस्तरभंग (भ्रंशमूलक भूकंप) 3. पृथ्वीच्या अंतरंगामधील खनिजांचे पुन्हा स्फटिकीभवन (पातालीय भूकंप) 4. समस्थायित्वाचे असमायोजन (समस्थायित्व भूकंप) 5. विखंडित खडकांचे ऊर्ध्वगामी व अधोगामी स्थानांतर 6. भूकवचाचे आकुंचन 7. भूगर्भातील तप्त वायू 8. अभिसरण प्रवाह	• भूकंप केंद्र किंवा नाभी • अधिकेंद्र • समकंप रेषा • सहकंप रेषा • भूकंप अभिलेख **भूकंप-लहरी :** 1. प्राथमिक लहरी/अपकर्षण/अनुलंब लहरी ('P' Waves) 2. दुय्यम लहरी/अनुप्रस्थ लहरी ('S' Waves) 3. भूपृष्ठ लहरी ('L' Waves) (अ) रॅले लहरी, (ब) लव्ह लहरी **गटेनबर्ग व रिश्टर यांच्यानुसार खोलीप्रमाणे भूकंपाचे वर्गीकरण :** 1. सामान्य/उथळ भूकंप 2. मध्यवर्ती भूकंप 3. पातालीय भूकंप **भूकंपाचे जागतिक प्रदेश :** 1. पॅसिफिक महासागराभोवतालचा पट्टा 2. भूमध्य सागराभोवतालचा पट्टा 3. ट्रान्स आशियायी पट्टा	**I. तोटे/हानी :** 1. वित्त व जीवित हानी 2. दरी, उंचावणे व खचणे, दलदलीचा प्रदेश कोरडा, सागराचे आक्रमण, भूमिपात, कडे कोसळणे, भेगा पडणे. 3. अग्निप्रलय 4. नद्यांचे विनाशकारी पूर 5. सागरामधील विनाशकारी 'त्सुनामी' लाटा **II. फायदे :** 1. प्रदेशाचा उभार व लोकांना त्सुनामी लाटेपासून आश्रय 2. सरोवरनिर्मिती 3. भूमिगत गरम पाण्याच्या झऱ्याची निर्मिती 4. काळ्या मृदेची निर्मिती 5. पृथ्वीच्या अंतरंगाचा अभ्यास 6. खोल खाड्या आणि नैसर्गिक बंदराची निर्मिती

4. ज्वालामुखी (Volcanoes)

व्याख्या : "ज्वालामुखी सामान्यतः एक गोल किंवा जवळजवळ गोलाकार छिद्र असून त्यातून पृथ्वीच्या अत्यंत तप्त, भूगर्भामधून तप्त वायू, पाणी, द्रव लाव्हारस आणि खडकांचे तुकडे बाहेर पडतात."

ज्वालामुखी शंकू : "पृथ्वीच्या भूगर्भातील लाव्हारस व इतर पदार्थ ज्वालामुखीच्या उद्रेकामुळे भूपृष्ठावर आल्यावर ज्वालामुखीच्या नलिकेभोवती त्या पदार्थाचे निक्षेपण होऊन त्यास शंक्वाकृती आकार प्राप्त होतो, याला 'ज्वालामुखी शंकू' असे म्हणतात." **(आकृती क्र. 2.7)**

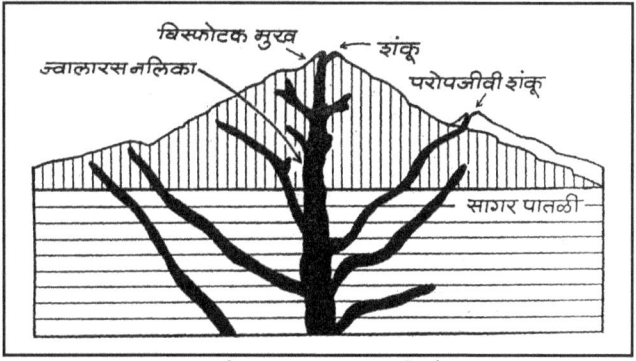

आकृती क्र. 2.7 : ज्वालामुखी शंकू

तक्ता क्र. 2.3 : ज्वालामुखी

ज्वालामुखी उद्रेकाची कारणे :	ज्वालामुखीनिर्मित भूरूपे :
1. भूगर्भातील तापमान वृद्धी	1. लाव्हा शंकू : (अ) ॲसिड लाव्हा शंकू (ब) बेसिक लाव्हा शंकू
2. दाब कमी होऊन खडक वितळून लाव्हारसाची निर्मिती	2. राख व सिंडर शंकू 3. संमिश्र शंकू
3. लाव्हारसाचे भूपृष्ठाकडे प्रवाहित होणे.	4. ज्वालामुखी 5. क्रेटर
(अ) शिलारस (मॅग्मा) कोठीमध्ये हालचाल (ब) ज्वालामुखी भेगेमधून प्रथम वायू व बाष्प बाहेर व पाठोपाठ लाव्हारस भूपृष्ठावर प्रवाहित	6. घरट्याकार क्रेटर **ज्वालामुखीचे जागतिक वितरण :** 1. पॅसिफिक महासागरालगतचा पट्टा
उद्रेकामधून बाहेर पडणारे पदार्थ :	2. महाद्वीपीय खंडाचा युरेशियन मध्यवर्ती पट्टा
1. बाष्प - प्रमाण 60 ते 96% (अ) मेघांची निर्मिती - पर्जन्यवृष्टी	3. अटलांटिक पट्टा 4. इतर क्षेत्रे
2. वायू (अ) CO_2, SO_2, H_2S, HCl, H_2SO_4, (ब) कार्बन, गंधक, क्लोरीनची रूपे (क) अमोनिया, नत्रवायू, मिथेन इत्यादी वायू	(अ) हिंदी महासागरातील बेटे (ब) अंटार्क्टिका खंडाच्या चारही बाजूंमधील बेट समूह

(क्रमशः)

3. लाव्हारस (अ) ॲसिड लाव्हा (ब) बेसिक लाव्हा	**ज्वालामुखीचे परिणाम :** **I. तोटे/हानी** 1. मानवाच्या शांततामय जीवनात व्यत्यय
4. अग्निदलिक आणि खंडमय पदार्थ (अ) ज्वालामुखी राख (ब) ज्वालामुखी गोळे (क) अश्मखंड (ड) पंक प्रवाह	2. मोठ्या प्रमाणात वित्त व जीवित हानी 3. लाव्हारसाच्या पसरण्यामुळे कृषी क्षेत्राचे फार मोठ्या प्रमाणात नुकसान
ज्वालामुखीचे प्रकार : 1. जागृत ज्वालामुखी 2. निद्रिस्त ज्वालामुखी 3. मृत ज्वालामुखी	4. भूरूपात परिवर्तन तर काही भूरूपे नष्ट **II. उपयोग** 1. उद्रेकामधून बाहेर पडणाऱ्या पदार्थामुळे पृथ्वीच्या अंतरंगाच्या स्वरूपाचा अभ्यास 2. पृथ्वीच्या भूशास्त्राचा अभ्यास 3. उद्रेकामधून बाहेर पडणाऱ्या विविध खनिज द्रव्यांचा मानवास उपयोग 4. उष्णोदकाचे फवारे व गरम पाण्याच्या झऱ्याची निर्मिती 5. सुपीक काळ्या मृदेची निर्मिती

ज्वालामुखी उद्रेकामधून बाहेर पडणारे पदार्थ

(1) बाष्प : ज्वालामुखीच्या उद्रेकात सर्वांत प्रथम वायुरूप पदार्थ बाहेर पडतात. यामध्ये बाष्पाचे प्रमाण 60 ते 90% असते. बाष्पामुळे ज्वालामुखीच्या भोवती मेघ निर्माण होतात. उद्रेकानंतर भरपूर पर्जन्यवृष्टी होते.

(2) वायू : ज्वालामुखीच्या उद्रेकामधून बाष्पाव्यतिरिक्त CO_2, SO_2, H_2S, HCl इत्यादी वायू बाहेर पडतात. याशिवाय अल्प प्रमाणात अमोनिया, नत्र वायू, मिथेन वगैरे वायूही बाहेर पडतात.

(3) लाव्हारस : ''ज्वालामुखीच्या उद्रेकातून वायूबरोबर बाहेर पडणाऱ्या द्रव्य पदार्थास 'लाव्हारस' असे म्हणतात.''

लाव्हारसाचे उपप्रकार पुढीलप्रमाणे - **(अ) ॲसिड लाव्हा :** ''ज्या लाव्हारसात सिलिकांचे प्रमाण 70% किंवा त्यापेक्षाही जास्त असते, त्यास 'ॲसिड लाव्हा' असे म्हणतात.'' हा लाव्हारस अतिशय घट्ट, रंगाने पिवळसर आणि वजनाने हलका असतो, याचा उत्कलनबिंदू उच्च असतो. **(ब) बेसिक लाव्हा :** ''ज्या लाव्हारसात सिलिकांचे प्रमाण 30 ते 40% असते, त्यास 'बेसिक लाव्हा' असे म्हणतात.'' बेसिक लाव्हा काळसर असून तो जास्त प्रवाही असतो. बेसिक लाव्हामधून बाहेर पडणारे ज्वालामुखी शांत उद्रेकाचे असतात.

(4) अग्निदलिक आणि खंडमय पदार्थ : ''ज्वालामुखीचा उद्रेक झाल्यानंतर वायुरूप आणि द्रवरूप पदार्थानंतर राख, धूळ, खडक, खडकांचे तुकडे बाहेर पडतात. त्यांना पायरोक्लास्ट असे म्हणतात.'' लाव्हारसाचा वेग एवढ्या मोठ्या प्रमाणात असतो की, तो लाव्हारस आकाशात बराच उंच जातो. त्याचे रूपांतर लहान-लहान खडक तुकड्यात होते व असे पदार्थ कित्येक मीटर उंचीपर्यंत अंतराळात उडतात.

उद्रेकाचा कालखंड आणि त्यांच्या क्रियेच्या स्वरूपानुसार ज्वालामुखीचे प्रकार

(1) जागृत ज्वालामुखी : ''ज्वालामुखीमधून ज्वालामुखीचा उद्रेक सतत होत असतो तसेच त्यांचा उद्रेक केव्हाही होऊ शकतो, त्यांना 'जागृत ज्वालामुखी' असे म्हणतात.'' जगामध्ये सुमारे 500 जागृत ज्वालामुखी आहेत. उदा., भूमध्य समुद्रामधील सिसिली बेटामधील स्ट्रॉम्बोली हा जागृत ज्वालामुखी असून त्याला भूमध्य समुद्रामधील 'दीपगृह' असे म्हटले जाते. कारण ते सातत्याने वायूंचे ज्वलन करतात आणि प्रकाशमान प्रदीप्त असतात.

(2) निद्रिस्त ज्वालामुखी : ''ज्या ज्वालामुखीमधून एके काळी जागृत ज्वालामुखीप्रमाणे सतत उद्रेक होत असत; परंतु सध्या उद्रेक होणे थांबलेले आहे आणि पुन्हा अचानकपणे उद्रेक होण्याची शक्यता आहे अशा ज्वालामुखीस 'निद्रिस्त' किंवा 'सुप्त ज्वालामुखी' असे म्हणतात.''

उदा., इटलीमधील व्हेसुव्हियस ज्वालामुखीचा उद्रेक इ.स. 79 मध्ये झाला. अधूनमधून उद्रेक होतात. अलीकडे 1944 साली ज्वालामुखीचा उद्रेक झाला, यांपैकी सर्वांत भीषण उद्रेक 1906 सालातील होता, अलास्कामधील कॅटमई पर्वत.

(3) मृत ज्वालामुखी : ''ज्या ज्वालामुखीमध्ये पूर्वी एके काळी उद्रेक होत असत, आता उद्रेक होत नाहीत, त्यास 'मृत ज्वालामुखी' असे म्हणतात.'' उदा., जपानमधील फुजियामा पर्वत.

ज्वालामुखीचे जागतिक वितरण

उष्ण कटिबंधीय प्रदेशात 30° उत्तर अक्षवृत्तापासून 30° दक्षिण अक्षवृत्तापर्यंत जगामधील सर्वांत जास्त ज्वालामुखी आढळतात. (नकाशा क्र. 2.1 पाहा.) या पट्ट्यात सुमारे 235 ज्वालामुखी आहेत.

(1) पॅसिफिक महासागराचा किनाऱ्यालगतचा पट्टा : जगामधील 80% ज्वालामुखी या क्षेत्रामध्ये आहेत. आशिया खंडाच्या पूर्व किनारपट्टीच्या प्रदेशातील क्युराइल बेटे, जपान, फिलिपिन्स, इंडोनेशिया तसेच न्यूझीलंड आणि उत्तर व दक्षिण अमेरिकेच्या पश्चिम किनारपट्टीलगतच्या प्रदेशाचा समावेश होतो. बहुतेक सर्व ज्वालामुखी किनाऱ्यालगतच्या पर्वतरांगांवर आहेत. सेपर यांच्या मतानुसार, जगातील 353 ज्वालामुखी या प्रदेशात आहेत म्हणून याला 'अग्निकंकण' असे म्हणतात. जगामधील सर्वांत उंच ज्वालामुखी कोटोपॅक्सी असून तो दक्षिण अमेरिकेत ॲंडीज पर्वतात आहे.

पॅसिफिक महासागर किनाऱ्यालगतच्या ज्वालामुखींची संख्या पुढीलप्रमाणे आहे - फिलिपिन्स (15), जपान (35), क्युराइल (15), ॲल्युशियन (15).

(2) महाद्वीपीय खंडाचा मध्यवर्ती भाग (युरेशियन पट्टा) : ज्वालामुखीचा हा पट्टा युरोप आणि आशिया खंडामधील आल्प्स आणि हिमालय पर्वतरांगांवरून गेलेला आहे. याची सुरुवात मात्र आईसलॅंड बेटापासून होते. तेथून कॅनरी बेटे पुढे पूर्वेस भूमध्य समुद्र, आर्मेनिया, इराण आणि बलुचिस्तानपर्यंत आहेत. तेथून हिमालय पर्वतरांगेपासून म्यानमारपर्यंत हा पट्टा गेलेला आहे. नंतर तो दक्षिणेकडे वळून आग्नेय आशियातील बेटावरून पॅसिफिक महासागरातील पट्ट्यास जाऊन मिळतो. आल्प्स आणि हिमालय पर्वतामध्ये ज्वालामुखी नाहीत. युरेशियन पट्ट्यातील प्रमुख ज्वालामुखी उदा., (अ) भूमध्य समुद्र (व्हेसुव्हिएस व स्ट्रॉम्बोली) (ब) इराण (देमवंद) (क) कॉकेशस (एलबुर्झ) (ड) आफ्रिका (किलीमांजारो, कामेरून) (इ) इंडोनेशिया (क्राकाटोआ)

(3) मध्य अटलांटिक पट्टा : अटलांटिक महासागराच्या दक्षिण भागात दोन क्षेत्रे महत्त्वाची आहेत. हा पट्टा मध्य अटलांटिक रिजच्या अनुषंगाने जातो की जो भूपट्टांचा विभक्त विभाग आहे. **(अ) लेसर ॲंटिलिस, (ब) दक्षिण ॲंटिलिस.** महासागराच्या उत्तर व मध्य भागात तसेच एजोर, सेंट हेलेना, एसेंशन वगैरे बेटांवर ज्वालामुखी आढळतात.

(4) इतर क्षेत्रे : हिंदी महासागरात मॉरिशिस, कोमोरो, रीयुनियमन या बेटांवर मृत ज्वालामुखी आहेत. याशिवाय अंटार्क्टिका खंडाच्या चारही बाजूस बेटसमूह आहेत. तेथे ज्वालामुखी आढळतात. रॉससागरजवळ डारबेस आणि टेरर हे जागृत ज्वालामुखी आहेत.

5. खडक (Rocks)

व्याख्या : ''पृथ्वीच्या पृष्ठभागावरील अतिशय कठीण अशा दगडांपासून ते अतिशय मृदू अशा बारीक मृदेपर्यंत सर्व पदार्थांचा समावेश 'खडक' या संज्ञेत केला जातो.'' खडक म्हणजे विभिन्न खनिजांचे मिश्रण होय.

खडकांचे वर्गीकरण

खडकांचे तीन मुख्य प्रकार : (1) अग्निजन्य खडक (2) जलजन्य किंवा गाळाचे-स्तरित खडक (3) रूपांतरित खडक.

(1) **अग्निजन्य खडक** *(Igneous Rock)* **:** Igneous हा शब्द Ignis या लॅटिन शब्दावरून घेण्यात आला असून Ignis याचा अर्थ अग्नी (Fire) असा आहे, म्हणून यांना 'अग्निजन्य खडक' असे म्हणतात.

व्याख्या : ''शिलारस अथवा लाव्हारसाच्या घनीभवनातून निर्माण झालेल्या खडकांना 'अग्निजन्य खडक' असे म्हणतात,'' यांना 'प्राथमिक खडक' असेही म्हणतात.

त्याचे पुढील दोन उपप्रकार पडतात : **(अ) बहिर्निर्मित अग्निजन्य खडक :** भूपृष्ठाला पडलेल्या भेगांमधून ज्वालामुखीच्या उद्रेकातून लाव्हारसाच्या रूपाने भूगर्भातील तप्त शिलारस पृष्ठभागावर येऊन पसरतो. कालांतराने तो थंड होऊन त्याचे कठीण खडकात रूपांतर होते, या खडकांना 'बहिर्निर्मित अग्निजन्य खडक' असे म्हणतात.

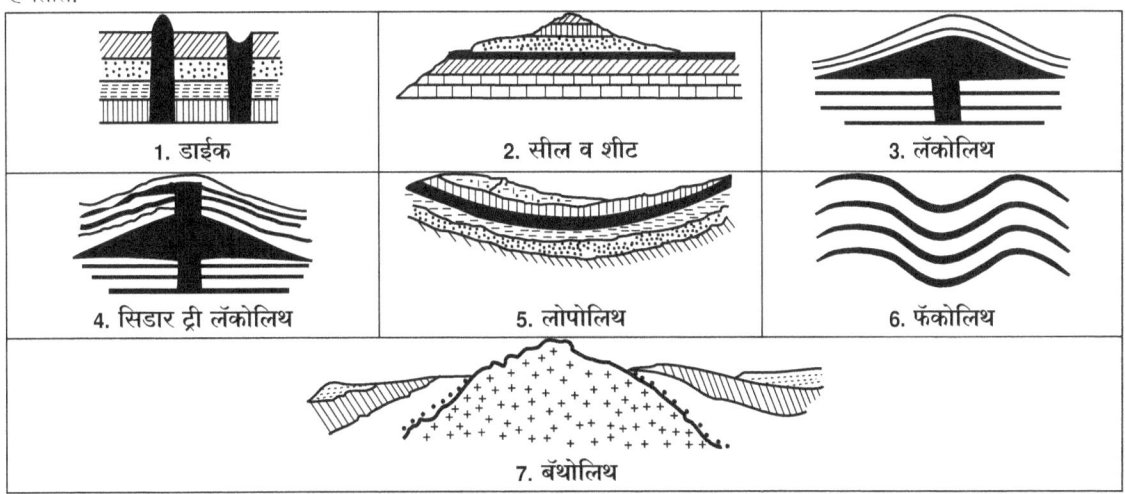

आकृती क्र. 2.8 : अंतर्निर्मित अग्निजन्य खडकांचे प्रकार

बहिर्निर्मित अग्निजन्य खडकाचे दोन उपप्रकार पडतात :

(i) **स्फोटक प्रकार :** ''लाव्हारसाच्या निक्षेपणापासून खडक तयार होतात, यांना 'ज्वालामुखी खडक' असे म्हणतात.'' बेसाल्ट किंवा असिताश्म खडक उदा. भारतामधील ज्वालामुखीच्या उद्रेकापासून दख्खनचे पठार आहे.

(ii) **शांत प्रकार :** ''लाव्हारसाचे थरावर थर साचून त्याचे खडकात रूपांतर होते, याला 'लाव्हा-फ्लो' असे म्हणतात.''

(ब) अंतर्निर्मित अग्निजन्य खडक : ''भूगर्भातील तप्त शिलारस भूपृष्ठावर न येता वायूची तीव्रता कमी झाल्यावर भूगर्भामध्ये असणाऱ्या भेगा व पोकळ्यामध्ये जाऊन साचतो. त्या ठिकाणी थंड होऊन त्यापासून खडक तयार होतात, त्यास 'अंतर्निर्मित अग्निजन्य खडक' असे म्हणतात.'' याचे दोन उपप्रकार आहेत. **(i) पातालिक खडक (Plutonic Rocks) :** जेव्हा खडक भूकवचाच्या बऱ्याच खोलीवर शिलारसाचे (मॅग्मा) शीतलीकरण होऊन निर्माण होतो, याला 'पातालिक खडक' असे म्हणतात. **(ii) अंतर्वेशी/उपपातालीय खडक (Intrusive/Hypabyssal Rocks) :** ''जेव्हा शिलारसाला सद्य भूकवच खडकांमधून मार्ग प्राप्त होतो तेव्हा ते मध्यखोलीवर थंड होते, अशा खडकांना 'अंतर्वेशी/उपपातालीय खडक' असे म्हणतात.'' उदा., ग्रॅनाइट किंवा कणाश्म खडक.

➛ **अंतर्निर्मित अग्निजन्य खडकांचे प्रकार :**

(1) **भित्ती खडक/डाईक :** ''भूगर्भातील तप्त लाव्हारस भूकवचामध्ये असलेल्या उभ्या भेगांमध्ये साचून खडक निर्माण होतो, याला भित्ती खडक/डाईक असे म्हणतात.'' उदा., इंग्लंडच्या उत्तर भागात क्लिव्हलँड डाईक.

(2) **सील व शीट :** ''जलजन्य किंवा रूपांतरित खडकांच्या आडव्या भेगेत लाव्हारस साचून खडकाची निर्मिती होते, जेव्हा त्यांची जाडी जास्त असते तेव्हा त्यास 'सील' असे म्हणतात आणि पातळ किंवा कमी जाड खडकास 'शीट' असे म्हणतात.''

(3) **लॅकोलिथ :** ''भूगर्भातील तप्त लाव्हारस भूपृष्ठाकडे येण्याचा प्रयत्न करतो तेव्हा काही ठिकाणी खडक घुमटासारखे वर उचलले जातात आणि निर्माण होणाऱ्या पोकळीमध्ये लाव्हारसाचे निक्षेपण होऊन **घुमटाकार खडक तयार होतो, याला 'लॅकोलिथ'** असे म्हणतात.'' संयुक्त संस्थानातील उटाह राज्यातील ला-साल पर्वत.

(4) **बॅथोलिथ :** ''भूकवचामधील विस्तीर्ण व खोलगट पोकळीमध्ये लाव्हारसाचे निक्षेपण होते. येथे तयार होणाऱ्या विस्तीर्ण खडकाला 'बॅथोलिथ' असे म्हणतात.'' कॅनडामधील ब्रिटिश कोलंबियात जगातील सर्वांत मोठा बॅथोलिथ असून त्याची जाडी सुमारे 160 मीटर आणि लांबी 2400 कि.मी. आहे.

➛ **अग्निजन्य खडकांचे गुणधर्म :** (1) अग्निजन्य खडकात निरनिराळ्या आकाराचे स्फटिक असतात. स्फटिकाची रचना व्यवस्थित नसूनही एकसंध झालेले असतात. (2) खडक अवाढव्य आकाराचे असून कठीण असतात. (3) अग्निजन्य खडकात थर आढळत नाहीत, मात्र **फारच मजबूत जोड** असतात. (4) खडक अतिशय कठीण असल्याने यामधून **कधी पाणी मुरत नाही**; परंतु कायिक अपक्षयामुळे (विदारण) खडकांची झीज होते. (5) या खडकात वनस्पती व प्राण्यांचे अवशेष आढळत नाहीत; परंतु अनेक प्रकारची **खनिजे** सापडतात.

तक्ता क्र. 2.4 : खडकांचे प्रमुख प्रकार

अग्निजन्य खडक	जलजन्य खडक	रूपांतरित खडक
(अ) बाह्यनिर्मित	**(अ) यांत्रिक प्रक्रियांद्वारे**	1. औष्णिक
1. स्फोटक प्रकार	1. स्थूल शकलित	2. स्पर्शजन्य
2. शांत प्रकार	2. मध्यम शकलित	3. पातालिक
(ब) अंतर्निर्मित	3. सूक्ष्म शकलित	4. अपदलिक
1. डाईक	4. अतिसूक्ष्म शकलित	5. गतिउष्मिक
2. सील व शीट	**(ब) रासायनिक प्रक्रियांद्वारे**	6. रासायनिक
3. लॅकोलिथ	**(क) जैविक प्रक्रियांद्वारे**	7. स्थानिक
4. सिडार ट्री लॅकोलिथ	1. प्राणिजन्य	8. प्रादेशिक
5. लोपोलिथ	2. वनस्पतिजन्य	
6. फॅकोलिथ		
7. बॅथोलिथ		
(क) गुणधर्मानुसार		
1. आम्लधर्मी		
2. अल्कधर्मी		
(ड) पोतानुसार		
1. ग्रॅनिटॉइड		
(इ) खनिजद्रव्यानुसार		
1. ग्रॅनाइट		
2. सायनाइट		
3. डायोराइट		
4. गॅब्रो		
5. मध्यम		

(2) जलजन्य किंवा गाळाचे - स्तरित खडक *(Sedimentary or Stratified Rocks)* **:**

व्याख्या : "भूपृष्ठावर अनेक कारक शक्ती अपक्षयाचे व अपक्षरणाचे कार्य करीत असतात. पृथ्वीवरील अग्निजन्य खडकांची झीज सूर्यप्रकाश, वारा, पाऊस व इतर कारक शक्तींमुळे होते. त्यांच्यातील एकसंधपणा नाहीसा होऊन त्यांचे लहान-मोठ्या कणांत रूपांतर होते. या पदार्थांचे नदी, हिमनदी, वारा, सागरी लाटा इत्यादी कारकांमुळे वहन होते. अनुकूल परिस्थितीत त्याचे समुद्र, सरोवरे, नद्या, हिमनद्यांचे मार्ग किंवा जमिनीवरच निक्षेपण होते. निक्षेपणाचे थरावर थर साचतात, त्यांना 'स्तरित' किंवा 'जलजन्य खडक' असे म्हणतात."

जलजन्य खडकांचे वर्गीकरण : उत्पत्तीनुसार जलजन्य खडकांचे तीन प्रकारांमध्ये वर्गीकरण केले जाते.

(अ) कायिक/यांत्रिक/भौतिक प्रक्रियांद्वारे निर्मित जलजन्य खडक :

(i) पिंडाश्म/खंडाश्मी : दगड, गोटे, चाळ इत्यादी मोठ्या आकाराच्या पदार्थांचे एकत्रीकरण होऊन हे खडक तयार होतात, याला पिंडाश्म असे म्हणतात. भारतात शिवालिक पर्वताच्या पायथ्याशी व पूर्व-पश्चिम किनाऱ्यावर सर्वत्र पिंडाश्म आढळतो. **(ii) वालुकाश्म :** वाळूचे खडक वालुकाश्म खडक या प्रकारात मोडतात. वालुकाश्म हा स्तरित खडकांपैकी एक अत्यंत टणक खडक आहे. **(iii) रेवमय खडक :** खाड्यांच्या व पूरमैदानाच्या प्रदेशात हा खडक आढळतो, यांना रेवमय खडक असे म्हणतात. वाळवंटातील लोएस मैदानातही असे खडक आढळतात.

(iv) मृत्तिका व पंकाश्म खडक : नुसत्या अतिसूक्ष्म मातीच्या कणांपासून हे खडक तयार होतात. पंकाश्म खडक अतिशय मृदू असतात. शेल हे याचे उत्तम उदाहरण आहे. काही वेळेस यात खनिज तेलाचा अंश असतो.

(ब) रासायनिक प्रक्रियांद्वारे निर्मित जलजन्य खडक : पाण्यात काही ठरावीक रासायनिक पदार्थ विरघळतात. या पाण्याचा काही विशिष्ट खडकावर परिणाम होऊन पाण्यात हे खडक विरघळतात. अशा पाण्याचे बाष्पीभवन झाल्यामुळे त्याच्यामधील रासायनिक पदार्थ निक्षेपित (संचय) होतात. या निक्षेपणापासून खडक तयार होतात. याची उदाहरणे चुनखडी, जिप्सम, स्टॅलेगमाईट इत्यादी.

(क) जैविक प्रक्रियांद्वारे निर्मित जलजन्य खडक/सेंद्रिय खडक : (i) प्राणिजन्य खडक : विशिष्ट प्राण्यांच्या सांगाड्यात कॅल्शिअम कार्बोनेट असते. ते प्राणी मृत पावल्यानंतर त्यांचे वहन होऊन उथळ समुद्रात निक्षेपण होऊन खडकांची निर्मिती होते, अशा खडकांना 'चुनखडक' असे म्हणतात. **(ii) वनस्पतिजन्य खडक :** वनस्पतीमध्ये कार्बन हा महत्त्वाचा घटक असतो. भू-हालचालींमुळे भूपृष्ठाखाली वनस्पती गाडल्या जातात व यावर गाळाचे निक्षेपण होते. यामुळे उष्णता व दाब निर्माण होऊन वनस्पतींचे रूपांतर कोळशात होते.

जलजन्य खडकांचे गुणधर्म : (1) जलजन्य खडकात समांतर थर असतात. त्याचप्रमाणे उभे व आडवेही थर असतात. (2) जलजन्य खडक मृदू असतात. त्यामुळे त्यांची झीज लवकर होते. (3) एकाच जलजन्य खडकाच्या थरात अनेक आकाराचे कण संघटित झालेले असतात. (4) जलजन्य खडकात दगडी कोळसा, खनिज तेल, टाकणखार, सैंधव, सोने इत्यादी खनिजे आढळतात. (5) लाल, करडा, काळा, पांढरा इत्यादी रंगांचे जलजन्य खडक असतात. (6) जलजन्य खडकात प्रामुख्याने जीवावशेष आढळतात.

(3) रूपांतरित खडक : व्याख्या : "मूळ खडकांची मोडतोड न होता अग्निजन्य व जलजन्य खडकावर अंतर्गत व बहिर्गत शक्तीमुळे मूळ खडकाच्या रचनेत आणि गुणधर्मात बदल होऊन एक वेगळ्याच रचनेचा व गुणधर्मांचा खडक तयार होतो, या खडकास 'रूपांतरित खडक' असे म्हणतात."

❖ रूपांतरणाचे प्रकार :

(अ) स्पर्शजन्य रूपांतरित खडक : पृथ्वीच्या अंतर्गत भागातील तप्त लाव्हारस खडकातील भेगेत घुसून आजूबाजूचे खडक बाजूला सरकले जातात. यामुळे खडकांवर दाबाचा परिणाम होतो. त्याचप्रमाणे लाव्हारसातून काही द्रव्ये व वायू बाहेर पडत असताना आजूबाजूच्या खडकात शोषले जाऊन काहींचे रूपांतर तर काही खनिजांचे पुनर्स्फटिकीभवन होते, याला '**स्पर्शजन्य रूपांतरित खडक**' असे म्हणतात. याला '**औष्णिक रूपांतरित खडक**' असेही म्हणतात. उदा., वालुकाश्माचे रूपांतर क्वार्ट्झमध्ये व चुनखडकाचे रूपांतर संगमरवरात होते.

(ब) प्रादेशिक रूपांतरित खडक : पृथ्वीच्या हालचालींद्वारा अधिकतम दाब आणि उष्णतेमुळे अशा प्रकारच्या खडकांची निर्मिती होते. विस्तीर्ण क्षेत्रामध्ये याचा परिणाम जाणवतो. सोने, हिरे आणि चांदीसारख्या मौल्यवान धातूसारखी खनिजे या प्रकारच्या खडकात आढळतात.

तक्ता क्र. 2.5 : मूळ खडक व रूपांतरित खडक

मूळ खडक	रूपांतरित खडक
1. **अग्निजन्य खडक :** (अ) बेसाल्ट (ब) ग्रॅनाइट	(अ) हॉर्नब्लेंड शिस्ट (ब) नीस
2. **स्तरित खडक :** (अ) वालुकाश्म (ब) पंकाश्म (क) चुनखडी (ड) कोळसा (इ) दगडी कोळसा	(अ) क्वार्ट्झाइट (ब) स्लेट (क) संगमरवर (ड) ग्रॅफाइट (इ) अँथ्रासाइट

रूपांतरित खडकाची वैशिष्ट्ये : • रूपांतर खडक भरीव, कठीण, स्फटिकमय व सहजगत्या न झिजणारे असतात. • या खडकात जीवावशेष आढळत नाहीत. • पर्वतांचे गाभे व विस्तीर्ण पठारांचे भाग रूपांतरित खडकांनी बनलेले असतात. • रूपांतरित खडकात काही खनिजे आढळतात.

6. मृदा (Soil)

व्याख्या : ''जनक खडकावरील निरंतर प्रक्रियांच्या विकासाच्या किंवा उत्क्रांतीच्या परिपाकास मृदा म्हणतात.''

मृदेची मूलद्रव्ये

(1) **असेंद्रिय द्रव्ये :** • खडकाच्या विघटनामुळे 'सिलिका' हा घटक मोठ्या प्रमाणात मृदेत मिसळतो. • ऑक्सिजन, ॲल्युमिनिअम, लोह वगैरे मूलद्रव्ये मोठ्या प्रमाणात असतात. त्यांचा इतर द्रव्यांशी संयोग होतो. • नायट्रोजन, पोटॅशिअम, कॅल्शिअम, फॉस्फरस, गंधक तसेच तांबे यांसारखी मूलद्रव्येही मृदेत असतात.

(2) **सेंद्रिय द्रव्ये :** जीव-जीवाणू किंवा सेंद्रिय द्रव्यांच्या सान्निध्यात मृदेची निर्मिती होते. पर्यायाने मृदेच्या निर्मितीत या सेंद्रिय द्रव्यांचा फार मोठा वाटा आहे. वनस्पती आणि प्राण्यापासून सेंद्रिय द्रव्ये उपलब्ध होतात.

ह्यूमस : वनस्पतीच्या अपूर्णावस्थेतील कुजण्याच्या प्रक्रियेस 'ह्यूमस' असे म्हटले जाते.

मृदेचे प्रकार

(अ) **विभागीय मृदा :** विभागीय मृदेमध्ये आम्लयुक्त मृदा आणि अल्कलीयुक्त मृदा असे प्रकार पडतात. (नकाशा क्र. 2.2 पाहा.)

(I) **आम्लयुक्त मृदा :**

(1) **जांभा मृदा :** उष्ण कटिबंधीय प्रदेशात आर्द्र हवामानात पाण्याचा मोठ्या प्रमाणात निचरा होऊन मृदेच्या खालच्या थरात अनेक सेंद्रिय द्रव्ये व असेंद्रिय द्रव्ये पाण्याच्या प्रवाहाबरोबर झिरपत जातात. यामुळे मृदेत सेंद्रिय द्रव्याचे प्रमाण कमी असते. कोकणात रत्नागिरी, सह्याद्री घाटमाथ्यावर, कोल्हापूर जिल्ह्यात जांभा मृदा आढळते.

(2) **पॉडझॉल किंवा राखाडी मृदा :** • उच्च अक्षवृत्तीय प्रदेशात वर्षभर पाऊस पडतो; परंतु दीर्घकालीन हिवाळा ऋतू असल्याने सेंद्रिय द्रव्याची कुजण्याची प्रक्रिया होते. यापासून तयार होणारा ह्यूमस आम्लयुक्त असतो. • मध्य कटिबंधीय प्रदेशात आढळणाऱ्या या मृदेची निर्मिती अधिक उबदार हवामानात व भरपूर पाऊस असणाऱ्या प्रदेशात होते. सेंद्रिय द्रव्यांचे प्रमाण कमी असते व ह्यूमसची देखील कमतरता असते. • उष्ण कटिबंधीय प्रदेशात जास्त तापमान, दमट हवामान यामुळे अपक्षय जलद गतीने होते. मृदेत सेंद्रिय द्रव्याचे जास्त प्रमाण असून तिला तांबूस तपकिरी रंग प्राप्त होतो.

(3) **प्रेअरी मृदा :** या मृदेत कॅल्शिअमचे प्रमाण साधारण तर सेंद्रिय द्रव्यांचे प्रमाण जास्त असल्याने मृदेस काळा रंग प्राप्त होतो. मूळ प्रदेश गवताळ असून गव्हाची लागवड मोठ्या प्रमाणात केली जाते.

(4) **तपकिरी मृदा :** आशिया खंडात उत्तर चीन व जपान, युरोप खंडात पश्चिम युरोप, रशियन प्रजासत्ताक व संयुक्त संस्थानच्या ईशान्य भागात ही मृदा आढळते. मृदेमध्ये जीव-जीवाणूंचे प्रमाण भरपूर असते. त्यामुळे मृदा सुपीक बनण्यास मदत होते.

(5) **टुंड्रा मृदा :** ध्रुवीय प्रदेशाच्या सभोवती रशियन प्रजासत्ताक व कॅनडाच्या उत्तर भागात टुंड्रा मृदा आढळते. मृदा 9 ते 10 महिने बर्फाच्छादित असते. ही मृदा नापीक असते.

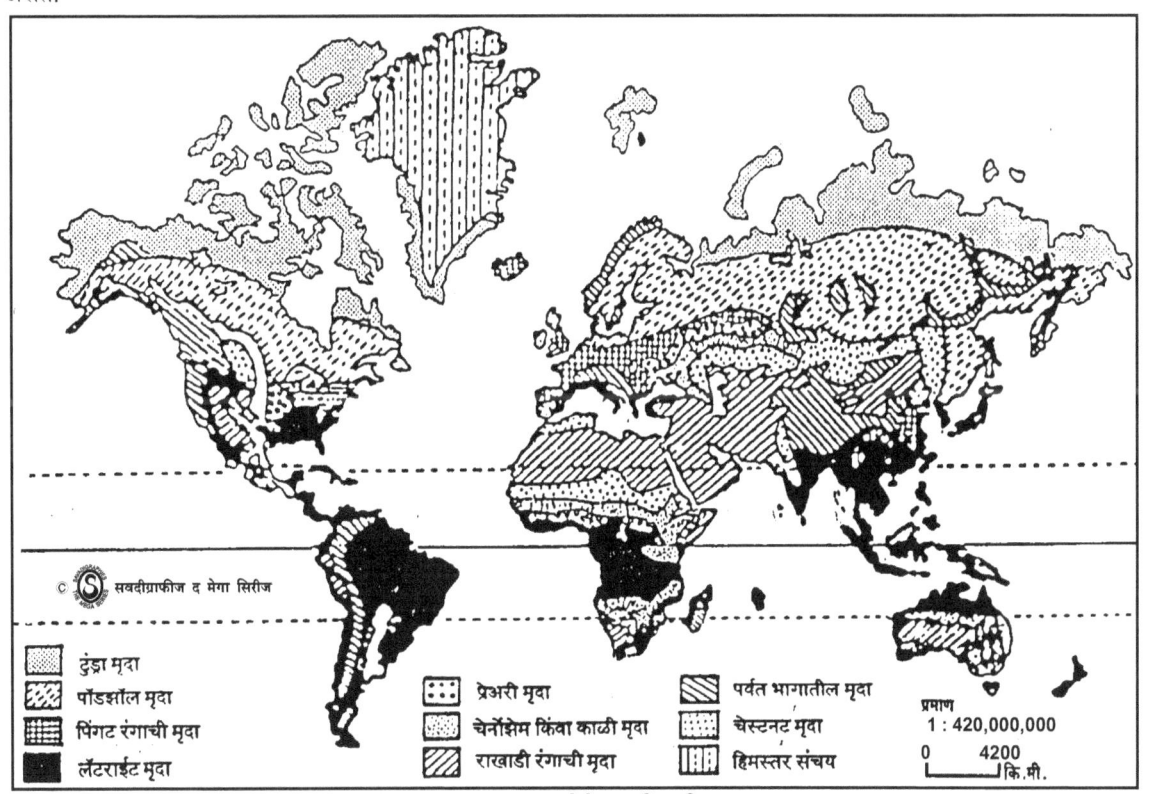

नकाशा क्र. 2.2 : मृदेचे जागतिक वितरण

(II) अल्कली मृदा :

(1) चर्नोझेम किंवा काळी मृदा : • रशियाचा दक्षिण भाग, रुमानिया, हंगेरी तसेच कॅनडा व संयुक्त संस्थानात चर्नोझेम मृदा आढळते. गवताची तंतुमय मुळे कुजल्यामुळे मृदेस काळा रंग प्राप्त होतो. मृदेत ओलावा टिकून राहतो. जगातील सुपीक मृदेत याचा समावेश केला जातो. • उष्ण कटिबंधीय प्रदेशात याला 'काळी मृदा' म्हणतात. महाराष्ट्रातील गोदावरी, भीमा व कृष्णा नद्यांच्या खोऱ्यातील मृदा आढळते. लाव्हारसापासून तयार झालेल्या खडकावर अपक्षयाची क्रिया होऊन ही सुपीक मृदा तयार झालेली आहे.

(2) चेस्टनट मृदा : रशियाच्या स्टेपी प्रदेशातील पश्चिमेस रुमानिया व हंगेरीपर्यंत, संयुक्त संस्थानाच्या उंचवट्याच्या प्रदेशात, दक्षिण आफ्रिकेत व्हेल्ड व दक्षिण अमेरिकेत पंपासच्या प्रदेशात ही मृदा आढळते. गवताळ प्रदेशातून तयार झालेल्या या मृदेचा रंग तपकिरी असतो. पाणीपुरवठा झाल्यास या मृदेत चांगली पिके येऊ शकतात.

(3) भुऱ्या रंगाची मृदा : चेस्टनट मृदेच्या पूर्वेस व दक्षिणेस ही मृदा आढळते. यामध्ये ह्यूमसचे प्रमाण कमी असते. पाणी उपलब्ध झाल्यास पिके येऊ शकतात.

(ब) आंतरविभागीय मृदा :

(1) क्षारयुक्त मृदा : काही प्रदेशात अतिरिक्त जलसिंचनामुळे मृदेमधील क्षार केशाकर्षण क्रियेमुळे हळूहळू मृदेच्या वरच्या भागात येऊ लागतात. मृदा खारी बनू लागते. यात प्रामुख्याने सोडिअम क्लोराइडचे प्रमाण जास्त असते. अशा मृदेतून कोणतेही पीक घेता येत नाही. पश्चिम महाराष्ट्रात कृष्णा-गोदावरी नद्यांच्या खोऱ्यातील काही भाग. अतिरिक्त जलसिंचनामुळे खाऱ्या मृदेचा प्रश्न निर्माण झालेला आहे.

(2) दलदलीची मृदा : मृदेमध्ये आवश्यकतेपेक्षा जास्त पाणी गेल्यास पाण्याचा निचरा होऊ शकत नाही. अशा दलदलीच्या प्रदेशाचा उपयोग कोणत्याच प्रकारे करता येत नाही.

(3) चुनखडकावरील मृदा : चुनखडीयुक्त खडकांवरून कार्बाम्लयुक्त पाणी गेल्यास चुनखडीतील बरेचसे कण पाण्यात विरघळतात आणि इतर संयुक्त खडकात राहतात. अशा मृदेला तपकिरी रंग प्राप्त होतो.

मृदसंधारण करण्याच्या पद्धती

(1) मृदेवर संरक्षित आवरणे निर्माण करणे. (2) मृदा धरून ठेवणाऱ्या पिकांची लागवड (3) गुरांना आणि पाळीव जनावरांना चराऊ प्रदेशात निर्बंध (4) पूर नियंत्रण (5) बांध-बंदिस्ती.

7. अनाच्छादन प्रक्रिया (Denudation Processes)

व्याख्या : **"सूर्याची उष्णता, तुषारपात, नदी, हिमनदी, वारा, भूमिगत पाणी, सागरी लाटा या कारकशक्तींच्या मार्फत भूपृष्ठ सतत झिजविला जातो. अव्याहतपणे सुरू असलेल्या या झिजेमुळे भूपृष्ठाचा एक-एक थर नाहीसा होत असतो. भूपृष्ठाचे आच्छादन नष्ट होत असते, यालाच अनाच्छादन असे म्हणतात."**

अनाच्छादन ही एक क्रिया असून यामध्ये पुढील चार क्रियांचा समावेश होतो.

(1) अपक्षय/विदारण *(Weathering)* : बाह्य कारकशक्तींच्या मार्फत भूपृष्ठाची झीज होते. प्रदेशातील मातृ/जनक खडकाचे अपघटन होते. खडक झिजविला जातो. त्याच्यातील एकसंधपणा नाहीसा होऊन खडक ठिसूळ बनतो. खडकाचे लहान-लहान कणात रूपांतर होते, याला 'अपक्षय' असे म्हणतात.

(2) अपक्षरण/खनन *(Erosion)* : गतिमान कारकांबरोबर आरूढ झालेले खडकांचे तुकडे, दगड-गोटे परस्परांवर तसेच मार्गातील अडथळ्यांवर आपटले जातात; या क्रियेला 'अपक्षरण' किंवा 'क्षरण' असे म्हणतात.

(3) वहन/परिवहन *(Transportation)* : अपक्षय क्रियेमुळे निर्माण झालेले खडकाचे सुटे कण, वाहते पाणी, नदी, हिमनदी, वारा, भूमिगत पाणी, सागरी लाटा यांसारख्या गतिमान कारकांवर आरूढ होतात आणि ते एका ठिकाणाहून दुसऱ्या ठिकाणी वाहू लागतात; या क्रियेस 'वहन' असे म्हणतात.

(4) निक्षेपण *(Deposition)* : अपक्षरण क्रियेमुळे निर्माण झालेला गाळ कोठे ना कोठे साठविला जातो. ज्या ठिकाणी कारकशक्तींचा वेग कमी होतो किंवा कारकशक्तींच्या मार्गात अडथळा येतो तेथे अनुकूल भौगोलिक परिस्थितीत मोठ्या प्रमाणात गाळ साचतो, या क्रियेला 'निक्षेपण' असे म्हणतात.

अशा प्रकारे अपक्षय, अपक्षरण, वहन व निक्षेपण या क्रियांमुळे भूपृष्ठाच्या स्वरूपात बदल घडवून आणले जातात. या संयुक्त क्रियेला 'अनाच्छादन प्रक्रिया' असे म्हणतात.

अपक्षय (विदारण) (Weathering)

व्याख्या : **"पृथ्वीच्या भूकवचावर भौतिक कारकांच्या साहाय्याने खडकाचे कायिक विखंडन किंवा रासायनिक अपघटन होते, या क्रियेस 'अपक्षय' असे म्हणतात.**

अपक्षय क्रिया पुढील प्रकारे घडून येते :

(1) विघटन *(Disintegration)* : सौरशक्ती, पाणी, तुषारपात, वारा वगैरे कायिक/भौतिक कारकांच्या माध्यमामुळे खडकांचे तुकडे अलग होतात; या क्रियेस 'विघटन' असे म्हणतात. विघटन क्रियेचे पुढील उपप्रकार पडतात -

(अ) खंड विघटन *(Block Disintegration)* : मूळ खडकात उभ्या, आडव्या, मोठमोठ्या भेगा किंवा जोड निर्माण होतात व कालांतराने मूळ खडकापासून विस्तीर्ण खंड अलग होतात; यास 'खंड विघटन' असे म्हणतात.

(ब) कणी विघटन *(Granular Disintegration)* : वाळवंटी प्रदेशात मूळ खडकातील तापमान कक्षेच्या फरकामुळे आकुंचन व प्रसरणाची क्रिया होऊन खडकाचे काही कण अलग होतात, त्याला 'कणी विघटन' असे म्हणतात.

(2) अपघटन *(Decomposition)* : रासायनिक क्रियेमधील ऑक्सिडेशन, हायड्रेशन, कार्बोनेशन यांमुळे खडकातील विविध प्रकारची खनिज द्रव्ये पाण्यात विरघळतात. त्यामुळे खडक कमकुवत होतात किंवा त्यांचे मूळ स्वरूप बदलते; याला 'अपघटन' किंवा 'वियोजन' असे म्हणतात.

(3) अपदलन/खडकांचे पापुद्रे सुटणे *(Exfoliation)* : अपक्षयाच्या कायिक, रासायनिक आणि जैविक प्रक्रियेमुळे खडकाच्या पृष्ठभागावरील पापुद्रे त्यापासून अलग होतात; यास 'अपदलन' असे म्हणतात.

(4) खडक विखंडन *(Shattering)* : कठीण खडकावर ताण पडतो, यामुळे खडक फुटतात; यास 'खडक विखंडन' असे म्हणतात.

→ **अपक्षय नियंत्रित करणारे घटक :** • खडकाची संरचना व प्रकार • जमिनीच्या उताराचे स्वरूप • हवामानाची बदलती परिस्थिती • वनस्पतीचा परिणाम.

अपक्षयाचे प्रकार (Types of Weathering)

(1) कायिक अपक्षय (Mechanical Weathering) (2) रासायनिक अपक्षय (Chemical Weathering) (3) जैविक अपक्षय (Biological Weathering).

8. नदीय, हिमनदीय, शुष्क, कार्स्ट आणि समुद्रतटीय चक्राशी संबंधित भूरूपे

I. नदीय चक्राशी संबंधित भूरूपे (Landforms Associated with Fluvial Cycle)

नदीचे कार्य : उगमक्षेत्रापासून मुखापर्यंतच्या प्रवाहमार्गात नदी पुढील तीन प्रकारचे कार्य करते :

(1) अपक्षरण कार्य (Erosion) (2) परिवहन कार्य (Transportation) (3) निक्षेपण कार्य (Deposition) नदीची ही कार्ये सापेक्ष असून परस्परावलंबित आहेत.

नदीचे वहन कार्य (Transportation by Rivers)

अपक्षरण प्रक्रिया *(Process of Erosion)* **:**

(1) जलदाब क्रिया/द्रविक क्रिया *(Hydraulic Action)* **:** पाण्याच्या दाबामुळे नदीपात्राच्या तळभागावरील व काठावरील खडक फुटतात व ते प्रवाहाबरोबर वाहू लागतात.

(2) अपघर्षण क्रिया *(Abrasion)* **:** "कायिक प्रक्रियेत नदीप्रवाहातील खडकांचे तुकडे, दगड-गोटे परस्परांवर आपटले जातात, त्यास 'अपघर्षण' असे म्हणतात." अपघर्षण क्रियेमुळे नदीपात्राची खोली व पात्राची रुंदी वाढते.

(3) सन्निघर्षण क्रिया *(Attrition)* **:** "नदीच्या पाण्याबरोबर वाहत असलेले खडकांचे तुकडे, गोलाकार पदार्थ दरीच्या कठीण खडकावर व परस्परांवर आपटून त्यांचे घर्षण होते. शेवटी त्यांचे वाळूसदृश सूक्ष्म कणात रूपांतर होते, या क्रियेला 'सन्निघर्षण क्रिया' असे म्हणतात."

(4) समपघर्षण/भक्षण क्रिया *(Corrosion)* **:** "नदीचे पाणी विविध प्रकारच्या खडकांवरून वाहताना त्या खडकातील खनिजद्रव्ये पाण्यात विरघळून, खडकातील खनिजद्रव्यांची पाण्याशी रासायनिक अभिक्रिया होऊन, पाण्याची आम्लता वाढून खडक कमकुवत होतात व झिजतात, याला 'समपघर्षण/ भक्षण क्रिया' असे म्हणतात."

नदीच्या अपक्षरण कार्याचे स्वरूप :

(1) उभे/ऊर्ध्व अपक्षरण *(Vertical Erosion)* **:** पात्राच्या तळभागावरील खडकांची झीज अधिकाधिक होत जाऊन पात्र खोल खणले जाते, याला 'उभे (ऊर्ध्व) अपक्षरण' असे म्हणतात.

(2) पार्श्ववर्ती अपक्षरण *(Lateral Erosion)* **:** प्रदेशाचा उतार मंद असेल तर नदीकडून उभे अपक्षरण कमी होऊन, पात्राच्या दोन्ही बाजू अधिक झिजविल्या जाऊन पात्र रुंद बनते, याला 'पार्श्ववर्ती अपक्षरण' असे म्हणतात.

तक्ता क्र. 2.6 : नदीच्या कार्याद्वारा निर्मित भूरूपे

अपक्षरण कार्य	निक्षेपण कार्य
(अ) नदीचा वरचा टप्पा : 1. 'व्ही' आकाराची दरी 2. घळई 3. निदरी 4. कुंभगर्ता/रांजण खळगे 5. धावत्या/द्रुतवाह 6. धबधबा/जलप्रपात (I) सामान्य जलप्रपात : (अ) सरकता धबधबा (ब) स्थायी धबधबा (क) पठारी जलप्रपात (II) अवरोधस्वरूप जलप्रपात 7. अंतर्बंधन सोंड/गुंफित गिरिपाद **(ब) नदीचा मधला व खालचा टप्पा :** 1. नागमोडी वळणे 2. नालाकृती/अर्धचंद्राकृती सरोवरे	**(अ) नदीचा वरचा टप्पा :** 1. पर्वतपदीय मैदान : (अ) जलोढ शंकू (ब) जलोढ पंख/ पंखाच्या आकाराची मैदाने (क) पर्वतपदीय गाळाची मैदाने **(ब) नदीचा मधला व खालचा टप्पा :** 1. पूरतट/नैसर्गिक बांध 2. पूरमैदान 3. त्रिभुज प्रदेश : (अ) पक्षिपद/पंजाकार त्रिभुज प्रदेश (ब) धनुष्याकार त्रिभुज प्रदेश (क) क्षीणकार त्रिभुज प्रदेश (ड) भग्नाकार त्रिभुज प्रदेश 4. समतलप्राय मैदान 5. मोनॅडनॉक (अवशिष्ट शैल)

II. हिमानी चक्राशी संबंधित भूरूपे (Landforms Associated with Glacial Cycle)

हिमक्षेत्र *(Snow Field)* **:** हिमाची प्रमुख क्षेत्रे उत्तर ध्रुवाच्या सभोवती कॅनडा, ग्रीनलंड, नॉर्वे, आईसलँड, उत्तर सैबेरिया; तर दक्षिण ध्रुवाजवळ अंटार्क्टिका खंड; शिवाय जगातील आल्प्स्, कॉकेशस, हिमालय पर्वतावर हिमक्षेत्रे आढळतात.

हिमरेषा *(Snow Line)* **:** "हिमाच्छादित भाग किंवा हिमक्षेत्र यांच्या सीमारेषेलाच हिमरेषा असे म्हणतात."

उन्हाळ्यात हिमरेषा अधिक उंचीवर तर हिवाळ्यात ती कमी उंचीवर असते. कनिष्ठ अक्षवृत्तावर जास्त उंचीवर तर उच्च अक्षवृत्तावर कमी उंचीवर हिमरेषा आढळते.

हिमनदी (Glacier)

हिम प्रदेशात उताराला अनुसरून सावकाश पुढे सरकणाऱ्या हिमाच्या किंवा बर्फाच्या राशीला 'हिमनदी' असे म्हणतात. हिमक्षेत्र किंवा हिमाच्छादित प्रदेशात हिमनदीची उगमस्थाने असतात.

हिमनद्यांचे प्रकार :

(1) महाद्वीपीय हिमनद्या *(Continental Glacier)* **:** भूपृष्ठाच्या उताराला अनुसरून मंद गतीने बर्फाचे आवरण वाहू लागते. या बर्फाच्या राशीला 'महाद्वीपीय हिमनदी' असे म्हणतात. अंटार्क्टिका व ग्रीनलंडमध्ये अशा प्रकारच्या पुष्कळ हिमनद्या आहेत.

(2) हिमसंचय किंवा हिमटोप हिमनद्या *(Ice Sheet or Ice Cap Glaciers)* **:** पर्वतमाथ्यावरील हिमसंचयास 'हिमटोप' असे म्हणतात. संयुक्त संस्थानाच्या माउंट रेनियर पर्वतावर असे हिमटोप आहेत.

(3) **पर्वतीय/दरी हिमनद्या** *(Mountain or Valley Glaciers)* : उंच पर्वतीय प्रदेशातील हिमक्षेत्रातून बर्फाच्या राशी पर्वतातील दऱ्यांना अनुसरून पुढे सरकतात, त्यांना 'पर्वतीय हिमनद्या' असे म्हणतात. त्यांना 'दरी हिमनद्या' किंवा 'अल्पाईन हिमनद्या' असेही म्हणतात.

(4) **पर्वतपदीय हिमनद्या** *(Piedmont Glaciers)* : पर्वतीय प्रदेशातील हिमक्षेत्रातून व पर्वताच्या उतारावरून वाहणाऱ्या पुष्कळ हिमनद्या पर्वतपायथ्याजवळ मिळतात, तेथे विस्तृत अशी हिमनदी निर्माण होते, याला 'पर्वतपदीय हिमनदी' असे म्हणतात. अति थंड प्रदेशातील विस्तृत हिमक्षेत्रात अशा हिमनद्या निर्माण होतात.

तक्ता क्र. 2.7 : हिमनदी कार्यद्वारा निर्मित भूरूपे

अपक्षरण कार्य	निक्षेपण कार्य
1. सर्क/हिमगर्त/हिमगव्हर	1. हिमोढ (अ) पार्श्व हिमोढ (ब) मध्य हिमोढ (क) हिमक्षयन हिमोढ (ड) भू-हिमोढ (इ) अंत्य हिमोढ (ई) तटाकृती हिमोढ
2. 'यू' आकाराची दरी	
3. लोंबती दरी	
4. गिरिशृंग	2. हिमानी गाळाचे मैदान/टिल प्लेन
5. दैत्यसोपान	3. हिमोढगिरी (ड्रमलिन्स)
6. मेषशिला	4. विदेशज खडक (एरॅटिक रॉक)
7. शृंखला हिमगर्त (टांडेम सर्क)	हिमजलोढ निक्षेपण कार्य
8. तळपात्र (रॉक बेसिन्स)	1. हिमोढ कटक/एस्कर्स
9. शृंग व पृच्छ	2. कंकतगिरी/केम्स
10. हिमखाडी (फियॉर्ड)	3. हिमजलोढ मैदान/आउट वॉश प्लेन

III. शुष्क चक्राशी संबंधित भूरूपे (Landforms Associated with Arid Cycle)

वाळवंटी प्रदेशाचे प्रकार

(1) **हमादा किंवा खडकाळ वाळवंट** *(Hammada or Rocky Desert)* : **वाऱ्यामुळे वाळू व धुळीचे कण दुसरीकडे वाहून गेल्याने खडक उघडे पडलेले असतात, याला 'हमादा' किंवा 'खडकाळ वाळवंट' असे म्हणतात.** उदाहरणार्थ, सहारातील लिबियाचे वाळवंट.

(2) **रेग किंवा दगडाळ वाळवंट** *(Reg or Stony Desert)* : **वाळवंटी प्रदेशात खडकांचे तुकडे, दगड-गोटे इतस्ततः विखुरलेले असतात, याला 'रेग' किंवा 'दगडाळ वाळवंट' असे म्हणतात.** इजिप्त व लिबियात या वाळवंटाला 'सेरीर' व अल्जेरियात 'रेग' असे म्हणतात.

(3) **अर्ग किंवा वाळूचे वाळवंट** *(Erg or Sandy Desert)* : **सर्वत्र वाळूच वाळू पसरलेली असते, त्याला 'अर्ग' किंवा 'वाळूचे वाळवंट' असे म्हणतात.** लिबियात असे वाळवंट आहे. तुर्कस्तानात या वाळवंटाला 'कोऊम' *(Koum)* असे म्हणतात.

(4) **दुर्भूमी** *(Badland)* : **आकस्मिक कोसळणाऱ्या मुसळधार पावसामुळे वाळवंटाची मोठ्या प्रमाणात झीज होऊन ओबडधोबड भूमी तयार होते,** याला 'दुर्भूमी' असे म्हणतात. संयुक्त संस्थानात डाकोटा व ॲरिझोना राज्यांत तशी वाळवंटे आहेत.

(5) **पर्वतीय वाळवंट** *(Mountain Desert)* : **पर्वत व पठारे यांच्या माथ्यावर वाळवंटे आढळतात**, त्याला **'पर्वतीय वाळंवट' म्हणतात.** सहारातील आहगर व तिबेस्ती पर्वत या वाळवंटाची उत्तम उदाहरणे आहेत.

वाऱ्याचे कार्य

वारा आपले अपक्षरण कार्य पुढील तीन क्रियांद्वारे घडवून आणतो :

(1) **अपवाहन** *(Deflation)* : वाळवंटी प्रदेशात अपक्षय कार्यामुळे निर्माण झालेले खडकांचे सुटे कण वारा एका ठिकाणाहून दुसऱ्या ठिकाणी वाहून नेतो; त्यामुळे वाळूचे स्थलांतर होऊन खोल खळगे तयार होतात, याला 'अपवाहन' असे म्हणतात.

(2) **अपघर्षण** *(Abrasion)* : वाऱ्याबरोबर वाहत येणारे धुळीचे व वाळूचे कण मार्गातील अडथळ्यांचे अपक्षरण करतात. वाऱ्याच्या मार्गातील खडक गुळगुळीत व चकचकीत होतात, याला 'अपघर्षण' असे म्हणतात.

(3) **सन्निघर्षण** *(Attrition)* : वाऱ्याबरोबर वाहत येणारे वाळूचे लहान-मोठे कण मार्गातील अडथळ्यांवर तसेच परस्परांवर आदळल्याने त्यांचे लहान कणात रूपांतर होऊन शेवटी त्यांचा भुगा निर्माण होतो, याला 'सन्निघर्षण' असे म्हणतात.

तक्ता क्र. 2.8 : वाऱ्याच्या कार्याद्वारा निर्मित भूरूपे

अपक्षरण कार्य	निक्षेपण कार्य
1. वातगर्त/अपवहन विवर	1. वालुकागिरी **वालुकागिरीचे वर्गीकरण** **(अ) स्थानानुसार :** (I) वाळवंटीय, (II) सागरकिनारी, (III) नदीकाठीय **(ब) आकारानुसार :** (I) वातानुवर्ती/अनुलंब, (II) आडव्या/अनुप्रस्थ (III) लंब वर्तुळाकार
2. वातघृष्ट व त्र्यनिक/अनियमित व त्रिकोणाकार खडक	
3. जाळीदार खडक/दगडाळ जालक	
4. भूछत्र किंवा उत्तल खडक	
5. झ्युजेन	
6. यारदांग	2. ऊर्मी चिन्हे 3. बारखण 4. लोएस मैदान 5. वाळू तट
7. द्वीपगिरी	6. वालुका स्तर
8. मेसा व बुटे/स्कंधगिरी	**वारा व पाणी संयुक्त कार्य**
9. भूस्तंभ/मृत्स्तंभ/मातखांब	1. दुर्भूमी 2. बोल्सन मैदान 3. प्लाया 4. बजदा
10. हमादा	5. शिलापद

IV. शुष्क चक्राशी संबंधित भूरूपे (Landforms Associated with Arid Cycle)

भूमिगत पाण्याचे प्रभावी कार्य चुनखडीच्या प्रदेशात दिसून येते. भूमिगत पाण्यात खडक विरघळून अपक्षरण, वहन, निक्षेपण अशी विविध कार्ये घडून येतात. चुनखडीचे प्रदेश युगोस्लाव्हियाचा कार्स्ट, फ्रान्सचा कॉसेस, संयुक्त संस्थानात केंटुकी; टेनेसी व फ्लॉरिडा राज्यांत आहेत.

तक्ता क्र. 2.9 : भूमिगत पाण्याच्या कार्यामुळे निर्मित भूरूपे

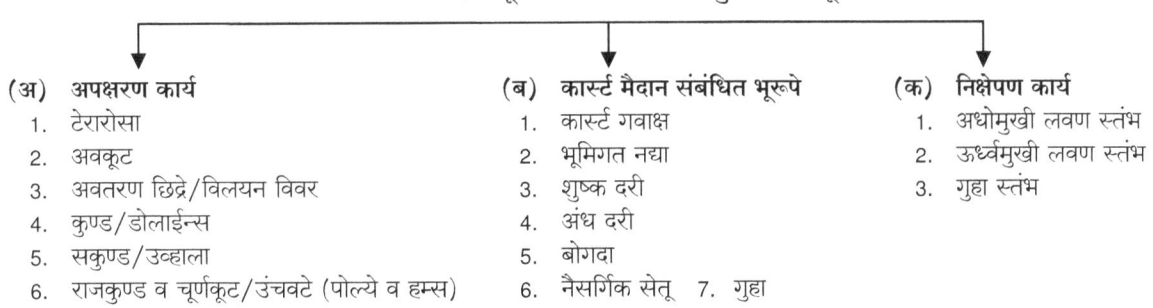

(अ) अपक्षरण कार्य
1. टेरारोसा
2. अवकूट
3. अवतरण छिद्रे/विलयन विवर
4. कुण्ड/डोलाईन्स
5. सकुण्ड/उव्हाला
6. राजकुण्ड व चूर्णकूट/उंचवटे (पोल्ये व हम्स)

(ब) कार्स्ट मैदान संबंधित भूरूपे
1. कार्स्ट गवाक्ष
2. भूमिगत नद्या
3. शुष्क दरी
4. अंध दरी
5. बोगदा
6. नैसर्गिक सेतू
7. गुहा

(क) निक्षेपण कार्य
1. अधोमुखी लवण स्तंभ
2. ऊर्ध्वमुखी लवण स्तंभ
3. गुहा स्तंभ

V. समुद्रतटीय चक्राशी संबंधित भूरूपे (Landforms Associated with Coast Line Cycle)

सागरकिनाऱ्या संदर्भात काही संज्ञा

(1) **समुद्रतटीय किनारी रेषा** *(Coast Line)* : ''भूभाग व जलभाग यांच्या मीलन रेषेलाच 'किनारी रेषा' असे म्हणतात.''

(2) **सागर तट** *(Coast)* : ''किनारी रेषेपासून जमिनीकडील भागास 'सागरतट' असे म्हणतात.''

(3) **तट/सागरकिनारा** *(Shore)* : ''सागराला येणाऱ्या भरती-ओहोटी या दरम्यानच्या भागास 'सागरकिनारा' म्हणतात.''

(4) **पश्चतट/पार्श्व किनारा** *(Back Shore)* : ''सरासरी समुद्रसपाटीपासून किनारी रेषेपर्यंतच्या भागास 'पार्श्व किनारा' असे म्हणतात.''

(5) **ओहोटी मैदान/अग्र किनारा** *(Fore Shore)* : ''सरासरी समुद्रसपाटीपासून ओहोटीच्या अंतिम मर्यादेपर्यंतच्या भागास 'अग्र किनारा' असे म्हणतात.''

(6) **अपतट/परस्थ किनारा** *(Off Shore)* : ''अग्र किनाऱ्यापासून समुद्रबूड जमिनीपर्यंतच्या भागास 'परस्थ किनारा' असे म्हणतात.''

तक्ता क्र. 2.10 : सागरी लाटांद्वारा निर्मित भूरूपे

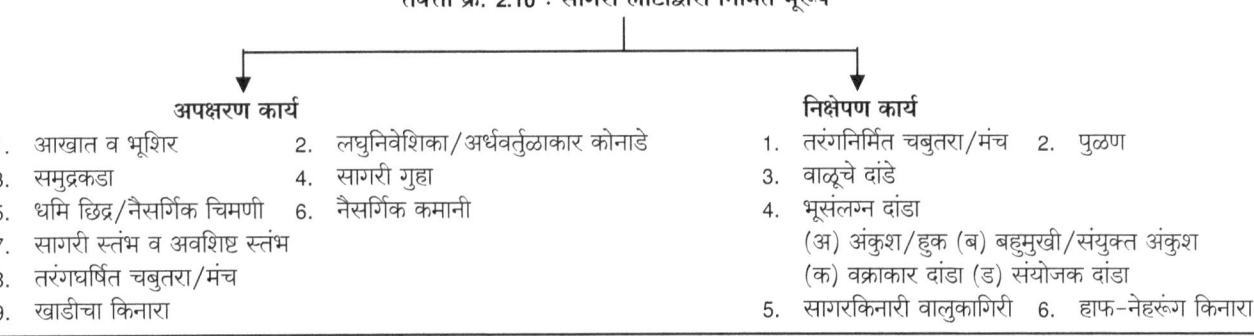

अपक्षरण कार्य
1. आखात व भूशिर
2. लघुनिवेशिका/अर्धवर्तुळाकार कोनाडे
3. समुद्रकडा
4. सागरी गुहा
5. धमि छिद्र/नैसर्गिक चिमणी
6. नैसर्गिक कमानी
7. सागरी स्तंभ व अवशिष्ट स्तंभ
8. तरंगघर्षित चबुतरा/मंच
9. खाडीचा किनारा

निक्षेपण कार्य
1. तरंगनिर्मित चबुतरा/मंच
2. पुळण
3. वाळूचे दांडे
4. भूसंलग्न दांडा
   (अ) अंकुश/हुक (ब) बहुमुखी/संयुक्त अंकुश
   (क) वक्राकार दांडा (ड) संयोजक दांडा
5. सागरकिनारी वालुकागिरी
6. हाफ-नेहरूंग किनारा

2.2 वातावरण (हवामानशास्त्र)

यामध्ये पुढील मुद्द्यांच्या आधारे आपण अभ्यास करणार आहोत.
1. वातावरणामधील घटक व थर (संरचना)
2. सौरशक्ती : उष्णतेचे संतुलन/अंदाजपत्रक
3. हवेचे तापमान
4. वायुभार/हवेचा दाब
5. वाऱ्याचे सर्वसाधारण चक्र
6. सांद्रीभवन
7. वृष्टीचे प्रकार
8. आवर्त
9. पर्जन्याचे प्रकार व वितरण

वातावरण (Atmosphere)

व्याख्या : ''पृथ्वीच्या सभोवती असलेल्या वायूंच्या वेष्टणाला किंवा आच्छादनाला वातावरण असे म्हणतात.''

1. (अ) वातावरणामधील घटक व थर (संरचना) (Composition and Structure of Atmosphere)

वातावरण प्रामुख्याने पुढील घटकांनी बनलेले आहे : वायू, पाण्याची वाफ, धूलिकण.

वायू

वातावरणामधील वायूंचे स्वरूप व महत्त्व :

(i) **नायट्रोजन** : नायट्रोजनचे वातावरणात सर्वांत जास्त सुमारे 78% प्रमाण असते. झाडांच्या पेशी मजबूत होण्यास नायट्रोजनची गरज असते. नायट्रोजनमुळे ऑक्सिजनची तीव्रता कमी होण्यास मदत होते.

(ii) **ऑक्सिजन :** वातावरणात ऑक्सिजनचे प्रमाण सुमारे 21% आहे. पृथ्वीवरील प्राणी व मानवास श्वसनासाठी ऑक्सिजन अत्यंत आवश्यक आहे. समुद्रसपाटीवरून जसजसे उंच जावे तसतसे ऑक्सिजनचे प्रमाण कमी-कमी होत जाते.

(iii) **कार्बन डायऑक्साइड :** वातावरणामध्ये याचे प्रमाण 0.03% आहे. हे प्रमाण बदलत असते; कारण प्राण्यांचे श्वसन, ज्वलन क्रिया, ज्वालामुखी क्रिया, वनस्पतींचे विघटन इत्यादींद्वारे कार्बन डायऑक्साइडची उत्पत्ती होते. सूर्यप्रकाशाच्या सान्निध्यात हरितद्रव्याद्वारे कार्बन डायऑक्साइडचे विघटन करून वनस्पती कार्बन शोषून घेतात व ऑक्सिजन बाहेर टाकतात.

(iv) **ओझोन :** ओझोन वायूचे (O_3) प्रमाण सर्वत्र सारखे नाही. भूपृष्ठाजवळ याचे प्रमाण बरेच कमी आहे. **समुद्रसपाटीपासून 25 ते 40 कि.मी. उंचीच्या दरम्यान ओझोनचे प्रमाण सर्वांत जास्त असते, म्हणून त्यास 'ओझोन स्तर' असेही म्हणतात.**

(v) **हलक्या वायूचे शेकडा प्रमाण :** निऑन 18.8×10^{-4}, टेलिअम : 5.24×10^{-4}, हायड्रोजन : 0.5×10^{-4}, क्रिप्टॉन : 1.14×10^{-4}, झेनॉन : 0.087×10^{-4}, मिथेन : 2.0×10^{-4}.

✣ **पाण्याची वाफ/बाष्प :** • वातावरणातील बाष्प वृष्टीच्या रूपाने पृथ्वीवर येते. • बाष्पामुळे दंव, धुके, मेघ, पाऊस, गारा, हिमवृष्टी इत्यादी आविष्कार शक्य होतात.

✣ **धूलिकण :** धूलिकण सेंद्रिय व असेंद्रिय पदार्थांपासून निर्माण होतात. वनस्पतींची बीजे व परागकण यांचा सेंद्रिय कणात तर इतर धूलिकणांचा समावेश असेंद्रिय कणात होतो.

(ब) वातावरणाचे थर (संरचना) (Structure of Atmosphere)

तपांबर (Troposphere)

(अ) उंची, हवेचा दाब व तापमान : **"भूपृष्ठापासून सुमारे 11 कि.मी. उंची असणाऱ्या वातावरणाच्या सर्वांत खालच्या थराला 'तपांबर' असे म्हणतात."** समुद्रसपाटीवर हवेचा दाब सुमारे 1013.2 मिलिबार असून तापमान सुमारे 25.2° से. असते. 11 कि.मी. उंचीवर हवेचा दाब सुमारे 226 मिलिबार व तापमान सुमारे – 56° से. असते. विषुववृत्तावर 16 कि.मी., 45° अक्ष-वृत्तावर 11 कि.मी. व ध्रुवावर 8 कि.मी. उंचीपर्यंत तपांबराची उंची असते. तपांबराच्या वरच्या मर्यादेत विषुववृत्तावर – 80° से. 45° अक्षवृत्तावर – 56° से. व ध्रुवावर – 46° से. तापमान आढळते.

(ब) तापमान ऱ्हास प्रमाण (Lapse Rate) : **"वाढत्या उंचीनुसार हवेचे तापमान कमी-कमी होत जाते, यास तपांबर ऱ्हास प्रमाण असे म्हणतात."** 160 मी. उंच गेल्यास 1° से. याप्रमाणे तापमान कमी होत जाते.

(क) अभिसरण प्रवाहाचा विभाग : **"अभिसरण क्रिया महत्त्वाची व वारंवार होत असल्याने तपांबरास 'अभिसरण प्रवाहाचा विभाग' असे म्हणतात."** मेघ, धूलिकण, आर्द्रता, चक्रीय वादळ इत्यादी हवेचे आविष्कार तपांबरातच होतात. उच्च वातावरणात जेट स्ट्रीम प्रवाहित होतात.

(ड) तपस्तब्धी (Tropopause) : **"तपांबर व स्थितांबर यांना अलग करणाऱ्या पट्ट्यास तपस्तब्धी असे म्हणतात."** तपस्तब्धीची समुद्रसपाटीपासून सरासरी उंची 11 कि.मी. आहे. वातावरणाच्या या विभागात हवेचे तापमान सुमारे – 56° से. असून ते सर्वत्र कायम असते, म्हणूनच त्यास 'तपस्तब्धी' असे म्हणतात.

स्थितांबर (Stratosphere)

"तपस्तब्धी (Tropopause) व स्थितस्तब्धी (Stratopause) यांच्या दरम्यानच्या वातावरणाच्या थरास 'स्थितांबर' असे म्हणतात."

(अ) विस्तार, उंची व तापमान : स्थितांबराचा विस्तार 80 कि.मी. उंचीपर्यंत आहे. 11 ते 25 कि.मी. उंचीपर्यंत तापमान कायम (सुमारे – 56° से.) असते, म्हणून त्यास 'समताप क्षेत्र' (Iso-thermal Zone) असे म्हणतात. याची वरची सीमा 'स्थितस्तब्धी' मात्र सर्वत्र सारखी असते. अशा तऱ्हेने स्थितांबराची सीमा 50 ते 55 कि.मी. आहे.

(ब) अभिसरण प्रवाहाचा अभाव : हवेची हालचाल, आर्द्रता, मेघ, धूलिकण इत्यादींचा अभाव असतो.

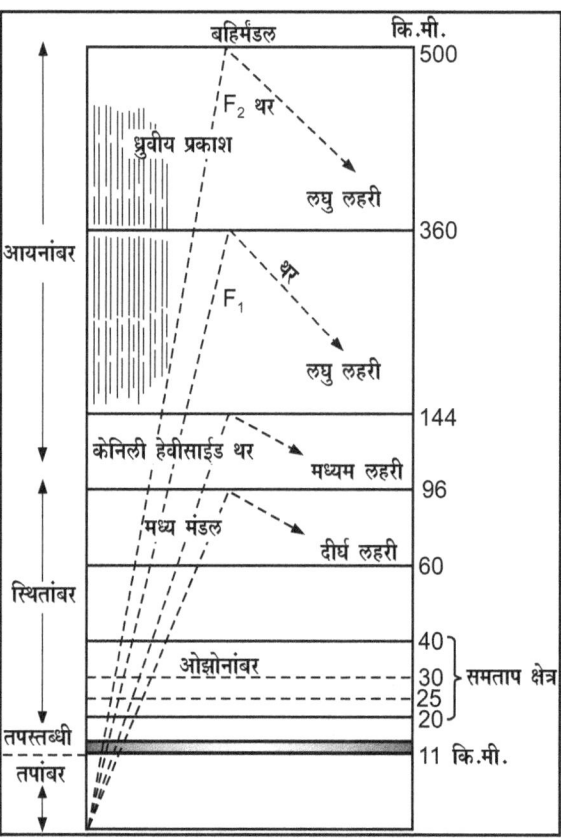

आकृती क्र. 2.9 : वातावरणाचे थर

(क) ओझोनांबर : पृथ्वीपासून 25 ते 40 कि.मी. उंची दरम्यान ओझोनांबर हा थर असतो. ओझोनांबराचे केंद्रीकरण 30 कि.मी. च्या आसपास असते. काही शास्त्रज्ञ या थरास 'मध्य मंडल' (Mesosphere) किंवा 'रसायन मंडल' (Chemosphere) असेही म्हणतात. सूर्यापासून येणारे जंबुपार किरण (Ultra Violet) शोषले जातात. या किरणांचे बाधक परिणाम होतात. ओझोनमुळे जीवसृष्टीचे संरक्षण होते. जंबुपार किरण शरीरात 'ड' जीवनसत्त्वाची निर्मिती होते. **(आकृती क्र. 2.9 पाहा.)**

आयनांबर (Ionosphere)

"स्थितांबराच्या वर सुमारे 500 कि.मी. उंचीपर्यंत असणाऱ्या वातावरणाच्या पट्ट्यास आयनांबर असे म्हणतात." कारण यामध्ये आयन असतात असे कण विद्युतभारित असतात.

उंची, तापमान व आयनीकरण : • वातावरणात असे एक क्षेत्र आहे की, ज्यामधून विद्युतलहरी प्रवाहित होतात आणि त्यामुळे आपण दूर अंतरापर्यंत बिनतारी संदेश पाठवू शकतो. • वातावरणात घनविद्युत कणांचा थर तयार झाल्यावर रेडिओ-लहरींसारख्या लहरींचे परावर्तन करण्याचा गुणधर्म त्यांना प्राप्त होतो. • 180 कि.मी. उंचीवर तापमान 396° से. असते तर सुमारे 315 कि.मी. उंचीवर 700° से. तापमान असते. • आयनांबरामध्ये 'डी' थर/मध्य मंडल, 'इ' थर/केनिली हेवीसाईड थर आणि 'एफ' थर/ॲपलटन थर असे उपथर असतात. तसेच ध्रुवीय प्रकाशही पाहावयास मिळतात.

बहिर्मंडल आणि चुंबकीय मंडल (Exosphere and Magnetosphere)

बहिर्मंडल : "पृथ्वीपासून 500 कि.मी. ते 750 कि.मी. उंचीच्या वातावरणाच्या भागास 'बहिर्मंडल' असे म्हणतात." या थरात ऑक्सिजनचे न्यूट्रल अणू , आयनीकृत ऑक्सिजन, हेलिअम व हायड्रोजनचे सूक्ष्म कण मुक्तपणे वावरत असतात.

चुंबकीय मंडल : 2000 कि.मी. उंचीपर्यंत न्यूट्रल कणांचा प्रभाव असतो; परंतु याच्या पलीकडे मात्र **इलेक्ट्रॉन व प्रोटॉन यांचे अस्तित्व असते. ते अनुक्रमे ऋण विद्युतभारित व धन विद्युतभारित असतात. म्हणून या थरास 'चुंबकीय मंडल' असे म्हणतात.**

हवा व हवामानाच्या परिभाषा :

हवा *(Weather)* : **"एखाद्या ठिकाणी वातावरणामधील परिवर्तनकारी तत्त्वे जसे तापमान, दाब, वारा, आर्द्रता, वृष्टी, आकाश स्वरूप यांच्यामुळे विवक्षित वेळी जी स्थिती असते त्यास हवा असे म्हणतात."- प्रा. जे. एम. ऑस्टिन**

हवामान *(Climate)* : **"कोणत्याही ठिकाणच्या वातावरणाच्या दीर्घकालीन अवस्थांचा समावेश हवामानाच्या वर्णनात केलेला असतो." - मंकहाउस**

हवेची अंगे : वेधशाळांमधून हवेच्या खालील अंगांचे (Factors) निरीक्षण व नोंद केली जाते :

(1) हवेचा दाब (2) हवेचे तापमान (3) आर्द्रता (4) वृष्टी (5) वारा (6) सूर्यप्रकाश (7) दृश्यता (8) मेघ.

2. सौरशक्ती : उष्णतेचे संतुलन/अंदाजपत्रक
(Heat Balance/Heat Budget of the Earth)

सौरशक्तीची व्याख्या : "दर सेकंदाला 3,00,000 कि.मी. वेगाने प्रवास करणाऱ्या विद्युत चुंबकीय लघुलहरींद्वारे सूर्याच्या पृष्ठभागापासून उत्सर्जित होणाऱ्या ऊर्जेला सौरशक्ती असे म्हणतात."

सौरशक्ती वितरणावर परिणाम करणारे घटक : (1) सूर्यकिरणांचा भूपृष्ठाशी होणारा कोन (2) दिवस व रात्र यांची लांबी (3) पृथ्वीचे सूर्यापासून अंतर (4) पाणी व जमीन यांचे गुणधर्म (5) जमिनीचे प्रकार (6) वनस्पतींचे आच्छादन (7) भूपृष्ठाचा रंग (8) भूपृष्ठाचा उतार (9) मेघांचे प्रमाण (10) सूर्यावरील डागांचे प्रमाण (11) वातावरणाचा परिणाम.

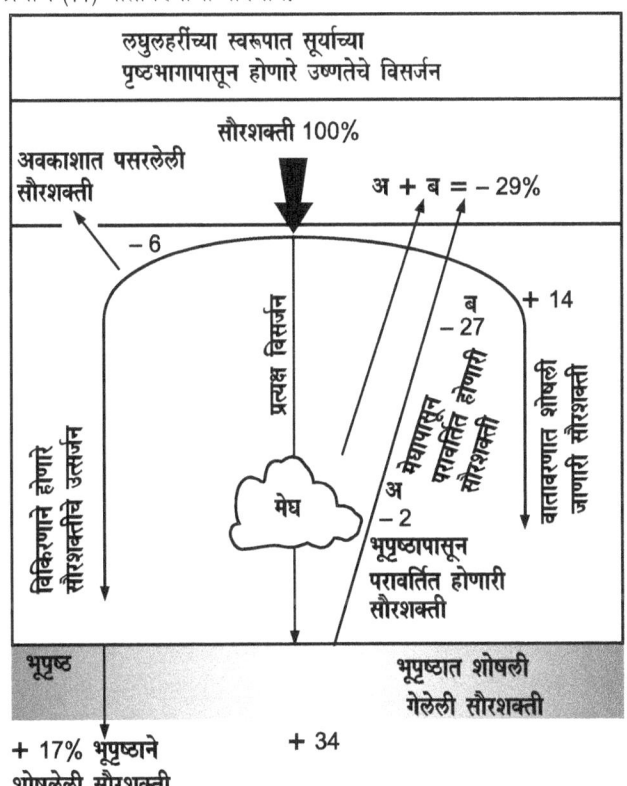

आकृती क्र. 2.10 : लघुलहरींच्या स्वरूपात सूर्याच्या पृष्ठभागापासून होणारे उष्णतेचे विसर्जन

लघुलहरींच्या स्वरूपात सूर्याच्या पृष्ठभागापासून होणारे उष्णतेचे विसर्जन :

अ) सौरशक्तीचे अवकाशात परावर्तन

1) मेघाद्वारे	27%
2) पृथ्वीचा पृष्ठभाग : (जमीन व पाणी)	2%
3) वातावरणातील हवेचे कण व धूलिकण यावरून विकिरण	6%
	35%

ब) सौरशक्तीचे वातावरण शोषण **14%**

क) वातावरणातून जाऊन पृथ्वीला मिळणारी सौरशक्ती

1) सूर्यकिरणाद्वारे	34%
2) आकाशातून होणाऱ्या सौरशक्तीच्या उत्सर्जनाने	17%
	51%
	एकूण 100%

अशा प्रकारे वातावरणाला मिळालेली 65% (14% + 51%) सौरशक्ती परत अवकाशात उत्सर्जित व परावर्तित केली जाते. **(आकृती क्र. 2.10 पाहा.)** ही सौरशक्ती दीर्घ लहरींद्वारे परत पाठविली जाऊन समतोल राखला जातो, यास 'भूमीचे उष्णता संतुलन' (Terrestrial Heat Balance) असे म्हणतात.

पृथ्वीची भूधवलता/परावर्तन गुणोत्तर *(The Earth's Albedo)* : **"सर्वसाधारणपणे सौरशक्तीचा 35% वाटा परावर्तित केला जातो. तो पृथ्वीच्या दृष्टीने निरुपयोगी असतो, याला पृथ्वीची भूधवलता/परावर्तन गुणोत्तर असे म्हणतात."**

पृथ्वीवरील उष्णतेचे संतुलन/अंदाजपत्रक (Heat Balance / Heat Budget of the Earth)

विकिरण, परावर्तन व शोषण या तीन क्रियांद्वारा सौरशक्तीचे होणारे विभाजन वातावरणाची जाडी, पारदर्शकता व सूर्यकिरणांचा कोन यावर अवलंबून असते.

दीर्घलहरींच्या स्वरूपात भूपृष्ठावरून होणाऱ्या उत्सर्जित उष्णतेचे विसर्जन : पृथ्वीला मिळालेल्या 51% सौरशक्तीपैकी 23% सौरशक्तीचे भूपृष्ठापासून उत्सर्जन होते. या उत्सर्जित होणाऱ्या 23% सौरशक्तीपैकी 6% सौरशक्ती वातावरणात शोषली जाते आणि उरलेली 17% सौरशक्ती उत्सर्जनाने अवकाशात फेकली जाऊन नाहीशी होते. या सौरशक्तीचा वातावरण तापविण्यासाठी काहीही उपयोग होत नाही.

''वातावरणाने शोषलेल्या 6% सौरशक्तीला 'परिणामकारक उत्सर्जन' *(Effective Radiation)* **असे म्हणतात.''**

उरलेली 48% उष्णता वातावरणापासून अवकाशात उत्सर्जित होते. पृथ्वीच्या पृष्ठभागापासून वातावरणाला 9% सौरशक्ती अभिसरण क्रियेने प्राप्त होते. याशिवाय 19% सौरशक्ती पृथ्वीच्या पृष्ठभागापासून बाष्पीभवन क्रियेद्वारा वातावरणाला मिळते व तेथे ती सांद्रीभवनानंतर अनद्‌भुत उष्णता (Latent Heat) म्हणून प्राप्त होते. **(आकृती क्र. 2.10 पाहा.)**

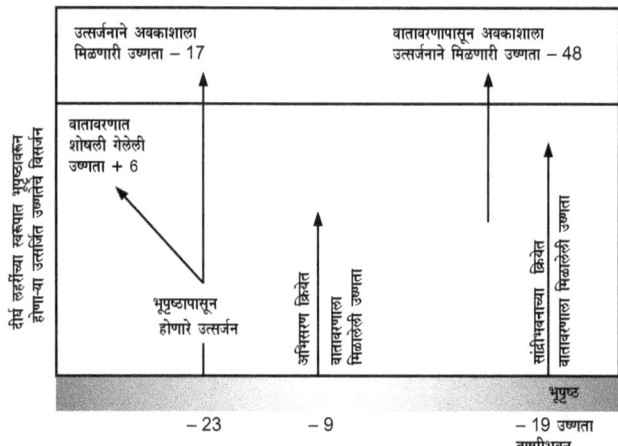

आकृती क्र. 2.11 : दीर्घलहरींच्या स्वरूपात भूपृष्ठावरून होणाऱ्या उत्सर्जित उष्णतेचे विसर्जन

पृथ्वीवरून दीर्घलहरींच्या स्वरूपात सौरशक्ती पुढील प्रकारे नष्ट होते :

1. सूर्याकडून येताना वातावरणाने शोषलेली 14%
2. पृथ्वीच्या पृष्ठभागापासून उत्सर्जनाने वातावरणास मिळालेली 6%
3. अभिसरण क्रियेने वातावरणास मिळालेली 9%
4. सांद्रीभवन क्रियेने वातावरणास मिळालेली 19%

एकूण 48%

अशा प्रकारे 17% उत्सर्जनाने अवकाशाला मिळालेली व 48% वातावरणातून उत्सर्जित होणारी अशी एकूण 65% सौरशक्ती वातावरणातून बाहेर अवकाशात फेकली जाते. **(आकृती क्र. 2.11 पाहा.)**

यावरून सूर्यापासून लघुलहरींच्या स्वरूपात येणाऱ्या व शोषण केलेल्या सौरशक्तीचे प्रमाण 65% व पृथ्वीपासून दीर्घलहरींच्या स्वरूपात उत्सर्जित पावणाऱ्या सौरशक्तीचे प्रमाण 65% असे समसमान राहून उष्णतेचे संतुलन राखले जाते, यालाच 'पृथ्वीचे उष्णता संतुलन/ औष्णिक संतुलन' (Heat Balance of Earth) असे म्हणतात.

3. हवेचे तापमान

हवेच्या तापमानावर परिणाम करणारे घटक : (1) समुद्रसपाटीपासून उंची (2) अक्षांश (3) समुद्रसान्निध्य (4) प्रचलित वारे (5) समुद्रप्रवाह (6) भूपृष्ठाचा उतार.

तापमानाचे वितरण (Distribution of Temperature)

❖ **तापमानाचे दैनिक व वार्षिक वितरण :**

(1) **दैनिक तापमान चक्र :** **''एका दिवसाच्या तापमानात निश्चित स्वरूपाचा क्रम असतो, म्हणून त्यास 'दैनिक तापमान चक्र' म्हणतात.''**

(2) **वार्षिक तापमान चक्र :** **''हिवाळ्याच्या मध्यापासून उन्हाळ्याच्या मध्यापर्यंत दररोज सौरशक्तीचे प्रमाण वाढते तर उन्हाळ्याच्या मध्यापासून हिवाळ्याच्या मध्यापर्यंत सौरशक्तीमध्ये दररोज घट होत जाते, याला 'वार्षिक तापमान चक्र' असे म्हणतात.''**

❖ **तापमानाचे भौगोलिक वितरण :**

(1) **ऊर्ध्वगामी वितरण :** तापमान कमी होण्याचा साधारण दर 160 मीटर उंचीमागे 1° से. असतो, याला 'सर्वसामान्य ऱ्हास प्रमाण' असे म्हणतात.

(2) **क्षितिजसमांतर वितरण :** (अ) अक्षांशानुसार तापमानाचे क्षितिजसमांतर वितरण (ब) समताप रेषेनुसार तापमानाचे क्षितिजसमांतर वितरण.

(अ) अक्षांशानुसार तापमानाचे क्षितिजसमांतर वितरण : • उष्ण कटिबंध – विषुववृत्तापासून उत्तरेकडे कर्कवृत्तापर्यंत व दक्षिणेकडे मकरवृत्तापर्यंत असलेल्या प्रदेशास 'उष्ण कटिबंध' असे म्हणतात. **उष्ण कटिबंधात सर्वांत जास्त तापमान असते. • समशीतोष्ण कटिबंध** – उत्तर गोलार्धात कर्कवृत्त ते उत्तर ध्रुववृत्त (66 1/2° उ.) आणि दक्षिण गोलार्धात मकरवृत्त हे दक्षिण ध्रुववृत्त (66 1/2° द.) दरम्यान असणाऱ्या प्रदेशास 'समशीतोष्ण कटिबंध' असे म्हणतात. **• शीत कटिबंध** – उत्तर व दक्षिण गोलार्धात ध्रुववृत्तापासून ध्रुवापर्यंतच्या प्रदेशास 'शीत कटिबंध' असे म्हणतात. **शीत कटिबंधात वर्षभर तापमान कमी असते.**

(ब) समताप रेषांनुसार तापमानाचे क्षितिजसमांतर वितरण : समताप रेषा – ''समान तापमान असणारी स्थळे नकाशात एका रेषेने जोडल्यास त्यास 'समताप रेषा' असे म्हणतात.''

• अक्षवृत्तास समांतर समताप रेषा : समताप रेषा सर्वसाधारणपणे पूर्व-पश्चिम दिशेने जाऊन त्या अक्षवृत्तास समांतर असतात. **• अक्षांशानुसार कमी तापमान :** विषुववृत्तापासून उत्तरेकडे वा दक्षिणेकडे गेल्यास तापमान कमी-कमी होत जाते. **• समताप रेषांमधील अंतर :** हवेच्या दाबामधील मंद गतीचे बदल समताप रेषांमधील जास्त अंतर व शीघ्र बदलाचे वैशिष्ट्य कमी अंतर दर्शवितात. **• कमाल व किमान तापमानाचे प्रदेश :** कर्कवृत्त व मकरवृत्ताजवळच्या पश्चिम भागाच्या वाळवंटी प्रदेशात व खंडाच्या अंतर्गत भागात उन्हाळ्यात कमाल तापमान आढळते. भूखंडाच्या अंतर्गत भागात हिवाळ्यात किमान तापमान आढळते. **• उत्तर व दक्षिण गोलार्धामधील समताप रेषांचे साधारण स्वरूप :** उत्तर गोलार्धात समताप रेषा बऱ्याच प्रमाणात नागमोडी असतात, तर दक्षिण गोलार्धात बऱ्याच अंशी सरळ असतात. याचे मुख्य कारण उत्तर गोलार्धात भूभागाचे व दक्षिण गोलार्धात जलभागाचे प्रमाण जास्त आहे. **• 'उष्णतेच्या विषुववृत्ताचे' स्थानांतर :** जास्तीत जास्त तापमानाची रेषा म्हणजे 'उष्णतेचे विषुववृत्त' नेहमीच विषुववृत्तावर आढळत नाही. जुलैमध्ये (उन्हाळा) विषुववृत्ताच्या उत्तरेस तर जानेवारीमध्ये (हिवाळा) ते त्याच्या दक्षिणेस आढळते.

तापमान कक्षा

(1) **दैनिक तापमान कक्षा :** ''दिवसाच्या 24 तासांच्या कालखंडामधील कमाल व किमान तापमानामधील फरकास 'दैनिक तापमान कक्षा' असे म्हणतात.''

(2) **वार्षिक तापमान कक्षा :** ''उन्हाळ्यामधील कमाल तापमान व हिवाळ्यामधील किमान तापमान यामधील तापमानाच्या फरकाला 'वार्षिक तापमान कक्षा' असे म्हणतात.''

4. वायुभार/हवेचा दाब

पृथ्वीवरील हवेच्या दाबाचे वितरण (Distribution of Pressure on the Earth)

(1) **हवेच्या दाबाचे ऊर्ध्वगामी वितरण :** ''समुद्रसपाटीपासून उंच जावे तसतसा हवेचा दाब कमी होत जातो, यालाच हवेच्या दाबाचे 'ऊर्ध्वगामी वितरण' असे म्हणतात.'' दर 108 मी. उंचीला 1 सें.मी. किंवा 13.6 मिलिबार याप्रमाणे हवेचा दाब कमी होत जातो.

(2) **हवेच्या दाबाचे क्षितिजसमांतर वितरण :** पृथ्वीवर हवेचे तापमान, प्रदेशाची उंची, हवेची आर्द्रता इत्यादी घटकांच्या कमी-अधिक परिणामांमुळे हवेच्या दाबाचे क्षितिजसमांतर वितरण समभार रेषांनी दर्शविले जाते.

हवेचा दाब : सर्वसाधारणपणे 45° अक्षवृत्तावर समुद्रसपाटीवर हवेचा दाब 29.92 इंच किंवा 760 मि.मी. असतो किंवा 1013.2 मिलिबार असतो.

भूपृष्ठावरील हवेच्या दाबाचे पट्टे

(1) विषुववृत्तीय कमी दाबाचा पट्टा (5° उ. अ. ते 5° द. अ.) : (2) कर्कवृत्त व मकरवृत्तीय जास्त दाबाचे पट्टे (25° ते 35° उ. व द. अ.) (3) उपध्रुवीय कमी दाबाचे पट्टे (60° ते 70° उ. व द. अ.) (4) ध्रुवीय जास्त दाबाचे पट्टे.

हवेच्या दाबाच्या पट्ट्यांचे आंदोलन (हवेचे दक्षिणोत्तर सरकणे)

(1) **21 मार्च आणि 22 सप्टेंबर या दिवशी दाबाच्या पट्ट्यांची स्थाने :** 0° ते 5° उत्तर-दक्षिण या पट्ट्यात विषुववृत्ताजवळील कमी दाबाचा पट्टा असतो. 25° ते 35° उत्तर व दक्षिण अक्षवृत्तांच्या दरम्यान अनुक्रमे कर्क व मकरवृत्ताजवळ जास्त दाबाचा पट्टा असतो, तर 60° ते 70° उत्तर-दक्षिण अक्षवृत्तांच्या दरम्यान ध्रुववृत्ताजवळ कमी दाबाचा पट्टा असतो.

(2) **21 जून या दिवशी दाबाच्या पट्ट्यांची स्थाने :** विषुववृत्तावर सूर्याची लंबरूप पडणारी किरणे 21 जूनला कर्कवृत्तावर पडतात. सूर्याचे भासमान भ्रमण 23 1/2° उत्तरेकडे सरकलेले असले तरी पृथ्वीवरील दाबाचे पट्टे फक्त 5° उत्तरेकडे सरकतात, यामुळे 21 जूनला दाबाच्या पट्ट्यांची स्थिती पुढीलप्रमाणे असते.

(अ) उत्तर गोलार्धात 0° ते 10° उत्तर अक्षवृत्तांच्या दरम्यान विषुववृत्तीय कमी दाबाचा पट्टा असतो. (ब) 30° ते 40° उत्तर अक्षवृत्तांच्या दरम्यान कर्कवृत्तीय जास्त दाबाचा पट्टा असतो. (क) 65° ते 75° उत्तर अक्षवृत्तांच्या दरम्यान उत्तर ध्रुववृत्तीय कमी दाबाचा पट्टा असतो. (ड) दक्षिण गोलार्धात 20° ते 30° दक्षिण अक्षवृत्तांच्या दरम्यान मकरवृत्तीय जास्त दाबाचा पट्टा असतो आणि (इ) 55° ते 65° दक्षिण अक्षवृत्तांच्या दरम्यान दक्षिण ध्रुववृत्तीय कमी दाबाचा पट्टा असतो.

(3) **21 डिसेंबर या दिवशी दाबाच्या पट्ट्यांची स्थाने :** 21 डिसेंबरला मकरवृत्तावर सूर्यकिरणे लंबरूप पडतात, यामुळे 22 सप्टेंबरला पृथ्वीवर असणारे सर्व दाबाचे पट्टे 5° दक्षिणेकडे सरकतात व दाबाच्या पट्ट्यांची परिस्थिती पुढीलप्रमाणे असते. (अ) दक्षिण गोलार्धात 0° ते 10° दक्षिण अक्षवृत्तांच्या दरम्यान विषुववृत्तीय कमी दाबाचा पट्टा असतो. (ब) 30° ते 40° दक्षिण अक्षवृत्तांच्या दरम्यान मकरवृत्तीय जास्त दाबाचा पट्टा असतो. (क) 65° ते 75° दक्षिण अक्षवृत्तांच्या दरम्यान दक्षिण ध्रुववृत्तीय कमी दाबाचा पट्टा असतो. (ड) उत्तर गोलार्धात 20° ते 30° उत्तर अक्षवृत्तांच्या दरम्यान कर्कवृत्तीय जास्त दाबाचा पट्टा असतो. (इ) 55° ते 65° उत्तर अक्षवृत्त दरम्यान उत्तर ध्रुववृत्तीय कमी दाबाचा पट्टा असतो.

(4) **21 जूनच्या सुमारास असणाऱ्या दाबाच्या पट्ट्यांचे परिणाम :** • 0° ते 5° दक्षिण या पूर्वीच्या शांत पट्ट्यात आग्नेय व्यापारी वारे खंडाच्या पूर्व किनारपट्टीस पाऊस देतात. • 25° ते 30° उत्तर अक्षवृत्त दरम्यान ईशान्य व्यापारी वारे खंडाच्या पूर्व बाजूस पर्जन्य देतात, याला 'उन्हाळी पाऊस' असेही म्हणतात. • 60° ते 65° उत्तर अक्षवृत्त दरम्यान नैर्ऋत्य प्रतिव्यापारी वारे खंडाच्या पश्चिम किनारपट्टीस पाऊस देतात. • दक्षिण गोलार्धात 30° ते 35° दक्षिण अक्षवृत्त दरम्यान वायव्य प्रतिव्यापारी वारे पश्चिम किनारपट्टीवर पाऊस देतात. दक्षिण गोलार्धात त्या वेळी हिवाळा असल्याने याला 'हिवाळी पावसाचा प्रदेश' असे म्हणतात. • दक्षिण गोलार्धात 40° दक्षिण अक्षवृत्ताच्या दक्षिणेस कोणताही प्रदेश नसल्याने दक्षिण ध्रुववृत्ताच्या कमी दाबाच्या पट्ट्याकडे वाहणाऱ्या वाऱ्यांना कोणत्याही प्रकारचा अडथळा होत नाही.

(5) **21 डिसेंबरच्या सुमारास असणाऱ्या दाबाच्या पट्ट्यांचे परिणाम :** • 0° ते 5° उत्तर या पूर्वीच्या शांत पट्ट्यात ईशान्य व्यापारी वारे खंडाच्या पूर्व भागास पाऊस देतात. • 30° ते 35° उत्तर अक्षवृत्त दरम्यान नैर्ऋत्य प्रतिव्यापारी वारे वाहू लागतात व त्यामुळे खंडाच्या पश्चिम किनारपट्टीस पाऊस पडतो. या कालखंडात या भागात हिवाळा असल्याने त्याला 'हिवाळी पावसाचा प्रदेश' असे म्हणतात; तसेच याला भूमध्य सागरी हवामानाचा प्रदेश असेही म्हणतात. • 25° ते 30° दक्षिण अक्षवृत्ताच्या दरम्यान पूर्व किनारपट्टीस आग्नेय व्यापारी वारे वाहतात व त्यामुळे पाऊस पडतो. तेथे या काळात उन्हाळा असल्याने त्याला 'उन्हाळी पाऊस' असेही म्हणतात. • 20° ते 30° अक्षवृत्ताच्या पट्ट्यात दोन्ही गोलार्धात येथूनच व्यापारी वारे वाहत असतात; तसेच हा पट्टा जास्त दाबाच्या खाली असल्याने वर्षभर पर्जन्य पडत नाही. म्हणूनच पृथ्वीवर कोरडे आणि वाळवंटी प्रदेश या अक्षवृत्ताच्या दरम्यान खंडाच्या पश्चिम भागात आढळतात.

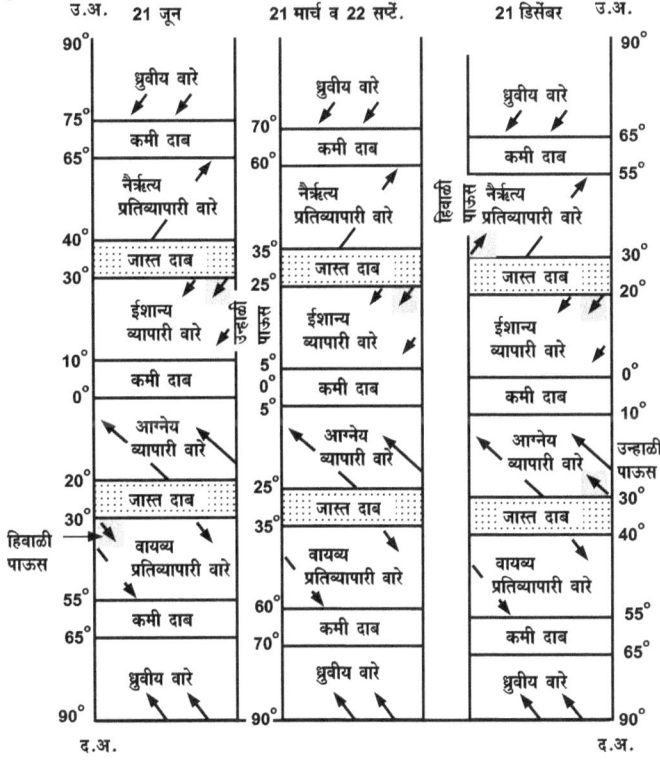

आकृती क्र. 2.12 : हवेच्या दाबाच्या पट्ट्यांचे आंदोलन

5. वाऱ्याचे सर्वसाधारण चक्र

व्याख्या : ''हवेच्या जास्त दाबाकडून कमी दाबाच्या क्षेत्राकडे क्षितिजसमांतर दिशेने होणाऱ्या हालचालीस 'वारा' असे म्हणतात.''

वातावरणामध्ये हवेच्या हालचाली दोन प्रकाराने होतात. (1) क्षितिजसमांतर – वातावरणशास्त्रीयदृष्ट्या 'वारा' याचा संदर्भ पृथ्वीच्या पृष्ठभागाशी सापेक्षदृष्ट्या हवेची क्षितिजसमांतर हालचाल होय. (2) ऊर्ध्व हालचाली. हवेच्या ऊर्ध्वगामी हालचालीस 'प्रवाह' (Currents) असे म्हणतात. हवा उबदार असेल तर तिची ऊर्ध्वगामी हालचाल होते. वातावरणामधील ऊर्ध्वगामी हवेच्या गतीचा उपयोग मेघ, वृष्टी आणि वादळाच्या विविध प्रकारांच्या निर्मितीसाठी होतो. वाऱ्यामुळे पृथ्वीच्या एका भागापासून दुसऱ्या भागाकडे उष्णता/आर्द्रता आणि अन्य बाबींचे वहन होते. वाऱ्याची गती व दिशेवर कोरिऑलिस प्रेरणा (Coriollis Force), वायुभार उतार (Pressure Gradient), केंद्रोत्सारी प्रेरणा (Centrifugal Force) आणि घर्षण (Friction) या शक्तींचा प्रभाव पडतो.

वाऱ्यांचे वर्गीकरण

आपण वाऱ्याच्या पुढील प्रकारांचा अभ्यास करणार आहोत. (1) ग्रहीय वारे (2) मोसमी (मान्सून) वारे.

(1) ग्रहीय वारे (Planetary Winds) :

व्याख्या : ''पृथ्वीवर हवेचे कमी व जास्त दाबाचे पट्टे असल्यामुळे जास्त दाबाकडून कमी दाबाकडे वारे वाहू लागतात. पृथ्वी या ग्रहाच्या विस्तीर्ण प्रदेशात नियमितपणे वाहणाऱ्या वाऱ्यांना 'ग्रहीय वारे' असे म्हणतात.''

ग्रहीय वाऱ्याचे तीन गट आहेत. (अ) उष्ण कटिबंधीय पूर्वीय (व्यापारी) वारे (ब) पश्चिमी वारे (प्रतिव्यापारी वारे) (क) ध्रुवीय वारे.

(अ) उष्ण कटिबंधीय पूर्वीय (व्यापारी) वारे : ''उत्तर व दक्षिण गोलार्धात 25° ते 35° अक्षवृत्त दरम्यान कर्क व मकरवृत्ताजवळ हवेच्या जास्त दाबाचे पट्टे असतात. येथून विषुववृत्ताजवळील 0° ते 5° उत्तर व दक्षिण दरम्यान असणाऱ्या कमी दाबाच्या पट्ट्याकडे वाहणाऱ्या वाऱ्यांना 'पूर्वीय (व्यापारी) वारे' असे म्हणतात.''

पृथ्वीच्या परिवलनामुळे हे वारे फेरेलच्या नियमानुसार उत्तर गोलार्धात आपल्या मूळ दिशेपासून उजवीकडे व दक्षिण गोलार्धात डावीकडे विचलित होतात; त्यामुळे पूर्वीय वारे साधारणपणे पूर्वेकडून पश्चिमेकडे वाहतात.

व्यापारी वाऱ्यांचे दोन उपप्रकार पडतात. **(आकृती क्र. 2.11 पाहा.)**

(i) उत्तर गोलार्धात ईशान्य (पूर्वीय) व्यापारी वारे : ''उत्तर गोलार्धात हे वारे ईशान्येकडून नैर्ऋत्येकडे वाहत असल्याने त्यांना 'ईशान्य (पूर्वीय) व्यापारी वारे' असे म्हणतात.'' **(ii) दक्षिण गोलार्धात आग्नेय (पूर्वीय) व्यापारी वारे** : ''दक्षिण गोलार्धात हेच वारे आग्नेयेकडून वायव्येकडे वाहत असल्याने त्यांना 'आग्नेय (पूर्वीय) व्यापारी वारे' असे म्हणतात.''

→ उष्ण कटिबंधीय पूर्वीय (व्यापारी) वाऱ्यांची वैशिष्ट्ये : • अनेक प्रदेशांत पूर्वीय वारे वर्षभर सारखे आणि नियमित वाहतात. **सागरी प्रदेशावर त्यांचे विशेषकरून प्रभुत्व** असते व ते वेगाने वाहतात. • खंडांतर्गत प्रदेशात वाहणारे वारे सागरी प्रदेशाच्या मानाने संथ गतीने वाहतात; परंतु उष्ण वाळवंटी भागात बऱ्याच अंशी नियमित असतात. • पूर्वीय वाऱ्यांचा वेग दर तासाला सुमारे 16 ते 24 कि. मी. असतो. • पूर्वीय वारे उष्ण प्रदेशाकडे वाहतात, त्यामुळे त्यांचे तापमान वाढून वारे उष्ण होतात. त्यांच्यामध्ये बाष्पधारणशक्ती वाढते. त्यांच्यापासून खंडाच्या पूर्व भागात योग्य परिस्थिती असल्यास पाऊस पडतो. जसजसे हे वारे पश्चिमेकडे जातात तसतसे त्यांच्यापासून पाऊस पडत नाही. • उन्हाळ्यापेक्षा हिवाळ्यात पूर्वीय वारे वेगाने वाहतात आणि त्यांचा विस्तारही मोठा असतो. उन्हाळ्यात हिंदी महासागरावरून विषुववृत्ताकडे उत्तर भागात त्यांचे मोसमी वाऱ्यात रूपांतर होते.

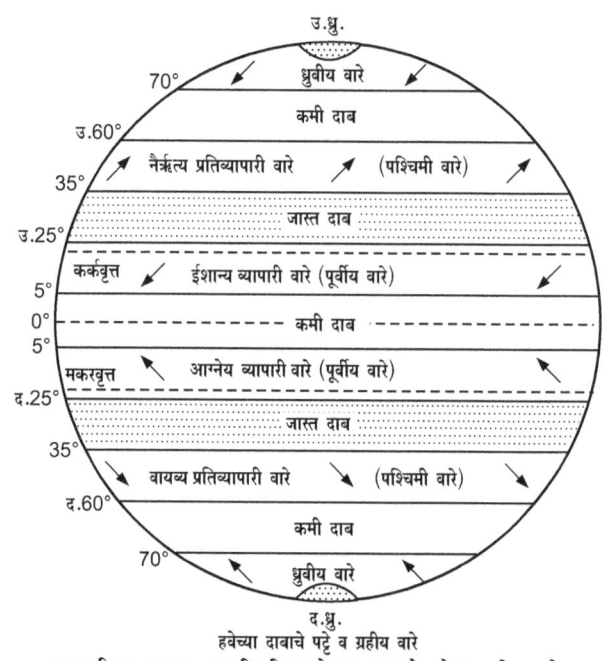

हवेच्या दाबाचे पट्टे व ग्रहीय वारे

आकृती क्र. 2.13 : पृथ्वीवरील हवेच्या दाबाचे पट्टे व ग्रहीय वारे

(ब) पश्चिमी (प्रतिव्यापारी वारे) : उत्तर व दक्षिण गोलार्धात 25° ते 35° अक्षवृत्त दरम्यान हवेचा जास्त दाबाचा पट्टा आहे. येथून ध्रुववृत्ताजवळ 60° ते 70° उत्तर व दक्षिण दरम्यान असणाऱ्या ध्रुववृत्तीय कमी दाबाच्या पट्ट्याकडे वाहणाऱ्या वाऱ्यांना 'पश्चिमी (प्रतिव्यापारी) वारे' असे म्हणतात.

पश्चिमी वारे साधारणपणे पश्चिमेकडून पूर्वेकडे वाहतात. याचे दोन उपप्रकार पडतात. **(आकृती क्र. 2.13 पाहा.)**

(i) उत्तर गोलार्धात नैर्ऋत्य (पश्चिमी) प्रतिव्यापारी वारे : ''उत्तर गोलार्धात हे वारे नैर्ऋत्येकडून ईशान्येकडे वाहत असल्याने त्यांना 'नैर्ऋत्य प्रतिव्यापारी (पश्चिमी) वारे' असे म्हणतात.'' **(ii) दक्षिण गोलार्धात वायव्य (पश्चिमी) प्रतिव्यापारी वारे** : ''दक्षिण गोलार्धात हेच वारे वायव्येकडून आग्नेयेकडे वाहत असल्याने त्यांना 'वायव्य प्रतिव्यापारी (पश्चिमी) वारे' असे म्हणतात.''

→ पश्चिमी (प्रतिव्यापारी) वाऱ्यांची वैशिष्ट्ये : उत्तर गोलार्धामधील स्थिती : • पश्चिमी वारे कर्क व मकरवृत्ताजवळील जास्त दाबाच्या प्रदेशाकडून उपध्रुवीय कमी दाबाच्या प्रदेशाकडे वाहतात. • **पश्चिमी वारे उष्ण प्रदेशाकडून थंड प्रदेशाकडे वाहत असतात, त्यामुळे वाऱ्यांची बाष्पधारणशक्ती आपोआपच कमी होत जाते व खंडाच्या पश्चिम भागात वर्षभर पाऊस पडतो.** • पश्चिमी वाऱ्यांची **दिशा व गती अनिश्चित** असते. काही वेळा वारे संथपणे वाहतात तर काही वेळेस त्यांना उग्र वादळी स्वरूप प्राप्त होते. • उत्तर गोलार्धात पश्चिमी वाऱ्यांच्या दिशेवर आवर्त व प्रत्यावर्ताचा परिणाम होतो. हिवाळ्यात पश्चिमी वारे वेगाने वाहतात. • पश्चिमी वाऱ्यामुळे पश्चिम कॅनडा, पश्चिम युरोपियन देशात वर्षभर नियमितपणे पाऊस पडतो. उत्तर गोलार्धात भूमध्य सागराजवळील प्रदेश, संयुक्त संस्थानात कॅलिफोर्नियामध्ये हिवाळी पाऊस पडतो.

दक्षिण गोलार्धामधील स्थिती : (1) दक्षिण गोलार्धात भूखंडापेक्षा सागरी प्रदेश जास्त असल्याने पश्चिमी वारे नियमित वाहतात. (2) ''दक्षिण गोलार्धामध्ये 40° दक्षिण अक्षवृत्तापलीकडे भूप्रदेशाचा फारसा अडथळा नसल्याने वारे वेगाने वाहतात, यांना **'गर्जणारे चाळीस वारे'** असे म्हणतात.'' (3) ''50° दक्षिण अक्षवृत्ताच्या पलीकडे संपूर्ण सागरी प्रदेश असल्याने वाऱ्यांना कोणताच अडथळा असत नाही. म्हणून त्यांना **'खवळलेले पन्नास वारे'** किंवा **'शूर पश्चिमी वारे'** असे म्हणतात.'' (4) दक्षिण गोलार्धात चिलीचा मध्य भाग, दक्षिण आफ्रिकेचा केप प्रांत व दक्षिण ऑस्ट्रेलियात हिवाळी पाऊस पडतो.

(क) ध्रुवीय वारे : ''ध्रुवाजवळील हवेच्या जास्त दाबाच्या प्रदेशाकडून ध्रुववृत्ताजवळ 60° ते 70° उत्तर व दक्षिण दरम्यान असणाऱ्या ध्रुववृत्तीय कमी दाबाच्या पट्ट्याकडे वाहणाऱ्या वाऱ्यांना 'ध्रुवीय वारे' असे म्हणतात.'' • ''उत्तर गोलार्धामध्ये ध्रुवीय वारे ईशान्य-नैर्ऋत्य दिशेने तर दक्षिण गोलार्धामध्ये आग्नेय-वायव्य दिशेने वाहतात. याची निर्मिती ध्रुवीय प्रदेश आणि पूर्व बाजूने होत असल्याने याला 'ध्रुवीय पूर्वीय वारे' (Polar Easterlies) असे म्हणतात.'' • ध्रुवीय वारे अतिशय थंड असतात आणि जेव्हा ते पश्चिम वाऱ्याच्या संपर्कामध्ये येतात तेव्हा त्यापासून आवर्ताची निर्मिती होते.

विषुववृत्तीय शांत पट्टा *(Doldrums)* : ''विषुववृत्ताच्या उत्तर व दक्षिणेस सुमारे 5° पर्यंत वर्षातील बराच काळ हवा शांत असल्याने वारे वाहत नाहीत; म्हणून त्याला 'विषुववृत्तीय शांत पट्टा' असे म्हणतात.''

आंतर-उष्ण कटिबंधीय केंद्रीभवन पट्टा *(ITCZ)* : ''विषुववृत्तीय पट्ट्यात व्यापारी वारे एकत्रित येऊन व नंतर त्यांना ऊर्ध्वगामी हालचाल प्राप्त होते. ज्या प्रदेशात हे वारे एकत्रित येतात त्यास 'आंतर-उष्ण कटिबंधीय केंद्रीभवन पट्टा' *(Inter Tropical Convergence Zone – ITCZ)* असे म्हणतात.'' या विभागात काही वेळेला अचानक वादळे होतात व मुसळधार पाऊसही पडतो.

अश्व अक्षांश *(Horse Latitudes)* : ''कर्कवृत्त व मकरवृत्ताजवळच्या 25° ते 35° उत्तर व दक्षिण दरम्यान जास्त दाबाचा पट्टा असतो, या शांत पट्ट्याला 'अश्व अक्षांश' असे म्हणतात.''

(2) मोसमी (मान्सून) वारे : व्याख्या : ''भूपृष्ठावर जे वारे उन्हाळ्यात आणि हिवाळ्यात म्हणजेच ऋतुमानानुसार आपल्या प्रवाहाची दिशा बदलतात, अशा वाऱ्यांना 'मोसमी वारे' असे म्हणतात.''

व्याख्या : ''भूपृष्ठावर आणि उंच वातावरणात ऋतुमानानुसार वाहणाऱ्या वाऱ्यांना मोसमी (मान्सून) वारे असे म्हणतात.''

मोसमी वाऱ्याच्या निर्मितीवर भूभाग आणि जलभागाचे विभेदी तापन आणि शीतलीकरण (Differential Heating and Cooling), आंतर उष्ण कटिबंधीय केंद्रीभवन पट्टा (ITCZ) स्थानबदल, जेट स्ट्रीमची स्थिती, एल निनो आणि ला निनासारख्या घटकांचा प्रभाव पडतो.

मोसमी वारे प्रामुख्याने भारतीय उपखंड आणि जवळपासच्या आग्नेय आशियामध्ये विकसित होतात. याचप्रमाणे उत्तर ऑस्ट्रेलिया, जपान, चीन, मध्य आफ्रिका (गिनीचा किनारा) उत्तर अमेरिका आणि दक्षिण अमेरिकेच्या काही भागात मोसमी वारे निर्माण होतात.

मोसमी वाऱ्याचे ऋतुमानानुसार प्रकार : (अ) उन्हाळी मोसमी वारे (ब) हिवाळी मोसमी वारे

(अ) उन्हाळी मोसमी वारे : उत्तर गोलार्धामध्ये कर्कवृत्तावर सूर्यकिरणे कमी-जास्त प्रमाणात लंबरूप पडतात. मध्य आशिया आणि आग्नेय आशियासहित भारत, चीन आणि पाकिस्तानमध्ये तापमान जास्त असते. यामुळे मध्य आशियामध्ये कमी दाबाचे क्षेत्र निर्माण होते. याच काळात हिंदी महासागर आणि लगतच्या बंगालचा उपसागर व अरबी समुद्रासारख्या जलभागावर तुलनात्मकरीत्या शीत आणि हवेचा जास्त दाब विकसित होतो. साहजिकच या जलभागावरून भूमीकडे वारे वाहू लागतात, याला 'उन्हाळी मोसमी वारे' असे म्हणतात. **(नकाशा क्र. 2.3 पाहा.)**

उन्हाळी मोसमी वाऱ्याशी वृष्टी निगडित असते. महासागरावरून वाहणारे बाष्पयुक्त वारे मोठ्या प्रमाणात आर्द्रता आणतात. यामुळे भूखंडावर पर्जन्य पडते. पृथ्वीच्या परिभ्रमणामुळे विषुववृत्त ओलांडताच वारे आपली दिशा बदलतात. वारे नैर्ऋत्येकडून ईशान्येकडे वाहतात, याला 'नैर्ऋत्य मोसमी वारे' असे म्हणतात.

(ब) हिवाळी मोसमी वारे : हिवाळ्यामध्ये दक्षिण गोलार्धात सूर्याच्या भासमान भ्रमणामुळे मकरवृत्तावर सूर्यकिरणे लंबरूप पडतात. हिंदी महासागरामध्ये तापमान वाढण्यास प्रारंभ होतो. महासागराचा पृष्ठीय भाग उबदार आणि भूखंडे शीत बनतात. यामुळे आशियायी भूखंडावर जास्त हवेच्या दाबाचे क्षेत्र निर्माण होते. वाऱ्याची दिशा ईशान्येकडून नैर्ऋत्येकडे असते, म्हणून याला ईशान्य हिवाळी मोसमी वारे असे म्हणतात. भारतामध्ये याला 'माघारीचे मोसमी वारे' असेही म्हणतात.

हिवाळी मोसमी वारे भूभागावरून महासागराकडे वाहतात. ते शीत आणि शुष्क वारे असतात. परंतु जेव्हा वारे जलभागावरून वाहात आल्यावर ते भूभागावर येतात आणि तेथे काही प्रमाणात पर्जन्य पडते. भारताची आग्नेय किनारपट्टी (तमिळनाडू), व्हिएतनाम किनारपट्टी, जपानचा पश्चिम किनारा आणि चीनमध्ये हिवाळ्यात पाऊस पडतो.

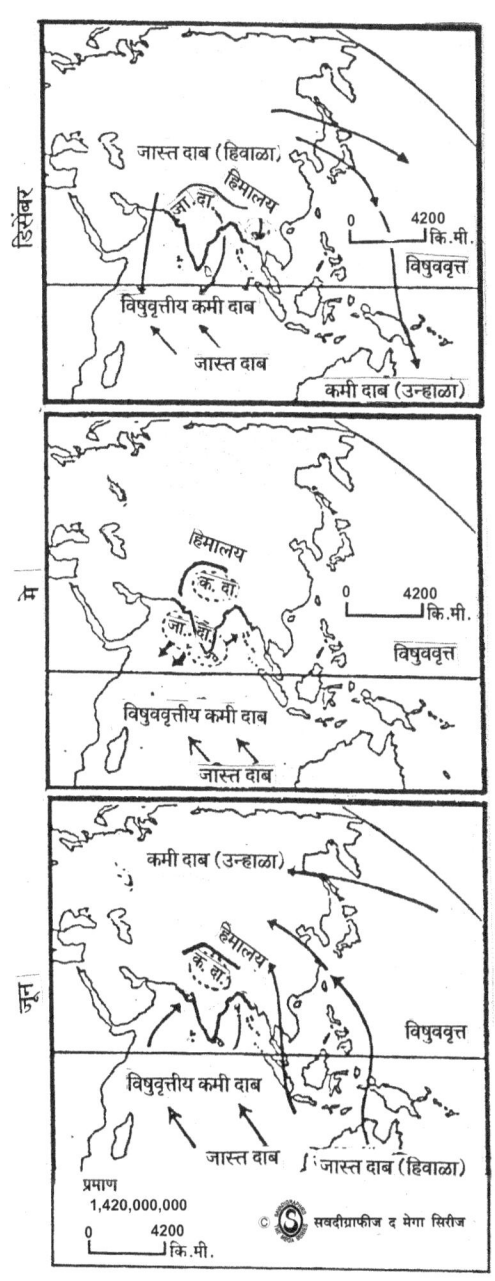

नकाशा क्र. 2.3 : आशियामधील मोसमी (मान्सून) वारे

मान्सूनवर 'एल निनो' आणि 'ला निना' चा परिणाम (Effect of El Nino and La Nina on Monsoon)

(1) एल निनो *(El Nino)* : **एल निनो म्हणजे काय ? :** ''दक्षिण अमेरिकेमधील इक्वेडोर आणि पेरू देशाच्या पश्चिम किनारपट्टीलगत प्रासंगिक कारणामुळे विकसित होणाऱ्या उबदार सागरी जलास 'एल निनो' असे संबोधले जाते.'' 'एल निनो' या स्पॅनिश शब्दाचा अर्थ 'लहान मुलगा' (Little Boy) असा आहे. ''एल निनो हे घटनादृश्य पॅसिफिक महासागरात नाताळच्या दरम्यान दृश्यमान होते म्हणून याला 'ख्रिस्ताचे मूल' (Christ Child) असेही म्हणतात.''

एल निनोच्या निर्मितीचा संबंध : '' 'पॅसिफिक महासागर अभिसरण प्ररूपाच्या' (Pacific Ocean Circulation Pattern) चक्राशी जोडलेला आहे, याला 'दक्षिण आंदोलन/हेलकावा' (Southern Oscillation) असे म्हणतात.'' सर्वसामान्य परिस्थितीमध्ये उत्तर ऑस्ट्रेलिया आणि इंडोनेशिया प्रदेशात हवेचा कमी दाब तर पेरू आणि इक्वेडोरच्या किनारपट्टीवर हवेच्या जास्त दाबाची प्रणाली निर्माण होते. यामुळे पॅसिफिक महासागरावर पूर्वेकडून पश्चिमेकडे व्यापारी वारे जोरदारपणे वाहतात.

एल निनोचे परिणाम : (i) हवामानदृष्ट्या एल निनोच्या विकासामुळे पश्चिम पॅसिफिक किनाऱ्यावर अवर्षण; दक्षिण अमेरिकेच्या विषुववृत्तीय किनाऱ्यावर पर्जन्य, मध्य पॅसिफिकमध्ये अभिसरण वादळे आणि हरिकेन्स वादळे निर्माण होतात. (ii) एल निनोचा परिणाम नैर्ऋत्य मोसमी वाऱ्यावर होतो. भारत आणि आग्नेय आशियायी देशामध्ये मोसमी वारे क्षीण होतात. यामुळे या प्रदेशामध्ये पाऊस कमी पडून अवर्षण निर्माण होते.

(2) ला निना *(La Nina)* **:** 'ला निना' हादेखील स्पॅनिश शब्द असून याचा अर्थ 'लहान मुलगी' (Little Girl) असा आहे. एल निनोच्या एकदम उलट हवामान परिस्थिती ला निनामध्ये असते. ला निना काळाच्या दरम्यान वारे अतिशय वेगाने वाहतात. मध्य आणि पूर्व पॅसिफिकमध्ये अस्वाभाविकरीत्या थंड पाण्याचे अभिसरण होते. यामुळे पॅसिफिक, अटलांटिक आणि हिंदी महासागरात हवेच्या दाबाची प्रणाली व महासागरीय अभिसरण प्ररूपामध्ये बदल होतात.

ला निनाचे परिणाम : (i) ला निना उप-उष्ण कटिबंधीय आणि उष्ण कटिबंधामधील हवामानात फार मोठा परिणाम घडवून आणते. (ii) ला निनाचा प्रमुख परिणाम असा की भारत आणि आग्नेय आशियामध्ये अति मोसमी पर्जन्य पडते.

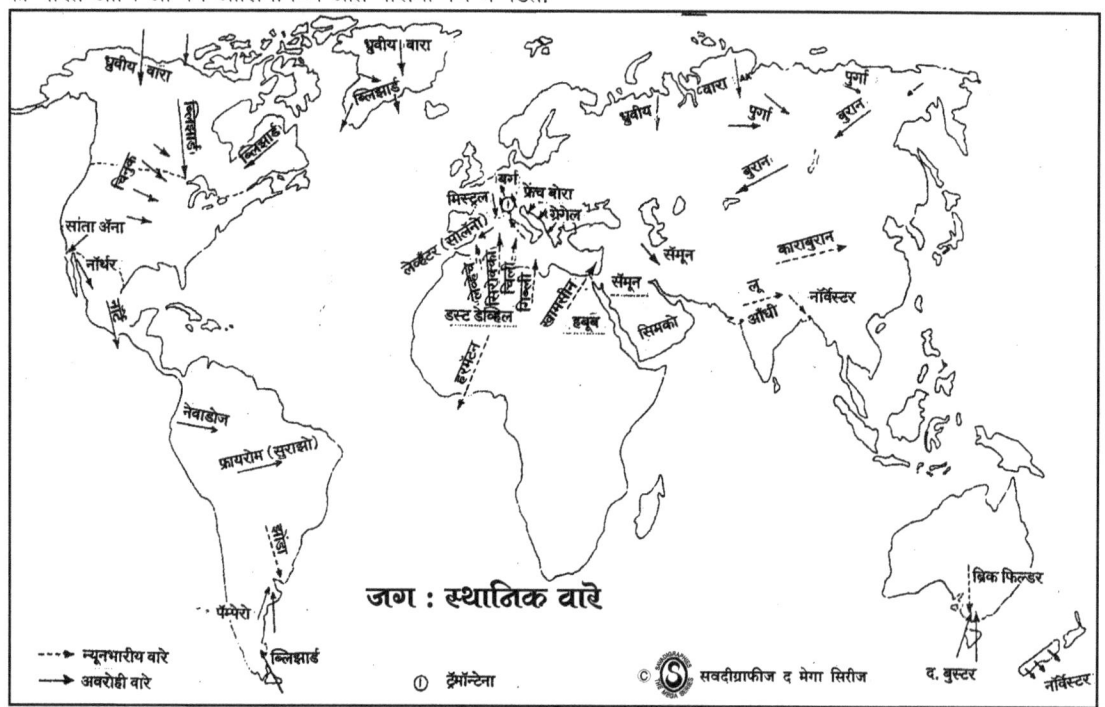

नकाशा क्र. 2.4 : जागतिक स्थानिक वारे

तक्ता क्र. 2.11 : जागतिक स्थानिक वारे

वाऱ्याचे स्वरूप	वाऱ्याचे नाव	प्रदेश किंवा देश	वाऱ्याचे स्वरूप	वाऱ्याचे नाव	प्रदेश किंवा देश
1. उष्ण	फॉन	आल्प्स पर्वत	13. उष्ण	काराबुरान	मध्य आशियाचे तारीम खोरे
2. उष्ण	चिनुक	रॉकी पर्वत	14. उष्ण	सिमूम	मध्य पूर्व
3. उष्ण	सिरोक्को	उत्तर आफ्रिका, सिसिली, द. इटली, ग्रीस	15. थंड	बोरा	ग्रीनलंड व अंटार्क्टिका
4. उष्ण	खामसीन	उत्तर आफ्रिका (इजिप्त)	16. थंड	ट्रॅमॉन्टेना	ऑस्ट्रिया
5. उष्ण	हरमाटन	गिनीचे आखात	17. थंड	मिस्ट्रल	फ्रान्स
6. उष्ण	नॉर्वेस्टर्स व लू	उत्तर भारत	18. थंड	बुरान/पुर्गा	मध्य आशिया
7. उष्ण	सँटा ॲना	कॅलिफोर्निया	19. थंड	ब्लिझार्ड	सैबेरिया, कॅनडा व सं. संस्थानाचा उत्तर भाग
8. उष्ण	बर्ग	दक्षिण आफ्रिका	20. थंड	ग्रेगेल	माल्टा
9. उष्ण	सॅमून	इराण	21. थंड	वीली वॉव	दक्षिण अमेरिकेचे टोक
10. उष्ण	ब्रिक फिल्डर्स	ऑस्ट्रेलिया (व्हिक्टोरिया)	22. थंड	पॅम्परास	ब्राझील व अर्जेन्टिना
11. उष्ण	झोंडा	अर्जेन्टिना	23. थंड	बुस्टर	न्यूझीलंड
12. उष्ण	सोलॅनो	स्पेनचा पूर्व किनारा			

6. सांद्रीभवन (Condensation)

बाष्पीभवन : ''ज्या क्रियेमुळे द्रवरूप किंवा घनरूप पाण्याचे रूपांतर वायुरूपात होते, त्या क्रियेला 'बाष्पीभवन' असे म्हणतात.''

आर्द्रता : ''वातावरणात अस्तित्वात असलेल्या बाष्पाच्या प्रमाणाला आर्द्रता असे म्हणतात.''

बाष्पसंपृक्त हवा : ''विशिष्ट आकारमानाची हवा एका ठरावीक तापमानावर जेवढे बाष्प धारण करू शकते तेवढे बाष्प तिच्यात असेल तर ती हवा बाष्पाने परिपूर्ण असते. अशा वेळी त्या हवेला 'बाष्पसंपृक्त हवा' असे म्हणतात.''

असंपृक्त हवा : ''हवेत तिच्या बाष्पधारणशक्तीपेक्षा कमी बाष्प असेल तर तिला 'असंपृक्त हवा' म्हणतात.''

आर्द्रतेचे प्रकार : आर्द्रतेचे पुढील प्रकार आहेत.

(1) **निरपेक्ष आर्द्रता : "कोणत्याही ठिकाणी विशिष्ट वेळी ठरावीक आकारमानाच्या व तापमानाच्या हवेतील बाष्पाला त्या हवेची 'निरपेक्ष आर्द्रता' असे म्हणतात."** विषुववृत्ताकडून ध्रुवाकडे गेल्यास तापमान कमी होत जाते. त्याचबरोबर निरपेक्ष आर्द्रतादेखील कमी होते.

(2) **सापेक्ष आर्द्रता : "विशिष्ट आकारमानाच्या व तापमानाच्या हवेतील बाष्पाचे प्रत्यक्ष प्रमाण म्हणजेच निरपेक्ष आर्द्रता व त्याचे तापमानावरील तेवढ्याच आकारमानाच्या हवेची बाष्पधारणशक्ती या दोहोंच्या गुणोत्तरास 'सापेक्ष आर्द्रता' असे म्हणतात."**

$$\text{सापेक्ष आर्द्रता (\%)} = \frac{\text{निरपेक्ष आर्द्रता}}{\text{बाष्पधारणशक्ती}} \times 100$$

सांद्रीभवन

दवांक किंवा दंवबिंदू : "ज्या विशिष्ट तापमानाच्या पातळीवर हवा बाष्पसंपृक्त होते त्या तापमानाच्या पातळीला दवांक किंवा दंवबिंदू असे म्हणतात."

सांद्रीभवन : "दंवबिंदूच्या खाली हवेचे तापमान गेल्यास ती हवा आवश्यक तेवढे बाष्प धारण करून अतिरिक्त बाष्पाचे जलबिंदूंत किंवा हिमकणांत रूपांतर होते, या क्रियेलाच 'सांद्रीभवन' असे म्हणतात."

सांद्रीभवनाचे प्रकार (Forms of Condensation) : (1) दंव (2) दहिवर/हिमतुषार/तुहिन (3) राईम (4) धुके (5) धुरके.

(1) **दंव** *(Dew)* : **"हवेत सापेक्ष आर्द्रतेचे प्रमाण वाढत जाऊन 100% होते. म्हणजेच ती हवा बाष्पसंपृक्त होते. हवेचे तापमान आणखी खाली गेल्यास सांद्रीभवन होऊन तिच्यातील बाष्पाचे रूपांतर जलकणांत होते. हे जलकण थंड पदार्थावर साचतात, यालाच 'दंव' *(Dew)* असे म्हणतात."** दंव निर्माण होण्यासाठी दवांक नेहमी गोठणबिंदूच्या वर असण्याची गरज असते.

(2) **दहिवर/हिमतुषार/तुहिन** *(Frost)* : **"जर दवांक गोठणबिंदूच्या खाली गेला तर मात्र बाष्पाचे सांद्रीभवन न होता संप्लवन *(Sublimation)* घडून येते. म्हणजेच हिमकणांची निर्मिती होते. हे हिमकण थंड वस्तूवर साचतात, यालाच 'दहिवर/हिमतुषार/तुहिन' *(Frost)* असे म्हणतात."** दंवामुळे पिकांना फायदा मिळून ती चांगली वाढतात. दहिवरामुळे पिकांचे खूप नुकसान होते.

(3) **राईम** *(Rime)* : **"धुके पडते, वाऱ्याबरोबर वाहत जाते. धुके म्हणजे सूक्ष्म जलबिंदू होय. हे जलबिंदू तारायंत्राचे खांब, तारा, झाडांची पाने, लोखंडी पत्रे यांच्या संपर्कात आल्यावर एकदम गोठतात. या गोठलेल्या कणांनाच 'राईम' असे म्हणतात."**

(4) **धुके** *(Fog)* : **"हवेतील सापेक्ष आर्द्रतेचे प्रमाण वाढून ती बाष्पसंपृक्त होते. ती हवा आणखी थंड झाल्यास हवेतील बाष्पाचे सांद्रीभवन होऊन त्याचे सूक्ष्म जलकणांत रूपांतर होते. हे जलकण भूपृष्ठालगतच्या हवेतील धूलिकणांभोवती साचतात, यालाच 'धुके' असे म्हणतात."**

धुक्याचे प्रकार : निर्मितीनुसार धुक्याचे पुढील प्रकार पडतात. (अ) विसर्जन धुके (Radiation Fog) (ब) अभिवहन-विसर्जन धुके (Advection Radiation Fog) (क) सीमांत धुके (Frontal Fog) (ड) सागरी धूर (Steam Smoke) (इ) धुरके (Smog).

(5) **धुरके** *(Smog)* : औद्योगिक परिसरात पडणाऱ्या दाट धुक्यास धुरके *(Smoke + Fog : Smog)* असे म्हणतात. अनेक औद्योगिक नगरात धुरके पाहावयास मिळतात.

7. वृष्टीचे प्रकार

तक्ता क्र. 2.12 : हिम, गारा व पर्जन्य यांमधील फरक

क्र.	हिम (Snow)	गारा (Hall)	पर्जन्य (Rainfall)
1.	**व्याख्या : "हवेचे तापमान विलयबिंदूच्या खाली गेले तर सांद्रीभवन होऊन हवेतील बाष्प हिमकणाच्या स्वरूपात दिसू लागते. हे हिमकण एकत्रित येऊन त्यापासून मोठ्या आकाराचे हिमकण तयार होतात. नंतर ते हवेत तरंगू शकत नाहीत. तेव्हा ते भूपृष्ठावर येतात; याला 'हिमवृष्टी' असे म्हणतात."**	**व्याख्या : "ऊर्ध्वगामी हवेचे प्रवाह जोरदार सुरू झाल्यावर मेघांची निर्मिती होते. हे पावसाचे थेंब ऊर्ध्वगामी वाऱ्याबरोबर वर फेकले जाऊन तेथील अति थंडीमुळे गोठतात व ते भूपृष्ठाकडे येऊ लागतात; त्यांना 'गारा' असे म्हणतात."**	**व्याख्या : "हवेतील बाष्पाचे सांद्रीभवन होऊन जलकणाची निर्मिती होते. त्याचा व्यास 0.05 मि.मी. पेक्षा मोठा झाल्यास ते वातावरणात तरंगू शकत नाहीत. हे जलबिंदू भूपृष्ठाकडे येऊ लागतात; याला 'पर्जन्य' असे म्हणतात."**
2.	हिमाची वृष्टी पिंजलेल्या कापसासारखी होते.	प्रसंगी गारा लहान-मोठ्या व काही वेळा लिंबाच्या आकाराच्या भूपृष्ठावर पडतात; याला 'गारपीट' असे म्हणतात.	हलका, मध्यम व मुसळधार स्वरूपात पर्जन्य पडते.
3.	हिमवृष्टी होऊन हिमाचे थरावर थर साचून ते घट्ट होतात तेव्हा त्यास 'बर्फ' असे म्हणतात.	ऊर्ध्वगामी वाऱ्याचा वेग पुन्हा वाढल्यावर गारा उचलल्या जातात. तेव्हा त्यांच्यावर साचलेले बाष्प गोठून गारांचा आकार आणखी मोठा होतो.	पर्जन्याचे पुढील प्रकार पडतात : • आरोह/अभिसरण पर्जन्य • प्रतिरोध पर्जन्य • आवर्त पर्जन्य
4.	हिमाचे स्फटिक अपारदर्शी किंवा निम-अपारदर्शी असतात.	मोठ्या आकाराच्या गारेत पारदर्शक व अपारदर्शक असे थर असतात.	सर्वसाधारणपणे पर्जन्य जलबिंदू स्वरूपात असतात.
5.	स्फटिकाच्या आक्रमणामुळे बर्फ गोळी (Ice-Pellets) व हिमपत्री (Snow Flakes) निर्माण होतात. बर्फ गोळीचे गोलाकार किंवा अनियमित गोळे असतात.	वेगवान गडगडाटी झंझावातामध्ये अभिसरण प्रवाहामुळे बर्फगोळी उंचावर वाहून नेली जाते. बर्फगोळीवर अतिशील जल सूक्ष्म बिंदू जमा होऊन त्यांचा आकार वाढतो.	पर्जन्याच्या जल-उल्काचे पाऊस (Hydrometers), रिमझिम पाऊस (Drizzle), गोठलेला रिमझिम पाऊस (Freezing Rain) असेही प्रकार आहेत.
6.	बर्फगोळीचा गोठलेला पाऊस किंवा गोठलेला रिमझिम पाऊस किंवा मोठ्या प्रमाणात वितळणे व पुन्हा हिमपत्रीत रूपांतर हिमाच्या गोळ्याभोवती बर्फाचा पातळ थर जमा होतो.	भूपृष्ठाकडे येताना तापमान वाढत असल्याने गारेचा वरचा थर वितळून त्या आकाराने लहान होतात. त्या वितळून त्याचे पाण्यात रूपांतर होते.	पर्जन्याचा/पावसाच्या थेंबाच्या व्यासाचा आकार 0.05 मि.मी. पेक्षा जास्त, रिमझिम पावसात थेंबाच्या व्यासाचा आकार 0.05 पेक्षा कमी.

तक्ता क्र. 2.13 : हवामानाची विक्रमी नोंद

हवामानाचे घटक	स्थान	दिनांक/वर्ष
तापमान		
→ सर्वांत जास्त तापमान	अल अझिझियाह (Al Aziziyah), लिबिया तापमान : 58° से. (136.4° फॅ.)	13 सप्टेंबर, 1922
→ सर्वांत जास्त सरासरी वार्षिक तापमान	डलोल (Dallol), लिबिया तापमान : 34.4° से. (94° फॅ.)	1960−1961
→ प्रदीर्घ उष्णतेची लाट	मार्बल बार (Marble Bar), पश्चिम ऑस्ट्रेलिया कालावधी : 38° से. (100 फॅ.) पेक्षा जास्त 162 दिवस	23 ऑक्टोबर, 1923 ते 7 एप्रिल, 1924
→ सर्वांत कमी तापमान (ध्रुव प्रदेश वगळून)	व्हर्खोयान्स्क (सैबेरिया) तापमान : − 68° से. (− 90° फॅ.)	6 फेब्रुवारी, 1933
→ सर्वांत जास्त वार्षिक तापमान कक्षा	व्हर्खोयान्स्क (सैबेरिया) तापमान कक्षा : − 68° से. ते 37° से. (105° फॅ.) किंवा − 90 फॅ. ते 98° फॅ. (188° फॅ.)	−
→ सर्वांत कमी सरासरी वार्षिक तापमान	पोलस नेडोस्टूप्नोस्टी (Polus Nedostupnosti), थंड ध्रुव (Pole of Cold), अंटार्क्टिका तापमान : − 57.8° से. (− 72° फॅ.)	−
वृष्टी		
→ सर्वांत शुष्क ठिकाण	कॅलमा (Calama), उत्तर चिली, गेल्या 400 वर्षांमध्ये 1971 पर्यंत पावसाची नोंद नाही.	−
→ सर्वांत जास्त पावसाचे ठिकाण (सरासरी)	टूटूटेंडो (Tututendo), कोलंबिया सरासरी वार्षिक पर्जन्य : 11,770 मि.मी. (463.4 इंच)	−
→ सर्वांत जास्त पावसाचे ठिकाण (12 महिने)	चेरापुंजी (मेघालय), भारत पर्जन्याची नोंद : 26,470 मि.मी. (1040 इंच)	ऑगस्ट 1860 ते ऑगस्ट 1861
→ सर्वांत जास्त पावसाचे ठिकाण (एक महिना)	चेरापुंजी (मेघालय), भारत पर्जन्याची नोंद : 12,930 मि.मी. (115 इंच)	जुलै 1861
→ सर्वांत जास्त पावसाचे ठिकाण (24 तास)	किलाओस (Cilaos), रियुनियन बेट, हिंदी महासागर पर्जन्याची नोंद : 1,870 मि.मी. (73.6 इंच)	15−16 मार्च, 1952
→ सर्वांत मोठी गार	गोपालगंज, बांगलादेश वजन : 1.02 कि.ग्रॅ. (2.25 पौंड) जीवित हानी : 92 लोक मृत्युमुखी	14 एप्रिल, 1986
→ सर्वांत जास्त हिमवृष्टी (सातत्याने/निरंतर)	बेसन्स (Bessans), सेव्ही (Savoie), फ्रान्स हिमवृष्टीची नोंद : 1,730 मि.मी. (68 इंच) कालावधी : 19 तास	5−6 एप्रिल, 1969
→ सर्वांत जास्त हिमवृष्टी (ऋतुकालीन/वर्ष)	पॅराडाईज रेंजर स्टेशन, रेनियर पर्वत; वॉशिंग्टन (संयुक्त संस्थाने) हिमवृष्टीची नोंद : 31,102 मि.मी. (1,224.5 इंच)	19 फेब्रुवारी, 1971 ते 18 फेब्रुवारी, 1972

तक्ता क्र. 2.14 : जागतिक वृष्टीची नोंद (World Precipitation Records)

पर्जन्य	24 तासांत कमाल पर्जन्य	हिंदी महासागरातील ला रियुनियमन बेटावर किलाओस : 15−16 मार्च, 1952 : 187 सें.मी.
	एका महिन्यात कमाल पर्जन्य	भारत − मेघालय : चेरापुंजी − मवसिनराम जुलै 1861, 1989 : 923 सें.मी.
	एका वर्षात कमाल पर्जन्य	भारत − मेघालय (i) चेरापुंजी − ऑगस्ट 1860 ते जुलै 1861 : 2,646 सें.मी. (ii) चेरापुंजी − 1861 : 2,299 सें.मी.
	एका वर्षात किमान पर्जन्य	आफ्रिका − चिले ऑक्टोबर 1903 ते डिसेंबर 1917 : 0.0 मि.मी.
हिमवृष्टी	सर्वांत जास्त हिमवृष्टी काल	संयुक्त संस्थाने − वॉशिंग्टन राज्य − रेनिअर पर्वत − पॅराडाईज : 19 फेब्रुवारी, 1971 ते 8 फेब्रुवारी, 1972 : 3,110 सें.मी.
	भूपृष्ठावर सर्वांत जास्त हिमवृष्टी	संयुक्त संस्थाने − कॅलिफोर्निया − टॅमरॅक : 1,145 सें.मी.
गारा	सर्वांत मोठी गार	बांगलादेश − गोपालगंज जिल्हा − 14 एप्रिल, 1986 एका गारेचे वजन 1.02 कि.ग्रॅ.

8. आवर्त (Cyclones)

व्याख्या : "काही स्थानिक कारणांमुळे एकाएकी हवेच्या दाबात बदल होऊन मध्यभागी/केंद्रभागी कमी दाबाचे केंद्र निर्माण होते आणि त्याच्या सभोवती हवेचा जास्त दाब होत जातो. यामुळे वारे चक्राकार गतीने कमी दाबाच्या केंद्राकडे वेगाने आकर्षिले जातात, त्यास आवर्त असे म्हणतात." (आकृती क्र. 2.14 पाहा.)

आवर्तांचे त्याच्या निर्मितीस्थानानुसार दोन प्रकार पडतात : (I) उष्ण कटिबंधीय आवर्त (II) समशीतोष्ण कटिबंधीय आवर्त.

I. उष्ण कटिबंधीय आवर्त

विषुववृत्ताच्या उत्तरेकडे व दक्षिणेकडे 30° अक्षवृत्ताच्या प्रदेशात उष्ण कटिबंधीय आवर्ते आढळतात. आवर्तास विभिन्न नावांनी ओळखले जाते, त्यास पश्चिम पॅसिफिकमध्ये 'टायफून' (Typhoon), अटलांटिकमध्ये 'हरिकेन' (Hurricane), पूर्व पॅसिफिकमध्ये 'बिग विंड' (Big Wind) व 'टिआफाँग' (Tiaphong), फिलिपिन्समध्ये 'बागुइओ' (Baguio) आणि ऑस्ट्रेलियात 'विली-विलिस' (Willy-willies) असेही म्हटले जाते. भारतात आवर्त मुख्यत्वेकरून 'चक्रीय वादळ' या नावाने प्रसिद्ध आहे.

उष्ण कटिबंधीय आवर्तांचे प्रदेश :

(1) **उत्तर अटलांटिक महासागर क्षेत्र :** अटलांटिक महासागरात 30° उत्तर अक्षवृत्तापर्यंत आवर्त असतात. त्याचे पुढीलप्रमाणे उपविभाग आहेत : (अ) मेक्सिकोचे आखात, (ब) वेस्ट इंडीज बेट समूह, (क) कॅरिबियन समुद्र.

(2) **उत्तर पॅसिफिक महासागर क्षेत्र :** मेक्सिको व मध्य अमेरिकेच्या पश्चिम किनारपट्टीवर हरिकेन्स वादळे होतात.

(3) **चीन समुद्र क्षेत्र :** फिलिपिन्स, व्हिएतनाम, दक्षिण चीन व दक्षिण जपानच्या आसपासचा सागरी प्रदेश.

(4) **दक्षिण पॅसिफिक महासागर क्षेत्र :** ऑस्ट्रेलियाचा ईशान्य व वायव्य महासागरी प्रदेश, ऑस्ट्रेलियाच्या पूर्व किनारपट्टीपासून सोसायटी बेट, ख्रिश्चिअन आणि हवाई बेटे.

(5) **दक्षिण हिंदी महासागर क्षेत्र :** आफ्रिका खंडाच्या पूर्वेस हिंदी महासागरात असलेल्या मालागसे (मादागास्कर), रियुनियन व मॉरिशस बेटे.

(6) **बंगालचा उपसागर क्षेत्र :** बंगालच्या उपसागरात अरबी समुद्रापेक्षा बरीच जास्त चक्रीय वादळे निर्माण होतात. जुलै, ऑक्टोबर व नोव्हेंबर महिन्यांत जास्त वादळे निर्माण होतात.

(7) **अरबी समुद्र क्षेत्र :** अरबी समुद्रात निर्माण होणाऱ्या वादळांची संख्या मर्यादित आहे.

II. समशीतोष्ण कटिबंधीय आवर्त

समशीतोष्ण कटिबंधीय प्रदेशात सुमारे 30° ते 50° अक्षवृत्तादरम्यान आवर्तांची निर्मिती होते. या प्रदेशातील प्रतिव्यापारी वाऱ्यांच्या किंवा पश्चिमी वाऱ्याच्या टापूत आवर्तांचे मुख्य क्षेत्र आहे. आवर्तास 'मध्य कटिबंधीय आवर्त' (Mid-Latitude Cyclones), उष्ण कटिबंधीय अतिरिक्त आवर्त (Extra Tropical Cyclone) तसेच वायुगर्त (Depressions) या नावानेही ओळखले जाते. (आकृती क्र. 2.15 व 2.16 पाहा.)

समशीतोष्ण कटिबंधीय आवर्तांचे प्रदेश : आवर्तांचे प्रदेश पुढीलप्रमाणे आहेत.

(1) **दक्षिण गोलार्धातील आवर्तांचे प्रदेश :** अंटार्क्टिका क्षेत्रात 50° दक्षिण ते 60° दक्षिण अक्षवृत्ताच्या दरम्यान आवर्तांची निर्मिती होते. अर्जेंटिना, दक्षिण आफ्रिका व नैर्ऋत्य ऑस्ट्रेलियामधून आवर्त प्रवास करतात.

(2) **उत्तर गोलार्धातील आवर्तांचे प्रदेश :**

(अ) **उत्तर पॅसिफिक महासागर :** हिवाळ्यात उत्तर पॅसिफिक महासागरात अल्युशियन बेट समूहालगत आवर्तांची निर्मिती होते. नंतर ते पूर्वेकडे जातात व उत्तर अमेरिकेतील रॉकी पर्वत ओलांडतात. 60° उत्तर अक्षवृत्तालगत कॅनडा व संयुक्त संस्थानाच्या सरहद्द भागातून प्रवास करतात.

(ब) **उत्तर अटलांटिक महासागर :** इंग्लंड, नॉर्वे, स्वीडन या देशांमध्ये पाऊस पडतो.

(क) **भूमध्य समुद्र :** दक्षिण युरोप, तुर्कस्तान, इराक, पाकिस्तान या देशांमध्ये पर्जन्य पडते. याचा फायदा उत्तर भारतात गंगेच्या मैदानासही होतो. पंजाबच्या गव्हास हा पाऊस लाभदायक असतो.

(ड) **चीन समुद्र :** चीनचा मध्य भाग, उत्तर भाग तसेच जपानवर आवर्तांचे आगमन होते.

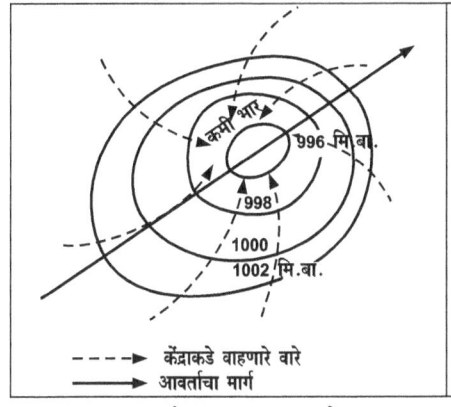

आकृती क्र. 2.14 : आवर्त

केंद्राकडे वाहणारे वारे
आवर्ताचा मार्ग

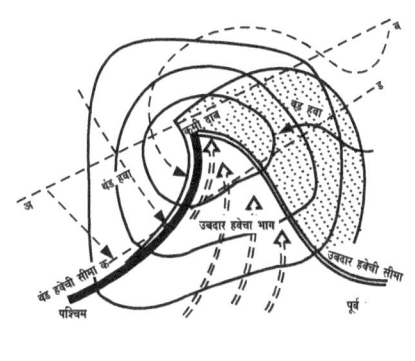

आकृती क्र. 2.15 : छेददृष्ट्या समशीतोष्ण कटिबंधीय आवर्त

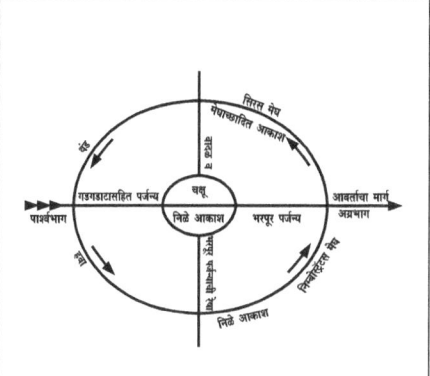

आकृती क्र. 2.16 : समशीतोष्ण आवर्ताचे स्वरूप व हवेची परिस्थिती

तक्ता क्र. 2.15 : उष्ण कटिबंधीय व समशीतोष्ण कटिबंधीय आवर्तांची तुलना

मुद्दे	उष्ण कटिबंधीय आवर्त	समशीतोष्ण कटिबंधीय आवर्त
1. स्थान	भूभाग व जलभाग	प्रामुख्याने जलभाग
2. निर्मिती क्षेत्र	1° ते 35° उत्तर व दक्षिण अक्षवृत्त	20° ते 65° उत्तर व दक्षिण अक्षवृत्त
3. समभार स्वरूप	समकेंद्रीय	अंडाकार
4. चक्षू	व्यास 25 कि.मी.; शांत हवा, पर्जन्य नाही.	वारे व पर्जन्यामुळे चक्षूचे अस्तित्व नाही.
5. वायुभार उतार	तीव्र	मंद
6. व्यास	1 ते 300 कि.मी.	2 ते 1900 कि.मी.
7. तापमान	सर्व भागात जवळजवळ समान तापमान	प्रत्येक विभागात विभिन्न तापमान
8. वाऱ्याचा वेग	1 ते 200 कि.मी.	2 ते 50 कि.मी.
9. वाऱ्याची दिशा	पूर्वेकडून पश्चिमेकडे	पश्चिमेकडून पूर्वेकडे
10. वाऱ्याचे विस्थापन	चक्राकार गती	सीमारेषेवर परिवर्तित
11. वृष्टीचे स्वरूप	मुसळधार, चक्षूच्या आसपास समान वितरण	अग्र भागात अधिक व सतत, मध्य भागात साधारण, पार्श्व भागात मध्यम व अल्पकालीन पर्जन्य
12. वृष्टीचा काळ	फक्त काही तास, क्वचित काही दिवस	काही दिवस
13. वायुराशी सीमा	मुख्यत्वे अनुपस्थित	साधारण दोन सीमारेषा
14. आगमन काल	मुख्यत्वे उन्हाळ्यात	मुख्यत्वे हिवाळ्यात
15. प्रदेश	व्यापारी वाऱ्याचे क्षेत्र	प्रतिव्यापारी वाऱ्याचे क्षेत्र
16. पथ	अनुवृत्त (Parabola)	अनिश्चित
17. समाप्ती स्थिती	प्रत्यावर्ताचे आगमन नाही.	प्रत्यावर्ताचे आगमन

9. पर्जन्याचे प्रकार व वितरण

तक्ता क्र. 2.16 : आरोह/अभिसरण पर्जन्य, प्रतिरोध पर्जन्य, आवर्त पर्जन्य यांमधील फरक

मुद्दे	आरोह/अभिसरण पर्जन्य	प्रतिरोध पर्जन्य	आवर्त पर्जन्य
1. व्याख्या	**"हवेच्या अभिसरण प्रवाहामुळे घडत असलेल्या या पावसास आरोह/अभिसरण पर्जन्य असे म्हणतात."**	**"बाष्पयुक्त हवेला अडथळा किंवा विरोध होऊन हे पर्जन्य पडत असल्याने या पावसाला प्रतिरोध पर्जन्य असे म्हणतात."**	**"उष्ण कटिबंध तसेच समशीतोष्ण प्रदेशात कमी दाबाच्या केंद्राजवळ वारे येऊन आवर्त निर्माण होऊन जे पर्जन्य पडते, त्याला आवर्त पर्जन्य असे म्हणतात."**
2. **कमी दाबाचे स्वरूप**	सूर्याच्या उष्णतेने भूपृष्ठ तापते. भूपृष्ठाला लागून असलेली हवा वहनाने तापते. तापलेली हवा प्रसरण पावते. हवा हलकी होऊन वर-वर जाऊ लागते. हवेवरील दाब कमी होत जातो.	समुद्राकडून येणारी बाष्पयुक्त हवा डोंगराला अडून वर चढते. वर चढणाऱ्या हवेवरील दाब कमी-कमी होत जातो.	आवर्ताच्या कमी दाबाच्या केंद्राला चक्षू म्हणतात. उष्ण कटिबंधात समभार रेषा गोलाकार व समकेंद्रीय वर्तुळाकृती व समभार रेषेचा आकार लंबवर्तुळाकृती तर समशीतोष्ण कटिबंधीय समभार रेषांचा आकार इंग्रजी 'व्ही' आकाराचा उलटा असतो.
3. **बाष्पाची संपृक्तता**	वातावरणात हवेचे अभिसरण प्रवाह सुरू होतात. वर जाणाऱ्या तापलेल्या हवेची जागा भरून काढण्यासाठी सभोवतालची थंड व जड हवा येते. ती भूपृष्ठाच्या सान्निध्यात येऊन तापते, हलकी होते, वर जाऊ लागते. ही बाष्पयुक्त हवा विशिष्ट उंचीवर गेल्यावर बाष्पसंपृक्त होते. सापेक्ष आर्द्रता शंभर टक्के होते.	हवेवरील दाब कमी होत असल्याने हवा प्रसरण पावते, थंड होते व आपोआपच तापमान कमी होते. हवा आणखी उंच गेल्यास त्या हवेचे तापमान पुरेसे कमी होऊन तिच्यातील बाष्पानेच ती हवा संपृक्त होते व तिची सापेक्ष आर्द्रता शंभर टक्के होते.	आंतर-उष्ण कटिबंधीय केंद्रीभवन पट्ट्याच्या सागरी भागात हवेत भरपूर आर्द्रता असते. हवा उंच जाऊन बाष्प-संपृक्त होते. समशीतोष्ण कटिबंधात आवर्ताच्या उत्तर भागात उंचीला उष्ण हवा आढळते. ती सतत उंच जाते. हवा बाष्पसंपृक्त होते. आवर्ताच्या दक्षिण भागात हवा उष्ण व आर्द्र असते तर ईशान्य व पश्चिमेस थंड हवेचा भाग असतो. हवा थंड व कोरडी असते.
4. **वारे, दिशा व वेग**	आरोह पद्धतीने ऊर्ध्व दिशेने वाऱ्याचे संचलन होते.	बाष्पयुक्त वाऱ्याच्या मार्गात पर्वताचा अडथळा आल्यावर त्या अनुषंगाने वारे वाहतात.	उत्तर गोलार्धात आवर्त घड्याळाच्या काट्याच्या विरुद्ध दिशेने व दक्षिण गोलार्धात घड्याळाच्या काट्याच्या दिशेने वाहतात. उष्ण कटिबंधातील आवर्ताचा सर्वसाधारण वाऱ्याचा वेग ताशी 50 ते 60 कि.मी. असतो. समशीतोष्ण कटिबंधात आवर्ताचा हिवाळ्यातील वेग ताशी 30 ते 50 कि.मी. असतो.

(क्रमशः)

मुद्दे	आरोह/अभिसरण पर्जन्य	प्रतिरोध पर्जन्य	आवर्त पर्जन्य
5. मेघांची निर्मिती व पर्जन्य	दवांकाची पातळी गाठल्यावर आणखी ती हवा वर जाऊन थंड झाल्यास तिच्यातील जास्त बाष्पाचे सांद्रीभवन होऊन सूक्ष्म जलकण तयार होतात. जलकणाच्या समुच्चयाने मेघांची निर्मिती होते. जलकण मोठे झाल्यावर ते हवेत तरंगू शकत नाहीत व शेवटी पावसाच्या थेंबाच्या रूपाने ते भूपृष्ठाकडे येऊन पर्जन्य पडते.	हवा आणखी वर गेली तर तिच्यातील जास्त बाष्पाचे सांद्रीभवन होऊन सूक्ष्म जलकण तयार होतात. जलकण मोठे होऊन मेघांची निर्मिती होते व पर्जन्य पडते.	उष्ण कटिबंधात आवर्ताच्या मध्यभागी वाऱ्यांची गर्दी होऊन ते ऊर्ध्वगामी होतात व वरवर जाऊ लागतात. मेघांची निर्मिती होऊन पर्जन्य पडण्यास प्रारंभ होतो. समशीतोष्ण कटिबंधात जड थंड वायुराशी भूपृष्ठालगत राहते व उष्ण वायुराशी हलकी असल्याने वर फेकली जाऊन तिच्यातील बाष्पाचे सांद्रीभवन होऊन पर्जन्य पडते.
6. पर्जन्याचे स्वरूप	विषुववृत्तीय प्रदेशात दुपारी तीन ते चार दरम्यान मेघांचा गडगडाट व विजांचा चमचमाट होऊन पर्जन्य पडते. पर्जन्याचा कालावधी अर्धा ते एक तास असतो. वर्षभर आरोह पर्जन्य पडते.	पर्वताच्या वातसन्मुख बाजूस भरपूर पर्जन्य पडते तर वातपराङ्मुख बाजूस फारच कमी पर्जन्य पडते. याला 'पर्जन्य-छायेचा प्रदेश' असे म्हणतात.	उष्ण कटिबंधीय आवर्तात विजांचा लखलखाट होऊन मुसळधार वृष्टी होते. समुद्रावर प्रचंड वादळे होतात. सरासरी पर्जन्य 15 ते 20 सें.मी. पडते. समशीतोष्ण कटिबंधातील आवर्तात पर्जन्य सावकाश व दीर्घकाळ पडते. तरी पर्जन्याचे प्रमाण भरपूर असते. आवर्तापाठोपाठ काही वेळेस दुय्यम वायुगर्त निर्माण होतात.
7. परिणाम	भूपृष्ठावर पाण्याचे प्रवाह निर्माण होतात. पाणी फारसे मुरत नाही. जमिनीची धूप मोठ्या प्रमाणात होते.	जगात सर्वांत जास्त पर्जन्य प्रतिरोध पर्जन्यामुळे पडते. याचा कृषीवर अनुकूल व कमी प्रमाणात प्रतिकूल परिणाम होतो.	उष्ण कटिबंधीय आवर्त प्रचंड नुकसानीची असतात. वित्त व जीवित हानी होते. समशीतोष्ण आवर्त फारशी विनाशकारी असत नाहीत.
8. प्रदेश	विषुववृत्ताच्या उत्तर व दक्षिणेस 50 पर्यंतचा प्रदेश, मध्य कटिबंधात उन्हाळ्यात पर्जन्य पडते.	जगामधील पर्वतीय प्रदेशाला प्रतिरोध पर्जन्य पडते.	उष्ण कटिबंधात उत्तर अटलांटिक पॅसिफिक, दक्षिण हिंदी महासागर, बंगालचा उपसागर व अरबी समुद्रात आवर्ते होतात. समशीतोष्ण कटिबंधात उत्तर पॅसिफिक, उत्तर अटलांटिक महासागर, भूमध्य समुद्र, चीन समुद्र, दक्षिण गोलार्धात अर्जेंटिना, दक्षिण आफ्रिका व नैर्ऋत्य ऑस्ट्रेलिया आवर्तामुळे पर्जन्य पडते.

पर्जन्याचे जागतिक वितरण

वृष्टीचे जागतिक वितरण (World Distribution of Precipitation)

1 सें.मी. पर्जन्य म्हणजे काय ? : "भूपृष्ठावर आलेले पर्जन्याचे पाणी जमिनीत मुरणे, वाढणे, बाष्पीभवन किंवा अन्य प्रकारे नाहीसे न होता सपाट पृष्ठभागावर साठलेल्या पाण्याची उंची मोजली पाहिजे. अशा प्रकारे साठलेल्या पाण्याची उंची 1 सें.मी. भरल्यास 1 सें.मी. पाऊस झाला असे म्हणतात."

समवृष्टी रेषा *(Isohyets)* : **"नकाशावर समान पर्जन्य/वृष्टी असणारी स्थानके जोडणाऱ्या काल्पनिक रेषेला 'समवृष्टी रेषा' असे म्हणतात."**

जागतिक पर्जन्याचे भौगोलिक वितरण

(1) **जास्त पर्जन्याची क्षेत्रे :** वार्षिक पर्जन्य 200 सें.मी. पेक्षा किंवा त्यापेक्षा जास्त पर्जन्याच्या क्षेत्राचा समावेश या विभागात होतो. **(नकाशा क्र. 2.5 पाहा.)**

जास्त पर्जन्याची प्रमुख क्षेत्रे :

(अ) आंतर उष्ण कटिबंधीय केंद्रीभवन पट्ट्यालगतचा विषुववृत्तीय प्रदेश.

(ब) बाह्य उष्ण कटिबंधीय आवर्त विभागाची पश्चिम किनारपट्टी, मध्य अक्षवृत्तीय पश्चिम किनारपट्टी.

(क) मान्सून आशियाचा भाग

(ड) उप-उष्ण कटिबंधीय पूर्व किनारपट्टी.

जास्त पर्जन्याची वैशिष्ट्यपूर्ण क्षेत्रे : • विषुववृत्तीय प्रदेशामधील उच्च तापमान, उच्च आर्द्रता आणि उच्च प्रमाणातील अस्थिर हवा या कारणांमुळे येथे अति वृष्टी पडते. याशिवाय दोन्ही गोलार्धामधील पूर्वीय (व्यापारी) वाऱ्यांचे विषुववृत्ताजवळ केंद्रीभवन हेही एक महत्त्वपूर्ण कारण आहे. • पर्वताच्या वाताभिमुख बाजूला प्रतिरोध/अवरोध परिणामामुळे अति वृष्टी पडते. उदा., भारतामध्ये पश्चिम घाटाच्या प्रतिरोध परिणामामुळे पश्चिम किनारपट्टीवर जास्त पाऊस पडतो.

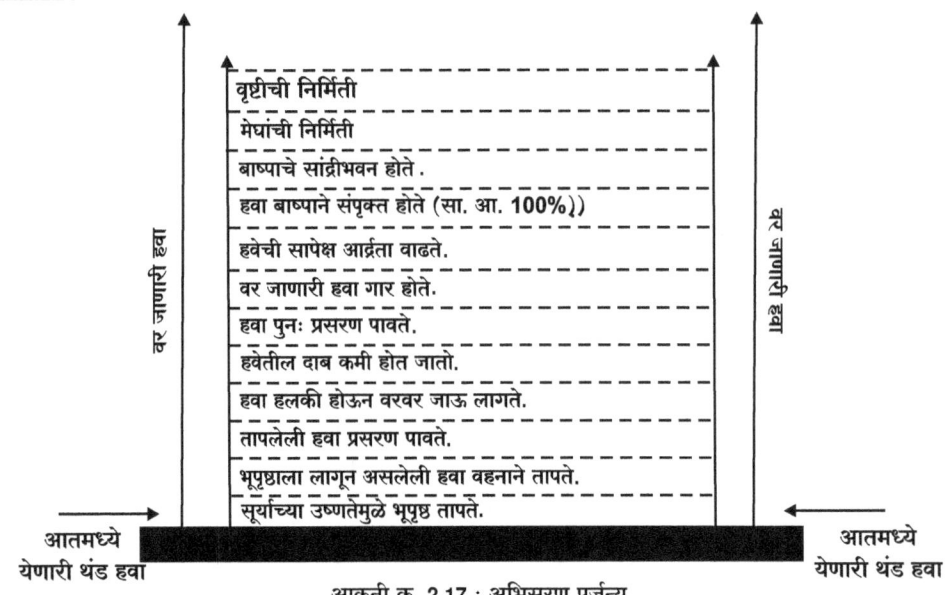

आकृती क्र. 2.17 : अभिसरण पर्जन्य

(2) मध्यम पर्जन्याची क्षेत्रे : या विभागात पावसाचे वार्षिक प्रमाण 100 ते 200 सें.मी. दरम्यान असते. भूमध्य सामुद्रिक प्रदेश व समशीतोष्ण पूर्व किनारपट्टी हवामान प्रकारात मध्यम पर्जन्याची क्षेत्रे आहेत.

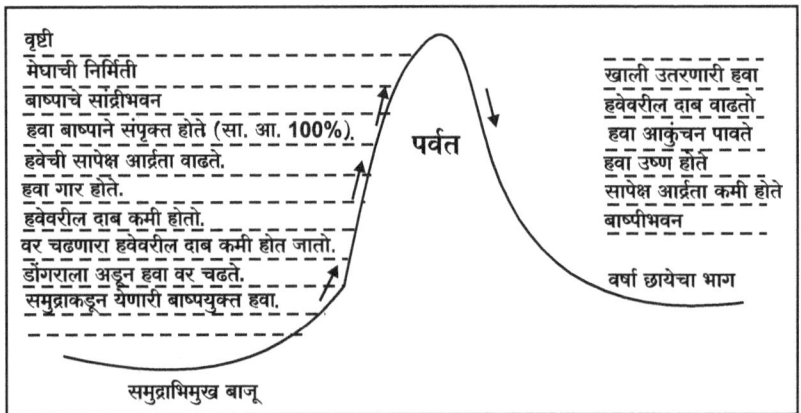

आकृती क्र. 2.18 : प्रतिरोध पर्जन्य

मध्यम पर्जन्याची क्षेत्रे : (अ) भूमध्य सामुद्रिक क्षेत्र (ब) मध्य आणि दक्षिण कॅलिफोर्निया (क) मध्य चिली (ड) आफ्रिका आणि ऑस्ट्रेलिया खंडांची दक्षिण टोके (इ) समशीतोष्ण पूर्व आशियाची पूर्व किनारपट्टी – जपान व दक्षिण मध्य चीन (ई) पूर्व ऑस्ट्रेलिया.

(3) कमी पर्जन्याची क्षेत्रे : कमी पर्जन्याच्या क्षेत्रात वार्षिक पर्जन्य 50 ते 100 सें.मी. दरम्यान असते.

कमी पर्जन्याची क्षेत्रे : (अ) उप-उष्ण कटिबंधीय जास्त दाबाच्या पट्ट्यांचे क्षेत्र (ब) मध्य अक्षवृत्तीय खंडांतर्गत क्षेत्र (क) ध्रुवीय क्षेत्र.

याचप्रमाणे कमी पर्जन्य असणारी वैशिष्ट्यपूर्ण प्रादेशिक क्षेत्रे : • उष्ण कटिबंधीय भूमीचे मध्य भाग • समशीतोष्ण कटिबंधीय प्रदेशाचे अंतर्गत आणि पूर्व भाग • उष्ण कटिबंधीय प्रदेशामधील पश्चिम सीमांत भाग • किनारपट्ट्यांना समांतर पर्वतरांगांना असणारे वातपराङ्मुख प्रदेश.

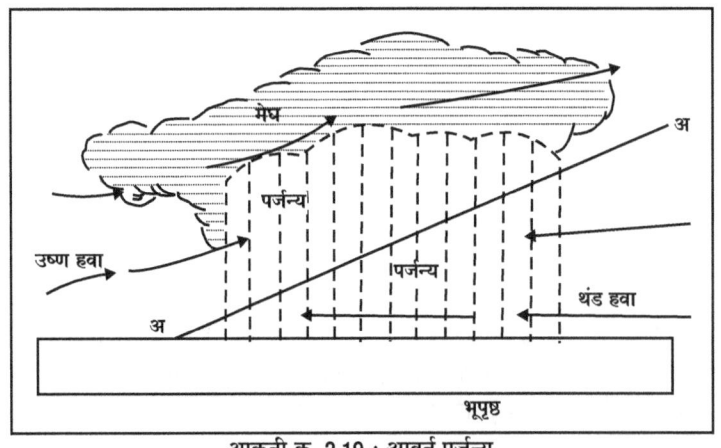

आकृती क्र. 2.19 : आवर्त पर्जन्य

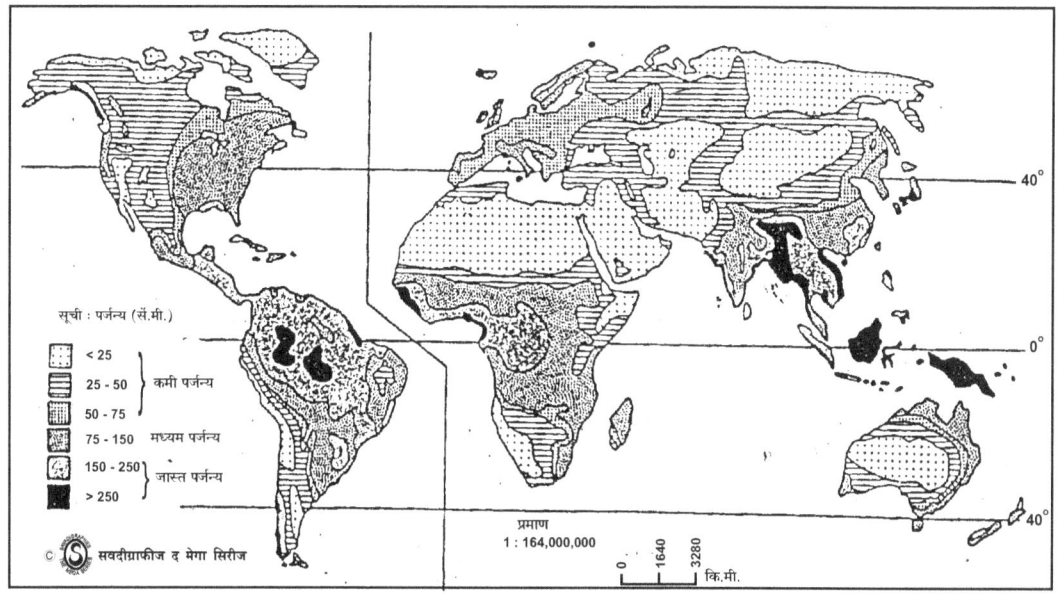

सूची : पर्जन्य (सें.मी.)
25 - 50
कमी पर्जन्य
50 - 75
75 - 150
मध्यम पर्जन्य
150 - 250
जास्त पर्जन्य
प्रमाण
1 : 164,000,000
0
1640
40°
0°
40°

नकाशा क्र. 2.5 : जागतिक पर्जन्याचे भौगोलिक वितरण

(4) अत्यल्प पर्जन्याची क्षेत्रे : वार्षिक पर्जन्य 50 सें.मी. पेक्षा कमी पाऊस पडणारे प्रदेश अत्यल्प पर्जन्याची क्षेत्रे म्हणून ओळखली जातात. यामध्ये प्रामुख्याने उष्ण आणि थंड वालुकामय प्रदेशांचा समावेश होतो.

(अ) उष्ण वाळवंटी क्षेत्रे : • आशिया खंड – भारतीय उपखंडामधील थरचे वाळवंट : पश्चिम आशियामधील सौदी अरेबियन वाळवंट; • आफ्रिका खंड – सहारा आणि कलहारी वाळवंट; • दक्षिण अमेरिका खंड – अटाकामा वाळवंट; • ऑस्ट्रेलिया खंड – ग्रेट ऑस्ट्रेलियन वाळवंट

(ब) थंड वाळवंटी क्षेत्रे : आर्क्टिक प्रदेश, अंटार्क्टिका खंड, टुंड्रा प्रदेश, मध्य आशियाचा काही भाग.

2.3 जलावरण (सागरशास्त्र)

जलावरणाचा/सागरशास्त्राचा पुढील मुद्द्यांच्या आधारे अभ्यास करणार आहोत – (1) महासागर, समुद्र, बेटे आणि भूशिर (2) सागरतळाची भूरूपे (3) सागरतळाचे तापमान, क्षारता व घनता (4) सागरी गर्ता (5) समुद्रप्रवाह (6) भरती-ओहोटी (7) महासागराची साधनसंपत्ती.

1. महासागर, समुद्र व द्वीपसमूह (बेटे), भूशिर

तक्ता क्र. 2.17 : जागतिक प्रमुख महासागर व समुद्र (नकाशा क्र. 2.6 पाहा.)

1.	ॲड्रियाटिक समुद्र	2.	ऐगियन समुद्र	3.	अंदमान समुद्र
4.	अरबी समुद्र	5.	अराफुरा समुद्र	6.	अरल समुद्र
7.	आर्क्टिक महासागर	8.	बफिन उपसागर	9.	बाल्टिक समुद्र
10.	बांदा समुद्र	11.	बॅरेंट समुद्र	12.	बास सामुद्रधुनी
13.	बिस्कीचा उपसागर	14.	बंगालचा उपसागर	15.	फुंडीचा उपसागर
16.	ब्यूफोर्ट समुद्र	17.	बेरिंग समुद्र	18.	काळा समुद्र
19.	कॅरिबियन समुद्र	20.	कॅस्पिअन समुद्र	21.	केल्टिक समुद्र
22.	चुकची समुद्र	23.	कोरल समुद्र	24.	पूर्व चीन समुद्र
25.	पूर्व सैबेरियन समुद्र	26.	इंग्लिश खाडी	27.	ग्रेट ऑस्ट्रेलियन बाईट
28.	ग्रीनलंड समुद्र	29.	गल्फो द व्हेनेझुएला	30.	एडनचे आखात
31.	अलास्काचे आखात	32.	बोथनियाचे आखात	33.	कॅलिफोर्नियाचे आखात
34.	कार्पेंटारियाचे आखात	35.	गियानाचे आखात	36.	मेक्सिकोचे आखात
37.	ओमनचे आखात	38.	सेंट लॉरेन्सचे आखात	39.	थायलंडचे आखात
40.	हडसन उपसागर	41.	हिंदी महासागर	42.	जावा समुद्र
43.	कारा समुद्र	44.	लॅब्राडोर समुद्र	45.	लाप्टेव्ह समुद्र
46.	भूमध्य समुद्र	47.	मोझांबिक खाडी	48.	उत्तर अटलांटिक महासागर
49.	उत्तर पॅसिफिक महासागर	50.	उत्तर समुद्र	51.	नॉर्वेजियन समुद्र
52.	इराणचे आखात	53.	फिलिपिन्स आखात	54.	तांबडा समुद्र
55.	रॉस समुद्र	56.	स्कॉटिआ समुद्र	57.	जपानचा समुद्र
58.	ओखटस्कचा समुद्र	59.	सॉलोमन समुद्र	60.	दक्षिण अटलांटिक महासागर
61.	दक्षिण-चीन समुद्र	62.	दक्षिण पॅसिफिक महासागर	63.	मॅगेलनची खाडी
64.	टास्मन समुद्र	65.	टिमोर समुद्र	66.	वेडेल समुद्र
67.	पीत समुद्र				

जागतिक नकाशात प्रमुख महासागर आणि प्रमुख समुद्र दर्शविले आहेत.

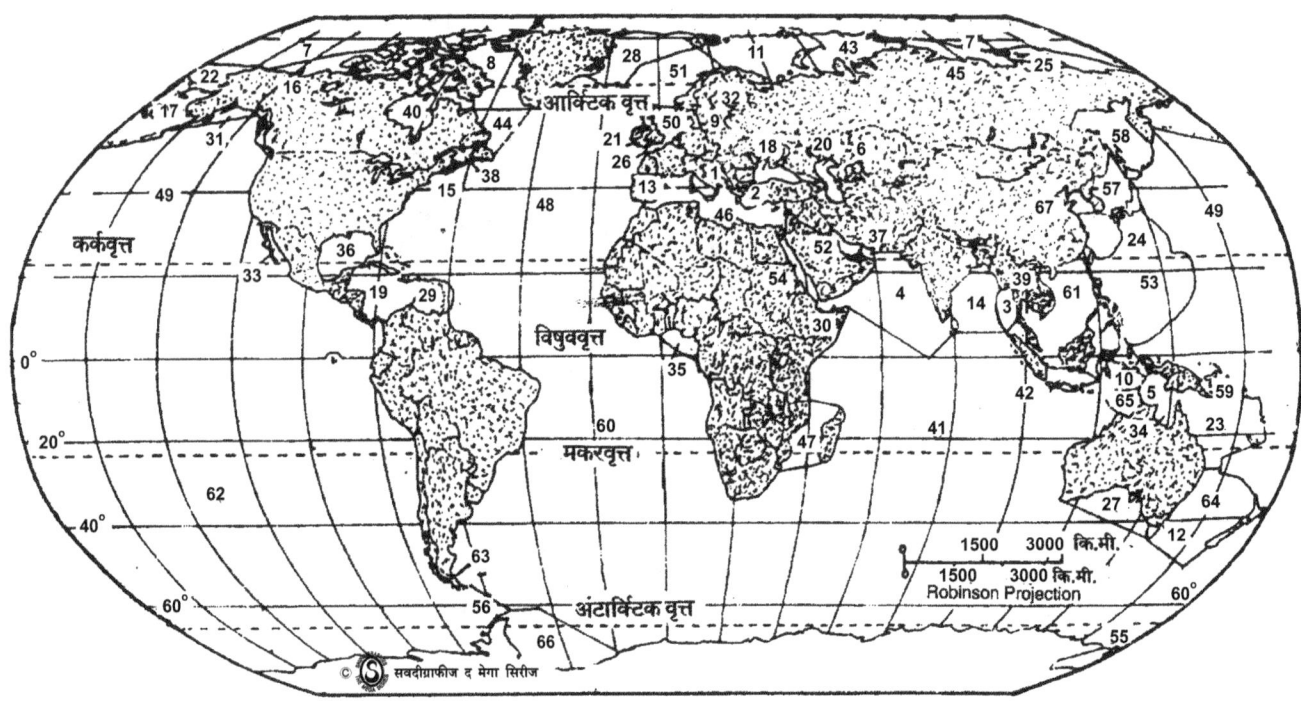

नकाशा क्र. 2.6 : जागतिक प्रमुख महासागर व समुद्र (तक्ता क्र. 2.17 पाहा.)

जगातील प्रमुख द्वीपसमूह

द्वीपसमूह याचा अर्थ सागरी बेटांची शृंखला किंवा गट होय. Archipelago शब्दाची उत्पत्ती अशी की, Arkhi या लॅटिन शब्दाचा अर्थ Main आणि Pelagos याचा अर्थ Ocean (महासागर) किंवा Sea (सागर) असा आहे. द्वीपसमूहांचे अस्तित्व विशाल भूमी किंवा भूखंडाजवळ असते. द्वीपसमूहाची निर्मिती अपक्षरण, निक्षेपण आणि पृथ्वीच्या हालचालीशी संबंधित आहे.

जगामधील प्रमुख द्वीपसमूह मलेशिया/इंडोनेशिया, कॅनेडियन आर्क्टिक, न्यू गिनी, जपान आणि ब्रिटिश बेटे आहेत. याशिवाय अन्य महत्त्वाचे द्वीपसमूह न्यूझीलंड, अँटिलिज, नोव्हाया झेमल्या, स्वालबार्ड आणि सेव्हर्निया झेमल्या आहेत. याची संक्षिप्त माहिती पुढीलप्रमाणे –

(1) **मलेशिया/इंडोनेशिया द्वीपसमूह (20,00,000 चौ.कि.मी.) :** जगामधील सर्वांत मोठे मलेशिया/इंडोनेशिया द्वीपसमूह असून याचे भौगोलिक स्थान हिंदी आणि पॅसिफिक महासागरामध्ये आहे. तसेच याचे स्थान आग्नेय आशिया आणि ऑस्ट्रेलिया यांच्या दरम्यान आहे. या द्वीपसमूहात अनेक बेटे आहेत. यापैकी महत्त्वपूर्ण बेटे इंडोनेशिया, फिलिपिन्स, सिंगापूर, ब्रुनेई, पूर्व मलेशिया, पूर्व टिमोर, न्यू गिनी इत्यादी आहेत. हा द्वीपसमूह जागृत ज्वालामुखी पृथ्वी हालचालीशी निगडित आहे. पर्वत निर्माण हालचालींमुळे अनेक पर्वत निर्माण झालेले आहेत. उदाहरणार्थ, किना बालू (4,095 मी.), पुरूक (4,884 मी.). संपूर्ण द्वीपसमूह विषुववृत्ताच्या दोन्ही बाजूला स्थित आहे.

(2) **कॅनेडियन आर्क्टिक द्वीपसमूह (14,24,000 चौ.कि.मी.) :** जगामधील दुसऱ्या क्रमांकाचे द्वीपसमूह आहे. याचे स्थान कॅनडाच्या मुख्य भूमीच्या उत्तरेस आहे. या द्वीपसमूहात 3,563 बेटे आहेत. कॅनेडियन आर्क्टिक द्वीपसमूह पश्चिमेला ब्यूफोर्ट समुद्र, उत्तरेस आर्क्टिक महासागर, पूर्वेला ग्रीनलंड, बफिन उपसागर आणि डेव्हिस सामुद्रधुनी आहे तर दक्षिणेला हडसन उपसागर आहे. याचे भौगोलिक स्थान आर्क्टिक महासागरामध्ये आहे.

(3) **न्यू गिनी द्वीपसमूह (7,86,000 चौ.कि.मी.) :** द्वीपसमूहाची प्रशासकीयदृष्ट्या दोन भागात विभागणी झालेली आहे. पश्चिम भाग इंडोनेशियाचा 'पापुऊना' तर पूर्व भाग पापुआ न्यू गिनी या नावाने ओळखला जातो. न्यू गिनी चारही बाजूने पॅसिफिक महासागरांनी वेढलेले आहे. पूर्वेला बिस्मार्क आणि सालोमन समुद्र आणि दक्षिणेला कोरल समुद्र आहे तर नैर्ऋत्येला अराफुरा समुद्र आहे.

तक्ता क्र. 2.18 : जगामधील प्रमुख द्वीपसमूह

क्र.	द्वीपसमूह	क्षेत्र चौ.कि.मी.	स्थान
1	मलेशिया/इंडोनेशिया	20,00,000	हिंदी व पॅसिफिक महासागर
2	कॅनेडियन आर्क्टिक	14,24,000	आर्क्टिक महासागर
3	न्यू गिनी	7,86,000	पॅसिफिक महासागर
4	जपान बेटे	3,77,000	पॅसिफिक महासागर
5	ब्रिटिश बेटे	3,15,000	अटलांटिक महासागर
6	न्यूझीलंड	2,68,000	पॅसिफिक महासागर
7	अँटिलीज	2,10,000	कॅरिबियन समुद्र
8	नोव्हाया झेमल्या	90,700	आर्क्टिक महासागर
9	स्वालबार्ड	61,000	आर्क्टिक महासागर
10	सेव्हर्निया झेमल्या	37,000	आर्क्टिक महासागर

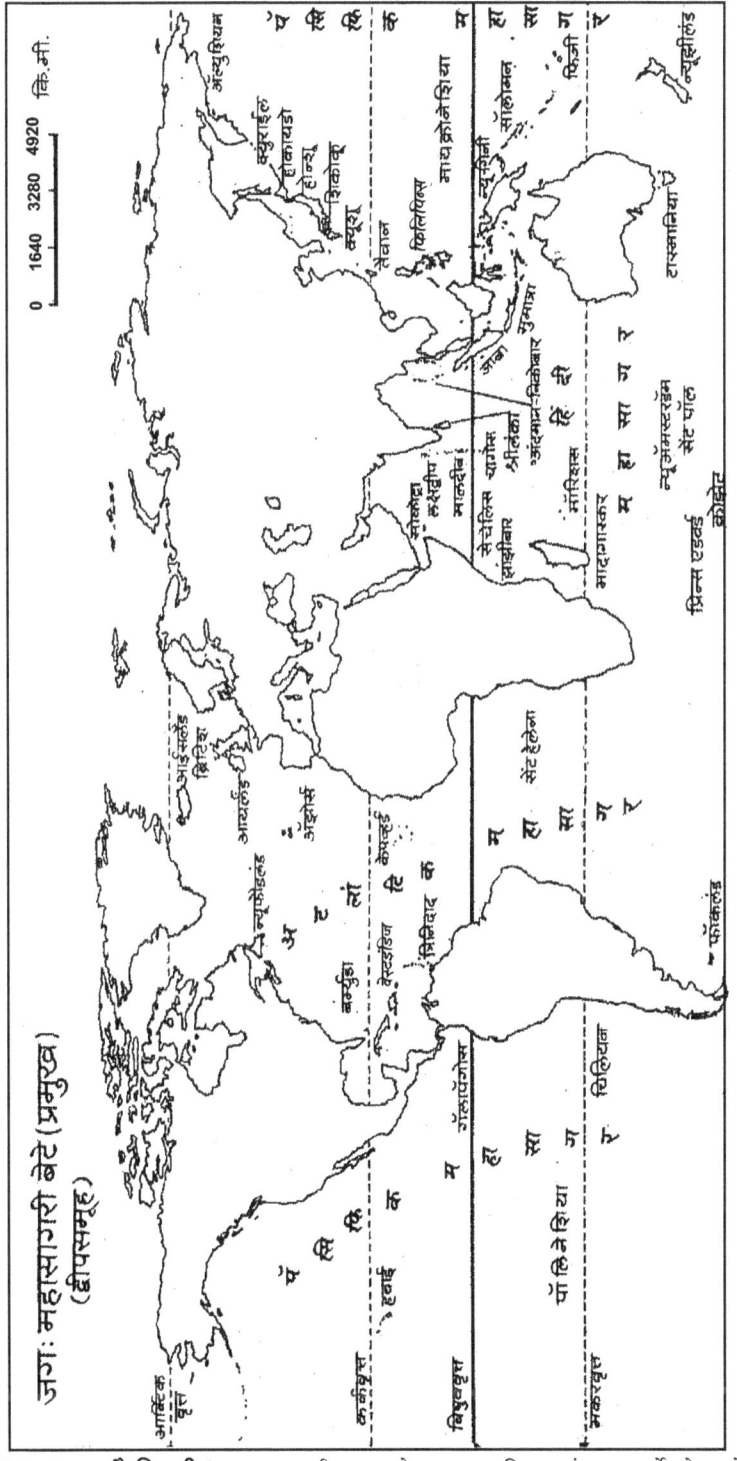

नकाशा क्र. 2.7 : जागतिक द्वीपसमूह आणि बेटे

(4) जपान द्वीपसमूह (3,77,000 चौ.कि.मी.) : जपान द्वीपसमूहाचे स्थान आशिया खंडाच्या पूर्वेकडे आहे. याचा विस्तार ईशान्य-नैर्ऋत्य दिशेने आहे. जपान द्वीपसमूह पॅसिफिक महासागरात आहे. यामध्ये हान्शू आणि होकायडो अशी दोन मोठी बेटे आहेत. याशिवाय क्युशू, शिकोकू, ओशिमो शोटो, ओकिनावा गुंटो अशी इतर बेटे आहेत.

(5) ब्रिटिश द्वीपसमूह (3,15,000 चौ.कि.मी.) : युरोपियन भूखंडाच्या वायव्येस असलेला द्वीपसमूह 'ब्रिटिश बेटे' या नावाने ओळखला जातो. ब्रिटिश द्वीपसमूहात ग्रेट ब्रिटन आणि आयर्लंड ही दोन मुख्य बेटे आहेत आणि इतर सुमारे 6,000 छोटी बेटे आहेत. याची उत्पत्ती पृथ्वीच्या हालचालीमुळे झालेली आहे.

(6) न्यूझीलंड द्वीपसमूह (2,68,000 चौ.कि.मी.) : याचे भौगोलिक स्थान नैर्ऋत्य पॅसिफिक महासागरात आहे. न्यूझीलंड द्वीपसमूहामध्ये उत्तर बेट आणि दक्षिण बेट अशी दोन बेटे आहेत. ही बेटे ऑस्ट्रेलिया खंडाच्या पूर्वेस सुमारे 1,500 कि.मी. अंतरावर आहेत. ही दोन बेटे कूक सामुद्रधुनीमुळे वेगळी झालेली आहेत. द्वीपसमूहात या बेटांव्यतिरिक्त स्टुअर्ट, शाथम, ग्रेट बॅरियर, डी. युरव्हिल, व्हॅहेकी या बेटांचा समावेश होतो.

(7) अँटिलीज द्वीपसमूह (2,10,000 चौ.कि.मी.) : याचे स्थान कॅरिबियन समुद्रामध्ये आहे. अँटिलीज द्वीपसमूहामध्ये बेटांचा ग्रेटर अँटिलीज गट आहे की ज्यामध्ये क्युबा, जमैका, हैती, डोमिनिकन रिपब्लिक आणि प्युर्टोरिका यांचा समावेश होतो.

(8) नोव्हाया झेमल्या द्वीपसमूह (9,07,000 चौ.कि.मी.) : रशियन भाषेमध्ये Novaya Zemlya याचा अर्थ 'नव भूमी' असा आहे. याचे स्थान आर्क्टिक महासागरामध्ये आहे. याची दोन भागात विभागणी झालेली आहे. मुख्य बेट नोव्हाया झेमल्या आणि दुसरे सेव्हर्नीया झेमल्या या नावाने ओळखले जाते. उत्तर बेटावर हिमनद्या आहेत.

(9) स्वालबार्ड द्वीपसमूह (61,000 चौ.कि.मी.) : 'स्वालबार्ड' याचा अर्थ 'थंड समुद्रकिनारा' असा आहे. याचे भौगोलिक स्थान बॅरेंट समुद्र, ग्रीनलंड समुद्र आणि नॉर्वे समुद्र यांच्या दरम्यान आहे. नॉर्वेच्या उत्तरेस स्वालबार्ड द्वीपसमूह आहे. याचे अति उत्तरेकडील स्थानामुळे या बेटावरून मध्यरात्रीचा सूर्य आणि ध्रुवीय रात्र यांचा आनंद घेता येतो. येथे 99 दिवस मध्यरात्रीचा सूर्य आणि 84 दिवस ध्रुवीय रात्रीचे असतात. स्वालबार्ड द्वीपसमूहाचा 60% प्रदेश हिमनद्या, 30% प्रदेश उजाड खडक आणि फक्त 10% प्रदेश वृक्षांनी व्यापलेला आहे. 1920 साली नॉर्वे सरकारनी याचे नाव 'स्वालबार्ड' असे घोषित केले. द्वीपसमूहाचे सरासरी वार्षिक तापमान फक्त 4 ते 6° असते. जानेवारीमध्ये याचे तापमान –12° ते –16° दरम्यान असते.

(10) सेव्हर्निया झेमल्या द्वीपसमूह (37,000 चौ.कि.मी.) : याचे भौगोलिक स्थान सैबेरियाच्या तैयर द्वीपकल्पाच्या उत्तरेला आहे. या द्वीपसमूहाच्या पश्चिमेला कारा समुद्र आणि पूर्वेला लॅपतेव समुद्र आहे. या द्वीपसमूहामध्ये ऑस्ट्रोव ॲगक्टिय, ब्रस्कॉय, ऑस्ट्रोव बोल्शेविक, ऑस्ट्रोव कोयोसोमोलेट आणि ऑस्ट्रोव पाइन अशी चार प्रमुख बेटे आहेत. याशिवाय इतर 70 लहान बेटे आहेत.

द्वीपसमूहाची उत्पत्ती

जगामधील द्वीपसमूहाच्या उत्पत्तीसाठी अनेक कारणे आहेत. यापैकी पुढील काही कारणे – (1) पृथ्वीच्या हालचाली (2) ज्वालामुखी क्रिया (3) प्रवाळभित्ती निर्मिती (4) गाळाचे निक्षेपण.

द्वीपसमूहाची गुणवैशिष्ट्ये

(1) बेटांच्या गटाला 'द्वीपसमूह' असे संबोधले जाते. (2) भूखंडाजवळ द्वीपसमूह आहेत आणि ते साधारण अर्धवर्तुळाकार असतात. उदा., मलेशिया, जपान. (3) द्वीपसमूह मोठे तसेच लहान क्षेत्रफळाचे आहेत. (4) द्वीपसमूहात पर्वत, पठारे, मैदाने इत्यादींसारखी भूरूपे आहेत. (5) काही द्वीपसमूह समुद्रसपाटीपासून अधिक उंचीवर आहेत. तर काही समुद्रसपाटीपासून जेमतेम उंच आहेत. (6) काही छोट्या आकाराच्या बेटांना स्वत:चे नाव असत नाही. तर अनेक छोट्या बेटांच्या समूहांना सामाईक नावाची ओळख आहे.

तक्ता क्र. 2.19 : जग – मोठ्या बेटांचा अनुक्रम (क्षेत्रफळ चौ.कि.मी)

क्र.		क्षेत्रफळ	क्र.		क्षेत्रफळ	क्र.		क्षेत्रफळ
1.	ग्रीनलंड	2,175,600	2.	न्यू गिनी	8,05,510	3.	कालीमंथन/बोर्निओ	7,45,561
4.	मादागास्कर	5,87,040	5.	बफिन बेट	5,07,451	6.	सुमात्रा	4,73,606
7.	हान्शू	2,27,414	8.	ग्रेट ब्रिटन	2,18,476	9.	व्हिक्टोरिया	2,17,291
10.	एलासमीर बेट	1,96,236	11.	सुलेवेसी (सेलेबीज)	1,74,600	12.	न्यूझीलंडचे दक्षिण बेट	1,35,112
13.	जावा	1,32,187	14.	न्यूझीलंडचे उत्तर बेट	1,12,010	15.	लुझॉन	1,04,688
16.	न्यू फौंडलंड	1,03,231	17.	क्यूबा (मुख्य बेट)	1,09,860	18.	आईसलंड (मुख्य बेट)	1,03,000
19.	मिंडानो	97,530	20.	होकायडो	83,453	21.	आयर्लंड	70,720

तक्ता क्र. 2.20 : जग – मुख्य भूशिर *(World-Main Capes)*

केप/भूशिर	देश	महासागर/समुद्र	स्थान
1. केप ॲगुल्हास	दक्षिण आफ्रिका	हिंदी	हिंदी
2. केप बाल्कनो	संयुक्त संस्थाने	उत्तर पॅसिफिक	ओरेगॉन
3. केप कॅनव्हेरल	संयुक्त संस्थाने	उत्तर अटलांटिक	अटलांटिक
4. केप कॅनकुन	मेक्सिको	मेक्सिकोचे आखात	उत्तर अटलांटिक
5. केप चिडले	कॅनडा	लॅब्राडोर समुद्र	लॅब्राडोरचे टोल
6. केप कॉड	संयुक्त संस्थाने	फंडचे आखात	मॅसाच्युएटसचे आखात
7. केप इस्ट	न्यूझीलंड	न्यूझीलंडचे उत्तर बेट	पॅसिफिक
8. केप फेअरवेल	ग्रीनलंड	उत्तर अटलांटिक	उत्तर अटलांटिक
9. केप फॅरिआ	अंगोला	दक्षिण अटलांटिक	दक्षिण अटलांटिक
10. केप फ्रिओ	ब्राझील	दक्षिण अटलांटिक	दक्षिण अटलांटिक
11. केप ऑफ गुडहोप	दक्षिण आफ्रिका	दक्षिण अटलांटिक	दक्षिण अटलांटिक
12. केप गार्डफुई	सोमालिया	अरबी समुद्र	हिंदी
13. केप हॅटेरास	संयुक्त संस्थाने	उत्तर अटलांटिक	उत्तर अटलांटिक
14. केप हॉर्न	चिली	दक्षिण अटलांटिक	दक्षिण अटलांटिक
15. केप हॉवे	ऑस्ट्रेलिया	दक्षिण पॅसिफिक	न्यू साऊथ वेल्स
16. केप आइसी	संयुक्त संस्थाने	चुक्की समुद्र	आर्क्टिक
17. केप कन्याकुमारी	भारत	हिंदी	हिंदी
18. केप लीडवीन	ऑस्ट्रेलिया	हिंदी	पश्चिम ऑस्टेलिया
19. केप सॅन लुकास	मेक्सिको	उत्तर पॅसिफिक	बजा द्वीपकल्प, पॅसिफिक
20. केप मॅटापॅन	ग्रीस	भूमध्य समुद्र	भूमध्य समुद्र
21. केप नॉर्थ	न्यझीलंड	दक्षिण पॅसिफिक	उत्तर बेटाचे उत्तर टोक
22. केप नॉर्थ वेस्ट	ऑस्ट्रेलिया	हिंदी	पश्चिम ऑस्ट्रेलिया

(क्रमशः)

केप/भूशिर	देश	महासागर/समुद्र	स्थान
23. केप ऑरेंज	ब्राझील	दक्षिण अटलांटिक	अँपा राज्याचे उत्तर टोक
24. केप सँडी	ऑस्ट्रेलिया	दक्षिण पॅसिफिक	क्वीन्सलंड, ऑस्ट्रेलिया
25. केप सेंट फ्रान्सिस	दक्षिण आफ्रिका	हिंदी	हिंदी
26. केप साओरॉक्यू	ब्राझील	दक्षिण अटलांटिक	अँपा राज्याचे उत्तर टोक, ब्राझील
27. केप व्हर्डे	सेनेगल	उत्तर अटलांटिक	डाकर
28. केप व्हिन्सेंट	पोर्तुगाल	उत्तर अटलांटिक	उत्तर अटलांटिक
29. केप यॉर्क	ऑस्ट्रेलिया	दक्षिण पॅसिफिक	दक्षिण पॅसिफिक

2. सागरतळाची भूरूपे

सागर विभागात आढळून येणारी भूरूपे पुढीलप्रमाणे आहेत :

(1) **भूखंड मंच किंवा समुद्रबूड जमीन** *(Continental Shelf)* **:** भौगोलिकदृष्ट्या भूखंडांचा जलमग्न उथळ सागरी भाग म्हणजे भूखंड मंच/समुद्रबूड जमीन होय. भूखंडाचा किनाऱ्याजवळील समुद्रात बुडालेला उथळ भाग म्हणजे भूखंड मंच होय. समुद्रबूड जमिनीची सरासरी खोली 100 फॅदम (1 फॅदम म्हणजे 1.8 मीटर) किंवा 180 मीटरपर्यंत असते. **(आकृती क्र. 2.20 पाहा.)**

समुद्रबूड जमिनीची सरासरी रुंदी 70 कि.मी. पर्यंत आहे. ज्या किनारपट्टीवर विस्तृत मैदाने आहेत तेथे ही रुंदी जास्त आहे; तर ज्या किनारपट्टीवर डोंगर/पर्वतरांगा आहेत तेथे ही रुंदी कमी असते. सैबेरिया आणि उत्तर अमेरिकेच्या किनारपट्टीवर यांची रुंदी 1300 कि.मी. पर्यंत आहे.

(2) **खंडान्त उतार** *(Continental Slope)* **:** समुद्रबूड जमीन व सागरी मैदान यांना जोडणारा दुवा म्हणजे खंडान्त उतार होय. सरासरी खोली 100 ते 200 फॅदम किंवा 180 ते 360 मीटरपर्यंत आढळते. खंडान्त उताराने महासागरांच्या एकूण क्षेत्रफळाचा 8.55 टक्के भाग व्यापलेला आहे. रुंदी 80 ते 320 कि.मी. पर्यंत आढळते. खंडान्त उताराचा सरासरी उतार 4.3 अंश असला तरी अनेक ठिकाणी तो 5 अंश ते 60 अंश दरम्यान आढळतो. मैदानी किनाऱ्याजवळ मंद उतार, तर पर्वतीय किनारी भागात तीव्र उतार आढळतो. खंडान्त उतारावर निदऱ्या अधिक खोल व संकीर्ण असतात. खंडान्त उताराच्या भागात 2000 मीटरहून अधिक खोलीच्या भागात अशा सागरांतरी निदऱ्या आढळतात. काही निदऱ्या संयुक्त संस्थानामधील कोलोरॅडो ग्रँड कॅनियनपेक्षाही मोठ्या आहेत.

(3) **भूखंड चढ** *(Continental Rise)* **:** खंडान्त उताराच्या पायथ्या-लगतच्या उताराचा तीव्र ढाळ ज्या ठिकाणापासून एक अंश किंवा त्याहून कमी अंशांनी सागरी मैदानाकडे सलग कमी होत जातो. सागराच्या त्या तळालाच 'भूखंड चढ' असे म्हणतात.

(4) **सागरी द्रोणी तळ** *(Ocean Basin Floor)* **: अगाध सागरी मैदान** *(Abyssal Floor)* **:** मंद उताराचा व विस्तृत क्षेत्रफळाचा भाग अगाध सागरी मैदान आहे. अगाध सागरी मैदानाची रुंदी 1,000 कि.मी. असून खोली 4,600 ते 5,600 मीटरच्या दरम्यान असते.

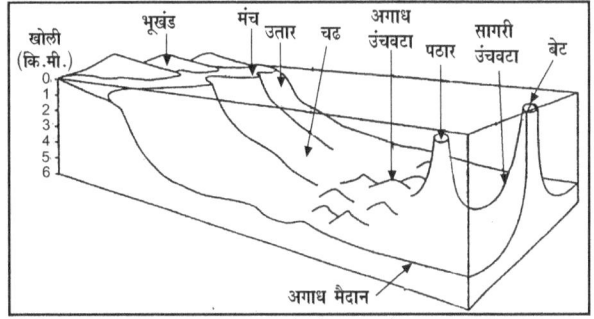

मैदानावरील भूउठावांची निर्मिती ज्वालामुखीय आणि भूविवर्तनी क्रियांमुळे होते.

आकृती क्र. 2.20 : सागरांतर्गत उठावांचा आडवा छेद

एकूण सागरी क्षेत्राचा सुमारे 66% भाग अगाध सागरी मैदानांनी व उंचवट्यांनी व्यापलेला आहे.

अगाध सागरी टेकड्या/उंचवटे *(Abyssal Hills)* **:** सागरी मैदानावरील या लहान टेकड्या असून सागरतळापासून त्यांची उंची 60 ते 1,000 मीटर व विस्तार 10 कि.मी. पर्यंत असतो.

(5) **सागरी पर्वत व सागरी पठार** *(Sea Mounts and Guyots)* **:** सागरांतर्गत ज्वालामुखीय घटकांशी सागरी पर्वत संबंधित आहेत. सागरतळापासून यांची उंची 1,000 मीटरपर्यंत व विस्तार 2 ते 100 कि.मी. पर्यंत आढळतो. काही सागरी पर्वतांची अचानक उंची वाढून ते सागर पातळीवर बेटांच्या रूपाने दृश्यमान आहेत. उदा., हवाई बेटे, अॅझोर्स बेटे.

सपाट माथ्याच्या सागरी पर्वताला सागरी पठार/'गेयोट्स' (Guyots) असे म्हणतात.

(6) **सागरी कटक (रिज) व चढ** *(Ocean Ridges and Rises)* **:** सागरी कटक व उंचवटे यांनी पृथ्वीच्या एकूण क्षेत्रफळाचा 23% भाग व्यापलेला आहे. सर्वच महासागरांत सागरी कटक असून त्यांची लांबी बरीच जास्त असते.

(7) **सागरी डोह व सागरी गर्ता** *(Ocean Deeps and Trenches)* **:** सागरतळावरील खोलगट भागांना 'सागरी डोह' असे म्हणतात तर अति खोल, अरुंद, तीव्र उताराच्या सागरी डोहांना 'सागरी गर्ता' असे म्हणतात. सागरी गर्तांची लांबी 300 ते 5,000 कि.मी., रुंदी 30 ते 100 कि.मी. व खोली 6 कि.मी. पर्यंत असते. गर्ताच्या भिंती तीव्र उताराच्या असतात. सामान्यत: ज्वालामुखी व भूकंपाच्या प्रदेशालगत सागरी गर्ता आढळतात. याची लांबी 340 कि.मी. ते 6,000 कि.मी. पर्यंत असते. उदाहरणार्थ पेरू-चिली गर्ताची लांबी 5,900 कि.मी. आहे.

जगात एकूण सागरी गर्ता 57 असून पॅसिफिक महासागरात सर्वाधिक म्हणजे 32 गर्ता, अटलांटिकमध्ये 19 तर हिंदी महासागरात 6 गर्ता आहेत. **जगातील सर्वांत खोल गर्ता पॅसिफिक महासागरातील 'मरियाना गर्ता' असून तिची खोली 11,022 मीटर आहे.**

(8) **द्वीपचाप** *(Island Arcs)* **:** ज्वालामुखीय बेटांची ही शृंखला असून ती खुल्या सागराकडे बहिर्वक्र असते; यामुळे तिला धनुष्याकार प्राप्त होतो, याला 'द्वीपचाप' असे म्हणतात. बेटांची मालिका सागरी गर्ता व सागरी पर्वत श्रेण्यांना समांतर दिशेत पाहावयास मिळते.

(9) **सागरी सीमांत द्रोणी (बेसीन)** *(Marginal Ocean Basin)* **:** द्वीपचाप आणि भूखंड यांच्या दरम्यान सागरतळाच्या गर्तिकेला (Depression) किंवा दोन स्वतंत्र परंतु समांतर द्वीपचापांच्या दरम्यानच्या प्रदेशाला 'सीमांत सागरी द्रोणी' असे म्हणतात. उदाहरणार्थ, जपानचा समुद्र, ओखटस्क समुद्र आणि फिलिपाईन्सचा समुद्र.

(10) **सागरी पठार** *(Plateau)* **:** सागरी मैदानापेक्षा कमी खोली परंतु जास्त उंचीच्या सपाट व विस्तृत भागांना 'सागरी पठार' असे म्हणतात. उंची 1 ते 2 कि.मी. असते.

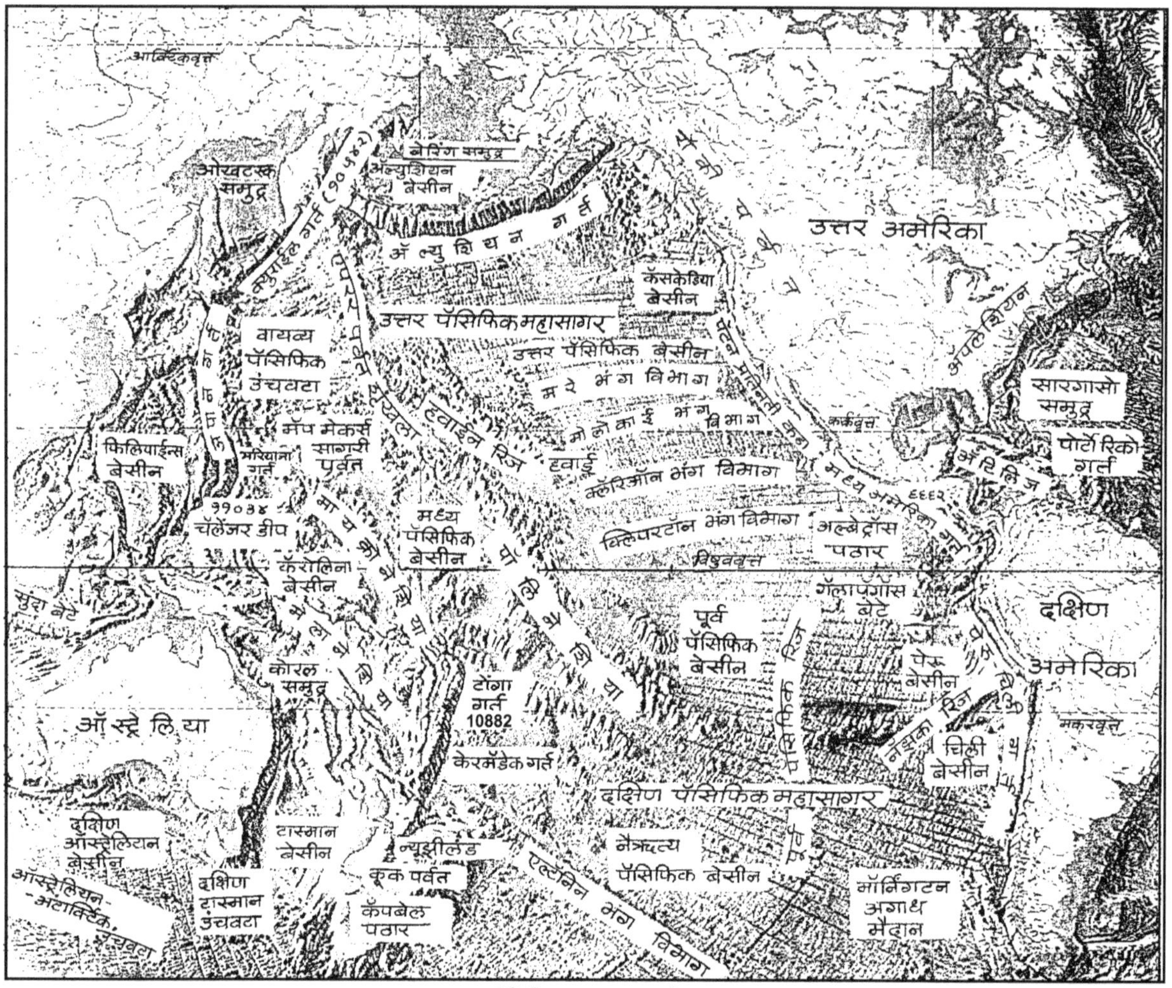

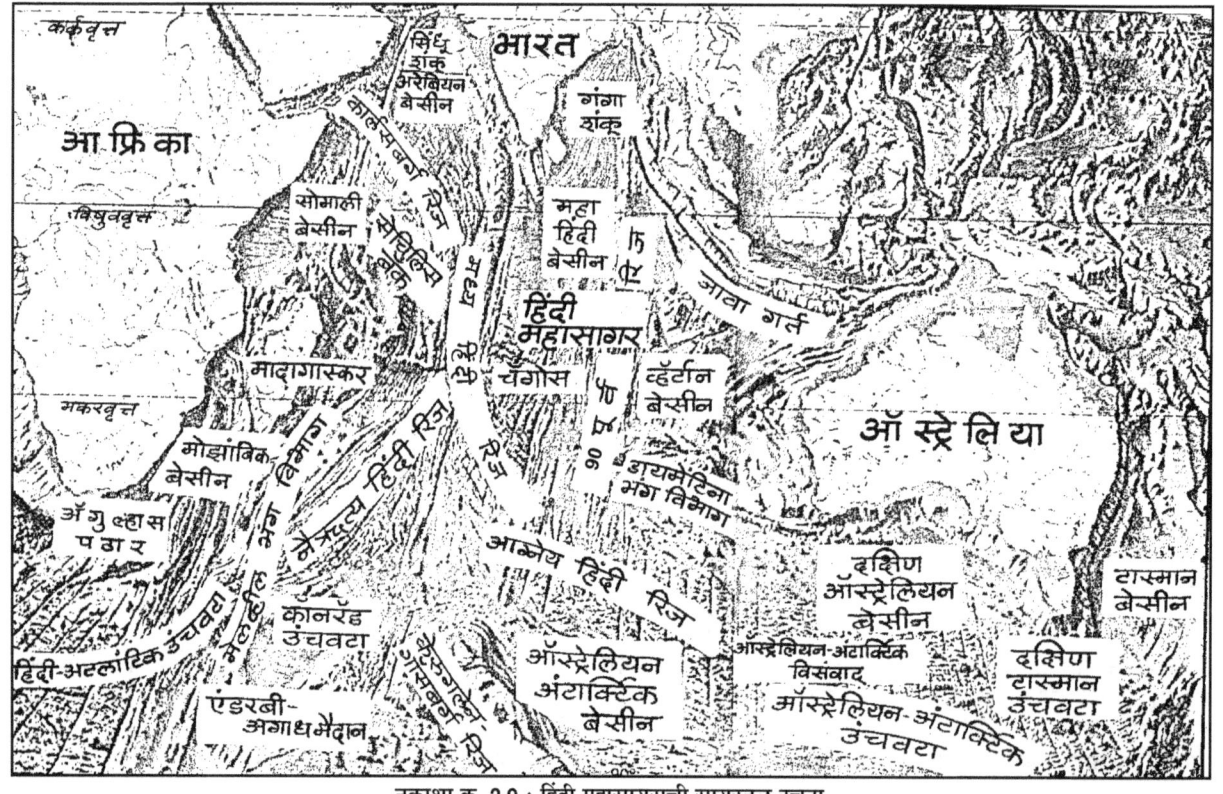

नकाशा क्र. 2.8 : पॅसिफिक महासागराची सागरतळ रचना

नकाशा क्र. 2.9 : हिंदी महासागराची सागरतळ रचना

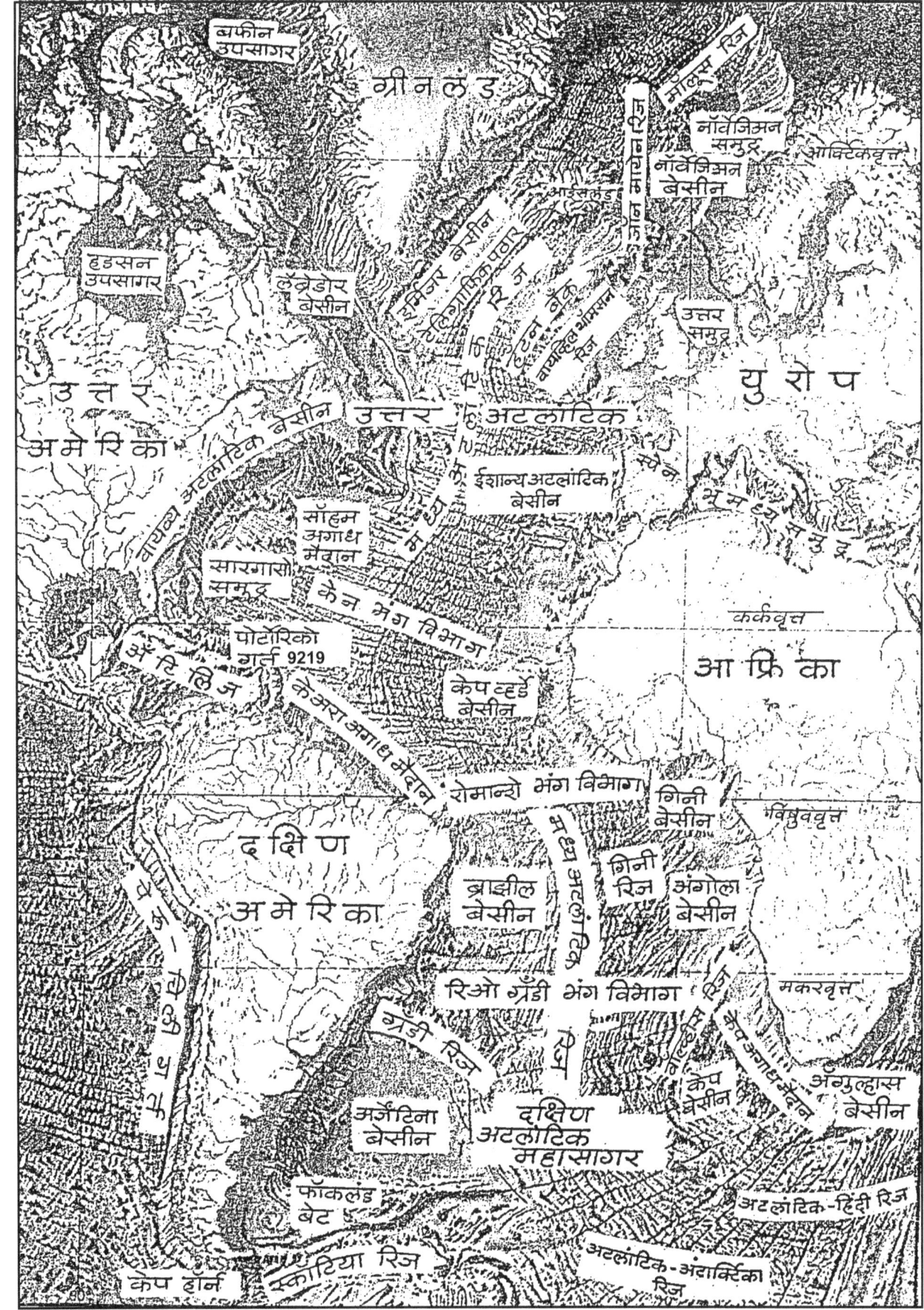

नकाशा क्र. 2.10 : अटलांटिक महासागराची सागरतळ रचना

3. सागरी गर्ता

तक्ता क्र. 2.21 : जग – महत्त्वाचे सागरी गर्त (डोह)

अटलांटिक महासागर	हिंदी महासागर	पॅसिफिक महासागर
(a) नॅरेस गर्त	(a) सुंदा गर्त	(a) ऑल्युशियन गर्त
(b) पोर्टोरिको गर्त		(b) क्युराइल व जपान गर्त
(c) रोमान्शे गर्त		(c) फिलिपिन्स गर्त
(d) साऊथ सँडविच गर्त		(d) मरियाना गर्त (सर्वांत खोल)
		(e) टोंगा-केरमॅडेक गर्त
		(f) पेरु-चिली गर्त

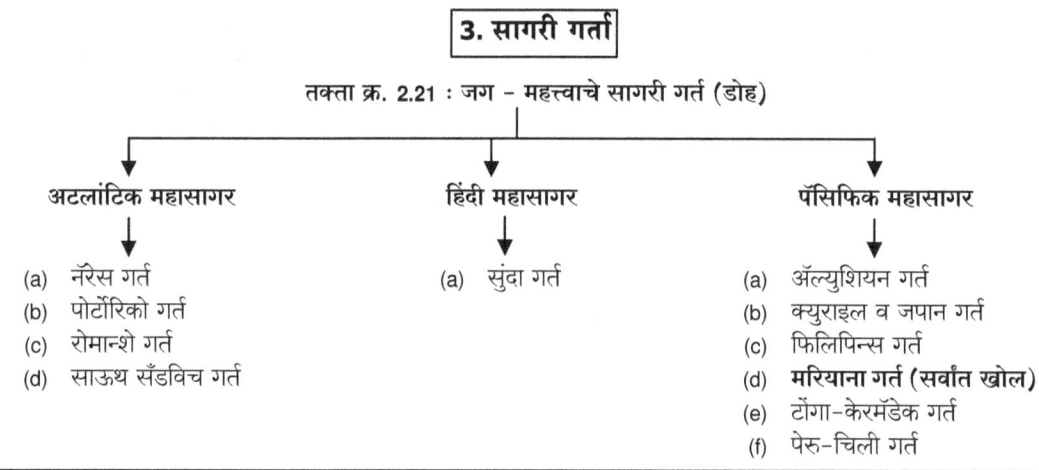

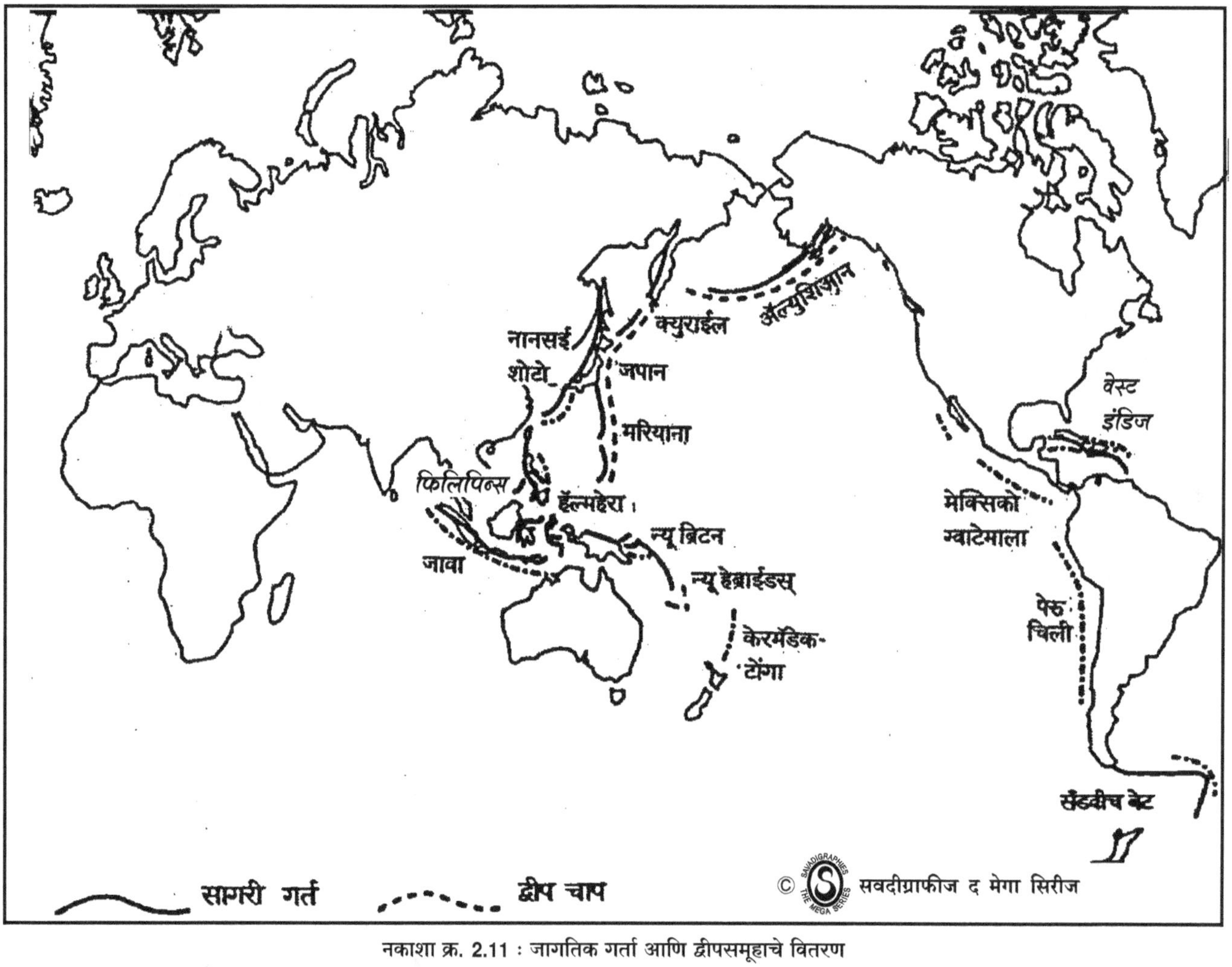

नकाशा क्र. 2.11 : जागतिक गर्ता आणि द्वीपसमूहाचे वितरण

4. सागरजलाचे तापमान, क्षारता व घनता

सागरजलाचे तापमान

सागरजलाच्या तापमानाचे क्षितिजसमांतर वितरणावर परिणाम करणारे घटक : (1) अक्षांश (2) प्रचलित वारे (3) हवेतील स्थानिक बदल (4) समुद्रप्रवाह (5) सागरतळीय रचना (6) सागरीय पाण्याचे कायिक गुणधर्म (7) भौगोलिक स्थान व सागराचा आकार.

भूवेष्टित समुद्रात तापमान : कनिष्ठ अक्षवृत्ताजवळील तांबडा समुद्र 37.8° से., इराणच्या आखातात 34.4° से. तापमान आढळते. उच्च अक्षवृत्ताजवळ बाल्टिक समुद्राचे तापमान 0° से. तर खुल्या समुद्राचे तापमान 4.4° से. आढळते.

सागरजलाच्या तापमानाचे खोलीनुसार वितरण : 100 मीटर खोलीपर्यंत सागरपृष्ठीय तापमान जास्त असते; परंतु त्यानंतर मात्र तापमान कमी-कमी होत जाते. सागराच्या 80% पाण्याचे कायम स्वरूपाचे तापमान 4.4° से. पेक्षा कमी असते.

सागरजलाच्या तापमानाची खोलीनुसार वैशिष्ट्ये :

(1) **तापमान कमी होण्याचा असमान दर :** 2000 मी. खोलीपर्यंत तापमान झपाट्याने कमी होत जाते; परंतु त्यानंतर मात्र तापमान 1.7° से. असून ते जवळजवळ सारखे असते.

(2) **तापमान कमी होण्याचा दर विषुववृत्तावर व ध्रुवावर असमान :** ध्रुवीय प्रदेशापेक्षा विषुववृत्तीय सागरी भागात तापमान कमी होण्याचा दर जास्त असतो.

(3) **तापमानावर ऊर्ध्वगामी दिशेच्या पाण्याचा प्रभाव :** सागरजलाच्या पृष्ठभागाचे तापमान कमी होणे, यावर सागरी पाण्याच्या ऊर्ध्वगामी हालचालीचा प्रभाव पडतो.

(4) **थंड सागरपृष्ठीय पाण्याची अधोगामी हालचाल :** थंड आर्क्टिक व अंटार्क्टिक प्रवाहाची उष्ण कटिबंधीय प्रदेशात अधोगामी हालचाल होऊन तापमान कमी-कमी होत जाते.

(5) **विषुववृत्तीय सागरातील तापमानाची विपरीतता :** विषुववृत्तीय सागरात भरपूर पर्जन्य असल्यामुळे तापमान व क्षारता कमी असते आणि खोलीवर जास्त क्षारता व जास्त तापमान आढळते.

(6) **खोलीवर जास्त तापमान :** तांबडा समुद्र, भूमध्य समुद्र व सारगासो समुद्रात तापमान जास्त असते.

सागरजलाची क्षारता

व्याख्या : **''सागराच्या 1,000 ग्रॅम पाण्यात किती ग्रॅम क्षार आहे त्यास सागरजलाची क्षारता किंवा लवणता असे म्हणतात.''**

सर्वसाधारणपणे सागराची क्षारता 35% असते. क्षारता मोजण्यासाठी लवणतामापक यंत्र वापरले जाते.

सागरजलाची संरचना : सागरजलात साधे मीठ किंवा सोडिअम क्लोराइड हे एक महत्त्वाचे क्षार आहे. याशिवाय मॅग्नेशिअम सल्फेट, मॅग्नेशिअम क्लोराइड, कॅल्शिअम सल्फेट, पोटॅशिअम सल्फेट, कॅल्शिअम कार्बोनेट, मॅग्नेशिअम ब्रोमाइड असतात. त्यांना 'पूरक क्षार' असे म्हणतात.

सागरजलाची क्षारता नियंत्रित करणारे घटक : (1) बाष्पीभवन (2) पर्जन्य (3) नद्या (4) सागरजलाची हालचाल (5) ऋतुकालीन बदल.

सागरजलाच्या क्षारतेचे वितरण

महासागरीय सागरजलाच्या क्षारतेचे वितरण :

(1) **अटलांटिक महासागर :** अटलांटिक महासागराची सरासरी क्षारता 35.67% आहे. • उत्तर अक्षवृत्तावर क्षारता 34.98% असून 15° उत्तर अक्षवृत्तापर्यंत 36% पर्यंत वाढत जाते. • दक्षिण अटलांटिकमध्ये वरील अक्षवृत्तीय पट्ट्यात जास्त क्षारता असून 37.77% पर्यंत आढळते. • उत्तर अटलांटिक महासागरातील उच्च कटिबंधीय प्रदेशात गल्फ प्रवाह पूर्वेकडे जात असल्याने ईशान्य भागात क्षारता जास्त आहे. • 40° दक्षिण अक्षवृत्त रेषा क्षारतेची 35% सीमारेषा ठरविते. • 10° दक्षिण ते 30° दक्षिण दरम्यान महासागराच्या पश्चिम भागात जास्त क्षारता आढळते.

(2) **पॅसिफिक महासागर : * उत्तर पॅसिफिक :** • विषुववृत्ताजवळ क्षारता 34.85% आहे. • 15° ते 30° उत्तर व दक्षिण गोलार्धात लंबवर्तुळाकृती भागात 35 ते 36% क्षारता आहे. • उत्तरेस सागराच्या पश्चिमेकडे ओखटस्क समुद्रात 31% आणि मांचुरियालगत 34% क्षारता आहे. *** दक्षिण पॅसिफिक :** • पेरु व चिलीच्या किनाऱ्यालगत कमी क्षारता आढळते. कोलंबियाच्या किनाऱ्यालगत 28% व दक्षिण चिलीजवळ 33% क्षारता आहे. • याच्या दक्षिणेस खुल्या सागरात 34% क्षारता आढळते.

(3) **हिंदी महासागर : * उत्तर हिंदी :** 0° ते 10° उत्तर सागरात 35% क्षारता आहे. • बंगालच्या उपसागराकडे क्षारता कमी होत जाते आणि गंगेच्या मुखाजवळ 30% पर्यंत क्षारता कमी होते. • अरबी समुद्रात लंबवर्तुळाकृती भागात 36% पर्यंत क्षारता वाढत जाते. *** दक्षिण हिंदी :** • विषुववृत्ताच्या दक्षिणेस सरासरी क्षारता 35% आहे. • जावा बेटाच्या दक्षिणेस 34% क्षारतेचा पश्चिम पूर्व दिशेचा एक पट्टा आहे. • दक्षिण गोलार्धातील सर्वांत जास्त क्षारता ऑस्ट्रेलियाच्या कोरड्या हवामानाच्या पश्चिम भागात आहे.

सागरजलाची घनता

घनता *(Density)* : ''पदार्थाच्या एकक आकारमानाच्या वस्तुमानाला घनता असे म्हणतात.''

सागरजलाची सर्वसाधारण घनता : 1.02400 ते 1.0300 g/cm³ असते. सागरजलाची सर्वसाधारण घनता 1.02575 g/cm³ असते. हा घनतेचा अंक आडनाडी व लक्षात ठेवणे अवघड आहे. म्हणून खालीलप्रमाणे असेही व्यक्त केले जाते :

(घनता – 1) × 1,000 किंवा (1.02575 – 1) × 1,000 = 25.75

सागरजलाच्या घनतेवर नियंत्रण करणारे घटक : (1) तापमान (2) क्षारता (3) दाब.

सागरजल घनतेचे क्षितिजसमांतर वितरण :

1. **उष्ण कटिबंधीय प्रदेश :** उष्ण कटिबंधीय प्रदेशात वर्षभर साधारण एकसमान जास्त तापमान असल्याने सागरजल पृष्ठाची घनता अतिशय कमी असते.
2. **उष्ण कटिबंधीय खुला महासागर :** उष्ण कटिबंधीय खुल्या महासागरात गोड्या जलाच्या मिश्रणामुळे सागरजल पृष्ठभागावर कमी घनता हे गुणवैशिष्ट्य आढळते.
3. **भूमध्य समुद्र :** भूमध्य समुद्र, तांबडा समुद्र यांसारख्या अलग असलेल्या जवळपासच्या सागरात बाष्पीभवन अतिशय तीव्रतेचे असते. सागरतल जल सापेक्षदृष्ट्या उच्च तापमानाचे व जास्त घनतेचे असते.
4. **तांबडा समुद्र :** अधिक प्रमाणात होणाऱ्या बाष्पीभवनामुळे क्षारता वाढून सागरजलाच्या घनतेतही वाढ होत जाते.
5. **मध्य कटिबंधीय खुला महासागर :** मध्य कटिबंधीय खुल्या महासागरात वृष्टीचे भरपूर प्रमाण आणि जास्त तापमानामुळे घनता कमी असते.
6. **आर्क्टिक महासागर :** आर्क्टिक महासागरात गोठणबिंदू गाठले जाते त्या ठिकाणी सागरपृष्ठाच्या स्तरावर अतिशय कमी घनता असते.

5. समुद्रप्रवाह आणि भरती-ओहोटी

समुद्रप्रवाह

समुद्रप्रवाह निर्मितीची कारणे :

1. पृथ्वी स्वरूपीय घटक : (i) गुरुत्वाकर्षण शक्ती (ii) पृथ्वीचे स्वांग परिभ्रमण
2. बाह्य सागरीय घटक : (i) हवेचा दाब व त्यामधील बदल (ii) वारे व घर्षणीय जोर (iii) पर्जन्य (iv) बाष्पीभवन व सौरशक्ती
3. अंतःसागरीय घटक : (i) तापमानाची भिन्नता (ii) क्षारता (iii) घनता
4. समुद्रप्रवाह प्रभावित करणारे इतर घटक : (i) किनारपट्टीचा आकार (ii) ऋतुकालीन फेरफार (iii) सागरतळीय रचना

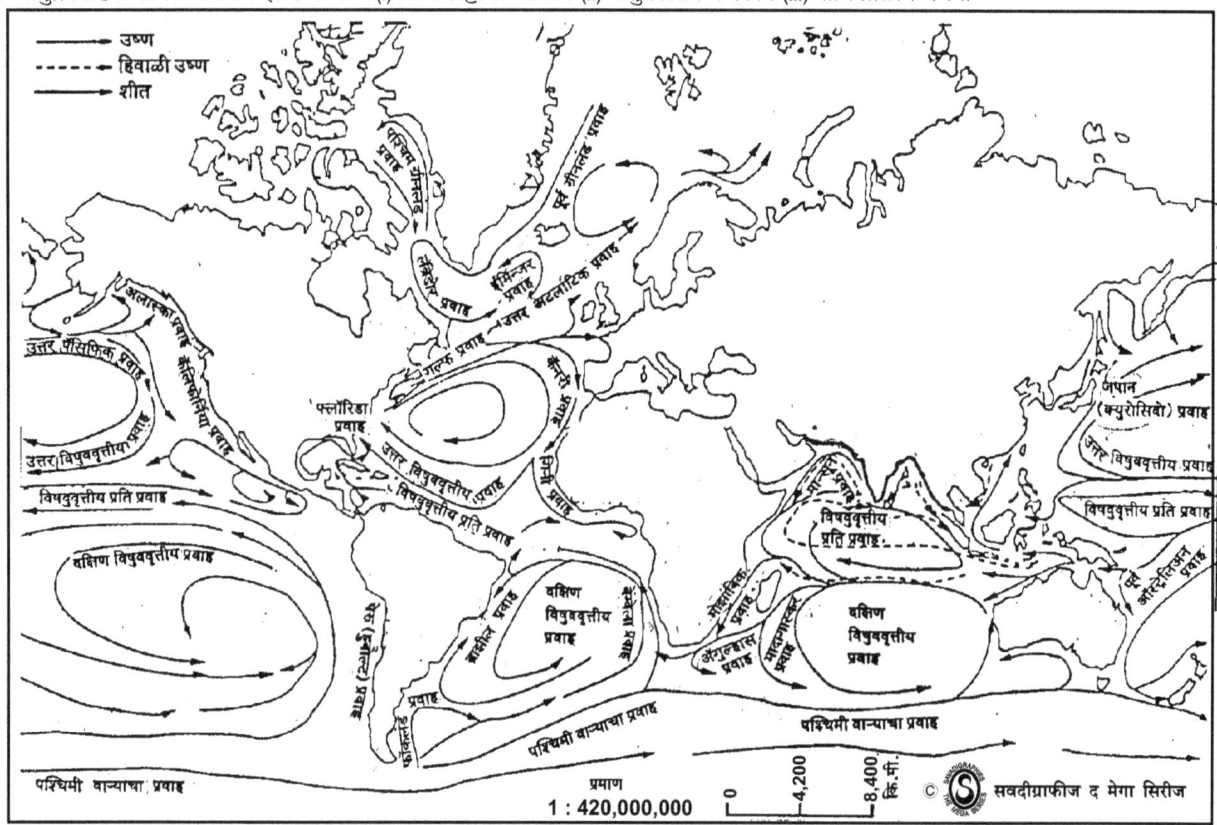

नकाशा क्र. 2.12 : जागतिक सागरी प्रवाह चक्र

तक्ता क्र. 2.22 : समुद्रप्रवाह

निर्मितीची कारणे	अटलांटिक महासागर	पॅसिफिक महासागर	हिंदी महासागर
1. पृथ्वी स्वरूपीय घटक	**1. विषुववृत्तीय प्रवाह**	**1. विषुववृत्तीय प्रवाह**	**1. विषुववृत्तीय प्रवाह**
(अ) गुरुत्वाकर्षण शक्ती	(अ) उत्तर विषुववृत्तीय प्रवाह	(अ) उत्तर विषुववृत्तीय प्रवाह	(अ) उत्तर विषुववृत्तीय प्रवाह
(ब) पृथ्वीचे स्वांग परिभ्रमण	(ब) दक्षिण विषुववृत्तीय प्रवाह	(ब) दक्षिण विषुववृत्तीय प्रवाह	(ब) दक्षिण विषुववृत्तीय प्रवाह
2. बाह्य सागरीय घटक	(क) विषुववृत्तीय प्रति प्रवाह	(क) विषुववृत्तीय प्रति प्रवाह	(क) विषुववृत्तीय प्रति प्रवाह
(अ) हवेचा दाब व बदल	**2. उत्तर अटलांटिक प्रवाह**	**2. उत्तर पॅसिफिक प्रवाह**	**2. उत्तर हिंदी प्रवाह**
(ब) वारे व घर्षणीय जोर	(अ) फ्लॉरिडा प्रवाह	(अ) क्युरोसिवो प्रवाह	(अ) नैर्ऋत्य मान्सून प्रवाह
(क) पर्जन्य	(ब) गल्फ प्रवाह	(ब) उत्तर पॅसिफिक प्रवाह	(ब) ईशान्य मान्सून प्रवाह
(ड) बाष्पीभवन व सौरशक्ती	(क) उत्तर अटलांटिक प्रवाह	(क) ब्रिटिश कोलंबिया प्रवाह	**3. दक्षिण हिंदी प्रवाह**
3. अंतःसागरीय घटक	(ड) कॅनरी प्रवाह	(ड) अलास्का प्रवाह	(अ) मादागास्कर प्रवाह
(अ) वायुभार उतार	(इ) लॅब्राडोर प्रवाह	(इ) सुशिमा प्रवाह	(ब) मोझांबिक प्रवाह
(ब) तापमानाची विभिन्नता	याशिवाय –	(ई) क्युरोसिवो प्रति प्रवाह	(क) अँगुल्हास प्रवाह
(क) क्षारता	• अँटिलिज प्रवाह • फ्लॉरिडा प्रवाह	(उ) क्युरोसिवो प्रति प्रवाह	(ड) पश्चिमी वाऱ्यांचा प्रवाह
(ड) घनता	• पूर्व व पश्चिम ग्रीनलंड प्रवाह	(ऊ) क्युराइल प्रवाह	(इ) पश्चिम ऑस्ट्रेलियन प्रवाह
4. समुद्रप्रवाह प्रभावित करणारे घटक	• ईमिन्जर प्रवाह.	(ए) कॅलिफोर्निया प्रवाह	
(अ) किनारपट्टीचा आकार	**3. दक्षिण अटलांटिक प्रवाह**	**3. दक्षिण पॅसिफिक प्रवाह**	
(ब) ऋतुकालीन फेरफार	(अ) ब्राझिलियन प्रवाह	(अ) पूर्व ऑस्ट्रेलियन प्रवाह	
(अ) सागरतळीय रचना	(ब) फॉकलंड प्रवाह	(ब) पश्चिमी वाऱ्यांचा प्रवाह	
	(क) दक्षिण अटलांटिक प्रवाह	(क) पेरू व हुम्बोल्ट प्रवाह	
	(ड) बेंग्वेला प्रवाह	(ड) एल निनो किंवा प्रति प्रवाह	

6. भरती-ओहोटी

व्याख्या : ''भरती-ओहोटी म्हणजे चंद्र व सूर्य यांच्या आकर्षणामुळे समुद्राच्या पाण्याची खालून वर व वरून खाली होणारी हालचाल होय.''

भरती-ओहोटीवर निर्मितीची कारणे

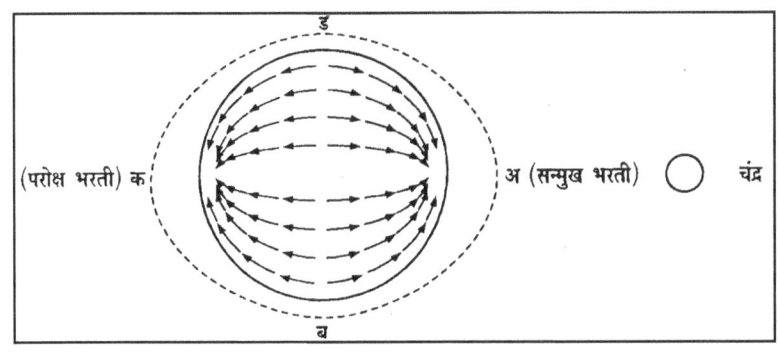

आकृती क्र. 2.21 : सन्मुख भरती व परोक्ष भरती आणि ओहोटी

(1) **पृथ्वी व चंद्राचे आकर्षण** : चंद्राच्या गुरुत्वाकर्षणाचा परिणाम पृथ्वीच्या पृष्ठभागावर होतो. पृथ्वी ही चंद्राच्या जवळ आहे. चंद्राच्या समोर असणाऱ्या पृथ्वीच्या बाजूवर चंद्राचे आकर्षण विरुद्ध बाजूच्या मानाने जास्त असते. घनकवच असणाऱ्या भूकवचापेक्षा चंद्राच्या समोर असणाऱ्या सागराचे पाणी आकर्षिले जाते आणि सागराला भरती येते.

(2) **पृथ्वी व सूर्याचे आकर्षण** : पृथ्वी व सूर्यामधील अंतर जास्त असल्याने सूर्याची आकर्षण शक्ती कमी आहे. चंद्र व सूर्य यांची भरती निर्माण करण्याची शक्ती 11:5 अशा गुणोत्तराची आहे.

(3) **चंद्राची आकर्षण शक्ती सापेक्ष स्थिती** : अंतराचा विचार करता, चंद्राच्या समोर पृथ्वीची जी बाजू असते त्या ठिकाणी भरतीची शक्ती सर्वांत जास्त असते. यामुळे आकृती क्र. 2.21 मध्ये 'अ' येथे 'सन्मुख भरती' पाहावयास मिळते त्याच वेळी विरुद्ध बाजूस 'क' ठिकाणीही तेवढीच भरती निर्माण होते, यास 'परोक्ष भरती' असे म्हणतात.

'ब' आणि 'ड' ही ठिकाणे चंद्राच्या आकर्षणापासून दूर असल्याने पाण्याची पातळी कमी होऊन ओहोटी आढळते. एका वेळी दोन ठिकाणी भरती व दोन ठिकाणी ओहोटी असते. **(आकृती क्र. 2.21 पाहा.)** जेव्हा एखादे ठिकाण चंद्राच्या समोर येते तेव्हा सन्मुख भरती निर्माण होते; परंतु बारा तासाने त्या ठिकाणी परोक्ष भरती निर्माण होते.

चंद्र भरती उशिरा होण्याचे कारण : चोवीस तासांनी पृथ्वीची एक प्रदक्षिणा पूर्ण झाली तरी त्या ठिकाणी पुन्हा त्याच वेळेला भरती येत नाही; तर 48 ते 52 मिनिटे उशिरा भरती येते. पृथ्वीवरील 'अ' हे ठिकाण चंद्रासमोर असल्यास सन्मुख भरती निर्माण होते; तर चोवीस तासांनंतर हे ठिकाण त्याच स्थानी येते; परंतु याच काळात चंद्र आपल्या कक्षा मार्गाने 12° पुढे चं$_1$ ऐवजी चं$_2$ ठिकाणी सरकलेला असतो; त्यामुळे सन्मुख भरती येण्यासाठी किमान 48 मिनिटांचा जास्त अवधी लागतो. **(आकृती क्र. 2.22 पाहा.)**

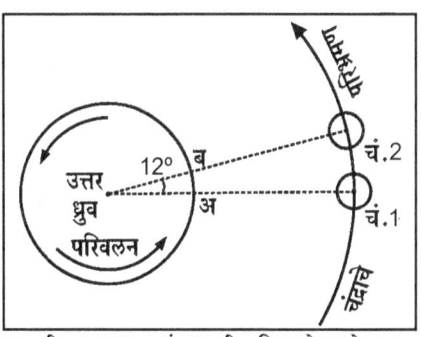

आकृती क्र. 2.22 : चंद्र भरती उशिरा येण्याचे कारण

भरती – ओहोटीचे प्रकार

(1) **उधानाची भरती – ओहोटी** : अमावस्या व पौर्णिमेस सूर्य, चंद्र व पृथ्वी एका सरळ रेषेत असतात. अमावस्येला चंद्र युतीत असतो व पौर्णिमेला तो प्रतियुतीत असतो. अशा वेळी चंद्र व सूर्य यांच्या संयुक्त आकर्षणामुळे त्याच ठिकाणी नेहमीच्या भरतीपेक्षा मोठी भरती-ओहोटी येते; याला उधानाची भरती-ओहोटी असे म्हणतात. **(आकृती क्र. 2.23 पाहा.)**

(2) **भांगाची भरती-ओहोटी** : शुद्ध व वद्य अष्टमी या दोन दिवशी चंद्र व सूर्य यांच्यामध्ये 90° चा कोन असतो; त्यामुळे चंद्र व सूर्य यांचे आकर्षण एक दुसऱ्यास पूरक न होता परस्परविरोधी असते. त्यामुळे भरती-ओहोटीचे प्रमाण इतर दिवसांपेक्षा कमी असते. अशा लहान भरती-ओहोटीस 'भांगाची भरती-ओहोटी' असे म्हणतात. **(आकृती क्र. 2.24 पाहा.)**

समा : भरतीच्या किंवा पाणी वाढण्याच्या अंतिम मर्यादेस 'समा' असे म्हणतात. समा ही अवस्था सुमारे बारा ते तेरा मिनिटे टिकते.

निखार : ओहोटीच्या किंवा पाणी ओसरण्याच्या अंतिम मर्यादेस 'निखार' असे म्हणतात.

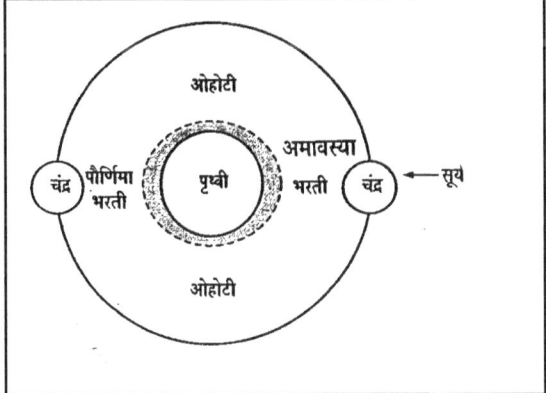

आकृती क्र. 2.23 : उधानाची भरती-ओहोटी

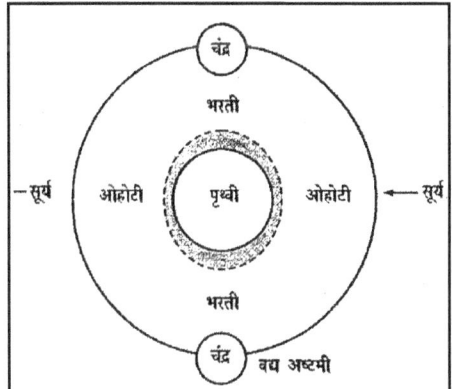

आकृती क्र. 2.24 : भांगाची भरती-ओहोटी

भरती – ओहोटीचे परिणाम

फायदे : (1) नद्यांच्या मुखाशी व बंदरात भरतीच्या वेळी पाण्याची उंची वाढते; त्यामुळे मोठी जहाजे बंदरात जाऊ शकतात व व्यापारास मदत होते. (2) जलविद्युत निर्माण करता येते. (3) बंदरे गाळाने भरून येत नाहीत. (4) मासेमारीच्या धंद्याला प्रोत्साहन मिळते. (5) भरतीमुळे नद्यांच्या पात्रात खारे पाणी येते; त्यामुळे थंड प्रदेशातील नद्या लवकर गोठत नाहीत. (6) भरतीचे पाणी मिठागरात साठवून त्या पाण्यापासून मीठ तयार करता येते.

तोटे : (1) काही वेळेस जहाजे व बोटींना धक्का पोहोचतो. (2) भरतीमुळे नदीमुखाजवळ गाळ साठून सागराची खोली कमी होते; त्यामुळे जहाज वाहतुकीस अडथळा निर्माण होतो. (3) भरती-ओहोटीचे प्रमाण जास्त असल्यास नदीच्या मुखाशी त्रिभुज प्रदेश अस्तित्वात येऊ शकत नाही. (4) मोठ्या प्रमाणावर भरती-ओहोटी आली तर किनारा जलमय होऊन मोठ्या प्रमाणात प्राणहानी व वित्तहानी संभवते.

7. महासागराची साधनसंपत्ती

जैविक साधनसंपत्ती

महासागराचा अन्नाचा स्रोत म्हणून भविष्यकाळात महत्त्व वाढत जाणार आहे. कारण महासागराची अन्नक्षमता खूपच आहे. याचप्रमाणे सागरी अन्नामध्ये पोषणमूल्यांचा दर्जा चांगला आहे. • सागरी अन्नामध्ये मानवाच्या उपभोगासाठी असणाऱ्या ॲमिनो ॲसिडचे योग्य प्रमाण आहे. • जीवनसत्त्व बी-12 चा चांगला स्रोत आहे. • सागरी अन्नामध्ये कोलेस्टेरॉल आणि संपृक्त चरबीचे प्रमाण कमी असते. • सागरी अन्नामध्ये बहुसंपृक्त चरबी आणि आवश्यक फॅटी ॲसिडचे प्रमाण उच्च आहे.

जैविक अन्न साधनसंपत्तीचे स्वरूप

(1) **मासे :** मासेमारीची प्रमुख क्षेत्रे पुढीलप्रमाणे - **(अ) ईशान्य अटलांटिक किनारा :** उत्तरेस आइसलंडपासून दक्षिणेस भूमध्य समुद्रापर्यंत या क्षेत्राचा विस्तार आहे. या क्षेत्रात नॉर्वे, आइसलंड, इंग्लंड हे देश शिवाय फ्रान्स व हॉलंडही मासेमारी करतात. रशिया, जपान यांच्या बोटीदेखील मासेमारी करण्यासाठी येथे येतात. उत्तर समुद्रात जगप्रसिद्ध **'डॉगर बँक'** मत्स्य क्षेत्रात मोठ्या प्रमाणात मासेमारी केंद्रित झालेली आहे. **जगामधील सर्वांत जास्त मासे ईशान्य अटलांटिक सागरी किनाऱ्यावरून निर्यात करतात. (ब) वायव्य अटलांटिक किनारा :** उत्तर अमेरिकेच्या पूर्व किनारपट्टीवर उत्तरेस न्यू फौंडलंड बेटापासून दक्षिणेस संयुक्त संस्थानात न्यू इंग्लंडपर्यंत 800 कि.मी. लांबीचे मासेमारीचे क्षेत्र आहे. **जगातील सर्वांत मोठे मत्स्य क्षेत्र 'ग्रँड बँक' आहे. (क) ईशान्य पॅसिफिक किनारा :** उत्तर अमेरिकेच्या पश्चिम किनारपट्टीवर अलास्कापासून ते दक्षिणेला कॅलिफोर्नियापर्यंतची दंतूर किनारपट्टी मासेमारीसाठी उपलब्ध आहे. नद्यांच्या मुखात सॅमन मासे अंडी घालण्यासाठी येतात तेव्हा त्यांची सहजरीत्या पकड केली जाते. **(ड) वायव्य पॅसिफिक किनारा :** बेरिंगच्या सामुद्रधुनीपासून दक्षिणेला आग्नेय आशियातील सागरकिनाऱ्यावरील सर्वच देशांतून मासेमारी केली जाते.

(2) **समुद्रशैवाल** *(Algae)* **:** जीवनसत्त्वे आणि खनिजांचे चांगले स्रोत समुद्रशैवाल आहेत. हरित शैवालच्या काही प्रजाती 'सागरी लेट्युस' (Sea Lettuce) म्हणून ओळखली जातात.

(3) **प्लवंग** *(Plankton)* **:** अन्नसाखळीच्या पायाशी वनस्पती प्लवंग आणि प्राणी प्लवंग आहेत. याचे उत्पादन घेतल्यास मोठ्या प्रमाणात अन्नाची उपलब्धी होऊ शकते.

(4) **तलस्थ सागरसंपत्ती** *(Benthos Resources)* **: प्राणी :** सागरी अन्नाचा महत्त्वाचा भाग तलस्थ प्राणी आहे. यामध्ये क्रुस्टेशिअन कठीण कवचाचे प्राणी (खेकडे, कोळंबी, प्रॉन आणि लोबस्टर) आणि शेलफिश किंवा मोलस्का (कालव) यांचा समावेश होतो.

सागरी तृण *(Sea Weeds)* **:** हरित शैवाल, तपकिरी शैवाल आणि तांबडी शैवाल ते सागरी तृण म्हणून खडकाळ किनाऱ्यालगत आंतर भरती-ओहोटी विभागात आढळतात. जगाच्या अनेक भागांत विविध सागरी सूक्ष्म शैवालचा उपयोग मानवी अन्न म्हणून होतो.

अजैविक साधनसंपत्ती

(1) **गोडे पाणी साधनसंपत्ती :** जागतिक जल साधनसंपत्तीपैकी सुमारे 97.2% जल महासागरामध्ये आहे. सागरी खारे पाणी ना मानवास व ना कृषीसाठी उपयोगी आहे. परंतु तंत्रज्ञानाच्या आदानामुळे खाऱ्या पाण्याचे रूपांतर गोड्या पाण्यामध्ये होऊ शकते.

विक्षारीकरण *(Desalination)* **: "खाऱ्या पाण्यापासून गोडे पाणी संपादन करणे, याला 'विक्षारीकरण' असे म्हणतात."**

मध्य पूर्वेत कुवेत, सौदी अरेबिया, इस्रायल, दक्षिण आशियामध्ये भारत व पाकिस्तान, युरोपमध्ये ग्रीस, दक्षिण अमेरिकेत चिली, संयुक्त संस्थानात टेक्सास, दक्षिण कॅलिफोर्निया आणि फ्लॉरिडा, शिवाय ऑस्ट्रेलियात खाऱ्या पाण्याचे रूपांतर गोड्या पाण्यात केले जाते.

(2) **सागरीय खनिज साधनसंपत्ती :** जरी सागरामधील पाण्यामध्ये धातू आणि अधातू खनिजांचा स्रोत अमर्याद वाटत असला तरी त्याची टक्केवारी अत्यल्प असते. फक्त मॅग्नेशिअम, ब्रोमीन व साधे मीठ मोठ्या प्रमाणात असून किफायतशीरपणे सध्याच्या किमतीमध्ये व तंत्रज्ञानाने त्याचे उत्पादन करता येते. काही मूलद्रव्यांचे फायदेशीर उत्पादन होऊ शकेल. परंतु तांबे, जस्त, सोने आणि युरेनिअमसारख्या महत्त्वाच्या धातूंचे प्रमाण फारच कमी आहे. • सागरात भूखंड मंच आणि उतारावर आढळणारे निक्षेप वाळूबरोबर मिश्रित असून यामध्ये कॅल्शिअम कार्बोनेट, लोह, कथील, युरेनिअम, सोने, हिरे, प्लॅटिनिअम इत्यादी खनिजद्रव्ये असतात. • यामध्ये (1) झिरकॉन, मोनाझाइट आणि रूटाईल, (2) मॅग्नेराईट, (3) कॅसिटेराइट, (4) सोने प्लेसर, (5) हिरे, (6) प्लॅटिनिअम, (7) पंक, (8) वाळू, (9) प्रवाळ वाळू, (10) फॉस्फोराइट, (11) गंधक ही खनिज साधनसंपत्ती आढळते.

खोल सागरीय निक्षेपात आर्थिकदृष्ट्या प्रमुख दोन प्रकारचे खनिज निक्षेप आहेत : **(i) मँगनीज ग्रंथी :** मँगनीज ग्रंथी हे सहजल (Hydrogenous) खोल सागरीय निक्षेप असून याचे केंद्रीकरण विशेषत: ईशान्य पॅसिफिक महासागराच्या तांबड्या मृत्तिकेमध्ये आढळते. **सध्याच्या काळामधील खोल सागरीय विभागामधील सर्वांत महत्त्वाचा खनिज स्रोत मँगनीज ग्रंथी आहे.** या अवसादी भागात निकेल, तांबे, कोबाल्ट, शिसे आणि जस्त हे धातू सागरी जलाच्या अवक्षेपण/साका (Precipitation) स्वरूपात असतात. मँगनीज ग्रंथीचा विस्तार उत्तर पॅसिफिक, मध्य हिंदी महासागर आणि दक्षिण पॅसिफिक महासागराच्या काही भागात आहे. **(ii) धातूयुक्त निक्षेप :** यामध्ये जस्त, लोह, तांबे आणि चांदी, शिसे, क्रोमियम, सोने यांचे सल्फाइडस महत्त्वपूर्ण आहेत.

महासागराच्या अध:पृष्ठभागावरील निक्षेप

(1) **खनिज तेल आणि नैसर्गिक वायू :** महासागराच्या अध:पृष्ठ निक्षेपात सर्वांत महत्त्वाचे खनिज तेल आणि नैसर्गिक वायू आहे. सागरामधून प्राप्त होत असलेल्या एकूण खनिज मूल्यांपैकी 90% वाटा खनिज तेल आणि नैसर्गिक वायूचा आहे. अपतट (Off-shore) क्षेत्रामधील खनिज तेलाची क्षेत्रे मेक्सिकोचे आखात, इराणचे आखात, उत्तर समुद्र, ऑस्ट्रेलियाचा उत्तर किनारा, कॅलिफोर्नियाचा दक्षिण किनारा आणि आर्क्टिक महासागराचा किनारी प्रदेश आहेत. (2) **गंधक :** क्षारयुक्त घुमटाकार भागात पेट्रोलिअमप्रमाणे गंधकाचे संपन्न स्रोत आहेत. थायलंडच्या सागराच्या 25 मीटर खोलीवर गंधक आढळते. (3) **कोळसा :** सर्वसाधारणपणे कोळसा भूभागावर आढळतो. परंतु सागरपातळीच्या बदलामुळे काही कोळशाचे साठे सागरात निमग्न होतात. निमज्जन कोळशाचे साठे जपान, इंग्लंड, आफ्रिका आणि भारतामध्ये मुंबईचा किनारा येथे आहेत.

(3) **सागरी ऊर्जा साधनसंपत्ती :** प्रमुख सागरी ऊर्जा साधनसंपत्ती पुढीलप्रमाणे : (अ) भरती-ओहोटी ऊर्जा (ब) तरंग ऊर्जा (क) सागरी प्रवाह ऊर्जा (ड) सागर औष्णिक/ऊर्जा रूपांतर सर्व सागरी ऊर्जा प्रकार प्रायोगिक अवस्थेमध्ये आहेत.

2.4 जीवावरण किंवा सजीव घटक

जीवावरण हा जीवनाधार थर आहे की, जो पृथ्वीच्या सभोवती असतो आणि कोणत्याही संरक्षित साधनाविना वनस्पती आणि प्राणिजीवन शक्य असते.

पृथ्वीच्या ज्या भागात जिवंत जीव असतात, याला 'जैव जग' किंवा 'जीवावरण' (The Organic World or Biosphere) असे म्हणतात.

व्याख्या : ''पृथ्वीचा जो विभाग की, जेथे जीवन अस्तित्वात असते. वातावरणाचा काही भाग (तपांबर), जलावरण (प्रामुख्याने पृष्ठीय जल आणि भूमिगत पाणी) आणि शिलावरण (प्रामुख्याने मृदा आणि पृष्ठीय खडक) आणि महासागर व जलाचा बाह्यांग सागराच्या तळाशी असलेला गाळ (अवसाद) यामध्ये जीवन आढळते, यास 'जीवावरण' असे म्हणतात.''

सर्व जीवित जीव (जैविक घटक), ऊर्जा (ऊर्जा घटक) आणि प्राकृतिक पर्यावरण (अजैविक घटक) आणि जीवित जीव व प्राकृतिक पर्यावरण यांच्यामधील तसेच जीवित जीवामधील निरंतर आंतरक्रिया यांचा समावेश जीवावरणात होतो. पृथ्वीच्या पृष्ठभागालगतच्या वातावरणाचा सुमारे 10 कि.मी. जाडीचा थर, शिलावरणाचा 2 कि.मी. जाडीचा थर व पर्यावरणाचा सुमारे 10.8 कि.मी. च्या सर्वांत जास्त खोलीपर्यंतचा बहुतेक सर्व भाग अशा तीन वेगवेगळ्या विभागांचा जीवावरणात समावेश केला जातो.

जीवावरणाचे वैशिष्ट्यपूर्ण उपविभाग *(Specific Subdivision of Biosphere)* **:** जीवावरणाच्या अंतर्गत परिसंस्थांच्या (Ecosystem) विशिष्ट प्रकारात अनेक प्रमुख विभाग असतात. अशा विभागांना 'जीवसंहती' (Biomes) असे म्हणतात. प्रभावी परिसंस्थांच्या प्रकारांमुळे जीवसंहतीस मान्यता प्राप्त होते. उदा., उष्ण कटिबंधीय आर्द्र वने, समशीतोष्ण वने, प्रेअरी, वाळवंटे आणि आर्क्टिक टुंड्रा. परिसंस्थांचा जीवसंख्या एक उपविभाग असून जीवसंख्येचा वैयक्तिकदेखील (व्यक्तिगत) एक उपविभाग असतो. **(आकृती क्र. 2.25 पाहा.)**

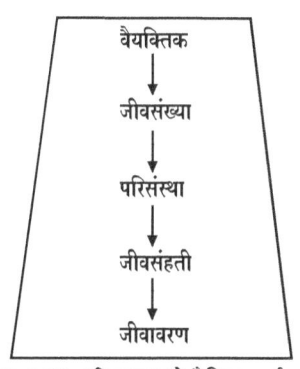

आकृती क्र. 2.25 : जीवावरणाचे वैशिष्ट्यपूर्ण उपविभाग

जीवावरणाचे स्वरूप (Nature of Biosphere)

• अनेक प्रकारच्या वनस्पती, विविध पशू आणि पक्षी, जलचर प्राणी, मानव, कीटक व असंख्य प्रकारचे सूक्ष्म जीव जीवावरणात वास्तव्य करतात. • वातावरणातील सूक्ष्म जीव, कीटक, सूक्ष्म जंतू आणि काही प्राणी यांच्या मानाने हरित वनस्पती कमी उंचीवर आढळतात. हिमनदीय लार्कस्परसारखी हरित वनस्पती हिमालयात एव्हरेस्टच्या परिसरात 6,200 मी. उंचीवर असते. पक्षी त्यापेक्षा दोन कि.मी. अधिक उंचीवर उडू शकतात. • समुद्रातील वनस्पती जीवनास आवश्यक असणारा सूर्यप्रकाश फार खोलवर पोहोचत नसल्यामुळे जलावरणातही जलपृष्ठापासून जास्त खोलीवर जलीय वनस्पती अस्तित्वात असलेल्या दिसत नाहीत. • 350 मी. खोलीच्या पलीकडे बहुधा शैवाले आढळत नाहीत. त्यापेक्षा कित्येक हजार मीटरच्या खोलीवर सूक्ष्म जीव आढळतात. अशा रीतीने जीवावरणाच्या मूलभूत संरचनेत एक वैचित्र्यपूर्ण परिस्थिती आढळते. • **वातावरणाची जाडी सुमारे *10* कि.मी. व जलावरणाची *10.8* कि.मी. जाडी लक्षात घेऊन संपूर्ण जीवावरणाची महत्तम जाडी *21* कि.मी. इतकी आहे. समुद्राच्या अगदी तळापर्यंतच्या सर्व थरांमध्ये सूक्ष्म जीव आढळतात, तर वातावरणाच्या तपांबराच्या वरच्या थरात सूक्ष्म जंतू-कीटक आढळतात. • पृथ्वीची पुष्कळशी जीवसृष्टी शिलावरणात आढळते. लहान प्राण्यांना भक्ष बनवून मोठ्या प्राण्यांनी आपली उपजीविका करून घ्यावी हा जीवावरणाच्या अविरततेचा नियम आहे. • अति विरळ वातावरणात राहणारे सूक्ष्म जीव, वातावरणाच्या तळाशी राहणारे मानव, पक्षी व इतर पृष्ठभागीय प्राणी आणि समुद्राच्या तळाशी राहून पाण्याचा व वरील वातावरणाचा प्रचंड भाग सहन करू शकणारे जलचर प्राणी यांशिवाय अगणित प्रकारचे जीव जीवावरणात वास्तव्य करतात.**

जीवावरणाची प्रमुख वैशिष्ट्ये (Main Characteristics of Biosphere)

(1) **पाण्यासारख्या महत्त्वाच्या घटकामुळे सर्वच जीवांची घडण :** जीवावरणात पाणी विपुल प्रमाणात आढळते. बहुतेक सर्वच जीवांची घडण पाण्यासारख्या महत्त्वाच्या घटकांमुळे झालेली असते.

(2) **सूक्ष्म जीवांच्या विशाल वसाहती पाण्यातच :** जीवावरणात द्रव-घन, घन-वायू आणि वायू-द्रव वस्तू विभागणारी अनेक आंतरपृष्ठे अस्तित्वात आलेली असतात. सूक्ष्म जीवांच्या विशाल वसाहती घन पृष्ठावर न आढळता अधिकांशाने त्या विशुद्ध असलेल्या पाण्यातच आढळतात.

(3) **शिलावरणातील मृदू भूस्तरात वनस्पती व जीवजंतूंची वाढ :** अति घनपृष्ठावर सूक्ष्म जीवजंतूंच्या वसाहती किंवा वनस्पती जीवन क्वचितच आढळते. शिलावरणात अनंत अतिसूक्ष्म मृत्तिकाकणांचा पृष्ठभाग मोठ्या प्रमाणात उपलब्ध होतो. या मृदू भूस्तरात वनस्पती व जीवजंतू वाढतात.

(4) **हरितद्रव्यामुळे प्रकाशसंश्लेषण होऊन वनस्पतींना संवर्धक द्रव्ये प्राप्त :** जीवावरणाला अतिशय लघु तरंग लांबीच्या सौर प्रारणाशिवाय (तरंगरूपी ऊर्जेशिवाय) इतर दीर्घ तरंग लांबीचे प्रारणही मिळते. हे दीर्घ तरंग लांबीचे प्रारण जेव्हा अपारदर्शक हरित वनस्पतींना प्राप्त होते तेव्हा

त्यातील हरितद्रव्यामुळे प्रकाशसंश्लेषण होऊन वनस्पतींना संवर्धक द्रव्ये प्राप्त होतात. मानवांच्या व इतर प्राण्यांना श्वसनासाठी विपुल प्रमाणात ऑक्सिजन उपलब्ध होतो. अनेक कार्बनी संयुगे निर्माण होतात आणि रासायनिक ऊर्जा साठविली जाते. पृथ्वीवरील जीवित अव्याहतपणे चालू ठेवायला ही मूलभूत यंत्रणा अत्यावश्यक असते.

मानवाच्या अनेकविध वैज्ञानिक व्यवहारामुळे व उद्योगामुळे जीवावरणाचा उल्लेख 'मानवी उद्योगावरण' *(Astrosphere)* **असाही केला जातो.**

जैवविविधतेची संपन्न ठिकाणे (Hot-Spots of Biodiversity)

व्याख्या : अगदी सोप्या भाषेत सांगावयाचे झाल्यास पृथ्वीवरील वैविध्यपूर्ण जीवन आणि तिच्या अगणित प्रक्रिया म्हणजे जैवविविधता होय. यामध्ये एकपेशीय कवक/बुरशी, आदिजीव संघ (प्रोटोझोआ) आणि सूक्ष्म जंतूंपासून (बॅक्टेरिया) वनस्पती, पक्षी, मासे आणि सस्तन प्राण्यांसारखे जटिल बहुपेशीय जीवांचा समावेश होतो.

''जागतिक जीवांच्या विविधतेत त्यांच्या जननिक/आनुवंशिक विविधता आणि त्यांच्या विविध गटांचे एकत्रीकरण यांचा समावेश म्हणजे जैवविविधता होय. मानवी जीवन व त्याच्या क्षेत्र कुशलतेला नैसर्गिक जीवशास्त्रीय बहुमूल्य ठेवा घट्ट विणतो हे जैवविविधतेच्या संज्ञेत सर्वसमावेशक असते. संकल्पनेचा विस्तार जनुक (वंशिकता ठरविणारा पेशीमधील घटक) जैवजाती आणि परिसंस्थेच्या आंतर सुसंबद्धतेवर प्रकाश टाकतो. कारण जैवजातीचे घटक जनुक आहेत आणि परिसंस्थेचे घटक जैवजाती आहेत. या श्रेणिबंध रचनेच्या कोणत्याही पातळीवर बदल झाल्यास दुसऱ्यामध्येही बदल होण्याची शक्यता असते. थोडक्यात, जैवविविधतेच्या संकल्पनेचा केंद्रबिंदू जैवजाती आहे.''

– जागतिक साधनसंपत्ती संस्था

जैवविविधतेची संवेदनशील ठिकाणे (Hot-Spots of Biodiversity)

व्याख्या : पृथ्वीवरील जैवविविधतेची सर्वांत जास्त लक्षणीय ठिकाणे आणि बऱ्याचशा ठिकाणांमध्ये मूळ वनस्पतीचे फक्त 10% पेक्षाही कमी अस्तित्व उरलेले आहे. अशा ठिकाणांना किंवा क्षेत्रांना त्यांच्या संरक्षणासाठी 'जैवविविधतेची संवेदनशील ठिकाणे' असे संबोधले जाते.

जैवविविधतेच्या संवर्धनासाठी संपन्न ठिकाणांमधील मुख्य क्षेत्रे केंद्रित केलेली आहेत. ही क्षेत्रे जैवविविधतेच्या दृष्टीने अतिशय सुसंपन्न, उच्च पातळीवर प्रदेशनिष्ठता (Endemism), जातींचे सातत्याने धोक्यात येऊन विलोपन आणि निवासक्षेत्राचा विनाश होण्याची शक्यता असते. धोक्यात आलेल्या परिसंस्था व जातींच्या संवर्धनासाठी 'संवेदनशील ठिकाण दृष्टिकोन' (Hotspot Approach) महत्त्वाचा असतो. जागतिक पातळीवरील जैवविविधतेच्या ऱ्हास समस्येला तोंड देण्यासाठी डावपेचांचे लक्ष्य ठरविले आहे. जातींच्या विलोपन संकटकाळाची हाताळणी करण्यासाठी संपन्न ठिकाणासंबंधीचे डावपेच उपयुक्त असतात. त्यांचा अधिक प्रभाव पाडण्यासाठी संवर्धन गुंतवणुकीची प्राधान्यता आणि लक्ष्य निश्चित केले जाते.

भारतामधील जैवविविधतेची संपन्न ठिकाणे

1. पूर्व हिमालय

प्रदेश : हिमालयाच्या पूर्व भागाचा समावेश यामध्ये होतो. आसाम हिमालय, प. बंगालचा दार्जिलिंग, सिक्कीम हा प्रदेश पूर्व हिमालयात समाविष्ट होतो. याच अनुषंगाने भूतान, म्यानमार आणि चीनचे युनान आणि चेझवान प्रांतही पुढे पूर्व हिमालयाचे जैविकदृष्ट्या प्रदेश सांगता येतील.

पूर्व हिमालयाची जैवविविधतेची वैशिष्ट्ये : • पूर्व हिमालय भौगोलिक वनस्पतीदृष्ट्या वैशिष्ट्यपूर्ण वनस्पतींचा आहे. • पूर्व हिमालयाची प्राकृतिक रचना पर्वतरांगा, खोल दऱ्या, शिखरे, काही प्रदेशांची साधारण उंची 1,780 ते 3,500 मीटर दरम्यान आहे. साहजिकच जातींची विविधता आणि प्रदेशनिष्ठता यामध्ये वाढ झालेली आहे. • असाधारण प्रदेशनिष्ठ जाती अनेक खोल आणि निम-अलग दऱ्यांमध्ये आहेत. • सिक्कीममधील 7,298 चौ.कि.मी. क्षेत्रात 4,250 वनस्पती जाती आहेत. यांपैकी 2,550 (60%) प्रदेशनिष्ठ आहेत. याचा अर्थ त्या जगात इतरत्र आढळत नाहीत. • पूर्व हिमालयामधील मूळ वनक्षेत्रापैकी आता फक्त 1/3 वनक्षेत्र शिल्लक राहिलेले आहे. अन्य क्षेत्रांची वनतोड करण्यात आली आहे. पूर्व हिमालयात 5,800 वनस्पती जाती आहेत. यापैकी सुमारे 2,000 (36%) जाती प्रदेशनिष्ठ आहेत. • पूर्व हिमालयाचा आणि आनुषंगिक प्रदेश जैविक उत्क्रांतीसाठी क्रियाशील आहे. • जगातील नोंदणीकृत वनस्पती जातींपैकी भारतात 30% प्रदेशनिष्ठ आहेत. हिमालयात यांची संख्या 35,000 आहे. • भूतानमध्ये 5,000 जाती प्रदेशनिष्ठ आहेत. यापैकी 750 (15%) पूर्व हिमालयात प्रदेशनिष्ठ आहेत.

2. पश्चिम घाट - एक जैवविविधतेचा प्रदेश

जैवविविधतेची वैशिष्ट्ये :

(1) **प्रदेश व जैविक प्रांत :** उत्तरेस गुजरात, महाराष्ट्र, गोवा तर दक्षिणेस कर्नाटक व केरळ राज्यांचा समावेश पश्चिम घाटात होतो. उत्तर सह्याद्री पश्चिम घाटामध्ये पर्वत व दक्षिण सह्याद्री (मलबार किनारा) हे दोन जैविक प्रांत येतात. अरबी समुद्राला समांतर पश्चिम घाट आहे. प्रदेशाचे क्षेत्रफळ सुमारे 1,32,606 चौ.कि.मी. आहे. त्यांनी भारताचे 4% क्षेत्रफळ व्यापलेले आहे.

(2) **वनस्पतींची वैशिष्ट्ये :** • पावसाचे प्रमाण 150 ते 200 सें.मी. पर्यंत असते. तर बऱ्याच ठिकाणी 250 सें.मी. पेक्षाही जास्त पर्जन्य पडते. • वनस्पतीचे उष्ण कटिबंधीय आर्द्र सदाहरित वने, उप-उष्ण कटिबंधीय किंवा समशीतोष्ण सदाहरित वने, मिश्र पानझडी वने आणि खारफुटी/कच्छ/ तिवर/सुंद्री वने अशा चार प्रकारच्या वनस्पतींचा समावेश होतो. • उष्ण व दमट हवामान, भरपूर पर्जन्य, जमिनीत ह्यूमसचे जास्त प्रमाण यामुळे घनदाट वने आहेत. ती वर्षभर सदाहरित असतात. • वृक्षांची उंची 40 ते 60 मीटरपर्यंत असते. काही कमी उंचीचे वृक्ष असतात. • आर्द्र सदाहरित वनात एकाच जागी अनेक प्रकारचे वृक्ष गर्दी करून वाढतात. यामुळे जाळीदार आच्छादन निर्माण होते. काही वृक्षांचे आकार मोठे असतात. • गुंतागुंतीचा स्थानीय भूगोल, भरपूर पर्जन्य आणि दुर्गमता यामुळे पश्चिम घाटातील विविधता निर्माण झालेली आहे.

(3) **वृक्ष प्रकार व उपयोग :** रोझवूड, शिसव, साल, तून, सोनचाफा, तेलसर, गुरजन, ऐन, नागचंपा, पांढरा सिडार, फणस, कदंब, आंबा, जांभूळ, बांबू इत्यादी वृक्ष आहेत. निलगिरी टेकड्यात पिवळा चाफा व नागेट्टा वृक्ष आहेत.

चल्पाश व तून वृक्षाचे लाकूड जहाजबांधणी व फर्निचरसाठी उपयुक्त. गुरजन लाकूड रेल्वे स्लीपर्स, गलबते, नावा-ओंडके यासाठी वापरतात. बांबूचा उपयोग कागद व आगपेटी उपयोगात होतो.

जागतिक जैवविविधतेची संवेदन क्षेत्रे

1. कॅरिबिअन
2. कॅलिफोर्निया पुष्पीय प्रांत
3. मेसो अमेरिका
4. उष्ण कटिबंधीय अँडीज
5. चोको-डारेन-पश्चिम इक्वेडोर
6. अटलांटिक वने
7. ब्राझिलियन सेरॅडो
8. मध्य चिली
9. कॉकेशस
10. भूमध्य समुद्रीय द्रोणी/बेसिन
11. आफ्रिकन पूर्वीय किनारी वने
12. मादागास्कर व हिंदी महासागर बेटे
13. पश्चिमी आफ्रिकी-गिनिअन वने
14. केप पुष्पीय प्रदेश
15. आफ्रिका-सुक्कुलंट प्रदेश
16. नैर्ऋत्य चीनचा पर्वतीय प्रदेश
17. इंडो-बर्मा
18. पश्चिम घाट व श्रीलंका
19. फिलिपिन्स
20. सुंदा लँड
21. वॉलासी
22. नैर्ऋत्य ऑस्ट्रेलिया
23. न्यूझीलंड
24. न्यू कॅलिडोनिया
25. पॉलिनेशिया व मायक्रोनेशिया
26. मॅड्रियन पाईन-ओक वुडलँड
27. मापुटालँड-पोंडोलँड-अलबनी
28. पूर्व आफ्रिकी पर्वतीय प्रदेश
29. हॉर्न आफ् आफ्रिका
30. इरानो अनाटोलियन
31. मध्य आशियायी पर्वतीय प्रदेश
32. पूर्वीय हिमालय
33. जपान
34. पूर्व मॅलेनेशियन बेटे

वरीलपैकी 1 ते 25 सुरुवातीच्या काळी निर्धारित केलेली क्षेत्रे आहेत. 26 ते 34 नंतरच्या काळात घोषित केलेली आहेत.

मेगाडायव्हरसिटी देश : खालील 17 देश जैवविविधतेने सुसंपन्न असले तरी ते तितकेच संवेदन क्षेत्रे आहेत.

- ऑस्ट्रेलिया
- भारत
- पेरू
- ब्राझील
- इंडोनेशिया
- फिलिपिन्स
- चीन
- मादागास्कर
- द. आफ्रिका
- कोलंबिया
- मलेशिया
- संयुक्त संस्थाने
- कांगोचे लोकशाही प्रजासत्ताक
- मेक्सिको
- व्हेनेझुएला
- इक्वेडोर
- पापुआ न्यूगिनी

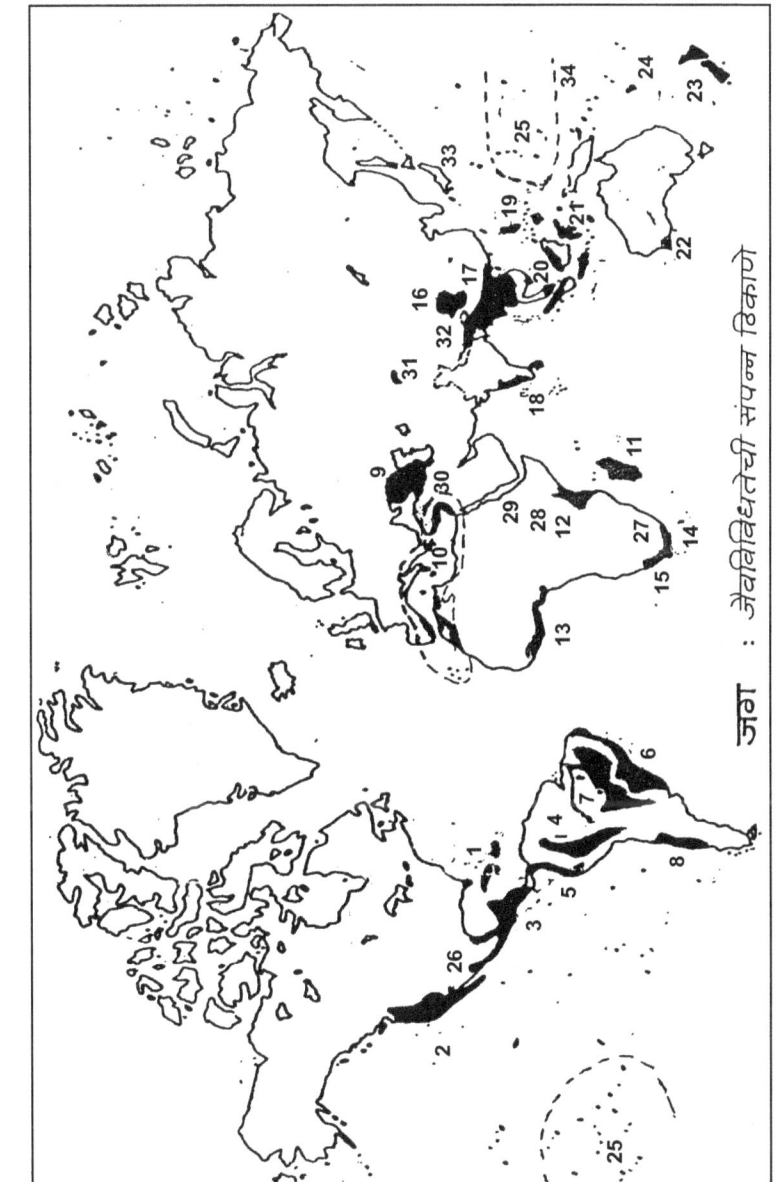

नकाशा क्र. 2.13 : जग - जैवविविधतेची संपन्न ठिकाणे

नकाशा क्र. 2.14 : पश्चिम घाट - राष्ट्रीय उद्याने व अभयारण्ये

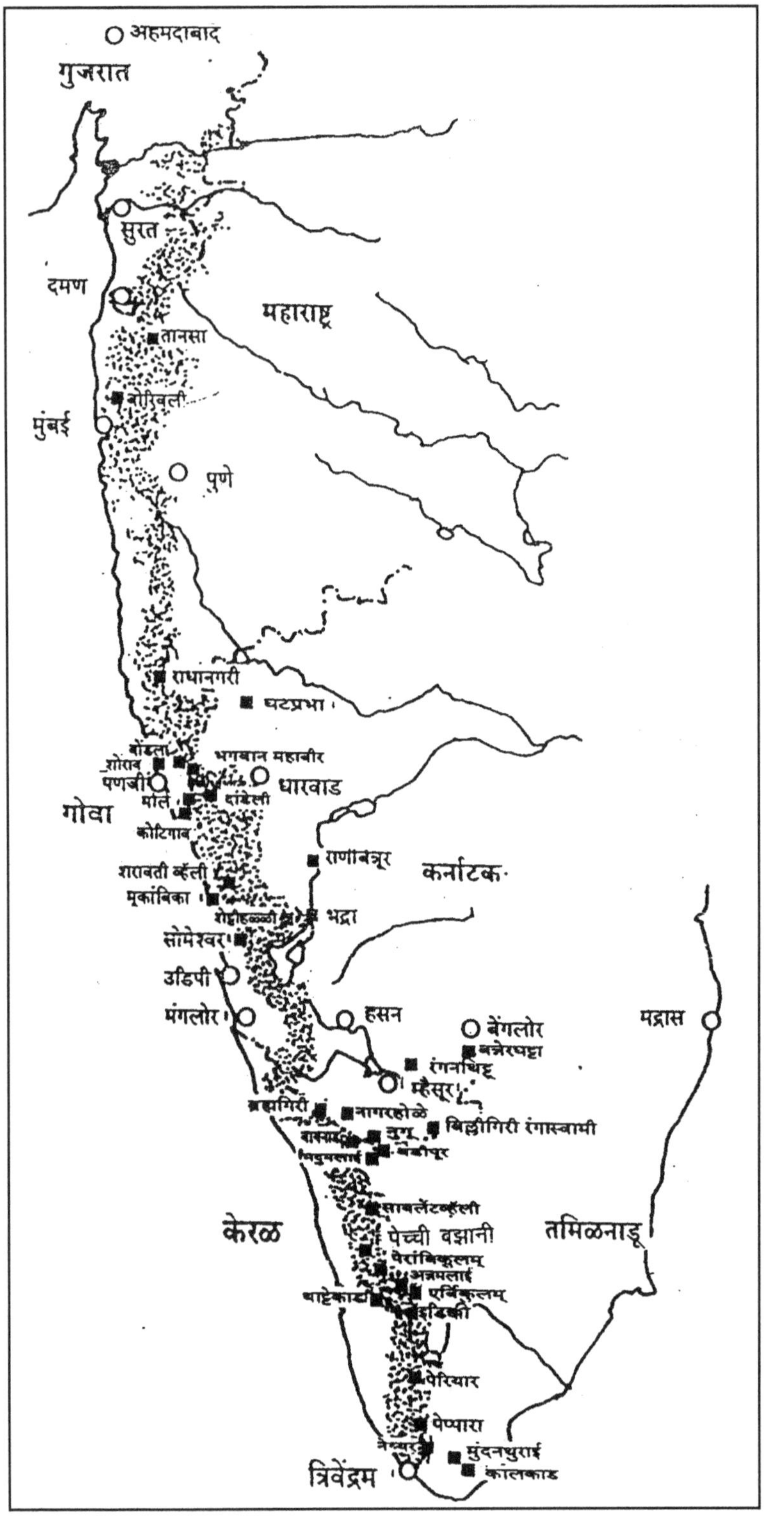

देवराया

दुर्गम भागात धार्मिक कारणास्तव मुद्दाम जोपासलेल्या परिपुष्ट वनस्पती जीवनास 'देवराया' असे म्हणतात.

भारतभर विखुरलेले हे हिरवाईचे तुकडे वनदेवता किंवा इतर देवदेवतांना अर्पण केलेले असतात. स्थानिक लोक देवतेचे पवित्र राज्य समजून या प्रदेशाचा मान ठेवतात. देवरायांमधील वनस्पती व प्राणिसंपत्ती अतिशय पूज्य मानतात. देवरायांचा आकार झाडांच्या छोट्या पुंजक्यापासून जंगलाच्या विस्तृत पट्ट्यापर्यंत असू शकतो. अशा जंगलाचे भाग स्थानिक लोकांनी पिढ्यान्‌पिढ्या जोपासलेले असतात.

• महाराष्ट्राच्या पश्चिम घाट प्रदेशात 350 देवराया आहेत. • त्यापैकी 28 फार मोठ्या देवराया आहेत. • 790 वनस्पती जातींची नोंद करण्यात आलेली आहे. • 352 वनस्पती प्रजातींची नोंद झालेली आहे. **महाराष्ट्रात पश्चिम घाटात पुढील जिल्ह्यांतील देवराया** पुणे - 109, रायगड - 42, कोल्हापूर - 37, नाशिक - 4, ठाणे - 6, सिंधुदुर्ग - 16, अहमदनगर - 5 अशी आहेत.

27 नक्षत्रांवर वनस्पती आणि झाडे लावण्याचे प्रमाण पुणे शहरात वाढू लागलेले आहे. या सर्व नक्षत्रांवर आधारित झाडे मात्र पर्यावरणाच्या दृष्टीने अतिशय उपयुक्त आहेत. नक्षत्र वृक्षांपैकी सध्या कृष्ण आगरू ऊर्फ आदम हे झाड दुर्मीळ आहे. चंदनाप्रमाणे त्याच्या आतल्या गाभ्याला सुगंध येतो. दोन हजार वर्षांपूर्वीची 'नक्षत्रवन' ही संकल्पना पुन्हा राबविली तर शहरात 'नव्या देवराया' निर्माण होतील.

★★★

3. जागतिक विभाग

3.1 खंडानुसार पर्वत, पठार आणि मैदान – भूरूपांचे वितरण

3.2 जागतिक हवामान प्रकार

3.1 खंडानुसार पर्वत, पठार आणि मैदान - भूरूपांचे वितरण

I. आशिया खंड

• अक्षवृत्तीय विस्तार 80° उ.अ. ते 10° द. अ. • **रेखावृत्तीय विस्तार 33° प. रे. ते 160° पू. रे.** • सर्वांत मोठ्या क्षेत्रफळाचा देश – रशिया • **सर्वांत जास्त लोकसंख्येचा देश** – चीन • **क्षेत्रानुसार मोठे देश :** रशिया, चीन, भारत, कझाकस्तान, सौदी अरेबिया, इंडोनेशिया, इराण, मंगोलिया, पाकिस्तान, तुर्की, म्यानमार, अफगाणिस्तान • **आशिया आणि युरोप खंडामध्ये समाविष्ट असणारे देश :** रशिया आणि तुर्की • इंडोनेशियामधील सुमात्रा, बोर्नीओ, सिलिबीस (सुलावेसी) बेटांमधून विषुववृत्त जाते. • सौदी अरेबिया, युनायटेड अरब अमिरात, ओमन, भारत, बांगला देश, म्यानमार, चीन आणि तैवानमधून कर्कवृत्त जाते. • **समुद्राची उत्तरेकडून दक्षिणेकडे नावे :** ओखटस्क समुद्र, जपानचा समुद्र, पीत समुद्र, पूर्व चीन समुद्र, दक्षिण चीन समुद्र, अरबी समुद्र.

प्राकृतिक रचना

पर्वतश्रेणी

जगातील सर्वांत मोठे भूखंड आशिया आहे. • हिमालय पर्वतप्रणाली सर्वांत महत्त्वपूर्ण आहे. • आशियातील संपूर्ण पर्वतप्रणालीचे खंडाच्या मध्यवर्ती स्थित पामीर गाठीच्या (नॉटच्या) संदर्भाने विश्लेषण करता येईल. पामीर नॉट (पामीरची गाठ) पासून पश्चिमेकडे, पूर्वेकडे आणि ईशान्येकडे पर्वतरांगा पसरलेल्या आहेत.

(1) **पामीर नॉट (Pamir Knot) : वैशिष्ट्ये :** • **पामीर नॉट/पामीर पठार :** हिमालय पर्वताच्या वायव्य दिशेला आहे. हे पठार अफगाणिस्तान व ताजिकिस्तान या देशांमध्ये आहे. • पामीर नॉटपासूनच **हिमालय, काराकोरम, कुनलून आणि हिंदुकुश** या पर्वतरांगा सुरू होतात. • पामीर नॉटपासून पश्चिमेकडे **हिंदुकुश** पर्वतरांगा जातात. त्या अफगाणिस्तान आणि उत्तर पाकिस्तानातून इराणपर्यंत पसरलेल्या आहेत. • **हिंदुकुश** पर्वतरांगांच्या दक्षिणेला **सुलेमान पर्वतरांगा** आहेत. हिंदुकुश व सुलेमान पर्वतश्रृंखला इराणमध्ये अनुक्रमे **झॅग्रॉस व एलबुर्झ** या नावाने ओळखल्या जातात. • पुढे पश्चिमेला या पर्वतश्रृंखला तुर्कस्तानमध्ये ॲनातोलिया पठाराशी जोडलेल्या आहेत. काराकोरम आणि हिमालय पर्वतरांगा पूर्व आणि आग्नेय दिशेने पसरलेल्या आहेत. • **कुनलून व तिएनशान पर्वतरांगा** ईशान्येला पसरलेल्या आहेत. पुढे त्या ईशान्य चीन, मंगोलिया आणि सैबेरियातील पर्वतप्रणालीपर्यंत विस्तारलेल्या आहेत.

(2) **काराकोरम :** पामीर नॉटपासून आग्नेय दिशेने काराकोरम आणि हिमालय पर्वतप्रणाली विस्तारलेल्या आहेत. (अ) हिमालयाच्या उत्तरेकडील काराकोरम रांग **'ट्रान्स हिमालयीन प्रणाली'** या नावाने ओळखली जाते. ही रांग **कैलास रांगेपर्यंत** विस्तारली आहे. (ब) **काराकोरम पर्वतरांगेत जम्मू व काश्मीरमधील माउंट गॉडवीन ऑस्टिन किंवा के$_2$ (8,611 मी. उंची) हे भारतातील सर्वांत उंच शिखर आहे. ते जगातील माउंट एव्हरेस्टनंतरचे दुसऱ्या क्रमांकाचे शिखर आहे.**

पठारे

(1) **आशियातील तिबेटचे पठार : जगातील सर्वांत उंच व विस्तृत क्षेत्रफळाचे तिबेटचे पठार आहे.** सरासरी उंची 4,000 ते 6,000 मी. पर्यंत आहे. तिबेटच्या पठाराच्या उत्तरेला कुनलून पर्वत तर दक्षिणेला हिमालय पर्वतरांगा आहेत. **तिबेट पठाराला 'जगाचे छत' (Roof of the World) असे म्हणतात.**

वैशिष्ट्ये : • तिबेटच्या पठारावर जगातील एक तृतीयांश हिमाचे/बर्फाचे साठवण क्षेत्र आहे. • पठारावर अनेक हिमक्षेत्रे आहेत. पठारावर उगम पावणाऱ्या नद्यांना यापासून पाणीपुरवठा होतो.

पर्वतांतर्गत विस्तीर्ण तिबेटच्या पठाराचे चार विभाग पडतात. • उत्तरेचा मैदानी प्रदेश • तिबेटचा दक्षिण भाग • पूर्व तिबेट • लडाखचे पठार.

(2) **मंगोलिया पठार :** तिबेट पठारानंतरचे मध्य आशियातील आंतरपर्वतीय पठार आहे. यामध्ये गोबीचे वाळवंट व शुष्क स्टेपी यांचा समावेश होतो.

(3) **मध्य सैबेरियन पठार :** मध्य आशियात हे पठार आहे.

(4) युनान पठार : चीनमधील नैर्ऋत्य भागात युनान पठार आहे. • अंतर्गत उच्च पठारावरील अनेक नद्यांनी खोल घळया निर्माण केलेल्या आहेत. • बाह्य पठार कमी उंचीचे आहे. • म्यानमारमधील **शानचे पठार** या पठाराचाच विस्तारित भाग आहे.

चीनमधील लोएसचे पठार : चीनमधील वायुजन्य प्रकारचे हे पठार आहे.

(5) भारतीय द्वीपकल्पीय पठार : भारतीय द्वीपकल्पीय पठाराची उत्तर-दक्षिण लांबी सुमारे 1,600 कि.मी. तर पश्चिम-पूर्व रुंदी सुमारे 1,400 कि.मी. आहे. क्षेत्रफळ 16 लाख चौ.कि.मी. असून देशाच्या क्षेत्रफळाच्या निम्मे क्षेत्र या पठाराने व्यापलेले आहे. भारतीय द्वीपकल्पीय पठाराचे प्राकृतिक विभाग (अ) मध्यवर्ती उंचवट्याचा प्रदेश (ब) पूर्वेकडील पठारे (क) दख्खनचे पठार (ड) पश्चिम घाट (इ) पूर्व घाट.

तक्ता क्र. 3.1 : जगाची प्राकृतिक रचना

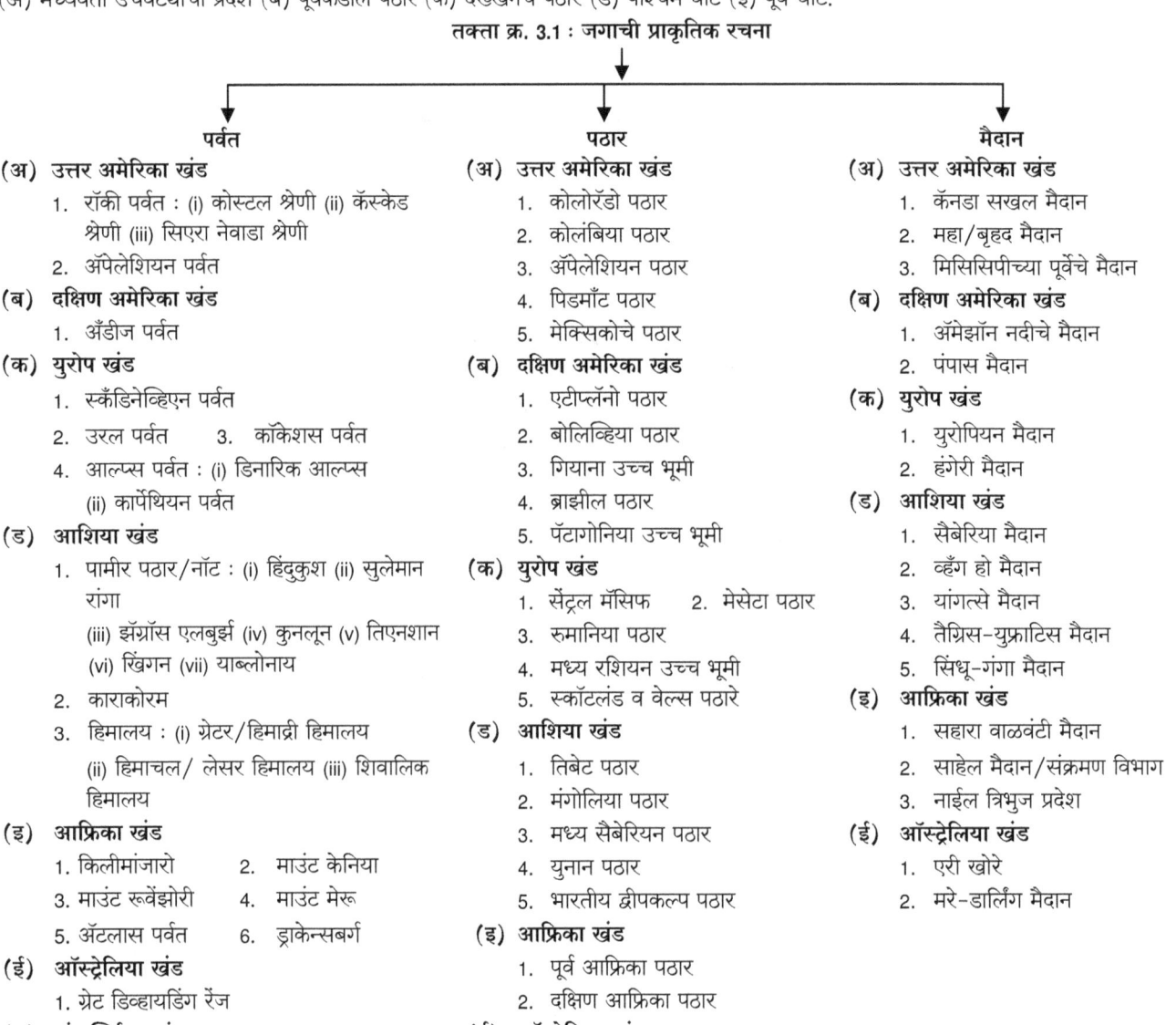

पर्वत

(अ) उत्तर अमेरिका खंड
1. रॉकी पर्वत : (i) कोस्टल श्रेणी (ii) कॅस्केड श्रेणी (iii) सिएरा नेवाडा श्रेणी
2. ॲपेलेशियन पर्वत

(ब) दक्षिण अमेरिका खंड
1. अँडीज पर्वत

(क) युरोप खंड
1. स्कँडिनेव्हिएन पर्वत
2. उरल पर्वत 3. कॉकेशस पर्वत
4. आल्प्स पर्वत : (i) डिनारिक आल्प्स (ii) कार्पेथियन पर्वत

(ड) आशिया खंड
1. पामीर पठार/नॉट : (i) हिंदुकुश (ii) सुलेमान रांगा (iii) झॅग्रॉस एलबुर्झ (iv) कुनलून (v) तिएनशान (vi) खिंगन (vii) याब्लोनाय
2. काराकोरम
3. हिमालय : (i) ग्रेटर/हिमाद्री हिमालय (ii) हिमाचल/ लेसर हिमालय (iii) शिवालिक हिमालय

(इ) आफ्रिका खंड
1. किलीमांजारो 2. माउंट केनिया
3. माउंट रूवेंझोरी 4. माउंट मेरू
5. ॲटलास पर्वत 6. ड्राकेन्सबर्ग

(ई) ऑस्ट्रेलिया खंड
1. ग्रेट डिव्हायडिंग रेंज

(उ) अंटार्क्टिका खंड
1. ट्रान्स अंटार्क्टिका रेंज

पठार

(अ) उत्तर अमेरिका खंड
1. कोलोरॅडो पठार
2. कोलंबिया पठार
3. ॲपेलेशियन पठार
4. पिडमाँट पठार
5. मेक्सिकोचे पठार

(ब) दक्षिण अमेरिका खंड
1. एटीप्लॅनो पठार
2. बोलिव्हिया पठार
3. गियाना उच्च भूमी
4. ब्राझील पठार
5. पॅटागोनिया उच्च भूमी

(क) युरोप खंड
1. सेंट्रल मॅसिफ 2. मेसेटा पठार
3. रुमानिया पठार
4. मध्य रशियन उच्च भूमी
5. स्कॉटलंड व वेल्स पठारे

(ड) आशिया खंड
1. तिबेट पठार
2. मंगोलिया पठार
3. मध्य सैबेरियन पठार
4. युनान पठार
5. भारतीय द्वीपकल्प पठार

(इ) आफ्रिका खंड
1. पूर्व आफ्रिका पठार
2. दक्षिण आफ्रिका पठार

(ई) ऑस्ट्रेलिया खंड
ऑस्ट्रेलियन ढालक्षेत्र

मैदान

(अ) उत्तर अमेरिका खंड
1. कॅनडा सखल मैदान
2. महा/बृहद मैदान
3. मिसिसिपीच्या पूर्वेचे मैदान

(ब) दक्षिण अमेरिका खंड
1. ॲमेझॉन नदीचे मैदान
2. पंपास मैदान

(क) युरोप खंड
1. युरोपियन मैदान
2. हंगेरी मैदान

(ड) आशिया खंड
1. सैबेरिया मैदान
2. व्हँग हो मैदान
3. यांगत्से मैदान
4. तैग्रिस-युफ्राटिस मैदान
5. सिंधू-गंगा मैदान

(इ) आफ्रिका खंड
1. सहारा वाळवंटी मैदान
2. साहेल मैदान/संक्रमण विभाग
3. नाईल त्रिभुज प्रदेश

(ई) ऑस्ट्रेलिया खंड
1. एरी खोरे
2. मरे-डार्लिंग मैदान

मैदाने

सपाट भूमी खंडाच्या विविध भागात विखुरलेली आहे. खंडाच्या उत्तर भागात सैबेरियासारखी विस्तृत मैदाने आहेत. **नाईल, सिंधू, तैग्रीस-युफ्राटिस, व्हँग-हो या चार महान नद्यांच्या खोऱ्यात प्राचीन मानवी संस्कृतीचा उदय आणि विकास झाला.**

(1) सैबेरिया मैदान :

वैशिष्ट्ये : • जगातील हा सर्वांत मोठा सलग मैदानी प्रदेश आहे. मैदानाच्या अधिकांश भागाची समुद्रसपाटीपासूनची उंची 100 मीटरपेक्षा कमी आहे. • उत्तरेस आर्क्टिक महासागरापासून दक्षिणेस अल्ताई पर्वतापर्यंतचे उत्तर-दक्षिण अंतर 2,400 कि.मी. आहे, तर पश्चिमेला उरल पर्वतापासून ते पूर्वेला येनेसी नदीपर्यंतचे पश्चिम-पूर्व अंतर 1,900 कि.मी. आहे. • उत्तरेकडे वाहणाऱ्या नद्यांची मुखे हिवाळ्यात गोठतात. यामुळे या मैदानात जगातील सर्वांत मोठा दलदलीचा प्रदेश निर्माण झालेला आहे.

(2) व्हँग-हो मैदान - चीनमधील मैदानी प्रदेश : चीनच्या पूर्वेकडील भागात मैदानी प्रदेश आहे. व्हँग-हो नदीच्या मैदानास **पीत मृदेची भूमी** असेही म्हणतात.

वैशिष्ट्ये : • जगातील हा सर्वांत दाट लोकवस्तीचा प्रदेश आहे. • बहुतांशी मैदानाची उंची 50 मीटरपेक्षा कमी आहे. • या मैदानाने 4 लाख चौ.कि.मी. क्षेत्र व्यापलेले आहे. • अतिशय सपाट भूमीचा हा प्रदेश असल्याने पुराचे अरिष्ट वारंवार उद्‌भवते.• हे मैदान म्हणजे चीनमधील मुख्य कृषिभूमी आहे.

(3) **यांगत्से मैदान :** यांगत्से मैदान गाळाच्या निक्षेपणापासून तयार झाले असून त्याचा विस्तार व्हँग-हो मैदानापर्यंत आहे.

वैशिष्ट्ये : • दलदलीचे प्रदेश आणि सरोवरांचा वैशिष्ट्यपूर्ण असा सपाट मैदानी प्रदेश आहे. • यांगत्से **मैदानास 'तांदूळ व माशांची भूमी' असे म्हणतात. तांदळाच्या उत्पादनात चीनचा जगात प्रथम क्रमांक आहे.**

(4) **तैग्रीस-युफ्राटिस मैदान : या मैदानाला 'नदी खोरे संस्कृतीचा पाळणा' (Cradle of River Valley Civilization) असे म्हटले जाते. तैग्रीस-युफ्राटिसच्या दुआब प्रदेशाला 'मेसोपोटेमिया' असेही म्हणतात. याचा अर्थ दोन नद्यांच्या दरम्यानचा प्रदेश असा आहे.**

(5) **सिंधू-गंगा मैदान : भारताच्या उत्तरेकडे हिमालय पर्वत व दक्षिणेकडील द्वीपकल्पीय पठार यांच्या दरम्यान 'उत्तरेकडील महामैदान' स्थित आहे. याला 'सतलज-गंगा-ब्रह्मपुत्रा मैदान' किंवा 'सिंधू-गंगा मैदान' किंवा 'उत्तरेकडील गाळाचे मैदान' या नावानेही संबोधले जाते.**

वैशिष्ट्ये : • सिंधू-गंगा नद्यांची मैदाने जगातील एक अतिशय सुपीक मैदानी पट्टा म्हणून ओळखला जातो. • या मैदानांची निर्मिती हिमालयात उगम पावलेल्या तीन प्रमुख नद्या (सिंधू, गंगा आणि ब्रह्मपुत्रा) व त्यांची अनेक उपनद्यांनी वाहून आणलेल्या गाळाच्या निक्षेपणापासून झालेली आहे. • या मैदानांचे दोन भागात विभाजन केले जाते. **पश्चिमेकडील सिंधू नदीचे मैदान आणि पूर्वेकडील गंगा नदीचे मैदान. • गंगा नदीच्या मुखाजवळील सुंदरबन त्रिभुज प्रदेश जगातील सर्वांत मोठा सुंदरबन त्रिभुज प्रदेश आहे.**

II. युरोप खंड

• **अक्षवृत्तीय विस्तार :** 36° उ. अ. ते 71° उ. अ. • **रेखावृत्तीय विस्तार :** 63° पू. रे. ते 10° W (आइसलँड वगळून) 63° पू. रे. ते 24° प. रे. (आइसलँड समाविष्ट करून) • **मोठे देश :** युक्रेन, फ्रान्स, स्पेन, स्वीडन, जर्मनी, फिनलंड, नॉर्वे, पोलंड, इटली. • **भूवेष्टित प्रदेश :** लक्झेंबर्ग, स्वित्झर्लंड, लिक्टेनस्टिन, अंडोरा, ऑस्ट्रिया, हंगेरी, चेक रिप, स्लोव्हाकिया, मॅसिडोनिया मोल्डोव्हा, बेलारुस • **क्षेत्रानुसार लहान देश :** व्हेटिकन सिटी (रोमअंतर्गत इटली), मोनॅको (फ्रान्स आणि भूमध्य समुद्रादरम्यान), सॅन मॅरिनो (इटली अंतर्गत) माल्टा (भूमध्य समुद्रामधील बेट), अंडोरा (पिरनिज पर्वतरांगेमध्ये स्पेन आणि फ्रान्स दरम्यान सापळायुक्त, देहा) • मोनॅकोची राजधानी माँटे कार्लो एक जगामधील सर्वांत मोठे जुगाराचे केंद्र • स्कॅंडिनेव्हियन देश : नॉर्वे, स्वीडन आणि फिनलंड • **युनायटेड किंग्डम :** वेल्स, इंग्लंड, स्कॉटलंड आणि उत्तर आयर्लंड • **जिब्राल्टर :** स्पॅनिश किनाऱ्यावरील यू.के चा प्रदेश • **क्युएटा आणि मेलिला :** भूमध्य समुद्राच्या आफ्रिकन किनारपट्टीवरील स्पॅनिश प्रदेश • **भूमध्य समुद्रामधील बेटे :** सिसिली (इटली), सार्डिनिया (इटली), कोर्सिका (फ्रान्स), बॅलिरिक बेटे (स्पेन), क्रीट (ग्रीस), माल्टा (माल्टा), सायप्रस (सायप्रस).

प्राकृतिक रचना

पर्वतश्रेणी/पर्वतप्रणाली

युरोप खंडात एकंदर चार पर्वतप्रणाली आहेत. • अति उत्तरेकडे स्कॅंडिनेव्हियन पर्वत आहे. • पूर्वेला उरल पर्वताने युरोप व आशियाची सीमा निश्चित केली आहे. • दक्षिणेला आल्प्स पर्वत आहे. • आग्नेयेला कॉकेशस पर्वत आहे.

(1) **स्कॅंडिनेव्हियन पर्वत :** या पर्वतरांगेतील **सर्वांत उंच शिखर दक्षिण नॉर्वेमध्ये गोल्डहोपिगेन असून त्याची समुद्रसपाटीपासूनची उंची 2,467 मी. आहे.** (2) **उरल पर्वत :** उत्तरेला आर्क्टिक महासागरापासून ते दक्षिणेला कॅस्पियन समुद्रापर्यंत उत्तर-दक्षिण दिशेने पसरलेल्या या पर्वताची लांबी 2,500 कि.मी. आहे. या पर्वतरांगांनी आशिया व युरोप खंडाची सीमा निश्चित झाली आहे. (3) **कॉकेशस पर्वत :** आग्नेय युरोपमध्ये ही पर्वतरांग असून ती पश्चिमेला काळा समुद्र व पूर्वेला कॅस्पियन समुद्र यांच्या दरम्यान आहे. **माउंट एलब्रुस हे समुद्रसपाटीपासूनचे 5,642 मीटर उंचीचे सर्वांत उंच शिखर आहे.** (4) **आल्प्स पर्वत :** युरोप खंडाच्या दक्षिण भागात ही पर्वतप्रणाली आहे.

वैशिष्ट्ये : • जगातील ही अर्वाचीन वली पर्वतप्रणाली आहे. • युरोप व आशियातील संपूर्ण पर्वतप्रणाली '**अल्पाईन हिमालय प्रणाली**' या नावाने ओळखली जाते.

• **माउंट ब्लँक हे मध्य आल्प्समधील 4,810 मीटर उंचीचे सर्वोच्च शिखर आहे.** • पूर्वेकडे डिनारीक आल्प्स व कार्पेथियन पर्वत असून काळ्या समुद्राच्या पश्चिम किनारपट्टीवर त्यांचा शेवट होतो. • पश्चिमेकडे ही पर्वतश्रेणी आल्प्स नावाने ओळखतात तर अति पश्चिमेकडे दक्षिण युरोपमध्ये **आयबेरियन** पठार म्हणून ओळखतात.

तक्ता क्र. 3.2 : जग - भूखंडे आणि पर्वतश्रेण्यांमधील उंच शिखरे

भूखंडे/पर्वतश्रेणी	सर्वोच्च शिखर	उंची (मीटर)	भूखंडे/पर्वतश्रेणी	सर्वोच्च शिखर	उंची (मीटर)
उत्तर अमेरिका			**आशिया**		
रॉकी पर्वत	माउंट मॅकिन्ले	6,194	※2 काराकोरम पर्वत (जम्मू व काश्मीर)	माउंट गॉडवीन ऑस्टिन/के$_2$	8,611
ॲपेलेशियन पर्वत	माउंट मिचेल	2,037	हिमालय पर्वत (नेपाळ)	माउंट एव्हरेस्ट	※3 8,850
दक्षिण अमेरिका			**आफ्रिका**	किलीमांजारो	5,895
ॲंडीज पर्वत	माउंट ॲकन्काग्वा	6,962		माउंट केनिया	5,199
※1 जागृत ज्वालामुखी पर्वत	कोटोपॉक्सी	5,896			
युरोप खंड			**ऑस्ट्रेलिया**		
स्कॅंडिनेव्हियन पर्वत	गोल्डहोपिगेन	2,467	ग्रेट डिव्हायडिंग रेंज	माउंट कॉझिस्को	2,228
कॉकेशस पर्वत	माउंट एलब्रुस	5,642			
आल्प्स पर्वत	माउंट ब्लँक	4,810			

※1 जगामधील सर्वांत उंच ज्वालामुखी पर्वत ※2 भारतामधील सर्वांत उंच शिखर

※3 आधुनिक साधन (Global Positioning System - GPS) द्वारा 5 मे, 2000 रोजी एव्हरेस्ट शिखराची उंची 8,850 मी.

पठारे

युरोप खंडातील महत्त्वपूर्ण पठारामध्ये सेंट्रल मॉसिफ, मेसेटा, रुमानिया पठार आणि मध्य रशियन उच्चभूमी यांचा समावेश होतो.

(1) **सेंट्रल मॅसिफ :** फ्रान्सच्या पूर्व भागात आहे. यामध्ये लहान पठारांची मालिकाच आहे. (2) **मेसेटा पठार :** आयबेरियन द्वीपकल्पावर असून त्याने स्पेनचा निम्मा प्रदेश व्यापलेला आहे. (3) **रुमानिया पठार :** एक पठार कार्पेथियन पर्वताच्या उत्तर उतारावर आहे. तर दुसरे पठार या पर्वताच्या पूर्वेकडे असून त्याचा विस्तार काळ्या समुद्रापर्यंत आहे. (4) **मध्य रशियन उच्चभूमी :** हा कमी उंचीचा पठारी प्रदेश आहे. हे पठार युरोपमधील कोणत्याही पर्वताशी संलग्न नाही. (5) **स्कॉटलंड व वेल्सची पठारे :** ब्रिटिश बेटातील ही विदीर्ण प्रकारची पठारे आहेत.

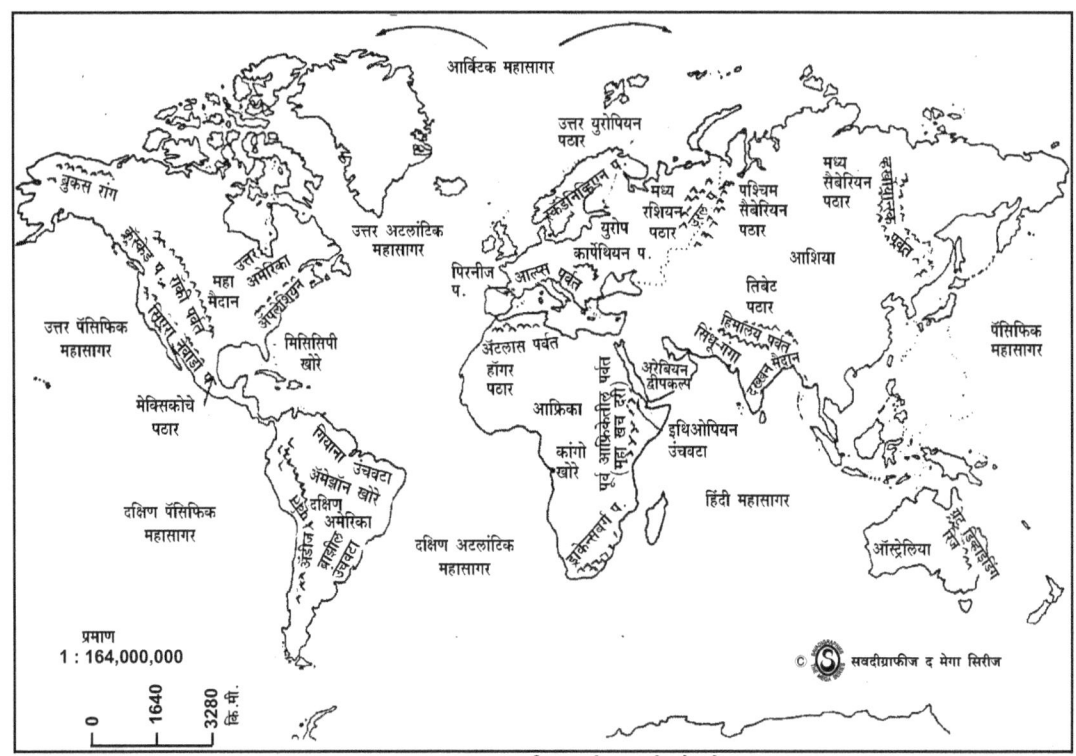

नकाशा क्र. 3.1 : जागतिक पर्वत, पठारे, मैदाने

मैदाने

(1) **युरोपियन मैदान :** युरोपीय मैदाने विस्तृत असून ती उत्तर युरोपमध्ये स्थित आहेत.

वैशिष्ट्ये : • उरल पर्वतापासून पश्चिमेला अटलांटिक किनारपट्टीपर्यंत विस्तारलेली ही एक सलग अशी सपाट, सखल भूमी आहे. • युरोप खंडातील ही एक सर्वांत मोठी भूमी आहे. • मध्यवर्ती रशियन उच्च भूमीचा अपवाद वगळल्यास मैदानाची उंची कोठेही 200 मीटरपेक्षा जास्त नाही. • ही मैदाने युरोप खंडातील सर्वांत महत्त्वाची कृषी भूमी आहे.

(2) **हंगेरीचे मैदान :** हे मैदान उत्तरेस कार्पेथियन पर्वत व दक्षिणेस डिनारिक आल्प्स रांगेने वेढलेले आहे. ही संपूर्ण सपाट भूमी आहे. या मैदानातून डॅन्यूब नदी वाहते.

III. आफ्रिका खंड

• **अक्षवृत्त विस्तार :** 37° उ. अ. ते 35° द. अ. • **रेखावृत्तीय विस्तार :** 51° पू. रे. ते 16° प. रे. • **क्षेत्रफळानुसार देश :** सुदान (द. सुदान देशासह), अल्जेरिया, झायरे, लिबिया, चाड, नायजर, अंगोला, माली • **भूवेष्टित देश :** माली, नायजर, चाड, बुरकिना फासो, मध्य आफ्रिकन रिप (CAR), झांबिया, झिम्बावे, मालावी, बुरुंडी, रवांडा युगांडा, इथिओपिया, बोटस्वाना, लेसाथो, स्वाझीलँड • **लांब किनारपट्टीचा (मादागास्कर सोडून) प्रदेश :** सोमालिया, मोझांबिक, दक्षिण आफ्रिका, इजिप्त • दक्षिण आफ्रिकेने लेसोथो देश पूर्णपणे वेढलेला आहे. • मोझांबिक आणि दक्षिण आफ्रिका दरम्यान सापळायुक्त देश स्वाझीलँड आहे. • गॅबॉन, कांगो, झायरे, युगांडा, लेक व्हिक्टोरिया आणि केनियामधून विषुववृत्त जाते. • नामिबिया, बोटस्वाना, द. आफ्रिका व मोझांबिकमधून मकरवृत्त जाते. • **सरोवरे :** सर्वांत मोठे सरोवर - व्हिक्टोरिया सरोवर युगांडा, केनया आणि टांझानिया देशात विस्तारलेले आहे. • **पूर्व आफ्रिकन खचदरीमधील सरोवरे :** टुरकाना सरोवर, अल्बर्ट सरोवर - एडवर्ड सरोवर, टांगानिका सरोवर, मालावी सरोवरे (न्यासा सरोवर).

प्राकृतिक रचना

पर्वतश्रेणी

आफ्रिका खंडात लांब विस्तारलेल्या व विशाल पर्वतप्रणाली नाहीत. आफ्रिका खंडाचे जास्तीत जास्त क्षेत्र सहारा वाळवंटाने व्यापलेले आहे. **जगातील सर्वांत मोठ्या सहारा वाळवंटाचे क्षेत्रफळ 9 दशलक्ष चौ.कि.मी. आहे.**

• आफ्रिकेतील बहुतांशी पर्वत पूर्वेकडील आफ्रिकन खचदरीच्या प्रदेशात व भूमध्य समुद्राच्या किनाऱ्यालगतच्या प्रदेशात आहेत. यातील **बहुतांशी ज्वालामुखी पर्वत** आहेत. • **समुद्रसपाटीपासून 5,895 मीटर उंचीचे किलीमांजारो हे आफ्रिकेतील सर्वांत उंच शिखर आहे.** ते तीन ज्वालामुखी शंकूपासून

बनलेले आहे. • आफ्रिकेतील दुसऱ्या क्रमांकाचे उंच शिखर **माउंट केनिया** आहे. • **माउंट रूवेंझोरी** हे आफ्रिकेतील तिसऱ्या क्रमांकाचे उंच शिखर असून ते मध्य आफ्रिकेत आहे. • **ही शिखरे विषुववृत्ताजवळ असूनही नेहमीच बर्फाच्छादित असतात.** कारण त्यांची उंची हिमरेषेपेक्षा जास्त आहे. • आफ्रिकेतील सर्व ज्वालामुखी पर्वत आफ्रिकेतील खचदरी प्रणालीशी संबंधित आहेत. • आफ्रिका खंडाच्या अगदी वायव्येस **अॅटलास पर्वत** आहे. • **ड्राकेन्सबर्ग पर्वत** आफ्रिका खंडाच्या दक्षिण भागात आहे.

पठारे

(1) **पूर्व आफ्रिका पठार :** हे पठार सोमाली द्वीपकल्प आणि इथिओपियन उच्च भूमीपासून दक्षिणेला 10° दक्षिण अक्षवृत्तापर्यंत पसरले आहे.

वैशिष्ट्ये : • पठारांची सरासरी उंची 1,000 ते 1,500 मीटरच्या दरम्यान आहे. • उत्तर-दक्षिण दिशेने जाणाऱ्या अनेक डोंगररांगा, टेबललँड, सखल भूमी यांनी हे पठार बनलेले आहे. • उत्तरेकडील भागात दोन लांबवर गेलेले सखल/खोलगट भाग असून ते दक्षिणेकडे एकत्र येऊन पुढे एकाच खोलगट भागात विलीन होतात याला **पूर्व आफ्रिकेतील सर्वांत वैशिष्ट्यपूर्ण भूआकार 'ग्रेट रिफ्ट व्हॅली' या नावाने ओळखला जातो.** आफ्रिकन खचदरीचा काही भाग सरोवरांनी व्यापलेला आहे.

(2) **दक्षिण आफ्रिका पठार :** दक्षिण आफ्रिकेचे पठार 10° दक्षिण अक्षवृत्तापासून दक्षिणेकडे विस्तारले आहे. सर्वाधिक उंचीचे शिखर 2,156 मी. उंचीचे आहे. • पठाराचा मध्य भाग कलहारी वाळवंटाने व्यापलेला आहे. • अति दक्षिणेकडील भागात व्हेल्डचा गवताळ प्रदेश आहे.

मैदाने

(1) **सहारा वाळवंटी मैदान :** (i) उत्तर आफ्रिका खंडाचे मोठे क्षेत्र सहारासारख्या वाळवंटाने व्यापलेले आहे. (ii) वाळवंटाचा बराचसा भाग सपाट असून मैदानाच्या स्वरूपाचा आहे.

(2) **साहेल मैदान/संक्रमण विभाग :** (i) सहारा वाळवंटाच्या दक्षिणेकडील आणि अटलांटिक किनाऱ्यापासून तांबड्या समुद्रापर्यंतचा सपाट भाग एक संक्रमण विभाग म्हणून ओळखला जातो. या संक्रमण विभागास साहेल मैदान म्हणून ओळखले जाते. या मैदानाची उंची 200 ते 400 मीटरच्या दरम्यान आहे.

(3) **नाईल नदीचा त्रिभुज प्रदेश :** उत्तर आफ्रिकेच्या पूर्व भागात नाईल नदीचा त्रिभुज प्रदेश आहे. **क्षेत्रीय विस्ताराने हा प्रदेश लहान असला तरी नाईलचा त्रिभुज प्रदेश म्हणजे इजिप्शियन संस्कृतीचे घर/उगमस्थान समजले जाते.**

IV. उत्तर अमेरिका

• **अक्षवृत्तीय विस्तार :** 8° उ.अ. ते 83° उ.अ. • **रेखावृत्तीय विस्तार :** 50° प. रे. ते 170° प. रे. • मेक्सिको आणि बहामा बेटामधून कर्कवृत्त जाते. • **उत्तर अमेरिका खंडामधील देश :** कॅनडा, संयुक्त संस्थाने (अलास्कासहित), मेक्सिको आणि कॅरिबियनसह मध्य अमेरिकेमधील देश • **मध्य अमेरिकेमधील देश (उत्तरेकडून दक्षिणेकडे) :** बेलिझ, ग्वाटेमाला, होन्डुरास, एल साल्व्हाडोर, निकारागुवा, कोस्टारिका, पनामा • **क्षेत्रफळानुसार मध्य अमेरिकेचे देश :** निकारागुवा, होंडुरास, ग्वाटेमाला, पनामा, कोस्टारिका, एल साल्व्हाडोर, बेलिझ • बेलिझची कॅरिबियन समुद्राशी आणि एल साल्व्हाडोरशी पॅसिफिक महासागराची सरहद्द आहे. अन्य देशांच्या सरहद्दी पॅसिफिक महासागर आणि कॅरिबियन समुद्र या दोन्हीला भिडलेल्या आहेत. • कॅनडामधील महत्त्वाचे सरोवर, पंचमहासरोवर (ग्रेट लेक्स) आहेत. याशिवाय ग्रेट बिअर सरोवर, ग्रेट स्लाव्ह सरोवर, अॅथाबास्का सरोवर आहेत. • **जगामधील सर्वांत लांब सागरकिनारपट्टी** : कॅनडा • **न्यू इंग्लंड प्रदेश :** संयुक्त संस्थानामधील ईशान्येकडील राज्ये : मेन, न्यू हॅम्पशायर, व्हरमाँट मॅसाच्युएटस, ऱ्होडआयलंड आणि कोनेबटीलट • वॉशिंग्टन डी.सी. मधील डी.सी. DC = District of Columbia आहे.

प्राकृतिक रचना

पर्वतश्रेणी/पर्वतप्रणाली

(1) **रॉकी पर्वत :** उत्तर अमेरिकेच्या पश्चिमेला अलास्कापासून उत्तर दक्षिण दिशेने संपूर्ण खंडात दक्षिण टोकापर्यंत रॉकी पर्वतरांगा पसरलेल्या आहेत. या पर्वतरांगांची लांबी 4,830 कि.मी. आहे.

वैशिष्ट्ये : • रॉकी पर्वत व त्याच्यासह रांगांना आणि पठारांना एकत्रितपणे 'उत्तर अमेरिका पर्वतसमूह'/पर्वत मालिका (North American Cordillera) असे म्हणतात. • **माउंट मॅकिन्ले** हे सर्वाधिक उंचीचे पर्वत शिखर आहे. • कोस्टल श्रेणी, कॅस्केड श्रेणी आणि सिएरा नेवाडा श्रेणी या सहयोगी पर्वतश्रेण्या आहेत.

(2) **अॅपलेशियन पर्वत :** ही पर्वतश्रेणी उत्तर अमेरिका खंडाच्या पूर्व भागात आहे.

वैशिष्ट्ये : • अॅपलेशियन पर्वतरांगेतील सर्वांत उंच शिखर माउंट मिचेल आहे. • अॅपलेशियन पर्वतश्रेणी अटलांटिक किनाऱ्यावरील न्यू फौंडलंड बेटापासून नैर्ऋत्येकडे 2,400 कि.मी. पर्यंत विस्तारली आहे. • या पर्वताच्या दोन्ही बाजूस पठारी प्रदेश आहेत. • पूर्वेकडे पर्वतपदीय पठार (Piedmont Plateau) आहे. पश्चिमेकडे अॅपलेशियन पठार पर्वतरांगेला समांतर आहे.

पठारे

उत्तर अमेरिकेमधील पठारी प्रदेश खंडातील दोन्ही रॉकी व अॅपलेशियन पर्वतप्रणालीशी निगडित आहेत.

(1) **कोलोरॅडो पठार :** संयुक्त संस्थानामध्ये कोलोरॅडो पठार असून त्याचे क्षेत्रफळ 3.37 लाख चौ.कि.मी. आहे. या पठाराची उंची 1,666 मी. ते 3,666 मी. दरम्यान आहे. हे पर्वतपदीय प्रकारचे पठार आहे.

वैशिष्ट्ये : • उत्तर अमेरिकेतील हे सर्वांत विस्तीर्ण पठार आहे. • रॉकी पर्वताच्या दक्षिण भागात पश्चिम उतारावर हे पठार आहे. हे पठार उत्तर व पूर्वेस रॉकी पर्वताने तर दक्षिण व पश्चिमेस बेसिन व प्रॉव्हिन्स रांगांनी वेढलेले आहे. • या पठारावरून पश्चिमेकडे कोलोरॅडो नदी वाहत जाते. • या नदीच्या अपक्षरण कार्यामुळे खूप खोल घळई निर्माण झाली असून तिला या घळईस **'ग्रँड कॅनियन निदरी'** असे म्हणतात.

(2) **कोलंबिया पठार :** संयुक्त संस्थानाच्या वायव्य भागात कोलंबियाचे पठार असून त्याचे क्षेत्रफळ एक लाख चौ.कि.मी. आहे. भूपृष्ठावर लाव्हारस पसरून पठार तयार झाले आहे.

(3) **अॅपलेशियन पठार :** अॅपलेशियन पर्वताच्या दोन्ही उतारावर पर्वतपदीय पठारे आहेत. पश्चिम उतारावरील पठारास अॅपलेशियन पठार असे म्हणतात.

(4) **पिडमाँट पठार :** संयुक्त संस्थानाच्या पूर्वेस अॅपलेशियन पर्वत व अटलांटिक किनारपट्टी मैदान यांच्या दरम्यान 'पिडमाँट पठार' आहे.

(5) **मेक्सिकोचे पठार :** हे एक आंतरपर्वतीय पठार आहे.

वैशिष्ट्ये : • पठाराचा उतार संयुक्त संस्थानाच्या सीमेकडे गेलेला आहे. • पठारावर सुपीक व नापीक जमीन, दऱ्या, कमी उंचीचे पर्वत, प्लाया व खारी सरोवरे आहेत. बराचसा भाग शुष्क मैदानाचा आहे. • पठाराच्या दक्षिण भागात अनेक ज्वालामुखी आहेत.

(6) **ओझार्क पठार :** संयुक्त संस्थानात दक्षिण भागात मिसुरी नदीच्या खोऱ्याच्या भागात हे पठार आहे.

मैदाने

उत्तर अमेरिकेतील अंतर्गत मैदान हा एक अति विस्तीर्ण मैदानी प्रदेश आहे. याचा विस्तार पश्चिमेला रॉकी पर्वत व पूर्वेला अॅपेलेशियन पर्वत आणि कॅनडातील ढालक्षेत्राच्या दक्षिणेकडील प्रदेशापर्यंत आहे.

यामध्ये **खालील तीन मैदानांचा समावेश होतो.** (1) कॅनडा ढालक्षेत्राच्या सभोवतालचा सखल मैदानी प्रदेश (2) रॉकी पर्वत व मिसिसिपी नदी यांच्या दरम्यानचे महा/बृहद् मैदान (3) मिसिसिपी नदीच्या पूर्वेकडील मैदान.

महा/बृहद् मैदाने (Great Plains) : या मैदानांचा विस्तार दक्षिणेला मेक्सिकोच्या आखातापासून ते उत्तरेला कॅनडाच्या अंतर्गत भागापर्यंत आहे.

वैशिष्ट्ये : • 97° पश्चिम रेखावृत्तापासून रॉकी पर्वताच्या पायथ्यापर्यंत पसरलेल्या या मैदानाची रुंदी सुमारे 400 ते 800 कि.मी. आहे. • पूर्वेकडील उंची 350 मीटर तर पश्चिमेकडील रॉकी पर्वत पायथ्यालगतची उंची 1,800 मी. आहे. • **बहुधा जगातील हे एकमेव मैदान आहेत की ज्यांच्या उंचीची कक्षा सुमारे 1,400 मीटरपर्यंत आहे.** • मैदानाच्या सपाट भूमीत अपवाद म्हणून काही कमी उंचीच्या टेकड्या, मेसा, बुटे/स्कंधगिरी असे उंचवटे दिसून येतात. • कोरडी मैदाने ही दमट प्रेअरी प्रदेशापासून विलग झाली आहेत. • मैदानाच्या अति उत्तरेकडील भागात बर्फाचे आवरण असते तर दक्षिणेकडे मिसिसिपी व तिच्या उपनद्यांनी वाहून आणलेल्या गाळाचे निक्षेपण झालेले आहे. ही मैदाने जगातील अत्यंत सुपीक व उत्पादक मैदाने आहेत.

V. दक्षिण अमेरिका खंड

• **अक्षवृत्तीय विस्तार :** 11° उ. ते 55° द.अ. • **रेखावृत्तीय विस्तार :** 35° प. रे. ते 81° प. रे. • **क्षेत्रफळानुसार सर्वांत मोठा देश :** ब्राझील • **लोकसंख्येनुसार सर्वांत मोठा देश :** ब्राझील • **लॅटिन अमेरिकेचे देश :** दक्षिण अमेरिकेमधील सर्व देश शिवाय मेक्सिको आणि कॅरिबियन देश • **क्षेत्रफळानुसार देश :** ब्राझील, अर्जेंटिना, पेरू, कोलंबिया, बोलिव्हिया, व्हेनेझुएला, चिली • **भूवेष्टित देश :** बोलिव्हिया आणि पॅराग्वे • **किनारपट्टी लांबीनुसार देश :** ब्राझील, चिली, अर्जेंटिना, पेरू • **मुख्य नद्या व त्यांच्या उपनद्या** • **अॅमेझॉन :** डाव्या बाजूने जपुरा, निग्रो, ब्रॉको आणि रिजो पारु उजव्या बाजूने झिंग्ड, तापोजास, डकेयाली मादिरा, पुरुस नद्या • नेग्रो पॅराना : पॅराग्वे, पिलकोमायो • **ओरिनोको नदी (व्हेनेझुएला),** मॅग्डेलेना नदी (कोलंबिया) • दक्षिण अमेरिकेत इक्वेडोर, कोलंबिया आणि ब्राझीलमधून विषुववृत्त जाते. • चिली, अर्जेंटिना, पॅराग्वे आणि ब्राझीलमधून मकरवृत्त जाते.

प्राकृतिक रचना

पर्वतश्रेणी/पर्वतप्रणाली

(1) **अँडीज पर्वत :** अँडीज पर्वतश्रेणी/प्रणाली जगातील सर्वांत लांब पर्वतश्रेणी असून तिची लांबी 7,000 कि.मी. पेक्षा जास्त आहे.

वैशिष्ट्ये : • दक्षिण अमेरिका खंडाच्या पश्चिम किनारपट्टीला उत्तर-दक्षिण दिशेने समांतर पसरलेली आहे. • अँडीज पर्वताची सरासरी रुंदी 200 कि.मी. असून जास्तीत जास्त रुंदी 600 कि.मी. पर्यंत आहे. • समुद्रसपाटीपासूनची उंची 4,000 मी. आहे. • समुद्रसपाटीपासून 6,962 मी. उंचीचे अँडीज पर्वतश्रेणीतील सर्वांत उंच शिखर **माउंट अॅकन्काग्वा** आहे. • जागृत ज्वालामुखीमुळे अँडीज विशेष प्रसिद्ध आहे. या पर्वतश्रेणीमध्ये 30 पेक्षा जास्त जागृत ज्वालामुखी पर्वत आहेत. • कोटोपाक्सी हा जागृत ज्वालामुखी जगातील उंच ज्वालामुखी असून त्याची उंची 5,896 मी. आहे.

पठारे

अँडीज पर्वतात आंतरपर्वतीय पठारे आहेत.

(1) **एटीप्लॅनो पठार :** जगातील उंचीनुसार तिबेटच्या पठाराखालोखाल दुसऱ्या क्रमांकाच्या आंतरपर्वतीय पठारास 'एटीप्लॅनो पठार' असे म्हणतात. पठाराची सरासरी उंची 3,750 मी. आहे.

(2) **बोलिव्हिया पठार :** हेदेखील एक आंतरपर्वतीय पठार आहे. पठाराची सरासरी उंची 4,000 मी. आहे.

वैशिष्ट्ये : • बोलिव्हियाचे पठार हे मैदान, पर्वत, दऱ्या आणि सरोवरे यांचे संमिश्रण आहे. अँडीज पर्वतांनी ते वेढलेले आहे. • **टीटीकाका सरोवर** पठारावरील सर्वांत मोठे गोड्या पाण्याचे सरोवर आहे.

गियाना उच्च भूमी, ब्राझील पठार आणि पॅटागोनिया उच्च भूमी : दक्षिण अमेरिकेत खंडाच्या पूर्वेकडील प्रदेशात तीन प्रमुख पठारे आहेत. ज्यामध्ये गियाना उच्च भूमी, ब्राझीलचे पठार आणि पॅटागोनिया उच्च भूमी यांचा समावेश होतो. अँडीज पर्वतापेक्षाही ही पठारे प्राचीन आहेत.

(i) **गियाना उच्च भूमी :** गियानाच्या उच्च भूमीतील सर्वोच्च शिखराची उंची 2,810 मी. आहे. **गियानाच्या उच्च भूमीमध्ये जगातील सर्वांत उंच एंजल धबधबा आहे.** धबधब्याच्या लंबवत/तीव्र उताारावरून पाणी 979 मी. खाली कोसळते. **(ii) ब्राझील पठार/उच्च भूमी :** ब्राझीलच्या उच्च भूमीने सुमारे 45 लाख चौ.कि.मी. क्षेत्र व्यापलेले आहे. **(iii) पॅटागोनिया/अर्जेंटिना उच्च भूमी :** ब्राझीलच्या उच्च भूमीच्या दक्षिणेला अर्जेंटिनाची उच्च भूमी आहे, यालाच पॅटागोनियाची उच्च भूमी असेही म्हणतात.

मैदाने

(1) **अॅमेझॉन नदीचे मैदान :** अँडीज पर्वताचा पूर्व भाग आणि पूर्वेकडील उच्च भूमी यामधील प्रदेश अॅमेझॉन नदीच्या मैदानांनी व्यापलेला आहे. या मैदानांनी सुमारे 70 लाख चौ.कि.मी. क्षेत्र व्यापलेले आहे.

वैशिष्ट्ये : घनदाट वने व विस्तीर्ण जलभूमी यांनी हा प्रदेश आच्छादिलेला आहे. जगातील विषुववृत्तीय वर्षावनांचा सलग असा मोठा पट्टा आहे.

(2) **पंपास मैदान :** दक्षिण अमेरिका खंडाच्या दक्षिण भागात हे मैदान आहे. पंपास या शब्दाचा अर्थ सपाट भूमी असा आहे.

वैशिष्ट्ये : • विस्तृत असा पंपास गवताळ प्रदेश आहे. • मैदानाचे दोन भाग पडतात. • पश्चिमेकडील भागात शुष्क ओसाड वाळवंट आहे, तर पूर्वेकडील भाग आर्द्र असून सुपीक मृदेचा आहे. • पॅराना, पॅराग्वे, उरुग्वे नद्यांनी वाहून आणलेल्या गाळापासून ही सुपीक मृदा बनलेली आहे.

VI. ऑस्ट्रेलिया

• **अक्षवृत्तीय विस्तार :** 10° द. ते 43 द. अ. **रेखावृत्तीय विस्तार :** 115° पू. रे. 154° पू. रे. • मकरवृत्त ऑस्ट्रेलियाचे दोन भाग करते. • **ऑस्ट्रेलियाचे फेडरल घटक :** (1) पश्चिम ऑस्ट्रेलिया (राजधानी पर्थ) (2) उत्तर भूप्रदेश (डार्विन) (3) दक्षिण ऑस्ट्रेलिया (ॲडलेड) (4) क्वीन्सलंड (ब्रिस्बेन) (5) न्यू साउथ वेल्स (सिडने) (6) व्हिक्टोरिया (मेलबोर्न) (7) ऑस्ट्रेलियन कॅपिटल टेरीटोरी कॅनबेरा (8) टान्झानिया (होबार्ट).

प्राकृतिक रचना

पर्वतश्रेणी

ग्रेट डिव्हायडिंग रेंज (ऑस्ट्रेलियन पर्वत समूह) – ऑस्ट्रेलिया खंडाच्या पूर्व भागात 'ग्रेट डिव्हायडिंग रेंज' ही एकमेव पर्वतप्रणाली आहे.

वैशिष्ट्ये : • ही एक सलग पर्वतरांग नसून यात विविध रांगा, पठारे, टेकड्या, सुळके आणि काही मैदानांचा समावेश होतो. • हे पर्वत खंडीय जलविभाजक आहेत. • ही रांग उत्तर-दक्षिण दिशेने 3,500 कि.मी. पसरलेली आहे. • ग्रेट डिव्हायडिंग रेंजच्या मध्य भागात अनेक शिखरे असून ती सुळके, निदऱ्या, दऱ्यांनी वेढलेली आहेत. • **माउंट कॉझिस्को (Mount Kosciszko) हे 2,228 मी. उंचीचे सर्वांत उंच शिखर आहे.**

पठारे

ऑस्ट्रेलियन ढाल क्षेत्र : खंडाचा निम्म्याहून अधिक भाग पठारांनी व्यापलेला आहे. • ही पठारे मध्य व पश्चिम भागात आहेत. • पठारांचा थोडासा भाग खडकाळ किंवा वालुकामय वाळवंटाचा आहे. पर्जन्य क्वचितच पडते. ते खुरटी झुडपे, गवत यांना पुरू शकते. • पर्जन्याच्या अभावामुळे कायमस्वरूपी प्रवाहप्रणाली विकसित झाली नाही.

मैदाने

ऑस्ट्रेलियाचा मध्यवर्ती भाग वाळवंटी स्वरूपाचा आहे. ऑस्ट्रेलियातील ग्रेट डिव्हायडिंग रेंज आणि पश्चिमेकडील पठारांच्या दरम्यान दोन सखल प्रदेश आहेत. त्यापैकी एक एरी (Eyre Basin) खोरे व दुसरे मरे-डार्लिंग खोरे आहे. दोन्ही खोरी सपाट आहेत. यांनी सुमारे 22 लाख चौ.कि.मी. क्षेत्र व्यापलेले आहे.

(i) **एरी खोरे :** एरी सरोवर खोरे पूर्णतः अंतर्गत नदीप्रणालीचा प्रदेश आहे. येथील वार्षिक पर्जन्यमान बाष्पीभवनाच्या प्रमाणापेक्षाही कमी आहे. यामुळे कोणतीही नदी या सरोवरापर्यंत पोहोचत नाही. (ii) **मरे-डार्लिंगचे मैदान :** एरी सरोवराच्या पूर्वेला आहेत.ऑस्ट्रेलियातील ही सर्वांत महत्त्वपूर्ण अशी कृषिभूमी आहे.

या दोन प्रमुख मैदानांशिवाय ऑस्ट्रेलियाच्या (1) **दक्षिण किनारपट्टीवर अरुंद चिंचोळी मैदाने आहेत.** (2) **उत्तर ऑस्ट्रेलियाच्या किनारपट्टीवरील अरुंद चिंचोळी** मैदाने एरी सरोवराच्या सखल भूमीशी जोडली आहेत.

***तक्ता क्र. 3.3 : जग – पहिले नऊ देश (क्षेत्रफळानुसार)**

क्र.	देश	स्थान (खंड)	क्षेत्रफळ (चौ.कि.मी.)	क्र.	देश	स्थान (खंड)	क्षेत्रफळ (चौ.कि.मी.)
1.	रशिया	युरोप व आशिया	1,70,75,400	2.	कॅनडा	उत्तर अमेरिका	99,84,670
3.	चीन	आशिया	95,72,900	4.	संयुक्त संस्थाने	उत्तर अमेरिका	95,22,058
5.	ब्राझील	दक्षिण अमेरिका	85,14,877	6.	ऑस्ट्रेलिया	ऑस्ट्रेलिया	76,92,208
7.	भारत	आशिया	32,87,263	8.	अर्जेंटिना	दक्षिण अमेरिका	27,80,092
9.	कझाकस्तान	आशिया	27,24,500				

* जग – पहिले नऊ देश

तक्ता क्र. 3.4 : जग – शेवटचे नऊ देश (क्षेत्रफळानुसार)

क्र.	देश	स्थान	क्षेत्रफळ (चौ.कि.मी.)	क्र.	देश	स्थान	क्षेत्रफळ (चौ.कि.मी.)
1.	व्हेटिकन सिटी	युरोप	0.44	2.	मोनॅको	युरोप	1.95
3.	नउरु	दक्षिण पॅसिफिक	21.10	4.	टुवालू	दक्षिण पॅसिफिक	26.00
5.	सॅम मॅरिनो	युरोप	61.00	6.	लिअचटेनस्टीन	युरोप	160.00
7.	मार्शल बेट	मध्य पॅसिफिक	181.00	8.	सेंट किटस-नेविस	कॅरिबिअन समुद्र	269.00
9.	मालदीव	हिंदी महासागर	298.00				

तक्ता क्र. 3.5 : जग – भूवेष्टित (Landlocked) देश

खंड	भूवेष्टित देश
आफ्रिका	1. बुरुंडी, 2. बुरकिना-फासो, 3. बोटस्वाना, 4. सेंट्रल आफ्रिकन रिपब्लिक 5. चाड, 6. इथिओपिया, 7. लेसोथो, 8. मालावी, 9. माली, 10. नायजर, 11. रवांडा, 12. स्वाझीलँड 13. युगांडा, 14. झांबिया, 15. झिंबाब्वे
युरोप	1. अर्मेनिया, 2. अझरबैजान, 3. ऑस्ट्रिया, 4. बेलारूस, 5. झेक रिपब्लिक, 6. हंगेरी, 7. लिअचटेनस्टीन, 8. लक्झेम्बर्ग, 9. मॉल्डोव्हा, 10. मॅसिडोनिया, 11. सर्बिया, 12. स्वित्झर्लंड, 13. स्लोव्हाकिया, 14. सॅन-मॅरिनो, 15. व्हेटिकन सिटी
आशिया	1. अफगाणिस्तान, 2. भूतान, 3. कझाकस्तान, 4. किरघीझस्तान, 5. लाओस, 6. मंगोलिया, 7. नेपाळ, 8. ताजिकिस्तान, 9. तुर्कमेनिस्तान, 10. उझबेकिस्तान
दक्षिण अमेरिका	1. बोलिव्हिया 2. पॅराग्वे

तक्ता क्र. 3.6 : जग - प्रमुख नद्या

I. आशिया खंड			
1. अलदान	2. अमु-दर्या	3. अमूर	4. अंगारा
5. ब्रह्मपुत्रा	6. चाओ - फाराया	7. युफ्राटिस	8. गंगा
9. गोदावरी	10. व्हँग हो	11. सिंधू	12. इरावती
13. इरटुस्क	14. कोल्यमा	15. कावेरी	16. कृष्णा
17. लेना	18. लोअर टुंगुस	19. महानदी	20. मेकाँग
21. नर्मदा	22. ओब	23. सालवीन	24. सिकियांग
25. सिर-दर्या	26. तैग्रिस	27. तोबल	28. उरल
29. यांगत्सिकँग	30. येनिसी		
II. आफ्रिका खंड			
31. बेन्यू	32. ब्ल्यू नाईल	33. कासाई	34. लिंपोपो
35. लुअलाबक	36. नायजर	37. नाईल	38. ऑरेंज
39. शेबेली	40. व्होल्टा	41. व्हाईट नाईल	42. झायरे (काँगो)
43. झांबेझी			
III. ऑस्ट्रेलिया खंड	44. डार्लिंग	45. मरे	
IV. युरोप खंड			
46. डॅन्यूब	47. नीपर	48. एब्रो	49. एल्ब
50. लॉरेन	51. पो	52. ऱ्हाईन	53. सीन
54. टायबर	55. व्होल्गा		
V. उत्तर अमेरिका खंड			
56. अरकान्सा	57. कोलोरॅडो	58. हडसन	59. मॅकेंझी
60. मिसिसिपी	61. मिसुरी	62. ओहिओ	63. रिओ-ग्रँडी
64. सेंट लॉरेन्स	65. टेनेसी	66. युकॉन	
VI. दक्षिण अमेरिका खंड			
67. ॲमेझॉन	68. कोलोरॅडो	69. मॅडेरिया	70. नेग्रो
71. ओरिनोको	72. पॅराग्वे	73. पॅराना	74. रिओ कॅरोनी
75. सावो फ्रान्सिस्को			

तक्ता क्र. 3.7 : जग - सर्वांत उंच धबधबे उंचीनुसार

धबधबा	नदी	देश	एकूण उंची (मी.)
1. **एंजल**	**कॅरो/कॅरोनी/ओरिनोको**	**व्हेनेझुएला**	**979**
2. ट्यूगेला	ट्यूगेला	नाताळ प्रांत (द. आफ्रिका)	948
3. युटिगॉर्ड*	जोस्टेडल हिमनदी	नॉर्वे	826
4. माँगे*	माँगे	नॉर्वे	780
5. मुटारोझी	मुटारोझी	झिम्बाब्वे	762
6. योसेमाइट	योसेमाइट	कॅलिफोर्निया (संस्थाने)	746
7. एस्पलँड*	एस्पलँड	नॉर्वे	725
8. मार्डल्स फोसेन*	मार्डोला	नॉर्वे	705
9. कुकेनान	योसेमाइट नॅशनल पार्क	व्हेनेझुएला	670
10. सदरलँड	आर्थर	न्यूझीलंड	580
11. कजेल*	म्यारडल	नॉर्वे	525
12. रिबन	योसेमाइट	कॅलिफोर्निया (सं. संस्थाने)	496

टीप : *जगामधील सर्वांत जास्त उंचीवरील 12 धबधब्यांपैकी 5 धबधबे नॉर्वेमध्ये आहेत.

तक्ता क्र. 3.8 : पृथ्वीवरील प्रवाहमान आकारमानानुसार मोठ्या नद्या

आकारमाना-नुसार क्रमांक	सरासरी प्रवाहमान मुखाजवळ हजार सें.मी. दर सेकंद	नद्या (उपनद्यांसह)	बाह्य प्रवाह/स्थान	लांबी (कि.मी.)	लांबीनुसार क्रमांक
1.	212.5	ॲमेझॉन (युकायली, टॅम्बो, इनेल, ॲपुरीमॅक)	अटलांटिक महासागर/ ॲम्पापारा, ब्राझील	6,570	2
2.	79.3	ला प्लाटा (पॅराना)	अटलांटिक महासागर/ अर्जेंटिना	3,945	16
3.	39.7	कांगो (झायरे)	अटलांटिक महासागर/ अंगोला, झायरे	4,630	10

(क्रमशः)

आकारमाना-नुसार क्रमांक	सरासरी प्रवाहमान मुखाजवळ हजार सें.मी. दर सेकंद	नद्या (उपनद्यांसह)	बाह्य प्रवाह/स्थान	लांबी (कि.मी.)	लांबीनुसार क्रमांक
4.	38.5	गंगा (ब्रह्मपुत्रा)	बंगालचा उपसागर/भारत	2,898	23
5.	21.8	यांग-त्से, चँग (चियाँग)	पूर्व चीन समुद्र/कियाँगत्सु चीन	5,980	4
6.	17.4	येनिसी (अंगारा, सेलेनगा, इडर)	कारा समुद्रामधील येनिसी आखात/सैबेरिया	5,870	5
7.	17.3	मिसिसिपी (मिसुरी, ओहायो, टेनेसी, जेफरसन, बीव्हर हेड, रेड रॉक)	मेक्सिकोचे आखात/लुइझियाना	6,020	3
8.	17.0	ओरिनोको	अटलांटिक महासागर/व्हेनेझुएला	2,737	27
9.	15.5	लेना	लॅप्टेव्ह समुद्र/सैबेरिया	4,400	11
10.	14.2	सेंट लॉरेन्स	सेंट लॉरेन्सचे आखात/कॅनडा व संयुक्त संस्थाने	3,060	21
11.	2.83	नाईल (कागेरा, रूवुवु, लुव्हीरोंझा)	भूमध्य समुद्र/इजिप्त	6,690	1

संदर्भ : *Christopherson (1995 : 203)*

तक्ता क्र. 3.9 : जग - प्रमुख सरोवरे (अनुक्रमानुसार) स्थान व क्षेत्रफळ (चौ.कि.मी.)

क्र.	सरोवरे	स्थान	क्षेत्रफळ (चौ.कि.मी.)	क्र.	सरोवरे	स्थान	क्षेत्रफळ (चौ.कि.मी.)
1.	कॅस्पियन समुद्र	आशिया व युरोप	371,000	2.	सुपिरिअर	उ. अमेरिका	82,103
3.	व्हिक्टोरिया	आफ्रिका	69,484	4.	हुरॉन	उ. अमेरिका	59.570
5.	मिशिगन	संयुक्त संस्थाने	57,760	6.	टांगानिका	आफ्रिका	32,900
7.	बैकल	आशिया	31,499	8.	ग्रेट बिअर	उ. अमेरिका	31,328
9.	नयासा	मालावी, आफ्रिका	28,749	10.	ग्रेट स्लेव्ह	उ. अमेरिका	28,568
11.	अरल समुद्र	आशिया	28,500	12.	एरी	उ. अमेरिका	25,670
13.	विनिपेग	उ. अमेरिका	24,387	14.	ओंटारिओ	उ. अमेरिका	18,960
15.	लाडोगा	रशिया (युरोप)	17,703	16.	बाल्कश	आशिया	17,275
17.	चाड	आफ्रिका	16,300	18.	माराकैबो	द. अमेरिका	13,512
19.	ओनेगा	रशिया (युरोप)	9,700	20.	एयरी	ऑस्ट्रेलिया	8,900

3.2 जागतिक हवामान प्रकार

1. उष्ण कटिबंधीय हवामान (Tropical Climates)
2. उबदार समशीतोष्ण हवामान (Warm Temperate Climates)
3. शीत समशीतोष्ण हवामान (Cool Temperate Climates)
4. थंड हवामान (Cold Climates)
5. पर्वतीय हवामान (Mountain Climates)

1. उष्ण कटिबंधीय हवामान (Tropical Climates)

(अ) विषुववृत्तीय हवामान (ब) उष्ण कटिबंधीय भूखंडीय (सुदान) हवामान (क) उष्ण कटिबंधीय सागरी हवामान (ड) उष्ण कटिबंधीय मान्सून हवामान (इ) उष्ण कटिबंधीय वाळवंटी हवामान.

(अ) विषुववृत्तीय हवामान *(Equatorial Climate)* :

स्थान : (1) विषुववृत्तीय हवामानाचे उत्तम उदाहरण विषुववृत्ताच्या उत्तरेस व दक्षिणेस 5° उ. ते 5° द. सखल प्रदेश. उदा., ॲमेझॉन आणि झायरे खोरे. (2) या अक्षवृत्तादरम्यानचे उंचवट्याचे प्रदेश. उदा., पूर्व आफ्रिकन उंचवट्याचा प्रदेश. येथे विषुववृत्तीय हवामानाचे परिवर्तन झालेले आहे. उंचीमुळे तापमान 15° से. पर्यंत कमी होते. (3) पश्चिम आफ्रिकेच्या गियाना किनारपट्टीवर वार्षिक पर्जन्य कमी असते. उदा., आफ्रिका खंडातील घाना देशातील अक्रा, 70 सें.मी. हा प्रदेश खऱ्या अर्थाने विषुववृत्तीय हवामानाचा आहे की मान्सून वाऱ्यामुळे त्याचे परिवर्तन झालेले आहे.

हवामानाची वैशिष्ट्ये : • विषुववृत्ताच्या 5° उ. व 4° द. पट्टा वर्षभर कमी दाबाचा शांत पट्ट्याचा (Doldrums) आहे. यामुळे येथे ऋतू नाहीत. • मध्यान्ही सूर्य जवळजवळ लंबरूप असतो. वसंत संपात व शरद संपात दिवशी सूर्य डोक्यावर येतो. • वर्षभर सरासरी दैनिक तापमान सुमारे 26° से. असते. • दैनिक तापमान कक्षा 6° से. आणि 8° से. दरम्यान असते की वार्षिक तापमान कक्षा 3° से. पेक्षा जास्त असते. • पर्जन्य मुसळधार आणि आरोह स्वरूपाचा असतो. दररोज दुपारनंतर पाऊस पडतो की जो विजा आणि मेघगर्जनेसह पडतो. वार्षिक सरासरी पर्जन्य सुमारे 200 सें.मी. असते. अर्थात काही प्रदेशात पावसाचे प्रमाण यापेक्षाही जास्त असते.

सर्वसाधारणपणे मलेशिया, सिंगापूर आणि इंडोनेशिया या देशांमध्ये विषुववृत्तीय हवामान आहे असे म्हटले जाते. जरी या देशात तापमान आणि आर्द्रता प्ररूपासंबंधी या हवामानाची गुणवैशिष्ट्ये पाहावयास मिळत असली तरी इतर घटक त्या प्रमाणात विकसित झालेले नाहीत. कारण ते मान्सून हवामानाच्या प्रभावाखाली येतात. आग्नेय आशियामध्ये जून ते सप्टेंबर दरम्यान नैर्ऋत्य मान्सून वारे आणि नोव्हेंबर ते फेब्रुवारी दरम्यान ईशान्य मान्सून वारे वाहतात. हे वारे काही प्रमाणात आर्द्रतेमध्ये परिवर्तन करतात आणि पर्जन्याला ऋतुकालीन प्ररूपाचे स्वरूप देतात. • हवेची आर्द्रता नेहमीच उच्च प्रमाणाची असते.

(ब) उष्ण कटिबंधीय भूखंडीय (सुदान) हवामान *(Tropical Continental (Sudan) Climate)* :

स्थान : (1) 5° ते 15° उ. आणि द. दरम्यान. (2) असे हवामान आफ्रिका आणि मध्य दक्षिण अमेरिकेमध्ये उत्तम प्रकारे विकसित झालेले आहे.

हवामानाची वैशिष्ट्ये : • हा अक्षवृत्तीय पट्टा हिवाळ्यात व्यापारी वाऱ्याच्या टापूत येतो. तर उन्हाळ्यात तो हवेच्या शांत पट्ट्यात असतो. • उन्हाळ्यात तापमान 32° से. च्या आसपास असते. हिवाळे 21° से. दरम्यान उबदार असतात. वार्षिक तापमान कक्षा 11° से. दरम्यान असते. • उन्हाळ्यात पाऊस आरोह स्वरूपाचा आणि भरपूर पडतो. हिवाळे साधारण कोरडे असतात. • उत्तर आफ्रिकेमध्ये सहारा वाळवंटामधून व्यापारी वारे वाहतात आणि ते शुष्क व उष्ण वारे असतात. विशेषतः पश्चिम आफ्रिकेत वारे वाहतात. यांना **हारमाटन वारे** असे म्हणतात. याशिवाय हारमाटन धुळीयुक्त असतात. विषुववृत्ताच्या दक्षिणेकडे दक्षिण आफ्रिका आणि दक्षिण अमेरिकेत व्यापारी वारे सागरावरून येतात. यामुळे किनारपट्टी प्रदेशात पाऊस आणतात. • वार्षिक सरासरी पर्जन्य 75 सें.मी. दरम्यान असते. विषुववृत्तीय भागात पावसाचे प्रमाण जास्त असते तर उष्ण वाळवंटी प्रदेशाजवळ पावसाचे प्रमाण कमी असते. • पावसाळी ऋतूचा आरंभ होण्यापूर्वी कमाल तापमान असते. उत्तर गोलार्धात एप्रिल आणि दक्षिण गोलार्धात जानेवारीमध्ये कमाल तापमान आढळते. • उन्हाळ्यात उच्च आर्द्रता असते. • वरील अपवाद वगळता हवामान उन्हाळ्यात उष्ण आणि आर्द्र तसेच हवाळे उबदार व शुष्क असतात.

(क) उष्ण कटिबंधीय सागरी हवामान *(Tropical Marine Climate)* :

स्थान : (1) उष्ण कटिबंधीय भूखंडीय हवामान असणाऱ्या प्रदेशाच्या पूर्व किनारपट्टी क्षेत्रात आणि मध्य अमेरिकेच्या पूर्व किनारपट्टीवर उष्ण कटिबंधीय सागरी हवामान आहे.

(2) मध्य अमेरिकेचा सखल भाग, वेस्ट इंडिज बेटे, ब्राझील आणि पूर्व आफ्रिकेच्या किनारी सखल प्रदेशात हे हवामान चांगले विकसित झालेले आहे. याचप्रमाणे या हवामानात पूर्व मालागसे; ईशान्य ऑस्ट्रेलिया आणि फिलिपिन्सचा समावेश होतो.

हवामानाची वैशिष्ट्ये : • किनारपट्टीवर वर्षभर व्यापारी वारे वाहतात. ते जवळजवळ दररोज पाऊस आणतात. उन्हाळी ऋतू काळात भरपूर पाऊस पडतो. • स्थानानुसार वार्षिक पर्जन्याचे प्रमाण 100 ते 200 सें.मी. दरम्यान असते. पाऊस आरोह आणि प्रतिरोध प्रकारचा पडतो. • उष्ण कटिबंधीय भूखंडीय हवामानासारखे तापमान असते. उन्हाळ्यात तापमान 29° से. आणि हिवाळ्यात 21° से. असते. वार्षिक तापमान कक्षा सुमारे 9° C असते.

(ड) उष्ण कटिबंधीय मान्सून हवामान *(Tropical Monsoon Climate)* :

स्थान : काही उष्ण कटिबंधीय आणि समशीतोष्ण अक्षवृत्तीय प्रदेशात ऋतुकालीन भू आणि सागरी वारे मोठ्या प्रमाणात वाहतात. याचा भूखंडे आणि सागरावर परिणाम होतो. या ऋतुकालीन वाऱ्यांना मान्सून वारे असे म्हणतात. दक्षिण आशिया, आग्नेय आशियापासून उत्तर ऑस्ट्रेलियापर्यंत मान्सून वारे उत्तमपणे विकसित होतात. पूर्व आशियात समशीतोष्ण मान्सून हवामान आहे.

नकाशा क्र. 3.2 : मान्सून व चिनी हवामान प्रकार

हवामानाची वैशिष्ट्ये : • ऋतुकालीन विरुद्ध दिशेने वाहणारे वारे : मान्सून हवामानाचे मुख्य गुणवैशिष्ट्य ऋतु-कालीन विरुद्ध दिशेने वाहणारे वारे आहे. एका ऋतुकाळामध्ये वारे सागरावरून भूभागावर वाहतात. यामुळे किनारपट्टी प्रदेशात मुसळधार पाऊस पडतो तर दुसऱ्या ऋतुकाळामध्ये भूभागावरून सागराकडे वारे वाहतात. यापासून अल्प प्रमाणात किंवा अजिबात पाऊस पडत नाही. • वार्षिक पर्जन्यात बरीच तफावत आढळते. पावसाचे प्रमाण प्रामुख्याने भूउठाव आणि वाऱ्याच्या कोनावर अवलंबून असते. मेघालयामधील खासी टेकड्यांच्या दक्षिणाभिमुख उतारावर वार्षिक पावसाचे प्रमाण 1,100 ते 1,200 सें.मी. दरम्यान असते तर दिल्ली येथे जेमतेम 60 सें.मी. पाऊस पडतो. • उन्हाळ्यात तापमान सुमारे 32° से. तर हिवाळ्यात तापमान सुमारे 15° से. असते. वार्षिक तापमान कक्षा सुमारे 17° से. असते. परंतु या आकडेवारीमध्ये बरीच विविधता आढळते. • वैशिष्ट्यपूर्ण मान्सून हवामानामध्ये तीन ऋतू आढळतात.

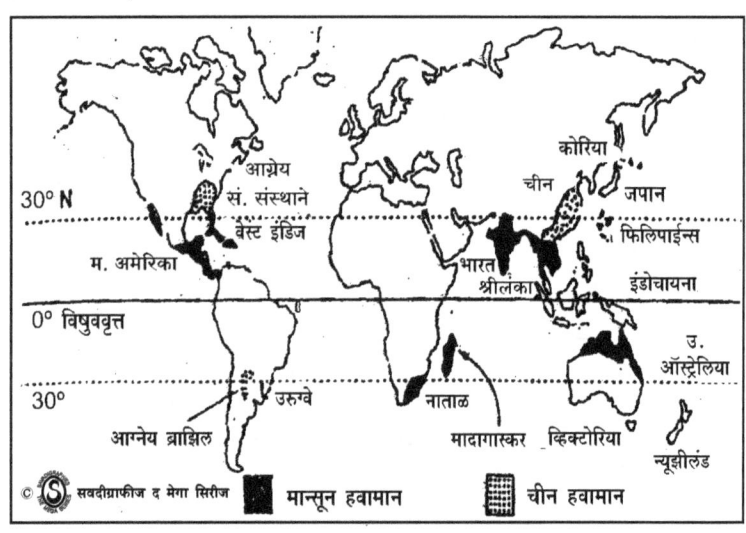

→ **भारतीय उपखंड आणि म्यानमारमधील तीन ऋतू :**

(i) **शीत व शुष्क ऋतू (नोव्हेंबर ते फेब्रुवारी) :** ईशान्य मान्सून वारे उपखंडावरून वाहतात.

(ii) **उष्ण, शुष्क ऋतू (मार्च ते मे) :** तापमान सर्वांत जास्त आणि पाऊस जवळजवळ असत नाही.

(iii) **उष्ण, पावसाळी ऋतू (जून ते ऑक्टोबर) :** नैर्ऋत्य मान्सून वारे वाहतात. यापासून पाऊस भरपूर पडतो. या ऋतुकाळात आकाश बऱ्यापैकी आभ्राच्छादित असल्याने तापमान थोडे कमी होते. परंतु वर्षामधील सर्वांत जास्त आर्द्रता असते.

(इ) उष्ण कटिबंधीय वाळवंटी हवामान *(Tropical Desert Climate)* :

स्थान : कर्कवृत्त आणि मकरवृत्ताजवळील हवेच्या जास्त दाबाच्या पट्ट्यात खंडाच्या पश्चिम भागी उष्ण कटिबंधीय वाळवंटी हवामान आढळते. याला अपवाद उत्तर आफ्रिकेचा वाळवंटी पट्टा आहे. ज्याचा विस्तार आफ्रिका खंडाच्या पश्चिम किनारपट्टीपासून नैर्ऋत्य आशियापर्यंत पसरलेला आहे. येथील वारे शुष्क प्रकारचे असतात.

हवामानाची वैशिष्ट्ये : • पर्जन्य क्वचितच पडते. वार्षिक सरासरी पर्जन्य 12 सें.मी. पेक्षा कमी असते. काही वेळेस अचानक मुसळधार पाऊस पडतो. यामुळे पूर येतात. • उष्ण कटिबंधीय हवेच्या जास्त दाबाच्या पट्ट्यात उष्ण वाळवंटे आढळतात की जेथे हवेची अधोगामी (वरून खाली) हालचाल असते. अशा प्रकारची हवा बाष्पनिर्मितीऐवजी शोषण करते. याशिवाय उष्ण वाळवंटी भागात वाहणाऱ्या वाऱ्याची निर्मिती शीत प्रदेशामध्ये होते. हे वारे वाळवंटावरून वाहताना उष्ण होतात आणि सांद्रीभवन प्रक्रियेस प्रतिबंध करतातफ याचप्रमाणे खंडाच्या पश्चिम किनारपट्टीजवळून थंड समुद्रप्रवाह वाहतात.

थंड समुद्रप्रवाहावरून वाहणारे वारे शीत होतात. सांद्रीभवनाची क्रिया होऊन पश्चिम किनारपट्टीवर काही वेळ धुके किंवा हलका पाऊस पडतो. हे वारे बऱ्याच वेळा शुष्क असतात. उबदार भूपृष्ठावर आल्यावर अधिकच शुष्क होतात. • उन्हाळ्यात तापमान सुमारे 29° से. आणि हिवाळ्यात सुमारे 10° से. तापमान असते. • वाळवंटी प्रदेशात आकाश निरभ्र असल्याने बऱ्याच वेळा तापमान 38° से. पेक्षा जास्त असते. तर 48° से. पर्यंत तापमान असते ही एक नित्याची बाब होऊन बसते. रात्रीच्या वेळी दिवसा प्राप्त झालेली उष्णता वातावरणात मेघ नसल्याने उष्णतेचे झपाट्याने विकिरण होते. यामुळे उन्हाळ्यात रात्री 15° से. तर हिवाळ्यात रात्री 5° से. पर्यंत तापमान खाली जाते. साहजिकच दैनिक तापमान कक्षा जास्त असते.

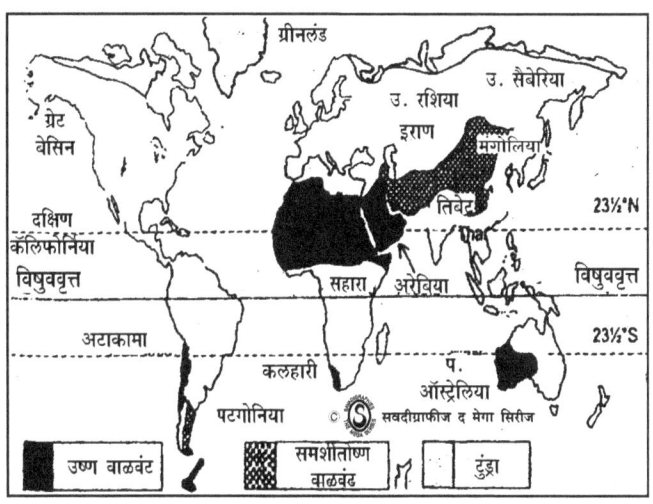

नकाशा क्र. 3.3 : वाळवंटी हवामान प्रकार

2. उबदार समशीतोष्ण हवामान (Warm Temperate Climates)

(अ) उबदार समशीतोष्ण पश्चिम सीमांत हवामान/भूमध्य सागरीय हवामान

(ब) उबदार समशीतोष्ण अंतर्गत हवामान

(क) उबदार समशीतोष्ण पूर्व सीमांत हवामान/चिनी प्रकार.

(अ) उबदार समशीतोष्ण पश्चिम सीमांत हवामान/भूमध्य सागरीय हवामान *(Warm Temperate Western Margin Climate/ Mediterranean Climate)* :

स्थान : (1) भूमध्य सागरीय हवामान 30° उ. व 45° उ. अ. आणि 30° द. व 40° द. अ. दरम्यान खंडाचा पश्चिम भाग.

(2) उत्तर गोलार्धात भूमध्य सभोवतालचा प्रदेश, उत्तर अमेरिकेत मध्य कॅलिफोर्निया तसेच दक्षिण गोलार्धात दक्षिण अमेरिकेत मध्य चिली; आफ्रिका खंडात नैर्ऋत्य आफ्रिका (केप प्रांत); नैर्ऋत्य आणि दक्षिण ऑस्ट्रेलिया (अॅडलेड ते मेलबर्न) येथे भूमध्य सागरीय हवामान विकसित झालेले आहे.

हवामानाची वैशिष्ट्ये : • उन्हाळ्यात सुमारे 21° से. आणि हिवाळ्यात सुमारे 10° से. तापमान असते. • उन्हाळ्यात वाहणारे व्यापारी वारे शुष्क असतात म्हणून ते पाऊस देत नाहीत. आकाश निरभ्र असते आणि आर्द्रता कमी असते. • हिवाळ्यात पश्चिमी वारे सागरावरून वाहतात. यामुळे पाऊस पडतो. बऱ्याच वेळा भरपूर पाऊस पडतो. प्रसंगी पूरही येतात. • वार्षिक पर्जन्य 50 सें.मी. ते 75 सें.मी. दरम्यान पडते. • भूमध्य सागरी हवामानाच्या प्रदेशात उष्ण आणि थंड स्थानिक वाऱ्यांचा अनुभव मिळतो. उदा., **सिरोक्को वारे** : सहारा वाळवंटावरून भूमध्य समुद्राकडे उन्हाळ्यात उष्ण, धुळीय आणि शुष्क वारे वाहतात. **मिस्ट्रल वारे** : उत्तरेकडून ऱ्होन नदीच्या खोऱ्यात हिवाळ्यात अतिशय जोरदार थंड वारे वाहतात. **बोरा वारे** : मध्य युरोप आणि भूमध्य समुद्राच्या दरम्यान हवेच्या दाबाच्या फरकामुळे हिवाळी थंड वारे पूर्वाश्रमी युगोस्लाव्हिया ओलांडून अॅड्रियाटिक समुद्राकडे वाहतात. • भूमध्य सामुद्रिक हवामानाचे वर्णन उन्हाळ्यात प्रखर सूर्यप्रकाश; उष्ण व शुष्क हवामान आणि मध्यम पावसाळी हिवाळे असे केले जाते.

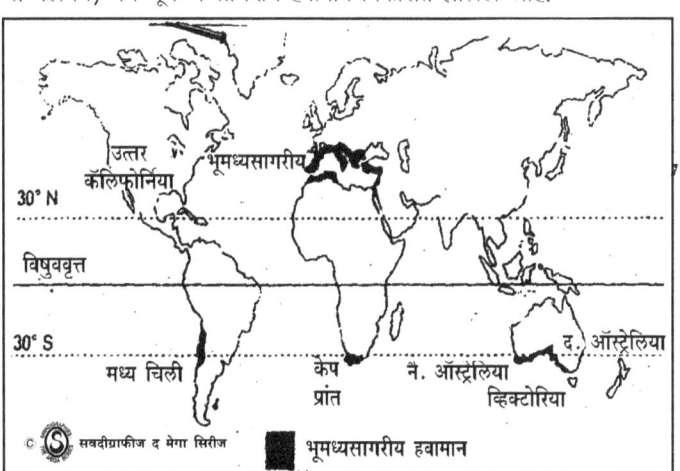

नकाशा क्र. 3.4 : भूमध्य सागरीय हवामान प्रकार

(ब) उबदार समशीतोष्ण अंतर्गत हवामान :

स्थान : (1) आशिया वगळून खंडाच्या अंतर्गत भागात हे हवामान 20° उ. ते 35° उ. अ. आणि 20° द. ते 35° द. या दरम्यान आढळते. या अक्षवृत्ताच्या दरम्यान असणाऱ्या आशियाच्या अंतर्गत भागात हिवाळ्यात अत्यंत कमी तापमान आणि अतिशय अल्प वार्षिक पर्जन्य पडते. याचे योग्य हवामान वर्णन समशीतोष्ण वाळवंट असे केले पाहिजे. (2) दक्षिण गोलार्धात ऑस्ट्रेलियात मरे डार्लिंगचा सखल प्रदेश आणि दक्षिण आफ्रिकेत व्हेल्ड उंचवट्याच्या प्रदेशात हे हवामान उत्तम प्रकारे विकसित झालेले आहे. उत्तर गोलार्धात संयुक्त संस्थानामध्ये पश्चिम ओक्लाहामा, टेक्सास आणि उत्तर मेक्सिकोत अशा प्रकारचे हवामान आहे.

हवामानाची वैशिष्ट्ये : • उन्हाळ्यात तापमान सुमारे 26° से. तर हिवाळ्यात तापमान 10° से. असते. • प्रदेशाच्या स्थानानुसार वार्षिक पर्जन्य 45 सें.मी. ते 90 सें.मी. दरम्यान पडते. दक्षिण गोलार्धामधील आंतरखंडीय भागात उन्हाळ्यात आग्नेय व्यापारी वाऱ्यामुळे भरपूर पाऊस पडतो. पूर्वेकडून पश्चिमेकडे पावसाचे प्रमाण कमी-कमी होत जाते. या हवामानाच्या पश्चिम भागात हवामान बऱ्यापैकी कोरडे असते. काही भागात ते निम ओसाड हवामान असते. उन्हाळ्यामध्ये या प्रदेशात हवेच्या कमी दाबाच्या प्रणालीमुळे आरोह पाऊसदेखील पडतो. बहुतेक पाऊस उन्हाळ्यात पडतो. • उन्हाळ्यात बाष्पीभवन जास्त असल्याने पिकांसाठी जलसिंचनाची आवश्यकता भासते.

(क) उबदार समशीतोष्ण पूर्व सीमांत हवामान/चिनी प्रकार :

(Warm Temperate Eastern Margin Climate/China Type)

स्थान : (1) खंडाच्या पूर्व बाजूला 23° उ. ते 35° उ. अ. आणि 23° द. ते 35° द. अ. दरम्यानचा प्रदेश चिनी हवामानाच्या प्रकारात समावेश होतो. (2) उत्तर गोलार्धात मध्य चीन, आग्नेय संयुक्त संस्थाने तर दक्षिण गोलार्धात दक्षिण ब्राझील; पंपासचा पूर्व भाग (अर्जेंटिना), आग्नेय आफ्रिका, आग्नेय ऑस्ट्रेलिया आणि न्यूझीलंड या देशांमध्ये हे हवामान उत्तम विकसित झालेले आहे.

हवामानाची वैशिष्ट्ये : • व्यापारी वारे किनाऱ्यावरून भूभागाकडे वाहतात. ते पाऊस आणतात तर पश्चिमी वारे भूभागाकडून सागराकडे जात असल्याने ते हलका पाऊस आणतात. • उन्हाळे उष्ण (सुमारे 26° से.) आणि हिवाळे सौम्य (13° से.) असतात. वायुगर्त विकसित झाल्यावर स्थानिक वाऱ्याने हिवाळ्यात

अकस्मात तापमान आणखी कमी होते. उदा., अर्जेंटिनामध्ये पंपारो आणि ऑस्ट्रेलियात दक्षिणी बर्स्टर वारे वेगाने वाहतात. • आग्नेय संयुक्त संस्थाने आणि चीनमध्ये मान्सून वारे विकसित होण्याची प्रवृत्ती असते. चीनमध्ये ते प्रकर्षाने आढळते. ऋतुकालीन वारे उलट-सुलट दिशेने वाहतात. • बराचसा पाऊस उन्हाळ्यामध्ये पडतो आणि आरोह प्रकारचा असतो. हिवाळ्यात पश्चिमी वारे किनाऱ्याकडे वाहतात. यामुळे कमी दाबाचा प्रदेश निर्माण झाल्याने हलका पाऊस पडतो. वार्षिक पर्जन्य साधारण 100 सें.मी. पडतो. • उन्हाळ्यात दक्षिण चीनमध्ये टायफून तर आग्नेय संयुक्त संस्थानामध्ये हरिकेन्स आवर्त निर्माण होऊन मुसळधार पाऊस पडतो.

3. शीत समशीतोष्ण हवामान (Cool Temperate Climates)

(अ) शीत समशीतोष्ण पश्चिमी सीमांत हवामान/ब्रिटिश हवामान प्रकार (ब) शीत समशीतोष्ण पूर्वीय सीमांत हवामान/ लॉरेंशियन हवामान प्रकार (क) शीत समशीतोष्ण अंतर्गत हवामान.

(अ) शीत समशीतोष्ण पश्चिमी सीमांत हवामान/ब्रिटिश हवामान प्रकार :

(Cool Temperate Western Margin Climate/The British Climate Type)

स्थान : (1) भूखंडाच्या पश्चिम बाजूला 45° उ. ते 60° उ. अ. आणि 45° द. अ. दक्षिणेकडे ब्रिटिश हवामान प्रकार आढळतो. (2) उत्तर गोलार्धात वायव्य युरोप, पश्चिम कॅनडा (ब्रिटिश कोलंबिया) आणि दक्षिण गोलार्धातील दक्षिण अमेरिकेत दक्षिण चिलीची किनारपट्टी, ऑस्ट्रेलिया खंडात टास्मानिया व न्यूझीलंडच्या दक्षिण बेटावर ब्रिटिश हवामान प्रकार उत्तम विकसित झालेले आहे.

हवामानाची वैशिष्ट्ये : • उन्हाळ्यामधील तापमान 13° से. ते 15° से. आणि हिवाळ्यामधील तापमान 2° से. ते 7° से. दरम्यान असते. वार्षिक तापमान कक्षा 8° से. ते 11° से. दरम्यान असते. • प्रचलित वारे वर्षभर पश्चिमेकडून वाहतात. परंतु हिवाळ्यात ते अधिक वेगाने आणि सातत्याने वाहतात.

• उत्तर गोलार्धात पश्चिमी वारे समुद्रावरून वाहतात. ते उत्तर आर्क्टिक आणि उत्तर पॅसिफिक अपवहनाच्या उबदार समुद्र-प्रवाहावरून वाहत असल्याने हिवाळ्यामध्ये तापमान बरेच खाली जात नाही. समुद्रप्रवाह आणि वाऱ्याच्या एकत्रित प्रभावाने वार्षिक तापमान कक्षा कमी राहते. • या अक्षवृत्तीय पट्ट्यात उपउष्ण कटिबंधीय आणि उपध्रुवीय हवा एकत्रित येते. यामुळे हवेच्या कमी दाबाचे प्रदेश तसेच प्रत्यावर्ताची निर्मिती पश्चिमेकडून होते. हवेच्या दाबाच्या या विशिष्ट प्रणालीमुळे बदलती हवा निर्माण होते. • पाऊस वर्षभर पडतो. अर्थात हिवाळ्यात याचे प्रमाण जास्त असते. आवर्त आणि प्रतिरोध पर्जन्यामुळे पाऊस पडतो. एकूण वार्षिक पर्जन्य सुमारे 75 सें.मी. पडते. अर्थात पर्वतीय भागात याचे प्रमाण 250° सें.मी. असते.

नकाशा क्र. 3.5 : ब्रिटिश हवामान, लॉरेंशियन हवामान, समशीतोष्ण गवताळ हवामान प्रकार

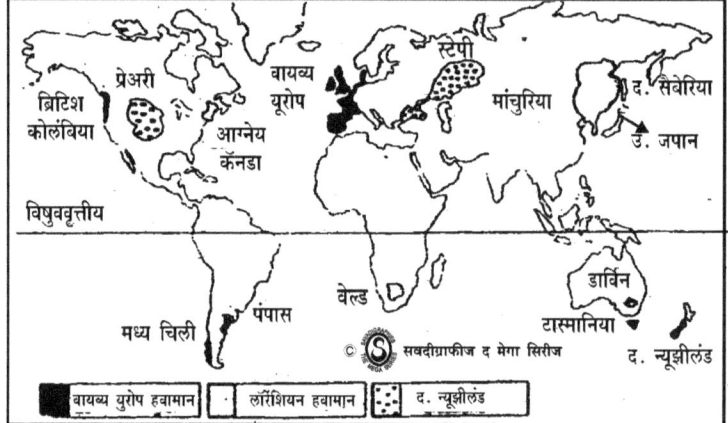

अलास्का आणि नॉर्वेच्या पश्चिम किनारपट्टीवरील प्रदेशात उबदार समुद्रप्रवाह आणि पश्चिम वाऱ्याचा प्रभाव पडतो की जे थंड समशीतोष्ण अक्षवृत्तामध्ये येतात. या प्रदेशाचे हिवाळी तापमान गोठणबिंदूच्या थोडे खाली असते. या अक्षवृत्ताच्या इतर ठिकाणांपेक्षा यांचे तापमान बरेच जास्त असते की ही ठिकाणे काही 100 कि.मी. पूर्वेकडे आहेत. उन्हाळी तापमान सर्वसाधारणपणे 15° से. पेक्षा कमी असते.

(ब) शीत समशीतोष्ण पूर्वीय सीमांत हवामान/लॉरेंशियन हवामान प्रकार :

(Cool Temperate Eastern Margin Climate/Laurential Climate Type)

स्थान : (1) उत्तर अमेरिका; आशिया खंडाच्या पूर्व बाजूस 35° ते 50° उ. अ. अक्षवृत्त दरम्यान आणि दक्षिण अमेरिकेच्या पूर्व बाजूस 40° द. अ. च्या दक्षिणेस अशा प्रकारचे हवामान आढळते. (2) पूर्व कॅनडाचा मरीटाइम प्रिन्सेस, संयुक्त संस्थानाची न्यू इंग्लंड राज्ये, उत्तर चीन, मांचुरिया, कोरिया आणि उत्तर जपानमध्ये लॉरेंशियन हवामान प्रकार उत्तम प्रकारे विकसित झालेले आहे.

हवामानाची वैशिष्ट्ये : • हिवाळी तापमान - 9° से. ते - 7° से. आणि उन्हाळी तापमान 15° से. ते 24° से. दरम्यान असते. वार्षिक तापमान कक्षा साहजिकच जास्त म्हणजे सुमारे 24° से. असते. • उत्तर अमेरिका आणि आशियाच्या अंतर्गत भागापासून हिवाळ्यात सागराकडे वारे वाहतात. यामुळे तापमान गोठणबिंदूच्या बरेच खाली जाते. उत्तर अमेरिकेत हे वारे पंचमहासरोवरावरून वाहताना बाष्प घेतात आणि प्रचंड हिमवृष्टी होते. आशिया खंडात वाहणारे वारे कोरडे असतात. • उत्तर अमेरिकेत लॅब्राडोर थंड प्रवाह आणि आशियामधील थंड क्युराइल प्रवाहामुळे हिवाळ्यात तापमान आणखी कमी होते. याउलट याच अक्षवृत्तावर पश्चिम किनारपट्टीला वाहणाऱ्या उबदार समुद्रप्रवाहामुळे तेथील तापमान सहन करण्याइतपत असते. • या हवामान प्रकारात वृष्टी (उत्तर अमेरिका आणि उत्तर जपानमध्ये पर्जन्य आणि हिम) वर्षभर असते आणि बऱ्याच प्रमाणात समान वितरित झालेले असते. • ईशान्य आशियामध्ये (उत्तर जपान व कोरिया वगळता) उन्हाळ्यात पाऊस पडतो. एकूण वार्षिक पाऊस 60 सें.मी. ते 100 सें.मी. दरम्यान पडतो. आरोह आणि आवर्त प्रकारचा पाऊस पडतो. • ईशान्य आशियामध्ये ऋतुकालीन वारे उलट-सुलट दिशेने वाहतात ही विशिष्ट मान्सून वाऱ्याची प्रणाली असते. शुष्क थंड वारे खंडावरून सागराकडे वाहत असल्याने मुख्य भूमीला पाऊस देत नाहीत. परंतु उत्तर जपान आणि उत्तर कोरियामध्ये मोठ्या प्रमाणात हिमवृष्टी पडते. उन्हाळ्यात समुद्राकडून भूभागाकडे वाहणारे वारे सर्व भागात पाऊस देतात.

(क) शीत समशीतोष्ण अंतर्गत हवामान *(Cool Temperate Interior Climate)* :

स्थान : (1) उत्तर अमेरिका आणि युरेशियाच्या अंतर्गत भागात 35° उ. ते 60° उ. अ. दरम्यान हे हवामान आढळते. (2) कॅनडामध्ये अल्बर्टा, सॅस्कचव्हान आणि मॅनिटोबा; संयुक्त संस्थानाचा उत्तर मध्य आणि मध्य-पश्चिम प्रदेश; मध्य आणि पश्चिम युरोप तसेच पूर्वाश्रमीचा सोव्हिएत रशियाच्या पश्चिम भागात हे हवामान उत्तम विकसित झालेले आहे.

हवामानाची वैशिष्ट्ये : • उन्हाळ्यात तापमान 16° से. पर्यंत असते. परंतु हिवाळ्यात तापमान मात्र – 21° से. पर्यंत खाली घसरते. वार्षिक तापमान कक्षा 37° से. पर्यंत असते. • प्रामुख्याने उन्हाळ्यात पर्जन्य पडते आणि ते आरोह प्रकारचे असते. वार्षिक पर्जन्य क्वचितच 50 सें.मी. पर्यंत पडते. उत्तर अमेरिकेच्या पश्चिमेकडे पाऊस कमी-कमी होत जातो. तर युरेशियात पूर्वेकडे पावसाचे प्रमाण कमी-कमी होत जाते. • कॅस्पियन समुद्राच्या पूर्वेकडे पाऊस एवढा कमी पडतो की हवामान वाळवंटी स्वरूपाचे असते आणि त्याचे वर्णन अंतर्गत वाळवंट असे केले पाहिजे.

4. थंड हवामान (Cold Climates)

(अ) टुंड्रा हवामान (ब) ध्रुवीय हवामान

(अ) टुंड्रा हवामान *(Tundra Climate)* :

स्थान : (1) थंड समशीतोष्ण खंडीय हवामानाच्या उत्तर खंडात टुंड्रा हवामान आहे. (2) उत्तर कॅनडा आणि उत्तर आशियात विकसित झालेले आहे.

हवामानाची वैशिष्ट्ये : • उन्हाळ्यात तापमान 10° से. च्या आसपास असते. तर हिवाळ्यात तापमान - 29° से. ते - 40° से. पर्यंत खाली जाते. याचा अर्थ वार्षिक तापमान कक्षा 30° से. ते 50° से. एवढी असते. • उन्हाळी दिवस प्रदीर्घ काळाचे आणि क्वचित रात्र असते तर हिवाळी रात्री प्रदीर्घ काळच्या आणि क्वचितच दिवस असतात. • एकूण वार्षिक वृष्टी 25 सें.मी. असते. उन्हाळ्यात पाऊस तर हिवाळ्यात हिम स्वरूपात वृष्टी पडते. • तापमान कमी असल्याने आर्द्रतादेखील कमी असते.

(ब) ध्रुवीय हवामान *(Polar Climate)* :

स्थान : उत्तर गोलार्धात ग्रीनलंड, आईसलंडचा अंतर्गत भाग तर दक्षिण गोलार्धात अंटार्क्टिका खंडात ध्रुवीय हवामान आहे.

हवामानाची वैशिष्ट्ये : • तापमान कायमस्वरूपी गोठणबिंदूच्या खाली आहे. • ब्लिझार्ड थंड वारे वारंवार वाहतात. • हिवाळे खऱ्या अर्थाने सलग रात्रीच्या आणि उन्हाळे सलग दिवसांच्या असतात.

5. पर्वतीय हवामान (Mountain Climates)

स्थान : युवा घडीच्या पर्वतमय प्रदेशात रॉकी पर्वत, अँडीज पर्वत, हिमालय, आल्प्स पर्वत आणि संबंधित पर्वतमय भागात पर्वतीय हवामान आढळते.

हवामानाची वैशिष्ट्ये : • सर्वसाधारणपणे अक्षवृत्तानुसार हवेचा दाब आणि तापमान कमी-कमी होत जाते तर वृष्टी वाढत जाते. अर्थात जर पर्वत जास्त उंचीचे असतील तर विशिष्ट उंचीपर्यंत कमाल वृष्टी असते आणि त्यापेक्षा उंचीवर वृष्टी कमी-कमी होत जाते. कारण हवेमधील बाष्पाचे प्रमाण कमी होते. त्याची दुर्मीळता कमी होत जाते आणि हवेचे तापमान कमी होते. • उंच पर्वतीय भागात हवा विरळ होते आणि सापेक्षदृष्ट्या धुलीमुक्त असते. उष्णता शोषून घेऊ शकत नाही. साहजिकच हवा नेहमी शीत असते. दैनिक तापमान कक्षा कमी असते. तुलनात्मकदृष्ट्या जमीन बऱ्यापैकी उष्णता शोषून घेते. परंतु रात्री झपाट्याने उष्णता निघून जाते. जमिनीवरील दैनिक तापमान कक्षा बऱ्यापैकी जास्त असते. • उंच पर्वतीय भागात तापमानाचे अनुक्रमीक पट्टे (Succession of Temperature Belts) असतात. परंतु विषुववृत्तापासून ध्रुवापर्यंत सारखे असत नाही. विशेषतः अँडीज पर्वतामध्ये अनुक्रमीक पट्टे उत्तम विकसित झालेले आहेत.

बहुपर्यायी प्रश्न

1. शिलावरणाच्या खालील थरास .... असे म्हणतात.
   (1) कवच (Crust)
   (2) प्रावरण/मध्यावरण (Mantle)
   (3) गाभा (Core) (4) वरील सर्व.
2. शिलावरणाची सरासरी जाडी .... आहे.
   (1) 16 ते 40 कि.मी. (2) 1 ते 16 कि.मी.
   (3) 20 ते 35 कि.मी. (4) 25 ते 50 कि.मी.
3. भूकंपाच्या उगमस्थानापासून प्रदेशात P आणि S लहरींची नोंद होत नाही. यामुळे या प्रदेशाला भूकंप छाया प्रदेश (Earthquake Shadow Time) असे म्हणतात.
   (1) 113° ते 133° (2) 103° ते 143°
   (3) 93° ते 103° (4) यांपैकी कोणतेही नाही.
4. भूपृष्ठापासून सुमारे .... उंची असणाऱ्या वातावरणाला सर्वांत खालच्या थराला .... असे म्हणतात.
   (1) तपस्तब्धी (2) तपांबर
   (3) स्थितांबर (4) स्थितस्तब्धी
5. पृथ्वीच्या भूपृष्ठापासून जसजसे उंच जावे तसतसे तापमान कमी-कमी होत जाते. परंतु विशिष्ट परिस्थितीत तापमान कमी न होता उलट ते वाढताना आढळते, याला .... असे म्हणतात.
   (1) तापमानाची परिवर्तितता (2) तापमानाचे परिसंचरण
   (3) तापमानाची विपरीतता (4) तापमानाची परिहार्यता
6. कर्कवृत्त व मकरवृत्त यांच्या दरम्यान ...... असते.
   (1) उष्ण कटिबंध (2) समशीतोष्ण कटिबंध
   (3) शीत कटिबंध (4) यांपैकी कोणतेही नाही.
7. विषुववृत्ताकडून उत्तरेकडे किंवा दक्षिणेकडे जावे तसतसे तापमान ....
   (1) वाढत जाते. (2) तेवढेच राहते.
   (3) कमी होत जाते. (4) यांपैकी कोणतेही नाही.
8. .... हवेचे जास्त दाबाचे पट्टे असतात.
   (1) विषुववृत्तावर (2) कर्क व मकरवृत्ताजवळ
   (3) ध्रुववृत्तावर (4) यांपैकी कोणतेही नाही.
9. हवेच्या दाबाच्या आंदोलनामुळे 21 डिसेंबरच्या सुमारास 30° ते 35° उत्तर अक्षवृत्त दरम्यान खंडाच्या .... बाजूस नैर्ऋत्य प्रतिव्यापारी वारे वाहू लागतात, याला हिवाळी पावसाचा प्रदेश म्हणतात.
   (1) पश्चिम (2) पूर्व
   (3) उत्तर (4) दक्षिण
10. उत्तर गोलार्धात व्यापारी वाऱ्यांना .... असे म्हणतात.
    (1) ईशान्य व्यापारी वारे (2) आग्नेय व्यापारी वारे
    (3) वायव्य व्यापारी वारे (4) नैर्ऋत्य व्यापारी वारे
11. दक्षिण गोलार्धात 40° दक्षिण अक्षवृत्तापलीकडे भूप्रदेशाचा फारसा अडथळा नसल्याने वारे वेगाने वाहतात. विशिष्ट आवाज करतात याला .... असे म्हणतात.
    (1) गर्जणारे चाळीस वारे (2) खवळणारे पन्नास वारे
    (3) नॉर्वेस्टर (4) यांपैकी कोणतेही नाही.
12. कर्कवृत्त आणि मकरवृत्त यांच्या दरम्यानच्या प्रदेशात निर्माण होणाऱ्या वादळांना .... असे म्हणतात.
    (1) समशीतोष्ण आवर्त (2) उष्ण कटिबंधीय आवर्त
    (3) ध्रुवीय आवर्त (4) यांपैकी कोणतेही नाही.

13. समशीतोष्ण कटिबंधीय आवर्तास .... या नावानेही ओळखतात.
   (1) मध्य कटिबंधीय आवर्त (Mid Latitude Cyclones)
   (2) उष्ण कटिबंधीय अतिरिक्त आवर्त (Extra Tropical Cyclone)
   (3) वायुगर्त (Depressions)
   (4) वरील सर्व.

14. महासागर जलाची दैनिक तापमान कक्षा कोणत्या घटकांवर अवलंबून असते ?
   (1) आकाश स्थिती
   (2) हवेची स्थिरता किंवा अस्थिरता
   (3) सागरी जलाचे स्तरण (Stratification)
   (4) वरील सर्व.

15. खालीलपैकी सागरजल क्षारतेचा कोणता प्रमुख स्रोत आहेत ?
   (1) ज्वालामुखी राख (2) नद्या
   (3) समुद्रप्रवाह (4) यांपैकी कोणताही नाही.

16. सागरजलाची घनता .... वाढत जाते.
   (1) विषुववृत्तापासून ध्रुवाकडे
   (2) ध्रुवापासून विषुववृत्ताकडे
   (3) पूर्वेकडून पश्चिमेकडे
   (4) पश्चिमेकडून पूर्वेकडे

17. सागरजलाच्या घनतेमधील वितरणाची भिन्नता .... यामुळे निर्माण होते.
   (1) थंड जलप्रवाह (2) उष्ण जलप्रवाह
   (3) विविध घनतेचे दोन जल वस्तुमान
   (4) यांपैकी कोणतेही नाही.

18. जेव्हा चंद्र आणि सूर्यामधील अंतर सर्वांत जास्त असते याला .... असे म्हणतात.
   (1) अपभू स्थिती (Apogee) (2) उपभू स्थिती (Perigee)
   (3) ॲफिहिलॉन (Aphyheleon)
   (4) यांपैकी कोणतेही नाही.

19. चंद्राची उच्च भरती-ओहोटी (High Tides) .... या स्थितीला होते.
   (1) सूर्य, पृथ्वी आणि चंद्र एका रेषेमध्ये
   (2) सूर्य, पृथ्वी आणि चंद्र त्रिकोणाकृतीमध्ये
   (3) सूर्य, पृथ्वी आणि चंद्र 90° कोनामध्ये
   (4) वरीलपैकी कोणतेही नाही.

20. जेव्हा सूर्य आणि चंद्र पृथ्वीच्या एका बाजूला असतात, या स्थितीला .... असे म्हणतात.
   (1) युती किंवा प्रतियुती (Syzygy)
   (2) युती (Conjuction)
   (3) काटकोनांतर (Quadrature)
   (4) प्रतियुती (Opposition)

उत्तरसूची

1.	(2)	2.	(1)	3.	(2)	4.	(2)	5.	(3)	6.	(1)	7.	(3)
8.	(2)	9.	(1)	10.	(1)	11.	(1)	12.	(2)	13.	(4)	14.	(4)
15.	(2)	16.	(1)	17.	(3)	18.	(1)	19.	(1)	20.	(2)		

★★★

4. भारत : प्राकृतिक भूगोलाचे स्वरूप

4.1	भारताचा विस्तार, आकार व क्षेत्रफळ	4.2	भारत : भूशास्त्र (भूगर्भरचना)
4.3	भारत : प्रमुख प्राकृतिक विभाग	4.4	भारत : नदीप्रणाली
4.5	भारत : हवामान	4.6	भारत : मृदा
4.7	भारत : नैसर्गिक वनस्पती	4.8	भारत : वनाच्छादन स्थिती अहवाल

भारतामध्ये प्राकृतिक रचना, हवामान, मृदा, वनस्पती, पिके व खनिजसंपत्ती इत्यादी बाबतीत अनेक प्रकारची विविधता आहे. याचप्रमाणे निरनिराळ्या धर्माच्या, वंशाच्या, पंथाच्या आणि संस्कृतीच्या लोकांचे वास्तव्य आहे. प्रत्येकाच्या चालीरीती व राहणीमान यांच्यात बराच फरक आहे. तरीही सर्वांमध्ये एक भावना आहे की आपण भारताचे नागरिक आहोत. अशी विविधता असली तरी तिच्यात एकात्मता आढळते.

4.1 भारताचा विस्तार, आकार व क्षेत्रफळ (Extension, Shape and Area of India)

भारताचा अक्षवृत्त विस्तार : भारताचा अक्षवृत्त विस्तार 8°4' 28" उत्तर अक्षवृत्त ते 37° 6' 53" उत्तर अक्षवृत्त (सुमारे 8° उ. अ. ते 37° उ. अ.) आहे.

भारताचा रेखावृत्त विस्तार : भारताचा रेखावृत्त विस्तार 68°7' 33" पूर्व रेखावृत्त ते 97°25' 47" पूर्व रेखावृत्त (सुमारे 68° पू. रे. ते 97° पू. रे.) आहे. (नकाशा क्र. 4.2 पाहा.)

भारतामधून जाणारे कर्कवृत्त : भारताच्या मध्यभागामधून 23°30' उत्तर अक्षवृत्त किंवा कर्कवृत्त जाते. याचा परिणाम प्रामुख्याने हवामान व वनस्पती वितरणावर झालेला आहे. **भारतामधून पश्चिमेकडून पूर्वेकडे जाणारे कर्कवृत्त** (1) गुजरात, (2) राजस्थान, (3) मध्य प्रदेश, (4) छत्तीसगड, (5) झारखंड, (6) पश्चिम बंगाल, (7) त्रिपुरा, (8) मिझोराम या आठ राज्यांमधून जाते. (नकाशा क्र. 4.3 पाहा.)

भारताची प्रमाणवेळ : भारताची प्रमाणवेळ 82°30' पू. रे. आहे. अलाहाबादची जी स्थानिक वेळ तीच भारताची प्रमाणवेळ असते. भारताची प्रमाणवेळ ग्रिनिचपेक्षा 5 तास 30 मिनिटांनी पुढे आहे.

भारताचा द्वीपकल्पीय आकार : आशिया खंडात सौदी अरेबिया, भारत व इंडोचायना असे तीन द्वीपकल्प आहेत. यांपैकी भारत हे एक मोठे द्वीपकल्प आहे. भारताचा आकार साधारण त्रिकोणाकृती असून त्याचा पाया उत्तरेस व त्रिकोणाचे टोक दक्षिणेस हिंदी महासागराच्या बाजूस आहे.

भारताची लांबी व रुंदी : भारताची मुख्य भूमीची उत्तर-दक्षिण लांबी काश्मीरच्या उत्तर सीमेपासून दक्षिणेस कन्याकुमारीपर्यंत 3214 कि.मी. (सुमारे 3200 कि.मी.) आहे; तर भारताची पश्चिम-पूर्व रुंदी गुजरातच्या पश्चिम किनाऱ्यापासून अरुणाचल प्रदेशाच्या पूर्व टोकापर्यंत 2933 कि.मी. (सुमारे 3000 कि.मी.) आहे.

भारताचे क्षेत्रफळ व जगामध्ये क्षेत्रफळानुसार भारताचा क्रमांक : भारताचे क्षेत्रफळ 32,87,263 चौ.कि.मी. (सुमारे 32,87,000 चौ.कि.मी.) आहे. जगामध्ये भारताच्या क्षेत्रफळाचा वाटा 2.46% (सुमारे 2.5%) आहे. रशिया, कॅनडा, चीन, संयुक्त संस्थाने, ब्राझील व ऑस्ट्रेलियानंतर भारताचा क्षेत्रफळानुसार सातवा क्रमांक आहे. भारताचे क्षेत्रफळ चीनच्या क्षेत्रफळाच्या सुमारे 1/3 आहे.

भारताची सीमा, सरहद्द आणि वैशिष्ट्ये (Frontiers, Boundaries and Characteristics of India)

भारताची भू-सीमा

भारताची उत्तर सरहद्द हिमालय पर्वतरांगेने काश्मीर, हिमाचल प्रदेश व उत्तराखंडाच्या उत्तरेस निश्चित झालेली आहे. चीन, नेपाळ व भूतान देशांच्या सरहद्दी आहेत. (नकाशा क्र. 4.3 पाहा.)

पूर्वेस भारत व म्यानमार एकमेकांपासून राखीन योमा पर्वतरांगेपासून (आराकान योमा) अलग झालेले आहेत. पूर्वेस बांगलादेश आहे. भारताची भू-सीमा उत्तरेला पाकिस्तान, अफगाणिस्तान, चीन, नेपाळ, भूतान, पूर्वेला म्यानमार व बांगलादेशांशी भिडलेली आहे. भारताच्या भू-सीमेची लांबी सुमारे 15,200 कि.मी. आहे.

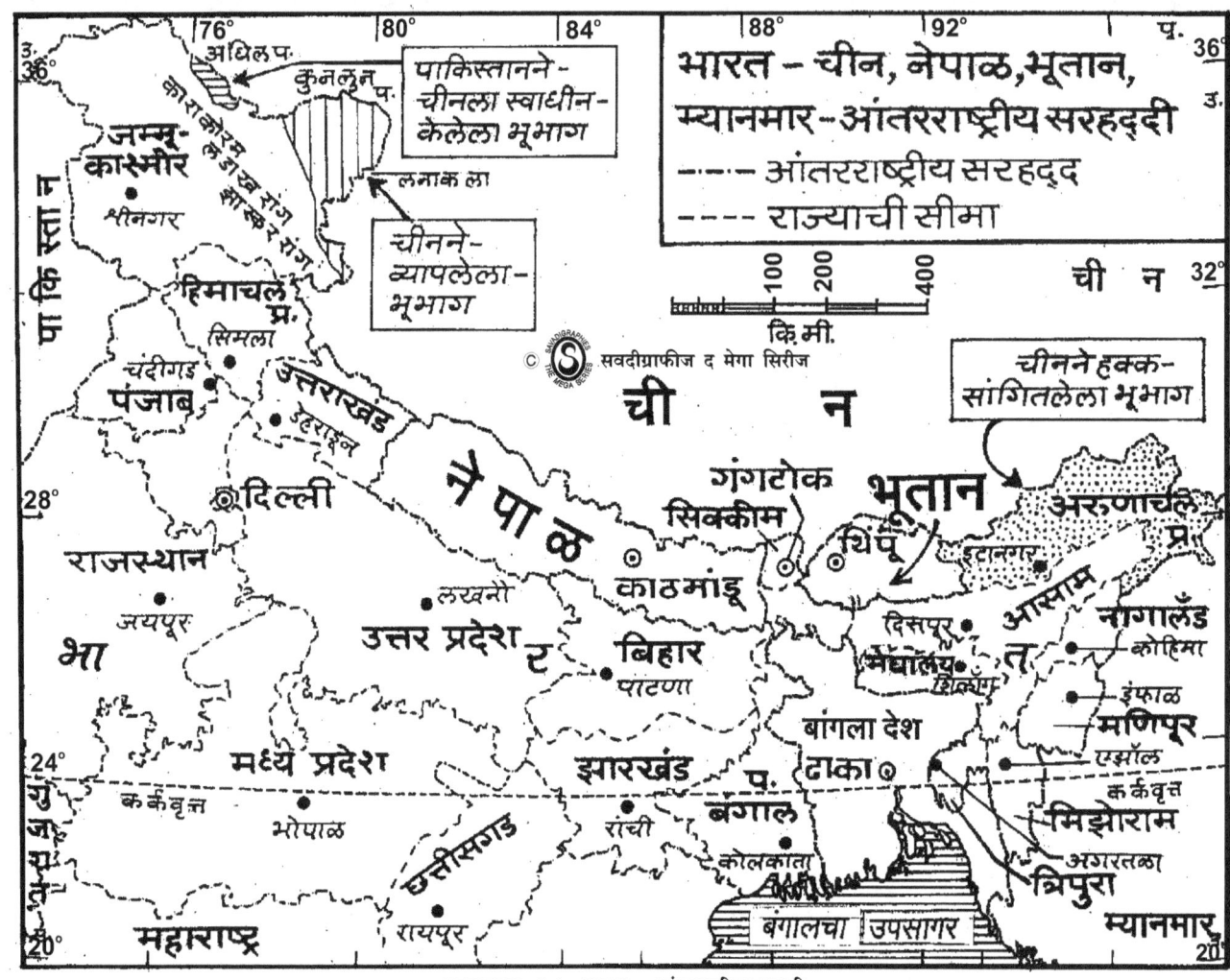

नकाशा क्र. 4.1 : भारत – आंतरराष्ट्रीय सरहद्दी

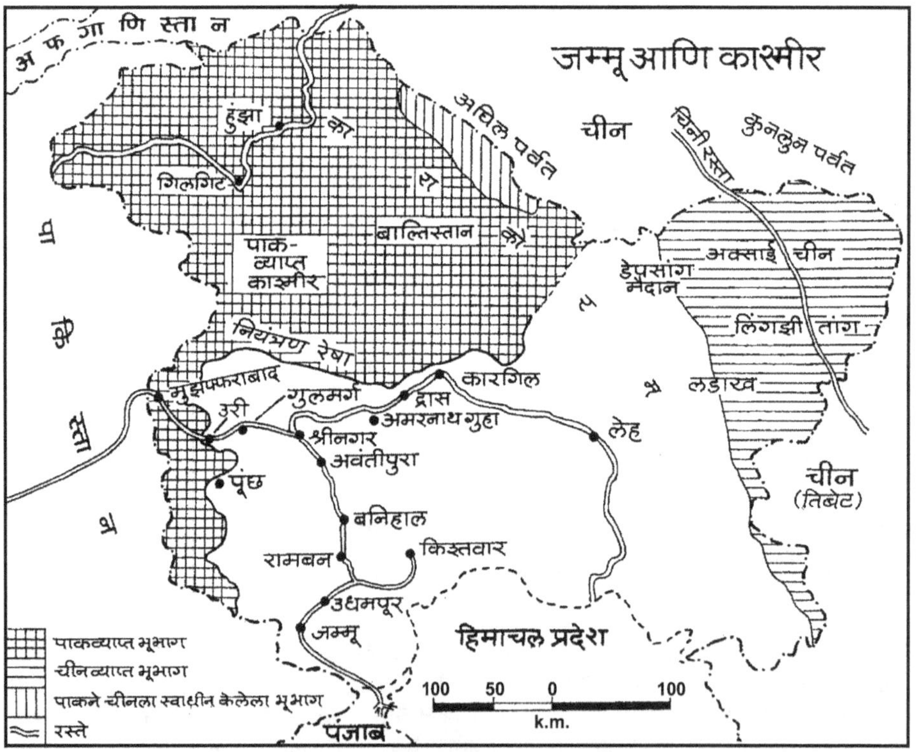

नकाशा क्र. 4.2 : काश्मीरची सीमा व सद्यःस्थिती

(1) भारताच्या अन्य देशांच्या सरहद्दीजवळ असणारी राज्ये : (नकाशा क्र. 4.3 पाहा.)

(अ) भारत व पाकिस्तान सरहद्दीजवळ असणारी राज्ये : भारताच्या पश्चिम बाजूस गुजरात, राजस्थान, पंजाब आणि जम्मू व काश्मीर अशी चार राज्ये आहेत.

(ब) भारत व चीन सरहद्दीजवळ असणारी राज्ये : भारताच्या उत्तर बाजूस जम्मू व काश्मीर, हिमाचल प्रदेश, उत्तराखंड, सिक्कीम आणि अरुणाचल प्रदेश अशी पाच राज्ये आहेत.

(क) भारत व बांगलादेश सरहद्दीजवळ असणारी राज्ये : भारताच्या पूर्व बाजूस पश्चिम बंगाल, आसाम, मेघालय, त्रिपुरा व मिझोराम अशी पाच राज्ये आहेत.

(ड) भारत व नेपाळ सरहद्दीजवळ असणारी राज्ये : उत्तराखंड, उत्तर प्रदेश, बिहार, पश्चिम बंगाल व सिक्कीम अशी पाच राज्ये आहेत.

(इ) भारत व भूतान सरहद्दीजवळ असणारी राज्ये : सिक्कीम, पश्चिम बंगाल, आसाम व अरुणाचल प्रदेश अशी चार राज्ये आहेत.

(ई) भारत व म्यानमार सरहद्दीजवळ असणारी राज्ये : पूर्वेला अरुणाचल प्रदेश, नागालँड, मणिपूर व मिझोराम अशी चार राज्ये आहेत.

तक्ता क्र. 4.1 : शेजारच्या देशांशी भारताच्या सरहद्दीची लांबी

क्र.	देश	सरहद्दीची लांबी (कि.मी.)	एकूण सरहद्द लांबीशी टक्केवारी (%)	क्र.	देश	सरहद्दीची लांबी (कि.मी.)	एकूण सरहद्द लांबीशी टक्केवारी (%)
1.	बांगलादेश	4,096	26.95	5.	म्यानमार	1,458	9.59
2.	चीन	3,917	25.77	6.	भूतान	587	3.86
3.	पाकिस्तान	3,310	21.78	7.	अफगाणिस्तान	80	0.52
4.	नेपाळ	1,752	11.53		**एकूण**	**15,200**	**100.00**

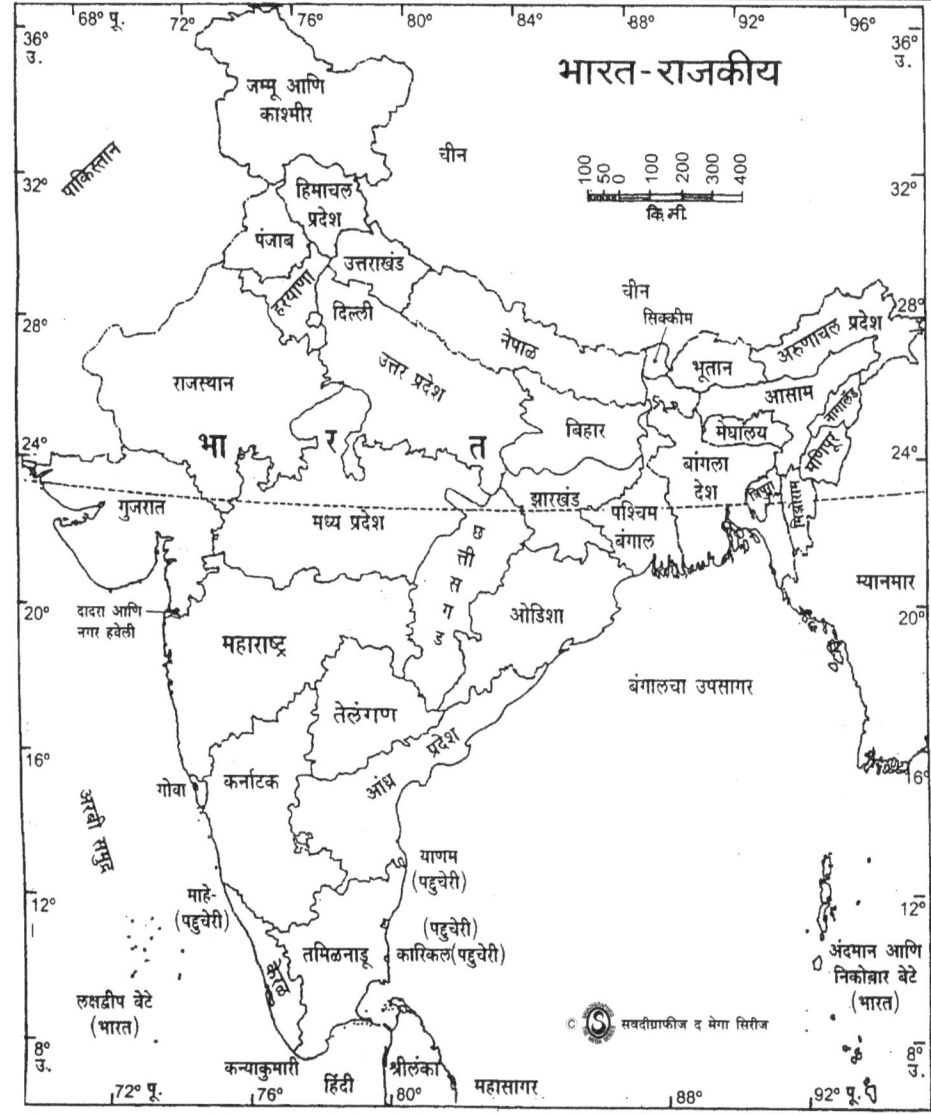

भारत-राजकीय : (1) भारतात 2014 नुसार एकूण 29 राज्ये, 7 संघराज्य क्षेत्रे व एकूण 676 जिल्हे आहेत. (2) भारतात सर्वांत जास्त क्षेत्रफळाचे राज्य राजस्थान (3,42,239 चौ.कि.मी.) असून त्या खालोखाल मध्य प्रदेश (3,08,252 चौ.कि.मी.) व महाराष्ट्र (3,07,713 चौ.कि.मी.) राज्यांचा क्रमांक आहे; तर सर्वांत कमी क्षेत्र गोवा राज्याचे (3772 चौ.कि.मी.) आहे. (3) भारतात सर्वांत जास्त क्षेत्रफळाचे संघराज्य क्षेत्र अंदमान व निकोबार बेटे (8249 चौ.कि.मी.) असून सर्वांत कमी क्षेत्रफळाचे संघराज्य क्षेत्र लक्षद्वीप बेटसमूह (32 चौ.कि.मी.) आहे.

नकाशा क्र. 4.3 : भारत - राजकीय

(2) **भारतीय राज्यांच्या सरहद्दीजवळ असणारे देश : (नकाशा क्र. 4.3 पाहा.)**

(अ) **जम्मू व काश्मीर राज्यांच्या सरहद्दीजवळ असणारे देश :** पश्चिमेला पाकिस्तान, वायव्येला अफगाणिस्तानच्या अब-ई-वखान भागातील अब-ई-पंजा दरीची मूठ (Pan Handle), उत्तर व पूर्वेला चीन असे तीन देश आहेत. **(नकाशा क्र. 4.3 पाहा.)**

(ब) **उत्तराखंड राज्याच्या सरहद्दीजवळ असणारे देश :** उत्तरेला चीन व पूर्वेला नेपाळ असे दोन देश आहेत.

(क) **पश्चिम बंगालच्या सरहद्दीजवळ असणारे देश :** वायव्येला नेपाळ, उत्तरेला भूतान तर दक्षिण व पूर्वेला बांगलादेश असे तीन देश आहेत.

(ड) **सिक्कीम राज्याच्या सरहद्दीजवळ असणारे देश :** पश्चिमेला नेपाळ, उत्तर व ईशान्येला चीन व आग्नेयेला भूतान असे तीन देश आहेत.

(इ) **आसाम राज्याच्या सरहद्दीजवळ असणारे देश :** उत्तरेला भूतान, नैर्ऋत्य व पश्चिमेला बांगलादेश असे दोन देश आहेत.

(ई) **अरुणाचल प्रदेश राज्याच्या सरहद्दीजवळ असणारे देश :** उत्तरेला चीन, पूर्व व दक्षिणेला म्यानमार; तर पश्चिमेला भूतान असे तीन देश आहेत.

(उ) **मिझोराम राज्याच्या सरहद्दीजवळ असणारे देश :** पूर्व व दक्षिणेला म्यानमार आणि पश्चिमेला बांगलादेश असे दोन देश आहेत.

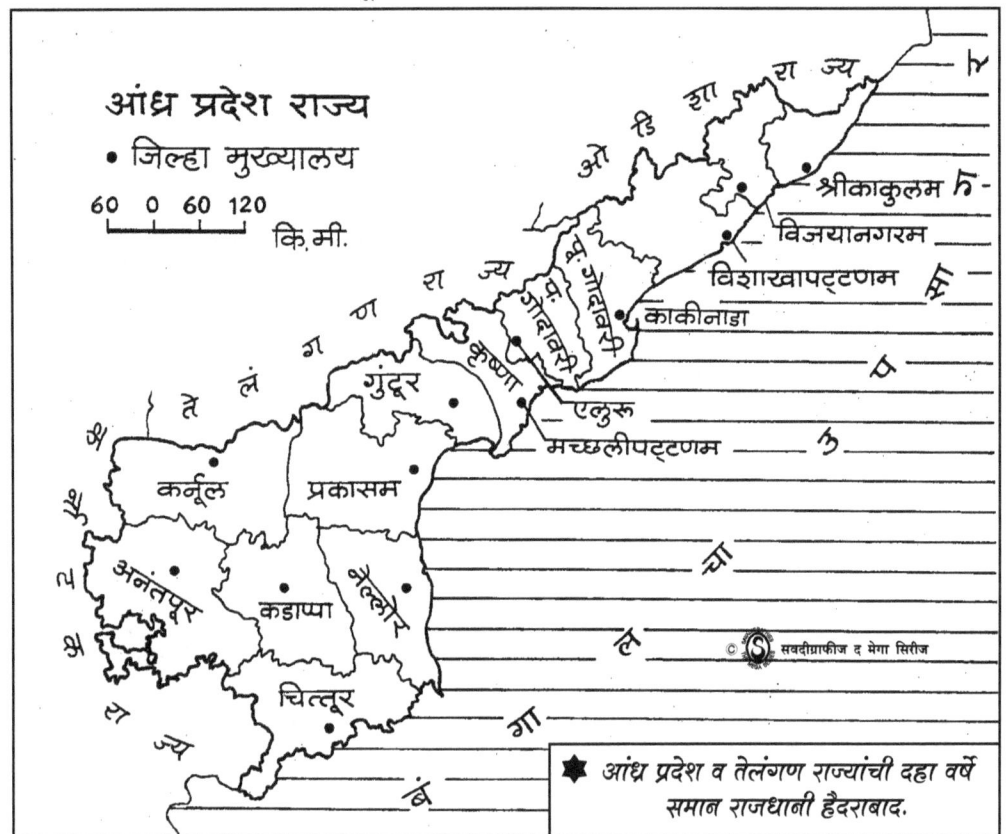

नकाशा क्र. 4.4 : आंध्र प्रदेश

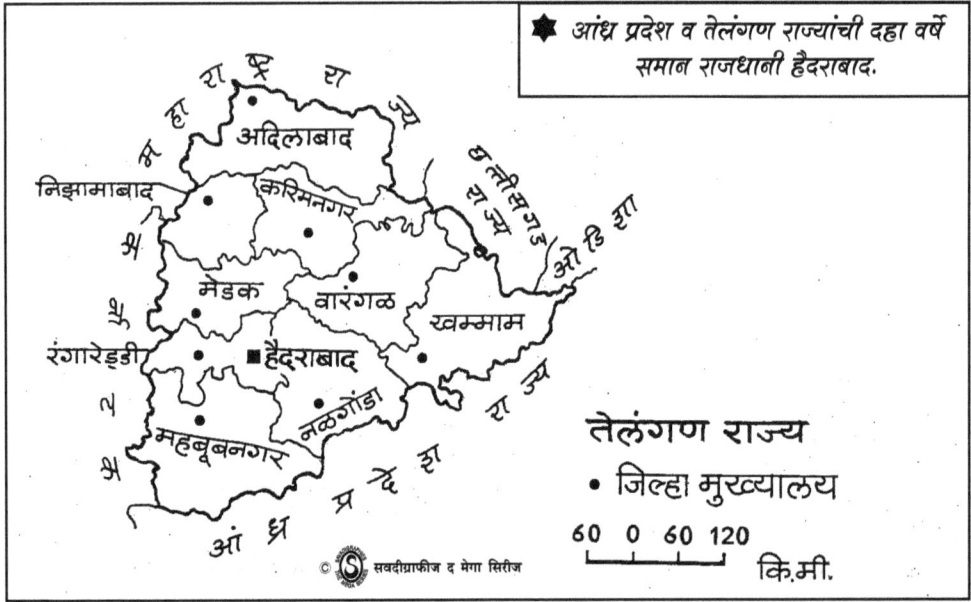

नकाशा क्र. 4.5 : तेलंगण

(ऊ) **काही राज्यांच्या सरहद्दीजवळ असणारा एक देश :** (i) गुजरातच्या वायव्येला पाकिस्तान, (ii) राजस्थानच्या पश्चिमेला पाकिस्तान, (iii) पंजाबच्या पश्चिमेला पाकिस्तान, (iv) हिमाचल प्रदेशच्या पूर्वेला चीन, (v) उत्तर प्रदेशच्या उत्तरेला नेपाळ, (vi) बिहारच्या उत्तरेला नेपाळ, (vii) नागालँडच्या पूर्वेला म्यानमार, (viii) मणिपूरच्या पूर्व व दक्षिणेला म्यानमार, (ix) त्रिपुराच्या उत्तर, पश्चिम व दक्षिणेला बांगलादेश अशा एका देशाच्या सरहद्दी आहेत. भारताच्या भू-सीमेला तीनही दिशांनी वेढलेला बांगलादेश आहे. (x) मेघालयाच्या पश्चिम व दक्षिणेला बांगलादेश आहे. (या प्रकारे भारताच्या दहा राज्यांना कोणत्यातरी देशाची एकच सरहद्द भिडते.)

भारताच्या भू-सीमा सरहद्दीचे विशेष स्वरूप

भारताच्या भू-सीमा दोन स्वरूपांच्या आहेत.

1. **नैसर्गिक सरहद्द :** भारताची चीन, नेपाळ, भूतान व म्यानमार या चार देशांच्या बरोबर भू-सीमेची 'नैसर्गिक सरहद्द' आहे.
2. **मानवनिर्मित सरहद्द :** भारताची पाकिस्तान व बांगलादेशाबरोबर भू-सीमेची 'मानवनिर्मित सरहद्द' आहे.

मॅकमोहन रेषा : भारत व चीन यांच्या दरम्यानची ईशान्येकडची सरहद्द 'मॅकमोहन रेषा' या नावाने ओळखली जाते.

भूवेष्टित प्रदेश *(Land Lock Region)* **:** एखादा देश किंवा राज्य चारही बाजूंनी भूमीने व्यापल्यास त्याला 'भूवेष्टित प्रदेश' असे म्हणतात.

भारतामधील अतिशय उत्तम भूवेष्टित प्रदेश म्हणून मध्य प्रदेश, छत्तीसगड व झारखंड या राज्यांची उदाहरणे देता येतील.

भारताची जलसीमा

1. **एकूण सागरी सीमेची लांबी :** भारताची सर्व बेटांसहित एकूण सागरी सीमा 7516.56 कि.मी. (सुमारे 7517 कि.मी./सुमारे 7500 कि.मी.) आहे.
2. **मुख्य किनारपट्टीची सागरी सीमेची लांबी :** भारताच्या पूर्व व पश्चिम किनारपट्टीच्या सागराची किंवा मुख्य किनारपट्टीची सागरी सीमा 6063 कि.मी. (सुमारे 6100 कि.मी.) आहे.
3. **भारताची सागरी सरहद्द :** भारताची सागरी सरहद्द किनारपट्टीपासून 12 नाविक मैल आहे.
4. **सागरी स्थिती :** भारताच्या त्रिकोणाकृती द्वीपकल्पाच्या पश्चिमेला अरबी समुद्र, पूर्वेला बंगालचा उपसागर व दक्षिणेला हिंदी महासागर आहे.
5. **भारताच्या तीनही सागरी सीमा एकत्रित येण्याचे ठिकाण :** भारताच्या सागरी सीमांतर्गत अरबी समुद्र, बंगालचा उपसागर व हिंदी महासागर हे तमिळनाडूच्या कन्याकुमारी येथे एकत्रित येतात.
6. **भारत व श्रीलंकेची अलगता :** भारत व श्रीलंका एकमेकांपासून पाल्कच्या सामुद्रधुनीमुळे अलग झालेले आहेत.

भारताची सागरी बेटे

भारताच्या सागरी प्रदेशात बेटांचे दोन समूह आहेत. **(नकाशा क्र. 4.3 पाहा.)**

1. अरबी समुद्रात लक्षद्वीप बेटसमूह आहे.
2. बंगालच्या उपसागरात अंदमान व निकोबार बेटे आहेत.

भारतीय सागरी प्रदेशात एकूण 599 बेटे आहेत. अरबी समुद्रात 27 बेटे आहेत, तर बंगालच्या उपसागरात 572 बेटे आहेत. पश्चिम बंगालच्या किनारपट्टीजवळील भारताच्या सागरहद्दीत 'न्यू मूर' नावाचे बेट आहे. भारताचे अति दक्षिणचे टोक निकोबार बेटामध्ये 'इंदिरा पॉइंट' आहे.

तक्ता क्र. 4.2 : भारत - राज्ये व संघराज्ये क्षेत्रफळ, राजधानी व जिल्ह्यांची संख्या (2018 नुसार)

क्र.	राज्य व सांकेतिक नाव	क्षेत्रफळ (000 चौ.कि.मी.)	राजधानी	जिल्ह्यांची संख्या	क्र.	राज्य	क्षेत्रफळ (000 चौ.कि.मी.)	राजधानी	जिल्ह्यांची संख्या
1.	आंध्र प्रदेश (AP)	160.2	हैदराबाद	13	16.	मणिपूर (MN)	22.3	इंफाळ	16
2.	अरुणाचल प्रदेश (AR)	83.7	इटानगर	21	17.	मेघालय (ML)	22.4	शिलाँग	11
3.	आसाम (AS)	78.4	दिसपूर	33	18.	मिझोराम (MZ)	21.0	ऐझॉल	8
4.	बिहार (BR)	94.2	पटना/पाटणा	38	19.	नागालँड (NL)	16.6	कोहिमा	11
5.	छत्तीसगड (CG)	135.2	रायपूर	27	20.	ओडिशा (OD)	155.7	भुवनेश्वर	30
6.	गोवा (GA)	3.7	पणजी	2	21.	पंजाब (PB)	50.4	चंडीगड	22
7.	गुजरात (GJ)	196.0	गांधीनगर	33	22.	राजस्थान (RJ)	342.2	जयपूर	33
8.	हरियाणा (HR)	44.2	चंडीगड	22	23.	सिक्कीम (SK)	7.1	गंगटोक	4
9.	हिमाचल प्रदेश (HP)	55.7	सिमला	12	24.	तमिळनाडू (TN)	130.0	चेन्नई	33
10.	*जम्मू व काश्मीर (JK)	222.2	(i) श्रीनगर (उन्हाळा) (ii) जम्मू (हिवाळा)	22	25.	तेलंगणा (TS)	114.8	हैदराबाद	10
11.	झारखंड (JH)	79.7	रांची	24	26.	त्रिपुरा (TR)	10.5	आगरताळा	8
12.	कर्नाटक (KA)	191.8	बेंगळुरू	30	27.	उत्तर प्रदेश (UP)	238.6	लखनौ	**75**
13.	केरळ (KL)	38.9	तिरुवनंतपुरम	14	28.	उत्तराखंड (UK)	55.8	डेहराडून	13

(क्रमशः)

*** जम्मू आणि काश्मीरमध्ये (i) पाकिस्तानने बेकायदेशीर व्यापलेला प्रदेश 78,114 चौ.कि.मी., (ii) पाकिस्तानने चीनला बेकायदेशीर दिलेला प्रदेश 5,180 चौ.कि.मी. (iii) चीनने बेकायदेशीर व्यापलेला प्रदेश 37,555 चौ.कि.मी. अशा प्रकारे एकूण प्रदेश 1,20,849 चौ.कि.मी. समाविष्ट आहे.**

क्र.	राज्य व सांकेतिक नाव	क्षेत्रफळ (000 चौ.कि.मी.)	राजधानी	जिल्ह्यांची संख्या	क्र.	राज्य	क्षेत्रफळ (000 चौ.कि.मी.)	राजधानी	जिल्ह्यांची संख्या
14.	मध्य प्रदेश (MP)	308.3	भोपाळ	51	29.	प. बंगाल (WB)	88.8	कोलकता	23
15.	महाराष्ट्र (MH)	307.7	मुंबई	36					
संघराज्य क्षेत्र									
1.	अंदमान व निकोबार बेटे (AN)	8.2	पोर्ट ब्लेअर	3	5.	दिल्ली (DL)	1.5	दिल्ली	11
2.	चंडीगड (CH)	0.1	चंडीगड	1	6.	लक्षद्वीप (LD)	0.03	कवरत्ती	1
3.	दादरा-नगर हवेली (DN)	0.5	सिल्व्हासा	1	7.	पुद्दुचेरी (PY)	0.5	पुद्दुचेरी	4
4.	दमण व दीव (DD)	0.1	दमण	2		**भारत**	**3,287**	**दिल्ली**	**719**

संदर्भ : Wikipedia

India 2018 सालानुसार 719 जिल्हे आहेत.

सर्वांत कमी क्षेत्रफळाचा जिल्हा - माहे (पुद्दुचेरी 9 चौ.कि.मी.)

सर्वांत जास्त क्षेत्रफळाचा जिल्हा - कच्छ (गुजरात 45,652 चौ.कि.मी.)

आंध्र प्रदेशाचे विभाजन होऊन आंध्र प्रदेश व तेलंगण राज्यांची निर्मिती. 29 वे राज्य - तेलंगण. यांची दहा वर्षे एकच राजधानी - हैदराबाद

4.2 भारत : भूशास्त्र (भूगर्भरचना)
(India : Geology)

आर.एल. सिंग यांच्या मतानुसार भारतामधील प्रमुख भूशास्त्रीय अवस्था (भूशास्त्रीय कालखंडासाठी आकृती क्र. 4.1 पाहा.)
(According to R. L. Singh Major Geological Phases in India)

(1) **पहिली अवस्था** *(The First Phase)* : पूर्व-कँब्रिअन महाकल्पामध्ये सुमारे 600 दशलक्ष वर्षांपूर्वी पृथ्वीच्या कवचाचे शीतलन आणि घनीभवन (Cooling and Solidification) हे वैशिष्ट्य होते. पहिल्या अवस्थेमध्ये द्वीपकल्प पठारावर आर्किअन नाइस (पट्टिताश्म) आणि ग्रॅनाइट अनावृत्त झाले. याच काळात अरवलीस वळ्या पडल्या.

(2) **दुसरी अवस्था** *(The Second Phase)* : धारवाडीयन अवसादाचा उंच-सखलपणा आणि वलिवंत क्रिया (Undulations and Crumpling) या अग्निजन्य क्रिया आणि अंतर्भेदन/अंतर्वेशन (Igneous Activities and Intrusions) बरोबर होत गेल्या.

(3) **तिसरी अवस्था** *(The Third Phase)* : **प्राचीन भूभागामध्ये किंवा सरहद्दीलगत कडाप्पा आणि विंध्ययन खोऱ्यात चुनामय कॅलकॅरस आणि वालुकामय ॲरनॅशस अवसादाचे निक्षेपण (Deposition of Calcareous and Arenaceous Sediments) हे एक वैशिष्ट्य होते आणि कँब्रिअन कल्पात (500 दशलक्ष वर्षांपूर्वी) त्याचे उत्थापन झाले.**

(4) **चौथी अवस्था** *(The Fourth Phase)* : गोंडवना खंडाच्या निर्मितीकरिता 270 दशलक्ष वर्षांपूर्वी खळग्यामध्ये पर्मो-कार्बनीफेरस हिमायन (Glaciation) आणि विस्तारित हिमोनदोद्‌भुताचे (Glacio-fluvial) निक्षेपण होऊन त्यांचे अनुवर्ती भ्रंशन (Subsequent Faulting) झाले. **देशाचे 95% कोळशाचे साठे गोंडवना खडकांमध्ये आढळतात.**

(5) **पाचवी अवस्था** *(The Fifth Phase)* : 200 दशलक्ष वर्षांपूर्वी गोंडवना खंडाचा भ्रंश होऊन द्वीपकल्पाचे उत्तरेकडे अपवाहन (Drift) झाले. यामुळे विंध्ययन अवसादाचे उत्थापन होऊन पश्चिम घाटाची निर्मिती झाली.

(6) **डेक्कन ट्रॅपची निर्मिती** *(Formation of the Deccan Trap)* : 135 दशलक्ष वर्षांपूर्वी क्रेटेशस लाव्हाचे वहन होऊन डेक्कन ट्रॅपची (दख्खन बंध) निर्मिती झाली.

(7) **टर्शरी गिरीजननाची निर्मिती** *(Tertiary Orogeny Formation)* : भारतीय भूपट्टाची (Indian Plate) आशियाई भूपट्टाशी (Asiatic Plate) टक्कर होऊन तीन अवस्थांमध्ये टर्शरी गिरीजननाची निर्मिती झाली. यामुळे हिमालयाच्या तीन पर्वतरांगा निर्माण झाल्या.

(अ) **हिमाद्री किंवा बृहद् हिमालय** *(Himadri or Greater Himalaya)* : ओलिगोसीन कल्पामध्ये 25 ते 40 दशलक्ष वर्षांपूर्वी हिमाद्री किंवा बृहद् हिमालयाची निर्मिती झाली.

(ब) **हिमाचल किंवा लेसर हिमालय** *(Himachal or Lesser Himalaya)* : मध्य मायोसीन कल्पात 14 दशलक्ष वर्षांपूर्वी हिमाचल किंवा लेसर हिमालयाची निर्मिती झाली.

(क) **शिवालिक किंवा बाह्य हिमालय** *(Shiwalik or Outer Himalaya)* : प्लायोसीन उत्तर कल्पामध्ये 7.50 दशलक्ष वर्षांपूर्वी शिवालिक किंवा बाह्य हिमालयाची निर्मिती झाली. **याच अवस्थेमध्ये सिंधू-गंगा द्रोणीची** *(Indo-Gangetic Trough)* **निर्मिती झाली.**

(8) **सिंधू-गंगा द्रोणीमध्ये अवसादन** *(Sedimentation)* : प्लायोसीन-होलोसीन काळात सिंधू-गंगा द्रोणीमध्ये अवसादन झाले.

(9) **प्लेइस्टोसीन कल्पामध्ये भूशास्त्रीय अनेक घटना** : प्लेइस्टोसीन कल्पामध्ये पुढील वैशिष्ट्यपूर्ण भूशास्त्रीय घटना घडल्या :

(अ) राजमहल-गारोखिंड किंवा माल्डा खिंडीचे अधःवाक (Down Warp)

(ब) सिंधू-गंगा विभाजकाचे (पोटवार पठाराचे) प्रोत्थान (Upheaval) होऊन सिंधू-ब्रह्मपुत्राच्या किंवा शिवालिक नद्यांच्या जुन्या प्रवाहामध्ये विस्कळीतपणा आला. यामुळे भारतीय उत्तर मैदानाच्या सद्य नदीप्रणालीमध्ये उत्क्रांती झाली.

(क) नर्मदा-तापी द्रोणीची निर्मिती झाली आणि पश्चिम किनारपट्टीचा पाया रचला गेला.

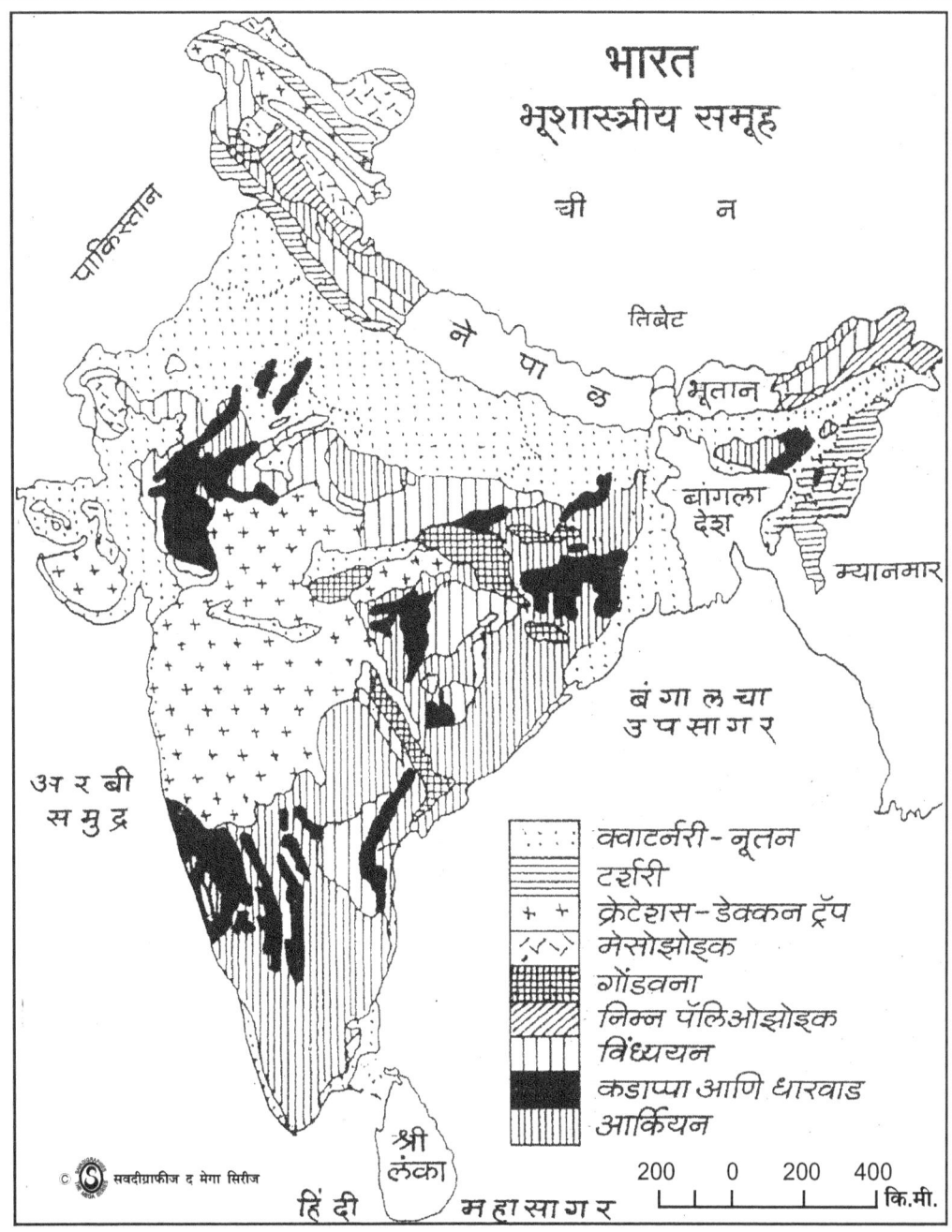

नकाशा क्र. 4.6 : भारत - भूशास्त्रीय प्रणाली

तक्ता क्र. 4.3 : पूर्व-कँब्रिअन काळापासून भारतीय प्रमुख खडकांची निर्मिती

कालखंड	खडकनिर्मिती
• नूतन	नूतन जलोढ, वाळूच्या टेकड्या, मृदा.
• प्लेइस्टोसीन	काश्मीरमधील कारेवाचे जुने जलोढ आणि प्लेइस्टोसीन नदी वेदिका/पायऱ्या.
• मायो-प्लायोसीन	शिवालिक, इरावती व मंचर प्रणाली, कडलोर, वारकली व राजमुंद्री वाळूचा खडक.
• ओलिगो-मायोसीन	मुरी व पेगू प्रणाली, नरी व गज माला.
• इओसीन	राणीकोट - लाकी - किरथर - छरत माला
• निम्न इओसीन व ऊर्ध्व क्रेटेशस	दख्खन बंध (ट्रॅप) व आंतरबंधीय
• क्रेटेशस	त्रिचनापल्ली, आसाम व नर्मदा खोऱ्यामधील क्रेटेशस, गिरीमूल, चिक्कीम माला आणि उमिया संस्तर.
• ज्युरासिक	किओटो चुनखडी व स्पिटी शेल, कोटा, राजमहल व जबलपूर माला.
• ट्रायासिक	किओटो चुनखडीसह लिलांग प्रणाली, महादेव व परिचेट माला

(क्रमशः)

कालखंड	खडकनिर्मिती
• पर्मिअन	कुलिंग प्रणाली, दामुदा प्रणाली
• कार्बनीफेरस	लिपक व पो माला, ताल्चेर माला
• डेव्होनिअन	मुथ क्वार्टझ्
• सायल्युरिअन	हिमालय व म्यानमार सायल्युरिअन
• ऑर्डोव्हिसिअन	हिमालय व म्यानमार ऑर्डोव्हिसिअन
• कँब्रिअन	हेमंत प्रणाली, गारबागयांग माला
• पूर्व-कँब्रिअन	कडाप्पा विंध्ययन प्रणाली, डोग्रा व सिमला स्लेट, मारतोली माला.

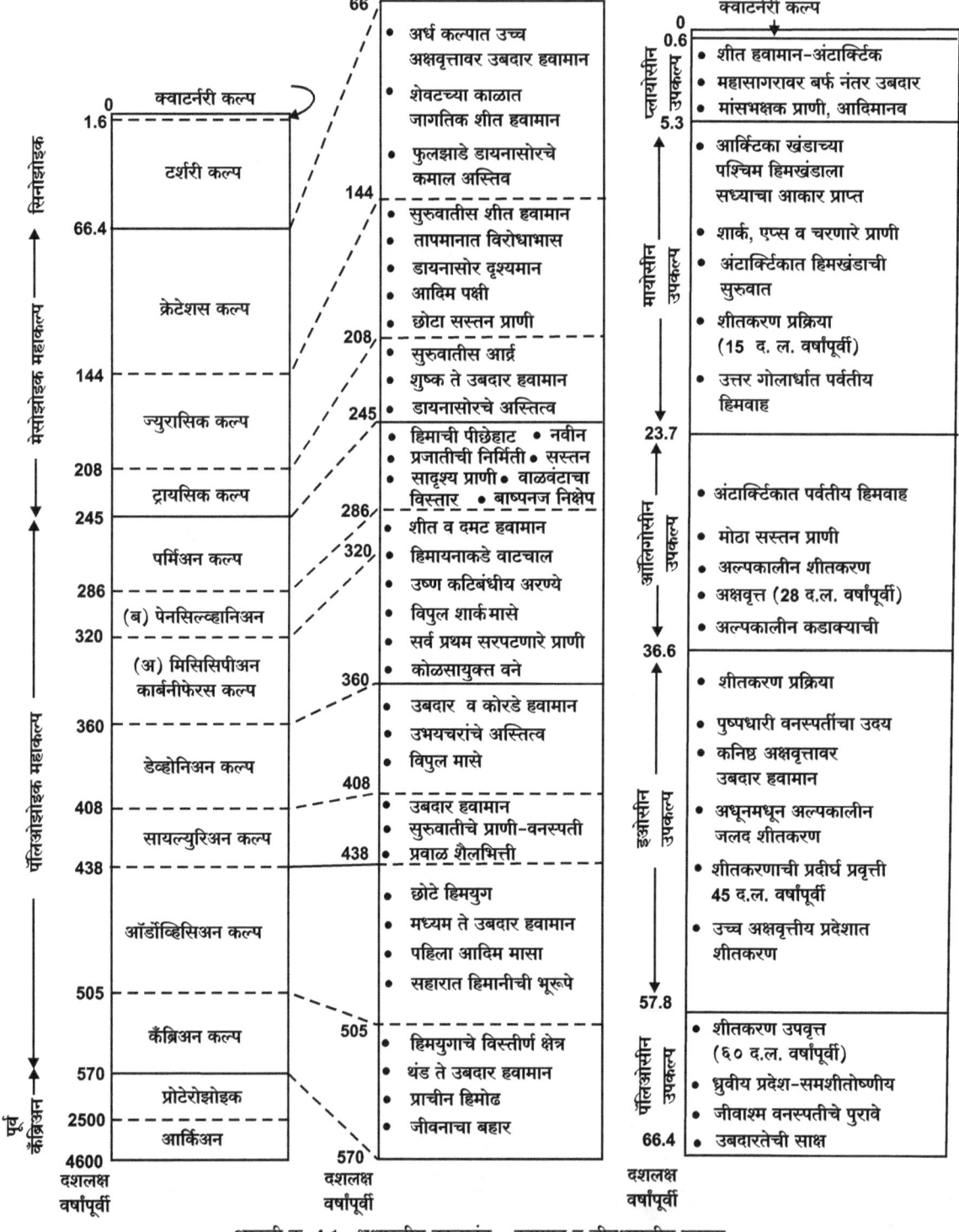

आकृती क्र. 4.1 : भूशास्त्रीय कालखंड - हवामान व जीवशास्त्रीय स्वरूप

4.3 भारत : प्रमुख प्राकृतिक विभाग
(India : Major Physiographic Division)

भारताचा प्राकृतिकदृष्ट्या अभ्यास करता त्याचे खालील सुस्पष्ट विभाग पडतात.

1. उत्तरेकडील पर्वतीय प्रदेश
2. उत्तर भारतीय मैदानी प्रदेश
3. भारतीय द्वीपकल्पीय पठारी प्रदेश
4. भारतीय किनारी मैदानी प्रदेश
5. भारतीय बेटे **(नकाशा क्र. 4.7 पाहा.)**

भारत
प्राकृतिक विभाग

नकाशा क्र. 4.7 : भारत - प्राकृतिक विभाग

1. उत्तरेकडील पर्वतीय प्रदेश

भारताच्या उत्तरेकडील पर्वतमय प्रदेशाचे दोन उपविभाग पडतात - (अ) हिमालय (ब) पूर्वांचल. **(नकाशा क्र. 4.9 पाहा.)**

हिमालय

हिमालयाचा नैसर्गिकदृष्ट्या विस्तार : भारताच्या उत्तरेकडे हिमालय पर्वत आहे. 2,400 कि.मी. लांब व 240 ते 320 कि.मी. रुंदीचा अतिभव्य हिमालय पर्वत पसरलेला आहे. पश्चिमेस नंगा पर्वतापासून पूर्वेस नामचा बारुआ पर्वतापर्यंत (शिखर) हिमालय पसरलेला आहे. पुढे रांग एकदम उत्तर-दक्षिण दिशेने जाऊन भारत-म्यानमारची सरहद्द निर्माण करते.

हिमालयाचा राजकीयदृष्ट्या विस्तार : जम्मू व काश्मीर, पंजाबचा काही भाग, हिमाचल प्रदेश, उत्तराखंड राज्याचा डेहराडून जिल्हा व कुमाऊँ विभाग; सिक्कीम, पश्चिम बंगालचा दार्जिलिंग जिल्हा त्याचप्रमाणे आसाम व अरुणाचल प्रदेशापर्यंत हिमालय पर्वतरांगेचा विस्तार झालेला आहे.

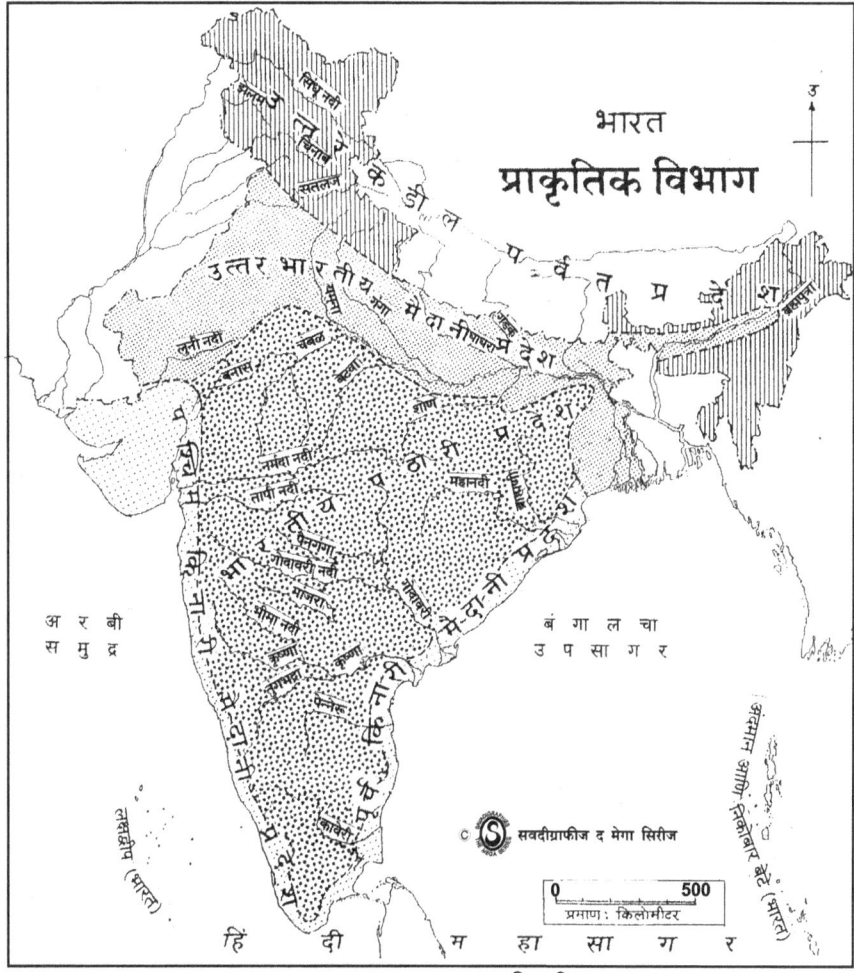

उंच पर्वत-शिखरे : हिमालय पर्वतात जम्मू व काश्मीरमध्ये माऊंट गॉडवीन ऑस्टिन किंवा के$_2$ (8,611 मी.) असून ते भारतातील सर्वांत उंच शिखर आहे. ते जगातील दुसऱ्या क्रमांकाचे शिखर आहे. याशिवाय नंगा पर्वत, हिडन पीक, ब्रॉड पीक, नंदादेवी, कामेत, बद्रिनाथ व त्रिशूल ही महत्त्वाची शिखरे आहेत.

खिंडी : जम्मू व काश्मीरमध्ये झोजी-ला, हिमाचल प्रदेशात बारा लापचा-ला व शिप्की-ला, उत्तराखंडात थांग-ला व निती-ला, सिक्कीममध्ये नथु-ला व जेलप-ला या महत्त्वाच्या खिंडी आहेत. हिमालय पर्वत ओलांडून तिबेटला जाता येते.

हिमालयामधील समांतर पर्वतरांगा :

(अ) हिमाद्री किंवा ग्रेटर हिमालय (बृहद् हिमालय) : हिमालयाच्या सर्वांत उत्तुंग, विशाल व सलग रांगेस 'हिमाद्री' असे म्हणतात. हिमाद्रीची सरासरी उंची 6100 मीटरपेक्षा जास्त आहे. हिमाद्रीचा विस्तार वायव्येस नंगा पर्वतापासून ईशान्येस नामचा बारुआपर्यंत आहे. वर उल्लेखिलेली बहुतेक शिखरे व खिंडी हिमाद्रीमध्ये आहेत. हिमाद्रीमधून अनेक हिमनद्या उगम पावतात. सियाचीन, बायफो, बाल्टोरो व गंगोत्री या काही महत्त्वाच्या हिमनद्या आहेत.

तक्ता क्र. 4.4 : हिमालयामधील वैशिष्ट्यपूर्ण शिखरे

अ. क्र.	शिखर	देश	उंची (मीटर)	अ. क्र.	शिखर	देश	उंची (मीटर)
1.	एव्हरेस्ट	नेपाळ	8850	9.	अन्नपूर्णा-1	नेपाळ	8078
2.	के$_2$	भारत	8611	10.	नंदादेवी	भारत	7816
3.	कांचनगंगा	भारत	8598	11.	कामेत	भारत	7756
4.	ल्होटसे	नेपाळ	8516	12.	नामचा बरवा	चीन	7756
5.	मकालू	नेपाळ	8463	13.	गुरला मंधता	तिबेट/चीन	7694
6.	चो ओयु	नेपाळ/तिबेट	8201	14.	गंकर गुनसुम	भूतान	7561
7.	धवलगिरी	नेपाळ	8172	15.	कुला कांग्री	तिबेट/चीन	7554
8.	नंगा पर्वत	भारत	8126				

संदर्भ : ऑक्सफर्ड स्कूल ॲटलास, 35 वी आवृत्ती (2017), पान क्र. 10.

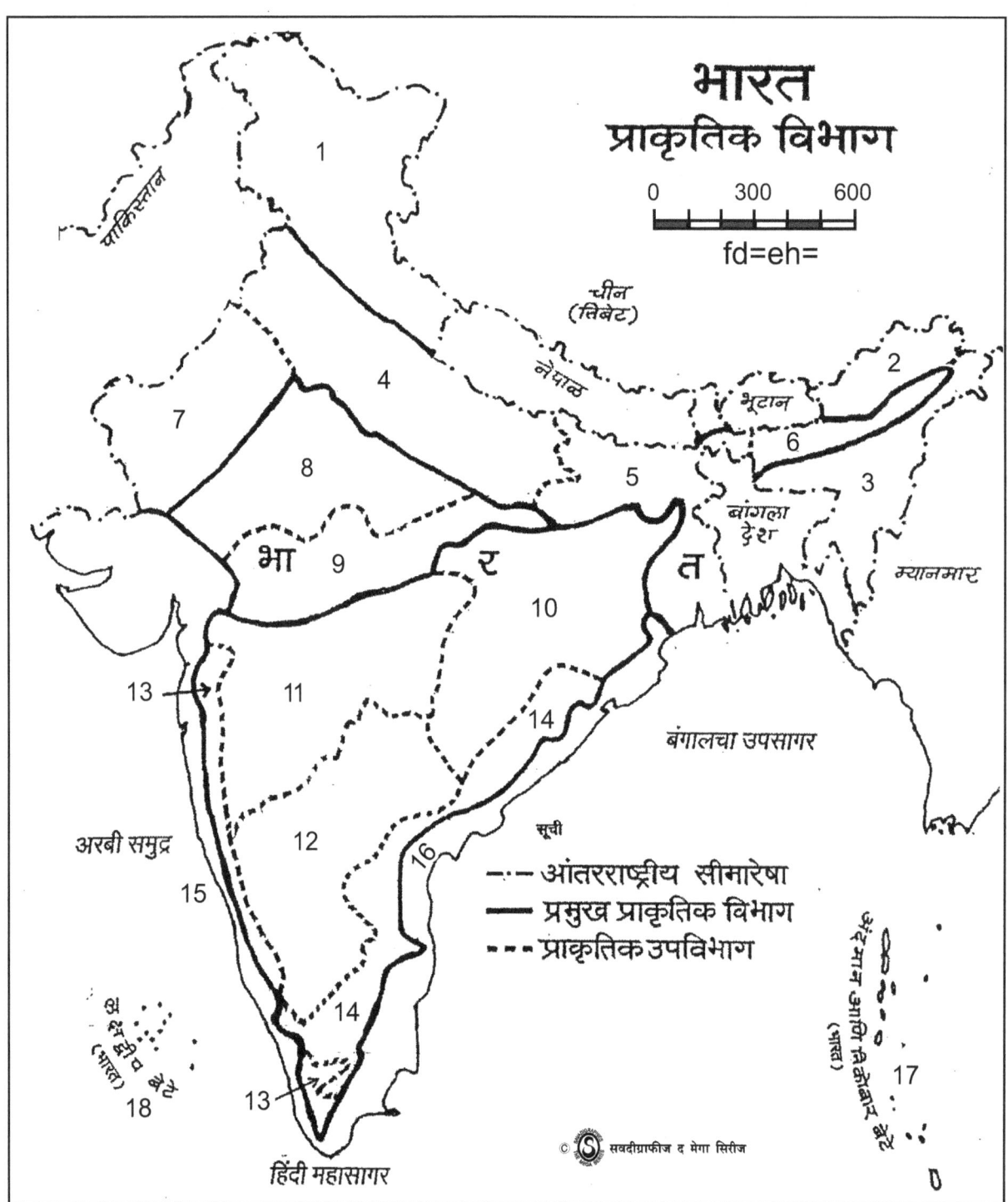

भारत
प्राकृतिक विभाग
भा र त
प्रमुख प्राकृतिक विभाग
प्राकृतिक उपविभाग

भारताचे प्रमुख प्राकृतिक विभाग : भारताचे प्रमुख प्राकृतिक विभाग पाच आहेत.

- ***I. उत्तरेकडील पर्वतीय प्रदेश :*** *(1) पश्चिम हिमालय (2) पूर्व हिमालय (3) पूर्वांचल (ईशान्येकडील डोंगररांगा)*
- ***II. उत्तर भारतीय मैदानी प्रदेश :*** *(4) उत्तर मैदान (5) पूर्व मैदान (6) आसाम मैदान (7) थर वाळवंट*
- ***III. भारतीय द्वीपकल्पीय पठारी प्रदेश :*** *(8) उत्तर मध्यवर्ती उंचवटा (9) दक्षिण मध्यवर्ती उंचवटा (10) पूर्वेकडील पठारे (11) उत्तर दख्खन (12) दक्षिण दख्खन (13) पश्चिम घाट (14) पूर्व घाट*
- ***IV. भारतीय किनारी मैदानी प्रदेश :*** *(15) पश्चिम किनारपट्टी मैदान (16) पूर्व किनारपट्टी मैदान*
- ***V. भारतीय बेटे :*** *(17) अंदमान आणि निकोबार बेटे (18) लक्षद्वीप बेटे*

नकाशा क्र. 4.8 : भारत – प्रमुख प्राकृतिक विभाग

हिमालयामधील अन्य उंचीच्या उतरत्या क्रमाने पुढील शिखरे आहेत : (1) एव्हरेस्ट (2) कांचनगंगा (3) व्होटसे (4) मकालू (5) धवलगिरी (6) मसलू (7) चो ओया (8) अन्नपूर्णा (9) गोसाईथान/शिसमा पांगमा (10) नंदादेवी (11) कामेत (12) नामचा बरवा (13) गुरला मंधता (14) त्रिशूल (15) बद्रिनाथ.

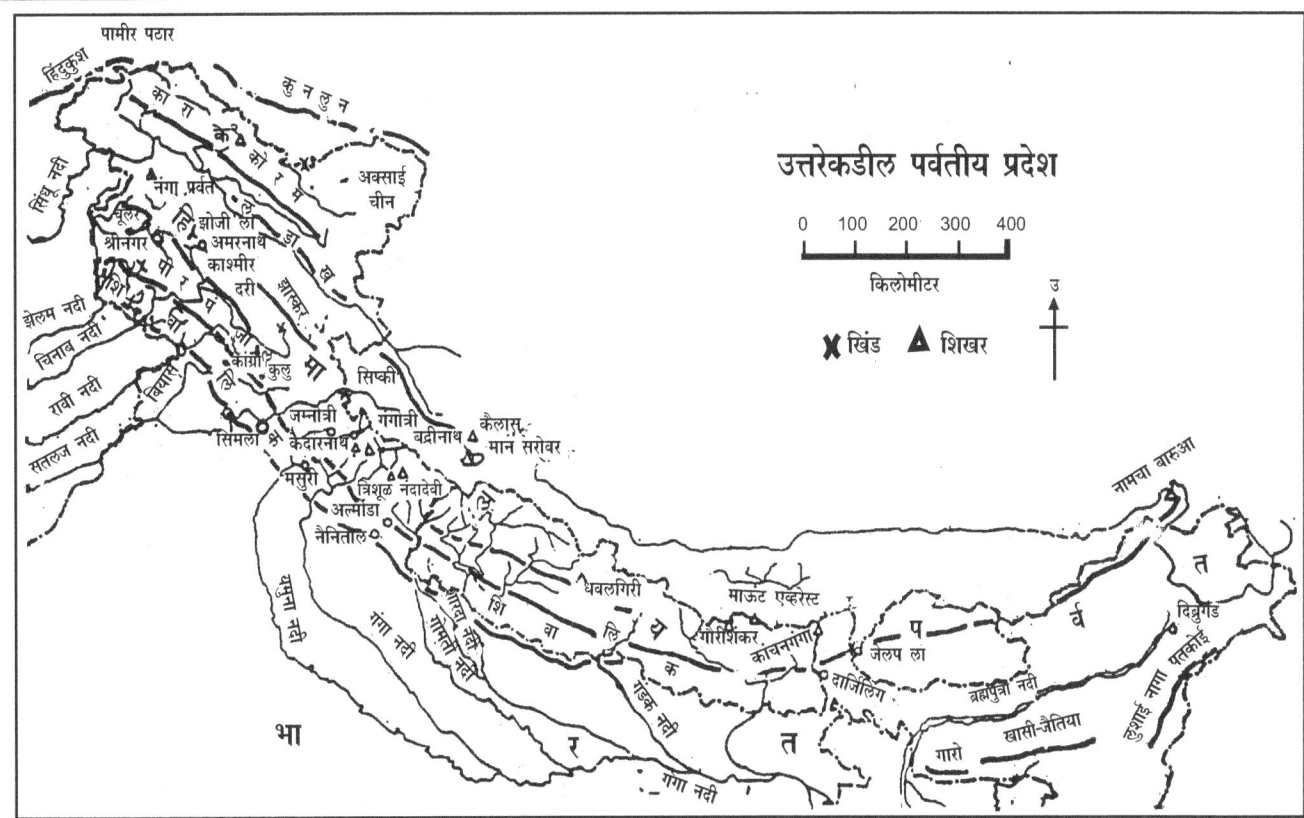

उत्तरेकडील पर्वतीय प्रदेश
उ
र
त

उंच पर्वत-शिखरे : हिमालय पर्वतात जम्मू व काश्मीरमध्ये माऊंट गॉडवीन ऑस्टिन किंवा $के_2$ (8611 मी.) असून ते भारतातील सर्वांत उंच शिखर आहे. ते जगातील दुसऱ्या क्रमांकाचे शिखर आहे. याशिवाय नंगा पर्वत, हिडन पीक, ब्रॉड पीक, नंदादेवी, कामेत, बद्रिनाथ व त्रिशूल ही महत्त्वाची शिखरे आहेत.

नकाशा क्र. 4.9 : उत्तरेकडील पर्वतीय प्रदेश

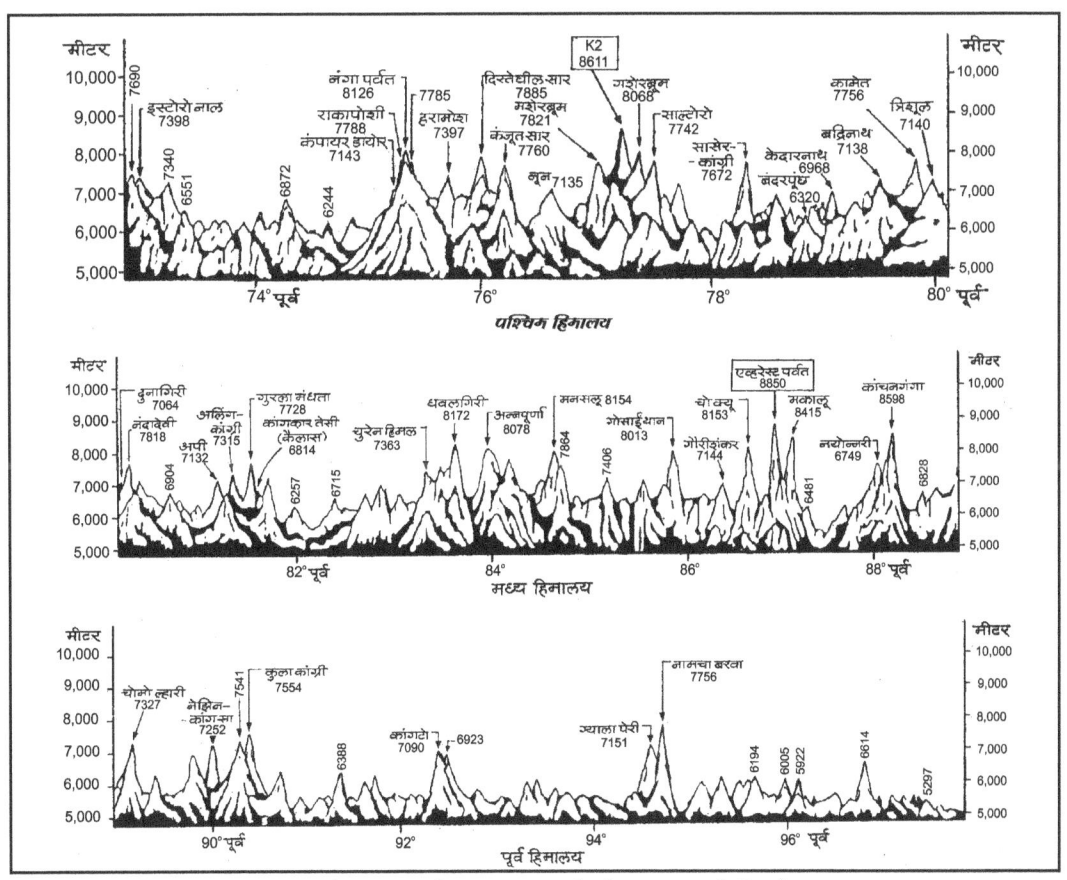

आकृती क्र. 4.2 : हिमालयाचा अनुलंब छेद - महत्त्वाची शिखरे

(ब) हिमाचल किंवा लेसर हिमालय (मध्य हिमालय) : हिमाद्रीच्या दक्षिणेस 60 ते 80 कि.मी. रुंदीच्या भागात पर्वत व दऱ्यांचा 'हिमाचल' भाग आहे. मध्य हिमालयाची उंची 1500 ते 4500 मीटर आहे. काश्मीरमधील पीर पंजाल रांग, हिमाचल प्रदेशातील धवलधर रांगा महत्त्वाच्या आहेत. सिमला, मसुरी, नैनिताल व दार्जिलिंग ही थंड हवेची ठिकाणे हिमाचल पर्वतरांगेवरच आहेत.

(क) शिवालिक किंवा बाह्य हिमालय : धनुष्याकृती हिमालयाच्या दक्षिण भागातील बाह्य बाजूच्या पायथ्याच्या रांगांना 'शिवालिक' असे म्हणतात. त्याचा विस्तार पश्चिमेस पंजाबमधील पोटवार पठारापासून पूर्वेस ब्रह्मपुत्रापर्यंत आहे. त्यांची उंची 600 ते 1500 मी. आहे. शिवालिक आणि हिमालय रांगांदरम्यान स्पष्ट तळ असणाऱ्या दऱ्या निर्माण झालेल्या आहेत, त्यांना 'डून' असे म्हणतात. उदा., डेहराडून दरीची लांबी 75 कि.मी. व रुंदी 15 ते 20 कि.मी. आहे.

तक्ता क्र. 4.5 : भारतामधील महत्त्वाच्या खिंडी

अ. क्र.	खिंडी	राज्य	उंची (मीटर)	अ. क्र.	खिंडी	राज्य	उंची (मीटर)
1.	ग्योंग ला	जम्मू आणि काश्मीर	5686	2.	शिप्की ला	हिमाचल प्रदेश	5669
3.	मना खिंड	उत्तराखंड	5608	4.	खारदुंग खिंड	जम्मू आणि काश्मीर (लडाख)	5602
5.	सिया ला	जम्मू आणि काश्मीर (सियाचेन हिमनदी)	5589	6.	मारसिमिक ला	जम्मू आणि काश्मीर (लडाख)	5582
7.	लनाक ला	जम्मू आणि काश्मीर (लडाख)	5466	8.	बोरासु ला	हिमाचल प्रदेश	5450
9.	बिलाफोंड ला	जम्मू आणि काश्मीर (सियाचेन हिमनदी)	5450	10.	सासेर खिंड	जम्मू आणि काश्मीर (लडाख)	5411
11.	देबसा खिंड	हिमाचल प्रदेश	5360	12.	चांग ला	जम्मू आणि काश्मीर (लडाख)	5360
13.	टांगलांग ला	जम्मू आणि काश्मीर (लडाख)	5359	14.	लिपुलेख खिंड	उत्तराखंड	5334
15.	लामखागा खिंड	हिमाचल प्रदेश	5284	16.	नामा खिंड	उत्तराखंड	5200
17.	ट्राइलीज् खिंड	उत्तराखंड	5200	18.	कोंगका खिंड	जम्मू आणि काश्मीर (लडाख)	5171
19.	लुंगालाचा ला	जम्मू आणि काश्मीर (लडाख)	5100	20.	बारा-लाचा-ला	हिमाचल प्रदेश	5000
21.	मायली खिंड	उत्तराखंड	4990	22.	गोयेचा ला	सिक्कीम	4940
23.	काराकोरम खिंड (कुंजेरब)	जम्मू आणि काश्मीर (लडाख)	4693	24.	रूपित खिंड	उत्तराखंड	4650
25.	कुंझुम खिंड	हिमाचल प्रदेश (लाहुल व स्पिटी)	4551	26.	चानशाल खिंड	हिमाचल प्रदेश	4520
27.	इंद्रहार खिंड	हिमाचल प्रदेश	4411	28.	नथु ला	सिक्कीम	4310
29.	जेलप ला	सिक्कीम	4270	30.	रोहतांग खिंड	हिमाचल प्रदेश	3978
31.	झोजी ला	जम्मू आणि काश्मीर (लडाख)	3800	32.	बनिहाल खिंड	जम्मू आणि काश्मीर	2832
32.	बोमदिला खिंड	अरुणाचल प्रदेश	2217				

Ref. : Oxford School Atlas 35th Edition, 2017; Page No. 10

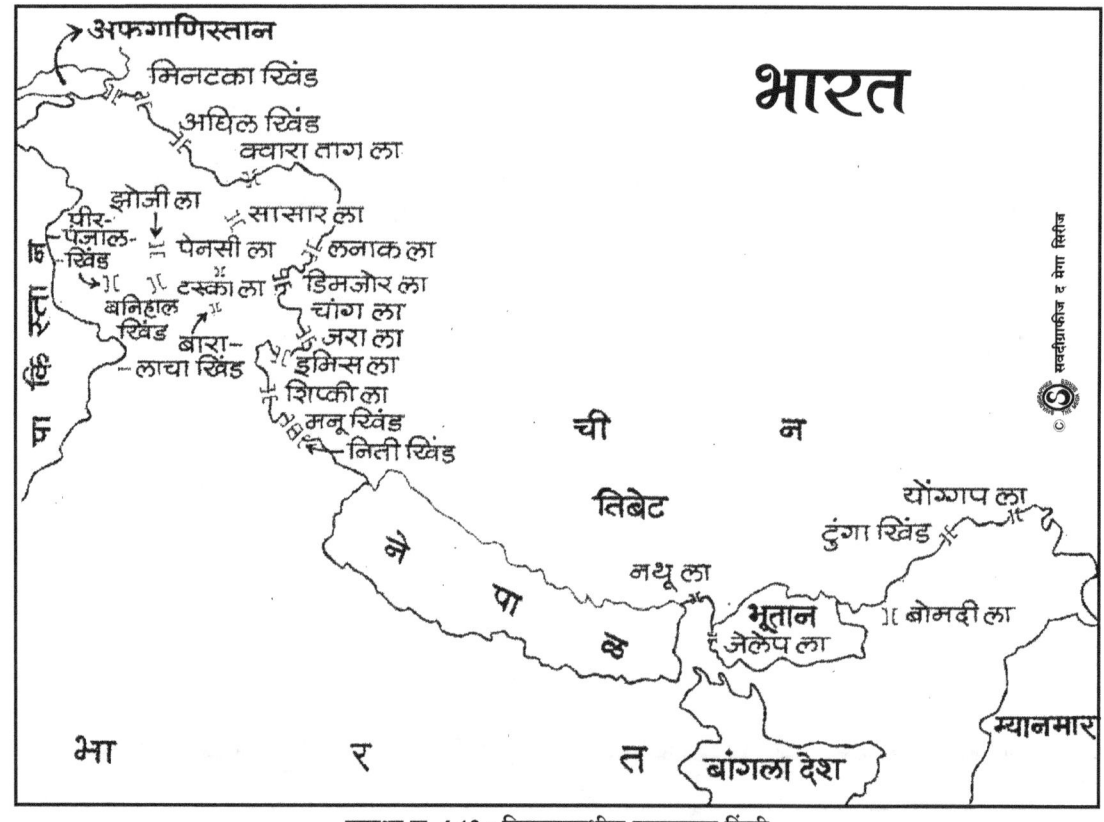

नकाशा क्र. 4.10 : हिमालयामधील महत्त्वाच्या खिंडी

तक्ता क्र. 4.6 : उत्तरेकडील पर्वतमय प्रदेशाची प्राकृतिक विभागणी आणि वैशिष्ट्ये

प्राकृतिक विभाग	वैशिष्ट्ये
1. शिवालिक रांगा/बाह्य हिमालय	**जम्मू :** जम्मू टेकड्या; **उत्तराखंड :** दहांग रांग, दुदवा रांग; **नेपाळ :** चुरिया घाट टेकड्या; **अरुणाचल प्रदेश :** डाफला, मिरी, अबोर आणि मिश्मी टेकड्या.
2. लेसर हिमालय/हिमाचल/मध्य हिमालय	**महत्त्वाच्या रांगा :** (i) पीरपंजाल (ii) धवलधर (iii) मसुरी व नाग तिब्बा (iv) महाभारत लेख. **महत्त्वाच्या दऱ्या :** (i) काश्मीर दरी (ii) कांग्रा दरी (iii) कुलू दरी (iv) काठमांडू दरी. **महत्त्वाच्या खिंडी :** (i) पीरपंजाल खिंड (ii) बिदिल खिंड (iii) गोलाबघर खिंड (iv) बनिहाल खिंड.
3. बृहद् हिमालय/हिमाद्री/अंतःहिमालय	बृहद् हिमालयाची जवळजवळ अखंड सलग रांग. **जगामधील सर्वांत उंच शिखर एव्हरेस्ट (8,850 मी.)**
4. ट्रान्स हिमालय (कृष्णगिरी)	**महत्त्वाच्या रांगा :** (i) काराकोरम रांग (ii) लडाख रांग (iii) कैलास रांग. **लडाख पठार :** भारतामधील सर्वांत उंच पठार. **जगामधील दुसऱ्या क्रमांकाचे शिखर : के-2 (8,611 मी.)**

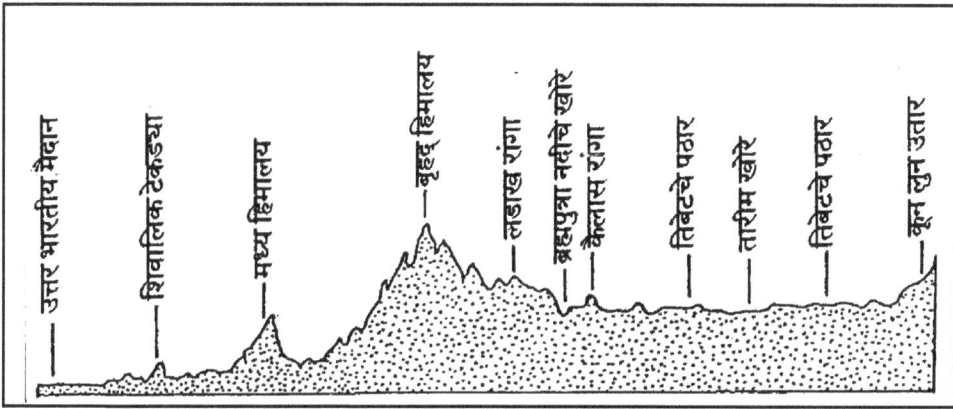

आकृती क्र. 4.3 : हिमालयाच्या पर्वतरांगा (छेद)

तक्ता क्र. 4.7 : हिमालयाची प्रादेशिक विभागणी

प्राकृतिक हिमालय	वैशिष्ट्ये
1. पश्चिम हिमालय (अ) काश्मीर हिमालय	(i) सर्वांत मोठ्या हिमनद्या (ii) महत्त्वाची नदी : सिंधू (iii) काराकोरम रांग (iv) लडाख पठार (v) झास्कर रांग (vi) पीर पंजाल रांग (vii) काश्मीर दरी : कारेवा. **महत्त्वाच्या खिंडी :** पीर पंजाल, बनिहल, झोजी-ला, पेनसी-ला इत्यादी. $के_2$ शिखर.
(ब) हिमाचल हिमालय	हिमालयाच्या शिवालिक, लेसर आणि बृहद् हिमालयाच्या रांगांचे अस्तित्व; धवलधर रांग. तिन्ही रांगांचे प्रतिनिधित्व. **महत्त्वाच्या खिंडी :** रोहतांग, बारा-लाचा, इमिस-ला, शिप्की-ला. **महत्त्वाच्या दऱ्या :** कांग्रा, कुलू, मनाली, लाहूल आणि स्पिटी.
(क) कुमाऊँ हिमालय (उत्तराखंड)	**(i) शिवालिक रांगा :** दहांग रांग, दुदवा रांग. **(ii) लेसर हिमालय :** मसुरी आणि नाग तिब्बा. **महत्त्वाची शिखरे :** नंदादेवी, कामेत, त्रिशूल, बद्रिनाथ, केदारनाथ, द्रोणागिरी इ. **महत्त्वाच्या हिमनद्या :** गंगोत्री, मिलाम, पिंडरी. **महत्त्वाच्या खिंडी :** मना, निती, लिपुलेख इत्यादी. **महत्त्वाची सरोवरे :** नैनिताल, भीमताल, सातताल, पूनाताल इत्यादी.
2. मध्य हिमालय	हिमालयाच्या तीनही रांगांचे अस्तित्व. **(i) शिवालिक रांग :** लेसरच्या पूर्वेकडे. **(ii) लेसर हिमालय :** महाभारत लेख **(iii) बृहद् हिमालय :** मध्य हिमालयात सर्वांत जास्त उंची. **जगामधील महत्त्वाची शिखरे :** एव्हरेस्ट, कांचनगंगा, मकालू , धवलगिरी, अन्नपूर्णा इ. **महत्त्वाच्या खिंडी :** नथू-ला.
3. पूर्व हिमालय	**शिवालिकच्या अरुंद रांगा :** अका, डाफला, मिरी, अबोर या टेकड्या. **महत्त्वाची शिखरे :** नामचा बरवा, कुला कांग्री, चोमी लहरी, होझिन कांग सा, ग्यालोपरी, कांगटो. **महत्त्वाच्या खिंडी :** जेलप-ला, बूम-ला, त्से-ला, तुंगा, यॉंगयाप इत्यादी.
4. पूर्वांचल (ईशान्येकडील उंचवट्याचा प्रदेश)	(i) पूर्व नेफा : मिश्मी टेकड्या, पतकोई रांगा; (ii) नागा रांगा; (iii) मणिपूर टेकड्या, मेघालय; (iv) उत्तर कचर टेकड्या; (v) मिझो टेकड्या; (vi) त्रिपुरा टेकड्या.

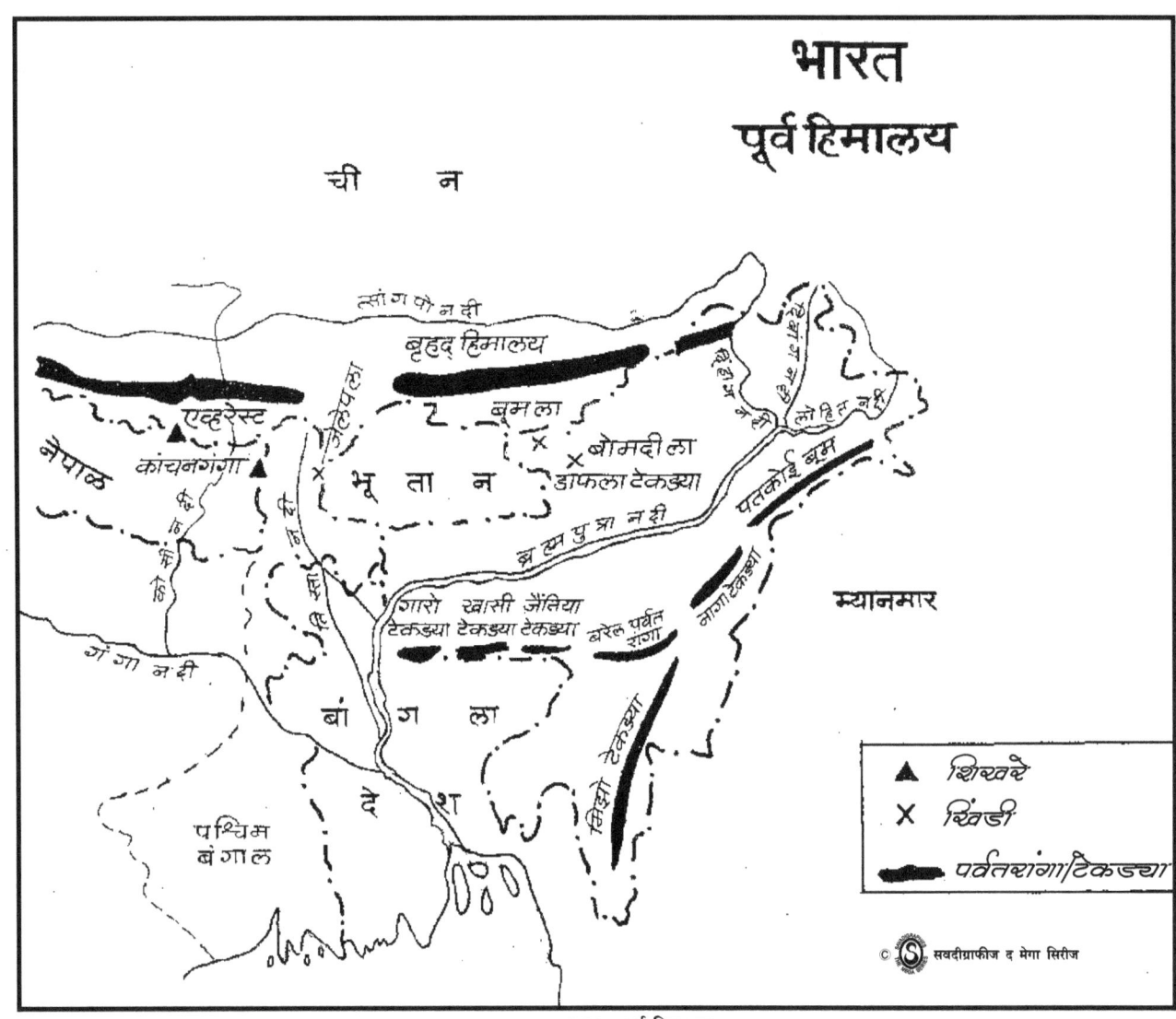

नकाशा क्र. 4.11 : पूर्व हिमालय

2. उत्तर भारतीय मैदानी प्रदेश

स्थान : भारताच्या उत्तरेकडे हिमालय पर्वत व दक्षिणेकडे द्वीपकल्प पठार यांच्या दरम्यान 'उत्तरेकडील महामैदान' स्थित आहे. याला **'सतलज-गंगा-ब्रह्मपुत्रा मैदान'** किंवा **'सिंधू-गंगा मैदान'** किंवा **'उत्तरेकडील गाळाचे मैदान'** या नावानेही संबोधले जाते.

विस्तार : गाळाच्या मैदानाने राजस्थान, पंजाब, हरियाणा, उत्तर प्रदेश, बिहार, पश्चिम बंगाल व आसाम या राज्यांचा प्रदेश व्यापलेला आहे. पश्चिमेकडील अरबी समुद्राकडे वाहत जाणारी एक बिआस-सतलज नदीप्रणाली व पूर्वेकडे बंगालच्या उपसागरास जाऊन मिळणारी दुसरी गंगा-ब्रह्मपुत्रा नदीप्रणाली आहे. जगामधील मोठ्या गाळाच्या मैदानात भारतीय गाळाच्या मैदानाचा समावेश करतात. याची उत्तर सरहद्द सुस्पष्टपणे आखली गेली आहे; तर द्वीपकल्प पठाराकडील दक्षिण सरहद्द वेडीवाकडी आहे. **(नकाशा क्र. 4.12 पाहा.)**

गाळाच्या निक्षेपणाचे स्वरूप : उत्तरेकडील गाळाच्या मैदानात पुढील चार प्रकारच्या गाळांचे निक्षेपण झालेले आहे.

(अ) **भाबर :** हिमालयावरून वाहत येणाऱ्या नद्या या पायथ्याशी पंखाच्या आकाराची मैदाने तयार करतात. जाडीभरडी वाळू लहान-मोठ्या आकाराचे दगड-गोटे वगैरे निक्षेपण होते, याला 'भाबर' असे म्हणतात. भाबरमध्ये लहान नद्यांचे प्रवाह गुप्त होतात.

(ब) **तराई :** भाबरच्या दक्षिणेकडे असलेल्या मैदानात लहान प्रवाह पुन्हा भूपृष्ठावर येतात. नद्यांच्या प्रवाहाने प्रदेश दलदलीचा बनलेला आहे, याला 'तराई' असे म्हणतात. तराईचा प्रदेश घनदाट वनाने व्यापलेला आहे.

(क) **बांगर किंवा भांगर :** उंचावरच्या प्रदेशात जुन्या गाळाच्या प्रदेशास 'बांगर किंवा भांगर' असे म्हणतात. उपमातीच्या थरात चुनखडी आढळते, त्यास उत्तर प्रदेशात 'कंकर' असे म्हणतात.

(ड) **खादर :** नद्यांच्या सखल प्रदेशात झालेल्या नवीन गाळाच्या निक्षेपणास 'खादर' असे म्हणतात.

उत्तरेकडील गाळाच्या मैदानाचे प्राकृतिक विभाग

(4) उत्तर मैदान (5) पूर्व मैदान (6) आसाम मैदान (7) थर वाळवंट. **(नकाशा क्र. 4.12 पाहा.)**

(4) उत्तर मैदान : (i) पंजाब-हरियाणा मैदान : सतलज, रावी व बिआस नद्यांच्या गाळाच्या संचयनामुळे हे मैदान तयार झालेले आहे. दोन नद्यांच्या दरम्यानच्या गाळाच्या प्रदेशास **'दुआब'** असे म्हणतात.

तक्ता क्र. 4.8 : उत्तर भारतीय मैदानाची प्राकृतिक विभागणी आणि वैशिष्ट्ये

प्राकृतिक विभागणी	वैशिष्ट्ये
1. राजस्थान मैदान	
(अ) मरुस्थळी	(i) मरुस्थळीचा पूर्व भाग खडकाळ (ii) मरुस्थळीचा पश्चिम भाग स्थलांतरित टेकड्या (iii) रण.
(ब) राजस्थान बगर	(i) प्लाया सरोवरे (सार) (ii) रोहो - सुपीक प्रदेश (iii) टेकड्यांच्या समूहासह गोडवार मैदान (iv) थाली/वालुकामय मैदान (v) वाळूच्या टेकड्यांचे सहा प्रकार (vi) सांबर सरोवर.
2. पंजाब-हरयाना प्रदेश	(i) पंजाबचे दोआबचे प्रदेश (ii) असंख्य 'छोस' प्रवाह (iii) घग्गर (प्राचीन सरस्वती नदी) (iv) माळवा मैदान (v) हरयाना प्रदेश (vi) हरयाना - भिवानी बगर.
3. गंगा मैदान	
(अ) ऊर्ध्व गंगा मैदान	(i) गंगा-यमुना दोआब (ii) थूर-वातोढ निक्षेप (iii) रोहिलखंड मैदान (iv) अवध मैदान.
(ब) मध्य गंगा मैदान	(i) उत्तर बिहार मैदान (ii) दक्षिण बिहार मैदान (iii) दोआबचे प्रदेश.
(क) निम्न गंगा मैदान	(i) उत्तर बंगाल मैदान (ii) रारह मैदान (iii) गंगेचा त्रिभुज प्रदेश (iv) सुंदरबन वने.
4. ब्रह्मपुत्रा मैदान	(i) ऊर्ध्व आसाम दरी (ii) निम्न आसाम दरी.

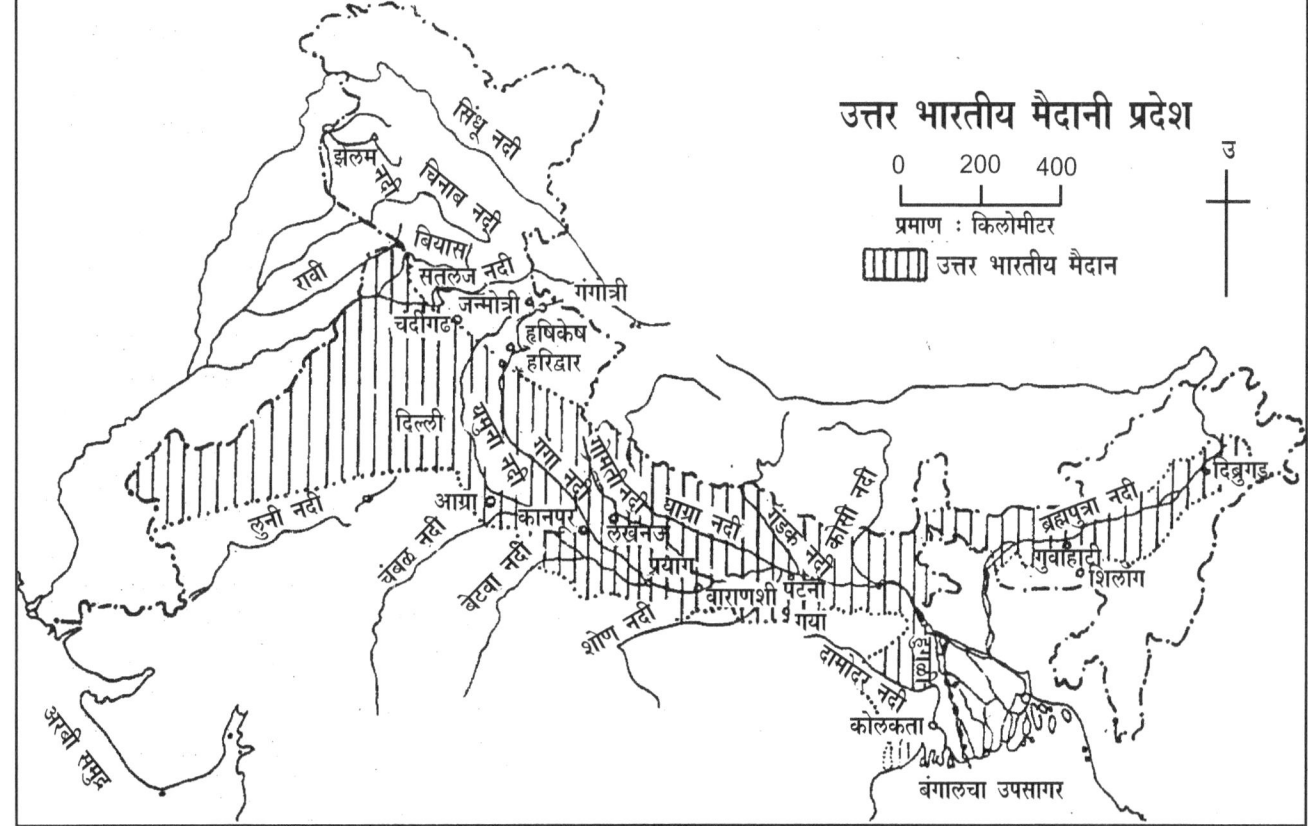

उत्तर भारतीय मैदानी प्रदेश : उत्तर भारतीय मैदानी प्रदेशात (1) उत्तर मैदान : (i) पंजाब-हरियाणा मैदान (ii) गंगेच्या वरच्या खोऱ्याचे मैदान (iii) गंगेच्या मधल्या खोऱ्याचे मैदान. (2) पूर्व मैदान : (i) गंगेच्या खालच्या खोऱ्याचे मैदान (ii) गंगा-ब्रह्मपुत्रा नदीचा त्रिभुज प्रदेश. (3) आसाम मैदान (ब्रह्मपुत्रा खोरे). (4) थर वाळवंट असे प्राकृतिक विभाग आहेत.

नकाशा क्र. 4.12 : उत्तर भारतीय मैदानी प्रदेश

गंगा नदीचा मैदानी प्रदेश

राजकीय प्रदेश : गंगेच्या मैदानाची प्राकृतिक वैशिष्ट्ये व विभाग पुढीलप्रमाणे आहेत -

(i) गंगेच्या वरच्या खोऱ्याचे मैदान : (अ) विस्तार : यमुना नदीच्या उत्तरेस व पश्चिमेस 100 मी. समोच्चरेषेने गंगेच्या वरच्या खोऱ्याने मैदान निश्चित झालेले आहे. **(ब) उतार व भूरचना :** उत्तर बाजूला तुलनात्मकदृष्ट्या उतार जास्त आहे. आग्नेय बाजूला क्रमशः उतार कमी होत जातो. मार्गात अनेक चंद्राकृती सरोवरे पाहावयास मिळतात. गंगा-यमुना दुआबच्या पूर्वेस सखल भागात रोहिलखंड मैदान व अवध मैदान पाहावयास मिळतात.

(ii) गंगेच्या मधल्या खोऱ्याचे मैदान : (अ) प्रदेश : अलाहाबाद-फैझाबादच्या पूर्वेकडील उत्तर प्रदेशचा भाग व बिहारच्या मैदानाचा समावेश गंगेच्या मधल्या खोऱ्याच्या मैदानात होतो. **(ब) सखल भूमी :** मैदान सखल आढळते. **(क) स्थानिक भूरचना :** पूर-मैदाने, पूरतट व चंद्राकृती सरोवरे अनेक ठिकाणी आढळतात. **(ड) नद्यांचे बदलते प्रवाह :** बहुतेक सर्व नद्यांनी आपले जलप्रवाह मार्ग बदललेले आहेत.

(5) पूर्व मैदान : (i) गंगेच्या खालच्या खोऱ्याचे मैदान : (अ) प्रदेश : गंगेच्या खालच्या खोऱ्याच्या मैदानात प्रामुख्याने पश्चिम बंगालचा समावेश केला जातो. **(ब) अतिशय सखल प्रदेश :** राजमहल टेकड्या व बांगलादेशाची सरहद्द दरम्यान मैदान अतिशय अरुंद होत जाते. त्याच्या दक्षिणेस गाळाचे मोठ्या प्रमाणात निक्षेपण झालेले आहे. प्रदेशाची उंची 50 मीटरपेक्षाही कमी असून प्रदेश अतिशय सखल स्वरूपाचा आहे. **(नकाशा क्र. 4.11 पाहा.)**

(ii) गंगा-ब्रह्मपुत्रा नदीचा त्रिभुज प्रदेश : जगामधील एक मोठा व वेगाने विस्तारित होणारा त्रिभुज प्रदेश या दृष्टिकोनामधून याकडे पाहिले जाते. अतिशय सुपीक भूमी आहे. गंगेला ब्रह्मपुत्रा नदी मिळाल्यावर त्याचे अनेक उपफाटे होतात. त्रिभुज प्रदेशाचा खालचा भूभाग दलदलीचा बनलेला आहे. 'सुंदरबन' या नावाने तो ओळखला जातो.

(6) आसाम मैदान (ब्रह्मपुत्रा खोरे) : ब्रह्मपुत्रा खोऱ्याची पश्चिम बाजू वगळता अन्य बाजू पर्वताने वेढलेल्या आहेत. अरुणाचल प्रदेश व आसाममधून ब्रह्मपुत्रा नदी वाहत जाऊन बांगलादेशात प्रवेश करते.

(7) थर वाळवंट (राजस्थान मैदान) : नदीच्या कार्यापेक्षा वाऱ्याच्या निक्षेपण कार्यामुळे राजस्थान मैदान निर्माण झालेले आहे. मैदानाचा बराचसा भाग मरुस्थळीने व्यापलेला आहे आणि या भागात सर्वत्र वाळूच्या टेकड्या आहेत. कच्छच्या रणामधून नैर्ऋत्येकडे लुनी नदी वाहते. राजस्थानातील मैदानात सांभर सरोवर असून ते खाऱ्या पाण्याचे आहे.

तक्ता क्र. 4.9 : भारत – प्राकृतिक रचना

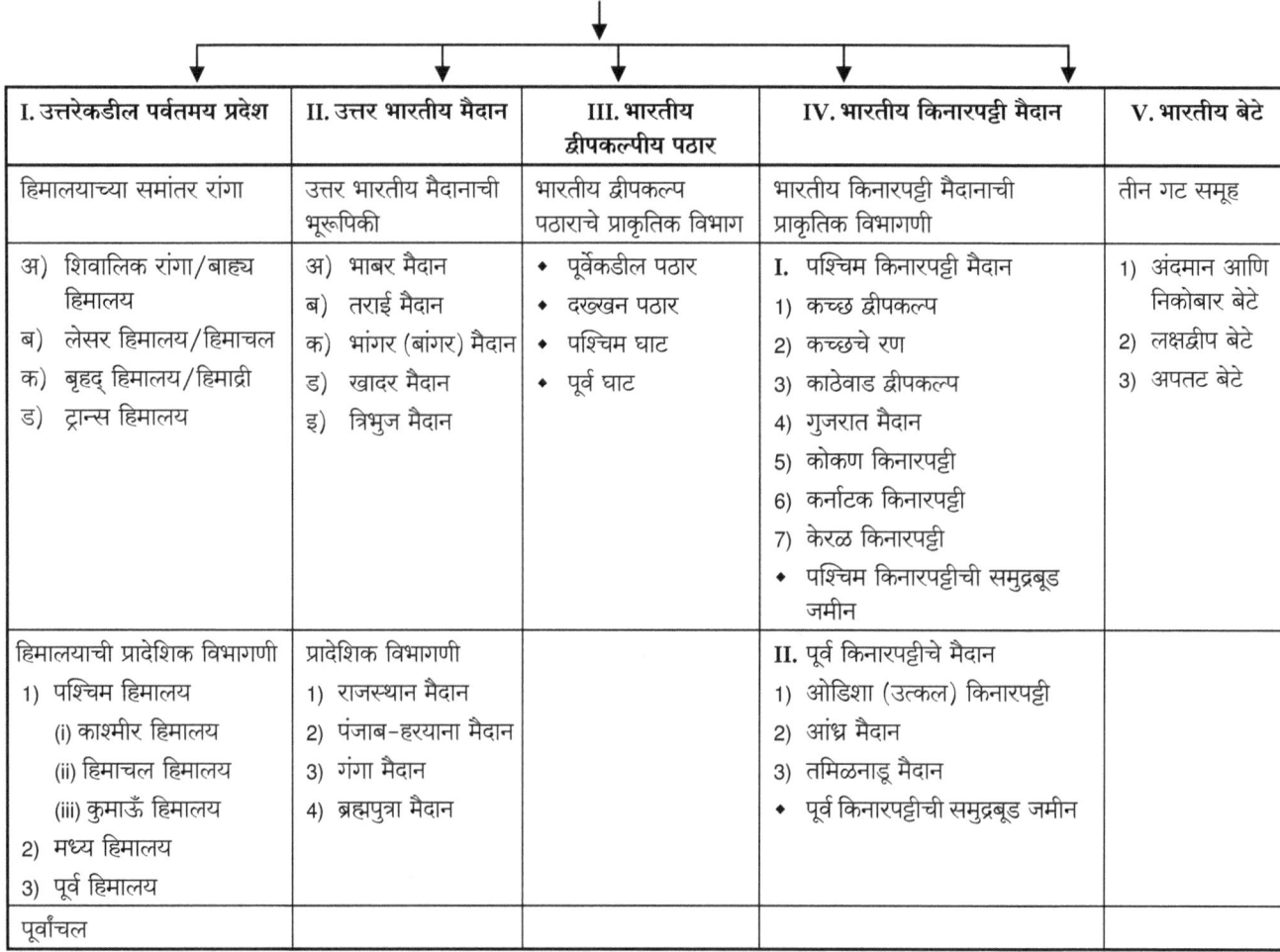

I. उत्तरेकडील पर्वतमय प्रदेश	II. उत्तर भारतीय मैदान	III. भारतीय द्वीपकल्पीय पठार	IV. भारतीय किनारपट्टी मैदान	V. भारतीय बेटे
हिमालयाच्या समांतर रांगा	उत्तर भारतीय मैदानाची भूरूपिकी	भारतीय द्वीपकल्प पठाराचे प्राकृतिक विभाग	भारतीय किनारपट्टी मैदानाची प्राकृतिक विभागणी	तीन गट समूह
अ) शिवालिक रांगा/बाह्य हिमालय ब) लेसर हिमालय/हिमाचल क) बृहद् हिमालय/हिमाद्री ड) ट्रान्स हिमालय	अ) भाबर मैदान ब) तराई मैदान क) भांगर (बांगर) मैदान ड) खादर मैदान इ) त्रिभुज मैदान	• पूर्वेकडील पठार • दख्खन पठार • पश्चिम घाट • पूर्व घाट	I. पश्चिम किनारपट्टी मैदान 1) कच्छ द्वीपकल्प 2) कच्छचे रण 3) काठेवाड द्वीपकल्प 4) गुजरात मैदान 5) कोकण किनारपट्टी 6) कर्नाटक किनारपट्टी 7) केरळ किनारपट्टी • पश्चिम किनारपट्टीची समुद्रबूड जमीन	1) अंदमान आणि निकोबार बेटे 2) लक्षद्वीप बेटे 3) अपतट बेटे
हिमालयाची प्रादेशिक विभागणी 1) पश्चिम हिमालय (i) काश्मीर हिमालय (ii) हिमाचल हिमालय (iii) कुमाऊँ हिमालय 2) मध्य हिमालय 3) पूर्व हिमालय	प्रादेशिक विभागणी 1) राजस्थान मैदान 2) पंजाब-हरयाना मैदान 3) गंगा मैदान 4) ब्रह्मपुत्रा मैदान		II. पूर्व किनारपट्टीचे मैदान 1) ओडिशा (उत्कल) किनारपट्टी 2) आंध्र मैदान 3) तमिळनाडू मैदान • पूर्व किनारपट्टीची समुद्रबूड जमीन	
पूर्वांचल				

तक्ता क्र. 4.10 : भारतीय द्वीपकल्प पठार

प्राकृतिक विभाग	पठार	मैदान	खोरे/नद्या	डोंगररांगा/टेकड्या
1. मध्यवर्ती उंचवट्याचे प्रदेश **I. उत्तर मध्यवर्ती उंचवट्याचा प्रदेश** अ) अरवली रांग व अबू पर्वत	मलपुरा उंचवटा, भोरत पठार (बंगालचा उपसागर व अरबी समुद्राच्या नद्यांचा जलविभाजक)		मही, लुनी, जोगरी, बंदी, सुकरी	दिल्ली कटक, जारगा टेकड्या, मारवाड टेकड्या, हर्षनाथ टेकड्या
ब) पूर्व राजस्थानचा उंचवट्याचा प्रदेश		मलपुरा करौली मैदान, मेवाड मैदान, बनस मैदान, मही मैदान/छपन्न मैदान.	बनस व उपनद्या, चंबळ खोरे व बिहड/घळया.	

(क्रमशः)

प्राकृतिक विभाग	पठार	मैदान	खोरे/नद्या	डोंगररांगा/टेकड्या
क) मध्य भारत पठार	कोटा/हरवती उंचवटा, मोरेना पठार, करौली पठार, बिहड आणि ओबडधोबड प्रदेश.	कोटा मैदान, भरतपूर मैदान.	चंबळ-सिंद खोरे, यमुना व बाणगंगा नदीचा जलविभाजक.	
ड) बुंदेलखंड उंचवट्याचा प्रदेश (विंध्याचल पठार)	बुंदेलखंड पठार	बुंदेलखंड मैदान (ट्रान्स यमुना मैदान), बुंदेलखंड समतलप्राय मैदान.	बेतवा, धसन, केन व उपनद्या, बिहड, अप्पर बेटवा खोरे.	गोलाकार उंचवट्याच्या टेकड्या.
II. दक्षिण मध्यवर्ती उंचवट्याचा प्रदेश				
अ) माळवा पठार	माळवा पठार, मही खोऱ्याचा पूर्व भाग पठारी.		नर्मदा, तापी, मही तर यमुना व बेतवा, अप्पर चंबळ-पर्वती खोरे, अप्पर बेतवा खोरे, चंबळ बिहड.	
ब) विंध्याचल	बिजवार - पन्ना पठार.		गंगा आणि दक्षिण भारत नदीप्रणालीचा जलविभाजक, चंबळ, बेटवा आणि केन नद्यांची उगमस्थाने, नदीचौर्य.	डोंगराळ दऱ्या, भारनेर आणि कैमूर टेकड्या.
2. पूर्वेकडील पठारे				
अ) बाघेलखंड पठार (विंध्याचल पठार)	बाघेलखंड पठार (प्राचीन अरवली पर्वताचे अवशेष)		शोण व उपनदी गोपाड, शोण व महानदीचा जलविभाजक नर्मदा-शोण द्रोणी, करमनसा, टोन्स, बेलांदर नद्या.	
ब) छोटा नागपूर पठार	पटलँड, बाघमुंदी, सिंगभूम, हजारीबाग, रांची, पालामाऊ, धनबाद, संथाळ परगणा.	चैबासा मैदान, रामगड समतलप्राय मैदान.	दामोदर, सुवर्णरेखा, उत्तर कोयल, दक्षिण कोयल व बरकार नद्या, अरीय नदीप्रणाली.	राजमहल टेकड्या.
क) महानदी खोरे			महानदी आणि शेवनाथ, हसदेव, मना उपनद्या.	
ड) छत्तीसगड खोरे (मैदान)		छत्तीसगड मैदान	महानदीचा वरचा प्रवाह, बशीच्या आकाराचे खोरे.	धल्ली - राजहंस डोंगर.
इ) दंडकारण्य (बस्तर पठार)	बस्तर पठार, कोरापूट पठार, वायव्य उंचवटा, केओंझर पठार, वैतरणी पठार, कलहंडी पठार, मालकत गिरी पठार, ईशान्य पठार, बमनगड पठार.		इंद्रावती, सबरी (शबरी), ब्राह्मणी, केंद्रोन्मुख नदीप्रणाली, वैतरणी व सळंदी, सुवर्णरेखा, तेल, उदंती, सिलेरू.	सिमलीपाल, मेघसानी गरहजत टेकड्या, बमरा टेकड्या, अथमलिक टेकड्या, अबुझनार टेकडी.
ई) मेघालय पठार/शिलाँग पठार	शिलाँग पठार		धनसिरी, यमुना, सिंगिमरी, रवरी, दिगरू, उमीऊम, मावपा इत्यादी.	गारो, खासी, जैंतिया, मिकिर, रेंगमा टेकड्या, तुरा रांग.
3. दख्खन पठार				
I. उत्तर दख्खन पठार				
अ) सातपुडा रांग	मोराद पठार, बेतुल पठार, मैकल पठार.		तापी, वैनगंगा, वर्धा, उत्तर उतारावर नर्मदा.	महादेव डोंगर, अकराणी, असीरगड, राजपिपला, मैकल रांग, कालीभिती, बेतुल भाग.
ब) महाराष्ट्र पठार	अहमदनगर - बालाघाट पठार, सासवडचे पठार, औंध पठार, खानापूर पठार.		गोदावरी, भीमा, कृष्णा व त्यांच्या उपनद्या खोरे.	अजंठा टेकड्या, महादेव डोंगर.
II. दक्षिण दख्खन पठार				
अ) कर्नाटक पठार	उत्तर उंचवट्याचा प्रदेश/उत्तर मैदान.	उत्तर व दक्षिण मैदान	तुंगभद्रा, कावेरी, भद्र, हेमवती, काळी नदी, गंगावती, शरावती, पापघनी, चित्रावती.	बाबाबुदान टेकडी, मळंद, गुनमनी बेट, विक्रमगिरी, बिलिगिरी, रंगमबेट्टा, मंदघळई बेट्टा.

(क्रमशः)

प्राकृतिक विभाग	पठार	मैदान	खोरे/नद्या	डोंगररांगा/टेकड्या
ब) तेलंगण	तेलंगण, रायलसीमा उंचवटा.	समतलप्राय मैदान	गोदावरी, कृष्णा, पेन्नार.	हनमकोंडा, पट्टीकोंडा, उर्वा कोंडा.
क) तमिळनाडू पठार	कोईमतूर - मदुराई उंचवटा.		कावेरी, वैगाई, ताम्रपर्णी.	जावदी, शेवराय, कलरायन, पंचमलाई.
4. पश्चिम घाट (सह्याद्री) अ) उत्तर सह्याद्री			अरबी समुद्र व बंगाल उपसागराच्या नद्यांचा जलविभाजक, गोदावरी, भीमा, कृष्णा, कोयना इत्यादी नद्यांची उगमस्थाने.	
ब) मध्य सह्याद्री	पूर्व घाट व पश्चिम घाटाचे संगमस्थान		कावेरी, तुंगभद्रा	
क) दक्षिण सह्याद्री			पेरियार, वैगाई, ताम्रपर्णी	अन्नामलाई, पालनी, कार्डमम, एलामलाई, पश्चिम वैगाई, बिरूपनाद अंदीपट्टी, अगस्थीमलाई.
5. पूर्व घाट अ) पूर्व घाट (उत्तर भाग)			महानदी, गोदावरी, कृष्णा.	कोंडाविडा, मलिया, मदुगुल कोंडा रांगा, नल्लामलाई, पलकोंडा, बेलीकोंडा.
ब) पूर्व घाट (दक्षिण भाग)				एरामला रांग, शेषाचलम, बिलिगिरी रांग, जावदी, शेवराया, पंचमलाई, सिरूमलाई, वरूशनाद व तिरुपती टेकड्या.
क) निलगिरी पर्वत				कुंडा टेकड्या

तक्ता क्र. 4.11 : भारतीय द्वीपकल्प पठार - महत्त्वाची शिखरे

प्राकृतिक विभाग	शिखरे
अबू पर्वत	गुरुशिखर (1,722 मी.)
विंध्याचल	गोमनपूर (552 मी.), जानपो (800 मी.), सिंगारचोरी (884 मी.)
दंडकारण्य	मलयगिरी (1,169 मी.), मनकरेचा (1,099 मी.), मेघसानी (1,157 मी.)
मेघालय पठार	नोरकेक (1,515 मी.), शिलाँग (1,961 मी.)
सातपुडा रांग	तोरणमाळ (1,150 मी.), अस्तांभा डोंगर (1,325 मी.), धूपगड (1,350 मी.), अमरकंटक (1,064 मी.)
उत्तर सह्याद्री	**कळसूबाई (महाराष्ट्र)** (1,646 मी.), साल्हेर (1,567 मी.), महाबळेश्वर (1,438 मी.), हरिश्चंद्रगड (1,424 मी.)
मध्य सह्याद्री	व्हावूलमाला (2,339 मी.), मुलनगिरी (1,913 मी.), कुद्रेमुख (1,892 मी.), पुष्पगिरी (1,714 मी.), **दोडाबेट्टा** (2,637 मी.), माकुरती (कर्नाटक) (2,554 मी.)
दक्षिण सह्याद्री	**आनैमुडी (2,695 मी.) सह्याद्रीमधील सर्वांत उंच शिखर**
पूर्व घाट	निमलगिरी (1,515 मी.), सिंगराजू (1,516 मी.), महेंद्रगिरी (1,501 मी.), अन्नाकोंडा (1,680 मी.), गलीकोंडा (1,643 मी.), सिंकराम गुट्टा (1,620 मी.)

तक्ता क्र. 4.12 : भारतीय द्वीपकल्प पठारावरील महत्त्वाच्या खिंडी

प्राकृतिक विभाग	खिंडी
अरवली रांग	बार, पिपिली घाट, देवैर, देसुरी
मेघालय पठार	गारो-राजमहल खिंड (माल्डा खिंड)
उत्तर सह्याद्री (महाराष्ट्र)	थळघाट, माळशेज, आंबेनळी, बोरघाट, कुंभार्ली घाट, आंबा घाट, फोंडा घाट, आंबोली घाट
दक्षिण सह्याद्री	पालघाट खिंड

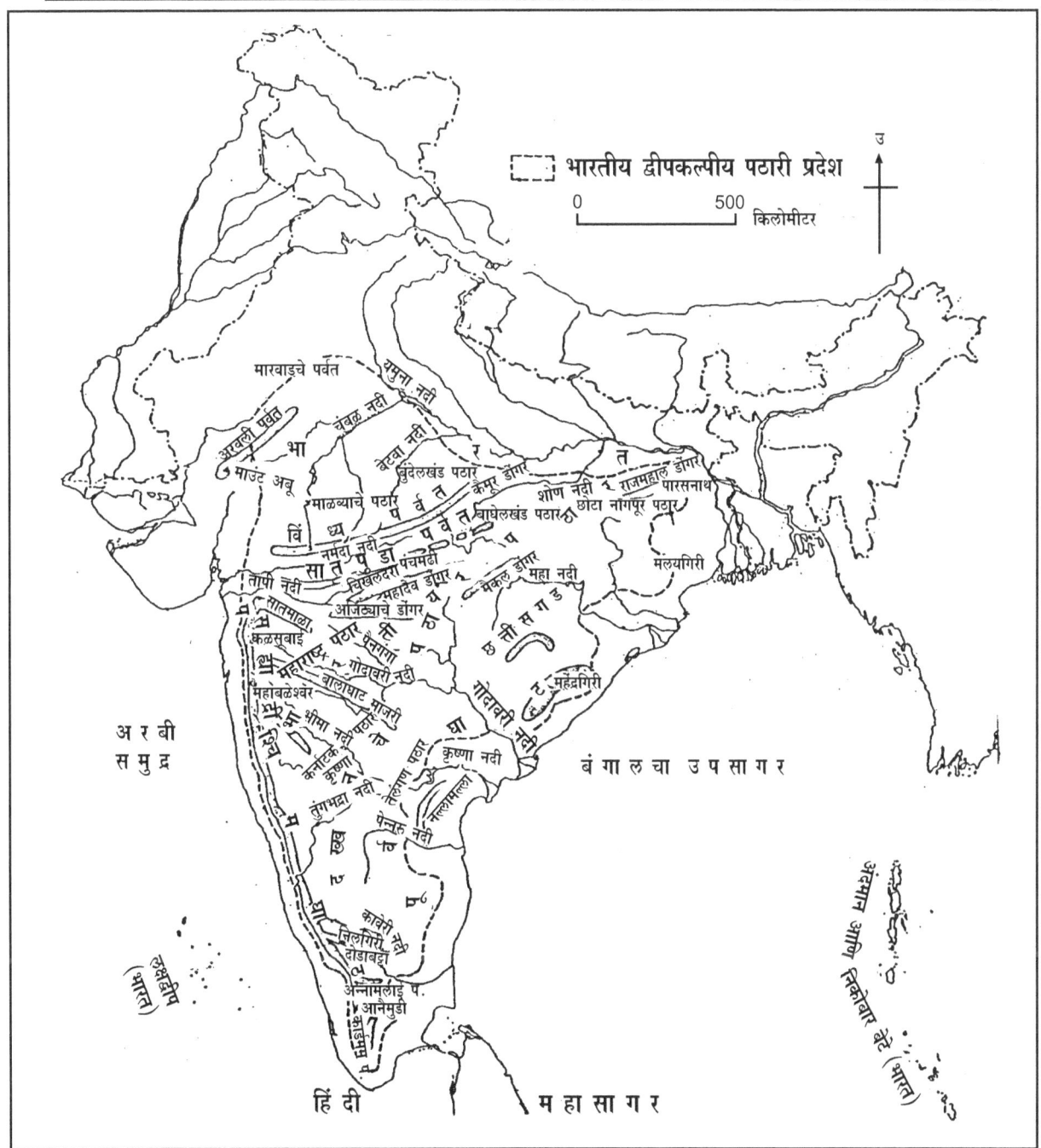

*भारतीय द्वीपकल्पीय पठारी प्रदेश : भारतीय द्वीपकल्पीय पठारी प्रदेशात (1) **उत्तर मध्यवर्ती उंचवट्याचा प्रदेश :** (i) अरवली पर्वत (ii) मेवाड पठार (iii) बुंदेलखंड पठार. (2) **दक्षिण मध्यवर्ती उंचवट्याचा प्रदेश :** (i) माळव्याचे पठार (ii) विंध्य पर्वतरांग (iii) नर्मदा खोरे. (3) **पूर्वेकडील पठारे :** (i) बाघेलखंड पठार (ii) छत्तीसगड खोरे (iii) बस्तर पठार/दंडकारण्य (iv) छोटा नागपूरचे पठार (v) राजमहल टेकड्या (vi) मेघालय (शिलाँग पठार). (4) **उत्तर दख्खन :** (i) सातपुडा पर्वतरांगा (ii) महाराष्ट्र पठार. (5) **दक्षिण दख्खन :** (i) तेलंगणा पठार (ii) कर्नाटक पठार. (6) **पश्चिम घाट :** (i) उत्तर सह्याद्री (ii) मध्य सह्याद्री (iii) निलगिरी पर्वत (iv) पालघाट खिंड (v) दक्षिण सह्याद्री. (7) **पूर्व घाट :** (i) महानदीचा उत्तरेचा प्रदेश (ii) महानदीचा दक्षिणेचा प्रदेश (iii) कृष्णा आणि पेन्नार नद्यांच्या दरम्यानचा प्रदेश (iv) चेन्नई आणि निलगिरी दरम्यानचा प्रदेश असे प्राकृतिक विभाग आहेत.*

नकाशा क्र. 4.13 : भारतीय द्वीपकल्पीय पठारी प्रदेश

3. भारतीय किनारी मैदानी प्रदेश

(15) पश्चिम किनारपट्टी मैदान : उत्तरेस कच्छपासून दक्षिणेस केरळपर्यंत पश्चिम किनारपट्टी पसरलेली आहे. पश्चिम किनारपट्टी सर्वसाधारण सरळ आहे. त्या किनारपट्टीचे खालील उपविभाग पडतात. **(नकाशा क्र. 4.14 पाहा.)**

(i) **कच्छ द्वीपकल्प :** यामध्ये वाळूचा मैदानी प्रदेश व वनस्पतीविरहित लहान आकाराच्या टेकड्या आहेत. कच्छच्या द्वीपकल्पात पर्जन्य अत्यंत अल्प प्रमाणात असल्याने नद्या फारशा वाहत नाहीत. प्रदेश ओसाड आणि निमओसाड आहे. त्यांच्या दक्षिणेकडे साधारणपणे 50 कि.मी. रुंदीचा असा सुपीक आणि वसाहतीचा प्रदेश आहे.

(ii) **कच्छचे रण :** कच्छच्या उत्तरेस बराच मोठा क्षारयुक्त सपाट मैदानी प्रदेश असून त्यास 'कच्छचे रण' असे म्हणतात. (अ) मोठे कच्छचे रण व (ब) छोटे कच्छचे रण असे दोन भाग आहेत. ते एकमेकांपासून संपूर्ण अलग आहेत. मोठे कच्छचे रण उन्हाळ्यात अतिशय तापते. अनेक ठिकाणी क्षारांचे पट्टे आढळतात. कच्छच्या रणात काही उंचवट्याचे प्रदेश एखाद्या बेटासारखे दिसतात.

(iii) **काठेवाड द्वीपकल्प :** कच्छच्या दक्षिण भागात काठेवाड द्वीपकल्प आहे. किनारपट्टीचा मैदानी प्रदेश आणि अंतर्गत भागातील उंचवट्याचा प्रदेश आहे. **काठेवाडमध्ये गिरनार पर्वत असून दक्षिणेकडे घनदाट गीरचे जंगल आहे.**

(iv) **गुजरात मैदान :** काठेवाडच्या पूर्वेस गुजरातचे मैदान अंतर्गत भागातील उंचवट्याच्या प्रदेशाकडे विस्तारत गेलेले आहे. गुजरात मैदानाचा संपूर्ण उतार पश्चिमेस समुद्राकडे आहे. मैदानाच्या उत्तर भागामधून बनास; तर इतर भागांमधून साबरमती, मही, नर्मदा आणि तापी नद्या वाहतात आणि त्या शेवटी खंबायतच्या आखातामधून अरबी समुद्रास मिळतात.

(v) **कोकण किनारपट्टी :** कोकण किनारपट्टीचा विस्तार दमणगंगा नदीपासून दक्षिणेस तेरेखोल नदीपर्यंत आहे. • उत्तर कोकणमध्ये **वैतरणा नदी** वाहते. तिचा उगम पश्चिम घाटात गोदावरी नदीच्या उगमाजवळ असून ती पश्चिमेस वाहते. डहाणूजवळ किनारा सपाट व दलदलीचा आहे. **उल्हास नदी** बोरघाटात उगम पावून कल्याणजवळ वसईच्या खाडीत प्रवेश करते. मुंबई शहराच्या दक्षिण भागातील खडकाळ किनारपट्टीच्या भागात अनेक लहान उपसागरे आणि गुहा आहेत. • दक्षिण कोकण हा खडकाळ आणि ओबडधोबड प्रदेश आहे. किनारपट्टीजवळ उंच टेकड्या, पठारे असून अनेक खाड्या व प्रवाह आहेत. व्हिक्टोरिया किल्ल्यापासून रेड्डी किल्ल्यापर्यंत खडकाळ किनारा आढळतो. अंतर्गत भागात टेकड्या आहेत. दक्षिण कोकणात वशिष्ठी, शास्त्री व मुचकुंदी इत्यादी नद्या वाहतात.

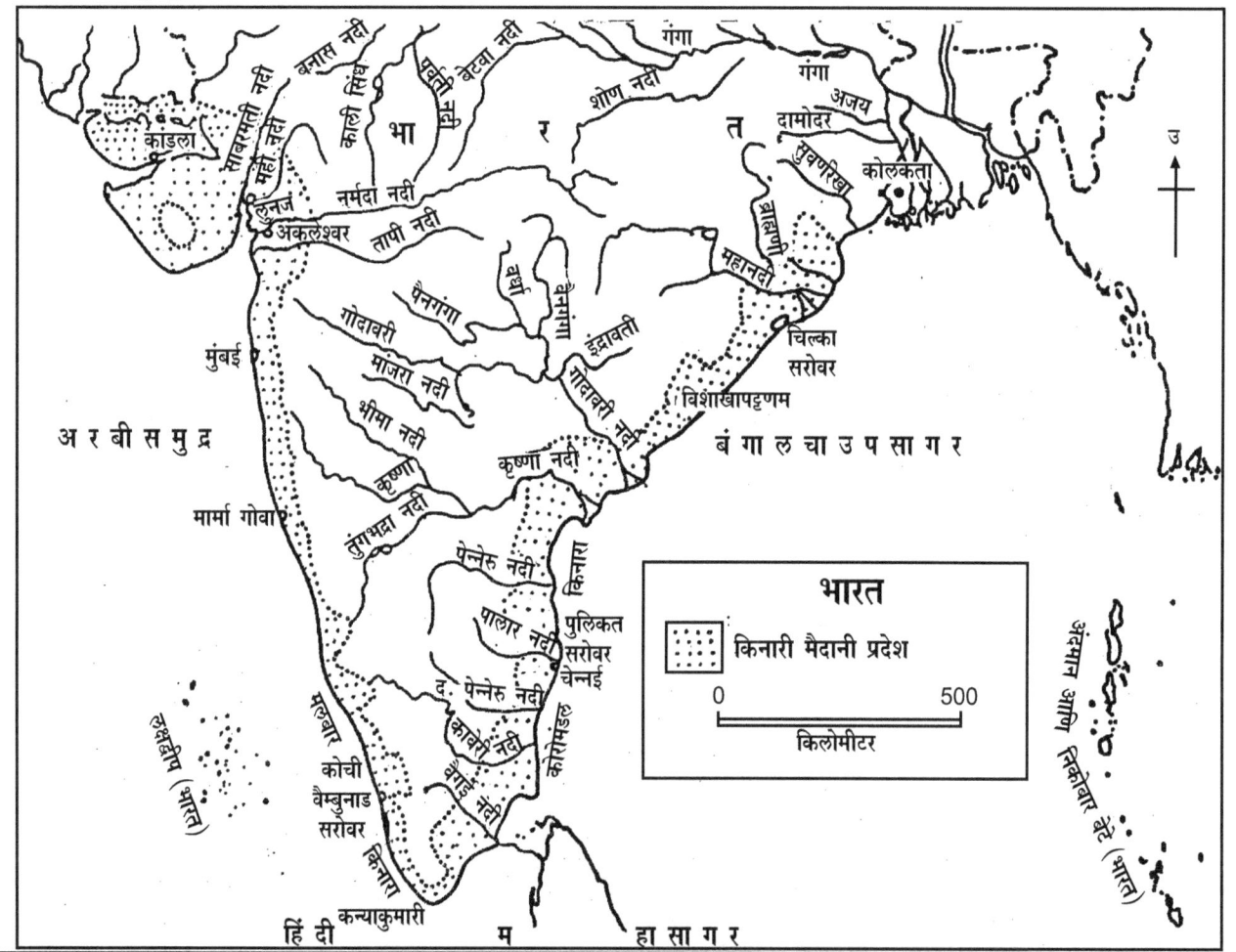

*भारतीय किनारी मैदानी प्रदेश : भारतीय किनारी मैदानी प्रदेशात **(1) पश्चिम किनारपट्टी प्रदेश :** (i) कच्छ द्वीपकल्प (ii) कच्छचे रण (iii) काठेवाड द्वीपकल्प (iv) गुजरात मैदान (v) कोकण किनारपट्टी (vi) कर्नाटक किनारपट्टी (कारवार) (vii) केरळ किनारपट्टी (मलबार). **(2) पूर्व किनारपट्टी मैदान :** (i) ओडिशा किनारपट्टी (ii) आंध्र किनारपट्टी (iii) तमिळनाडू किनारपट्टी असे प्राकृतिक विभाग आहेत.*

नकाशा क्र. 4.14 : भारतीय किनारी मैदानी प्रदेश

(vi) **कर्नाटक किनारपट्टी (कारवार) :** उत्तरेपेक्षा दक्षिण भागात कर्नाटक किनारपट्टीची रुंदी जास्त आहे. किनारपट्टीस अंतर्गत भागात समांतर तीन पट्टे आढळतात. किनारपट्टीच्या लगतच अर्वाचीन गाळाच्या निक्षेपणाचा अरुंद पट्टा आहे. या पट्ट्यात वाळूच्या टेकड्या, खाड्यांचे चिखलमय प्रदेश, दलदलीचे प्रदेश आणि दऱ्यांचा मैदानी प्रदेश आहे. किनारी पट्टा सर्वसाधारणपणे सपाट किंवा मंद उताराचा आहे. पट्ट्यानंतर अंतर्गत भागात अपक्षयाचा सपाट प्रदेश आढळतो. यानंतर तिसरा पट्टा टेकड्यांचा आहे.

(vii) **केरळ किंवा मलबार किनारपट्टी :** केरळची किनारपट्टी उत्तरेस कन्नोरपासून दक्षिणेस कन्याकुमारीपर्यंत पसरलेली आहे. सर्वत्र वाळूच्या टेकड्या आढळतात. वाळूच्या टेकड्यांस **'थेरिस'** असे म्हणतात. **वाळूच्या टेकड्यांमुळे अनेक उथळ खाजण आणि भरतीच्या पाण्याचे प्रदेश तयार झाले आहेत, त्यांना 'कायले' असे म्हणतात.**

(16) **पूर्व किनारपट्टी मैदान :** उत्तरेस सुवर्णरेखा नदीपासून दक्षिणेस कन्याकुमारीपर्यंत पूर्व किनारपट्टी पसरलेली आहे. बंगालच्या उपसागरापासून पूर्व घाटापर्यंत मैदानाची उंची वाढत जाते. पूर्व किनारपट्टीमध्ये ओडिशा, आंध्र प्रदेश आणि तमिळनाडू किनारपट्टीचा समावेश होतो.

(i) **ओडिशा किनारपट्टी : ओडिशा किनारपट्टीस 'उत्कल मैदान' असेही म्हणतात.** महानदीच्या त्रिभुज प्रदेशामध्ये वाळूच्या समान टेकड्या पाहावयास मिळतात.

(ii) **आंध्र किनारपट्टी :** उत्कल मैदानाच्या दक्षिणेपासून पुलिकत सरोवरपर्यंत आंध्र किनारपट्टी पसरलेली आहे. गोदावरी आणि कृष्णा या दोन मोठ्या नद्यांचे त्रिभुज प्रदेश आंध्र किनारपट्टीमध्ये आहेत. गोदावरी नदीचे दोन उपफाटे होतात; तर कृष्णा नदीचे तीन उपफाटे होतात.

(iii) **तमिळनाडू किनारपट्टी :** तिरुनेलवेल्ली व महाबलीपुरम येथे वाळूच्या टेकड्या आहेत. वाळूच्या टेकड्यांवर ताडाची झाडे आणि काटेरी झुडपे आहेत. काही वाळूच्या टेकड्यांचे स्थलांतर मंद गतीने होते. **तमिळनाडू किनारपट्टीचे वैशिष्ट्य म्हणजे कावेरी नदीचा त्रिभुज प्रदेश होय.** श्रीरंगम बेटाजवळ कावेरी नदीचे दोन उपफाटे होतात.

4. भारतीय बेटे

भारताच्या सागरी प्रदेशात खालील बेटे आढळतात.

(17) **अंदमान व निकोबार बेटे :** बंगालच्या उपसागरात अंदमान व निकोबार हे दोन बेटांचे समूह आहेत. त्यांची साधारण दिशा उत्तर-दक्षिण आहे. **बंगालच्या उपसागरात एकूण बेटांची संख्या 572 आहे.** यापैकी फक्त 38 बेटांवर मानवी वस्ती आहे. अंदमान बेट समूहात 25 बेटांवर मानवी वस्ती आहे; तर निकोबार बेट समूहात 13 बेटांवर मानवाने वस्ती केलेली आहे. (**संदर्भ :** India, 2005) • अंदमान व निकोबार बेटांचा अक्षवृत्तीय विस्तार 6° 45' उ. अ. ते 13° 45' उ. अ.; तर रेखावृत्तीय विस्तार 92° 10' पू. रे. ते 94° 15' पू. रे. आहे. • अंदमान व निकोबार बेट समूहाची लांबी 590 कि.मी. व जास्तीत जास्त रुंदी 58 कि.मी. आहे. • अंदमान व निकोबार बेट समूहाचे क्षेत्रफळ 8249 चौ.कि.मी. आहे. • अंदमान व निकोबार बेटे एकमेकांपासून 10° चॅनलमुळे अलग झालेली आहेत. • अंदमान व निकोबार बेट समूहाचे भूमीपासून (बंगालच्या उपसागराच्या मुखापासून) कमीत कमी अंतर 1220 कि.मी. आहे. **(नकाशा क्र. 4.13 पाहा.)**

अंदमान बेटांचे नामकरण : • रॉस आयलंड - नेताजी सुभाषचंद्र बोस द्वीप • नेली बेट - शहीद द्वीप • हॅवलॉक बेट - स्वराज द्वीप.

(i) **अंदमान बेटांची** उत्तर, मध्य व दक्षिण अंदमान या तीन गटांत विभागणी केली जाते. बेटांची सरासरी उंची 730 मीटर आहे. एकत्रित बेट समूहाला **'ग्रेट अंदमान'** असे म्हणतात. प्रवाळ खडकांनी बेटे वेढलेली असून त्यावर घनदाट अरण्ये आहेत.

(ii) **निकोबार बेट** समूहात 19 सागरी बेटे असून एकट्या ग्रेट निकोबारचे क्षेत्रफळ 862 चौ.कि.मी. आहे. या व्यतिरिक्त छोटे निकोबार, कचल व कमोती वगैरे बेटे आहेत. पोर्ट ब्लेअरच्या उत्तरेस बॅरन व नारकोंडम ही ज्वालामुखी बेटे आहेत.

(18) **लक्षद्वीप व मिनिकॉय बेटे :**

(i) अरबी समुद्रामधील सर्व बेटे प्रवाळ खडकांपासून तयार झालेली आहेत. याच्या दक्षिणेस मिनिकॉय बेटे आहेत. • भारत सरकारने 1973 साली लखदीव, मिनिकॉय व अमीनदिवी बेट समूहाचे 'लक्षद्वीप बेटे' असे नामकरण केले. • लक्षद्वीप बेटांचा अक्षवृत्तीय विस्तार 8° उ. अ. ते 12° 20' उ. अ. आहे; तर रेखावृत्तीय विस्तार 71° 45' पू. रे. ते 74° पू. रे. आहे. • लक्षद्वीप बेटांचे क्षेत्रफळ 32 चौ.कि.मी. आहे. • भारताच्या मुख्य भूमीपासून (केरळच्या कालिकत) लक्षद्वीप बेटांचे कमीत कमी अंतर 108.78 कि.मी. आहे. अति दक्षिणेकडील बेट मिनिकॉय अन्य बेट समूहांपासून 9° चॅनलमुळे अलग झालेले आहे. • **लक्षद्वीप बेट समूहात 27 बेटे आहेत.** यापैकी 11 बेटांवर मानवाचे वास्तव्य आहे.

(ii) **पांबम बेट :** भारत व श्रीलंका दरम्यान पांबम बेट आहे. भारतामधील तमिळनाडू राज्यातील पठाराचा हा विस्तारित भागच आहे.

4.4 भारत : नदीप्रणाली

समुद्राला मिळणाऱ्या नद्या : भारतामध्ये समुद्राला मिळणाऱ्या नदीप्रणालीची दोन प्रमुख भागांमध्ये विभागणी केली जाते.

(1) **बंगालच्या उपसागराला मिळणाऱ्या नद्या :** भारताच्या एकूण नदीप्रणाली क्षेत्रापैकी 77% नदीप्रणाली क्षेत्रामधून वाहणाऱ्या नद्या बंगालच्या उपसागरास मिळतात. यामध्ये प्रामुख्याने गंगा, ब्रह्मपुत्रा, महानदी, गोदावरी, कृष्णा, कावेरी, पेन्नार व वैगाई यांचा समावेश होतो.

(2) **अरबी समुद्राला मिळणाऱ्या नद्या :** देशाच्या एकूण नदीप्रणाली क्षेत्रापैकी 23% नदीप्रणाली क्षेत्रांमधून वाहणाऱ्या नद्या अरबी समुद्राला मिळतात. यामध्ये प्रामुख्याने सिंधू, नर्मदा, तापी, साबरमती, मही तसेच पश्चिम घाटातून पश्चिमेकडे वाहणाऱ्या असंख्य नद्यांचा समावेश होतो.

भारतीय नदीप्रणालीचा प्रमुख जलविभाजक : भारताची प्रमुख जलविभाजकाची लांबी 2,736 कि.मी. आहे. याची सुरुवात कन्याकुमारीपासून होते. पुढे पश्चिम घाट, अजंठा, मैकल, विंध्य पर्वत आणि अरवली रांगांपासून हरिद्वारच्या शिवालिक टेकड्यांपर्यंत आहे.

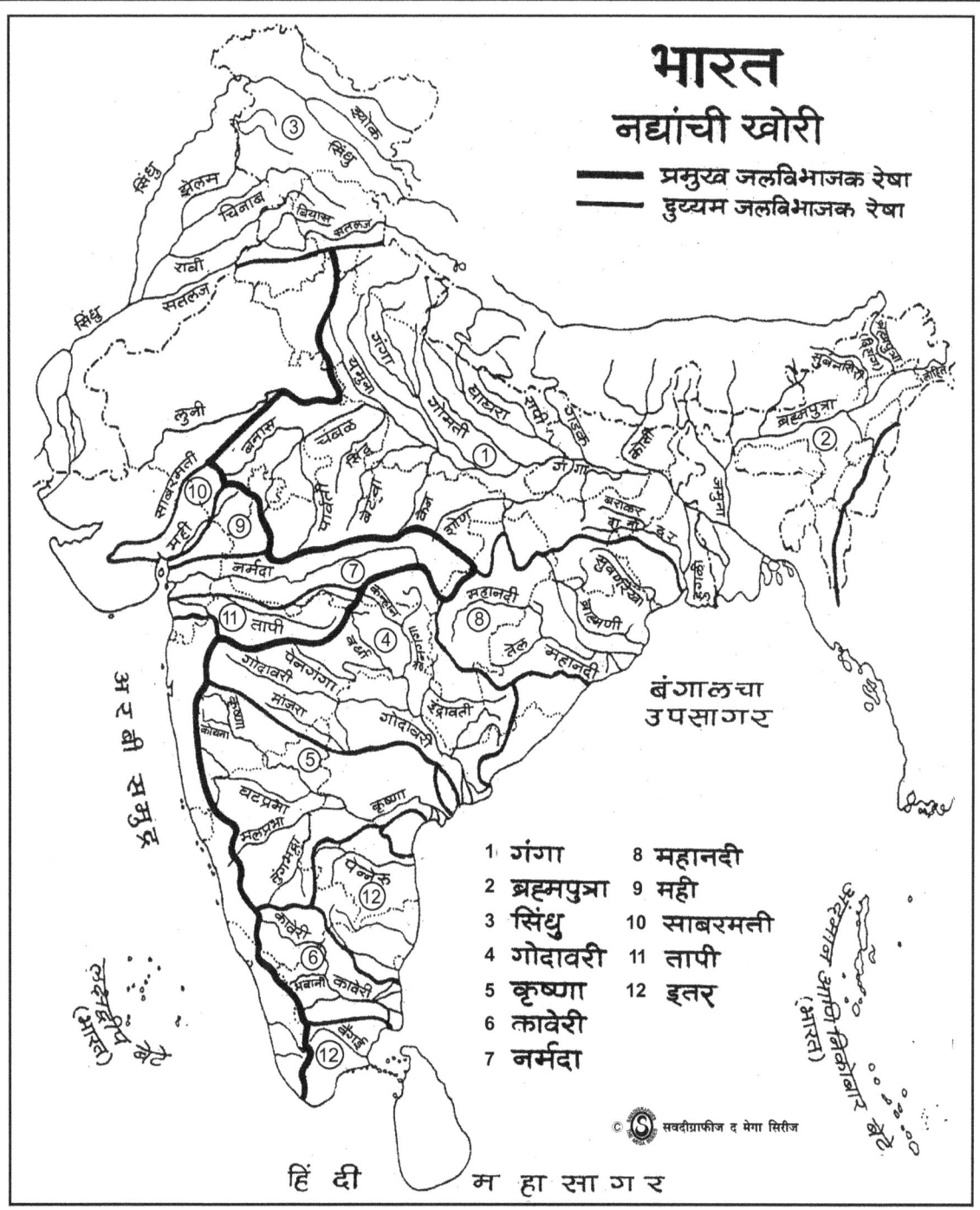

नकाशा क्र. 4.15 : भारत – नद्यांची प्रमुख खोरी

हिमालयीन नदीप्रणाली
(River Systems of the Himalayan Drainage)

हिमालय आणि ट्रान्स हिमालय प्रदेशामधून पुढील तीन प्रमुख नदीप्रणाली निर्माण होतात.

1. सिंधू नदीप्रणाली (The Indus Drainage Systems)
2. गंगा नदीप्रणाली (The Ganga Drainage Systems)
3. ब्रह्मपुत्रा नदीप्रणाली (The Brahmaputra Drainage Systems).

1. सिंधू नदीप्रणाली (The Indus Drainage Systems)

भारतीय उपखंडातील एक सर्वांत महत्त्वाची सिंधू नदीप्रणाली आहे. या नदीवरूनच भारताला नाव पडले. जगामधील सर्वांत प्राचीन संस्कृतीमध्ये सिंधू संस्कृतीचा उल्लेख केला जातो. सिंधू ही प्रमुख नदी असून तिला डाव्या बाजूने **झेलम, चिनाब, रावी, बियास आणि सतलज** या पाच नद्या पंजाबच्या मैदानामधून प्रामुख्याने भारत व पाकिस्तान या दोन देशांमधून वाहत जातात व सरतेशेवटी सिंधू नदी अरबी समुद्राला मिळते.

तक्ता क्र. 4.13 : सिंधू नदीप्रणाली

नदी : लांबी (कि.मी.) पाणलोट क्षेत्र (चौ.कि.मी.)	उगमस्थान व संगम	वार्षिक सरासरी पाण्याचे आकारमान (दशलक्ष घनमीटर)	महत्त्वाच्या उपनद्या/महत्त्वाची माहिती
सिंधू (तिबेट, अफगाणिस्तान, भारत व पाक) लांबी : 2,880 कि.मी. भारत : 709 कि.मी. क्षेत्रफळ : 1,178,440 भारत : 3,21,290	कैलास पर्वताच्या उत्तर उतारावर बोखर-चू-हिमनदी तिबेट मानसरोवराजवळ. (31° 15' उ., 81° 40' पू.) 5,182 उंचीवर.	पाकिस्तान - कालाबघ 1,10,450	धर, झास्कर, अस्तर, श्योक, नुंब्रा, गिलगिट, गोरतांग, सुरु, द्रास, शिगर, हुंझा, काबूल, कुर्रम, तोच, झॉबगोमल. डावा किनारा : झेलम, चिनाब, रावी, बियास, सतलज.
झेलम (भारत-पाक) लांबी : 724 क्षेत्रफळ : भारत - 34,775	व्हेरिंग - 4,900 मी. उंचीवर काश्मीर दरी. संगम : झेलम व चिनाब (त्रिम्मूजवळ)	मांगला - 27,890	लिडार, सिंद, पोहरू, किशनगंगा, वूलर सरोवरातून प्रवास, पुढे पीर पंजाल रांगांतून जाताना 200 मी. खोलीची उभी भिंत.
चिनाब (भारत-पाक) लांबी : 1,180 कि.मी. क्षेत्रफळ : 26,155 (भारत)	बारा-ला-चा खिंड 4,891 मी. हिमाचल प्रदेश. संगम : चिनाब व झेलम (पंचनद-पाक)	मारला - 29,000	उनियार शुदी, भुतना, मारूवरद्वान, गोलनलार, लिडरकोल, बिचलारी, चंद्र आणि भागा आन्स.
रावी (भारत - पाक) लांबी : 725 कि.मी. क्षेत्रफळ : एकूण 14,442 भारत : 5,957	रोहतांग खिंड - कुलू टेकड्या (हिमाचल प्रदेश) 4,000 मी. संगम : रावी - चिनाब (रंगपूर - पाक)	माधोपूर - 8,000	उगमापासून पीर पंजाल आणि धवलधर रांगेतून वाहते. माधोपूरजवळ पंजाब मैदानात प्रवेश.
बियास (भारत) लांबी : 460 कि.मी. क्षेत्रफळ : 20,303	रोहतांग खिंड - कुलू बियास कुंड - 4,062 मी. (हिमाचल प्रदेश) संगम : बियास-सतलज (हरिके - भारत)	मंडी - 15,800	पर्वत, डुरला, सैज, तिरथान, सुकेली, गज, खोल घळईमधून धवलधर रांग ओलांडते. पोंगजवळ मैदानात प्रवेश.
सतलज (तिबेट - भारत - पाक) एकूण लांबी : 1,450 कि.मी. भारत : 1,050 क्षेत्रफळ : भारत 25,900	मानसरोवर - राकस सरोवर 4,570 मी. धरमखिंड - तिबेट संगम : सतलज सिंधू (मिठाणकोट - पाक)	रूपनगर - 16,660	उपनदी : स्पिटी प्रवाह - 900 मी. खोलीवर. तिबेटमध्ये वैशिष्ट्यपूर्ण निदरी (Canyon) झास्कर - बृहद् हिमालय दरम्यान घळई.

सिंधू नदी (ग्रीक - सिंथॉस - *Sinthos*, **लॅटिन - सिंदुस -** *Sindus*)

उगमस्थान : भारतीय उपखंडामधील सर्वांत पश्चिमेकडे सिंधू नदीचे खोरे आहे. **सिंधू नदीचा उगम मान-सरोवराजवळ कैलास पर्वताच्या (5182 मी.) उत्तर उतारावर 'बोखर च्यू' (Bokhar Chu) या हिमनदीपासून पश्चिम तिबेटमध्ये होतो. त्याचे भौगोलिक स्थान 31° 15' उत्तर अक्षवृत्त आणि 81° 40' पूर्व रेखावृत्त आहे.**

सिंधू नदीचा सर्वसाधारण प्रवाह : काराकोरम पर्वतरांग, लडाख, झास्कर आणि हिमालय पर्वतरांगांच्या उतारावरून सिंधू नदी वाहत जाते आणि हिमनद्यांपासून हिमाचा पुरवठा होतो. नदीच्या उगमापासून सिंधू नदी सुमारे 257 कि.मी. आंतर ट्रान्स-हिमालयन विभागातून वायव्य दिशेने वाहते. तिबेटमधील या मार्गाला 'सिंगेखबाब' (सिंहाचे मुख) या नावाने ओळखले जाते. नंतर तिला **धर नदी** मिळते.

यानंतर भारतामध्ये सिंधू नदीचा प्रवेश 4,206 मी. उंचीवरून होतो. लडाख आणि झास्कर रांगांच्या दरम्यान वायव्येच्या दिशेने तशीच वाहत जाते. नदीप्रवाहाचा 480 कि.मी. चा प्रवास झास्कर रांगेच्या उत्तर बाजूने आहे आणि तो 3200 मी. उंचीवर सपाट भागातून आहे. लेह शहराच्या खाली सिंधू नदीला **झास्कर नदी** मिळते. कारगीलजवळ सिंधू नदीला डाव्या बाजूने **सुरु आणि द्रास** या उपनद्या मिळतात. तसेच पुढे वायव्येकडे जात असताना सिंधू नदीला **श्योक व नुंब्रा** या उपनद्या मिळतात. या नद्यांचा उगम काराकोरम रांगेत सियाचेन हिमनदीमधून होतो. श्योकपासून काही अंतरावर स्काईू येथे के$_2$ पर्वताच्या उत्तर उतारावरून **शिगार नदी** वाहत येते आणि ती सिंधू नदीला मिळते.

हिमालयामधून वाहत येणाऱ्या अन्य उपनद्या **गिलगिट, गोरतांग, हुंझा** मिळतात. यानंतर नंगा पर्वताच्या उत्तरेला बुंझीजवळ अतिशय खोल घळई आहे. तेथून सिंधू नदी एकदम दक्षिणेकडे वळते व अटक शहराकडे येते. या प्रदेशाचे वैशिष्ट्य म्हणजे बुंझीची उंची 5,181 मी. तर अटकची उंची फक्त 610 मी. आहे. या ठिकाणी सिंधू नदीच्या पर्वतीय प्रदेशाचा प्रवास संपतो.

यानंतर अफगाणिस्तानमधून वाहत येणारी **काबूल नदी** सिंधू नदीला मिळते. पुढे ती पोटवार मैदानामधून वाहत जाते आणि ती सॉल्ट रेंज पार करते. अटकच्या खालच्या बाजूला सिंधूला **कुर्रम, तोच आणि झॉबगोमल** या महत्त्वाच्या उपनद्या मिळतात.

अरबी समुद्रापासून 805 कि.मी. अंतरावर मिठाणकोटच्या 79 मीटर उंचीवर **पंचनद** प्रवाह मिळतो. हे पाणी **झेलम, चिनाब, रावी, बियास आणि सतलज** या पाच नद्यांचे एकत्रित आहे.

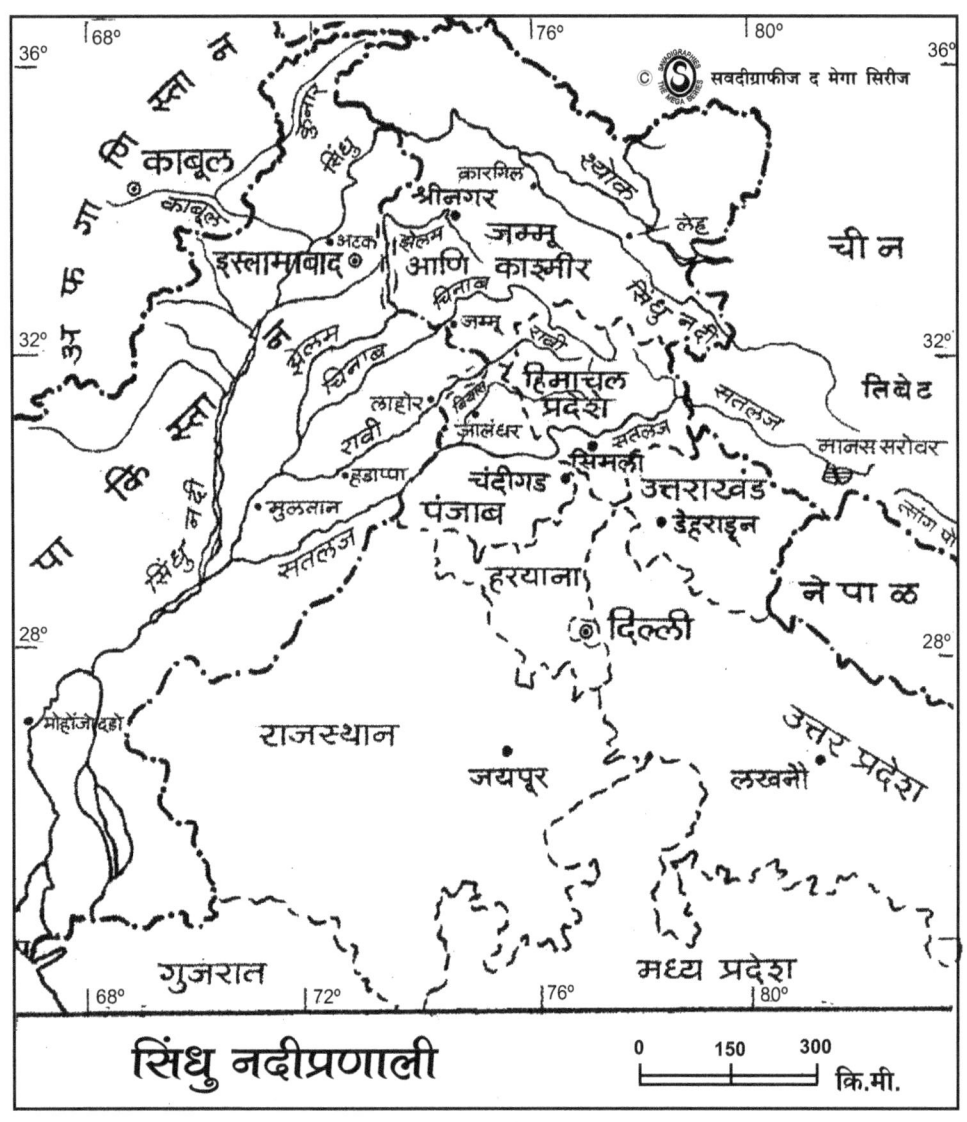

नकाशा क्र. 4.16 : सिंधू नदीप्रणाली

सिंधू नदी सरतेशेवटी कराचीच्या दक्षिणेकडे त्रिभुज प्रदेश निर्माण करून अरबी समुद्राला मिळते.

लांबी व नदीप्रणालीचे क्षेत्र : सिंधू नदीची उगमापासून मुखापर्यंत एकूण लांबी 2,880 कि.मी. आहे. यांपैकी **भारतामध्ये फक्त 709 कि.मी. लांबीचा प्रवाह आहे.** सिंधू नदीचे एकूण नदी-प्रणालीचे क्षेत्र 1,165,500 चौ.कि.मी. आहे. यांपैकी हिमालय पर्वत आणि त्याच्या पायथ्याजवळच्या प्रदेशांनी 4,53,250 चौ.कि.मी. प्रदेश व्यापलेला आहे. बाकीचे सर्व क्षेत्र भारत आणि पाकिस्तानच्या मैदानी प्रदेशात आहे.

अखंड भारताच्या फाळणीमुळे भारताच्या वाट्यास फक्त 3,21,284 चौ.कि.मी. नदीप्रणाली क्षेत्र (27.26%) प्राप्त झाले. सिंधू नदीच्या सरासरी वार्षिक पाण्याचा प्रवाह कालाबाघजवळ 1,10,450 दशलक्ष घनमीटर आहे. सिंधू नदी-प्रणालीचे क्षेत्र नाईल नदीच्या दुप्पट आणि तैग्रिस-युफ्राटिसच्या तिप्पट आहे. तिबेट आणि अफगाणिस्तान-मधील सिंधू नदीप्रणालीचे क्षेत्र फक्त 13% आहे.

सिंधू नदीप्रणालीमध्ये एकूण हिमाचे क्षेत्र 15,291 चौ.कि.मी. आहे. यांपैकी प्रत्यक्ष सिंधू नदीच्या खोऱ्यात हिमाचे क्षेत्र 3735 चौ.कि.मी. आणि सरासरी हिमाची उंची 6250 मीटर आहे.

2. गंगा नदीप्रणाली (The Ganga Drainage Systems)

गंगा नदीप्रणालीमध्ये महत्त्वाची गंगा नदी असून तिला अनेक उपनद्या मिळतात. गंगा नदीप्रणाली उत्तरेकडे हिमालय पर्वताचा मध्य भाग आणि दक्षिणेकडे भारतीय द्वीपकल्प पठाराचा उत्तर भाग यांच्या दरम्यान आहे. प्रामुख्याने त्याला 'गंगा मैदान' असे संबोधले जाते. **गंगा नदीप्रणालीचे एकूण क्षेत्र भारतीय सरहद्दीमध्ये 86,1404 चौ.कि.मी. आहे.** देशाच्या एकूण भौगोलिक क्षेत्रफळांपैकी 26.2% क्षेत्र गंगा नदीप्रणालीने व्यापलेले आहे.

गंगा नदीप्रणालीचा विस्तार : पुढील दहा राज्यांमध्ये झालेला आहे. उत्तराखंड आणि उत्तर प्रदेश (34.2%), मध्य प्रदेश आणि छत्तीसगड (23.1%), बिहार आणि झारखंड (16.7%), राजस्थान (13.0%), पश्चिम बंगाल (8.3%), हरियाणा (4.0%) आणि हिमाचल प्रदेश (0.5%) असे या राज्यांचा गंगा नदीप्रणालीमध्ये वाटा आहे. केंद्रशासित दिल्ली क्षेत्राची टक्केवारी (0.2%) आहे.

गंगा नदीची राज्यानुसार लांबी : गंगा नदीची उगमापासून ते पश्चिम बंगालमधील हुगळीपर्यंत लांबी 2525 कि.मी. आहे. त्याची राज्यानुसार लांबी पुढीलप्रमाणे : उत्तराखंड (310 कि.मी.), उत्तराखंड व उत्तर प्रदेश (1,140 कि.मी.), बिहार (445 कि.मी.) आणि पश्चिम बंगाल (520 कि.मी.). उत्तर प्रदेश आणि बिहार राज्यांच्या सरहद्दीवरून गंगा नदी 110 कि.मी. अंतर जाते. गंगा नदी गंगोत्रीपासून उगम पावून बंगालच्या उपसागरास मिळते. गंगा नदीची भारतात एकूण लांबी 2,525 कि.मी. आहे.

गंगा नदीचा उतार : गंगा नदीचा सरासरी उतार दर कि.मी.ला 9.5 सें.मी. आहे. हिमालयामध्ये गंगा नदीचा उतार दर कि.मी.ला 140 सें.मी. असून गंगेच्या वरच्या टप्प्यात दर कि.मी.ला 24 सें.मी. आहे.

तक्ता क्र. 4.14 : भारत – नदीप्रणाली

हिमालयीन नदीप्रणाली			
सिंधू नदीप्रणाली	**गंगा नदीप्रणाली** (अलकनंदा व मंदाकिनी-भागीरथीनिर्मित गंगाप्रवाह)		**ब्रह्मपुत्रा नदीप्रणाली** (त्सांगपो/यारलुंग झांगपो)
डावा किनारा	**उजवा किनारा**	**डावा किनारा**	**डावा किनारा**
1. झेलम	1. यमुना	**हिमालयीन पर्वतीय नद्या**	बुरी दिहांग
2. चिनाब	द्वीपकल्पीय पठारावरील नद्या	रामगंगा	धनसिरी
3. रावी	**अ) यमुना नदीला मिळणाऱ्या नद्या**	गोमती	कोपिली
4. बियास	1) चंबळ (बनास, सिंद, पर्वती)	घाघरा	**उजवा किनारा**
5. सतलज	2) बेटवा (घसन)	(शारदा, राप्ती)	सुबनसिरी
उजवा किनारा	3) केन	गंडक	जिया भोरेली (कार्मेंग)
6. श्योक	**ब) गंगा नदीला मिळणाऱ्या नद्या**	कोसी	मानस
7. गिलगिट	1) शोण	महानंदा	**बांगलादेशामधील उपनद्या**
	2) दामोदर	**गंगा-ब्रह्मपुत्रा-त्रिभुज**	तिस्ता
		(बांगला देश)	जलढका
		पद्मा	तोरसा
		मेघना	बराक

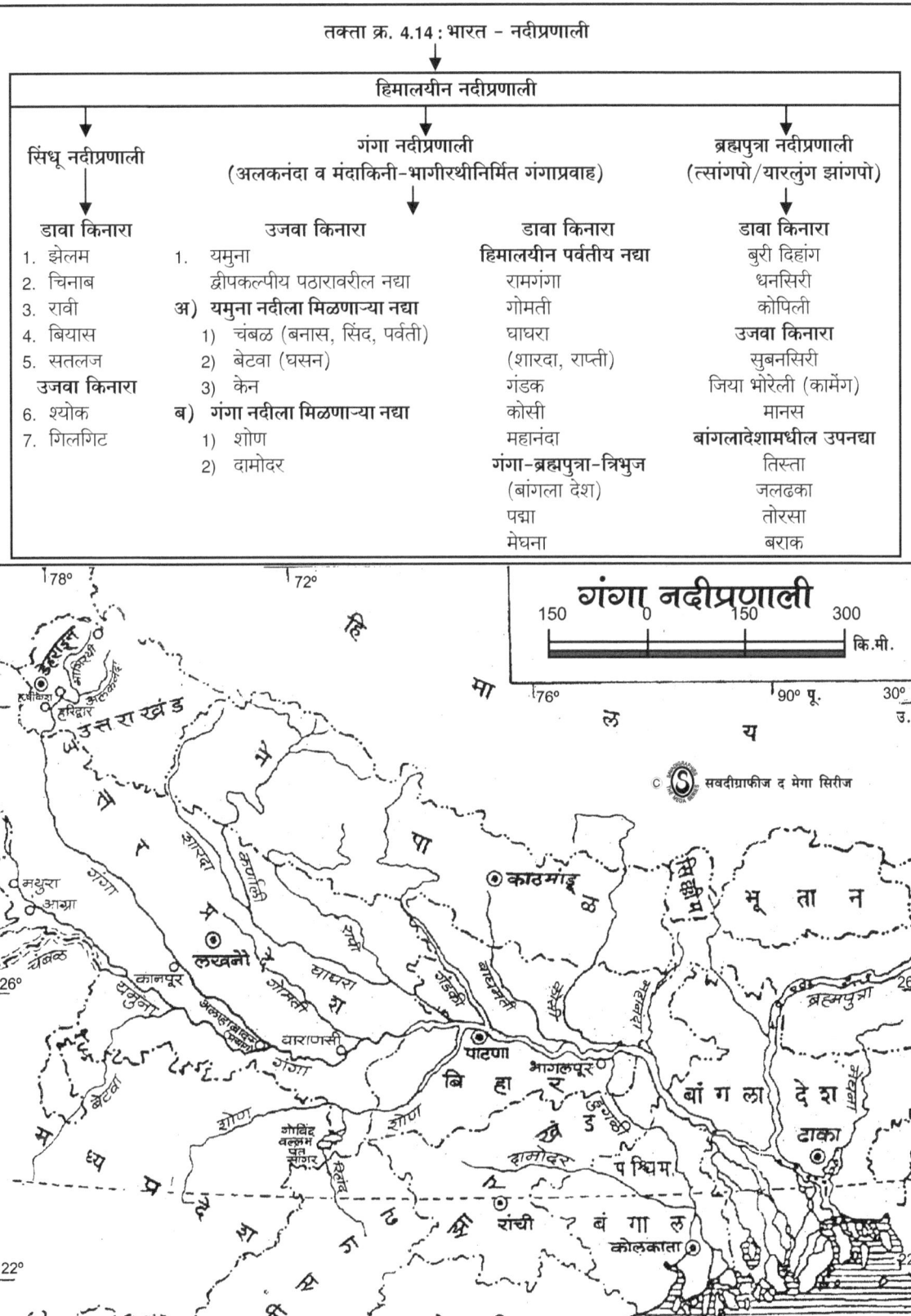

नकाशा क्र. 4.17 : गंगा नदीप्रणाली

गंगा नदीचा उगम : गंगेचा उगम उत्तराखंडाच्या पश्चिम कुमाऊँ भागात 'उत्तर काशी' जिल्ह्यातील 7010 मी. उंचीच्या 'गंगोत्री' या क्षेत्रापासून सुमारे 29 कि.मी., गोमुख येथे गंगोत्री हिमनदीच्या टोकाशी हिमगुहेतून होतो. गंगेला उन्हाळ्यातही पाणी पुरविणारी ही गंगोत्री हिमनदी 30 कि.मी. लांब व 3 कि.मी. रुंद आहे. बद्रिनाथ व गंगोत्री मंदिरापर्यंत उतरलेल्या जागतिक उबदारपणामुळे हिमनद्या आता मागे हटलेल्या आहेत.

भगीरथी या नावाने उगमापासून 35 कि.मी. पश्चिमेकडे आणि मग हिमालयाच्या रांगांतून, खोल दऱ्यांतून 140 कि.मी. दक्षिणेकडे गेल्यावर तिला 'देवप्रयाग' येथे **अलकनंदा हा गंगेचा दुसरा शीर्षप्रवाह मिळतो.** बद्रिनाथ गावाच्या मागे **'संतोपंथ' व 'भगीरथ' खोरक हिमनद्यांच्या** जिव्हेतून नंदादेवीच्या उत्तरेस तिबेटच्या सरहद्दीजवळ अलकनंदेच्या शीर्षप्रवाहाचा उगम होतो. जोशीमठ येथे बद्रिनाथकडून आलेली **विष्णुगंगा** आणि द्रोणगिरीकडून आलेली **धवलगंगा** एकत्र येतात व विष्णुप्रयागनंतर तिला अलकनंदा म्हणतात. तिला कर्णप्रयाग येथे **पिंडरगंगा** व रुद्रप्रयाग येथे **मंदाकिनी** मिळते.

देवप्रयागनंतर **भगीरथी-अलकनंदा संयुक्त प्रवाहाला 'गंगा' हे नाव प्राप्त होते.** मग दक्षिणेकडे 70 कि.मी. जाऊन नाग तिब्बा व शिवालिक रांगांतून खडक फोडून व वाट काढून ह्षीकेशवरून हरिद्वार येथे गंगा मैदानी प्रदेशात येते.

गंगा नदीचा सर्वसाधारण प्रवाह : हरिद्वारहून गढमुक्तेश्वरावरून अनूप शहरापर्यंत गंगा दक्षिणेस, तेथून फारुखाबाद, कनौज, कानपूरवरून अलाहाबाद (प्रयाग) पर्यंत आग्नेयेकडे; मग दक्षिणेकडून मोठे चंद्राकृती वळण घेऊन वाराणसीपर्यंत आणि तेथून गाझीपूर, बालिया, पाटणा, मोंघीर, भागलपूर, साहेबगंजवरून पश्चिम बंगालच्या सरहद्दीपर्यंत सामान्यतः पूर्वेकडे वाहत जाते.

तक्ता क्र. 4.15 : गंगा नदीप्रणाली

नदी लांबी (कि.मी.), नदीप्रणालीचे क्षेत्र (चौ.कि.मी.), वार्षिक पाण्याचा सरासरी प्रवाह (दशलक्ष घनमीटर)	उगमस्थान व संगम	उपनद्या
→ **गंगा नदी** **लांबी :** 2,525 **क्षेत्रफळ :** 8,61,404 **वार्षिक पाण्याचा सरासरी प्रवाह :** अलाहाबाद : 1,52,000 पाटणा : 4,59,040	**उगम :** उत्तराखंडात उत्तर काशी जिल्ह्यात गंगोत्री हिमनदीपासून (7,010 मी.) भगीरथी आणि देवप्रयाग येथे अलकनंदापासून 'गंगा' नावाचा प्रवाह. **त्रिभुज प्रदेश :** प. बंगाल व बांगला-देशात गंगा-ब्रह्मपुत्रा त्रिभुज प्रदेश. क्षेत्रफळ 58,752 चौ.कि.मी.	**गंगेच्या प्रवाहाची निर्मिती :** भगीरथी व अलकनंदा नद्यांच्या संयुक्त प्रवाहास गंगा. **भगीरथी :** गंगोत्री हिमनदीची हिमगुहा. **अलकनंदा :** तिबेट सरहद्दीजवळ अलकनंदा शीर्षप्रवाहाचा उगम. विष्णुगंगा व धौलीगंगा यांचा एकत्रित प्रवाह अलकनंदा. **डावा किनारा :** रामगंगा, गोमती, तमसा किंवा पूर्व तोन्स, घाघरा (शरयू), गंडकी, बुरी गंडक, कोसी, महानंदा. **उजवा किनारा :** यमुना (उपनद्या चंबळ, सिंद, बेटवा, केन); शोण, दामोदर.
→ **यमुना नदी :** **लांबी :** 1,376 **क्षेत्रफळ :** 3,66,223 **वार्षिक पाण्याचा सरासरी प्रवाह :** 93,020	**उगम :** उत्तराखंडात उत्तर काशी जिल्ह्यात जम्नोत्री हिमनदी (6,315 मी.) **संगम :** गंगा आणि यमुनेचा संगम अलाहाबाद (प्रयाग)	**डावा किनारा :** तोन्स, कार्वान, सेंगर. **उजवा किनारा :** गिरी, बाणगंगा, चंबळ, सिंद, बेटवा, केन. गंगानदीची सर्वांत लांब आणि महत्त्वाची उपनदी यमुना नदी. बहुतेक प्रवाह गंगेला समांतर.
→ **शोण नदी :** **लांबी :** 784 **क्षेत्रफळ :** 71,259	**उगम :** अमरकंटक पठार (600 मी.) संगम : मनेर (पाटणा) येथे गंगा-शोण संगम.	जोहिला, गोपत, रिहांद, कनहार आणि उत्तर कोयल.
→ **दामोदर नदी :** **लांबी :** 541 **क्षेत्रफळ :** 25,820	**उगम :** छोटा नागपूर पठार (झारखंड) बाजुमथाजवळ (1,366 मी.) **संगम :** प. बंगालमध्ये कोलकत्याच्या खाली 56 कि.मी. अंतरावर गंगेचा उपफाटा हुगळी नदीस मिळतो.	गरटूस, कोनार, जमुनिया, बरकार
→ **रामगंगा नदी :** **लांबी :** 696 **क्षेत्रफळ :** 32,412	**उगम :** उत्तराखंडमध्ये गढवाल जिल्ह्यात नैनितालजवळ (3,110 मी.)	खोह, गंगन, अरिलकोसी, देओहा.
→ **गोमती नदी :** **लांबी :** 940 **क्षेत्रफळ :** 30,437	**उगम :** पिलिभितच्या पूर्वेस (200 मी.) **संगम :** उत्तर प्रदेशात गाझियापूर जिल्ह्यात सैदपूर येथे गंगा-गोमतीचा संगम.	गोचाई, जोमकी, सई, बरमा, सरया, चुहा.
→ **घाघरा नदी :** **लांबी :** 1,080 **क्षेत्रफळ :** 1,27,950 **वार्षिक पाण्याचा सरासरी प्रवाह :** 94,400	**उगम :** तिबेटमध्ये मान सरोवराच्या दक्षिणेस गुरला मधंता शिखराजवळ. गंगा नदीच्या उगमाच्या पूर्वेस संगम. **संगम :** बिहारमध्ये छप्राच्या खाली गंगा-घाघरा संगम.	रापी, शारदा.
→ **गंडकी नदी :** **लांबी :** 675. भारत - 425 **क्षेत्रफळ :** 45,800 भारत - 9,540	**उगम :** दक्षिण तिबेटमध्ये मध्य हिमालयात उगम (7,620 मी.) संगम : पाटण्याजवळ गंगा-गंडकी संगम.	बडी गंडक
→ **कोसी नदी :** **लांबी :** भारत - 730 **क्षेत्रफळ :** 86,900 भारत - 21,500 **वार्षिक सरासरी पाण्याचा प्रवाह :** 61,500	**उगम :** ट्रान्स हिमालयात हिमनदीमधून उगम. संगम : बिहारमध्ये पूर्णिया जिल्ह्यात गंगा-कोसी संगम.	**सप्त कोसी :** • सतकोसी • तंबा कोसी • तलखा • दूध कोसी • बोतिया कोसी • अरुण • तांबर यांपैकी महत्त्वाची नदी अरुण. **कोसी नदी : बिहारच्या दुःखाश्रूंची नदी.**

बिहारमधील राजमहाल टेकड्यांना वळसा घालून गंगा प. बंगालमध्ये शिरते. प. बंगालमध्ये आग्नेय दिशेने प्रथम त्याच्या पश्चिम सीमेवरून, मग त्याचा चिंचोळा भाग ओलांडून पूर्व सीमेवरून व मग त्याच सीमेवरून दक्षिणेकडे सुमारे 40 कि.मी. गेल्यावर पुन्हा आग्नेय दिशेने बांगलादेशात जाते.

ग्वालंदोजवळ तिला ब्रह्मपुत्रा मिळते व मग ती **पद्मा** या नावाने वाहते. पुढे फरीदपूरच्या पूर्वेस **मेघनेच्या** खाडीला मिळून 'दक्षिण' या बेटाजवळ बंगालच्या उपसागरास मिळते.

3. ब्रह्मपुत्रा नदीप्रणाली (The Brahmaputra Drainage Systems)

ब्रह्मपुत्रा नदी (त्सांगपो/दिहांग/जमुना/या-लू-त्सांगपू चिॲंग/लौहित्य/नाम-दाओ-फी/बुलुम बुथुर/दर्याच)

आशियातील ही एक प्रमुख नदी तिबेटमध्ये उगम पावून ईशान्य भारतातून वाहत जाऊन पुढे बांगलादेशात गंगा नदीला मिळते. लांबी 2,960 कि.मी., पाणलोट क्षेत्र 9,35,500 चौ.कि.मी. यापैकी भारतामध्ये तिची लांबी 725 कि.मी. व पाणलोट क्षेत्र 2,58,008 चौ.कि.मी.

उगम : हिमालयाच्या कैलास पर्वतश्रेणीत समुद्रसपाटीपासून 7200 मी. उंचीवर (82° 10' पू. रेखांश व 30° 31' उ. अक्षांश) चेमा-युंगडुंग या हिमनदीतून ब्रह्मपुत्रा उगम पावते. हे उगमस्थान मानसरोवरापासून सुमारे 100 कि.मी. तर सिंधू नदीच्या उगमापासून सुमारे 160 कि.मी. अंतरावर आहे. प्राचीन हिंदू धर्मग्रंथातील उल्लेखानुसार ब्रह्मपुत्रेचा उगम मिचिनी पर्वतातील ब्रह्मकुंडातून झाल्याचे मानले जाते. **कुबी, आंगसी व चेमा-युंगडुंग हे या नदीचे तीन शीर्ष प्रवाह होत.**

ब्रह्मपुत्रेची बहुविध नावे : भारतात ब्रह्मपुत्रा महानंद असाच या नदीचा निर्देश करण्यात येत असे. 'लौहित्य' (म्हणजे लाल रंगाची) असेही तिचे नाव आहे. आसाममधील आहोमांच्या राजवटीत रूढ असलेल्या आहोम भाषेत तिला 'नाम-दाओ-फी' म्हणजे 'तारकांची नदी' असे नाव होते. **'बुलुम-बुथुर' म्हणजे बुडबुड्यांची नदी. या तिच्या मूळ नावाचे संस्कृतीकरण होऊन 'ब्रह्मपुत्र' हा शब्द बनला असावा.** आसामी लोक अनेकदा 'दर्याच' म्हणून तिचा उल्लेख करतात.

ब्रह्मपुत्रा नदीला तिबेटमध्ये त्सांग-पो (म्हणजे शुद्ध करणारी), भारताच्या अरुणाचल प्रदेशात 'दिहांग', आसाममध्ये 'ब्रह्मपुत्रा' तर बांगलादेशात 'जमुना' असे म्हणतात. चिनी लोक हिला 'या-लू-त्सांगपू चिॲंग' या नावाने ओळखत असून तिबेटमध्ये तिला काही स्थानिक नावेही आहेत.

तिबेटमधील प्रवाह : उगमानंतर ही नदी दक्षिणेकडील हिमालयाची मुख्य पर्वतश्रेणी व उत्तरेकडील नीएन-चेन-टांगला पर्वतश्रेणी यांच्यामधून हिमालयाच्या मुख्य श्रेणीला समांतर अशी पश्चिम-पूर्व दिशेने वाहत जाते. तिबेटमधील ब्रह्मपुत्रा नदीचा एकूण प्रवाह सुमारे 1,290 कि.मी. आहे. या भागातील 'पी' ठिकाणापासून पुढे ती एकदम ईशान्यवाहिनी होऊन 'ग्याल परी' व 'नामचा बरवा' या पर्वतीय प्रदेशातील मोठमोठ्या खोल व अरुंद निदऱ्यांमधून उड्या घेत वाहू लागते. तेथे प्रवाहमार्गात अनेक द्रुतप्रवाह व प्रपातमाला आढळतात. तिबेटमध्ये त्सांगपोला डावीकडून **जो-का-त्सांगपू (रागा त्सांगपो), ला-सा-हो (चीचू), नि-यांग-हो (ग्यामडा चू) तर उजवीकडून न्येन-चू हो (न्यांग) या उपनद्या** येऊन मिळतात. **'चीचू'** या उपनदी तीरावर 'ल्हासा' हे तिबेटच्या राजधानीचे ठिकाण आहे. नंतर ती दक्षिणवाहिनी होऊन हिमालय पार करते व **भारतात प्रथम सिआँग व पुढे दिहांग नावांनी प्रवेश करते.**

भारतामधील प्रवाह : भारतात सदियाजवळ तिला **दिबांग व लुहित** या उपनद्या मिळाल्यावर ती नैर्ऋत्यवाहिनी होते व येथून पुढे ती 'ब्रह्मपुत्रा' नावाने ओळखली जाते. येथूनच तिचे पात्र विशाल होऊन त्यात अनेक बेटांचीही निर्मिती झाल्याचे आढळते.

> **भारतामधील नदीपात्रामधील सर्वांत मोठे माजुली बेट :** 'माजुली' हे अंतर्गत मोठ्या बेटांपैकी एक बेट या नदीमुळेच निर्माण झाले आहे. आसाममध्ये ब्रह्मपुत्रेचा एक फाटा 'खेरकुटिया' नावाने ब्रह्मपुत्रेपासून वेगळा होतो. पुढे हा फाटा उत्तरेकडून येऊन मिळणाऱ्या **'सुबनसिरी'** नदीसह धनसिरीच्या मुखासमोरच मूळ प्रवाहाला येऊन मिळतात. यामुळे ब्रह्मपुत्रेचा मूळ प्रवाह व तिचा खेरकुटिया हा फाटा या दरम्यान माजुली या 1,256.15 चौ.कि.मी. क्षेत्राच्या बेटाची निर्मिती झाली आहे.

उपनद्या : ब्रह्मपुत्रेला भारतात उत्तरेहून **सुबनसिरी, भरेली, मानस, चंपावती, सरलभंगा, संकोश तर दक्षिणेकडून बडी दिहांग, दिसांग, दिखू, धनसिरी व कोपिली या उपनद्या येऊन मिळतात.**

ब्रह्मपुत्रेचे आसाम खोरे : आसाममधील ब्रह्मपुत्रेचे खोरे 'आसामचे खोरे' म्हणून ओळखले जाते. या खोऱ्याची लांबी सुमारे 750 कि.मी. व रुंदी सरासरी 80 कि.मी. असून त्याच्या मध्यातून ब्रह्मपुत्रा नदी वाहते. हा भाग गाळाच्या सुपीक जमिनीने व्यापलेला आहे. भारतातील गारो टेकड्यांना वळसा घालून ब्रह्मपुत्रा दक्षिणवाहिनी होऊन बांगलादेशाच्या मैदानी प्रदेशात 'जमुना' नावाने प्रवेश करते.

बांगलादेशामधील नद्या/उपनद्या : ग्वालंदोपासून गंगा-जमुना यांचा संयुक्त प्रवाह **पद्मा नदी** म्हणून ओळखला जातो. पुढे पद्मा नदीला उत्तरेकडून मेघना येऊन मिळाल्यावर त्यांचा संयुक्त प्रवाह **मेघना** या नावाने ओळखला जातो. मेघना खाडीमधून व इतर उपप्रवाहांमधून ही नदी बंगालच्या उपसागरास मिळते.

जलवाहतूक : • तिबेटमधील ल्हासा ते लात्झू (ल्हात्से झाँग) दरम्यानचे 640 कि.मी. लांबीचे त्सांग-पो नदीचे पात्र जलवाहतुकीस उपयोगी ठरते. • **सरासरीपासून 3,650 मीटरपेक्षा अधिक उंचीवरील वाहतुकीस उपयोगी ठरणारी ब्रह्मपुत्रा जगातील अद्वितीय नदी म्हणावी लागेल.** • आसाम व बांगलादेशात जलसिंचनापेक्षा अंतर्गत जलवाहतुकीच्या दृष्टीनेच ब्रह्मपुत्रा नदीला अधिक महत्त्व आहे. • समुद्रापासून दिब्रुगडपर्यंतच्या सुमारे 1,300 कि.मी. प्रवाहातून जलवाहतूक सुलभ होऊ शकते. त्याच्या पुढील प्रवाह मात्र द्रुतवाह व धबधब्यांमुळे वाहतुकीस उपयोगी ठरत नाही. आसामचा सुमारे 55% व्यापार या नदीमार्गातून चालतो.

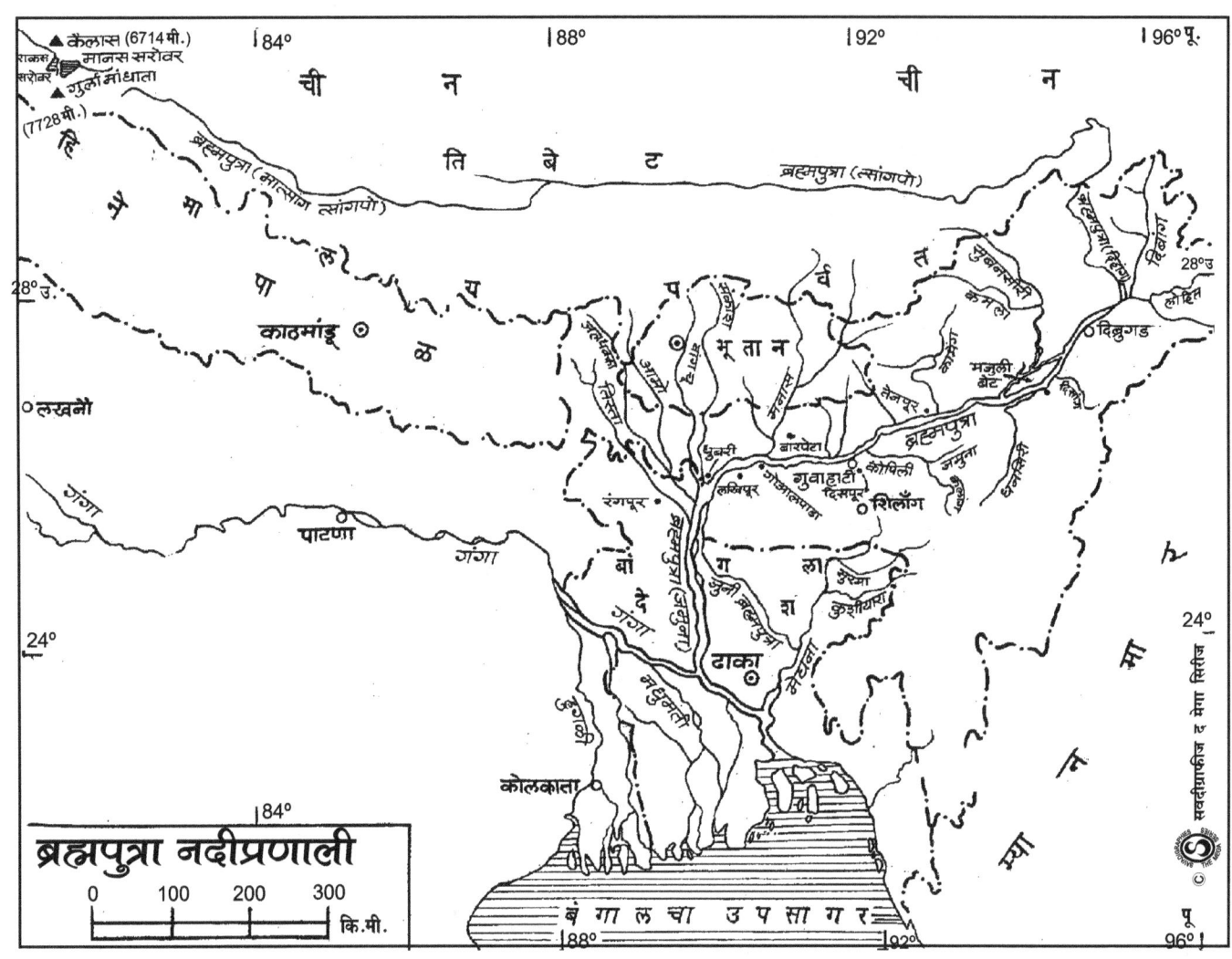

नकाशा क्र. 4.18 : ब्रह्मपुत्रा नदीप्रणाली

भारतीय द्वीपकल्प पठारावरील नदीप्रणाली
(The Indian Peninsular Drainage System)

I. द्वीपकल्प पठारावरून पूर्वेकडील वाहणाऱ्या नद्या

द्वीपकल्प पठारावरून पूर्वेकडे वाहणाऱ्या प्रमुख **नद्या महानदी, गोदावरी, कृष्णा आणि कावेरी** आहेत. याशिवाय **सुवर्णरेखा, ब्राह्मणी, पेन्नेरू, पोन्नाईयार आणि वैगाई** नद्या आहेत.

1. महानदी नदीप्रणाली

भारतीय द्वीपकल्प पठारावर एक महत्त्वाची नदी महानदी आहे. **छत्तीसगड राज्यात रायपूर जिल्ह्यात दंडकारण्यामध्ये 442 मी. उंचीवर सीहावाजवळ महानदीचा उगम होता.**

बशीच्या आकाराचे खोरे - छत्तीसगड मैदान : तिच्या ऊर्ध्व प्रवाहामध्ये बशीच्या आकाराचे खोरे आहे, याला 'छत्तीसगड मैदान' असे म्हणतात. या खोऱ्याच्या उत्तर, पश्चिम आणि दक्षिण बाजूला अनेक टेकड्या आहेत. या टेकड्यांवरून बऱ्याच उपनद्या वाहत असतात.

महानदीचा सर्वसाधारण मार्ग : महानदी ईशान्येकडे वाहत जाते. यानंतर सेवरी-नारायणच्या पुढे पूर्वेकडे वाहत जाऊन ओडिशा राज्यात प्रवेश करते. नंतर ती हिराकूड धरणापासून दक्षिणेकडे वाहत जाते. महानदीचे क्षेत्र छत्तीसगडच्या आग्नेय भागात दुर्ग, रायपूर, बिलासपूर, रायगड आणि बस्तर जिल्ह्याचा काही भाग आणि ओडिशामधील संबळपूर, बोलनगीर, कलहंडी, धेनकनल, पुरी आणि कटक जिल्ह्यात आहे. पूर्व घाट ओलांडताना महानदी टिक्कारपरा रांगेजवळ अरुंद घळईमधून 23 कि.मी. जाते आणि सरतेशेवटी कटकच्या पश्चिम भागात त्रिभुज प्रदेश निर्माण करते आणि बंगालच्या उपसागराला मिळते. महानदीची एकूण लांबी 858 कि.मी. आणि नदीप्रणालीचे क्षेत्रफळ 1,41,589 चौ.कि.मी. आहे.

तक्ता क्र. 4.16 : भारतीय द्वीपकल्प पठारावरील नदीप्रणाली – द्वीपकल्प पठारावरून वाहणाऱ्या पूर्ववाहिनी नदीप्रणाली

नदी – लांबी (कि.मी.), नदीप्रणालीचे क्षेत्र (चौ.कि.मी.) वार्षिक सरासरी पाण्याचे आकारमान (दशलक्ष घनमीटर)	उगमस्थान, संगम व राज्ये	महत्त्वाच्या उपनद्या
→ **सुवर्णरेखा** **लांबी :** 395 **क्षेत्रफळ :** 19,296	रांची पठार (600 मी.) झारखंड, ओडिशा व पश्चिम बंगाल. **संगम :** बंगालचा उपसागर	कांची करफरी.
→ **ब्राह्मणी** **लांबी :** 800 **क्षेत्रफळ :** 39,033	**उगम :** रांची पठारावरील नागरी खेड्याजवळ झारखंड, ओडिशा. **संगम :** पाराद्वीप बंदराच्या वर महानदीत त्रिभुजाच्या फाट्यास.	कुरा, सांखड, तिकरा आणि वैतरणी.
→ **महानदी** **लांबी :** 858 **क्षेत्रफळ :** 1,41,589 **वार्षिक सरासरी पाण्याचे आकारमान :** 67,000	रायपूर जिल्ह्यात सिहवाजवळ (दंडकारण्य, 442 मी.) छत्तीसगड, ओडिशा. **त्रिभुज प्रदेश :** बंगालचा उपसागर	**डावा किनारा :** इब, मंड, हसदो व शेवनाथ. **उजवा किनारा :** ओंग, जोंक व तेल
→ **गोदावरी** **लांबी :** 1,465 **क्षेत्रफळ :** 3,12,812 **वार्षिक सरासरी पाण्याचे आकारमान :** 1,05,000	**उगम :** नाशिक जिल्ह्यात त्र्यंबकेश्वर, महाराष्ट्र. महाराष्ट्र, तेलंगण व आंध्र प्रदेशामधून प्रवाह	**डावा किनारा :** कादवा, शिवना, दुधना, पूर्णा, प्राणहिता (पैनगंगा, वर्धा, वैनगंगा), इंद्रावती, शबरी. **उजवा किनारा :** प्रवरा, मुळा, सिंदफणा, मांजरा, मानेर, किन्नरसानी.
→ **कृष्णा** **लांबी :** 1,400 **क्षेत्रफळ :** 2,58,948 **वार्षिक सरासरी पाण्याचे आकारमान :** 67,670	महाबळेश्वर (1,220 मी.) **उगमस्थान :** 17° 59' उ. व 73° 38' पू. महाराष्ट्र, कर्नाटक व आंध्र प्रदेश **त्रिभुज प्रदेश :** तीन फाटे	कोयना, भीमा (इंद्रायणी, मुळा-मुठा, नीरा, घोड); वारणा, येरळा, पंचगंगा, घटप्रभा, मलप्रभा, तुंगभद्रा, दिंडी, मुसी, पालेरू, मुनेरू.
→ **कावेरी** **लांबी :** 805 **क्षेत्रफळ :** 87,900 **वार्षिक सरासरी पाण्याचे आकारमान :** 20,950	**उगम :** तळ कावेरी, कूर्ग जिल्ह्यात ब्रह्मगिरी डोंगर (1,431 मी.) **कर्नाटक :** 12° 25' उ. व 75° 34' पू. कर्नाटक, तमिळनाडू व केरळ **त्रिभुज प्रदेश :** श्रीरंगम् आणि शिवसमुद्रमच्या पुढे बेटांची निर्मिती.	कर्नाटकात ककब्बे, सुवर्णवती, हेरंगी, हेमावती, शिम्सा, कर्णावली, कब्बनी, लोकपवनी इत्यादी. तमिळनाडू राज्यात भवानी, नोयिल, अमरावती इत्यादी.
→ **पेन्नेरू (पेन्नार)** **लांबी :** 597 **क्षेत्रफळ :** 55,213 **वार्षिक सरासरी पाण्याचे आकारमान :** -	कोलार जिल्ह्यातील नंदीदुर्ग (कर्नाटक)	जयमनगल्ली, कुंडेरू, साईगिलेरू, चित्रावती, पाणगनी, छेय्येरू.

तक्ता क्र. 4.17 : द्वीपकल्प पठारावरून वाहणाऱ्या पश्चिमवाहिनी नद्या

नदी – लांबी (कि.मी.), नदीप्रणालीचे क्षेत्र (चौ.कि.मी.) वार्षिक पाण्याचा सरासरी प्रवाह (दशलक्ष घनमीटर)	उगमस्थान, संगम व राज्ये	महत्त्वाच्या उपनद्या
→ **नर्मदा नदी** **लांबी :** 1,312 **क्षेत्रफळ :** 98,795 **वार्षिक पाण्याचा सरासरी प्रवाह :** 40,700	**उगम :** अमरकंटक पठारावर (1,057 मी.), मध्य प्रदेशनंतर महाराष्ट्र , गुजरात. **संगम :** अरबी समुद्रास भरूचजवळ खंबायतच्या आखातात.	**पश्चिमवाहिनी सर्वांत मोठी नदी. खचदरीमधून प्रवाहमार्ग.** **उजवा किनारा :** हिरण (8,188 कि.मी.), बरना, कोलार, ओसरंग. **डावा किनारा :** बुऱ्हनेर (177 कि.मी.), बंजार (184 कि.मी.), शेर (129 कि.मी.), शक्कर (161 कि.मी.), गंजाल, तवा कुंडी इ.
→ **तापी नदी** **लांबी :** 724 **क्षेत्रफळ :** 65,150 **वार्षिक सरासरी पाण्याचे आकारमान :** 17,980	**उगम :** मध्य प्रदेशात बेतूल जिल्ह्यात मुलताई (730 मी.), मध्य प्रदेश, महाराष्ट्र, गुजरात. **संगम :** खंबायतच्या आखातात.	**उजवा किनारा :** पूर्णा, बेतुल, पतकी, गंजाल, दथरंज, बोकांद, बोकर सुकी, कंकी, गुली, अनेर, अरुणावती, गोमाई, वालेर. **डावा किनारा :** अंभोरा, खुर्सी, खांडू, कपरा, सिपरा, गरजा, खोकरी, उतावळी, वाघूर, गिरणा, बुरी, अमरावती.
→ **साबरमती नदी** **लांबी :** 320 **क्षेत्रफळ :** 21,895	**उगम :** राजस्थानात अरवली रांगेच्या मेवाड टेकड्यांमध्ये. **संगम :** खंबायतचे आखात.	साबर, हाथमती, सेदही, वाकुल, हरनव, मेशवा, वतरक.
→ **मही नदी** **लांबी :** 533 **क्षेत्रफळ :** 34,481	**उगम :** विंध्य पर्वत (500 मी.), मध्य प्रदेश, राजस्थान, गुजरात. **संगम :** खंबायतचे आखात.	सोम, अनास, पनाम.
→ **लुनी नदी** **लांबी :** 482	**उगम :** राजस्थानात अजमेरच्या उत्तरेस (550 मी.) **संगम :** कच्छच्या रणाच्या दलदलीच्या प्रदेशात विलीन.	सरसुती.

2. गोदावरी नदीप्रणाली

दक्षिण भारतातील पवित्र आणि महत्त्वाची नदी. लांबी 1,465 कि.मी., जलवाहन क्षेत्र गंगेच्या खालोखाल 3,12,812 चौ.कि.मी.; नदीप्रणालीची क्षेत्राची टक्केवारी महाराष्ट्र (48.6%), आंध्र प्रदेश (23.8%), मध्य प्रदेश आणि छत्तीसगड (20.7%), ओडिशा (5.5%) आणि कर्नाटक (1.4%) आहे.

उगम : गोदावरीचा उगम नाशिक जिल्ह्यातील त्र्यंबकेश्वर क्षेत्रामागे सह्याद्रीतील ब्रह्मगिरी डोंगरावर होतो.

नदीचा सर्वसाधारण मार्ग : महाराष्ट्रामध्ये गोदावरी पूर्व आग्नेय दिशेने नाशिक व अहमदनगर जिल्ह्यांतून वाहत जाते. पुढे ती अहमदनगर व औरंगाबाद आणि बीड व औरंगाबाद जिल्ह्यांची सीमा बनते. नंतर परभणी आणि नांदेड जिल्ह्यांतून गेल्यावर ती महाराष्ट्राच्या गडचिरोली; तेलंगण राज्याचा आदिलाबाद, निजामाबाद व करीमनगर जिल्ह्यांच्या सीमांवरून जाऊन आग्नेयेकडे वळते. तेलंगणच्या वारंगळ व खम्मम जिल्ह्यांतून जाऊन ती अधिक दक्षिणेकडे वळते व आंध्र प्रदेशामध्ये पूर्व आणि पश्चिम गोदावरी जिल्हे विभक्त करून शेवटी बंगालच्या उपसागरास मिळते.

महाराष्ट्रात गोदावरी नदी 668 कि.मी. वाहते. सह्याद्रीपासून नाशिकपर्यंत गोदावरी अरुंद व खडकाळ मार्गाने येते. त्या वाटेवर गंगापूर येथे तिला धरण व छोटासा धबधबा आहे. नाशिकनंतर 24 कि.मी. वर तिला उजवीकडून **दारणा** व आणखी 27 कि.मी. वर डावीकडून नांदूर येथे **कादवा** नदी मिळते. तेथे मधमेश्वर धरण आहे. नंतर नेवासे येथे उजवीकडून **प्रवरा** नदी मिळते. पैठणवरून पुढे गेल्यावर बीड जिल्ह्यातील मंजरथ येथे उजवीकडून **सिंदफणा** नदी मिळते. पूर्णा स्थानकाच्या दक्षिणेकडे परभणीकडून आलेली **पूर्णा** नदी डावीकडून तसेच नांदेडवरून गेल्यावर कोंडलवाडीजवळ उजवीकडून तिला **मांजरा** (724 कि.मी.) मिळते. पुढे चंद्रपूर जिल्ह्याच्या सीमेजवळ सिरोंच्याखाली तिला डावीकडून **पैनगंगा (724 कि.मी.), वर्धा (676 कि.मी.) व वैनगंगा (483 कि.मी.)** यांचे पाणी आणणारी **प्राणहिता** व गडचिरोली सरहद्द सोडताना मध्य प्रदेशाच्या बस्तर जिल्ह्यातून आलेली **इंद्रावती** भद्राचलम्‌च्या समोर मिळते. नंतर तेलंगणमध्ये धर्मसागर येथे उजवीकडून **मानेर**, खम्मम जिल्ह्याच्या उत्तर भागातून उजवीकडे **किन्नरसानी** व डावीकडून **शबरी** मिळते.

आंध्र प्रदेशमध्ये काही अंतर संथ वाहिल्यानंतर गोदावरी पूर्व घाटातून पापिकोंडाल या अरुंद व खोल घळईतून मार्ग काढते. यानंतर नदी पुन्हा रुंद होते. तिच्या पात्रात गाळाने बनलेली लहान-लहान बेटे दिसू लागतात, त्यास 'लंका असे म्हणतात. 'धवलेश्वरम्' येथे या नदीवर 1857 साली बंधारा घातला आहे, त्याला 'ॲनिकट' असे म्हणतात. **(नकाशा क. 4.19 पाहा.)**

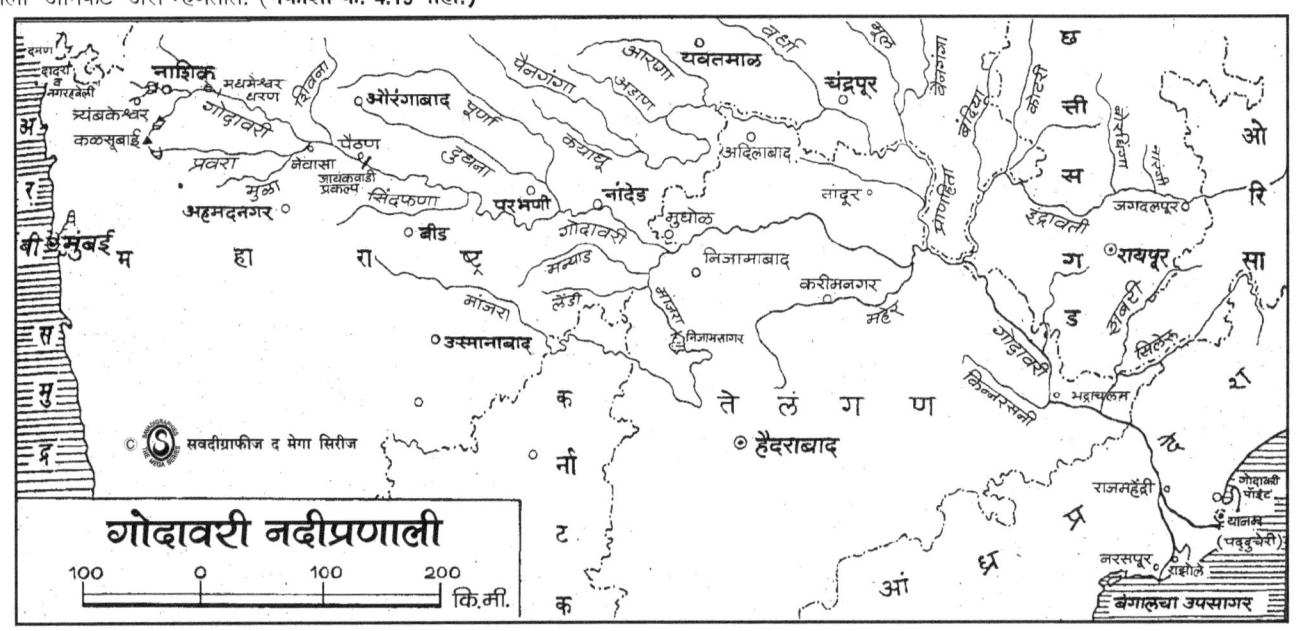

नकाशा क्र. 4.19 : गोदावरी नदीप्रणाली

त्रिभुज प्रदेश : तेथूनच गोदावरीचा त्रिभुज प्रदेश सुरू होतो. त्यात **पूर्वेस गौतमी गोदावरी आणि पश्चिमेस वशिष्ठी गोदावरी असे दोन मुख्य प्रवाह असून 'वैनतेय' हा आणखी एक प्रवाह आहे.**

त्रिभुज प्रदेशात सर्वत्र कालव्यांचे जाळे पसरलेले आहे. मुख्य कालवे 793 कि.मी. लांबीचे असून त्यातून नदीप्रमाणेच नौकातून वाहतूक चालते. गोदावरीचे कालवे एलुरूजवळ कृष्णा कालव्यास जोडले असल्यामुळे वाहतूक दक्षिणेकडे वाढली आहे.

3. कृष्णा नदीप्रणाली

उगम : दक्षिण भारतातील गोदावरी आणि कावेरी या दरम्यानची प्रमुख नदी. लांबी सुमारे 1400 कि.मी., जलवाहन क्षेत्र सुमारे 2,58,948 चौ.कि.मी. **कृष्णेचा उगम सह्याद्रीच्या रांगेतील धोम-महाबळेश्वरच्या 1,438 मी. उंचीच्या डोंगरात 17° 59' उ. व 73° 38' पू. येथे सुमारे 1220 मी. उंचीवर होतो. (नकाशा क. 4.20 पाहा.)**

सर्वसाधारण प्रवाहमार्ग : क्षेत्र महाबळेश्वर येथे कृष्णा, वेण्णा, कोयना, गायत्री व सावित्री या नद्यांचे उगम झरे दाखवितात. महाबळेश्वर डोंगराच्या उत्तरेकडून खाली येऊन कृष्णा आग्नेय व पूर्व दिशांनी वाहू लागते. वाई खोऱ्याला समृद्ध करीत कृष्णा वाईच्या आग्नेयेस 37 कि.मी. वर असलेल्या माहुलीस येते. येथे कृष्णेला **वेण्णा नदी** मिळते. येथून कृष्णा दक्षिणवाहिनी होते. माहुलीपासून 50 कि.मी. कराड येथे **कृष्णा** आणि **कोयना** यांचा प्रीतिसंगम आहे. सांगलीजवळ कृष्णेला पश्चिमेकडून **वारणा** व पूर्वेकडून **येरळा** या नद्या मिळतात. कुरुंदवाड येथे कोल्हापूरकडून आलेली **पंचगंगा** नदी कृष्णेला मिळते; तेथेच नदीच्या दुसऱ्या काठावर श्री क्षेत्र नृसिंहवाडी हे दत्ताचे जागृत देवस्थान आहे. **कुंभी**, कासारी, तुळशी, भोगावती व सरस्वती या मिळून पंचगंगा झाली आहे. यानंतर कृष्णेला दूधगंगा नदी मिळते व ती कर्नाटकच्या हद्दीत शिरते. यानंतर काही अंतर तेलंगणामधून वाहत जाऊन काही कि.मी. तेलंगण व आंध्र प्रदेशाच्या सीमेवरून वाहते. सरतेशेवटी आंध्र प्रदेशामध्ये कृष्णेचा त्रिभुज प्रदेश निर्माण होऊन बंगालच्या उपसागरास मिळते.

भीमा नदी : कृष्णेची उत्तरेकडील प्रमुख उपनदी भीमा तिला महाराष्ट्राबाहेर मिळत असली तरी ती महाराष्ट्राच्या पुणे, सातारा, अहमदनगर, सोलापूर, बीड व उस्मानाबाद या जिल्ह्यांतून अनेक नद्यांचे पाणी तिला आणून देते.

कर्नाटक राज्याच्या बेळगाव जिल्ह्यातून कृष्णा पूर्वेकडे वाहत कर्नाटक पठारावरून विजापूर जिल्ह्यात येते. विजापूर जिल्ह्यात कृष्णेला **घटप्रभा** नदी मिळते. घटप्रभेवर गोकाकचा धबधबा आहे. तेथील खडक भूशास्त्रदृष्ट्या अभ्यसनीय आहेत. यानंतर कृष्णा 500 ते 1000 मी. उंचीच्या पठारी प्रदेशातून 200 ते 500 मी. उंचीच्या पठारी भागात येते. मग तिला **मलप्रभा** नदी मिळते व ती रायचूर आणि गुलबर्गा जिल्ह्याची सीमा बनते. जलदुर्ग येथे अरुंद घळईतून गेल्यावर तिला **ढोण** नदी मिळते. रायचूरच्या उत्तरेस सुमारे 25 कि.मी. वर कुरूगड्डी येथे भीमा नदी कृष्णेला मिळते. तेथे दत्ताचे अत्यंत रमणीय देवस्थान आहे.

तुंगभद्रा नदी : कृष्णेची दक्षिणेकडील महत्त्वाची मोठी उपनदी तुंगभद्रा मध्य कर्नाटकमधून येते; ती आंध्र प्रदेशात कृष्णेला मिळते.

तेलंगणात तुंगभद्रा नदी कर्नूलच्या पुढे संगमेश्वरम येथे कृष्णेला मिळते. तेलंगणा पठारावरून ग्रॅनाइटच्या पायऱ्या-पायऱ्यांवरून 200 मी. पेक्षा कमी उंचीच्या सपाट प्रदेशात उतरल्यावर कृष्णेला **दिंडी, मुसी, पालेरू व मुनेरू** इत्यादी नद्या मिळतात. तेलंगण-आंध्र प्रदेशाची राजधानी हैदराबाद **मुसी** नदीवर असून ती वाडापल्ली (वझिराबाद) येथे कृष्णेला मिळते.

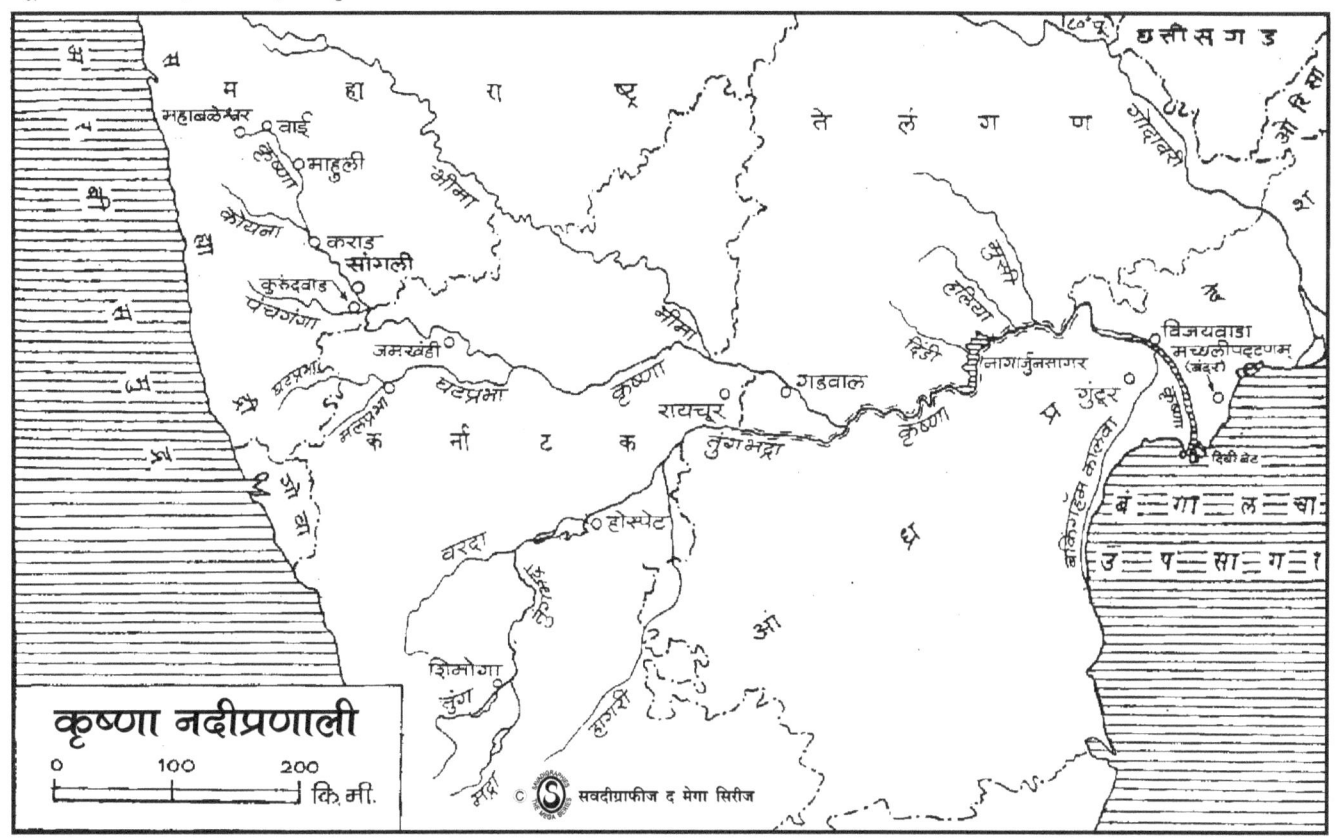

नकाशा क्र. 4.20 : कृष्णा नदीप्रणाली

आंध्र प्रदेशात कृष्णा नदी पूर्व घाटाच्या दोन टेकड्यांमधील सुमारे 1,370 मी. रुंदीच्या फटीतून कोरोमंडल किनारी प्रदेशात उतरते. येथूनच तिचा त्रिभुज प्रदेश सुरू होतो. कृष्णेच्या त्रिभुज प्रदेशातील कालवे गोदावरीच्या त्रिभुज प्रदेशातील कालव्याशी जोडलेले आहेत. त्यातून व बकिंगहॅम कालव्यातून काकिनाडा ते चेन्नईपर्यंत होड्यांतून वाहतूक होते. विजयवाड्यानंतर 64 कि.मी. कृष्णेचा एकच प्रवाह वाहतो.

त्रिभुज प्रदेश : कृष्णा जिल्ह्यात 'पुलिगड्डा' येथे दोन प्रवाह होऊन दिवी बेट बनते. तेथून तीन प्रवाह होऊन कृष्णा समुद्रास मिळते. याच्या उत्तरेस त्रिभुज प्रदेशातील दुसऱ्या एका फाट्याच्या मुखाशी बंदर ऊर्फ मसुलीपटम (मच्छलीपटणम) हे शहर वसलेले आहे.

4. कावेरी नदीप्रणाली

उगम : दक्षिण भारतातील प्रमुख नदी. लांबी 805 कि.मी. जलवाहन क्षेत्र सुमारे 87,900 चौ.कि.मी. **कर्नाटक राज्याच्या कूर्ग जिल्ह्यातील ब्रह्मगिरी डोंगरावर 1341 मी. उंचीवर कावेरी उगम पावून ती सामान्यतः आग्नेयेकडे वाहते. उगमाचे स्थान 12° 25' उ. व 75° 34' पू. आहे.**

नदीच्या प्रवाहाची बहुविध दिशा : तिच्या प्रवाहाची दिशा अनेक वेळा एकदम बदललेली दिसते. ती प्रथम पूर्वेस, मग काहीशी ईशान्येस, नंतर आग्नेयेस, मेत्तूर जलाशयापूर्वी कर्नाटक-तमिळनाडू सीमेवर नैर्ऋत्येस, जलाशयानंतर तमिळनाडूच्या कोईमतूर व सेलम जिल्ह्यांच्या सीमेवरून थेट दक्षिणेस, भवानी ते श्रीरंगम पुन्हा आग्नेयेस व त्यानंतर पूर्वेस वाहत जाते. श्रीरंगमपासून एक फाटा 'कॉलेरून' नावाने ईशान्येकडे जाऊन चिदंबरमच्या दक्षिणेकडून बंगालच्या उपसागराला मिळतो. दुसरा फाटा तंजावरवरून जाऊन नागापट्टणमजवळ समुद्रास मिळतो. हा फाटा कावेरीच्या सुपीक व समृद्ध त्रिभुज प्रदेशातील कालव्यांना पाणी पुरवितो.

प्रवाहाचा साधारण मार्ग : सुरुवातीच्या ब्रह्मगिरी ते कुशलनगर टप्प्यात कावेरी डोंगरातून कोरून काढलेल्या, नागमोडी, दाट वनस्पतीयुक्त व उंच-उंच कडांच्या दरीतून येते. नंतर ती कर्नाटक पठाराच्या सुमारे 35 कि.मी. रुंद व 1000 मी. उंचीच्या मलनाड भागातून पुढे पठाराच्या 'मैदान' भागातून जाते. येथे ग्रॅनाइट खडक विशेषकरून आढळतो. चंचनकट्टी येथील प्रपात अत्यंत मनोवेधक आहे.

नदीपात्रामधील बेट : त्यानंतर नदी सुमारे 300-400 मी. रुंद होऊन तिच्यात श्रीरंगपट्टण बेट तयार झाले आहे. पुढे शिवसमुद्रम येथे प्रवाहाचे दोन भाग होऊन मध्ये बेट तयार झालेले आहे. पश्चिमेकडील प्रवाहाला **'गगनचुक्की'** व पूर्वेकडील प्रवाहाला 'भारचुक्की' असे म्हणतात. येथे कावेरी सुमारे 100 मी. खोल उडी घेते. नंतर एरोडवरून श्रीरंगम येथे आल्यावर पुन्हा नदीत बेट तयार झालेले आहे.

जवळच तिरुचिरापल्ली हे प्रसिद्ध शहर आहे. येथून कावेरीचा संपन्न त्रिभुज प्रदेश सुरू होतो. कर्नाटक राज्यात कावेरीला **ककब्बे, सुवर्णवती, हेमावती, शिम्शा, कर्णावली व कब्बनी** इत्यादी उपनद्या मिळतात आणि तमिळनाडू राज्यात **भवानी, नोयिल व अमरावती** या नद्या मिळतात.

अकराव्या शतकात बांधलेला 'ग्रँड ॲनिकट' हा कालवा व सतराव्या शतकात चिक्कदेव राजाने बांधलेली तीन धरणे आजही चालू आहेत. तंजावरचा प्रदेश तर 'दक्षिण भारतातील बगीचा' म्हणून प्रसिद्ध आहे. दक्षिण भारतामध्ये कावेरीला 'दक्षिण गंगा' असे म्हणतात.

तक्ता क्र. 4.18 : भारत द्वीपकल्प नदीप्रणाली

द्वीपकल्पीय नदीप्रणाली

अरबी समुद्रास मिळणाऱ्या पश्चिमवाहिनी नद्या	बंगालच्या उपसागरास मिळणाऱ्या पूर्ववाहिनी नद्या: गोदावरी नदीप्रणाली	कृष्णा नदीप्रणाली		इतर नदीप्रणाली
लुनी	**डावा किनारा**	**कृष्णा**	**भीमा**	
साबरमती	पूर्णा	**उजवा किनारा**	**उजवा किनारा**	सुवर्णरेखा
मही	पैनगंगा	कोयना	इंद्रायणी	ब्राह्मणी
नर्मदा	वर्धा	वारणा	मुळा-मुठा	महानदी
तापी	वैनगंगा	पंचगंगा	नीरा	पेन्नेरू
	प्राणहिता	दूधगंगा	माण	पालार
पश्चिम किनारपट्टीवरील आखूड नद्या	इंद्रावती	वेदगंगा		दक्षिण पेन्नेरू
	शबरी	घटप्रभा		पोन्नाईयार
कोकण :	**उजवा किनारा**	मलप्रभा	**डावा किनारा**	वैगाई
(उदा., उल्हास, वशिष्ठी, तेरेखोल)	प्रवरा	तुंगभद्रा	घोड	कावेरी
गोवा	मुळा	**डावा किनारा**	भोगावती	(लक्ष्मणतीर्थ, भवानी,
मांडवी	सिंदफणा	येरळा		अमरावती, हेरंगी,
कारवार : (उदा., शरावती)	मांजरा			हेमावती)
मलबार : (उदा., पेरियार)	किन्नरसानी			

II. द्वीपकल्प पठारावरून पश्चिमेकडे वाहणाऱ्या नद्या

द्वीपकल्प पठारावरून पश्चिमेकडे वाहणाऱ्या नद्या पुढीलप्रमाणे आहेत. (1) साबरमती (2) मही (3) लुनी (4) नर्मदा आणि (5) तापी. यापैकी आपण नर्मदा व तापी नदीप्रणालीचा आढावा घेऊ.

1. नर्मदा नदी (रेवा, अमरजा, मैकलकन्या)

उत्तर भारत व दख्खन पठार यांच्या सीमेवरील खचदरीतून पश्चिमेकडे वाहणारी नदी. लांबी 1,312 कि.मी. व जलवाहन क्षेत्र 98,795 चौ.कि.मी. आहे.

उगम आणि संगम : मध्य प्रदेश राज्यातील मैकल पर्वतश्रेणीच्या अमरकंटक पठारावर सुमारे 1057 मी. उंचीवर एका झऱ्यातून (22° 40' उ व 81° 45' पू.) नर्मदा नदी उगम पावते. मध्य प्रदेशामधून 1,078 कि.मी. वाहते. नंतरचे 32 कि.मी. ती मध्य प्रदेश व महाराष्ट्र आणि त्यानंतरचे 40 कि.मी. महाराष्ट्र व गुजरात राज्यांची सीमा बनते. शेवटचे 160 कि.मी. ती गुजरात राज्यातून जाऊन भरूचजवळ अरबी समुद्राच्या खंबायतच्या आखातास मिळते. परंतु तापीप्रमाणेच नर्मदा ही पश्चिमवाहिनी आहे. तिच्या मार्गात अनेक छोटे-छोटे धबधबे व द्रुतप्रवाह आहेत. त्यामुळे तिचे **'उड्या मारीत जाणारी' या अर्थाचे रेवा हे नाव सार्थ** ठरते. इतर नद्यांप्रमाणे ती 'प्रौढ' किंवा 'वृद्ध' झालेली नसून अद्याप 'तरुण' आहे.

खचदरी : तिचे खोरे लांबट व अरुंद असून त्यात हिमालयाच्या उत्थानाच्या वेळी झालेल्या हालचालीमुळे निर्माण झालेल्या खचदरीचा समावेश आहे. उत्तरेकडे विंध्ययन रांगा आणि दक्षिणेकडे सातपुडा रांगा यांच्या दरम्यान असलेल्या खचदरीमधून वाहते.

नदीचा सर्वसाधारण मार्ग : उगमानंतर नदी प्रथम उत्तरेस व वायव्येस वाहते. सुमारे 25 मी. उंचीच्या **'कपिलधारा'** धबधब्यावरून खाली कोसळते. जबलपूरजवळ अरुंद घळईतून ती धुवाँधार धबधब्यावरून 35 मी. खाली येते. एके ठिकाणी ही घळई एखादे माकड किंवा हरिण सहज उडी मारून पलीकडे जाईल इतकी अरुंद आहे. तेथे तिला **'बंदरकुदी'** किंवा **'हरणफाळ'** असे म्हणतात. यानंतर तिची 3 कि.मी. लांबीची सुप्रसिद्ध भेडाघाटची संगमरवरी खडकांची घळई आहे. यानंतर नदी सुपीक व मैदानी भागात येते. तथापि त्याला उत्तरेस विंध्य व दक्षिणेस सातपुडा यांची स्पष्ट नैसर्गिक सीमा आहे.

उत्तरेकडील उभ्या भिंतीसारख्या भृगूचा माथा एकसलग असून त्यात एक-दोनच खिंडी आहेत. नर्मदा काठावरील महेश्वर या अहिल्याबाई होळकरांच्या राजधानीपासून 8 कि.मी. वर **'सहस्रधारा'** धबधबा आहे.

मांधातानंतरच्या डोंगरातून बाहेर पडून नर्मदा 150 कि.मी.च्या सुपीक मंडलेश्वर मैदानात येते. मग हरिंगपालजवळच्या 150 कि.मी.च्या शेवटच्या घळईतून ती राजपीपलाच्या पूर्वेस गुजरातच्या मैदानात येते. तेथे वळणे घेत-घेत ती 80 कि.मी. वरील भरूच शहराखाली रुंद होऊन **28 मी. रुंदीच्या व 25 कि.मी. लांबीच्या खाडीने समुद्रास मिळते.**

2. तापी नदीप्रणाली (ताप्ती)

सातपुडा पर्वताच्या दक्षिणेची मोठी पश्चिमवाहिनी नदी. लांबी 724 कि.मी., जलवाहन क्षेत्र सुमारे 65,150 चौ.कि.मी. पैकी महाराष्ट्रात हिचा मार्ग 208 कि.मी. व जलवाहन क्षेत्र 31,360 चौ.कि.मी. आहे.

उगम : मध्य प्रदेशातील बैतूल जिल्ह्याच्या पठारी भागात मुलताई (मूळ तापी) येथील तलावातून तापी उगम पावते, असे मानतात. खरा उगम तेथून सुमारे 3 कि.मी. वर आहे.

नदीचा सर्वसाधारण मार्ग : प्रथम सपाट प्रदेशातून काही अंतर गेल्यावर ती उत्तरेस कालीभीतचे डोंगर व दक्षिणेस गाविलगड-मेळघाट रांगेची शाखा यांमधील जंगलव्याप्त तीव्र उताराच्या खडकाळ निदरीत वेगाने उतरते. पश्चिमेकडे थोडे अंतर जाऊन ती नैर्ऋत्येस वळते व महाराष्ट्राच्या अमरावती जिल्ह्याच्या उत्तर सीमेवरून 48 कि.मी. वाहत जाते. ती तशीच पुढे मध्य प्रदेशाच्या खांडवा जिल्ह्यातून निमाड भागातून ब्ऱ्हाणपूरला येते. मग महाराष्ट्राच्या जळगाव जिल्ह्यात शिरून ती भुसावळजवळ पुन्हा पश्चिमेकडे वाहू लागते. जळगाव व धुळे जिल्ह्यांच्या सुपीक प्रदेशातून जाते.

तक्ता क्र. 4.19 : भारत - प्रमुख नद्यांची खोरी

क्र.	नदी खोरे	नदीची लांबी (कि.मी.)	खोऱ्याचे क्षेत्र (चौ.कि.मी.)	क्षेत्राची टक्केवारी (%)	क्र.	नदी खोरे	नदीची लांबी (कि.मी.)	खोऱ्याचे क्षेत्र (चौ.कि.मी.)	क्षेत्राची टक्केवारी (%)
1.	गंगा	2,525	8,61,404	26.2	2.	सिंधू	709	3,21,284	9.8
3.	गोदावरी	1,465	3,12,812	9.5	4.	कृष्णा	1,400	2,58,948	7.9
5.	ब्रह्मपुत्रा	725	2,58,008	7.8	6.	महानदी	858	1,41,589	4.3
7.	नर्मदा	1,312	98,795	3.0	8.	कावेरी	805	87,900	2.7
9.	तापी	724	65,150	2.0	10.	पेन्नार	597	55,213	1.7
11.	ब्राह्मणी	800	39,033	1.2	12.	मही	533	34,481	1.0
13.	सुवर्णरेखा	395	19,296	0.6	14.	साबरमती	320	21,895	0.7
15.	मध्यम व लघू नद्या	-	7,11,833	23.6					

संगम : नंदुरबार व तळोदे या दरम्यानच्या गुजरातच्या चिंचोळ्या पट्ट्यात तापी जाते व अरुंद, खडकाळ मार्गाने पठार उतरून सुरत जिल्ह्याच्या सपाट भागात येते. येथून सुमारे 8 कि.मी. वर **ती खंबायतच्या आखातास मिळते.** तिच्या महत्त्वाच्या उपनद्या दक्षिणेकडून येणाऱ्या **पूर्णा, वाघूर, गिरणा, बोरी व पांझरा** या आहेत.

पूर्णा उपनदी : पूर्णा ही सर्वांत महत्त्वाची उपनदी पूर्वेकडून गाविलगडच्या डोंगरातून निघून अमरावती, अकोला, बुलडाणा जिल्ह्यांतून जाऊन जळगाव जिल्ह्यात चांगदेव येथे तापीला मिळते.

III. पश्चिम घाटातून सह्याद्रीमधून पश्चिमेकडे वाहणाऱ्या नद्या

पश्चिम घाटातून सुमारे 600 लहान नद्या उगम पावतात आणि अरबी समुद्रास मिळतात. देशाची 18% जलसाधनसंपत्ती या प्रदेशात आहे.

कोकणामधून दमणगंगा, वैतरणा, उल्हास, पाताळगंगा, सावित्री, वशिष्ठी, मुचकुंदी, तेरेखोल; गोव्यामधून मांडवी, जुआरी, रचोल; कर्नाटकमधून काली नदी, गंगवली, शरावती, तादरी, नेत्रावती; तर केरळमधून बेयपोर, भारतपुंझा, पन्नाम, पेरियार व पंबा इत्यादी नद्या वाहतात. भारतामधील सर्वांत मोठ्या उंचीचा धबधबा कर्नाटकात 'शरयू' नदीवर आहे. तो 'जोग' किंवा 'गिरसप्पा' धबधबा (289 मी.) या नावानेही ओळखला जातो.

तक्ता क्र. 4.20 : हिमालयीन नदीप्रणाली आणि द्वीपकल्पीय नदीप्रणाली यांची तुलना

मुद्दे	हिमालयीन नदीप्रणाली	द्वीपकल्पीय नदीप्रणाली
1. नाव	महाकाय हिमालयीन पर्वतरांगांमधून या नद्या उगम पावतात. म्हणून त्यांना **'हिमालयीन नदीप्रणाली'** असे म्हणतात.	या नद्या द्वीपकल्पीय पठारावरून उगम पावतात, म्हणून त्यांना **'द्वीपकल्पीय नदीप्रणाली'** असे म्हणतात.
2. खोरे	या **नद्यांची खोरी आणि नदीप्रणाली क्षेत्रे विशाल** आहेत. सिंधू, गंगा आणि ब्रह्मपुत्रा यांच्या खोऱ्याची एकूण नदीप्रणाली क्षेत्रे अनुक्रमे 11.78, 8.61 चौ.कि.मी. आणि 9.35 लाख चौ.कि.मी. आहे.	या **नद्यांची खोरी आणि नदीप्रणाली क्षेत्रे कमी आहेत.** या प्रदेशामधील गोदावरी नदीप्रणालीचे क्षेत्र की, जी सर्वांत मोठी नदी आहे. ते फक्त 3.12 लाख चौ.कि.मी. आहे. सिंधू नदीप्रणालीच्या क्षेत्रापेक्षा 1/3 ने कमीच आहे.
3. जलप्रवाह	हिमालयीन नद्या बारमाही आहेत. याचा अर्थ, या नद्यांमधून वर्षभर पाणी वाहते. या नद्यांना पावसाळ्यात पर्जन्यामुळे आणि उन्हाळ्यात हिम वितळल्यामुळे पाणीपुरवठा होतो. नद्यांना बारमाही पाणी उपलब्ध असल्याने जलसिंचनासाठी याचा उपयोग होतो.	द्वीपकल्पीय नद्या ऋतुकालीन असतात. या नद्यांना फक्त पावसाळ्यामध्ये पर्जन्यामुळे पाणी प्राप्त होते. अन्य ऋतूमध्ये ती बऱ्याच अंशी कोरडी असतात. म्हणूनच या नद्या ऋतुकालीन असतात. अशा नद्यांमधून जलसिंचनासाठी कमी प्रमाणात पाणी उपलब्ध होते.
4. दऱ्या	हिमालयीन नद्या खोल, 'I' आकाराच्या दऱ्यांमधून वाहतात, त्यांना **'घळई/निदरी'** (Canyon) असे म्हणतात. या घळयांची निर्मिती पात्राच्या बाजूला असलेल्या खडकांचे अपक्षरण झाल्याने होते. त्याच वेळी हिमालयाचे उत्थापनदेखील झाले. यामुळे अति खोलीच्या घळया निर्माण झाल्या, याला **'पूर्ववर्ती नदीप्रणाली'** (Antecedent Drainage) असे म्हणतात.	द्वीपकल्पीय नद्या तुलनात्मकदृष्ट्या उथळ दऱ्यांमधून वाहतात. या कमी-जास्त प्रमाणात तुलनात्मकदृष्ट्या संथ स्वरूपाच्या दऱ्या आहेत. या नद्यांना अपक्षरण क्रिया करण्यास कमी वाव आहे. द्वीपकल्पीय नद्या **'अनुवर्ती नदीप्रणालीचे'** (Consequent Drainage) एक उदाहरण आहे.

(क्रमशः)

मुद्दे	हिमालयीन नदीप्रणाली	द्वीपकल्पीय नदीप्रणाली
5. अवस्था	हिमालयीन नद्या युवावस्थेतील घडीच्या पर्वतरांगांमधून वाहतात. यामुळे या नद्यादेखील **युवावस्थेमधीलच** आहेत.	जगामधील एक जुने पठार द्वीपकल्पीय पठारावरून या नद्या वाहतात आणि त्यांची **प्रौढावस्था** आहे.
6. नद्यांची नागमोडी वळणे	हिमालयाच्या उंचावरच्या भागात नद्यांना **अति नागमोडी वळणे** प्राप्त झालेली आहेत. जेव्हा या नद्या मैदानी प्रदेशात प्रवेश करतात तेव्हा त्यांचा वाहणारा वेग एकदम कमी होतो. अशा परिस्थितीत या नद्यांना नागमोडी वळणे प्राप्त होतात आणि बऱ्याच वेळा नद्यांची पात्रे बदलतात.	द्वीपकल्पावरील कठीण खडक आणि गाळाचे कमी प्रमाण यामुळे नद्यांची मोठी वळणे निर्माण होण्याची शक्यता कमी असते. या नद्या कमी-जास्त प्रमाणात सरळ मार्गाने जातात.
7. त्रिभुज प्रदेश आणि खाड्या	हिमालयीन नद्या त्यांच्या मुखाजवळ विस्तीर्ण आकाराचे त्रिभुज प्रदेश निर्माण करतात. **जगामधील सर्वांत मोठा त्रिभुज प्रदेश गंगा-ब्रह्मपुत्रेचा आहे.**	**नर्मदा-तापीसारख्या नद्या पूर्ववाहिनी खाडीच्या रूपात** सागरास मिळतात तर **महानदी, गोदावरी, कृष्णा आणि कावेरीसारख्या पूर्ववाहिनी नद्या त्रिभुज प्रदेश** निर्माण करतात. **पश्चिम घाटावरून उगम पावणाऱ्या** आणि अरबी समुद्राला मिळणाऱ्या नद्या **खाड्यांनी** मिळतात.

भारतामधील प्रमुख सरोवरे

तक्ता क्र. 4.21 : उत्तर भारतामधील सरोवरे

राज्य	सरोवर
1. उत्तराखंड	(1) नैनिताल (2) भीमताल (3) सातसाल (4) रामकुंड (5) पूनाताल (6) माळवाताल (7) नौकुचियाताल
2. जम्मू-काश्मीर	(1) वुलर सरोवर (2) दाल सरोवर (3) सुरजताल (4) पोंग गाँग त्सो
3. हिमाचल प्रदेश	(1) चंद्रताल (2) खोजीहर सरोवर (3) नाको सरोवर (4) रेणुका सरोवर
4. सिक्कीम	(1) खेचोपलरी सरोवर (2) त्सोगंमो सरोवर
5. ईशान्य भारत	लोकटक सरोवर (तरंगते सरोवर) असेही म्हणतात. रामसार संकेतानुसार (Ramsar Convention) आंतरराष्ट्रीय पाणथळ प्रदेश
6. राजस्थान	(1) ढेबर सरोवर (जैसा मंडप) (2) पुष्कर सरोवर (3) सांबर सरोवर
दक्षिण भारतामधील सरोवरे	
7. **ओडिशा :** चिल्का सरोवर 8. **आंध्र प्रदेश :** पुलिकत सरोवर 9. **तमिळनाडू :** कलिवेली सरोवर 10. **केरळ :** (1) अष्टमुडी सरोवर (2) सस्थम कोट्टा सरोवर (3) वेंबनाड.	

4.5 भारत : हवामान (Climate)

मोसमीचे स्वरूप

आपण मोसमीच्या पुढील बाबींचा अभ्यास करणार आहोत - **(अ) मोसमीचे आगमन व मोसमीची वाटचाल (ब) पर्जन्यक्षमप्रणाली व मोसमीच्या पर्जन्याचे वितरण (क) मोसमीमधील खंड (ड) मोसमीचे निर्गमन.**

(अ) मोसमीचे आगमन व मोसमीची वाटचाल

सर्वसाधारणपणे मोसमीचे आगमन ही एक अतिशय गुंतागुंतीची प्रक्रिया आहे. उन्हाळ्यात भूभाग व जलभाग तापणे हे मोसमीचे तंत्र आहे, यामुळे भारतीय उपखंडाकडे मोसमी वारे वाहू लागतात.

(1) **आंतर-उष्ण कटिबंधीय केंद्रीभवन पट्ट्याचे उत्तरेकडे सरकणे (Inter-Tropical Convergence Zone - ITCZ) :** हिंदी महासागराच्या उत्तरेकडील भूप्रदेश उन्हाळ्यात तापल्यामुळे वायव्य भागात कमी दाबाचे केंद्र निर्माण होते; तर हिंदी महासागराच्या दक्षिण भागात हवेचा जास्त दाब असतो. या प्रदेशातील आग्नेय व्यापारी वारे 40° पू. रे. ते 60° पू. रे. दरम्यान विषुववृत्त ओलांडून दिशा बदलून नैर्ऋत्य मोसमी वारे होऊन वायव्य भागातील कमी दाबाच्या केंद्राकडे वाहू लागतात.

(2) **वायव्य भागातील कमी दाबाचे केंद्र व आंतर-उष्ण कटिबंधीय केंद्रीभवन पट्ट्यामधील नाते :** भारतीय उपखंडामधील वायव्य भागातील कमी दाबाचे केंद्र व आंतर उष्ण कटिबंधीय केंद्रीभवन पट्ट्याचे नाते आहे. आग्नेय व्यापारी वाऱ्याने विषुववृत्त ओलांडून भारताच्या पश्चिम किनाऱ्यावर नैर्ऋत्य मोसमी वारे म्हणून वाहणे या संदर्भात हे घटक महत्त्वाची कामगिरी पार पाडतात.

(3) **पश्चिम जेट स्ट्रीमच्या निर्गमनानंतर आंतर-उष्ण कटिबंधीय केंद्रीभवन पट्टा व पूर्वीय जेट स्ट्रीमचे आगमन :** हिमालयाच्या दक्षिण भागात स्थित असलेल्या पश्चिम जेट स्ट्रीमचे निर्गमन झाल्यावरच आंतर-उष्ण कटिबंधीय केंद्रीभवन पट्टा उत्तरेकडे सरकतो. पूर्वीय जेट स्ट्रीमदेखील पश्चिमी जेट स्ट्रीमच्या निर्गमनानंतरच भारतात आढळतात.

(4) **मोसमीनिर्मितीची संकल्पना :** उन्हाळ्यात हिमालय व तिबेटचा 4 ते 5 दशलक्ष चौ.कि.मी.चा प्रदेश अतिशय तापतो व यापासून पूर्वीय जेट स्ट्रीमची निर्मिती होते. उंचावरल्या प्रदेशातील उष्णतेचे उत्सर्जन होऊन तपांबराच्या मध्य भागात घड्याळाच्या काट्याच्या दिशेने उच्च भूमीपासून विरुद्ध दिशेला मुख्य हवेचे दोन प्रवाह निर्माण होतात.

यापैकी एक हवेचा प्रवाह विषुववृत्ताकडे वाहू लागतो, की जो भूपृष्ठाजवळ विषुववृत्त ओलांडतो; यामुळे रिकामी झालेली त्याची जागा घेण्यास दुसरा प्रवाह जाऊ लागतो व तो ध्रुवाकडे वळतो. यापैकी पहिला प्रवाह भारतावर पूर्वीय जेट स्ट्रीम तर दुसरा प्रवाह पूर्व-मध्य आशियात पश्चिम जेट स्ट्रीम म्हणून स्थिर होतो.

(ब) पर्जन्यक्षमप्रणाली व मोसमीच्या पर्जन्याचे वितरण

आर्द्र काल व शुष्क काल : सर्वसामान्य माणसाच्या दृष्टीने मोसमी म्हणजे पाऊस असाच अर्थ निगडित आहे. अर्थात, मोसमीचा पाऊस कधीच सातत्याने पडत नाही तर तो अधूनमधून पडतो. आर्द्र कालाच्या पाठोपाठ शुष्क काल येतो.

बंगालच्या उपसागरात निर्माण झालेल्या उष्ण कटिबंधीय आवर्तामुळे भारतातील मैदानी प्रदेशात पाऊस पडतो. नैर्ऋत्य मोसमी वाऱ्याच्या अरबी समुद्राच्या शाखेमुळे भारताच्या पश्चिम किनारपट्टीला पाऊस मिळतो. पश्चिम घाटामुळे पडणारा हा पाऊस प्रतिरोध पर्जन्याचा असतो. पश्चिम किनारपट्टीलगत वातावरणाची स्थिती आणि आफ्रिकेच्या पूर्व किनारपट्टीजवळील विषुववृत्तीय जेट स्ट्रीमच्या स्थानावर पश्चिम किनारपट्टीवरील पाऊस अवलंबून असतो.

मोसमी द्रोणी व आवर्ताचा संबंध : बंगालच्या उपसागरात निर्माण होणाऱ्या उष्ण कटिबंधीय आवर्ताची वारंवारता दरवर्षी बदलत असते. **आंतर उष्ण कटिबंधीय केंद्रीभवन पट्ट्याच्या स्थानावर आवर्ताचा मार्ग अवलंबून असतो. याला भारतीय मौसम विज्ञानात 'मोसमी द्रोणी'** *(Monsoon Trough)* **असे म्हणतात.** ज्याप्रमाणे मोसमी द्रोणीचा आस आंदोलित होत जातो त्याप्रमाणे आवर्ताचा मार्गही बदलतो; यामुळे पावसाची तीव्रता व दरवर्षी पडणाऱ्या पावसाच्या वितरणामध्ये फरक पडतो. पश्चिम किनारपट्टीपासून पूर्व व ईशान्येकडे, तर भारतीय मैदानावरून व द्वीपकल्पाच्या उत्तर भागातून वायव्येकडे गेल्यास पावसाचे प्रमाण कमी-कमी होत जाते.

(क) मोसमीमधील खंड

नैर्ऋत्य मोसमीच्या काळात पावसामध्ये सर्वसाधारणपणे खंड पडतो. हा खंड बऱ्याच वेळा एक-दोन किंवा आणखी काही आठवडेही असू शकतो, यालाच 'मोसमीमधील खंड' असे म्हणतात.

मोसमीमधील खंड पडण्याची प्रमुख कारणे पुढीलप्रमाणे - (1) पाऊस घेऊन येणारी उष्ण कटिबंधीय आवर्ते वारंवार निर्माण न झाल्याने अशा प्रकारचा खंड पडतो. (2) उत्तर भारतात मोसमी द्रोणीच्या स्थानामुळे पाऊस पडत नाही. (3) भारताच्या पश्चिम किनारपट्टीला समांतर वारे वाहत असतील तर पश्चिम किनारपट्टीवर पाऊस येत नाही. (4) पश्चिम राजस्थानात वातावरणाच्या निम्न स्तरावर तापीय परिस्थितीमुळे पाऊस पडत नाही. तापमानाच्या विपरीततेमुळे पाऊस घेऊन जाणाऱ्या वाऱ्यांना उंचीवर जाता येत नाही.

(ड) मोसमीचे निर्गमन

वायव्य भारतामधून सप्टेंबरमध्ये मोसमीचे निर्गमन होते. बहुतेक सर्व भागांमधून मोसमीचे निर्गमन याच काळात होते. द्वीपकल्पाच्या दक्षिण भागातून मध्य ऑक्टोबरला मोसमीचे निर्गमन होते. मोसमीचे निर्गमन होत असताना बंगालच्या उपसागरावरून वारे वाहताना बाष्प गोळा करतात व ईशान्य मोसमी वारे म्हणून तमिळनाडूच्या किनारपट्टीवर पाऊस देतात.

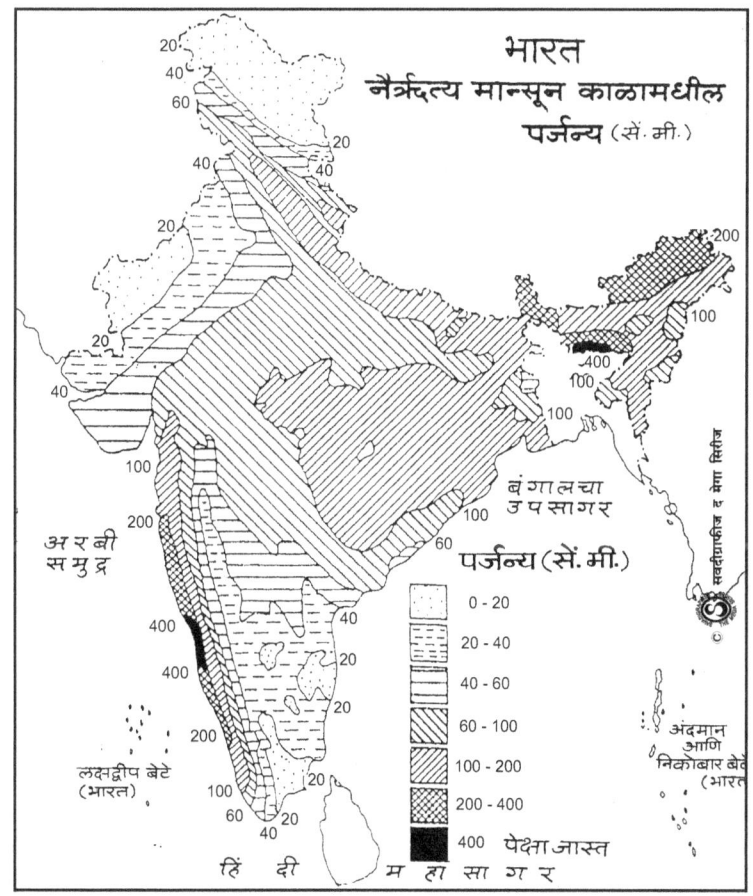

नकाशा क्र. 4.21 : भारत - नैर्ऋत्य मान्सून काळामधील पर्जन्य

नैर्ऋत्य मान्सून (पावसाळा) ऋतू

नैर्ऋत्य मोसमी वाऱ्यांचे आगमन : भारतात नैर्ऋत्य मोसमी वाऱ्यांच्या दोन शाखा होतात. एक अरबी समुद्रावरील मोसमी वाऱ्यांची शाखा व दुसरी बंगालच्या उपसागरावरील मोसमी शाखा होय. **केरळला मोसमीचे आगमन 1 जूनला, कोलकत्याला 7 जून, तर मुंबईला 10 जूनला मोसमीचा पाऊस पडतो. 15 जूनला गुजरात, मध्य प्रदेश व उत्तर प्रदेशच्या पूर्व भागात मोसमी पाऊस येतो. 15 जुलैपर्यंत भारतात सर्वत्र मोसमीचा पाऊस पडतो.**

पावसाचे वितरण : भारतामधील एकूण पावसापैकी 85% पाऊस नैर्ऋत्य मोसमी वाऱ्यापासून पडतो. अरबी समुद्र व बंगालच्या उपसागरावरून नैर्ऋत्य मोसमी वारे वाहताना फार मोठ्या प्रमाणात बाष्प शोषून घेतात.

अरबी समुद्रावरील नैर्ऋत्य मोसमी वाऱ्यांची शाखा

(1) पश्चिम किनारपट्टीला उत्तर-दक्षिण दिशेने पश्चिम घाट समांतर असल्याने मोसमी वारे अडविले जातात आणि **किनारपट्टीवर भरपूर पाऊस** पडतो.
उदा., मंगळूर 329 सें.मी., मुंबई 188 सें.मी.

(2) प्रतिरोध पर्जन्यामुळे **पश्चिम घाटमाथ्यावर पावसाचे प्रमाण 400 ते 500 सें.मी.** किंवा त्याहीपेक्षा जास्त असते.

(3) पश्चिम घाट ओलांडल्यावर पावसाचे प्रमाण **पूर्वेकडे** झपाट्याने घटते, त्यास **'पर्जन्यछायेचा प्रदेश'** असे म्हणतात. उदा., मुंबईला 188 सें.मी. पाऊस पडतो; तर पर्जन्यछायेच्या प्रदेशातील पुण्यात फक्त 50 सें.मी. पाऊस पडतो.

(4) दख्खनच्या पठारावर कमी पावसाचा प्रदेश महाराष्ट्र, कर्नाटक व आंध्र प्रदेशाचा असा एकत्रित असून या प्रदेशात **25 ते 50 सें.मी. पाऊस पडतो, यालाच 'अवर्षणग्रस्त प्रदेश'** असे म्हणतात. **(नकाशा क. 4.22 पाहा.)**

(5) पुन्हा पूर्वेकडे पावसाचे प्रमाण वाढत जाते. उदा., नागपूर 125 सें.मी.; कारण बंगालच्या उपसागरावरील वाऱ्याच्या शाखेचा पूरक म्हणून उपयोग होतो.

(6) छोटा नागपूरच्या पठाराजवळ मोसमीच्या **दोन्ही शाखा एकत्रित** होतात.

(7) अरबी समुद्रावरील वाऱ्यांची एक शाखा उत्तरेकडे कच्छ, सौराष्ट्र व पश्चिम राजस्थानात जाते, की ज्या ठिकाणी कमी दाबाचा प्रदेश असतो, तरीही त्या ठिकाणी **अतिशय कमी पाऊस** पडतो. याची कारणे पुढीलप्रमाणे –

(अ) कच्छमध्ये वारे अडविण्याकरिता डोंगररांगा नाहीत.

(ब) अरवली पर्वताची दिशा वाऱ्याला समांतर आहे.

(क) याचप्रमाणे पुढे उत्तरेकडे उष्ण व कोरडी हवा असते.

(ड) मोसमी वाऱ्यांबरोबर असलेल्या बाष्पयुक्त हवेने काही प्रमाणात तो प्रदेश ओलांडण्याचा प्रयत्न केला तरीही उष्ण व कोरडी हवा बाष्प शोषून घेते व पाऊस पडण्याची आशा प्रतिरोध पर्जन्यामुळे मावळते. पण हेच मोसमी वारे पुढे पश्चिमी हिमालयापर्यंत जातात व त्या ठिकाणी प्रतिरोध पर्जन्यामुळे भरपूर पाऊस पडतो.

बंगालच्या उपसागरावरील नैर्ऋत्य मोसमी वाऱ्यांची शाखा

ही शाखा प्रथम म्यानमारच्या किनारपट्टीवर येऊन धडकते व वाऱ्यांचा काही भाग पश्चिम बंगालचा किनारा ओलांडल्यावर हिमालयाच्या रांगांमुळे गंगेच्या मैदानात पश्चिमेकडे वळतात.

(1) बंगालच्या उपसागराची मोसमी शाखा पूर्व-पश्चिम दिशेने असलेल्या खासी टेकड्यांच्या खोल दऱ्यांत दक्षिणेकडून आत शिरते आणि दक्षिण उतारावर असलेल्या चेरापुंजी किंवा मौसीनरामला बाष्पयुक्त वारे येऊन सरळ धडकतात. यामुळे चेरापुंजीला (1087 सें.मी.) व मौसीनरामला (1141 सें.मी.) सर्वांत जास्त पाऊस पडतो. चेरापुंजीला पडणाऱ्या वार्षिक पावसापैकी 65% पाऊस जून ते ऑगस्ट या काळात पडतो; तर खासी टेकड्यांच्या पर्जन्यछायेच्या बाजूला 90 कि.मी. अंतरावर असलेल्या गुवाहाटीला फक्त 161 सें.मी. पाऊस पडतो.

(2) यानंतर नैर्ऋत्य मोसमी वारे हिमालयाला समांतर दिशेने पश्चिमेकडे वाहतात व पर्वताच्या पायथ्यालगत भरपूर पाऊस, तर दूर अंतरावर पाऊस कमी होत जातो. उदा., शिलाँगला जून ते सप्टेंबर काळात 143 सें.मी., कोलकता 120 सें.मी., अलाहाबाद 91 सें.मी., दिल्ली 56 सें.मी., बिकानेर 24 सें.मी., तर श्रीनगरला फक्त 20 सें.मी. पावसाची नोंद होते.

वार्षिक पर्जन्याचे वितरण (Distribution of Annual Rainfall)

(1) अति पर्जन्याचे प्रदेश *(Regions of Very High Rainfall)* **(200 सें.मी. पेक्षा जास्त) :** वार्षिक पर्जन्य 200 सें.मी. पेक्षा जास्त पाऊस पडणाऱ्या प्रदेशांना 'अति जास्त पावसाचे प्रदेश' असे म्हणतात. यामध्ये पुढील दोन प्रदेशांचा समावेश होतो– **(अ) पश्चिम किनारपट्टी आणि पश्चिम घाट :** भारताच्या पश्चिम किनारपट्टीवर दक्षिणेकडे तिरुअनंतपूरमपासून उत्तरेकडे सिल्व्हासापर्यंतच्या अरुंद पट्ट्याचा समावेश होतो. या पट्ट्यामध्ये पावसाचे वार्षिक प्रमाण 200 ते 400 सें.मी. आहे तर पश्चिम घाटात काही विशिष्ट क्षेत्रात पावसाचे प्रमाण 400 ते 800 सें.मी. असते. **(ब) ईशान्य भारत व सभोवतालचा प्रदेश :** जवळजवळ संपूर्ण आसाम, नागालँड, मेघालय, मिझोराम, अरुणाचल प्रदेश, सिक्कीम, मणिपूर व त्रिपुरा यांचा काही भाग आणि पश्चिम बंगालचा ईशान्य भाग यांचा समावेश अति पर्जन्याच्या प्रदेशात होतो. मेघालयामधील मौसीनराम आणि चेरापुंजीला वार्षिक पर्जन्य अनुक्रमे 1221 सें.मी. आणि 1102 सें.मी. पडते. देशामधील सर्वांत जास्त पावसाची नोंद याचप्रमाणे जगामधील सर्वांत जास्त पाऊस या दोन ठिकाणांवर पडतो.

(2) जास्त पर्जन्याचे प्रदेश *(Regions of High Rainfall)* **(100 ते 200 सें.मी.) :** भारतामध्ये जास्त पर्जन्याचे चार प्रदेश आहेत आणि ते एकमेकांपासून अलग आहेत. • पश्चिम घाट आणि गुजरातच्या नर्मदा नदीच्या मुखाजवळील किनारपट्टी. • जम्मू टेकड्या, हिमालयाचा दक्षिण भाग, उत्तराखंड, उत्तर प्रदेशचे उत्तरी मैदान, बिहार, पश्चिम बंगाल, ओडिशा, मध्य प्रदेशचा मध्य भाग, छत्तीसगड, पूर्व महाराष्ट्रातील छोटी केंद्रे आणि आंध्र प्रदेशचा उत्तर भाग, एवढ्या विस्तीर्ण क्षेत्राचा समावेश जास्त पर्जन्याच्या प्रदेशामध्ये होतो. • तमिळनाडू किनारपट्टीचा आग्नेयेचा अरुंद भाग. • आसाम दरीचा मध्य आणि निम्न प्रदेश, मिकिर टेकड्या, मणिपूर आणि त्रिपुरा. **(नकाशा क. 4.23 पाहा.)**

100 सें.मी. सम पर्जन्यरेषेचे महत्त्वपूर्ण वैशिष्ट्य : 100 सें.मी. सम पर्जन्यरेषा गुजरातच्या दक्षिणेकडून सुरुवात होऊन पश्चिम घाटाच्या शिखरास साधारणपणे समांतर दिशेने कन्याकुमारीपर्यंत जाते. या सम पर्जन्यरेषेच्या पश्चिमेकडे पावसाचे प्रमाण 100 सें.मी. पेक्षा जास्त असते. उत्तरेकडे 100 सें.मी. सम पर्जन्यरेषेचा कल पूर्वेकडे असतो. याची सुरुवात जम्मू आणि काश्मीरच्या दक्षिण भागापासून होते. पुढे ती हिमाचल प्रदेश आणि उत्तर प्रदेशच्या उत्तरेकडे जाते. अलाहाबादच्या पूर्वेकडे तिला वक्र आकार प्राप्त होऊन पश्चिमेकडे उत्तर प्रदेशच्या बुंदेलखंडावरून जाते. यानंतर सम पर्जन्यरेषा पश्चिम-दक्षिण पश्चिमेकडे वळते. येथून मध्य प्रदेशचा पश्चिम भाग पूर्व महाराष्ट्र आणि आंध्र प्रदेशच्या उत्तरेकडून जाते.

(3) मध्यम पर्जन्याचे प्रदेश *(Regions of Medium Rainfall)* **(60 ते 100 सें.मी.) :** हा एक लांब पट्टा असून उत्तरेकडे पंजाबच्या दक्षिणेस सुरुवात होऊन कन्याकुमारीपर्यंत जातो. अर्थात, अधूनमधून अरुंद पट्टा आणि काही कमी पर्जन्याच्या भागाने तो खंडित होतो. मध्यम पर्जन्याच्या प्रदेशात काश्मीर दरी, उत्तर प्रदेशचा दक्षिण भाग, पूर्व राजस्थान, मध्य प्रदेश, पूर्व गुजरात, महाराष्ट्र पठाराचा बराचसा भाग, कर्नाटक पठार, आंध्र प्रदेश आणि तमिळनाडूचा अंतर्गत भाग यांचा समावेश होतो.

(4) कमी पर्जन्याचा प्रदेश *(Regions of Low Rainfall)* **(40 ते 60 सें.मी.) :** कमी पर्जन्याचा प्रदेश निम्न शुष्क म्हणून ओळखला जातो. यामध्ये तीन पट्ट्यांचा समावेश होतो. • जम्मू आणि काश्मीरमधील देवसाई पर्वत आणि झास्कर पर्वतरांगांचा अरुंद पट्टा. • चंद्राकार पट्ट्यामध्ये पंजाब, हरियाणा मैदान, मध्य राजस्थान आणि पश्चिम गुजरातचा समावेश होतो. • पश्चिम घाटाच्या पूर्वेकडे एक अरुंद पट्टा महाराष्ट्र पठाराचा पश्चिम भाग, कर्नाटक आणि आंध्र प्रदेशच्या आग्नेय प्रदेशावरून जातो.

(5) अत्यंत कमी पर्जन्याचे प्रदेश *(Regions of Very Low Rainfall)* **(40 सें.मी. पेक्षा कमी पाऊस) :** अत्यंत कमी पाऊस पडणाऱ्या प्रदेशामध्ये पुढील दोन भागांचा समावेश होतो. • जम्मू आणि काश्मीरमधील झास्कर पर्वतरांगेचा उत्तर भाग. • गुजरात राज्याचा कच्छचा पश्चिम भाग आणि राजस्थानचा पश्चिम भाग. या प्रदेशात असेही काही प्रदेश आहेत की, जेथे वार्षिक पर्जन्य 10 सें.मी. पेक्षाही कमी आहे.

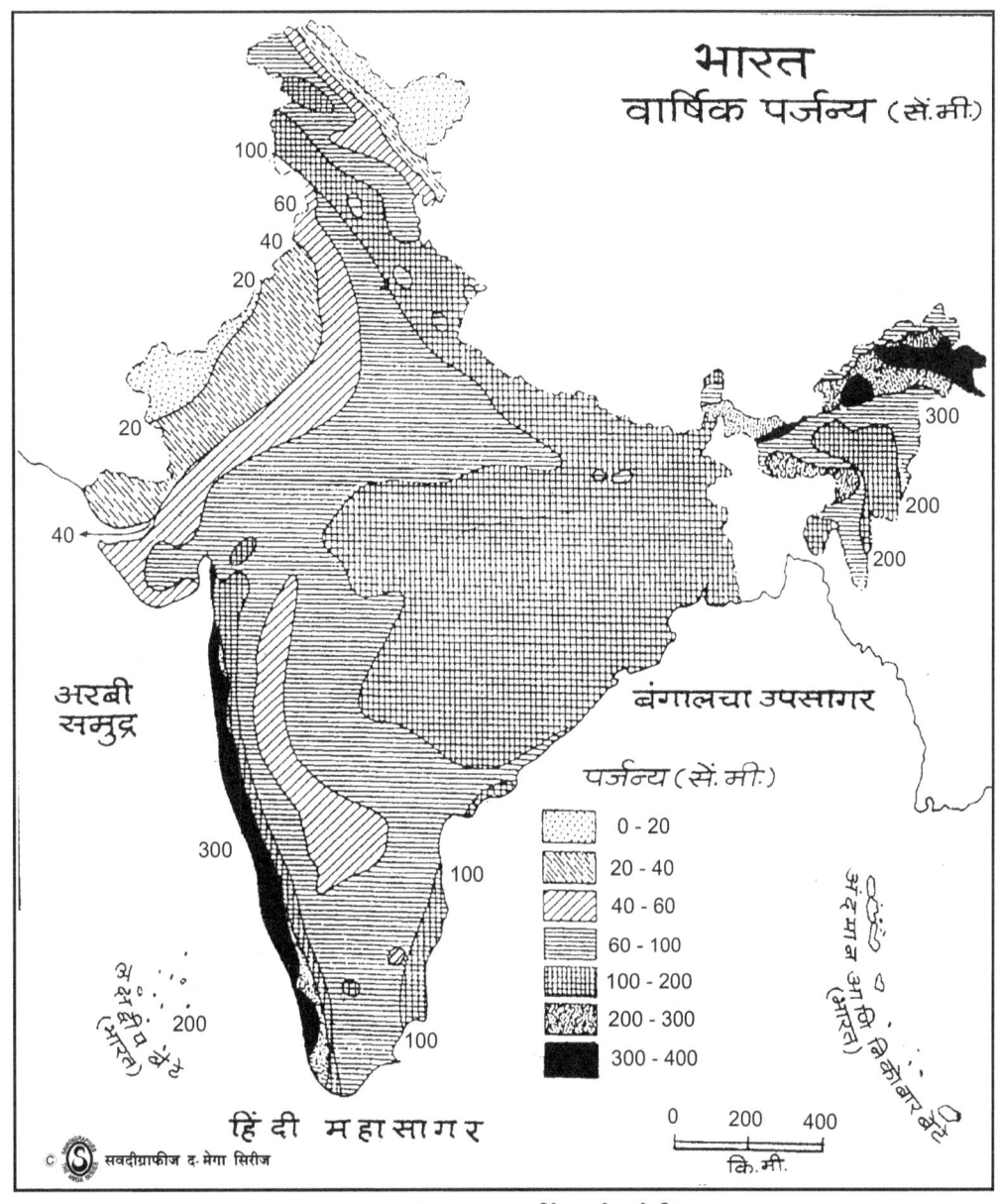

नकाशा क्र. 4.22 : भारत - वार्षिक पर्जन्याचे वितरण

भारत : सर्वसाधारण वार्षिक पर्जन्याचे स्वरूप (कालखंड : 1993 ते 2015)

वैशिष्ट्ये : • सरासरी पर्जन्याएवढा (सामान्य) वार्षिक पाऊस पडणारे एकमेव वर्ष - 1996-97 : या वर्षी वार्षिक पाऊस 1195.5 मि.मी. (119.55 सें.मी.) झाला. तो त्या वर्षीच्या साधारण सामान्य पर्जन्य (1190.3 मि.मी./119.03 सें.मी.) एवढा होता. **• सरासरी पर्जन्याच्या जवळपास वार्षिक पर्जन्य नोंद केलेली चार वर्षे** : याचप्रमाणे सामान्य वार्षिक पर्जन्याच्या आसपास 1993-94 साली 1184.3 मि.मी. (118.43 सें.मी.); 1999-2000 साली 1183.5 मि.मी. (118.35 सें.मी.); 2005-06 साली 1185.4 मि.मी. (118.54 सें.मी.); 2007-08 साली 1180.2 मि.मी. (118.02 सें.मी.) पावसाची नोंद आहे. अशा या चार वर्षांची पावसाची नोंद सामान्य पर्जन्याएवढी आहे.

(1) सरासरी वार्षिक पर्जन्यापेक्षा कमी पर्जन्य (ऋण फेरबदल टक्केवारी) असणारी वर्षे :

(अ) **सन 1993 ते 2015 या 23 वर्षांच्या कालखंडात सरासरी वार्षिक पर्जन्यापेक्षा सर्वांत कमी पर्जन्याची नोंद 2002-03 साली 981.4 मि.मी. (98.14 सें.मी.) झालेली आहे.** त्या वर्षी वार्षिक सरासरी पर्जन्य 1,205.4 मि.मी. (120.54 सें.मी.) होता. याचा अर्थ, **2002-03 साली सरासरी वार्षिक पर्जन्यापेक्षा 18.6 टक्क्यांनी पावसामध्ये घट झाली.**

(ब) 2009-10 साली 972.8 मि.मी. (97.28 सें.मी.) पावसाची नोंद झाली. त्या वर्षी वार्षिक सरासरी पर्जन्य 1,195.6 मि.मी. (119.56 सें.मी.) होते. 2009-10 साली सरासरी वार्षिक पर्जन्यापेक्षा पावसामध्ये 18.6 टक्क्यांनी घट झाली.

सरासरी वार्षिक पर्जन्यापेक्षा जास्त पावसाची घट (2.9%) झाली. सन 1993 ते 2016 या काळात बारा वर्षे (2014-15 व 2015-16 धरून) झालेली आहे. ही घट 2.9 टक्के ते 18.6 टक्के दरम्यान आहे.

(2) सरासरी वार्षिक पर्जन्यापेक्षा कमी पर्जन्य असणारी सलग वर्षे :

(अ) **वार्षिक पर्जन्यात सरासरीपेक्षा कमी पर्जन्य असणारा सहा वर्षांचा कालखंड** : भारतात सन 2004-05 ते 2009-10 या सहा वर्षांत सलगपणे पाऊस सरासरीपेक्षा कमी पडला. पावसाचा ऋण फेरबदल 1.2 ते 18.6 टक्के होता.

(ब) **वार्षिक पर्जन्यात सरासरीपेक्षा कमी पर्जन्य असणारा चार वर्षांचा कालखंड :** सन 1999-2000 ते 2002-03 या काळात पावसाच्या प्रमाणात 6.3 टक्के ते 18.6 टक्के घट.

(क) **वार्षिक पर्जन्यात सरासरीपेक्षा कमी पर्जन्य असणारे दोन वर्षांचे तीन सलग कालखंड :** भारतात 2008-09 ते 2009-10 आणि 2011-12 ते 2012-13; 2014-15 ते 2015-16.

- **2001-02 ते 2015-16 या कालखंडात तेरा वर्षे वार्षिक पर्जन्य सरासरीपेक्षा कमी पाऊस पडला आहे. ही भारतीय अर्थव्यवस्थेच्या दृष्टीने चिंताजनक बाब आहे. यांपैकी अकरा वर्षांत पावसाची घट 5.2 ते 18.6 टक्के आहे.**

पूर (Floods)

व्याख्या : **''नदीप्रवाहातील पाणी नेहमीच्या पातळीच्या किंवा धोक्याच्या पातळीच्या वर येऊन पात्राच्या सभोवतालचा प्रदेश काही काळ जलमय होण्याच्या प्रक्रियेस पूर असे म्हणतात.''**

भारतामधील पूरप्रवण क्षेत्रे

(अ) गंगा नदीप्रणालीमधील प्रदेश

महाकाय गंगा नदीला डाव्या किनाऱ्यावरून उत्तर प्रदेश आणि बिहार राज्यांमधून गोमती, घाघरा, गंडक आणि कोसी यांसारख्या अनेक नद्या; उजव्या किनाऱ्यावरून यमुना आणि शोण या नद्या मिळतात. यामुळे उत्तर भारतात विध्वंसक पूर येतात.

(1) **उत्तर प्रदेश :** उत्तर प्रदेशामध्ये पूर्व जिल्ह्यांमध्ये रावी, शारदा, घाघरा आणि गंडक नद्यांच्या पात्रांमधून पाणी बाहेर पडल्यामुळे पावसाळ्यात वारंवार पूर येतात. उत्तर पश्चिम भागात नदीप्रणालीचे एवढे दाट जाळे झालेले आहे की, यामुळेदेखील पूर येतात.

(2) **बिहार :** बिहार राज्यांमध्ये बडी गंडक, बागमती, कमला याचप्रमाणे कोसी नदीच्या खालच्या प्रवाहाचा टप्पा आणि महानंदा या नद्यांच्या पात्रामधून फार मोठ्या प्रमाणात प्रवाहाचे पाणी बाहेर पडते. **उत्तर प्रदेश आणि बिहार राज्ये पुराच्या दृष्टीने सर्वांत जास्त प्रवण क्षेत्रे आहेत. देशामधील पूरप्रवण क्षेत्राचे एक-तृतीयांश क्षेत्र या दोन राज्यांत आहे.**

(3) **पश्चिम बंगाल :** पश्चिम बंगालच्या दक्षिण आणि मध्य भागातून महानंदा, भगीरथी, अजय व दामोदर यांसारख्या महत्त्वाच्या नद्या वाहतात. याचप्रमाणे गंगा त्रिभुज प्रदेशाच्या मुखाजवळील भरतीचादेखील प्रभाव पडतो. यामुळे बराचसा प्रदेश 'पूरप्रवण क्षेत्र' म्हणून ओळखला जातो. गंगेच्या त्रिभुज प्रदेशाचा बहुतेक भाग पुराखाली येतो. **(नकाशा क. 4.24 पाहा.)**

(ब) ब्रह्मपुत्रा नदीप्रणालीमधील प्रदेश

ब्रह्मपुत्रा खोऱ्यामध्ये पूर ही दरवर्षी आढळणारी घटना आहे. • **याचे प्रमुख कारण पावसाळ्यामध्ये या खोऱ्यात 250 सें.मी. पेक्षा जास्त पाऊस पडतो. ब्रह्मपुत्रा आणि तिच्या उपनद्या प्रवाहाबरोबर मोठ्या प्रमाणात गाळ आणतात. त्याचे निक्षेपण नदीपात्रामध्ये होऊन पात्रे उथळ बनतात. यामुळे नदीपात्रामधून पाणी वाहून नेण्याची क्षमता कमी होते. साहजिकच, नद्यांच्या खोऱ्यात आणि सभोवताली पुराचे पाणी विस्तृत क्षेत्रात पसरते.** • या प्रदेशामध्ये वारंवार भूकंपाचे धक्के बसतात. यामुळे नदीप्रवाहाच्या पातळीमध्ये बदल होत जातात आणि नदीमधील पाण्याच्या प्रवाहाला अडथळे निर्माण होतात. यामुळे मोठा प्रदेश जलमय होतो. • ब्रह्मपुत्रा खोऱ्यात भूघसरण ही नेहमीचीच बाब आहे. खडकांचे मोठमोठे तुकडे नदीपात्रात पडल्यामुळे पाणी अडविले जाते. हे पाणी आजूबाजूला पसरते आणि याचा तडाखा शेजारच्या प्रदेशाला होतो. हा तात्पुरता अडथळा पाण्याच्या प्रचंड दाबामुळे दूर सारल्यावर अतिशय वेगाने अडविलेले पाणी प्रवाहाच्या पुढच्या टप्प्यात मोठ्या क्षेत्रात पसरले जाते आणि तेथेही पूर येतात. **भारतामध्ये 'आसाम दरी' ही एक पूर पीडित म्हणून ओळखली जाते.**

आसाममध्ये बरेचसे पूरप्रवण क्षेत्र ग्रामीण वैशिष्ट्यांचे आहे. याचप्रमाणे काही शहरांना याचाही तडाखा बसतो. यामध्ये धुबरी, गुवाहाटी, दिब्रूगड, तेजपूर इत्यादी नगरांचा उल्लेख करता येईल. याचप्रमाणे ब्रह्मपुत्रा खोऱ्यांमध्ये जगामधील सर्वांत मोठे नदीबेट 'मजुली' यावरदेखील पुराचा मोठा विपरीत परिणाम होतो. **आसाममधील 45% भूप्रदेश पूरप्रवण आहेत.**

(क) वायव्य नदीप्रणालीमधील प्रदेश

गंगा आणि ब्रह्मपुत्रा नदीप्रणालीपेक्षा वायव्य भागात त्या मानाने पुराची समस्या कमी तीव्रतेची आहे. या प्रदेशात पूर येण्याचे प्रमुख कारण म्हणजे अपुरे भूपृष्ठीय जलनिस्सारण होय. पावसाळ्यामध्ये सतलज, बियास व घाघरा यांसारख्या मोठ्या नद्या आणि लहान नद्या पावसाळ्यात दुथडी भरून वाहतात. यामुळे मोठ्या प्रदेशात पूर येतात.

(1) **पंजाब :** पंजाबमध्ये पूर येण्याचे प्रमुख कारण म्हणजे नैसर्गिक जलनिस्सारण अतिशय साधारण स्वरूपाचे आहे. भाक्रासारख्या प्रमुख कालव्यांची रचना नैसर्गिक उतारानुसार नाही. यामुळे प्रवाहाला अडथळे निर्माण होतात. तसेच नैसर्गिक प्रवाहाला जवळजवळ काटकोनामध्ये महत्त्वाचा राष्ट्रीय महामार्ग आणि प्रमुख रेल्वेमार्ग गेलेला आहे. लुधियाना आणि पतियाळा ही नगरेदेखील सखल प्रदेशात वसलेली आहेत. यामुळे पंजाबमध्ये मोठ्या प्रमाणात नुकसान होते.

(2) **हरियाणा :** राज्याचा सर्वसाधारण आकार बशीसारखा असल्याने भूपृष्ठावरील पाणी मुक्तपणे वाहून जात नाही. यामुळे जरी मध्यम स्वरूपाचा पाऊस पडला तरी पूर येतात.

(ड) मध्य भारत आणि द्वीपकल्प पठारी प्रदेश

या प्रदेशात आंध्र प्रदेश, कर्नाटक, तमिळनाडू, ओडिशा, झारखंड, छत्तीसगड, महाराष्ट्र, गुजरात आणि मध्य प्रदेशाच्या काही भागांचा समावेश होतो. या प्रदेशात पुराची फारशी गंभीर स्थिती असत नाही. याचे प्रमुख कारण नदीप्रवाहांचा निश्चित प्रवाह आणि प्रवाहाची स्थिर स्थिती होय. अर्थात, महानदी, गोदावरी, कृष्णा आणि कावेरीच्या त्रिभुज प्रदेशात मात्र मोठ्या प्रमाणात पात्रांमधील गाळ आणि नदीप्रवाह पात्रांचे बदलणे यामुळे वारंवार पूर येतात. गुजरातमधील नर्मदा आणि तापी नदीच्या खालच्या प्रवाहाचा प्रदेश पूरप्रवणाचा आहे.

(1) **आंध्र प्रदेश :** गोदावरी आणि कृष्णा नद्यांच्या तीव्र स्वरूपातील जलनिस्सारण समस्या आणि चक्रीय वादळामुळे त्रिभुज प्रदेश आणि सभोवतालचा भाग पूरमय होतो. गोदावरी खोरे पूरदृष्ट्या अतिशय त्रासदायक आहेत.

(2) **ओडिशा :** ओडिशा राज्यामध्ये महानदी, ब्राह्मणी आणि वैतरणी यांच्या समान त्रिभुज प्रदेशात पुराचे पाणी पसरत जाते. यामुळे मोठ्या प्रमाणात नुकसान होते. सुवर्णरेखा नदीच्या प्रवाहाच्या खालच्या टप्प्यात पुराचा तडाखा बसतो.

(3) **केरळ :** केरळमध्ये पश्चिम घाटातून बऱ्याच लहान नद्या वाहत येऊन अरबी समुद्रास मिळतात. पावसाळ्यामध्ये या नद्यांना मोठ्या प्रमाणात पूर येतात.

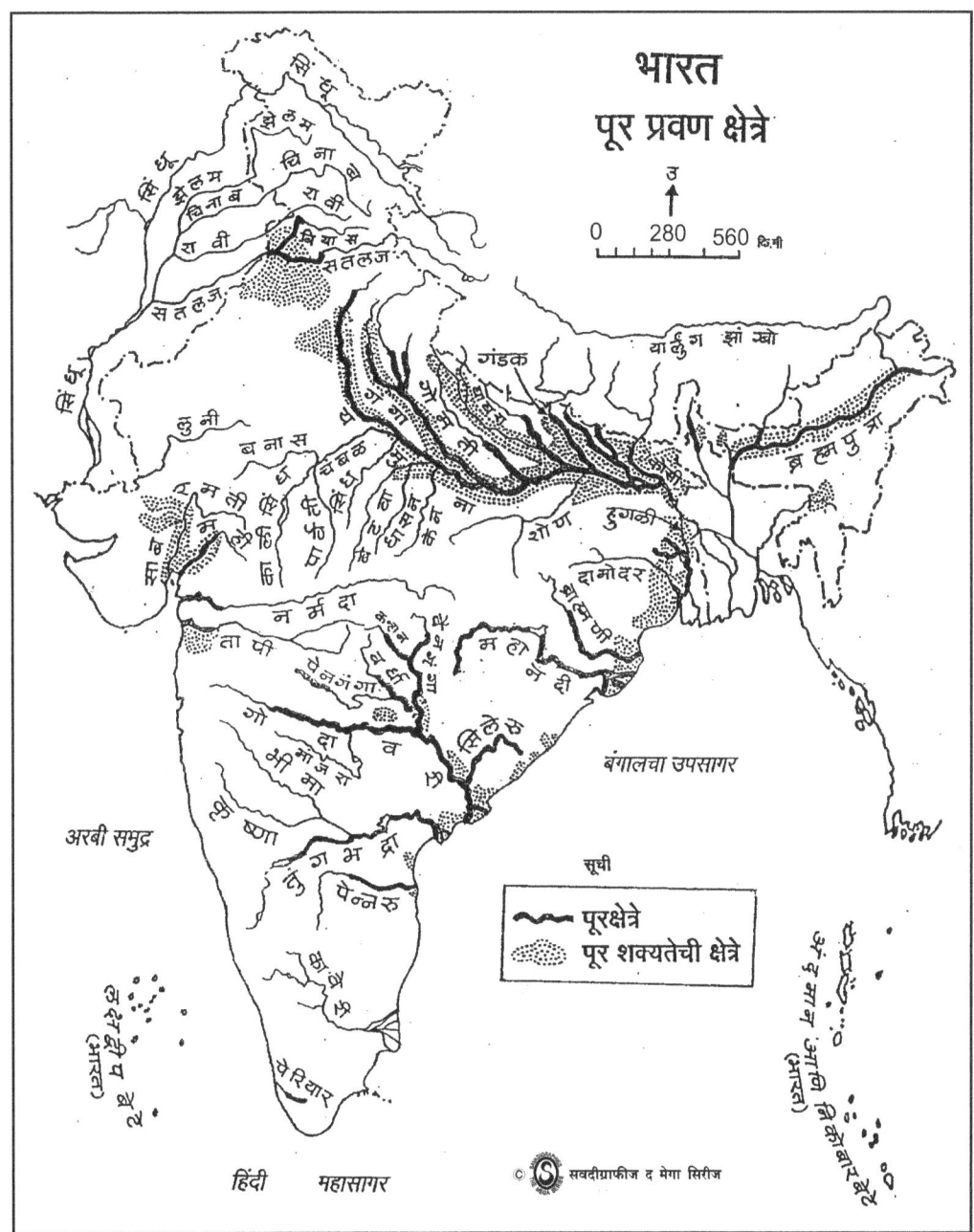

भारतामधील प्रमुख पूरप्रवण क्षेत्रे : **(अ) उत्तर भारतीय मैदानी :** (1) पंजाब-हरियाणा मैदान (2) उत्तर प्रदेशाचा पूर्व भाग आणि बिहार (3) आसाम दरी (4) प. बंगाल (5) जम्मू आणि काश्मीर (6) हिमाचल प्रदेश (7) राजस्थान व गुजरात. **(ब) भारतीय द्वीपकल्प पठार :** (1) ओडिशा (2) नर्मदा व तापी नदीचे खालचे खोरे (3) मध्य भारतामधील पठारी प्रदेश (4) समुद्रकिनारी प्रदेश. उत्तर भारतात बियास व सतलज, गंगा आणि तिच्या उपनद्या यमुना, गोमती, घाघरा, गंडक, कोसी, ब्रह्मपुत्रा. द्वीपकल्प पठारावर ब्राह्मणी, महानदी तसेच गोदावरी, कृष्णा नद्यांचे त्रिभुज प्रदेश शिवाय नर्मदा व तापी नद्यांना पूर येतात.

नकाशा क्र. 4.23 : भारत - पूरप्रवण क्षेत्र

अवर्षण (Drought)

अवर्षण ही एक गुंतागुंतीची घटना असून **मौसम विज्ञानाच्या पर्जन्य, बाष्पीभवन, बाष्पोत्सर्जन, भूमिगत जल** याचप्रमाणे मृदेचा ओलावा, वाहत्या पाण्याची साठवण, कृषी क्रिया, पिकांच्या प्रकाराची निवड, सामाजिक-आर्थिक स्वरूप आणि पारिस्थितिकीय स्थिती या घटकांचा समावेश होतो.

भारतीय कृषी आयोगानुसार अवर्षण प्रकार :

(1) **वातावरणीय अवर्षण** (Meteorological Drought) : एखाद्या प्रदेशात वार्षिक सरासरी पर्जन्याच्या 25% किंवा त्याहून कमी पाऊस पडला, तर त्याला 'वातावरणीय अवर्षण' असे म्हणतात.

(2) **जलीय अवर्षण** (Hydrological Drought) : दीर्घकाळ पाऊस पडला नाही तर नद्या, तळी, सरोवरे, विहिरी कोरड्या पडू लागतात. भूजलाची पातळी खोल जाते, यास 'जलीय अवर्षण' असे म्हणतात.

(3) **कृषीय अवर्षण** (Agricultural Drought) : कमी पर्जन्यामुळे जमिनीतील आर्द्रता/ओलावा कमी होऊन पिकांची वाढ खुंटते. त्यामुळे खाद्यान्ने व पशुचारा यांची कमतरता निर्माण होते, याला 'कृषीय अवर्षण' असे म्हणतात.

(4) **पारिस्थितिकीय अवर्षण** *(Ecological Drought)* : जेव्हा नैसर्गिक परिसंस्थेची उत्पादकता घटते तसेच प्राकृतिक पर्यावरणाची क्षति होते, याला 'पारिस्थितिकीय अवर्षण' असे म्हणतात. परिसंस्थेत पारिस्थितिकीय संकटाचे परिणाम आणि नुकसान होते. पाण्याची कमतरतादेखील असते.

भारतामधील अवर्षण प्रवण क्षेत्राचे प्रदेश : भारतात वारंवार अवर्षण पडणारे क्षेत्र देशाच्या एकूण क्षेत्राच्या 16% असून 12% लोकसंख्येला याचा फटका बसतो. जरी अवर्षणाचे सरासरी क्षेत्र 10 लाख चौ.कि.मी. चे असले तरी बऱ्याच वेळा देशाचे 1/2 क्षेत्र अवर्षणाच्या छायेत असू शकते.

भारतामधील अवर्षणाच्या तीव्रतेनुसार प्रकार (The Types of Drought on the Basic Severity in India) : (1) अति तीव्र अवर्षणाने प्रभावित क्षेत्रे *(Extreme Drought Affected Areas)* : राजस्थानात अरवली टेकड्यांच्या पश्चिम भागाचा प्रदेश विशेषतः मरुस्थळी आणि गुजरातमधील कच्छ विभागाचा यामध्ये समावेश होतो. भारतीय वाळवंटामध्ये सरासरी 9 सें.मी. पेक्षा कमी पर्जन्य पडणारे राजस्थानमधील जैसलमेर आणि बारमेर जिल्हे समाविष्ट होतात. **(नकाशा क. 4.25 पाहा.) (2) तीव्र अवर्षण प्रवण क्षेत्र - गंभीर अवर्षण प्रवण क्षेत्रे** *(Severe Drought Prone Areas)* : यामध्ये पूर्व राजस्थानचा काही भाग, बराचसा मध्य प्रदेश, महाराष्ट्राचा पूर्व भाग, आंध्र प्रदेश आणि कर्नाटक पठाराचा अंतर्गत भाग, अंतर्गत तमिळनाडूचा उत्तर भाग, झारखंडचा दक्षिण भाग आणि अंतर्गत ओडिशाचा समावेश होतो. **(3) मध्यम अवर्षण प्रवण क्षेत्रे** *(Moderate Drought Prone Areas)* : राजस्थान व हरियाणाचा उत्तर भाग, उत्तर प्रदेशाचे दक्षिण जिल्हे, गुजरातचा उरलेला प्रदेश, कोकण वगळता उर्वरित महाराष्ट्र, झारखंड, तमिळनाडूचे कोईमतूरचे पठार आणि अंतर्गत कर्नाटकचा भाग यांचा समावेश या गटात होतो. उर्वरित भारताचा प्रदेश एक तर अवर्षणापासून मुक्त आहे किंवा अवर्षणाचा कमी प्रभाव आहे.

तक्ता क्र. 4.22 : भारतामधील अवर्षण प्रवण क्षेत्र

क्र.	राज्य	अवर्षण प्रवण जिल्हे	तालुक्यांची संख्या	क्षेत्र (चौ.कि.मी.)	क्र.	राज्य	अवर्षण प्रवण जिल्हे	तालुक्यांची संख्या	क्षेत्र (चौ.कि.मी.)
1.	राजस्थान	13	76	2,19,000	8.	बिहार	7	15	43,400
2.	गुजरात	12	124	1,23,300	9.	उत्तर प्रदेश	6	31	43,000
3.	महाराष्ट्र	9	94	1,23,800	10.	पश्चिम बंगाल	3	8	26,000
4.	कर्नाटक	14	139	1,52,200	11.	ओडिशा	2	6	22,900
5.	आंध्र प्रदेश	8	79	1,25,000	12.	हरियाणा	4	15	16,600
6.	मध्य प्रदेश	11	47	87,300	13.	जम्मू व काश्मीर	2	8	16,000
7.	तमिळनाडू	8	75	84,000	*	भारत	99	717	1,082,500

संदर्भ : पाणी - डॉ. दि. गो. तथा आप्पासाहेब पवार, पृष्ठ क्र. 65-66.

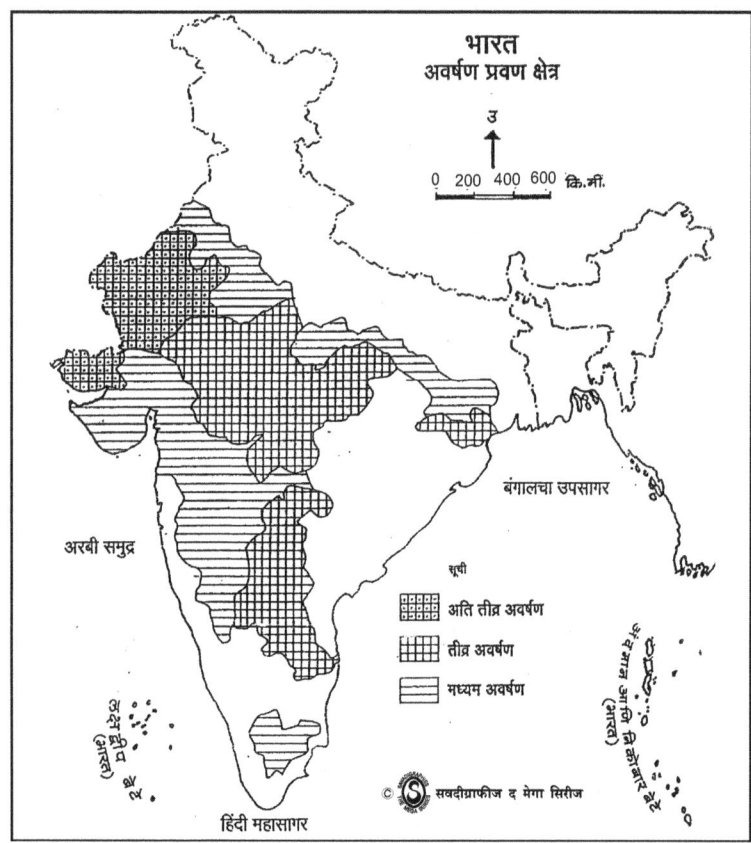

भारत - अवर्षण प्रवण क्षेत्र - (1) अति तीव्र अवर्षण क्षेत्रे : राजस्थानचा मरुस्थळी तसेच जैसलमेर व बारमेर जिल्हे, गुजरातचा कच्छ. (2) तीव्र अवर्षण क्षेत्रे : पूर्ण राजस्थानचा भाग, बराचसा मध्य प्रदेश, पूर्व महाराष्ट्र, कर्नाटक आणि तमिळनाडूचा अंतर्गत भाग, आंध्र प्रदेश, दक्षिण झारखंड व अंतर्गत ओडिशा. (3) मध्यम अवर्षण क्षेत्रे : राजस्थान आणि हरियाणाचा उत्तर भाग, उत्तर प्रदेशचा दक्षिण भाग, उर्वरित गुजरात, कोकण वगळता महाराष्ट्र, झारखंड, तमिळनाडूचे कोईमतूर पठार.

नकाशा क्र. 4.24 : भारत - अवर्षण प्रवण क्षेत्र

भारतामधील सन 1986 ते 2015 या कालखंडामधील मान्सूनचे स्वरूप आणि अवर्षण

मान्सूनचे भौगोलिक वितरण : भारतात 1986 ते 2015 या तीस वर्षांच्या मान्सूनच्या भौगोलिक वितरणाचा आढावा घेतलेला आहे. भारतात तीस वर्षांपैकी तेवीस वर्षे मान्सून सामान्य होता. अर्थात, सामान्य मान्सून वर्षातदेखील अनेक जिल्हे किंवा राज्ये अवर्षणाखाली होती की, जेथे पाऊस 20 टक्के किंवा त्यापेक्षा जास्त पाऊस टक्केवारीपेक्षा कमी पडला. याचे स्वरूप पुढीलप्रमाणे :

(1) मान्सूनचे सामान्य (Normal) वितरण :

• **मान्सूनच्या सामान्य वितरणाचे एकमेव वर्ष - 1988 :** गेल्या तीस वर्षांचा आढावा घेतला असता असे आढळते की, फक्त 1988 साली मान्सूनचे सामान्य वितरण होते. **या वर्षी भारताच्या कोणत्याही प्रादेशिक विभागात अवर्षण पडले नाही.**

अवर्षण म्हणजे काय ? : कोणत्याही प्रदेशात एखाद्या वर्षी सामान्य पर्जन्यापेक्षा 20 टक्के किंवा त्यापेक्षा जास्त प्रमाणात पाऊस कमी पडला तर प्रदेश अवर्षणग्रस्त आहे असे म्हणतात.

(2) देशात एक किंवा दोन प्रदेश वगळता मान्सूनच्या सामान्य वितरणाची चार वर्षे : सन 1986 ते 2015 या कालखंडात वर्ष 1990, 1993, 1995 आणि 2003 :

• 1990 साली कच्छ-सौराष्ट्र आणि मध्य कर्नाटकात अवर्षण. • 1993 व 1995 साली अनुक्रमे फक्त गुजरातमध्ये कच्छ व सौराष्ट्र आणि जवळजवळ गुजरातमध्ये अवर्षण. • 2003 साली महाराष्ट्रात मराठवाडा, कारवार किनारपट्टी वगळता कर्नाटक आणि केरळमध्ये सलग पट्ट्याचे अवर्षण.

(3) देशात निम्न अवर्षणाची वर्षे : 1992, 1994, 1996, 1997, 2005.

(4) देशात मध्यम अवर्षणाची वर्षे : 1986, 1989, 1992, 1998, 2001, 2004, 2006, 2007, 2008, 2010, 2011, 2013.

(5) देशात तीव्र अवर्षणाची वर्षे : 1987, 1991, 1999, 2000, 2002, 2004, 2009, 2012, 2014, 2015.

- **वर्ष 1987 :** पूर्ण वायव्य भारत (गुजरात, राजस्थान, पंजाब, हरियाणा); मध्य प्रदेशचा पूर्व भाग व ओडिशा.
- **वर्ष 1991 :** गुजरात, राजस्थानचा पश्चिम भाग, पंजाब, हरियाणा, उत्तराखंडपर्यंतचा सलग पट्टा, मध्य प्रदेशचा मध्य भाग, विदर्भ, खानदेश
- **वर्ष 1999 :** गुजरात, राजस्थान, पंजाब, जम्मू आणि काश्मीरचा सलग पट्टा, अरुणाचल प्रदेश, आंध्र प्रदेश-तेलंगण.
- **वर्ष 2000 :** गुजरात, राजस्थान, उत्तर महाराष्ट्र, मध्य व दक्षिण महाराष्ट्र, मध्य प्रदेशचा पश्चिम भाग सलग पट्टा, छत्तीसगड, झारखंड, ओडिशाचा सलग पट्टा, अरुणाचल प्रदेश.

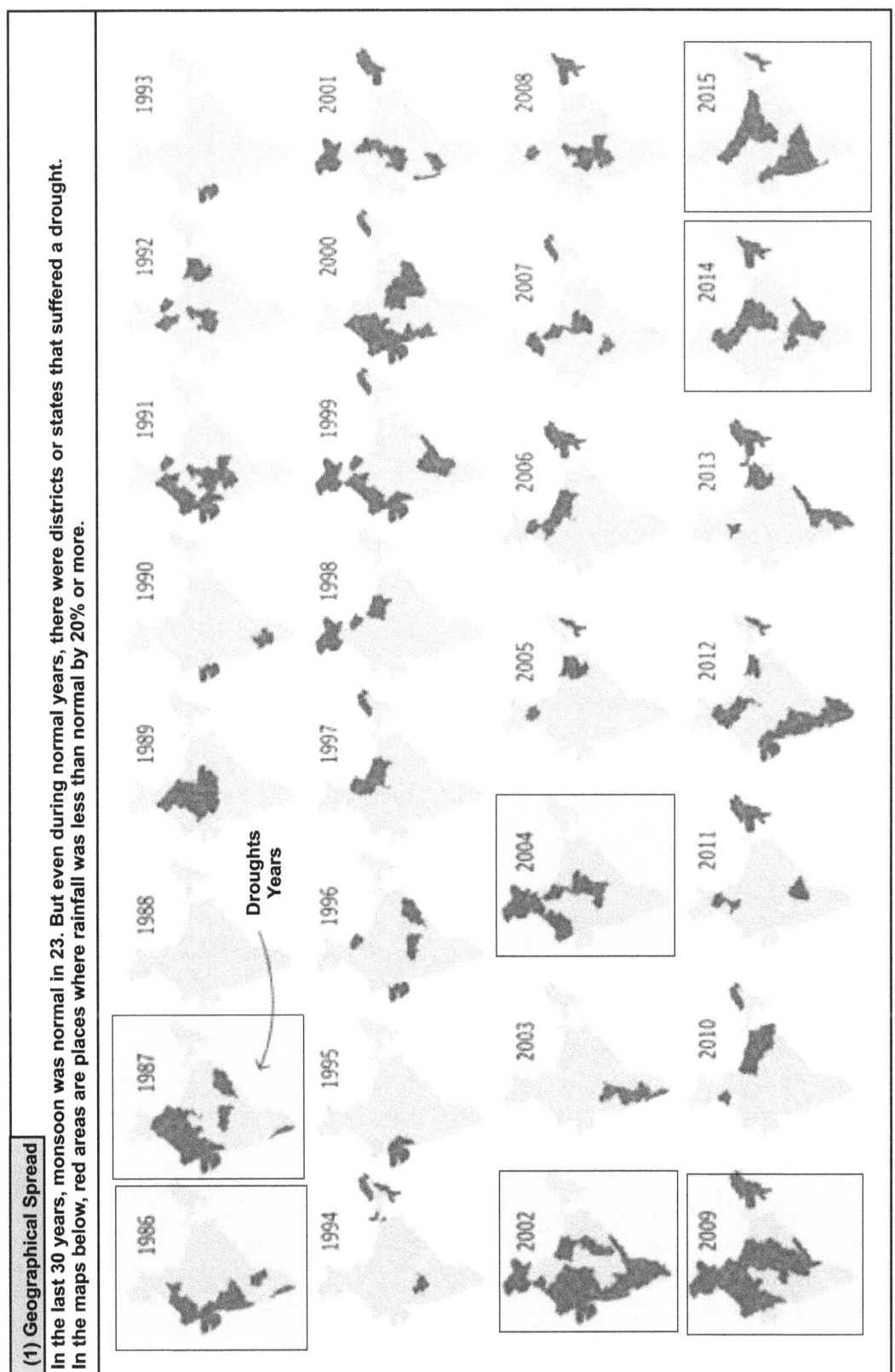

नकाशा क्र. 4.25 : भारतामधील अवर्षण गट (सन 1986 ते 2000)

Source : Times of India, Kolhapur. 18 April, 2016

- **वर्ष 2002 : भारतामधील एक महा अवर्षण वर्ष.** जम्मू व काश्मीर, राजस्थान, गुजरात, पंजाब, मध्य प्रदेशचा पश्चिम भागाचा सलग पट्टा, विदर्भ-मराठवाडा वगळता उर्वरित महाराष्ट्र, कर्नाटक पठार, रायलसीमा, आंध्र प्रदेशची किनारपट्टी, तमिळनाडूचा सलग पट्टा, साधारणपणे उत्तरेस जम्मू व काश्मीरपासून दक्षिणेस तमिळनाडूपर्यंत मध्य प्रदेशचा पूर्व भाग, विदर्भ, मराठवाडा, तेलंगण वगळता सलग पट्टा, छत्तीसगड व उत्तर प्रदेशचा बराचसा भाग अवर्षण प्रदेशाचा होता.
- **वर्ष 2004 :** जम्मू व काश्मीर, हिमाचल प्रदेश, पश्चिम राजस्थान, उत्तर प्रदेशचा पश्चिम भाग, मध्य प्रदेशचा पूर्व भाग, छत्तीसगड, पूर्व विदर्भाचा सलग पट्टा.
- **वर्ष 2009 : 2002 सालाप्रमाणे 2009 वर्षदेखील अति तीव्र अवर्षणाचे होते. प्रामुख्याने उत्तर भारत तीव्र अवर्षणाचा होता.** अपवाद मध्य प्रदेशचा पश्चिम भाग, बिहार, झारखंड, ओडिशा, पश्चिम बंगाल, संपूर्ण ईशान्य भारतात तीव्र अवर्षण, दक्षिण भारतात तेलंगण व आंध्र प्रदेश.
- **वर्ष 2012 :** 2012 साली प्रामुख्याने कोकण व कारवार किनारपट्टी वगळता संपूर्ण गुजरात, उत्तर-पश्चिम-दक्षिण महाराष्ट्र कर्नाटक पठार, केरळ व तमिळनाडूचा सलग पट्टा अवर्षणाखाली होते. याशिवाय उत्तर भारतात पंजाब, हरियाणा, उत्तर प्रदेशचा पश्चिम भाग, बिहार, ईशान्य भारतात नागालँड, मणिपूर, मिझोराम, त्रिपुरा या राज्यांमध्ये तीव्र अवर्षणाची झळ पोहोचली.
- **वर्ष 2014 (तीव्र अवर्षणाचे वर्ष) :** उत्तर भारतात हिमाचल प्रदेश, पंजाब, हरियाणा, उत्तर प्रदेश, मध्य प्रदेशचा पूर्व भाग व छत्तीसगडपर्यंतचा सलग पट्टा, संपूर्ण ईशान्य भारत, **महाराष्ट्रात मराठवाडा,** तेलंगण व आंध्र प्रदेशपर्यंतचा सलग पट्टा तीव्र अवर्षणाखाली होता.
- **वर्ष 2015 (तीव्र अवर्षणाचे वर्ष) :** सलग दुसऱ्या वर्षी उत्तर भारतात पंजाब, हरियाणा, उत्तर प्रदेश, बिहार, झारखंड, मध्य प्रदेशचा पूर्व भाग, छत्तीसगडचा सलग पट्टा; याशिवाय ईशान्य भारतात अरुणाचल प्रदेश, आसाम, मेघालय वगळता उर्वरित भाग याचप्रमाणे गुजरात मैदान, **जवळजवळ संपूर्ण महाराष्ट्र,** तेलंगण, आंध्र प्रदेशचा काही भाग, उत्तर कर्नाटक तीव्र अवर्षणाखाली होते.

नकाशा क्र. 4.26 च्या आधारे निष्कर्ष :

(1) मान्सून आणि अन्नधान्ये : भारतामध्ये अपुऱ्या पावसाचा प्रत्यक्ष प्रभाव अन्नधान्य उत्पादनावर होतो. मान्सून पाऊस सामान्य पर्जन्यापेक्षा जास्त किंवा कमी आहे यानुसार अनुक्रमे कृषी उत्पादनात वाढ किंवा घट होते. **सन 2004-05 ते 2015-16 चा आढावा घेतल्यास ते अधिक स्पष्ट होते.**

- 2004-05 साली वार्षिक पाऊस सामान्य पावसापेक्षा 9.3 टक्के कमी होता तेव्हा अन्नधान्य उत्पादन 198.4 दशलक्ष टन होते.
- 2009-10 साली वार्षिक पाऊस सामान्य पावसापेक्षा 18.6 टक्क्यांनी कमी होता; तरीही अन्नधान्य उत्पादन 218.1 दशलक्ष टन झाले.
- **2013-14 साली वार्षिक पाऊस सामान्य पावसापेक्षा 6.4 टक्क्यांनी जास्त असल्याने अन्नधान्य उत्पादन 265 दशलक्ष टनांपर्यंत झाले. उत्तम पावसाने अन्नधान्य उत्पादनात वाढ झाली.**
- 2014-15 साली अवर्षणामुळे कृषी उत्पादन 251.7 दशलक्ष टनांपर्यंत खाली आले.
- 2015-16 साली अन्नधान्य उत्पादन अवर्षण असतानाही 253.16 दशलक्ष टन होईल असा प्राथमिक अंदाज आहे.
- **मान्सूनचा सर्वांत जास्त प्रभाव अन्नधान्य उत्पादनावर होतो.**

(2) मान्सून व भाजीपाला पिके : भारतामध्ये 2004-05 सालापासून भाजीपाला पीक उत्पादनात कधीही घट झालेली नाही. अवर्षण काळातही भाजीपाला पिकांचे उत्पादन घटलेले नाही हे विशेष ! 2004-05 साली भाजीपाला उत्पादन 101.2 दशलक्ष होते. ते सन 2009-10 च्या मोठ्या अवर्षणात 133.7 दशलक्ष टनांपर्यंत वाढले तर सन 2014-15 मध्ये अवर्षण असूनही भाजीपाला उत्पादन 168.3 दशलक्ष टन एवढे झाले.

(3) मान्सून आणि फळे : मान्सूनच्या चढ-उताराचा जेवढा प्रभाव भाजीपाला पीक उत्पादनावर होतो त्यापेक्षाही बराच कमी प्रभाव फळ उत्पादनावर होतो. 2004-05 साली फळ उत्पादन 50.9 दशलक्ष टन होते; ते 2009-10 सालच्या अवर्षणातही 71.5 दशलक्ष टनांपर्यंत झाले तर 2014-15 साली त्याचे उत्पादन 88.8 दशलक्ष टन एवढे झाले.

(4) मान्सून आणि अन्नपदार्थांच्या किमती : भारतामध्ये 2005-06 साली अन्नधान्य किमतीमध्ये 5.4 टक्के वाढ झाली तर सर्वांत जास्त वाढ सन 2010-11 मध्ये 15.6 टक्के होती. गेल्या तीन वर्षांत 5 टक्क्यांपेक्षा कमी वाढ झाली.

(5) कृषी आणि कृषी GDP : कृषी उत्पन्नाचा GDP मधील वाटा आणि मूल्य पर्जन्याशी निशक्त नाते दर्शविते. 2004-05 साली कृषी उत्पन्नाचा GDP मध्ये सहभाग फक्त 1.1 टक्के होता; तो 2010-11 साली 8.3 टक्के फेरबदल होता तर 2015-16 साली 2 टक्के होता.

✻ एल निनो... :

- **एल निनोची स्थिती असणारे वर्ष आणि मान्सूनचे सरासरीच्या तुलनेत प्रमाण :** सन 1972 (– 23.4 टक्के); सन 2004 (– 12.6 टक्के); सन 1982 (– 13 टक्के); सन 2009 (– 12 टक्के); सन 1987 (– 18.2 टक्के); सन 2015 (– 14 टक्के); सन 2002 (– 22.3 टक्के)
- **'ला निना/न्यूट्रल' स्थिती असणारे वर्ष आणि मान्सूनचे सरासरीच्या तुलनेत प्रमाण :** सन 1973 : ला निना (+ 7 टक्के); सन 1983 : ला निना (+ 12 टक्के); सन 1988 : ला निना (+ 12.8 टक्के); सन 2003 : न्यूट्रल (– 0.8 टक्के); सन 2005 : न्यूट्रल (– 0.7 टक्के); सन 2010 : ला निना (– 0.7 टक्के).

✻ दीर्घकालीन अंदाजासाठी वापरण्यात आलेले घटक

- उत्तर अटलांटिक आणि उत्तर प्रशांत महासागराच्या समुद्रपृष्ठाच्या तापमानातील डिसेंबर-जानेवारीतील फरक.
- विषुववृत्तीय दक्षिण हिंदी महासागराच्या समुद्रपृष्ठाचे फेब्रुवारी-मार्चमधील तापमान.
- पूर्व आशियातील समुद्रसपाटीवरील फेब्रुवारी-मार्चमधील दाब.
- वायव्य युरोपमधील जानेवारी महिन्यातील जमिनीलगतच्या हवेचे तापमान.
- विषुववृत्तीय प्रशांत महासागरातील उबदार पाण्याचे फेब्रुवारी-मार्चमधील प्रमाण.

4.6	भारत : मृदा

भारतामधील प्रमुख मृदा प्रकार (Types of Indian Soils)

(1) गाळाची मृदा, (2) काळी मृदा, (3) तांबडी मृदा, (4) जांभा मृदा, (5) पर्वतीय मृदा, (6) वाळवंटी मृदा.

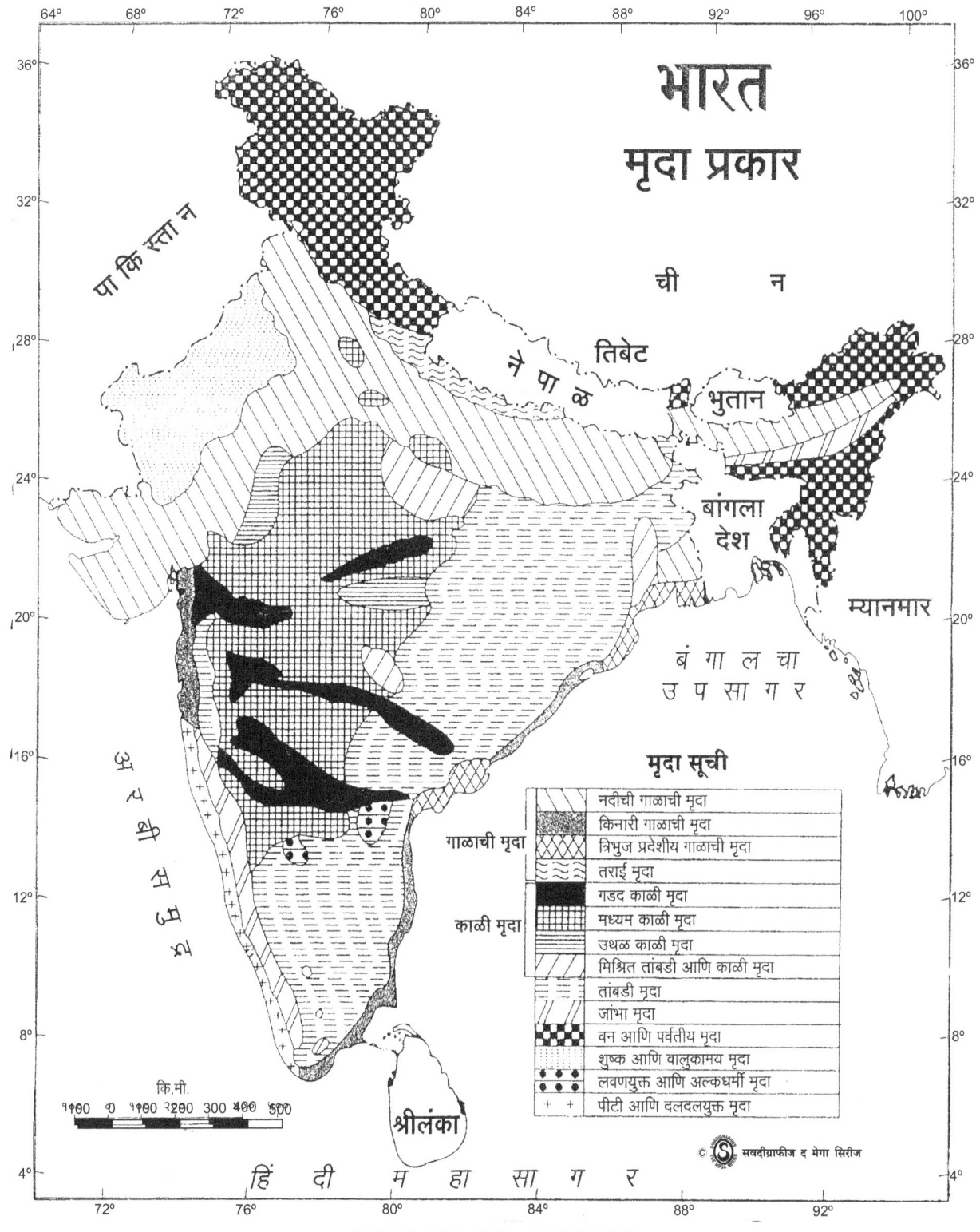

भारत
मृदा प्रकार

मृदा सूची

गाळाची मृदा	नदीची गाळाची मृदा
	किनारी गाळाची मृदा
	त्रिभुज प्रदेशीय गाळाची मृदा
	तराई मृदा
काळी मृदा	गडद काळी मृदा
	मध्यम काळी मृदा
	उथळ काळी मृदा
	मिश्रित तांबडी आणि काळी मृदा
	तांबडी मृदा
	जांभा मृदा
	वन आणि पर्वतीय मृदा
	शुष्क आणि वालुकामय मृदा
	लवणयुक्त आणि अल्कधर्मी मृदा
	पीटी आणि दलदलयुक्त मृदा

नकाशा क्र. 4.26 : भारत – प्रमुख मृदा प्रकार
तक्ता क्र. 4.23 : भारतीय मृदा प्रकार

मृदा प्रकार	व्याप्त क्षेत्र (चौ.कि.मी. व टक्केवारी)	प्रदेश	पिके
1. गाळाची मृदा	15 लक्ष (45.6%)	राजस्थानचा काही भाग पंजाब, हरियाणा, उत्तर प्रदेश, बिहार, पश्चिम बंगाल, आसामचा काही भाग, नर्मदा, तापी, महानदी, गोदावरी, कृष्णा, कावेरी नद्यांची खोरी व त्रिभुज प्रदेश, उत्तर भारतीय महामैदान.	तांदूळ, चहा (आसाम), ऊस, फळे, ज्वारी, बाजरी, मका, गहू, ताग, तृणधान्ये, कडधान्ये, कापूस, तेलबिया
2. कापसाची काळी रेगूर मृदा	5.46 लक्ष (16.6%)	महाराष्ट्र, गुजरात, मध्य प्रदेश, कर्नाटक, आंध्र प्रदेश, तमिळनाडू, तापी, नर्मदा, गोदावरी, कृष्णा खोरी, दख्खनच्या पठारावर 73° ते 80° पूर्व रेखावृत्त व 15° ते 25° उत्तर अक्षवृत्त दरम्यान.	तृणधान्ये, तेलबिया, भाजीपाला, संत्री, मोसंबी, द्राक्षे, ऊस, कापूस, तंबाखू, ज्वारी, बाजरी, कडधान्ये
3. तांबडी मृदा	3.5 लक्ष (10.16%)	तमिळनाडू, कर्नाटक, आंध्र प्रदेशचा ईशान्य भाग, महाराष्ट्राचा आग्नेय भाग, ओडिशा, बिहार, झारखंड, राजस्थानमधील अरवली टेकड्या, पश्चिम बंगालमधील मेदिनीपूर, बांकुरा जिल्हे, पूर्वेकडील खासी, जैंतिया टेकड्या, उत्तर प्रदेशातील बंदा, झाशी, हमीरपूर जिल्हे.	भात, नाचणी, तंबाखू, ऊस, रताळी, भुईमूग, भाजीपाला
4. जांभा मृदा	2.48 लक्ष (7.5%)	सह्याद्रीचा घाटमाथा, पूर्वघाट, राजमहल टेकड्या, द्वीपकल्पीय भारताच्या पूर्वेकडील डोंगराळ प्रदेश, कर्नाटकातील काही जिल्हे, महाराष्ट्रातील रत्नागिरी, सिंधुदुर्ग, कोल्हापूर जिल्हे, आंध्र प्रदेशातील मेडक, नेल्लोर, पूर्व गोदावरी जिल्हा, ओडिशातील बलसोर, कटक, गंजम, मयूरभंज, सुंदरगड, पश्चिम बंगालमधील बरद्वान, वीरभूम, बांकुरा जिल्हे, आसाममधील सिबसागर, लखीमपूर, नवगाव जिल्हे, मेघालयातील गारो टेकड्या, छत्तीसगडमधील संथाळ-परगणा	भात, नाचणी, कडधान्ये, ऊस, आंबा, काजू
5. वने व पर्वतीय मृदा	2.85 लक्ष (8.67%)	हिमालयाच्या पर्वतरांगा, सह्याद्रीचा घाटमाथा, पूर्व घाट, द्वीपकल्पीय भारताचा वनांचा प्रदेश, आसाम, मेघालय, उत्तराखंड, हिमाचल प्रदेश, जम्मू-काश्मीरमधील पॉडझॉल मृदा क्षेत्र, प. बंगालमधील दार्जिलिंग.	चहा, कॉफी, फळझाडे, मका, गहू, बार्ली.
6. शुष्क वालुकामय मृदा	1.42 लक्ष (4.31%)	राजस्थानचा पश्चिम भाग, पंजाब व हरियाणाचा दक्षिण भाग, गुजरातमधील सौराष्ट्र व कच्छ, उत्तर प्रदेशाचा नैर्ऋत्य भाग	तृणधान्ये, कापूस
7. क्षारयुक्त व अल्कली मृदा	6,800 चौ.कि.मी. (2.1%)	राजस्थान, पंजाब, हरियाणा, उत्तर प्रदेश, बिहार, झारखंड राज्यांतील कोरड्या हवामानाचा प्रदेश.	तांदूळ, ऊस, ज्वारी, बाजरी, केळी
8. पीटयुक्त व सेंद्रिय मृदा	-	आर्द्र हवामानाच्या प्रदेशात किनारपट्टीच्या भागात तसेच केरळात कोट्टायाम व अलेप्पी जिल्हे	-

4.7 भारत : नैसर्गिक वनस्पती

तक्ता क्र. 4.24 : भारतातील वनांचे प्रकार

वनांचे प्रकार	प्रदेश	प्रमुख वृक्ष
अ) उष्ण कटिबंधीय आर्द्र वने		
1. उष्ण कटिबंधीय आर्द्र सदाहरित वने	पश्चिम घाट, अरुणाचल प्रदेश, आसामचा उंचवट्याचा प्रदेश, नागालँड, मणिपूर, मिझोराम, त्रिपुरा, मेघालय, अंदमान व निकोबार बेटे.	रोझवूड, शिसव, साल, सारडा, तून, चल्पाश, सोनचाफा, तेलसूर, गुरजन, ऐन, नागचंपा, सिडार, फणस, कदंब, आंबा, जांभूळ, बिबळा, बांबू, वेत, ताडवृक्ष, किंडल इत्यादी.
2. उष्ण कटिबंधीय निमसदाहरित वने	पश्चिम किनारपट्टी, आसाम, पूर्व हिमालय पायथा, ओडिशा, अंदमान बेटे, महाराष्ट्रात आंबोली, लोणावळा, इगतपुरी.	ऐन, बेसाल, कुसुम, सेमल, गुटेल, मंडानी, कदंब, आयरूल, लॉरेल, रोझवूड, नागचंपा, हाल्दू, केंदू, बांबू, सिडार, चेस्टनट, होलॉक, लिस्टा, चंपा, आंबा, बोनसम.
3. उष्ण कटिबंधीय आर्द्र पानझडी वने	पश्चिम घाटाचा पूर्व व पश्चिम उतार, शिवालिकचा तराई व भाबरचा पट्टा, आसामचा कामरूप जिल्हा, मणिपूर, मिझोराम, पूर्व मध्य प्रदेश, छत्तीसगड, छोटा नागपूरचे पठार, ओडिशा, पश्चिम बंगाल, अंदमान व निकोबार बेटे, महाराष्ट्रातील चंद्रपूर, गडचिरोली जिल्हे, गाविलगड टेकड्या, उत्तर कोकण, सह्याद्रीचा पूर्व उतार.	सागवान, साल, चंदन, शिसम, धावडा, अंजन, बीजसाल, आंबा, चिंच, जांभूळ, खैर, हिरडा, बिबला, लेंडी, किंडल, कुसुम, आवळा, सिरस, पिंपळ, पळस

(क्रमशः)

वनांचे प्रकार	प्रदेश	प्रमुख वृक्ष
4. समुद्रतटीय/मँग्रोव्ह व दलदलीची वने	नद्यांचे त्रिभुज प्रदेश, आखाते, सागरी-भरती ओहोटीचे प्रदेश, सागरी पार्श्वजल प्रदेश, दलदलीचे प्रदेश, गंगेच्या त्रिभुज प्रदेशातील सुंदरबन क्षेत्र	सुंद्री, अगार, भेंडी, केओरा, निपा, अमूर, भारा, स्क्रू-पाईन, वेत, ताडवृक्ष
ब) उष्ण कटिबंधीय शुष्क वने		
5. उष्ण कटिबंधीय शुष्क सदाहरित वने	तमिळनाडूची किनारपट्टी	खिरनी, जांभूळ, कोको, रिठा, चिंच, मुचकुंद, ताडवृक्ष, निंब
6. उष्ण कटिबंधीय शुष्क पानझडी वने	पंजाब, हरियाणा, थरच्या वाळवंटाचा पूर्व भाग, मध्य प्रदेशातील माळवा पठार, विंध्य पर्वत, महाराष्ट्रातील सातपुडा पर्वत, अजिंठा रांगा, तमिळनाडूचा पश्चिम भाग, आंध्र व ओडिशाचा अंतर्गत भाग	उष्ण कटिबंधीय आर्द्र पानझडी वनातील वृक्ष येथेही आढळतात.
7. उष्ण कटिबंधीय काटेरी वने	राजस्थानचे वाळवंट, पंजाब व उत्तर प्रदेशचा पश्चिम भाग, गुजरात व द्वीपकल्पीय पठाराचा मध्य भाग	खैर, जांभूळ, चिंच, बोर, कडुलिंब, हिवर, शेर, नेमती, शमी, निवडुंग, कोरफड, तरवड, घायपात, लिंब, पिंपळ, बाभूळ इत्यादी.
क) उप-उष्ण कटिबंधीय डोंगराळ/पर्वतीय वने		
8. उप-उष्ण कटिबंधीय रुंदपर्णी डोंगराळ वने	हिमालयाच्या पूर्व भागात 88^0 पूर्व रेखांशापर्यंत 1,000 ते 2,000 मीटर उंचीचे प्रदेश दक्षिण भारतातील निलगिरी, पालनी टेकड्या, पश्चिम घाटातील महाबळेश्वर, सातपुडा रांगा, अबू पर्वत	ओक, चेस्टनट, ॲश, पाईन, बीच
9. उप-उष्ण कटिबंधीय आर्द्र डोंगराळ वने	पश्चिम हिमालयातील 73° ते 88° पूर्व रेखांशाच्या दरम्यान 1,000 ते 2,000 मीटर उंचीचे प्रदेश. मणिपूर, अरुणाचल प्रदेश, नागा टेकड्या, खासी टेकड्या	चीर, ओक, जांभूळ, ऱ्होडोडेन्ड्रॉन
10. उप-उष्ण कटिबंधीय शुष्क सदाहरित डोंगराळ वने	भाबरचा प्रदेश, शिवालिक टेकड्या, पश्चिम हिमालय	ऑलिव्ह, अकेशिया, पिस्टाशिया.
(ड) डोंगराळ/पर्वतीय समशीतोष्ण कटिबंधीय वने		
11. डोंगराळ/पर्वतीय समशीतोष्ण आर्द्र वने	तमिळनाडू व केरळचा उंचवट्याचा प्रदेश, पश्चिम बंगाल, आसाम, अरुणाचल प्रदेश, सिक्कीम, नागालँड राज्यातील उंचवट्याचे प्रदेश	देवदार, पाईन, सिडार, सिल्व्हर, फर, ओक, हेमलॉक
12. हिमालयीन आर्द्र समशीतोष्ण कटिबंधीय वने	काश्मीर, हिमाचल प्रदेश, उत्तराखंड, दार्जिलिंग, सिक्कीम	पाईन, सिडार, सिल्व्हर, फर, स्प्रूस, देवदार
13. हिमालयीन शुष्क समशीतोष्ण कटिबंधीय वने	हिमालयाच्या अंतर्गत भागातील लडाख, लाहूल, चम्बा, किन्नौर, गढवाल, सिक्कीम	देवदार, जुनीपर, चिल्गोझाह, ओक, ॲश, मॅपल, ऑलिव्ह, सेल्टिस
(इ) अल्पाईन वने		
14. उप-अल्पाईन वने	हिमालयात 2,900 ते 3,800 मीटर उंचीपर्यंत अल्पाईन वने आढळतात.	फर, कैल, स्प्रूस, ऱ्होडोडेंड्रॉन, पाम.
15. आर्द्र अल्पाईन खुरटी वने	हिमालयात 3,000 मीटर ते हिमरेषेपर्यंत	ऱ्होडोडेंड्रॉन, बर्च, हबिरिस, हनिशकल
16. शुष्क अल्पाईन खुरटी वने	हिमालयात 3,500 मीटरहून अधिक उंचीच्या प्रदेशात	जुनीपर, हनिशकल, आटेमिशिया, पोटेंटिला.

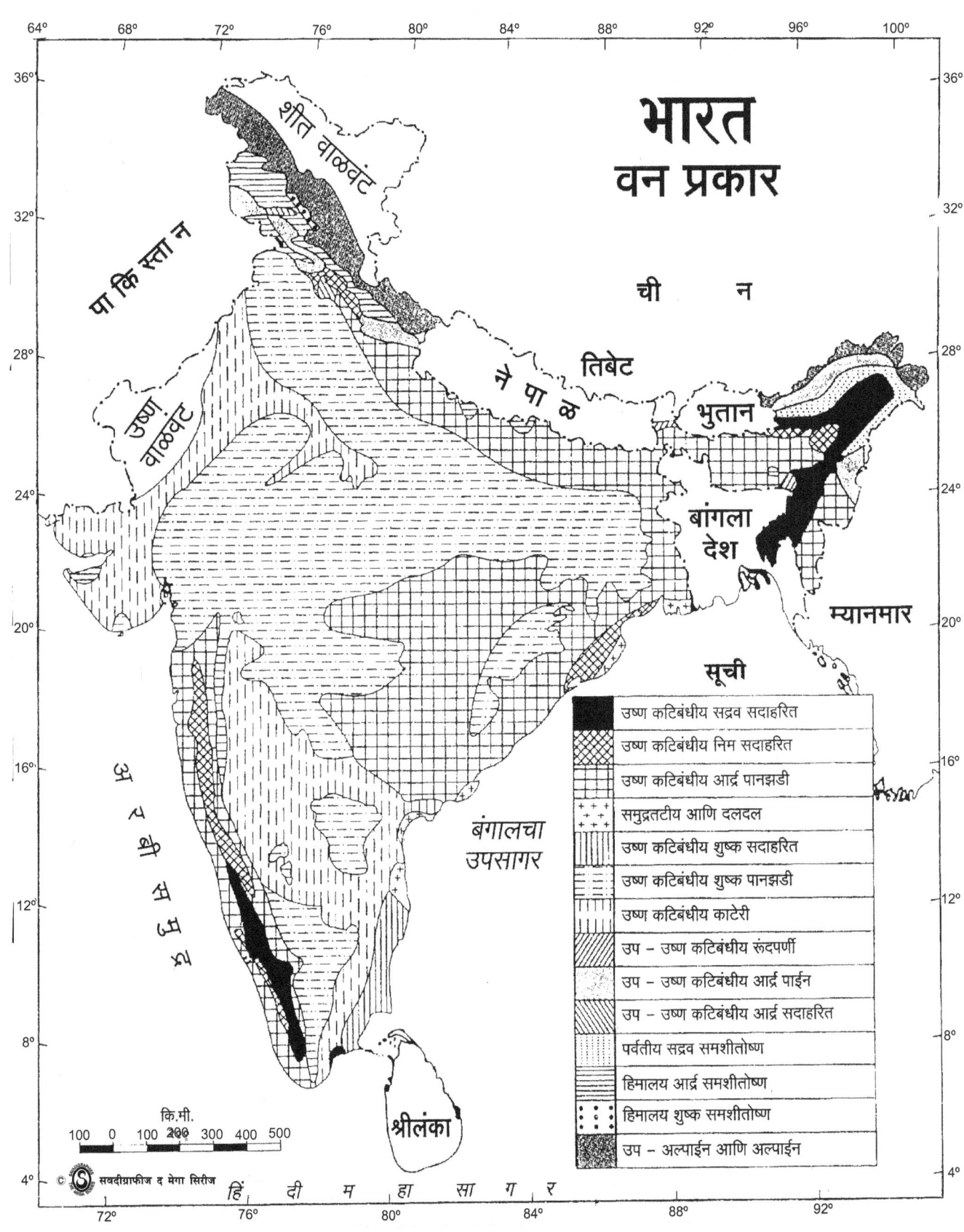

सूची

नकाशा क्र. 4.27 : भारत – नैसर्गिक वनस्पती/वने

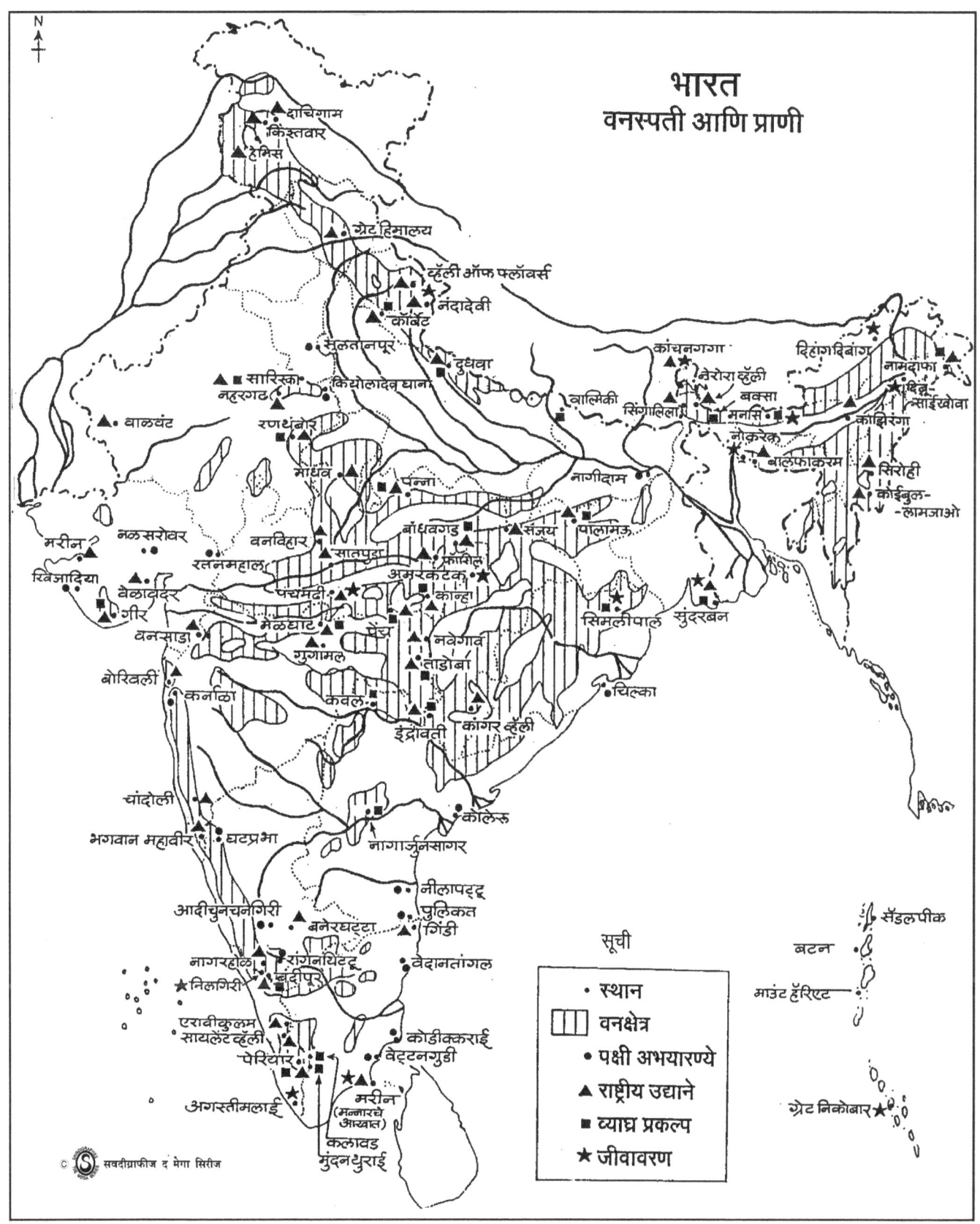

नकाशा क्र. 4.28 : भारत - महत्त्वाची राष्ट्रीय उद्याने, अभयारण्ये, जीवावरण राखीव

4.8   भारत : वनाच्छादन स्थिती अहवाल
(India State of Forest Report-2017)

भारतीय वनखात्यानुसार वनांची वर्गवारी (1) अति दाट वने (Very Dense Forest-VDF) (2) मध्यम दाट वने (Moderately Dense Forest-MDF) (3) खुली वने (Open Forest-OF).

खुरटी वने (Scrub) : भारतीय वन खात्याने वनाच्छादनामध्ये खुरटी वने (Scrub) यांचा समावेश केलेला नाही. VDF, MDF आणि OF मध्ये खाजण वनाच्छादनाचा (Mangrove Cover) समावेश केलेला आहे.

तक्ता क्र. 4.25 : भारत – वनाच्छादन (2017)

वर्गवारी	क्षेत्र (चौ.कि.मी.)	भौगोलिक क्षेत्राशी टक्केवारी
1. अति दाट वने (VDF)	98,158	2.99
2. मध्यम दाट वने (MDF)	3,08,318	9.38
3. खुली वने (MDF)	3,01,797	9.18
एकूण वन आच्छादन*	**7,08,273**	**21.54**
खुरटी वनस्पती (Scrub)	45,979	1.40
वनविरहित क्षेत्र (Non-Forest)	25,33,217	77.06
एकूण भौगोलिक क्षेत्र	**32,87,469**	**100.00**

*4921 चौ.कि.मी. खाजण वनाच्छादनाचा (Mangrove Cover) समावेश.

स्रोत : India State of Forest Report-2017, Page No. 25

भारतामध्ये वन अहवाल 2017 नुसार एकूण वनाच्छादन 7,08,273 चौ.कि.मी. (सुमारे 7 लाख चौ.कि.मी.) असून भारतीय भौगोलिक क्षेत्राशी त्याची 21.54% आहे. यापैकी अतिदाट वने (VDF) 98,158 चौ.कि.मी., मध्यम दाट वने (MDF) 3,08,318 चौ.कि.मी. आणि खुली वने (OF) 3,07,797 चौ.कि.मी. आहेत. त्यांची एकूण भौगोलिक क्षेत्राशी टक्केवारी अनुक्रमे 2.99, 9.38 आणि 9.18 आहे.

राज्य/संघराज्यामधील वनाच्छादनाचे स्वरूप (खुरटी वनस्पती वगळून) : (अ) वनाच्छादनानुसार (2017) पहिली पाच राज्ये : भारतामध्ये 2017 नुसार सर्वांत जास्त वनाच्छादन मध्य प्रदेशचे 77,414 चौ.कि.मी. आहे. या खालोखाल (ii) अरुणाचल प्रदेश (66,964 चौ.कि.मी.) (iii) छत्तीसगड (55,540 चौ.कि.मी.) (iv) ओडिशा (51,345 चौ.कि.मी.) आणि (v) महाराष्ट्र (50,682 चौ.कि.मी.) राज्यांचा क्रमांक आहे. **(ब) वनाच्छादनाच्या टक्केवारीनुसार पहिली पाच राज्ये/संघराज्ये :** भारतामध्ये 2017 च्या अहवालानुसार वनाच्छादनाच्या टक्केवारीमध्ये सर्वांत पहिला क्रमांक लक्षद्वीप बेटाचा (90.33%) आहे. या खालोखाल (ii) मिझोराम (86.2%) (iii) अंदमान व निकोबार बेटे (81.73%) (iv) अरुणाचल प्रदेश (79.96%) आणि (v) मणिपूर (77.69%) राज्य व केंद्रशासित प्रदेशांचा क्रमांक आहे. यानंतर मेघालय (76.45%), नागालँड (75.33%) आणि त्रिपुरा (73.68%) राज्यांचा क्रमांक आहे.

भारतामधील खुरट्या वनस्पतीचे स्वरूप : भारतामध्ये 2017 नुसार खुरट्या वनस्पतीचे क्षेत्र 45,979 चौ.कि.मी. असून त्याची भौगोलिक क्षेत्राशी 1.4% टक्केवारी आहे. खुरट्या वनस्पतीचे सर्वांत जास्त क्षेत्र आंध्र प्रदेशात (9,560 चौ.कि.मी.) असून या खालोखाल (ii) मध्य प्रदेश (6,279 चौ.कि.मी.) (iii) राजस्थान (4,570 चौ.कि.मी.) (iv) कर्नाटक (484 चौ.कि.मी.) आणि (v) महाराष्ट्र (4,160 चौ.कि.मी.) राज्यांचा क्रमांक आहे.

तक्ता क्र. 4.26 : निवडक राज्यांचे वनाच्छादन*   (चौ.कि.मी.)

राज्य	भौगोलिक क्षेत्र	एकूण वनाच्छादन	भौगोलिक क्षेत्राशी एकूण वनाच्छादनाची टक्केवारी
आंध्र प्रदेश	1,62,968	28,147	17.3
गुजरात	1,96,244	14,757	7.5
कर्नाटक	1,91,791	37,550	19.6
केरळ	38,852	20,321	52.3
मध्य प्रदेश	3,08,252	77,414	25.1
महाराष्ट्र	**3,07,713**	**50,682**	**16.5**
राजस्थान	3,42,239	16,572	4.8
तेलंगणा	1,12,077	20,419	18.2
उत्तर प्रदेश	2,40,928	14,679	6.1
भारत	**32,87,469**	**7,08,273**	**21.5**

आधार : भारत वनस्थिती अहवाल, 2017   उपग्रहाद्वारे प्राप्त माहितीवर आधारित (ऑक्टोबर 2015 ते जानेवारी 2016)

संदर्भ : महाराष्ट्राची आर्थिक पाहणी : 2017-2018, पान क्र. 116

भारत वनाच्छादनामधील बदल (अहवाल 2015 आणि 2016) :

भारतीय राज्य वन अहवालाची (India State of Forest Report-ISFR, 2015 – ISFE 2017) स्थितीमधील बदल वैशिष्ट्यपूर्ण आहेत.

(1) भारतामधील सकारात्मक वनाच्छादन बदलाची कारणे : वन संवर्धनाच्या योजना, वनीकरण कार्यक्रम, वन संरक्षणासाठी स्थानिक लोकांचा सहभाग, वनक्षेत्राव्यतिरिक्त प्रदेशात वृक्ष लागवड.

(2) भारतामधील नकारात्मक बदलाची (वृक्ष क्षेत्र घटण्याची) कारणे : वृक्ष लागवडीची अल्प फेरबदल अतिक्रमण क्षेत्रामधील वृक्षतोड, जैविक ताण, स्थलांतरित शेती इत्यादी. वनस्पती वर्गीकरण प्ररूपामधील बदल हिम किंवा मेघाच्छादनाचा परिणाम, टेकड्यांच्या सावलीचा प्रतिकूल परिणाम.

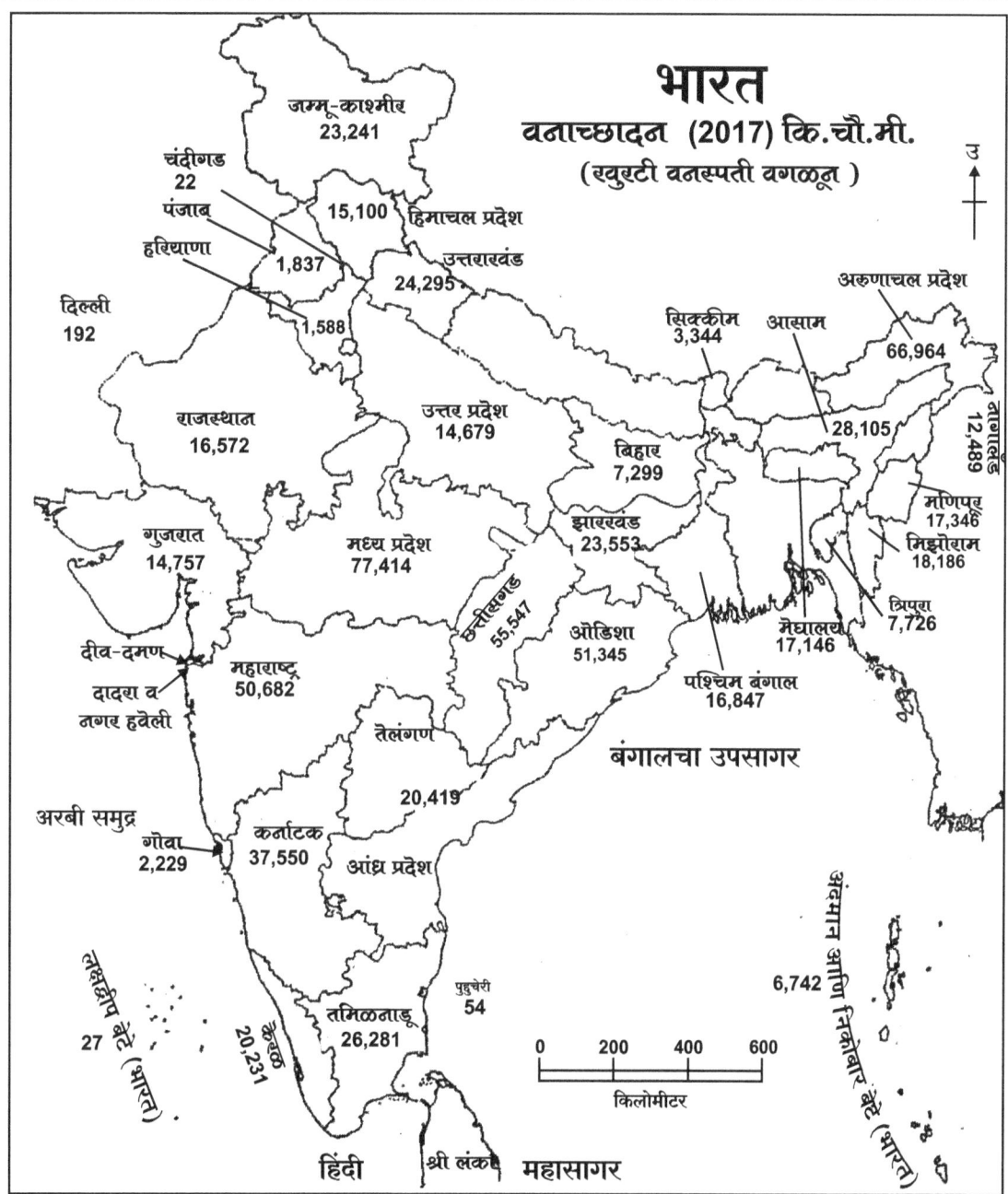

भारत
वनाच्छादन (2017) कि.चौ.मी.
(खुरटी वनस्पती वगळून)

जम्मू-काश्मीर 23,241
चंदीगड 22
पंजाब 1,837
हरियाणा 1,588
हिमाचल प्रदेश 15,100
दिल्ली 192
उत्तराखंड 24,295
सिक्कीम 3,344
आसाम 28,105
अरुणाचल प्रदेश 66,964
नागालँड 12,489
राजस्थान 16,572
उत्तर प्रदेश 14,679
बिहार 7,299
झारखंड 23,553
मणिपूर 17,346
मिझोराम 18,186
गुजरात 14,757
मध्य प्रदेश 77,414
छत्तीसगढ 55,547
ओडिशा 51,345
मेघालय 17,146
त्रिपुरा 7,726
दीव-दमण
दादरा व नगर हवेली
महाराष्ट्र 50,682
पश्चिम बंगाल 16,847
तेलंगण 20,419
बंगालचा उपसागर
अरबी समुद्र
गोवा 2,229
कर्नाटक 37,550
आंध्र प्रदेश
लक्षद्वीप बेटे (भारत) 27
केरळ 20,231
तमिळनाडू 26,281
पुडुचेरी 54
अंदमान आणि निकोबार बेटे (भारत) 6,742
0   200   400   600
किलोमीटर
हिंदी
श्री लंका
महासागर

नकाशा क्र. 4.29 : भारत-वनाच्छादन (2017) चौ.कि.मी. खुरटी वनस्पती वगळून

ISFR 2015 व ISFR 2017 च्या वनाच्छादनाची तुलना करता झालेला बदल : • राष्ट्रीय स्तरावर वनाच्छादनामध्ये 6,778 चौ.कि.मी. वाढ झालेली आहे. • देशात प्रामुख्याने आंध्र प्रदेश (2,141 चौ.कि.मी.), कर्नाटक (1,101 चौ.कि.मी.) आणि केरळ (1,043 चौ.कि.मी.) राज्यांमध्ये वनाच्छादनात वाढ झालेली आहे. नोंदणीकृत वनाच्छादन (Recorded Forest Area) आणि बाह्यक्षेत्रामध्ये वनसंवर्धन व वृक्ष लागवडीमुळे शक्य झाले. • **रिसोर्स सॅट-2 (Resources Sat-2) मुळे अधिक अचूक माहिती प्राप्त झाली.** या प्रकारची वनाच्छादनामधील वाढ (i) ओडिशा (885 चौ.कि.मी.) (ii) आसाम (567 चौ.कि.मी.) (iii) तेलंगण (5,657 चौ.कि.मी.) (iv) राजस्थान (466 चौ.कि.मी.) (v) हिमाचल प्रदेश (393 चौ.कि.मी.) (vi) उत्तर प्रदेश (278 चौ.कि.मी.) (vii) जम्मू आणि काश्मीर (253 चौ.कि.मी.) (viii) मणिपूर (263 चौ.कि.मी.).

वनाच्छादनामध्ये घट झालेली राज्ये : (i) मिझोराम (53 चौ.कि.मी.) (ii) नागालँड (450 चौ.कि.मी.) (iii) अरुणाचल प्रदेश (190 चौ.कि.मी.) (iv) महाराष्ट्र (17 चौ.कि.मी.)

• राष्ट्रीय स्तरावर अतिदाट वनाच्छादनात 9,526 चौ.कि.मी. आणि खुल्या वनात 1,674 चौ.कि.मी. क्षेत्र वाढले आहे. तर मध्यम दाट वनामध्ये 4,421 चौ.कि.मी. घट झाली आहे.

भारतामधील डोंगराळ जिल्ह्याचे वनाच्छादन (2017) : • भारतामधील डोंगराळ जिल्ह्यामधील एकूण वनाच्छादन 2,83,462 चौ.कि.मी. आहे. याची भौगोलिक क्षेत्राशी 40.22 टक्केवारी आहे. देशामध्ये 16 राज्यांत डोंगरी जिल्हे आहेत. • भारतामधील डोंगराळ जिल्ह्यात एकूण अति दाट वने 45,972 चौ.कि.मी. मध्यम दाट वने 1,30,586 चौ.कि.मी. व खुली वने 1,06,904 चौ.कि.मी. आहेत. • अरुणाचल प्रदेश, हिमाचल प्रदेश, मणिपूर, मेघालय, मिझोराम, नागालँड, सिक्कीम, त्रिपुरा आणि उत्तराखंड या राज्यांमधील सर्व जिल्हे डोंगराळ आहेत. देशाच्या सर्व डोंगराळ जिल्ह्यात वनाच्छादनामध्ये 756 चौ.कि.मी. वाढ झालेली आहे.

महाराष्ट्रामधील डोंगराळ जिल्ह्यामधील वनाच्छादनाचे स्वरूप : महाराष्ट्रामध्ये एकूण सात डोंगरी जिल्हे आहेत. यांचे भौगोलिक क्षेत्र 69,905 चौ.कि.मी. आहे. यापैकी 15,620 चौ.कि.मी. वनक्षेत्र आहे. याची भौगोलिक क्षेत्राशी 22.34% आहे. अतिदाट वने 315 चौ.कि.मी., मध्यम दाट वने 7,246 चौ.कि.मी. आणि खुली वने 8,059 चौ.कि.मी. आहेत.

भारत - आदिवासी (अनुसूचित जमाती) जिल्ह्यांमधील वनाच्छादन :

भारतामध्ये आदिवासी आणि वने यांचे परंपरागत घनिष्ठ नाते आहे. याचप्रमाणे सामाजिक, आर्थिक, सांस्कृतिक, धार्मिक आणि औषधी गरजांसाठी वनांवर अवलंबून असतात. देशामध्ये 27 राज्ये व संघराज्यामध्ये 215 आदिवासी जिल्हे आहेत. सर्व आदिवासी जिल्हे एकात्मिक आदिवासी विकास कार्यक्रमांतर्गत (Integrated Tribal Development Programme-ITDP) जोडलेले आहेत.

वैशिष्ट्ये :

- भारतामध्ये आदिवासी जिल्ह्यामध्ये एकूण वनाच्छादन 2017 नुसार 4,21,170 चौ.कि.मी. क्षेत्र आहे. याची त्याच्या भौगोलिक क्षेत्राशी 37.43% आहे. तर खुरट्या वनस्पतीचे क्षेत्र 16,042.27 चौ.कि.मी. आहे. 2015 च्या मानाने एकूण वनाच्छादनात 86.89 चौ.कि.मी. वाढ झालेली आहे.
- भारतामध्ये आदिवासी जिल्ह्यात 2017 नुसार अतिदाट वनाच्छादन 71,439 चौ.कि.मी., मध्यम दाट वने 1,89,328 चौ.कि.मी. तर खुली वने 1,64,403 चौ.कि.मी. आहे.
- **आदिवासी जिल्ह्यामधील सर्वांत जास्त वनाच्छादन असणारी पहिली पाच राज्ये -** भारतामध्ये 2017 नुसार सर्वांत जास्त वनाच्छादन आदिवासी जिल्ह्यात अरुणाचल प्रदेशात असून एकूण वनक्षेत्र 66,964 चौ.कि.मी. आहे. या खालोखाल (ii) मध्य प्रदेश (47,414 चौ.कि.मी.) (iii) छत्तीसगड (39,190 चौ.कि.मी.) (iv) ओडिशा (34,206 चौ.कि.मी.) (v) महाराष्ट्र (30,537 चौ.कि.मी.) या राज्यांचा क्रमांक आहे.
- **भारतामध्ये आदिवासी जिल्ह्यात खुरटी वने सर्वांत जास्त असणारे पाच जिल्हे -** आंध्र प्रदेश (3,078 चौ.कि.मी.) ओडिशा (2,655 चौ.कि.मी.) मध्य प्रदेश (2,352 चौ.कि.मी.) महाराष्ट्र (2,177 चौ.कि.मी.) मणिपूर (1,111 चौ.कि.मी)

जग - खाजण वनाच्छादन :

24° उ. अ. ते 38° द. अ. दरम्यान आंतरभरती-ओहोटी उष्ण कटिबंधीय आणि उपउष्ण कटिबंधीय प्रदेशामध्ये याला खाजण असे संबोधतात. खाजण वनस्पतीचे वितरण वरील प्रदेशामधील 123 देशांमध्ये झालेले आहे. खाजण वनाचे एकूण जागतिक क्षेत्र 1,50,000 चौ.कि.मी. आहे. (**स्रोत :** World Atlas Mangroves, 2010)

आग्नेय आशियामध्ये सर्वांत जास्त खाजण वने आहेत. या खालोखाल दक्षिण अमेरिका, उत्तर मध्य अमेरिका, पश्चिम व मध्य आफ्रिका, दक्षिण आशिया देशांचा क्रमांक आहे.

दक्षिण आशियामध्ये खाजण वनांचे क्षेत्र 10,344 चौ.कि.मी. असून जागतिक स्तरापैकी 6.8% वाटा आहे. दक्षिण आशियामध्ये भारताची टक्केवारी 45.8% आहे.

भारत - खाजण वनाच्छादन :

भारतामध्ये 2015 नुसार खाजणाचे क्षेत्र 4,740 चौ.कि.मी. आहे. भारतामध्ये सर्वांत जास्त खाजणाचे क्षेत्र पश्चिम बंगालमध्ये 2,106 चौ.कि.मी. आहे. या खालोखाल गुजरात (1,107 चौ.कि.मी.), अंदमान व निकोबार बेटे (617 चौ.कि.मी.), आंध्र प्रदेश (367 चौ.कि.मी.), ओडिशा (231 चौ.कि.मी.) आणि महाराष्ट्र (222 चौ.कि.मी.) या राज्यांचा क्रमांक आहे. भारतामधील सुमारे खाजण क्षेत्र पश्चिम बंगालमधील सुदबन वनामध्ये आहे.

2017 नुसार भारतामध्ये खाजण वनाचे क्षेत्र : 4,921 चौ.कि.मी. याचे भारताच्या एकूण भौगोलिक क्षेत्राशी टक्केवारी फक्त 0.15% आहे आणि दाट खाजण वनाचे क्षेत्र 1,481 चौ.कि.मी. (30.10%), खाजण वने 1,480 चौ.कि.मी. (30.07%) आणि खुली खाजण वने 1,980 चौ.कि.मी. (39.83%) आहे. 2015 च्या तुलनेने 2017 साली एकूण खाजण क्षेत्रामध्ये 181 चौ.कि.मी. ची वाढ झालेली आहे.

2017 नुसार भारतामध्ये सर्वांत जास्त खाजण वनाचे क्षेत्र 2,114 चौ.कि.मी. असून या खालोखाल गुजरात (1,140 चौ.कि.मी.), अंदमान व निकोबार (617 चौ.कि.मी.), आंध्र प्रदेश (404 चौ.कि.मी.), महाराष्ट्र (304 चौ.कि.मी.) आणि ओडिशा (243 चौ.कि.मी.) या राज्यांचा क्रमांक आहे.

2017 नुसार अतिदाट खाजण वनाचे क्षेत्र 1,481 चौ.कि.मी., मध्यम दाट खाजण वनांचे क्षेत्र 1,480 चौ.कि.मी. आणि खुल्या खाजण वनाचे क्षेत्र 1,960 चौ.कि.मी. आहे.

भारतीय वन्य जीवन

भारताची जैवविविधतेची वैशिष्ट्ये

• **भारतात जागतिक भू-प्रदेशाचा** 2.4% **भाग आहे, तर जागतिक जैवविविधतेचा** 8.22% **वाटा आहे.** • जगामधील प्रमुख 12 मेगा विविधतेच्या प्रदेशांपैकी भारत एक आहे. भारतात **जागतिक वनसृष्टीपैकी** 10.88% **व जागतिक प्राणिसृष्टीपैकी** 7.31% **जैवविविधता आहे.** • भारताचा **वनस्पती विविधतेमध्ये जगात दहावा आणि आशिया खंडात चौथा क्रमांक** आहे. • जगात भारताचा **सस्तन जातींच्या संख्येत दहावा क्रमांक** आहे. • भारताचा **उच्च पृष्ठवंशीय प्रदेशनिष्ठ जातींमध्ये अकरावा क्रमांक** आहे. • जगात **कृषी आणि पशुसंगोपन जातींच्या संख्येत भारताचा सातवा क्रमांक** आहे. • **भारतात उष्ण कटिबंधीय आर्द्र वने, उष्ण कटिबंधीय, शुष्क पानझडी वने आणि उष्ण वाळवंटे/निम वाळवंटी अशा तीन जीवसंहती** (Biomes) **आहेत. भारतात दहा जैव-भौगोलिक प्रदेश आहेत.** • **जगामधील** 25 **संपन्न ठिकाणांपैकी** (Hot-spots) **भारतात पश्चिम घाट व पूर्व हिमालय ही दोन संपन्न ठिकाणे आहेत. जगामधील अत्यंत महत्त्वाच्या किंवा अति संपन्न ठिकाणात** (Hottest Hot Spots) **या दोन संपन्न ठिकाणांचा समावेश होतो.** • भारतात **प्रदेशनिष्ठ** 26 **प्रदेश** आहेत. • भारतात **जागतिक पाच वारसा स्थाने, जीवावरण चौदा, राखीव क्षेत्रे आणि रामसार** (Ramsar) **सहा आर्द्र प्रदेश** आहेत. भारतात वनस्पती उद्याने 33, राष्ट्रीय उद्याने 92, प्राणिसंग्रहालये 275, अभयारण्ये 504 आहेत. त्यांनी भारताचे 15.67 दशलक्ष हेक्टर क्षेत्र व्यापलेले आहे. • देशाच्या भौगोलिक प्रदेशांपैकी 2/3 क्षेत्राचे सर्वेक्षण वन आणि पर्यावरण मंत्रालयांनी करून असा अहवाल दिला की, सध्या देशात **प्राणिसृष्टी जाती** 89,317 **आणि वनसृष्टी जाती** 45,364 **आहेत. त्याचा अनुक्रमे जागतिक प्राणिसृष्टीत** 7.31% **व वनसृष्टीत** 10.88% **वाटा आहे.** • जगातील मूळ 12 कृषी क्षेत्रांपैकी भारत एक केंद्र आहे. भारतात कृषी जैवविविधतेची सुसंपन्नता आहे. देशात पीक जाती व वन्य संबंधित जाती 167 आहेत. भारत हे तांदूळ, तूर, आंबा, हळद, आले, ऊस, बेरी इत्यादींसारख्या 30,000 ते 50,000 प्रकारांचे मूळ स्थान आहे असे वाटते. जागतिक कृषीमध्ये भारताचा सातवा क्रमांक आहे.

तक्ता क्र. 4.27 : भारताचे राखीव जीवावरण

जीवावरणाचे नाव	राज्य	जीवावरणाचे नाव	राज्य
1. निलगिरी	तमिळनाडू, कर्नाटक व केरळ	2. नंदादेवी	उत्तराखंड
3. नोकरेक	मेघालय	4. मानस	आसाम
5. सुंदरबन	पश्चिम बंगाल	6. मन्नारचे आखात	भारत व श्रीलंका दरम्यानचा प्रदेश
7. सिमलीपाल	ओडिशा	8. दिब्रू-साईखोवा	आसाम
9. देहांग-देबांग	अरुणाचल प्रदेश	10. पंचमढी	मध्य प्रदेश
11. कांचनगंगा	सिक्कीम	12. अगस्तीमलाई	केरळ
13. अचनाकमर-अमरकंटक	मध्य प्रदेश व छत्तीसगढ	14. ग्रेट निकोबार	अंदमान व निकोबार बेटे

तक्ता क्र. 4.28 : भारतामधील जागतिक वारसाची स्थाने

ठिकाण	राज्य	ठिकाण	राज्य
1. काझीरंगा राष्ट्रीय उद्यान	आसाम	2. कोयलादेव घाना राष्ट्रीय उद्यान	राजस्थान
3. मानस वन्य जीव अभयारण्ये	आसाम	4. नंदादेवी राष्ट्रीय उद्यान	उत्तराखंड
5. सुंदरबन राष्ट्रीय उद्यान	पश्चिम बंगाल		

• भारताची सागरी सुसंपन्न जैवविविधतेमुळे शक्ती वाढलेली आहे. भारताला 7,516 कि.मी. लांबीची किनारपट्टी आहे की, त्या परिसरात 202 **दशलक्ष चौ.कि.मी. चा विशेष आर्थिक विभाग आहे.** खारफुटी/कच्छ/तिवर/सुंद्री वनस्पती (Mangrooves), खाडी, खाजण (Lagoons), प्रवाळ बेटे यांसारख्या परिसंस्था अतिशय उत्पादित आहेत. • प्राणी प्लवंगाच्या 16,000 जातींची नोंद झालेली आहे. **भारतात खारफुटी वनस्पतींच्या** 45 **जाती आहेत. प्रवाळाच्या** 76 **प्रजातींमध्ये** 342 **जाती असून जगामधील** 5% **प्रवाळभित्ती आढळतात.**

भारताने आंतरराष्ट्रीय करारावर सह्या केलेल्या आहेत. उदा., जैवविविधतेचे संवर्धनाच्या उद्दिष्टासाठी धोक्यात आलेल्या जातीसाठी आंतरराष्ट्रीय व्यापाराचा करार (Convention of International Trade on Endangered Species - CITES) आणि स्थलांतरित जातींचा करार (Convention of Migratory Species - CMS) केलेला आहे.

तक्ता क्र. 4.29 : भारत - वनक्षेत्र, टक्केवारी, बदल व खुरटी वने (2017)

अ. क्र.	राज्य/संघराज्य	एकूण वने	भौगोलिक क्षेत्राशी %	2015 च्या तुलनेने वनाच्छादनात बदल चौ.कि.मी.	% बदल	खुरटी वने
1.	आंध्र प्रदेश	28,147	17.27	2141	1.31	9,560
2.	अरुणाचल प्रदेश	66,964	79.96	– 190	– 0.23	247
3.	आसाम	28,105	35.83	567	0.72	217
4.	बिहार	7,299	7.75	45	0.05	228
5.	छत्तीसगड	55,547	41.09	– 12	– 0.01	552
6.	दिल्ली	192.41	12.97	3.64	0.25	0.67
7.	गोवा	2,229	60.21	19	0.51	0
8.	गुजरात	14,757	7.52	47	0.02	2,194
9.	हरियाणा	1,588	3.59	8	0.02	154
10.	हिमाचल प्रदेश	15,100	27.12	393	0.71	308
11.	जम्मू-काश्मीर	23.241	10.46	253	0.11	573
12.	झारखंड	23,553	29.55	29	0.04	669
13.	कर्नाटक	37,550	19.58	1101	0.57	4,484
14.	केरळ	20,321	52.30	1043	2.68	23
15.	मध्य प्रदेश	77,414	25.11	– 12	0.00	6,279
16.	महाराष्ट्र	50,682	16.47	– 17	– 0.01	4,160
17.	मणिपूर	17,346	77.69	263	1.18	1,111
18.	मेघालय	17,146	76.45	– 116	– 0.52	505
19.	मिझोराम	18,186	86.27	– 531	– 2.52	0
20.	नागालँड	12,489	75.33	– 450	– 2.71	503
21.	ओडिशा	51,345	32.98	885	0.57	4,306
22.	पंजाब	1,837	3.65	66	0.13	33
23.	राजस्थान	16,572	4.84	466	0.14	4,579
24.	सिक्कीम	3,344	47.13	– 9	– 0.13	307
25.	तमिळनाडू	26,281	20.21	73	0.06	657

(क्रमशः)

अ. क्र.	राज्य/संघराज्य	एकूण वने	भौगोलिक क्षेत्राशी %	2015 च्या तुलनेने वनाच्छादनात बदल चौ.कि.मी.	% बदल	खुरटी वने
26.	तेलंगणा	20,419	18.22	565	0.50	3,238
27.	त्रिपुरा	7,726	73.68	– 164	– 1.56	15
28.	उत्तर प्रदेश	14,679	6.09	278	0.12	551
29.	झारखंड	24,295	45.43	23	0.04	383
30.	पश्चिम बंगाल	16,847	18.98	21	0.02	136
31.	अंदमान-निकोबार	6,742	81.73	– 9	– 0.11	1
32.	चंदीगड	21.56	18.91	– 0.10	– 0.09	0.02
33.	दादरा-नगर हवेली	207	42.16	1	0.20	5
34.	दमण-दीव	20.49	18.46	0.88	0.79	0.27
35.	लक्षद्वीप	27.10	90.33	0.04	0.13	0
36.	पुद्दुचेरी	53.67	10.95	– 3.28	– 0.67	0
	एकूण	**708273**	**21.54**	**6778**	**0.21**	**45979**

Source : India State of Forest Report; Page 28

तक्ता क्र. 4.30 : Forest Cover of India

Class	Area (sq km)	Percent of Geographical Area
Very Dense Forest	98,158	2.99
Moderately Dense Forest	3,08,318	9.38
Open Forest	3,01,797	9.18
Total Forest Cover*	7,08,273	21.54
Scrub	45,979	1.40
Non-Forest	25,33,217	77.06
Total Geographic Area	32,87,469	100.00

* Includes 4,921 sq km under Mangrove Cover Percentage rounded off

तक्ता क्र. 4.31 : भारत - खाजण/तिवर वनांची स्थिती (2017)

अ. क्र.	राज्य/संघराज्य	अति दाट	मध्यम दाट	खुली वने	एकूण
1.	आंध्र प्रदेश	0	213	191	404
2.	गोवा	0	20	6	26
3.	गुजरात	0	172	968	1,140
4.	कर्नाटक	0	2	8	10
5.	केरळ	0	5	4	9
6.	महाराष्ट्र	0	88	216	304
7.	ओडिशा	82	94	67	243
8.	तमिळनाडू	1	25	23	49
9.	पश्चिम बंगाल	999	692	423	2,114
10.	अंदमान-निकोबार बेटे	399	169	49	617
11.	दमण-दीव	0	0	3	3
12.	पुद्दुचेरी	0	0	2	2
	एकूण	**1,481**	**1,480**	**1,960**	**4,921**

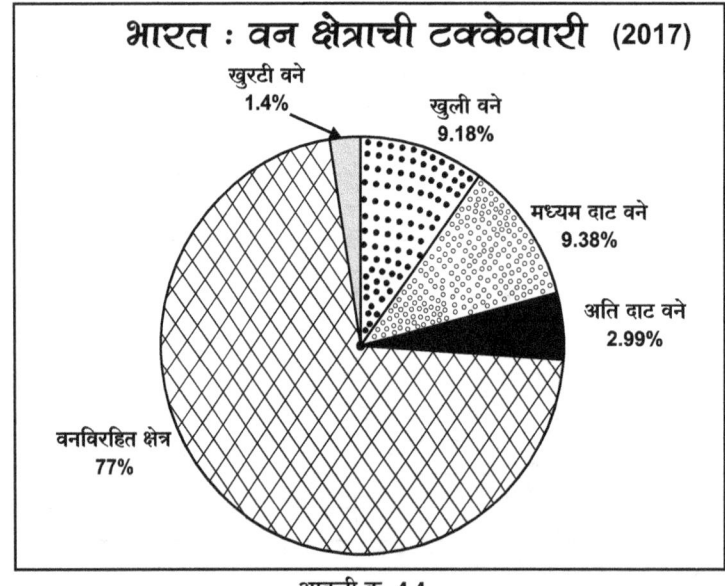

आकृती क्र. 4.4

★ ★ ★

5. भारत : आर्थिक भूगोलाचे स्वरूप

देशाचा आर्थिक विकास प्राथमिक, द्वितीयक, तृतीयक आणि चतुर्थक आर्थिक क्रियांनी होत असतो. भारत विकसित देशाची वाटचाल करीत आहे. द्वितीयक आर्थिक क्रिया वाढत आहे. तृतीयक आणि चतुर्थक आर्थिक क्रिया गतिमान होत आहेत. त्या मानाने प्राथमिक क्रिया पिछाडीवर पडत आहेत. भारतात अर्थात कृषीचे अनन्यसाधारण महत्त्व कोणीच नाकारीत नाही. या सर्वांचा आपण थोडक्यात आढावा घेणार आहोत.

5.1 भारत : पशुधन आणि मासेमारी

राष्ट्रीय अर्थव्यवस्थेमध्ये पशुधन व दुग्धविकासाची भूमिका, महत्त्व आणि वैशिष्ट्ये
(Role, Importance and Significance of Animal Husbandry and Dairy Development in National Economy)

- जगामध्ये सर्वांत जास्त पशुधनाची संख्या भारतात आहे.

(1) **भारतीय पशुधनाच्या संख्येच्या बाबतीत जागतिक स्थान :** जगामधील एकूण म्हशींपैकी 57% म्हशी आणि जागतिक गुरांपैकी 14% गुरे भारतामध्ये आहेत. जगामध्ये गुरे आणि म्हशींच्या संख्येमध्ये भारताचा पहिला क्रमांक आहे, तर शेळ्यांच्या संख्येमध्ये दुसरा आणि मेंढ्यांच्या बाबतीत तिसरा क्रमांक आहे.

(2) **साधारण प्रतीच्या गवतावर चराई :** भारताच्या बहुतेक सर्व जनावरांची चराई साधारण प्रतीच्या गवतावर आणि काही प्रतिकूल वातावरणामध्ये होते. एवढे असूनही जगामध्ये दुग्धोत्पादनामध्ये भारताचा पहिला क्रमांक आहे.

(3) **ग्रामीण अर्थव्यवस्थेमध्ये पशुसंवर्धन आणि दुग्धविकासास अनन्यसाधारण महत्त्व :** भूमिहीन, लहान आणि सामान्य शेतकऱ्यांना दुय्यम उत्पादनाचे महत्त्वाचे साधन आहे.

(4) **उदरनिर्वाहासाठी पूरक व्यवसाय :** डोंगराळ आदिवासी, अवर्षण प्रवण क्षेत्र आणि निम-नागरी क्षेत्रामधील लोकांना पशुधन आणि दुग्धव्यवसाय निर्वाहासाठी पूरक आहेत.

(5) पशुसंवर्धनाचा राष्ट्रीय उत्पन्नात सुमारे 30% वाटा आहे.

(6) **पशुधन आणि मासेमारीपासून उत्पन्न :** एकूण कृषी आणि संबंधित विभागापैकी पशुधन आणि मासेमारी व्यवसायांमधून 37.7% उत्पन्न प्राप्त होते.

(7) **पशुगणनेनुसार पशुधनाची संख्या :** 2012 सालच्या पशुधन गणनेनुसार भारतामध्ये एकूण पशुधन 512.1 दशलक्ष होते.

(8) **पशुधनाच्या उत्पादकतेसाठी विविध योजना :** भारतामध्ये गेल्या काही पंचवार्षिक योजनांद्वारा भारत सरकारने पशुधनाच्या उत्पादकतेसाठी विविध उपाययोजना अमलात आणल्या. यामुळे दुग्धोत्पादनामध्ये लक्षणीय वाढ होऊन 2016-2017 साली 163.7 दशलक्ष टन उत्पादन झाले. याचप्रमाणे अंड्याचे उत्पादन 88.1 अब्ज आणि लोकर 43.5 दशलक्ष कि.ग्रॅ. झाले.

(9) मानवास प्रथिने आणि पूरक पोषण द्रव्याचा पुरवठा केला जातो.

(10) भारताच्या निर्यातीमध्ये पशुधनाचे स्थान : भारताच्या निर्यात व्यापारात पशुधन, कुक्कुटपालन आणि संबंधित उत्पादनापासून 2014-2015 साली ₹ 33,141 कोटी परकीय चलन मिळाले.

भारतामधील पशुधन (Livestock in India)

भारतात सुमारे 500 प्रकारचे विविध प्राणी, 3,000 प्रकारचे पक्षी आढळतात.
भारतातील प्राण्यांचे वर्गीकरण : (1) पाळीव प्राणी, (2) वन्य प्राणी, (3) पक्षी, (4) जलचर.

पाळीव प्राणी

(अ) गुरे

गुरांना भारतीय अर्थव्यवस्थेत अत्यंत महत्त्वाचे स्थान आहे. देशात 2003 सालच्या जनगणनेनुसार सुमारे 185 दशलक्ष गुरे आहेत. गुरांच्या संख्येत भारताचा जगात प्रथम क्रमांक लागतो. उत्तर प्रदेश, राजस्थान, पंजाब, हरियाणा येथे गुरांची घनता जास्त आहे.

दुष्काळसदृश परिस्थितीला तोंड देणाऱ्या जाती : नागोरी, बाचौर, केनकथा, मालवी, खेरीगढ, हल्लीकर, अमृतमहल, खिलारी इत्यादी दुष्काळसदृश परिस्थितीला तोंड देणाऱ्या भारतातील गुरांच्या जाती आहेत. **(नकाशा क्र. 5.1 पाहा.)**

तक्ता क्र. 5.1 : भारत - गुरांचे वितरण (दुष्काळसदृश परिस्थितीला तोंड देणाऱ्या जाती)

गुरे	राज्ये - प्रदेश	गुरे	राज्ये - प्रदेश
1. हल्लीकर, अमृतमहाल	कर्नाटक	6. नागोरी	मूळ राजस्थान, हरियाणा, उत्तर प्रदेश, मध्य प्रदेश, छत्तीसगड
2. थरपारकर	गुजरात, राजस्थान	7. खिलारी	महाराष्ट्र : सोलापूर, सातारा, सांगली
3. कॉकरेज	गुजरात मैदान	8. डांगी	महाराष्ट्र : अहमदनगर, नाशिक, ठाणे, रायगड
4. निमारी	मध्य प्रदेश - नर्मदा खोरे	9. मेवती	उत्तर प्रदेश : मथुरा राजस्थान : अलवार, भरतपूर
5. ओंगोल	आंध्र प्रदेश - नेल्लोर, गुंटूर		

भारतामधील गाईंचे वर्गीकरण : भारतात वेगवेगळ्या भागातील मिळून एकूण 26 प्रकारच्या गाईंच्या जाती आहेत. त्यांचे वर्गीकरण पुढीलप्रमाणे आहे - गायींचे प्रमुख दोन प्रकार पडतात. (1) वशिंडरहित गाय (2) वशिंडधारी गाय.

भारतात दुधाळ व शेतीकामासाठी उपयुक्त आणि या दोन्ही कार्यांसाठी उपयुक्त अशा उभयांगी असे गाईंचे वर्गीकरण केले जाते. **(1) दुधाळ गाईंच्या** गीर, देवणी, साहिवाल आणि सिंधी या प्रमुख जाती आहेत. **(2) शेतीकामात उपयुक्त :** नागोरी, मालवी, म्हैसुरी, अमृतमहाल, खिलारी, कंगायम, पोनवार आणि डांगी या जाती आहेत. **(3) दूध उत्पादन व शेतीकाम दोन्हींसाठी :** ओंगोल, कॉकरेज, कृष्णाकाठी, थारपारकर, हरियाणा, डांगी, नेमाडी या जाती आहेत.

विदेशी संकरित जाती : (1) दूध देणाऱ्या जाती : यात जर्सी, एअरशिअर, होलस्टीन, फ्रिझ्यन; ब्राऊन स्वीस, रेड डॅनिश या जाती अधिक दूध देणाऱ्या आहेत. **(2) मांसल जाती :** भारतात गाई-बैलांच्या मांसल जाती निर्माण झाल्या नसल्या तरी भारतातील कॉकरेज, गीर, ओंगोल या जातींची जनावरे अमेरिका व ऑस्ट्रेलियातून निर्यात करून मांसल जाती निर्माण करण्याचे प्रयत्न चालू आहेत.

तिहेरी संकरित गाय : या संकरित जातीमध्ये 50% होलस्टीन, फ्रिझ्यन + 25% जर्सी + 25% गीर असे विदेशी आणि देशी रक्तगटाचे प्रमाण असणाऱ्या गाईस 'तिहेरी संकरित गाय' असे म्हणतात. होलस्टीन फ्रिझ्यनची अधिक दूध उत्पादन क्षमता जर्सी जातीचे अधिक फॅट व गीर जातीची रोगप्रतिकारक क्षमता यांचा त्रिकोणी संगम या तिहेरी संकरित जातीत सापडला.

→ गुरे व म्हशी विकास कार्यक्रम : जर्सी, ब्राऊन स्विस, गर्झनी, शॉर्टहार्न, एअरशिअर, होलस्टीन-फ्रिझ्यनची, करण स्विस, करण फ्रिझ, ऑस्ट्रेलियन मिल्किंग झेबू ही महत्त्वपूर्ण अशी भारतातील संकरित गुरे आहेत.

भारतात 26 जातिवंत गुरे आणि 7 जातिवंत म्हशी आहेत. भारतीय गुरे उष्ण कटिबंधीय रोगांना प्रतिकारक्षम आहेत.

तक्ता क्र. 5.2 : दूध, अंडी आणि लोकरीचे उत्पादन

वर्ष	दूध (दशलक्ष टन)	अंडी (एकूण संख्या)	लोकर (दशलक्ष कि.ग्रॅ.)
1990-91	53.9	21.1	41.2
2000-01	80.6	36.6	48.4
2010-11	121.8	63.0	43.0
2015-16	155.5	82.9	43.6
2016-17	163.7	88.1	43.5

Source : Department of Animal Husbandry, Dairying and Fisheries - 2017-18, Page no. 43.

भारत : दुग्धोत्पादन, अंडी आणि लोकर

दुग्धोत्पादन : भारतामध्ये 1990-91 साली दुधाचे उत्पादन 1990-91 साली दुधाचे उत्पादन 53.9 दशलक्ष टन होते तर 20 वर्षांमध्ये 2009-10 साली दुपटीपेक्षा जास्त उत्पादन (116.4 दशलक्ष टन) झाले. तर पुढील 7 वर्षांमध्ये 2016-17 साली सुमारे 40% म्हणजे सुमारे 164 दशलक्ष टनांपर्यंत वाढले. ही एक धवलक्रांती आहे.

अंडी उत्पादन : भारताने अंडी उत्पादनात लक्षणीय प्रगती केलेली आहे. 1990-91 साली अंड्यांचे उत्पादन सुमारे 21 अब्ज होते. ते 2016-17 साली 89 अब्जांपर्यंत वाढले. म्हणजे उत्पादनामध्ये चौपटीपेक्षा जास्त वाढ झाली. 2010-11 साली तिप्पट उत्पादन (63.0 अब्ज) झाले.

लोकर उत्पादन : भारत लोकर उत्पादनासाठी फारसा प्रसिद्ध नाही. साधारणपणे 41 ते 48 दशलक्ष कि.ग्रॅ. पर्यंत लोकर उत्पादन होते. 1990-91 साली लोकरीचे उत्पादन 41 दशलक्ष कि.ग्रॅ. होते. सर्वांत जास्त लोकरीचे उत्पादन 2000-01 आणि 2014-15 साली प्रत्येकी सुमारे 48 दशलक्ष कि.ग्रॅ. उत्पादन झाले. 2016-17 साली ते 43.5 दशलक्ष कि.ग्रॅ. पर्यंत खाली घसरले.

(ब) म्हशी

भारतातील दुभत्या म्हशींच्या जातींचे विभागवार वर्गीकरण : दुभत्या म्हशींचे चार विभागातील वर्गीकरण पुढीलप्रमाणे -

(1) **उत्तर आणि उत्तर पश्चिम विभाग :** या विभागात प्रामुख्याने मुऱ्हा, निली रावी, कुंडी, भाडवारी, तराई इत्यादी म्हशींच्या जातींचा समावेश होतो.

(2) **मध्य भारत :** या विभागात प्रामुख्याने नागपुरी, पंढरपुरी, मांडा, जेरंगी, कालारांडी, संबळपूर इत्यादी जातींचा समावेश होतो.

(3) **दक्षिण भारत :** यात तोडा, दक्षिण कनार या जाती आहेत.

(4) **पश्चिम भारत :** यात सुरती, जाफराबादी, मेहसाना जातींचा समावेश होतो.

(क) मेंढ्या

भारतात मेंढ्यांची जोपासना मांस, लोकर व कातडी या उद्देशाने केली जाते. सन 2003 अनुसार देशात सुमारे 61 दशलक्ष मेंढ्या आहेत. देशातील सुमारे 55% मेंढ्या राजस्थान, आंध्र प्रदेश, तमिळनाडू या तीन राज्यांत आहेत.

मेंढ्यांचे खालील चार विभाग पडतात -

(1) **हिमालय विभाग :** यामध्ये जम्मू-काश्मीर, हिमाचल प्रदेशात समशीतोष्ण कटिबंधीय हवामानामुळे लोकरीचा दर्जा चांगला असतो. **काश्मिरी, भाडरवाह, भाकरवाल** या उच्च गुणवत्तेच्या मेंढ्या या विभागात आढळतात. पांढऱ्या लोकरीचे उत्पन्न जास्त होते.

(2) **शुष्क वायव्य प्रांत :** यामध्ये राजस्थान, पंजाब, हरियाणा आणि गुजरात, मध्य प्रदेश, छत्तीसगड, उत्तर प्रदेश यांच्या कोरड्या विभागाचा समावेश होतो. येथे **जैसलमेरी, बिकानेरी, मारवाडी, कच्छी, काठेवाडी** इत्यादी महत्त्वपूर्ण मेंढ्या पाळल्या जातात.

(3) **निमशुष्क दक्षिण विभाग :** या विभागात देशातील निम्म्या मेंढ्या आहेत. लोकरीची गुणवत्ता कमी आहे. मांसोत्पादन हा यामागील प्रमुख हेतू आहे. **दख्खनी, नेल्लोर, मंड्या** जातीच्या मेंढ्या पोसल्या जातात.

(4) **पूर्वेकडील आर्द्र विभाग :** यामध्ये बिहार, झारखंड, ओडिशा, पश्चिम बंगाल, आसाम राज्यांतील मेंढपाळीचा समावेश होतो.

मेषविकास कार्यक्रमांतर्गत देशात अलीकडे मेरिनो, शेव्हिअट, साऊथडाऊन, लिसेस्टर, लिंकन या संकरित जातीच्या मेंढ्यांचीही पैदास केली जात आहे.

लोकरीसाठी प्रसिद्ध जाती : चोकला, मगरा, सोनाडी नाली, मारवाडी, गुरेझ, भाकरवाल, रामपूर, बुशियार. **दुधाकरिता प्रसिद्ध जाती :** लोटी, कच्छी व पाटणवाडी या उपयुक्त जाती आहेत. **मटणाकरिता प्रसिद्ध जाती :** नेल्लोर, ढन्नूर, वेलाटी या जाती प्रसिद्ध आहेत.

मेंढ्यांच्या विदेशी जाती : मेरिनो, रॅम्बुलेट, कॉरीडोल इत्यादी लोकरीकरिता तर डॉरसेट आणि सफाके जाती मटणाकरिता प्रसिद्ध आहेत.

(ड) शेळ्या

अलीकडे **अल्पाईन, नुबियन, टोनेगबर्ग, अंगोरा जातीच्या संकरित शेळ्यांची पैदासही भारतात होऊ लागली आहे.**

दूध व मांस देणाऱ्या शेळ्यांच्या जाती : उस्मानाबाद, बारबेरी (उत्तर प्रदेश), जमनापारी (उत्तर प्रदेश), मलबारी, मेहसाना व झालावाडी (गुजरात), बीटल (पंजाब), सिरोही, कच्छी (राजस्थान).

मांस उत्पादन जाती : आसाम डोंगरी, काळी बंगाली, तपकिरी बंगाली, मारवाडी (राजस्थान), काश्मिरी, गंजम (ओडिशा).

लोकर निर्माण करणाऱ्या जाती : अंगोरा, गद्दी (हिमाचल प्रदेश), पश्मीना (काश्मीर).

मध्यवर्ती मेष केंद्र : हिस्सार (हरियाणा) येथे आहे.

(इ) वराह

वराहांची भारतात सुमारे 1 कोटी संख्या आहे. वराहांच्या संख्येत भारताचा जगात सहावा क्रमांक लागतो. **बर्कशायर, व्हाईट यॉर्कशायर, लँड्रेस, हॅम्पशायर, टॅमवर्थ या जाती खास आयात करून त्यांची जोपासना केली जात आहे.** शिवाय येथील मूळ स्थानिक जातीची डुकरेही पोसली जातात.

तक्ता क्र. 5.3 : भारत - पशुधन विकास केंद्रे

मध्यवर्ती गुरे रेतन केंद्रे		चारा व वैरणनिर्मिती प्रादेशिक केंद्रे	
केंद्रे	राज्य	केंद्रे	राज्य
1. सुरतगढ	राजस्थान	1. हिस्सार	हरियाणा
2. चिपलिमा	ओडिशा	2. कल्याणी	पश्चिम बंगाल
3. सेमिलीगुडा	ओडिशा	3. गांधीनगर	गुजरात
4. घमरोड	गुजरात	4. हैदराबाद	आंध्र प्रदेश
5. हेस्सारघट्टा	कर्नाटक	5. अलमाडी	तमिळनाडू
6. अलमाडी	तमिळनाडू	6. सुरतगढ	राजस्थान
7. अंदेशनगर	उत्तर प्रदेश	7. शेहमा	जम्मू व काश्मीर

मध्यवर्ती कोंबडी (पक्षी) जातिवंत निर्मिती केंद्रे		कोंबडी (पक्षी) निरीक्षण नमुना केंद्रे	
केंद्रे	राज्य/संघराज्य क्षेत्र	केंद्रे	राज्य/संघराज्य क्षेत्र
1. मुंबई	महाराष्ट्र	1. मुंबई	महाराष्ट्र
2. भुवनेश्वर	ओडिशा	2. बेंगळुरू	कर्नाटक
3. हेस्सारघट्टा	कर्नाटक	3. भुवनेश्वर	ओडिशा
4. चंदीगड	संघराज्य क्षेत्र	4. गुरुग्राम	हरियाणा

कोंबडी (पक्षी) प्रादेशिक अन्न विश्लेषण प्रयोगशाळा केंद्रे

केंद्रे	राज्य/संघराज्य क्षेत्र	केंद्रे	राज्य/संघराज्य क्षेत्र	केंद्रे	राज्य/संघराज्य क्षेत्र
1. मुंबई	महाराष्ट्र	2. भुवनेश्वर	ओडिशा	3. चंदीगड	संघराज्य क्षेत्र

कातडी कमविण्याची प्रमुख केंद्रे		मत्स्य प्रकार	
केंद्रे	राज्य	सागरी पृष्ठीय मासे	सागरतलीय मासे
1. मुंबई	महाराष्ट्र	1. हेरिंग	कॉड
2. कोलकता	पश्चिम बंगाल	2. मॅकरल	टूना
3. कानपूर	उत्तर प्रदेश	3. सारडीन	हॅलिबट
4. लखनौ	उत्तर प्रदेश		
5. विजयवाडा	आंध्र प्रदेश		

भारत : 19 वी पशुधन गणना - 2012

19 व्या पशुधन गणना : 2012 ची अबोल लक्षणे (Salient Features of 19th Livestock Census-2012)

एकूण पशुधनाची वैशिष्ट्ये (2007 and 2012) :

(1) **एकूण पशुधन :** भारतामध्ये 2012 च्या पशुधन गणनेनुसार एकूण पशुधनाची संख्या 512.05 दशलक्ष आहे. पशुधनामध्ये गायी-बैल, म्हशी-रेडे, मेंढ्या, शेळ्या-बकरे, वराह, घोडे-तट्टू, खेचरे, गाढवे, मिथुन आणि याक यांचा समावेश होतो. 2007 च्या पशुधन गणनेच्या तुलनेने एकूण पशुधनाच्या संख्येत 3.33 टक्क्यांनी घट झालेली आहे.

(2) **पशुधन संख्येमध्ये वाढ असणारी राज्ये :** भारतामध्ये पशुधन संख्येमध्ये सर्वांत जास्त वाढ गुजरात राज्यात 15.36% झालेली आहे. या खालोखाल उत्तर प्रदेश (14.01%), आसाम (10.77%), पंजाब (8.57%), बिहार (8.56%), सिक्कीम (7.6%), मेघालय (7.41%) आणि छत्तीसगड (4.34%) राज्यांचा क्रमांक आहे.

(3) **एकूण गोकुलीय** *(Bovine)* **पशुधन :** 2012 नुसार एकूण गोकुलीय पशुधन (गाय-बैल, म्हशी-रेडे, मिथुन आणि याक) 299.9 दशलक्ष आहे. 2007 च्या गणनेपेक्षा 1.57 टक्क्यांनी घट झालेली आहे.

(4) **दुभती जनावरे :** गायी आणि म्हशींच्या (दुभती आणि भाकड) संख्येमध्ये 111.09 दशलक्षांवरून 118.59 दशलक्षांपर्यंत म्हणजे 6.75 टक्क्यांनी वाढ झालेली आहे.

(5) **दुभत्या गायी आणि म्हशी :** दुभत्या गायी आणि म्हशींच्या संख्येत 77.04 दशलक्षांवरून 80.52 दशलक्ष म्हणजे 4.51 टक्क्यांनी वाढ झालेली आहे.

(6) **गायी आणि म्हशींच्या संख्येत प्रत्यक्ष वाढ :** 2012 च्या पशुधन गणनेनुसार गायींची संख्या 122.9 दशलक्ष आहे. मागील गणनेपेक्षा 6.52 टक्क्यांनी वाढ झालेली आहे. म्हशींची संख्या 2012 च्या पशुधन गणनेनुसार 92.5 दशलक्ष असून मागील गणनेपेक्षा 7.99 टक्क्यांनी वाढ झालेली आहे. एकूण म्हशी व रेड्यांची संख्या 105.3 दशलक्षांवरून 108.7 दशलक्षांपर्यंत (3.19%) वाढलेली आहे.

(7) **विदेशी/संकरित गायी व देशी गायी :** विदेशी/संकरित गायींची संख्या 14.4 दशलक्षांवरून 19.42 दशलक्षांपर्यंत (34.78%) वाढलेली आहे. तर देशी गायींच्या संख्येत 48.04 दशलक्षांवरून 48.12 दशलक्षांपर्यंत सीमांतिक वाढ झालेली आहे.

(8) **मेंढ्या :** भारतामध्ये 2012 नुसार मेंढ्यांची संख्या 65.06 दशलक्ष आहे. 2007 च्या गणनेच्या तुलनेने 9.07 टक्क्यांनी घट झालेली आहे.

(9) **शेळ्या :** देशात 2012 नुसार शेळ्यांची संख्या 135.17 दशलक्ष आहे. मागील गणनेपेक्षा 3.82 टक्क्यांनी घट झालेली आहे.

(10) **घोडे व तट्टू :** 2012 च्या पशुधन गणनेनुसार घोडे व तट्टूंची संख्या 6.2 लाख असून 2007 च्या मानाने 2.08 टक्क्यांनी वाढ झालेली आहे.

(11) **खेचर :** 2012 नुसार खेचरांची संख्या 1.9 लाख असून मागील गणनेपेक्षा 43.34% वाढ झालेली आहे.

(12) **उंट :** 2012 नुसार उंटांची संख्या 4 लाख आहे. 2007 च्या जनगणनेपेक्षा 22.48 टक्क्यांनी घट झालेली आहे.

(13) **गाढवे :** 2012 नुसार गाढवांची संख्या 3.2 लाख असून मागील जनगणनेपेक्षा 27.22 टक्क्यांनी घट झालेली आहे.

(14) **एकूण कुक्कुटपालन :** 2012 नुसार एकूण पोल्ट्री संख्या 729.2 दशलक्ष असून 2007 च्या तुलनेने 12.39 टक्क्यांनी वाढ झालेली आहे.

(15) **एकूण मिथुन आणि याक :** 2012 च्या पशुधन गणनेनुसार मिथुनची संख्या 2.9 लाख आणि याकची संख्या 70,000 आहे. मागील गणनेपेक्षा मिथुनच्या संख्येत 12.98 टक्क्यांनी वाढ तर याकच्या संख्येत 47.64 टक्क्यांनी घट झालेली आहे.

(16) **पशुधनांची टक्केवारी :**

पशुधन गणना	गाय-बैल	म्हशी-रेडे	मेंढ्या	शेळ्या	वराह
वर्ष 2012	37.28%	21.23%	12.71%	26.40%	2.01%
वर्ष 2007	37.58%	19.89%	13.50%	26.53%	2.10%

(17) **इतर पशुधनांची टक्केवारी :** 2012 च्या पशुधन गणनेनुसार घोडे-तट्टू, गाढवे, खेचरे, उंट, मिथुन आणि याक यांचा वाटा नगण्य म्हणजे फक्त 0.37% आहे.

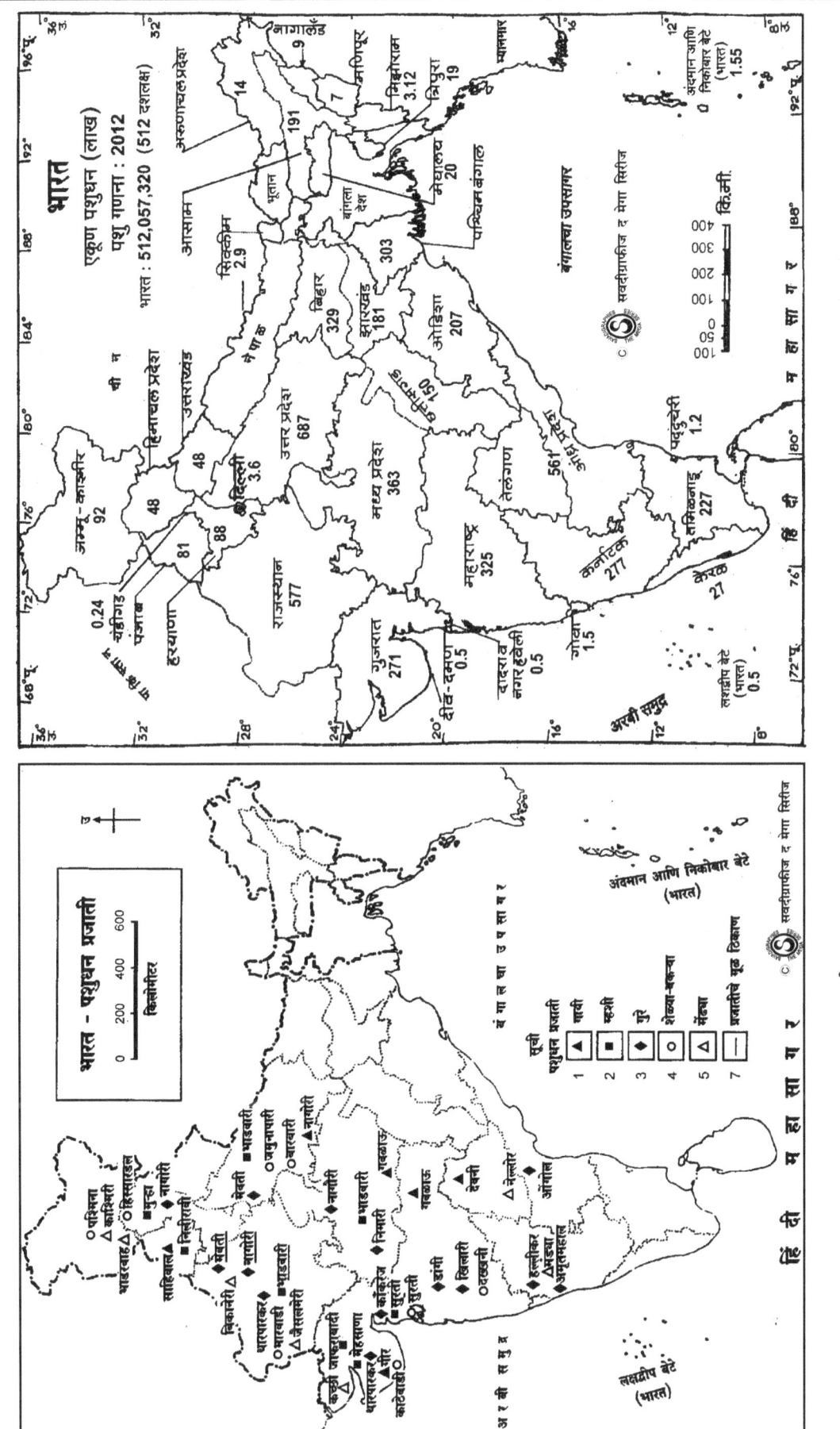

नकाशा क्र. 5.2 : एकूण पशुधन (लाख)

नकाशा क्र. 5.1 : भारत – पशुधन प्रजाती

तक्ता क्र. 5.4 : भारत - पशुधन गणना 2007 आणि 2012 (000)

घटक	गणना 2007	गणना 2012	% बदल
गुरे (गाय-बैल)	1,99,075	1,90,904	– 4.10
म्हशी व रेडे	1,05,342	1,08,702	3.19
गोकुलीय (Bovine)	3,04,764	2,99,981	– 1.57
मेंढ्या	71,558	65,069	– 9.07
शेळ्या-बकरी	1,40,537	1,35,173	– 3.82
घोडे व तट्टू	612	625	2.12
खेचर	137	196	43.07
गाढवे	438	319	– 27.17
उंट	517	400	– 22.63
वराह	11,133	10,294	– 7.54
मिथुन	264	298	12.88
याक	83	77	– 7.64
कुत्री*	19,088	11,673	– 38.85
ससे	424	592	39.55
एकूण पशुधन	**5,29,696**	**5,12,057**	**– 3.33**
कुक्कुटपालन			
पाळीव पक्षी (उदा. कोंबडी)	6,17,734	6,92,646	12.13
बदक	27,643	23,539	– 14.85
टर्की व इतर	3,452	13,025	277.32
एकूण कुक्कुटपालन	**6,48,829**	**7,29,209**	**12.39**

*भटकी गुरे व भटक्या कुत्र्यांचा समावेश नाही.

Source : 19th Livestock Census - 2012, Page no. 13 to 15

महत्त्वाची टीप : पुढील पशुधन गणनेची पूर्व तयारी चालू आहे.

तक्ता क्र. 5.5 : भारत - पशुधन संख्येनुसार पहिली पाच राज्ये (पशुधन गणना 2012)

घटक	1	2	3	4	5
राज्ये	उत्तर प्रदेश	राजस्थान	आंध्र प्रदेश-तेलंगण	मध्य प्रदेश	बिहार
पशुधनांची संख्या (लाख)	687.15	577.32	560.99	363.33	329.39
टक्केवारी	13.42	11.27	10.95	7.09	6.43

महाराष्ट्राचा सहावा क्रमांक पशुधनांची संख्या 324.89 लाख (6.34%) आहे. (भारतात वरील पाच राज्यांची पशुधनांची टक्केवारी 55.5%)

तक्ता क्र. 5.6 : भारत - एकूण कुक्कुटपालनाच्या संख्येनुसार पहिली पाच राज्ये
कुक्कुटपालनाची गणना 2012 (लाख)

घटक	1	2	3	4	5
राज्ये	आंध्र प्रदेश व तेलंगण	तमिळनाडू	महाराष्ट्र	कर्नाटक	प. बंगाल
कुक्कुटपालनाची संख्या	1,613.14	1,173.49	777.95	534.42	528.38
टक्केवारी	10.7	16.09	10.67	7.33	7.25

(भारतात वरील पाच राज्यांची कुक्कुटपालनाची टक्केवारी 62.04%)

तक्ता क्र. 5.7 : प्रमुख पशुधन असणारी पहिली पाच राज्ये व टक्केवारी - पशुधन गणना-2012

गाय-बैल		म्हशी-रेडे		मेंढ्या	
राज्य	**%**	**राज्य**	**%**	**राज्य**	**%**
1. मध्य प्रदेश	10.27	उत्तर प्रदेश	28.17	आंध्र प्रदेश-तेलंगण	40.57
2. उत्तर प्रदेश	10.24	राजस्थान	11.94	कर्नाटक	14.73
3. प. बंगाल	8.65	आंध्र प्रदेश-तेलंगण	9.77	राजस्थान	13.95
4. महाराष्ट्र	8.11	गुजरात	9.55	तमिळनाडू	7.36
5. राजस्थान	6.98	मध्य प्रदेश	7.53	जम्मू आणि काश्मीर	5.21
भारत	**190.9 द. ल.**	भारत	**108.7 द. ल.**	**भारत**	**65.06 द. ल.**

Source : 19th Livestock Census - 2012, Page no. 18, 20, 22, 23, 25, 26, 29, 30, 32

राष्ट्रीय पशुधन धोरण, 2013 (The National Livestock Policy-2013)

राष्ट्रीय पशुधन धोरणाची आवश्यकता (Need for a National Livestock Policy) :

(1) **पशुधनाची बहुमुखी भूमिका : भारतीय कृषी अर्थव्यवस्थेचा एकात्मिक व अविभाज्य भाग पशुधन आहे. ग्रामीण लोकसंख्येला उदर-निर्वाहासाठी आधार प्राप्त करून देताना बहुमुखी भूमिका बजावली जाते.** पशुधन विभागाचा सर्वसाधारणपणे राष्ट्रीय अर्थव्यवस्था आणि विशेषतः कृषी अर्थव्यवस्थेमध्ये सहभाग तर असतोच; याशिवाय रोजगारनिर्मितीची संधी, मिळकत प्राप्ती, पीक नुकसानीच्या काळात पूरक व्यवसाय आणि आर्थिक सुरक्षेमध्ये महत्त्वाची जबाबदारी पार पाडली जाते. लोकांच्या प्राणिज प्रथिनाचा प्रमुख स्रोत पशुधन आहे.

(2) **पशुधनामुळे ग्रामीण कुटुंबाचा विशेषतः महिला व गरीब शेतकऱ्यांचा विकास :** असा एक अंदाज आहे की, सुमारे 70 दशलक्ष ग्रामीण कुटुंबात स्वतःच्या मालकीचे एक किंवा दोनपेक्षा जास्त पशुधनाच्या प्रजाती आहेत. पशुधन विभागात सुमारे 69 टक्के स्त्रियांचा सहभाग आहे. गरीब आणि सीमांत शेतकरी तसेच भूमिहीन मजूर यांच्याकडे स्वतःच्या मालकीचे पशुधन असते. साहजिकच, पशुधन विभागाच्या शाश्वत विकासामुळे महिलांचाही विकास होईल आणि त्यांना अधिकार बहाल केले जातील.

(3) **खेडे/जिल्हा/राज्य पातळीवर दुग्धव्यवसाय संघटित :** पूर्वी पशुधन विभागाच्या राष्ट्रीय दुग्धविकास मंडळाने 'ऑपरेशन फ्लड' (Operation Flood) सारख्या योजनेद्वारा विकास साधला आहे. खेडे/जिल्हा/राज्य पातळीवर सहकारी तत्त्वावर शेतकऱ्यांना संघटित केले आहे. दुग्धव्यवसाय विकसित केला आहे. यासाठी योग्य तंत्रज्ञान, शीत गुदामे आणि प्रक्रिया केंद्रे उभारली आहेत.

(4) **राज्या-राज्यांमध्ये एकात्मिक प्रयत्नांची गरज :** पशुधन प्रजाती आणि वाणांचे वितरण राज्यांच्या भौगोलिक सीमानुसार नव्हे, तर पारिस्थितिकीदृष्ट्या वितरण (Ecological Distribution) असते. या दृष्टीने पशुधनाच्या शाश्वत विकासासाठी राष्ट्रीय स्तरावर विचार करता, राज्या-राज्यांमध्ये एकात्मिक प्रयत्नांची गरज आहे.

(5) **आंतरराष्ट्रीय सहकार्याची आवश्यकता :** राष्ट्रीय पशुधन धोरण, पशुधन आणि पशुधन उत्पादनाची निर्यात व आयात, चारा आणि अन्नसुरक्षा, जैवसुरक्षा आणि देशी वाणांचे संवर्धनासाठी आंतरराज्यीय सहकार्य अधिक सुलभ करील की जे पशुधन विभागाच्या विकासासाठी आवश्यक आहे.

प्रमुख आव्हाने (Major Challenges) :

(1) **चाऱ्याची कमतरता (Shortage of Fodder) :** चाऱ्याची गरज आणि चाऱ्याची उपलब्धता यांच्या दरम्यान दरी वाढत आहे. याची प्रमुख कारणे चाऱ्याच्या लागवडीमधील घटते क्षेत्र आणि पीक अवशेष म्हणून चाऱ्याची घटती उपलब्धता आहेत. गायरानाचे क्षेत्र सातत्याने घटत आहे. यामुळे प्राप्त गवताळ प्रदेशात अतिरिक्त चराई होत आहे. चांगल्या दर्जाच्या चाऱ्याची पुरेशी उपलब्धता प्राप्त होण्याची अत्यंत जरुरी आहे. कारण विविध पशुधन प्रजातीच्या जनुकीय क्षमतेच्या (Genetic Potential) आणि उत्पादकतेच्या शाश्वत सुधारणेसाठी प्रभावी अंमलबजावणीची आवश्यकता आहे.

(2) **निम्न उत्पादकता (Low Productivity) :** जरी पशुधन उत्पादन करणारा एक प्रमुख उत्पादक असला तरी जागतिक सरासरी उत्पादकतेपेक्षा भारताची उत्पादकता बरीच कमी आहे. निम्न उत्पादकतेची प्रमुख कारणे चाऱ्याची अपुरी उपलब्धता, कृत्रिम गर्भधारणेची अपुरी व्यवस्था, गर्भधारणेचा कमी दर, प्रजननासाठी दर्जात्मक नराची उपलब्धता नसणे, व्यवस्थापनाची अत्यंत असमाधानकारक व्यवस्था, उच्च मृत्युदर आणि रोगट जनावरांमुळे होणारे नुकसान, बाजारपेठेच्या पायाभूत सुविधांची कमतरता आणि असंघटित बाजारपेठ आहेत.

(3) **पशुधनाचे आरोग्य (Livestock Health) :** भारतीय पशुधनामध्ये फार मोठ्या प्रमाणात सार्वत्रिक संसर्गजन्य आणि चयापचय क्रियेचे रोग आढळतात. याचे गंभीर परिणाम पशू उत्पादकता, पशुधन उत्पादनाची निर्यात क्षमता व सुरक्षा/दर्जा आणि अनेक रोगांचा प्राणिशास्त्रीय संबंधावरही होतात. पशुधनाचे रोग टाळण्यासाठी प्रतिबंधात्मक उपाय आणि नियंत्रण अधिक सक्षम करण्याची आवश्यकता आहे. देशात पशुविकार विज्ञानाच्या मानवी शक्तीची कमतरता तसेच रोग निदानाचे तंत्र, रोगांचा मागोवा घेणे आणि प्रतिबंधक उपायांच्याही त्रुटी आहेत. राज्यस्तर आणि राष्ट्रीय स्तरावरही खात्रीशीर जैवसुरक्षतेसाठी पुरेशा पायाभूत सुविधा, योग्य विलग्नवास प्रणालीची (Quarantine System) आणि रोगांचा शिरकाव होऊ नये म्हणून प्रतिबंधात्मक सेवा पुरेशा प्रमाणात उपलब्ध नाहीत.

(4) **पशुधन आणि पर्यावरण (Livestock and Environment) :** पशुधन विभागावर हवामान बदल आणि जागतिक उबदारपणा याचा गंभीर परिणाम झालेला आहे. तापमान वाढ, किनारी क्षेत्रामधील प्राणी अधिवासाचा ऱ्हास (Animal Habitat Loss), दर्जात्मक चाऱ्याची टंचाई, रोग परिस्थिती विज्ञान प्ररूपामधील (Epidemiological Pattern) बदल इत्यादींद्वारा याचा प्रभाव जाणवतो. सरतेशेवटी उत्पादन घटणे आणि यामुळे आर्थिक नुकसान होते.

(5) **ज्ञानाचा अभाव (Knowledge Gap) :** बरेचसे पशुधन उत्पादक छोटे आणि सीमांत शेतकरी आहेत. त्याची अद्ययावत तंत्रज्ञान आत्मसात करण्याची क्षमता असत नाही. यामुळे आधुनिक यंत्रसामग्रीचा अभाव असतो. संस्थांतर्गत वित्तसाहाय्य मिळविण्यात अडचणी असतात.

(6) **बाजारपेठ, प्रक्रिया आणि मूल्यवृद्धीसाठी अपुऱ्या पायाभूत सुविधा (Inadequate Infrastructure for Marketing, Processing and Value Addition) :** पशुधन विभागात बाजारपेठ आणि प्रक्रियेच्या बाबतीत पायाभूत सुविधा प्राप्त होत नाहीत. साहजिकच, प्राथमिक उत्पादकांना बऱ्याच वेळा योग्य किंमत प्राप्त होत नाही. याच राज्यांमध्ये जरी दुग्धविकास झालेला असला तरी अजूनही मोठ्या संख्येने दुग्ध शेतकरी सहकारापासून वंचित आहेत. सहकारी दुग्ध डेअरी फक्त 8 टक्के दुग्धोत्पादन हाताळते.

बाजारपेठीय दुग्ध आणि पशुधनाच्या उत्पादनाचा बराचसा वाटा संघटित प्रक्रिया उद्योग हाताळत नाही. यामुळे दुग्ध-व्यावसायिकाचे बरेच नुकसान होते.

राष्ट्रीय पशुधन धोरणाचे ध्येय आणि उद्दिष्टे (Aims and Objectives of the National Livestock Policy) :

ध्येय : राष्ट्रीय पशुधन धोरणाचे प्रमुख उद्दिष्ट शाश्वतदृष्ट्या पशुधनाची उत्पादकता आणि उत्पादन वाढविणे हे करत असताना पर्यावरणाचे संरक्षण करणे, प्राणी जैवविविधतेचे जतन करणे, जैव सुरक्षितता आणि शेतकऱ्याच्या जीवनमानाची खात्री देणे. हे ध्येय साध्य करत असताना राष्ट्रीय पशुधन धोरणाची मुख्य उद्दिष्टे पुढीलप्रमाणे आहेत :

प्रमुख उद्दिष्टे (Main Objectives) :

1. **उत्पादकता आणि उत्पन्नवाढीत सुधारणा होण्यासाठी सध्या अस्तित्वात असलेल्या निम्न आदान उत्पादन प्रणालीस** (Low Input Production System) **आधार देणे; जेणेकरून पशुधन उत्पादकांपैकी बऱ्याचशा स्त्रिया व छोटे शेतकरी आहेत की, ज्यांच्या सामाजिक-आर्थिक दर्जात सुधारणा होईल.**
2. पशुधन विभागातील संशोधन आणि विकासाला आधार देणे की, ज्यामुळे उत्पादन आणि उत्पादकता, जैवसुरक्षा आणि किफायतशीरपणात सुधारणा होईल.

3. मध्यम आणि मोठ्या व्यापारी पशुधन उत्पादन युनिटला वित्तीय साहाय्य करून स्वयंपूर्ण बनविणे की, ज्याद्वारा आधुनिक तंत्रज्ञानाचा स्वीकार करून प्रक्रिया प्रणालीत सुधारणा होईल आणि मूल्यवर्धन होईल.
4. संशोधन प्रणालीद्वारा तंत्रज्ञानाचा प्रसार करून पशुधनाची व कुक्कुटपालनाच्या उत्पादकतेमध्ये सुधारणा करणे.
5. देशामधील पशुधनाच्या व कुक्कुटपालनाच्या महत्त्वपूर्ण देशी वाणाचे संवर्धन आणि जनुकीय सुधारणा व प्राणी जैवविविधतेचे संवर्धन करणे.
6. चाऱ्याच्या उपलब्धतेमध्ये वाढ करणे की, जेणेकरून पर्याप्त उत्पादकता गाठण्यासाठी पशुधनाची गरज भागविली जाईल.
7. प्राणी आरोग्य सक्षम राहावे या दृष्टीने विविध रोगांचे प्रतिबंध, नियंत्रण आणि निर्मूलन करणे, डेअरी सहकाराला प्रोत्साहन देऊन शेतकऱ्यांना पशुवैद्यकीय सेवा पुरविणे.
8. **अन्न सुरक्षेसाठी आंतरराष्ट्रीय मानकानुसार दर्जात्मक पशुधन उत्पादनावर लक्ष केंद्रित करणे.**
9. पशुधनाची दूध आणि दुग्धजन्य पदार्थ, अंडी, लोकर आणि मांस व मांसोत्पादक पदार्थ इत्यादींचे मूल्यवृद्धीसाठी प्रोत्साहन देणे.
10. दुधाची हाताळणी अधिक क्षमतेने होण्यासाठी संघटित डेअरी विभागाचा सहकारासह विस्तार करणे.
11. शेतकऱ्याच्या दारापर्यंत सुधारित तंत्रज्ञान आणि व्यवस्थापन सेवा पुरविणे.

मासेमारी

राष्ट्रीय अर्थव्यवस्थेमध्ये मासेमारीची भूमिका, वैशिष्ट्ये आणि महत्त्व

(Role, Importance and Significance of Fisheries in National Economy)

1. भारताचा मत्स्योत्पादनामध्ये जगात तिसरा क्रमांक आहे.
2. भारताचा अंतर्गत मासेमारीच्या उत्पादनामध्ये जगात दुसरा क्रमांक आहे.
3. तुलनात्मकदृष्ट्या मासे स्वस्त आणि पोषणद्रव्याचा पुरवठा करणारे खाद्य आहे.

भारतातील मासेमारीचे दोन प्रकार पडतात. (अ) सागरी मासेमारी (ब) अंतर्गत/देशांतर्गत मासेमारी.

(अ) सागरी मासेमारी : भारताला 7,516 कि.मी. लांबीचा समुद्रकिनारा लाभला असून 3,11,680 चौ.कि.मी. समुद्रबूड जमीन (भूखंड मंच) उपलब्ध आहे. देशातील एकूण मासळीच्या उत्पादनापैकी सुमारे 51% उत्पादन सागरी मासेमारीपासून मिळते. सागरी मासेमारीत देशात केरळचा प्रथम क्रमांक लागतो. या खालोखाल महाराष्ट्र, तमिळनाडू, कर्नाटक, आंध्र प्रदेश, ओडिशा, पश्चिम बंगाल या राज्यांचे क्रमांक लागतात. याशिवाय भारतीय विशेष वर्ग आर्थिक विभागाचे क्षेत्र (Indian Exclusive Economic Zone, EEZ) 22 लाख चौ.कि.मी. आहे. भारताच्या पश्चिम किनारपट्टीवर 70 ते 75 प्रकारचे मासे मिळतात. यामध्ये हेरिंग, मॅकरल, सारडीन, कॅटफिश, हॅलिबट, बोनिटो, सारंगा, घोळ, बोंबिल, शिंगाळे, सुरमई, मुशी, पापलेट, टूना इत्यादी महत्त्वाचे मत्स्य प्रकार आहेत. **सुमारे 33% पकड मॅकरल जातीच्या माशांची असते. 16% पकड हेरिंग माशांची असते.**

सागरी मासेमारीचे प्रकार :

(1) सागरी मासेमारी : किनाऱ्यावरील आणि सुमारे 25 मीटर्स खोलीपर्यंतची मासेमारी भारतात विस्तृत प्रमाणात चालते. पाण्याच्या पृष्ठभागाजवळ वा खाड्यांतून ही मासेमारी चालते. यामध्ये सारडीन, मॅकरल, टूना, बोनिटो, शार्क, स्कॅटस, हॅलिबट असे विविध खोलीवर मिळणारे मासे पकडले जातात. लाकडी बोटीचा वापर मच्छीमार करतात. किनाऱ्यापासून 8 कि.मी. पर्यंत बोटी सागरात जातात. किनारी क्षेत्रातून मिळणाऱ्या एकूण उत्पादनापैकी सुमारे 72% उत्पादन पश्चिम किनारपट्टीवरील किनारी क्षेत्रातून मिळते.

(2) खोल व खुल्या सागरातील मासेमारी : भारतात ही मासेमारी फारसी विकसित झाली नाही. तिरुअनंतपुरम व गोवा किनाऱ्यावर हेरिंग, मॅकरल माशांच्या क्षेत्रांची निश्चिती करण्यात आली आहे.

(ब) अंतर्गत मासेमारी : अंतर्गत मासेमारीचे दोन प्रकार पडतात.

(1) अंतर्गत मासेमारी : देशांतर्गत नद्या, नाले, तळी, सरोवर या गोड्या पाण्यातील तसेच खाऱ्या पाण्यातील मासेमारीचा यामध्ये समावेश होतो. भारतात प्रमुख नद्या व उपनद्या यांचे 29,000 कि.मी. लांबीचे प्रवाह आहेत. जलाशय 30 लक्ष हेक्टर आहे. तळी, सरोवरे व दलदलीचे प्रदेश 29 लक्ष हेक्टरचे आहेत. असे विस्तृत क्षेत्र अंतर्गत मासेमारीला उपलब्ध आहे.

देशातील सुमारे 49% मासळीचे उत्पादन अंतर्गत क्षेत्रातील मासेमारीपासून मिळते. नागार्जुनसागर, शिवसागर, हिराकूड, रिहंद, गोविंदसागर, येलदरी अशा मोठ्या जलाशयांतूनदेखील मासेमारी चालते. कटला, रोहू, भुरळ, कळबासू, बांबीर, कानोशी, तुरिया, खडशी, खळ इत्यादी गोड्या पाण्यातील मासे आहेत. अंतर्गत मासेमारीत (गोड्या पाण्यातील मासेमारीत) देशात पश्चिम बंगालचा प्रथम क्रमांक लागतो. या खालोखाल तमिळनाडू, आंध्र प्रदेश, बिहार, कर्नाटक, ओडिशा, आसाम यांचे क्रम आहेत.

(2) मत्स्यसंवर्धन : खास तयार केलेल्या तळ्यात, डबक्यात मासे सोडून वाढविणे आणि मोठे झाल्यानंतर त्यांना पकडणे याला 'मत्स्यसंवर्धन' असे म्हणतात. देशात आज अनेक ठिकाणी असे प्रयोग सुरू आहेत.

मत्स्योत्पादक राज्ये

(1) केरळ : केरळमधून देशातील 25% मासळीचे उत्पादन मिळते. कोची, तिरुअनंतरपुरम, क्विलॉन, कालिकत, कोझिकोडे, पोनाई, कन्नोर, बलिपटणम ही उत्पादनाची प्रमुख केंद्रे आहेत. शिवाय किनारपट्टीवर 264 मच्छीमार खेडी आहेत. सहकारी संस्थांमार्फत माशांचा व्यापार हाताळला जातो. शीतगृहाच्या सुविधा कालिकत, कोची, क्विलॉन, तिरुअनंतपुरम येथे आहेत. **(आकृती क्र. 5.4 पाहा.)**

(2) कर्नाटक : देशातील 9% मासळीचे उत्पादन मिळते. मंगलोर, कारवार, अंकोला, कुमठा, भटकळ, बिन्नी, गंगोली, माल्पे, बोकापट्टण ही उत्पादनाची प्रमुख केंद्रे आहेत. सारडीन, मॅकरल, सीर, शार्क, प्रॉन्स इत्यादी सागरी मासे मिळतात. अंतर्गत मासेमारीदेखील महत्त्वाची आहे.

(3) महाराष्ट्र : महाराष्ट्रात देशातील 12% मासळीचे उत्पादन होते. मुंबई, रत्नागिरी, अलिबाग ही उत्पादनाची प्रमुख केंद्रे आहेत. पापलेट, म्युलेट, मॅकरल, टूना, ज्यू फिश असे सागरी मासे पकडले जातात.

(4) गुजरात : गुजरातच्या किनाऱ्यावर 46 मच्छीमार बंदरे असून कित्येक मच्छीमार खेडी आहेत. कांडला, पोरबंदर, द्वारका, नवाबंदर, जाफराबाद ही उत्पादनाची प्रमुख केंद्रे आहेत.

(5) **आंध्र प्रदेश :** देशातील 10% मासळीचे उत्पादन मिळते. विशाखापट्टणम, मच्छलीपट्टणम, काकीनाडा ही माशांच्या उत्पादनाची मोठी केंद्रे आहेत.

(6) **पश्चिम बंगाल व ओडिशा :** या दोन्ही राज्यांतून अंतर्गत मासेमारीचे प्रमाण जास्त आहे. त्या मानाने सागरी मासेमारी कमी आहे. पापलेट, भेट्टी, मॅकरल, तोप्सी, हिल्सा, चंदा, भोला इत्यादी प्रकारच्या माशांची पकड केली जाते. ओडिशातील चिल्का सरोवर व पश्चिम बंगालमधील गंगा मुखाजवळील मासेमारी महत्त्वाची आहे.

(7) **तमिळनाडू :** तमिळनाडूला सुमारे 1,076 कि.मी. लांबीचा समुद्रकिनारा लाभलेला आहे. केरळ राज्याच्या बरोबरीने मासळीचे उत्पादन करणारे हे भारतातील महत्त्वपूर्ण राज्य आहे. तुतिकोरीन, कडलोर, इन्नोर, मंडपत्रम् ही मासेमारीची महत्त्वपूर्ण बंदरे आहेत.

(8) **इतर राज्ये :** गोवा, दीव, दमण, आसाम, उत्तर प्रदेश, मध्य प्रदेश, पंजाब, हरियाणा, हिमाचल प्रदेश या राज्यांतूनही मासेमारी केली जाते.

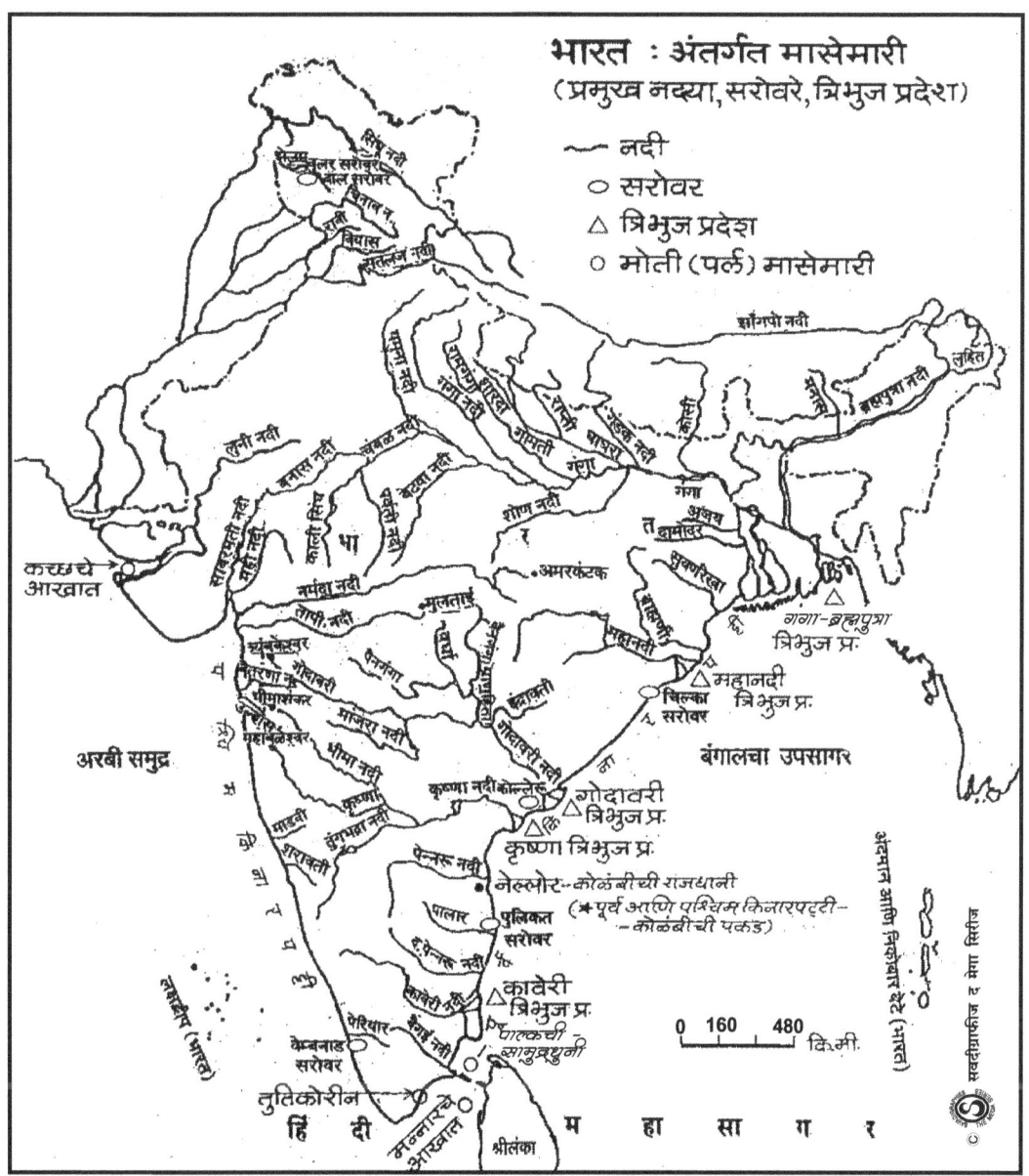

नकाशा क्र. 5.3 : भारत-अंतर्गत मासेमारी

तक्ता क्र. 5.8 : भारत – मत्स्योत्पादन (000 टन) (1950-51 ते 2016-17)

वर्ष	सागरी मासेमारी	अंतर्गत मासेमारी	एकूण	वर्ष	सागरी मासेमारी	अंतर्गत मासेमारी	एकूण
1950-51	534	218	752	2014-15	3,569	6,691	10,260
2000-01	2,811	2,845	5,656	2015-16	3,600	7,162	10,762
2010-11	3,250	4,981	8,231	2016-17 (P)	3,641	7,768	11,409

Source : Department of Animal Husbandry Dairying and Fisheries, 2017-18
भारत : कृषी विभाग वार्षिक अहवाल (2017-18) Page no. 43.

भारत : मत्स्योत्पादन

भारतामध्ये 1950-51 साली मत्स्योत्पादन फक्त 7.5 लाख टन होते. ते पुढील तीस वर्षांमध्ये 1980-81 साली 24.42 लाख टन झाले. म्हणजे तीन पटींपेक्षा जास्त वाढले. पुढील वीस वर्षांमध्ये 2000-01 साली दुपटीपेक्षा जास्त म्हणजे सुमारे 57 लाख टन उत्पादन झाले तर **2016-17 साली मत्स्योत्पादन दुप्पट म्हणजे 114 लाख टनांपर्यंत वाढले.**

भारतामध्ये अंतर्गत मासेमारी व सागरी मासेमारीद्वारे मत्स्योत्पादन केले जाते.

(1) **अंतर्गत मासेमारी :** भारतामध्ये एकूण मासेमारीपैकी 2/3 अंतर्गत मासेमारी चालते. 1990-91 साली अंतर्गत मासेमारी उत्पादन फक्त सुमारे 2.18 लाख टन होते तर पुढील 30 वर्षांमध्ये अंतर्गत मासेमारीचे उत्पादन चौपटीने वाढले. पुढील दशकात सुमारे दुपटीने 15 लाख टन झाले तर पुढील वीस वर्षांमध्ये 2010-11 साली तिपटीपेक्षा जास्त म्हणजे 50 लाख टनांपर्यंत वाढले. **2016-17 मध्ये अंतर्गत मासेमारीने 78 लाख टनांचा टप्पा गाठला.**

(2) **सागरी मासेमारी :** भारतामध्ये एकूण मत्स्योत्पादनापैकी 1/3 उत्पादन सागरी मासेमारीद्वारे प्राप्त होते. 1950-51 सागरी मासेमारीद्वारे एकूण मासेमारीपैकी 70% उत्पादन (5.34 लाख टन) होत असे चाळीस वर्षांनंतरदेखीलही 1990-91 पर्यंत सागरी मासेमारी उत्पादन 23 लाख टन होते. एकूण मासेमारीपैकी 60% उत्पादन सागरी मासेमारीद्वारे प्राप्त झाले. 2000-01 हे एक असे वर्ष होते की, सागरी व अंतर्गत मासेमारी उत्पादन समसमान म्हणजे सुमारे 28 लाख टन होऊन एकूण मत्स्योत्पादन सुमारे 57 लाख टन झाले.

यानंतर मात्र सागरी मासेमारीची टक्केवारी कमी होऊन अंतर्गत मासेमारीच्या टक्केवारीमध्ये वाढ झाली.

2010-11 साली सागरी मासेमारी 32.50 लाख टन झाले ते एकूण मासेमारीच्या 40% होते तर **2016-17 साली सागरी मासेमारी उत्पादन 36.50 लाख टन झाले तर याचा वाटा 32 टक्क्यांपर्यंत खाली आला.**

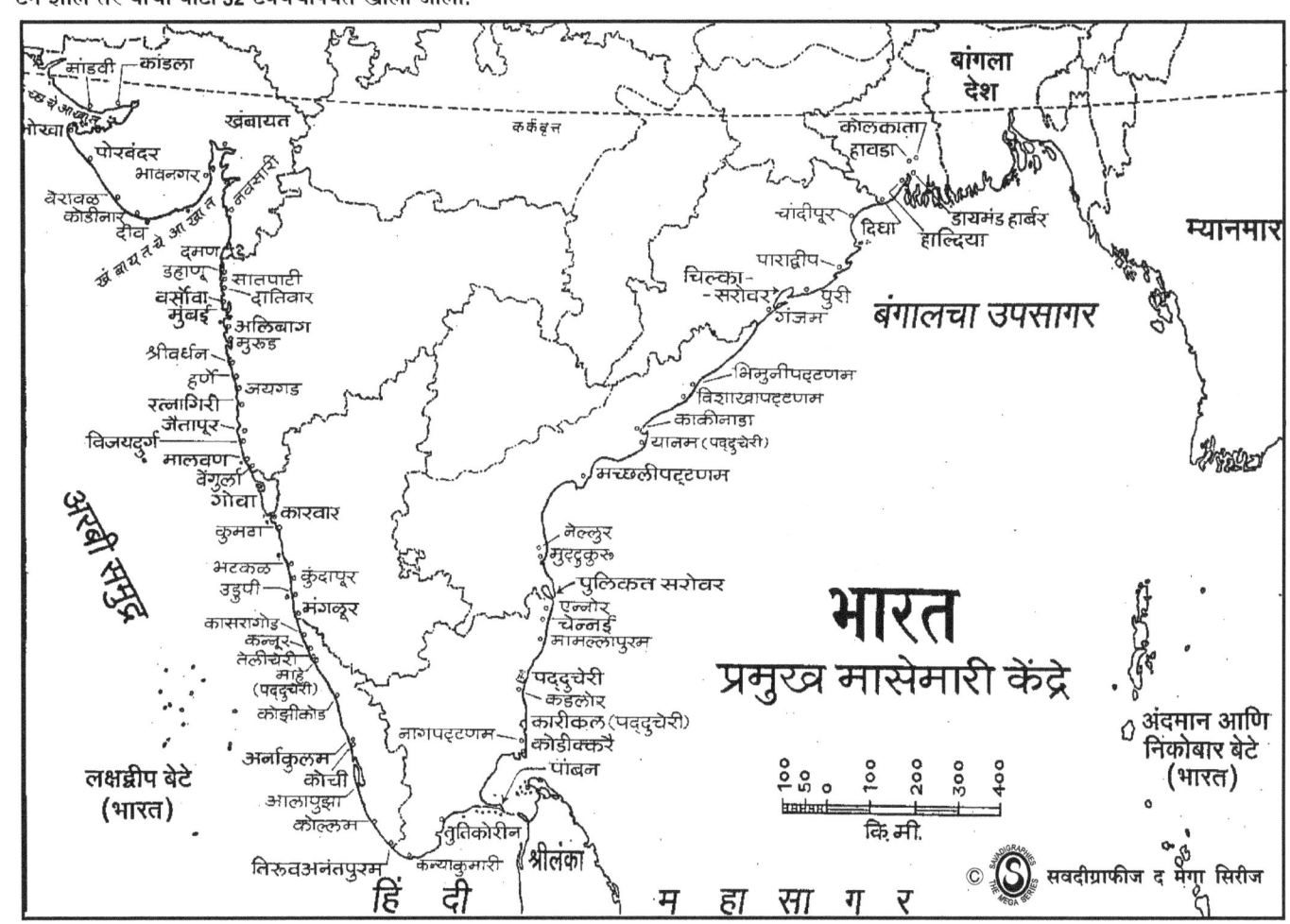

नकाशा क्र. 5.4 : भारत-प्रमुख मासेमारी केंद्रे

तक्ता क्र. 5.9 : भारत – मासे आणि सागरी उत्पादनाची निर्यात

वर्ष	निर्यात (000 टन)	किंमत (कोटी ₹)	वर्ष	निर्यात (000 टन)	किंमत (कोटी ₹)
1950 - 51	20	2	2010 - 11	813	12,901
2000 - 01	502.6	6,367	2014 - 15	1,051	33,441

Source : Department of Animal Husbandry, Dairying and Fisheries of Agriculture Ministry

5.2 भारत : जलसिंचन

जलसिंचनाचे स्रोत (Sources of Irrigation)

भारताची प्राकृतिक रचना, पर्जन्याची स्थिती, नदीप्रवाहाचे बारमाही किंवा हंगामी स्वरूप इत्यादी विविध जलसिंचन प्रकाराचे निर्धारक घटक आहेत. जलसिंचनाचे प्रमुख स्रोत पुढीलप्रमाणे आहेत.

(अ) **भूपृष्ठीय जलस्रोत :** (1) कालवे (2) तलाव व जलाशये (3) इतर.

(ब) **भूजल/भूमिगत जलसाधनसंपत्ती :** विहिरी व कूपनलिका विहिरी.

(अ) भूपृष्ठीय जलस्रोत

1. कालवे (Canals)

• कालव्याचे दाट जाळे उत्तर भारतीय मैदानी प्रदेशातील सुपीक, सपाट मृदा क्षेत्रातील बारमाही नद्यांच्या खोऱ्यात पसरले आहे. याबरोबरच नद्यांचे त्रिभुज प्रदेश, किनारपट्टीवरील सखल मैदानी प्रदेश आणि दख्खनच्या पठारावरील महत्त्वाच्या नद्यांच्या खोऱ्यात पसरले आहे. • भारतात सर्वांत जास्त कालव्याचे क्षेत्र पंजाब, हरियाणा, उत्तर प्रदेश, आंध्र प्रदेश, मध्य प्रदेश, छत्तीसगड, बिहार, राजस्थान या राज्यांत आहे. देशातील 60% कालवे सिंचना-खालील क्षेत्र या राज्यांत आहे. • दक्षिण भारतात कर्नाटक, आंध्र प्रदेश, महाराष्ट्र, तमिळनाडू, गुजरातमध्येही कालव्यांच्या साहाय्याने जलसिंचन होते.

कालव्यांचे प्रकार : भारतात कालव्यांचे दोन प्रकार आहेत. (1) पूर कालवे (2) बारमाही कालवे.

तक्ता क्र. 5.10 : भारत - जलसिंचन प्रकारानुसार पहिली पाच राज्ये

कालवे जलसिंचन	तलाव जलसिंचन	विहीर जलसिंचन
1. उत्तर प्रदेश	1. तमिळनाडू	1. गुजरात
2. मध्य प्रदेश	2. आंध्र प्रदेश-तेलंगण	2. उत्तर प्रदेश
3. आंध्र प्रदेश-तेलंगण	3. ओडिशा	3. राजस्थान
4. राजस्थान	4. महाराष्ट्र	4. पंजाब
5. हरियाणा	5. केरळ	5. महाराष्ट्र

तक्ता क्र. 5.11 : भारत - प्रमुख जलसिंचन योजना

राज्ये	प्रमुख जलसिंचन योजना
1. आंध्र प्रदेश-तेलंगण	• तुंगभद्रा निम्न पातळी कालवा • सुंकेसुला ॲनिकटचा के. सी. कालवा • तुंगभद्रा उच्च पातळी कालवा (पहिला टप्पा) • कड्डाम प्रकल्प • नागार्जुनसागर प्रकल्प • पोचमपाड • तुंगभद्रा उच्च पातळी कालवा (दुसरा टप्पा) • गोदावरी बंधारा • वामसधारा • सोमसैला.
2. कर्नाटक	• तुंगभद्रा प्रकल्प • घटप्रभा (पहिला टप्पा) • भद्रा प्रकल्प • घटप्रभा (दुसरा टप्पा) • मलप्रभा • ऊर्ध्व कृष्णा (पहिला टप्पा) • तुंगभद्रा उच्च पातळी कालवा-1.
3. ओडिशा	• हिराकूड योजना • साळंदी प्रकल्प • महानदी त्रिभुज जलसिंचन • आनंदपूर बंधारा • रेंगाली.
4. तमिळनाडू	• निम्न भवानी • मणिमूथर • परांबीकुलम अलियार • चित्तरपट्टनमकल.
5. केरळ	• मलमपुझा • कुट्टीअडी • पेरियार दरी योजना • पंबा • कल्लाडा • चित्तूरपुझा • पझहस्सी.
6. महाराष्ट्र	• घोड योजना • पूस नदी प्रकल्प • वीर योजना • पूर्णा प्रकल्प • गिरणा प्रकल्प • खडकवासला • मुळा प्रकल्प • इटियाडोह • बाघ • जायकवाडी • भीमा योजना • वारणा योजना • कृष्णा योजना • ऊर्ध्व गोदावरी • कुकडी • ऊर्ध्व तापी (पहिला टप्पा)
7. जम्मू आणि काश्मीर	• तावी उपसा जलसिंचन
8. उत्तर प्रदेश	• मटटिला धरण • शारदा सागर (दुसरा टप्पा) • रामगंगा नदी योजना • पश्चिम गंडक कालवा प्रकल्प • निम्न शारदा कालवा • तिहरी धरण • नारायणपूर पंपेड कालवा • निम्न गंगा समांतर कालवा • शोण पंपेड कालवा.
9. बिहार	• चंदन जलाशय • शोण बंधारा • बदुआ जलसिंचन योजना • शोण उच्च पातळी कालवा • राजपूर कालवा • पश्चिम कोसी कालवा • गंडक योजना • बागमती.
10. पश्चिम बंगाल	• मयुराक्षी धरण • कांगसबती योजना • दुर्गापूर बंधारा.
11. मध्य प्रदेश	• गांधीसागर धरण • राणाप्रताप सागर धरण (चंबळ दुसरा टप्पा) • तवा प्रकल्प • बारणा प्रकल्प • हसदेव प्रकल्प • महानदी जलाशय • हसदेव उजवा किनारा कालवा • सरदार सरोवर • महेश्वर • बारगी.
12. राजस्थान	• जाखम • चंबळ (पहिला टप्पा) (कोटा बंधारा) • चंबळ (दुसरा टप्पा) (राणाप्रताप सागर धरण) • राजस्थान कालवा (पहिला टप्पा) • राजस्थान कालवा (दुसरा टप्पा) • मही बजाज सागर.
13. गुजरात	• शेत्रुंजी (पालिस्ताना) • बनास (दांतीवाडा) • हथमती जलाशय • मही (पहिला टप्पा) • मही (दुसरा टप्पा) (कडना) • साबरमती (धरोइ) • पनम • दमणगंगा • काक्रापारा • उकाई प्रकल्प.
14. पंजाब	• हरिके योजना • सिरहिंद योजना • भाक्रा-नानगल योजना • बियास.
15. हरियाणा	• पश्चिम यमुना कालवा विभाग • गुरगाव कालवा.

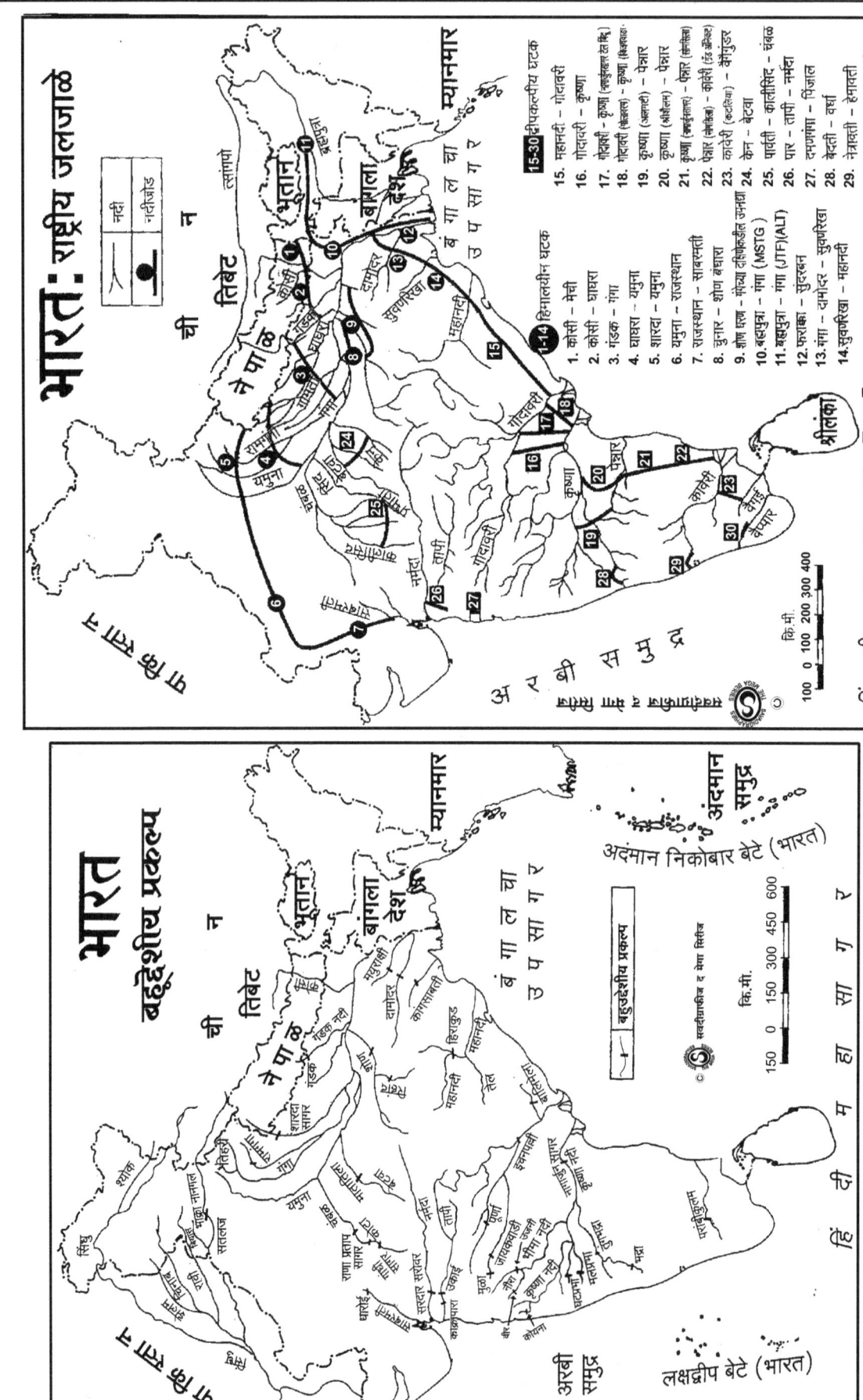

नकाशा क्र. 5.6 : भारत–राष्ट्रीय जलजाळे (प्रस्तावित)

नकाशा क्र. 5.5 : भारत – बहुद्देशीय प्रकल्प

2. तलाव व जलाशय (Tanks and Reservoirs)

तलाव सिंचनाच्या बाबतीत आंध्र प्रदेशचा देशात प्रथम क्रमांक लागतो. त्या खालोखाल तमिळनाडू, ओडिशा, कर्नाटक, पश्चिम बंगाल, बिहार-झारखंड, मध्य प्रदेश, छत्तीसगड राज्यांचा क्रमांक लागतो.

तलावांचे वितरण : द्वीपकल्पीय भारताच्या पठारावरील उंच-सखल खडकाळ भूरचना, मध्यम स्वरूपाचे हंगामी पर्जन्य यांमुळे तलाव सिंचन महत्त्वाचे आहे. द्वीपकल्पीय पठारावर तलावांचे केंद्रीकरण झाले आहे. तलाव सिंचन दख्खनच्या पठाराचे खास वैशिष्ट्य आहे.

(ब) भूजल/भूमिगत जलसाधनसंपत्ती

भूजल सिंचनाचे प्रकार (Types of Irrigation)

भूजल विहिरी व कूपनलिका विहिरी यांच्यामार्फत उचलले जाते. यामुळे यामध्ये या दोन सिंचन प्रकारांचा समावेश होतो.

1. विहिरी (Wells)

विहिरींचे वितरण *(Distribution of Wells)* :

(1) **गंगा खोरे :** गंगा नदी खोऱ्याच्या मधल्या व खालच्या टप्प्यात विहीर सिंचन प्रकार महत्त्वाचा आहे. • **उत्तर प्रदेश :** पूर्वेकडील जिल्हे - बहराईच, गोंडा, बस्ती, फैजाबाद, सुलतानपूर, रायबरेली, प्रतापगड, जौनपूर, वाराणसी, अझमगड, गाझीपूर, बालिया, गोरखपूर, देवरिया येथे विहीर सिंचन महत्त्वाचे आहे. • **बिहार व झारखंड :** विहीर जलसिंचनाचे प्रमुख साधन आहे. बिहारमधील शाहबाद, गया, पाटणा, सरन, मुझफ्फरपूर, भागलपूर, मुंगेर या जिल्ह्यांत विहीर सिंचन महत्त्वाचे आहे. • **पश्चिम बंगाल :** पुरुलिया, बांकुरा, बरद्वान, विरभूम, मुर्शिदाबाद जिल्ह्यांत विहीर सिंचन महत्त्वाचे आहे.

(2) **पश्चिम घाटचा उपपर्वतीय पूर्वेकडील व दक्षिणेकडील प्रदेश :** महाराष्ट्रातील कोल्हापूर, सांगली, सातारा, सोलापूर, अहमदनगर, पुणे जिल्ह्यांत आणि निलगिरी पर्वताच्या पूर्वेकडील व कार्डमम टेकड्यांच्या पूर्वेकडील रामनाथपूरम, मदुराई, कोईमतूर आणि तिरुचिरापल्ली व गुंटूर या जिल्ह्यांच्या दरम्यानच्या प्रदेशात विहीर सिंचन महत्त्वाचे आहे.

(3) **दख्खनच्या पठारावरील कापसाच्या काळ्या मृदेचे क्षेत्र :** यामध्ये मध्य प्रदेशातील माळवा पट्टा महत्त्वाचा आहे. मध्य प्रदेश, छत्तीसगड, महाराष्ट्रातील खानदेश, विदर्भ यांचा समावेश होतो.

(4) **पंजाबमधील पर्वत पायथ्याचा प्रदेश :** पंजाबमधील नक्त सिंचित क्षेत्राच्या 80% क्षेत्र विहीर सिंचनाखाली आहे.

(5) **नर्मदा व तापी खोरे :** गुजरातमधील नर्मदा व तापी खोरे. गुजरातमधील 82% क्षेत्र विहीर व कूपनलिका विहीर सिंचनाखाली आहे. • **आसाम, अरुणाचल प्रदेश येथे विहीर सिंचनाचा जवळजवळ अभाव आहे.**

तक्ता क्र. 5.12 : बहूद्देशीय प्रकल्प

प्रकल्प	नदी	उद्देश	समाविष्ट राज्ये
1. भाक्रा-नानगल	सतलज (पंजाब)	• पंजाबमध्ये सतलज नदीवर भाक्रा व नानगल अशी दोन धरणे • भाक्रा जलसिंचन कालवा • नानगल जलप्रवाह • 1,204 मेगावॅट क्षमतेची दोन वीजगृहे (गुंगवाल व कोटला) • शेतीला जलसिंचन	पंजाब, हरियाणा, राजस्थान
2. दामोदर खोरे	दामोदर (झारखंड)	• पूर नियंत्रण • जलसिंचन • जलवाहतूक • वीजनिर्मिती • प्रमुख चार धरणे : तिलैया (बराकर नदी), कोणार (कोणार नदी), मेथॉन (बराकर नदी), पानशेत (दामोदर नदी).	झारखंड व पश्चिम बंगाल
3. हिराकूड	महानदी (ओडिशा)	• जगातील सर्वांत लांब धरण • प्रकल्पाच्या दोन अवस्था/स्टेजेस स्टेज - I : (अ) हिराकूड धरण - वीजपुरवठा (ब) कालवे : संबळपूर कालवा, बरागढ कालवा, सरन कालव्यापासून शेतीला जलसिंचन	ओडिशा
		(क) महानदी त्रिभुज प्रदेशाला जलसिंचन योजना (ड) धोलपूर ते कटक जलवाहतूक स्टेज - II : तिक्रापारा व नराज आणि चिम्प्लीमा धरणातून वीजनिर्मिती	
4. कोसी प्रकल्प	कोसी	तीन स्टेज अवस्था स्टेज - I : नेपाळमध्ये हनुमाननगर येथे बंधारा बांधणे. स्टेज - II : बिहार व नेपाळमध्ये पूर नियंत्रणासाठी नदीच्या काठांवर भराव टाकणे. स्टेज - II : उत्तर बिहारसाठी पूर्व कोसी कालवा. इतर : • कोसी वीजगृह : बिहार, नेपाळ कृषी जलसिंचन • पश्चिम कोसी कालवा : बिहार, नेपाळ कृषी जलसिंचन • राजपूर कालवा : बिहार, कृषी जलसिंचन • भूमीचे पुनरुज्जीवन, मृदा संधारण, अंतर्गत जलवाहतूक, कृषी आधारित उद्योगांचा विकास.	बिहार व नेपाळ
5. रिहांद प्रकल्प	रिहांद (उत्तर प्रदेश)	• गोविंद वल्लभ पंतसागर जलाशय निर्माण करून पूर नियंत्रण • रिहांद धरणाजवळ प्रत्येकी 5 मेगावॅट क्षमतेची 6 युनिट व ओब्रा धरणावर 50 मेगावॅटची 6 युनिट वीजकेंद्रे. • पूर्व उत्तर प्रदेश व बिहारला जलसिंचन. • पूर नियंत्रण, मासेमारी, पर्यटन, जलवाहतूक, मृदा संधारण.	उत्तर प्रदेश
6. चंबळ खोरे प्रकल्प	चंबळ (मध्य प्रदेश)	प्रकल्प तीन अवस्थांद्वारे पूर्ण स्टेज - I : गांधीसागर धरण : राजस्थान व मध्य प्रदेशातील शेतीला जलसिंचन. प्रत्येकी 23,000 किलोवॅट क्षमतेची पाच वीजगृहे स्टेज - II : राणाप्रताप सागर धारणातून शेतीला जलसिंचन व प्रत्येकी 43,000 किलोवॅट क्षमतेची 4 विद्युतगृहे स्टेज - III : जवाहर सागर धरणापासून शेतीला जलसिंचन व प्रत्येकी 33,000 किलोवॅट क्षमतेच्या 3 विद्युतगृहांतून वीजनिर्मिती • जलसिंचन, जलविद्युत, चंबळ खोऱ्यातील मृदेचे धुपेपासून संरक्षण	राजस्थान व मध्य प्रदेश

(क्रमशः)

प्रकल्प	नदी	उद्देश	समाविष्ट राज्ये
7. तुंगभद्रा प्रकल्प	तुंगभद्रा (कर्नाटक)	• आंध्र प्रदेश-तेलंगण व कर्नाटक राज्यांतील शेतीला जलसिंचन • तीन विद्युत केंद्रांची स्थापित क्षमता 126 मेगावॅट. यातून स्वस्त दराने वीजपुरवठा	आंध्र प्रदेश-तेलंगण व कर्नाटक
8. गंडक प्रकल्प	गंडक (बिहार)	• बिहारमध्ये वाल्मीकीनगर येथे बंधारा बांधून पश्चिम कालव्यापासून बिहार व उत्तर प्रदेशला जलसिंचन • पूर्व कालव्यापासून बिहार व नेपाळला जलसिंचन • 15 मेगावॅट क्षमतेचे वीजगृह नेपाळला भेट	बिहार व उत्तर प्रदेश नेपाळला-देखील फायदा
9. नागार्जुनसागर प्रकल्प	कृष्णा (आंध्र प्रदेश)	• जवाहर कालव्यापासून शेतीला जलसिंचन • लालबहादूर कालव्यापासून शेतीला जलसिंचन • प्रत्येकी 50 मेगावॅट क्षमतेची दोन वीजगृहे.	आंध्र प्रदेश-तेलंगण
10. तिहरी प्रकल्प	भगीरथी व भिलगंगा नद्यांच्या संगमावर धरण (उत्तराखंड)	• 3,500 मेगावॅट वीजनिर्मिती करणे. • 2,70,000 हेक्टर क्षेत्राला जलसिंचनाचा लाभ • पर्यावरणवादी संघटना - धरणविरोधी आंदोलने, 1990 पासून कामास सुरुवात • हिमालयासारख्या नाजूक पर्यावरण क्षेत्रात ही योजना घातक असून गढवाली संस्कृतीला धोकादायक असे पर्यावरणवादी संघटनेचे मत आहे.	उत्तराखंड
11. बियास प्रकल्प	बियास (हिमाचल प्रदेश)	• बियास-सतलज नदीजोड प्रकल्प • बियास येथे धरण - हिमाचल प्रदेशातील पंदोह येथे वळण धरण बांधून जलसिंचन व जलविद्युत. • पोंग धरणापासून तिन्ही राज्यांना जलसिंचन व जलविद्युत निर्मिती	पंजाब, हरियाणा, राजस्थान
12. नर्मदा खोरे प्रकल्प	नर्मदा (मध्य प्रदेश)	• जगातील सर्वांत मोठा नदी खोरे प्रकल्प • 30 मोठे प्रकल्प, 135 मध्यम प्रकल्प, 300 लघू धरणे. • सरदार सरोवर प्रकल्प व नर्मदा सागर धरण प्रकल्प. दोन सर्वांत मोठे प्रकल्प : जलसिंचन व जलविद्युत • गुजरात सर्वांत लाभार्थी ठरणार आहे. शिवाय मध्य प्रदेश, राजस्थान, महाराष्ट्राला लाभ. • पर्यावरणवादी संघटना व धरणविरोधी आंदोलने. यामुळे कामाला अपेक्षित गती नाही.	गुजरात, मध्य प्रदेश, राजस्थान

2. कूपनलिका विहिरी (Tube Wells)

कूपनलिकांचे वितरण :

(1) **गंगेचा मैदानी प्रदेश :** या प्रदेशात कूपनलिकांची संख्या जास्त आहे. हिमालयीन व तराई प्रदेशातील भरपूर पर्जन्यामुळे समृद्ध भूजल साठे आहेत. • घाघरा नदीच्या उत्तरेला व दक्षिणेला कूपनलिकांचा विकास झाला आहे. • **उत्तर प्रदेश :** उत्तरेकडील बहराईच, गोंडा, बस्ती, गोरखपूर, देवरिया तर दक्षिणेकडील फैजाबाद, सुलतानपूर, अझमगड, गाझीपूर, बालिया, जौनपूर, वाराणसी या जिल्ह्यांत कूपनलिका आढळतात. खोली 90 ते 150 मीटरपर्यंत आहे.

(2) **पंजाब व हरियाणा :** लुधियाना, कपूरथाळा, पतियाळा, हिस्सार, गुरगाव आणि पश्चिम राजस्थानमधील लुनी खोऱ्यात कूपनलिकांचा विकास झाला आहे.

(3) **बिहार :** गंगेच्या उत्तरेकडील प्रदेशापेक्षा दक्षिणेला कूपनलिकेचा विकास झाला आहे.

(4) **मध्य प्रदेश :** नर्मदा खोऱ्यात कूपनलिकांचा विकास झाला आहे.

(5) **गुजरात :** वडोदरा जिल्ह्यात कूपनलिकांची संख्या जास्त आहे.

(6) दख्खनच्या पठारावर जलशोषक खडक रचना अभावानेच/क्वचितच आढळते. अपवाद केवळ खडकातील संधी, तडे, जोड व भेगा आहेत. यामुळे भूजलाची पातळी समृद्ध नाही. यामुळे दख्खनच्या पठारावर कूपनलिका सिंचनाखालील क्षेत्र मर्यादित आहे. • भारतातील उत्तर प्रदेश, पंजाब, बिहार, हरियाणा, पश्चिम बंगाल या राज्यांत कूपनलिका सिंचनाखालील क्षेत्र जास्त आहे. गुजरात, ओडिशा, मध्य प्रदेश, राजस्थान, आंध्र प्रदेश-तेलंगण, कर्नाटक, तमिळनाडू या राज्यांतही कूपनलिका सिंचनाखालील क्षेत्र बऱ्यापैकी आहे.

बहूद्देशीय प्रकल्प (Multipurpose Projects)

तक्ता क्र. 5.13 : भारत - सूक्ष्म (ठिबक व तुषार) सिंचनांतर्गत असणारी महत्त्वाची राज्ये (31 मार्च, 2017 नुसार)

क्र.	राज्ये	ठिबक सिंचन (हेक्टर)	क्र.	राज्ये	ठिबक सिंचन (हेक्टर)
1.	राजस्थान	17,88,545	7.	मध्य प्रदेश	4,81,664
2.	महाराष्ट्र	14,12,540	8.	तमिळनाडू	3,97,511
3.	आंध्र प्रदेश	13,98,508	9.	छत्तीसगड	2,84,256
4.	गुजरात	11,38,002	10.	तेलंगण	1,32,436
5.	कर्नाटक	10,50,533	11.	बिहार	1,11,433
6.	हरियाणा	5,84,160	12.	ओडिशा	1,09,613

स्रोत : भारत - कृषी विभाग वार्षिक अहवाल 2017-18, Page No. 61

5.3   भारत : कृषी

कृषी : आर्थिक क्रियेमधील प्रमुख व्यवसाय

शेती हा भारतीय अर्थव्यवस्थेचा मुख्य आधार आहे. भारतातील सुमारे 65 ते 70% लोकसंख्या कृषिव्यवसायावर अवलंबून आहे. देशातील एकूण राष्ट्रीय उत्पादनापैकी सुमारे 25% राष्ट्रीय उत्पादन कृषीपासून मिळते; यामुळे भारतीय कृषी ही देशातील एक प्रमुख आर्थिक क्रिया आहे.

भारतीय अर्थव्यवस्थेतील कृषीचे स्थान

(1) भूमिउपयोजन व कृषीचा सहभाग : भारताचे 2014-2015 साली एकूण क्षेत्रफळ 329 दशलक्ष हेक्टर्स असून नक्त पीकक्षेत्र 140.13 दशलक्ष हेक्टर (46%) व दुबार पीकक्षेत्र 58.23 दशलक्ष हेक्टर होते. म्हणजे एकूण पीकक्षेत्र 198.36 दशलक्ष हेक्टर होते.

(2) रोजगार उपलब्ध करून देणारा उद्योग : सन 2001 च्या आकडेवारीनुसार एकूण कार्यकारी लोकसंख्येपैकी 31.7% शेतकरी, 26.5% शेतमजूर कृषी व अन्य विभागात आहेत.

(3) राष्ट्रीय उत्पादनात कृषी उत्पन्नांचा सहभाग : भारताचे राष्ट्रीय उत्पन्न 2014-15 साली (अंदाजे) 1,06,56,925 कोटी रुपये होते. यापैकी सुमारे 17.6% उत्पन्न कृषीपासून मिळाले.

(4) निर्यात व्यापारातील सहभाग : सन 2017-2018 अनुसार भारताच्या एकूण निर्यातीपैकी पैशाच्या दृष्टीने कृषिक्षेत्राचा वाटा 12.26% आहे.

(5) भारतीय कृषी - कृषी मालावर प्रक्रिया करणाऱ्या उद्योगाची जननी : शेती उत्पादनामुळे भारतीय उद्योगधंद्यास कच्चा माल मिळतो. सुती कापडगिरण्या, तागउद्योग, साखर कारखाने, तेलगिरण्या, तंबाखू प्रक्रिया उद्योग, फळांवर प्रक्रिया करणाऱ्या केंद्रांना कृषिक्षेत्रातूनच कच्च्या मालाचा पुरवठा होतो. कृषिव्यवसायांशी पशुधन निगडित आहे; यामुळे पशुधनावर आधारित दुधावर प्रक्रिया करणारे उद्योग, लोकरउद्योग, कातडी कमाविणे व इतर तत्सम उद्योग पर्यायाने कृषीवर अवलंबून असतात.

(6) लोकांच्या क्रयशक्तीत वाढ : कृषी उत्पन्नामुळे राष्ट्रीय उत्पादनात भर पडते. पर्यायाने यातून शेतकरी व शेतमजूर यांची आर्थिक स्थिती सुधारते.

(7) भांडवल गुंतवणूक व भांडवलनिर्मिती : भारतीय कृषिव्यवसायात अलीकडे मोठ्या प्रमाणात भांडवल गुंतवणूक झाली आहे. प्रत्येक पंचवार्षिक योजनाकाळात ही गुंतवणूक वाढत आहे. पर्यायाने यातून भांडवलनिर्मिती होत आहे.

(8) उद्योगांना श्रमाचा पुरवठा : कृषिव्यवसाय ग्रामीण भागात चालतो. नागरी केंद्रात असलेल्या विविध उद्योगांना आवश्यक असलेला श्रमाचा पुरवठा ग्रामीण भागातूनच होतो.

(9) आर्थिक नियोजनात कृषीचे स्थान : राष्ट्रीय अर्थव्यवस्थेत कृषीचे महत्त्व अनेक तऱ्हेने विशद करता येते. देशांतर्गत व्यापारात कृषी उत्पादनाचा वाटा मोठा आहे. कृषी उत्पादनातील अपयश हे आर्थिक नियोजनातील अपयशाला कारणीभूत ठरते.

(10) कृषी उत्पन्नाचे फायदे : (अ) गरिबी हटाव शक्य : कृषी उत्पन्नाच्या वाढीमुळे गरिबी हटविणे शक्य होऊ शकते. म्हणजेच कृषी उत्पन्न व गरिबी हटावचा संबंध प्रत्यक्ष आहे. **(ब) चलनवाढ नियंत्रण, कृषी मजुरीमध्ये वाढ व रोजगाराच्या संधी :** कृषी उत्पन्न वाढल्यानंतर साहजिकच चलनवाढ रोखणे शक्य होते. याशिवाय शेतमजुरांची मजुरी वाढते; तसेच रोजगाराच्या संधीही उपलब्ध होऊ शकतात.

(11) कृषी संशोधनावर भर : कृषी उत्पन्नाच्या वाढीसाठी संशोधनावर भर देण्याच्या दृष्टीने बरीच मोठी रक्कम गुंतविली आहे. यामुळेच कृषी अनुसंधान (ICAR) आणि राज्यस्तरीय कृषी विद्यापीठात संशोधन चालू असते.

(12) सर्वसामान्य शेतकऱ्यांपर्यंत संशोधनाचा व तंत्रज्ञानाचा लाभ : शेतकऱ्यांच्या दारात संशोधनाचे स्वरूप व त्याची माहिती देण्याचा प्रयत्न केला जातो. याचप्रमाणे कृषी तंत्रज्ञानाचीही माहिती पुरविली जाते; यामुळेच स्वातंत्र्यपूर्व व स्वातंत्र्योत्तर काळात कृषी उत्पन्नात बरीच वाढ झालेली आहे. वरील सर्व गोष्टींवरून असे स्पष्ट होते की, भारतीय कृषी ही भारतीय अर्थव्यवस्थेचा प्रमुख आधारस्तंभ आहे. आपली अर्थव्यवस्था कृषिप्रधान असल्याने कृषीचा विकास हाच आपला आर्थिक विकास आहे.

भारतीय कृषीची सद्यःस्थिती

भूमी उपयोजन (Land Utilization)

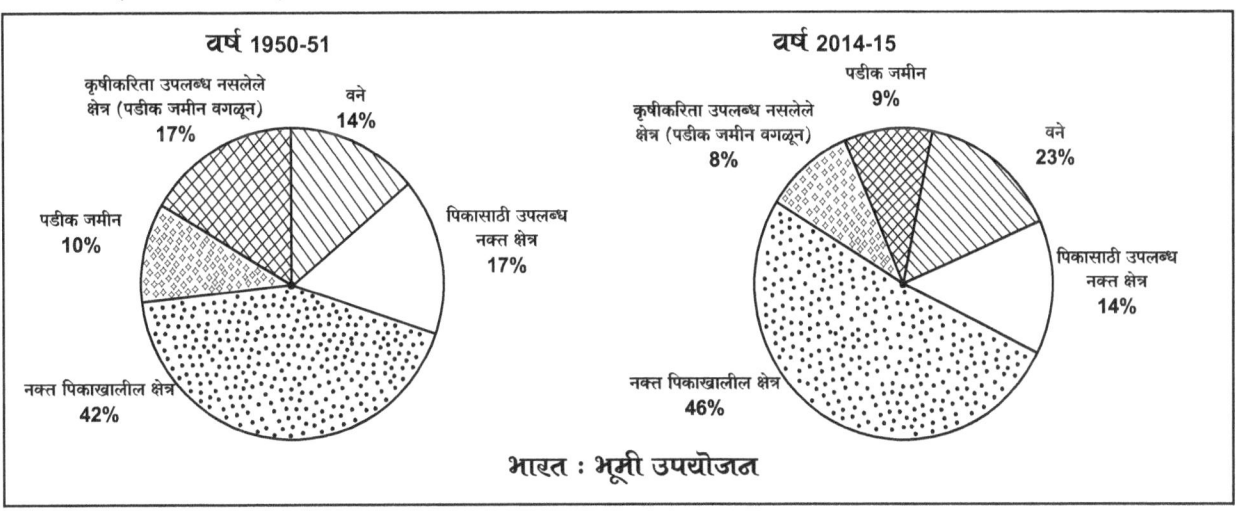

आलेख क्र. 5.1 : भारत - भूमी उपयोजन

Source : Directorate of Economics and Statistics, DAC & FW

भारत : भूमी उपयोजन (1950-51 आणि 2014-15)

भारताचे एकूण भौगोलिक क्षेत्र 328.8 दशलक्ष हेक्टर असून त्याचे भूमी उपयोजन पुढीलप्रमाणे आहेत –

(1) **वने :** देशातील हवामानात संतुलन राहण्यासाठी किमान 33% क्षेत्र वनाखाली असावे लागते. वनाच्या क्षेत्रात वाढ झाल्याचे दिसून येते; कारण ज्या क्षेत्राचे भूमिउपयोजन ज्ञात नाही असे क्षेत्र शोधून काढून तसेच वृक्षारोपणाच्या मोहिमा राष्ट्रीय पातळीवर हाती घेऊन वनाखालील क्षेत्र वाढविले जात आहे. 1950-51 साली वनांचे क्षेत्र 40 दशलक्ष हेक्टर होते. ते 2014-2015 साली 71.79 दशलक्ष हेक्टरपर्यंत वाढले.

(2) **कृषीकरिता उपलब्ध नसलेले क्षेत्र :** याखालील क्षेत्राची पुढील दोन गटांत विभागणी केली जाते. **(अ) अ-कृषक उपयोगाकरिता वापरलेले क्षेत्र :** यामध्ये वसाहतीखालील (खेडी-शहरे) क्षेत्र, पायवाटा, रस्ते, लोहमार्ग, इतर दळणवळणाचे मार्ग, नद्या, सरोवरे, कालवे, धरणे याखालील क्षेत्रांचा समावेश होतो. **(ब) वैराण व शेतीस अयोग्य क्षेत्र :** यामध्ये पर्वतीय, डोंगराळ, खडकाळ तसेच ओसाड क्षेत्राचा समावेश होतो. 1950-51 साली कृषीकरिता उपलब्ध नसलेले क्षेत्र 48 दशलक्ष हेक्टर होते. ते 2014-2015 साली 43.88 दशलक्ष हेक्टरपर्यंत कमी झाले.

(3) **कृषीखालील नसलेले क्षेत्र (पडीक जमीन वगळून) :** या प्रकारच्या जमिनीचे खालील तीन प्रकार पडतात. (अ) कायम कुरणे व चराऊ जमिनी (ब) वृक्षांच्या बागा व मळे (क) कृषियोग्य ओस जमीन. यामध्येही बऱ्याच काळात क्षेत्र 49 दशलक्ष हेक्टरवरून 2014-2015 साली 25.83 दशलक्ष हेक्टरपर्यंत कमी झाले. याचा अर्थ कृषिक्षेत्रात वाढ झाली.

(4) **पडीक जमीन :** पडीक जमीन तशी कृषियोग्यच असते; परंतु शेतकऱ्यांचे दारिद्र्य, पाण्याची दुर्मीळता, मलेरियायुक्त हवामान इत्यादी कारणांमुळे अशी जमीन काही वर्षांकरिता पडीक ठेवलेली असते. पडीक जमिनीचे क्षेत्र 28 लक्ष हेक्टरवरून 2014-2015 साली 26.18 दशलक्ष हेक्टरपर्यंत खाली आले.

(5) **नक्त पीकक्षेत्र :** राज्याच्या एकूण क्षेत्रफळापैकी पंजाब, हरियाणामध्ये प्रत्येकी 81%, पश्चिम बंगालमध्ये 63%, महाराष्ट्रात 60%, उत्तर प्रदेश 58%, केरळ 56% जमीन कृषीखाली आहे. अति कमी क्षेत्र असलेल्या राज्यांत अरुणाचल प्रदेश, नागालँड, मेघालय, मिझोराम या राज्यांचा समावेश होतो. 1950-1951 साली नक्त कृषीखालील क्षेत्र 119 दशलक्ष हेक्टर होते. 2014-2015 साली 140.13 दशलक्ष हेक्टर होते.

(6) **दुबार/तिबार पीकक्षेत्र :** बिहार, पश्चिम बंगाल, उत्तर प्रदेश आणि पंजाबमध्ये दुबार पिकाखाली क्षेत्र जास्त आहे. दख्खनचे पठार, माळव्याचे पठार, राजस्थानचा पश्चिम भाग येथे दुबार पिकांचे प्रमाण कमी आहे. दुबार क्षेत्रातही वरील काळात 13 दशलक्ष हेक्टरवरून 58.23 दशलक्ष हेक्टरपर्यंत वाढ झालेली आहे.

(7) **एकूण पीकक्षेत्र :** नक्त पीकक्षेत्र आणि दुबार पीकक्षेत्र मिळून एकूण पीकक्षेत्र काढले जाते. 1950-1951 साली देशात एकूण पीकक्षेत्र 132 दशलक्ष हेक्टर म्हणजे 40% क्षेत्र याखाली होते; तर 2014-2015 साली 198.36 दशलक्ष हेक्टर क्षेत्र होते.

भारतातील प्रमुख पिकांचे प्रादेशिक स्वरूप

अन्नधान्ये पिके

प्रमुख पिकांबरोबरच इतर तृणधान्ये आणि कडधान्ये यांचाही समावेश होतो. 1950-1951 साली देशात अन्नधान्याच्या पिकांखाली 99 दशलक्ष हेक्टर क्षेत्र होते आणि एकूण अन्नधान्याचे उत्पादन 50.8 दशलक्ष टन होते; तर 2013-2014 साली 126 दशलक्ष हेक्टर होते आणि एकूण अन्नधान्याचे उत्पादन 264.8 दशलक्ष टन आहे तर दरहेक्टरी उत्पादन 2,101 कि.ग्रॅ. आहे. 2014-2015 साली 122.1 दशलक्ष हेक्टरमधून 252.7 दशलक्ष टन अन्नधान्याचे उत्पादन झाले तर हेक्टरी उत्पादन 2,070 कि.ग्रॅ. होते.

1. तांदूळ

तज्ज्ञांच्या मते, भाताचे उत्पत्तिस्थान भारत, म्यानमार किंवा लाओस, कंबोडिया असावे. भात हे जगातील 1/3 लोकांचे मुख्य अन्न आहे. हे उष्ण कटिबंधातील प्रमुख अन्नधान्य आहे. भाताचे उत्पादन इतर पिकांपेक्षा निश्चित चांगले व खात्रीशीर येते. मान्सून आशियातील भात हे सखोल उदरनिर्वाह शेतीचे (Intensive Subsistence Agriculture) प्रातिनिधिक आहे. या पिकाचे भरघोस यश किंवा नुकसान यावर लक्षावधी लोकांचे भवितव्य अवलंबून असते.

उत्पादक प्रदेश : भारतात गंगा, ब्रह्मपुत्रा नद्यांची खोरी व त्रिभुज प्रदेश तसेच महानदी, गोदावरी, कृष्णा, कावेरी नद्यांची खोरी व त्रिभुज प्रदेशात तांदळाचे पीक मोठ्या प्रमाणात घेतले जाते. भारताच्या पूर्व व पश्चिम किनारी प्रदेशात तांदूळ मोठ्या प्रमाणात पिकविला जातो. जगातील सुमारे 21.34% तांदळाचे उत्पादन (वर्ष 2012) करणाऱ्या भारताचा जगात दुसरा क्रमांक लागतो.

भारतात 2016-2017 सालानुसार तांदळाच्या उत्पादनात पश्चिम बंगालचा प्रथम क्रमांक आहे. या खालोखाल उत्तर प्रदेश व पंजाबचा क्रमांक आहे. भारतात तांदळाच्या हेक्टरी उत्पादनात पंजाब राज्याचा प्रथम क्रमांक आहे. यानंतर तमिळनाडू व हरियाणा राज्याचा क्रमांक आहे. भारतात 1950-1951 साली तांदळाचे क्षेत्र 308 लक्ष हेक्टर होते. ते 2016-17 च्या सरासरीनुसार 4.31 लक्ष हेक्टर होते. याच काळात तांदळाचे उत्पादन 206 लक्ष टनांवरून 1,101 लक्ष टनांपर्यंत झालेले आहे. तांदळाच्या क्षेत्रफळात 1 || पटीने वाढ तर उत्पादनात पाच पटीपेक्षा जास्त वाढ झालेली आहे. ही प्रगती लक्षणीय आहे. याच काळात दरहेक्टरी उत्पादन 668 कि.ग्रॅ. वरून 2,550 कि.ग्रॅ. पर्यंत वाढलेले आहे.

2. गहू

उत्पादक प्रदेश : भारतात उत्तर प्रदेश, पंजाब, मध्य प्रदेश, हरियाणा, राजस्थान या राज्यांतून देशातील 70% गहू पिकविला जातो. शिवाय बिहार, पश्चिम बंगाल, महाराष्ट्र, गुजरात या राज्यांतही गहू पिकविला जातो. उत्तर भारतातील सतलज-गंगा गाळाचा मैदानी सुपीक प्रदेश गव्हास अधिक योग्य आहे. भारतात 2008-2009 सालानुसार गव्हाच्या क्षेत्रात उत्तर प्रदेशचा प्रथम क्रमांक आहे. गव्हाच्या उत्पादनातही उत्तर प्रदेशचा प्रथम क्रमांक आहे. यानंतर पंजाब व हरियाणाचा क्रमांक आहे. तर हेक्टरी उत्पादनात पंजाबचा प्रथम क्रमांक असून यानंतर हरियाणा व गुजरात राज्याचा क्रमांक आहे.

1950-1951 साली गव्हाचे क्षेत्र 97.5 लक्ष हेक्टर होते, ते 2016-17 नुसार 306 लक्ष हेक्टरपर्यंत वाढले. याच काळात गव्हाचे उत्पादन 65 लक्ष टनांवरून 983.8 लक्ष टनांपर्यंत वाढले. गव्हाच्या उत्पादनामधील भरघोस वाढ हे भारतीय शेतीची प्रगती दर्शविते. भारतात 70 वर्षांच्या काळात गव्हाच्या क्षेत्रात सुमारे तिपटींनी वाढ झालेली आहे; तर उत्पादनात 15 पटींनी अशी प्रचंड वाढ झालेली आहे. याचे श्रेय हरित क्रांती, अधिक उत्पादन देणाऱ्या जाती,

खते व कीटकनाशकांचा वापर, उत्तम बी-बियाणे यांच्याकडे जाते. याच काळात गव्हाचे हेक्टरी उत्पादन 663 कि.ग्रॅ. वरून 3,261 कि.ग्रॅ. पर्यंत वाढले. गव्हाचे हेक्टरी उत्पादन पाच पटीने वाढलेले आहे.

3. ज्वारी

उत्पादक प्रदेश : महाराष्ट्र, कर्नाटक, मध्य प्रदेश, छत्तीसगड व आंध्र प्रदेशात मिळून भारतात ज्वारीचे 80% उत्पादन होते. भारतामध्ये ज्वारीचे 1/3 उत्पादन महाराष्ट्रात होते. पश्चिम महाराष्ट्र आणि मराठवाड्यात ज्वारी हे प्रमुख पीक आहे. कर्नाटकात उत्तरेकडील भागात तर आंध्र प्रदेशात तेलंगण पठारावर ज्वारीचे क्षेत्र आहे. गुजरात, राजस्थानच्या कोरड्या प्रदेशात ज्वारीची लागवड केली जाते. भारतात **ज्वारीच्या क्षेत्रात व उत्पादनात महाराष्ट्राचा प्रथम क्रमांक आहे.** यानंतर कर्नाटक व मध्य प्रदेशाचा क्रमांक आहे. ज्वारीच्या हेक्टरी उत्पादनात मात्र तमिळनाडू राज्याचा प्रथम क्रमांक असून यानंतर उत्तर प्रदेश व महाराष्ट्राचा क्रमांक आहे. 1950-1951 साली ज्वारीचे क्षेत्र 156 लक्ष हेक्टर होते. ते 2007-08 ते 2011-12 च्या सरासरीनुसार 73.4 लक्ष हेक्टरपर्यंत कमी झाले तरी याच काळात ज्वारीच्या उत्पादनात 55 लक्ष टनांवरून 69.7 लक्ष टनांपर्यंत वाढ झाली. उत्पादनामधील वाढ दीड पटीने आणि हेक्टरी उत्पादन 353 कि.ग्रॅ. वरून 949 कि.ग्रॅ. पर्यंत वाढले. 2013-14 नुसार ज्वारीच्या 58 लाख हेक्टरमधून 54 लाख टन उत्पादन मिळाले. हेक्टरी उत्पादन 925 कि.ग्रॅ. आहे. 2014-15 नुसार ज्वारीच्या 53 लाख हेक्टरमधून 51 लाख टन उत्पादन व हेक्टरी उत्पादन 2,872 कि.ग्रॅ. आहे.

तक्ता क्र. 5.14 : भारत - अन्नधान्य पिकांच्या काही जाती

भात (तांदूळ)	**हळव्या जाती (कालावधी 85 ते 115 दिवस) :** रत्नागिरी-73, कर्जत-184, कर्जत-1, रत्नागिरी-24, रत्नागिरी-711, रत्नागिरी-1, कर्जत-35-3, राधानगरी-182-2. **निम-गरव्या जाती (कालावधी 120 ते 135 दिवस) :** पालघर-1, जया, विक्रम, फाल्गुना, RP 4-14, दारणा. **गरव्या जाती (कालावधी 135 ते 150 दिवस) :** कर्जत-14-7, रत्नागिरी-68-1, रत्नागिरी-2, आंबेमोहोर-157, बासमती-370. **सुगंधी जाती :** बासमती, पुसा-33, बासमती-370, आंबेमोहोर, सुगंधा, पुसा बासमती-1, बासमती-385, कस्तुरी, PNR-381, PBN-1, शिवाय IR-5, IR-8, IR-20, IR-22, हंसा, पद्मा, करुणा, कृष्णा, कावेरी, अन्नपूर्णा.
गहू	**बागायत :** HD-2189, HD-2278, HD-2380, NI-9947 व 5439, HD-4502 कल्याणसोना MACS 2496, AKW-381, राज-1555, DWR-39, DWR-162, NI-2647 शिवाय सोनालिका HI-977, HD-2189, PBN-142 (कैलास), NIAWHD-2501, DWR-195. **जिरायत :** NI-5439, N-8223, MACS-9 अजंठा; शिवाय सरबती, सोनेरा, छोटी लरमा, सफेद लरमा.
ज्वारी	**खरीप संकरित :** CSH-1, 5, 9, 14; SpH-388, SPV-462, 475, 946. **रब्बी संकरित :** CSH-8, 13, 15, मालदांडी 35-1, स्वाती SPV-86, 839.
बाजरी	**संकरित :** MH-179, MH-208, (HHB-50), MH-169, MH-143, श्रद्धा (RHRB-8609), सबुरी (RHRBH-8914). **सुधारित :** ICTP-8203, ICMV-87901, BK-560, WCC-75.
मका	**संकरित :** डेक्कन डबल हायब्रीड, डेक्कन 101, 103; गंगा सफेद-2, गंगा-9, मांजरी, ह्युनिस, आफ्रिकन टॉक, पंचगंगा.

4. बाजरी

उत्पादक प्रदेश : गुजरातच्या उत्तर भागात, उत्तर प्रदेश, हरियाणा, पंजाब व महाराष्ट्र या राज्यांत बाजरी पिकवितात. बाजरीच्या उत्पादनासाठी राजस्थान प्रसिद्ध आहे. बाजरी हे खरीप हंगामातील पीक आहे. उबदार व कोरड्या हवामानात बाजरीची लागवड करतात. सरासरी 25° ते 30° से. तापमान आणि सरासरी 40 ते 45 सें.मी. पर्जन्य या पिकास मानवते. साधारण प्रतीच्या मृदेत बाजरीचे पीक घेता येते.

भारतात बाजरीच्या क्षेत्रात व उत्पादनात राजस्थानचा क्रमांक आहे. बाजरीच्या क्षेत्रात यानंतर महाराष्ट्र व गुजरातचा क्रमांक आहे; तर उत्पादनात गुजरात व महाराष्ट्र अशी क्रमवारी आहे. बाजरीच्या हेक्टरी उत्पादनात तमिळनाडू राज्याचा प्रथम क्रमांक असून यानंतर हरियाणा व पंजाबचा क्रमांक आहे. 2014-15 नुसार बाजरीच्या 71 लाख हेक्टरमधून 91 लाख टन उत्पादन मिळाले. हेक्टरी उत्पादन 1,272 कि.ग्रॅ. आहे.

5. भरड तृणधान्ये

भारताच्या 2016-2017 सालानुसार एकूण भरड तृणधान्याच्या उत्पादनात राजस्थानचा प्रथम क्रमांक आहे. उत्पादनात आंध्र प्रदेश व महाराष्ट्राची क्रमवारी आहे. तृणधान्याच्या हेक्टरी उत्पादनात पंजाबचा प्रथम क्रमांक आहे. या खालोखाल हरियाणा व तमिळनाडूचा क्रमांक आहे. 2016-17 नुसार मक्याचे 262.6 लाख टन उत्पादन मिळाले.

6. मका

उत्पादक प्रदेश : भारतात मक्याचे उत्पादन मुख्यत्वेकरून उत्तर प्रदेश, बिहार, झारखंड, राजस्थान, पंजाब, मध्य प्रदेश, छत्तीसगड, जम्मू-काश्मीर, हिमाचल प्रदेशात होते. भारतात 2016-17 सालानुसार मक्याच्या उत्पादनात महाराष्ट्राचा प्रथम क्रमांक असून यानंतर कर्नाटक व मध्य प्रदेश राज्ये आहेत.

तक्ता क्र. 5.15 : भारत - अन्नधान्ये : क्षेत्र, उत्पादन, हेक्टरी उत्पादन - प्रमुख दहा राज्ये (2016-17)

क्षेत्र : दशलक्ष हेक्टर, उत्पादन - दशलक्ष टन, हेक्टरी उत्पादन - कि.ग्रॅ./हेक्टर

Area - Million Hectares, Production - Million Tonnes, Yield - Kg./Hectare

राज्य	क्षेत्र	भारत (%)	उत्पादन (2016-17)#	भारत (%)	हेक्टरी उत्पादन	राज्यामधील जलसिंचन (%) 2014-15*
1. उत्तर प्रदेश	19.92	15.56	49.14	17.83	2,467	80.4
2. मध्य प्रदेश	17.03	13.30	32.98	11.96	1,937	59.7
3. पंजाब	6.42	5.02	27.99	10.15	4,360	99.0
4. राजस्थान	14.11	11.02	19.28	7.00	1,367	35.9

(क्रमशः)

	राज्य	क्षेत्र	भारत (%)	उत्पादन (2016-17)#	भारत (%)	हेक्टरी उत्पादन	राज्यामधील जलसिंचन (%) 2014-15*
5.	हरियाणा	4.59	3.59	17.16	6.22	3,735	92.7
6.	प. बंगाल	5.98	4.67	17.06	6.19	2,853	48.4
7.	महाराष्ट्र	12.16	9.50	15.79	5.73	1,298	18.0
8.	बिहार	6.61	5.17	15.58	5.65	2,355	69.8
9.	आंध्र प्रदेश	3.97	3.10	9.64	3.50	1,323	66.5
10.	कर्नाटक	7.29	5.69	10.37	3.76	2,610	27.3
	भारत	128.03	100.00	275.68	100.00	2,153	53.1

@ Since area/Production is low in individual states, yield rate is not worked out.   * Provisional   # Fourth Advance Estimates

Note : States have been arranged in descending order of percentage share of production during 2016-17.

Source : Directorate of Economics & Statistics, DAC & FW 2017, Page No. 25

अन्नधान्ये

वैशिष्ट्ये : • भारतात 2016-17 सालानुसार अन्नधान्य क्षेत्र व उत्पादनात उत्तर प्रदेशचा (19.92 दशलक्ष हेक्टर व 49.14 दशलक्ष टन) प्रथम क्रमांक आहे. भारताच्या क्षेत्र व उत्पादनाची टक्केवारी पाहता उत्तर प्रदेशात क्षेत्र : 15.56% तर उत्पादन 17.83% आहे. अन्नधान्य क्षेत्र : या खालोखाल मध्य प्रदेश (17.03 दशलक्ष हेक्टर) व पंजाबचा क्रमांक आहे तर अन्नधान्य उत्पादनात उत्तर प्रदेशच्या खालोखाल मध्य प्रदेश (32.96 दशलक्ष टन) व पंजाबचा (27.99 दशलक्ष टन) क्रमांक आहे. • राज्यामधील कृषी जलसिंचनाचा टक्केवारीत पहिला क्रमांक पंजाब (99.0%) या खालोखाल हरियाणा (82.7%) व उत्तर प्रदेशचा (80.4%) क्रमांक आहे. 2016-17 नुसार अन्नधान्याच्या 128.03 दशलक्ष हेक्टरमधून 275.68 दशलक्ष टन उत्पादन मिळाले. हेक्टरी उत्पादन 2,153 कि.ग्रॅ. आहे.

भारतामध्ये 2018-19 कालखंडात कृषी उत्पादन घटण्याची शक्यता : 2017-18 साली भारतामध्ये कृषी उत्पादन भरघोस आले तर 2018-2019 कालखंडात ते घटण्याची शक्यता आहे. याचे प्रमुख कारण भरडधान्ये व कडधान्याच्या उत्पादनामधील घट असेल. 2017-18 मध्ये प्रमुख तृणधान्ये, भरडधान्ये आणि कडधान्याचे उत्पादन भरघोस आले. 2018-19 दरम्यान खरीप हंगाम निराशाजनक गेल्याने सर्व प्रमुख पिकांमध्ये घट असेल तसेच रब्बी हंगामदेखील उत्साहजन्य नसेल.

तक्ता क्र. 5.16 : प्रमुख पीक उत्पादनाचा अंदाज 2018-19

पीक	2017-18 (दशलक्ष टन)	2018-19 (%) (अंदाज)	पीक	2017-18 (दशलक्ष टन)	2018-19 (%) (अंदाज)
अन्नधान्ये	285	– 1.9	तेलबिया	31	– 1.0
भरडधान्ये	47	– 4.8	कापूस*	35	– 3.8
कडधान्ये	25	– 7.5	(दशलक्ष गाठी)		

स्रोत : TOI, Date 5 Feb., 2019

तक्ता क्र. 5.17 : भारत – महत्त्वाच्या पिकाची पहिली तीन उत्पादित राज्ये (2016-17)

(Production in Million Tonnes)

पिके/पिकांचे गट	राज्ये	उत्पादन	संपूर्ण भारताचा वाटा (%)
1	2	3	4
I. अन्नधान्ये			
तांदूळ	पश्चिम बंगाल	15.09	13.70
	उत्तर प्रदेश	12.95	11.76
	पंजाब	11.03	10.01
	भारत	110.15	100.00
गहू	उत्तर प्रदेश	30.06	30.55
	मध्य प्रदेश	17.94	18.24
	पंजाब	16.44	16.71
	भारत	98.38	100.00
मका	महाराष्ट्र	3.80	14.47
	कर्नाटक	3.26	12.41
	मध्य प्रदेश	3.17	12.07
	भारत	26.26	100.00
एकूण पोषक तृणधान्ये	महाराष्ट्र	6.96	15.75
	राजस्थान	6.78	15.34
	कर्नाटक	5.22	11.81
	भारत	44.19	100.00

(क्रमशः)

पिके/पिकांचे गट	राज्ये	उत्पादन	संपूर्ण भारताचा वाटा (%)
1	2	3	4
एकूण कडधान्ये	मध्य प्रदेश	6.25	27.23
	महाराष्ट्र	3.81	16.60
	राजस्थान	3.06	13.33
	भारत	**22.95**	**100.00**
एकूण अन्नधान्ये	उत्तर प्रदेश	49.14	17.83
	मध्य प्रदेश	32.98	11.96
	पंजाब	27.99	10.15
	भारत	**275.68**	**100.00**
II. तेलबिया			
भुईमूग	गुजरात	3.16	41.80
	राजस्थान	1.14	15.08
	आंध्र प्रदेश	0.71	9.39
	भारत	**7.56**	**100.00**
रेप्सिड व मोहरी	राजस्थान	3.71	46.49
	मध्य प्रदेश	0.92	11.53
	हरियाणा	0.90	11.28
	भारत	**7.98**	**100.00**
सोयाबीन	मध्य प्रदेश	7.08	51.34
	महाराष्ट्र	4.77	34.59
	राजस्थान	1.13	8.19
	भारत	**13.79**	**100.00**
करडई	कर्नाटक	0.10	41.67
	आंध्र प्रदेश	0.02	8.75
	बिहार	0.02	8.33
	भारत	**0.24**	**100.00**
एकूण तेलबिया	मध्य प्रदेश	8.68	27.04
	राजस्थान	6.31	19.66
	महाराष्ट्र	5.26	16.39
	भारत	**32.10**	**100.00**
III. इतर नगदी पिके			
ऊस	उत्तर प्रदेश	144.78	47.68
	महाराष्ट्र	50.64	16.58
	कर्नाटक	23.54	7.68
	भारत	**306.72**	**100.00**
कापूस@	महाराष्ट्र	10.62	32.09
	गुजरात	8.22	24.84
	तेलंगणा	2.93	8.82
	भारत	**33.09**	**100.00**
ताग व मेस्टा$	पश्चिम बंगाल	7.86	75.11
	बिहार	1.68	16.06
	आसाम	0.83	7.93
	भारत	**10.60**	**100.00**

Notes : *Production Estimates are as per 4th Advance Estimates

@ Production in million bales of 170 kg. each $ Production in million bales of 180 kg. each.

Source : Directorate of Economics & Statistics, DAC & FW Annual Report, Page 29 & 30

कडधान्ये : कडधान्यांत हरभरा, तूर, मूग, मटकी, मसूर, उडीद, वाटाणा, पावटा, हुलगा, वाल, चवळी यांसारख्या द्विदल धान्यांचा समावेश होतो. कडधान्ये ही प्रथिनांनी अधिक समृद्ध असतात.

भारतात 2016-17 सालानुसार कडधान्याच्या उत्पादनात मध्य प्रदेशचा प्रथम क्रमांक आहे. यानंतर महाराष्ट्र व राजस्थानचा क्रमांक आहे. कडधान्याच्या हेक्टरी उत्पादनात केरळ राज्याचा प्रथम क्रमांक आहे. यानंतर हरियाणा व पंजाब अशी क्रमवारी आहे. भारतात 1950-1951 साली

कडधान्याचे क्षेत्र 191 लक्ष हेक्टर होते ते 2016-17 नुसार 294% हेक्टरपर्यंत वाढले. भारतात कडधान्याच्या क्षेत्रात समाधानकारक वाढ नाही. याच काळात कडधान्याचे उत्पादन 84 लक्ष टनांवरून 229.5 लक्ष टनांपर्यंत वाढले. याचा अर्थ, कडधान्याच्या उत्पादनात फक्त 2||| पटीने वाढ झालेली आहे. हेक्टरी उत्पादन याच काळात 441 कि.ग्रॅ. वरून 779 कि.ग्रॅ. पर्यंत वाढले. याची वाढही जेमतेम 1||| पटीने आहे. 2016-17 नुसार कडधान्याच्या 29.46 दशलक्ष हेक्टरमधून 22.95 दशलक्ष टन उत्पादन झाले.

नगदी पिके

1. ऊस

उत्पादक प्रदेश : भारतातील 50% उसाचे क्षेत्र एकट्या उत्तर प्रदेशात आहे. महाराष्ट्राचा ऊस उत्पादनात देशात दुसरा क्रमांक लागतो. पश्चिम महाराष्ट्रात उसाखालील क्षेत्र जास्त आहे. याशिवाय तमिळनाडू, आंध्र प्रदेश-तेलंगण, कर्नाटक, हरियाणा, पंजाब, बिहार, गुजरात, राजस्थान, उडीसा, पश्चिम बंगाल, मध्य प्रदेश राज्यांतही ऊस पिकविला जातो. भारताचा ऊस उत्पादनात जगात पहिला क्रमांक लागतो.

भारतात 2016-2017 सालानुसार उसाच्या क्षेत्रात व उत्पादनात उत्तर प्रदेशचा प्रथम क्रमांक आहे. उसाच्या क्षेत्रात यानंतर महाराष्ट्र व कर्नाटकचा क्रमांक आहे; तर ऊस उत्पादनात उत्तर प्रदेश, महाराष्ट्र व कर्नाटक राज्याचा क्रमांक आहे. उसाच्या हेक्टरी उत्पादनात तमिळनाडू राज्याचा प्रथम क्रमांक आहे. यानंतर कर्नाटक व महाराष्ट्र अशी क्रमवारी आहे. 2000-2001 साली देशात 299.2 दशलक्ष टन उसाचे उत्पादन झाले. 2016-17 साली 43.8 लाख क्षेत्रामधून 306.72 दशलक्ष टन उत्पादन झाले. हेक्टरी उत्पादन 69.8 टन आहे.

2. कापूस

उत्पादक प्रदेश : गुजरात, महाराष्ट्र, पंजाब, हरियाणा या राज्यांतून देशातील सुमारे 75% कापसाचे उत्पादन होते. 2016-17 नुसार महाराष्ट्राचा कापूस उत्पादनात प्रथम क्रमांक लागतो. कापूस उत्पादनात गुजरातचा देशात दुसरा क्रमांक लागतो. विदर्भ व मराठवाड्यातील जिल्ह्यांतून कापसाचे जास्त उत्पादन मिळते. एच-4, बुरी, एके 235, लक्ष्मी, वरलक्ष्मी जातींच्या कापसाची लागवड केली जाते तर आंध्र प्रदेशचा तिसरा क्रमांक आहे.

याशिवाय पंजाब व हरियाणा, कर्नाटक, तमिळनाडू, मध्य प्रदेश, राजस्थान, आंध्र प्रदेश-तेलंगण, उत्तर प्रदेश या राज्यांतही कापसाची लागवड केली जाते. 2000-2001 साली भारतात 97 लक्ष गासड्या/बेल कापसाचे उत्पादन झाले. (1 बेल = 170 किलोग्रॅम) 2007-08 ते 2011-12 च्या सरासरीनुसार 280.8 लक्ष गासड्या उत्पादन झाले. 2012-13 साली 340 लाख गासड्या उत्पादन झाले. **2016-17 नुसार कापसाच्या 10.4 दशलक्ष हेक्टरमधून 33.09 दशलक्ष गासड्या उत्पादन मिळाले. हेक्टरी उत्पादन 519 कि.ग्रॅ. आहे.**

3. ताग व मेस्टा

उत्पादक प्रदेश : तागाच्या उत्पादनात पश्चिम बंगालचा देशात प्रथम क्रमांक लागतो. देशातील सुमारे 60% तागाचे क्षेत्र आणि 65% उत्पादन या राज्यातून होते. पश्चिम बंगालमधील पश्चिम दिनाजपूर, मुर्शिदाबाद, नाडिया, हुगळी, 24 परगणा हे जिल्हे ताग उत्पादनात आघाडीवर आहेत. आसाममधील ब्रह्मपुत्रा नदीच्या खालच्या टप्प्यात ताग पिकविला जातो. 2000- 2001 साली देशात 93 लक्ष गासड्या बेल तागाचे उत्पादन झाले. (1 बेल = 180 कि.ग्रॅ.) **2016-17 नुसार ताग व मेस्टाच्या 8 लाख हेक्टरमधून 106 लाख टन उत्पादन मिळाले.**

4. तंबाखू

उत्पादक प्रदेश : तंबाखूच्या उत्पादनात आंध्र प्रदेशाचा देशात प्रथम क्रमांक लागतो. देशातील 45% उत्पादन आंध्र प्रदेशातून मिळते. प्रकासम, गुंटूर, नेल्लोर, कर्नूल, पश्चिम गोदावरी जिल्ह्यांतून तंबाखूचे उत्पादन होते. आंध्र प्रदेशाच्या खालोखाल गुजरात, तमिळनाडू, कर्नाटक, पश्चिम बंगाल, बिहार, ओडिशा, उत्तर प्रदेश, महाराष्ट्र, आसाममध्येही तंबाखूची लागवड केली जाते.

5. गळिताच्या तेलबिया

तेलबियांपासून खाद्यतेलाचे उत्पादन घेतले जाते. शिवाय औषधे, साबण, वॉर्निश, मेणबत्ती, रंग इत्यादी उत्पादनेही काढली जातात. भुईमूग, तीळ, एरंडी, जवस, मोहरी, करडई या भारतातील प्रमुख तेलबिया आहेत. तेलबियांच्या लागवडीच्या क्षेत्रातील भारत हा जगातील आघाडीवरील देश आहे. 2000-2001 साली भारतात 184 लक्ष टन तेलबियांचे उत्पादन झाले. 2007-08 ते 2011-12 च्या सरासरीनुसार 289.3 लक्ष टन उत्पादन आहे. **2012-13 साली 310 लाख टन उत्पादन झाले तर हेक्टरी उत्पादन 1,135 कि.ग्रॅ. होते. 2016-17 नुसार गळिताच्या तेलबियांच्या 26.2 दशलक्ष हेक्टरमधून 32.10 दशलक्ष टन उत्पादन मिळाले. हेक्टरी उत्पादन 1,225 कि.ग्रॅ. आहे.**

तक्ता क्र. 5.18 : भारत - प्रमुख पिकांचे क्षेत्र, उत्पादन व हेक्टरी उत्पादन (2016-17)

पिके	क्षेत्र (लाख हेक्टर)		उत्पादन (दशलक्ष टन)		हेक्टरी उत्पादन (कि.ग्रॅ.)	
	2014-15	2016-17*	2014-15	2016-17*	2014-15	2016-17*
तांदूळ	441.10	431.94	105.48	110.15	2,391	2,550
गहू	314.65	305.97	86.53	98.38	2,750	3,261
भरडधान्ये	251.70	247.71	42.86	44.19	1,703	1,784
डाळी	235.54	294.65	17.15	22.95	728	779
कडधान्ये	1243.00	1280.26	252.02	275.68	2,028	2,153
तेलबिया	255.96	262.06	27.51	32.10	1,075	1,225
ऊस	50.66	43.89	362.33	306.72	71,512	69,886
कापूस@	128.19	108.45	34.80	33.09	462	519
ताग आणि मेस्टा	8.10	7.66	11.13	10.60	2,473	2490

*4th Advance Estimates @ Production in million bales of 170 kg. each # Production in million bales of 180 kg. each.

Source : Department of Agriculture - Annual Report 2017-18, Page 3

मळा शेती व बगीचा पिके

यामध्ये चहा, कॉफी, रबर, नारळ, मसाले पदार्थ व फळबाग यांचा समावेश होतो.

1. चहा

उत्पादक प्रदेश : देशातील 75% चहाचे उत्पादन आसाम व पश्चिम बंगालमधून मिळते. आसामचा देशात चहाच्या उत्पादनात प्रथम क्रमांक लागतो. तमिळनाडूमध्ये निलगिरी जिल्ह्यात व अन्नामलाई येथे चहाचे मळे आहेत. शिवाय केरळ तसेच कर्नाटकमध्ये म्हैसूर व कूर्ग जिल्हा, हिमाचल प्रदेशात कांग्रा, उत्तराखंडमध्ये डेहराडून, झारखंडमध्ये रांची जिल्ह्यात चहाचे मळे आहेत. भारताचा चहाच्या उत्पादनात जगात प्रथम क्रमांक लागतो. चहाची मोठ्या प्रमाणात निर्यात केली जाते. 2014-15 नुसार चहाच्या 6 लाख हेक्टरमधून 12 लाख टन उत्पादन मिळाले. हेक्टरी उत्पादन 2,170 कि.ग्रॅ. आहे.

2. कॉफी

उत्पादक प्रदेश : कॉफीचे क्षेत्र दक्षिण भारतात केंद्रित झाले आहे. कर्नाटक, केरळ, तमिळनाडू राज्यांत 300 ते 1800 मीटर उंचीच्या प्रदेशात कॉफीची लागवड करतात. कर्नाटकात कूर्ग व चिकमंगळूर; तमिळनाडूत निलगिरी, मदुराई, तिरुनेलवेली, कोईमतूर; तर केरळात कोझीकोडे, पालघाट जिल्ह्यांत कॉफीचे मळे आहेत. 2014-15 नुसार कॉफीच्या 4 लाख हेक्टरमधून 3 लाख टन उत्पादन मिळाले. हेक्टरी उत्पादन 766 कि.ग्रॅ. आहे.

3. रबर

उत्पादक प्रदेश : भारतात केरळ, तमिळनाडू व कर्नाटकमध्ये रबराचे मळे आहेत. केरळचा रबराच्या उत्पादनात प्रथम क्रमांक लागतो. केरळमध्ये कोट्टायाम, क्विलॉन, कोझीकोडे, एर्नाकुलम येथे रबराचे मळे आहेत. तमिळनाडूत निलगिरी, मदुराई, कन्याकुमारी जिल्ह्यात; तर कर्नाटकात कूर्ग व चिकमंगळूर जिल्ह्यात रबराचे मळे आहेत. 2014-15 नुसार रबराच्या 8 लाख हेक्टरमधून 8 लाख टन उत्पादन मिळाले. हेक्टरी उत्पादन 994 कि.ग्रॅ. आहे.

4. नारळ

भारताच्या दोन्ही किनारपट्ट्यांवर नारळाच्या बागा आहेत. केरळमधून देशातील 60% पेक्षा जास्त उत्पादन मिळते. यानंतर तमिळनाडू, कर्नाटक, आंध्र प्रदेश, गोवा, दीव, दमण, अंदमान व निकोबार, ओडिशा, महाराष्ट्र, आसाम, पश्चिम बंगाल, लक्षद्वीप येथूनही नारळाचे उत्पादन मिळते. 2017-2018 साली भारतात 2,099 हजार हेक्टरमधून 168 लाख टन नारळाचे उत्पादन झाले.

वैशिष्ट्ये : • भारतात 2010-11 नुसार 44.9% पीक क्षेत्रांना जलसिंचन केले जाते. • तृणक्षेत्रांना जलसिंचन होणे महत्त्वपूर्ण असते. या दृष्टीने भारतात सुमारे 56% तृणक्षेत्र जमिनीला पाणीपुरवठा होतो. अन्नधान्य पिकानुसार पाहता सर्वांत जास्त उत्पादनात असणाऱ्या गव्हाच्या 92.1% क्षेत्र जलसिंचनाखाली आहे. या खालोखाल दुसऱ्या क्रमांकाने धान्योत्पादन करणारे तांदळाच्या क्षेत्राची जमीन 58.6% जलसिंचनाखाली आहे. • नगदी पिकापैकी भारतात उसाची 92.5% शेती जलसिंचनावर अवलंबून आहे तर कापसाच्या 33.8% क्षेत्रास पाणीपुरवठा होतो. • तेलबियांचे फक्त 25% क्षेत्र आणि कडधान्याची फक्त 14.8% शेतजमीन पाण्यानी भिजवली जाते. • पिकांनुसार व राज्यानुसार विचार करता पंजाब व हरियाणा राज्यात पिकविला जाणारा गहू, नारळ, तेलबिया, कापूस यांचे सुमारे 90 ते 100% क्षेत्रास पाणीपुरवठा प्राप्त होतो. यानंतर उत्तर प्रदेशात एकूण पीक क्षेत्राखाली 76.3% जमिनीवर जलसिंचन केले जाते.

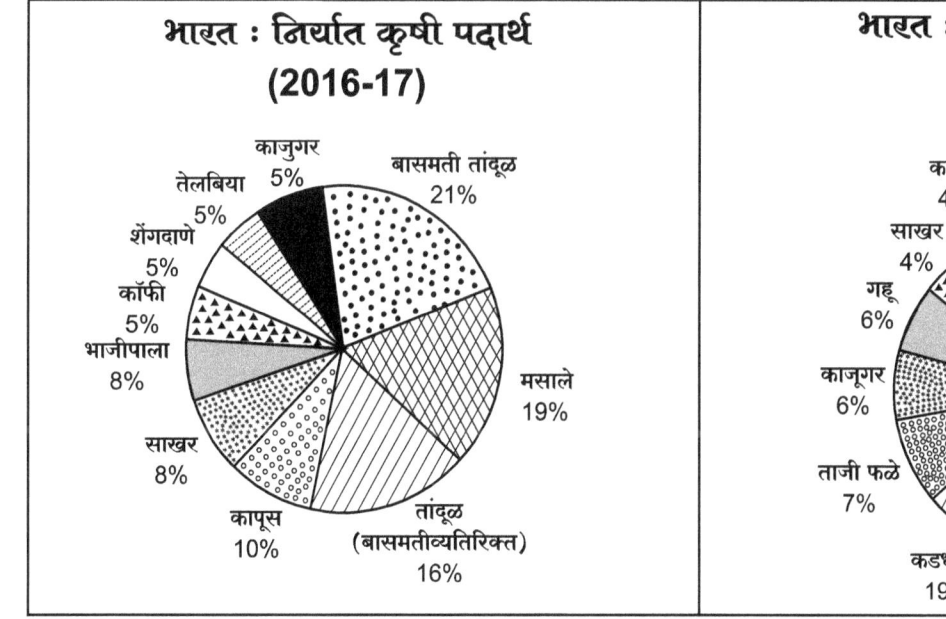

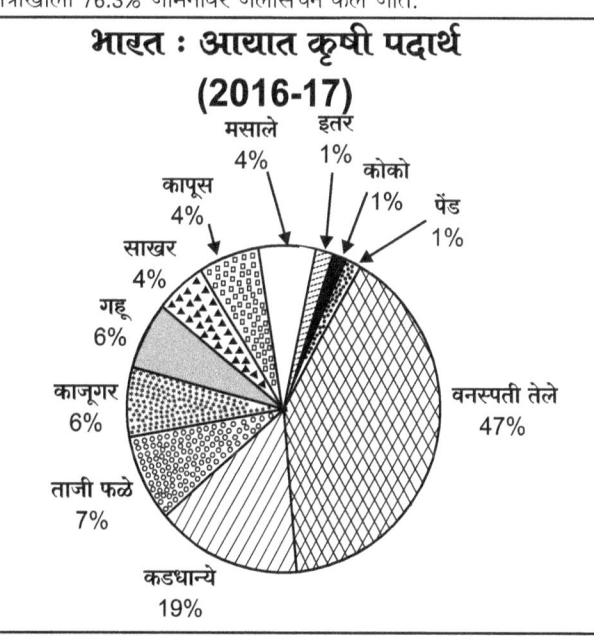

आलेख क्र. 5.2 : भारत - निर्यात व आयात दहा कृषी पदार्थ - टक्केवारी (2016-17)

भारतातील एकूण पीक क्षेत्राशी नक्त जलसिंचन क्षेत्राच्या टक्केवारीचे स्वरूप

भारतामध्ये एकूण पीक क्षेत्राशी नक्त जलसिंचन क्षेत्राची टक्केवारी 33.9 टक्के आहे.

राज्यानुसार नक्त जलसिंचनात टक्केवारीचे स्वरूप : भारतात नक्त जलसिंचन क्षेत्राच्या टक्केवारीमध्ये प्रादेशिक तफावत आढळते.

1. **एकूण पीक क्षेत्राशी नक्त जलसिंचन 50 ते 60 टक्केवारी दरम्यान असणारी राज्ये :** (अ) उत्तर प्रदेश : 53%; (ब) पंजाब : 51%; (क) तमिळनाडू : 50%.
2. **एकूण पीक क्षेत्राशी नक्त जलसिंचन 40 ते 49 टक्केवारी दरम्यान असणारी राज्ये :** (अ) हरियाणा : 47%.

3. **एकूण पीक क्षेत्राशी नक्त जलसिंचन 30 ते 39 टक्केवारी दरम्यान असणारी राज्ये :**
   (अ) बिहार : 38%; (ब) मध्य प्रदेश : 34%; (क) गुजरात : 31%; (ड) तेलंगण-आंध्र प्रदेश : 30%.
4. **एकूण पीक क्षेत्राशी नक्त जलसिंचन 20 ते 29 टक्केवारी दरम्यान असणारी राज्ये :**
   (अ) पश्चिम बंगाल : 29%; (ब) राजस्थान : 28%; (क) उत्तराखंड : 26.5%; (ड) कर्नाटक : 26%; (इ) जम्मू आणि काश्मीर : 26%; (ई) छत्तीसगड : 24.5% ; (उ) ओडिशा : 23.5%; (ऊ) गोवा : 21.5%.
5. **एकूण पीक क्षेत्राशी नक्त जलसिंचन 10 ते 19 टक्केवारी दरम्यान असणारी राज्ये :**
   (अ) अरुणाचल प्रदेश : 19.5%; (ब) मेघालय : 18%; (क) नागालँड : 16%; (ड) त्रिपुरा : 15%; (इ) मणिपूर : 14.5%; (ई) केरळ : 13.5%; (उ) महाराष्ट्र : 13.5%; (ऊ) झारखंड : 12%; (ए) मिझोराम : 11.5%; (ऐ) हिमाचल प्रदेश : 11%.
6. **एकूण पीक क्षेत्राशी नक्त जलसिंचन 1 ते 9 टक्केवारी दरम्यान असणारी राज्ये :**
   (अ) सिक्कीम : 9.5%; (ब) आसाम : 3.5%.

भारतामधील उद्यानविज्ञान पिके (फळफळावळ) विभाग (Horticulture Divisions in India)

भारतासारख्या खंडप्राय देशातील हवामान सर्वत्र सारखे नसते. त्यामुळे हवामानानुसार त्या-त्या ठिकाणी भिन्न स्वरूपाची फळझाडे येतात.

(1) समशीतोष्ण कटिबंधीय फळबाग विभाग :

वैशिष्ट्ये : समुद्रसपाटीपासून उंची 1,200 ते 2,500 मी.; तापमान सरासरी 4° ते 10° से.

प्रदेश : हिमाचल प्रदेश, जम्मू-काश्मीर, उत्तर प्रदेश, पंजाबचा पर्वतीय उत्तर भाग, आसामचा पर्वतीय भाग, नेपाळ.

फळे : सफरचंद, नाशपती, चेरी, जर्दाळू, बदाम, आलुबुखार, स्ट्रॉबेरी. **(नकाशा क्र. 5.7 पाहा.)**

(2) वायव्य समशीतोष्ण फळबाग विभाग :

वैशिष्ट्ये : हिवाळे मध्यम, उन्हाळे कोरडे, उष्ण वातावरण, कमी पाऊस, कधी-कधी हिमधुके पडते किंवा धुळीची वादळे होतात.

प्रदेश : राजस्थान, दक्षिण पंजाब, हरियाणा, दिल्ली, उत्तर मध्य प्रदेश, उत्तर प्रदेशचा काही भाग.

फळे : संत्रावर्गीय फळे, लिची, फालसा, खजूर, अंजीर, द्राक्षे, पेरू, आंबा, डाळिंब.

(3) ईशान्य समशीतोष्ण फळबाग विभाग :

प्रदेश : बिहार, पश्चिम बंगाल, उत्तर प्रदेश, आसाम.

फळे : संत्री, मोसंबी, लिंबू, आंबा, अननस, फणस, पेरू, बोर, पपई, केळी.

(4) मध्य उष्ण प्रदेशीय फळबाग विभाग :

प्रदेश : दक्षिण मध्य प्रदेश, महाराष्ट्र किनारपट्टी सोडून इतर प्रदेश, उत्तर आंध्र, ओडिशा (किनारपट्टी सोडून), गुजरात, झारखंड, छत्तीसगड, पश्चिम बंगालचा दक्षिण भाग.

फळे : केळी, संत्रावर्गीय फळे, आंबा, द्राक्षे, पपई, फणस, चिकू, बोर, पेरू, सीताफळवर्गीय फळझाडे.

(5) दक्षिण उष्ण प्रदेशीय फळबाग विभाग :

प्रदेश : कर्नाटक, तमिळनाडू, केरळ, आंध्र प्रदेश (किनारपट्टी सोडून).

फळे : केळी, संत्रावर्गीय फळे, आंबा, द्राक्षे, चिकू, पपई, सुपारी, फणस.

(6) सागरी उष्ण प्रदेशीय फळबाग विभाग :

प्रदेश : केरळ, गोवा, दीव, दमण, त्रिपुरा, कर्नाटक, महाराष्ट्र, आंध्र, प. बंगाल, तमिळनाडू, ओडिशा (या राज्यांची किनारपट्टी).

फळे : नारळ, सुपारी, अननस, ब्रेडफ्रूट, फणस, कोकम, काजू, वेलदोडे, काळी मिरी, आंबा.

भारत : उद्यानविज्ञान पिके (Horticulture Crops)

भारतामध्ये उद्यानविज्ञान पिकांची प्रमुख सहा गटांमध्ये विभागणी केली आहे :

1. **भाजीपाला पिके :** (i) वांगी (ii) फ्लॉवर (iii) भेंडी (iv) हिरवा वाटाणा (v) टोमॅटो (vi) कांदा (vii) बटाटा (viii) रताळे (ix) टॅपिओका (x) इतर.
2. **फळे :** (i) सफरचंद (ii) केळी (iii) लिंबूवर्गीय फळे (संत्री व मोसंबीसह) (iv) द्राक्षे (v) पेरू (vi) लिची (vii) आंबा (viii) अननस (ix) डाळिंब (x) चिकू (xi) इतर फळे.
3. **फुलोत्पादन**
4. **सुगंधी व औषधी वनस्पती**
5. **मळ्याची पिके :** (i) नारळ (ii) काजू (iii) सुपारी (iv) कोको (v) इतर.
6. **मसाल्याचे पदार्थ :** (i) लाल मिरची (ii) लसूण (iii) हळद (iv) आलं (v) जिरे (vi) धने (vii) चिंच (viii) मेथी (ix) बडीशेप (x) मिरी (xi) इतर.

उद्यानविज्ञान पिकांचे क्षेत्र (2017-18)

2017-18 सालानुसार उद्यानविज्ञान पिकाचे क्षेत्र सुमारे 249 लाख हेक्टर आहे.

2017-18 सालानुसार सर्वांत जास्त भाजीपाला पिकाखालील क्षेत्र 102 लाख हेक्टर (40.85%) असून फळाखालील क्षेत्र सुमारे 64 लाख हेक्टर (25.8%) व मळ्याच्या पिकाखालील क्षेत्र 37 लाख हेक्टर (14.7%) आहे. या तीन गटांमधील क्षेत्र 203 लाख हेक्टर (81%) आहे.

2017-18 सालानुसार मसाल्याच्या पदार्थाखालील क्षेत्र 36.93 लाख हेक्टर (14.8%) आहे.

उद्यानविज्ञान पिकांचे राज्यानुसार क्षेत्र (2017-18) : भारतामध्ये 2017-18 सालानुसार उद्यानविज्ञान पिकाचे सर्वांत जास्त क्षेत्र उत्तर प्रदेशमध्ये 21.31 लाख हेक्टर (8.6%) आहे. या खालोखाल कर्नाटक 21.12 लाख हेक्टर (8.5%), मध्य प्रदेश 19.04 लाख हेक्टर (7.6%), पश्चिम बंगाल 18.54 लाख हेक्टर (7.4%) आणि राजस्थानचा क्रमांक 16.31 लाख हेक्टर (6.3%) आहे.

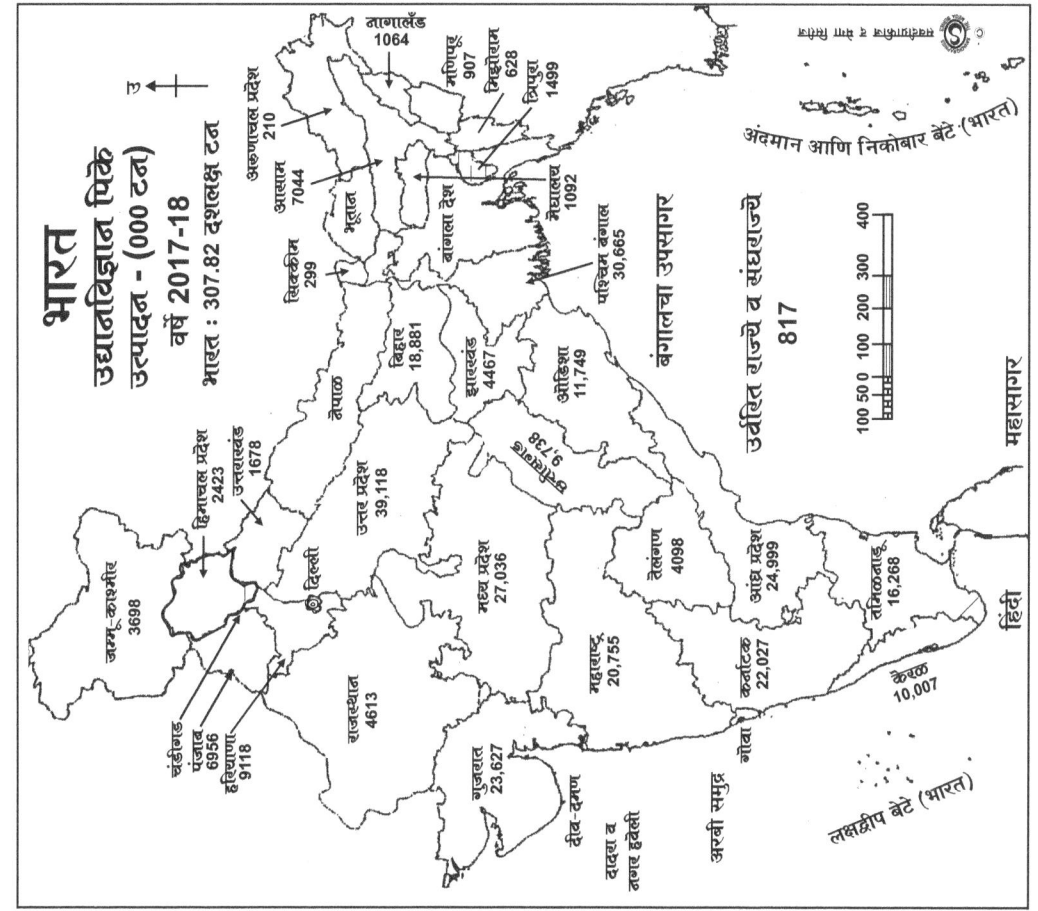

नकाशा क्र. 5.8 : भारत - पिके उत्पादन (000 टन) (2017-18)

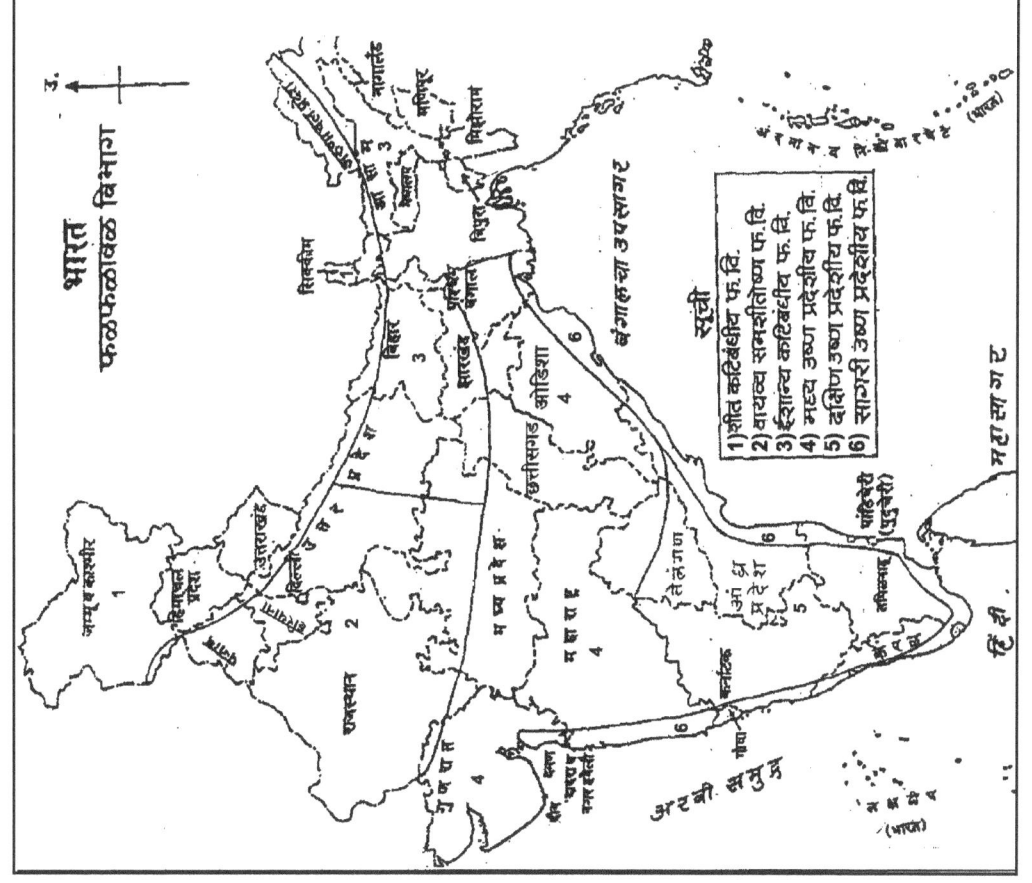

नकाशा क्र. 5.7 : भारत - फळफळावळ विभाग

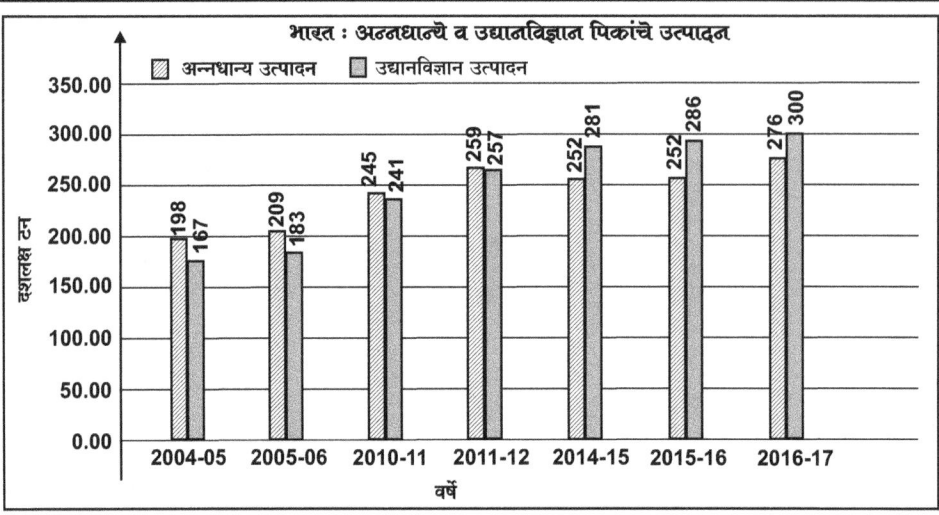

Source : Department of Agriculture, Cooperation and Farmers Welfare

आलेख क्र. 5.3 : अन्नधान्ये आणि उद्यानविज्ञान पिकांचे उत्पादन

उद्यानविज्ञान पिकांचे उत्पादन (2017-18)

भारतामध्ये 1991-92 साली उद्यानविज्ञान पिकांचे उत्पादन 966 लाख टन होते. भारतामध्ये उद्यानविज्ञान पीक उत्पादनात गेल्या दशकात भरीव वाढ झालेली आहे. 2001-02 साली उद्यानविज्ञान पिकांचे उत्पादन 1,459 लाख टन होते; ते 2011-12 साली 2,573 लाख टनांपर्यंत (76%) वाढ झालेली पाहावयास मिळते. सन 1991-92 ते 2001-02 दरम्यान उद्यानविज्ञान पिकांच्या उत्पादनात निव्वळ वाढ 493 लाख टन (51%) झालेली आहे.

सन 2017-18 नुसार, उद्यानविज्ञान पिकाचे उत्पादन सुमारे 307.8 लाख टन आहे. गेल्या तीन वर्षांत उत्पादनात 10 टक्क्यांनी वाढ झालेली आहे.

सन 2017-18 नुसार सर्वांत जास्त भाजीपाला पिकांचे उत्पादन 1,806 लाख टन (59.2%) असून फळांचे उत्पादन 949 लाख टन (31.1%) व मळा पिकांचे उत्पादन 180 लाख टन (5.91%) आहे. या तीन गटांमधील उद्यानविद्यान पिकांचे उत्पादन 2,742 लाख टन (96.2%) आहे.

तक्ता क्र. 5.19 : भारत - उद्यानविज्ञान पिकांचे क्षेत्र (000 हेक्टर) आणि उत्पादन (000 टन)

उद्यानविज्ञान पिके	सन 2017-18			सन 2015-16			हेक्टरी उत्पादन (टन)
	क्षेत्र	उत्पादन	टक्केवारी	क्षेत्र	उत्पादन	टक्केवारी	
1. फळे	6,428	94,883	31.06	6,358	88,819	31.33	13.97
2. भाजीपाला	10,712	1,80,684	59.2	9,541	1,68,300	59.37	17.64
3. फुले	308	2,510	1.17	317	2,306	0.81	7.27
4. मळ्याची पिके	3,664	18,053	5.9	3,538	17,131	6.04	4.84
5. मसाल्याचे पदार्थ	3,692	8,163	2.67	3,163	5,908	2.08	1.87
एकूण उद्यानविज्ञान पिके	**24,915**	**3,07,820**	**100.00**	**23,417**	**2,86,468**	**100.00**	**12.1**

Note : From 2013-14 cut flower production is being given in '000 tonne as compared to earlier reporting in lakh numbers.

Source : Horticulture Statistics at a glance : 2015; Page Nos. 17 to 19

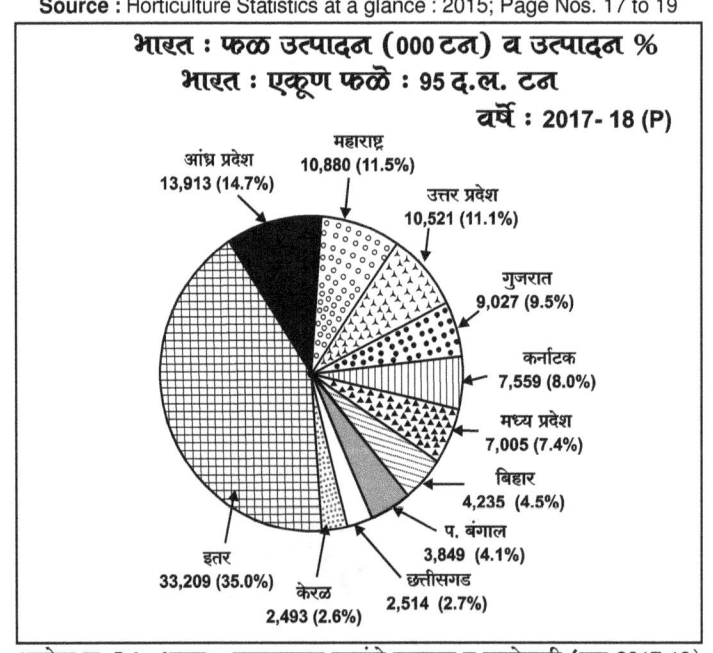

आलेख क्र. 5.4 : भारत - राज्यानुसार फळांचे उत्पादन व टक्केवारी (सन 2017-18)

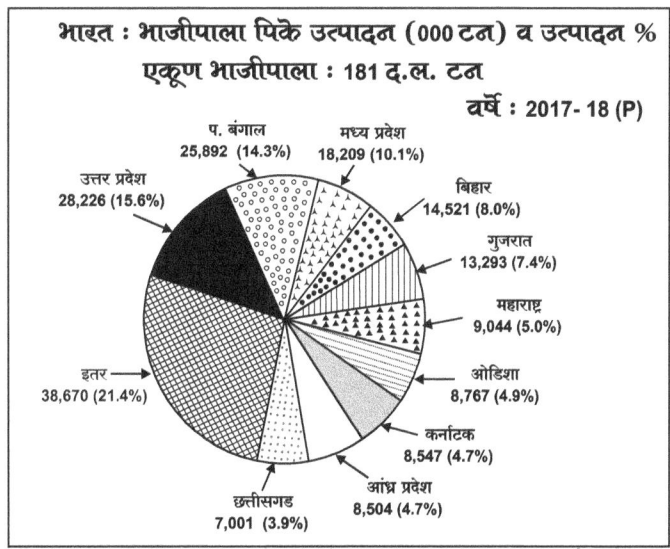

भारत : भाजीपाला पिके उत्पादन (000 टन) व उत्पादन %
एकूण भाजीपाला : 181 द.ल. टन
वर्ष : 2017-18 (P)

आलेख क्र. 5.5 : भारत – राज्यानुसार भाजीपाला पीक उत्पादन (000 टन) व टक्केवारी (सन 2017-18)

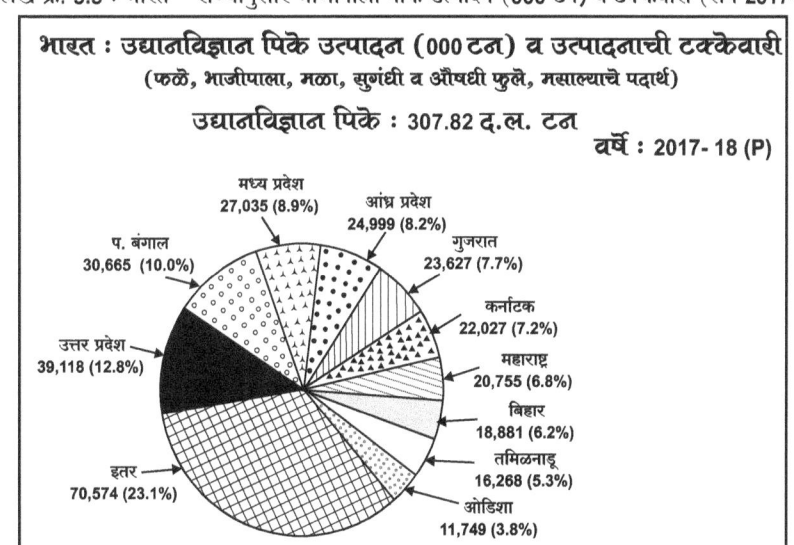

भारत : उद्यानविज्ञान पिके उत्पादन (000 टन) व उत्पादनाची टक्केवारी
(फळे, भाजीपाला, मळा, सुगंधी व औषधी फुले, मसाल्याचे पदार्थ)
उद्यानविज्ञान पिके : 307.82 द.ल. टन
वर्ष : 2017-18 (P)

आलेख क्र. 5.6 : भारत – राज्यानुसार उद्यानविज्ञानाचे उत्पादन (000 टन) व टक्केवारी (सन 2017-18)

तक्ता क्र. 5.20 : भारत – राज्यानुसार मळ्याची पिके व मसाल्याचे पदार्थ
क्षेत्र (000 हेक्टर), उत्पादन (000 टन), हेक्टरी उत्पादन (टन) (2017-18 - Provisional)

	राज्य	मळ्याची पिके			राज्य	मसाल्याचे पदार्थ		
		क्षेत्र	उत्पादन	हेक्टरी उत्पादन			क्षेत्र	उत्पादन	हेक्टरी उत्पादन
1.	केरळ	975	5,355	5.49	1.	राजस्थान	1,009	1,399	1.39
2.	कर्नाटक	883	5,199	5.89	2.	आंध्र प्रदेश	248	1,105	4.46
3.	तमिळनाडू	643	4,659	7.25	3.	मध्य प्रदेश	527	1,083	1.96
4.	आंध्र प्रदेश	319	1,064	3.34	4.	गुजरात	505	872	1.73
5.	ओडिशा	234	334	1.43	5.	तेलंगण	185	790	4.27

Source : Horticulture Statistics, Department of Agriculture, Annual Report 2017-18

भारतामधील भाजीपाला पीक प्रकाराचे स्वरूप (2017-18) : भारतामध्ये 2017-18 नुसार (दुसरा अंदाज) सुमारे 101 लाख हेक्टर क्षेत्रामधून भाजीपाला पिकांचे 1,820 लाख टन उत्पादन झाले. ते 2016-17 साली 1,782 लाख टन होते.

2017-18 नुसार भाजीपाला पिकांमध्ये उत्पादनात पहिला क्रमांक बटाट्याचा असून 503 लाख टन (27.65%) निघाले. या खालोखाल टोमॅटो 221 लाख टन (12.13%) कांदा 218 लाख टन (12.0%), वांगी 127 लाख टन (6.96%) आणि कोबी 90 लाख टन (4.95%) यांचा क्रमांक आहे.

वरील पाच भाजीपाला पिके मिळून भारताचे 64% उत्पादन प्राप्त होते. भाजीपाला पिकाचे हेक्टरी उत्पादन 17.94 टन आहे. सर्वांत जास्त बटाट्याचे हेक्टरी उत्पादन 2017-18 नुसार 32.38 टन असून या खालोखाल टोमॅटो (28.15 टन), कोबी (22.36 टन), साबुदाणा (19.4 टन), फ्लॉवर (19.11 टन) यांचा क्रमांक आहे.

भारतामधील फळ पिकांचे स्वरूप (2017-18) : भारतामध्ये 2017-18 नुसार 65 लाख हेक्टरमधून फळांचे 944 लाख टन उत्पादन झाले. भारतामध्ये सर्वांत जास्त केळीचे उत्पादन 293 लाख टन (31%) झाले. या खालोखाल आंबा 205 लाख टन (21.73%), लिंबुवर्गीय फळे 125 लाख टन (11.81%), पपई 62 लाख टन (6.6%) आणि पेरू 39 लाख टन (40%) यांचा क्रमांक आहे. अशी पाच पिके मिळून भारताचे 75% उत्पादन प्राप्त होते.

भारतामध्ये 2017-18 नुसार फळांचे सरासरी हेक्टरी उत्पादन 14.47 टन आहे. सर्वांत जास्त हेक्टरी उत्पादन आंब्याचे 68.37 टन असून या खालोखाल पपई (43.22 टन), केळी (37.57 टन), द्राक्षे (21.59 टन) आणि पेरू (14.31 टन) यांचा क्रमांक आहे.

तक्ता क्र. 5.21 : भारत - मळ्याची पिके (2017-18)

पीक प्रकार	क्षेत्र (000 हेक्टर)	उत्पादन (000 टन)	उत्पादन (%)	हेक्टरी उत्पादन (टन)
सुपारी	495	809	4.38	1.63
काजू	1,062	817	4.43	0.77
कोको	91	20	नगण्य	0.22
नारळ	2,099	16,812	91.08	8.01
एकूण	3,746	18,458	100.00	4.93

भारतामधील मळ्याच्या पिकांचे स्वरूप (2017-18) : भारतामध्ये उद्यानविज्ञान पिकांमध्ये सुपारी, काजू, कोको आणि नारळाची लागवड करतात. 2017-18 नुसार मळ्याच्या पिकाचे 37 लाख हेक्टर क्षेत्रामधून 185 लाख टनाचे उत्पादन घेतले गेले. या गटात नारळाचे 21 लाख हेक्टरमधून 168 लाख टन उत्पादन प्राप्त झाले. मळ्याच्या पिकात नारळाच्या उत्पादनाचा वाटा 91% आहे.

भारतामधील मसाल्याच्या पदार्थांचे स्वरूप (2017-18) भारतामध्ये 2017-18 नुसार 40 लाख हेक्टर क्षेत्रामधून मसाल्याचे उत्पादन 85 लाख टन प्राप्त झाले. सर्वांत जास्त मसाल्याच्या पदार्थांमध्ये लाल मिरचीचे उत्पादन 23 लाख टन (27.19%) आहे. या खालोखाल लसूण 17 लाख टन (20.9%), हळद 12 लाख टन (13.61%), आलं 10 लाख टन (12.21%) आणि धने 9.23 लाख टन (10.8%) यांचा क्रमांक आहे. वरील पाच मसाल्याच्या पिकांपासून भारतास 85% उत्पादन प्राप्त होते.

तक्ता क्र. 5.22 : भारत - कृषी पदार्थ आयात (2016-17 P)

क्र.	कृषी पदार्थ	वजन (000 टन)	मूल्य (₹ कोटी)	क्र.	कृषी पदार्थ	वजन (000 टन)	मूल्य (₹ कोटी)
1.	वनस्पती तेले	14,007	73,039	2.	कडधान्ये	6,610	28,523
3.	गहू	5,750	8,509	4.	साखर	2,148	6,869
5.	ताजी फळे	1,058	11,291	6.	काजू	775	9,027
7.	पेंड	550	975	8.	मद्यार्क	453	3,590
9.	कच्चा कापूस	500	6,339	10.	भरडधान्ये	311	493
	एकूण कृषी आयात	1,64,727			एकूण आयात	25,77,666	
	कृषी पदार्थांची टक्केवारी	6.39%					

संदर्भ : भारत कृषी विभाग Annual Report 2017-18, Page No. 94

(अ) भारत - कृषी पदार्थांची आयात : भारतीय कृषी विभागाच्या 2017-18 च्या वार्षिक अहवालानुसार 2016-17 साली कृषी पदार्थांची एकूण आयात ₹ 2,64,727 कोटी आहे. भारताची सर्व पदार्थांची एकूण आयात ₹ 25,77,666 कोटी आहे. भारताच्या एकूण आयातीपैकी कृषी पदार्थांच्या आयातीची 6.39% आहे.

कृषी आयात करणारे 5 कृषी पदार्थ : भारतामध्ये 2016-17 नुसार कृषी पदार्थांच्या आयातीत सर्वांत प्रथम क्रमांक वनस्पती तेलांचा असून आयात 140 लाख टनांची आहे. या खालोखाल कडधान्ये (66 लाख टन), गहू (57.5 लाख टन), साखर (21.48 टन) आणि ताजी फळे (10.58 लाख टन) यांचा क्रमांक आहे.

याशिवाय कृषी आयातीच्या पहिल्या दहा पदार्थांमध्ये म्हशीचे मांस, सागरी उत्पादन, मसाल्याचे पदार्थ, कच्चा कापूस आणि ताजी फळे यांचा समावेश होतो.

तक्ता क्र. 5.23 : भारत - कृषी पदार्थ निर्यात (2017-18 P)

क्र.	कृषी पदार्थ	वजन (000 टन)	मूल्य (₹ कोटी)	क्र.	कृषी पदार्थ	वजन (000 टन)	मूल्य (₹ कोटी)
1.	तांदूळ (बासमती वगळून)	6,771	16,930	2.	बासमती तांदूळ	3,985	21,513
3.	ताजा भाजीपाला	3,404	5,791	4.	पेंड	2,832	5,410
5.	साखर	2,541	8,660	6.	म्हशीचे मांस	1,324	26,161
7.	सागरी उत्पादन	1,185	39,594	8.	मसाल्याचे पदार्थ	1,014	19,111
9.	कच्चा कापूस	996	10,907	10.	ताजी फळे	817	4,974
11.	भरडधान्ये	735	1,426	12.	भुईमूग	726	544
13.	चहा	243	4,906	14.	कॉफी	289	5,646
15.	काजू	92	5,279	16.	तंबाखू	204	4,250
	एकूण कृषी निर्यात	2,26,552			एकूण राष्ट्रीय निर्यात	18,49,429	
	निर्यातीमध्ये कृषीचा वाटा	12.26%					

संदर्भ : भारत कृषी विभाग (2017-18) Annual Report, Page No. 15

(ब) कृषी पदार्थांची निर्यात (2016-17) : भारतीय कृषी विभागाच्या 2017-18 च्या वार्षिक अहवालानुसार 2016-17 साली कृषी पदार्थांची एकूण निर्यात ₹ 2,26,552 कोटी आहे. भारताची सर्व पदार्थांची एकूण निर्यात ₹ 18,49,429 कोटी आहे. भारताच्या एकूण निर्यातीपैकी कृषी पदार्थांची निर्यात 12.26% आहे.

भारताचा 2016-17 नुसार कृषी पदार्थांच्या आयात-निर्यातीचा व्यापार पाहता आयातीपेक्षा निर्यात ₹ 61,925 कोटीने जास्त आहे.

तक्ता क्र. 5.24 : जागतिक कृषीमध्ये भारताचे स्थान (2015)

	घटक	भारत	जग	वाटा %	भारताचा क्रमांक	या देशानंतर
1.	एकूण क्षेत्र (दशलक्ष हेक्टर)	329	13,467	2.4	सातवा	रशियन फेडरेशन, कॅनडा, यू.एस.ए., चीन, ब्राझील, ऑस्ट्रेलिया
	भू-क्षेत्र	297	13,009	2.3	सातवा	रशियन फेडरेशन, चीन, यू.एस.ए., कॅनडा, ब्राझील, ऑस्ट्रेलिया
	पिकाऊ जमीन	156	1,426	11.0	दुसरा	यू.एस.ए.
2.	लोकसंख्या (दशलक्ष)					
	एकूण	1,309	7,383	17.7	दुसरा	चीन
	ग्रामीण	862	3,368	25.6	पहिला	
3.	पीक उत्पादन (दशलक्ष टन)					
	(A) : एकूण तृणधान्ये	284	2,796	10.2	तिसरा	चीन, यू.एस.ए.
	गहू	87	737	11.7	दुसरा	चीन
	तांदूळ	157	740	21.2	दुसरा	चीन
	(B) : एकूण कडधान्ये	17	78	22.5	पहिला	
	(C) : तेलबिया					
	भुईमुग	7	45	15.0	दुसरा	चीन
	मोहरी	6	71	8.8	तिसरा	कॅनडा, चीन
	(D) : व्यापारी पिके					
	ऊस	362	1,887	19.2	दुसरा	ब्राझील
	चहा	1.2	5.7	21.8	दुसरा	चीन
	कॉफी (हिरवी)	0.3	8.9	3.7	सातवा	ब्राझील, व्हिएतनाम, कोलंबिया, इंडोनेशिया, इथियोपिया, होंडूरास
	ताग व मेस्टा	1.9	3.5	54.0	पहिला	
	कापूस	6.2	26.2		दुसरा	चीन
	कच्ची तंबाखू	0.7	7.0	10.7	तिसरा	चीन, ब्राझील
4.	भाजीपाला व फळे (दशलक्ष टन)					
	(A) : भाजीपाला आणि खरबूज	119	1,195	10.0	दुसरा	चीन
	(B) : खरबुजाशिवाय इतर फळे	87	710	12.3	दुसरा	चीन
	(C) : बटाटे	48	377	12.7	दुसरा	चीन
	(D) : कांदा (सुका)	19	91	20.8	दुसरा	चीन
5.	पशुधन (दशलक्ष संख्या)					
	(A) : गुरे	185	1,452	12.7	दुसरा	ब्राझील
	(B) : म्हशी	111	196	56.4	पहिला	
	(C) : उंट	0.4	28	1.3	बारावा	सोमालिया, सुदान, केनिया, नायगर, मॉरिटानिया, चाड, इथियोपिया, पाकिस्तान, मेल, यमन, यू.ए.ई.,
	(D) : मेंढी	62	1,160	5.4	तिसरा	चीन, ऑस्ट्रेलिया
	(E) : शेळी	132	979	13.5	दुसरा	चीन
	(F) : कोंबडी	740	22,112	3.3	सहावा	चीन, संयुक्त संस्थाने, इंडोनेशिया, ब्राझील, इराण
6.	प्राणिज उत्पन्न (दशलक्ष टन)					
	(A) : एकूण दूध	156	807	19.3	पहिला	
	(B) : एकूण अंडी	4	78	5.5	तिसरा	चीन, संयुक्त संस्थाने
	(C) : एकूण मांस	7	324	2.2	सहावा	चीन, संयुक्त संस्थाने, ब्राझील, रशियन फेडरेशन, जर्मनी

Source : FAOSTAT (as on 11.01.2018)
Department of Agriculture Annual Report 2017-18, Page No. 98

5.4 भारत : खनिज साधनसंपत्ती

भारत : खनिजांचे पट्टे (Mineral Belts of India)

भारतामधील खनिजांचे पट्टे पुढीलप्रमाणे :

(1) **द्वीपकल्पीय पठारावरील ईशान्य खनिज पट्टा : प्रदेश :** भारतातील सर्वांत महत्त्वाचा आणि सुसंपन्न खनिज पट्टा छोटा नागपूरचे पठार व ओडिशा पठारावर आहे. झारखंड, ओडिशा आणि पश्चिम बंगाल राज्यांत हा खनिज पट्टा पसरलेला आहे.

महत्त्वाची खनिजे : छोटा नागपूर व ओडिशा पठारावर (अ) कोळसा (ब) लोहखनिज (क) मँगनीज (ड) बॉक्साइट (इ) तांबे ही प्रमुख धातू खनिजे आणि (ई) अभ्रक (उ) कायनाइट (ऊ) क्रोमाइट (ए) बेरिल (ऐ) ॲपटाइट ही प्रमुख अधातू खनिजे आहेत. याशिवाय अन्य काही खनिजेही आढळतात. **छोटा नागपूर पठाराला 'भारताचे खनिज हृदय स्थल'** (Minerals Heart of India) **म्हणतात. (नकाशा क्र. 5.9 पाहा.)**

(2) **मध्य खनिज पट्टा : प्रदेश :** भारताचा दुसरा महत्त्वाचा खनिज पट्टा मध्य प्रदेश, छत्तीसगड, आंध्र प्रदेश आणि महाराष्ट्रात आहे. **महत्त्वाची खनिजे :** (अ) मँगनीज (ब) लोहखनिज (क) बॉक्साइट (ड) चुनखडी (इ) संगमरवर (ई) कोळसा (उ) हिरे (ऊ) अभ्रक (ए) ग्रॅफाइट इत्यादी. खनिजदृष्ट्या संपन्न असणाऱ्या भारताच्या मध्य पट्ट्यात सखोल भूशास्त्रीय सर्वेक्षण करण्याची आवश्यकता आहे.

(3) **दक्षिण खनिज पट्टा : प्रदेश : (अ) कर्नाटक पठार, (ब) तमिळनाडूचा उंचवट्याचा प्रदेश.**

महत्त्वाची खनिजे : सर्वसाधारणपणे ईशान्य पट्ट्याप्रमाणे खनिजसंपत्ती आढळते. फेरस खनिजे (लोहखनिज, मँगनीज) आणि बॉक्साइट आढळतात. तमिळनाडूमधील नैवेली येथील लिग्नाइट प्रकारचा कोळसा वगळता उत्तम प्रतीचा कोळसा आढळत नाही.

(4) **नैर्ऋत्य खनिज पट्टा : प्रदेश : (अ) दक्षिण कर्नाटक, (ब) गोवा. महत्त्वाची खनिजे :** (1) लोहखनिज, (2) गार्नेट, (3) मृत्तिका (क्ले)

(5) **वायव्य पट्टा : प्रदेश :** भारताच्या वायव्य भागात **(अ) राजस्थानचा अरवली प्रदेश, (ब) पुढे विस्तारित गुजरातचा काही भाग.**

महत्त्वाची खनिजे : अलोह खनिज – (1) तांबे (2) शिसे (3) जस्त, शिवाय (4) युरेनिअम (5) अभ्रक (6) स्टेअलाईट (7) बेरिलिअम (8) मौल्यवान खडे.

गुजरातमधील महत्त्वाची खनिजे : (1) खनिज तेल (2) जिप्सम (3) मँगनीज (4) क्षार (5) बॉक्साइट व इतर खनिजे.

(6) **इतर प्रदेश :** वरील प्रदेशांव्यतिरिक्त देशात इतरत्र काही खनिजे विखुरलेली आहेत.

आसाम : खनिज तेल आणि लिग्नाइट कोळसा. **हिमालय विभाग :** कोळसा, बॉक्साइट, तांबे, दगडी पाटी (स्लेट) इत्यादी.

मुंबई हाय व गोदावरी खोरे : खनिज तेल साठे.

धातू खनिजे (Metallic Ore)

1. लोहखनिज (Iron Ore)

लोहखनिजाचे प्रकार : शुद्धतेच्या प्रमाणानुसार लोहखनिजाचे पुढील चार प्रकार पडतात :

(1) **मॅग्नेटाइट** *(Magnetite)* : हे सर्वांत उच्च प्रतीचे लोहखनिज असून याचा रंग काळा असतो. यात शुद्ध लोहाचा अंश 72.4 टक्क्यांपर्यंत असतो.

(2) **हेमाटाइट** *(Hematite)* : हे लोहखनिज रंगाने तांबूस असून त्यामध्ये शुद्ध लोहाचे प्रमाण 60 ते 70 टक्क्यांपर्यंत असते.

(3) **लिमोनाइट** *(Limonite)* : हे तपकिरी रंगाचे खनिज असून यात शुद्ध लोहाचा अंश 50 ते 60 टक्क्यांपर्यंत असतो.

(4) **सिडेराईट** *(Siderite)* : हे अत्यंत कमी प्रतीचे लोहखनिज असून लोहाचा अंश 48 टक्क्यांपर्यंत असतो.

लोहखनिज साठे *(Reserves of Iron Ore)* : **समृद्ध लोहखनिजाच्या साठ्याबाबत भारत जगातील एक अग्रेसर देश आहे.** देशातील लोहखनिजांचा 2011-12 नुसार ज्ञात साठा 17,882 दशलक्ष टन हेमाटाइट आणि 10,644 दशलक्ष टन साठे मॅग्नेटाइट आहे.

• हेमाटाइट जातीच्या लोहाचे साठे ओडिशा, झारखंड, छत्तीसगड, कर्नाटक, गोवा राज्यांत केंद्रित झाले आहेत. • मॅग्नेटाइट जातीच्या लोहाचे साठे गोवा, राजस्थान, झारखंड, कर्नाटक, आंध्र प्रदेश-तेलंगण राज्यांत आहेत. • इतर साठे गोवा, राजस्थान, तमिळनाडू, केरळ, आसाम, झारखंड, नागालँड, मेघालय, बिहार, महाराष्ट्र, ओडिशा राज्यांत आहेत. **(नकाशा क्र. 5.10 पाहा.)**

भारतातील लोहखनिजात सल्फर व फॉस्फरसचे प्रमाण अल्प असल्याने लोह वितळणे सोपे जाते. शिवाय साठे विशिष्ट राज्यांत केंद्रित असल्याने उत्पादन घेणे सोपे जाते. काही लोहाच्या खाणी कोळसा क्षेत्राजवळ असल्याने औद्योगिक विकासाला पोषक ठरले आहे.

राज्यानुसार लोहखनिज वितरण :

(1) **कर्नाटक : जिल्हा :** चिकमंगळूर; **क्षेत्र :** बाबाबुदान टेकड्या, कुद्रेमुख; **जिल्हा :** बेल्लारी व हॉस्पेट, **क्षेत्र :** संदुर रांगा, **जिल्हे :** चित्रदुर्ग, उत्तर कन्नड, शिमोगा, धारवाड, तुमकूर.

(2) **ओडिशा : जिल्हा :** मयूरभंज, **क्षेत्र :** बदामपहाड, गुरुमहिसानी, सुलइपत, **जिल्हा :** सुंदरगड, **क्षेत्र :** बोनाईगड रांग, मलंगतोली, कंदधर, कोइरा, बरसो. **जिल्हा :** केओंझर, **क्षेत्र :** बनासपानी, किरीबुरू, ठाकुरानी, तोडा, कोडेकोला, कुर्बंद, फिलोरा. **जिल्हा :** कटक, **क्षेत्र :** टोमकारांग, कासा, दैतारी टेकडी, **जिल्हा :** कोरापूट, **क्षेत्र :** हिरापूर टेकड्या, **जिल्हा :** संबळपूर, **क्षेत्र :** नलिबसा टेकडी.

(3) **छत्तीसगड : जिल्हा :** बस्तर, **क्षेत्र :** बैलादिला रांग, रावघाट, अरिडोंगरी, **जिल्हा :** दुर्ग, **क्षेत्र :** ढाली-राजहरा रांग, **जिल्हे :** बिलासपूर, जगदलपूर, रायगड, सरगुजा.

(4) **गोवा : जिल्हा :** उत्तर गोवा, **क्षेत्र :** पीर्ना-अडोलपले-असनोरा, सॅनक्युलिम ओंडा, कुंदेम-सुर्ला, सिरीगोवा-बिचोलिम - दाल्दा. **जिल्हा :** मध्य गोवा, **क्षेत्र :** टोलसिया-डोंगरवडो-सॅनवोरडेम, क्वैरापले-सँटोन-कोस्ती, **जिल्हा :** दक्षिण गोवा, **क्षेत्र :** बोर्गा डोंगर, नेतार्लिम, रिवोना, सोलोम्बा.

(5) **झारखंड : जिल्हा :** सिंगभूम, **क्षेत्र :** कल्हान क्षेत्रातील नोटूबुरू, नोआमुंडी, पान्सिराबुरू, बाराजामडा, गुआ, डुब्लोबरो, सिंदुरपूर. **जिल्हा :** पालामाऊ, **क्षेत्र :** डाल्टनगंज.

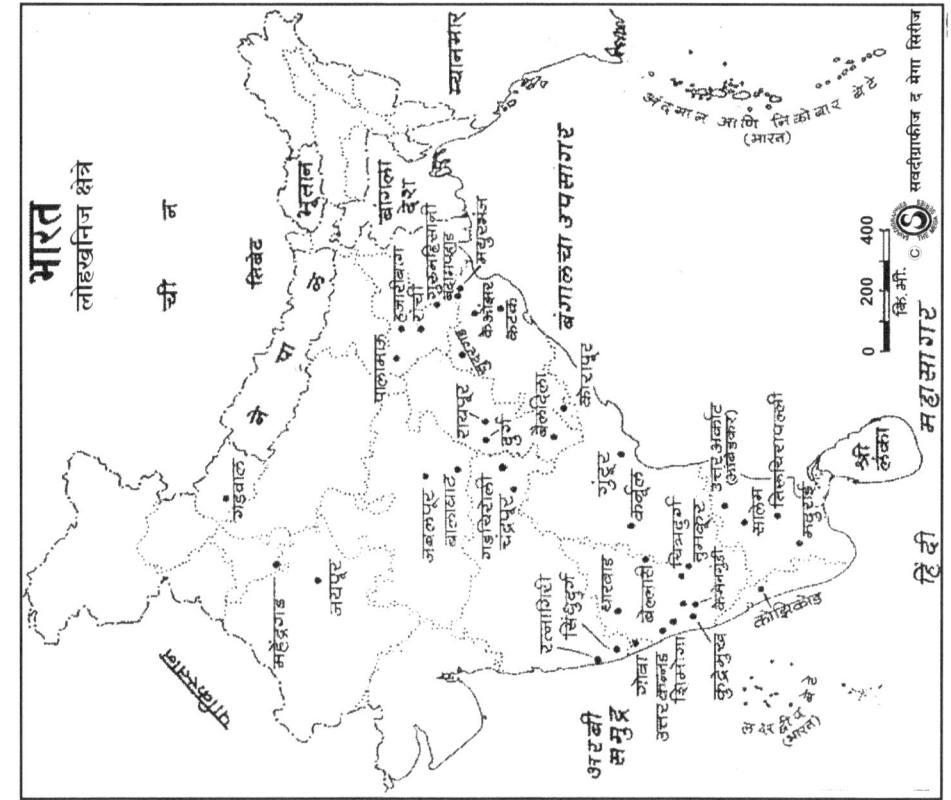

नकाशा क्र. 5.10 : भारत – लोहखनिज क्षेत्र

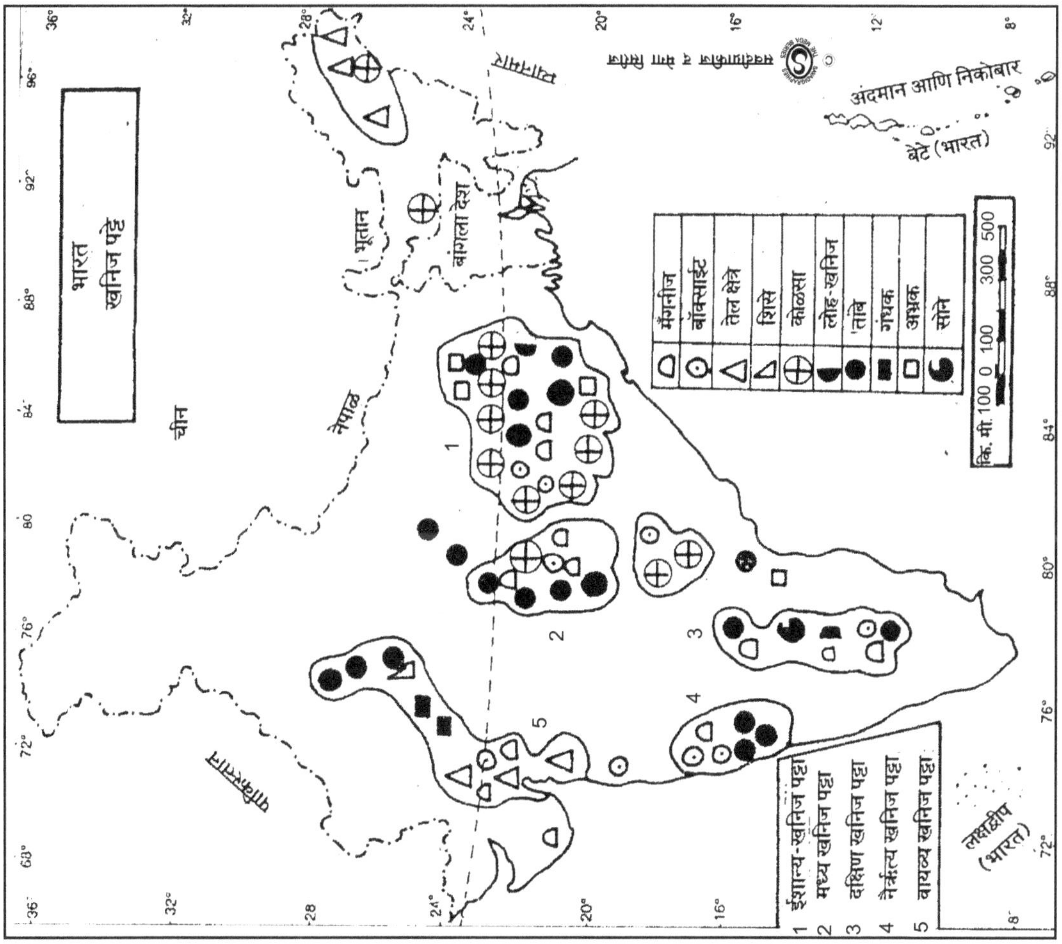

नकाशा क्र. 5.9 : भारत खनिजांचे पट्टे

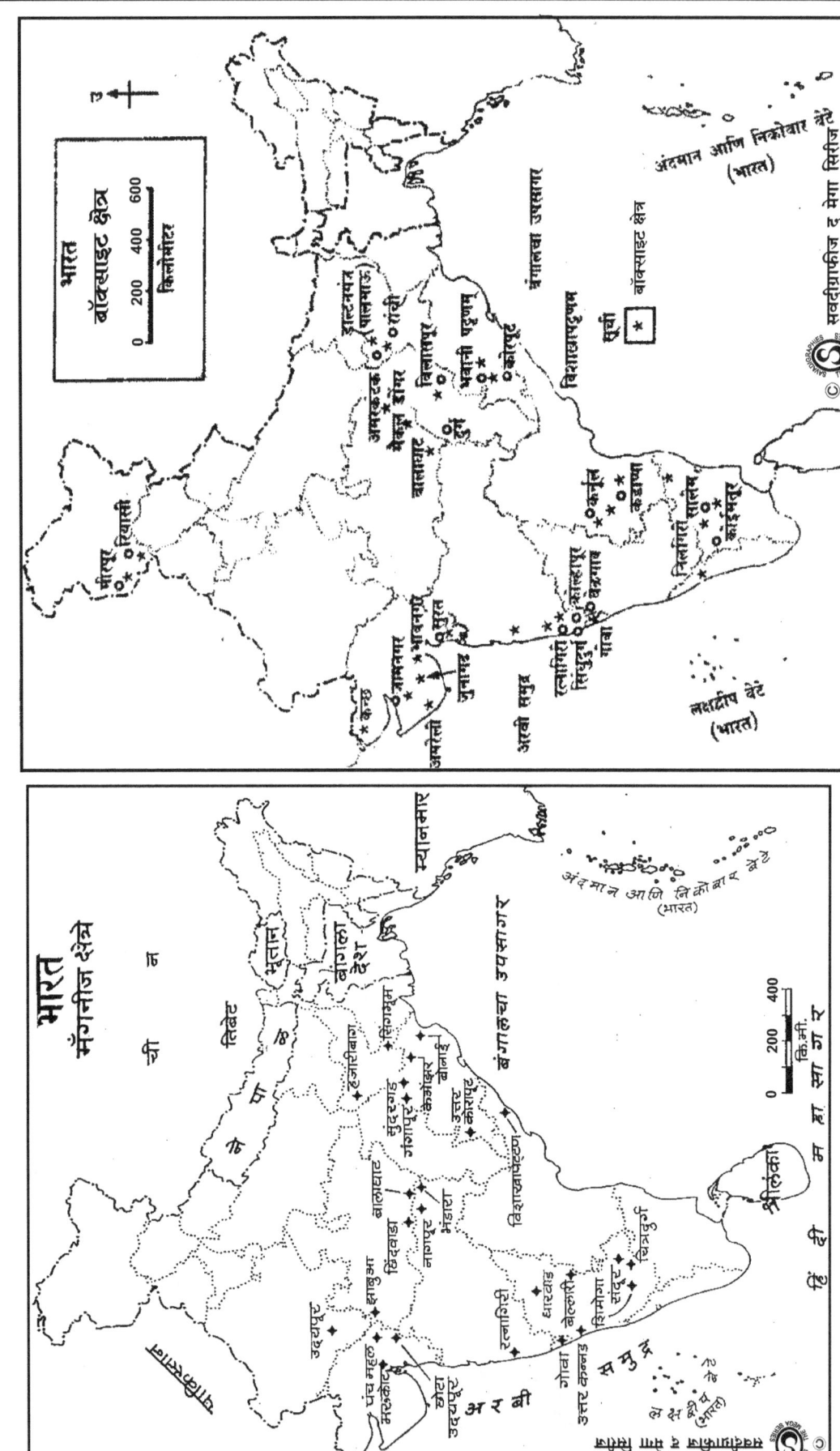

नकाशा क्र. 5.12 : भारत – बॉक्साइट क्षेत्र

नकाशा क्र. 5.11 : भारत – मँगनीज क्षेत्र

(6) **महाराष्ट्र : जिल्हा :** चंद्रपूर, **क्षेत्र :** चिमूर व ब्रह्मपुरी तालुक्यातील खाणी, **जिल्हा :** गडचिरोली, **क्षेत्र :** गडचिरोली व देऊळगाव परिसरातील खाणी, **जिल्हा :** गोंदिया, **क्षेत्र :** गोरेगाव तालुक्यातील खाणी, **जिल्हा :** सिंधुदुर्ग, **क्षेत्र :** रेड्डी, टाक, असोली, अजगाव, शिरोडा, तळोणे, किन्हाळ, सातोली, कवठाणी, ठाकूरवाडी.

(7) **आंध्र प्रदेश व तेलंगण जिल्हे :** अनंतपूर, खम्मम, कृष्णा, कर्नूल, कडाप्पा, गुंटूर, नेल्लोर जिल्हे इत्यादी.

(8) **राजस्थान : जिल्हे :** अलवार, बुंदी, भिलवाडा, जयपूर, सिकार, उदयपूर जिल्हे इत्यादी.

(9) **उत्तर प्रदेश व उत्तराखंड : जिल्हे :** मिर्झापूर, अल्मोडा, गडवाल, नैनिताल जिल्हे इत्यादी.

(10) **हिमाचल प्रदेश : जिल्हे :** कांग्रा, मंडी.

(11) **हरियाणा : जिल्हा :** महेंद्रगड

(12) **पश्चिम बंगाल : जिल्हा :** बीरभूम, बरद्धान, दार्जिलिंग.

(13) **गुजरात : जिल्हे :** भावनगर, जुनागढ, वडोदरा

(14) **जम्मू-काश्मीर : जिल्हे :** उधमपूर, जम्मू

(15) **केरळ : जिल्हा :** कोझीकोड

(16) **तमिळनाडू : जिल्हे :** सालेम, कोईमतूर, उत्तर अर्काट, मदुराई, सालेम, तिरुचिरापल्ली, तिरूनेलवेल्ली.

2. मँगनीज (Manganese)

उच्च प्रतीचे पोलाद तयार करण्यासाठी या धातूचा वापर केला जातो. मँगनीजच्या साठ्याच्या बाबतीत भारताचा जगात झिम्बाब्वेनंतर दुसरा क्रमांक लागतो.

मँगनीज वितरण :

(1) **ओडिशा :** सुंदरगड, कलहंडी, कोरापूट, बोलनगीर, केओंझर, संबळपूर, मयूरभंज. **(नकाशा क्र. 5.11 पाहा.)**

(2) **महाराष्ट्र :** नागपूर जिल्हा : कोडेरगाव, गुमगाव, रामडोंगरी, कांद्री, मन्सार, मानेगाव भंडारा-गोंदिया जिल्ह्यातील डोंगरी बुद्रूक, कुसुमबाह, पचाला-चिक्ला, सिंधुदुर्ग : सावंतवाडी, वेंगुर्ला, कणकवली तालुके.

(3) **मध्य प्रदेश :** बालाघाट, छिंदवाडा, जबलपूर, देवास, सेहोर, निमार.

(4) **कर्नाटक :** शिमोगा, चित्रदुर्ग, तुमकूर, उत्तर कन्नड, बेल्लारी.

(5) **आंध्र प्रदेश :** श्रीकाकुलम, विशाखापट्टणम, कडाप्पा, गुंटूर, विजयनगर.

(6) **गुजरात :** पंचमहल, वडोदरा.

(7) **राजस्थान :** बांसवाडा, उदयपूर, पाली.

(8) **झारखंड :** धनबाद, सिंगभूम.

(9) **गोवा :** उत्तर, मध्य व दक्षिण गोवा.

तक्ता क्र. 5.25 : भारत - प्रमुख धातूचे उत्पादन व टक्केवारी (वर्ष 2016-17)

लोह खनिज			बॉक्साइट			मँगनीज		
राज्ये	उत्पादन लाख टन	टक्केवारी %	राज्ये	उत्पादन लाख टन	टक्केवारी %	राज्ये	उत्पादन हजार टन	टक्केवारी %
1. ओडिशा	998	52	ओडिशा	1,209	49	मध्य प्रदेश	646	27
2. छत्तीसगड	307	16	गुजरात	592	24	महाराष्ट्र	598	25
3. कर्नाटक	269	14	झारखंड	222	9	ओडिशा	598	25
4. झारखंड	211	11	छत्तीसगड	173	8	आंध्र प्रदेश	239	10
भारत	**1,920**	**100%**	**भारत**	**2,467**		**भारत**	**2,393**	**100%**

Source : Ministry of Mines India Annual Report 2017-18, Page No. 15 To 18.

तक्ता क्र. 5.26 : भारत - चुनखडी व गौण खनिजांचे उत्पादन व टक्केवारी (वर्ष 2016-17)

चुनखडी उत्पादन			गौण खनिजे		
राज्ये	उत्पादन लाख टन	टक्केवारी %	राज्ये	उत्पादन ₹ कोटी	टक्केवारी %
राजस्थान	657	21	राजस्थान	8,708	16.49
मध्य प्रदेश	344	11	तेलंगण	6,337	12.0
आंध्र प्रदेश	344	11	गुजरात	5,878	11.13
छत्तीसगड	313	10	उत्तर प्रदेश	5,777	10.94
भारत	**3,130**	**100%**	**भारत**	**52,810**	**100%**

Source : Ministry of Mines India Annual Report 2017-18, Page No. 15 To 18.

3. बॉक्साइट

राज्यानुसार बॉक्साइटचे वितरण :

(1) **ओडिशा : जिल्हे :** कोरापूट, कलहंडी, सुंदरगड, बोलनगीर, संबळपूर **(नकाशा क्र. 5.12 पाहा.)**

(2) **गुजरात : जिल्हे :** जामनगर, जुनागढ, खेडा, कच्छ, साबरकांठा, अमरेली, भावनगर

(3) **झारखंड : जिल्हे :** पालामाऊ, रांची, लोहरडग्गा, गुमला, डुमका, बिहारमधील मुंगेर

(4) **महाराष्ट्र : जिल्हे :** कोल्हापूर, रायगड, ठाणे, रत्नागिरी, सातारा, सिंधुदुर्ग

(5) **छत्तीसगड : जिल्हे :** बिलासपूर, दुर्ग, सरगुजा, रायगड

(6) **तमिळनाडू : जिल्हे :** सालेम, निलगिरी, मदुराई

(7) **मध्य प्रदेश : जिल्हे :** बालाघाट, जबलपूर, शाहडोल, मंडला

(8) **आंध्र प्रदेश : जिल्हे :** पूर्व गोदावरी, पश्चिम गोदावरी, विशाखापट्टणम, कर्नूल, कडाप्पा

(9) **केरळ : जिल्हे :** कन्नौर, कोल्लम, त्रिवेंद्रम

(10) **राजस्थान : जिल्हा :** कोटा

(11) **उत्तर प्रदेश : जिल्हे :** बांदा, ललितपूर, वाराणसी

(12) **गोवा : जिल्हे :** क्युपेम, काणकोण तालुके

(13) **जम्मू-काश्मीर : जिल्हे :** जम्मू, पूंछ, उधमपूर

(14) **कर्नाटक : जिल्हा :** बेळगाव.

अधातू खनिजे (Non-metalic Minerals)

1. अभ्रक (Mica)

वितरण/उत्पादक प्रदेश : सुमारे 99 टक्के उत्पादन आंध्र प्रदेश, राजस्थान, झारखंड या तीन राज्यांतून मिळते.

(1) **आंध्र प्रदेश :** अभ्रकाच्या उत्पादनात आंध्र प्रदेशचा देशात प्रथम क्रमांक लागतो. देशातील 71.15 टक्के अभ्रकाचे उत्पादन आहे. नेल्लोर जिल्ह्यातील अभ्रकाचा पट्टा 100 कि.मी. लांब व 25 कि.मी. रुंद आहे. येथून मिळणारे अभ्रक किंचित हिरवट रंगाचे असते. विशाखापट्टणम, पश्चिम गोदावरी, कृष्णा आणि तेलंगण : खम्मम जिल्ह्यातही उत्खननास योग्य असे साठे आहेत. गुंटूर तालुक्यातील खाण 300 मीटर खोल आहे.

(2) **राजस्थान :** अभ्रकाच्या उत्पादनात देशात दुसरा क्रमांक लागतो. देशातील 16 टक्के उत्पादन या राज्यातून मिळते. राजस्थानमधील अभ्रकाचा पट्टा जयपूर ते उदयपूरपर्यंत पसरला आहे. याची लांबी 322 कि.मी. असून रुंदी 96 कि.मी. आहे. भिलवाडा, जयपूर, टोंक, सिकर, डुंगरपूर, अजमेर या जिल्ह्यांत अभ्रकाच्या खाणी आहेत.

(3) **झारखंड व बिहार :** झारखंड हे बिहारचे विभाजित राज्य आहे. या दोन्ही राज्यांत मिळून सुमारे 13 टक्के उत्पादन मिळते. झारखंड व बिहार राज्यांतील अभ्रकाचा पट्टा 150 कि.मी. लांब व 32 कि.मी. रुंद असून गया जिल्ह्याच्या पूर्व भागापासून हजारीबाग, गिरिदिहपर्यंत आणि मुंगेरपासून भागलपूरपर्यंत पसरला आहे. झारखंड व बिहारमधील प्रमुख उत्पादक क्षेत्रे कोदाम्रा, धोम्राकोला, धाब, तिश्री, चकाई ही आहेत. 2009-10 सालानुसार अभ्रक उत्पादनात झारखंडचा तिसरा क्रमांक आहे.

निर्यात : भारत विविध देशांना अभ्रक निर्यात करतो. यामध्ये संयुक्त संस्थाने (19%), ग्रेट ब्रिटन (17%), जपान (15%), बेल्जिअम (13%), जर्मनी (10%) प्रमुख देश आहेत. **जगातील एक महत्त्वाचा निर्यातदार देश म्हणून भारत ओळखला जातो.**

2. जिप्सम (Gypsum)

वितरण : भारतीय भूशास्त्र सर्वेक्षण विभागाच्या अंदाजानुसार देशात 383 दशलक्ष टन जिप्समचा साठा असावा. यापैकी सुमारे 92% साठे एकट्या राजस्थान राज्यात आहेत. उर्वरित 8% साठे जम्मू-काश्मीर, गुजरात, तमिळनाडू, आंध्र प्रदेश, महाराष्ट्र, हिमाचल प्रदेश आणि उत्तर प्रदेशात आहेत.

(1) **राजस्थान :** देशातील 92% साठे व सुमारे 90% उत्पादन राजस्थानमधून होते. नागौर, बिकानेर, गंगानगर, भरतपूर, चुरु, जैसलमेर, बारमेर, पाली, जोधपूर जिल्ह्यांत हे साठे विखुरले आहेत. राजस्थानात जिप्समच्या 27 खाणी आहेत. बिकानेर जिल्ह्यातील मुख्य क्षेत्र जस्मर, अखूसरढेर, तूबरामवाला-ढेर, करनीस-ढेर, कंबरावाला-ढेर, ध्येना-ढेर या ठिकाणी आहेत. नागौर जिल्ह्यात खतौनी, फलसूंद, भद्वाना फिलनवासी; जोधपूर जिल्ह्यात धकोरिया; बारमेर जिल्ह्यात उत्तरलाई, कवास, अकाली; जैसलमेर जिल्ह्यात मोहनगड, लखारेर उत्पादक क्षेत्रे आहेत.

(2) **तमिळनाडू :** तिरुचिरापल्ली जिल्ह्यात महत्त्वाची उत्पादक क्षेत्रे आहेत. कोईमतूर व रामनाथपुरम जिल्ह्यांतही साठे आहेत.

(3) **गुजरात :** पोरबंदर, भावनगर, घारंगंध्रा क्षेत्रे.

(4) **उत्तराखंड :** डेहराडून, नैनिताल, गडवाल जिल्हे.

(5) **महाराष्ट्र :** रत्नागिरी जिल्ह्यातील आदेवाडी.

(6) **हिमाचल प्रदेश :** शलकाट, कोरगा, आरली क्षेत्रे.

(7) **जम्मू-काश्मीर :** दोडा जिल्ह्यातील कनौर, ऊंडी क्षेत्रे.

खनिज उत्पादन (2017-18)

2017-18 नुसार खनिजाचे उत्पादन 32 राज्ये/संघराज्य यामधून घेतले जाते. भारतातून प्रमुख दहा राज्यांमधून देशामधील खनिजांचे उत्पादन मूल्य (इंधन व आण्विक खनिजे वगळून) 93.65% प्राप्त होते.

भारतात 2017-18 नुसार खनिज उत्पादन मूल्यामध्ये सर्वांत प्रथम क्रमांक राजस्थानचा असून त्याची टक्केवारी 20.25% आहे. या खालोखाल ओडिशा (17.77%), आंध्र प्रदेश (9.45%), छत्तीसगड (8.80%), कर्नाटक (7.83%), तेलंगण (6.06%), गुजरात (5.66%), उत्तर प्रदेश (4.98%), महाराष्ट्र (4.67%) आणि बिहार (3.77%) राज्यांचा क्रमांक आहे व उर्वरित राज्ये 10.75%.

2016-17 आणि 2017-18 सालच्या खनिज उत्पादन मूल्यांची तुलना :

(अ) खनिज उत्पादन मूल्यामध्ये वाढ झालेली राज्ये : भारतात वरील दोन वर्षांची तुलना करता असे आढळले की, सर्वांत जास्त खनिज उत्पादन मूल्यामध्ये कर्नाटकची वाढ 30.66% आहे. या खालोखाल छत्तीसगड (29.98%), राजस्थान (25.61%), गोवा (23.46%), ओडिशा (21.98%), मध्य प्रदेश (17.34%), महाराष्ट्र (2.07%), जम्मू आणि काश्मीर (1.35%) यांचा क्रमांक आहे.

(ब) खनिज उत्पादन मूल्यामध्ये घट झालेली राज्ये : 2016-17 व 2017-18 सालाची तुलना करता खनिज उत्पादन मूल्यामध्ये सर्वांत जास्त घट मेघालयाची (13.38%) असून या खालोखाल झारखंड (11.14%), आसाम (10.34%), तमिळनाडू (8.69%), हिमाचल प्रदेश (4.96%) आणि गुजरात (3.01%) या राज्यांचा क्रमांक आहे.

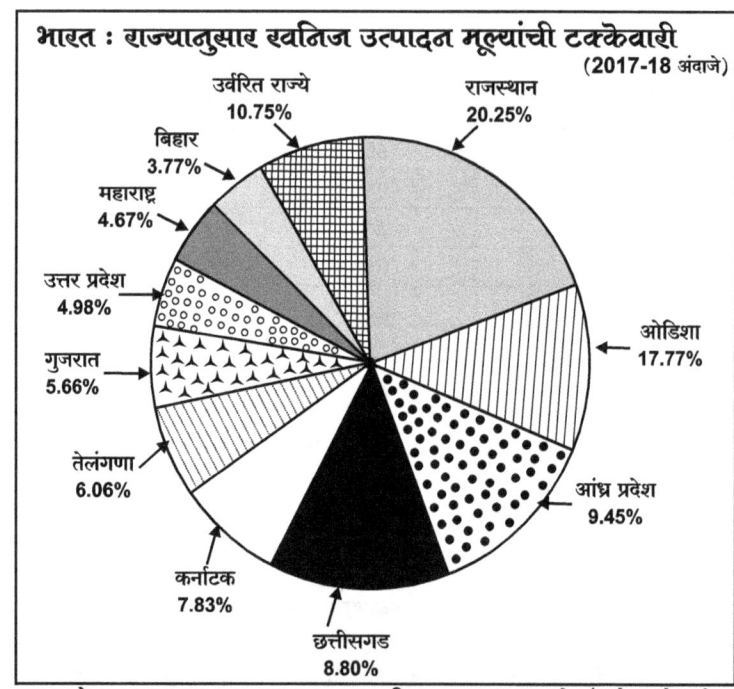

भारत : राज्यानुसार खनिज उत्पादन मूल्यांची टक्केवारी
(2017-18 अंदाजे)
उर्वरित राज्ये 10.75%
राजस्थान 20.25%
बिहार 3.77%
महाराष्ट्र 4.67%
उत्तर प्रदेश 4.98%
ओडिशा 17.77%
गुजरात 5.66%
तेलंगणा 6.06%
आंध्र प्रदेश 9.45%
कर्नाटक 7.83%
छत्तीसगड 8.80%

आलेख क्र. 5.7 : भारत - राज्यानुसार खनिज उत्पादन मूल्याची अंदाजे टक्केवारी (2017-18)

भारत - खनिज उत्पादनाचे स्वरूप : भारतामध्ये विविध धातू आणि अधातू खनिजे आहेत. भारतीय अर्थव्यवस्थेमध्ये खनिज विभाग एक महत्त्वपूर्ण साधनसंपत्ती आहे. देशामध्ये 95 खनिजांचे उत्पादन घेतले जाते. यापैकी इंधन साधनसंपत्ती (4), धातू खनिजे (10), अधातू खनिजे (23), आण्विक खनिजे (3) आणि गौण खनिजे 55 (बांधकाम व इतर साहित्यासह).

खनिज उत्पादनाचे मूल्य (2017-18) : • भारतामध्ये एकूण खनिजाचे मूल्य (आण्विक व इंधन खनिजे वगळून) 2017-18 नुसार सुमारे ₹ 1,13,541 कोटी असून मागील वर्षाच्या तुलनेने खनिज मूल्यामध्ये 13 टक्क्यांनी वाढ झालेली आहे. • 2017-18 मध्ये एकूण धातू खनिजाचे उत्पादन मूल्य ₹ 53,029 कोटी (46.70%) तर एकूण अधातू खनिजाचे उत्पादन मूल्य ₹ 60,512 कोटी (53.3%) आहे.

प्रमुख खनिजे व धातूंचा जागतिक उत्पादनामध्ये भारताचा वाटा आणि अनुक्रमांक (2015)

(1) **खनिज इंधने :** • **कोळसा व लिग्नाइट :** 2015 नुसार जागतिक उत्पादनामध्ये तिसरा क्रमांक आहे. जागतिक स्तरावर कोळसा व लिग्नाइटचे जागतिक उत्पादन 7,860 दशलक्ष टन असून भारतात उत्पादन 683 दशलक्ष टन आहे. याची टक्केवारी 8.73 आहे. • **खनिज तेल :** भारताचा खनिज तेल उत्पादनात जगामध्ये 23 वा क्रमांक आहे. 2015 नुसार जागतिक खनिज तेल उत्पादन 4,225 दशलक्ष टन असून भारतामध्ये फक्त 37 दशलक्ष टन आहे. जागतिक टक्केवारी नगण्य आहे.

(2) **धातुक खनिजे :** • **बॉक्साइट :** 2015 नुसार बॉक्साइटचे जागतिक उत्पादन 294 दशलक्ष टन तर भारताचे 28 दशलक्ष टन आहे. जागतिक बॉक्साइटमध्ये भारताची टक्केवारी 9.57 असून जगामध्ये भारताचा चौथा क्रमांक आहे. • **लोहखनिज :** 2015 नुसार जागतिक लोह खनिजाचे उत्पादन 3,328 दशलक्ष टन तर भारताचे उत्पादन 156 दशलक्ष टन आहे. जागतिक लोह उत्पादनामध्ये भारताची 4.69% वाटा आहे. जगामध्ये लोहखनिज उत्पादनात चौथा क्रमांक आहे. • **मँगनीज खनिज :** 2015 नुसार जागतिक मँगनीज उत्पादन 53 दशलक्ष टन आहे तर भारतामध्ये 2.1 दशलक्ष टन आहे. जागतिक मँगनीज खनिज उत्पादनात भारताची 4.04% असून जगामध्ये सहावा क्रमांक आहे. अन्य खनिजे व धातूंची माहिती तक्त्यामध्ये पाहावी.

भारत - प्रमुख खनिजे व धातूसंबंधी स्वावलंबनाचे मापन (2015-16)

भारत खनिजाच्या बाबतीत संपूर्णपणे किंवा बऱ्याच अंशी स्वावलंबित आहे. उद्योगधंद्यांना अशा प्राथमिक खनिज पदार्थाची कच्चा माल म्हणून आवश्यकता असते. यासंबंधी भारत बऱ्यापैकी स्वावलंबी आहे.

• भारत बॉक्साइट, क्रोमाइट, लोह खनिज, कायनाइट, चुनखडी, मॅग्नेसाइट, सिलिमनाइट आणि जस्ताच्या बाबतीत 100% स्वयंपूर्ण आहे. • याचप्रमाणे भारत औष्णिक विद्युतनिर्मिती, लोह आणि पोलाद, फेरो अलाईज, ॲल्युमिनिअम, सिमेंटच्या बाबतीत मोठ्या प्रमाणात स्वावलंबी आहे. कोळशासंबंधीदेखील साधारण स्थिती अशीच आहे. अर्थात पोलाद कारखान्यांना कमी राख होणाऱ्या कोकिंग कोळशाची गरज असते त्यासाठी त्याची आयात करावी लागते.

विशिष्ट दर्जाची काही खनिजांची कमतरता असल्याने काही खनिजांची आयात करावी लागते.

पैलू न पाडलेले हिरे व इतर मौल्यवान व निम्न मौल्यवान खडे यांची आयात करून त्याला पैलू पाडून व पॉलिश करून पुन्हा त्याची निर्यात करतात.

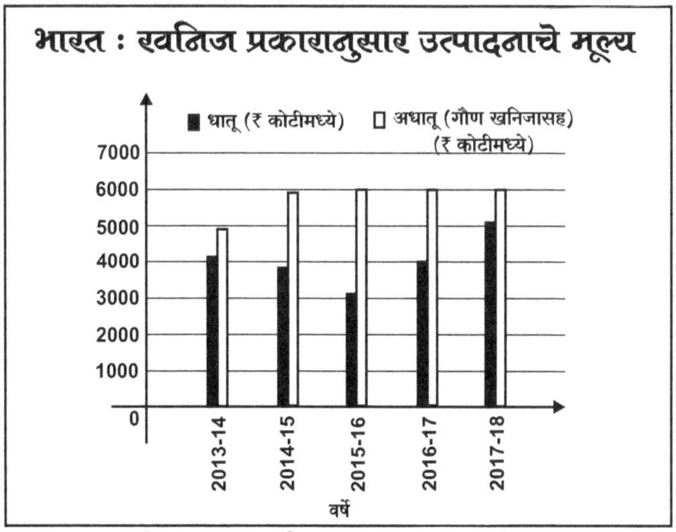

आलेख क्र. 5.8 : खनिज प्रकारानुसार उत्पादनाचे मूल्य

भारत : खनिज उत्पादनाचा कल (2016-17)

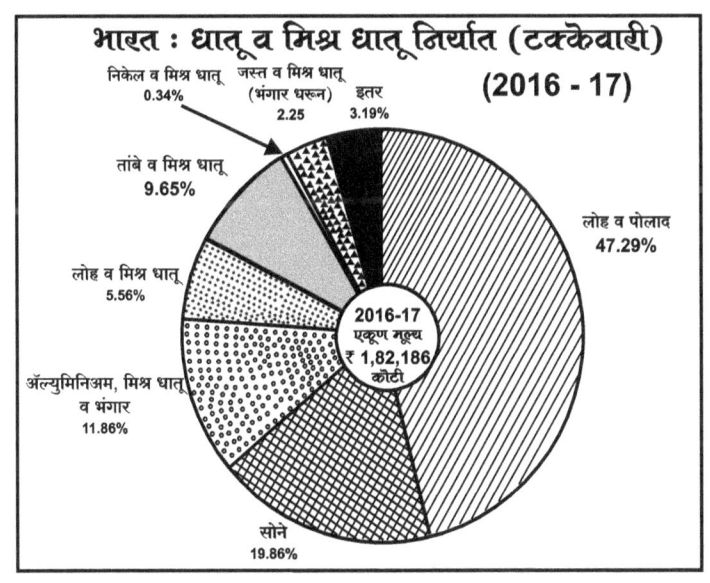

आलेख क्र. 5.9 : भारत - धातू व मिश्र धातू निर्यात मूल्य (2016-17)

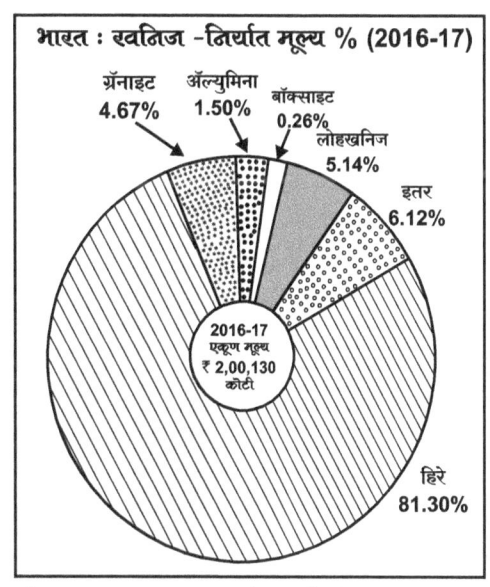

आलेख क्र. 5.10 : भारत - खनिज - निर्यात मूल्य (2016-17)

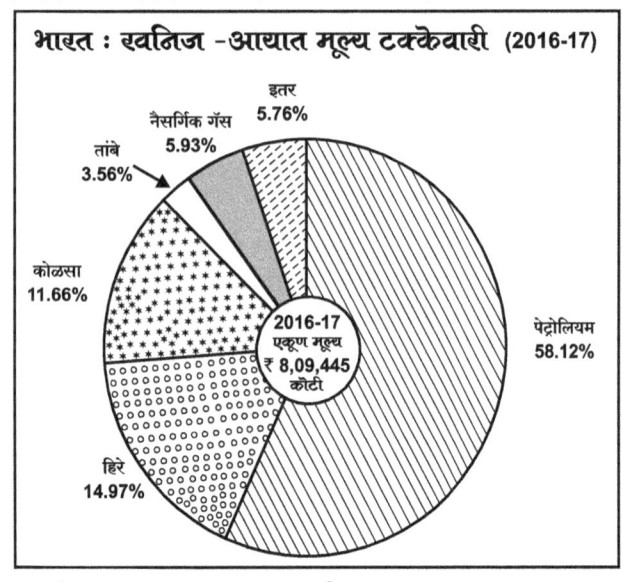

आलेख क्र. 5.11 : भारत - धातू व मिश्र धातू आयात मूल्य (2016-17)

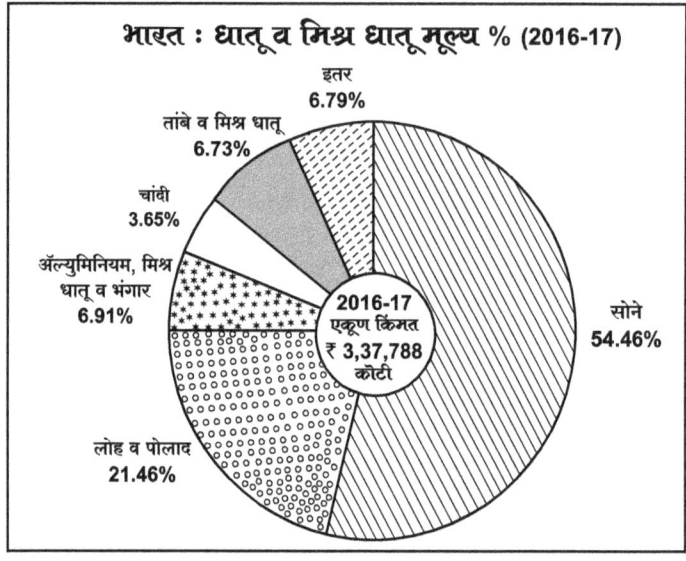

आलेख क्र. 5.12 : भारत - खनिज आयात मूल्य (2016-17)

5.5 भारत : ऊर्जा साधनसंपत्ती

भारतातील प्रमुख ऊर्जा साधनसंपत्ती (Major Power Resources in India)

भारतातील प्रमुख ऊर्जा साधनसंपत्ती पुढीलप्रमाणे : (1) कोळसा (2) खनिज तेल (3) विद्युत (4) अपरंपरागत ऊर्जा.

ऊर्जानिर्मितीचे साठे व स्थितिजन्य कार्यशक्ती :

(1) **कोळसा :** भारतात कोळशाचे साठे पूर्व आणि दक्षिण मध्य भागात केंद्रित झालेले आहेत. झारखंड (27.0%), ओडिशा (24.7%), छत्तीसगड, प. बंगाल, आंध्र प्रदेश, तेलंगण, महाराष्ट्र आणि मध्य प्रदेशात देशाच्या कोळशाचे 99% साठे आहेत.

• 31-3-2016 नुसार भारतात कोळशाचे अंदाजे साठे 308.80 अब्ज टन आहेत. • 31-3-2016 नुसार देशात लिग्नाइट कोळशाचे साठे 44.59 अब्ज टन आहेत.

(2) **पेट्रोलिअम व नैसर्गिक वायू :** • भारतात खनिज तेलाचे अंदाजे साठे (31-3-2016 नुसार) 621.10 दशलक्ष टन आहेत.

- खनिज तेलाच्या साठ्याचे वितरण : (अ) पश्चिमी अपतट (Western Offshore) - 39.79% (ब) आसाम - 25.89%.
- नैसर्गिक वायूचे वितरण - (अ) पूर्वीय अपतट - 36.79% (ब) पश्चिमी अपतट - 23.95%.

(3) **नूतनीकरण योग्य ऊर्जा स्रोत :** वारा, सौर जैववस्तुमान जल आणि बगॅसमध्ये नूतनीकरण ऊर्जेची उच्च क्षमता आहे. 31-3-2016 नुसार भारतात नूतनीकरणयोग्य ऊर्जा अंदाजे 1,19,885 मे. वॅ. आहे. याची विभागणी पुढीलप्रमाणे - (अ) पवन ऊर्जा क्षमता - 4,05,023 मे. वॅ. (33.78%) (ब) छोटे जलविद्युत क्षमता - 19,749 मे. वॅ. (1.68%) (क) जैववस्तुमान क्षमता - 17,538 मे. वॅ. (1.46%) (ड) बगॅस - 5,000 मे. वॅ. (0.42%) (इ) कचऱ्यापासून ऊर्जा - 0.2%. सौर ऊर्जा 7,48,990 (62.48%).

• नूतनीकरणयोग्य ऊर्जेच्या क्षमतेचे भौगोलिक वितरण (31-3-2016 नुसार) राजस्थान (1,67,276 मे. वॅ., 14%), गुजरात (1,57,158 मे. वॅ., 13%), महाराष्ट्र (1,19,893 मे. वॅ., 10%) या राज्यात प्रामुख्याने पवन ऊर्जेची क्षमता आहे.

1. कोळसा (Coal)

कोळशाचे प्रकार

(1) **अँथ्रासाइट** *(Anthracite)* : अँथ्रासाइट उच्च प्रतीचा कोळसा असून रंगाने काळा चकचकीत अहे. त्यात 95 टक्क्यांपेक्षा अधिक कार्बनचे प्रमाण असते. त्यामुळे ज्वलनापासून अधिक उष्णता निर्माण होते. जगातील बेल्जिअम, जर्मनी, रशिया, वेल्स (ग्रेट ब्रिटन), पेनसिल्व्हानिया (संयुक्त संस्थाने) इत्यादी देशांत हा कोळसा मिळतो.

(2) **बिटुमिनस (बिट्युमेनी)** *(Bituminous)* : बिटुमिनस कोळसा (डांबरी कोळसा) रंगाने काळा असून त्यात कार्बनचे प्रमाण 70 टक्के आढळते. हा कोळसा लवकर पेटतो व लवकर विझतो. त्यामुळे राख व धूर यांची मोठ्या प्रमाणात निर्मिती होते. जागतिक उत्पादनाच्या 75 टक्के उत्पादन या कोळशाचे आहे. या कोळशाचे कोकिंग कोल, गॅस कोल, स्टीम कोल असे उपप्रकार आहेत. संयुक्त संस्थाने, रशिया, जर्मनी येथे याचे साठे जास्त आहेत.

(3) **लिग्नाइट** *(Lignite)* : हलक्या प्रतीचा तपकिरी कोळसा असतो. कार्बनचे प्रमाण 45% पर्यंत असते. या कोळशापासून गॅस, डांबर, मेण बनवितात.

(4) **पीट** *(Peat)* : सर्वांत ठिसूळ प्रतीचा कोळसा पीट आहे. कार्बनचे प्रमाण 30 ते 40% असते. भारतामधील दगडी कोळशाच्या साठ्याची दोन क्षेत्रे. **(अ) गोंडवना प्रदेशातील कोळसा क्षेत्रे :** देशामधील 133 कोळसा क्षेत्रापैकी 80 कोळसा क्षेत्रे गोंडवना प्रदेशात आहेत. याच क्षेत्रात देशामधील 98% कोळशाचे साठे आहेत. यामध्ये झारखंड, ओडिशा, मध्य प्रदेश, प. बंगाल, छत्तीसगड, महाराष्ट्र, आंध्र प्रदेश राज्यामधील कोळशाच्या क्षेत्राचा समावेश होतो. **(ब) टर्शरी**

प्रदेशामधील कोळशाची क्षेत्रे : आसाम, मेघालय, नागालँड, अरुणाचल प्रदेश, जम्मू व काश्मीर, तमिळनाडू, राजस्थान येथील कोळशाचा यामध्ये समावेश होतो.

भारतामधील कोळशाचे साठे : भारतीय भूशास्त्र सर्वेक्षणाच्या 31-3-2016 सालच्या पाहणीनुसार देशात 308.80 अब्ज टन दगडी कोळशाचे साठे आहेत. तर लिग्नाइट कोळशाचे 44.59 अब्ज टन साठे आहेत.

तक्ता क्र. 5.27 : भारत – राज्यानुसार कोळशाचे अंदाजे प्रमुख साठ्याचे वितरण – 31-3-2016 नुसार (अब्ज टन)

राज्ये (State)	साठे (अंदाजे)	वितरण % (Distribution)	राज्ये (State)	साठे (अंदाजे)	वितरण % (Distribution)
झारखंड	81.17	26.29	तमिळनाडू	35.68	80.02
ओडिशा	75.90	24.58	राजस्थान	5.73	12.85
छत्तीसगड	56.04	18.15	गुजरात	2.72	6.10
प. बंगाल	31.53	10.21	जम्मू व काश्मीर	0.03	0.06
मध्य प्रदेश	26.91	8.71	केरळ	0.01	0.02
तेलंगण	21.41	6.93	भारत	44.59	100.00
महाराष्ट्र	11.25	3.80	वितरण %	100.00	
भारत	308.80	100.00			
वितरण %	100.00%				

Source : Office of Coal Controller Ministry of Coal Energy Statistics Govt. of India 2017, Page No. 6
www.mospi.gov.in, Page No. 6

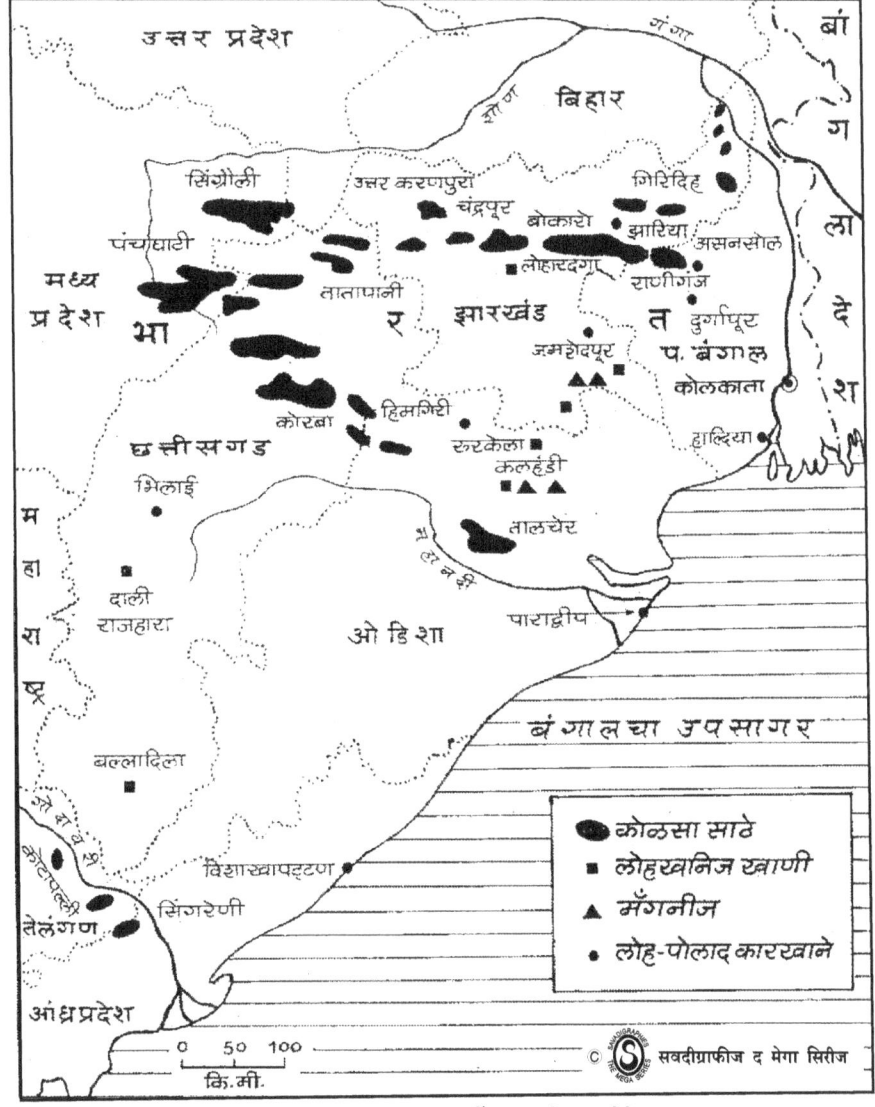

नकाशा क्र. 5.13 : प्रमुख गोंडवना कोळसा क्षेत्रे

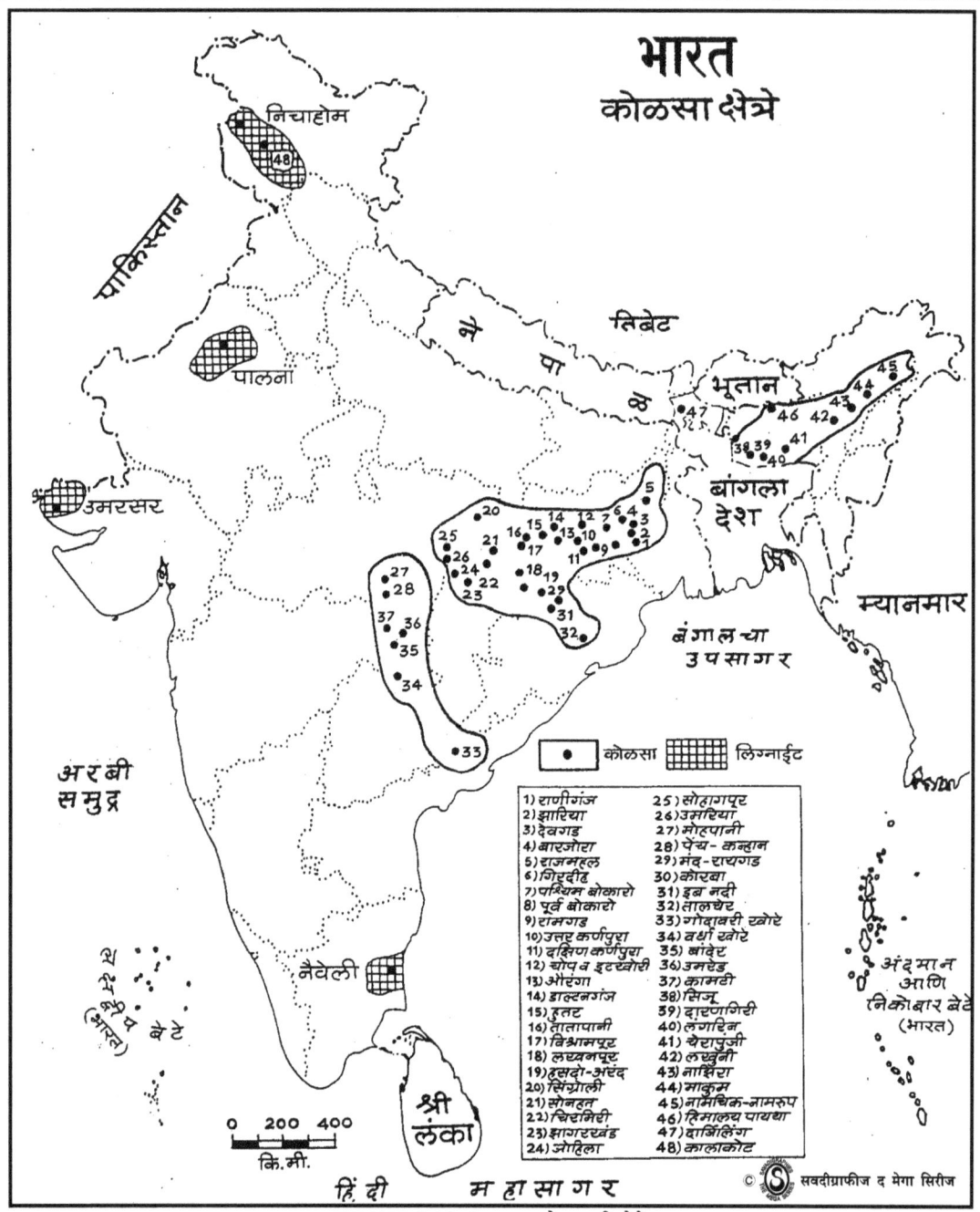

नकाशा क्र. 5.14 : भारत - कोळशाची क्षेत्रे

भारत : कोळसा वितरण/उत्पादन - राज्य, जिल्हा व क्षेत्रे (नकाशा क्र. 5.13 पाहा.)

गोंडवना प्रदेशातील कोळसा क्षेत्र :

(1) **झारखंड : धनबाद** : झारिया, चंद्रपुरा; **हजारीबाग** : बोकारो, गिरिदिह, उत्तर व दक्षिण कर्णपुरा रामगढ; **पालामाऊ** : औरंगा, डाल्टनगंज, हुतूर; **डुमका** : संथाळ-परगण्यातील देवगड. **(नकाशा क्र. 5.14 पाहा.)**

(2) **छत्तीसगड : रेवा** : सिंग्रौली, सोहागपूर, उमराई **सरगुजा** : विश्रामपूर, झिलीमिली, रामकोला, तातापानी; **बिलासपूर** : कोरबा, सुंदरगड, बिरमपूर, हसदो-अरंद, चिरमिरी; **छिंदवाडा** : पेंच आणि कन्हान दरी; **बेतुल** : पाटखेरा, दुल्हरा; **रायगड** : मांड खोरे; **कोरिया** : झिलीमिली.

(3) **ओडिशा : संबळपूर, धेनकनल, सुंदरगड** : ताल्चेर, रामपूर, हिमगिरी.

(4) **मध्य प्रदेश : सिधी व शाहडोल** : सिंग्रौली; **छिंदवाडा** : पेंच-कन्हान-तवा क्षेत्र; **शाहडोल** : सहागपूर; **कटनी** : उमराई.

(5) **तेलंगण : अदिलाबाद, करीमनगर,** वारंगळ, **खम्मम.**

(6) **आंध्र प्रदेश : पूर्व गोदावरी, पश्चिम गोदावरी.** : गोदावरी खोरे.

(7) **महाराष्ट्र : नागपूर** : कामठी (वैनगंगा) खोरे; **चंद्रपूर व यवतमाळ** : वर्धा खोरे

(8) **पश्चिम बंगाल : बरद्वान, बांकुरा, पुरुलिया** : राणीगंज; दार्जिलिंग : माना, महानदी खोरे.

(9) **उत्तर प्रदेश** : मिर्झापूर.

टर्शरी प्रदेशातील कोळसा क्षेत्रे :

(1) **तमिळनाडू : दक्षिण अर्काट :** नैवेली
(2) **राजस्थान : बिकानेर :** पलाना व खारी
(3) **गुजरात :** भडोच व कच्छ
(4) **जम्मू-काश्मीर :** शालीगंगा, हंदवरा, बारामुल्ला, रैसी, उधमपूर
(5) **प. बंगाल :** जलपैगुडी, दार्जिलिंग
(6) **आसाम : सिबसागर :** माकूम टेकड्या, इतर क्षेत्रे : नझीरा, मिकीर टेकड्या, लुखनी.
(7) **मेघालय :** गारो, खासी, जैंतिया टेकड्या
(8) **अरुणाचल प्रदेश :** नामचीन-नामरूप कोळसा क्षेत्र.

तक्ता क्र. 5.28 : भारत - कोळसा उत्पादन (दशलक्ष टन)

वर्षे	उत्पादन	वर्षे	उत्पादन	वर्षे	उत्पादन	वर्षे	उत्पादन
1950 - 51	32.33	2010 - 11	532.69	2013-14	565.77	2016-17	841.56
2000 - 01	332.58	2012 - 13	557.7	2014-15P	609.18	2017-18	908.40

Source : Ministry of Coal and Economic Survey, 2004-05; India, 2008; Energy Statistics July 2018, Page No. 27

तक्ता क्र. 5.29 : भारत - राज्यानुसार कोळसा उत्पादन (सन 2017-18)

राज्ये	उत्पादन (द.ल. टनात)	भारताशी शेकडा प्रमाण	राज्ये	उत्पादन (द.ल. टनात)	भारताशी शेकडा प्रमाण
1. छत्तीसगड	127.10	13.99	7. पश्चिम बंगाल	28.24	3.12
2. झारखंड	113.01	12.44	8. उत्तर प्रदेश	14.72	1.50
3. ओडिशा	112.92	12.35	9. मेघालय	5.73	नगण्य
4. मध्य प्रदेश	75.59	8.32	10. आसाम	0.66	नगण्य
5. आंध्र प्रदेश	50.50	5.56	▪ **भारत**	**908.40**	**100%**
6. महाराष्ट्र	35.00	3.85			

Source : Statistical Abstract of India, Annual Report 2017-18

खनिज तेल क्षेत्रे (नकाशा क्र. 5.15 पाहा.)

भारत-खनिज तेल भौगोलिक वितरण : (1) महाराष्ट्र : मुंबई हाय, वसई **(2) गुजरात :** अंकलेश्वर, लुनेज, कलोल, नवगाव, कोसंबा, कथना, बारकोल, मेहसाणा, साणंद **(3) आसाम :** ब्रह्मपुत्रा व सुरमा खोऱ्यातील क्षेत्रे, दिग्बोई : बप्पापुंग, हंसपुंग, पैनतोला, नहारकाटिया व मोरान रुद्रसागर, सिबसागर, लकवा, बदरपूर, बऱ्होला, अंगुरी. **(4) आंध्र प्रदेश :** कृष्णा-गोदावरी खोरे **(5) तमिळनाडू :** नरिमानम व कोविलाप्पाल (कावेरी खोरे) **(6) अरुणाचल प्रदेश :** मानभूम, खसांग, चराली **(7) त्रिपुरा :** महुनभंगा, बारामुरा, मानू, अंपीबझार, अमरपूर. **(8) राजस्थान :** बारमेर जिल्हा.

भारत-खनिज तेलाचे उत्पादन 1950-1951 साली 3 लाख टन होते. ते 2017-18 साली 396.8 दशलक्ष टन आहे.

तक्ता क्र. 5.30 : भारत - राज्यानुसार खनिज तेल व नैसर्गिक वायूंचा अंदाजे साठा (31-3-2017)

राज्य/केंद्रशासित प्रदेश	खनिज तेल (दशलक्ष टन)		नैसर्गिक वायू (अब्ज घ. मी.)	
	अंदाजे साठे	वितरण %	अंदाजे साठे	वितरण %
पश्चिमी अपतट(1)	239.20	39.60	302.35	23.44
आसाम	159.96	26.48	158.57	12.29
गुजरात	118.61	19.63	62.28	4.83
राजस्थान	24.55	4.06	34.86	2.70
पूर्वीय अपतट(2)	40.67	6.73	507.76	39.37
तमिळनाडू	9.0	1.49	31.98	2.48
CBM*	–	–	106.58	8.26
आंध्र प्रदेश	8.15	1.35	48.31	3.75
त्रिपुरा	0.07	0.01	36.10	2.80
अरुणाचल प्रदेश	1.52	0.25	0.93	0.07
नागालँड	2.38	0.39	0.09	0.01
एकूण	**604.10**	**100**	**1,289.81**	**100**

***CBM :** Cold Bed Methane
Source : wikipedia

1. मुंबई हाय अपतट राजस्थान, JVC, खनिज तेल, राजस्थान आणि मध्य प्रदेश (Cold Bed Methane) नैसर्गिक वायुसाठा
2. खनिज तेलासाठी व नैसर्गिक वायूसाठी प. बंगालचा समावेश

Source : Ministry of Petroleum and Natural Gas Central Statistics Office, Govt. of India, Page No. 7

तक्ता क्र. 5.31 : भारत –खनिज तेल उत्पादन (लक्ष टनात)

वर्षे	उत्पादन	वर्षे	उत्पादन	वर्षे	उत्पादन	वर्षे	उत्पादन
1950 - 51	2.7	2010 - 11	376.84	2014 - 15	374.46	2016 - 17	360.01
2000 - 01	324.06	2012 - 13	378.62	2015 - 16[P]	369.5	2017 - 18	356.8

R : Revised; P : Provisional; P : Projected

Source : Energy Statistics 2017, www.mospi.gov.in, Page No. 26

तक्ता क्र. 5.32 : भारत – कच्च्या खनिज तेलाचे राज्यानुसार उत्पादन (सन 2017-18) (000 टन)

राज्य	उत्पादन	राज्य	उत्पादन	प्रदेश	उत्पादन
आंध्र प्रदेश	322	तमिळनाडू	345	पूर्व अपतट	819
आसाम	4,345	अरुणाचल प्रदेश	50	गुजरात अपतट	399
गुजरात	4,389	राजस्थान	7,887	पश्चिम अपतट	687
▪ भारत	35,684				

अपतट – Offshore

Source : Ministry of Petroleum and Natural Gas Govt. of India Report 2017-18 Updated Nov. 2018

नैसर्गिक वायू (Natural Gas)

नैसर्गिक वायूचे साठे : नैसर्गिक वायूंच्या साठ्याचा शोध व उत्पादनाचे कार्य 'तेल व नैसर्गिक महामंडळ व ऑइल इंडिया लिमिटेड' यांच्यामार्फत केले जाते. 2017 च्या सर्वेक्षण अहवालानुसार देशातील नैसर्गिक वायूचा साठा 1,290 अब्ज घनमीटर (BCM) अनुमानित आहे. नैसर्गिक वायूच्या साठ्याची टक्केवारी पूर्वीय अपतट (39.37%) पश्चिमी अपतट (23.44%) वरील दोन क्षेत्रांमध्ये देशाचे सुमारे 63% साठे आहेत. शिवाय तमिळनाडूतील तंजावर, शिंग्लेपूत जिल्ह्यात; राजस्थानमधील बारमेर जिल्ह्यात; हिमाचल प्रदेशातील कांग्रा व पंजाबमधील फिरोझपूर जिल्ह्यात आहेत.

गेल (भारत) मर्यादित *(Gas Authority of India Limited-GAIL) :* भारतातील नैसर्गिक वायूची प्रक्रिया, परिवहन आणि वितरणात 'गेल' कंपनी सर्वांत मोठी आहे. • देशाच्या चारही विभागांत 5200 कि.मी. लांबीच्या पाईप नळ योजनेची मालकी व कार्यप्रवणता गेल यांची आहे. • विद्युतनिर्मिती केंद्रे आणि खत कारखान्यांना वायूचा पुरवठा करतात. • LPG गॅस आणि पेट्रोकेमिकल उत्पादनासाठी नैसर्गिक वायूचा उपयोग करतात. • देशाच्या विविध भागांत गेल कंपनीची LPG साठी 7 केंद्रे आहेत. त्याची क्षमता 1 दशलक्ष टन आहे. सन 2003–04 मध्ये द्रवीभूत हायड्रोकार्बनचे उत्पादन सुमारे 14 लक्ष टन झाले. • गेल कंपनीने मुंबई व दिल्ली येथे घरगुती गॅस पुरवठ्यासाठी खासगी कंपन्यांबरोबर कार्य सुरू केले आहे. याचप्रमाणे CNG साठीही सहकार्य चालू आहे. गुजरातमध्ये दहेज आणि केरळमध्ये कोची बंदरात LNG आयातीसाठी GAIL ने करार केले आहेत.

वितरण/उत्पादक क्षेत्रे : मुंबई हाय, गुजरात, आंध्र प्रदेश, आसाम, त्रिपुरा, तमिळनाडू, राजस्थान, अरुणाचल प्रदेश या राज्यांत खनिज तेलाबरोबर अनेक क्षेत्रांत नैसर्गिक वायूचे साठे आढळून आले आहेत. तेल व नैसर्गिक वायू महामंडळाबरोबरच रिलायन्स इंडस्ट्रीज यांसारख्या खासगी कंपन्यांनीदेखील उत्पादनात प्रगती केली आहे. रिलायन्स उद्योगसमूहाला कृष्णा–गोदावरी खोऱ्यात अनेक ठिकाणी नैसर्गिक वायूचा साठा आढळला आहे. एकट्या मुंबई हाय क्षेत्रातून देशातील 72.55 टक्के उत्पादन होते. गुजरातमधील क्षेत्रातून 11 टक्के व उर्वरित उत्पादन आंध्र प्रदेश, आसाम, त्रिपुरा, तमिळनाडू, राजस्थानमधून मिळते.

आयात : 1990 नंतर देशातील उत्पादनात लक्षणीय प्रगती झाली असली तरी मागणीपेक्षा उत्पादन कमी आहे. यामुळे नैसर्गिक वायूची मोठ्या प्रमाणात आयात केली जाते. इराण, सौदी अरेबिया व इतर आखाती देशातून नैसर्गिक वायूची आयात केली जाते.

तक्ता क्र. 5.33 : भारत – नैसर्गिक वायूचे उत्पादन (अब्ज घनमीटर)

वर्षे	उत्पादन	वर्षे	उत्पादन	वर्षे	उत्पादन	वर्षे	उत्पादन
1960 - 61	17	2010 - 11	52.219	2014 - 15	33.66	2016 - 17	32.89
2000 - 01	27.860	2013 - 14	35.407	2015 - 16	32.24	2017 - 18	32.64

P : Provisional   **Source :** Energy Statistics 2017, www.mospi.gov.in, Page No. 26

तक्ता क्र. 5.34 : भारत – नैसर्गिक वायूचे राज्य/क्षेत्रानुसार उत्पादन (सन 2017-18) (Million Cubic Meter)

राज्य	उत्पादन	राज्य	उत्पादन	राज्य/प्रदेश	उत्पादन
आंध्र प्रदेश	959	त्रिपुरा	1,440	पूर्व अपतट	2,817
आसाम	3,220	अरुणाचल प्रदेश	30	गुजरात अपतट	98
गुजरात	1,607	झारखंड (CBM)	4	पश्चिम अपतट	19,096
राजस्थान	1,442	मध्य प्रदेश (CBM)	200	▪ भारत	32,649
तमिळनाडू	1,208	प. बंगाल (CBM)	531		

Source : Ministry of Petroleum and Natural Gas Govt. of India Report 2017-18 Updated Nov. 2018

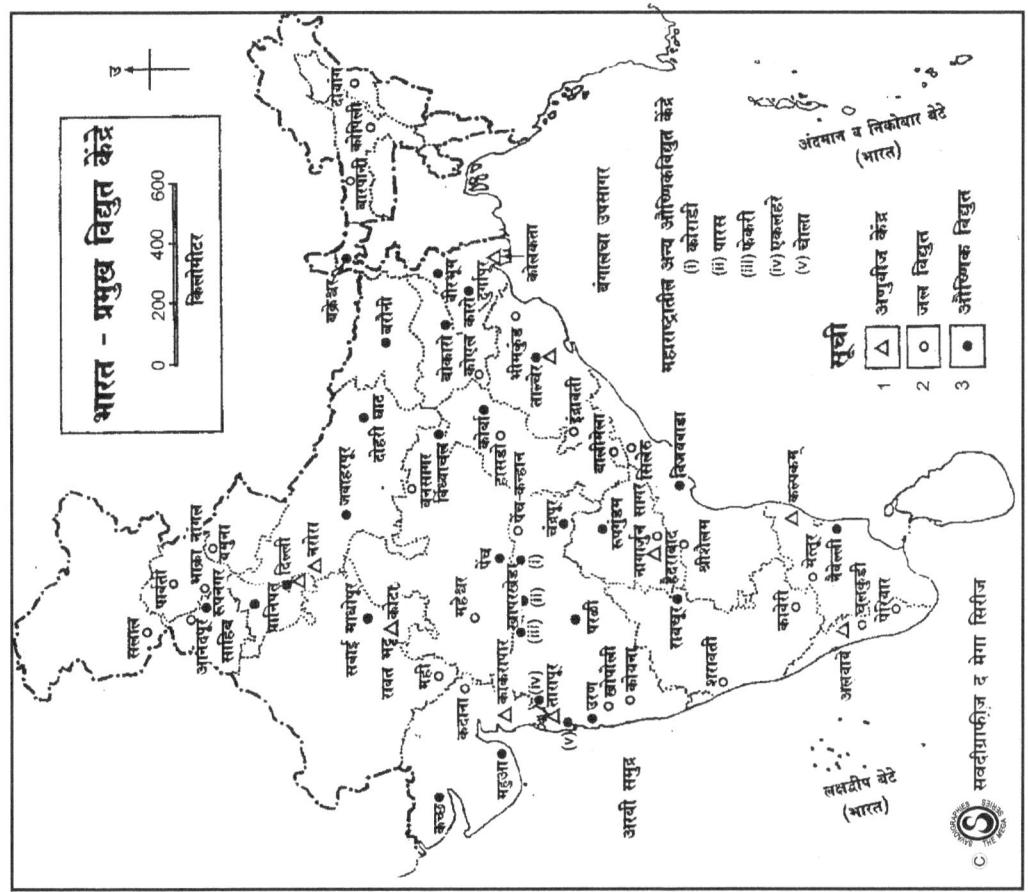

नकाशा क्र. 5.16 : भारत – प्रमुख विद्युतनिर्मिती केंद्रे

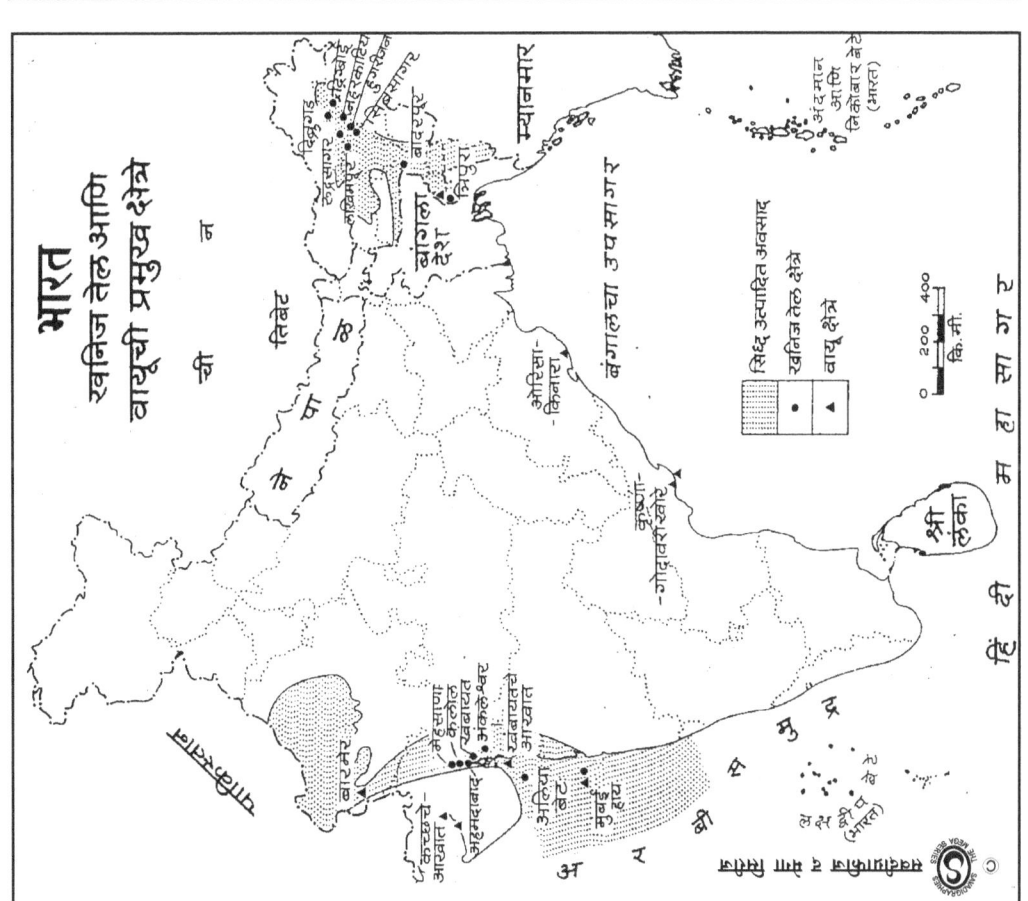

नकाशा क्र. 5.15 : भारत – प्रमुख खनिज तेल आणि वायू क्षेत्रे

2. विद्युतनिर्मिती

भारतातील विद्युतनिर्मितीचे स्रोत

(अ) **पारंपरिक पद्धती स्रोत :** (1) औष्णिक वीज (2) जलविद्युत शक्ती (3) अणुशक्ती.

(ब) **अपारंपरिक/पुनर्निर्मिती पद्धती/ स्रोत (Renewable Energy Source) :** (1) सौर ऊर्जा (2) पवन ऊर्जा (3) भरती–ओहोटी ऊर्जा (4) जैव ऊर्जा.

विद्युतनिर्मिती (2015-16)

तक्ता क्र. 5.35 : भारत – विद्युतनिर्मिती (Giga Watt Hour)

(Giga Watt Hour = $10^6 \times$ Kill Watt Hour)

वर्ष	युटिलिटिज (Utilities)				नॉन-युटिलिटिज (Non-Utilities)	एकूण
	औष्णिक विद्युत	जलविद्युत	अणू वीज	एकूण		
2006 - 07	5,28,490	1,13,502	18,802	6,70,654	81,800	7,52,454
2007 - 08	5,60,072	1,20,387	16,957	7,22,625	90,477	8,13,102
2012 - 13	7,60,454	1,13,720	32,866	9,64,489	1,44,010	11,08,499
2013 - 14	7,92,054	1,34,848	34,228	10,26,649	1,48,988	11,75,637
2014 - 15	8,77,941	1,29,244	36,102	11,16,850	1,62,057	12,78,907
2015 - 16	9,43,013	1,21,377	37,414	11,67,584	1,68,372	13,35,95

Source : Energy Statistics, 2017 ; Central Statistics Office Central Electricity Authority, Page No. 31-32

तक्ता क्र. 5.36 : भारत – प्रत्यक्ष विद्युतनिर्मिती (सन 2017-18) - in GWh

स्रोत	विद्युत	स्रोत	विद्युत	स्रोत	विद्युत	स्रोत	विद्युत
कोळसा	986591	जल	1,26,123	जैव वस्तुमान	14,159	बंदिस्त	1,97,000
खनिज तेल	386	लघु जल	7,673	इतर	213	▪ भारत	14,33,392
वायू	50,208	सौर	12,086	युटिलिटी	12,36,392		
आण्विक	38,346	पवन	46,011				

Source : Ministry of Petroleum and Natural Gas Govt. of India Report 2017-18 Updated Nov. 2018

विद्युतनिर्मिती आणि क्षमता (2017-18) : भारतामध्ये युटिलिटी विभागाची (औष्णिक जलविद्युत व आण्विक वीज) 31 डिसेंबर, 2018 नुसार स्थापित क्षमता 349.288 GW आहे. अपारंपरिक ऊर्जेची स्थापित क्षमता 30.60% आहे. 2017-18 सालानुसार युटिलिटी विभागाची विद्युतनिर्मिती 12,01,653 GWh 2017-18 सालानुसार दरडोई विजेचा वापर 1,149 KWh आहे. भारताचा जगामध्ये वीज उत्पादन व वीज वापरात तिसरा क्रमांक आहे.

भारतामध्ये विद्युतनिर्मितीत जैविक इंधनाचा (Fossil Fuel) वाटा 3/4 आहे. भारताची अपरंपरागत वीजनिर्मिती 2027 पर्यंत वृद्धिंगत करण्याची योजना आहे. (नकाशा क्र. 5.16 पाहा.)

पारंपरिक पद्धती स्रोत

1. औष्णिक वीज (Thermal Electricity) (नकाशा क्र. 5.16 पाहा.)

औष्णिक वीज कोळसा, खनिज तेल आणि नैसर्गिक वायू ऊर्जा साधनसंपत्तीपासून निर्माण केली जाते. देशातील 66 टक्के वीजनिर्मितीक्षमता औष्णिक वीज स्वरूपाची आहे.

तक्ता क्र. 5.37 : भारत – महत्त्वाची औष्णिक विद्युत केंद्रे

राज्ये	औष्णिक विद्युत केंद्रे
आंध्र प्रदेश	(1) रामगुंडम (2) कोट्टागुंडम (3) विजयवाडा (4) नेल्लोर (5) भद्रचलम (6) मनुगुरू.
महाराष्ट्र	(1) चोला (ठाणे) (2) तुर्भे (मुंबई) (3) एकलहरे (नाशिक) (4) परळी (बीड) (5) फेकरी (भुसावळ) (6) पारस (अकोला) (7) कोराडी (नागपूर) (8) खापरखेडा (नागपूर) (9) दुर्गापूर (चंद्रपूर) (10) बल्लारपूर (चंद्रपूर) (11) डहाणू (ठाणे)
तमिळनाडू	(1) नैवेली (2) मेत्तूर (3) एन्नोर (4) (चेन्नई).
मध्य प्रदेश	(1) सिंगरौली (2) बिश्रामपूर (3) विंध्याचल (4) बोधघाट (5) बाल्को BALCO (6) सातपुडा (7) बनसागर.
गुजरात	(1) गांधार (2) काक्रापारा (3) साबरमती (4) वणाकबोरी (5) धुवरन (6) अहमदाबाद (7) सिक्का (8) गांधीनगर (9) कांडला (10) बनास (11) कच्छ (12) महुआ (13) उतरण (14) शाहपूर (15) पोरबंदर.
राजस्थान	(1) पालना (2) कोटा (3) सवाई माधवपूर (4) बांसवाडा

(क्रमशः)

राज्ये	औष्णिक विद्युत केंद्रे
उत्तर प्रदेश	(1) ओब्रा (मिर्झापूर) (2) हर्दुआगंज (अलिगड) (3) रेनूसागर (4) रांझा (5) जबलपूर (6) उंचाहर (7) रिहांद (8) कानपूर (9) माउ (अझमगड) (10) गोरखपूर (11) दोहरीघाट (12) मुरादाबाद (13) तुंडला (14) बहराइच (15) औरेया (16) पिंकी (17) परिछा.
पश्चिम बंगाल	(1) बुंदेल (2) कोलकता (3) दुर्गापूर (4) फराक्का (5) मुर्शिदाबाद (6) बिरभूम (7) कोलाघाट (8) टिटाघर (9) मेजीआ (10) संथाळडोह (11) बाकरेश्वर
याशिवाय	**आसाम :** (1) बोंगाईगाव (2) नामरूप (3) चंद्रपूर; **बिहार :** (1) बरौनी (2) मुझफ्फरपूर; **छत्तीसगड :** (1) अमरकंटक (2) कोरबा; **झारखंड :** (1) बोकारो (2) चंद्रपूर (3) कहलगाव; **पंजाब :** (1) भतिंडा (2) रूपनगर; **हरियाणा :** (1) पानिपत; **कर्नाटक :** (1) रायपूर; **ओडिशा :** (1) ताल्चेर; **दिल्ली :** (1) बदरपूर, इंद्रप्रस्थ, राजघाट; **जम्मू-काश्मीर :** (1) कलकोट

2. भारतातील जलविद्युत शक्ती (Hydroelectricity) (नकाशा क्र. 5.16 पाहा.)

तक्ता क्र. 5.38 : भारत – महत्त्वाची जलविद्युत केंद्रे

राज्ये	जलविद्युत केंद्रे
आंध्र प्रदेश	(1) नागार्जुनसागर (2) सिलेरू (3) श्रीशैलम (4) निझामसागर (5) इंचापल्ली (6) पोलवराम.
कर्नाटक	(1) शिवसमुद्रम (2) कृष्णराजसागर (3) भद्रा (4) जोग धबधबा (5) काळी नदी (6) मलप्रभा (7) शरावती (8) तुंगभद्रा (कर्नाटक व आंध्र प्रदेश) (9) अप्परकृष्णा (10) शिमशापुरम.
महाराष्ट्र	(1) कोयना (2) टाटा वीज (भिरा, खोपोली व भिवपुरी) (3) वैतरणा (4) भाटघर (5) वीर (6) पवना (7) पानशेत (8) वरसगाव (9) जायकवाडी (येळदरी, पैठण) (10) पेंच (11) भंडारदरा (12) उजनी.
तमिळनाडू	(1) भवानीसागर (2) कोडयार (3) मेत्तूर (4) परांबीकुलम (5) अलियार (6) सात्तनूर (7) वैगाई (8) पायकरा (9) पापानसम (10) पंडियार (11) कुंडाह.
केरळ	(1) शबरी गिरी (2) इडुक्की (3) शोलायर (केरळ-तमिळनाडू).
उत्तर प्रदेश	(1) बहादूरगड (2) महमदपूर (3) निरघणी (4) चितौरा (5) सालवा (6) भोला (7) प्लारा (8) सुमेरा (9) शारदा (10) माततिला (11) पिप्री (रिहंद) (12) दादरी (13) यमुना जलविद्युत
पंजाब	(1) भाक्रा (2) नानगल (पंजाब, हरियाणा, राजस्थान) (3) गंगूवाल (4) कोटला.
राजस्थान	(1) इंदिरा गांधी कालवा (2) राणा प्रतापसागर-रावतभाटा.
हिमाचल प्रदेश	(1) बियास (हिमाचल प्रदेश-राजस्थान) (2) नाथपा-झाकरी (3) पोंग (4) चमोरा.
आसाम	(1) कपिली (2) उमीरू.
बिहार	(1) कोसी (बिहार-नेपाळ) (2) गंडक (बिहार-उत्तर प्रदेश).
पश्चिम बंगाल	(1) दामोदर खोरे (प. बंगाल-झारखंड) (2) दुर्गापूर (3) मयुराक्षी.
झारखंड	(1) दामोदर खोरे (तिलैया, कोनार, मैथन, पंचेत).
ओडिशा	(1) हिराकुड (चिपलीया, टिकारपेर, नारज) (2) भीमकुंड (3) बालिमेरा (ओडिशा-आंध्र प्रदेश), (4) रेंगाली (5) इंद्रावती (6) मुचकुंद (ओडिशा-आंध्र प्रदेश)
याशिवाय	**उत्तराखंड :** (1) यमुना (2) रामगंगा (3) तिहरी (कार्यान्वित); **गुजरात :** (1) कडाणा (2) उकाई (3) सरदार सरोवर (कार्यान्वित); **जम्मू व काश्मीर :** (1) लोअर झेलम (2) सलाल (3) सिंद (4) चेनानी; **मध्य प्रदेश :** (1) चंबळ (मध्य प्रदेश-राजस्थान) (2) गांधीसागर (3) तवा (4) बिरसिंगपूर; **छत्तीसगड :** हंसदेव; **मेघालय :** उमीअम (घासी, जैंतिया, कामरूप, कचर, धारंग, गोलपाडा); **मणिपूर :** लोकटक; **त्रिपुरा :** गोमती; **नागालँड :** डोयाँग.

3. अणुऊर्जा (Atomic Power)

भारतातील आण्विक इंधने : भारतात अणुशक्ती निर्माण करण्यासाठी युरेनिअम, थोरिअम, लिथियम, प्लॅटिनियम यांसारख्या आण्विक इंधनाचा वापर केला जातो.

युरेनिअम : झारखंड, हिमालयाचा काही भाग, राजस्थान, आंध्र प्रदेश, केरळ, तमिळनाडू राज्यांत युरेनिअमचा साठा आढळतो. **थोरिअम : केरळमधील पालघाट व क्विलोन जिल्ह्यांतील थोरिअमचा साठा हा जगातील एक समृद्ध साठा समजला जातो.** तमिळनाडू, कर्नाटकातही साठे आहेत. **लिथियम :** झारखंड, राजस्थान, मध्य प्रदेशातील अभ्रकच्या पट्ट्यात लिथियमचे साठे आहेत.

भारतातील अणुऊर्जा कार्यक्रम : 10 ऑगस्ट, 1948 रोजी 'भारतीय अणुशक्ती मंडळा'ची स्थापना झाली. **डॉ. होमी जहांगीर भाभा** यांची या मंडळाच्या अध्यक्षपदी नेमणूक झाली. डॉ. भाभा यांनी अविश्रांत परिश्रम घेतले. आज भारतात अणुशक्ती कार्यक्रम विकासासाठी व शांततेसाठी राबविले जात आहेत.

भारतातील अणुशक्तीचे उत्पादन : सन 1991-92 मध्ये देशातील सर्व अणुशक्ती केंद्रांतून मिळून 5.6 अब्ज किलोवॅट विद्युत उत्पादन झाले. हे प्रमाण देशातील एकूण वीज उत्पादनाच्या 1.9% इतके होते. सन 1999-2000 मध्ये अणुशक्ती विद्युत उत्पादन 13.3 अब्ज किलोवॅट झाले. सन 2009-10 मध्ये 18.6 अब्ज किलोवॅट झाले.

अणुऊर्जा प्रकल्प :

महाराष्ट्र : भाभा ॲटॉमिक रिसर्च सेंटर, ट्रॉम्बे ही अणू संशोधनाची प्रमुख संस्था मुंबईला (ट्रॉम्बे) स्थापन करण्यात आली असून महाराष्ट्रात दोन अणुशक्ती केंद्रे आहेत. **(1) ट्रॉम्बे (मुंबई) (2) तारापूर.**

याशिवाय भारतात : (1) कोटा (रावतभाटा) (राजस्थान) (2) कल्पकम (तमिळनाडू) (3) नरोरा (उत्तर प्रदेश) (4) नानगल (पंजाब) (5) दिल्ली (6) कोलकता (पश्चिम बंगाल) (7) हैदराबाद (आंध्र प्रदेश) (8) ताल्चेर (ओडिशा) (9) गौरी विद्युत (कर्नाटक) (10) अलवाये (केरळ) (11) कैगा (कर्नाटक) येथे अन्य अणुऊर्जा केंद्रे आहेत. **(नकाशा क्र. 5.16 पाहा.)**

अपारंपरिक ऊर्जा स्रोत (Non-Conventional Energy Resources)

कोळसा, पेट्रोलिअम, नैसर्गिक वायू ही ऊर्जा साधनसंपत्ती अपुनर्नूतनीकरणीय आहेत. ऊर्जेची काही पर्यायी, अपरंपरागत साधनसंपत्ती शोधणे आज काळाची गरज बनली आहे. यांपैकी ज्यांचे नवीकरण किंवा पुनर्नूतनीकरण सहज होते अशा काही अपरंपरागत ऊर्जासाधनांचा येथे विचार करणार आहोत.

(1) **सौरऊर्जा** *(Solar Energy)* : सौर ऊर्जेची तंत्रे पुढीलप्रमाणे आहेत. (अ) सौर संग्राहक (Solar Heat Collector) (ब) सौर फोटोसेल (Solar Cells), (क) सौर कुकर (Solar Cooker) (ड) सौर जलतापक (Solar Water Heater) (इ) सौरभट्टी (Solar Furnace) (फ) सौरशक्ती स्तंभ (Solar Power Tower).

तक्ता क्र. 5.39 : भारत – प्रमुख राज्यानुसार नूतनीकरण योग्य ऊर्जेची अंदाजे क्षमता (31-03-16) Mw

राज्य	अंदाजे क्षमता	वितरण (%)	राज्य	अंदाजे क्षमता	वितरण (%)
1. कर्नाटक	99,872	8.33	2. गुजरात	1,57,158	13.11
3. महाराष्ट्र	1,19,893	10.00	4. तमिळनाडू	67,952	5.67
5. आंध्र प्रदेश	99,144	8.27	6. जम्मू व काश्मीर	1,18,209	9.86
7. राजस्थान	1,67,276	13.95	8. पंजाब	6,768	0.56
9. उत्तर प्रदेश	27,594	2.30	10. मध्य प्रदेश	77,337	6.45
11. केरळ	10,431	0.87	12. हिमाचल प्रदेश	36,446	3.01
13. उत्तराखंड	19,071	1.59	14. हरियाणा	6,470	0.54
भारत	**11,98,856**	**100.0**	15. तेलंगण	24,654	2.06

Source : Ministry of New & Renewable Energy Control Statistics Office Govt. of India, Page No. 8

(2) **पवन ऊर्जा** *(Wind Energy)* : **जगातील पवन विद्युत ऊर्जानिर्मितीचा विकास** *(Wind Power Generation in World)* : जगात सर्वांत प्रथम पवन ऊर्जेचे विद्युत ऊर्जेत रूपांतर करण्याचे तंत्रज्ञान इ.स. 1891 मध्ये डेन्मार्कमध्ये विकसित झाले.

भारतातील पवन ऊर्जानिर्मिती विकास : देशातील अपरंपरागत ऊर्जा स्रोत मंत्रालयाच्या (Ministry of Non-conventional Energy Sources - MNES) अनुमानानुसार देशातील एकूण पवन ऊर्जा क्षमता 45,600 मेगॅवॅट आहे. भारतात 1986 पासून तमिळनाडू, गुजरात, महाराष्ट्र, ओडिशा या राज्यांत पवनचक्क्या उभारण्यास प्रारंभ झाला.

गुजरात, तमिळनाडू, आंध्र प्रदेश, ओडिशा, पश्चिम बंगाल राज्यांच्या किनारपट्ट्यांच्या प्रदेशात तसेच महाराष्ट्र, मध्य प्रदेश आणि राजस्थानच्या विस्तृत क्षेत्रावर पवनचक्क्यांच्या उभारणीस आदर्श भौगोलिक स्थिती आहे.

भारतातील तमिळनाडू, गुजरात, ओडिशा, महाराष्ट्र, आंध्र प्रदेश, राजस्थान, लक्षद्वीप, कर्नाटक, केरळ, मध्य प्रदेश, पश्चिम बंगाल, अंदमान-निकोबार बेटे आणि उत्तराखंड या 13 राज्यांतील व संघराज्य क्षेत्रातील एकंदर 219 Monitoring Stations ची पवन ऊर्जेची प्रति चौ. मीटर क्षेत्राची घनता 150 वॅट इतकी नोंदली आहे.

(3) **भरती-ओहोटी ऊर्जा :** सागरातील लाटा आणि भरती ही सदैव उपलब्ध ऊर्जा साधनसंपत्ती आहेत. नदीच्या मुखाशी किंवा खाडीच्या भागात अशा ऊर्जेचा काही प्रमाणात उपयोग केला जातो.

(4) **गोबर गॅस :** जनावरांच्या व माणसांच्या मलमूत्रापासून बायोगॅस (गोबर गॅस) मिळविण्याचे तंत्रज्ञान आज सर्वसामान्य झाले आहे. शासनाने अनुदान देऊन हा कार्यक्रम ग्रामपातळीपर्यंत व्यापक स्वरूपात राबविला आहे. गोबर गॅसचा उपयोग केवळ स्वयंपाक करण्यापुरताच नसून त्यापासून बाष्पनिर्मितीदेखील करता येते. तसेच कारखान्यातील यंत्रे आणि वीज निर्माण करणाऱ्या टर्बाईन्स चालविण्यासाठी करता येईल. शेतकऱ्यांना तर गोबर गॅस आज वरदान ठरले आहे.

(5) **पुनर्नूतनीकरण/नवीकरण ऊर्जेचे स्रोत :** वारा, सूर्य (सौर) जैव वस्तुमान लघुजलविद्युत या स्रोतांमध्ये पुनर्नूतनीकरणाची क्षमता उच्च प्रमाणाची आहे. देशामध्ये 2016 नुसार एकूण नवीकरणाची क्षमता 11,98,856 MW आहे. याचे स्वरूप खालीलप्रमाणे –

तक्ता क्र. 5.40 : भारत – नवीकरण ऊर्जेची क्षमता (2016)

क्रमांक	स्रोत	ऊर्जा क्षमता (मे. वॅ.)	क्रमांक	स्रोत	ऊर्जा क्षमता (मे. वॅ.)
1.	पवन ऊर्जा 80 मी. उंची	1,02,788 (8.57%)	2.	पवन ऊर्जा 100 मी. उंची	3,02,235 (25.21%)
3.	लघु जलविद्युत	19,749 (1.65%)	4.	जैव वस्तुमान	17,538 (1.46%)
5.	मळी	5,000 (0.42%)	6.	घनकचरा	2,556 (0.21%)
7.	सौर ऊर्जा	7,48,990 (62.48%)			

2016 नुसार नवीकरण ऊर्जा क्षमतेमध्ये राजस्थानचा क्रमांक पहिला असून त्याची क्षमता 1,67,276 (14%) आहे. या खालोखाल गुजरात 1,57,158 मे. वॅ. (13%) आणि महाराष्ट्र 1,19,893 मे. वॅ. (10%) यांचा क्रमांक आहे.

ऊर्जाक्षेत्रामधील आयात व निर्यात व्यापार

(1) **कोळशाची आयात व निर्यात :** भारतातील कोळशाची प्रत फारशी चांगली नाही. यामुळे लोह-पोलाद कारखान्यासाठी कोळशाची आयात करावी लागते. 2006-07 साली कोळशाची आयात 43.08 दशलक्ष टन झाली तर 2015-16 साली ती 199.88 दशलक्षपर्यंत वाढली.

(2) **खनिज तेल व पेट्रोलियम उत्पाद :** भारत खनिज तेलाच्या बाबतीत आयातीवर बराच अवलंबून आहे. 2006-07 साली खनिज तेलाची आयात 111.50 दशलक्ष टन होती. ती 2015-16 साली 202.85 दशलक्ष टनांपर्यंत वाढली.

• 2006-07 साली 33.62 दशलक्ष टन पेट्रोलियम उत्पादाची निर्यात झाली तर 2015-16 साली निर्यात 60.53 दशलक्ष टनांपर्यंत वाढली. 2006-07 साली पेट्रोलियम उत्पादाची आयात 17.76 दशलक्ष टन होती ती 2015-16 साली 28.30 दशलक्ष टनांपर्यंत वाढली.

नैसगिक वायू : 2006-07 साली नैसर्गिक वायूची आयात 6-81 BCM (Billion Cubic Meter) होती ती 2015-16 साली 16-58 BCM पर्यंत वाढली. संयुक्त वार्षिक वाढीचा दर 9.3% झाला.

विद्युत : 2006-07 साली विजेची आयात 2,957 Gwh झाली. 2015-16 साली 5,244 Gwh पर्यंत वाढली. याच काळात विजेची निर्यात 216 Gwh वरून 5,150 Gwh पर्यंत झाली.

5.6 भारत : उद्योगधंदे

कच्च्या मालाच्या स्रोताच्या स्वरूपावर आधारित उद्योगधंदे

(1) **कृषीवर आधारित उद्योगधंदे :** कृषी उत्पन्ने या कच्च्या मालावर आधारित उद्योगधंदे उभारतात. उदाहरणार्थ, सुती कापड उद्योगधंदा, ताग उद्योग-धंदा, साखर उद्योगधंदा, तेलबिया उद्योगधंदा इत्यादी.

(2) **खनिजावर आधारित उद्योगधंदे :** खनिज या कच्च्या मालावर आधारित उद्योगधंदे असतात. उदाहरणार्थ, लोह व पोलाद उद्योगधंदा, ॲल्युमिनिअम उद्योगधंदा, सिमेंट उद्योगधंदा इत्यादी.

(3) **पशुपालनावर आधारित उद्योगधंदे :** प्राण्यांपासून उपलब्ध होणाऱ्या पदार्थावर प्रक्रिया करून उद्योगधंदे उभारले जातात. उदाहरणार्थ, कातडी व चामडी कमाविणे, बूट व चप्पल, दुग्ध उद्योग इत्यादी.

(4) **वनोत्पादनावर आधारित उद्योगधंदे :** कागद, कार्डबोर्ड, लाख, रेयॉन, रेझीन इत्यादी.

सुती कापड उद्योगधंदा

भारतातील पहिली आधुनिक कापडगिरणी सन 1818 मध्ये कोलकता येथे स्थापन करण्यात आली; परंतु खऱ्या अर्थाने कापडनिर्मिती 1854 साली मुंबई येथे स्थापन झालेल्या कापडगिरणीमध्ये सुरू झाली.

सुती कापड उद्योगाचे स्थानिकीकरण

कापडगिरण्यांचे केंद्रीकरण महाराष्ट्र, तमिळनाडू व गुजरात राज्यांत झाले आहे. आज भारतात प्रमुख सुती कापडगिरण्या 781 असून एकूण कापड-गिरण्यांपैकी 80% गिरण्या कापूस उत्पादक प्रदेशात व 20% गिरण्या इतर प्रदेशांत केंद्रित झाल्या आहेत. **(नकाशा क्र. 5.17 पाहा.)**

(1) **महाराष्ट्र :** राज्यातील 104 कापडगिरण्यांपैकी 57 कापडगिरण्या एकट्या मुंबईत केंद्रित झाल्या आहेत. सध्या मात्र मुंबईमधील बऱ्याच सुती कापड-गिरण्या बंद झालेल्या आहेत; तर काही बंद होण्याच्या मार्गावर आहेत.

कापडगिरण्यांच्या केंद्रीकरणामुळे मुंबईला 'भारताचे मँचेस्टर' असे म्हणतात. महाराष्ट्रातील अन्य कापडगिरण्यांची केंद्रे पुढीलप्रमाणे आहेत -

(अ) सोलापूर-बार्शी
(ब) जळगाव-नागपूर लोहमार्गावर - नागपूर, हिंगणघाट, अकोला, पुलगाव, वडनेरा, अचलपूर, चिखली
(क) तापी खोरे - अमळनेर, धुळे, चाळीसगाव, जळगाव
(ड) गोदावरी खोरे - मालेगाव, येवला.
(इ) कृष्णा-पंचगंगा खोरे - इचलकरंजी
(ई) मराठवाडा - औरंगाबाद, नांदेड.

(2) **गुजरात :** सुती कापडाच्या उत्पादनात देशात दुसरा क्रमांक लागतो. गुजरातमध्ये अहमदाबादला सुती कापडगिरण्यांचे केंद्रीकरण झाले आहे. अहमदाबादला 69 कापडगिरण्या आहेत. भडोच, वडोदरा, भावनगर, खंबायत, सुरत ही इतर महत्त्वाची केंद्रे आहेत. जरीच्या उत्पादनासाठी राज्यात सुरत प्रसिद्ध आहे.

(3) **तमिळनाडू :** कापडगिरण्यांच्या संख्येत तमिळनाडूचा भारतात प्रथम क्रमांक लागतो. **कोईमतूरला कापडगिरण्यांचे केंद्रीकरण झाले आहे.** कोईमतूरला 41 कापडगिरण्या आहेत. चेन्नईला 10 कापडगिरण्या आहेत. मदुराई, तिरुनेलवेली इतर महत्त्वाची केंद्रे आहेत.

(4) **उत्तर प्रदेश : कानपूरला 14 कापडगिरण्या आहेत.** मोदीनगर, मोरादाबाद, अलिगढ, आग्रा, इटावा इतर महत्त्वाची केंद्रे आहेत.

(5) **पश्चिम बंगाल : जास्तीत जास्त गिरण्या कोलकता, हावडा व चोवीस परगाणा जिल्ह्यांत आहेत.**

(6) **मध्य प्रदेश व छत्तीसगड :** ग्वाल्हेर, इंदौर, मंदसौर, देवास येथे आहेत.

(7) **कर्नाटक :** दावणगिरी, हुबळी, बेल्लारी, गोकाक, म्हैसूर, बंगळुरू येथे कापडगिरण्या आहेत.

इतर राज्ये : आंध्र प्रदेश, केरळ; राजस्थान तसेच पंजाब व हरियाणा.

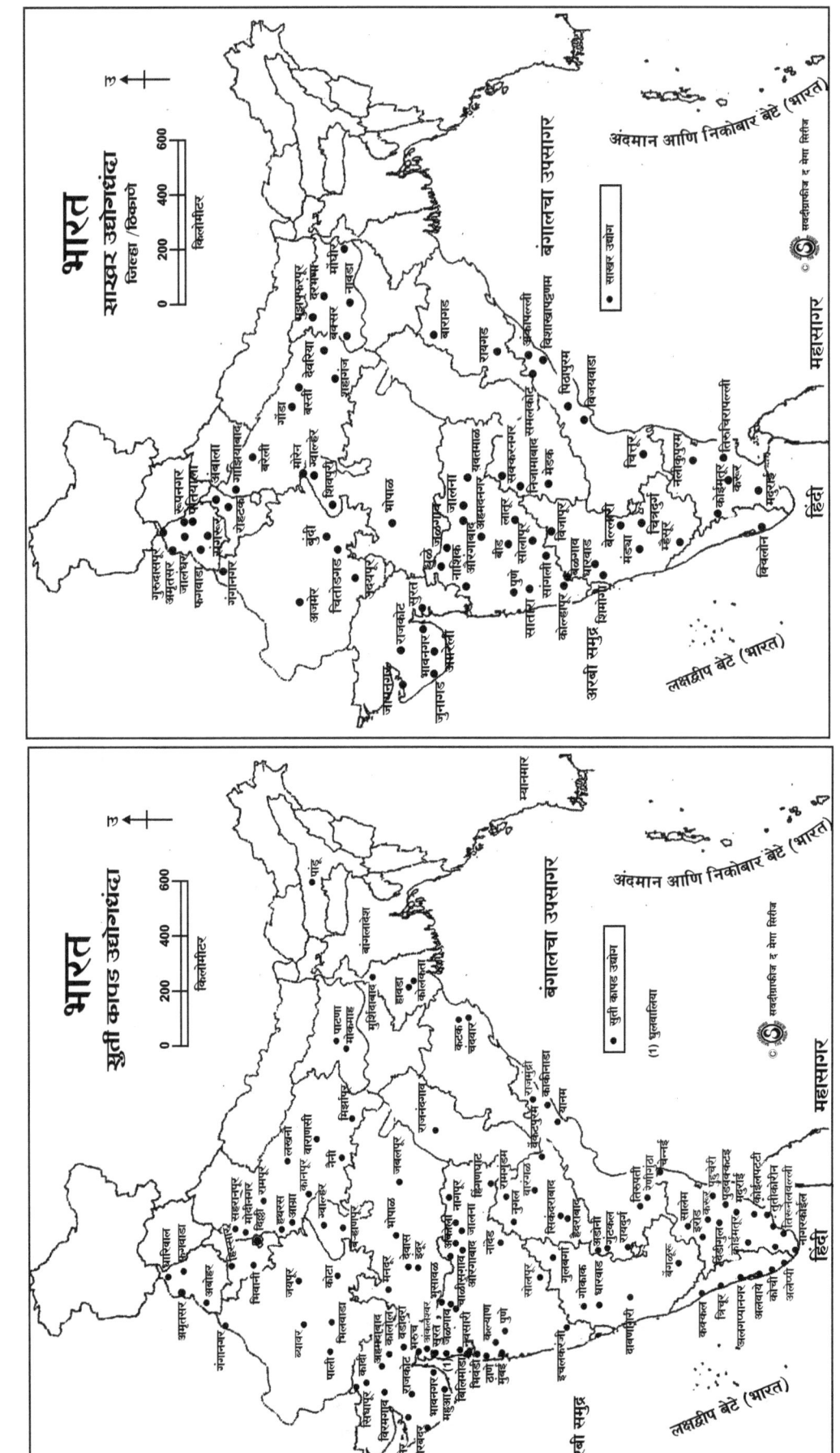

नकाशा क्र. 5.17 : भारत - सुती कापड उद्योगधंदा

नकाशा क्र. 5.18 : भारत - साखर उद्योगधंदा

सुती कापड उद्योगधंद्यांच्या समस्या

1. कापसाचा अपुरा पुरवठा
2. कालबाह्य व जुनी यंत्रसामग्री
3. ऊर्जेचा अपुरा व अनियमित पुरवठा
4. मजुरांची (कामगारांची) कमी उत्पादन क्षमता
5. कापूस उत्पादन वाढविण्याची गरज
6. कापड प्रक्रियेत अन्य घटकांच्या वाढत्या किमती
7. सुती वस्त्रोद्योगामधील आजारी गिरण्या.

साखर उद्योगधंदा

भारतातील साखर उद्योग : साखर उद्योग हा देशातील कापड उत्पादनाच्या खालोखाल दुसरा महत्त्वपूर्ण व संघटित उद्योग आहे. 1903 साली बिहार व उत्तर प्रदेशात देशातील पहिले आधुनिक साखर कारखाने स्थापन झाले. **31 मार्च, 2004 रोजी 500 साखर कारखाने होते. यांपैकी 163 खासगी क्षेत्रात, 31 सार्वजनिक क्षेत्रात आणि 306 सहकार क्षेत्रात होते.**

साखर कारखान्यांचे स्थानिकीकरण

ऊस हा वजनघटित कच्चा माल आहे. उसाच्या वजनांपैकी 9 ते 10% वजनाचे साखरेत रूपांतर होते; साखर कारखाने ऊस उत्पादक क्षेत्रात स्थापन करतात.

महाराष्ट्र, उत्तर प्रदेश, बिहार, आंध्र प्रदेश, कर्नाटक, तमिळनाडू या राज्यांतून देशातील 90% साखरेचे उत्पादन होते. (नकाशा क्र. 5.18 पाहा.)

(1) **महाराष्ट्र :** अहमदनगर (15), कोल्हापूर (14), सांगली (12), सोलापूर (11), सातारा (7), नाशिक (6) आणि औरंगाबाद (6). साखर कारखान्यांचे पश्चिम महाराष्ट्रात केंद्रीकरण झाले आहे. साखर उत्पादनात महाराष्ट्राचा भारतात प्रथम क्रमांक आहे. हल्ली महाराष्ट्रातून देशातील 37% साखरेचे उत्पादन होते.

(2) **उत्तर प्रदेश : उत्तर प्रदेशातील उसाखालील क्षेत्र महाराष्ट्रापेक्षा जास्त आहे; परंतु साखर उत्पादनात उत्तर प्रदेशचा दुसरा क्रमांक आहे.** देशातील 25% साखरेचे उत्पादन उत्तर प्रदेशातून मिळते. उत्तर प्रदेशात दाट लोकवस्तीमुळे स्वस्त दराने मजूर मिळतात. दळणवळणाच्या सुविधा चांगल्या आहेत. कारखान्यांना मुबलक पाणीपुरवठा होतो.

याशिवाय -

(3) **आंध्र प्रदेश :** साखर कारखाने पूर्व व पश्चिम गोदावरी, कृष्णा, विशाखापट्टणम, निझामाबाद, मेडक, चित्तूर.

(4) **तमिळनाडू :** कोईमतूर, उत्तर व दक्षिण अर्काट, तिरुचिरापल्ली जिल्ह्यांत.

(5) **बिहार :** चंपारण्य, सारण, मुझफ्फरपूर, दरभंगा, शाहबाद जिल्हा.

(6) **कर्नाटक :** बेळगाव, मंड्या, विजापूर, बेल्लारी, शिमोगा, चित्रदुर्ग जिल्ह्यांत.

(7) **गुजरात :** सुरत, भावनगर, जुनागढ, राजकोट, जामनगर जिल्ह्यांत.

(8) **पंजाब :** दासपूर, जालंदर, संगरूर, रोपार, पतियाळा, अमृतसर जिल्ह्यांत शिवाय हरियाणा, मध्य प्रदेश व पश्चिम बंगालमध्येही साखर कारखाने आहेत.

साखर उद्योगाच्या समस्या : (1) उसाचे हेक्टरी कमी उत्पादन (2) उसाचा कमी काळाचा गाळप हंगाम (3) उसाच्या उत्पादनामधील चढ-उतार (4) साखरेचा कमी उतारा (5) साखर उत्पादनाची जास्त किंमत (6) लहान व आर्थिकदृष्ट्या न परवडणारे कमी क्षमतेचे साखर कारखाने (7) कालबाह्य व जुनाट यंत्रसामग्री (8) साखरेची खांडसरी व गुळाबरोबर स्पर्धा (9) साखर उद्योगाच्या वितरणामधील प्रादेशिक असंतुलन (10) साखरेचा दरडोई कमी उपभोग (11) सहकारी क्षेत्रामधील अपप्रवृत्ती (12) दोषपूर्ण सरकारी नीती (13) आंशिक नियंत्रण द्वैधनीती किंमत निर्धारण.

कागद उद्योगधंदा

कागद व लगदा उद्योगाचा कच्चा माल : कागदगिरण्यांना बांबू, सबाई गवत, कापूस व तागाचे धागे, कापडाच्या चिंध्या, जीर्ण कागद, उसाच्या चोयट्या (बास) इत्यादी वनस्पतिजन्य कच्चा माल लागतो. याबरोबरच सोडिअम सल्फेट, कॉस्टिक सोडा, क्लोरीन, सोडा ॲश, सल्फ्युरिक ॲसिड यांसारखे रासायनिक पदार्थ प्रक्रिया म्हणून वापरले जातात.

उत्पादक राज्ये : भारतात हुगळी नदीच्या खोऱ्यात कागदगिरण्यांचे केंद्रीकरण झाले आहे. पश्चिम बंगाल, महाराष्ट्र, आंध्र प्रदेश, कर्नाटक, मध्य प्रदेश या राज्यांतून देशातील 70% विविध प्रकारच्या कागदांचे उत्पादन होते.

(1) **पश्चिम बंगाल : देशातील विविध प्रकारच्या कागदांच्या उत्पादनात पश्चिम बंगाल आघाडीवरील राज्य आहे.** कोलकता, टिटाघर, राणीगंज, वराणघर, नैहाटी, चंद्रहाटी.

(2) **आंध्र प्रदेश-तेलंगण :** सिरपूर, कागजनगर, राजमुंद्री.

(3) **उडीसा :** चौद्वार, बजराजनगर येथे गिरण्या आहेत.

(4) **महाराष्ट्र :** महाराष्ट्रात बल्लारपूर, कल्याण, खोपोली, रोहा, चिंचवड (पुणे), कामठी, प्रवरानगर, वारणानगर, संगमनेर, पैठण येथे कागदगिरण्या आहेत; तर मुंबईमधील विक्रोळी, गोरेगाव, कल्याण.

(5) **कर्नाटक :** भद्रावती, बेलागुला, दांडेली, नंजनगुड.

(6) **मध्य प्रदेश :** भोपाळ, अमलाई, इंदूर, रतलाम, सेहोर येथे कागदगिरण्या, तर रतलाम, विदिशा येथे पेपरबोर्डच्या गिरण्या आहेत. नेपानगर येथे वृत्तपत्र कागदनिर्मितीची गिरणी आहे.

(7) **बिहार :** रमेशनगर, समस्तीपूर

(8) **झारखंड :** दालमियानगर

(9) **हरियाणा :** यमुनानगर, फरिदाबाद येथे कागदगिरण्या; तर फरिदाबाद, चंडीगड.

(10) **तमिळनाडू :** तांबराम, पल्लीपलायाम, चरणमहादेवी, उदमलपेट येथे गिरण्या आहेत.

(11) **उत्तर प्रदेश :** वसंतनगर, अघावानपूर, लखनौ येथे कागदगिरण्या; तर मोदीनगर, सहराणपूर, नैनी, बुदान, मीरत, मैनपुरी येथे पेपरबोर्डच्या गिरण्या आहेत.

(12) **गुजरात :** अहमदाबाद, बरेजडी, खडकी, उतरण, वापी, मराई, गोंदल, बलीमोरा दिग्रेंद्रनगर, रमोल.

(13) **केरळ :** पुनलूर, कोझीकोडे कागदगिरण्या आहेत.

कागद उद्योगधंद्यांच्या समस्या :

(1) **कच्च्या मालाचा अपुरा पुरवठा :** भारतातील वनांखालील व बंकरखालील क्षेत्र कमी होत असल्याने कागद उद्योगाला हवा असलेला कच्चा माल अपुरा पडतो.

(2) **जास्त उत्पादन खर्च :** शक्तिसाधने व कच्चा माल महाग होत असल्याने कागदाचा उत्पादन खर्च दिवसेंदिवस वाढत आहे.

(3) **खंडित वीजपुरवठा :** वीजपुरवठा सातत्याने व भरपूर मिळत नाही. त्यामध्ये खंड पडतो. दक्षिण भारतात खंडित पुरवठ्याची समस्या गंभीर आहे.

लोह-पोलाद उद्योगधंदा

भारतातील पहिला यशस्वी कच्च्या लोह उत्पादनाचा कारखाना 1874 साली प. बंगालमधील कुल्टी येथे सुरू झाला. मोठ्या प्रमाणावरील लोह-पोलाद उत्पादनाचा पहिला कारखाना सन 1907 मध्ये जमशेदपूर येथे टाटा आयर्न अँड स्टील कंपनीच्या प्रयत्नाने सुरू झाला. स्वातंत्र्योत्तर काळात रूरकेला, दुर्गापूर, भिलाई, बोकारो, सालेम, विजयनगर व विशाखापट्टणम येथे लोह-पोलाद कारखाने सुरू झाले.

भारतातील लोह-पोलाद उद्योगधंद्यांचे स्थानिकीकरण (नकाशा क्र. 5.19 पाहा.)

(1) **कोळसा :** भारतातील लोह-पोलाद उद्योगाची केंद्रे 'गोंडवना कोळसा क्षेत्रात' केंद्रित झालेली आहेत. गोंडवना प्रदेशाचा विस्तार प. बंगालच्या राणीगंज कोळसा खाणीपासून पश्चिमेस मध्य प्रदेशातील तातपाणीपर्यंत आहे.

(2) **लोह-खनिजाचा पट्टा :** ओडिशातील मयूरभंज जिल्ह्यातील गुरुमहिसानी टेकड्यांपासून ते बिहारमधील सिंगभूम जिल्ह्यातील कोल्हान क्षेत्रापर्यंत जातो.

(3) **इतर खनिजे :** तसेच लोह-पोलाद उद्योगास आवश्यक असलेली मँगनीज, चुनखडक, डोलोमाइटसारखी इतर खनिजे झारखंड, ओडिशा, मध्य प्रदेश, छत्तीसगड, कर्नाटक या राज्यांत आढळतात.

प्रमुख उत्पादक केंद्रे

(अ) कोळसा क्षेत्रातील लोह-पोलाद कारखाने :

(1) **इंडियन आयर्न अ‍ॅण्ड स्टील कंपनी क्लुटी व बर्नपूर (प. बंगाल) :** असनसोलजवळ कुल्टी, बर्नपूर व हिरापूर येथे उत्पादनाची केंद्रे आहेत. या कारखान्याला खालील सुविधा उपलब्ध आहेत.

• बिहारमधील खाणीतून लोहखनिजाचा पुरवठा. • झारिया, राणीगंज, बराकर येथील खाणीतून कोळसा. • पूर्व महाराष्ट्र व मध्य प्रदेशातील खाणीतून मँगनीज. • ओडिशातील सुंदरगड जिल्ह्यातून व बिहारमधील पाराघाट क्षेत्रातून चुनखडी व डोलोमाइट. • कारखाना कोलकत्यापासून 211 कि.मी. अंतरावर असून तो कोलकता व इतर शहरांशी लोहमार्गाने जोडला आहे. • दामोदर नदीवरील धरणापासून पाणीपुरवठा • दाट लोकवस्तीमुळे स्थानिक मजूर पुरवठा.

(2) **हिंदुस्थान स्टील लि. दुर्गापूर (प. बंगाल) : ग्रेट ब्रिटनच्या मदतीने उभारलेल्या कारखान्याला खालील सुविधा उपलब्ध आहेत.** • ओडिशातील सिंगभूम जिल्ह्यातील खाणीतून लोहाचा पुरवठा. • राणीगंज व झारिया खाणीतून दगडी कोळशाचा पुरवठा. • ओडिशातील सुंदरगड जिल्ह्यातील बिरमित्रपूर खाणीतून चुनखडीचा पुरवठा. • कोलकता बंदरात येणारे मँगनीज कारखान्याला पुरविले जाते. • कोलकत्यापासून 160 कि.मी. अंतरावर कारखाना असून दुर्गापूर लोहमार्गाने कोलकता जोडले आहे. • दामोदर योजनेतून पाणीपुरवठा • स्थानिक क्षेत्रातून मजूर.

(3) **हिंदुस्थान स्टील लि. बोकारो (झारखंड) :** हा कारखाना झारखंडमध्ये बोकारो व दामोदर नद्यांच्या संगमावर उभारला आहे. रशियाच्या मदतीने उभारलेल्या कारखान्याला पुढील सुविधा उपलब्ध आहेत : • ओडिशातील केओंझार जिल्ह्यातील किरीबुरू खाणीतून लोहखनिजाचा पुरवठा • झारिया व बोकारो खाणीतून दगडी कोळशाचा पुरवठा. • पालमाऊ जिल्ह्यांतून चुनखडीचा तर मध्य प्रदेशातील विलासपूर जिल्ह्यातून डोलोमाइटचा पुरवठा • इतर राज्यांतून मँगनीज आणावे लागते. • दामोदर योजनेतून पाणीपुरवठा व वीजपुरवठा • बिहार, झारखंड व प. बंगालमधून मजूर • रेल्वेमार्गाने हे केंद्र कोलकत्याशी जोडलेले आहे.

(ब) लोहखनिज क्षेत्रातील लोह-पोलाद कारखाने :

(4) **टाटा आयर्न अ‍ॅण्ड स्टील कंपनी, जमशेदपूर (झारखंड) :** हा कारखाना झारखंडमध्ये असून 'टिस्को' (TISCO) हा आता 'टाटा स्टील' या नावाने ओळखला जातो. श्री. जमशेदजी टाटा यांनी सन 1907 मध्ये सुवर्णरेखा व खारकाई नद्यांच्या संगमावरील 'कालीमाटी' नावाच्या लहान खेड्यात हा कारखाना सुरू केला. आज हीच वसाहत जमशेदपूर या नावाने ओळखली जाते.

• ओडिशातील मयूरभंज जिल्ह्यातील गुरुमहिसानी टेकड्यातून व सिंगभूम जिल्ह्यातून लोहखनिजाचा पुरवठा होतो. • झारखंडमधील झारिया व बोकारो खाणीतून कोळशाचा पुरवठा. • ओडिशातील केओंझार आणि सुंदरगड जिल्ह्यातील खाणीतून मँगनीजचा पुरवठा • चुनखडी व डोलोमाइट ओडिशातील सुंदरगड जिल्ह्यातून ब्राह्मणी खोऱ्यातील खाणीतून मिळते. • जमशेदपूर शहर लोहमार्गाने कलकत्त्याशी जोडले आहे. त्यामुळे बाजारपेठ व बंदराचा लाभ. • सुवर्णरेखा व खारकाई नद्यांतून पाणीपुरवठा. • सभोवतालच्या राज्यातून मजूर पुरवठा.

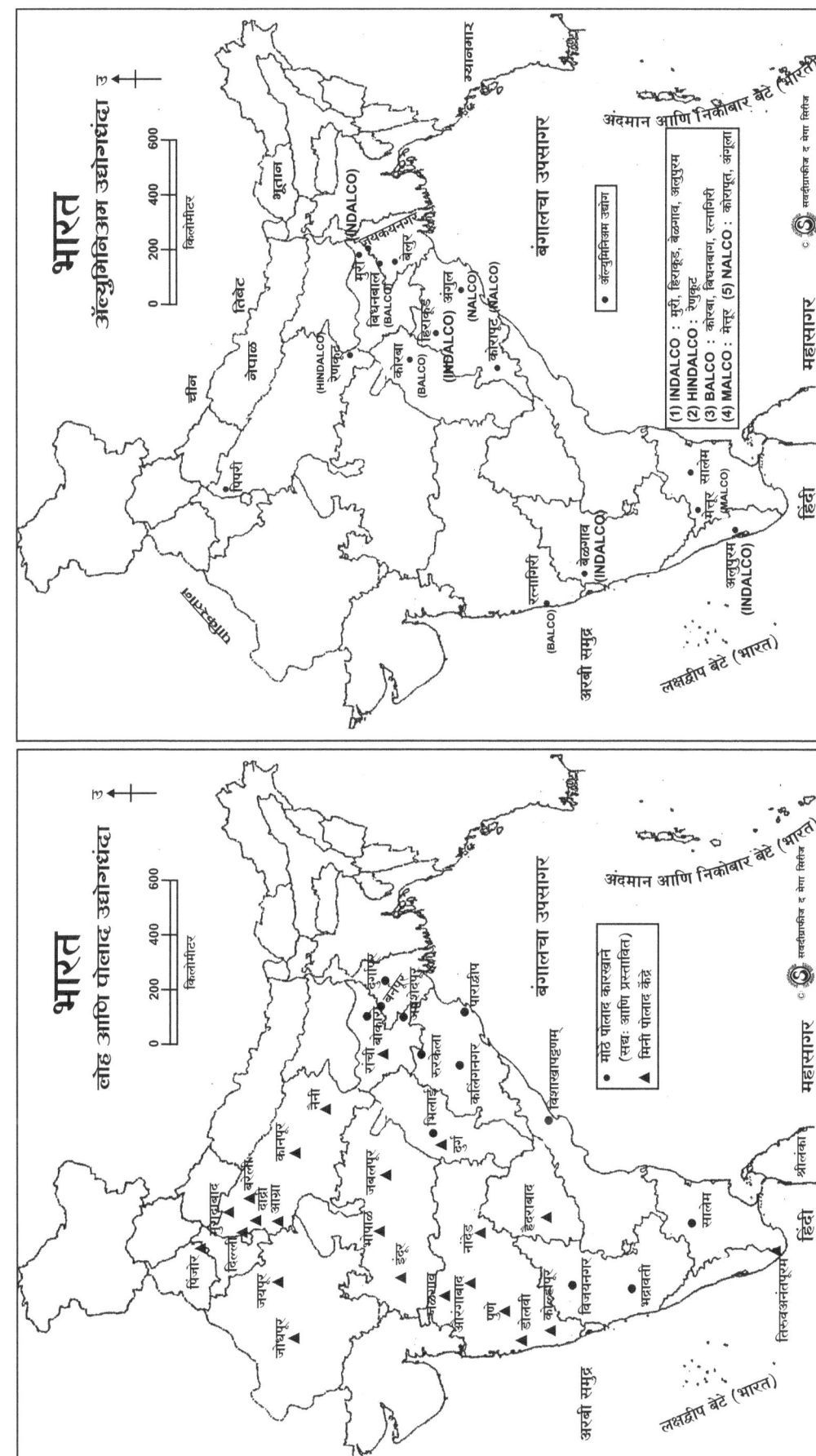

भारत
उ

भारत – लोह आणि पोलाद कारखाना : *भारतामध्ये प्रमुख लोह-पोलाद केंद्रे जमशेदपूर (झारखंड), इस्कोचे हिरापूर, कुल्टी आणि बर्नपूर (प. बंगाल), भद्रावती (कर्नाटक), रूरकेला (ओडिशा), भिलाई (छत्तीसगड), दुर्गापूर (पश्चिम बंगाल), बोकारो (झारखंड), विशाखापट्टणम (ओडिशा), सालेम (तमिळनाडू), विजयनगर (कर्नाटक), दैतारी, डोलवी (महाराष्ट्र), कलिंगनगर (ओडिशा) आणि पाराद्वीप (ओडिशा) येथे आहेत.*

नकाशा क्र. 5.19 : भारत – लोह-पोलाद कारखाना

भारत
अॅल्युमिनिअम उद्योगधंदा
उ
अॅल्युमिनिअम उद्योग

नकाशा क्र. 5.20 : भारत – अॅल्युमिनिअम उद्योगधंदे

(5) हिंदुस्थान स्टील लि. रूरकेला (ओडिशा) : ओडिशातील ब्राह्मणी नदीच्या काठावर जर्मनीच्या सहकार्याने उभारण्यात आला. • ओडिशातील लोहखनिज क्षेत्रात कारखाना आहे. सुंदरगड व केओंझार जिल्ह्यातील खाणीतून लोहाचा पुरवठा • दगडी कोळसा बोकारो, झारिया, ताल्चेर व कोरबा खाणीतून आणला जातो. • मँगनीजचा पुरवठा बोनाई खाणीतून होतो. • चुनखडीचा पुरवठा पूर्णापाणी क्षेत्रातून तर डोलोमाइट बरद्वार क्षेत्रातून मिळते. • ब्राह्मणी नदीतून पाणीपुरवठा. हिराकूड योजनेतून वीजपुरवठा • प. बंगाल, बिहार व मध्य प्रदेशातून मजूर पुरवठा.

(6) हिंदुस्थान स्टील लि. भिलाई (छत्तीसगड) : रशियाच्या मदतीने उभारलेल्या कारखान्याला पुढील सुविधा उपलब्ध आहेत : • कारखाना छत्तीसगडमधील धल्ली-राजहरा लोहखनिजयुक्त प्रदेशात असल्याने स्थानिक क्षेत्रातून लोहाचा पुरवठा. • दगडी कोळसा कोरबा व कागली खाणीतून आणला जातो. • मँगनीजचा पुरवठा बालाघाट व भंडारा जिल्ह्यातील खाणीतून होतो. • चुनखडीचा पुरवठा भिलाईच्या जवळच असलेल्या नंदिनी खाणीतून होतो. • कोरबा औष्णिक वीजकेंद्रातून वीजपुरवठा.

(क) दक्षिण भारतातील पोलाद कारखाने : (7) विश्वेश्वरय्या आयर्न स्टील लि. भद्रावती (VISL) (कर्नाटक) : कर्नाटक राज्यात भद्रावतीच्या डाव्या तीरावर भद्रावती येथे हा कारखाना सन 1923 मध्ये उभारला. पूर्वी लाकडापासून ऊर्जा मिळविली जात होती. कारखान्याला खालील सुविधा उपलब्ध आहेत : • जवळच असलेल्या केमेनगुडी खाणीतून लोहाचा पुरवठा • महात्मा गांधी जलविद्युत प्रकल्प व शरावती जलविद्युत प्रकल्पातून वीजपुरवठा • चुनखडी स्थानिक भांडीगुड्डा क्षेत्रातून मिळते. • डोलोमाइटचा पुरवठा तुमकूर क्षेत्रातून होतो. • शिमोगा जिल्ह्यातील खाणीतून मँगनीज आणतात. • पाणीपुरवठा भद्रावती नदीतून होतो.

याशिवाय तमिळनाडू राज्यात सालेम, कर्नाटकात विजयनगर व आंध्र प्रदेशात विशाखापट्टणम येथे नवीन लोह-पोलाद कारखाने उभारलेले आहेत.

लोह व पोलादाच्या समस्या : (1) प्रचंड भांडवलाची आवश्यकता (2) तंत्रज्ञानाचा अभाव (3) कमी उत्पादकता (4) क्षमतेचा अल्प प्रमाणात अवलंब (5) अति मागणी पुरविण्याची अकार्यक्षमता (6) धातुकार्यासाठी उत्तम प्रतीच्या कोळशाची कमतरता.

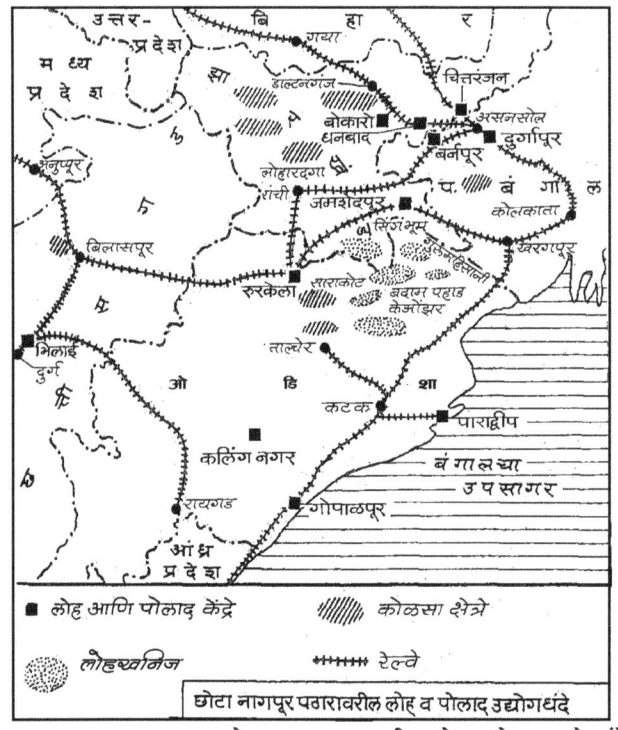

नकाशा क्र. 5.21 : भारत - छोटा नागपूर पठारावरील लोह व पोलाद उद्योगधंदे

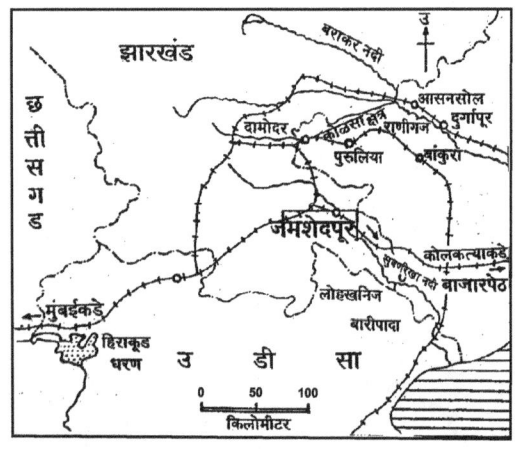

नकाशा क्र. 5.22 : भारत - जमशेदपूर लोह-पोलादाचे स्थान

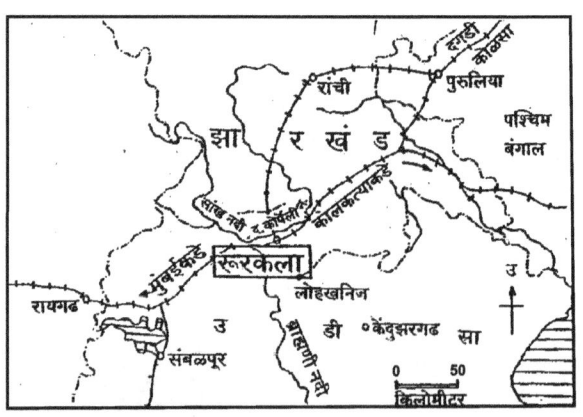

नकाशा क्र. 5.23 : रुरकेला लोह-पोलादाचे स्थान

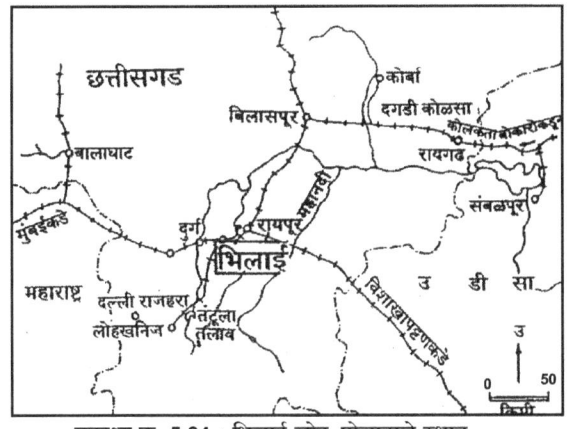

नकाशा क्र. 5.24 : भिलाई लोह-पोलादाचे स्थान

नकाशा क्र. 5.25 : भद्रावती लोह-पोलादाचे स्थान

रासायनिक खतांचे कारखाने

1951 साली फर्टिलायझर कॉर्पोरेशन ऑफ इंडिया (F.C.I.) च्या वतीने झारखंडमधील सिंद्री येथे पहिला खत कारखाना उभारला.

रासायनिक खतनिर्मितीस आवश्यक कच्चा माल : रासायनिक खताच्या निर्मितीसाठी जिप्सम, कोळसा, पाणीपुरवठा याची गरज असते. राजस्थानमधील बिकानेर व जोधपूर येथे जिप्समचे विपुल साठे आहेत. तसेच तमिळनाडू व कर्नाटकमध्येही जिप्सम सापडते. रासायनिक खतामध्ये प्रामुख्याने नायट्रोजन (N), फॉस्फरस (P) आणि पोटॅशियम (K) हे प्रमुख घटक असतात. भारतात हायड्रोजन हा पेट्रोलिअम नाप्था व कोकपासून मिळवितात. म्हणून भारतातील खत कारखाने खनिज तेलशुद्धीकरण कारखान्याजवळ व कोक प्लँटजवळ स्थापन झाले आहेत.

गुजरात : खतांच्या उत्पादनात देशात प्रथम क्रमांक लागतो. वडोदरा, कलोल, भडोच, उधना, कांडला, भावनगर, हजीरा, सुरत येथे रासायनिक खतांचे कारखाने आहेत. **तमिळनाडू :** नेवेली, राणीपेट, तुतिकोरीन, इन्नोर, कोईमतूर, कडलोर, आवडी येथे रासायनिक खतांचे कारखाने आहेत. तमिळनाडूतून नायट्रोजनयुक्त फॉस्फरस खतांचे उत्पादन होते. **उत्तर प्रदेश :** राज्यात फॉस्फरस खतांचे उत्पादन जास्त होते. गोरखपूर, मगरवारा, वाराणसी, फुलपूर, कानपूर येथे कारखाने आहेत. **केरळ :** अलवाये, कोचीन येथे नायट्रोजनयुक्त व फॉस्फरस खतांचे कारखाने आहेत. **आंध्र प्रदेश :** विशाखापट्टणम, मौलाअली (हैद्राबादजवळ), ताडेपल्ली, टनुकू येथे कारखाने आहेत. नायट्रोजनयुक्त खतांचे उत्पादन जास्त होते. **ओडिशा :** रूरकेला, ताल्चेर येथे कारखाने आहेत. **महाराष्ट्र :** महाराष्ट्रात 6 कारखाने आहेत. मुंबईला ट्रॉम्बे, थळवायशेत, अंबरनाथ येथे आहेत. **राजस्थान :** कोटा (राज्याचे 60% उत्पादन), दबारी, सलदीपूर, चितोडगड येथे खत कारखाने आहेत. **झारखंड :** सिंद्री, बरौनी, जमशेदपूर येथील कारखान्यातून नायट्रोजनयुक्त खतांचे उत्पादन होते. धनबादमधून फॉस्फेटचे उत्पादन होते. **पंजाबमध्ये** नानगल व भतिंडा; **आसाममध्ये** नामरूप व चंद्रपूर; **मध्य प्रदेशात** भिलाई; **कर्नाटकात** मंगलोर; **गोव्यात** झुआरी येथे खत कारखाने आहेत.

तेलशुद्धीकरण कारखाने

तक्ता क्र. 5.41 : भारत तेलशुद्धीकरण कारखाने

क्र.	सार्वजनिक/सरकारी तेलशुद्धीकरण कारखाने	क्र.	खासगी व एकत्रित क्षेत्र : तेलशुद्धीकरण कारखाने	
	तेलशुद्धीकरण कारखाना		खासगी क्षेत्र	स्थान
1.	IOC दिग्बोई-आसाम	1.	रिलायन्स-पेट्रोलिअम	जामनगर-गुजरात (1999)
2.	HPCL ट्रॉम्बे, मुंबई-महाराष्ट्र	2.	इंटरनॅशनल पेट्रो	(परमार), सुरत-गुजरात
3.	BPCL ट्रॉम्बे, मुंबई-महाराष्ट्र	3.	अशोक लेलँड, हिंदिया	दैतरी-ओडिशा
4.	HPCL विशाखापट्टणम्-आंध्र प्रदेश	4.	एस्सार पेट्रो	वाडीनर-गुजरात
5.	IOC नूनमती-आसाम	5.	ब्लॅक गोल्ड (डाटा)	विशाखापट्टणम्-आंध्र प्रदेश
6.	IOC बरौनी-बिहार	6.	पेट्रोडाइन	कराईक्कल-पाँडिचेरी
7.	IOC कोयाली-गुजरात	7.	जिंदाल फेरो अलॉयज	विशाखापट्टणम-आंध्र प्रदेश
8	CRI कोची-केरळ	8.	पोर्टमुडी TIDCO	तुतिकोरीन-तमिळनाडू
9.	MRLचेन्नई-तमिळनाडू	9.	अबान लॉईड चिलीज्	तुतिकोरीन-तमिळनाडू
10.	IOC हाल्दिया-प. बंगाल	10.	सोर सफंड मॅनेजमेंट	हाल्दिया-प. बंगाल
11.	BRPL बोंगाईगाव-आसाम	11.	मेपलॅक उद्योग	हाल्दिया-प. बंगाल
12.	IOC मथुरा-उत्तर प्रदेश		**एकत्रित क्षेत्र**	
13.	MRPL मंगळूर-कर्नाटक	1.	MRPL	मंगळूर-कर्नाटक
14.	IOC नोमालीगढ-आसाम	2.	भारत-ओमान	बिना-मध्य प्रदेश
15.	IOC कर्नाल-हरियाणा	3.	H.P. ओमान	देवगड-महाराष्ट्र
16.	LOCL पनागुंडी-तमिळनाडू	4.	IOC-KNPC	दैतरी-ओडिशा
17.	ONGC तटीपका-आंध्र प्रदेश			

• IOC : Indian Oil Corporation • HPCL : Hindustan Petroleum Corporation Limited • BPCL : Bharat Petroleum Corporation Limited • CRL : Kochi Refineries Ltd. • MRL : Chennai (Madras) Petroleum Corporation Ltd. • ONGC : Oil and Natural Gas Corporation Ltd.

भविष्यकालीन तेलशुद्धीकरण कारखाने : • नोमालीगड रिफायनरी : आसाम • पानिपत तेलशुद्धीकरण कारखाना : हरियाणा • हाल्दिया तेलशुद्धीकरण कारखाना : पश्चिम बंगाल • विशाखापट्टणम तेलशुद्धीकरण कारखाना : आंध्र प्रदेश.

प्रमुख औद्योगिक प्रदेश

भारतात पुढील सहा औद्योगिक प्रदेश आहेत : (1) हुगळी औद्योगिक प्रदेश (2) छोटा नागपूर औद्योगिक प्रदेश (3) मुंबई-पुणे औद्योगिक प्रदेश (4) अहमदाबाद-वडोदरा औद्योगिक प्रदेश (5) मदुराई-कोईमतूर-बंगळूर औद्योगिक प्रदेश (6) दिल्ली-मथुरा-सहराणपूर-अंबाला औद्योगिक प्रदेश.

I. हुगळी औद्योगिक प्रदेश

भारतातील सर्वांत महत्त्वाचा हुगळी औद्योगिक प्रदेश आहे. हुगळ नदीच्या डाव्या किनाऱ्यावर नेहाटी ते बजबज आणि उजव्या किनाऱ्यावर त्रिवेणी ते नालपूरपर्यंत हुगळी औद्योगिक प्रदेशाचा विस्तार पसरलेला आहे. **(नकाशा क्र. 5.26 पाहा.)**

विविध प्रकारचे उद्योगधंदे : हुगळी औद्योगिक प्रदेशाचे वैशिष्ट्य म्हणजे विविध प्रकारच्या उद्योगधंद्यांचा विकास होय. **ताग, सुती कापड व रेशीम कापड उद्योगधंदा, अभियांत्रिकी, रसायने आणि औषधनिर्मिती, चामडी, पादत्राणे, कागद आणि आगपेट्या महत्त्वाचे उद्योगधंदे आहेत.**

वाढीची कारणे : • हुगळी नदीची एक अतिशय उत्तम स्थिती आहे, की ज्यामुळे अंतर्गत नदी बंदराचा कोलकता-हुगळी औद्योगिक प्रदेशाचा केंद्रक भाग म्हणून विकास झाला. • कोलकता बंदर असलेल्या गंगा-ब्रह्मपुत्रा मैदान या संपन्न पार्श्वभूमीशी गंगा-ब्रह्मपुत्रा व तिच्या उपनद्यांनी जोडलेले आहे. • गंगा-ब्रह्मपुत्रा तिच्या उपनद्यांमधून अंतर्गत जलवाहतूक चालते; तसेच रेल्वे व रस्तेमार्गांनी कोलकता बंदराच्या पार्श्वभूमीत वाहतुकीचे उत्तम जाळे विणल्याने कोलकता उद्योगांचा विकास व भरभराट होण्यास चांगला हातभार लागला. • छोटा नागपूर पठारावरील लोहखनिज आणि कोळशाचा शोध, आसाम व पश्चिम बंगालच्या उत्तर भागातील चहाचे मळे आणि बंगालच्या त्रिभुज प्रदेशातील तागावरील प्रक्रिया केंद्रे यांमुळे हुगळी औद्योगिक प्रदेशाचा विकास झाला. • बिहार, ओडिशा आणि उत्तर प्रदेशाच्या पूर्व भागातील अति दाट लोकवस्ती, यामुळे अल्प मजुरीत मोठ्या प्रमाणात मजूर उपलब्ध झाले व होतात. • दामोदर खोऱ्यामधून सुरुवातीस कोळसा व नंतर जलविद्युत यामुळे ऊर्जा उपलब्ध झाली. याच्या साहाय्याने हुगळी नदीच्या दोन्ही तीरांवर ताग गिरण्या उभारण्यात आल्या. • कोलकत्यांच्या जवळपासच्या प्रदेशामधून मोठ्या प्रमाणात कच्चा माल उपलब्ध करून त्याचे उपभोग्य वस्तूमध्ये रूपांतर केले आणि पुन्हा कच्च्या मालाच्या प्रदेशात वितरण केले. यामध्ये अभियांत्रिकी व चामड्यांच्या वस्तूंचाही समावेश होता.

II. छोटा नागपूर औद्योगिक प्रदेश

विस्तार : 'भारताचा ऱ्हूर' म्हणून ओळखला जाणारा छोटा नागपूर औद्योगिक प्रदेश प्रामुख्याने झारखंड राज्यात असून उडीसा व पश्चिम बंगाल राज्यांच्या काही भागात विस्तारला आहे.

महत्त्वाची औद्योगिक केंद्रे : (अ) झारखंड : रांची, धनबाद, चैबासा, सिंद्री, जपला, हजारीबाग, डाल्टनगंज, गारवा, जमशेदपूर, बोकारो. **(ब) ओडिशा :** रूरकेला **(क) पश्चिम बंगाल :** असनसोल (कुल्टी, बर्नपूर व हिरापूर), दुर्गापूर.

महत्त्वाचे उद्योगधंदे : छोटा नागपूरच्या प्रदेशात प्रामुख्याने **लोह व पोलाद उद्योगधंदा, अवजड यंत्रसामग्री, अभियांत्रिकी, खते, सिमेंट, कागद, रेल्वेबांधणी, अवजड विद्युत उद्योग विकसित झालेले आहेत.**

वाढीची कारणे : • दामोदर नदीच्या खोऱ्यामधील कोळसा आणि झारखंड-उडीसा राज्यांमधील खनिजांच्या पट्ट्याच्या शोधामुळे छोटा नागपूर पठाराच्या औद्योगिक प्रदेशाचा जन्म आणि विकास झाला. • उद्योगधंद्यास आवश्यक असणाऱ्या कच्च्या मालाच्या उपलब्धतेबरोबर दामोदर खोऱ्यामधील धरणापासून जलविद्युत आणि स्थानिक स्तरांवरील कोळशाच्या साहाय्याने औष्णिक विद्युतची निर्मिती झाली. • छोटा नागपूरच्या सभोवती दाट लोकसंख्येचे बिहार, उडीसा आणि पश्चिम बंगाल असल्यामुळे अल्प मजुरीत मुबलक मजूर मिळतात. • छोटा नागपूर पठाराच्या औद्योगिक प्रदेशात निर्माण होणाऱ्या पक्क्या मालास कोलकतासारखी मोठी बाजारपेठ उपलब्ध आहे. कोलकता बंदराचा फायदाही छोटा नागपूर प्रदेशास प्राप्त होतो. • लोह-पोलाद उद्योगधंद्याचा फायदाही या औद्योगिक प्रदेशास मिळतो.

छोटा नागपूरच्या औद्योगिक प्रदेशात देशामधील महत्त्वाचे लोह-पोलाद उद्योगधंदे उभारलेले आहेत. (1) इंडियन आयर्न ॲण्ड स्टील कंपनी, कुल्टी व बर्नपूर (प. बंगाल) (2) हिंदुस्थान स्टील लि., दुर्गापूर (प. बंगाल) (3) हिंदुस्थान स्टील लि., बोकारो (झारखंड) (4) टाटा आयर्न ॲण्ड स्टील कंपनी, जमशेदपूर (झारखंड). (5) हिंदुस्थान स्टील लि., रूरकेला (उडीसा).

III. मुंबई-पुणे औद्योगिक प्रदेश

देशामधील हुगळी औद्योगिक प्रदेशाखालोखाल मुंबई-पुणे औद्योगिक प्रदेश महत्त्वाचा आहे. महाराष्ट्रामधील मुंबई व पुणे या दोन शहरांच्या दरम्यान औद्योगिक प्रदेश विस्तारलेला असून तो विकसित होत आहे.

याची माहिती प्रकरण 3, महाराष्ट्राचा आर्थिक भूगोल औद्योगिक विभागामध्ये पाहावी.

4. अहमदाबाद-वडोदरा औद्योगिक प्रदेश

विस्तार : औद्योगिक पट्ट्याचा विस्तार अहमदाबाद-वडोदरा आणि भडोच तसेच जवळपासच्या गुजरात मैदानात कापूस उत्पादक विभागापर्यंत आहे. अहमदाबाद-वडोदरा औद्योगिक प्रदेशाच्या कापड विभागास महत्त्व प्राप्त होऊ लागले.

औद्योगिक केंद्रे : या औद्योगिक प्रदेशात प्रामुख्याने अहमदाबाद व वडोदरा आहेत. याशिवाय भडोच, अंकलेश्वर औद्योगिक शहरे आहेत. भविष्यकाळात सुरत शहराचाही समावेश होण्याची शक्यता आहे.

वाढीची कारणे : • अहमदाबादचे भौगोलिक स्थान कच्च्या मालाच्या परिसरात याचप्रमाणे गंगा-सतलज मैदानाच्या बाजारपेठेजवळ आहे. • सुती कापड उद्योगाच्या विकासास स्वस्तामधील भूमी, स्वस्त मजूरवर्ग आणि इतर फायद्यांमुळे चांगला हातभार लागला आहे. • देशामधील तिसऱ्या क्रमांकाचा हा औद्योगिक प्रदेश अधिक वेगाने विस्तारित आहे आणि मोठ्या प्रमाणात प्रामुख्याने सुती कापड उद्योगासहित कारखान्यात रोजगार उपलब्ध करून देत आहे. • खंबायत क्षेत्राच्या परिसरात खनिज तेलाचा शोध लागल्याने पेट्रोकेमिकल संकुलाचा विकास अंकलेश्वर आणि वडोदरा परिसरात झालेला आहे. • भारताच्या या विभागात कांडला बंदर अतिशय महत्त्वाचे आहे, की ज्याचा फायदा वेगाने वाढणाऱ्या अहमदाबाद-वडोदरा औद्योगिक प्रदेशास होत आहे. • या औद्योगिक प्रदेशाच्या बाह्य बाजूस सुरत आहे. सुरतमध्ये कापड उद्योगधंदा आणि हिऱ्यास पैलू पाडण्याची केंद्रे आहेत. प्रभावी निर्देश असे दर्शवितात की, भविष्यकाळात सुरतच्या ट्रंक रेल्वेमार्गावर उद्योगधंदे विकसित होऊन वडोदरा शहराशी जोडले जाईल.

विविध प्रकारचे उद्योगधंदे : अहमदाबाद-वडोदरा औद्योगिक प्रदेशात विविध प्रकारच्या उद्योगधंद्यांचा विकास होत आहे. **सुती कापड उद्योगधंदा, पेट्रोकेमिकल, हिऱ्यांना पैलू पाडणे याशिवाय रेयॉन, औषधनिर्मिती, चिनी मातीची भांडी, काचेच्या वस्तू, चामड्याच्या वस्तू, प्लॅस्टिक, खते आणि विविध प्रकारच्या अभियांत्रिकी उद्योगांचा समावेश आहे.**

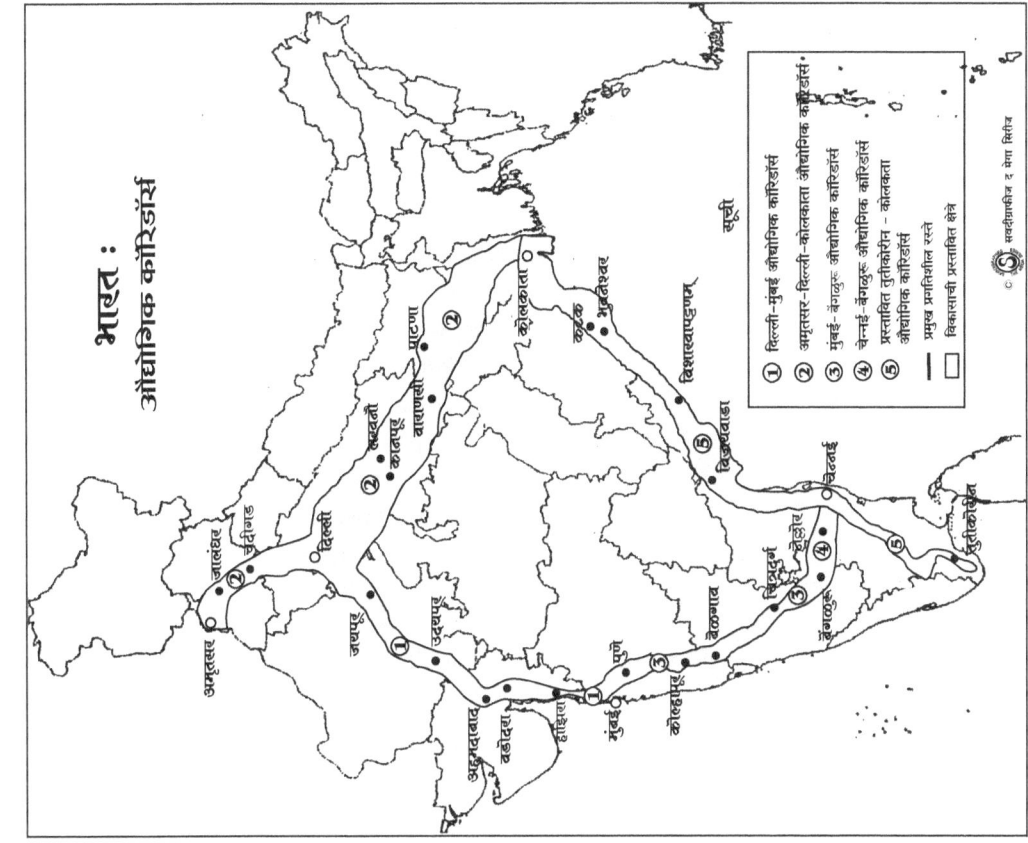

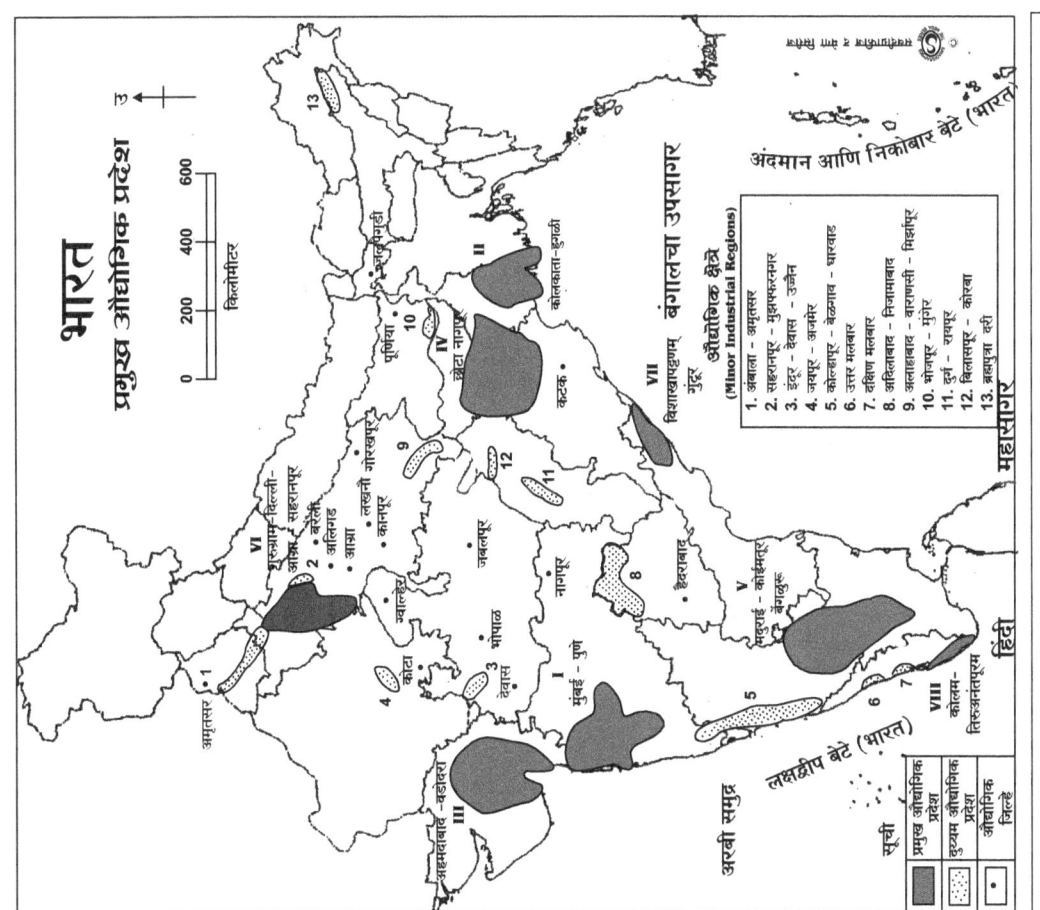

भारत
प्रमुख औद्योगिक प्रदेश
5
6
7
औद्योगिक क्षेत्रे
प्रमुख औद्योगिक प्रदेश
दुय्यम औद्योगिक प्रदेश
औद्योगिक जिल्हे

(अ) प्रमुख औद्योगिक प्रदेश : (I) हुगळी औद्योगिक प्रदेश (II) छोटा नागपूर औद्योगिक प्रदेश (III) मुंबई-पुणे औद्योगिक प्रदेश (IV) अहमदाबाद-वडोदरा औद्योगिक प्रदेश (V) मदुराई-कोईमतूर-बंगळूर औद्योगिक प्रदेश (VI) दिल्ली-मथुरा-सहराणपूर-अंबाला औद्योगिक प्रदेश. **(ब) लहान औद्योगिक प्रदेश :** (1) आसाम दरी (2) दार्जिलिंग-दुअर (3) बिहार व उत्तर प्रदेशाचा जवळचा पूर्व भाग (4) कानपूर (5) इंदूर-उज्जैन-नागदा (6) नागपूर-वर्धा (7) सोलापूर (8) कोल्हापूर-सांगली (9) गोदावरी-कृष्णा त्रिभुज (10) बेळगाव-धारवाड (11) मलबार-त्रिचूर (12) कोलाम (13) चेन्नई. **(क) औद्योगिक जिल्हे :** (i) जम्मू (ii) अमृतसर (iii) रामपूर (iv) आग्रा (v) कच्छ (vi) कटक (vii) जबलपूर (viii) ग्वाल्हेर (ix) भंडारा (x) रायपूर (xi) निझामाबाद (xii) अदिलाबाद (xiii) उत्तर अर्काट (xiv) तिरुनवेल्ली (xv) रामनाथपुरम.

नकाशा क्र. 5.26 : भारत – औद्योगिक प्रदेश

औद्योगिक कॉरिडॉर्स
① दिल्ली-मुंबई औद्योगिक कॉरिडॉर्स
③ मुंबई- बेंगळुरू औद्योगिक कॉरिडॉर्स
④ चेन्नई-बेंगळुरू औद्योगिक कॉरिडॉर्स

नकाशा क्र. 5.27 : भारत – औद्योगिक कॉरिडॉर्स

5. मदुराई-कोईमतूर-बेंगळुरू औद्योगिक प्रदेश

विविध प्रकारचे उद्योगधंदे : मदुराई-कोईमतूर-बेंगळुरू औद्योगिक प्रदेशात प्रामुख्याने **सुती कापड उद्योगधंदा असून रेशीम कापडनिर्मिती केंद्रे, साखर कारखाने, चामडी उद्योग, रसायने, अभियांत्रिकी उद्योगधंदे विकसित झालेले आहेत.**

महत्त्वाची औद्योगिक केंद्रे : मदुराई, कोईमतूर, बेंगळुरू ही प्रमुख औद्योगिक केंद्रे या औद्योगिक प्रदेशात आहेत. याशिवाय शिवकाशी, तिरुचिरापल्ली, मेत्तूर, म्हैसूर व मंड्या ही अन्य औद्योगिक केंद्रे आहेत.

वाढीची कारणे : • देशाच्या प्रमुख कोळसा क्षेत्रापासून औद्योगिक प्रदेश दूर अंतरावर असला तरी मेत्तूर, शिवसमुद्रम्, पपनासम, पायकरा आणि शरावती धरणांपासून स्वस्त दरातील जलविद्युत उपलब्ध आहे. • स्वस्त दरामध्ये कुशल मजूरवर्ग, विशाल स्थानिक बाजारपेठेची जवळीकता याचप्रमाणे चांगले हवामान यामुळे या प्रदेशात उद्योगधंद्यांचे एकत्रीकरण झालेले आहे.

मदुराई : दक्षिण भारतात सुती कापड उद्योगासाठी मदुराई प्रसिद्ध आहे.

कोईमतूर : पायकरा जलविद्युत स्थानिक कापूस क्षेत्र, कॉफी गिरण्या, कातडी व चामडी कमाविणे, तेल गिरण्या, सिमेंट कारखाने कोईमतूर औद्योगिक विभागात आहेत. मोठ्या प्रमाणावरील सुती कापड उद्योगामुळे **कोईमतूरला 'तमिळनाडूचे मँचेस्टर' असे संबोधले जाते.**

बेंगळुरू : बेंगळुरूला सार्वजनिक क्षेत्रात हिंदुस्थान एरोनॉटिक्स, हिंदुस्थान मशीन टूल्स, इंडियन टेलिफोन इंडस्ट्री, भारत इलेक्ट्रॉनिक्स इ. उद्योग उभारलेले आहेत. **संगणक क्षेत्र व माहिती तंत्रज्ञानामध्ये बेंगळुरूला वैशिष्ट्यपूर्ण स्थान प्राप्त झालेले आहे.**

भद्रावती : 'विश्वेश्वरय्या आयर्न ॲण्ड स्टील वर्क' पोलाद कारखाना उभारलेला आहे.

6. दिल्ली-मथुरा-सहराणपूर-अंबाला औद्योगिक प्रदेश

विस्तार व महत्त्वाचे दोन पट्टे : दिल्लीच्या सभोवती दोन औद्योगिक पट्टे आहेत.

(अ) उत्तर प्रदेशात आग्रा-मथुरा-मीरत-सहराणपूर.

(ब) हरियाणात फरिदाबाद-गुरुगाव-अंबाला. याशिवाय अन्य औद्योगिक केंद्रे मोदीनगर, वल्लभगढ, सोनिपत आणि पानिपत आहेत; तसेच गाझियाबाद, यमुनानगर आणि नवीन औद्योगिक इस्टेट धारूहेरा व भिवंडी आहेत.

महत्त्वाचे उद्योगधंदे : दिल्ली-मथुरा-सहराणपूर-अंबाला औद्योगिक प्रदेशात कापड उद्योगधंदा, साखर, काच कारखाने, रसायने, अभियांत्रिकी, कागद, इलेक्ट्रॉनिक्स, सायकलनिर्मिती इत्यादी महत्त्वाचे उद्योगधंदे आहेत.

वाढीची कारणे : • प्रदेशाचा स्वयंविकास होत आहे. • उद्योगधंद्यास भाक्रा-नानगलपासून जलविद्युत तर दिल्ली, फरिदाबाद, हरडुगंज आणि पानिपतपासून औष्णिक विद्युत उपलब्ध होत आहे.

5.7 भारत : विशेष आर्थिक विभाग - सेझ
(India : Special Economic Zones-SEZ)

विशेष आर्थिक विभाग 'सेझ' (Special Economic Zones 'SEZ') भौगोलिक प्रदेश असून त्याचे देशाच्या विशिष्ट आर्थिक फायद्यापेक्षा अधिक उदार आर्थिक कायदे असतात.

सेझ या गटवारीमध्ये अधिक विशिष्ट विभाग प्रकारच्या विस्तारित कक्षेचा समावेश केलेला असतो. तो पुढीलप्रमाणे -

1. मुक्त व्यापार विभाग (Free Trade Zones 'FTZ')
2. निर्यात प्रक्रिया विभाग (Export Processing Zones 'EPZ')
3. मुक्त विभाग (Free Zones 'FZ')
4. औद्योगिक इस्टेट (Industrial Estates 'IE')
5. मुक्त बंदरे (Free Ports 'FP')
6. नागरी उद्योग विभाग (Urban Enterprise Zones 'UEZ')

सर्वसाधारणपणे संरचनेचे उद्दिष्ट असे असते की, आंतरराष्ट्रीय व्यवसाय किंवा बहुराष्ट्रीय कंपन्यांद्वारा (Multi-National Companies, MNC) द्वारा परदेशी प्रत्यक्ष गुंतवणूक वाढविणे.

भारतानेदेखील सेझची स्थापना करण्यामध्ये महत्त्वाची भूमिका बजावली आहे. **भारतामध्ये आशियातील सर्वांत मोठे आउटसोर्सिंग** (Outsourcing) **आहे. आता संयुक्त संस्थानाच्या धोरणाचा कदाचित प्रतिकूल परिणाम होण्याची शक्यता आहे.**

आदर्श सेझसाठी अटी : जर सेझ धोरणाला वास्तवात आर्थिक प्रेरणा विशेषतः दर्जाच्या पायाभूत सुविधा निर्मितीसाठी किमान क्षेत्र 1,000 हेक्टर किंवा किमान गुंतवणूक ₹ 10,000 कोटी असली पाहिजे.

भारतामधील विशेष आर्थिक विभाग - सेझ (Special Economic Zones in India)

भारत सरकारने एप्रिल 2000 मध्ये देशामध्ये 'विशेष आर्थिक विभाग धोरण' (Special Economic Zones Policy) जाहीर केले. कारण देशामध्ये परदेशी गुंतवणूक वाढविणे आणि निर्यातीला चालना देण्याची गरज होती. व्यापार कार्य, शुल्क आणि जकातीसाठी सेझ हा परकीय प्रदेश समजला जावा.

भारतामध्ये 2007 सालानुसार 500 सेझ विचारार्थ योजना मांडण्यात आल्या. यापैकी 200 सेझ कार्यान्वित झाल्या. जागतिक बँकेने मोठ्या संख्येमधील सेझच्या शाश्वततेसंबंधी प्रश्न उपस्थित केला. भारतामध्ये सेझ संदर्भात PRC चे (People Republic of China – PRC) प्रतिमान अवलंबिले.

भारताने सेझचा कायदा 2005 साली संमत केला. भारतामध्ये सरकार सेझसंबंधी क्रियाशील आहे. त्यांनी धोरणाची आखणी केली. वारंवार पुनर्विचार केला आणि सेझच्या विकासकांना भरपूर सुविधा मिळवून देण्याचे आश्वासन दिले.

विशेष आर्थिक विभागाची 'सेझ'ची प्रमुख उद्दिष्टे : • उपयुक्त संरचना प्राप्त करून देणे की, ज्यामुळे उद्योगधंद्यांमध्ये परदेशी आणि देशीय गुंतवणूक वाढेल. • आंतरराष्ट्रीय/परदेशी व्यापार वाढविणे. • रोजगाराच्या अधिक संधी उपलब्ध करून देणे. • सापेक्षदृष्ट्या निम्न विकसित क्षेत्राचा विकास करणे. • औद्योगिकीकरण आणि नागरिकीकरणाच्या प्रक्रियेला गतिमानता प्राप्त करून देणे. • सामाजिक-आर्थिक विकासामधील प्रादेशिक विषमता कमी करणे.

भारतामधील सेझ उभारणीसाठी परदेशी गुंतवणूकदार आणि सेझमध्ये उद्योग स्थापनेकरिता सरकारद्वारा प्रोत्साहन व सुविधा

भारतामध्ये पहिला सेझ गुजरातमध्ये कांडला बंदरात 1965 साली कार्यान्वित झाला.

भारत सरकारने सेझसाठी पुरविलेल्या सुविधा व प्रोत्साहन (The incentives and facilities offered to the units in SEZs) : • सेझ युनिटच्या विकास प्रचालन आणि देखभालीसाठी (Development, Operation and Maintenance) वस्तूंची आयात किंवा देशामधून संपादनासाठी शुल्क मुक्त (Duty Free) • सेझ युनिटसाठी पहिल्या 5 वर्षांसाठी निर्यात उत्पन्नावर 100% आयकर माफ, पुढील 5 वर्षांसाठी 50% आयकर माफ तर यानंतरच्या पुढील 5 वर्षांसाठी निर्यात नफ्याच्या 50% (Ploughed Back Export Profit) आयकर माफ • किमान पर्यायी करामधून माफी (केंद्रीय अंदाजपत्रक 2010-11 पासून सेझ विकासकांना आणि सेझ युनिटना सवलत मिळणार नाही. • सेझ युनिटला वर्षाला यू.एस. 1,25,000 दशलक्ष डॉलर्सपर्यंत मान्यताप्राप्त बँकिंग मार्गामार्फत कोणत्याही पूर्णत्व मर्यादेशिवाय बाह्य व्यापारी उसने पैसे (External Commercial Borrowing) घेता येतील. • केंद्रीय विक्रीकरामधून माफी • सेवाकरामधून माफी • केंद्रीय किंवा राज्यस्तरीय मान्यतेसाठी एक खिडकी योजना • राज्य विक्रीकर आणि संबंधित राज्यशासनद्वारा विस्तारित केलेल्या इतर वसुली करांमधून माफी.

भारतात SEZ चे राज्यानुसार वितरण : • भारतात मार्च 2015 नुसार औपचारिक मंजूर सेझची संख्या - 436; तत्त्वतः मंजूर - 32, अधिसूचित सेझ - 347, निर्यात करणाऱ्या सेझची संख्या 199 आहे. • पहिली पाच औपचारिक मंजूर सेझची राज्ये - भारतात सर्वांत जास्त औपचारिक मंजूर सेझची संख्या : **महाराष्ट्रात (61) आणि या खालोखाल कर्नाटक (59), तमिळनाडू (54), तेलंगण (48) आणि आंध्र प्रदेश (33) राज्याचा आहे. या पाच राज्यांत औपचारिक मंजूर सेझची एकूण संख्या 235 असून याची टक्केवारी 54% आहे.** • **अधिसूचित सेझची संख्या :** भारतात मार्च 2015 नुसार अधिसूचित सेझची संख्या 347 आहे. वरील पाच राज्यांत मिळून यांची संख्या 161 असून 46% आहे. • **निर्यात करणाऱ्या सेझची संख्या :** भारतात मार्च 2015 नुसार निर्यात करणाऱ्या सेझची संख्या 199 आहे. वरील पाच राज्यांमध्ये यांची संख्या 130 (65%) आहे. सर्वांत जास्त निर्यात करणाऱ्या सेझची संख्या तमिळनाडू राज्यात 36 आहे. या खालोखाल महाराष्ट्र, कर्नाटक आणि तेलंगण राज्यात प्रत्येकी 25 आहे.

उद्योगधंद्यानुसार सेझचे वितरण (मार्च 2015 नुसार) : भारतात औपचारिक मंजूर सेझची संख्या 436 आहे. सर्वांत पहिला क्रमांक : IT/ITES इलेक्ट्रॉनिक हार्डवेअर/सेमी कंडक्टर/सेवा/सर्व प्रकारच्या सेवा पद्धतीमध्ये पहिला क्रमांक आहे. औपचारिक मंजूर सेझची संख्या 274 (65%) आहे. अधिसूचित सेझची संख्या 219 (63%), निर्यात करणाऱ्यांची संख्या 113 (57%) आहे.

अन्य उद्योगधंद्यांमध्ये सेझची संख्या त्यामानाने बरीच कमी आहे. या खालोखाल औपचारिक मंजुरी असणारे सेझ उद्योग जैवतंत्रज्ञान (24), बहुप्रकल्प (20), औषधनिर्मिती व रसायने (17) यांचा उल्लेख करावा लागेल.

केंद्र सरकारद्वारा स्थापित सेझ : • **कांडला सेझ** कांडला, गुजरात बहु उत्पादन • **सीप्झ** *(SEEPZ)* **सेझ मुंबई**-महाराष्ट्र-महाराष्ट्र इलेक्ट्रॉनिक्स हिरे आणि जडजवाहीर • **नोएडा सेझ** उत्तर प्रदेश बहू उत्पादन • MEPZ सेझ तमिळनाडू बहू उत्पादन • **कोचीन सेझ** कोचीन केरळ बहू उत्पादन • फाल्टा सेझ फाल्टा प. बंगाल बहू उत्पादन • **विशाखापट्टणम् सेझ** विशाखापट्टणम् आंध्र प्रदेश बहू उत्पादन

कार्यान्वित जाहीर सेझ - महाराष्ट्र : • मेसर्स हिरानंदानी बिल्डर्स, पवई-मुंबई IT/ITES • इन्फोसिस टेक्नॉलॉजी लि. राजीव गांधी इन्फोटेक पार्क मान (Mann) तालुका मुळशी. जि. पुणे IT/ITES • सिरम बायो-फार्मा पार्क, पुणे. औषधनिर्मिती व जैवतंत्रज्ञान. • EON खराडी ता. हवेली जि. पुणे. IT / ITES • विप्रो पुणे हिंजवडी पुणे. IT / ITES • DLF/IT/ITES • महाराष्ट्र एअरपोर्ट डेव्हलपमेंट कॉर्पोरेशन बहू उत्पाद • डायनास्टी डेव्हलप्पर्स प्रायव्हेट लिमिटेड (पुणे एम्बसी इंडिया लि.) IT / ITES • मांजरी स्टड फार्म प्रायव्हेट लि. पुणे IT / ITES • पुणे सिंटेल इंटरनॅशनल प्रायव्हेट लि. पुणे IT / ITES मगरपट्टा टाऊनशिप डेव्हलपमेंट आणि कन्स्ट्रक्शन कंपनी लि. पुणे इलेक्ट्रॉनिक हार्डवेअर आणि सॉफ्टवेअर IT सह • MIDC औरंगाबाद - ॲल्युमिनिअम आणि ॲक्ट.

सेझ संदर्भामधील समस्या आणि उपाययोजना व सूचना : सेझ माध्यमामधून योजनेची प्रक्रिया प्रश्नचिन्ह घेऊन आलेली आहे.

(1) शेतकऱ्यांकडून तीव्र स्वरूपाची आंदोलने : ज्या राज्यांमधून सेझला मान्यता दिलेली आहे तेथे शेतकऱ्यांकडून तीव्र स्वरूपामधील आंदोलने होऊ लागली आहेत. त्यांच्याकडून सुपीक जमिनी हिसकावून घेतल्या जात आहेत.

(2) शेतकऱ्यांना अतिशय कमी किमतीमध्ये जमीन विकण्यास भाग पाडणे : व्यापारी रिअल इस्टेट उद्योगांमधील जमिनीच्या प्रयोजन किमतीच्या शेतकऱ्यांना जमिनी विकण्यास भाग पाडत आहेत.

(3) पश्चिम बंगालमधील नंदीग्रामची समस्या : प. बंगालमधील नंदीग्राम येथे सेझ उभारण्याचा प्रयत्न करण्यात आला तेव्हा ग्रामस्थांकडून अतिशय तीव्र स्वरूपात आंदोलने करण्यात आली. अखेर प्रस्ताव मागे घेण्यात आला.

सूचना आणि उपाययोजना : • बजाज आणि इतरांनी सेझच्या धोरणावर टीका केली आणि सेझची स्थापना करण्यासाठी उजाड आणि टाकाऊ जमिनीचा (Barren and Waste Land) वापर करावा. • (अ) राज्य सरकारांना अशा सूचना दिलेल्या आहेत की सेझसाठी जमीन संपादन करताना पहिली प्राधान्यता उजाड आणि टाकाऊ जमिनीला द्यावी. (ब) जर आवश्यकता वाटली तर एक पीक कृषी जमीन घ्यावी. (क) जर अगदीच आवश्यकता भासली तर दुबार पीक कृषी जमिनीचा काही भाग घ्यावा तर ती किमान प्रमाणात घ्यावी. बहू उत्पादित सेझसाठी सेझकरिता संपादित केलेल्या जमिनीपैकी 10% पेक्षा जास्त जमीन पिकाऊ असू नये.

औद्योगिक/आर्थिक कॉरिडॉर्स (Industrial/Economic Corridors)

औद्योगिक/आर्थिक कॉरिडॉर्स मुख्य परिवहन मार्गाच्या अनुषंगाने होणार आहेत. देशामधील औद्योगिक/आर्थिक विकासाकरिता विशेष भर देण्याच्या दृष्टीने प्रकल्प राबविला जाणार आहे. कॉरिडॉर्समध्ये **'बहुविकास प्रकल्पाचा'** (Multi Development Projects) **समावेश केलेला आहे. यामध्ये • परिवहन • सामाजिक-आर्थिक प्रभाव • नागरी विकास • पर्यावरणीय व्यवस्थापन • निर्यातीमध्ये वृद्धी • रोजगार संधीमधील वाढ • सर्वांत महत्त्वाचे म्हणजे औद्योगिक वाढीमध्ये उत्क्रांती यांचा समावेश केलेला आहे.**

भारतात पुढील कॉरिडॉर्सचा समावेश केलेला आहे -

1. दिल्ली-मुंबई औद्योगिक कॉरिडॉर (Delhi-Mumbai Industrial Corridor - DMIC)

भारत सरकारचा दिल्ली-मुंबई औद्योगिक कॉरिडॉर (DMIC) एक सर्वांत महत्त्वाचा प्रकल्प आहे. याला ऑगस्ट 2007 मध्ये तत्त्वतः मान्यता देण्यात आली. 1483 कि.मी. लांबीचा औद्योगिक कॉरिडॉर भारतीय रेल्वे Western Dedicated Freight Corridor (WDFC) मार्गाच्या अनुषंगाने विकसित होणार आहे.

कॉर्पोरेशनची स्थापना : प्रकल्प विकास समन्वय आणि प्रकल्पाच्या अंमलबजावणीसाठी Special Purpose Vehicle (SPV) म्हणजे Delhi-Mumbai Industrial Corridor Development Corporation (DMICDC) ची स्थापना केली आहे. 2012 साली DIMC Project Implementation Trust Fund उभारला आहे. राज्य सरकारे नवीन औद्योगिक नगरांना जमिनी प्रदान करणार आहेत. या रूपाने त्यांचा सहभाग असेल. SPV साठी DIMC Trust आणि राज्य सरकारांच्या इक्विटी (Equity) दिलेल्या आहेत. ट्रंक पायाभूत सुविधा, एकात्मिक औद्योगिक टाऊनशिप ग्रेटर नोएडा (उत्तर प्रदेश) आणि मॉडेल सोलर पॉवर प्रकल्प नीमराना (राजस्थान) साठी EPC कॉंट्रॅक्टरची नेमणूक केलेली आहे. DMIDC Neemrana Solar Project Limited ची स्थापना केलेली आहे आणि तिची मालकी DMIDC Ltd. कडे असेल, EPC कॉंट्रॅक्टरची 5 MW चा प्रकल्प कार्यान्वित केला आणि एकात्मिक सौर प्रकल्प (1 MW) चे काम चालू आहे.

DMIC चे स्वरूप :

क्षेत्रफळ : DMIC प्रकल्पाचे क्षेत्रफळ 4,36,486 चौ.कि.मी. असून त्यांनी भारताच्या एकूण क्षेत्रफळापैकी 13.8% क्षेत्र व्यापलेले आहे. **सात राज्ये आणि दोन केंद्रशासित प्रदेशांमध्ये विस्तार :** DMIC प्रकल्पाचा विस्तार पुढील सात राज्ये आणि दोन केंद्रशासित प्रदेशांमध्ये होणार आहे. **(नकाशा क्र. 5.27 पाहा.)**

राज्ये : (1) दिल्ली (2) उत्तर प्रदेश (3) हरियाणा (4) राजस्थान (5) मध्य प्रदेश (6) गुजरात (7) महाराष्ट्र (दिल्ली गृहीत धरून एक राज्य). **केंद्रशासित प्रदेश :** (1) दमण व दीव (2) दादरा-नगर हवेली.

कॉरिडॉरच्या लांबीचे वितरण : • DMIC कॉरिडॉरच्या लांबीचे सर्वांत जास्त वितरण राजस्थानमध्ये 39% आहे. या खालोखाल गुजरातमध्ये 38% आहे. या दोन्ही राज्यांमध्ये मिळून कॉरिडॉरच्या लांबीचे 77% वितरण आहे. • हरियाणा आणि महाराष्ट्राचा प्रत्येकी 10% वाटा आहे. • उत्तर प्रदेश आणि नॅशनल कॅपिटल दिल्लीचा सुमारे 1.5% वाटा आहे.

भारताच्या एकूण लोकसंख्येपैकी 17% लोकसंख्येवर DMIC कॉरिडॉरचा प्रभाव पडेल.

सहा मेगा गुंतवणूक प्रदेश (Six Mega Investment Regions) : (1) दाद्री-नोएडा (उत्तर प्रदेश) (2) मनेसर-पालवाल (हरियाणा) (3) कुरूक्षेत्र-भिवानी-नीमराना (हरियाणा-राजस्थान) (4) पटामपूर-धर-महू (मध्य प्रदेश) (5) भरूच-दहेज (गुजरात) (6) इगतपुरी-नाशिक-सिन्नर (महाराष्ट्र).

पाच औद्योगिक क्षेत्रे (Five Industrial Regions) : (1) मीरत-मुझफ्फरनगर (उत्तर प्रदेश) (2) फरिदाबाद-पालवाल (हरियाणा) (3) जयपूर-दौसा (राजस्थान) (4) वडोदरा-अंकलेश्वर (गुजरात) (5) अलेवरी-दिघी बंदर (महाराष्ट्र).

DMIC प्रकल्पाची अंमलबजावणी : प्रकल्पाची अंमलबजावणी टप्प्याटप्प्याने होणार आहे. सुरुवातीस गुंतवणूक प्रदेश हाती घेतले जातील.

काही प्रकल्प पुढीलप्रमाणे : (अ) अहमदाबाद-ढोलेरा स्पेशल इनव्हेस्टमेंट रिजन (गुजरात) (ब) शेंद्रा-बिडकिन इंडस्ट्रिअल पार्क (महाराष्ट्र) (क) इंटिग्रेटेड इंडस्ट्रिअल टाऊनशिप, विक्रम उद्योगपुरी (मध्य प्रदेश).

DMIC ची उद्दिष्टे : • सात वर्षांमध्ये रोजगार क्षमता दुप्पट करणे. • नऊ वर्षांमध्ये औद्योगिक उत्पादन तिप्पट करणे. • आठ ते नऊ वर्षांमध्ये या कॉरिडॉरमधून चौपट निर्यात वाढविणे. • शाश्वत आधारावर वस्तूनिर्माण विभागासाठी दरवर्षी 13-14% वाढीचे उद्दिष्ट ठेवणे.

2. अमृतसर-कोलकता औद्योगिक कॉरिडॉर (Amritsar-Kolkata Industrial Corridor - AKIC)

वैशिष्ट्ये : • AKIC प्रकल्प Eastern Dedicated Freight Corridor (EDFC) आणि दिल्ली-कोलकता राष्ट्रीय महामार्गाच्या सभोवताली विकसित केला जाणार आहे. • गंगा नदीप्रवाह मार्गावरील अलाहाबाद-हाल्दिया दरम्यानचा नॅशनल जलमार्ग । यालाही चालना मिळणार आहे. • **प्रकल्पामध्ये समाविष्ट असणारी राज्ये :** पंजाब, हरियाणा, उत्तर प्रदेश, उत्तराखंड, बिहार, झारखंड, पश्चिम बंगाल. • जगातील सर्वांत जास्त लोकसंख्येची घनता असलेला हा एक प्रदेश असून भारतातील 40% लोकसंख्या या प्रदेशात वास्तव्य करते. • **प्रकल्पांतर्गत असलेली महत्त्वाची नगरे : पंजाब** - अमृतसर, जालंधर, लुधियाना; **हरियाणा** - अंबाला, **दिल्ली** (NCT); **उत्तर प्रदेश** - सहारानपूर, रुरकी, मुरादाबाद, बरेली, अलिगड, कानपूर, लखनौ, अलाहाबाद,
वाराणसी; **बिहार** - पाटणा; **झारखंड** - हजारीबाग, धनबाद; **पश्चिम बंगाल** - असनसोल, दुर्गापूर आणि कोलकता. • Delhi-Mumbai Industrial Corridor Development Corporation Ltd. (DMIDC) ला AKIC च्या शक्यतेच्या अभ्यासाची कामगिरी सोपविली आहे. **AKIC प्रकल्पाचा आराखडा तयार करण्यासाठी DMICDC ची कन्सल्टंट म्हणून नेमणूक केलेली आहे.**

3. बेंगळुरू-मुंबई आर्थिक कॉरिडॉर (Bengluru-Mumbai Economic Corridor - BMEC)

वैशिष्ट्ये : • BMEC प्रकल्प विकसित करण्याचा निर्णय फेब्रुवारी 2013 मध्ये झाला आणि तो युनायटेड किंगडमच्या वित्तीय आणि तांत्रिक साहाय्याने पूर्ण होणार आहे. • BMEC प्रकल्प जागतिक दर्जाच्या पायाभूत सुविधांच्या आधारे सुव्यवस्थित आणि कार्यक्षम औद्योगिक पायावर विकसित करण्याचे आयोजित केलेले आहे. • महाराष्ट्र आणि कर्नाटक राज्यात वस्तूनिर्माण आणि औद्योगिक क्रियांमध्ये खाजगी गुंतवणूक वाढीची शक्यता आहे. • BMEC च्या आराखड्यास प्रारंभ झालेला आहे. • या आराखड्याच्या अनुषंगाने महाराष्ट्रात 4 नोड्स/शृंग ठिकाणे (Nodes) तर कर्नाटकमध्ये 6 नोड्स/ शृंग ठिकाणे विकसित होतील. कर्नाटकने पहिला औद्योगिक नोड म्हणून धारवाड नगराची निवड केली आहे. **(नकाशा क्र. 5.34)** • **प्रकल्पाची नोडल एजन्सी म्हणून DMICDC काम पाहत आहे.**

4. चेन्नई-बेंगळुरू औद्योगिक कॉरिडॉर (Chennai-Bengluru Industrial Corridor - CBIC)

वैशिष्ट्ये : • 2011 साली भारत आणि जपानने चेन्नई-बेंगळुरू क्षेत्राच्या पायाभूत सुविधांमध्ये सुधारणा करण्याचे निश्चित झाले. • CBIC चा Comprehensive Integrated Master Plan तयार करण्याच्या सूचना दिलेल्या आहेत. • चेन्नई-बेंगळुरू-चित्रदुर्गच्या कॉरिडॉरची लांबी 560 कि.मी. आहे. • CBIC चे क्षेत्र कर्नाटक, आंध्र प्रदेश आणि तमिळनाडू राज्यात विस्तारलेले आहे. **(नकाशा क्र. 5.34)** • Japan International Corporation Agency (JICA) ने CBIC प्रदेशामध्ये 25 प्राधान्य प्रकल्प निश्चित केले आहेत. CBIC चा आराखडा पूर्ण केलेला आहे. • CBIC चा Phase II चा अभ्यास प्रगतिपथावर आहे. • JICA मार्फत तीन नोड्सची निश्चिती : (i) पोन्नेरी (तमिळनाडू) (ii) तुमकुर (कर्नाटक) (iii) कृष्णपट्टणम (आंध्र प्रदेश) • **कॉरिडॉरचा फायदा प्राप्त होणारे उद्योगधंदे :** पोलाद, सिमेंट, खाद्य पदार्थ प्रक्रिया, माहिती व तंत्रज्ञान, मोटरवाहन उद्योग, तयार कपडे, पेट्रोलिअम, रसायने आणि औषधनिर्मिती.

5.8 भारत : वाहतूक

वाहतुकीचे प्रकार

वाहतुकीच्या विविध प्रकारांचे वर्गीकरण पुढीलप्रमाणे केले जाते. (अ) भू-वाहतूक (ब) जलवाहतूक (क) हवाई वाहतूक.

भू-वाहतूक

जमिनीवरील वाहतुकीला भू-वाहतूक म्हणतात. भारतातील भू-वाहतुकीचे पुढील प्रकार पडतात. (1) रस्ते (2) लोहमार्ग (3) नळवाहतूक.

1. रस्ते वाहतूक

कमी वजनाच्या मालाची कमी अंतरावरील वाहतूक करण्यासाठी तसेच प्रवासी वाहतूक करण्यासाठी रस्ते तयार केले जातात.

रस्त्यांचे प्रकार : भारतातील रस्त्यांचे पुढीलप्रमाणे वर्गीकरण केले जाते. (1) राष्ट्रीय महामार्ग (2) राज्य महामार्ग (3) जिल्हा रस्ते (4) ग्रामीण रस्ते.

प्रमुख राष्ट्रीय महामार्ग : दिल्ली-अमृतसर, दिल्ली-कोलकता, ग्रँड-ट्रंक रोड, कोलकता-अमृतसर, मुंबई-आग्रा, पुणे-चेन्नई, कोलकता-नागपूर-मुंबई, ग्रेट-डेक्कन हायवे, वाराणसी-कन्याकुमारी, दिल्ली-मुंबई, पुणे-विजयवाडा, आग्रा-बिकानेर, दिल्ली-लखनौ, सालेम-कन्याकुमारी, कोलकता-चेन्नई. **(नकाशा क्र. 5.28 पाहा.)**

भारत - प्रमुख राष्ट्रीय महामार्ग :

राष्ट्रीय महामार्ग क्र. 1 : दिल्ली-पाकिस्तान सरहद्द वाघा (अमृतसरजवळ).

लांबी (कि.मी.) : 456. **महामार्गावरील महत्त्वाची नगरे :** दिल्ली-चंदीगड-जालंदर-अमृतसर.

राष्ट्रीय महामार्ग क्र. 2 : दिल्ली-कोलकता ग्रँड ट्रंक रोड : अमृतसर-कोलकता.

लांबी (कि.मी.) : 1465. **महामार्गावरील महत्त्वाची नगरे :** दिल्ली-आग्रा-कानपूर-अलाहाबाद-वाराणसी-धनबाद-कोलकता. महामार्ग-1 व महामार्ग-2 मिळून.

राष्ट्रीय महामार्ग क्र. 3 : मुंबई-आग्रा.

लांबी (कि.मी.) : 1161. **महामार्गावरील महत्त्वाची नगरे :** मुंबई-नाशिक-धुळे-इंदौर-ग्वाल्हेर-आग्रा.

राष्ट्रीय महामार्ग क्र. 4 : मुंबई (ठाणे)-चेन्नई.

लांबी (कि.मी.) : 1235. **महामार्गावरील महत्त्वाची नगरे :** मुंबई (ठाणे)-पुणे-सातारा-कोल्हापूर-बेळगाव-चित्रदुर्ग-बंगळूर-चेन्नई.

राष्ट्रीय महामार्ग क्र. 5 : चेन्नई-झारपोखरिया जंक्शन (ओडिशा) महामार्ग 6 वरील.

लांबी (कि.मी.) : 1533. **महामार्गावरील महत्त्वाची नगरे :** चेन्नई-नेल्लोर-विजयवाडा-विशाखापट्टणम्-भुवनेश्वर-कटक-झारपोखरिया.

राष्ट्रीय महामार्ग क्र. 6 : हाजिरा-कोलकता मुंबई-कोलकता.

लांबी (कि.मी.) : 1949. **महामार्गावरील महत्त्वाची नगरे :** हाजिरा-सुरत-धुळे-भुसावळ-अकोला-नागपूर-रायपूर-संबळपूर-बहारगोरा-कोलकता. मुंबई-नाशिक-धुळे महामार्ग क्र. 6 प्रमाणे.

राष्ट्रीय महामार्ग क्र. 7 : वाराणसी-कन्याकुमारी (ग्रेट डेक्कन हायवे).

लांबी (कि.मी.) : 2369. **महामार्गावरील महत्त्वाची नगरे :** वाराणसी-रेवा-जबलपूर-नागपूर-हैद्राबाद-कर्नूल-बंगळूर-सालेम-मदुरै-कन्याकुमारी.

राष्ट्रीय महामार्ग क्र. 8 : मुंबई-दिल्ली.

लांबी (कि.मी.) : 1428. **महामार्गावरील महत्त्वाची नगरे :** मुंबई-सुरत-वडोदरा-अहमदाबाद-उदयपूर-अजमेर-जयपूर-दिल्ली.

राष्ट्रीय महामार्ग क्र. 17 : पनवेल-एडापल्ली (कोचीजवळ).

लांबी (कि.मी.) : 1269. **महामार्गावरील महत्त्वाची नगरे :** पनवेल-पणजी-कारवार-मंगळूर-कोझीकोड-एडापल्ली (कोचीजवळ).

भारत - रस्ते मार्गाची वैशिष्ट्ये : • भारतामध्ये जगामधील एक सर्वांत मोठे रस्त्याचे जाळे आहे. Economic Survey 2014-15 नुसार एकूण रस्त्यांची लांबी सुमारे 49.40 लाख कि.मी. आहे. राष्ट्रीय महामार्गाची लांबी 79,000 कि.मी. व राज्य महामार्गाची लांबी 1,68,000 कि.मी. आहे.

• **राष्ट्रीय महामार्गाच्या वर्गवारीची टक्केवारी :** (i) एक पदरी रस्ता (रुंदी 3.75 m) - 28% (ii) दुपदरी रस्ता (प्रत्येकी रुंदी 3.5 m) - 53.5% (iii) चौपदरी/सहा पदरी/आठ पदरी - 18.5% (**संदर्भ :** India 2011, Page No. 928)

• भारताची रस्तेमार्गाने 60% मालवाहतूक आणि 87.4% प्रवासी वाहतूक होते.

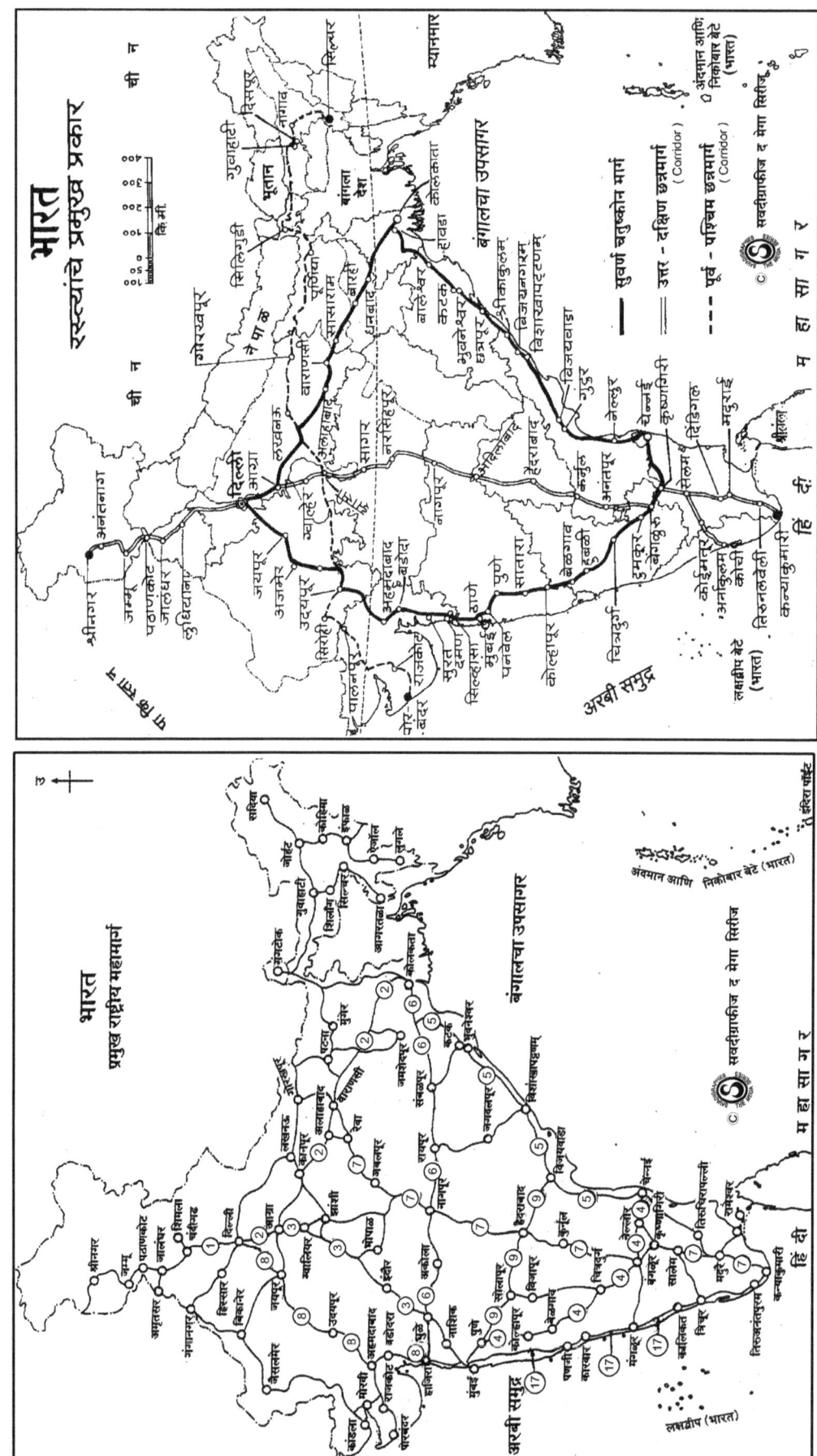

नकाशा क्र. 5.29 : भारत - रस्त्यांचे प्रमुख प्रकार

नकाशा क्र. 5.28 : भारत - प्रमुख राष्ट्रीय महामार्ग

2. लोहमार्ग वाहतूक

भारत - प्रमुख लोहमार्ग - साधारणपणे मार्गावरील स्थानके : (नकाशा क्र. 5.30 पाहा.)

(1) **मुंबई-दिल्ली (भुसावळ मार्गे/मध्य रेल्वेमार्ग) :** मुंबई-मनमाड-भुसावळ-इटारसी-भोपाळ-झांशी-ग्वाल्हेर-आग्रा-मथुरा-दिल्ली.

(2) **मुंबई-दिल्ली (रतलाम मार्गे/पश्चिम रेल्वेमार्ग) :** मुंबई-सुरत-वडोदरा-रतलाम-कोटा-मथुरा-दिल्ली.

(3) **मुंबई-दिल्ली (अहमदाबाद मार्गे/पश्चिम रेल्वेमार्ग) :** मुंबई-सुरत-वडोदरा-अहमदाबाद-जयपूर-दिल्ली.

(4) **मुंबई-कोलकता (नागपूर मार्गे) :** मुंबई-मनमाड-भुसावळ-वर्धा-नागपूर- रायपूर-बिलासपूर-टाटानगर-खरगपूर-कोलकता.

(5) **मुंबई-कोलकता (अलाहाबाद मार्गे) :** मुंबई-मनमाड-भुसावळ-इटारसी-जबलपूर-कटनी-अलाहाबाद-वाराणसी-गया-असनसोल-कोलकता.

(6) **मुंबई-चेन्नई मार्ग :** मुंबई-पुणे-सोलापूर-शहाबादवाडी-रायचूर-गुंटकल-रेणीगुंटा-आर्कोणम-चेन्नई.

(7) **चेन्नई-दिल्ली मार्ग :** चेन्नई-विजयवाडा-वर्धा-नागपूर-इटारसी-भोपाळ-झांशी-ग्वाल्हेर-आग्रा-मथुरा-दिल्ली.

(8) **चेन्नई-कोलकता मार्ग :** चेन्नई-विजयवाडा, विशाखापट्टणम्-कटक-खरगपूर-कोलकता.

(9) **दिल्ली-कोलकता मार्ग :** दिल्ली-मथुरा-आग्रा-कानपूर-अलाहाबाद-वाराणसी-गया-असनसोल-कोलकता.

भारतीय लोहमार्ग वाहतुकीची वैशिष्ट्ये : • भारतीय रेल्वे 155 वर्षांपेक्षा जास्त कालखंड महान एकात्मिक शक्तीचे कार्य करीत आहे. देशामधील कानाकोपऱ्यातील लोकांना एकत्रित आणते. यामुळे व्यापार, व्यवसाय, निसर्ग सृष्टीसौंदर्य निरीक्षण, यात्रा आणि शिक्षण शक्य झाले आहे. • भारतीय रेल्वेचा देशाच्या आर्थिक जीवनात महत्त्वाचा हातभार आहे. तसेच उद्योगधंदे आणि कृषीच्या विकासाला सहकार्य लाभते. • भारतीय रेल्वेचा शुभारंभ 1853 साली 34 कि.मी.च्या मुंबई-ठाणे रेल्वेमार्गांनी झाला. 31 मार्च, 2009 सालानुसार रेल्वेचे विशाल जाळे 64,015 कि.मी. अंतर विस्तारलेले आहे. देशात 7,030 रेल्वेस्टेशन्स आहेत. भारतीय जनतेची सेवा करण्यासाठी 8,592 इंजीन्स, 49,110 प्रवाशांची सेवा वाहने. 5,985 इतर कोचिंग वाहने आणि 2,11,763 मालडबे वाघिणी रात्रंदिवस धावत असतात. • भारतीय रेल्वेने देशातच आर्थिक, औद्योगिक आणि सामाजिक सेवेमध्ये महत्त्वाची भूमिका बजावली आहे. • रेल्वेमार्ग कि.मी. पैकी (Route Kilometres) 29%, धावणाऱ्या रेल्वेमार्ग कि.मी. पैकी (Running Track Kilometres) 41% आणि एकूण रेल्वेमार्ग कि.मी. पैकी (Total Track Kilometres) 42% चे विद्युतीकरण झालेले आहे. • भारतातील रेल्वेची 43 वाफेची इंजीन्स, 4,963 डिझेल इंजीन्स आणि 3,586 विद्युत इंजीन्स आहेत.

• भारतामधील सर्वांत जास्त लांबीचा रेल्वेमार्ग : विवेक एक्सप्रेस दिब्रुगड शहर-त्रिवेंद्रम (तिरुअनंतपुरम) सेंट्रल-कन्याकुमारी विवेक एक्सप्रेस : श्री. स्वामी विवेकानंदांच्या 150 व्या जन्मदिनानिमित्त या रेल्वेमार्गाला 'विवेक एक्सप्रेस' असे नामकरण करण्यात आलेले आहे. याची लांबी 4,286 कि.मी. असून अप्पर आसाममधील दिब्रुगडपासून व्हाया तिरुअनंतपुरम् मार्गे देशाच्या दक्षिण टोकावरील कन्याकुमारीपर्यंत जाते. या गाडीला प्रवासासाठी 82.3 तास लागतात. या मार्गावर एकूण 615 रेल्वेस्टेशन्स आहे. यापैकी 52 स्टेशन्सवर विवेक एक्सप्रेस थांबते. यापूर्वी भारतातील सर्वांत जास्त लांबी हिमसागर एक्सप्रेसची जम्मूतावी-कन्याकुमारी (3,745 कि.मी.) होती.

• युनेस्कोनी 'जागतिक वारसा' म्हणून जाहीर केलेले रेल्वेमार्ग :

(अ) **दार्जिलिंग-हिमालयीन रेल्वे (ट्रायट्रेन) :** प. बंगालमधील सिलिगुडी ते दार्जिलिंग मार्ग 86 कि.मी. लांबीचा नॅरोगेज (610 मि.मी.) मार्ग सिलिगुडीची उंची 100 मी. असून दार्जिलिंगची उंची 2,200 मी. आहे. वाफेच्या इंजिनावर रेल्वे चालते. या रेल्वेमार्गाची उभारणी 1879 आणि 1881 दरम्यान करण्यात आली.

(ब) **निलगिरी माऊंटन रेल्वे (मेट्टूपलयम ते उदगमंडलम) ऊटी मार्ग :** दोन्हीही स्टेशन्स तमिळनाडू राज्यात आहेत. हा रेल्वेमार्ग 1899 साली बांधला.

(क) **छत्रपती शिवाजी टर्मिनस (CST) :** पूर्वीचे व्ही.टी. स्टेशन. याचा आराखडा फ्रेडरिक स्टीव्हन्स यांनी आखला. 2 जुलै, 2004 रोजी याला युनेस्कोचा जागतिक वारशाचा दर्जा प्राप्त झाला.

(ड) **कलका-शिमला रेल्वे :** वायव्य भारतामधील नॅरोगेज (762 मि.मी.) मार्ग 96 कि.मी. लांबीचा तो भारतीय रेल्वेमार्गातील सर्वांत कललेला (Greatest Inclination) आहे. भारतामध्ये सर्वांत जास्त लांबीचा उत्तर रेल्वे विभाग (6968 कि.मी.) असून या खालोखाल पश्चिम रेल्वे विभाग (6182 कि.मी.), दक्षिण मध्य रेल्वे विभाग (5803 कि.मी.) आणि वायव्य रेल्वे विभागाचा (5459 कि.मी.) आहे.

निम उच्च वेगवान रेल्वेमार्ग : भारतीय रेल्वे मंत्रालयाने दरताशी 160/200 कि.मी. वेगाने निम उच्च वेगवान रेल्वे धावण्यासाठी नऊ कॉरिडॉर निश्चित केले आहेत. ते पुढीलप्रमाणे - (1) दिल्ली - आग्रा (2) दिल्ली - चंदीगड (3) म्हैसूर-बेंगळुरू - चेन्नई (4) दिल्ली - कानपूर (5) नागपूर - बिलासपूर (6) मुंबई - अहमदाबाद (7) मुंबई - गोवा (8) चेन्नई - हैदराबाद (9) नागपूर - सिकंदराबाद.

न्यू दिल्ली-आग्रा कॉरिडॉरसाठी सर्व तांत्रिक बाबी पुरविण्यात आलेल्या आहेत. चीनच्या सहकार्याने चेन्नई-बेंगळुरू-म्हैसूर कॉरिडॉरच्या मार्गाचे अध्ययन चालू आहे.

भारतीय रेल्वेची अन्य वैशिष्ट्ये (2014-15) :

(1) **उधमपूर-कटरा ब्रॉडगेज रेल्वेमार्गाची पूर्तता :** जम्मू व काश्मीरमध्ये उधमपूर-कटरा ब्रॉडगेज रेल्वेमार्ग जुलै 2014 पासून कार्यान्वित झाला.

(2) **मेघालयामधील पहिला रेल्वेमार्ग :** ऑगस्ट 2014 रोजी मेघालयामधील दुधनोई-मेंडीपठार रेल्वेमार्गाचा प्रारंभ झाला. याचप्रमाणे मेघालयामधील मेंडीपठार-गुवाहाटी (आसाम) रेल्वेमार्गाचा शुभारंभ नोव्हेंबर 2014 मध्ये झाला.

(3) **हाय स्पीड बुलेट ट्रेन :** मुंबई-अहमदाबाद बुलेट ट्रेनचा प्रस्ताव विचाराधीन आहे.

(4) **वायफाय ब्रॉडबँडची सेवा :** बेंगळुरू आणि न्यू दिल्ली रेल्वेस्टेशनला वायफाय ब्रॉडबँडची सुविधा प्राप्त करून दिलेली आहे.

(5) **जलद कोळसा वाहतुकीचा प्रारंभ :** झारखंड, ओडिशा आणि छत्तीसगड राज्यामधील कोळसा वाहतूक जलद गतीने करण्याच्या दृष्टीने प्रारंभ झालेला आहे.

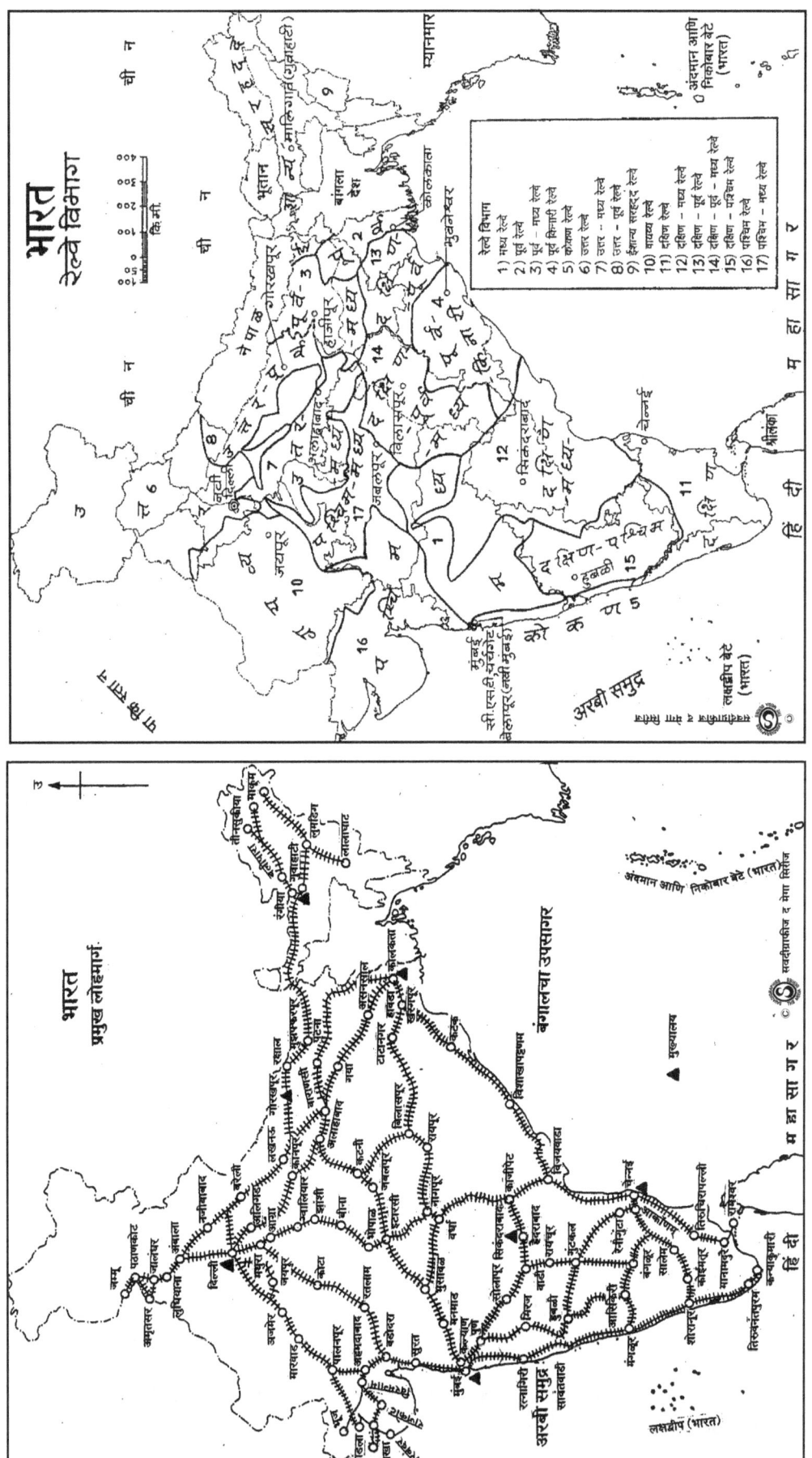

नकाशा क्र. 5.31 : भारत - रेल्वे विभाग

नकाशा क्र. 5.30 : भारत - प्रमुख लोहमार्ग

तक्ता क्र. 5.42 : भारत – रेल्वे विभाग

रेल्वे विभाग	मुख्यालय	मार्गाची लांबी कि.मी.	रेल्वे विभाग	मुख्यालय	मार्गाची लांबी कि.मी.
1. मध्य रेल्वे	मुंबई	3905	10. वायव्य रेल्वे	जयपूर	5459
2. पूर्व रेल्वे	कोलकता	2414	11. दक्षिण रेल्वे	चेन्नई	5098
3. पूर्वमध्य रेल्वे	हाजीपूर	3628	12. दक्षिण-मध्य रेल्वे	सिकंदराबाद	5803
4. पूर्व किनारी रेल्वे	भुवनेश्वर	2572	13. दक्षिण-पूर्व रेल्वे	कोलकता	2631
5. कोकण रेल्वे			14. दक्षिण-पूर्व-मध्य रेल्वे	बिलासपूर	2447
6. उत्तर रेल्वे	नवी दिल्ली	6968	15. दक्षिण-पश्चिम रेल्वे	हुबळी	3177
7. उत्तर-मध्य रेल्वे	अलाहाबाद	3151	16. पश्चिम रेल्वे	मुंबई	6182
8. उत्तर-पूर्व रेल्वे	गोरखपूर	3667	17. पश्चिम-मध्य रेल्वे	जबलपूर	2965
9. ईशान्य सरहद्द रेल्वे	मालीगाव (गुवाहाटी)	3907			

नळ वाहतूक

खनिज तेल, नैसर्गिक वायू, खनिज तेल उत्पादने, पाणी, दूध इत्यादी द्रवरूप पदार्थांच्या वाहतुकीसाठी नळ वाहतूक अधिक सोईस्कर, कार्यक्षम, आर्थिकदृष्ट्या किफायतशीर असे साधन आहे. या वाहतूक प्रकारामुळे रस्ते व लोहमार्ग वाहतुकीवरील ताण कमी होतो. 1980 साली देशात 5,035 कि.मी. लांबीचे नळ वाहतुकीचे जाळे होते. हल्ली 7,000 कि.मी. लांबीचे जाळे आहेत. देशातील काही महत्त्वपूर्ण नळ वाहतूक योजना पुढीलप्रमाणे –

1. ईशान्य भारतामधील नळ योजना (नकाशा क्र. 5.32 पाहा.)

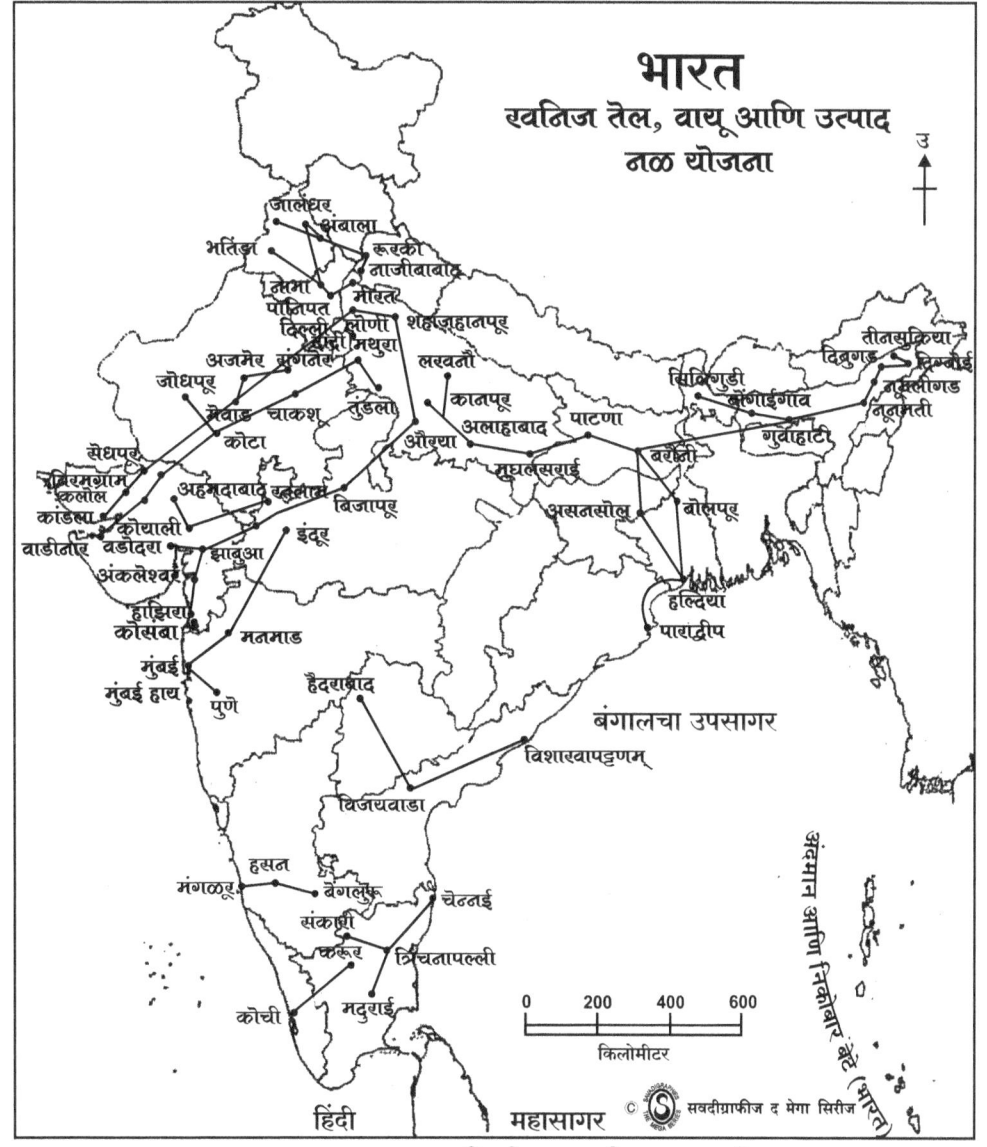

नकाशा क्र. 5.32 : भारत - खनिज तेल वायू आणि उत्पाद नळ योजना

(1) **नहारकाटिया - नूनमती - बरौनी नळ योजना : भारतातील ही पहिली पेट्रोलिअम नळ योजना नहारकाटिया येथील खनिज तेल नूनमती येथे आणण्यासाठी निर्माण केली.** नंतर या योजनेचा विस्तार बिहारमधील बरौनी येथील तेलशुद्धीकरण कारखान्यापर्यंत करण्यात आला. त्याची लांबी 1,167 कि.मी. असून हल्ली ही योजना कानपूर (उत्तर प्रदेश) पर्यंत वाढविली आहे. नहारकाटिया ते नूनमती ही योजना सन 1962 मध्ये तर नूनमती ते बरौनी ही योजना सन 1964 मध्ये कार्यान्वित झाली. बरौनी ते कानपूर व हाल्दिया ही योजना सन 1966 मध्ये पूर्ण झाली.

पंपिंग स्टेशन व दुय्यम नळ योजना :

(i) **नूनमती - सिलीगुडी नळ योजना :** नूनमती (आसाम) ते सिलीगुडी (पश्चिम बंगाल) व्हाया गुवाहाटीपर्यंत तेल वाहतूक केली जाते.

(ii) **लकवा - रुद्रसागर - बरौनी नळ योजना :** ही योजना 1968 साली पूर्ण झाली. लकवा व रुद्रसागर (सिबसागर जिल्हा, आसाम) ते बरौनी तेलशुद्धीकरण कारखाना (बिहारपर्यंत) खनिज तेलाची वाहतूक केली जाते.

(iii) **बरौनी - हल्दिया नळ योजना :** ही योजना 1968 साली पूर्ण झाली. बरौनीमधून शुद्ध खनिज उत्पादनाची हल्दिया बंदरापर्यंत वाहतूक करणे आणि आयात खनिज तेलाची हल्दियापासून बरौनीपर्यंत वाहतूक करणे.

(iv) **बरौनी - कानपूर नळ योजना :** ही योजना 1966 साली पूर्ण झाली. शुद्ध पेट्रोलिअम उत्पादनाची बरौनी ते कानपूरपर्यंत वाहतूक करणे. बरौनी - पाटणा - मुघलसराई - अलाहाबाद - कानपूर असून लखनौलादेखील याचा फायदा होतो.

(v) **नूनमती - बोंगाईगाव नळ योजना :** नूनमती येथील खनिज तेलाची बोंगाईगाव पेट्रो-केमिकल्स शुद्धीकरण केंद्रापर्यंत वाहतूक करणे.

(vi) **हल्दिया - राजबंध - मौरीग्राम नळ योजना :** ही योजना 1998 साली पूर्ण झाली. पश्चिम बंगालच्या दक्षिण भागातील गरजा पूर्ण करण्यासाठी निर्माण केली आहे.

(vii) **हल्दिया - पाराद्वीप नळ योजना :** ही दोन्ही बंदरे जोडलेली आहेत.

2. पश्चिम भारतामधील तेल नळ योजना

(2) **मुंबई हाय - मुंबई - अंकलेश्वर - कोयाली नळ योजना :** या नळ योजनेने मुंबई हाय ते गुजरात येथील तेलक्षेत्रे, कोयाली (गुजरात) येथील तेलशुद्धीकरण कारखान्याला जोडली आहेत. 210 कि.मी. लांबीची ही दुहेरी नळ योजना असून मुंबई हाय येथील खनिज तेल व नैसर्गिक वायूची मुंबईपर्यंत वाहतूक केली जाते. अंकलेश्वर-कोयाली योजना 1965 साली पूर्ण झाली. अंकलेश्वर येथील खनिज तेलाची कोयाली शुद्धीकरण कारखान्यापर्यंत वाहतूक केली जाते.

(3) **सलाया - कोयाली - मथुरा नळ योजना :** 1,075 कि.मी. लांबीची ही योजना सलाया (कच्छचे आखात, गुजरात) ते कोयाली (गुजरात) व मथुरा (उत्तर प्रदेश) पर्यंत विरामग्राम मार्गे टाकण्यात आली आहे. खनिज तेलाची कोयाली ते मथुरा येथील खनिज तेलशुद्धीकरण कारखान्यापर्यंत वाहतूक केली जाते. मथुरापासून हरियाणातील पानिपतपर्यंत आणि पंजाबमधील जालंधरपर्यंत ही योजना वाढविण्यात आली आहे. शिवाय कोयाली - अहमदाबाद, कोयाली - रतलाम नळयोजना आहे.

(4) **मथुरा - दिल्ली - अंबाला - जालंधर नळ योजना :** 513 कि.मी. लांबीच्या या योजनेमुळे मथुरा येथील शुद्ध उत्पादने उत्तर भारत आणि वायव्य भारतातील मुख्य शहरापर्यंत नेली जातात.

(5) **हाजिरा (गुजरात) - विजापूर (मध्य प्रदेश) - जगदीशपूर (उत्तर प्रदेश) (HBJ) नैसर्गिक वायू नळ योजना :** 'गॅस ॲथॉरिटी ऑफ इंडिया/गेल' मार्फत नैसर्गिक वायूच्या वाहतुकीसाठी निर्माण केली आहे. याची लांबी 1,750 कि.मी. असून यामुळे **गुजरातमधील हाजिरा ते मध्य प्रदेशातील बिलासपूर आणि उत्तर प्रदेशातील जगदीशपूरला जोडणारी देशातील सर्वांत लांब योजना आहे.** या योजनेमार्फत दररोज 18 दशलक्ष घनमीटर नैसर्गिक वायूचा कवास (गुजरात), अंता (राजस्थान), औरेया (उत्तर प्रदेश) या तीन ऊर्जा केंद्रांना आणि बिजापूर, सवाई माधोपूर, जगदीशपूर, शाहजहानपूर, अवोनला आणि बारबाला या ठिकाणी सहा खत प्रकल्पांना पुरवठा केला जातो. हाजिरा-अंकलेश्वर - वडोदरा - झाबुआ - विजापूर - औरया - शाहजहानपूर - लोणीमार्गे नळ योजना आहे. विजापूर - दाद्री नळ योजना आहे.

(6) **जामनगर (गुजरात) - लोणी (उत्तर प्रदेश) LPG नळ योजना :** 1,269 कि.मी. लांबीची ही योजना गेलने उभारली/निर्माण केली आहे. ही योजना गुजरातमधील जामनगर ते उत्तर प्रदेशातील दिल्लीजवळील लोणीपर्यंत टाकली आहे. राजस्थान, गुजरात, हरियाणा, उत्तर प्रदेश या राज्यांतून ही नळ योजना जाते. **घरगुती वापराच्या इंधनाची LPG ही जगातील सर्वांत लांब योजना आहे.** या योजनेतून 3.5 लक्ष एल.पी.जी.सिलेंडर्स भरतील इतका घरगुती वायू दररोज पाठविला जातो.

(7) **कांडला - भतिंडा नळ योजना :** 1,321 कि.मी. लांबीच्या योजनेतून कांडला बंदरात आयात केलेले खनिज तेलाची भतिंडा (पंजाब) येथील शुद्धीकरण कारखान्यापर्यंत वाहतूक केली जाते.

(8) **वाडीदार - बिरमग्राम - सिद्धपूर - कोटा - चाकशू - मथुरा नळ योजना :** ही नळ योजना आहे. शिवाय कोटा - जोधपूर आणि मथुरा - तुंडला नळ योजना आहे.

(9) **मुंबई नळ योजना :** मुंबई येथील पेट्रोलिअम उत्पादनाची मुंबई - पुणे तसेच मुंबई - मनमाड - इंदूरपर्यंत वाहतूक केली जाते.

(10) **हल्दिया - कोलकता नळ योजना :** हल्दिया येथील पेट्रोलिअम उत्पादनाची कोलकता व जवळच्या नागरी केंद्रापर्यंत वाहतूक होते.

• मंगलोर - हसन - बेंगळुरू नळ योजना; • कोची - करूर; • मदुराई - तिरुचिरापल्ली - चेन्नई; • हैदराबाद - विजयवाडा - विशाखापट्टणम्; • मुंबई - मनमाड - इंदूर; • जोधपूर - कोटा; • कांडला - विरामग्राम - भतिंडा (पंजाब).

याशिवाय देशाच्या अनेक भागात नळ योजना पूर्ण करण्यात आल्या असून काही पूर्णत्वाच्या अवस्थेत आहेत.

गुजरात : खनिज तेल, नैसर्गिक वायू व पेट्रोलिअम उत्पादनाची वाहतूक करणाऱ्या काही नळ योजना पुढीलप्रमाणे -

1. कलोल - साबरमती नळ योजना
2. नवगाम - कलोल - कोयाली नळ योजना
3. खंबायत - धिवरण नैसर्गिक वायू नळ योजना
4. अंकलेश्वर - उतरण नैसर्गिक वायू नळ योजना
5. कोयाली - अहमदाबाद पेट्रोलिअम उत्पादन योजना
6. अंकलेश्वर - वडोदरा नैसर्गिक वायू नळ योजना

भविष्यकालीन पेट्रोलिअम नळ योजना : (1) कानपूर (उत्तर प्रदेश) - बीना (मध्य प्रदेश) (2) हल्दिया - बजबज (पश्चिम बंगाल).

जलवाहतूक

वाहन जेव्हा पाण्यातून किंवा पाण्याच्या पृष्ठभागावरून जाते तेव्हा त्या वाहतुकीला जलवाहतूक असे म्हणतात.

भारतातील जलवाहतुकीचे प्रकार

भारतात तीन प्रकारची जलवाहतूक होते - (1) अंतर्गत जलवाहतूक (2) किनाऱ्यालगतची जलवाहतूक (3) सागरी जलवाहतूक.

1. अंतर्गत जलवाहतूक

''देशांतर्गत नद्या, कालवे, सरोवरे यांच्यातून देशातल्या देशात माल व प्रवाशांची जी ने-आण केली जाते, त्यास अंतर्गत जलवाहतूक असे म्हणतात.''

भारतातील अंतर्गत जलवाहतुकीची क्षेत्रे :

(1) **नद्यांचे प्रवाह :**

(अ) हिमालयातील नद्या : • गंगा : हरिद्वार, कानपूर, अलाहाबाद, मिर्झापूर, वाराणसी, पाटणा, मुर्शिदाबाद, कोलकता इत्यादी महत्त्वाची शहरे गंगेच्या काठावर वसली आहेत. गंगेच्या त्रिभुज प्रदेशातील हुगळी नदीत 240 कि.मी. लांबीच्या प्रवाहात जलवाहतूक होते. येथे तागाची वाहतूक मोठ्या प्रमाणात चालते. **• ब्रह्मपुत्रा :** हा देशातील दुसरा महत्त्वपूर्ण जलमार्ग असून पंडू, जोगीगोपा, दिब्रुगड ही महत्त्वाची शहरे तीरावर आहेत. ब्रह्मपुत्रा नदीतून लहान-मोठ्या बोटी दिब्रुगडपर्यंत सुमारे 1280 कि.मी. पर्यंत आत जाऊ शकतात. या भागात तेलाच्या खाणी, चहाचे मळे, ताग, लाकूड व खनिज असल्याने हा भाग हुगळी नदीच्या वाहतुकीप्रमाणेच कलकत्ता बंदराशी जोडला गेला आहे. हिमालयातील नद्यांना वर्षभर पाणी असून त्या सखल प्रदेशातून वाहतात. भूभागाचा उतार मंद आहे. दाट लोकवस्तीचा प्रदेश असल्याने जलवाहतुकीस आदर्श परिस्थिती आहे. मात्र पावसाळ्यात पूरपरिस्थितीमुळे वाहतूक विस्कळीत होते. **(नकाशा क्र. 5.33 पाहा.)**

(ब) पठारावरील नद्या : महानदी, गोदावरी, कृष्णा, गोदावरी या पूर्व किनारपट्टीला जाऊन मिळणाऱ्या नद्यांचे तसेच पश्चिम किनारपट्टीवरील नर्मदा, तापी, झुआरी, मांडवी नद्यांचे प्रवाह मुखाजवळ जलवाहतुकीस उपयुक्त आहेत. नद्यांचे प्रवाह हंगामी आहेत. पावसाळ्यात यांना भरपूर पाणी असते. तर कोरड्या ऋतूत काहींची पात्रे कोरडी पडतात. यामुळे पठारावरील नद्या वर्षभर जलवाहतुकीस उपयुक्त नाहीत.

(क) कालवे : बकिंगहॅम कालवा : तमिळनाडू व आंध्र प्रदेशाच्या समुद्रकिनाऱ्याला समांतर जाणारा 312 कि.मी. लांबीचा पूर्व किनारपट्टीवरील सर्वांत महत्त्वपूर्ण अंतर्गत जलमार्ग आहे. शिवाय आंध्रमधील कर्नूल-कडाप्पा कालवा (116.8 कि.मी.) ओडिशा किनारा कालवा (272 कि.मी.), पश्चिम बंगालमधील मिदनापूर कालवा (492 कि.मी.), बिहारमधील सोन कालवा (326 कि.मी.) यामधून जलवाहतूक होते. केरळमधील किनाऱ्यावरचे वाळूचे दांडे आणि मुख्य भूमी यांच्यामध्ये पाणी साठून खारी सरोवरे निर्माण झाली आहेत, त्यांना 'कायले' म्हणतात. यातून जलवाहतूक होते.

2. किनाऱ्यालगतची जलवाहतूक

किनाऱ्यालगतच्या जलवाहतुकीमध्ये देशांतर्गत मालाची व प्रवाशांची ने-आण केली जाते. लोहखनिज, मँगनीज, लाकूड, कोळसा, कृषी उत्पादने तसेच औद्योगिक उत्पादने यांची देशांतर्गत वाहतूक केली जाते. किनारपट्टीवरील ओखा, रत्नागिरी, माहे, तुतिकोरीन, मच्छलीपट्टण, नागापट्टण इत्यादी लहान-मोठ्या बंदरातून जलवाहतूक चालते. ही वाहतूक प्रामुख्याने स्वदेशी नौकांकरिता राखून ठेवलेली असते. स्वदेशी वस्तूंची देशांतर्गत देवाण-घेवाण यामध्ये अपेक्षित असते. परदेशी मालाची आयात-निर्यात हा हेतू नसतो.

3. सागरी वाहतूक

भारताची परदेशांशी होणारी जलवाहतूक सागरी मार्गाने होते. कांडला, मुंबई, न्हावाशेवा, मार्मागोवा, कोचीन, मद्रास, विशाखापट्टणम, कलकत्ता ही सागरी मार्गावरील प्रमुख बंदरे आहेत. महत्त्वाच्या सागरी मार्गांनी ही परस्परांशी व जगातील इतर देशांशी जोडलेली आहेत. अनेक देशी-विदेशी नौका या बंदरात येतात. आंतरराष्ट्रीय व्यापाराबरोबर देशांतर्गत व्यापारासही यामुळे फार मोठी मदत होते. भारतातील सागरी जलवाहतूक ऑस्ट्रेलिया, जपान, पाकिस्तान, ग्रेट ब्रिटन, पोलंड, संयुक्त संस्थाने इत्यादी देशांच्या दरम्यान होते. प्रवासी व मालवाहू जहाजे मुंबईहून सर्व आफ्रिकेला तर मद्रासहून सिंगापूरला जातात.

भारतात प्रमुख बंदरे : भारतात 7,516 कि.मी. लांबीचा समुद्रकिनारा लाभला असून या किनाऱ्यावर 13 प्रमुख तर 200 मध्यम व लहान आकाराची बंदरे आहेत. भारतात पश्चिम किनाऱ्यावर कांडला, मुंबई, न्हावा-शेवा (पंडित जवाहरलाल नेहरू बंदर) मार्मागोवा, कारवार, नवे मंगळूर व कोची तर पूर्व किनारपट्टीवर चेन्नई, विशाखापट्टणम, पराद्वीप, हाल्दिया व कोलकाता ही बंदरे आहेत.

भारतीय जलवाहतुकीची वैशिष्ट्ये

• राष्ट्रीय जलमार्ग *(National Waterways)* **:** भारताने पुढील पाच जलमार्गांना 'राष्ट्रीय जलमार्गाचा' दर्जा दिलेला आहे.

(1) **अलाहाबाद : हाल्दिया स्ट्रेच** (NW-1, 1620 कि.मी.) गंगा-भागिरथी-हुगळी नदीप्रणालीवर अलाहाबाद-हाल्दिया स्ट्रेच आहे. वर्ष 1986. भारतामधील सर्वांत महत्त्वपूर्ण जलमार्ग आहे. यांत्रिक बोटींनी पाटण्यापर्यंत तर साध्या बोटींनी हरिद्वारपर्यंत जलवाहतूक चालते. विकासाच्या दृष्टीने NW-1 ची तीन भागांमध्ये विभागणी केलेली आहे. (अ) हाल्दिया-फराक्का (560 कि.मी.) (ब) फराक्का-पाटणा (460 कि.मी.) (क) पाटणा-अलाहाबाद (600 कि.मी.)

(2) **सादिया-धुब्री स्ट्रेच** (NW-2, 891 कि.मी.) : ब्रह्मपुत्रा नदीवरील हा राष्ट्रीय जलमार्ग 1988 साली जाहीर केला. ब्रह्मपुत्रा नदीमध्ये स्टीमरने दिब्रुगडपर्यंत (1384 कि.मी.) जलवाहतूक केली जाते. भारत आणि बांगला देश यांच्या दरम्यान जलवाहतूक चालते.

(3) **कोट्टापूरम-कोलम स्ट्रेच** (NW-3, 205 कि.मी.) : चेंपाकर कालवा आणि उदगमंडलम कालव्याच्या अनुषंगाने पश्चिम किनारपट्टीवर कोट्टापूरम-कोलमदरम्यान जलवाहतूक चालते. (जाहीर वर्ष 1993).

(4) **काकीनाडा-पुद्दुचेरी स्ट्रेच कालवा आणि कालूरेली तलाव** (NW-4, 1995 कि.मी.) : कृष्णा आणि गोदावरी दरम्यान.

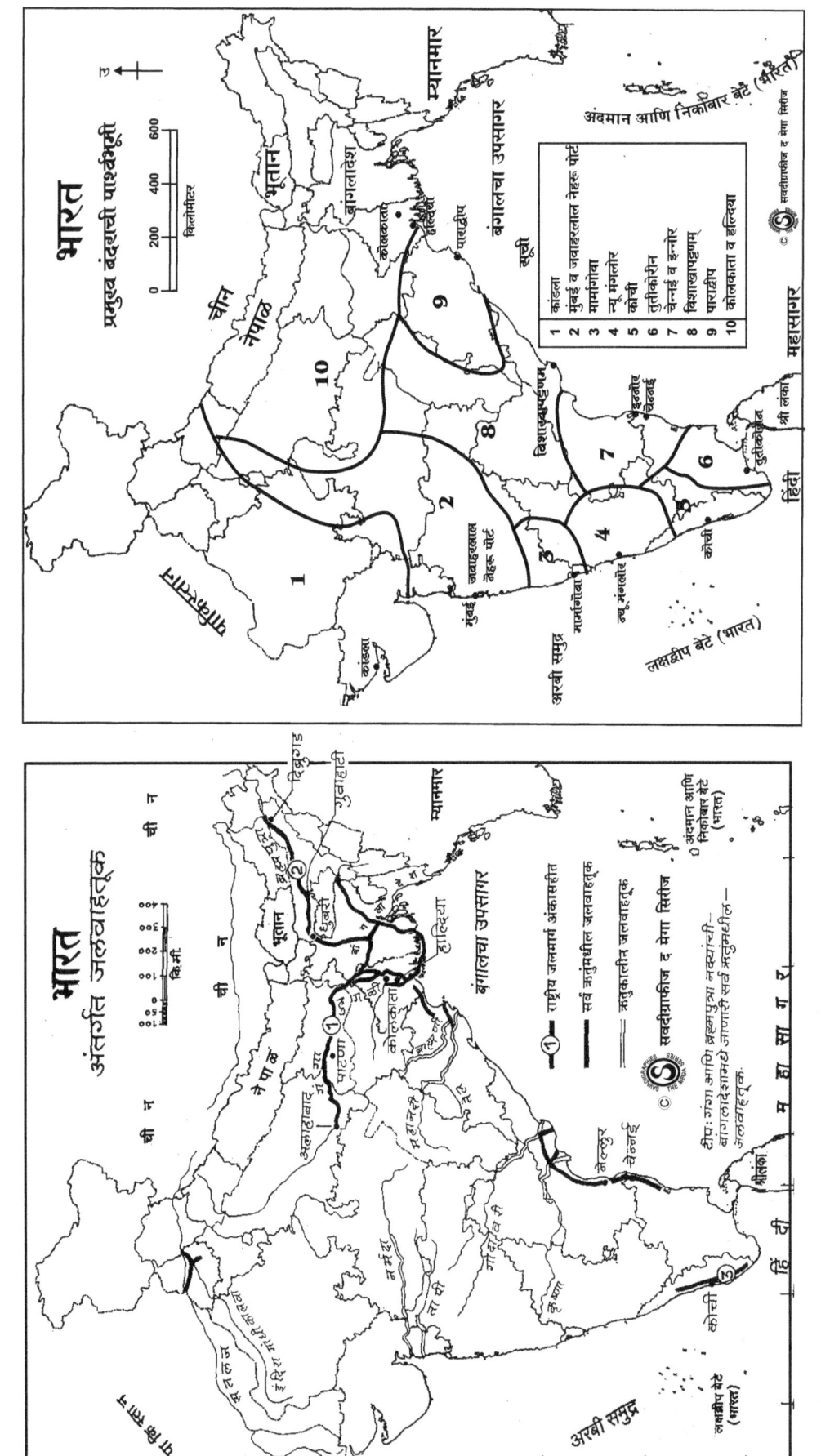

भारत
अंतर्गत जलवाहतूक
जलवाहतूक.

नकाशा क्र. 5.33 : भारत - अंतर्गत जलवाहतूक

भारत

नकाशा क्र. 5.34 : भारत - प्रमुख बंदरांची पार्श्वभूमी

(5) ताल्चेर-धमरा स्ट्रेच (NW-5, 623 कि.मी.) : महानदी त्रिभुज नदीप्रणालीच्या अनुषंगाने ब्राह्मणी नदीवरील, ताल्चेर-धमरा स्ट्रेच, पूर्व किनारी कालव्याचा गेवोंखाली चार बाटिया स्ट्रेच आणि मताई नदीचा चारबाटिया-धमरा स्ट्रेचदरम्यान जलवाहतूक चालते.

• भारतामध्ये सर्वांत जास्त लांबीची जलवाहतूक आसाम राज्यामध्ये असून या खालोखाल बिहारी आणि प. बंगाल राज्यांचा क्रमांक आहे.

• **राष्ट्रीय सागरी विकास कार्यक्रम** *(National Maritime Development Programme-NMDP)* : भारतामधील सर्व प्रमुख बारा बंदरांमध्ये बर्थची उभारणी/सुधारणा, जलमार्ग खोल करणे, रेल्वे/रस्ते कनेक्टिव्हिटीसारखे 276 प्रकल्प राबविले जात आहेत. याचे स्वरूप पुढीलप्रमाणे -

प्रकल्पाचे स्वरूप	प्रकल्पाची संख्या	प्रकल्पाचे स्वरूप	प्रकल्पाची संख्या
जलमार्ग खोल करणे	25	बर्थ उभारणी	76
साधने	52	कनेक्टिव्हिटी	45
इतर	78		

Source : India 2011, Page No. 934

अलीकडील आकडेवारीनुसार बंदर विभागात 52 प्रकल्प आणि शिपिंग विभागात 13 प्रकल्प पूर्ण केलेले आहेत.

• **जहाज वाहतूक** : भारतीय अर्थव्यवस्थेच्या वाहतूक विभागात जहाज वाहतूक महत्त्वाची भूमिका बजावते. देशामधील व्यापाराचे 95% आकारमान (68% चे मूल्य) सागरी मार्गाने वाहतूक होते. विकसित देशामध्ये भारत मर्चंट जहाज वाहतुकीमध्ये पहिल्या क्रमांकावर आहे, तर जगामध्ये त्याचा 16 वा क्रमांक आहे. 31 ऑगस्ट, 2010 रोजी भारतीय जहाज वाहतूक 10.11 दशलक्ष एकूण टनाची माल वाहतूक (Gross Tonnage-GT) झाली.

• **शिपिंग कॉर्पोरेशन ऑफ इंडिया लि.** *(Shipping Corporation of India Ltd.-SCI)* : SCI ला ऑगस्ट 2009 साली भारत सरकारने 'नवरत्न' (Navaratna) हा किताब देऊन सन्मान केला. 1 जून, 2010 नुसार एकूण भारतीय टनेज GT 30% आणि Dead Weight Tonnage-DWT 32% वाटा आहे. सध्या SCI कडे 75 जहाजे असून त्याची सरासरी 2-9 दशलक्ष GT आहे.

विमान वाहतूक

भारतातील विमान वाहतुकीचा विकास : भारतात विमान वाहतुकीची नियमित सोय 1927 साली सुरू झाली. 1953 साली देशात एअर इंडिया कार्पोरेशन अ‍ॅक्ट संमत झाला व हवाई वाहतुकीचे राष्ट्रीयीकरण करण्यात आले.

देशांतर्गत विमानतळ : भारतात 4 आंतरराष्ट्रीय व 85 इतर विमानतळे आहेत. त्यांचे वर्गीकरण खालीलप्रमाणे -

(1) **प्रमुख विमानतळ** : अगरताळा, अहमदाबाद, दिल्ली (सफदरजंग), गौहत्ती, मद्रास (सेंट थॉमस माँट), बेगमपेठ, नागपूर, तिरुचिरापल्ली.

(2) **दुय्यम विमानतळ** : अमृतसर, औरंगाबाद, बाघडोग्रा, वडोदरा, बेळगाव, भावनगर, भोपाळ, भुवनेश्वर, भूज, कोईमतूर, इंदूर, गया, जयपूर, लखनौ, मदुराई, मंगळूर, मोहनबारी, पसीघाट, पाटणा, पोरबंदर, राजकोट, रांची, तिरुअनंतपुरम, उदयपूर, वाराणसी, विशाखापट्टणम व इतर अनेक ठिकाणी.

(3) **लघु विमानतळ** : अकोला, बेहला, विलासपूर, कड्डाप्पा, झांसी, जबलपूर, कानपूर, खांडवा, कोल्हापूर, ललितपूर, मुझफ्फरनगर, म्हैसूर, पन्ना, रायपूर, सोलापूर, तंजावर, पुणे (लोहगाव) व इतर विमानतळांचा समावेश होतो.

नागरी हवाई वाहतुकीची वैशिष्ट्ये : • International Civil Aviation Organisation (ICAO) चा भारत सभासद आहे. याचप्रमाणे तो ICAD च्या कौन्सिलवरही आहे.

- **सार्वजनिक आणि खासगी कंपन्या** : एअर ट्रान्सपोर्ट कंपन्या सार्वजनिक आणि खासगी स्वरूपाच्या कंपन्या आहेत.
- **सार्वजनिक क्षेत्रामधील हवाई कंपन्या** : National Aviation Company of India Limited (Air India) आणि तिच्या सहकारी कंपन्या (i) Alliance Air (ii) Air India Charters Ltd. (iii) Air India Express etc.
- **खासगी क्षेत्रामधील हवाई कंपन्या** : (1) जेट एअरवेज (इंडिया लि.) (2) जेट एअरलाइन्स (3) गो एअरलाइन्स (इंडिया) प्रा.लि. (4) किंग फिशर एअरलाइन्स (5) स्पाईसजेट लि. (6) पॅरामाऊंट एअरवेज प्रा. लि. (7) इंटर ग्लोब एव्हिएशन लि. (इंडिगो)
- **शेड्युल्ड एअर ट्रान्सपोर्ट (प्रादेशिक सेवा)** : छोटी शहरे आणि उत्तर प्रादेशिक विभागात विमानसेवा.
- **मालवाहतूक एअरलाइन्स** : (1) ब्ल्यू एव्हिएशन प्रायव्हेट लि. (2) डेक्कन कार्गो व एक्सप्रेस लॉजिस्टिक्स लि. (3) आयर्न कार्गो एक्सप्रेस प्रा. लि.

एअरपोर्ट अ‍ॅथॉरिटी ऑफ इंडिया *(Airports Authority of India, AAI)* : देशाच्या सर्व भागात (दूर आणि दुर्गम क्षेत्रे धरून) AAI मार्फत हवाई वाहतुकीच्या पायाभूत सुविधा पुरविल्या जातात. AAI ची स्थापना 1 एप्रिल, 1995 रोजी झाली. AAI देशामधील 115 विमानतळांचे (23 सिव्हिल एनक्लेव्ह सह) व्यवस्थापन करते. याशिवाय AAI इतर 11 विमानतळांना CNS-ATM सुविधा पुरविते. AAI ला बंगालचा उपसागर आणि अरबी समुद्रासह राष्ट्रीय एक्सप्रेसच्या 2.8 दशलक्ष नॉटिकल चौ.मी. क्षेत्र एअर ट्रॉनिक सेवांसाठी प्रदान करण्यात आले आहेत.

या व्यतिरिक्त पुढील विमानतळांचे आधुनिकीकरण आणि उच्च सुविधा पुरविण्याची जबाबदारी AAI वर सोपविली आहे.

(अ) आधुनिकीकरण, प्रवासी, नवीन टर्मिनल बांधणी झालेली विमानतळे : • डेहराडून • जयपूर • कुलू • उदयपूर • गया • कूचबिहार • दिब्रुगड • लिलाबारी • अहमदाबाद (देशांतर्गत नवीन टर्मिनल बांधणी) • औरंगाबाद • भूज • गोंदिया • पोरबरा • म्हैसूर • मंगळूर • त्रिचनापल्ली • विझाग (विशाखापट्टणम) • श्रीनगर • त्रिवेंद्रम • वाराणसी • बारापानी (शिलाँग) आणि • मदुराई.

(ब) बांधकाम चालू असलेली नवीन टर्मिनल विमानतळे : • कोलकता • चेन्नई • चंदीगड • लखनौ • खजुराहो • भुवनेश्वर • रायपूर • भोपाळ • गोवा • इंदोर • राजमुंद्री. याशिवाय बऱ्याच विमानतळांवर नवीन सुधारणा, आधुनिकीकरणाच्या योजना हाती घेतलेल्या आहेत. तसेच भविष्यकाळात घेणार आहेत.

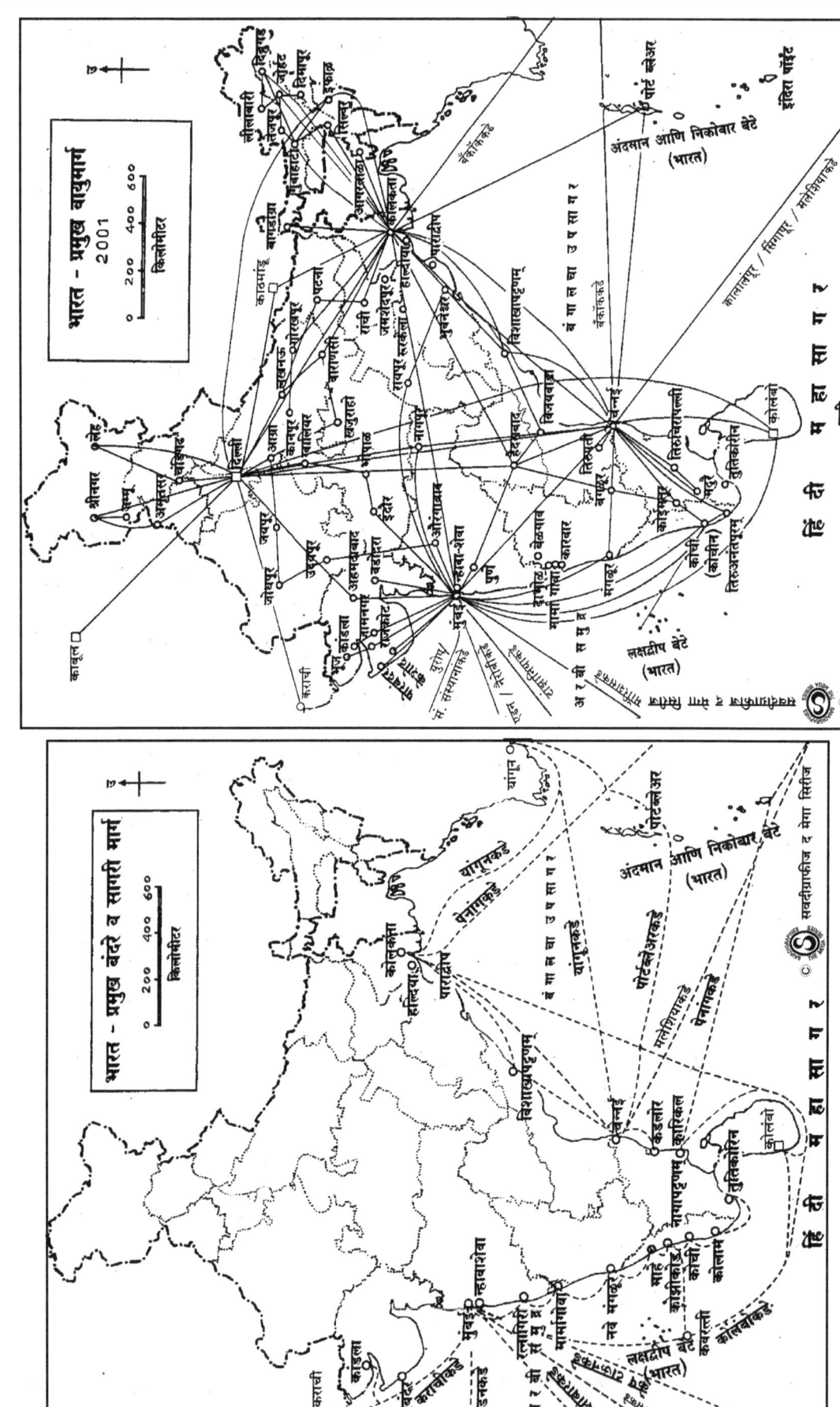

नकाशा क्र. 5.35 : भारत - प्रमुख बंदरे व सागरी मार्ग

नकाशा क्र. 5.36 : भारत - प्रमुख वायुमार्ग व विमानतळ

तक्ता क्र. 5.43 : भारत – प्रसिद्ध विमानतळांची नावे

राज्य	नगर	विमानतळाचे नाव
1. अंदमान व निकोबार बेटे	पोर्ट ब्लेअर	वीर सावरकर आंतरराष्ट्रीय विमानतळ
2. आंध्र प्रदेश	विशाखापट्टणम्	विशाखापट्टणम् विमानतळ
3. आसाम	गुवाहाटी	लकप्रिया गोपीनाथ बोर्डोलोई आंतरराष्ट्रीय विमानतळ
4. छत्तीसगड	रायपूर	स्वामी विवेकानंद विमानतळ
5. दिल्ली	नवी दिल्ली	इंदिरा गांधी आंतरराष्ट्रीय विमानतळ
6. गोवा	होल स्टेट	गोवा आंतरराष्ट्रीय विमानतळ
7. गुजरात	अहमदाबाद	सरदार वल्लभभाई पटेल आंतरराष्ट्रीय विमानतळ
8. जम्मू व काश्मीर	श्रीनगर	श्रीनगर विमानतळ
9. कर्नाटक	बेंगळुरू	केम्पेगोवडा (Kempegowda) आंतरराष्ट्रीय विमानतळ
10. कर्नाटक	मंगलोर	मंगलोर आंतरराष्ट्रीय विमानतळ
11. केरळ	कोची	कोचीन आंतरराष्ट्रीय विमानतळ
12. केरळ	कोझीकोड	कालिकत आंतरराष्ट्रीय विमानतळ
13. केरळ	तिरुअनंतपुरम	त्रिवेंद्रम आंतरराष्ट्रीय विमानतळ
14. मध्य प्रदेश	भोपाळ	राजा भोज विमानतळ
15. मध्य प्रदेश	इंदूर	देवी अहिल्याबाई होळकर विमानतळ
16. महाराष्ट्र	मुंबई	छत्रपती शिवाजी आंतरराष्ट्रीय विमानतळ
17. महाराष्ट्र	नागपूर	डॉ. बाबासाहेब आंबेडकर आंतरराष्ट्रीय विमानतळ
18. मणिपूर	इम्फाळ	तुलिबल (Tulibal) आंतरराष्ट्रीय विमानतळ
19. ओडिशा	भुवनेश्वर	बिजू पटनाईक आंतरराष्ट्रीय विमानतळ
20. पंजाब	अमृतसर	श्री गुरू रामदासजी आंतरराष्ट्रीय विमानतळ
21. राजस्थान	जयपूर	जयपूर आंतरराष्ट्रीय विमानतळ
22. राजस्थान	उदयपूर	महाराणा प्रताप विमानतळ
23. तमिळनाडू	चेन्नई	चेन्नई आंतरराष्ट्रीय विमानतळ
24. तमिळनाडू	कोईमतूर	कोईमतूर आंतरराष्ट्रीय विमानतळ
25. तमिळनाडू	तिरुचिरापल्ली	तिरुचिरापल्ली आंतरराष्ट्रीय विमानतळ
26. तेलंगण	हैदराबाद	राजीव गांधी आंतरराष्ट्रीय विमानतळ
27. उत्तर प्रदेश	लखनौ	चौधरी चरण सिंग विमानतळ
28. उत्तर प्रदेश	वाराणसी	लालबहादूर शास्त्री विमानतळ
29. पश्चिम बंगाल	कोलकता	नेताजी सुभाषचंद्र बोस आंतरराष्ट्रीय विमानतळ
30. पश्चिम बंगाल	सिलीगुडी	बागडोग्रा (Bagdogra) विमानतळ

Source: Airport Authority of India, 2014

5.9 भारतीय दूरसंवेदक उपग्रह [Indian Remote Sensing (IRS) Satellites]

भारतीय दूरसंवेदन (IRS) उपग्रह ही पृथ्वी निरीक्षण (Earth Observation) उपग्रहांची मालिका आहे. भारतीय अवकाश संशोधन संघटना (Indian Space Research Organisation – ISRO) द्वारा उपग्रहांची बांधणी, क्षेपण आणि देखरेख केली जाते. IRS मालिका भारताला दूरसंवेदनाच्या अनेक सेवा प्रदान करते.

1. भारतीय अवकाश कार्यक्रम (Indian Space Programme)

आज भारत जगामधील काही देशांपैकी एक आहे की, ज्याने अवकाश क्षेत्रात छाप पाडणाऱ्या मोठ्या भव्य मालिकांची कामगिरी पार पाडलेली आहे. शिवाय देशाने वेगवान विकासासाठी अवकाश तंत्रज्ञान यशस्वीरीत्या उपयोजित केलेले आहे आणि सर्वसामान्य लोकांच्या फायद्यासाठी अवकाश आधारित विविध प्रकारच्या सेवा पुरवित आहे.

इस्रोची (ISRO) स्थापना 1969 साली करण्यात आली. भारत सरकारने अवकाश आयोग आणि अवकाश विभागाची (Space Commission and the Department of Space/DOS) स्थापना केली.

भारतीय अवकाश प्रयत्नात 1970 चे दशक प्रयोगशीलतेचे युग होते. आर्यभट्ट, भास्कर, रोहिणी यांसारखे प्रयोगशील उपग्रह कार्यक्रम हाती घेतले गेले. हे कार्यक्रम यशस्वीरीत्या पार पडले.

अवकाश प्रणालीचे दोन प्रमुख संक्रियात्मक पुढील कार्यक्रम :

(अ) भारतीय उपग्रह *(Indian Satellite/INSAT)* : या अंतर्गत (i) दूरसंचार सेवा (ii) दूरदर्शन प्रसारण (iii) वातावरणशास्त्रीय/मौसम विज्ञान सेवा राबविली जाते.

(ब) भारतीय दूरसंवेदन *(Indian Remote Sensing)/IRS)* **उपग्रह** : (i) साधनसंपत्ती बोधक आणि व्यवस्थापन (Resources Monitoring and Management) याशिवाय क्षेपणयानाचे दोन संक्रियात्मक कार्यक्रम. (ii) ध्रुवीय उपग्रह क्षेपणयान (Polar Satellite Launch Vehicle / PSLV) : प्रामुख्याने ध्रुवीय कक्षेत दूरसंवेदन उपग्रहाचे क्षेपण. (iii) भूसमकालिक उपग्रह क्षेपणयान (Geosynchronous Satellite Launch Vehicle – GSLV) : भूसमकालिक स्थानांतर कक्षेमध्ये (Geosynchronous Transfer Orbit/ GTO) संदेशवहन आणि वातावरणशास्त्रीय उपग्रहांचे क्षेपण.

• भारतीय अवकाश कार्यक्रमामध्ये 2009–10 साली भारताची पहिली चंद्र सफर चंद्रयान–1 ने मैलाचा दगड गाठला. चंद्राच्या पृष्ठभागावर पाण्याचा अंश आहे असा महत्त्वपूर्ण शोध लावला.

भारतीय दूरसंवेदन उपग्रह प्रणाली *(Indian Remote Sensing Satellite Systems / IRS Satellite System)* : भारतीय दूरसंवेदन उपग्रह प्रणाली आज जगामधील संक्रियात्मकातील दूरसंवेदन उपग्रहांचा सर्वांत मोठा तारकासमूह आहे. IRS कार्यक्रमाचा प्रारंभ 1988 साली IRS-1A च्या क्षेपणापासून झाला आणि सध्या दहा उपग्रह आहेत. ते अभिक्षेत्रीय वियोजनाच्या/रिझोल्यूशन (Spatial Resolution) विविध प्रतिमासृष्टी (Imageries) पाठवितात.

IRS **प्रणालीची आज कार्यरत असलेली उपग्रहे :** TES, OceanSat-1 & 2, ResourceSat-1, CartoSat-1 and CartoSat-2 & 3 A, IMS-1, RISAT-2.

अलीकडच्या काळात उड्डाण होणारी दूरसंवेदन उपग्रहे : CartoSat-2B, ResourceSat-2 आणि Radar Imaging Satellite RISAT-1 आहेत.

IRS **अवकाशयानाद्वारा पाठविलेल्या प्रतिमासृष्टीचा** *(Imagery)* **उपयोग :** कृषी, जल साधनसंपत्ती, नागरी विकास, खनिजसंपत्ती, पर्यावरण, वानिकी, अवर्षण आणि पूर अंदाज, महासागर, आपत्ती व्यवस्थापन आधार या बाबतीत अनेक उपयोजनांसाठी होत आहे. याशिवाय ग्रामीण साधनसंपत्ती केंद्रे, एक खिडकी एजन्सीजमार्फत INSAT आणि IRS उपग्रहाद्वारा नैसर्गिक साधनसंपत्ती, भूमी आणि जल साधनसंपत्ती व्यवस्थापन, दूरऔषध योजना (Tele-medicine), दूरशिक्षण (Tele-education), प्रौढ शिक्षण, व्यावसायिक प्रशिक्षण, आरोग्यसेवा आणि कुटुंबकल्याणासंबंधी माहिती पुरविली जाते.

2. क्षेपणयान कार्यक्रम (Launch Vehicle Programme)

• 1970 च्या दशकात देशामध्ये क्षेपणयान विकास कार्यक्रमास प्रारंभ झाला. • 1980 साली पहिला प्रयोगशील 'उपग्रह क्षेपणयान' (सॅटेलाईट लाँच व्हेइकल/Satellite Launch Vehicle / SLV-3) हा कार्यक्रम विकसित झाला. • 1982 साली याचे विशिष्ट रूप (Augmented Version), ASLV यशस्वीरीत्या अवकाशात सोडले.

भारताने क्षेपण तंत्रज्ञानामध्ये (Launch Technology) उपग्रह क्षेपणयान कार्यक्रमात झपाट्याने स्वावलंबन प्राप्त केले. Polar Satellite Launch Vehicle (PSLV) आणि Geosynchronous Satellite Launch Vehicle (GSLV) संक्रियात्मककरण मिळविले. याचे स्वरूप पुढीलप्रमाणे :

(अ) ध्रुवीय उपग्रह क्षेपणयान *[Polar Satellite Launch Vehicle (PSLV)]* : • इस्रोच्या संक्रियात्मक यानाचा (Operational Vehicle) आराखडा आणि विकासाचे प्रतिनिधित्व PSLV करते. याचा उपयोग 'कक्षा दूरसंवेदन उपग्रह' (Orbit Remote Sensing Satellites) याकरिता होतो. • भारतासाठी SLV-3 ने अवकाश भ्रमण देशाच्या समाजात स्थान प्राप्त करून दिले. • ASLV ने इस्रोसाठी क्षेपणयान तंत्रज्ञानामध्ये मार्ग मोकळा करून दिला. • PSLV बरोबर जागतिक दर्जाचे नवीन यान अवतरले. • PSLV ने वारंवार आपली विश्वसनीयता आणि बहुगुणता सिद्ध केली आहे. PSLV ने एप्रिल 2010 पर्यंत 39 उपग्रह/अवकाशयान अंतराळात सोडलेले आहेत. यांपैकी सतरा भारतीय आणि बावीस आंतरराष्ट्रीय उपग्रह/अवकाशयानाचे कक्षांमध्ये यशस्वीरीत्या अंतराळात उड्डाण केलेले आहे. • PSLV ने एकच क्षेपण आणि भूसमकालिक (Geosynchronous) मध्ये विविध घाटणीचे, बहुवजनी आणि बहुकार्याचे उपग्रह/अवकाशयाने पाठवून आपली क्षमता सिद्ध केलेली आहे. • चंद्रयान–1 मोहिमेमध्ये PSLV ने 'ध्रुवीय सूर्य भूसमालिक कक्षेमध्ये' (Polar Sun Synchronous Orbit) एकूण 1750 कि.ग्रॅ. वजन वाढून आपण क्षमतेस पात्र आहोत हे जगाला दाखवून दिले.

(ब) भूसमकालिक उपग्रह क्षेपणयान *[Geosynchronous Satellite Launch Vehicle (GSLV)]* : GSLV ची भूसमकालिक स्थानांतरण कक्षेमध्ये (Geosynchronous Transfer Orbit/GTO) 2000 कि.ग्रॅ. चे उपग्रह क्षेपण वाहून नेण्याची क्षमता आहे.

GSLV चे पहिले उड्डाण 18 एप्रिल, 2001 रोजी श्रीहरिकोट्टा बेटावरून 1540 कि.ग्रॅ. चे (GSAT-1) क्षेपण झाले.

यानंतर पाच अधिक क्षेपण झाले.

- GSLV - D2 : 8 मे, 2003; (GSLV - 2 : 1825 kg.)
- GSLV - FO1 : 20 सप्टेंबर, 2004 (EDUSAT, 1950 kg); GSLV - FO2 : 10 जुलै, 2006
- GSLV - FO4 : 2 सप्टेंबर, 2007 (INSAT-4 CR 2130 kg)

आतापर्यंत GSLV ने चार उपग्रहांचे क्षेपण केले आहे.

क्षेपण पायाभूत सुविधा *(Launch Infrastructure)* : भारताच्या पूर्व किनारपट्टीवर श्रीहरिकोट्टा बेटावर 'सतीश धवन स्पेस सेंटर' (Satish Dhawan Space Centre, SDSC) SHAR येथे क्षेपण पायाभूत सुविधा आहेत. श्रीहरिकोट्टा याचे भौगोलिक स्थान आंध्र प्रदेशाच्या नेल्लोर जिल्ह्यात आहे. ते चेन्नईपासून सुमारे 100 कि.मी. अंतरावर आहे.

SDSC SHAR येथे दुसरे क्षेपण पॅड उभारले. यामुळे GSLV MK-III ची आवश्यकता याचप्रमाणे भविष्यकालीन क्षेपणाची गरज भागवली जाईल. देशाच्या 'मानवी अवकाश उड्डाण कार्यक्रमाची' (Human Space Flight Programme) गरज भागविण्यासाठी तिसरे क्षेपण पॅड बांधणीचा प्रस्ताव आहे.

तक्ता क्र. 5.44 : भारतीय दूरसंवेदन उपग्रह

क्र.	उपग्रह प्रणाली	उपग्रह	प्रक्षेपण दिनांक	कामगिरी व प्रत्यक्ष साध्ये
1.		आर्यभट्ट	19 एप्रिल, 1975	भारताचा पहिला उपग्रह. उपग्रह तंत्रज्ञानाच्या अनुभवासाठी उपयुक्त ठरला.
2.	भास्कर	भास्कर-1 भास्कर-2	7 जून, 1979 20 नोव्हेंबर, 1981	पहिला प्रायोगिक दूरसंवेदक उपग्रह, टी.व्ही. व सूक्ष्मतरंग कॅमेरा वाहून नेला. दूरसंवेदक उपग्रहाच्या सर्वांगीण माहितीचा व अनुभवाचा लाभ झाला.
3.	रोहिणी	RS-1 RS-D1 Rs-D2	18 जुलै, 1980 31 मे, 1981 17 एप्रिल, 1983	SLV-3 अग्निबाणाची यशस्वी चाचणी करता आली. लँडमार्क कॅमेरा, स्मार्ट सेन्सर कॅमेरा इत्यादी अवरक्त किरणांद्वारे प्रतिमा घेणाऱ्या संवेदकाचा (Scanner) वापर केला गेला.
4.	इनसॅट (इंडियन नॅशनल सॅटेलाईट)	INSAT-1A INSAT-1B INSAT-1C INSAT-1D INSAT-2A INSAT-2B INSAT-2C INSAT-2D INSAT-2E INSAT-3A INSAT-3B INSAT-3C INSAT-3D INSAT-3E GSAT-2	10 एप्रिल, 1982 30 ऑगस्ट, 1983 21 जुलै, 1988 12 जून, 1990 10 जुलै, 1992 23 जुलै, 1993 7 डिसेंबर, 1995 4 जून, 1997 3 एप्रिल, 1999 22 मार्च, 2000 24 जानेवारी, 2002 10 एप्रिल, 2003 8 मे, 2003 28 सप्टेंबर, 2003 20 सप्टेंबर, 2004	ही बहूद्देशीय संचार आणि वातावरणशास्त्रीय उपग्रह प्रणाली असून हवामान निरीक्षण, दूरसंपर्क, कार्यक्रम प्रसारण व या संबंधित सांख्यिकी माहितीचे संकलन ही मुख्य उद्दिष्टे आहेत. नैसर्गिक आपत्ती, आपत्कालीन सूचना शिक्षण (ISRO–UGC Project Edusat), शेती विकास, महिला व बालकल्याण, माहिती प्रसारण, दूरध्वनी व भ्रमणयंत्र विकास, दुर्गम भाग, आदिवासी विकासासाठी ही प्रणाली अत्यंत उपयुक्त ठरली. प्रक्षेपणाच्या प्रत्येक टप्प्यात अधिकाधिक तांत्रिक प्रगती प्राप्त केली गेली.
5.	इंडियन रिमोट सेन्सिंग सॅटेलाईट (IRS)	IRS-1A IRS-1B IRS-1C IRS-1D IRS-1E IRS-P2 IRS-P3	17 मार्च, 1988 29 ऑगस्ट, 1991 28 डिसेंबर, 1995 29 सप्टेंबर, 1997 20 सप्टेंबर, 1993 15 ऑक्टोबर, 1994 21 मार्च, 1996	या दूरसंवेदन उपग्रहांमधून - • लिनिअर इमेजिंग अँन्ड सेल्फ स्कॅनिंग (LISS) - I, II, III • कृष्णधवल संवेदक (Panchromatic) • विस्तृत क्षेत्र संवेदक (Wide Field Sensor WiFS) • मॉड्यूलर ऑप्टोइलेक्ट्रॉनिक स्कॅनर (MOS) या संवेदकाचा वापर केला गेला. वनक्षेत्र, पीकक्षेत्रे व उत्पादन, नागरी वसाहत, जलक्षेत्रे, खनिजे इत्यादींच्या अभ्यासात हे उपग्रह अतिशय उपयुक्त ठरले आहेत.
		IRS-P4 (OCEAN SAT-1)	26 मे, 1999	दूरसंवेदन तंत्रात भारताचे दमदार पाऊल. या मंचावर सागर वर्ण प्रारणमापी (Ocean Colour Radiometer – OCR) आणि बहुवारंवारिता समीक्षण सूक्ष्मतरंग प्रारणमापी (Multi Frequency Scanning Microwave Radiometer – MFSMR) हे संवेदक वापरले. सखोल व सर्वसमावेशक सागरी सर्वेक्षणासाठी अत्यंत उपयोगी.
		IRS-P5 (CARTO SAT-1)	2004	नकाशाशास्त्रात विकास प्रक्रियेतील भारताचे स्थान दृढतर करणारा मंच व संवेदी.
		IRS-P6 (RESOURCE SAT-1)	17 ऑक्टोबर, 2003	दूरसंवेदन तंत्रातील अतिमहत्त्वाकांक्षी प्रकल्प. यात LISS-IV खत आणि अग्रिम विस्तृत क्षेत्र संवेदकाचा (Advance Wide Field Sensor – AWiFS) उपयोग जमीन, पाणी, पिके, वने, पर्यावरण, पायाभूत सोई-सुविधांच्या आधारसामग्री प्राप्तीच्या दृष्टीने अत्यंत उपयुक्त.
6.	EDUSAT	GSLV-F01	20 ऑक्टोबर, 2004	GSAT-3 नावानेही संबोधले जाते. भारताचा पहिला शैक्षणिक उपग्रह.
7.	HAMSAT	PSLV-C6	5 मे, 2005	राष्ट्रीय व आंतरराष्ट्रीय समाजासाठी रेडिओ सेवांसाठी उपग्रह आधार प्राप्त करून देणे.

(क्रमशः)

क्र.	उपग्रह प्रणाली	उपग्रह	प्रक्षेपण दिनांक	कामगिरी व प्रत्यक्ष साध्ये
8.	GSAT-12	PSLV-C17	15 जुलै, 2011	संदेशवहन उपग्रह. देशाची ट्रान्सपाँडरची गरज भागविणे. दूरस्थ शिक्षण, दूर-वैद्यकीय सेवा, ग्रामीण साधनसंपत्ती केंद्रे (VRC) यांसारख्या सेवा प्रदान.
9.	Megha-Tropiques	PSLV-C18	12 ऑक्टोबर, 2011	चार उपग्रह एकाच वेळी पाठविण्याची सिद्धता. एक उपग्रहास भारत व फ्रान्सचे सहकार्य याच्या आधारे हवेचा मागोवा, शैक्षणिक संस्थांद्वारा दोन उपग्रह विकसित आणि चौथा उपग्रह लक्झेंबर्ग देशाचा.
10.	Jugnu-12	PSLV-C18	12 ऑक्टोबर, 2011	नॅनो उपग्रह IIT कानपूरद्वारा विकसित
11.	RISAT-1	PSLV-C19	26 एप्रिल, 2012	देशी बनावटीचा सर्व प्रकाराच्या हवेत रडार प्रतिमा उपग्रह. कृषी व आपत्ती व्यवस्थापनास प्रतिमाद्वारा उपयुक्त
12.	SRMSAT	PSLV-C18	26 एप्रिल, 2012	नॅनो उपग्रह SRM विद्यापीठाद्वारा विकसित
13.	GSAT-10	Ariane-5 VA-209	29 सप्टेंबर, 2012	भारताचा प्रगत संदेशवहन उपग्रह
14.	SARAL	PSLV-C20	25 फेब्रुवारी, 2013	भारत-फ्रेंच उपग्रह ARGOS आणि ALTIKA (SARAC) द्वारा महासागर-शास्त्रीय अध्ययनासाठी विकसित
15.	IRNSS-1A	PSLV-22	1 जुलै, 2013	Indian Regional Navigation Satellite System (IRNSS) चा पहिला उपग्रह. IRNSS च्या प्रस्तावित सात उपग्रहांपैकी एक.
16.	INSAT-3D	Ariane-5	26 जुलै, 2013	हवेचा प्रगत मौसमी उपग्रह
17.	GSAT-7	Ariane-5	30 ऑगस्ट, 2013	संदेशवहन उपग्रह - प्रगत मल्टी बँड लष्कराच्या उपयोगासाठी राखीव उपग्रह
18.	Mars Orbiter Mission (MOM)	PSLV-C25	5 नोव्हेंबर, 2013	'मंगलयान' भारताचा मंगळाच्या कक्षेत भ्रमण करणारे पहिले स्थान
19.	GSAT-14	GSLV-D5	5 जानेवारी, 2014	भारताचा 23 वा भूस्थिर (Geostationary) संदेशवहन उपग्रह
20.	IRNSS-1B	PSLV-C24	4 एप्रिल, 2014	IRNSS चा दुसरा उपग्रह
21.	IRNSS-1C	PSLV-C26	15 ऑक्टोबर, 2014	IRNSS चा तिसरा उपग्रह
22.	GSAT-16	Ariane-5	7 डिसेंबर, 2014	भारताचा 24 वा संदेशवहन उपग्रह 48 संदेशवहन ट्रान्सपाँडर पाठविते.

- IRS-P5 (Cartosat-1) 5 मे, 2005 PSLV - C-6 सेवेमध्ये
- Cartosat-2 (IRS P7) 10 जानेवारी, 2007 PSLV - C-7 सेवेमध्ये
- Cartosat-2A (IRS P) 28 एप्रिल, 2008 PSLV - C-9 सेवेमध्ये
- IMS 1 (IRS P) 28 एप्रिल, 2008 PSLV - C-9 सेवेमध्ये
- Ocean-2 23 सप्टेंबर, 2009 PSLV - C-14 सेवेमध्ये
- Cartosat - 2B 12 जुलै, 2010 PSLV - C-15 सेवेमध्ये
- Resourcesat - 2 20 एप्रिल, 2011 PSLV - C-16 सेवेमध्ये

भविष्यकालीन क्षेपणे

- Resourcesat - 4 सिरीज
- Cartosat सिरीजची Resolution वाढविणे.
- RISAT - First IRSSAR System

भारतीय दूरसंवेदनाची भविष्यकालीन क्षेपणे (Future IRS Launches)

(1) रडार प्रतिमा उपग्रह – *RISAT (Radar Imaging Satellite)* : C-बँडमधील संश्लिष्ट छिद्र रडार (Synthetic Aperature Radar, SAR) बरोबर लघुलहरी दूरसंवेदन कार्य आहे. SAR हे सर्व प्रकारच्या हवेमध्ये म्हणजेच मेघाच्छादन आणि हिमाच्छादन प्रदेश, दिवसा आणि रात्री संवेदकाच्या (Sensor) आधारे प्रतिमा घेण्याची क्षमता असते. RISAT चे वजन 1,750 कि.ग्रॅ. आहे.

(2) RESOURCE SAT-3 : Resource Sat-2 च्या पाठोपाठ ते अधिक प्रगत LISS-III-WS (Wide Swath) Sensor असेल तिला Advanced Wide Field Sensor (AWiFS) असल्याने पुनर्भेटीची क्षमता आहे. साहजिकच, AWiFS च्या कोणत्याही अभिक्षेत्रीय वियोजनाच्या (Spatial Resolution) मर्यादेवर मात करू शकेल. उपग्रह 'वातावरणीय दोषनिवारक संवेदक' (Atmospheric Correction Sensor – ACS) परिमाणात्मक भाष्यकथन आणि भू-भौतिक प्रचले (Geophysical Parameter) प्राप्तीसाठी वहन करते.

(3) कार्टोसॅट – *3 (CARTOSAT - 3)* : कार्टोसॅट मालिका पुढे चालू ठेवण्याच्या दृष्टीने कॅडेस्ट्रल (Cadastral) आणि पायाभूत नकाशाकरण व विश्लेषणासाठी या उपग्रहाला 30 सें.मी. आणि 6 कि.मी. स्वँथ वियोजन (Swath Resolution) योग्य असेल. हा उपग्रह आपत्ती बोधक आणि नुकसान मूल्यांकनाचे (Disaster Monitoring and Damage Assessment) देखील गुणसंवर्धन करेल.

(4) ओशनसॅट – *3 (OCEANSAT - 3)* : ओशनसॅट – 3 बरोबर Thermal IR Sensor 12 Channel Ocean Colour Monitor, Scatterometer and Passive Microwave Radiometer ही साधने नेली जातील. यांपैकी पहिली दोन साधने 'क्षमता मत्स्य विभागाच्या' (Potential Fishing Zone – PFZ) विश्लेषणासाठी उपयुक्त ठरतील. उपग्रह प्रामुख्याने सागरी जीवशास्त्र आणि सागर स्थिती उपयोजनासाठी उपयुक्त आहे. PSLV मालिकेमधून याचे उड्डाण.

उपग्रह आधारसामग्रीची प्राप्ती आणि प्रक्रिया (Satellite Data Acquisition and Processing) : हैदराबाद येथील राष्ट्रीय दूरसंवेदन केंद्र (The National Remote Sensing Centre – NRSC) ही देशामधील दूरसंवेदनाची संदेशग्रहण, प्रक्रिया आणि प्रसार (Reception, Processing and Dissemination) यासाठी शृंग एजन्सी (Nodal Agency) आहे. NRSC सर्व भारतीय दूरसंवेदन उपग्रहांपासून आधारसामग्री (Data) प्राप्त करते.

प्रमुख उपग्रहे : CARTOSAT-1, CARTOSAT-2, RESOURCESAT-1, OCEANSAT-1 आणि TES याचप्रमाणे परकीय उपग्रहे Terra, NOAA आणि ERS पासून आधारसामग्री प्राप्त होते.

तक्ता क्र. 5.45 : भारतातील अलीकडील उपग्रह क्षेपणे (List of Indian Satellites)

कृत्रिम उपग्रह	उद्देश	वजन		दिनांक	प्रक्षेपक
कार्टोसॅट - 2D	Earth Sciences (भू-विज्ञान)	714 kg (1,574 lb)		15 फेब्रुवारी, 2017	PSLV
INS - 1A (ISRO Nano Satellite 1A) (इस्रो नॅनो उपग्रह)	Technology Applications (तंत्रज्ञान उपयोजन)	8.4 kg (19 lb)			
INS - 1B (ISRO Nano Satellite 1B)	Technology Applications	9.7 kg (21 lb)			
South Asia Satellite (GSAT - 9)	Communications (संदेशवहन)	2,230 kg (4,920 lb)	3,500 W	5 मे, 2017	GSLV Mk.II
		976 kg (2,152 lb)			
GSAT - 19 (GSAT - 19E)	Communications (संदेशवहन)	3,136 kg (6.914 lb)	4,500 W	5 जून, 2017	GSLV Mk.III - D1
		1,394 kg (3,073 lb)			
NIUSat	Technology Applications	15 kg (33 lb)	40 W	23 जून, 2017	PSLV - C38
CatroSat - 2E	Earth Sciences	712 kg (1,570 lb)	986 W	23 जून, 2017	PSLV - C38
GSAT - 17	Communications (संदेशवहन)	3,477 kg (7,665 lb)	6,200 W	29 जून, 2017	Ariane - 5 ECA
		1,480 kg (3,260 lb)			
IRNSS - 1H	Navigation/ Global Positioning	1,425 kg (3,142 lb)		2 सप्टेंबर, 2017	PSLV - C39
		598 kg (1,318 lb)			
CartoSat - 2F	Earth Sciences	710 kg (1,570 lb)		10 जानेवारी, 2018	PSLV - C40
Microsat - TD	Technology Applications	132 kg (291 lb)			
INS - 1C (ISRO Nano Satellite 1C)	Technology Applications	11 kg (24 lb)		10 जानेवारी, 2018	PSLV - C40
GSAT - 6A	Communications (संदेशवहन)	2,066 kg (4,555 lb)	3119 W	29 मार्च, 2018	GSLV - F08
IRN - 55	नेव्हिगेशन			12 एप्रिल, 2018	PSLV - C41
GST - 29	संप्रेषण			14 नोव्हेंबर, 2018	GSLV - MK
HISIS	पृथ्वी निरीक्षण			29 नोव्हेंबर, 2018	PSLV - C43
CST - 11 मिशन	संप्रेषण			5 डिसेंबर, 2018	एरियन - 5
Microsat - R	संप्रेषण			24 जानेवारी, 2019	PSLV - C44
CST - 31	संप्रेषण			6 फेब्रुवारी, 2019	Ariane - 5 V - 247

आधारसामग्री उपयोजन (IRS Data Applications)

भारतीय दूरसंवेदन उपग्रहाची आधारसामग्री 'राष्ट्रीय नैसर्गिक साधनसंपत्ती व्यवस्थापन प्रणाली' (National Natural Resources Management System - NNRMS) अंतर्गत साधनसंपत्ती सर्व्हेक्षण आणि व्यवस्थापनाच्या विविध उपयोजनांसाठी उपयोगात आणले जाते. यांपैकी काही उपयोजन पुढीलप्रमाणे –

• प्रमुख पिकांचे पूर्व हंगाम पीक क्षेत्र आणि उत्पादनाचा अंदाज (Pre-harvest Crop Area and Production Estimation of Major Crops) • वनस्पती स्थितीवर आधारित अवर्षणबोधक आणि मूल्यांकन (Drought Monitoring and Assessment based on Vegetation Condition) • पूर जोखीम विभाग नकाशारेखन आणि पूर नुकसान मूल्यांकन (Flood Risk Zone Mapping and Flood Damage Assessment) • विहीर खोदकामासाठी भूमिगत जल स्थानांकिताकरिता जल-भूरूपशास्त्रीय नकाशे (Hydro-geomorphological Maps for Locating Underground Water Resources for Driling Well) • जलसिंचन समावेश क्षेत्र स्थितिबोधक (Irrigation Command Area Status Projects) • निम्न प्रवाह प्रकल्पामधील जल उपयोग योजनेसाठी हिम वितळण वाहत्या पाण्याचा अंदाज (Snow-melt Run-off for Planning Water use in Down Stream Projects) • भूमिउपयोजन आणि भू-आच्छादन नकाशारेखन (Land Use and Land Cover Mapping) • नागरी योजना (Urban Planning) • वन सर्वेक्षण (Forest Survey) • पाणथळ नकाशारेखन • पर्यावरणीय आघात विश्लेषण (Environmental Impact Analysis) • खनिज भविष्यलक्षी (Mineral Prospecting).

5.10 भारत : पर्यटनस्थळे

तक्ता क्र. 5.46 : राष्ट्रीय उद्याने व महत्त्वाची अभयारण्ये

राज्ये	राष्ट्रीय उद्याने व अभयारण्ये
आंध्र प्रदेश व तेलंगण	(1) एटुरनगरम (2) कवाल (3) कोल्लेरू (4) परवाल
अरुणाचल प्रदेश	(1) नाम दाफा
आसाम	(1) गरमपानी (2) काझीरंगा (3) लाओ खोआ (4) मनास (5) ओरंग (6) पभा (7) सोनाईरूपा
झारखंड	(1) हजारीबाग (2) फ्लामू
गोवा	(1) मोले
गुजरात	(1) गीर (2) कच्छ (जंगली गाढवे) (3) नळ सरोवर (4) वेळा वदर
हरियाणा	(1) सुलतानपूर
हिमाचल प्रदेश	(1) गोविंदसागर (2) रोहला
जम्मू व काश्मीर	(1) दाचीगाम
कर्नाटक	(1) बंदीपूर (2) बन्नीरघाट्टा (3) दांडेली (4) नगरहोळ (5) रंगनथिट्टू
केरळ	(1) आनैमलाई (2) एरावीकुलम-राजमल्ले (3) पेरियार (4) वायनाड
मध्य प्रदेश	(1) बांधवगढ (2) कान्हा (3) नरसिंहगढ (4) पंचमढी (5) शिवपुरी
मणिपूर	(1) केइबुल लामजाओ
ओडिशा	(1) चिल्का (2) सिमलीपाल (3) उषाकोठी
राजस्थान	(1) दारोह (2) जयसमंद (3) कोयलादेव घाना (4) माऊंट अबू (5) रणथंबोर (6) सारिस्का (7) वनविहार-रामसागर
तमिळनाडू	(1) गिंडी (2) कोडिक्कराई (3) मुडुमलाई
उत्तर प्रदेश	(1) चंद्रप्रभा (2) सिकंदरा (3) दुधना
उत्तराखंड	(1) केदारनाथ (2) नंदादेवी (3) ऋषिगंगा (4) कोर्बेट (5) राजाजी (6) टोंस
पश्चिम बंगाल	(1) छप्रामारी (2) गोरुमारा (3) जलदापाडा (4) सजनाखाली (5) सेंचल (6) सुंदरबन

(अ) महत्त्वाची तीर्थक्षेत्रे/पवित्र स्थाने/धार्मिक स्थळे

अरुणाचल प्रदेश	(1) तवंग
आंध्र प्रदेश व तेलंगण	(1) तिरुपती (2) मंत्रालय (3) श्रीशैलम (4) भद्राचलम (5) पिठापुरम (6) राजमुंद्री
आसाम	(1) गुवाहाटी (2) माजुली (3) हाजो
ओडिशा	(1) जगन्नाथपुरी (2) कोणार्क (3) गोपालपूर (4) भुवनेश्वर (5) जाजपूर (6) हरिपूर
उत्तराखंड	(1) यमुनोत्री (2) गंगोत्री (3) बद्रिनाथ (4) केदारनाथ (5) ह्रषिकेश (6) हरद्वार (7) उत्तर काशी (8) जोशीमठ
उत्तर प्रदेश	(1) मथुरा (2) अयोध्या (3) अलाहाबाद (4) वाराणसी (5) सारनाथ
केरळ	(1) कालडी (2) वैकम (3) वरकला (4) शबरीमल्लई
कर्नाटक	(1) पट्टादकल (2) उडुपी (3) श्रीरंगपट्टणम (4) शृंगेरी (5) श्रवणबेळगोळ (6) कुरवपूर (7) गाणगापूर (8) गोकर्ण (9) धर्मस्थळ (10) निंबाळ (11) मुंडबिद्री (12) मेळकोटे
जम्मू व काश्मीर	(1) अमरनाथ (2) वैष्णोदेवी

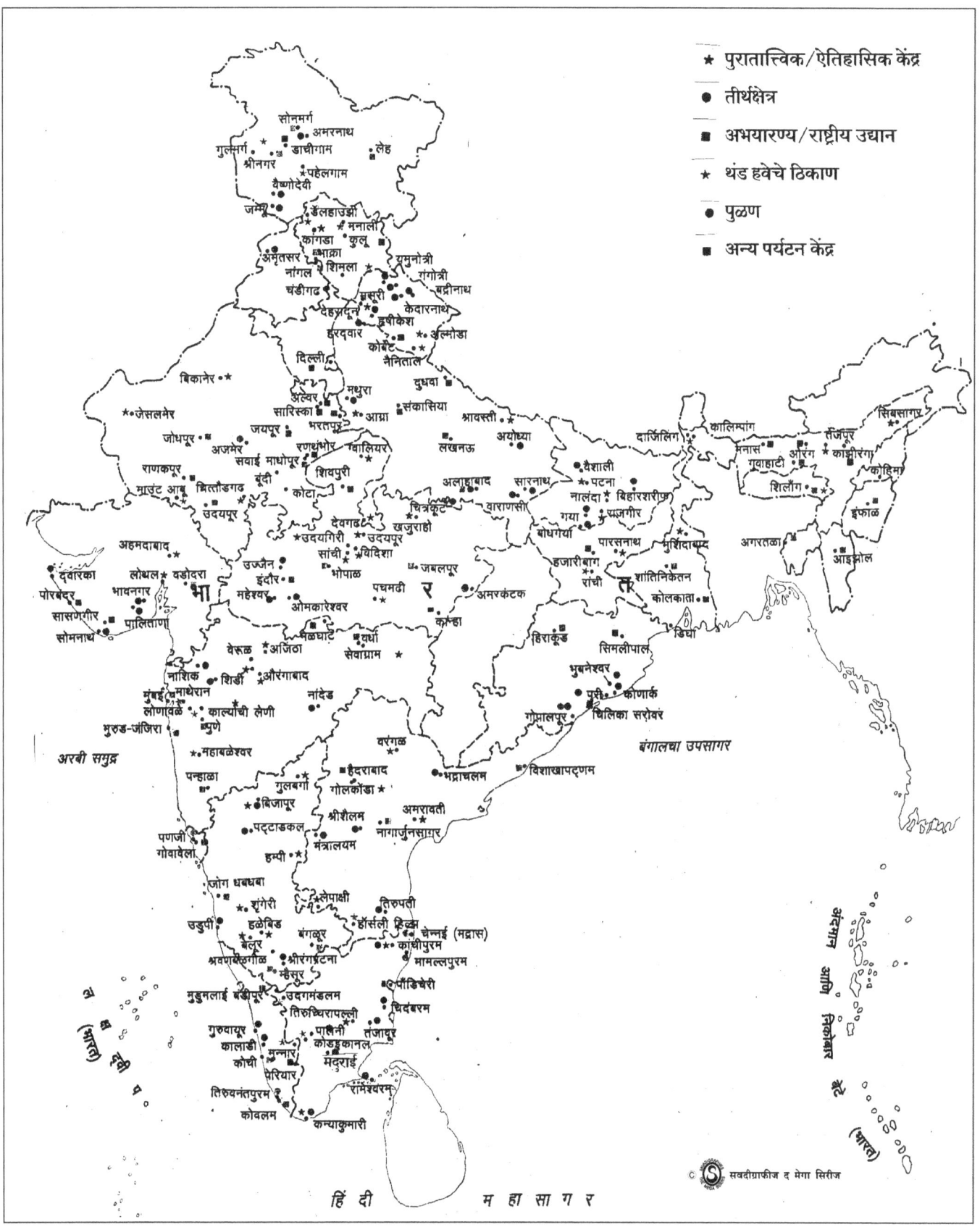

नकाशा क्र. 5.37 : भारत - पर्यटनस्थळे

(ब) महत्त्वाची तीर्थक्षेत्रे/पवित्र स्थाने/धार्मिक स्थळे

छत्तीसगढ	(1) चित्रकूट (2) डोंगरगड
तमिळनाडू	(1) कांचीपुरम (2) चिदंबरम् (3) पक्षितीर्थ (4) तंजावर (5) पालनी (6) मदुराई (7) चिरुचेंदूर (8) कन्याकुमारी (9) रामेश्वरम् (10) अरुणाचलम
पश्चिम बंगाल	(1) गंगासागर (2) नवद्वीप (3) मायापूर
पंजाब	(1) अमृतसर (2) डेराबाबा नानक
बिहार	(1) वैशाली (2) गया (3) बुद्धगया (4) बिहारशरीफ
मध्य प्रदेश	(1) उज्जैन (2) महेश्वर (3) ओंकारेश्वर (4) अमरकंटक
राजस्थान	(1) अजमेर (2) नाथद्वारा (3) पुष्कर (4) रणकपूर
हिमाचल प्रदेश	(1) ताबो (2) नैनादेवी (3) रेणुका
झारखंड	(1) देवघर (2) पारसनाथ

(क) महत्त्वाची थंड हवेची ठिकाणे

आंध्र प्रदेश	(1) हॉर्सली हिल्स
उत्तराखंड	(1) सिमला (2) कुलू-मनाली (3) डलहौसी (4) नैनिताल (5) राणीखेत
जम्मू व काश्मीर	(1) गुलमर्ग (2) पहेलगाम (3) श्रीनगर (4) रामनगर
झारखंड	(1) रांची (2) नेतरहाट
कर्नाटक	(1) अगुम्बे
केरळ	(1) पोनमुडी (2) मुन्नार (3) सुलतान बाथरी
तमिळनाडू	(1) उदगमंडलम (उटी), (2) कोडाईकॅनॉल (3) कोटागिरी
मध्य प्रदेश	(1) पंचमढी
मेघालय	(1) शिलाँग (2) तुरा
पश्चिम बंगाल	(1) दार्जिलिंग (2) अयोध्या हिल्स (3) कालिमपाँग
राजस्थान	(1) माउंट अबू
हरयाना	(1) मोरनी
हिमाचल प्रदेश	(1) धर्मशाला (2) भारमौर

(ड) पुरातात्त्विक व ऐतिहासिक ठिकाणे

आसाम	(1) तेजपूर (2) शिवसागर
आंध्र प्रदेश व तेलंगण	(1) वरंगळ (2) गोवळकोंडा (3) अमरावती (4) लेपाक्षी (5) अराकू व्हॅली (6) आलमपूर
ओडिशा	(1) धेंकनाल (2) बौध (3) रत्नागिरी (4) ललितागिरी (5) उदयगिरी
उत्तर प्रदेश	(1) आग्रा (2) श्रीवस्ती (3) देवगढ (4) कौशांबी (5) गोरखपूर (6) फत्तेहपूर सिक्री
कर्नाटक	(1) गुलबर्गा (2) विजापूर (3) हम्पी (4) हळेबिड (5) शृंगेरी (6) बेलूर (7) बदामी (8) पट्टदकल ऐहोळे (9) बसवकल्याण (10) रायचूर
गुजरात	(1) अहमदाबाद (2) लोथल
केरळ	(1) कोईंगलूर (2) कोट्टापुरम (3) थंगासरी
झारखंड	(1) पारसनाथ
छत्तीसगढ	(1) दिपदी (2) भोरमदेव (3) रतनपूर (4) सिरपूर (5) शिवरी (6) नारायणपूर
तमिळनाडू	(1) कांचीपुरम (2) तिरुचिरापल्ली (3) कन्याकुमारी (4) पद्मनाभपुरम
पंजाब	(1) आनंदपूरसाहेब (2) धोलभा (3) संगरूर
प. बंगाल	(1) मुर्शिदाबाद (2) बांकुरा (3) विष्णुपूर
बिहार	(1) पटना (2) नालंदा (3) राजगीर (4) कुंडलपूर (5) मुंघेर (6) मधुबनी
मध्य प्रदेश	(1) खजुराहो (2) उदयपूर (3) उदयगिरी (4) विदिशा (5) सांची (6) ग्वाल्हेर (7) उज्जैन (8) चंदेरी (9) मुक्तागिरी
राजस्थान	(1) बिकानेर (2) जैसलमेर (3) चितोडगढ (4) ओसियाँ (5) जयपूर
हरियाणा	(1) कांगडा (2) कुरुक्षेत्र (3) पिंजोर
सिक्कीम	(1) पेमायांगत्से (2) रूमटेक

(इ) महत्त्वाचे पुळण (बीच)

गुजरात	(1) तिथल	**पश्चिम बंगाल**	(1) बोक्खली (2) दिघा
गोवा	(1) कलंगुट बीच (2) कोलवा	**ओडिशा**	(1) गोपालपूर (2) चांदीपूर
कर्नाटक	(1) कारवार (2) कोमनगुंडी (3) मुर्डेश्वर (4) मंगलोर	**आंध्र प्रदेश**	(1) विशाखापट्टणम
केरळ	(1) कोवलम	**तमिळनाडू**	(1) कन्याकुमारी

तक्ता क्र. 5.47 : दिन विशेष

दिन विशेष	दिनांक	दिन विशेष	दिनांक
1. बालिका दिन	3 जानेवारी	2. पत्रकार दिन	6 जानेवारी
3. भूगोल दिन	14 जानेवारी	4. शारीरिक शिक्षण दिन	24 जानेवारी
5. जागतिक सूर्यनमस्कार दिन	17 फेब्रुवारी	6. मराठी राजभाषा दिन	27 फेब्रुवारी
7. राष्ट्रीय विज्ञान दिन	28 फेब्रुवारी	8. जागतिक महिला दिन	8 मार्च
9. जागतिक वन दिन	21 मार्च	10. जागतिक आरोग्य दिन	7 एप्रिल
11. वसुंधरा दिन	22 एप्रिल	12. महाराष्ट्र दिन, कामगार दिन	1 मे
13. तंबाखू विरोधी दिन	31 मे	14. पर्यावरण दिन	5 जून
15. दृष्टिदान दिन	10 जून	16. अमली पदार्थ सेवन विरोधी दिन	26 जून
17. महाराष्ट्र कृषी दिन	1 जुलै	18. मातृ सुरक्षा दिन	10 जुलै
19. जागतिक लोकसंख्या दिन	11 जुलै	20. वनसंवर्धन दिन	23 जुलै
21. वनमहोत्सव दिन	1 ऑगस्ट	22. ऑगस्ट क्रांती दिन	9 ऑगस्ट
23. जागतिक छायाचित्र दिन	19 ऑगस्ट	24. शिक्षक दिन	5 सप्टेंबर
25. साक्षरता दिन	8 सप्टेंबर	26. हिंदी दिन	14 सप्टेंबर
27. अभियंता दिन	15 सप्टेंबर	28. ओझोन दिन	16 सप्टेंबर
29. मराठवाडा मुक्ती दिन	17 सप्टेंबर	30. वन्य प्राणी सप्ताह	1 ऑक्टो.-7 ऑक्टो.
31. रक्तदान दिन, ज्येष्ठ नागरिक दिन	1 ऑक्टोबर	32. बाल सुरक्षा दिन	2 ऑक्टोबर
33. जागतिक निसर्ग दिन	3 ऑक्टोबर	34. वन्य पशू दिन	7 ऑक्टोबर
35. टपाल दिन	9 ऑक्टोबर	36. जागतिक अंध साहाय्यता दिन	15 ऑक्टोबर
37. जागतिक अन्न दिन	16 ऑक्टोबर	38. संयुक्त राष्ट्रसंघ दिन	24 ऑक्टोबर
39. मराठी रंगभूमी दिन	5 नोव्हेंबर	40. बालदिन	14 नोव्हेंबर
41. राष्ट्रीय पर्यावरण जाणीव मास	19 नोव्हें.-18 डिसें.	42. एड्स निर्मूलन दिन	1 डिसेंबर
43. ध्वज दिन	7 डिसेंबर	44. मानवी हक्क दिन	10 डिसेंबर
45. गोवा मुक्ती दिन	19 डिसेंबर	46. अयन करि दिन	23 डिसेंबर
47. राष्ट्रीय ग्राहक दिन	24 डिसेंबर		

5.11 भारतातील पंचवार्षिक योजना

पहिली पंचवार्षिक योजना (1951 ते 1956)

ही योजना 1 एप्रिल, 1951 ते 31 मार्च, 1956 या कालावधीत होती.

योजनेची उद्दिष्टे

1. दुसऱ्या महायुद्धामुळे आणि भारताच्या फाळणीमुळे विस्कळीत झालेल्या भारतीय अर्थव्यवस्थेचे पुनर्वसन घडवून आणणे.
2. देशाचा जलद व संतुलित विकास साधता येईल अशी अर्थव्यवस्थेची पुनर्रचना करणे.
3. आर्थिक व सामाजिक पुनर्रचना करून सर्वांना समान संधी व रोजगार मिळेल असा प्रयत्न करणे.
4. संपत्तीत वाढ करून देशातील आर्थिक, रचनात्मक व प्रादेशिक विषमता कमी करणे.
5. राष्ट्रीय उत्पन्न व दरडोई उत्पन्न वाढविणे.
6. अन्नधान्याची समस्या सोडविणे. ताग व कापूस यांसारख्या औद्योगिक कच्च्या मालाच्या पुरवठ्याच्या स्थितीत सुधारणा घडवून आणणे.
7. भाववाढ रोखण्याचा प्रयत्न करणे. भाववाढातिरेक परिस्थिती काबूत आणणे.
8. सिंचन प्रकल्प, जलविद्युत प्रकल्प उभारणे, रेल्वेच्या झिजून गेलेल्या भांडवली जिंदगीचे नूतनीकरण करणे. वाहतूक व संदेशवहन साधनांत व मार्गांत वाढ करणे.
9. विकास कार्यक्रमाची अंमलबजावणी करण्यासाठी आवश्यक असलेली प्रशासकीय यंत्रणा व अन्य संघटना उभारणे.

टीकात्मक परीक्षण

1. योजनेची व्याप्ती मर्यादित होती. अर्थव्यवस्थेच्या सर्व अंगांना स्पर्श झाला नाही.
2. पहिली योजना म्हणजे फाळणीमुळे उद्ध्वस्त झालेल्या अर्थव्यवस्थेची पुनर्रचना करणे नसून तिचे पुनर्वसन करणे होते; यामुळे ही **योजना म्हणजे एक 'पुनर्वसन योजना'** *(Rehabilitation Plan)* होती.
3. अर्थव्यवस्थेच्या सर्व अंगांची अद्ययावत माहिती उपलब्ध नव्हती; त्यामुळे योजनेचे स्वरूप शास्त्रीय नव्हते.
4. योजनेच्या अंमलबजावणीसाठी **सुसज्ज यंत्रणा निर्माण करण्यासाठी प्रयत्न करण्यात आले नव्हते.**
5. लोकसंख्या नियंत्रण कार्यक्रमावर अक्षम्य दुर्लक्ष झाले.
6. राष्ट्रीय व दरडोई उत्पन्न वाढले असले तरी बचतीचा दर उत्पन्नवाढीच्या प्रमाणात वाढला नाही.

दुसरी पंचवार्षिक योजना (1956 ते 1961)

1 एप्रिल, 1956 ते 31 मार्च, 1961 या कालावधीत दुसरी पंचवार्षिक योजना होती.

योजनेची उद्दिष्टे

1. राष्ट्रीय उत्पादनात प्रतिवर्षी 5 टक्क्यांनी वाढ घडवून आणणे. म्हणजे पंचवार्षिक योजनाकाळात **देशाचे उत्पन्न 25 टक्क्यांनी वाढविणे.**
2. अवजड व पायाभूत उद्योगाच्या विकासावर विशेष भर देऊन जलद औद्योगिकीकरण घडवून आणणे.
3. बेकारीचा प्रश्न सोडविणे या दृष्टीने योजनाकाळात 10 ते 12 दशलक्ष श्रमिकांना रोजगाराच्या संधी उपलब्ध करून देणे.
4. समाजवादी समाजरचना निर्माण करणे या दृष्टीने देशातील उत्पन्न व संपत्तीमधील विषमता कमी करून आर्थिक शक्तीचे समान वाटप घडवून आणणे.
5. भांडवली गुंतवणुकीचा दर राष्ट्रीय उत्पन्नाच्या 11 टक्क्यांपर्यंत वाढविणे.
6. देशातील जनतेचा जीवनस्तर उंचावणे.

टीकात्मक परीक्षण

(1) **अवास्तव आकार :** टीकाकारांच्या मते, दुसरी योजना अवास्तव, मोठी, गैरवाजवी आणि महत्त्वाकांक्षी होती.

(2) **चुकीचे विकास मॉडेल : प्रो. महालनोबिस** यांचे विकासाचे **प्रतिमान अशास्त्रीय व चुकीच्या गृहीतकांवर आधारित** होते. मॉडेलमध्ये मूलभूत उद्योगावर अत्याधिक भर देण्यात आला होता.

(3) **आर्थिक विषमतेत वाढ :** समाजवादी स्वरूपाची समाजरचना निर्माण करण्याचे उद्दिष्ट होते. राष्ट्रीय उत्पन्नात 20 टक्क्यांनी वाढ झाली; परंतु हे उत्पन्न पूर्वापार श्रीमंत, उत्पादनाची मालकी असलेल्या मूठभर लोकांच्या हाती पडले. सामान्य नागरिकांच्या उत्पादनात वाढ झाली नाही.

(4) **कृषी आघाडीवर पिछेहाट :** कृषीची उत्पादकता वाढविण्याचे फारसे प्रयत्न झाले नाहीत. भूमी सुधारणा कायद्यांची नीट अंमलबजावणी झाली नाही.

(5) **बेकारीची तीव्रता :** बेकारीची समस्या सोडविण्यासाठी औद्योगिकीकरणावर भर देण्यात आला होता. औद्योगिक क्षेत्रात 80 लक्ष लोकांना रोजगार सुविधा अपेक्षित धरल्या होत्या. प्रत्यक्षात 65 लक्ष लोकांना रोजगार संधी उपलब्ध झाल्या.

तिसरी पंचवार्षिक योजना (1961 ते 1966)

ही योजना 1 एप्रिल, 1961 ते 31 मार्च, 1966 या कालावधीत होती.

योजनेची उद्दिष्टे

देशाच्या अर्थव्यवस्थेला आत्मनिर्भर बनविण्याच्या दृष्टिकोनातून पुढील पाच उद्देशांना प्राधान्य देण्यात आले.

1. राष्ट्रीय उत्पन्नात प्रतिवर्षी 5% दराने वाढ घडवून आणणे. दीर्घकाळात विकासाचा वेग टिकविण्यासाठी आवश्यक असा गुंतवणुकीचा साचा तयार करणे.
2. अन्नधान्याच्या उत्पादनात स्वयंपूर्णता प्राप्त करणे. उद्योगासाठी व निर्यात वाढविण्यासाठी कृषी उत्पादनात वाढ करणे.
3. पोलाद, रसायने, इंधन व ऊर्जा साधने यांसारख्या पायाभूत उद्योगांच्या विकासाला गती देऊन सदृढ औद्योगिक संरचना निर्माण करणे.
4. देशातील श्रमशक्तीचा जास्तीत जास्त वापर करणे. रोजगाराच्या साधनांत वाढ करणे.
5. उत्पन्न आणि संपत्तीच्या वितरणातील विषमता कमी करणे. सर्वांना विकासाची समान संधी उपलब्ध करून देणे. आर्थिक सत्तेच्या केंद्रीकरणाला आळा घालणे.
6. भांडवल गुंतवणुकीचा दर 14 टक्क्यांपर्यंत वाढविणे.

भारत वि. चीन व भारत वि. पाकिस्तान युद्धामुळे संरक्षण खर्चात अधिक वाढ

20 ऑक्टोबर, 1962 रोजी चीनने भारतावर आक्रमण केले. 1950-51 साली संरक्षण खर्च ₹ 168.32 कोटी होता; तर 1961-62 साली ₹ 366.32 कोटी आणि 1963-64 साली ₹ 867.2 कोटींपर्यंत वाढला. 1965 साली भारत-पाकिस्तान यांच्यात युद्ध छेडले; यामुळे संरक्षणावरील खर्च अधिकच वाढला.

टीकात्मक परीक्षण

(1) **अवास्तव आकार : योजनाकारांनी काल्पनिक गृहीतांच्या आधारे योजनेचा आकार अवास्तव मोठा ठेवला,** अशी टीका केली जाते.

(2) **तुटीचा अर्थभरणा :** पुरेशी वित्तीय साधने उभारण्यात नियोजन मंडळाला अपयश आले. संकल्पित तूट ₹ 550 कोटी होती. **प्रत्यक्षात तूट ₹ 1,133 कोटींपर्यंत वाढली.**

(3) **वाढत्या किमती :** ₹ 1,133 कोटी तुटीचा अर्थभरणा, चीन व पाक युद्धे, कृषी व औद्योगिक क्षेत्रात आलेले अपयश, लोकसंख्येतील वाढ यामुळे वस्तूंच्या किमती झपाट्याने वाढल्या.

(4) **आर्थिक सत्तेचे केंद्रीकरण :** उद्योग परवाने धोरणामुळे खासगी क्षेत्रात काही औद्योगिक धोरणांची मक्तेदारी वाढली, त्यामुळे आर्थिक विषमता वाढली.

(5) **कृषी आघाडीवर स्वयंपूर्णतेचा अभाव :** कृषी उत्पन्नातील निर्धारित इष्टांक गाठता आला नाही.

(6) **लोकसंख्यावाढ :** लोकसंख्यावाढीचा वेग वर्षाला 2.5% होता. लोकसंख्या नियंत्रणाची प्रभावी अंमलबजावणी झाली नाही.

(7) **बेकारीची समस्या :** बेकारांची संख्या वाढली.

तीन वार्षिक योजना (1966 ते 1969)

या तीन एकवर्षीय योजनांमध्ये 1966-67 ची योजना ₹ 2,081 कोटी होती. प्रत्यक्ष ₹ 2,221 कोटी खर्च झाले. अन्नधान्याच्या 97 दशलक्ष टन उद्दिष्टांपैकी 76 दशलक्ष टन उत्पादन झाले. 1967-68 ची योजना ₹ 2,264 कोटी होती. औद्योगिक प्रगतीला चालना देता आली नाही; परंतु अन्नधान्याचे उत्पादन वाढले. 1968-69 ची योजना 2,367 कोटींची होती. वार्षिक वृद्धिदर 5 ते 6% निश्चित केला होता. अन्नधान्याचे उत्पादन 94 दशलक्ष टनांपर्यंत वाढले.

चौथी पंचवार्षिक योजना (1969 ते 1974)

1 एप्रिल, 1969 ते 31 मार्च, 1974 या कालावधीत चौथी पंचवार्षिक योजना होती.

योजनेची उद्दिष्टे

स्थैर्यासह विकास *(Growth with Stability)* **आणि देशाच्या अर्थव्यवस्थेला आत्मनिर्भर** *(Self Reliance Sufficiency)* **प्राप्त करून देणे.** या दृष्टीने या योजनेची उद्दिष्टे पुढीलप्रमाणे निश्चित करण्यात आली.

(1) **स्थैर्यासह विकास :** स्थैर्यासह आर्थिक विकास आणि देशाच्या अर्थव्यवस्थेला आत्मनिर्भर बनविणे.

(2) **राष्ट्रीय उत्पन्नात वाढ :** राष्ट्रीय उत्पन्नात **प्रतिवर्षी 5.5% वाढ करणे.** यासाठी कृषी उत्पादनात दरवर्षी 9% व औद्योगिक उत्पादनात 8 ते 9% दराने वाढ घडवून आणणे.

(3) **आत्मनिर्भरता :** स्वावलंबनाचे ध्येय गाठण्यासाठी 'सार्वजनिक कायदा, 480' (P. L. 480) योजनेनुसार केली जाणारी अन्नधान्याची आयात थांबविणे. चौथ्या योजनेच्या अखेरीस परकीय मदत 50 टक्क्यांपर्यंत कमी करणे. **निर्यात व्यापार प्रतिवर्षी 7 टक्क्यांनी वाढविणे. आयात व्यापार कमी करणे.**

(4) **सामाजिक व आर्थिक न्याय प्रस्थापित करणे :** आर्थिक विकासाचा वेग वाढविणे, आर्थिक सत्तेचे केंद्रीकरण टाळणे. यासाठी सरकारच्या धोरणात आवश्यक ते बदल करणे. समाजातील दुर्बल वर्गाला विविध आर्थिक फायदे व संधी उपलब्ध करून देण्यासाठी विशेष कार्यक्रम हाती घेणे. आर्थिक विषमता कमी करण्यासाठी सरकारच्या धोरणात मूलगामी बदल करणे.

(5) **रोजगार संधीत वाढ : श्रमप्रधान उद्योगाच्या विकासाला अग्रक्रम देणे.** लोकांचे राहणीमान उंचावण्याच्या दृष्टीने राष्ट्रीय किमान वेतन हमी देण्याचे उद्दिष्ट ठरविण्यात आले.

(6) **समतोल प्रादेशिक विकास :** प्रादेशिक विकासातील असमतोल दूर करण्याचे उद्दिष्ट ठरविण्यात आले. **मागासलेल्या प्रदेशाच्या विकासासाठी केंद्र सरकारने विशेष साहाय्य करणे.** अशा प्रदेशात नवीन प्रकल्प सुरू करणे. नवीन उद्योग स्थापनेसाठी अर्थसाहाय्य करणे.

(7) **सार्वजनिक क्षेत्राच्या कार्यक्षमतेत वाढ करणे.**

टीकात्मक परीक्षण

स्थैर्यासहित विकास व आत्मनिर्भरता या दोन्ही उद्दिष्टांबाबत चौथी योजना अयशस्वी ठरली.

(1) **अवास्तव आकार :** चौथ्या योजनेसाठी आवश्यक असणारी **वित्तीय साधनसामग्री गोळा करण्याबाबतचे अंदाज अवास्तव गृहीतकांवर आधारलेले होते. त्यामुळे स्थैर्याधिष्ठित विकासाचे उद्दिष्ट सफल झाले नाही.**

(2) **भाव पातळीमध्ये असाधारण वाढ : वस्तूंच्या किमतींमध्ये 72% वाढ झाली. लोकांच्या दारिद्र्यात भर पडली.**

(3) **निर्धारित लक्ष्य गाठण्यात अपयश : कृषी आदानांची उपलब्धता, उद्योगांचा अग्रक्रम व क्षमता, उद्योगांच्या परकीय चलनविषयक गरजा यांचा नीट विचार झाला नाही.**

(4) **रोजगारनिर्मिती : रोजगारनिर्मितीच्या धोरणाचा अभाव आढळतो. रोजगारनिर्मितीचे लक्ष्य निश्चित केलेले दिसून येत नाही.**

(5) **समाजवादी :** समाजवाद समाजरचनेचे लक्ष्य असतानादेखील खासगी क्षेत्रावर अधिक भर देण्यात आला.

(6) **उत्पन्नाचे व संपत्तीचे केंद्रीकरण :** उत्पन्नाचे व संपत्तीचे केंद्रीकरण **कमी करण्यासाठी तपशीलवार आराखडा तयार केला नाही.**

पाचवी पंचवार्षिक योजना (1974 ते 1979)

1 एप्रिल, 1974 ते 31 मार्च, 1979 या कालावधीत पाचवी पंचवार्षिक योजना होती.

पाच वर्षांनी **नवीन पंचवार्षिक योजना राबविण्याऐवजी 'साखळी नियोजन'** *(Rolling Plan)* **संकल्पना स्वीकारली; त्यामुळे ही योजना एक वर्ष आधी म्हणजे 31 मार्च, 1978 रोजी संपली. डॉ. डी. टी. लकडावाला योजनेचे उपाध्यक्ष होते.**

योजनेची उद्दिष्टे

देशातील गरिबी दूर करण्यासाठी **'गरिबी हटाव' ही घोषणा आणि 'स्वावलंबी अर्थव्यवस्था' या दोन प्रमुख उद्दिष्टांचा विचार करून ही योजना तयार करण्यात आली.** त्यासाठी 20 कलमी कार्यक्रमाचा डावपेच जाहीर करण्यात आला.

प्रमुख उद्दिष्टे पुढीलप्रमाणे –

1. राष्ट्रीय उत्पन्नात प्रतिवर्षी 5.5% दराने वृद्धी करणे.
2. सर्वच क्षेत्रांमध्ये उत्पादक रोजगाराच्या संधी (Productive Employment) उपलब्ध करून देणे.
3. देशातील जनतेच्या किमान गरजेनुसार आणि सामाजिक कल्याण कार्यक्रमाची आखणी करून 20 **कलमी कार्यक्रम प्रभावीपणे राबविणे.**

4. कृषी, पायाभूत उद्योग आणि लोकोपयोगी वस्तूंचे उत्पादन करणारे उद्योग स्थापनेवर अधिक भर देणे.
5. उत्पादित वस्तूंच्या किमती, मजुरी वेतन आणि उत्पादन कार्य यांच्यामध्ये न्याय समतोल प्रस्थापित करणे.
6. निर्यात वाढवून आयात कमी करणे.
7. अनावश्यक उपभोग्य वस्तूंच्या उपभोगावर नियंत्रण प्रस्थापित करणे.
8. सामाजिक, आर्थिक आणि प्रादेशिक विषमता दूर करण्यासाठी संस्थात्मक, राज्यवित्तीय व अन्य उपाययोजना करणे.
9. **लोकसंख्यावाढीचा वेग कमी करणे.**
10. स्वावलंबन व आत्मनिर्भरता प्राप्त करणे. यासाठी परकीय मदतीवर अवलंबून न राहता देशातील साधनसंपत्तीचा विकास करणे.

टीकात्मक परीक्षण

(1) अवास्तव महत्त्वाकांक्षी योजना : आर्थिक स्वावलंबन व दारिद्र्यनिर्मूलन ही या योजनेची प्रमुख उद्दिष्टे होती. प्रत्यक्षात **दारिद्र्याची तीव्रतादेखील कमी करता आली नाही.** विचार योजना आखताना तत्कालीन स्थितीचा समग्र झाला नाही.

(2) व्यय आणि साधने : योजनेचा खर्च व साधनधन याचा वस्तुनिष्ठ विचार झाला नाही. योजना आखताना सर्वसाधारण परिस्थिती लक्षात घेऊन समायोजन झाले नाही.

(3) दिखाऊ कार्यक्रम : दारिद्र्यनिर्मूलनासाठी किमान गरजापूर्तीचा कार्यक्रम या योजनेत समाविष्ट केला होता. कार्यक्रम घाईने तयार केला. कार्यक्रमाची अंमलबजावणी व्यवस्थित झाली नाही.

(4) उत्पादनांचे इष्टांक गाठण्यात अपयश : अर्थव्यवस्थेच्या कोणत्याही क्षेत्रात पूर्वनिश्चित इष्टांक गाठण्यात यश आले नाही. गरिबी हटाव किंवा दारिद्र्यनिर्मूलन न होता त्यात भरच पडली.

(5) राजकारणाला प्राधान्य : आर्थिक बाबीपेक्षा राजकीय घटकांना प्राधान्य देण्यात आले. योजनाकाळात देशात आणीबाणी लावली गेली. आणीबाणीच्या काळात जनतेवर अत्याचार झाले; त्यामुळे जनतेचे सहकार्य मिळाले नाही.

(6) योजना आखणीला असाधारण उशीर झाला.

सहावी पंचवार्षिक योजना (1980 ते 1985)

1 एप्रिल, 1980 ते 31 मार्च, 1985 या कालावधीत सहावी पंचवार्षिक योजना होती.

योजनेची उद्दिष्टे

1. अर्थव्यवस्थेच्या विकासदरात लक्षणीय वाढ करणे. त्यासाठी साधनसंपत्तीचा अधिक कार्यक्षमतेने वापर करणे आणि उत्पादकतेमध्ये वाढ करणे.
2. देशात पूर्ण रोजगाराची अवस्था निर्माण करणे.
3. देशातील गरिबीचे प्रमाण कमी करणे.
4. आधुनिक तंत्रज्ञानाचा वापर करून राष्ट्रीय उत्पादनात वाढ करणे.
5. आर्थिक व तांत्रिक क्षेत्रांत आत्मनिर्भरता प्राप्त करण्यासाठी आधुनिकीकरणावर भर देणे.
6. किमान गरजांची पूर्तता कार्यक्रमाद्वारे **आर्थिक व सामाजिकदृष्ट्या कमकुवत लोकांच्या राहणीमानाच्या दर्जात सुधारणा घडवून आणणे.**
7. ऊर्जा क्षेत्रात देशातील संसाधनांचा उपयोग करून **ऊर्जा क्षेत्राचा जलद गतीने विकास घडवून आणणे.**
8. अर्थव्यवस्थेचा संतुलित विकास करून **प्रादेशिक विषमता कमी करणे.**
9. सार्वजनिक धोरण आणि वितरण व्यवस्था गरिबांसाठी राबविणे. **उत्पन्न आणि संपत्तीच्या वितरणातील विषमता दूर करणे.**
10. स्वेच्छेने स्वीकारलेल्या मार्गांनी लोकांना **लहान कुटुंबाचे महत्त्व पटवून देणे.** लोकसंख्यावाढीवर नियंत्रण ठेवणे.
11. लोकसंख्या आणि पर्यावरणविषयक बाजू लक्षात घेऊन अल्प व दीर्घ मुदतीची उद्दिष्टे **साध्य करण्याबाबत सुसंवाद साधणे.**

टीकात्मक परीक्षण

(1) नियोजन प्रक्रियेमधील अनिश्चितता व अस्थैर्य : भाववाढ, गुंतवणुकीतील वृद्धी, उत्पादनातील अपेक्षित वाढ, परकीय मदत या परिवर्तनशील घटकांच्या बाबतीत अनिश्चितता व अस्थैर्य हे दोष योजना आखण्याच्या प्रक्रियेतच होते. अंमलबजावणीवर याचा विपरीत परिणाम झाला.

(2) अवास्तव अंदाज व चुकीचे गणित : खर्चाची तरतूद करताना करण्यात आलेले अवास्तव अंदाज व वेगाने वाढणाऱ्या किमती; यांमुळे **निर्धारित निधी व प्रत्यक्ष खर्च यामध्ये तफावत वाढत गेली.** प्रत्यक्ष खर्च वाढतच गेला.

(3) बचतवाढीचा असाध्य इष्टांक : भाववाढीवर नियंत्रण ठेवता आले नाही; त्यामुळे बचतीचे इष्टांक गाठता आले नाही.

(4) परकीय मदत चुकीचे धोरण : परकीय मदत न घेता विकास हे धोरण राजकीय नेत्यांनी अवलंबिले; यामुळे नियोजन मंडळ व राजकीय नेते यांच्यातील विसंवाद बाहेर आला.

(5) विकास लाभाचे असमान वितरण : गरिबी हटावचा नारा असतानादेखील गरिबीची तीव्रता वाढली. आर्थिक विषमतादेखील वाढली.

(6) योजनाकाळात व्यापाराचा आढावा प्रतिकूल राहिला. परराष्ट्र व्यापारतोल तूट वाढली.

सातवी पंचवार्षिक योजना (1985 ते 1990)

1 एप्रिल, 1985 ते 31 मार्च, 1990 या कालावधीत सातवी पंचवार्षिक योजना होती.

रिझर्व्ह बँकेचे माजी गव्हर्नर आणि पूर्वीच्या नियोजन मंडळाचे सभासद श्री. मनमोहनसिंग यांची नियोजन मंडळाचे उपाध्यक्ष म्हणून नियुक्ती केली. भारतीय अर्थव्यवस्थेत मूलभूत संरचनात्मक बदल घडवून आणून देशातील प्रचंड बेकारीची व दारिद्र्याची समस्या सोडवून स्वयंचलित, सामाजिक व आर्थिक

न्यायावर आधारलेल्या अर्थव्यवस्थेची स्थापना करणे ही मूलभूत चौकट मान्य केली. 20 व्या शतकाच्या अखेरीस भारताला आधुनिक तांत्रिकदृष्ट्या प्रगतशील व वाढत्या लोकसंख्येला भौतिक, सांस्कृतिक गरजा भागविण्याची क्षमता असलेली अर्थव्यवस्था निर्माण करण्याचे उद्दिष्ट ठरविण्यात आले.

योजनेची उद्दिष्टे

या योजनेच्या मार्गदर्शक तत्त्वांमध्ये विकास/वृद्धी, आत्मनिर्भरता आणि सामाजिक न्याय या तीन तत्त्वांना प्राधान्य देण्यात आले.

1. विकास, आधुनिकीकरण, आत्मनिर्भरता व सामाजिक न्याय मूलभूत उद्दिष्ट मानण्यात आले.
2. अन्नधान्याच्या उत्पादनात वाढ करणे. **कृषिक्षेत्रात दरवर्षी 4% वाढ करणे.**
3. रोजगाराच्या संधी उपलब्ध करून देणे. **रोजगारात प्रतिवर्षी 4% वाढ करणे.**
4. उत्पादकतेमध्ये वाढ करणे.
5. **दारिद्र्यरेषेखाली जीवन जगणाऱ्या लोकांचे** एकूण लोकसंख्येशी 1984-85 मध्ये 39.9% प्रमाण होते. 1989-90 **पर्यंत हे प्रमाण 25.8 टक्क्यांपर्यंत आणणे.**
6. भाववाढीवर नियंत्रण ठेवण्याचा प्रयत्न करणे.
7. सामाजिक सेवांच्या विस्ताराने **सर्व प्रकारची विषमता कमी करणे.**
8. देशाच्या सर्वांगीण विकासासाठी **आधुनिक तंत्रज्ञानाचा वापर वाढविणे.**
9. औद्योगिकीकरण व विकास योजना यांमुळे पर्यावरण संतुलन बिघडणार नाही याची योग्य ती दक्षता घेणे.
10. राष्ट्रीय उत्पन्नात प्रतिवर्षी 5 टक्क्यांनी वाढ करणे.

टीकात्मक परीक्षण

(1) **मुख्य उद्दिष्टांवर भर देण्याचा अभाव :** आर्थिक विकास, आधुनिकीकरण, स्वावलंबन व सामाजिक न्याय ही मुख्य उद्दिष्टे आहेत असे नियोजन मंडळाने म्हटले असले तरी ही भारतीय नियोजनाचीच सामान्य उद्दिष्टे आहेत.

(2) संपत्तीच्या वितरणाकरिता प्रभावी उपाययोजना नाही.

(3) **कृषी विकास :** राष्ट्राच्या अर्थव्यवस्थेचा कणा असलेल्या कृषीचे महत्त्व ओळखले नाही.

(4) **खेडी व ग्रामीण जनतेची उपेक्षा :** खेड्यातील जनतेच्या उत्पन्नात व राहणीमानात फारशी सुधारणा झाली नाही. पिण्याचे पाणी, रस्ते, पूल, शिक्षण, आरोग्य, वीज यांत अपेक्षित सुधारणा झाली नाही.

(5) **भाववाढीवर नियंत्रण ठेवण्यात अपयश :** भाववाढीमुळे विकास योजनांवरील खर्च वाढला. बचतीचा व भांडवलनिर्मितीचा दर यांचे इष्टांक गाठता आले नाहीत.

(6) सातवी योजना सर्वंकष व पुरेशी मोठी नाही.

(7) प्रादेशिक असमतोल दूर करण्याची प्रभावी योजना नाही.

(8) ग्रामीण व लघुउद्योगांकडे लक्ष पुरविले नाही.

(9) बेकारीची तीव्रता वाढतच गेली.

(10) **औद्योगिक सत्तेचे केंद्रीकरण वाढण्याची भीती :** मुक्त अर्थव्यवस्थेला प्रोत्साहन देणारे औद्योगिक धोरण, त्यामुळे व्यापार व उद्योगक्षेत्रात मक्तेदारी निर्माण होण्याची भीती.

आठवी पंचवार्षिक योजना (1992 ते 1997)

या योजनेचा कालावधी 1 एप्रिल, 1992 ते 31 मार्च, 1997 होता.

श्री. प्रणव मुखर्जी यांच्या उपाध्यक्षतेखाली नियोजन मंडळाची पुनर्रचना करण्यात आली. देशाला आर्थिक संकटातून बाहेर काढण्यासाठी मुक्त अर्थव्यवस्था आणि जागतिकीकरणाच्या धोरणाचा स्वीकार करण्यात आला.

योजनेची उद्दिष्टे

1. पूर्ण रोजगार प्राप्त करण्यासाठी देशातील **रोजगाराच्या संधींमध्ये वाढ** करणे.
2. जनतेचा सक्रिय सहभाग घेऊन **लोकसंख्यावाढ नियंत्रित करणे.**
3. **प्राथमिक शिक्षणाचे सार्वत्रिकीकरण करणे,** तसेच 15 ते 35 वयोगटांतील **लोकांच्या निरक्षरतेचे निर्मूलन करणे.**
4. **पिण्याचे पाणी आणि प्राथमिक आरोग्यविषयक सुविधा** उपलब्ध करून देणे.
5. **अन्नधान्याच्या बाबतीत स्वावलंबी बनण्यासाठी कृषिक्षेत्राचा विकास करणे.**
6. ऊर्जा, वाहतूक, संदेशवहन, पाणीपुरवठा इत्यादी सुविधा मजबूत करणे.
7. विकासाचा दर प्रतिवर्षी 5.6% संपादन करणे.

टीकात्मक परीक्षण

1. कुटुंबकल्याण कार्यक्रमावर पुरेशी साधनसामग्री खर्च करण्यात आली आहे.
2. उच्च वर्ग, मध्यम व समृद्ध वर्गांना हव्या असणाऱ्या उपभोग्य टिकाऊ वस्तूंच्या क्षेत्रात (Consumer Durables) 1995- 96 मध्ये वाढ होऊन वृद्धिदर 38 टक्क्यांपर्यंत पोहोचला; परंतु सामान्य जनतेच्या वापराच्या उपभोग्य गैर-टिकाऊ वस्तूंचा (Consumer Non Durables) वृद्धिदर केवळ 3% होता. याचा अर्थ, सामान्यांच्या हिताकडे फारसे लक्ष दिले नाही.

3. आधार संरचना क्षेत्रात अपयश आले. या क्षेत्राचा वृद्धिदर 1994-95 साली 7.8% झाला; परंतु निर्धारित उद्दिष्ट गाठता आले नाही.
4. आयात-निर्यातीच्या अपेक्षा फोल ठरल्या.
5. भाववाढीवर नियंत्रण ठेवता आले नाही.
6. बचत दर घटला.
7. **शिक्षण व निरक्षरता निर्मूलनासाठी अपुरा निधी** खर्च करण्यात आला; त्यामुळे उद्दिष्ट साध्य होऊ शकले नाही.
8. रोजगारनिर्मितीच्या क्षेत्रातदेखील योजनाकारांना अपयश आले.
9. 1996-97 पर्यंत 210 दशलक्ष टन अन्नधान्य उत्पादनवाढीचे लक्ष्य गाठता आले नाही.

नववी पंचवार्षिक योजना (1997 ते 2002)

या योजनेचा कालावधी 1 एप्रिल, 1997 ते 31 मार्च, 2002 होता.

योजनेची उद्दिष्टे

1. कृषी व ग्रामीण विकासाला प्राथमिकता देऊन **रोजगाराच्या संधी निर्माण करणे व गरिबीचे निर्मूलन करणे.**
2. अर्थव्यवस्थेचा विकास जलद गतीने करण्यासाठी **किमती स्थिर ठेवण्याचे धोरण राबविणे.**
3. सामाजिक, आर्थिक परिवर्तन करण्यासाठी महिला, अनुसूचित जाती-जमाती, इतर मागास व अल्पसंख्याकांच्या विकासासाठी प्रयत्न करणे.
4. पंचायतराज्य, सहकारी संस्था आणि स्वेच्छेने कार्य करणाऱ्या संस्थांमधील जनतेचे प्रतिनिधित्व वाढविणे.
5. आर्थिकदृष्ट्या कमकुवत वर्गांना **अन्नधान्य व पोषणाची सुरक्षितता निश्चित करणे.**
6. **लोकसंख्यावाढीचा दर नियंत्रित** करून अर्थव्यवस्थेला आत्मनिर्भरता प्राप्त करून देणे.
7. पिण्याचे पाणी, प्राथमिक आरोग्य सुविधा, सार्वत्रिक प्राथमिक शिक्षण यांच्यातील मूलभूत उणिवा शोधून त्या दूर करणे.

वरील उद्दिष्टांना प्राधान्य देऊन या योजनेत प्राथमिक सेवांचा विकास, राष्ट्रीय रोजगार आश्वासन योजना (NENS), आत्मनिर्भरता, प्रादेशिक असंतुलन कमी करणे इत्यादी क्षेत्रांना महत्त्व देण्यात आले.

टीकात्मक परीक्षण

(1) **नवव्या योजनेतसुद्धा विविध उद्दिष्टांच्या बाबतीत भोंगळपणा व अज्ञान :** नवव्या योजनेच्या आराखड्यात विविध क्षेत्रांसाठी वित्तीय पुरवठा किती करावयाचा, एकूण वित्तीय खर्चात अशा खर्चाचे प्रमाण किती इत्यादी आकडेवारी ठरविण्यात आली होती.

(2) **योजनाकार आकडेवारीतच अडकून पडले :** शेतीक्षेत्राचा अधिक वेगाने विकास करणे, शेतमालावरील प्रक्रिया करणाऱ्या उद्योगांसाठी किती गुंतवणूक करणे, लघुउद्योग क्षेत्रासाठी किती वित्तीय पुरवठा करणे अशा तऱ्हेच्या आकडेवारीतच योजनाकार अडकून पडलेले होते.

(3) **निश्चित केलेले वित्तीय खर्च गाठले गेले की योजनेची कार्यवाही यशस्वी झाली या आनंदात योजनाकार व शासन बुडून जातात :** राजीव गांधींनी काढलेले उद्गार योजनाकार विसरलेले होते की, एक रुपयापैकी फक्त 15 पैसे ठरविलेल्या कार्यावर खर्च होतात व बाकीचे 85 पैसे मंत्र्यांच्या, नोकरशाहीच्या व विविध राजकीय मध्यस्थांच्या खिशात जातात.

(4) **योजनाकारांनी आपली उद्दिष्टे पैशाच्या भाषेत न मांडता वास्तव स्वरूपात मांडावयास पाहिजे :** अशी वास्तवात ठरविलेली उद्दिष्टे गाठली गेली आहेत किंवा नाहीत याची नोंद घेणे आवश्यक केले गेले पाहिजे.

(5) **वास्तव उद्दिष्टे शिक्षण क्षेत्रात, ग्रामीण भागातील रोजगार निर्माण करण्याच्या बाबतीत निश्चित करणे :** वास्तव उद्दिष्टे गाठली गेली आहेत किंवा नाहीत याची काटेकोर तपासणी झाली पाहिजे.

(6) प्रत्येक क्षेत्रात केवळ वित्तीय साधनाऐवजी किंवा त्याचबरोबर वास्तव स्वरूपात प्रगती किती होणार आहे हे दाखविणे : अत्यावश्यक आहे व त्यामुळे प्रगतीचे योग्य मोजमाप होणार आहे.

दहावी पंचवार्षिक योजना (2002 ते 2007)

राष्ट्रीय विकास परिषदेने दहाव्या पंचवार्षिक योजनेस 21 डिसेंबर, 2002 रोजी मान्यता दिली. मा. डॉ. मनमोहनसिंग देशाचे पंतप्रधान नियोजन मंडळाचे अध्यक्ष झाले.

योजनेची उद्दिष्टे

(1) **दारिद्र्यनिर्मूलन :** दारिद्र्यनिर्मूलनाचे प्रमाण/गुणोत्तर सन 2007 पर्यंत 26% वरून 21% पर्यंत खाली दहाव्या योजनाकाळात 5% तर 2012 पर्यंत 15% खाली आणणे.

(2) **रोजगारनिर्मिती :** योजनाकाळातील वाढीव श्रमपुरवठा लक्षात घेऊन लाभदायक उच्च गुणवत्ताप्राप्त रोजगाराच्या संधी देणे.

(3) **सर्वांना शिक्षण :** सन 2003 पर्यंत देशातील सर्व मुले शाळेत जातील याचे प्रावधान ठेवणे. 2007 पर्यंत पाच वर्षे पूर्ण झालेली मुले शाळेत जातील याकडे लक्ष देणे.

(4) **लोकसंख्यावाढ कमी करणे :** सन 1991 ते 2001 या दशकातील लोकसंख्यावाढीचा वेग 21.3% होता. पुढील 2001 ते 2011 या दशकात 16.2 टक्क्यांपर्यंत खाली आणणे.

(5) **साक्षरता प्रमाणात वाढ करणे :** देशातील साक्षरतेचे प्रमाण 65 टक्क्यांवरून 2007 पर्यंत 75 टक्क्यांपर्यंत वाढविणे.

(6) **अर्भक-मृत्यू प्रमाण कमी करणे :** सन 1999-2000 मध्ये अर्भक मृत्यूचे प्रमाण एक हजार जीवित अर्भकांमागे 72 होते. 2007 पर्यंत हे प्रमाण 45 आणि 2010 पर्यंत 28 पर्यंत खाली आणणे.

(7) मातृत्व-मर्त्यता गुणोत्तर कमी करणे : सन 1999-2000 मध्ये मातृत्व-मर्त्यता (Maternal Mortality) दरहजारी 4 होती. 2007 पर्यंत दरहजारी 2 आणि 2012 साली दरहजारी 1 पर्यंत खाली आणणे.

(8) पिण्याचे पाणी : देशातील सर्व खेड्यांना पिण्याच्या पाण्याचा पुरवठा करणे.

(9) वनक्षेत्रात वाढ करणे : सन 1999-2000 मध्ये देशातील 19% क्षेत्र वनाखाली होते. 2007 पर्यंत 25% आणि 2012 पर्यंत यामध्ये 33% पर्यंत वाढ करणे. यासाठी वृक्षारोपणाच्या विविध मोहिमा गतिमान करणे.

(10) नद्यांचे प्रदूषण कमी करणे : देशातील प्रमुख नद्यांचे प्रदूषण कमी करून त्यांचे शुद्धीकरण करणे.

टीकात्मक परीक्षण

(1) प्रत्यक्षात कमी खर्च : 2001-02 च्या किमतीनुसार, दहाव्या पंचवार्षिक योजनेत ₹ 15,25,269 कोटी खर्च केले जाणार होते. परंतु प्रत्यक्षात ₹14,91,620 कोटी म्हणजे नियोजित खर्चाच्या 97.8% खर्च झाला. प्रत्यक्षातील खर्च 2001-02 किमतीच्या संदर्भात कमी केला तर प्रत्यक्षातील योजना खर्च नियोजित योजना खर्चाच्या फक्त 75% होतो.

(2) दारिद्र्यनिर्मूलनातील अपयश : सन 2006-07 पर्यंत भारतातील दारिद्र्य 26.1 टक्क्यांवरून 10.2% एवढ्यापर्यंत कमी करण्याचे उद्दिष्ट ठेवण्यात आले होते. परंतु 61 व्या राष्ट्रीय नमुना पाहणीनुसार 2004-05 साली भारतातील दारिद्र्य 27.5% होते. तसेच 1993-2004 या कालावधीत भारताच्या दारिद्र्यात प्रतिवर्षी सरासरी 0.74 टक्क्यांनी म्हणजे एका टक्क्यापेक्षाही कमी वेगाने घट झाली.

(3) बेकारीत वाढ : दहाव्या पंचवार्षिक योजनेत भारतातील बेरोजगारीत 9.11 टक्क्यांवरून 5.11% कमी करण्याचे उद्दिष्ट होते. मात्र त्यात फारसे यश आले नाही.

(4) शेतीक्षेत्राच्या वृद्धीबाबत निराशा : संपूर्ण योजना काळात शेती उत्पादनात केवळ 1.7 टक्क्यांनी म्हणजे उद्दिष्टांच्या पन्नास टक्क्यांपेक्षाही कमी वाढ झाली. जलसिंचन पाणलोट क्षेत्र विकास आणि शेतीपूरक उपक्षेत्रात झालेली कमी गुंतवणूक यामुळे शेतीक्षेत्राच्या वृद्धीत वाढ होते.

(5) असमतोल विकास : या योजनेत आर्थिक विकासातील प्रादेशिक आणि आंतरराज्य असंतुलन कमी करण्यात यश प्राप्त झालेले नाही तर अशा प्रकारच्या असंतुलनातच वाढ झालेली होती.

(6) कुपोषण कमी करण्यातील निराशावादी कामगिरी : राष्ट्रीय कौटुंबिक आरोग्य सर्वेक्षणानुसार 1998-99 ते 2005-06 या कालावधीत बालकांचे कुपोषण कमी करण्यात सरकारला मोठ्या प्रमाणात अपयश आले होते.

अकरावी पंचवार्षिक योजना (2007 ते 2012)

आराखड्याला/कच्च्या मसुद्याला 'वेगवान आणि अधिक सर्वसमावेशक वृद्धीच्या दिशेने' (Towards Faster and More Inclusive Growth) असे शीर्षक देण्यात आले. दहाव्या पंचवार्षिक योजनेत सरासरी वृद्धी 7 टक्क्यांनी झाली असली तरी सर्वसामान्य जनतेच्या समस्यांकडे दुर्लक्ष करण्यात आले हे या योजनेच्या आरंभी मान्य करण्यात आले.

योजनेची उद्दिष्टे

1. सर्वसमावेशक आर्थिक विकास साध्य करणे.
2. सर्वसामान्य जनतेला शिक्षण, आरोग्य, स्वच्छ पिण्याचे पाणी इत्यादी सेवांचा प्रामुख्याने ग्रामीण भागात पुरवठा करणे.
3. पंचायतराज्य व्यवस्थेमार्फत ग्रामीण सेवांच्या पुरवठ्याची अधिक प्रभावीपणे देखभाल करणे तसेच या कामासाठी शहरी भागात बिगर-शासकीय संघटनांची (NGO) मदत घेणे.
4. सार्वजनिक सेवांची गुणवत्ता सुधारण्यासाठी त्यांच्यावरील सरकारी खर्चात वाढ करणे.
5. कृषी आणि उद्योगाच्या वृद्धिदरात वाढ करणे.
6. शेतमाल किंमत स्थिरीकरणासाठी शेतमाल विक्रीव्यवस्थेत सरकारने हस्तक्षेप करणे. त्यासाठी शेतमाल विक्री कायद्यात सुधारणा करणे.
7. शेतमालाच्या विविधीकरणाला प्रोत्साहन देणे.
8. पाण्याचा अतिरिक्त वापर कमी होण्यासाठी शेतकऱ्यांना मोफत वीजपुरवठा करण्याच्या धोरणाचे परीक्षण करणे.
9. पूरक सुविधांचा विकास करणे.
10. ग्रामीण भागाच्या विकासासाठी भारत निर्माण कार्यक्रम राबविणे.
11. विद्युतनिर्मिती वाढण्यासाठी प्रोत्साहन देणे.
12. प्रादेशिक असंतुलन कमी करण्यावर भर देणे.

टीकात्मक परीक्षण

(1) उत्पादन वाढीचा दर कमी : देशांतर्गत एकूण उत्पन्नाच्या वाढीचा दर 11 व्या पंचवार्षिक योजनेमध्ये 8.2% राहण्याची शक्यता होती. तरी तो 9% या ठरविलेल्या उद्दिष्टापेक्षा कमीच होता. परंतु 30 वर्षांमध्ये पडला नव्हता एवढा दुष्काळ आणि जागतिक मंदीच्या पार्श्वभूमीवर हे यश चांगलेच म्हणावे लागेल.

(2) कृषीमधील मर्यादित वाढ : कृषिक्षेत्रातील वाढ 3% झाली होती की, जी 10 व्या पंचवार्षिक योजनेत 2% एवढीच होती. पण तीसुद्धा 4% उद्दिष्टापेक्षा कमीच होती.

(3) विकास उद्दिष्टात कमी : दारिद्र्यनिर्मूलन, आरोग्य शिक्षण आणि अनुसूचित जाती-जमातींचे पुनरुत्थान या क्षेत्रात प्रगती झाली होती. परंतु प्रगतीचा एकूण कल असा दिसत होता की, आपण सहस्रक विकास उद्दिष्टे (Millennium Development Goals) यातील बऱ्याच उद्दिष्टांमध्ये विशेषतः आरोग्यासंबंधात कमी पडणार होतो.

(4) **पूर्वीच्या दोन वर्षांमध्ये चलनवाढीचा वाढता वेग काळजी करायला लावणारा :** या बाबतीत जागतिक पर्यावरणसुद्धा बरेचसे अनिश्चित होते. यातून बाहेर पडण्यासाठी विकसित देशांची ताकद आणि विशेषतः तेल आणि इतर वस्तूंच्या किमतीतील हालचाली काळजी करण्यासारख्याच नव्हत्या. आंतरराष्ट्रीय आर्थिक बाजारपेठेत अजूनही स्थैर्य आलेले नाही. बाजारातील पैशाचा जादा पुरवठा अजूनही कमी झालेला नव्हता.

बारावी पंचवार्षिक योजना (2012 ते 2017)

योजनेची उद्दिष्टे

'वेगाने, सर्वसमावेशक आणि निरंतर वृद्धी' ही 12 व्या पंचवार्षिक योजनेची मूलभूत उद्दिष्टे असावयास हवीत. दीर्घ मुदतीचा विचार करता पर्यावरण आणि नैसर्गिक संसाधने, विशेषतः ऊर्जा आणि पाणी यांचे आव्हान मोठे असेल. म्हणून देशांतर्गत उत्पन्नाच्या वाढीचा दर 9% ते 9.5% राहील असे गृहीत धरले आहे.

आमचा असा विश्वास आहे की, सर्वसमावेशक वृद्धीचे धोरण वरच्या अडथळ्यांना दूर करण्यासाठी आणि ध्येय साध्य करणे सुलभ होण्यासाठी आवश्यक आहे. सर्वसमावेशक वृद्धीसाठी महत्त्वाचे उपाय पुढीलप्रमाणे आहेत.

1. कृषिक्षेत्राच्या वाटचालीत सुधारणा झाली पाहिजे (किमान 4% वृद्धी).
2. उत्पादन क्षेत्रात रोजगाराच्या संधी वेगाने तयार व्हाव्यात. या क्षेत्रात पुढील 5 वर्षांमध्ये किती रोजगार निर्माण व्हावेत याचे ध्येय आपण निश्चित केले पाहिजे हे तपशिलाने ठरविता येईल. परंतु औद्योगिक क्षेत्राची वृद्धी आणि विस्तार सर्वत्र करण्याची आपली क्षमता यावरच मुख्यत्वे ही बाब अवलंबून असेल.
3. कृषी आणि उत्पादन क्षेत्रातील वृद्धी पुरेशा पायाभूत सुविधानिर्मितीवरच अवलंबून असेल. या बाबतीत ग्रामीण क्षेत्रांशी विशेषतः क्षेत्र आणि उत्तरपूर्व क्षेत्र यांची इतर क्षेत्रांशी जोडणी महत्त्वाची ठरेल.
4. आरोग्य, शिक्षण आणि कौशल्यवृद्धी या विषयात गतिशील प्रयत्न झाले पाहिजेत.
5. महत्त्वाच्या कार्यक्रमात सुधारणा करून ध्येय साध्य होण्याच्या दृष्टीने ते कार्यक्रम परिणामकारक होतील हे पाहावे लागेल.
6. मागास क्षेत्र आणि दुर्बल घटक यांच्यामुळे समोर येणारी विशेष आव्हाने या बाबींकडे विशेष लक्ष देण्याची तातडीची गरज आहे.

★★★

6. भारत : लोकसंख्या भूगोलाचे स्वरूप

6.1 भारत : लोकसंख्या (2011)

1. भारताची एकूण लोकसंख्या आणि तिची वैशिष्ट्ये - 2011 अंतिम आकडेवारी
2. भारतीय लोकसंख्येची दशवार्षिक वाढ
3. भारतीय लोकसंख्येची घनता
4. भारताचे लिंग-गुणोत्तर
5. भारतीय बालिका-बालकांचे लिंग-गुणोत्तर
6. भारताची साक्षरता व साक्षरता दर (टक्केवारी)
7. भारत : वैवाहिक स्थिती
8. भारत : ग्रामीण लोकसंख्या
9. भारत : नागरी लोकसंख्या

6.2 भारत : लोकसंख्याशास्त्रीय घटक

1. भारत : झोपडपट्टीवासीयांची लोकसंख्या व वितरण
2. भारत : भाषा व बोलीभाषा गट
3. भारत : धार्मिक लोकसंख्या
4. भारत : भारतीय वंशाचे वितरण
5. भारत : सांस्कृतिक प्रदेश
6. भारत : अनुसूचित जाती
7. भारत : अनुसूचित जमाती
8. भारत : स्थलांतर

लोकसंख्या एक नैसर्गिक साधनसंपत्ती आहे. मानव आपल्या बुद्धीच्या कौशल्याच्या जोरावर नैसर्गिक साधनसंपत्तीचा उपयोग करून घेतो व यामधून आर्थिक उत्पादने निर्माण करतो. यासाठी पुरेसे आणि तरबेज मनुष्यबळ आवश्यक असते. देशामधील भूमी, जल, मृदा, वनस्पती, प्राणी, खनिजसंपत्ती ही साधनसंपत्ती व लोकसंख्या याचे प्रमाण वाजवी असणे महत्त्वाचे असते.

6.1 भारत : लोकसंख्या (2011) अंतिम आकडेवारी

भारताची एकूण लोकसंख्या आणि तिची वैशिष्ट्ये - 2011 अंतिम आकडेवारी

भारतीय जनगणना - 2011 साली 28 राज्ये आणि 7 केंद्रशासित प्रदेश (संघराज्ये), 640 जिल्हे, 5,924 तालुके, 5,161 शहरे/नगरे आणि 6,38,588 खेड्यांची जनगणना केली. 2014 साली आंध्र प्रदेशमधून तेलंगणा या 29 व्या राज्याची निर्मिती झाली.

अंतिम आकडेवारीनुसार भारतीय लोकसंख्या सन 2011 चा आपण खालील मुद्द्यांच्या आधारे अभ्यास करणार आहोत.

(1) भारताची एकूण लोकसंख्या - 2011 (2) भारतीय लोकसंख्येची दशवार्षिक वाढ (2001-2011) (3) भारतीय लोकसंख्येची घनता 2011 (4) भारताचे लिंग-गुणोत्तर - 2011 (5) भारतीय बालिका-बालकांची एकूण संख्या - 2011 (6) भारतीय बालिका-बालकाचे लिंग-गुणोत्तर - 2011 (7) भारताची साक्षरता - 2011.

1. भारताची एकूण लोकसंख्या आणि तिची वैशिष्ट्ये (2011) अंतिम आकडेवारी

→ **भारताची 1 मार्च, 2011 रोजी एकूण लोकसंख्या : भारताची 1 मार्च, 2011 रोजी 0.00 वाजता अंतिम आकडेवारीनुसार एकूण लोकसंख्या 1,21,05,69,573 (एकशे एकवीस कोटी, पाच लाख, एकूणसत्तर हजार, पाचशे त्र्याहत्तर/सुमारे 121.06 कोटी आहे.)**

→ **पुरुष आणि स्त्रियांची संख्या :** 2011 सालच्या जनगणनेनुसार भारतामध्ये एकूण पुरुषांची संख्या 62,31,21,843 (सुमारे 62.31 कोटी) तर स्त्रियांची संख्या 58,74,47,730 (सुमारे 58.65 कोटी) आहे.

→ **भारतामधील एकूण लोकसंख्येत पहिली पाच राज्ये :** भारतामध्ये **एकूण लोकसंख्येत सर्वांत पहिले राज्य उत्तर प्रदेश असून लोकसंख्या 19,98,12,341/सुमारे 19.98 कोटी (16.49%) आहे.** यानंतर महाराष्ट्राचा लोकसंख्येत दुसरा क्रमांक असून लोकसंख्या 11,23,74,333/ सुमारे 11.24 कोटी (9.29%) आहे. या खालोखाल बिहार (10.41 कोटी/8.58%), प. बंगाल (9.13 कोटी/7.55%) आणि आंध्र प्रदेशचा (8.46 कोटी/7%) क्रमांक आहे. वरील पाच राज्यांत मिळून भारतातील 48.91% लोक वास्तव्य करतात. **(नकाशा क्र. 6.1 पाहा.)**

(6.1)

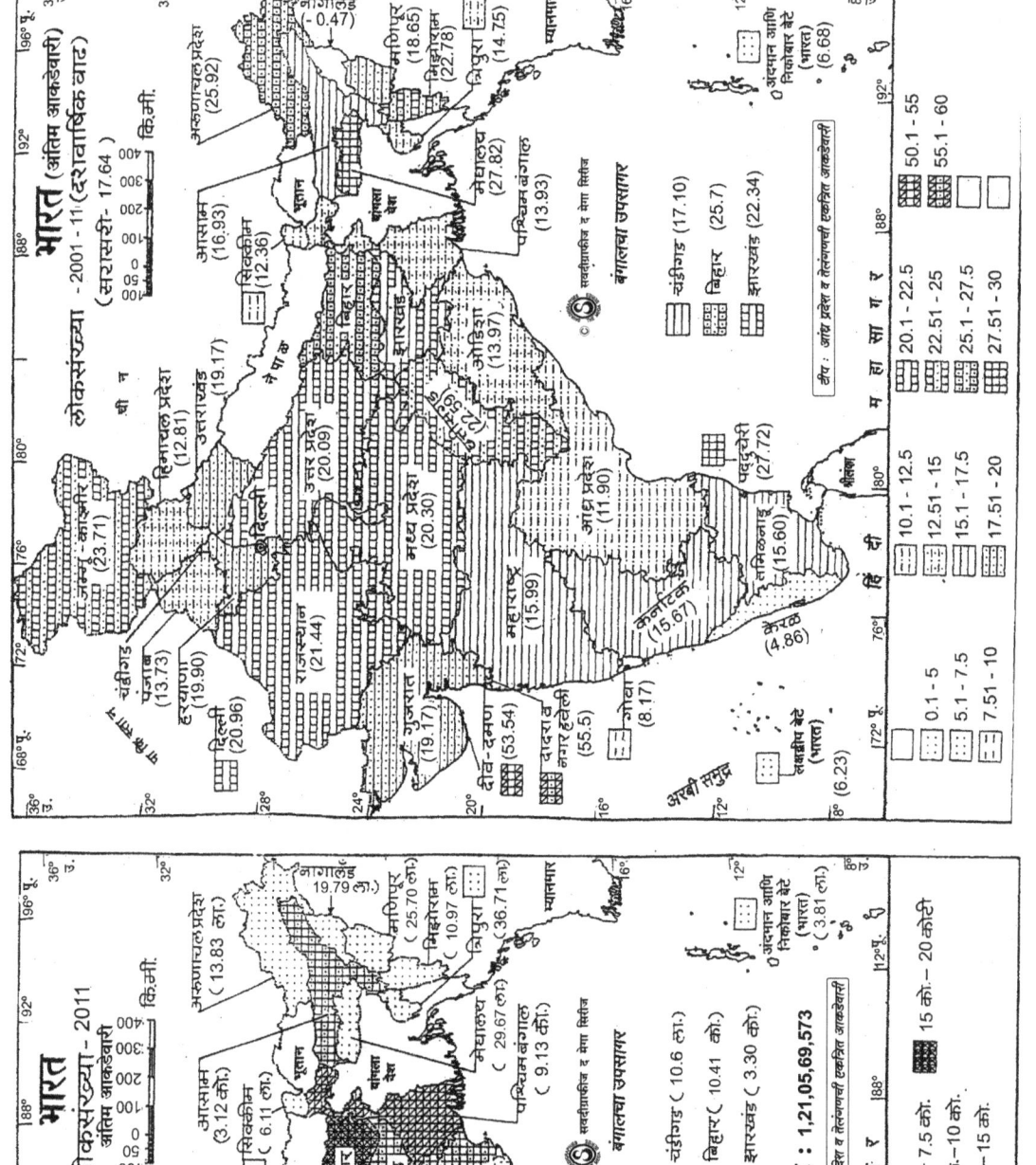

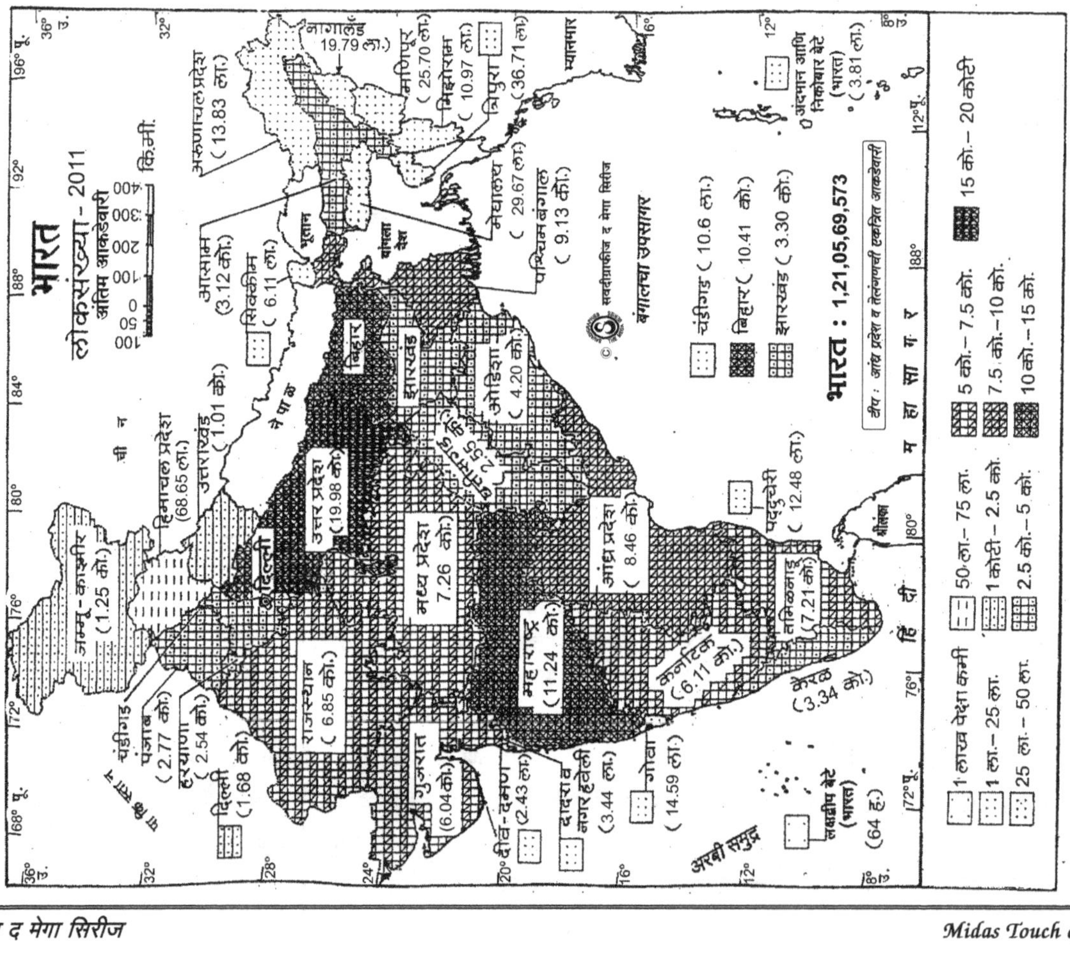

नकाशा क्र. 6.2 : भारत : लोकसंख्या दशवार्षिक वाढ (2001-2011)

नकाशा क्र. 6.1 : भारत – लोकसंख्येचे वितरण (2011)

→ **भारतामधील एकूण लोकसंख्येत शेवटची पाच राज्ये : भारतामध्ये 2011 सालच्या जनगणनेनुसार सर्वांत शेवटचे राज्य सिक्कीम असून तिची लोकसंख्या सुमारे 6.11 लाख (0.05%) आहे.** यानंतर मिझोराम (10.97 लाख), अरुणाचल प्रदेश (13.83 लाख), गोवा (14.59 लाख) आणि नागालँड (19.79 लाख) राज्याचा क्रमांक आहे.

→ **केंद्रशासित प्रदेशामधील लोकसंख्येत पहिले आणि शेवटचे संघराज्य : भारतामध्ये 2011 सालच्या जनगणनेनुसार लोकसंख्येत सर्वांत पहिले संघराज्य राष्ट्रीय राजधानी प्रदेश दिल्ली (NCT of Delhi) असून तिची लोकसंख्या सुमारे 1.68 कोटी (1.38%) आहे तर शेवटचे संघराज्य लक्षद्वीप असून तिची लोकसंख्या सुमारे 64,473 आहे. (0.01%)**

भारतीय एकूण लोकसंख्येची अन्य वैशिष्ट्ये : • भारतामध्ये लोकसंख्येत सर्वांत मोठे असणाऱ्या उत्तर प्रदेशाची लोकसंख्या (सु. 19.98 कोटी) असून दक्षिण अमेरिकेमधील ब्राझील देशापेक्षा जास्त आहे. ज्याचा जगामध्ये लोकसंख्येत पाचवा क्रमांक आहे. • उत्तर प्रदेश आणि महाराष्ट्राची (लोकसंख्येत दुसऱ्या क्रमांकाचे राज्य) एकत्रित लोकसंख्या 312 दशलक्ष असून संयुक्त संस्थानाच्या लोकसंख्येपेक्षा 4 दशलक्षाने जास्त आहे. की जे जगात लोकसंख्यादृष्ट्या तिसऱ्या क्रमांकावर आहे. • भारतामध्ये दहा दशलक्षपेक्षा जास्त लोकसंख्या असणाऱ्या राज्यांची आणि संघराज्यांची संख्या वीस आहे. • भारतामध्ये एक दशलक्षपेक्षा कमी लोकसंख्या असणाऱ्या राज्यांची आणि संघराज्याची संख्या पाच आहे. • भारतामध्ये एक दशलक्षपेक्षा कमी लोकसंख्या असणाऱ्या राज्यांची आणि संघराज्याची संख्या पाच आहे. • भारतामधील लोकसंख्येत पहिल्या पाच राज्यांमध्ये (उत्तर प्रदेश, महाराष्ट्र, बिहार, प. बंगाल आणि आंध्र प्रदेश एकूण लोकसंख्येपैकी 48.9% (भारताची साधारण निम्मी लोकसंख्या) लोक वास्तव्य करतात.

जागतिक लोकसंख्येत भारतीय लोकसंख्येचे स्वरूप

जगाची लोकसंख्या : 2010 साली जगाची लोकसंख्या 6908.7 दशलक्ष (सुमारे 6.9 अब्ज) होती. 2011 साली जगाची लोकसंख्या 7 अब्ज झाली.

→ **लोकसंख्येनुसार जगामधील पहिले 10 देश :** भारताची लोकसंख्या 2011 सालच्या जनगणनेनुसार आहे तर उर्वरित जगाची लोकसंख्या 2011-13 सालामधील आहे. (1) चीन (135.4 कोटी) (2) भारत 121.06 कोटी (3) संयुक्त संस्थाने (31.57 कोटी) (4) इंडोनेशिया (23.76 कोटी) (5) ब्राझील (19.39 कोटी) (6) पाकिस्तान (18.28 कोटी) (7) बांगला देश (15.25 कोटी) (8) नायजेरिया (17.09 कोटी) (9) रशियन फेडरेशन (14.37 कोटी) (10) जपान (12.74 कोटी).

→ **दहा देशांमधील लोकसंख्येतील वाढ :** रशियन फेडरेशनचा अपवाद वगळता उर्वरित देशात लोकसंख्येची वाढ झालेली आहे. रशियन फेडरेशनची ऋणात्मक वाढ 4.3% आहे. सर्वांत जास्त दशवार्षिक वाढ नायजेरियाची (26.84%) आहे. यानंतर पाकिस्तान (24.78%), भारताचा (17.64%) क्रमांक आहे.

→ **जागतिक लोकसंख्येशी दहा देशांची टक्केवारी :** वरील दहा देशांमध्ये जगामधील सुमारे 60% लोकसंख्या राहते.

→ **जगामधील प्रत्येक दहा लोकांमध्ये चार लोक असणारे देश :** जगामधील पहिले तीन देश - चीन, भारत आणि संयुक्त संस्थाने. जगामधील प्रत्येक सहा लोकांमागे एक भारतीय व्यक्ती आहे.

→ **जगामधील लोकसंख्येतील पहिला देश चीन आणि दुसऱ्या क्रमांकाचा भारत यांच्यामधील दरी कमी :** 2001 साली दोन्ही देशांमधील लोकसंख्येतील फरक 23.8 कोटी होता. तो 2011 साली 14.4 कोटींपर्यंत कमी आला.

→ **भारत आणि संयुक्त संस्थानाच्या लोकसंख्येमधील दरीत वाढ :** 2001 साली यांच्या लोकसंख्येमधील फरक 741 दशलक्ष होता तो आता 2011 साली 902 दशलक्षांपर्यंत वाढलेला आहे.

→ **भारताची लोकसंख्या सहा देशांच्या एकूण लोकसंख्येबरोबर :** संयुक्त संस्थाने, इंडोनेशिया, ब्राझील, पाकिस्तान, बांगला देश आणि जपान यांच्या एकत्रित लोकसंख्येबरोबर (121.43 कोटी) भारताची लोकसंख्या आहे.

→ **भारताच्या भूमीच्या जागतिक वाट्याच्या मानाने लोकसंख्या 7 पटींपेक्षा जास्त :** भारतीय भूमीची जागतिक स्तरावर फक्त सुमारे 2.4% (135.79 चौ.कि.मी.) आहे. परंतु जागतिक लोकसंख्येत याची टक्केवारी 17.5% (7 पटींपेक्षा जास्त) आहे.

→ **2030 साली जगामध्ये लोकसंख्येत भारत पहिल्या क्रमांकावर - एक अंदाज :** जगामध्ये रशियन फेडरेशन आणि जपानच्या (अनुक्रमे - 4.29% आणि 1.1%) नंतर चीनच्या लोकसंख्यावाढीचा निम्न स्तरावरील तिसरा क्रमांक आहे आणि तो संयुक्त संस्थानाच्या मानाने (0.7%) बराच खाली आहे.

संयुक्त संस्थानाचा असा अंदाज आहे की 2030 साली भारताची लोकसंख्या चीनपेक्षा जास्त असेल आणि जगामधील 17.9% लोकांचे वास्तव्य असेल.

→ **जगामध्ये 20 व्या शतकात जन्मदर आणि मृत्युदरात झपाट्याने घट :** 20 व्या शतकात तांत्रिक आणि सामाजिकदृष्ट्या बदल झाल्याने जागतिक एकूण लोकसंख्येत आमूलाग्र बदल झाले. या शतकाच्या प्रारंभी जागतिक लोकसंख्या 1.6 अब्ज होती. ती 20 व्या शतकाच्या शेवटी 6.1 अब्ज एवढी झाली. तर 2011 साली जागतिक लोकसंख्येने 7 अब्जाचा पल्ला ओलांडला. लोकसंख्येमधील ही वाढ प्रामुख्याने 1960 नंतर झालेली आहे.

→ **भविष्यात विकसनशील देशांमध्ये आणि त्यामधील नागरी क्षेत्रात लोकसंख्येची वाढ :** असे साधारण निश्चित होत आहे की भविष्यकाळातील जागतिक लोकसंख्येची जवळजवळ सर्व वाढ विकसनशील देशांमध्ये होईल. तसेच या प्रदेशातील नागरी क्षेत्रात ही लोकसंख्या सामावली जाईल.

भारत - लोकसंख्यावाढ

लोकसंख्यावाढीचे स्वरूप

2011 च्या जनगणनेनुसार (अंतिम आकडेवारी) भारताच्या लोकसंख्यावाढीचा दशवार्षिक वेग 17.64% तर वाढीचा वार्षिक सरासरी दर 1.64% आहे. भारताने जगाचा 2.46% भू-भाग व्यापलेला आहे. जगातील 17.5% लोक भारतात राहतात. याचे स्वरूप पुढीलप्रमाणे आहे -

1. **गेल्या 110 वर्षांत भारताची लोकसंख्या जवळजवळ चौपट वाढली.** शतकाच्या पहिल्या दशकात जन्मदर व मृत्युदर दोन्ही जास्त व समान असल्यामुळे वाढीचा दर फारच कमी होता.

2. दुसऱ्या दशकात तर साथीमुळे (प्लेग, मलेरिया, हिवताप) देशाची लोकसंख्या कमी झाली.

3. स्वातंत्र्यापर्यंतच्या तीन दशकांमध्येही वाढीचा वेग 10 ते 15% च्या दरम्यान होता.

4. स्वातंत्र्यानंतर झालेले अन्नपुरवठा व वैद्यकीय सेवा यांमधील सुधारणांमुळे देशाचा मृत्युदर झपाट्याने खाली येऊ लागला; पण जन्मदर मात्र त्या-त्या गतीने कमी झाला नाही.

5. यामुळे 1961 ते 2011 सालच्या चार दशकांत देशाची लोकसंख्या जवळजवळ तिप्पट झाली.

तक्ता क्र. 6.1 : भारत - सर्वसाधारण लोकसंख्याशास्त्रीय घटक - पहिली व शेवटची तीन राज्ये
जनगणना (2011) - अंतिम आकडेवारी

घटक	पहिली तीन राज्ये			शेवटची तीन राज्ये		
	1	2	3	1	2	3
I. एकूण लोकसंख्या मूल्य	उत्तर प्रदेश 19.98 कोटी	महाराष्ट्र 11.24 कोटी	बिहार 10.41 कोटी	सिक्कीम 6.11 लाख	मिझोराम 10.97 लाख	अरुणाचल प्रदेश 13.83 लाख
II. पुरुष लोकसंख्या	उत्तर प्रदेश 10.45 कोटी	महाराष्ट्र 5.82 कोटी	बिहार 5.43 कोटी	सिक्कीम 3.23 लाख	मिझोराम 5.55 लाख	अरुणाचल प्रदेश 7.14 लाख
III. स्त्री लोकसंख्या	उत्तर प्रदेश 9.53 कोटी	महाराष्ट्र 5.41 कोटी	बिहार 4.98 कोटी	सिक्कीम 2.88 लाख	मिझोराम 5.42 लाख	अरुणाचल प्रदेश 6.7 लाख
IV. दशवार्षिक वाढ मूल्य %	मेघालय 27.82%	अरुणाचल प्रदेश 25.92%	बिहार 25.70%	नागालँड (-) 0.47%	केरळ 4.86%	गोवा 8.17%
V. लोकसंख्येची घनता मूल्य (चौ.कि.मी.)	बिहार 1,106	प. बंगाल 1,028	केरळ 860	अरुणाचल प्रदेश 17	मिझोराम 52	सिक्कीम 86
VI. लिंग-गुणोत्तर मूल्य (हजार पुरुषांशी स्त्रियांचे प्रमाण)	केरळ 1,084	तमिळनाडू 996	आंध्र प्रदेश 993	हरियाणा 879	जम्मू व काश्मीर 889	सिक्कीम 890
VII. बाल लिंग-गुणोत्तर मूल्य (हजार पुरुषांशी स्त्रियांचे प्रमाण)	अरुणाचल प्रदेश 972	मेघालय व मिझोराम 970	छत्तीसगड 969	हरियाणा 834	पंजाब 846	जम्मू व काश्मीर 862
VIII. साक्षरता दर मूल्य %	केरळ 94.00%	मिझोराम 91.33%	गोवा 88.7%	बिहार 61.8%	अरुणाचल प्रदेश 65.39%	राजस्थान 66.11%
IX. स्त्री साक्षरता दर मूल्य %	केरळ 92.07%	मिझोराम 89.27%	गोवा 84.66%	बिहार 51.5%	राजस्थान 52.12%	झारखंड 55.42%
X. बाल लोकसंख्या मूल्य (कोटी, लाख, हजार)	उत्तर प्रदेश 3.07 कोटी	बिहार 1.91 कोटी	महाराष्ट्र 1.33 कोटी	सिक्कीम 64.11%	गोवा 1.45 लाख	मिझोराम 1.68 लाख

टीप : ——— सर्वांत पहिले राज्य   - - - - - - सर्वांत शेवटचे राज्य

Source : Census of India Final Population Today

तक्ता क्र. 6.2 : भारत - एकूण जनगणना (2011) अंतिम आकडेवारी

क्र.	घटक	मूल्य	क्र.	घटक	मूल्य
1.	एकूण लोकसंख्या	121,05,69,573	9.	बाल लिंग-गुणोत्तर	919
2.	पुरुष लोकसंख्या	62,31,21,843	10.	साक्षरता 7 + वर्षे	76,34,98,517
3.	पुरुष लोकसंख्या %	–	11.	पुरुष साक्षरता	43,46,83,779
4.	स्त्री लोकसंख्या	58,74,47,730	12.	स्त्री साक्षरता	32,88,14,738
5.	स्त्री लोकसंख्या %	–	13.	साक्षरता टक्केवारी	72.99%
6.	लोकसंख्येची घनता	382	14.	पुरुष साक्षरता %	80.89%
7.	लिंग-गुणोत्तर	943	15.	स्त्री साक्षरता %	64.64%
8.	बाल लोकसंख्या 0-6 वर्षे	16,44,78,150			
	बालक लोकसंख्या	8,57,32,470			
	बालिका लोकसंख्या	7,87,45,630			

Source : Census Info India Final Population Today

2. भारतीय लोकसंख्येची दशवार्षिक वाढ (2001-2011) अंतिम आकडेवारी

→ **भारतामध्ये सन 2001-2011 या दशकात स्वातंत्र्योत्तर काळातील सर्वांत जास्त घट** : झालेली आहे. सन 1981-1991 या दशकामध्ये लोकसंख्येची दशवार्षिक वाढ 23.87% होती तर सन 1991-2001 या दशकात लोकसंख्येची वाढ 21.54% पर्यंत खाली आली म्हणजे 2.33% नी घट झाली. सन 2001-2011 या कालावधीत लोकसंख्येची दशवार्षिक वाढ 17.64% आहे. मागील दशकाच्या तुलनेने ती 3.9% घटलेली आहे.

→ **छोटी राज्ये आणि केंद्रशासित प्रदेशामधील लोकसंख्येची दशवार्षिक वाढ** : यामध्ये दादरा आणि नगर हवेलीची सर्वांत जास्त वाढ 55.5% तर दमण व दीवची वाढ 53.54% आहे. या खालोखाल मेघालय (27.82%), पुद्दुचेरी (27.52%) आणि अरुणाचल प्रदेशचा क्रमांक आहे. **सर्वांत कमी दशवार्षिक वाढ नागालँडची ऋणात्मक वाढ 0.47 आहे. लक्षद्वीप बेटांची 6.23%** या नंतर अंदमान आणि निकोबार बेटे (6.68%) आणि गोवा (8.17%) येतात. **(नकाशा क्र. 6.2 पाहा.)**

→ **मोठ्या राज्यामधील लोकसंख्या दशवार्षिक वाढीचे स्वरूप** : भारतामध्ये मोठ्या राज्यांमध्ये सन 2001-2011 या दशकात **सर्वांत जास्त लोकसंख्येची दशवार्षिक वाढ** मेघालय (27.82) या खालोखाल अरुणाचल प्रदेश (25.92), बिहार (25.70%) व झारखंडचा (22.34%) क्रमांक आहे.

भारतामधील मोठ्या राज्यांमध्ये सर्वांत कमी दशवार्षिक वाढ केरळची 4.86% तर सिक्कीमची 12.3% आहे.

→ **राज्ये आणि केंद्रशासित प्रदेशामधील सन 1991-2001 आणि सन 2001-2011 कालखंडातील लोकसंख्या दशवार्षिक वाढीमधील बदल : भारतामध्ये या कालखंडामध्ये सर्वांत जास्त बदल नागालँड** –65 बिंदू आहे. याचा अर्थ नागालँडची दशवार्षिक वाढ 65 बिंदूने घटलेली आहे.

• **संपूर्ण भारताची लोकसंख्या दशवार्षिक वाढ (2001-2011)** मध्ये 3.9 टक्क्यांनी घटलेली आहे. • छत्तीसगड (4.32 बिंदू), तमिळनाडू (3.88 बिंदू), पुद्दुचेरी (7.1 बिंदू) वगळता सर्व राज्ये आणि केंद्रशासित प्रदेशात दशवार्षिक वाढीमधील बदल ऋणात्मक आहे याचा अर्थ तेथे लोकसंख्यावाढीमध्ये घट झालेली आहे.

• **सर्वांत जास्त लोकसंख्या असणाऱ्या सहा राज्यांमधील दशवार्षिक वाढीच्या टक्केवारीचे स्वरूप** : सन 1991-2001 आणि सन 2001-2011 या दोन दशकांमधील दशवार्षिक वाढीच्या दराची तुलना करता असे निदर्शनास येते की, उत्तर प्रदेश, महाराष्ट्र, बिहार, प. बंगाल, आंध्र प्रदेश आणि मध्य प्रदेश या जास्त लोकसंख्या असणाऱ्या या सर्व सहाही राज्यांत दशवार्षिक वाढीच्या दरात घट झालेली आहे. सर्वांत जास्त दशवार्षिक वाढ महाराष्ट्र (6.7%) आणि सर्वांत कमी आंध्र प्रदेशात (3.5%) झालेली आहे.

3. भारतीय लोकसंख्येची घनता (2011) अंतिम आकडेवारी

→ **भारतीय लोकसंख्येच्या घनतेची वैशिष्ट्ये** : लोकसंख्येची 2011 सालच्या जनगणनेच्या अंतरिम अहवालानुसार घनता : भारताची घनता 2011 साली 382 आहे याचा अर्थ भारतामध्ये 1 चौ. कि.मी. क्षेत्रात सरासरी 382 लोक वास्तव्य करतात.

दशकामधील लोकसंख्येच्या घनतेमध्ये वाढ : भारतामध्ये 2001 साली लोकसंख्येची घनता 325 होती. सन 2001-2011 या दशवार्षिक काळामध्ये घनतेमध्ये 57 नी निव्वळ वाढ झालेली आहे. या दशकामध्ये लोकसंख्येच्या घनतेमध्ये 17.5% नी वाढ झालेली आहे.

2011 सालच्या जनगणनेनुसार राज्ये आणि केंद्रशासित प्रदेशाच्या लोकसंख्येच्या घनतेची वैशिष्ट्ये : • भारतामधील सर्वांत जास्त आणि सर्वांत कमी लोकसंख्येची घनता असणारी क्षेत्रे : भारतामध्ये सन 2011 च्या जनगणनेनुसार सर्वांत जास्त लोकसंख्येची घनता राष्ट्रीय राजधानी प्रदेशाची (NCT of Delhi) 11,297 आहे. तर सर्वांत कमी लोकसंख्येची घनता अरुणाचल प्रदेशाची फक्त 17 आहे. म्हणजे कमाल आणि किमान लोकसंख्येत 11,280 एवढी प्रचंड तफावत आहे.

→ **2011 सालच्या जनगणनेच्या आधारे लोकसंख्येच्या घनतेनुसार पहिली पाच क्षेत्रे** : (1) **भारतामध्ये वर उल्लेख केल्याप्रमाणे लोकसंख्येच्या घनतेमध्ये पहिला क्रमांक राष्ट्रीय राजधानी प्रदेश दिल्ली (NCT of Delhi - 11,297) आहे.** या खालोखाल (2) चंदीगड (9,258) (3) पुद्दुचेरी (2,605) (4) दमण व दीव (2,172) (5) लक्षद्वीप बेटे (2,015) यांचा क्रमांक आहे. याचे आणखी एक वैशिष्ट्य असे नमूद करता येईल की ही सर्व क्षेत्रे केंद्रशासित प्रदेशामध्ये आहेत. तसेच दिल्ली आणि चंदीगडच्या मानाने पुद्दुचेरी, दमण व दीव आणि लक्षद्वीप बेटांच्या लोकसंख्येची घनता बरीच कमी आहे. **(नकाशा क्र. 6.3 पाहा.)**

• **सर्वांत कमी लोकसंख्येच्या घनतेची पाच क्षेत्रे** : (1) **भारतामध्ये सर्वांत कमी लोकसंख्येची घनता अरुणाचल प्रदेशाची फक्त 17 आहे.** यानंतर (2) अंदमान आणि निकोबार बेटे (46) (3) मिझोराम (52) (4) सिक्कीम (86) आणि (5) नागालँड (119) यांचा क्रमांक आहे. याचे असे वैशिष्ट्य प्रतिपादन करता येते की अंदमान आणि निकोबार बेटांचा अपवाद वगळता अन्य सर्व राज्ये आहेत तसेच ती साधारण ईशान्य भारतामधील आहेत.

→ **भारतामधील लोकसंख्येच्या घनतेनुसार पहिली पाच राज्ये** : भारतामध्ये राज्यवार विचार करता 2011 सालच्या जनगणनेनुसार **लोकसंख्येच्या घनतेमध्ये बिहारचा प्रथम क्रमांक (1,106) आहे.** या खालोखाल प. बंगाल (1028), केरळ (860), उत्तर प्रदेश (829) आणि हरियाणा (573) राज्ये आहेत. यानंतर 500 पेक्षा जास्त लोकसंख्येची घनता असणारी राज्ये तमिळनाडू , पंजाब आणि झारखंड राज्ये आहेत.

→ **लोकसंख्येच्या घनतेनुसार शेवटची पाच राज्ये** : (1) अरुणाचल प्रदेश (17), (2) मिझोराम (52), (3) सिक्कीम (86), (4) मणिपूर (115), (5) नागालँड (119).

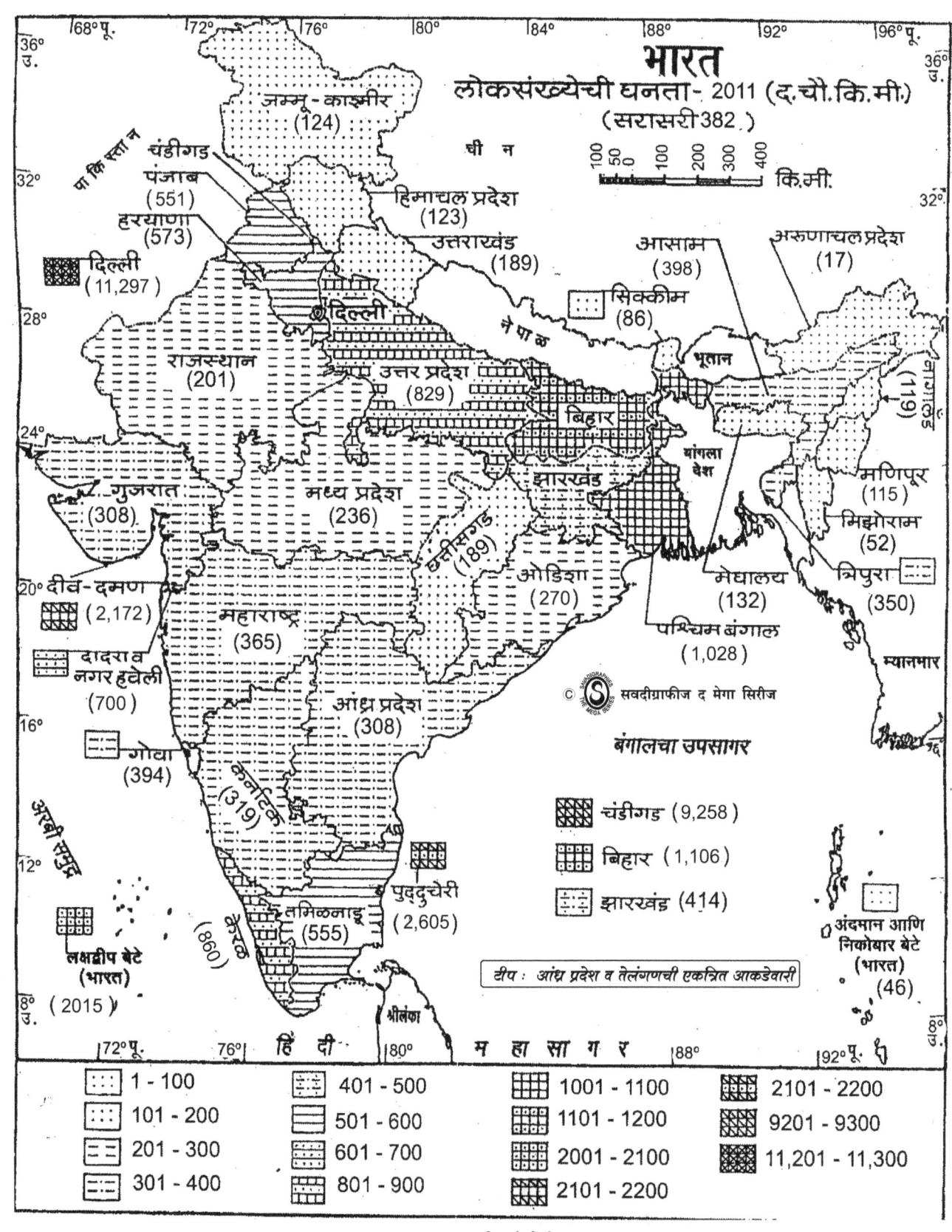

नकाशा क्र. 6.3 : भारत : लोकसंख्येची घनता (2011)

तक्ता क्र. 6.3 : भारत - राज्यानुसार लोकसंख्याशास्त्रीय घटकांचे सर्वांत पहिले राज्य
जनगणना (2011) - अंतिम आकडेवारी

अ. क्र.	राज्य	सर्वसाधारण लोकसंख्याशास्त्रीय घटक		ग्रामीण लोकसंख्याशास्त्रीय घटक		नागरी लोकसंख्याशास्त्रीय घटक	
		घटक	मूल्य	घटक	मूल्य	घटक	मूल्य
1.	उत्तर प्रदेश	• एकूण लोकसंख्या • पुरुष लोकसंख्या • स्त्री लोकसंख्या • बाल लोकसंख्या	19.98 कोटी 10.45 कोटी 9.53 कोटी 3.07 कोटी	• ग्रामीण लोकसंख्या • पुरुष लोकसंख्या • स्त्री लोकसंख्या • बाल लोकसंख्या	15.5 कोटी 8.1 कोटी 7.43 कोटी 2.5 कोटी	बाल लोकसंख्या	57.51 लाख
2.	महाराष्ट्र	–	–	–	–	• नागरी लोकसंख्या • पुरुष लोकसंख्या • स्त्री लोकसंख्या	5.08 कोटी 2.67 कोटी 2.41 कोटी
3.	केरळ	• लिंग-गुणोत्तर • साक्षरता दर • स्त्री साक्षरता दर	1,084 94.00% 92.07%	• लिंग-गुणोत्तर • साक्षरता दर • स्त्री साक्षरता दर	1,078 92.90% 90.81%	लिंग-गुणोत्तर	1,091
4.	मिझोराम	–	–	–	–	• बाल लिंग-गुणोत्तर • साक्षरता दर • स्त्री साक्षरता दर	974 97.63% 97.27%
5.	बिहार	लोकसंख्येची घनता	1106	–	–	–	–
6.	मेघालय	दशवार्षिक वाढ	27.82%	–	–	–	–
7.	अरुणाचल प्रदेश	बाल लिंग-गुणोत्तर	972	–	–	–	–
8.	छत्तीसगड	–	–	बाल लिंग-गुणोत्तर	977	–	–

Source : Census Info India   Final Population Today

4. भारताचे लिंग-गुणोत्तर (2011) अंतिम आकडेवारी

→ **लिंग-गुणोत्तराची व्याख्या :** "लोकसंख्येमध्ये 1000 पुरुष लोकसंख्येनुसार स्त्रियांची संख्या किती आहे याला लिंग-गुणोत्तर असे म्हणतात."

→ **भारतीय सन 2011 च्या जनगणनेनुसार (अंतिम आकडेवारी) लिंग-गुणोत्तराची वैशिष्ट्ये :**

एकूण लोकसंख्येत पुरुष आणि स्त्रियांची संख्या : भारतात सन 2011 च्या जनगणनेनुसार एकूण लोकसंख्या 1,21,05,69,573 आहे. यापैकी पुरुष लोकसंख्या 62,31,21,843 आणि स्त्री लोकसंख्या 58,74,47,730 आहे. 2011 सालच्या जनगणनेनुसार भारताचे लिंग-गुणोत्तर 943 आहे.

→ **सन 1901-2011 दरम्यान लिंग-गुणोत्तराचे स्वरूप :** भारतामध्ये ऐतिहासिकदृष्ट्या लिंग-गुणोत्तर नकारात्मक आहे. दुसऱ्या शब्दामध्ये व्यक्त केल्यास स्त्रीदृष्ट्या अनुकूल नाही.

* भारतामध्ये 1901 साली लिंग-गुणोत्तर 972 होते जे 1941 पर्यंत (945) घसरत गेले. 1951 साली (946) सीमांत वाढ झाली.
* 1961 पासून (941) पुन्हा घसरण सुरू होऊन 1991 साली सर्वांत निम्न म्हणजे लिंग-गुणोत्तर 927 पर्यंत खाली आहे. अर्थात 1971 ला लिंग-गुणोत्तर 930 पर्यंत खाली होते व 1981 साली 934 पर्यंत वर गेले.
* 1951 ते 1971 या सलग दोन दशकात लिंग-गुणोत्तर घसरले. सन 1961-1971 या दशकात लिंग-गुणोत्तर 11 बिंदूंनी खाली आले.
* सन 1971 च्या जनगणनेनुसार लिंग-गुणोत्तरामध्ये सातत्य राहिलेले नाही. एका दशकात वाढ होते तर पुढच्या दशकात यामध्ये घट झालेली असते. अर्थात ती 930 च्या आसपास घुटमळत राहिलेली दिसते.

→ **1951 ते 2011 सालादरम्यान राज्ये आणि केंद्रशासित प्रदेशांमधील लिंग-गुणोत्तराचा बदलता कल :**

* 1951 साली 11 राज्ये आणि केंद्रशासित प्रदेशात लिंग-गुणोत्तर 1000 पेक्षा जास्त होते.
* 1961 साली राज्ये आणि केंद्रशासित प्रदेशाची संख्या नऊ झाली. जी 1971 साली तीन 1981 साली दोन आणि 1991 साली एक वर आली.
* 2001 साली केरळ राज्य आणि पुद्दुचेरी केंद्रशासित प्रदेशात लिंग-गुणोत्तर 1000 च्या वर होते.
* सन 2011 च्या जनगणनेमध्ये बऱ्यापैकी सुधारणा झालेली आहे. **सन 2001-2011 या दशकामध्ये 24 पासून 29 पर्यंत लिंग-गुणोत्तराचा चढता कल आढळला आहे.** याची उत्तराखंडात 1 बिंदूपासून दिल्लीमध्ये 24 बिंदू आहे.
* **बिहार, जम्मू आणि काश्मीर व गुजरातसारख्या राज्यांमध्ये लिंग-गुणोत्तरामध्ये घट झालेली आहे.**
* उत्तर प्रदेश, राजस्थान, झारखंड, ओडिशा, छत्तीसगड, मध्य प्रदेश, प. बंगाल, महाराष्ट्र, केरळ, तमिळनाडू आणि ईशान्य भारतामधील राज्यात लिंग-गुणोत्तरामध्ये वाढ झालेली आहे.
* सन 2011 च्या जनगणनेनुसार ऐतिहासिकदृष्ट्या पंजाब, हरियाणा, दिल्ली आणि चंदीगडसारख्या भागात निम्न स्तरावर अरुणाचलच्या लिंग-गुणोत्तरात थोडी वाढ झालेली आहे.

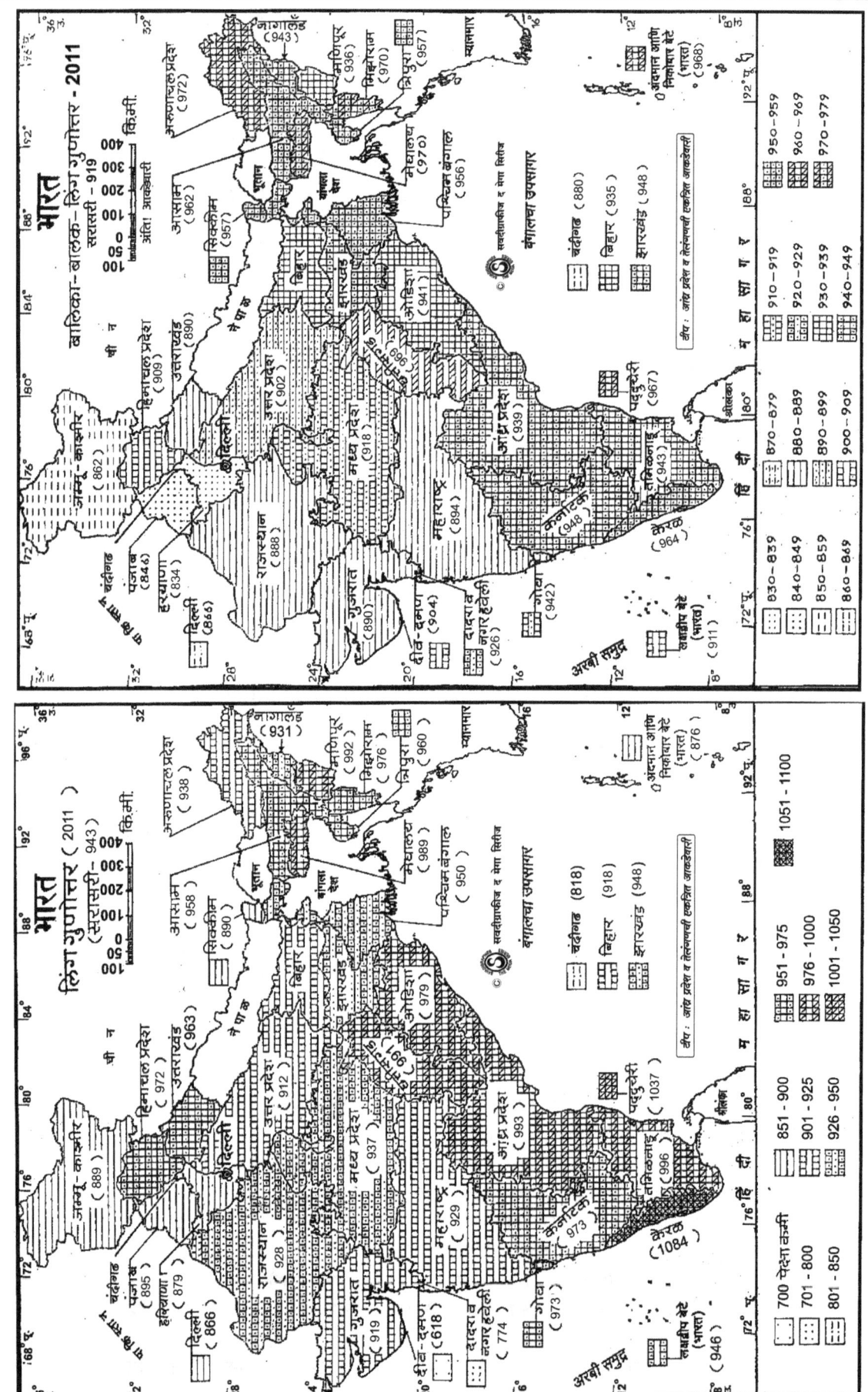

नकाशा क्र. 6.5 : भारत-बालिका-बालक लिंग-गुणोत्तर (2011)

नकाशा क्र. 6.4 : भारत – लिंग-गुणोत्तर (2011)

भारतीय लोकसंख्येची वैशिष्ट्ये- 2011 अंतिम आकडेवारी

- **सन 2011 च्या जनगणनेनुसार सर्वांत जास्त लिंग-गुणोत्तर असणारी तीन राज्ये :** केरळ (1084) तमिळनाडू (996) आणि आंध्र प्रदेश (993).
- **सन 2011 च्या जनगणनेनुसार सर्वांत जास्त लिंग-गुणोत्तर असणारे तीन केंद्रशासित प्रदेश :** पुद्दुचेरी (1,037), लक्षद्वीप (946) आणि अंदमान व निकोबार बेटे (876). **(नकाशा क्र. 6.4 पाहा.)**
- **सर्वांत कमी लिंग-गुणोत्तर असणारी तीन राज्ये :** हरियाणा (879), जम्मू आणि काश्मीर (889) आणि सिक्कीम (890).
- **सर्वांत कमी लिंग-गुणोत्तर असणारे तीन केंद्रशासित प्रदेश :** दमण व दीव (618), दादरा आणि नगर हवेली (774), चंदीगड (818).
- **राष्ट्रीय सरासरी लिंग-गुणोत्तर :** 943 : 1,000

सन 2001-2011 या दशकामधील राज्ये आणि केंद्रशासित प्रदेशातील लिंग-गुणोत्तराचा कल

- **लिंग-गुणोत्तरामध्ये घट दर्शविणारी तीन राज्ये :** (i) बिहार (ii) गुजरात (iii) जम्मू आणि काश्मीर
- **लिंग-गुणोत्तरामध्ये घट दर्शविणारे तीन केंद्रशासित प्रदेश :** (i) दादरा आणि नगर हवेली (ii) दमण आणि दीव (iii) लक्षद्वीप
- **एकूण लोकसंख्येचे लिंग-गुणोत्तर :** वर्ष 2001 - 933, वर्ष 2011 - 943.
- **बालिका - बालकांचे (0-6 वर्षे) लिंग-गुणोत्तर :** वर्ष 2001 - 927, वर्ष 2011 - 919.
- **7 वर्षांवरील लोकसंख्येचे लिंग-गुणोत्तर :** वर्ष 2001- 934, वर्ष 2011 - 944.
- लिंग-गुणोत्तर 916 पेक्षा कमी असणारी राज्ये आणि केंद्रशासित प्रदेशामध्ये घट झाली. परंतु या राज्याच्या लोकसंख्येच्या वाट्याची टक्केवारी साधारण सारखीच राहिली.
- लिंग-गुणोत्तर 986 आणि यापेक्षा जास्त असणारी राज्ये आणि केंद्रशासित प्रदेशाचा लोकसंख्येच्या वाट्याच्या टक्केवारीमध्ये वाढ झाली. या व्यतिरिक्त या गटामध्ये आंध्र प्रदेशाचा समावेश झपाट्याने लोकसंख्येच्या वाट्यात वाढ झाली.

5. भारत : बालिका-बालकांचे लिंग-गुणोत्तर (0 - 6 वर्षे) (2011) अंतिम आकडेवारी

- **बालिका-बालकांत लिंग-गुणोत्तर सर्वांत जास्त असणारी क्षेत्रे :** (i) **अंदमान आणि निकोबार (968)** (ii) पुद्दुचेरी (967) (iii) दादरा आणि नगर हवेली (926).
- **बालिका-बालकांतील लिंग-गुणोत्तर सर्वांत पहिली तीन राज्ये :** (i) **अरुणाचल प्रदेश (972)** (ii) मेघालय (970) (iii) मिझोराम (970).
- **बालिका-बालकांतील लिंग-गुणोत्तर सर्वांत कमी असणारी तीन राज्ये :** (i) **हरियाणा (834)** (ii) पंजाब (846) (iii) जम्मू आणि काश्मीर (862)
- **बालिका-बालक लिंग-गुणोत्तर सर्वांत कमी असणारे तीन केंद्रशासित प्रदेश :** (i) **दिल्ली (866)** (ii) चंदीगड (880) (iii) लक्षद्वीप (911).

→ **2011 सालच्या जनगणनेनुसार बालिका-बालकांच्या गुणोत्तरामध्ये वाढ दर्शविणारी राज्ये :** फक्त सहा राज्ये आणि 2 केंद्रशासित प्रदेश आहेत. या संबंधात एक समाधानाची बाब अशी की 2001 च्या जनगणनेमध्ये ज्या राज्यात बालिका-बालकांच्या लिंग-गुणोत्तरात झपाट्याने घट झालेली होती. यामध्ये अल्प प्रमाणात सुधारणा झालेली आहे. ही राज्ये पुढीलप्रमाणे : (1) पंजाब : 789 वरून 846 + 57 बिंदू. (2) हरियाणा : 819 वरून 830 + 11 बिंदू (3) हिमाचल प्रदेश : 896 वरून 906 + 10 बिंदू (4) चंदीगड : 845 वरून 867 + 22 बिंदू (5) गुजरात : 883 वरून 886 +3 बिंदू (6) तमिळनाडू 942 वरून 946 + 4 बिंदू याशिवाय (7) मिझोराम : 964 वरून 971 + 7 बिंदू (8) अंदमान व निकोबार 957 वरून 966 + 9 बिंदू. **(नकाशा क्र. 6.5 पाहा.)**

→ **बालिका-बालकांच्या लिंग-गुणोत्तरामध्ये घट झालेली राज्ये आणि केंद्रशासित प्रदेश :** 2011 सालच्या जनगणनेनुसार बालिका-बालक लिंग-गुणोत्तरामध्ये 27 राज्ये आणि केंद्रशासित प्रदेशात घट झालेली आहे. ही घट 22 बिंदूपासून 82 बिंदूपर्यंत झालेली आहे.

→ **प्रमुख राज्ये आणि केंद्रशासित प्रदेश :** जम्मू आणि काश्मीर, दादरा आणि नगर हवेली, लक्षद्वीप, महाराष्ट्र, राजस्थान, मणिपूर, उत्तराखंड, झारखंड, मध्य प्रदेश आणि नागालँड, सिक्कीम आणि अरुणाचल प्रदेशसारख्या ईशान्य भारतामध्येही हीच बालिका-बालकांच्या लिंग-गुणोत्तरावरून घट पाहावयास मिळते.

→ **बालिका-बालकांचे लिंग-गुणोत्तर 915 पेक्षा कमी असणारी राज्ये आणि केंद्रशासित प्रदेशात वाढ :** या गटात 2001 साली 9 राज्ये आणि केंद्रशासित प्रदेशांचा समावेश होतो. तो सन 2011 मध्ये 11 पर्यंत वाढला. या गटात लोकसंख्येचा वाटा दुप्पट झालेला आहे ही एक चिंताजनक बाब आहे.

→ **7 वर्षांवरील लोकसंख्येच्या लिंग-गुणोत्तराचे राज्ये/केंद्रशासित प्रदेशामधील वितरण 2001-2011 :**

• **राष्ट्रीय स्तरावरील 7 वर्षांपेक्षा जास्त लोकसंख्येचे लिंग-गुणोत्तर :** 2001 साली हे गुणोत्तर 942 होते ते 2011 साली 944 पर्यंत वाढले. • **लिंग-गुणोत्तरात वाढ दर्शविणारी राज्ये/केंद्रशासित प्रदेश :** 2001 सालच्या तुलनेने 2011 साली 23 राज्ये/केंद्रशासित प्रदेशात लिंग-गुणोत्तरामध्ये वाढ झालेली आहे. • **7 वर्षांवरील लोकसंख्येचे 2011 रोजी सर्वांत जास्त लिंग-गुणोत्तर केरळमध्ये (1099) या खालोखाल तमिळनाडू (1000) आणि आंध्र प्रदेशाचा (997) क्रमांक आहे.** • **7 वर्षांवरील लोकसंख्येचे 2011 साली सर्वांत कमी गुणोत्तर हरियाणामध्ये (885) आहे. यानंतर जम्मू आणि काश्मीर (887) आणि पंजाबचा (899) क्रमांक आहे.** • लिंग-गुणोत्तर 986 आणि त्यापेक्षा जास्त लिंग-गुणोत्तर असणाऱ्या गटामधील राज्ये/केंद्रशासित प्रदेशांची संख्या आणि त्यांचा लोकसंख्येमधील वाटा या दोन्हीमध्ये वाढ झालेली आहे. • 2001 सालशी तुलना करता 8 राज्यांमध्ये 7 वर्षांवरील लोकसंख्येच्या गुणोत्तरामध्ये अल्प प्रमाणात घट झालेली आहे. तर 4 राज्ये/केंद्रशासित प्रदेशात लिंग-गुणोत्तर कायम राहिलेले आहे. • 915-950 लिंग-गुणोत्तर असणारी राज्ये आणि केंद्रशासित प्रदेशांची संख्या आणि त्यांचा एकूण लोकसंख्येमधील टक्केवारी यामध्ये घट झालेली आहे.

→ **बालिका-बालकांच्या (0-6 वर्षे) संख्येचे वितरण, आकार आणि वाढीचा दर :** • **बालिका-बालकांची एकूण संख्या :** 2011 सालच्या जनगणनेच्या अंतरिम अहवालानुसार बालिका-बालकांची एकूण संख्या 158.8 दशलक्ष आहे. सन 2001-2011 या दशकामध्ये देशाच्या एकूण लोकसंख्येत नेव्वळ वाढ 181 दशलक्ष झाली. यामध्ये बालिका-बालकांची (0-6 वर्षे) संख्येचा वाटा 88% आहे.

2001 साली बालिका-बालकांची संख्या 163.8 दशलक्ष होती की जी 2011 सालापेक्षा सुमारे 5 दशलक्षाने जास्त आहे. याचा अर्थ बाळांच्या जन्मदरामध्ये बऱ्यापैकी घट झालेली आहे.

बालांची संख्या सर्वांत जास्त असणारी पाच राज्ये : (1) भारतामध्ये 2011 सालच्या जनगणनेनुसार बालांच्या संख्येत सर्वांत पहिला क्रमांक उत्तर प्रदेशचा (29.7 दशलक्ष) क्रमांक आहे. या खालोखाल (2) बिहार (29.7 दशलक्ष) (3) महाराष्ट्र (12.8 दशलक्ष) (4) मध्य प्रदेश (10.5 दशलक्ष) (5) राजस्थान (10.5 दशलक्ष) यांचा क्रमांक आहे.

• **बालांची संख्या सर्वांत कमी असणारे केंद्रशासित प्रदेश/राज्ये :** 2011 सालच्या जनगणनेनुसार बालांच्या संख्येत सर्वांत शेवटचा क्रमांक लक्षद्वीप बेटांचा आहे. यानंतर दमण आणि दीव, अंदमान आणि निकोबार बेटे, दादरा आणि नगर हवेली आणि सिक्कीमचा क्रमांक आहे. • जम्मू आणि काश्मीरचा अपवाद वगळता सर्व राज्ये आणि केंद्रशासित प्रदेशात बालसंख्येत (0-6 वर्षे) घट झालेली आहे. • टक्केवारीनुसार बालसंख्येत सर्वांत जास्त घट झालेली राज्ये : यामध्ये सिक्कीम सर्वप्रथम आहे. यानंतर उत्तर प्रदेश आणि अरुणाचल प्रदेशाचा क्रमांक आहे.

6. भारताची साक्षरता व साक्षरता दर (2011)

2011 सालच्या जनगणनेच्या अंतरिम अहवालानुसार भारतामध्ये साक्षरतेची स्थिती उत्तेजनार्थ आहे. निरक्षरांच्या संख्येत घट होत आहे आणि साक्षरतेच्या संख्येत वाढ होत आहे ही एक आशादायक बाब आहे. सर्वांत महत्त्वाची गोष्ट म्हणजे पुरुष आणि स्त्रियांच्या साक्षरतेमधील दरी कमीत कमी होत आहे.

भारतीय साक्षरतेची वैशिष्ट्ये (2011)

• **निरक्षर लोकसंख्येमध्ये घट :** 2001 साली भारतामध्ये निरक्षर लोकसंख्या 30,41,46,862 (सुमारे 30 कोटी 42 लाख) होती ती 2011 साली 27,29,50,015 पर्यंत (सुमारे 27 कोटी 30 लाख) खाली आली. ही घट 3,11,96,847 (सुमारे 3 कोटी 12 लाख) एवढी झाली. • **स्त्री साक्षरतेमध्ये वाढ :** 2011 सालच्या जनगणनेचे साक्षरतेचे प्रमुख वैशिष्ट्य असे सांगता येईल की सन 2001-2011 या दशकामध्ये नवीन साक्षर लोकांमध्ये 21,77,00,941 (सुमारे 21 कोटी 77 लाख) एवढी झाली. नवीन स्त्री साक्षर 11,00,69,001 (सुमारे 11 कोटी) झाले. तर पुरुष साक्षर 10,76,31,940 (सुमारे 10 कोटी 76 लाख) झाले. म्हणजे पुरुष साक्षरपेक्षा स्त्री साक्षरांची संख्या सुमारे 24 लाखांनी जास्त आहे. सन 2001-2011 या काळात पुरुष साक्षरतेची दशवार्षिक वाढ 31.98% आहे. स्त्रियांच्या साक्षरतेची दशवार्षिक वाढ 49.10% आहे. • **निरक्षर लोकसंख्येमध्ये घट होण्यात स्त्रियांची संख्या जास्त :** 2011 सालच्या जनगणनेनुसार सन 2001-2011 या दशकामध्ये निरक्षर लोकसंख्येत 3,11,96,847 (सुमारे 3 कोटी 12 लाख) घट झाली. पुरुष निरक्षर लोकसंख्येपेक्षा (1,40,74,650) स्त्री निरक्षर लोकसंख्येत जास्त घट (1,71,22,197) झाली.

वरील दोन महत्त्वपूर्ण बदलामुळे असे निदर्शनास आले आहे की पुरुष आणि स्त्री साक्षरतेमध्ये दरी कमी होत आहे. याचा प्रभाव समाजाच्या विकासावर होईल.

साक्षरता दर (%)

साक्षरतेच्या टक्केवारीमध्ये सन 2001-2011 या दशकात जास्त वाढ झालेली राज्ये/केंद्रशासित प्रदेश : भारतामध्ये सर्वांत जास्त साक्षरतेमधील दशवार्षिक वाढ दादरा आणि नगर हवेलीमध्ये 119.46% आहे. यानंतर दमण आणि दीव (75.93%) केंद्रशासित प्रदेश, बिहार (74.83%), अरुणाचल प्रदेश, (62.95%) मेघालय (56.99%) राज्यांचा क्रमांक आहे.

➙ **7 वर्षे आणि त्यावरील लोकसंख्येची निव्वळ दशवार्षिक वाढ (2001-2011) आणि साक्षरता संख्येची टक्केवारीमधील वाढ :** 7 वर्षे आणि त्यावरील लोकसंख्येची सन 2001-2011 या दशवार्षिक कालखंडामधील वाढ 21.56% तर आनुषंगिक साक्षरतेच्या टक्केवारीमधील वाढ 38.82% आहे.

➙ **7 वर्षे आणि त्यावरील लोकसंख्येची निव्वळ दशवार्षिक वाढ (2001-2011) आणि संबंधित साक्षरतेची निव्वळ वाढ :** निव्वळ लोकसंख्येची दशवार्षिक वाढ 18,65,04,094 (सुमारे 18 कोटी 65 लाख) तर साक्षर लोकांची निव्वळ वाढ 21,77,00,941 (21 कोटी, 77 लाख) आहे. म्हणजे प्राथमिक कल असा दर्शवितो की ज्या बालिका-बालांनी वयाची 7 वर्षे पूर्ण केली आहेत ते साक्षर आहेत. याशिवाय जे 7 वर्षे आणि जास्त वयाचे लोक तसेच 2001 सालामधील निरक्षर साक्षर झालेले आहेत.

➙ **लिंगानुसार राज्ये/केंद्रशासित प्रदेशामधील कार्यक्षम साक्षरतेचा दर (2011) :** • **भारतामधील साक्षरतेची पहिली पाच राज्ये/केंद्रशासित प्रदेशाची टक्केवारी :** (1) भारतामध्ये साक्षरतेच्या टक्केवारीत पहिला क्रमांक केरळचा (94.00) या खालोखाल (2) लक्षद्वीप (92.28%) (3) मिझोराम (91.58%) (4) गोवा (88.70%) (5) त्रिपुरा (87.22%) यांचा क्रमांक आहे. **(नकाशा क्र. 6.6 पाहा.)**

भारतामधील साक्षरतेच्या टक्केवारीतील शेवटची पाच राज्ये : भारतामध्ये 2011 सालच्या जनगणनेनुसार साक्षरतेमध्ये सर्वांत शेवटचा क्रमांक बिहारचा (61.8%) आहे. यानंतर अरुणाचल प्रदेश (65.38%), राजस्थान (66.11%), झारखंड (66.41%) आणि आंध्र प्रदेशाचा (67.02) क्रमांक आहे.

भारतामधील स्त्री साक्षरतेच्या टक्केवारीत सर्वांत प्रथम आणि सर्वांत शेवटचा क्रमांक असणारी राज्ये : स्त्री साक्षरतेमध्ये सर्वांत प्रथम केरळचा (91.98%) यानंतर मिझोराम (89.40%) आणि लक्षद्वीप केंद्रशासित प्रदेशाचा (88.25%) क्रमांक आहे. **(नकाशा क्र. 6.7 पाहा.)**

स्त्री साक्षरतेमध्ये सर्वांत शेवटचा क्रमांक राजस्थानचा (52.66%) आहे. यानंतर बिहार (53.33%) आणि झारखंड (56.21%) यांचा क्रमांक आहे.

➙ **भारतामधील पुरुष साक्षरतेच्या टक्केवारीत सर्वांत प्रथम आणि सर्वांत शेवटचा क्रमांक असणारी राज्ये/केंद्रशासित प्रदेश :** 2011 सालच्या जनगणनेनुसार पुरुष साक्षरतेच्या टक्केवारीत सर्वांत प्रथम क्रमांक लक्षद्वीप या केंद्रशासित प्रदेशाचा (96.11%) आहे. यानंतर केरळ (96.02%) आणि मिझोरामचा (93.72%) क्रमांक आहे. पुरुष साक्षरतेच्या टक्केवारीत सर्वांत शेवटचा क्रमांक बिहारचा (73.39%) आहे. यानंतर अरुणाचल प्रदेश (73.69%) आणि आंध्र प्रदेशाचा (75.66%) क्रमांक आहे.

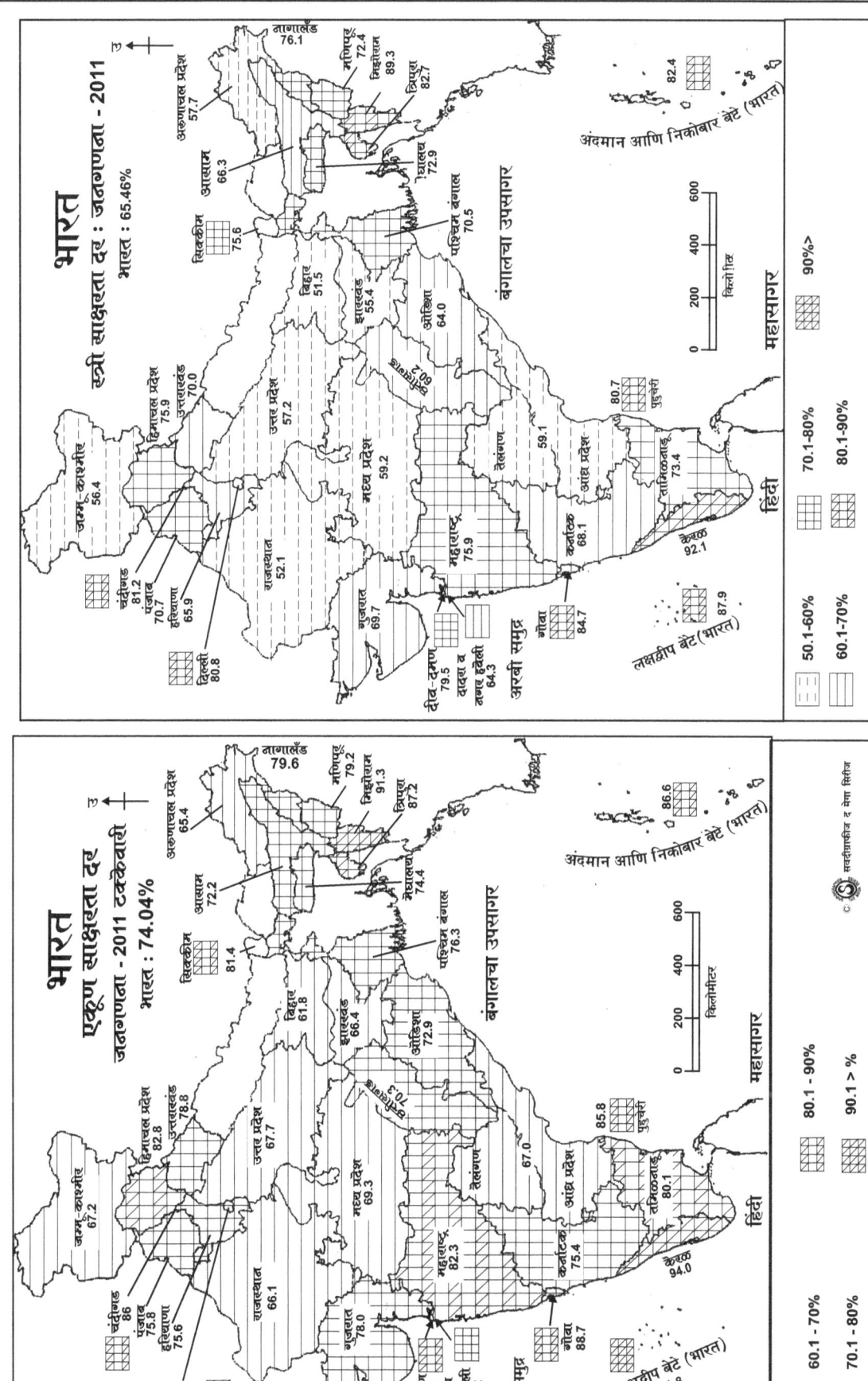

भारत
एकूण साक्षरता दर
जनगणना - 2011 टक्केवारी

नकाशा क्र. 6.6 : भारत – एकूण साक्षरता दर (2011) टक्केवारी

भारत

नकाशा क्र. 6.7 : भारत – स्त्री साक्षरता दर (जनगणना 2011) (टक्केवारी)

राष्ट्रीय स्तरावरील पुरुष आणि स्त्री साक्षरतेच्या दरीचे स्वरूप :

तक्ता क्र. 6.4 : भारत - साक्षरता दर (1951-2011)

जनगणना वर्ष	पुरुषांची टक्केवारी	स्त्रियांची टक्केवारी	स्त्री-पुरुषांमधील साक्षरतेची दरी
1951	27.16	8.86	18.30
1961	40.4	15.35	25.05
1971	45.96	21.97	23.98
1981	56.38	29.76	26.62
1991	64.13	39.29	24.84
2001	75.26	53.67	21.59
2011	82.14	65.46	16.68

भारतामधील पुरुष आणि स्त्री साक्षरतेच्या दरीमध्ये 1951 ते 1981 दरम्यान चढ-उतार पाहावयास मिळतात. 1951 साली पुरुष आणि स्त्री साक्षरतेची दरी 18.30% होती. ती 1961 साली 25.05% पर्यंत वाढली. तर सन 1971 मध्ये ही दरी 23.98% पर्यंत खाली तर सन 1981 मध्ये यामध्ये पुन्हा वाढ होऊन 26.62% स्थिर झाली. यानंतर मात्र पुरुष-स्त्री साक्षरतेमधील दरी कमी-कमी होत आहे. 2001 साली ही दरी 21.59% पर्यंत खाली तर 2011 सालच्या जनगणनेनुसार पुरुष-स्त्री साक्षरतेची दर 16.68% पर्यंत खाली आली.

सन 2001-2011 या दशवार्षिक कालखंडात पुरुष-स्त्री साक्षरतेची दरी सुमारे 5% नी कमी झाली हे अधोरेखित करावे लागेल.

→ **पुरुष आणि स्त्री साक्षरतेच्या टक्केवारीत कमी दरी असणारी राज्ये :** 2001 व 2011 सालच्या जनगणनेनुसार ईशान्य भारतामधील मेघालय (3.39%) आणि मिझोराम तर दक्षिणेकडील केरळ राज्यात पुरुष-स्त्री साक्षरतेची दरी किमान आहे. मेघालयाचे वैशिष्ट्यपूर्ण उदाहरण आहे. मेघालयाची सरासरी साक्षरतेची टक्केवारी 75.48% असूनही पुरुष-स्त्री साक्षरतेची दरी फक्त 3.39% आहे आणि भारतामध्ये 2011 सालच्या जनगणनेनुसार सर्वांत किमान आहे. 2011 सालच्या जनगणनेनुसार कोणत्याही राज्यात किंवा केंद्रशासित प्रदेशात साक्षरतेची टक्केवारी 60% च्या खाली नाही ही एक समाधानकारक बाब आहे.

→ **80% पेक्षा जास्त साक्षर असणारी राज्ये आणि केंद्रशासित प्रदेशात सन 2001-2011 या दशवार्षिक कालखंडात वाढ :** 2001 सालच्या जनगणनेनुसार 80% पेक्षा जास्त साक्षर असणारी राज्ये आणि केंद्रशासित प्रदेशांची संख्या आठ होती तर 2011 साली याची संख्या पंधरापर्यंत झाली.

→ **स्त्री साक्षरता :**

1. **साक्षरता प्रमाण 50 ते 60 टक्के दरम्यान : बिहार राज्याचे साक्षरता प्रमाण सर्वांत कमी 51.5 टक्के आहे.** यानंतर राजस्थान (52.1%), झारखंड (55.4%), जम्मू व काश्मीर (56.4%), उत्तर प्रदेश (57.2%), अरुणाचल प्रदेश (57.7%), आंध्र प्रदेश-तेलंगण (59.1%), मध्य प्रदेश (59.2%) या राज्यांचा समावेश होतो.
2. **साक्षरता प्रमाण 60.1 ते 70 टक्के दरम्यान :** छत्तीसगड (60.2%), ओडिशा (64.0%), दादरा व नगर हवेली (64.3%), हरियाणा (65.9%), आसाम (66.3%), कर्नाटक (68.1%), गुजरात (69.7%), उत्तराखंड (70.0%) या राज्यांचा समावेश होतो.
3. **साक्षरता प्रमाण 70.1 ते 80 टक्के दरम्यान :** पश्चिम बंगाल (70.5%), पंजाब (70.7%), मणिपूर (72.4%), मेघालय (72.9%), तमिळनाडू (73.4%), सिक्कीम (75.6%), महाराष्ट्र (75.9%), हिमाचल प्रदेश (75.9%), नागालँड (76.1%), दीव व दमण (79.5%) या राज्यांचा समावेश होतो.
4. **साक्षरता प्रमाण 80.1 ते 90 टक्के दरम्यान :** पुद्दुचेरी (80.7%), दिल्ली (NCT) (80.8%), चंदीगड (81.2%), अंदमान व निकोबार (82.4%), त्रिपुरा (82.7%), गोवा (84.7%), लक्षद्वीप (87.9%), मिझोराम (89.3%) या राज्यांचा समावेश होतो.
5. **साक्षरता प्रमाण 90.1 टक्क्यांपेक्षा जास्त : केरळ राज्यात स्त्री-साक्षरता प्रमाण सर्वांत जास्त 92.1 टक्के आहे.**

7. भारत : वैवाहिक स्थिती (India : Marital Status)

वैवाहिक स्थितीचा अभ्यास करताना विवाहाचे वय हा जीवशास्त्रीय घटक महत्त्वाचा असला तरी त्याबरोबरच विवाहाचा प्रकार, एकपत्नित्व अथवा बहुपत्नित्व, घटस्फोट, पुनर्विवाह, बहुपती अथवा एकपतित्व, विवाहविषयक सामाजिक चालीरीती व प्रथा, विवाहविषयक सांस्कृतिक बाजू इत्यादी घटक विचारात घ्यावे लागतात. या बाबींचा विवाहदरावर परिणाम होत असतो.

भारतातील बालविवाहाचे (10 वर्षांखालील) स्वरूप (जनगणना 2011)

भारतात 2011 नुसार सुमारे 64 कोटी विवाहित लोकसंख्या आहे. यांपैकी दहा वर्षांखालील 1.21 कोटी (1.89%) बालविवाह झालेले आहेत. ही धक्कादायक माहिती प्रकाशित झालेली आहे. 'पाळण्यामधील लग्ने', 'बालिका वधू' मुली 78.50 लाख तर 42.77 लाख मुले आहेत. भारतात कायदेशीर विवाहाचे वयाचे बंधन मुलीचे 18 वर्षे आणि मुलाचे 21 वर्षे आहे.

2011 च्या जनगणनेनुसार बालविवाहाची वैशिष्ट्ये :

- **उत्तर प्रदेश :** भारतात 2011 च्या जनगणनेनुसार सर्वांत जास्त बालविवाह उत्तर प्रदेशमध्ये 19.81 लाख आहेत. उत्तर प्रदेशात 943.41 लाख विवाह झाले. यांपैकी बालविवाहांची टक्केवारी 2.10 आहे.

महाराष्ट्र : स्वतःला पुरोगामी राज्य म्हणविणाऱ्या महाराष्ट्राचा बालविवाहामध्ये (16.35 लाख) दुसरा क्रमांक आहे; ही एक शोचनीय बाब आहे. सामाजिक, राजकीय नेते आणि शासन यासंबंधी कोणती पावले उचलत आहेत ? महाराष्ट्रात जनगणनेनुसार 635.2 लाख विवाह झाले. यांपैकी बालविवाहाची टक्केवारी 2.57 आहे.

- **आंध्र प्रदेश व तेलंगण :** या राज्यामध्ये बालविवाहांची संख्या 13.21 लाख आहे. त्याची एकूण विवाहाशी टक्केवारी 2.7 आहे.
- राजस्थानमध्ये बालविवाहांची संख्या 10.29 लाख (2.88%) आहे. या खालोखाल बिहार (8.48 लाख/1.7%), कर्नाटक (8.26 लाख/2.3%) आणि गुजरात (7.03 लाख/2.09%) राज्यांचा क्रमांक आहे.

- गुजरातमध्ये सन 2011 नुसार गेल्या दहा वर्षांमध्ये 336.1 लाख एकूण विवाहापैकी 7.03 लाख बालविवाह (10 वर्षांपैकी कमी वय) यापैकी 4.67 लाख बालिका (मुली) आणि 2.36 लाख बाल (मुले) होते.

भारतातील प्रमुख राज्यातील अल्पवयीन मुर्लीच्या (10 ते 14 वर्षे) विवाहाचे स्वरूप

युनिसेफ (UNICEF) ने नुकताच भारतातील अल्पवयीन (10-14 वर्षे) विवाह होणाऱ्या (2011 नुसार) संबंधी विशेष प्रकाश टाकलेला आहे. युनिसेफने असे निदर्शनास आणले आहे की, पुढील प्रमुख राज्यांमध्ये राजस्थान (1.62 लाख), गुजरात (1 लाख), पश्चिम बंगाल (1.07 लाख), आंध्र प्रदेश (95,912) अल्पवयीन (10 ते 14 वर्षे) मुलींच्या विवाहाचे प्रमाण आहे.

- **राजस्थान :** राजस्थानमध्ये 2011 नुसार एकूण 39.47 लाख अल्पवयीन मुर्लीपैकी विवाह होणाऱ्या अल्पवयीन मुलींची संख्या 1.62 लाख आहे. यापुढेही असे निदर्शनास आले आहे की 2,156 मुली विधवा झालेल्या आहेत; तर 199 मुलींचे घटस्फोट झालेले आहेत. तसे हे एक विदारक चित्र आहे.
- **गुजरात :** गुजरातमध्ये 2011 नुसार 10 ते 14 वर्षांमधील 1,00,143 मुलींचे विवाह झाले. यापैकी 4,183 मुली विधवा झाल्या. विवाहानंतर लवकरच 1,596 मुली विभक्त झाल्या, तर 811 मुली की ज्या सहाव्या इयत्तेमध्ये असल्या त्यांचे घटस्फोट झाले. गुजरातमधील एकूण 28.8 लाख (10 ते 14 वर्षे वयोगट) पैकी 3.7 टक्के मुलींचे विवाह झालेले होते.
- **पश्चिम बंगाल :** 2011 नुसार पश्चिम बंगालमधील 10 ते 14 वर्षे वयोगटातील 44.79 लाख मुर्लीपैकी 1.07 लाख मुलींचे विवाह झाले. यापैकी **5,022 मुली विवाहानंतर विधवा झाल्या. ही संख्या प्रमुख राज्यात सर्वांत जास्त आहे तर 760 मुलींचे घटस्फोट झाले.**

भारतातील पौगंडावस्थेतील (15 ते 19 वर्षे वयोगट) मुर्लींच्या विवाहाचे स्वरूप (जनगणना 2011)

भारतामध्ये 2011 जनगणनेच्या काळात पौगंडावस्थेतील (15 ते 19 वर्षे वयोगट) एकूण 112.3 लाख मुर्लींचे विवाह झालेले आहेत. या वयोगटातील मुलींच्या एकूण लोकसंख्येपैकी 19.9% मुली विवाहबद्ध झालेल्या आहेत.

15 ते 19 वर्षांमधील एकूण मुलीच्या टक्केवारीमध्ये पहिल्या पाच राज्यातील विवाह झालेल्या मुलींची टक्केवारी : भारतात 2011 जनगणनेच्या काळात पौगंडावस्थेतील मुलींची टक्केवारी सर्वांत जास्त राजस्थानमध्ये 28.8 टक्के आहे. या खालोखाल पश्चिम बंगाल (28.4%), बिहार (26%), झारखंड (25.1%) आणि आसाम राज्यांचा (22.7%) क्रमांक आहे.

15 ते 19 वर्षे वयोगटातील मुलींच्या विवाह संख्येनुसार पहिली पाच राज्ये : 2011 च्या जनगणनेच्या काळात वरील वयोगटातील सर्वांत जास्त मुलींच्या विवाहाच्या संख्येत सर्वांत पहिला क्रमांक उत्तर प्रदेशचा (17.7 लाख) या खालोखाल पश्चिम बंगाल (12.4 लाख), बिहार (10.9 लाख), राजस्थान (9.9 लाख) आणि महाराष्ट्र (9.8 लाख) राज्यांचा क्रमांक आहे.

यानंतर मध्य प्रदेश (7.4 लाख), कर्नाटक (5.7 लाख) आणि गुजरात या राज्यांचा क्रमांक लागतो.

उर्वरित प्रमुख राज्यांमध्ये पौगंडावस्थेतील मुलींच्या विवाहाची संख्या 2011 जनगणनेच्या काळात 5 लाखांपेक्षा कमी आहे.

8. भारत : ग्रामीण लोकसंख्या (2011)

भारत : ग्रामीण लोकसंख्येचे वितरण (जनगणना 2011) (Rural Population Distribution in India - 2011)

भारतामध्ये जनगणना 2011 नुसार ग्रामीण लोकसंख्या 8,335 लाख/83.35 कोटी आहे. देशामधील 68.85 टक्के लोक ग्रामीण भागात राहतात.

ग्रामीण लोकसंख्येच्या वितरणाचे स्वरूप (सन 2011) :

(1) **भारतामधील ग्रामीण लोकसंख्येतील पहिली पाच राज्ये : भारतामध्ये ग्रामीण लोकसंख्येत सन 2011 नुसार सर्वांत प्रथम क्रमांक उत्तर प्रदेशाचा आहे. उत्तर प्रदेशची ग्रामीण लोकसंख्या 1,553 लाख (15.53 कोटी) आहे.** देशामधील ग्रामीण लोकांपैकी 18.63 टक्के लोक उत्तर प्रदेशात वास्तव्य करतात. या खालोखाल (ii) बिहार (923 लाख, 11.07%); (iii) महाराष्ट्र (616 लाख, 7.39%); (iv) आंध्र प्रदेश-तेलंगण (564 लाख, 6.77%); (v) मध्य प्रदेश (526 लाख, 6.31%) या राज्यांचा क्रमाक लागतो. **(नकाशा क्र. 6.8 पाहा.)**

वरील पाच राज्यांमध्ये भारतामधील ग्रामीण लोकसंख्येचे 50.17 टक्के म्हणजे निम्मे लोक राहतात.

(2) **ग्रामीण लोकसंख्येमध्ये असणारी शेवटची पाच राज्ये :** भारतामध्ये ग्रामीण लोकसंख्येमध्ये सन 2011 नुसार **सर्वांत शेवटचा क्रमांक सिक्कीम राज्याचा असून त्याची ग्रामीण लोकसंख्या 4.57 लाख आहे.** यानंतर मिझोराम (5.25 लाख); गोवा (5.51 लाख); अरुणाचल प्रदेश (10.66 लाख); मेघालय (23.3 लाख) या राज्यांचा क्रमांक लागतो.

तक्ता क्र. 6.5 : भारत - ग्रामीण लोकसंख्येची पहिली व शेवटची पाच राज्ये (सन 2011)

घटक	1	2	3	4	5
पहिली पाच राज्ये	उत्तर प्रदेश	बिहार	महाराष्ट्र	आंध्र प्रदेश	मध्य प्रदेश
लोकसंख्या (लाख)	1,553	923	616	564	526
देशातील टक्केवारी	18.63	11.07	7.39	6.77	6.31
शेवटची पाच राज्ये	सिक्कीम	मिझोराम	गोवा	अरुणाचल प्रदेश	मेघालय
लोकसंख्या (लाख)	4.57	5.25	5.51	10.66	23.3

संदर्भ : भारतीय जनगणना, 2011 (अंतिम आकडेवारी)

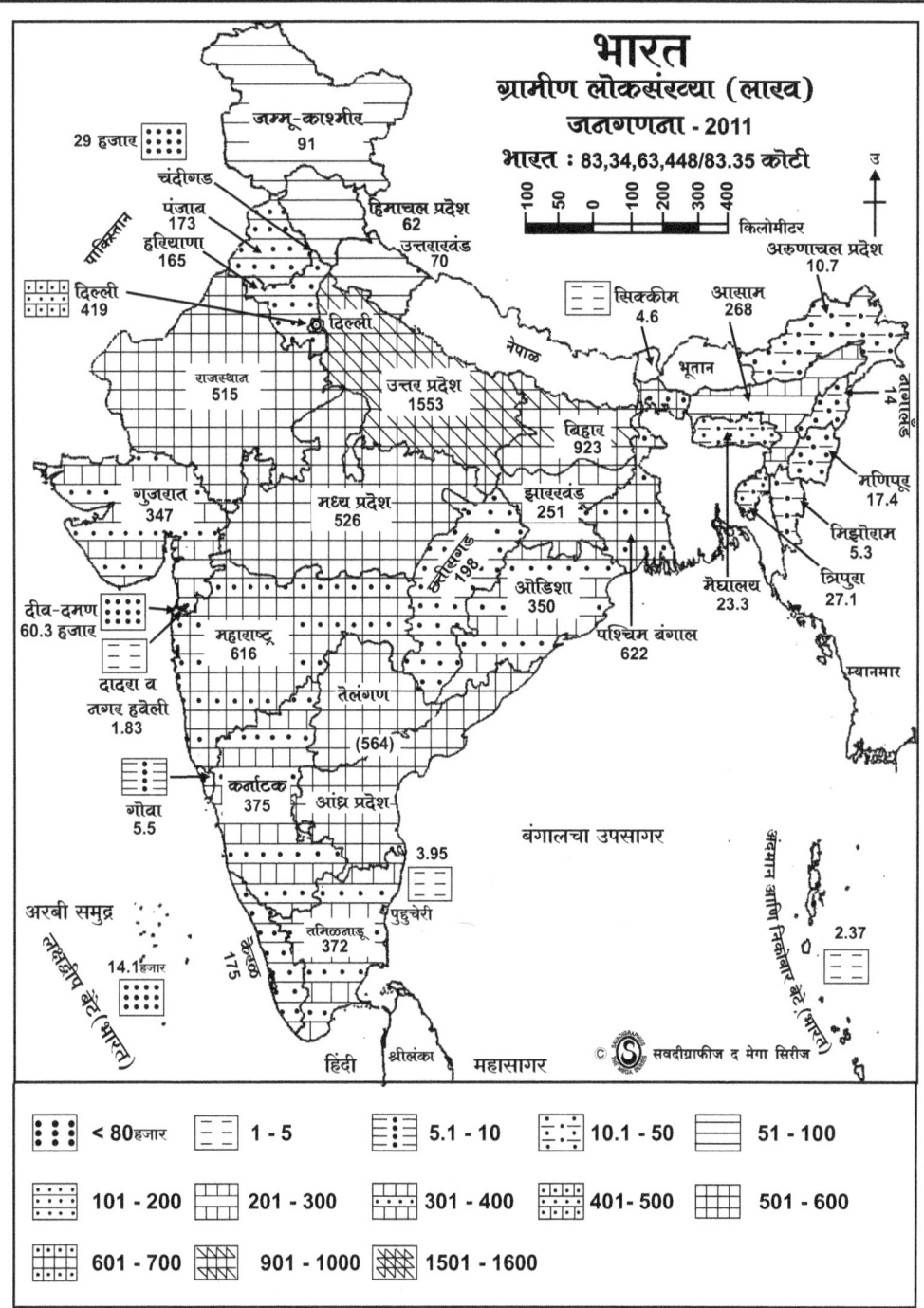

नकाशा क्र. 6.8 : भारत – ग्रामीण लोकसंख्या (लाख) (सन 2011)

तक्ता क्र. 6.6 : भारत – ग्रामीण व नागरी जनगणना (2011) अंतिम आकडेवारी

अ. क्र.	लोकसंख्याशास्त्रीय घटक	ग्रामीण		नागरी	
			कोटी		कोटी
1.	एकूण लोकसंख्या	83,34,63,448	(83.35 कोटी)	37,71,06,125	37.71
2.	पुरुष लोकसंख्या	42,76,32,643	(42.76 कोटी)	19,54,89,200	19.55
3.	स्त्री लोकसंख्या	40,58,30,805	(40.58 कोटी)	18,16,16,925	18.16
4.	लिंग-गुणोत्तर	949	–	929	–
5.	बाल लोकसंख्या	12,12,85,762	12.13	4,31,92,388	4.32
6.	बालक लोकसंख्या	6,30,64,665	6.31	2,26,67,805	2.27
7.	बालिका लोकसंख्या	5,82,21,097	5.82	2,05,24,583	2.05

(क्रमशः)

अ. क्र.	लोकसंख्याशास्त्रीय घटक	ग्रामीण		नागरी	
			कोटी		कोटी
8.	बाल लिंग-गुणोत्तर	923	–	905	–
9.	एकूण साक्षर	48,26,53,540	48.27	28,08,44,977	28.08
10.	पुरुष साक्षर	28,12,81,531	28.13	15,34,02,248	15.34
11.	स्त्री साक्षर	20,13,72,009	20.14	12,74,47,729	12.74
12.	एकूण साक्षरता दर	67.77%	–	84.11%	–
13.	पुरुष साक्षरता दर	77.15%	–	88.76%	–
14.	स्त्री साक्षरता दर	57.93%	–	79.11%	–

Source : Census Info India Final Population Today

तक्ता क्र. 6.7 : भारत – ग्रामीण लोकसंख्याशास्त्रीय घटक – पहिली व शेवटची तीन राज्ये
जनगणना (2011) – अंतिम आकडेवारी

घटक	पहिली तीन राज्ये			शेवटची तीन राज्ये		
	1	2	3	1	2	3
I. ग्रामीण लोकसंख्या मूल्य कोटी/लाख	उत्तर प्रदेश 15.5 कोटी	बिहार 9.23 कोटी	प. बंगाल 6.22 कोटी	अरुणाचल प्रदेश 1.66 लाख	सिक्कीम 4.57 लाख	मिझोराम 5.25 लाख
II. पुरुष लोकसंख्या मूल्य कोटी/लाख	उत्तर प्रदेश 8.1 कोटी	बिहार 4.81 कोटी	प. बंगाल 3.81 कोटी	सिक्कीम 2.43 लाख	मिझोराम 2.69 लाख	गोवा 2.75 लाख
III. स्त्री लोकसंख्या मूल्य कोटी/लाख	उत्तर प्रदेश 7.43 कोटी	बिहार 4.43 कोटी	प. बंगाल 3.03 कोटी	सिक्कीम 2.14 लाख	मिझोराम 2.56 लाख	गोवा 2.76 लाख
IV. लिंग-गुणोत्तर	केरळ 1,078	गोवा 1,003	छत्तीसगड 1,001	हरियाणा व सिक्कीम 882	पंजाब 907	जम्मू व काश्मीर 908
V. बाल लोकसंख्या मूल्य कोटी/लाख/हजार	उत्तर प्रदेश 2.5 कोटी	बिहार 1.74 कोटी	राजस्थान 84.15 लाख	सिक्कीम 49.22 हजार	गोवा 54.0 हजार	मिझोराम 93.4 हजार
VI. बाल लिंग-गुणोत्तर	छत्तीसगड 977	अरुणाचल प्रदेश 975	मेघालय 972	हरियाणा 835	पंजाब 844	जम्मू व काश्मीर 865
VII. साक्षरता दर मूल्य टक्केवारी	केरळ 92.98%	गोवा 86.65%	त्रिपुरा 84.9%	बिहार 59.78%	अरुणाचल प्रदेश 59.94%	आंध्र प्रदेश 60.45%
VIII. स्त्री साक्षरता दर	केरळ 90.81%	गोवा 81.63%	मिझोराम 79.8%	राजस्थान 45.8%	झारखंड 48.91%	बिहार 49.00%

टीप : ———— सर्वांत पहिले राज्य   - - - - - सर्वांत शेवटचे राज्य

Source : Census of India (2011)   Final Population Today

9. भारत : नागरी लोकसंख्या (2011)

नागरी वसाहती आणि नागरिकीकरण

(अ) नागरी वसाहती (Urban Settlement)

नागरी वसाहतीचे प्रकार : नागरी वसाहतीची लोकसंख्या, आकार आणि कार्याचे स्वरूप यानुसार पुढील प्रकार पडतात.

(1) नागरीवाडी : नागरीवाडी हे धड खेडेही असत नाही आणि शहरही असत नाही. जवळपासच्या शेतीवाडीला नागरीसेवा पुरविल्या जातात. या नागरीवाडीत पोस्ट ऑफिस, शाळा, दवाखाने इत्यादी सुविधा उपलब्ध असतात.

(2) नागरी खेडे : नागरी खेड्यांमध्ये दुकानदार, अन्य कारागीर आणि व्यावसायिक लोक वास्तव्य करतात. हे लोक जवळपासच्या ग्रामीण वसाहतींना त्यांच्या गरजा पुरविण्याचा प्रयत्न करतात.

(3) शहर : शहर वसाहतीमध्ये व्यावसायिक क्षेत्र आणि निवास क्षेत्र असे दोन स्पष्ट विभाग असतात. व्यावसायिक क्षेत्रात बाजारपेठ, उद्योग, दुकाने, मंडई वगैरेंचा समावेश होतो. शहरांमध्ये दोन्हीही बाजूंना दुकाने थाटलेली असतात.

(4) नगर : आपल्या देशात 1,00,000 किंवा त्यापेक्षा जास्त लोकवस्तीच्या नागरी वसाहतीला 'नगर' असे म्हटले जाते. 10,00,000 पर्यंत लोकवस्ती असणाऱ्या नगराला 'दशलक्ष नगर' असे म्हणतात. अशा नगरांचे कार्य बहुविध असते.

(5) महानगर : ज्या नगरात 10,00,000 पेक्षा अधिक लोकसंख्या असते त्याला 'महानगर' असे म्हणतात. हे नगर व्यापारी केंद्र असते किंवा प्रादेशिक राजधानीचे ठिकाण असते. चेन्नई, जयपूर वगैरे शहरे या प्रकारची आहेत.

(6) सन्नगर : अनेक शहरांचा विकास होत जाऊन सन्नगराची निर्मिती होते. मध्यवर्ती असणाऱ्या शहराच्या नावानेच ही सर्व शहरे ओळखली जातात.

(7) महाकाय नगर : 50,00,000 पेक्षा जास्त लोकवस्तीच्या नगरांना 'महाकाय नगर' म्हणतात. अशा नगरांचा विस्तार फार व्यापक असतो. सन्नगराचा अधिकाधिक विकास होत जाऊन महाकाय नगरे तयार होतात. उदा., कोलकता, मुंबई, चेन्नई, दिल्ली.

(ब) नागरिकीकरण

नागरी क्षेत्राची व्याख्या *(Definition of Urban Area)* : भारताच्या 2011 सालच्या जनगणनेमध्ये नागरी क्षेत्राच्या व्याख्येत पुढील बाबींचा समावेश आहे. (1) 'नागरी' याचा अर्थ ज्या वसाहतीला नगर परिषद, महापालिका किंवा कँटोनमेंट आहे. (2) किमान लोकसंख्या 5,000 आहे. (3) वसाहतीमध्ये 75% पुरुष कामगार बिगर शेतीव्यवसायात आहेत. (4) वसाहतीची लोकसंख्येची घनता दर चौ.कि.मी.ला 400 आहे.

नागरी क्षेत्राचे वर्गीकरण : भारतामध्ये लोकसंख्येच्या आधारावर नगराचे सहा गटांत वर्गीकरण केलेले आहे.

I ला वर्ग : 1,00,000 आणि त्यापेक्षा जास्त लोकसंख्या

II रा वर्ग : लोकसंख्या 50,000 ते 99,999

III रा वर्ग : लोकसंख्या 20,000 ते 49,999

IV था वर्ग : लोकसंख्या 10,000 ते 19,999

V वा वर्ग : 5000 ते 9,999

VI वा वर्ग : 5000 पेक्षा कमी लोकसंख्या

नागरी घटकाचे वर्गीकरण : (1) कायदेशीर/वैधानिक शहर (Statutory Towns) (2) जनगणना शहर (Census Town) (3) नागरी संकुले/शहर संकुले (Urban Agglomeration, UA) (4) बाह्य वाढ (Out Growths, OGS).

(1) **कायदेशीर वैधानिक शहर (Statutory Towns)** : राज्ये/केंद्रशासित प्रदेश शासनाद्वारा कायद्यांतर्गत शहर म्हणून जाहीर केले जाते की ज्याला स्थानिक स्वराज्य संस्था (म्युन्सिपल कॉर्पोरेशन/महानगरपालिका, म्युन्सिपालिटी, म्युन्सिपालिटी कमिटी इत्यादी) असतात. त्याच्या लोकसंख्याशास्त्रीय गुणवैशिष्ट्याव्यतिरिक्त असतात. 31 डिसेंबर, 2009 ला गणले गेले. त्यांना 'कायदेशीर शहर' असे संबोधले जाते. उदाहरणार्थ वडोदरा (महानगरपालिका), सिमला (महानगरपालिका) इत्यादी.

(2) **जनगणना शहर (Census Towns)** : जनगणना 2001 च्या सांख्यिकी आकडेवारीवर आधारित शहरांना जनगणना शहर संबोधले जाते.

(3) **नागरी संकुले/शहर संकुले (Urban Agglomeration, UA)** : नागरी संकुल/शहर संकुल शहराचा सलग नागरी विस्तार असून त्याच्या लगतची 'बाह्य वाढ' (Out Growths, OGs) किंवा दोन किंवा अधिक सलग शहरे किंवा 'बाह्य वाढी' विना अशा प्रकारचे शहर असते.

2001 सालच्या जनगणनेनुसार किमान एक कायदेशीर शहर आणि तिची स्थानिक लोकसंख्या (सर्व घटक एकत्रित विचारात घेऊन) 20,000 पेक्षा कमी असता कामा नये, याला 'नागरी संकुल/शहरी संकुल' संबोधले जाते. उदाहरणार्थ बृहन्मुंबई नागरी संकुल (Greater Mumbai UA) दिल्ली नागरी संकुल (Delhi UA).

(4) **'बाह्य वाढ' (Out Growth, OG)** : खेडे किंवा नागरीवाडी किंवा परिगणन गट (Enumeration) आणि तिच्या सरहद्दी आणि स्थान सुस्पष्टपणे आहेत, याला 'बाह्य वाढ' असे म्हणतात. कायदेशीर शहरालगत रेल्वे कॉलनी, विश्व विद्यालय परिसर, बंदर क्षेत्र, लष्करी छावण्या इत्यादी निर्माण होतात. परंतु शहरालगत सलग खेडे किंवा खेड्याचा महसूल मर्यादेमध्ये असतात.

शहराच्या बाह्य वाढीचे निर्धारण करताना पायाभूत सुविधा, पक्के रस्ते, वीज, पाण्याचे नळ, जलनिस्सारण व्यवस्था, शैक्षणिक संस्था, पोस्ट ऑफिस, वैद्यकीय सुविधा, बँक्स यांसारख्या सुविधा असण्याची खात्री देणे आणि नागरी संकुलाच्या गाभा शहराशी ते प्रत्यक्ष सलगपणे जोडलेले असते. उदाहरणार्थ मध्य रेल्वे कॉलनी (OG) त्रिवेणी नगर (OG) इत्यादी प्रत्येक अशा प्रकारचे शहर की त्याच्या बाह्य वाढीसह एकात्मिक नागरी क्षेत्र असते, याला नागरी संकुल/शहर संकुल (Urban Agglomeration, UA) हा दर्जा दिला जातो.

2011 सालच्या जनगणनेनुसार नागरी संकुले/शहर संकुले आणि बाह्य वाढीचे [Urban Agglomeration, UA & Out Growths (OGs)] स्वरूप.

नागरी संकुले (UA) याची वैशिष्ट्ये : नागरी संकुले आणि बाह्य वाढींची संख्या : 2011 सालच्या जनगणनेनुसार भारतामध्ये नागरी संकुले (UA) 475 असून त्याची निगडित बाह्य वाढीची (OGs) संख्या 981 आहे. 2001 जनगणनेनुसार UAs ची संख्या 384 व OGs ची संख्या 962 होती. या दहा वर्षांच्या कालखंडात UAs मध्ये 91 आणि OGs मध्ये 19 नी वाढ झालेली आहे.

तक्ता क्र. 6.8 : नागरी संकुले/शहर संकुले (UAs) आणि बाह्य वाढ (OGs) ची संख्या

अ. क्र.	शहर/UAs / OGs चे प्रकार	शहरांची संख्या	
		2011	2001
1.	कायदेशीर वैधानिक शहरे (Statutory Towns)	4041	3799
2.	जनगणना शहर (Census Towns)	3894	1362
3.	नागरी संकुले (Urban Agglomeration UAs)	475	384
4.	बाह्य वाढ (Out Growths, OGs)	981	962

शहरे UAs याचे स्वरूप : • 2011 सालच्या जनगणनेनुसार देशामध्ये 7,935 शहरे (कायदेशीर शहरे 4041 आणि जनगणना शहरे 3,894) आहेत. • 2001 सालच्या जनगणनेच्या तुलनेने 2011 जनगणनेत शहरांच्या संख्येत 2,774 नी वाढ झालेली आहे. यापैकी बरीचशी शहरे UAs चे भाग आहेत तर अन्य स्वतंत्र शहरे आहेत. • देशामध्ये नागरी चौकट असणाऱ्या नागरी संकुले/शहर संकुलाची एकूण संख्या 6,166 आहे.

देशाची एकूण नागरी लोकसंख्या : 2011 सालच्या जनगणनेनुसार एकूण नागरी लोकसंख्या 377 दशलक्षांपेक्षा जास्त आहे याची एकूण लोकसंख्येशी 31.16 टक्केवारी आहे.

नागरी I वर्गामधील नागरी संकुले/इतर संकुले (UAs/Towns) : जनगणनेच्या लोकसंख्येच्या आधारावर UAs/Towns ची गटवारी केली जाते.

ज्या UAs/Towns ची लोकसंख्या किमान 1,00,000 असते यांची गणना नागरी I वर्गामधील UAs/Towns मध्ये केली जाते.

• 2011 सालच्या जनगणनेनुसार नागरी I ल्या वर्गामध्ये UAs/Towns ची संख्या 468 आहे. 2001 साली याची संख्या 394 होती. या दशकात यामध्ये 74 नी वाढ झालेली आहे. UAs/Towns मध्ये 2011 सालच्या जनगणनेनुसार • **नागरी I ल्या वर्गामधील 264.9 दशलक्ष लोक वास्तव्य करतात. देशामध्ये एकूण नागरी लोकसंख्येपैकी 70% नागरी I ल्या वर्गात राहतात. 2001 सालच्या जनगणनेच्या तुलनेने यामध्ये बरीच वाढ झालेली आहे.** त्यामानाने नगरांच्या इतर वर्गात नावापुरती वाढ झालेली आहे.

1 दशलक्षापेक्षा जास्त (Million Plus) (10 लाखांपेक्षा जास्त) लोकसंख्या असणारी (UAs / Towns) संख्या : 2011 सालच्या जनगणनेनुसार UAs च्या 468 पैकी प्रत्येकी 1 दशलक्ष (10 लाख) पेक्षा जास्त लोकसंख्या असणाऱ्या UAs / Cities ची संख्या 53 आहे. • देशामधील ही प्रमुख

नागरी केंद्रे आहेत. या मिलियन प्लस UAs / Cities मध्ये 160.7 दशलक्ष लोक राहतात याचे एकूण नागरी लोकसंख्येशी 42.6% प्रमाण आहे. • 2001 सालच्या जनगणनेच्या तुलनेने यामध्ये नवीन 18 UAs/Towns नगरांची भर पडलेली आहे.

मेगा सिटीज (Mega Cities) : देशामध्ये मिलियन प्लस UA/Towns पैकी तीन अति मोठी नगरे UAs असून त्यांची प्रत्येकी लोकसंख्या 10 दशलक्षांपेक्षा (100 लाख) जास्त आहे.

(1) बृहन्मुंबई नागरी संकुल - 18.4 दशलक्ष (2) दिल्ली नागरी संकुल - 16.3 दशलक्ष (3) कोलकता नागरी संकुल - 14.1 दशलक्ष.

• देशामध्ये नागरी संकुलामध्ये बृहन्मुंबई नागरी संकुलाचा लोकसंख्येत पहिला क्रमांक आहे. • सन 2001 - 2011 या दशकात मेगा सिटीच्या लोकसंख्येच्या वाढीत घट : बृहन्मुंबईची UA 1991-2001 या दशकात लोकसंख्येची वाढ 30.47% नी झाली तर सन 2001-2011 या दशकात ही वाढ फक्त 12.05% झाली. याचप्रमाणे दिल्ली UA ची वाढ 2001-2011 दशकात 52.24% वरून 26.69% पर्यंत घसरली तर कोलकता UA ची 2001-2011 या दशकात लोकसंख्येची वाढ 19.60% वरून 6.87% पर्यंत खाली आली.

तक्ता क्र. 6.9 : भारत - नागरी/शहर संकुले - लोकसंख्या 1 दशलक्षपेक्षा जास्त संकुले (2011)

राज्य/केंद्रशासित प्रदेश	नागरी संकुले/शहर संकुले
उत्तर प्रदेश	कानपूर, लखनौ, गाझियाबाद, आग्रा, वाराणसी, मीरत, अलाहाबाद = 07
केरळ	कोची, कोझीकोडे, त्रिचूर, मालापुरम, तिरुवनंतपुरम, कन्नूर कोलम = 07
महाराष्ट्र	बृहन्मुंबई, पुणे, नागपूर, नाशिक, वसई-विरार, औरंगाबाद = 06
मध्य प्रदेश	इंदोर, भोपाळ, जबलपूर, ग्वाल्हेर = 04
गुजरात	अहमदाबाद, सुरत, वडोदरा, राजकोट = 04
तमिळनाडू	चेन्नई, कोईमतूर, मदुराई, तिरुचिरापल्ली = 04
राजस्थान	जयपूर, जोधपूर; कोटा = 03
झारखंड	जमशेदपूर, धनबाद, रांची = 03
आंध्र प्रदेश	हैदराबाद, जीव्हीएमसी शहर, विजयवाडा = 03
पंजाब	लुधियाना, अमृतसर = 02
प. बंगाल	कोलकाता, असनसोल = 02
छत्तीसगड	रायपूर, दुर्ग-भिलाईनगर = 02
NCT दिल्ली	दिल्ली = 01
कर्नाटक	बेंगळुरू = 01
चंदीगड	चंदीगड = 01
बिहार	पाटणा = 01
हरियाणा	फरिदाबाद = 01
जम्मू आणि काश्मीर	श्रीनगर = 01

तक्ता क्र. 6.10 : भारत - नागरी लोकसंख्याशास्त्रीय घटक - पहिली व शेवटची तीन राज्ये जनगणना (2011) - अंतिम आकडेवारी

घटक	पहिली तीन राज्ये			शेवटची तीन राज्ये		
	1	2	3	1	2	3
I. नागरी लोकसंख्या मूल्य कोटी/लाख	महाराष्ट्र 5.08 कोटी	उत्तर प्रदेश 4.45 कोटी	तमिळनाडू 3.49 कोटी	सिक्कीम 1.54 लाख	अरुणाचल प्रदेश 3.17 लाख	नागालँड 5.71 लाख
II. पुरुष लोकसंख्या मूल्य कोटी/लाख/हजार	महाराष्ट्र 2.67 कोटी	उत्तर प्रदेश 2.35 कोटी	तमिळनाडू 1.75 कोटी	सिक्कीम 80.27 हजार	अरुणाचल प्रदेश 1.68 लाख	मिझोराम 2.86 लाख
III. स्त्री लोकसंख्या मूल्य कोटी	महाराष्ट्र 2.41 कोटी	उत्तर प्रदेश 2.1 कोटी	तमिळनाडू 1.75 कोटी	सिक्कीम 73.3 हजार	अरुणाचल प्रदेश 1.49 लाख	नागालँड 2.72 लाख
IV. लिंग-गुणोत्तर	केरळ 1091	मणिपूर 1026	मेघालय 1,001	हिमाचल प्रदेश 853	हरियाणा 873	पंजाब 875
V. बाल लोकसंख्या मूल्य लाख/हजार	उत्तर प्रदेश 57.51 लाख	महाराष्ट्र 56.38 लाख	तमिळनाडू 35.13 लाख	सिक्कीम 14.89 हजार	अरुणाचल प्रदेश 40 हजार	हिमाचल प्रदेश 65 हजार
VI. बाल लिंग-गुणोत्तर	मिझोराम 974	नागालँड 973	केरळ 963	हरियाणा 832	जम्मू व काश्मीर 850	गुजरात व पंजाब 852
VII. साक्षरता दर मूल्य टक्केवारी	मिझोराम 97.63%	केरळ 95.11%	त्रिपुरा 93.47%	उत्तर प्रदेश 75.14%	बिहार 76.85%	जम्मू व काश्मीर 77.12%
VIII. स्त्री साक्षरता दर मूल्य टक्केवारी	मिझोराम 97.27%	केरळ 93.44%	त्रिपुरा 91.38%	जम्मू व काश्मीर 69.01%	उत्तर प्रदेश 69.22%	बिहार 70.49%

टीप : ———— सर्वांत पहिले राज्य - - - - - - - सर्वांत शेवटचे राज्य

Source : Census of India (2011) Final Population Today

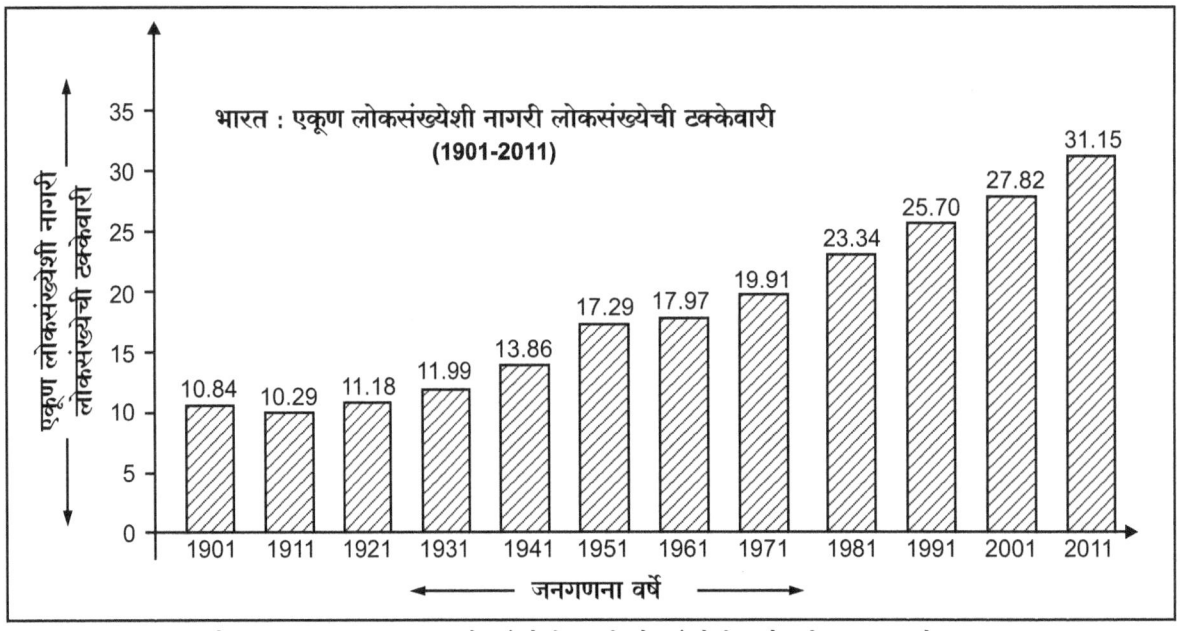

आलेख क्र. 6.1 : भारत - एकूण लोकसंख्येशी नागरी लोकसंख्येची टक्केवारी (सन 1901 ते 2011)

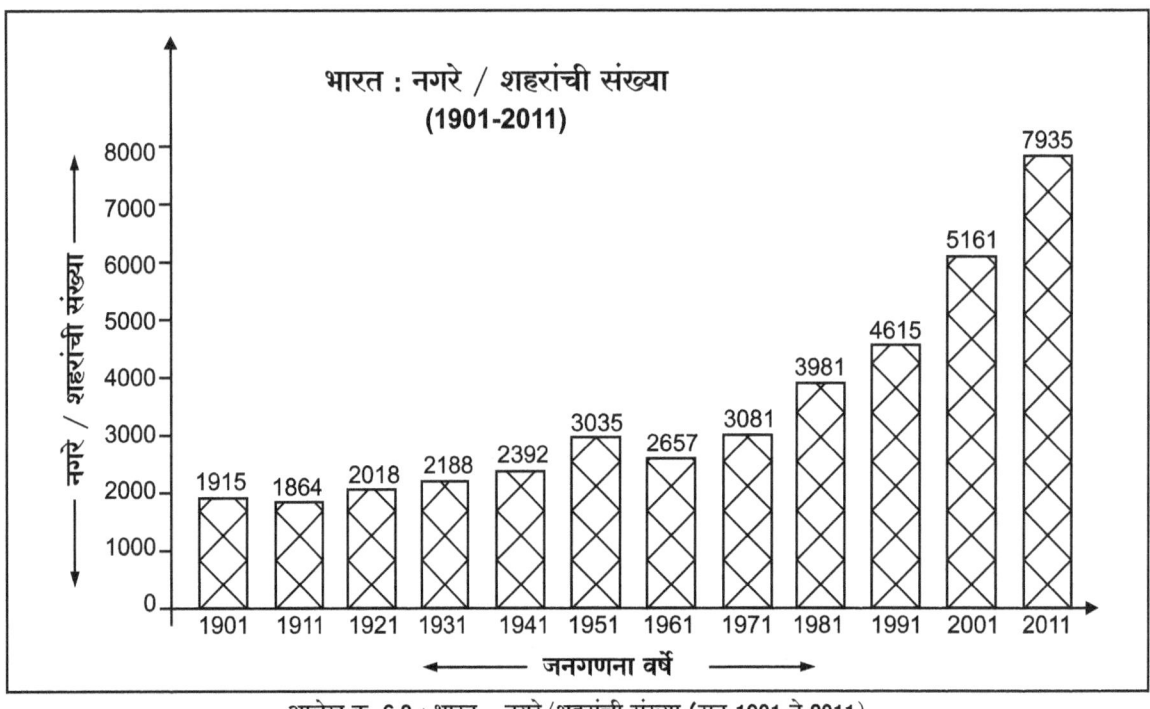

आलेख क्र. 6.2 : भारत - नगरे/शहरांची संख्या (सन 1901 ते 2011)

भारत : नगरांची संख्या आणि वितरणाचे स्वरूप (सन 2011)

भारतामध्ये जनगणना 2011 नुसार एकूण नागरी केंद्राची संख्या 7,935 आहे. जनगणना 2001 नुसार यांची संख्या 5,161 होती. या दहा वर्षांच्या काळात नागरी केंद्रांची संख्या 2,774 ने वाढली.

(1) भारतामधील नगरांच्या संख्येनुसार पहिली पाच राज्ये : भारतामध्ये सन 2011 च्या जनगणनेनुसार सर्वांत जास्त नगरांची संख्या तमिळनाडू राज्यात 1,097 असून देशामधील 13.82 टक्के नगरे आहेत. या खालोखाल उत्तर प्रदेश (915/11.53%), पश्चिम बंगाल (909/11.44%), महाराष्ट्र (535/6.74%), केरळ (520/6.55%) या राज्यांचा समावेश होतो.

वरील पाच राज्यांमध्ये मिळून 3,976 नगरे आहेत. याची देशाची टक्केवारी 50.03 आहे. याचा अर्थ, या पाच राज्यांमध्ये देशामधील निम्मी नगरे आहेत.

(2) भारतामधील नगरांच्या संख्येनुसार शेवटची पाच राज्ये : भारतामध्ये सन 2011 च्या जनगणनेनुसार सर्वांत शेवटचे राज्य सिक्कीम असून तेथे फक्त 9 नगरे आहेत. यानंतर मेघालय (22), मिझोराम (23), नागालँड (26) आणि अरुणाचल प्रदेश (27) या राज्यांचा समावेश होतो.

(3) केंद्रशासित प्रदेशातील नगरांची संख्या : यामध्ये दिल्ली (NCT) (113), पुद्दुचेरी (10), दीव व दमण (8) या नगरांचा समावेश होतो. उर्वरित केंद्रशासित प्रदेशात **6** आणि त्यापेक्षा कमी नगरे आहेत.

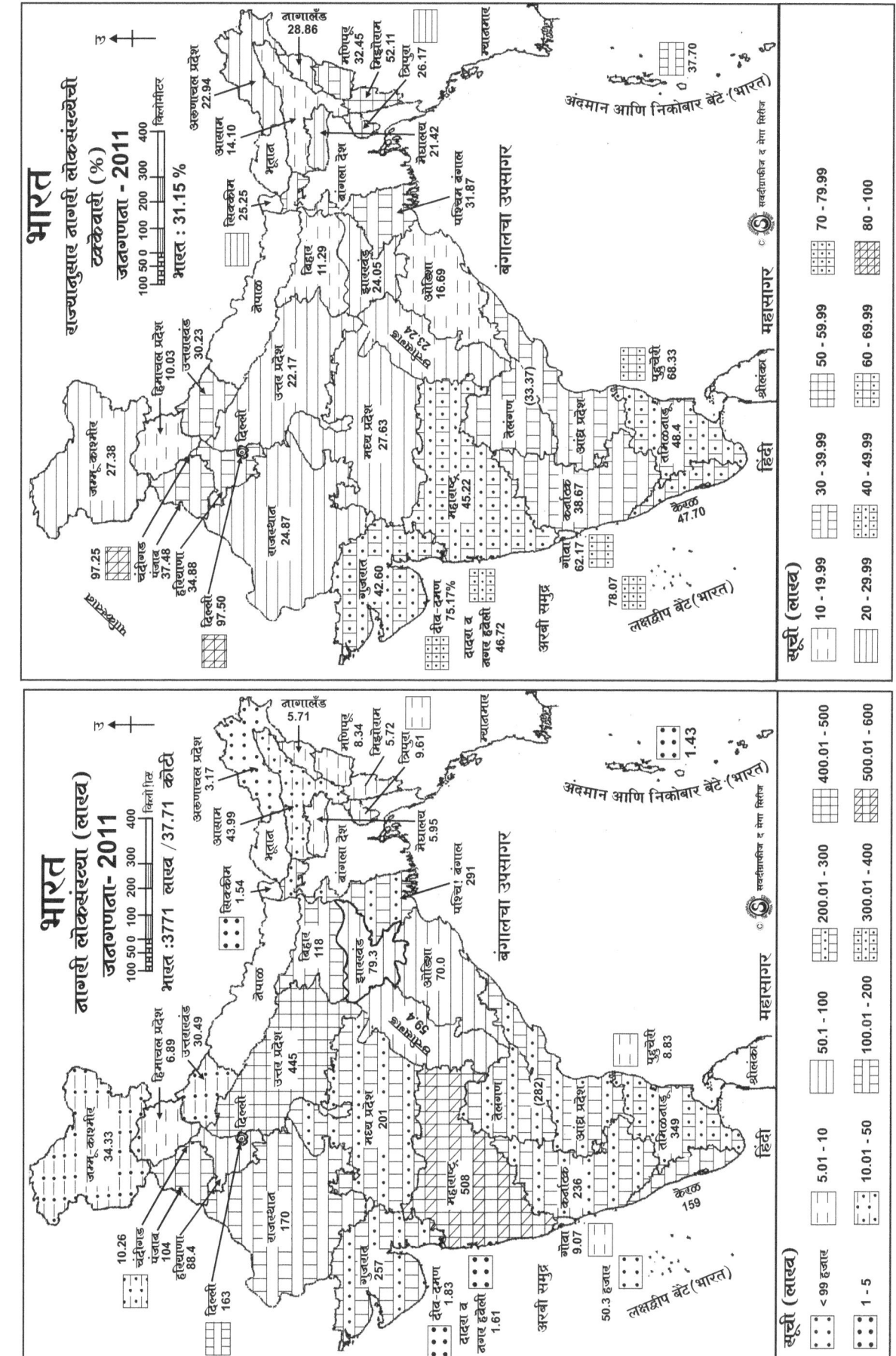

नकाशा क्र. 6.10 : भारत – राज्यानुसार नागरी लोकसंख्येची टक्केवारी (जनगणना 2011)

नकाशा क्र. 6.9 : भारत – नागरी लोकसंख्या (जनगणना 2011)

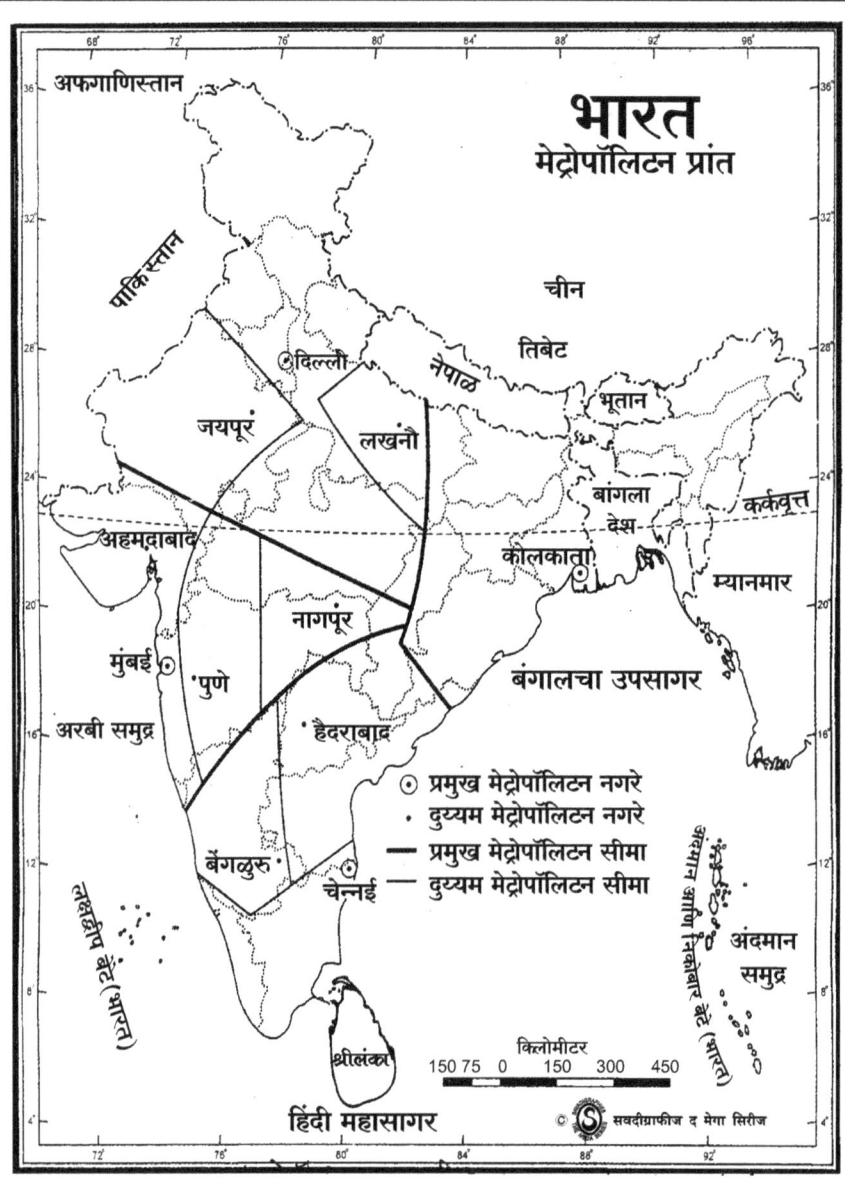

नकाशा क्र. 6.11 : भारत - मेट्रोपॉलिटन विभाग

तक्ता क्र. 6.11 : भारत - राज्यानुसार सन 2001 आणि 2011 जनगणनेनुसार नगरांची संख्या आणि नक्त वाढ

राज्ये/केंद्रशासित प्रदेश	नगरांची संख्या*		नगरांच्या संख्येमधील वाढ*	राज्ये/केंद्रशासित प्रदेश	नगरांची संख्या		नगरांच्या संख्येमधील वाढ
	2011	2001			2011	2001	
भारत	7,935	5,161	2,774	केरळ	520	159	361
आंध्र प्रदेश-तेलंगण	353	210	143	मध्य प्रदेश	476	394	82
आसाम	214	125	89	महाराष्ट्र	535	378	157
बिहार	199	130	69	ओडिशा	223	138	85
छत्तीसगड	182	97	85	पंजाब	217	157	60
गुजरात	348	242	106	राजस्थान	297	222	75
हरियाणा	154	106	48	तमिळनाडू	1,097	832	265
हिमाचल प्रदेश	59	57	2	उत्तर प्रदेश	915	704	211
जम्मू व काश्मीर	122	75	47	उत्तराखंड	116	86	30
झारखंड	228	152	76	पश्चिम बंगाल	909	375	534
कर्नाटक	347	270	77				

*Including Denotified / Declassified Towns.

Source : Mahendra Premi and Dipendra Duss (2012 : 93 - 95)

तक्ता क्र. 6.12 : भारत - प्रमुख दहा शहर लोकसंख्या, 1 जुलै, 2018

जागतिक क्रमांक	शहर संकुले	लोकसंख्या	जागतिक क्रमांक	शहर संकुले	लोकसंख्या
21	कोलकाता	16,400,000	31	बेंगळुरू	11,500,000
33	चेन्नई	10,700,000	34	हैदराबाद	9,600,000
47	अलाहाबाद	8,000,000	64	पुणे	6,500,000
67	सुरत	6,300,000	129	जयपूर	3,750,000
146	कानपूर	3,375,000	161	नागपूर	3,150,000

भारत : मेट्रोपॉलिटन क्षेत्रे (जनगणना 2011)

1. **मुंबई मेट्रोपॉलिटन रीजन (महाराष्ट्र)** (Mumbai Metropolitan Region)
अधिशासक प्राधिकरण (Development Authority - MMRDA)
क्षेत्र : 4,355 चौ.कि.मी.; लोकसंख्या : 18,414,288 (18.41 दशलक्ष)
क्षेत्राचे स्वरूप : याशिवाय (i) रायगड जिल्हा - अलिबाग, पेण, मुरुड, पनवेल, रोहा, उरण आणि कर्जत तालुके.
(ii) ठाणे जिल्हा - ठाणे, कल्याण, अंबरनाथ, उल्हासनगर, भिवंडी, मुरबाड आणि शहापूर तालुके.
(iii) पालघर जिल्हा - वसई, पालघर, वाडा आणि डहाणू तालुके.

2. **नॅशनल कॅपिटल रीजन (दिल्ली, उत्तर प्रदेश, हरियाणा)**
अधिशासक प्राधिकरण (Delhi Development Authority - DVA)
क्षेत्र : 34,144 चौ.कि.मी.; लोकसंख्या : 16,314,838 (16.314 दशलक्ष)
क्षेत्राचे स्वरूप : (i) उत्तर प्रदेश - गौतमबुद्ध नगर आणि गाझियाबाद जिल्हे.
(ii) हरियाणा - फरिदाबाद, पालवल, सोनीपत आणि गुरगाव जिल्हे.

3. **कोलकाता मेट्रोपॉलिटन क्षेत्र (प. बंगाल)** (Kolkata Metropolitan)
अधिशासक प्राधिकरण (Development Authority - KMDA)
क्षेत्र : 1,886.57 चौ.कि.मी.; लोकसंख्या : 14,112,5 36 (14.11 दशलक्ष)
क्षेत्राचे स्वरूप : (i) कोलकाता जिल्हा (ii) हुगळी जिल्ह्याचे उपविभाग - चंदननगर, चिनसुराह, सेरामपोर (iii) हावडा जिल्हा. (iv) उत्तर 24 परगणा जिल्हा (v) दक्षिण 24 परगणा जिल्हा.

4. **चेन्नई मेट्रोपॉलिटन क्षेत्र (तमिळनाडू)** (Chennai Metropolitan)
अधिशासक प्राधिकरण (Development Authority - CMDA)
क्षेत्र : 1,189 चौ.कि.मी.; लोकसंख्या : 8,696,010 (8.696 दशलक्ष)
क्षेत्राचे स्वरूप : (i) चेन्नई जिल्हा (ii) कांचीपूरम जिल्हा - अळंदुर, चेंगलपट्टू, कांचीपूरम, शोलिंगनल्लूर, श्रीपेरुंबुदुर आणि तांबरम तालुके (iii) तिरुवल्लूर जिल्हा - अंबत्तूर, गुम्मीदी पुंडी, माधवम, पून्नेरी पूनमल्ली आणि तिरुवल्लूर तालुके.

5. **बेंगळुरू मेट्रोपॉलिटन क्षेत्र (कर्नाटक)** (Bengluru Metropolitan)
अधिशासक प्राधिकरण (Region Development Authority - BMRDA)
क्षेत्र : 1,276 चौ.कि.मी.; लोकसंख्या : 8,499,399 (8.499 दशलक्ष)
क्षेत्राचे स्वरूप : (i) बेंगळुरू नागरी जिल्हा (ii) बेंगळुरू ग्रामीण जिल्हा (iii) रामनगारा जिल्हा.

6. **हैदराबाद मेट्रोपॉलिटन क्षेत्र (तेलंगण)** (Hyderabad Metropolitan)
अधिशासक प्राधिकरण (Development Authority - HMDA)
क्षेत्र : 7,100 चौ.कि.मी.; लोकसंख्या : 7,749,334
क्षेत्राचे स्वरूप : (i) रंगारेड्डी जिल्हा (ii) मेहबूबनगर, नलगोंडा आणि मेडक जिल्ह्यांचे काही भाग.

7. **अहमदाबाद मेट्रोपॉलिटन क्षेत्र (गुजरात)** (Ahmadabad Urban)
अधिशासक प्राधिकरण (Development Authority - AUDA)
क्षेत्र : 7,700 चौ.कि.मी.; लोकसंख्या : 6,352,254
क्षेत्राचे स्वरूप : (i) गांधीनगर जिल्हा (ii) अहमदाबाद जिल्हा - अहमदाबाद, वाखाला, बावला, दासक्रोल, देत्राज-रामपुरा ढोलका आणि सानंद तालुके.

8. **पुणे मेट्रोपॉलिटन क्षेत्र (महाराष्ट्र)** (Maharashtra Metropolitan)
क्षेत्र : 9,220 चौ.कि.मी.; लोकसंख्या : 5,049,968
क्षेत्राचे स्वरूप : पुणे जिल्हा - आंबेगाव, हवेली, जुन्नर, खेड, मावळ, मुळशी, पुणे, पिंपरी-चिंचवड आणि वेल्हे तालुके.

9. **सुरत मेट्रोपॉलिटन क्षेत्र (गुजरात)** (Gujarat Metropolitan)
क्षेत्र : 4,255 चौ.कि.मी.; लोकसंख्या : 4,585,367

10. **जयपूर मेट्रोपॉलिटन क्षेत्र (राजस्थान)** (Rajasthan Metropolitan)
क्षेत्र : 623 चौ.कि.मी.; लोकसंख्या : 3,073,350

11. **कोची मेट्रोपॉलिटन क्षेत्र (केरळ)** (Kerala Metropolitan)
क्षेत्र : 732 चौ.कि.मी.; लोकसंख्या : 2,277,630

6.2 भारत : लोकसंख्याशास्त्रीय घटक

1. भारत झोपडपट्टीवासीयांची लोकसंख्या व वितरण

I. भारतातील झोपडपट्टीवासीयांची लोकसंख्या जास्त असणारी राज्ये (जनगणना 2011)

(1) महाराष्ट्र : सन 2011 च्या जनगणनेनुसार, महाराष्ट्रात झोपडपट्टीत राहणाऱ्या लोकांचे प्रमाण देशात सर्वाधिक म्हणजे 1.81 कोटी आहे. राज्याच्या एकूण लोकसंख्येत हे प्रमाण 16.10 टक्के आहे. मुंबई, पुणे व अन्य नागरी संकुलात गलिच्छ वस्त्यांचे प्रमाण जास्त आहे. सन 2017 च्या अनुमानानुसार, 2.05 कोटी लोक झोपडपट्ट्यांमध्ये वास्तव्य करतील.

(2) उत्तर प्रदेश : सन 2011 च्या जनगणनेनुसार, राज्यातील 1.1 कोटी म्हणजे राज्यातील 5.51 टक्के लोक झोपडपट्ट्यांमध्ये राहत आहेत. नागरी केंद्रात ही स्थिती फारच गंभीर आहे. सन 2017 च्या अनुमानानुसार, राज्यातील 1.2 कोटी लोकांना झोपडपट्ट्यांचा आश्रय घ्यावा लागेल.

तक्ता क्र. 6.13 : भारत - राज्यानुसार झोपडपट्टीतील लोकसंख्या (जनगणना 2011)

राज्ये	एकूण लोकसंख्या (कोटी)	झोपडपट्टीवासीयांची लोकसंख्या		सन 2017 ची प्रक्षेपित लोकसंख्या (कोटी)
		सन 2011 ची लोकसंख्या (कोटी)	शेकडा प्रमाण	
1. महाराष्ट्र	11.24	1.81	16.10	2.05
2. उत्तर प्रदेश	19.96	1.1	5.51	1.2
3. आंध्र प्रदेश-तेलंगण	8.47	0.81	9.56	0.86
4. मध्य प्रदेश	7.26	0.64	8.82	0.71
5. गुजरात	6.04	0.46	7.62	0.52
6. दिल्ली (NCT)	1.58	0.31	19.62	0.37

Source : Census of India, 2011

(3) आंध्र प्रदेश-तेलंगण : सन 2011 च्या जनगणनेनुसार, राज्यातील 0.81 कोटी म्हणजे राज्याच्या एकूण लोकसंख्येतील 9.56 टक्के लोक झोपडपट्ट्यांमध्ये राहत आहेत. नागरी लोकसंख्येत झोपडपट्टीचा आश्रय घेतलेली लोकसंख्या निश्चितच जास्त आहे. सन 2017 च्या अनुमानानुसार, राज्यातील 0.86 कोटी लोकसंख्या झोपडपट्टीत वास्तव्य करीत असेल.

(4) मध्य प्रदेश : सन 2011 च्या जनगणनेनुसार, राज्यातील झोपडपट्टीत राहणाऱ्यांची लोकसंख्या 0.64 कोटी आहे. राज्याच्या एकूण लोकसंख्येपैकी 8.82 टक्के लोकसंख्या गलिच्छ वस्त्यांमध्ये वास्तव्य करीत होती. सन 2017 च्या अनुमानानुसार, ही लोकसंख्या 0.71 कोटी होईल.

(5) गुजरात : गलिच्छ वस्त्यांमध्ये राहणाऱ्यांची लोकसंख्या 0.46 कोटी आहे. सन 2017 मध्ये ती 0.52 कोटी होईल.

(6) राष्ट्रीय राजधानी दिल्ली : दिल्लीच्या एकूण लोकसंख्येपैकी 19.62 टक्के लोकसंख्या झोपडपट्टीत राहते. सन 2017 मध्ये यामध्ये वाढ होऊन ती 0.31 कोटी होईल.

II. भारत : झोपडपट्ट्या नोंद केलेल्या शहरांची संख्या (जनगणना 2011)

भारतात जनगणना 2011 मध्ये पहिल्या प्रथम झोपडपट्ट्यातील लोकसंख्या आणि इतर लोकसंख्याशास्त्रीय घटकांची आधारसामग्री (Data) प्राप्त करण्यात आली. जनगणना 2011 ची आकडेवारी 21 मार्च, 2013 रोजी प्रकाशित करण्यात आली. याचे स्वरूप पुढीलप्रमाणे :

- **झोपडपट्ट्या नोंद केलेल्या शहरांची संख्या : (तक्ता क्र. 6.14 पाहा.) भारतात जनगणना 2011 नुसार, एकूण शहरांची संख्या 7,935 आहे. यांपैकी 2,543 शहरांनी जनगणना विभागास झोपडपट्ट्यांची नोंद केलेली आहे. याची एकूण शहराच्या 36.04 टक्केवारी आहे.**

तक्ता क्र. 6.14 : भारत - झोपडपट्ट्या नोंद केलेल्या शहरांच्या संख्येच्या आधारे पहिली आणि शेवटची पाच राज्ये (जनगणना 2011)

घटक	1	2	3	4	5	
पहिली पाच राज्ये	तमिळनाडू	मध्य प्रदेश	उत्तर प्रदेश	कर्नाटक	महाराष्ट्र	एकूण
झोपडपट्टी नोंद शहरांची संख्या	504	302	260	206	187	1,459
राज्यातील टक्केवारी	45.9	72.6	28.4	59.4	35.0	18.39#
शेवटची पाच राज्ये	मिझोराम	गोवा	अरुणाचल प्रदेश	मेघालय	सिक्कीम व नागालँड	
झोपडपट्टी नोंद शहरांची संख्या	1	3	5	6	प्रत्येकी 7	
झोपडपट्ट्यांच्या टक्केवारीनुसार पहिली पाच राज्ये						
पहिली पाच राज्ये	सिक्कीम	मध्य प्रदेश	कर्नाटक	छत्तीसगड	हरियाणा	
राज्यातील झोपडपट्ट्यांच्या संख्येची टक्केवारी	77.8	72.6	59.4	51.6	48.7	

देशामधील झोपडपट्ट्या नोंद केलेल्या संख्येची टक्केवारी. **Source :** Census of India, 2011

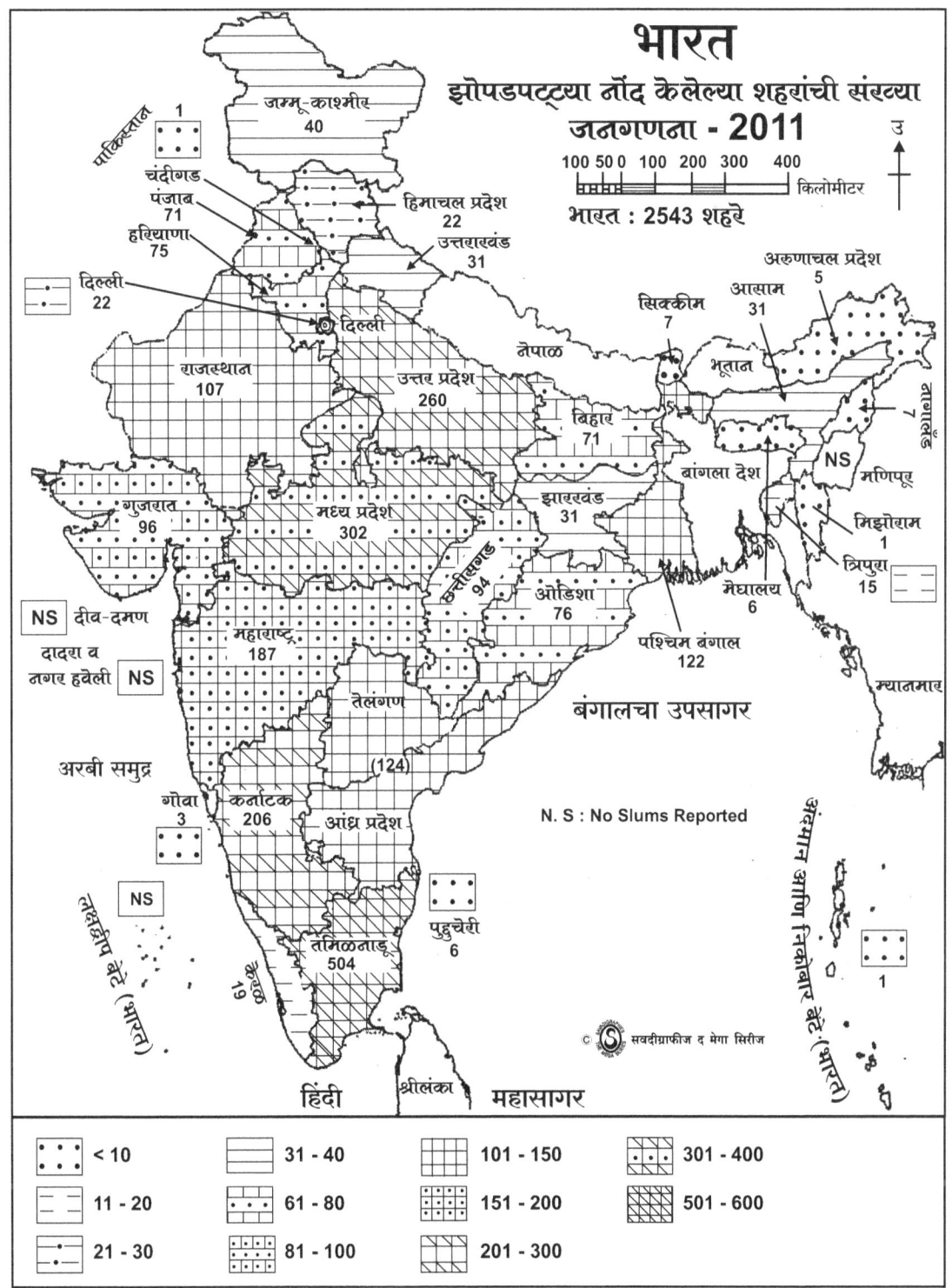

नकाशा क्र. 6.12 : भारत – झोपडपट्ट्या नोंद केलेल्या शहरांची संख्या (जनगणना 2011)

III. भारतामधील पहिल्या तीस नागरी केंद्रांमधील झोपडपट्ट्यातील मोठ्या लोकसंख्येचे स्वरूप (जनगणना 2011)

भारतामधील जनगणना 2011 अनुसार पहिल्या तीस नागरी केंद्रांमध्ये असलेल्या झोपडपट्टीतील लोकसंख्येचा अभ्यास केल्यावर काही निष्कर्ष काढलेले आहेत. ते पुढीलप्रमाणे –

(1) भारतामधील झोपडपट्टी लोकसंख्येनुसार पहिली पाच महानगरे : भारतामध्ये महानगरात सर्वांत जास्त झोपडपट्टीत राहणाऱ्यांची लोकसंख्या मुंबईत (52 लाख/28.6%) आहे. याची एकूण लोकसंख्या 184 लाख आहे. मुंबईच्या एकूण लोकसंख्येपैकी 28.6 टक्के लोक झोपडपट्टीत वास्तव्य करतात. या खालोखाल हैदराबाद (एकूण लोकसंख्या : 77 लाख, झोपडपट्टीत : 23 लाख); कोलकता (एकूण लोकसंख्या : 141 लाख, झोपडपट्टीत : 23 लाख); दिल्ली (एकूण लोकसंख्या : 167 लाख, झोपडपट्टीत : 16 लाख); चेन्नई (एकूण लोकसंख्या : 87 लाख, झोपडपट्टीत : 13 लाख) या महानगरांचा समावेश होतो.

वरील पाच महानगरांमध्ये झोपडपट्टीत राहणाऱ्या लोकांची टक्केवारी पाहता सर्वांत जास्त टक्केवारी हैदराबादची (29.9%) आहे. या खालोखाल मुंबई (28.6%), कोलकता (16.51%), चेन्नई (14.9%), दिल्ली (9.81%) या प्रमुख महानगरांचा क्रमांक लागतो.

(2) झोपडपट्टीत राहणाऱ्या लोकांची शेवटची पाच नागरी केंद्रे : मालेगाव, गुंटूर, कोटा, ग्वाल्हेर, वाराणसी या नगरांमध्ये प्रत्येकी सरासरी सुमारे 3 लाख झोपडपट्टीमधील आहेत. परंतु त्यांची टक्केवारी भिन्न-भिन्न आहे. यांपैकी सर्वांत जास्त झोपडपट्टीची टक्केवारी मालेगाव (50%) असून या खालोखाल गुंटूर (42.9%), कोटा (30.1%), ग्वाल्हेर (27.3%), वाराणसी (21.4%) यांचा क्रमांक लागतो.

(3) भारतामधील नागरी झोपडपट्ट्यांमधील लोकसंख्येच्या टक्केवारीनुसार पहिली पाच नगर केंद्रे : यामध्ये पहिला क्रमांक मालेगाव (50.0%) असून यानंतर विशाखापट्टणम् (47.05%), गुंटूर (42.9%), जबलपूर (38.5%), रायपूर (36.4%) यांचा क्रमांक लागतो.

(4) महाराष्ट्रामध्ये नागरी झोपडपट्टी लोकसंख्येची महत्त्वाची नागरी केंद्रे : महाराष्ट्रामध्ये सर्वांत जास्त झोपडपट्टीय मुंबईला राहतात. यांची लोकसंख्या 52 लाख आहे. या खालोखाल ठाणे (11 लाख), नागपूर (9 लाख), पुणे (7 लाख), मालेगाव (3 लाख) यांचा क्रमांक लागतो. महाराष्ट्रात झोपडपट्टीमध्ये वास्तव्य करणाऱ्या लोकसंख्येच्या टक्केवारीनुसार मालेगावचा प्रथम क्रमांक असून याची टक्केवारी 50 आहे. या खालोखाल नागपूर (36.0%), मुंबई (28.67%), पुणे (14.0%) आणि ठाणे (12.94%) या नगरांचा क्रमांक लागतो.

मुंबईमधील धारावी झोपडपट्टी : भारतामध्ये सर्वांत मोठी झोपडपट्टी धारावी असून ती मध्य मुंबईत आहे. पूर्वी याचा आशियात पहिला क्रमांक होता. **अलीकडे कराचीमधील 'ओरंगी' झोपडपट्टीचा प्रथम क्रमांक आणि धारावीचा दुसरा क्रमांक लागतो.**

मार्च 2013 मध्ये प्रकाशित झालेल्या जनगणना 2013 नुसार झोपडपट्टीसंबंधी महत्त्वाची वैशिष्ट्ये :

- भारतामध्ये काही प्रमुख नगरातील झोपडपट्टीची राहणाऱ्यांची परिस्थिती आशादायी आहे असे अहवालात नमूद करण्यात आले आहे. यात असे म्हटले आहे की, **झोपडपट्टी आणि अ-झोपडपट्टीमधील पायाभूत सुविधांसंबंधी फारसा फरक नाही. विशेषतः पिण्याचे पाणी आणि वीजपुरवठा साधारण सारखाच आहे.**
- **जनगणना 2013 ने पहिल्या प्रथम झोपडपट्टीत कुटुंबाच्या सुविधा आणि त्याच्या घरामधील सुखसोई पाहता ते लोक सांडपाण्याच्या सुविधांपेक्षा टी.व्ही., संगणक आणि मोबाईलवर खर्च अधिक करतात.**

2. भारत : भाषा आणि बोलीभाषा गट

लोकसंख्याशास्त्रीय घटक (2001) : (1) भारत - भाषा आणि बोलीभाषा गट (2) भारत - धार्मिक प्रदेश (3) भारत - मानवी वंशाचे वितरण (4) भारत - सांस्कृतिक प्रदेश (5) भारत - अनुसूचित जाती (6) भारत - अनुसूचित जमाती (7) भारत - ग्रामीण वसाहती.

भारतीय भाषा आणि बोलीभाषांचे/पोटभाषांचे गट

(1) इंडो-युरोपियन भाषा (आर्य) (2) द्रविडीयन भाषा (द्रविड) (3) ऑस्ट्रिक भाषा (निषाद) (4) सिनो तिबेटन भाषा (किरात)

भारतामध्ये विविध भाषा बोलणाऱ्यांमध्ये सर्वांत जास्त इंडो-युरोपियन भाषा (आर्य) गट असून त्यांची लोकसंख्या 73% आहे. यानंतर द्रविडीयन भाषिक गटाचे 20% लोक आहेत. त्या मानाने ऑस्ट्रिक भाषा आणि सिनो तिबेटन भाषा गट बोलणाऱ्यांची टक्केवारी बरीच कमी आहे.

(1) इंडो-युरोपियन/आर्यन भाषा गट : याची दोन उपगटांत विभागणी (अ) दार्डिक आर्यन भाषा (ब) इंडो-आर्यन भाषा.

(अ) दार्डिक आर्यन भाषा : तीन उपशाखा (i) शिना (ii) खोवर किंवा छत्रारी/छित्राली (iii) काफिरिस्तान (नुरिस्तानी) बोलीभाषा दार्डिक आर्यन भाषा काश्मीरमधील छोट्या-छोट्या पर्वतीय लोकांमध्ये बोलल्या जातात. याचप्रमाणे पाकिस्तान आणि अफगाणिस्तानच्या सीमेच्या परिसरात लोक बोलतात. शिनामध्ये काश्मिरी, शिना आणि कोहिस्तीनी बोलीभाषेचा समावेश होतो. काश्मिरी भाषेवर संस्कृत आणि प्राकृत भाषेचा प्रभाव पडलेला आहे.

(ब) इंडो-आर्यन भाषा : याची प्रदेशानुसार विभागणी पुढीलप्रमाणे -

(i) **उत्तर आर्यन भाषा :** उत्तर भारतामधील डोंगराळ भागात भाषा बोलली जाते. नेपाळी, मध्य पहाडी आणि पश्चिम पहाडी आर्यन भाषा.

(ii) **वायव्य आर्यन भाषा :** खांडा, कच्छी आणि सिंधी

(iii) **दक्षिण आर्यन भाषा :** मराठी आणि कोकणी भाषा

(iv) **पूर्व आर्यन भाषा :** बिहारी, ओडिया, बंगाली आणि आसामी

(v) **पूर्व मध्य आर्यन भाषा :** अवध, बुंदेलखंड, छत्तीसगड या प्रदेशांमधील अवधी, बघेली, छत्तीसगडी भाषा

(vi) **मध्य आर्यन भाषा :** हिंदी, पंजाबी, राजस्थानी आणि अलवाडी भाषा. भारतात आर्यन भाषेपैकी सर्वांत जास्त लोक हिंदी भाषा बोलतात.

(2) द्रविडीयन भाषा (द्रविड) गट : द्रविडीयन भाषा आर्यन भाषेपेक्षा जुनी आहे. आर्यांनी द्रविडीयन लोकांना दक्षिणेकडे हुसकाविले यांचा अन्य भाषा गटांप्रमाणे भारतीय उपखंडाच्या बाह्य प्रदेशांशी संबंध नाही.

द्रविडीयन भाषा गटाच्या दोन प्रमुख शाखा (अ) उत्तर द्रविडीयन भाषा (ब) दक्षिण द्रविडीयन भाषा

(अ) उत्तर द्रविडीयन भाषा : तेलगू ही प्रमुख भाषा आहे. गोंडी, कुरूथ किंवा ओरॉन, मलेर किंवा मलपहाडीया, कुई किंवा कंध, पारजी, कोलामी आणि काही बोलीभाषांचा समावेश होतो. तेलगू भाषेचा प्रसार भारताबाहेर म्यानमार, इंडो चायना (लाओस, कंबोडिया, व्हिएतनाम) आणि दक्षिण आफ्रिकेत झालेला आहे. तेलगू भाषेला 'पूर्वेकडील इटालियन भाषा' (Italion of the East) असे गौरवाने संबोधिले जाते. तेलगू भाषेवर संस्कृतचा प्रभाव पडलेला आहे.

(ब) दक्षिण द्रविडीयन भाषा : तमिळ, कन्नड आणि मल्याळम या प्रमुख भाषांचा समावेश होतो.

(i) **तमिळ :** तमिळनाडू राज्यात बहुतांशी प्रदेशात तमिळ भाषा बोलली जाते. श्रीलंकेमध्ये मोठ्या संख्येने तमिळ लोक आहेत. तमिळ भाषेत बऱ्याच अंशी संस्कृतच्या छटा आहेत.

(ii) **कन्नड :** कर्नाटक राज्याची कन्नड प्रमुख भाषा आहे. कन्नड भाषा तीन अवस्थांमधून गेलेली आहे. (अ) जुनी कन्नड (ब) मध्ययुगीन कन्नड (क) होसा कन्नड. होसा कन्नड ही सध्याची कन्नड भाषा आहे.

(iii) **मल्याळम :** केरळ आणि लक्षद्वीप बेटांची मल्याळम भाषा आहे. याचे उगमस्थान जुन्या तमिळ भाषेमध्ये आहे. केरळमधील मल्याळम भाषेचा नंतर स्वतंत्र विकास झाला. भारतामधील कोणत्याही भाषेपेक्षा मल्याळम भाषेवर सर्वांत जास्त संस्कृतचा प्रभाव पडलेला आहे.

वरील प्रमुख भाषांव्यतिरिक्त दक्षिण द्रविडीयन भाषेत तुलू, कोटा, कुर्गी (केडगू) आणि तोडा यांसारख्या बोलीभाषांचा समावेश होतो.

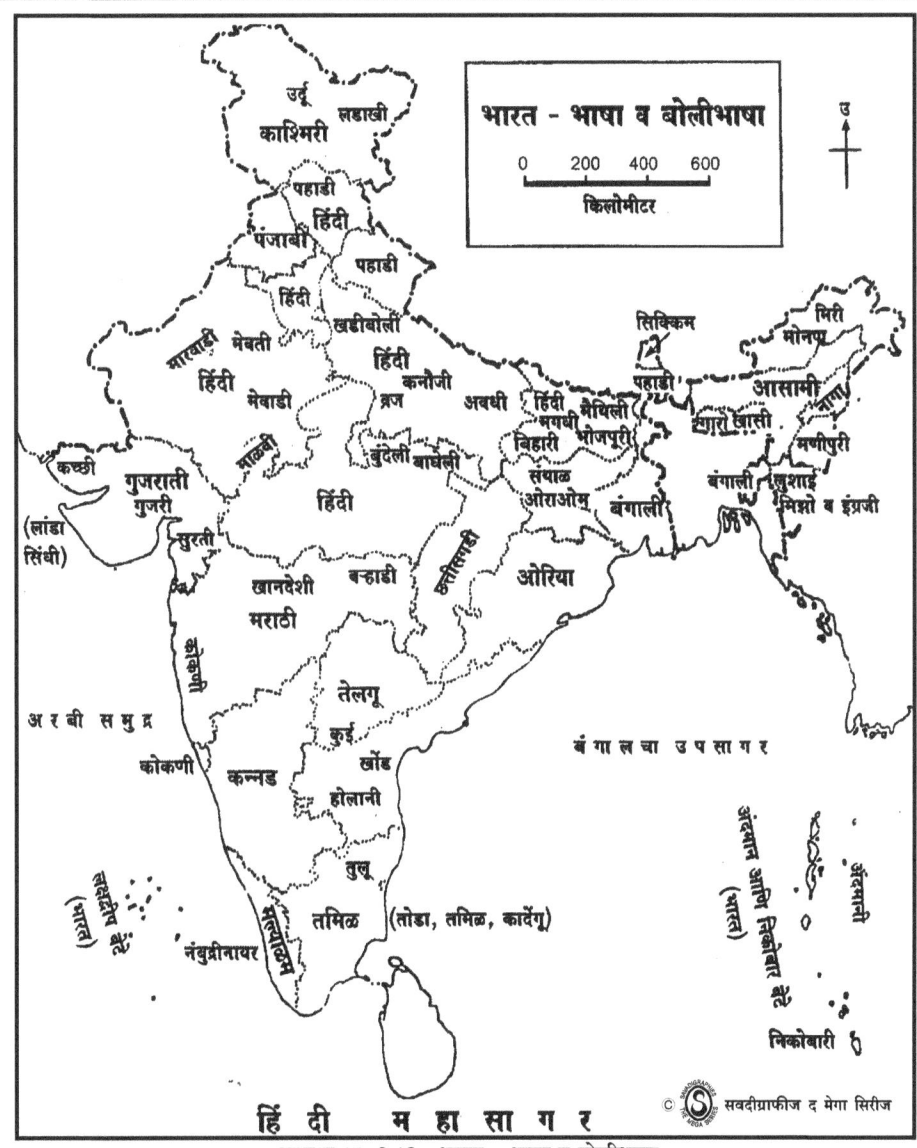

नकाशा क्र. 6.13 : भारत - भाषा व बोलीभाषा

(3) **ऑस्ट्रिक भाषा (निषाद) गट :** भारतातील ऑस्ट्रिक भाषा ऑस्ट्रो-आशिया उप कुटुंबाची आहे. याची विभागणी पुढीलप्रमाणे : (अ) मुंडा किंवा कोल भाषा (ब) मोन-खमेर भाषा.

(अ) मुंडा किंवा कोल भाषा : ऑस्ट्रिक भाषा गटामधील मुंडा भाषा बोलणाऱ्यांची संख्या सर्वांत जास्त आहे. यामध्ये चौदा आदिवासी भाषांचा समावेश होतो. यापैकी खेरवाडी भारतामधील प्रमुख भाषा गट आहे. पूर्व भारतामधील छोटा नागपूर, ओडिशा, छत्तीसगड आणि प. बंगाल यांचा समावेश होतो. तसेच संथाळी, मुंडारी, हो, बिरहोर, भूमैज, कोखा आणि कोरकू (कुरकू) या बोलीभाषांचाही समावेश होतो. संथाळी, मुंडारी आणि हो भाषांमधील साहित्य वैशिष्ट्यपूर्ण आहे. **(ब) मोन-खमेर भाषा :** यामध्ये दोन उपगट आहेत. (i) **खासी भाषा :** मेघालयामधील खासी आदिवासी बोलतात. (ii) **निकोबारी भाषा :** निकोबार बेटांमध्ये आदिवासी निकोबारी भाषा बोलतात.

4. **सिनो तिबेटन भाषा (निषाद) :** याचे तीन विभाग आहेत.

(अ) तिबेटो हिमालयन भाषा : याची पुन्हा उपविभागणी दोनमध्ये होते. (i) **हिमालयीन भाषा गट :** यामध्ये छंबा, लाहौटी, कनौरी आणि लेपचा या चार बोलीभाषांचा समावेश होतो. यापैकी कन्नोरी भाषा बोलणाऱ्यांची संख्या सर्वांत जास्त आहे. (ii) **भुतिया भाषा गट :** यामध्ये तिबेटन, बाल्टी, लडाखी, शेर्पा आणि सिक्कीम, भुतिया या बोलीभाषांचा समावेश होतो. लडाखी भाषा बोलणाऱ्यांची संख्या सर्वांत जास्त आहे. **(ब) उत्तर आसाम भाषा :** याला अरुणाचल शाखा असेही संबोधले जाते. यामध्ये अका, डाफलटा, अबोर, मिरी मिशनील आणि मिशिंग या सहा बोलीभाषांचा समावेश होतो. यापैकी मिरी भाषा बोलणाऱ्यांची संख्या सर्वांत जास्त आहे. **(क) आसाम म्यानमारी भाषा :** यामध्ये बोरो किंवा बोडो, नागा, कोचीन, कुकचीन आणि म्यानमार गटांचा समावेश होतो. यापैकी **नागा भाषा बोलणाऱ्यांची संख्या सर्वांत जास्त आहे.**

याशिवाय सिनो तिबेटन भाषा गटात मणिपुरी, गारो, मिकिर आणि लुशाई (मिझो) या भाषांचा समावेश होतो.

भारतामधील प्रमुख भाषिक प्रदेश

ब्रिटिश काळातील भाषेचे सर्वेक्षण : भारत खऱ्या अर्थाने भाषांचे जंगल आहे. ब्रिटिश काळात (1903-1928) दरम्यान भाषिक प्रदेशांचे सर्वेक्षण करण्यात आले. त्यांनी असे अनुमान काढले की भारतामध्ये 179 भाषा आणि 544 बोलीभाषा आहेत. हे काम एडिटर इन चीफ सर जॉर्ज ए. ग्रियरसन यांनी पूर्ण केले. यांनी ऐतिहासिकदृष्ट्या तुलनात्मक पद्धतीने आधुनिक भारतीय भाषांचे वर्गीकरण केले.

भाषिक सर्वेक्षणामधील 179 भाषांपैकी 116 या भाषा छोट्या आदिवासींच्या बोलीभाषा आहेत. या भाषा उत्तर भारत आणि ईशान्य भारतामध्ये बोलल्या जातात. सध्या देशामधील एकूण लोकसंख्येपैकी एक टक्क्यापेक्षाही कमी लोकसंख्या यामध्ये आहे. तसेच इतर भाषिक गटांच्या दोन डझनपेक्षा जास्त बोलीभाषा नगण्य आहेत किंवा त्या खऱ्या अर्थाने भारतीय भाषांशी संबंधित नाहीत.

1961 सालच्या जनगणनेमध्ये भाषिक समग्र सांख्यिकी आकडेवारीची उपलब्धता : 1961 सालच्या जनगणनेनुसार भारतामध्ये 187 भाषा बोलल्या जातात. यापैकी 94 भाषा बोलणाऱ्यांची प्रत्येक भाषेची लोकसंख्या 10,000 पेक्षा कमी होती. तर 23 भाषा बोलणाऱ्या लोकांची टक्केवारी 77 होती.

भारतीय संविधान 8 व्या शेड्युल्डनुसार प्रमुख भाषा : इंग्रजीव्यतिरिक्त प्रमुख 18 भाषा आहेत. कंसात त्यांची साधारण टक्केवारी दिलेली आहे.

तक्ता क्र. 6.15 : भारत - प्रमुख भाषा - शेकडा प्रमाण

अ. क्र.	भाषा	टक्केवारी	भाषा	टक्केवारी	भाषा	टक्केवारी
1.	हिंदी	39.85	7 गुजराथी	4.81	13 सिंधी	0.25
2.	बंगाली	8.22	8 कन्नड	3.87	14 नेपाळी	0.25
3.	तेलगू	7.50	9 मल्याळम्	3.59	15 कोकणी	0.21
4.	मराठी	7.38	10 ओडिया	3.32	16 मणिपुरी	0.15
5.	तमिळ	6.26	11 पंजाबी	2.76	17 काश्मिरी	उ. ना.
6.	उर्दू	5.13	12 आसामी	1.55	18 संस्कृत	0.01

राजस्थानी, मैथिली, खासी, संथाळी आणि गोंडी भाषांचा समावेश भारताच्या प्रमुख भाषांमध्ये करण्यात आलेला नाही.

तक्ता क्र. 6.16 : भारतामधील 12 भाषिक प्रदेश

क्र.	भाषिक प्रदेश	राज्ये/केंद्रशासित प्रदेश	क्र.	भाषिक प्रदेश	राज्ये/केंद्रशासित प्रदेश
1.	हिंदी	उत्तर प्रदेश, हरियाणा, हिमाचल प्रदेश, मध्य प्रदेश, छत्तीसगड, झारखंड, उत्तराखंड, दिल्ली, बिहार आणि राजस्थान	7.	कन्नड	कर्नाटक
2.	बंगाली	प. बंगाल आणि त्रिपुराचा काही भाग	8.	मल्याळम	केरळ, लक्षद्वीप
3.	तेलगू	आंध्र प्रदेश	9.	ओडिशा	ओडिशा
4.	मराठी	महाराष्ट्र, गोवा	10.	पंजाबी	पंजाब आणि लगतचा हरियाणा
5.	तमिळ	तमिळनाडू, पुद्दुचेरी	11.	आसामीज	आसाम आणि इतर ईशान्य राज्ये
6.	गुजराथी	गुजरात	12.	काश्मिरी	काश्मीरची दरी

3. भारत : धार्मिक लोकसंख्या (2011)

भारतामधील धर्मानुसार लोकसंख्येचे स्वरूप (जनगणना 2011)

भारतामध्ये गेल्या दशकामध्ये (2001-2011) विविध धर्मामधील सर्वच लोकसंख्यावाढीचा दर खाली आलेला आहे. • हिंदू धर्मामध्ये सन 1991 ते 2001 जनगणनेत लोकसंख्यावाढीचा दर 19.92 टक्के होता तो 16.76 टक्क्यांपर्यंत तर याच कालखंडात मुस्लीमधर्मीय लोकसंख्यावाढीचा दर 29.52 टक्क्यांवरून 24.60 टक्क्यांपर्यंत खाली आला. • सन 2001 ते 2011 या कालखंडामध्ये ख्रिश्चनधर्मीय लोकसंख्यावाढीचा दर 15.5 टक्के तर शीखधर्मीय लोकसंख्यावाढीचा दर 8.4 टक्के आहे. • सर्वांत सुशिक्षित आणि श्रीमंत समाज असलेल्या जैन धर्मामध्ये सन 2001 ते 2011 या दशकात लोकसंख्यावाढीचा दर फक्त 5.4 टक्के आहे.

तक्ता क्र. 6.17 : भारत - धर्मानुसार लोकसंख्येचे स्वरूप (जनगणना 2011)

धर्म	टक्केवारी	अंदाजे	एकूण	पुरुष	स्त्री
सर्व धर्म	100.00	121 कोटी	1,210,854,977	623,270,258	587,584,719
हिंदू	79.80	96.62 कोटी	966,257,353	498,306,968	467,950,385
मुस्लीम	14.23	17.22 कोटी	172,245,158	88,273,945	83,971,213
ख्रिश्चन	2.30	2.78 कोटी	27,819,588	3,751,031	14,068,557
शीख	1.72	2.08 कोटी	20,833,116	10,948,431	9,884,685
बौद्ध	0.70	84.43 लाख	8,442,972	4,296,010	4,146,962
जैन	0.37	44.52 लाख	4,451,753	2,278,097	2,173,656
इतर धर्म	0.66	79.38 लाख	7,937,734	3,952,064	3,985,670
धर्म न मानणारे	0.24	28.67 लाख	2,867,303	1,463,712	1,403,591

Source : All India Religions Census Data, 2011

(1) भारतामधील प्रमुख धर्मांची टक्केवारी (सन 2011) : सन 2011 च्या जनगणनेनुसार, सर्वांत जास्त हिंदूधर्मीयांची टक्केवारी 79.80 असून या खालोखाल मुस्लीमधर्मीयांची टक्केवारी 14.23 आहे. भारतामध्ये हिंदू व मुस्लिमांची एकत्रित टक्केवारी 94.03 आहे. त्या मानाने अन्य धर्मीयांची प्रत्येकी

टक्केवारी 2.50 पेक्षा कमी आहे. ख्रिश्चन (2.30%), शीख (1.72%), बौद्ध (0.70%) आणि जैनधर्मीयांची टक्केवारी फक्त 0.37 आहे. उर्वरित धर्मीयांची टक्केवारी 0.66 आहे.

• भारतामध्ये धर्म न मानणाऱ्या लोकांची टक्केवारी 0.24 आहे.

(2) भारतामधील प्रमुख धर्मीयांची प्रत्यक्ष लोकसंख्या (सन 2011) : सन 2011 च्या जनगणनेनुसार, भारतामध्ये एकूण लोकसंख्या सुमारे 121 कोटी आहे. यापैकी हिंदूधर्मीयांची लोकसंख्या 96.62 कोटी असून मुस्लिमांची लोकसंख्या 17.22 कोटी आहे. हिंदू-मुस्लिमांची एकत्रित लोकसंख्या 116.84 कोटी आहे.

• ख्रिश्चन (2.78 कोटी) व शीख (2.08 कोटी) लोकांची एकत्रित लोकसंख्या 4.76 कोटी आहे. • त्यामानाने बौद्धधर्मीय 84.43 लाख आणि जैनधर्मीय 44.52 लाख आहेत. • उर्वरित धर्मीयांची लोकसंख्या 79.38 लाख आहे. • भारतामध्ये धर्म न मानणाऱ्या लोकांची संख्या फक्त 28.67 लाख आहे.

भारतामधील धर्मानुसार महत्त्वाची काही राज्ये आणि केंद्रशासित प्रदेशाची टक्केवारी (जनगणना 2011)

(1) हिंदू धर्म : जनगणना 2011 नुसार हिंदूधर्मीयांची सर्वांत जास्त टक्केवारी हिमाचल प्रदेशात 95.17 आहे. या खालोखाल ओडिशा (93.63%), छत्तीसगड (93.25%), मध्य प्रदेश (90.81%) आणि गुजरात (90.51%) या राज्यांचा क्रमांक लागतो.

- महाराष्ट्रात 70.80 टक्के हिंदूधर्मीय राहतात.
- केंद्रशासित प्रदेश दादरा व नगर हवेलीत 93.93 टक्के आणि दमण व दीव येथे 90.50 टक्के हिंदूधर्मीय आहेत.

(2) मुस्लीम धर्म : जनगणना 2011 नुसार भारतात मुस्लीमधर्मीयांची सर्वांत जास्त टक्केवारी जम्मू आणि काश्मीरची 68.31 आहे. या खालोखाल आसाम (34.22%), पश्चिम बंगाल (27.01%), केरळ (28.56%) आणि उत्तर प्रदेश (19.26%) या राज्यांचा क्रमांक लागतो.

- महाराष्ट्रात 11.54 टक्के मुस्लीमधर्मीय राहतात.
- केंद्रशासित प्रदेश लक्षद्वीप बेटावर 96.58 टक्के तर दिल्ली (NCT) येथे 12.86 टक्के मुस्लीम आहेत.

तक्ता क्र. 6.18 : भारत - धर्मानुसार महत्त्वाची राज्ये व केंद्रशासित प्रदेशाची टक्केवारी (जनगणना 2011)

हिंदू धर्म	टक्केवारी	ख्रिश्चन धर्म	टक्केवारी	बौद्ध धर्म	टक्केवारी
1. हिमाचल प्रदेश	95.17	1. नागालँड	87.93	1. सिक्कीम	27.39
2. ओडिशा	93.63	2. मिझोराम	87.16	2. अरुणाचल प्रदेश	11.77
3. छत्तीसगड	93.25	3. मेघालय	74.59	3. मिझोराम	8.51
4. मध्य प्रदेश	90.81	4. मणिपूर	41.29	4. महाराष्ट्र	5.87
5. गुजरात	90.50	5. अरुणाचल प्रदेश	30.26	5. त्रिपुरा	3.41
6. महाराष्ट्र	79.80	6. महाराष्ट्र	0.96		
• दादरा व नगर हवेली	93.93	• अंदमान व निकोबार	21.28		
• दमण व दीव	90.5	• पुद्दुचेरी	6.29		
मुस्लीम धर्म	**टक्केवारी**	**शीख धर्म**	**टक्केवारी**		
1. जम्मू आणि काश्मीर	68.31	1. पंजाब	51.69		
2. आसाम	34.22	2. हरियाणा	4.91		
3. पश्चिम बंगाल	27.01	3. उत्तराखंड	2.34		
4. केरळ	26.56	4. जम्मू आणि काश्मीर	1.81		
5. उत्तर प्रदेश	19.26	5. राजस्थान	1.27		
6. महाराष्ट्र	11.54	6. महाराष्ट्र	0.20		
• लक्षद्वीप बेटे	96.58	• दिल्ली	3.40		
• दिल्ली	12.86				

Source : All India Religions Census Data, 2011

(3) ख्रिश्चन धर्म : जनगणना 2011 नुसार भारतात सर्वांत जास्त ख्रिश्चनधर्मीयांची टक्केवारी नागालँडमध्ये 87.93 आहे. या खालोखाल मिझोराम (87.16%), मेघालय (74.59%), मणिपूर (41.29%), अरुणाचल प्रदेश (30.26%) या राज्यांचा क्रमांक लागतो. याशिवाय गोवा (25.10%) आणि महाराष्ट्रात 0.96 टक्के ख्रिश्चनधर्मीय आहेत.

(4) शीख धर्म : जनगणना 2011 नुसार भारतात सर्वांत जास्त शीखधर्मीयांची टक्केवारी पंजाबमध्ये 51.69 आहे. या खालोखाल हरियाणा (4.91%), उत्तराखंड (2.34%), जम्मू आणि काश्मीर (1.81%) आणि राजस्थान (1.27%) या राज्यांचा क्रमांक लागतो. दिल्ली (NCP) मध्ये शीखधर्मीय 3.4 टक्के आहेत.

(5) बौद्ध धर्म : जनगणना 2011 नुसार भारतात सर्वांत जास्त बौद्धधर्मीयांची टक्केवारी सिक्कीमला 27.39 आहे. या खालोखाल अरुणाचल प्रदेश (11.77%), मिझोराम (8.51%), महाराष्ट्र (5.87%), त्रिपुरा (3.41%) या राज्यांचा क्रमांक लागतो.

भारतातील ग्रामीण व नागरी लोकसंख्येची धर्मानुसार वैशिष्ट्ये (जनगणना 2011)

(1) भारतातील ग्रामीण लोकसंख्येची धर्मानुसार वैशिष्ट्ये (जनगणना 2011) :

(अ) सर्व धर्मीयांची एकूण ग्रामीण लोकसंख्या : भारतात जनगणना 2011 नुसार सर्व धर्माची एकूण ग्रामीण लोकसंख्या 83.38 कोटी असून यापैकी पुरुष लोकसंख्या 42.78 कोटी (51.31%) आणि स्त्री-लोकसंख्या 48.69 कोटी (48.69%) आहे.

(ब) **हिंदूधर्मीय ग्रामीण लोकसंख्येचे स्वरूप :** 2011 जनगणनेनुसार भारतात ग्रामीण भागात हिंदूंची टक्केवारी 82.05 टक्के आहे. त्यांची ग्रामीण लोकसंख्या 68.41 कोटी असून पुरुष लोकसंख्या 35.14 कोटी (51.37%) आणि स्त्री-लोकसंख्या 33.27 कोटी (48.63%) आहे.

तक्ता क्र. 6.19 : भारत - धर्मानुसार ग्रामीण लोकसंख्येचे स्वरूप (2011)

क्र.	धर्म	ग्रामीण		नागरी	
		ग्रामीण टक्केवारी	ग्रामीण लोकसंख्या	नागरी टक्केवारी	नागरी लोकसंख्या
1.	सर्व धर्म	100.00%	83.38 कोटी	100.00%	37.71 कोटी
2.	हिंदू	82.05%	68.41 कोटी	74.82%	28.22 कोटी
3.	मुस्लीम	12.41%	10.35 कोटी	18.23%	6.87 कोटी
4.	ख्रिश्चन	2.00%	1.67 कोटी	2.96%	1.12 कोटी
5.	शीख	1.79%	1.49 कोटी	1.57%	59.02 कोटी
6.	बौद्ध	0.58%	48.15 लाख	0.96%	36.28
7.	जैन	0.11%	9.04 लाख	0.94%	35.47 लाख
8.	इतर धर्म	0.86%	72 लाख	0.20%	7.39 लाख
9.	धर्म न मानणारे	0.20%	16.44 लाख	0.32	12.74 लाख

Source : googleweblight.co

(क) **मुस्लीमधर्मीय ग्रामीण लोकसंख्येचे स्वरूप :** भारतात 2011 जनगणनेनुसार मुस्लीमधर्मीयांची ग्रामीण लोकसंख्या 10.35 कोटी असून त्याची टक्केवारी 12.41 आहे. यांपैकी पुरुष लोकसंख्या 5.29 कोटी आणि स्त्री-लोकसंख्या 5.06 कोटी आहे. याची अनुक्रमे 51.08 आणि 48.92 टक्केवारी आहे.

(ड) **ख्रिश्चनधर्मीय ग्रामीण लोकसंख्येचे स्वरूप :** ख्रिश्चनधर्मीयांची ग्रामीण लोकसंख्या 1.67 कोटी असून यांची टक्केवारी 2.0 आहे. यांपैकी पुरुष लोकसंख्या 82.96 लाख तर स्त्री-लोकसंख्या 83.61 लाख आहे. यांची टक्केवारी अनुक्रमे 49.8 आणि 50.2 आहे. ख्रिश्चन स्त्री-लोकसंख्या पुरुष लोकसंख्येपेक्षा जास्त आहे.

ख्रिश्चन ग्रामीण परिसरामध्ये स्त्रियांची लोकसंख्या पुरुष लोकसंख्येपेक्षा 65,000 ने जास्त आहे, हे प्रमुख वैशिष्ट्य आहे.

(इ) **शीखधर्मीय ग्रामीण लोकसंख्येचे स्वरूप :** 2011 च्या जनगणनेनुसार शीखधर्मीयांची ग्रामीण लोकसंख्या 1.49 कोटी असून त्याची टक्केवारी 1.79 आहे. पुरुष लोकसंख्या 78.39 लाख असून स्त्री-लोकसंख्या 70.91 लाख आहे. यांची टक्केवारी अनुक्रमे 52.5 आणि 47.5 आहे. शीखधर्मीयांमध्ये स्त्री-लोकसंख्या 7.48 लाखांनी कमी आहे. **भारतामध्ये शीखधर्मीयांमध्ये पुरुष आणि स्त्री-लोकसंख्येमधील फरक सर्वांत जास्त आहे. म्हणजेच लिंग-गुणोत्तर फक्त 904 : 1000 आहे.**

(ई) **बौद्धधर्मीयांचे ग्रामीण लोकसंख्येचे स्वरूप :** जनगणना 2011 नुसार बौद्धधर्मीयांची ग्रामीण लोकसंख्या 48.15 लाख (0.58%) आहे. यांपैकी पुरुष लोकसंख्या 24.57 लाख (51.03%) आणि स्त्री-लोकसंख्या 23.58 लाख (48.97%) आहे.

(उ) **जैनधर्मीयांचे ग्रामीण लोकसंख्येचे स्वरूप :** जनगणना 2011 नुसार जैनधर्मीयांची ग्रामीण लोकसंख्या 9.04 लाख असून त्याची टक्केवारी 0.11 आहे. पुरुष लोकसंख्या 4.68 लाख (51.68%) व स्त्री-लोकसंख्या 4.37 लाख (48.32%) आहे.

(ऊ) **इतर धर्मीयांचे ग्रामीण लोकसंख्येचे स्वरूप :** जनगणना 2011 नुसार इतर धर्मीयांची ग्रामीण लोकसंख्या 72 लाख (0.86%) आहे. यांपैकी पुरुष लोकसंख्या 35.84 लाख (49.78%) आणि स्त्री-लोकसंख्या 36.15 लाख (50.22%) आहे.

(ए) **धर्म न मानणाऱ्यांचे ग्रामीण लोकसंख्येचे स्वरूप :** भारतात धर्म न मानणाऱ्यांची ग्रामीण लोकसंख्या 16.44 लाख (0.20%) आहे. यांपैकी पुरुष लोकसंख्या 8.44 लाख (51.56%) आणि स्त्री-लोकसंख्या 8.00 लाख (48.64%) आहे.

(2) भारतातील नागरी लोकसंख्येची धर्मानुसार वैशिष्ट्ये (जनगणना 2011) :

(अ) **सर्व धर्मीयांची एकूण नागरी लोकसंख्या :** जनगणना 2011 नुसार भारतात सर्व धर्मीयांची एकूण नागरी लोकसंख्या 37.71 कोटी आहे. यांपैकी पुरुष लोकसंख्या 19.55 कोटी तर स्त्री-लोकसंख्या 18.16 कोटी आहे. यांची अनुक्रमे टक्केवारी 51.84 आणि 49.16 आहे.

(ब) **हिंदूधर्मीय नागरी लोकसंख्येचे स्वरूप :** जनगणना 2011 नुसार हिंदूधर्मीयांची नागरी लोकसंख्या 28.22 कोटी (74.82%) आहे. यांपैकी पुरुष लोकसंख्या 14.69 कोटी आणि स्त्री-लोकसंख्या 13.53 कोटी आहे. यांची टक्केवारी अनुक्रमे 52.01 आणि 47.99 आहे.

(क) **मुस्लीमधर्मीय नागरी लोकसंख्येचे स्वरूप :** भारतात जनगणना 2011 नुसार मुस्लीमधर्मीय लोकसंख्या 6.67 कोटी असून त्यांची टक्केवारी 18.23 आहे. यांपैकी पुरुष लोकसंख्या 3.54 कोटी आणि स्त्री-लोकसंख्या 3.33 कोटी आहे. याची अनुक्रमे टक्केवारी 51.50 आणि 48.50 आहे.

(ड) **ख्रिश्चनधर्मीय नागरी लोकसंख्येचे स्वरूप :** जनगणना 2011 नुसार ख्रिश्चनधर्मीय लोकसंख्या 1.12 कोटी आहे. यांपैकी पुरुष लोकसंख्या 54.55 लाख (48.87%) आणि स्त्री-लोकसंख्या 57.07 लाख (51.13%) आहे.

ख्रिश्चन ग्रामीण लोकसंख्येप्रमाणे नागरी लोकसंख्येमध्ये स्त्री-लोकसंख्येचे प्रमाण पुरुष लोकसंख्येपेक्षा 2.51 लाखांनी जास्त आहे.

(इ) **शीखधर्मीय नागरी लोकसंख्येचे स्वरूप :** शीखधर्मीयांची नागरी लोकसंख्या 59.02 लाख आहे. यांपैकी पुरुष लोकसंख्या 31.09 लाख आणि स्त्री-लोकसंख्या 27.93 लाख आहे. याची अनुक्रमे टक्केवारी 52.68 आणि 47.32 आहे. नागरी लोकसंख्येत शीख स्त्री लोकसंख्येची सर्वांत कमी टक्केवारी आहे.

(ई) **बौद्धधर्मीय नागरी लोकसंख्येचे स्वरूप :** 2011 नुसार भारतात बौद्धधर्मीयांची नागरी लोकसंख्या 36.28 लाख आहे. यांपैकी पुरुष लोकसंख्या 18.39 लाख (50.69%) आणि स्त्री-लोकसंख्या 17.89 लाख (49.31%) आहे.

(उ) **जैनधर्मीय नागरी लोकसंख्येचे स्वरूप :** जैनधर्मीय नागरी लोकसंख्या 35.47 लाख आहे. यांपैकी पुरुष लोकसंख्या 18.11 लाख (51.04%) आणि स्त्री-लोकसंख्या 17.36 लाख (48.96%) आहे.

(ऊ) **इतर धर्मीय नागरी लोकसंख्येचे स्वरूप :** इतर धर्मीय नागरी लोकसंख्या 7.39 लाख आहे. यांपैकी पुरुष लोकसंख्या 3.68 लाख (49.83%) आणि स्त्री लोकसंख्या 3.71 लाख (50.17%) आहे. इतर धर्मीयांमध्ये स्त्री लोकसंख्या अल्प प्रमाणात जास्त आहे.

(ए) **धर्म न मानणाऱ्या नागरी लोकसंख्येचे स्वरूप :** 2011 नुसार धर्म न मानणाऱ्यांची नागरी लोकसंख्या 12.24 लाख आहे. यांपैकी पुरुष लोकसंख्या 6.20 लाख आणि स्त्री लोकसंख्या 6.04 लाख आहे. याची टक्केवारी अनुक्रमे 50.63 टक्के आणि 49.37 टक्के आहे.

भारतातील जातीनुसार प्रत्येक धर्मातील लोकसंख्येचे वितरण (जनगणना 2011)

भारतीय जनगणना 2011 नुसार जातींची चार प्रमुख गटात वर्गवारी केलेली आहे. स्वातंत्र्यप्राप्तीनंतर प्रथमच जातीनुसार जनगणना केलेली आहे. त्याच्या प्राथमिक अहवालानुसार धार्मिक लोकसंख्येसंबंधी काही निष्कर्ष काढले आहेत.

- भारतात जातीनुसार (1) सर्वसाधारण प्रवर्ग, (2) अनुसूचित जाती (3) अनुसूचित जमाती (4) इतर मागासवर्गीय अशी विभागणी केलेली आहे.
- **भारतात 2011 सालच्या जनगणनेनुसार सर्वांत जास्त लोकसंख्येची टक्केवारी इतर मागासवर्गीयांची (41.1) आहे. या खालोखाल सर्वसाधारण प्रवर्ग (30.8%), अनुसूचित जाती (19.7%) आणि अनुसूचित जमातींचा (8.5%) क्रमांक लागतो.**

भारतामधील धर्मानुसार जातींच्या वितरणाचे स्वरूप :

(1) **हिंदू : 2011 सालच्या जनगणनेनुसार हिंदू धर्मामध्ये जातीवार सर्वांत जास्त इतर मागासवर्गीयांची टक्केवारी 42.8** असून या खालोखाल सर्वसाधारण प्रवर्ग (26%), अनुसूचित जाती (22.2%) आणि अनुसूचित जमातींचा (9.0%) क्रमांक लागतो.

(2) **मुस्लीम : मुस्लीम धर्मामध्ये सर्वांत जास्त सर्वसाधारण प्रवर्गाची 59.5% आहे.** या खालोखाल इतर मागासवर्गीय (39.2%) अनुसूचित जाती (0.8%) आणि अनुसूचित जमातींचा (0.5%) क्रमांक आहे. मुस्लीमधर्मीयांमध्ये अनुसूचित जाती आणि जमाती यांची लोकसंख्या नगण्य आहे.

(3) **ख्रिश्चन : ख्रिश्चनधर्मीयांमध्ये 2011 जनगणनेनुसार सर्वसाधारण प्रवर्ग (33.3%)** आणि अनुसूचित जमातींची (32.8%) टक्केवारी जवळपास समान आहे. या खालोखाल इतर मागासवर्गीय (24.8%) तर अनुसूचित जातीची टक्केवारी 9 टक्के आहे. भारतात ब्रिटिश मिशनरींनी सेवेंच्या संधी दिल्याने अनेकांनी हा धर्म स्वीकारला.

(4) **शीख : शीखधर्मीयांमध्ये सर्वांत जास्त सर्वसाधारण प्रवर्गाची टक्केवारी 46.1 आहे.** या खालोखाल अनुसूचित जाती (30.7%), इतर मागासवर्गीय (22.4%) आणि अनुसूचित जमाती फक्त 0.9 टक्के आहे.

(5) **जैन : जैनधर्मीयांमध्ये सर्वसाधारण प्रवर्गाची टक्केवारी 94.3 असून सर्व धर्मीयांमध्येही सर्वांत जास्त आहे.** या खालोखाल इतर मागासवर्गीय (3%) आणि अनुसूचित जमातीचा (2.6%) क्रमांक आहे. जैनधर्मीयांमध्ये अनुसूचित जाती नाहीत.

(6) **बौद्ध : बौद्धधर्मीयांमध्ये सर्वांत जास्त अनुसूचित जातीची टक्केवारी 89.5 आहे.** या खालोखाल अनुसूचित जमाती (7.4%), सर्वसाधारण प्रवर्ग (2.7%) आणि इतर मागासवर्गीयांची नगण्य (0.4%) टक्केवारी आहे.

(7) **पारशी : पारशीधर्मीयांमध्ये सर्वांत जास्त सर्वसाधारण प्रवर्गाची टक्केवारी 70.4 आहे.** या खालोखाल अनुसूचित जमाती (15.9%) आणि इतर मागासवर्गीयांची (13.7%) टक्केवारी आहे. पारशीधर्मीयांमध्ये जैनधर्मीयांप्रमाणे अनुसूचित जाती नाहीत.

(8) **इतर धर्म : इतर धर्मीयांमध्ये सर्वांत जास्त अनुसूचित जमातीची टक्केवारी 82.5 आहे.** या खालोखाल सर्वसाधारण (8.7%) इतर मागासवर्गीय (6.25%) आणि अनुसूचित जातींचा (2.6%) क्रमांक आहे.

- **जातीनुसार वितरण पाहता त्याचा धर्मामध्ये सर्वांत जास्त सर्वसाधारण प्रवर्गात टक्केवारी जैन (94.3%), अनुसूचित जातीमध्ये बौद्धधर्मीय (89.5%), अनुसूचित जमातीमध्ये इतर धर्म (82.5%) तर इतर मागासवर्गीयांमध्ये हिंदू धर्म (42.8%) आहे.**

4. भारत : मानवी वंशाचे वितरण

गुहांचे वर्गीकरण (Classification by Guha) : श्री. बी. एस. गुहा यांनी भारतीय वंशाचा सखोल अभ्यास करून भारतीय वंशाचे पुढील प्रकारे वर्गीकरण केलेले आहे.

(1) **नेग्रिटो :** नेग्रिटोचा अर्थ 'छोटा निग्रो' यांची उंची 150 सेंटिमीटरपेक्षा कमी असते. यांच्या केसांचा छेद अंडाकार असतो. डोके लहान पण लंबाकृती असते. यांचा माथ्याचा भाग पुढे आलेला असतो. वर्ण काळा असतो. ओठ जाड व बाहेरच्या बाजूस मोडलेले असतात. अंदमान, निकोबार, त्रावणकोर-कोचीनमधील डोंगराळ भागातील कादर व पुलायन आणि वायनाड येथील आदिम लोक व इरूला आदिम लोक याच प्रकारात मोडतात.

(2) **प्रोटो-ऑस्ट्रेलॉईड :** मध्य व दक्षिण भारतातील आदिम लोक यांचा समावेश होतो. केस नागमोडी, कुरळे असतात. वर्ण जवळजवळ काळा असतो. नाक रुंद, चपटे असते. ओठ जाड व बाहेरच्या बाजूस मोडलेले असतात. चेहऱ्याचा भाग बाहेर आलेला असतो. चेन्चू, येरूवा, मलायन, कुरुम्बा, मुण्डा, संथाळ इत्यादी आदिम जमाती या वंशात आहेत. भारतातील या लोकात व ऑस्ट्रेलियातील आदिम जमातीत एकसमानता आढळते. उत्तर भारतातदेखील या वंशाचे लोक बऱ्याच प्रमाणात आढळतात.

(3) **मंगोलॉईड :** यांच्या शरीरावर व चेहऱ्यावर केस कमी असतात. चेहरा जवळजवळ सपाट व गालांची हाडे बाहेर आलेली असतात. यांचे डोळे तिरपे असतात. यांची उंची मध्यम असते. या वंशाचे पुढील उपप्रकार पडतात.

(अ) **पेले मंगोलॉईड :** उंची मध्यम, रंग भुरकट, चेहरा लहान, गालाची हाडे वर आलेली व नाक मध्यम आकाराचे असते. शरीर व चेहऱ्यावर केस कमी असतात. डोळे तिरपे असतात. उप हिमालयाच्या भागात या वंशाचे लोक आहेत. ईशान्य भारतातील आदिम जमातीचाही समावेश होतो.

(ब) **रुंद डोक्याचे पेले मंगोलॉईड :** काळे तसेच पीतवर्णी असतात. चेहरा गोल, डोळे तिरपे असतात. ईशान्य भारतातील काही डोंगराळ भागातील आदिम जाती वास्तव्य करतात. उदाहरणार्थ, चकमा व माघ.

(क) **तिबेटी मंगोलॉईड :** उंच असतात. शरीरावर केस कमी असून डोळे तिरपे असतात. चेहरा लांब व चपटा असतो. नाकदेखील लांब असून खालच्या बाजूस झुकलेले असते. डोळे व शरीर जड असते. सिक्कीम, भूतान व पश्चिम हिमालयाच्या काही भागांमध्ये हे लोक आढळतात.

(4) **मेडिटरेनियन किंवा भूमध्य सागरीय :** या वंशाचे पुढील उपप्रकार पडतात.

(अ) **पेले मेडिटरेनियन :** मध्यम उंचीचे असून लांब डोक्याचे असतात. मस्तकाचा भाग पुढे आलेला व डोक्याचा मागील भाग मागच्या बाजूस बाहेर आलेला असतो. नाक लहान मध्यम रुंदीचे असते. शरीर व चेहऱ्यावर केस कमी असतात. भुरकट वर्ण असतो.

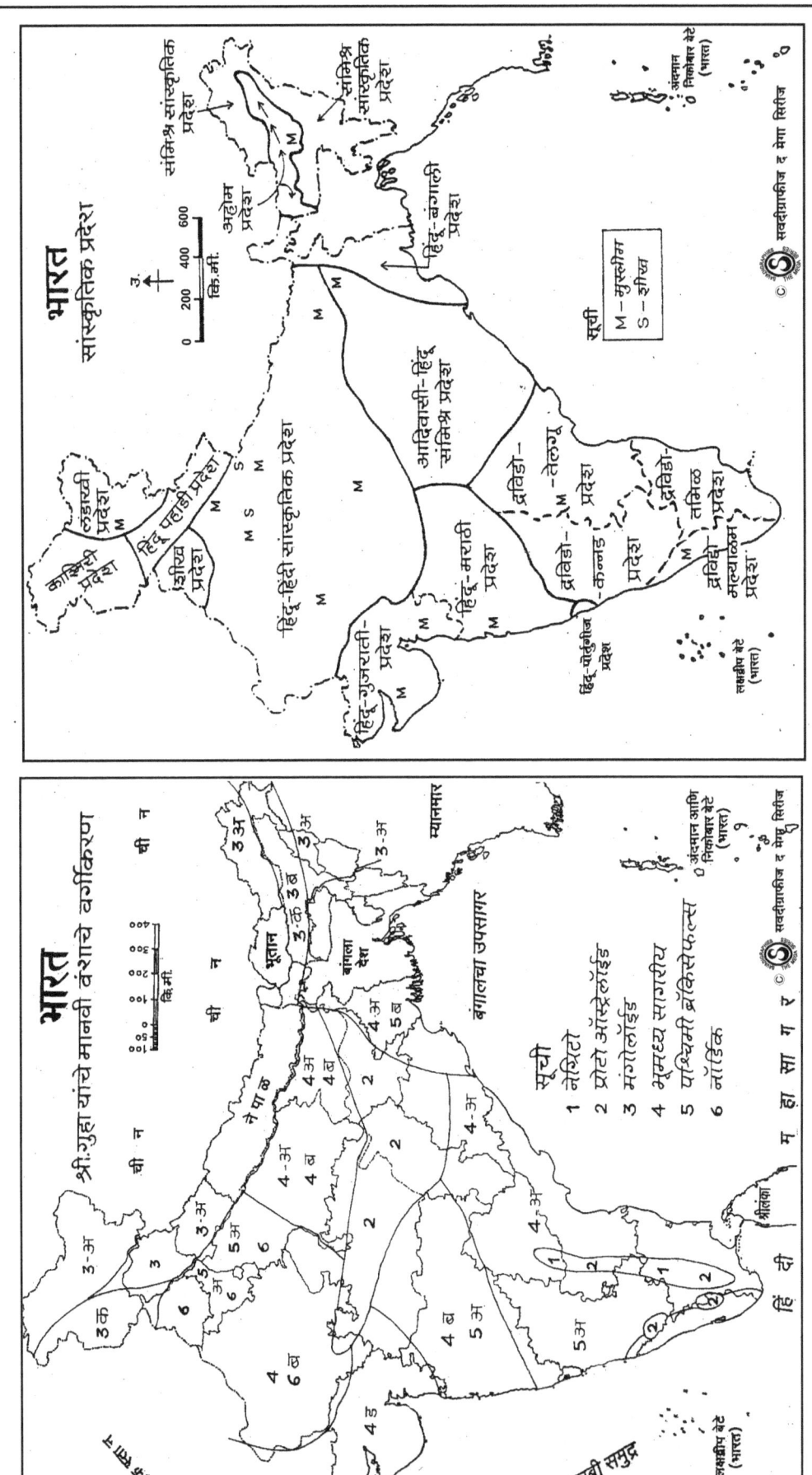

नकाशा क्र. 6.15 : भारत - सांस्कृतिक प्रदेश : धर्म, भाषा आणि परंपरांवर आधारित (2001)

नकाशा क्र. 6.14 : भारत – श्री. गुहा यांचे मानवी वंशाचे वर्गीकरण

(ब) मेडिटरेनियन किंवा भूमध्य सागरीय : मध्यम उंचीचे असून डोके लांब असते. चेहरा लांब, नाक पातळ असते. वर्ण भुरा व गव्हाळी असतो. शरीर व चेहऱ्यावर केस खूप असतात. केस व डोळे यांचा रंग भुरकट व काळा असतो. यांचे डोळे मोठे असतात. उत्तर प्रदेश, पंजाब, बंगाल, मलबार वगैरे भागात आढळतात.

(क) ओरिएन्टल मेडिटरेनियन किंवा पौर्वात्य भूमध्य सागरीय : यांचे नाक जास्त लांब व बहिर्वक्राकार असते. यांचा वर्ण गौर असतो. गव्हाळी वर्णदेखील असतो. पंजाब, पाकिस्तान, राजस्थान व पर्वतीय उत्तर प्रदेश वंशाचे लोक दिसून येतात.

(5) **पश्चिमेकडील रुंद डोक्याचे :** पश्चिमेकडून भारतात या वंशाचे लोक आले. यांचे तीन उपप्रकार पडतात.

(अ) अल्पाईन : मध्यम व कमी उंचीचे असतात. डोके रुंद असून डोक्याचा मागचा भाग गोल असतो. चेहरा गोल, रंग गौर व नाक वर उंचावलेले असते. शरीरावर व चेहऱ्यावर खूप केस असतात. आंध्र, गुजरात, महाराष्ट्र, कर्नाटक, तमिळनाडू, पूर्व व उत्तर प्रदेश आणि बिहार राज्यांत या वंशाचे लोक दिसून येतात.

(ब) डिनारिक : हे उंच व सावळ्या वर्णाचे असतात. डोळे व केस यांचा रंग काळा असतो. अल्पाईनपेक्षा डोके कमी रुंदीचे असून मागील भाग चपटा असतो. मस्तक थोडे आत गेलेले असते. चेहरा लांब, नाक लांब किंवा पोपटाप्रमाणे बाकदार असते. बंगाल, ओडिशा या राज्यांमध्ये यांचे मिश्रण मेडिटरेनियन वंशात झालेले आहे. कूर्ग प्रदेशात या वंशाचे लोक बऱ्याच शुद्ध स्वरूपात आढळतात. गुजरातमध्ये यांचे मिश्रण अल्पाईन वंशाशी झाले आहे.

(क) आर्मेनॉईड : मध्यम उंचीचे असतात. डोके रुंद, नाक लांब असते. शरीरावर भरपूर केस असतात. पारशी लोक या वंशाचे आहेत.

(6) **नॉर्डिक :** इ.स. पूर्वी 2000 वर्षे भारतात वायव्येकडून या वंशाचे लोक आले. या वंशाचे लोक मध्य आशियाच्या भागातून आले असावेत. यांच्या शरीराची बनावट चांगली असून धष्टपुष्ट असतात. वजनदार, रुंद व गोल डोक्याचे दिसून येतात. नाक पातळ, लांब, सरळ व उंच असते. रंग गोरा असतो. केस सोनेरी, डोळे निळे असतात. भारताच्या उत्तर मैदानी भागात राहतात. पंजाब, राजस्थान, उत्तर प्रदेश, बंगालमधील लोकात नॉर्डिक वंशाची लक्षणे आढळतात.

5. भारत : सांस्कृतिक प्रदेश

भारतामधील सांस्कृतिक प्रदेश भाषा, धर्म, चालीरीती आणि परंपरांवर आधारित आहे. सांस्कृतिक प्रदेश पुढीलप्रमाणे -

(1) **लडाखी-बौद्ध सांस्कृतिक प्रदेश :** जम्मू आणि काश्मीर राज्यामधील लडाखमध्ये लडाखी आणि बौद्धांचा प्रभाव आहे. लेह आणि धर्मशाळा ही पवित्र स्थळे आणि सांस्कृतिक केंद्रे आहेत.

(2) **काश्मिरी-मुस्लीम सांस्कृतिक प्रदेश :** काश्मीर दरी आणि जम्मूच्या उत्तर भागात (दोडा जिल्हा) आणि लडाखच्या दक्षिण भागाकडील कारगीलपर्यंत काश्मिरी-मुस्लीम सांस्कृतिक प्रदेश आहे. या प्रदेशामध्ये मुस्लिमांचे प्राबल्य आहे आणि त्यांची काश्मिरी मुख्य भाषा आहे. हिंदू आणि शीख अल्पसंख्याक असले तरी ते काश्मिरी भाषा बोलतात आणि काश्मिरी सांस्कृतिक परंपरा पाळतात.

(3) **शीख-गुरुमुखी सांस्कृतिक प्रदेश :** यांनी पंजाब आणि केंद्रशासित प्रदेश चंदीगड व्यापलेला आहे. येथे शीख लोकांची संख्या जास्त आहे. ते पंजाबी भाषा बोलतात. हिंदू अल्पसंख्याक आहेत. बहुतेक खेड्यांमध्ये आणि शहरांमध्ये गुरुद्वारा आहेत. अमृतसरला शिखांचे पवित्र सुवर्णमंदिर आहे.

(4) **कनौरी-देवभूमी सांस्कृतिक प्रदेश :** हिमाचल प्रदेश आणि उत्तराखंडाच्या पर्वतीय भागात हा प्रदेश आहे. याला देवभूमी असे संबोधले जाते. येथे केदारनाथ, बद्रीनाथ, हरिद्वार इत्यादी पवित्र स्थळे आहेत. हिमाचल प्रदेशात प्रामुख्याने किन्नोरी भाषा बोलली जाते, तर उत्तराखंडात सर्वसामान्यांची भाषा हिंदी आहे.

(5) **हिंदू-हिंदी सांस्कृतिक प्रदेश :** या सांस्कृतिक प्रदेशामध्ये उत्तर प्रदेश, बिहार, मध्य प्रदेश, उत्तराखंडाचा दक्षिण भाग, राजस्थान आणि हरियाणा राज्यांचा समावेश होतो. ही हिंदी भाषिकांची हृदयस्थल भूमी असून हिंदू धर्माचे वर्चस्व आहे. उत्तर प्रदेशच्या पश्चिम भागात आणि नागरी प्रदेशात मुस्लिमांची संख्या प्रकर्षाने जाणवते. दिल्ली, कानपूर, लखनौ, मीरत, आग्रा आणि अलाहाबाद या शहरांमध्ये शीख आणि ख्रिश्चन इतस्ततः विखुरलेले आहेत.

(6) **ईशान्य भारताचा संमिश्र सांस्कृतिक प्रदेश :** ईशान्य भारतामध्ये अरुणाचल प्रदेश, आसाम, मणिपूर, मेघालय, मिझोराम, नागालँड आणि त्रिपुरा या राज्यांमध्ये संमिश्र सांस्कृतिक प्रदेश आहे. येथे हिंदू, ख्रिश्चन, मुस्लीम आणि आदिवासींचे प्राबल्य आहे. या प्रदेशात भाषा, धर्म, चालीरीती, लोकनृत्य, संगीत यामध्ये मोठ्या प्रमाणात विविधता आहे.

(7) **हिंदू-बंगाली सांस्कृतिक प्रदेश :** यामध्ये प. बंगाल आणि जवळपासच्या ओडिशा, झारखंड आणि बिहारचा समावेश होतो. येथे बंगाली भाषा बोलणाऱ्यांची संख्या जास्त आहे. लोकांचा प्रमुख धर्म हिंदू आहे.

(8) **आदिवासी-हिंदू छोटा नागपूरचा संमिश्र प्रदेश :** यामध्ये झारखंड, बिहारचा दक्षिण भाग, ओडिशा, छत्तीसगडचा समावेश होतो. बराचसा प्रदेश छोटा नागपूरचा आहे. हिंदू लोकांचे प्रमाण जास्त आहे. याचप्रमाणे गोंड, मुंडा, संथाळ, भिल्ल, पारधी इत्यादी अनेक आदिवासींचे आश्रयस्थान आहे.

(9) **हिंदू-मराठी सांस्कृतिक प्रदेश :** हिंदू-गुजराथी प्रदेश आणि हिंदू पोर्तुगीज प्रदेश - भारताच्या पश्चिम भागात गुजरात, महाराष्ट्र आणि गोवा राज्यांचा समावेश होतो. हिंदू धर्माचे प्राबल्य आहे. काही अलग छोट्या भागात मुस्लीम आणि बौद्धधर्मीयांचे केंद्रीकरण झालेले आहे.

(10) **द्रविडो-सांस्कृतिक प्रदेश :** आंध्र प्रदेश, कर्नाटक, तमिळनाडू आणि केरळ राज्यात हा सांस्कृतिक प्रदेश आहे. प्रमुख भाषा तेलगू, कन्नड, तमिळ आणि मल्याळम आहेत.

6. भारत : अनुसूचित जाती

अनुसूचित जातीची - व्याख्या :

→ **''भारतीय राज्यघटनेपुरता विचार केल्यास घटनेच्या कलम 341 नुसार ज्या जाती, वंश, जनजाती अथवा जाती यांचे भाग अथवा त्यातील गट यांचा अनुसूचित जाती म्हणून उल्लेख केला असेल या सामाजिक गटांना 'अनुसूचित जाती' (Scheduled Castes) असे मानले जाईल.''**

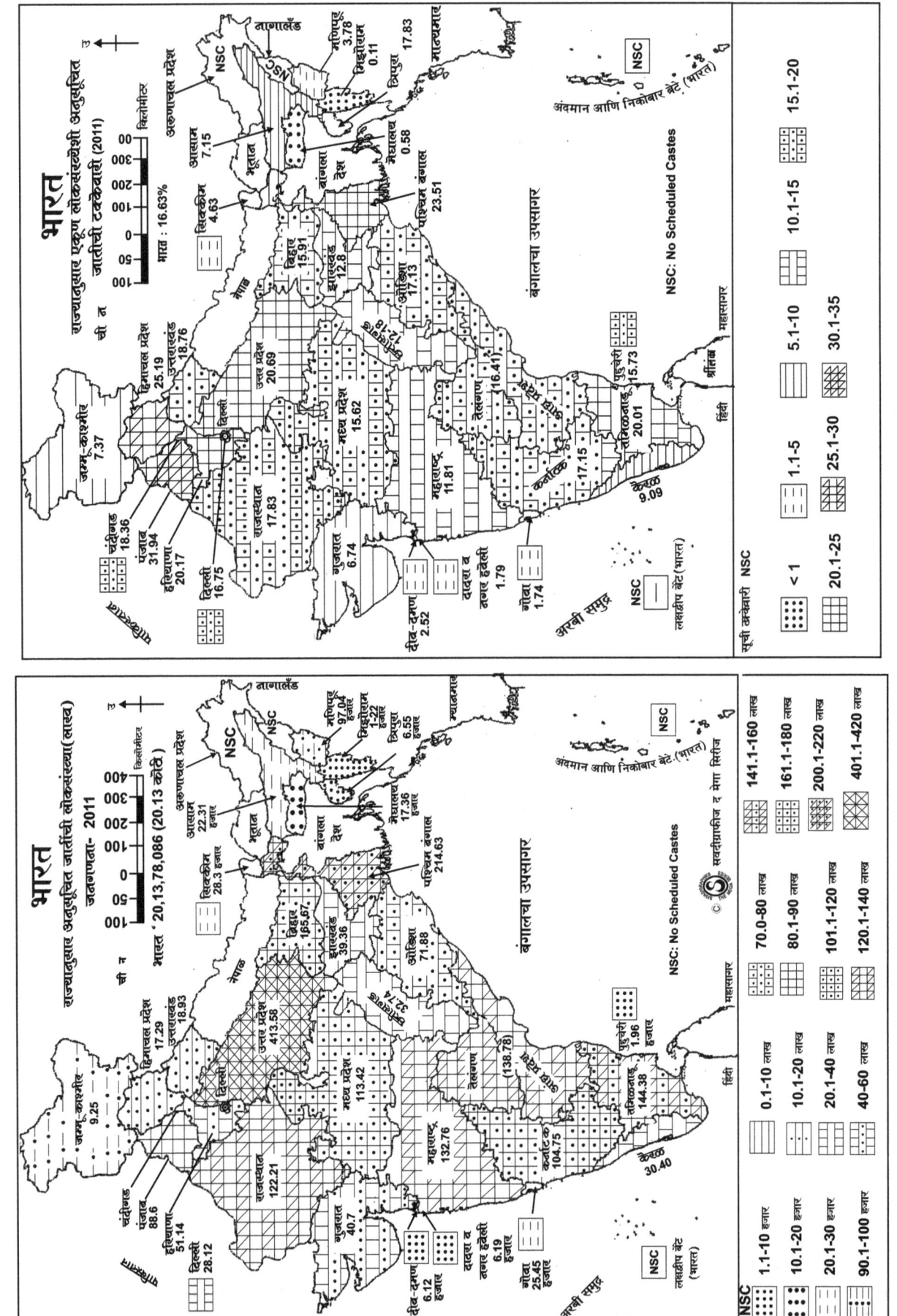

भारत
राज्यानुसार अनुसूचित जातींची लोकसंख्या (लाख)

नकाशा क्र. 6.16 : भारत – अनुसूचित जातीची लोकसंख्या (लाख) (सन 2011)

भारत
राज्यानुसार एकूण लोकसंख्येशी अनुसूचित जातींची टक्केवारी (2011)

नकाशा क्र. 6.17 : भारत – राज्यानुसार एकूण लोकसंख्येशी अनुसूचित जातींची टक्केवारी (सन 2011)

भारत : आदिवासी जातींची लोकसंख्या आणि तिचे वितरण (जनगणना 2011)

(India : Population And Distribution of Scheduled Castes - Census 2011)

- **भारतामध्ये 2011 सालच्या जनगणनेनुसार अंतिम आकडेवारीच्या आधारे आदिवासी जातीची लोकसंख्या 20,13,78,086/201.38 दशलक्ष/ 2013.78 लाख आहे. एकूण लोकसंख्येशी आदिवासी जातीच्या लोकसंख्येची 16.63 टक्केवारी आहे.**
- 2001 साली आदिवासी जातींची लोकसंख्या 166.6 दशलक्ष (16.2%) होती.

2011 सालच्या जनगणनेनुसार आदिवासी जातींची लोकसंख्या असणारी पहिली पाच राज्ये :

- **भारतामध्ये 2011 सालच्या जनगणनेनुसार आदिवासी जातींची सर्वांत जास्त लोकसंख्या उत्तर प्रदेशची 413,57,608/41.36 दशलक्ष/413.6 लाख आहे. देशामधील अनुसूचित जातीची 20.54 टक्के लोकसंख्या उत्तर प्रदेशात वास्तव्य करते.**
- या खालोखाल अनुसूचित जातीच्या लोकसंख्येत **दुसरा क्रमांक पश्चिम बंगालचा असून 2,14,63,270/21.46 दशलक्ष/214.6 लाख लोकसंख्या आहे.** पश्चिम बंगालमध्ये देशामधील अनुसूचित जातीची 10.64 टक्के लोकसंख्या आहे.
- उत्तर प्रदेश आणि पश्चिम बंगालमध्ये मिळून देशातील अनुसूचित जातींचा वाटा 31.20 टक्के आहे. म्हणजे भारतामधील सुमारे एक-तृतीयांश आदिवासी जातींचे लोक वास्तव्य करतात.
- पश्चिम बंगालच्या खालोखाल **(iii) बिहार (165.7 लाख/8.23%) (iv) आंध्र प्रदेश-तेलंगण (138.8 लाख/6.89%) (v) महाराष्ट्र (132.8 लाख/ 6.59%)** या राज्यांचा क्रमांक आहे.
- **वरील पाच राज्यांमध्ये मिळून अनुसूचित जातीचे 106.55 दशलक्ष/1065.5 लाख लोक राहतात. याचा अर्थ, भारतामधील 52.39 टक्के अनुसूचित जातीचे लोक आहेत.**

2011 सालच्या जनगणनेनुसार आदिवासी जातींची लोकसंख्या असणारी शेवटची पाच राज्ये :

भारतामध्ये सर्वांत कमी आदिवासी जातीची लोकसंख्या मिझोराम राज्यामध्ये 1,22,000 आहे. यानंतर मेघालय (17,36,000), गोवा (25,45,000), सिक्कीम (28,03,000) आणि मणिपूर (97,04,000) राज्यांचा क्रमांक आहे.

भारत : राज्यानुसार एकूण लोकसंख्येशी आदिवासी जातींची टक्केवारी (जनगणना 2011)

(India : Statewise Percentage of Scheduled Castes to Total Population - Census 2011)

भारतामध्ये 2011 जनगणनेनुसार आदिवासी जातींची लोकसंख्येची टक्केवारी 16.63 टक्के आहे.

आदिवासी जातींची सर्वांत जास्त टक्केवारी असलेली पाच राज्ये : भारतामध्ये 2011 नुसार राज्यनिहाय सर्वांत जास्त आदिवासी जातीची टक्केवारी पंजाबमध्ये 31.94 टक्के आहे. या खालोखाल हिमाचल प्रदेश (25.19%), पश्चिम बंगाल (23.51%), उत्तर प्रदेश (20.69%) आणि तमिळनाडू (20.01%) राज्यांचा क्रमांक आहे.

तक्ता क्र. 6.20 : भारत – राज्यानुसार एकूण लोकसंख्येशी आदिवासी जातीची जास्त टक्केवारी असणारी पाच राज्ये

घटक	1	2	3	4	5
राज्ये	पंजाब	हिमाचल प्रदेश	पश्चिम बंगाल	उत्तर प्रदेश	तमिळनाडू
टक्केवारी	31.94%	25.19%	23.51%	20.69%	20.01%

(1) **15-20 टक्के आदिवासी जातींची लोकसंख्या असणारी राज्ये आणि केंद्रशासित प्रदेश :** या गटामध्ये 10 राज्ये/ केंद्रशासित प्रदेशाचा समावेश आहे. त्यांचे उतरत्या क्रमाने-उत्तराखंड (18.76%), चंदीगड (18.36%), राजस्थान (17.83%), त्रिपुरा (17.83%), कर्नाटक (17.15%), ओडिशा (17.13%), NCT दिल्ली (16.75%), आंध्र प्रदेश-तेलंगण (16.41%), पुद्दुचेरी (15.73%), मध्य प्रदेश (15.62%) राज्ये आहेत.

(2) **10-15 टक्के आदिवासी जातींची लोकसंख्या असणारी राज्ये :** छत्तीसगड (12.18%), झारखंड (12.08%), महाराष्ट्र (11.81).

(3) **5-10 टक्के आदिवासी जातींची टक्केवारी असणारी राज्ये :** केरळ (9.09), जम्मू आणि काश्मीर (7.37%), आसाम (7.15%), गुजरात (6.74%).

उर्वरित राज्यामध्ये आणि केंद्रशासित प्रदेशामध्ये आदिवासी जातींची लोकसंख्या 5 टक्क्यांपेक्षा कमी आहे.

आदिवासी जातींच्या वितरणाचे स्वरूप : भारतामध्ये दोन प्रदेशांमध्ये आदिवासी जातींचे केंद्रीकरण आढळते.

(1) **सिंधू-गंगा गाळाचा मैदानी प्रदेश :** हा प्रदेश संपन्न गाळाची मृदा, पाणी पुरवठा असल्याने शेतमजुरांना रोजगार प्राप्तीस योग्य असल्याने आदिवासी जातींचे केंद्रीकरण झालेले आहे. कारण ते मूलतः कृषी शेतमजूर आहेत.

(2) **पूर्व किनारपट्टी मैदान :** सिंधू-गंगा खोऱ्याप्रमाणे भारतीय पूर्व किनारपट्टी मैदान कृषी समाजासाठी योग्य आहे. ओडिशा, आंध्र प्रदेश आणि तमिळनाडू राज्यांच्या किनारपट्टी भागात आदिवासी जातींचे केंद्रीकरण झालेले आहे.

7. भारत : अनुसूचित जमाती

- सन 1951 साली अनुसूचित जमातींची लोकसंख्या 22.5 दशलक्ष होती. देशातील एकूण लोकसंख्येशी हे प्रमाण 6.23 टक्के होते.
- सन 2001 साली ही लोकसंख्या 84.32 दशलक्ष होती. देशाच्या एकूण लोकसंख्येत हे प्रमाण 8.20 होते. **या पन्नास वर्षांच्या काळात यांच्या लोकसंख्येत चौपट वाढ झाली आहे. याच काळात भारताच्या एकूण लोकसंख्येत तीनपट (36.10 कोटींवरून 102.87 कोटी) वाढ झाली आहे.**
- **भारतातील लोकसंख्यावाढीच्या वेगापेक्षा या जमातींचा लोकसंख्यावाढीचा वेग जास्त आहे.**
- सन 2011 साली अनुसूचित जमातीची एकूण लोकसंख्या 104.2 दशलक्ष होती. एकूण लोकसंख्येतील हे प्रमाण 8.6 टक्के आहे. **खालावलेला राहणीमानाचा दर्जा, साक्षरतेचे प्रमाण कमी, उच्च जन्म व मृत्युदर यामुळे मानवी अस्तित्वासाठी अधिक मुलांना जन्म घालणे यामुळे यांच्या लोकसंख्यावाढीचा वेग जास्त आहे.**

व्याख्या : ''भारतीय राज्यघटनेच्या कलम 342 (1) अनुसार राष्ट्रपतींनी घोषित केलेल्या जमातींना 'अनुसूचित जमाती' असे म्हणतात.''

''एकाकी, डोंगरावर, जंगलात राहणारे व ज्यांना आधुनिक संस्कृती व जीवनाचा परिचय होऊ शकला नाही अशा लोकांना 'गिरिजन' किंवा आदिवासी' असे म्हणतात.''

यांचे मागासलेपण हे मुख्यतः आर्थिक व सांस्कृतिक आहे. इतर सर्व भारतीयांपेक्षा शैक्षणिक, आर्थिक, सांस्कृतिकदृष्ट्या मागासलेला समाज म्हणजे 'अनुसूचित जामाती' होय.

- **ग्रामीण व नागरी भागातील अनुसूचित जमातींची लोकसंख्या :** भारतामध्ये सन 2011 च्या जनगणनेनुसार, ग्रामीण भागात अनुसूचित जमातीची लोकसंख्या 9,38,19,162 (सुमारे 9.38 कोटी) आहे तर नागरी भागात अनुसूचित जमातीची लोकसंख्या 1,04,61,872 (सुमारे 1.05 कोटी) आहे. एकूण आदिवासी जमातीची लोकसंख्या 104,281,034 आहे.

- **2001 ते 2011 दरम्यान अनुसूचित जमातीच्या एकूण लोकसंख्येत दहा वर्षांच्या काळातील वाढ :** 23.7 टक्क्यांनी वाढ झालेली आहे. ग्रामीण अनुसूचित जमातीच्या लोकसंख्येत 21.3 टक्क्यांनी तर नागरी अनुसूचित जमातीच्या लोकसंख्येत 49.7 टक्क्यांनी वाढ झालेली आहे.

- **अनुसूचित जमातीची पुरुषांची लोकसंख्या :** सन 2011 च्या जनगणनेनुसार, अनुसूचित जमातीच्या पुरुषांची एकूण लोकसंख्या 5,24,09,823 आहे. यांपैकी ग्रामीण भागात पुरुष लोकसंख्या 4,71,26,341 आहे तर नागरी भागात 52,83,482 आहे.

- **अनुसूचित जमातीच्या स्त्रियांची एकूण लोकसंख्या :** 5,18,71,211 आहे. यांपैकी ग्रामीण भागात स्त्रियांची लोकसंख्या 4,66,92,821 आहे. नागरी भागात 51,78,390 आहे.

- **अनुसूचित जमातीमधील लिंग-गुणोत्तर :** सन 2011 च्या जनगणनेनुसार, अनुसूचित जमातीचे एकूण लिंग-गुणोत्तर 990 आहे. ग्रामीण भागाचे लिंग-गुणोत्तर 991 तर नागरी भागात 980 आहे.

- **सन 2001 च्या जनगणनेनुसार अनुसूचित जमातीचे एकूण लिंग-गुणोत्तर :** 978 आहे. ग्रामीण भागाचे गुणोत्तर 981 तर नागरी लिंग-गुणोत्तर 944 आहे.

2001 आणि 2011 च्या लिंग-गुणोत्तराची तुलना करता असे लक्षात येते की, अनुसूचित जमातीच्या एकूण लिंग-गुणोत्तरात 12 बिंदूंनी वाढ झालेली आहे. ग्रामीण भागात 10 बिंदूंनी तर नागरी भागात 36 बिंदूंनी वाढ झालेली आहे.

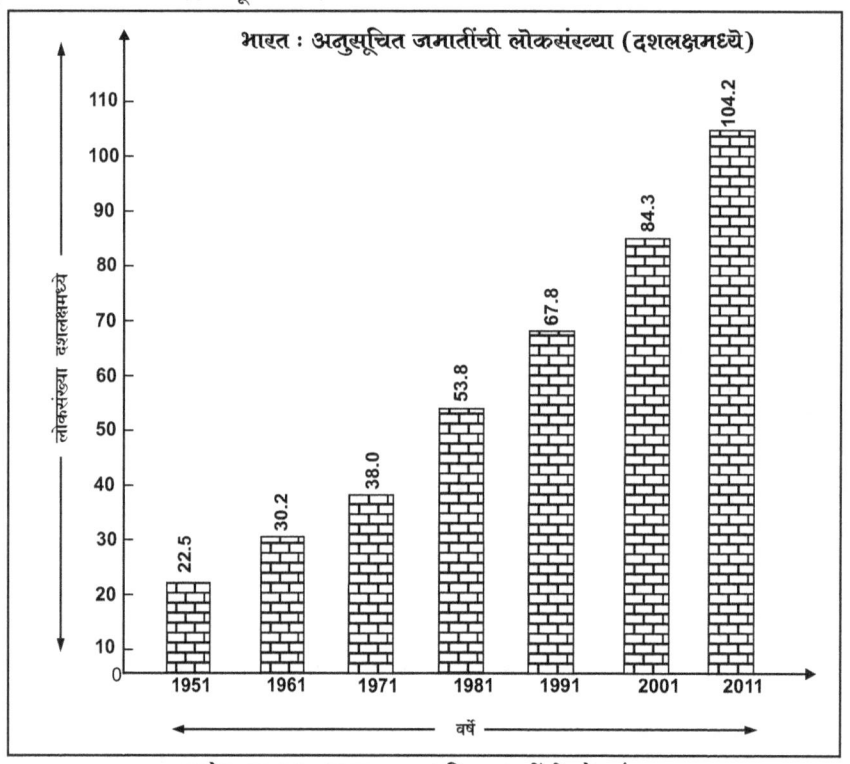

आलेख क्र. 6.3 : भारत - अनुसूचित जमातींची लोकसंख्या

अनुसूचित जमातीच्या लोकसंख्येनुसार पहिली पाच राज्ये : अनुसूचित जमातीच्या लोकसंख्येत सन 2011 च्या जनगणनेच्या अंतिम आकडेवारीनुसार, सर्वांत पहिला क्रमांक मध्य प्रदेश राज्याचा असून **अनुसूचित जमातीची लोकसंख्या 1,53,16,784 (सुमारे 1.53 कोटी) आहे.** देशाच्या एकूण अनुसूचित जमातीच्या लोकसंख्येपैकी मध्य प्रदेशात 14.09 टक्के लोक वास्तव्य करतात. या खालोखाल महाराष्ट्र (1.05 कोटी, 10.08%), ओडिशा (95.91 लाख, 9.20%) राजस्थान (92.39 लाख, 8.86%) व गुजरात (89.17 लाख, 8.55%) राज्याचा क्रमांक आहे. **भारतातील वरील पहिल्या पाच राज्यांमध्ये आदिवासी जमातीचे 51.38 टक्के लोक राहतात.**

आदिवासी जमातीच्या लोकसंख्येनुसार शेवटची पाच राज्ये : सन 2011 च्या अंतिम आकडेवारीनुसार, भारतात सर्वांत कमी आदिवासी लोकसंख्या असणारे गोवा राज्य (1,49,275) आहे. यानंतर सिक्कीम (2.06 लाख), उत्तराखंड (2.92 लाख), हिमाचल प्रदेश (3.92 लाख) व केरळ (4.85 लाख) राज्यांचा क्रमांक आहे.

भारत : आदिवासी जमातीच्या लोकसंख्येनुसार वितरण-2011
(India : Distribution of Scheduled Tribes Population-2011)

भारतामध्ये आदिवासी जमातीच्या लोकसंख्येनुसार वितरणाची वैशिष्ट्ये (सन 2011) :

- **1.5 कोटीपेक्षा जास्त आदिवासी जमातीची लोकसंख्या :** भारतात 2011 नुसार 1.5 कोटीपेक्षा जास्त आदिवासी जमातीची लोकसंख्या असणारे मध्य प्रदेश (सुमारे 1.53 कोटी) हे एकमेव राज्य आहे.

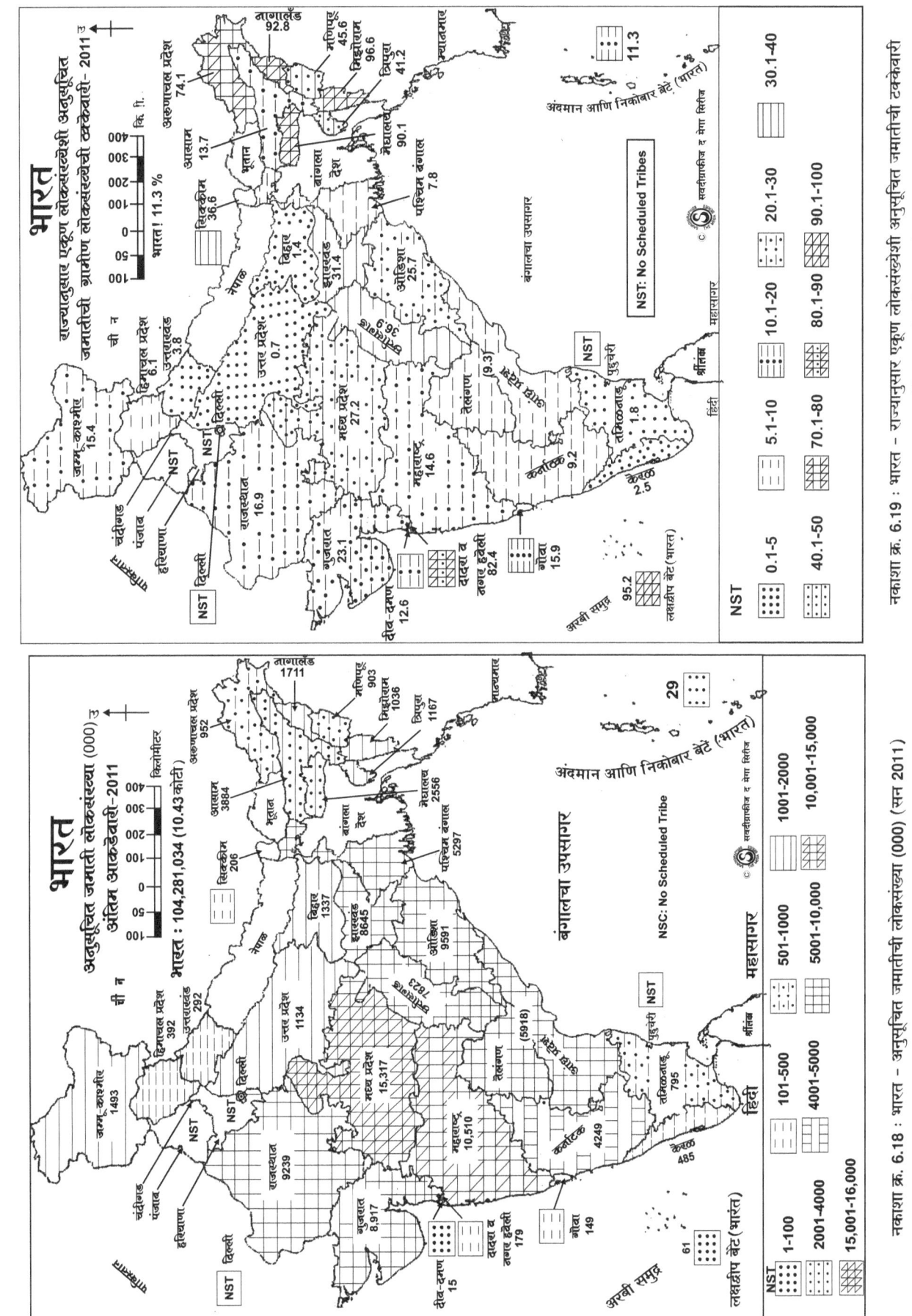

नकाशा क्र. 6.19 : भारत – राज्यानुसार एकूण लोकसंख्येशी अनुसूचित जमातीची टक्केवारी (अंतिम आकडेवारी : 2011)

नकाशा क्र. 6.18 : भारत – अनुसूचित जमातीची लोकसंख्या (000) (सन 2011)

- 1.01 ते 1.25 कोटी असणाऱ्या आदिवासी जमातीची लोकसंख्या असणारे राज्य : यामध्ये फक्त महाराष्ट्र राज्याचा (1.05 कोटी) समावेश आहे.
- 75.0 ते 100 लाख दरम्यान आदिवासी जमातीची लोकसंख्या असणारी राज्ये : या गटात पाच राज्यांचा समावेश आहे. ओडिशा (95.91 लाख), राजस्थान (92.39 लाख), गुजरात (89.17 लाख), झारखंड (86.45 लाख) व छत्तीसगड (78.23 लाख).

संघराज्यात दमण व दीवमध्ये आदिवासी जमातीची लोकसंख्या फक्त 15,363 असून ती सर्वांत कमी आहे.

भारत : आदिवासी राज्य व संघराज्याच्या एकूण लोकसंख्येशी टक्केवारी-2011
(India : Percentage of Total Scheduled Tribe Population According To Statewise And Union Territorywise-2011)

भारतात सन 2011 च्या जनगणनेच्या अंतिम आकडेवारीनुसार आदिवासी जमातीचे एकूण लोकसंख्येशी प्रमाण 8.6 टक्के आहे.

आदिवासी जमातींच्या लोकसंख्या टक्केवारीनुसार पहिली पाच राज्ये : भारतामध्ये सन 2011 नुसार आदिवासी जमातींच्या लोकसंख्या टक्केवारीनुसार सर्वांत पहिले राज्य मिझोराम (94.4%) यानंतर नागालँड (86.5%), मेघालय (86.1%), अरुणाचल प्रदेश (68.5%) आणि मणिपूर (35.1%) राज्याचा क्रमांक आहे.

तक्ता क्र. 6.21 : भारत – आदिवासी जमातीच्या टक्केवारीनुसार पहिली पाच राज्ये (जनगणना 2011 च्या अंतिम आकडेवारीनुसार)

घटक	1	2	3	4	5
पहिली पाच राज्ये	मिझोराम	नागालँड	मेघालय	अरुणाचल प्रदेश	मणिपूर
टक्केवारी	94.4	86.5	86.1	68.8	35.1
शेवटची पाच राज्ये	उत्तर प्रदेश	तमिळनाडू	बिहार	केरळ	उत्तराखंड
टक्केवारी	0.6	1.1	1.3	1.5	2.9

Source : Demographic Status of Scheduled Tribes Population of India (Census - 2011 Final)

आदिवासी जमातींच्या लोकसंख्या टक्केवारीनुसार सर्वांत शेवटची पाच राज्ये : 2011 नुसार सर्वांत कमी आदिवासी लोकसंख्येची टक्केवारी उत्तर प्रदेशमध्ये फक्त (0.6%) आहे. यानंतर तमिळनाडू (1.1%), बिहार (1.3%), केरळ (1.5%) आणि उत्तराखंड (2.9%) या राज्यांचा क्रमांक आहे.

(1) आदिवासी जमातींचे शेकडा प्रमाण 40.1 टक्क्यांपेक्षा जास्त : मिझोराम (94.4%) या खालोखाल नागालँड (86.5%), मेघालय (86.1%), अरुणाचल प्रदेश (68.8%) यांचा समावेश होतो. संघराज्य क्षेत्र लक्षद्वीपमध्ये (94.8%) आदिवासी जमातींची लोकसंख्या आहे. दादरा-नगर-हवेली (52%) प्रमाण आहे.

(2) आदिवासी जमातींचे शेकडा प्रमाण 30.1 टक्के ते 40 टक्के : यामध्ये मणिपूर (35.1%), सिक्कीम (33.8%), त्रिपुरा (31.8%), छत्तीसगड (30.6%) या राज्यांचा समावेश होतो.

(3) आदिवासी जमातींचे शेकडा प्रमाण 20.1 टक्के ते 30 टक्के : यामध्ये झारखंड (26.2%), ओडिशा (22.8%), मध्य प्रदेश (21.1%) या राज्यांचा समावेश होतो.

सन 2001 व 2011 या जनगणनेनुसार आदिवासी जमातीच्या टक्केवारीची वैशिष्ट्ये

- सन 2001 च्या जनगणनेनुसार, भारतात आदिवासी जमातीची टक्केवारी 8.2 होती; ती सन 2011 च्या जनगणनेनुसार, 8.6 झाली. या दहा वर्षांच्या काळात टक्केवारीत 0.4 टक्क्यांनी वाढ झालेली आहे.
- सन 2001 च्या जनगणनेनुसार, ग्रामीण भागातील आदिवासी जमातीची टक्केवारी 10.4 होती. ती सन 2011 च्या जनगणनेनुसार, 11.3 झाली. म्हणजेच 0.9 टक्क्यांनी वाढ झाली.
- सन 2001 च्या जनगणनेनुसार, नागरी भागातील आदिवासी जमातीची टक्केवारी 2.4 होती. ती सन 2011 च्या जनगणनेनुसार, 2.8 झाली. या काळात 0.4 टक्क्यांनी वाढ झाली.

तक्ता क्र. 6.22 : भारत – आदिवासी जमातीमधील लिंग-गुणोत्तराची पहिली व शेवटची पाच राज्ये

(जनगणना 2011 च्या अंतिम आकडेवारीनुसार)

घटक	1	2	3	4	5
पहिली पाच राज्ये	गोवा	केरळ	अरुणाचल प्रदेश	ओडिशा	छत्तीसगड
टक्केवारी	1,046	1,035	1,032	1,029	1,020
शेवटची पाच राज्ये	जम्मू व काश्मीर	राजस्थान	उत्तर प्रदेश	बिहार	सिक्कीम
टक्केवारी	924	948	952	958	960

Source : Demographic Status of Scheduled Tribes Population of India (Census - 2011 Final)

(अ) भारतामधील आदिवासी जमातींचे प्रादेशिक वितरण (Regional Distribution of Tribes in India)

(1) उत्तर व ईशान्येकडील प्रदेश : पश्चिमेकडील भागात सिमला व लेह ही सीमेवरील ठाणी येतात तर पूर्वेकडील भागात लुशाई टेकड्या व मिश्मी प्रदेश हा भाग येतो. हा प्रदेश शेवटाकडे रुंद होत असून मध्यभागी थोडा अरुंद आहे. **यामध्ये काश्मीर (लडाख), हिमाचल प्रदेश, उत्तराखंड व ईशान्य भारत या भागात राहणाऱ्या जमाती येतात. सिक्कीमचा समावेशही याच प्रदेशात होतो.** • या विभागात **गुरुंगा, लिम्बू, लेपचा, आका, डफला, अबोर, मिरी, मिश्मी, सिंगफो, मिकिर, राभा, कचारी, गारो, खासी, नागा, कूकी, लुशाई, चकमा** इत्यादी आदिवासी राहतात. • हिमाचल प्रदेश, काश्मीर, लडाख आदी पर्वतीय क्षेत्रात पुशचारक आदिम जमाती उदा., गद्दी, खस, गुज्जर, भोटिया, थारू इत्यादी आदिवासी वास्तव्य करतात.

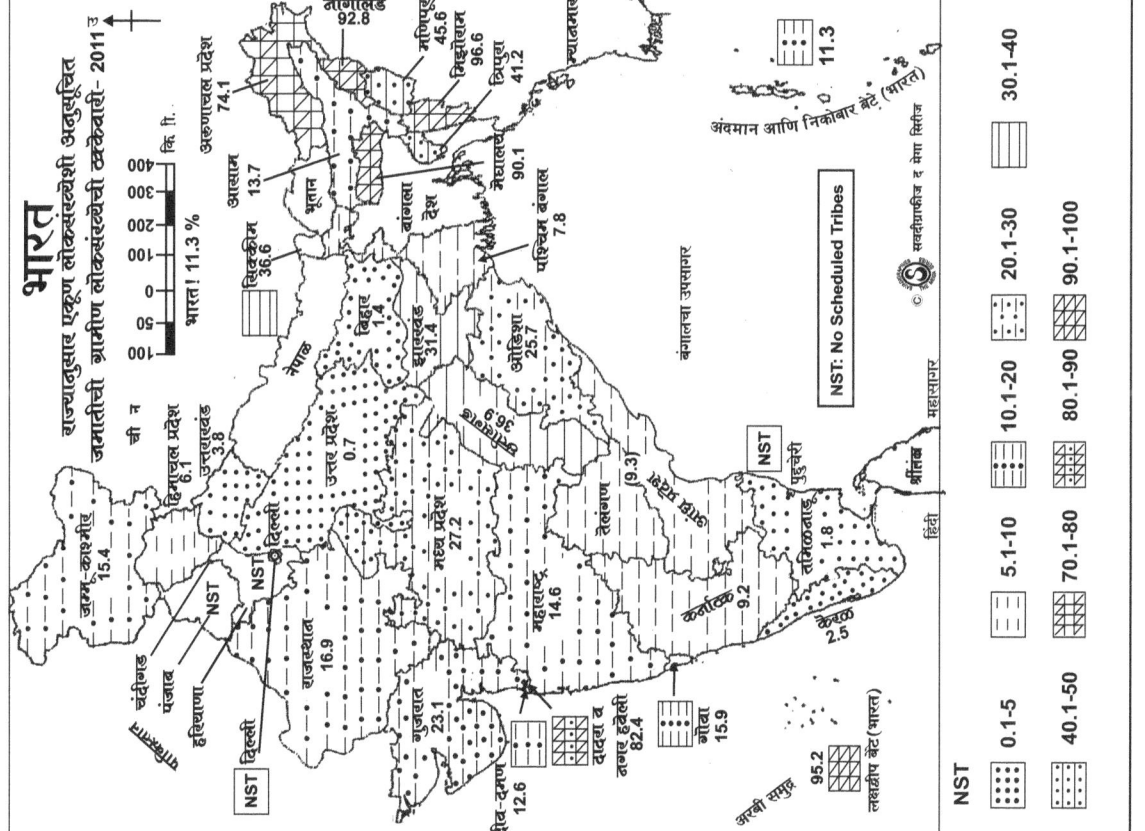

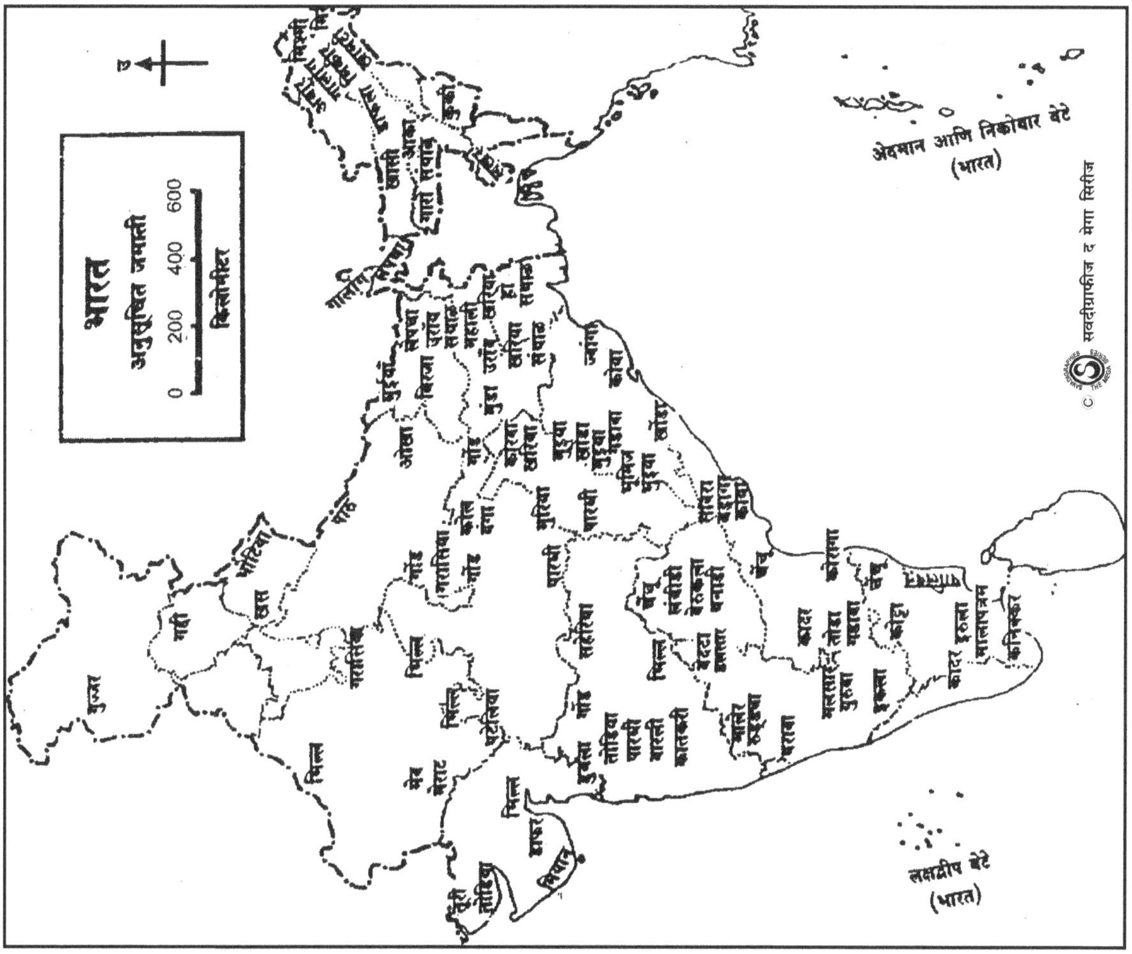

नकाशा क्र. 6.21 : भारत – अनुसूचित जमातीचे वितरण

नकाशा क्र. 6.20 : भारत – राज्यानुसार अनुसूचित जमातीची ग्रामीण लोकसंख्येची टक्केवारी

(2) मध्य भारतातील प्रदेश : या विभागामध्ये पश्चिम बंगाल, झारखंड, उत्तर प्रदेशचा दक्षिण भाग, राजस्थानचा दक्षिण भाग, ओडिशा, महाराष्ट्राचा उत्तर भाग, मध्य प्रदेश, छत्तीसगड व ओडिशा हे प्रदेश येतात. हा विभाग लोकसंख्येच्या दृष्टीने व क्षेत्रफळाच्या दृष्टीने सर्वांत मोठा आहे. **या प्रदेशात संथाळ, मुण्डा, ओरांव किंवा उरांव, हो, भूमिज, खडिया, बिरहोर, भुइया, ज्वांग, कन्ध, साओरा, गोंड, बैगा, भिल्ल, कोळी इत्यादी प्रमुख आदिवासी राहतात.**

(3) दक्षिणेकडील प्रदेश : यामध्ये आंध्र प्रदेश, कर्नाटक, तमिळनाडू, केरळ राज्यांचा समावेश होतो. कृष्णा नदीच्या दक्षिणेच्या प्रदेशाचा यामध्ये समावेश होतो. चेंचू, कोटा, कुरुम्ब, बडगा, तोड किंवा तोडा, काडर, मलयन, युथुवन, उरली, काणिकर इत्यादी आदिवासी राहतात. बंगालच्या उपसागरातील अंदमान व निकोबार बेटावर जरब, ओंग, उत्तरी सेंटीनली, निकोबारी आदिवासी जमाती राहतात.

तक्ता क्र. 6.23 : भारत – प्रमुख आदिवासी जमातीनुसार वितरण

क्र.	जमात	वसतिस्थान	क्र.	जमात	वसतिस्थान
1.	अंध	महाराष्ट्र, मध्य प्रदेश, आंध्र, राजस्थान	2.	ओराओं	महाराष्ट्र, बिहार, प.बंगाल, ओडिशा, मध्य प्रदेश
3.	कट्टुनायकन	तमिळनाडू, आंध्र, कर्नाटक, केरळ	4.	कम्मार	तमिळनाडू, आंध्र, कर्नाटक, केरळ
5.	कषार	महाराष्ट्र, मध्य प्रदेश, ओडिशा	6.	काथोडी	गुजरात, महाराष्ट्र, दादरा व नगर-हवेली, कर्नाटक
7.	कार्कू	मध्य प्रदेश	8.	कीर	मध्य प्रदेश
9.	कुडिया	तमिळनाडू, कर्नाटक, केरळ	10.	कुश्मन	तमिळनाडू, कर्नाटक, केरळ
11.	कोंढ	आंध्र, मध्य प्रदेश	12.	कोचू वेलन	केरळ
13.	फोम	मणिपूर	14.	कोरगा	तमिळनाडू, कर्नाटक, केरळ
15.	कोरवा	बिहार, प. बंगाल, मध्य प्रदेश, झारखंड	16.	कोरा	बिहार, प. बंगाल, ओडिशा
17.	कोरुआ	ओडिशा	18.	कोल	महाराष्ट्र, मध्य प्रदेश, ओडिशा, छत्तीसगड
19.	खाडिया	ओडिशा, बिहार, मध्य प्रदेश	20.	खारवार	बिहार, प. बंगाल, ओडिशा
21.	खोंड	बिहार, प. बंगाल, ओडिशा, छत्तीसगड	22.	गदाबा	मध्य प्रदेश, आंध्र, ओडिशा, छत्तीसगड
23.	गारो	आसाम, प. बंगाल, नागालँड, त्रिपुरा	24.	गोंड	बिहार, प. बंगाल, मध्य प्रदेश, आंध्र, कर्नाटक, गुजरात, महाराष्ट्र, ओडिशा, झारखंड, छत्तीसगड
25.	चकमा	त्रिपुरा, आसाम, प. बंगाल	26.	चिरू	मणिपूर
27.	चोथे	मणिपूर	28.	ढोर कोळी	गुजरात, महाराष्ट्र, दादरा व नगर-हवेली, कर्नाटक
29.	थोती	महाराष्ट्र, आंध्र, कर्नाटक	30.	दुबळा	गुजरात, महाराष्ट्र, दादरा व नगर-हवेली
31.	धोडिआ	गुजरात, महाराष्ट्र, दादरा व नगर-हवेली	32.	नागेसिया	महाराष्ट्र, प. बंगाल, मध्य प्रदेश
33.	नायकडा	गुजरात, महाराष्ट्र, दादरा व नगर-हवेली, कर्नाटक	34.	परधान	महाराष्ट्र, आंध्र, मध्य प्रदेश
35.	पल्लियन	तमिळनाडू, कर्नाटक, केरळ	36.	पारधी	गुजरात, महाराष्ट्र, मध्य प्रदेश, कर्नाटक
37.	वर्डा	गुजरात, महाराष्ट्र, कर्नाटक	38.	बावचा	गुजरात, महाराष्ट्र, कर्नाटक
39.	बिरहूल, विऱ्होर	मध्य प्रदेश, महाराष्ट्र, ओडिशा, बिहार, प. बंगाल, छत्तीसगड	40.	वैगा	बिहार, प. बंगाल, मध्य प्रदेश, ओडिशा, छत्तीसगड, झारखंड
41.	भिल्ल	त्रिपुरा, गुजरात, महाराष्ट्र, राजस्थान, मध्य प्रदेश, कर्नाटक, आंध्र, छत्तीसगड	42.	भुईया	ओडिशा
43.	भुटिया	त्रिपुरा, प. बंगाल, उत्तराखंड, सिक्कीम	44.	भूंजिया	महाराष्ट्र, मध्य प्रदेश, ओडिशा
45.	भूमीआ	ओडिशा	46.	मालसर	तमिळनाडू, कर्नाटक, केरळ
47.	मिझो	मणिपूर, आसाम, नागालँड, त्रिपुरा	48.	मिकीर	अरुणाचल प्रदेश, आसाम, नागालँड
49.	मुंडा	बिहार, प.बंगाल, मध्य प्रदेश, त्रिपुरा, ओडिशा	50.	रथवा	गुजरात, महाराष्ट्र, कर्नाटक
51.	वारली	गुजरात, महाराष्ट्र, कर्नाटक	52.	विटोलिया	गुजरात, महाराष्ट्र, कर्नाटक
53.	संथाळ	त्रिपुरा, बिहार, प. बंगाल, ओडिशा, झारखंड	54.	हो	बिहार, प. बंगाल, ओडिशा

8. भारत : स्थलांतर जनगणना 2011

→ **दुसऱ्या राज्यांमधून होणारे जास्त स्थलांतर [कालखंड : CMM 1991 to 2001 (%) आणि 2001 to 2011 (%)] :**

भारतामध्ये वरील दोन कालखंडांची CMM शी तुलना करता काही विशेष निष्कर्ष काढलेले आहेत :

- दक्षिण भारतामध्ये तमिळनाडू, केरळ आणि कर्नाटक या राज्यांमध्ये स्थलांतरित होणाऱ्यांची CMM टक्केवारी वाढलेली आहे.
- **तमिळनाडू राज्यात** CMM 1991–2001 मध्ये टक्केवारी 0.2 होती. ती CMM 2001 – 2011 या दशकात 8.3 टक्के झाली. याचा अर्थ, या कालखंडामधील फेरबदल + 8.1 ने वाढलेला आहे. **भारतामध्ये ही सर्वांत जास्त वाढ आहे.**
- **केरळ राज्यात** याच कालखंडामध्ये स्थलांतरित होणाऱ्यांची टक्केवारी 1.3 वरून 7.0 पर्यंत वाढलेली दिसते. फेरबदल + 5.7 टक्के वाढीचा आहे.
- **कर्नाटकात** या कालखंडामध्ये निव्वळ वाढ + 5.3 टक्के झाली.

- **महाराष्ट्रात** दुसऱ्या राज्यांमधून स्थलांतर होत असते. परंतु या कालखंडामध्ये स्थलांतराची CMM **टक्केवारी 6.6 वरून 2.4 टक्क्यांपर्यंत घसरली आहे.** याचा अर्थ, महाराष्ट्रात स्थलांतर फेरबदल – 4.2 टक्के आहे.
- **गुजरात राज्यात** या कालखंडामधील फेरबदल + 2.4 टक्के आहे.

→ दुसऱ्या राज्यांकडे होणारे जास्त स्थलांतर [कालखंड : CMM 1991 to 2001 (%) आणि 2001 to 2011 (%)] :

- **उत्तर प्रदेशाची** सन 1991 ते 2001 दरम्यान CMM टक्केवारी – 9.9 होती. याचा अर्थ, उत्तर प्रदेशामधून CMM – 9.9 टक्के दुसऱ्या राज्यामध्ये स्थलांतरित झाले. सन 2001 ते 2011 दरम्यान याची CMM टक्केवारी – 14.4 झाली. याचा अर्थ, स्थलांतरित होणाऱ्या लोकांमध्ये फेरबदल – 4.5 टक्के झाला.
- **बिहार राज्यामधून** स्थलांतरित होणाऱ्यांची CMM टक्केवारी – 6.3 वरून – 11.1 पर्यंत वाढली. म्हणजे सन 2001 ते 2011 या दशकात दुसऱ्या राज्यामध्ये जाणाऱ्यांची CMM टक्केवारी 4.8 ने वाढली.
- **मध्य प्रदेशामधूनही** या कालखंडात CMM टक्केवारी + 3 ने वाढ झाली आहे.
- **जिल्हावार स्वरूप पाहता, हरियाणाच्या गुरुग्राम जिल्ह्यात** या कालखंडामध्ये स्थलांतराची CMM टक्केवारी 29 ने वाढली आहे तर **उत्तर प्रदेशच्या अझमगड जिल्ह्याची** CMM टक्केवारी 24 ने घटली आहे.

→ CMM गुणांक आणि दरडोई उत्पन्न यांचे नाते :

- बिहार आणि उत्तर प्रदेशसारख्या कमी CMM असणाऱ्या राज्यामधून स्थलांतर करणाऱ्या लोकांचे प्रमाण जास्त आहे. याउलट, + CMM असणाऱ्या गोवा, दिल्ली, महाराष्ट्र, गुजरात, तमिळनाडू आणि कर्नाटक या राज्यांमधून कमी प्रमाणात लोक स्थलांतरित होतात.
- 20–29 वयोगटाचा CMM पाहता, सन 2001 ते 2011 या कालखंडामध्ये 110 लाख तरुणांनी स्थलांतर केले तर सन 1991 ते 2001 या कालखंडात याच वयोगटात 60 लाख तरुणांनी स्थलांतर केले.

तक्ता क्र. 6.24 : भारत – लोकसमूह स्थलांतर मेट्रिक (CMM) – निवडक राज्ये
(सन 1991 ते 2011)

राज्ये	20 – 29 लोकसमूह नक्त स्थलांतर 1991 – 2001 (हजार)	20 – 29 लोकसमूह नक्त स्थलांतर 2001 – 2011 (हजार)	राज्ये	20 – 29 लोकसमूह नक्त स्थलांतर 1991 – 2001 (हजार)	20 – 29 लोकसमूह नक्त स्थलांतर 2001 – 2011 (हजार)
दिल्ली	887	466	हरियाणा	+ 34	86
तमिळनाडू	26	1,013	आसाम	– 209	– 114
गोवा	22	19	ओडिशा	– 173	– 290
केरळ	395	900	मध्य प्रदेश*	– 166	– 765
गुजरात	69	343	राजस्थान	– 602	– 791
कर्नाटक	– 224	348	हिमाचल प्रदेश	– 80	– 90
महाराष्ट्र	1,064	507	बिहार*	– 1,135	– 2,695
आंध्र प्रदेश-तेलंगण	– 148	– 218	उत्तर प्रदेश*	– 2,955	– 5,834
पश्चिम बंगाल	– 30	– 235	एकूण (राज्याचे प्रकार)	– 5,855	– 11,200
पंजाब	– 99	– 82			

* Denotes Undivided State.

Source : (i) Constructing CMM and adjustment of international migration figures for the state of Kerala (KL).
(ii) Economic Survey, 2016-17; Page 268.

स्थलांतराची महत्ता आणि प्रारूप (सन 2011-12 ते 2015-16)

(Magnitude and Pattern of Migration : 2011-12 To 2015-16)

रेल्वे प्रवासी (विनाआरक्षित डबे) सन 2011-12 ते 2015-16 दरम्यानच्या कालखंडानुसार स्थलांतराच्या स्वरूपाची काही वैशिष्ट्ये दर्शविते.

धन अंक (Positive Figure) दुसऱ्या राज्यांकडून आलेले लोक तर ऋण अंक (Negative Figure) दुसऱ्या राज्यांकडे गेलेले स्थलांतरित लोक दर्शविते.

सर्वांत जास्त स्थलांतर दिल्लीला झालेले आहे. सन 2015-16 दरम्यान निम्मे स्थलांतरित लोक दिल्लीला आले तर उत्तर प्रदेश आणि बिहार या राज्यांमधून दुसऱ्या राज्याकडे गेलेल्या एकूण स्थलांतरितांपैकी निम्मे लोक आले.

- महाराष्ट्र, गोवा, तमिळनाडू या राज्यांतील बरेच स्थलांतरित लोक गेले तर झारखंड आणि मध्य प्रदेशामधूनही बरेच लोक स्थलांतरित झाले.
- दिल्ली, महाराष्ट्र, तमिळनाडू आणि गुजरात या राज्यांमध्ये हिंदी भाषिक उत्तर प्रदेश, बिहार, मध्य प्रदेशातील लोक स्थलांतरित होतात.
- पश्चिम बंगालच्या कोलकताकडे झारखंड, उत्तर प्रदेश आणि ओडिशा या राज्यांमधील लोक स्थलांतरित होतात.
- गुजरातमधील सुरत हे महाराष्ट्रामधील जवळच्या जिल्ह्यामधील लोकांना आकर्षित करते.
- जयपूर आणि चंदीगडचे काही दिल्लीला स्थलांतरित होतात.
- गुजरातमधून तमिळनाडूला दरवर्षी सात लाख लोक स्थलांतरित होत आहेत.
- देशामधील 54 जिल्ह्यांमधील स्थलांतर लोक आंतरराज्यीय स्तरावर जातात.

- सन 2011-12 ते 2015-16 दरम्यान केरळ राज्यामधून बरेच लोक स्थलांतरित झाले.
- दिल्ली, गोवा, चंदीगड, पुद्दुचेरी आणि नागालँड यांसारख्या छोट्या राज्यात व केंद्रशासित प्रदेशात लोक स्थलांतरित होतात.
- आता असा निष्कर्ष काढलेला आहे की भारतात दरवर्षी पाच ते नऊ दशलक्ष लोक स्थलांतर करतात. यामध्ये मजूर भ्रमंती (Labour Mobility) जास्त आहे.

तक्ता क्र. 6.25 : भारत – CMM पद्धतिशास्त्राच्या आधारे उच्च भ्रमंतीचे (15 टक्क्यांपेक्षा जास्त) जिल्हे
(जनगणना : 2000-2011) – स्थलांतरित लोकांना सामावून घेणारे जिल्हे

राज्ये	जिल्हे	केंद्रशासित प्रदेश	जिल्हे
हरियाणा	• गुरुग्राम	दिल्ली	• दिल्ली
उत्तर प्रदेश	• गौतम बुद्ध नगर	चंदीगड	• चंदीगड
मध्य प्रदेश	• इंदूर • भोपाळ	दमण	
गुजरात	• सुरत • वलसाड	दादरा आणि नगर–हवेली	
महाराष्ट्र	• मुंबई उपनगर • ठाणे • पुणे	पुद्दुचेरी	• यानम
आसाम	• सोनीतपूर		
तेलंगण	• रंगारेड्डी		
कर्नाटक	• बेंगळुरू		
तमिळनाडू	• तिरूवेल्लूर • चेन्नई • कांचीपूरम • इरोड • कोईमतूर.		

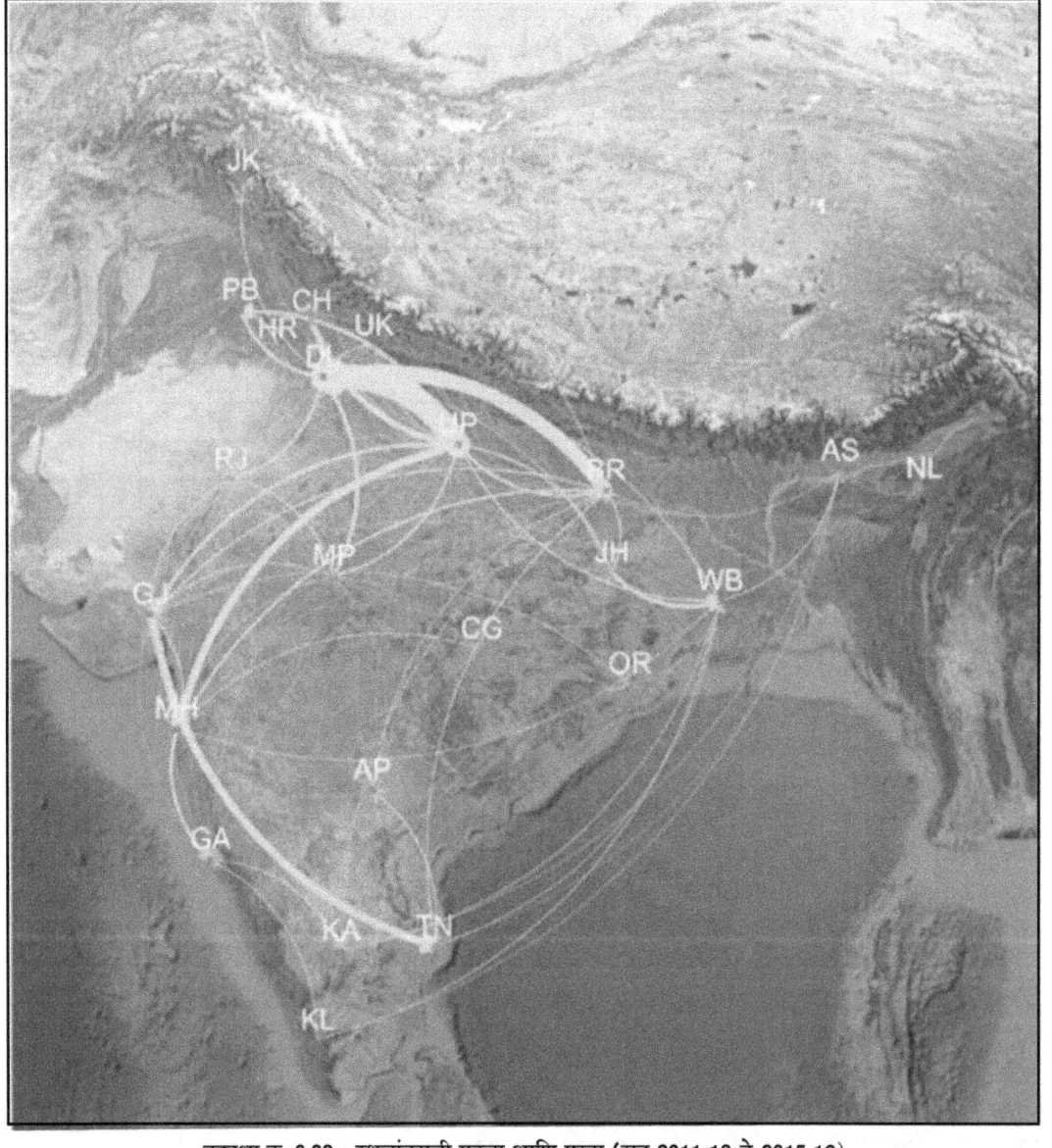

नकाशा क्र. 6.22 : स्थलांतराची महत्ता आणि प्ररूप (सन 2011-12 ते 2015-16)

तक्ता क्र. 6.26 : भारत – राज्यांचे प्रमुख स्थलांतराचे मार्ग

बहिर्गत प्रवाही राज्ये	अंतर्गत प्रवाही राज्ये	बहिर्गत प्रवाही राज्ये	अंतर्गत प्रवाही राज्ये
उत्तर प्रदेश	दिल्ली	हरियाणा	पंजाब
बिहार	दिल्ली	उत्तर प्रदेश	पश्चिम बंगाल
गुजरात	तमिळनाडू	बिहार	गुजरात
उत्तर प्रदेश	महाराष्ट्र	झारखंड	उत्तर प्रदेश
चंदीगड	उत्तर प्रदेश	झारखंड	बिहार
झारखंड	पश्चिम बंगाल	महाराष्ट्र	गुजरात
उत्तर प्रदेश	पंजाब	मध्य प्रदेश	राजस्थान
मध्य प्रदेश	दिल्ली	उत्तराखंड	दिल्ली
उत्तर प्रदेश	गुजरात	तमिळनाडू	आंध्र प्रदेश
पंजाब	दिल्ली	जम्मू आणि काश्मीर	दिल्ली
महाराष्ट्र	गोवा	राजस्थान	गुजरात
उत्तर प्रदेश	बिहार	मध्य प्रदेश	गुजरात
राजस्थान	दिल्ली	पश्चिम बंगाल	दिल्ली
बिहार	महाराष्ट्र	बिहार	तमिळनाडू
मध्य प्रदेश	उत्तर प्रदेश	पश्चिम बंगाल	आसाम

विभाग - तिसरा : महाराष्ट्राचा भूगोल

7. महाराष्ट्र : प्राकृतिक भूगोलाचे स्वरूप

7.1 महाराष्ट्राचे भारतातील स्थान, राजकीय व प्रशासकीय विभाग, पारंपरिक प्रादेशिक विभाग

7.2 महाराष्ट्र : प्राकृतिक रचना व भूगर्भरचना

7.3 महाराष्ट्र : नदीप्रणाली

7.4 महाराष्ट्र : पावसाचे वितरण

7.5 महाराष्ट्र : मृदा

7.6 महाराष्ट्र : वने

महाराष्ट्राचे प्राकृतिकदृष्ट्या कोकण किनारपट्टी, सह्याद्री पर्वत व महाराष्ट्र पठार असे तीन विभाग आहेत. सह्याद्री पर्वतावरून पूर्ववाहिनी आणि पश्चिमवाहिनी नद्या वाहतात. प्राकृतिक रचनेचा हवामानावर प्रभाव पडतो. महाराष्ट्रामध्ये पठारावर वैशिष्ट्यपूर्ण कापसाची काळी मृदा आहे. महाराष्ट्रामध्ये प्रामुख्याने उष्ण कटिबंधीय प्रदेशामधील वने आहेत.

7.1 महाराष्ट्राचे भारतातील स्थान, राजकीय व प्रशासकीय विभाग, पारंपरिक प्रादेशिक विभाग

(1) **स्थान : महाराष्ट्र :** भारतामधील **29 घटकराज्यांपैकी 'महाराष्ट्र' हे एक राज्य** आहे. भारताच्या मध्यवर्ती भागात महाराष्ट्र राज्य असून उत्तर भारत व दक्षिण भारतास एकत्रित आणणारी विशाल भूमी आहे.

(2) **अक्षवृत्तीय व रेखावृत्तीय विस्तार :** महाराष्ट्राचा अक्षांश विस्तार 15° 48' उत्तर अक्षवृत्त ते 22° 6' उत्तर अक्षवृत्त असून रेखांश विस्तार 72° 36' पूर्व रेखावृत्त ते 80° 54' पूर्व रेखावृत्त आहे. **(नकाशा क्र. 7.1 पाहा.) (संदर्भ : मराठी विश्वकोश खंड 12, पान नं. 1469)**

(3) **आकार :** भारतीय द्वीपकल्पाचा एक भाग महाराष्ट्र पठार (दख्खन पठार) आहे. **महाराष्ट्राचा सर्वसाधारण आकार त्रिकोणाकृती** असून दक्षिणेकडे चिंचोळा तर उत्तरेकडे रुंद होत गेलेला आहे. त्याचा पाया कोकणात व त्याचे निमुळते टोक पूर्वेस गोंदियाकडे आहे.

(4) **लांबी, रुंदी व क्षेत्रफळ :** पश्चिमेस अरबी समुद्रापासून पूर्वेस साधारणपणे पूर्व घाटापर्यंत महाराष्ट्र पसरलेला आहे. महाराष्ट्राची पश्चिम-पूर्व लांबी सुमारे 800 कि. मी. असून दक्षिणोत्तर किनारपट्टी सुमारे 720 कि. मी. आहे. महाराष्ट्राचे क्षेत्रफळ 3,07,713 चौ. कि. मी. आहे. **क्षेत्रफळाच्या दृष्टीने भारतामध्ये** राजस्थान (3,42,239 चौ. कि. मी.) व मध्य प्रदेश (3,08,346 चौ. कि. मी.) च्या खालोखाल **महाराष्ट्राचा तिसरा क्रमांक** आहे. **महाराष्ट्राने देशाचा 9.36% प्रदेश व्यापलेला आहे.**

(5) **नैसर्गिक सीमा :** महाराष्ट्राच्या **वायव्य** भागात सातमाळा डोंगररांगा, गाळणा टेकड्या व सातपुडा पर्वतरांगेतील अक्राणी टेकड्या, **उत्तरेस** सातपुडा पर्वतरांगा व त्याच्या पूर्वेस गाविलगड टेकड्या आहेत, तर **ईशान्येस** दरकेसा टेकड्या, **पूर्वेस** चिरोली टेकड्या, गायखुरी व भामरागड डोंगर या नैसर्गिक सीमा निर्माण करतात. **दक्षिणेस** पठारावर हिरण्यकेशी नदी व कोकणात तेरेखोल नदी तर **पश्चिमेस** अरबी समुद्र अशा महाराष्ट्राच्या नैसर्गिक सीमा आहेत.

(6) **राजकीय सीमा व सरहद्दी :** महाराष्ट्राच्या **वायव्य** भागात गुजरात राज्य आणि दादरा व नगर-हवेली हे संघराज्य क्षेत्र आहे. उत्तरेस मध्य प्रदेश, **पूर्वेस** छत्तीसगड तर **आग्नेयेस** तेलंगण या राज्यांच्या सीमारेषा आहेत. **दक्षिणेस** कर्नाटक व गोवा ही राज्ये आहेत. पश्चिमेस अरबी समुद्र आहे. **(नकाशा क्र. 7.1 पाहा.)**

महाराष्ट्राच्या सरहद्दी

(अ) • वायव्येला गुजरात राज्याला **पालघर, नाशिक, धुळे व नंदुरबार या चार जिल्ह्यांच्या सरहद्दी** भिडतात. • केंद्रशासित प्रदेश (संघराज्य क्षेत्र) दादरा व नगर-हवेलीशी पालघर जिल्ह्याची सरहद्द आहे.

(ब) **उत्तरेकडे** मध्य प्रदेशबरोबर **नंदुरबार, धुळे, जळगाव, बुलडाणा, अमरावती, नागपूर, भंडारा व गोंदिया या आठ जिल्ह्यांच्या सरहद्दी** आहेत.

(7.1)

महाराष्ट्र राजकीय नकाशा : महाराष्ट्रात 1 मे, 1960 रोजी एकूण 26 जिल्हे होते. यथावकाश सिंधुदुर्ग, लातूर, जालना, गडचिरोली व मुंबई उपनगर असे पाच जिल्हे उदयास आले. 1 जुलै, 1998 रोजी नंदुरबार व वाशीम असे दोन नवीन जिल्हे निर्माण झाले. 1 मे, 1999 रोजी परभणी जिल्ह्याचे विभाजन होऊन हिंगोली तर भंडारा जिल्ह्याचे विभाजन होऊन गोंदिया जिल्ह्याची निर्मिती झाली. 1 ऑगस्ट, 2014 रोजी ठाणे जिल्ह्याचे विभाजन होऊन पालघर जिल्ह्याची निर्मिती झाली. सध्या महाराष्ट्रात एकूण 36 जिल्हे आहेत.

(क) **पूर्वेस छत्तीसगड राज्याशी गोंदिया व गडचिरोली या दोन जिल्ह्यांच्या सरहद्दी आहेत.**

(ड) **आग्नेयेस** तेलंगणाला **गडचिरोली, चंद्रपूर, यवतमाळ व नांदेड** या चार जिल्ह्यांच्या **सरहद्दी** आहेत.

(इ) **दक्षिणेस** कर्नाटकला **सिंधुदुर्ग, कोल्हापूर, सांगली, सोलापूर** तसेच **उस्मानाबाद, लातूर व नांदेड या सात** जिल्ह्यांच्या **सरहद्दी** आहेत.

(ई) सरतेशेवटी अगदी **दक्षिणेस** गोवा राज्याबरोबर **सिंधुदुर्ग** जिल्ह्याची **सरहद्द** आहे. **(नकाशा क्र. 7.1 पाहा.)**

सध्या महाराष्ट्रात एकूण 36 जिल्हे (तक्ता क्र. 7.1 पाहा.) आहेत. महाराष्ट्रात सध्या एकूण 355 तालुके (मुंबई उपनगर जिल्ह्यामधील 3 तालुके वगळून) आहेत. (महाराष्ट्राची संक्षिप्त सांख्यिकी, 2007 नुसार.)[†]

प्रशासकीय विभागानुसार कोकण विभाग (47 तालुके), पुणे विभाग (58 तालुके), नाशिक विभाग (54 तालुके), औरंगाबाद विभाग (76 तालुके), अमरावती विभाग (56 तालुके), नागपूर विभाग (64 तालुके) याप्रमाणे तालुके आहेत.

महाराष्ट्र राजकीय नकाशा : महाराष्ट्रात 1 मे, 1960 रोजी एकूण 26 जिल्हे होते. यथावकाश सिंधुदुर्ग, लातूर, जालना, गडचिरोली व मुंबई उपनगर असे पाच जिल्हे उदयास आले. 1 जुलै, 1998 रोजी नंदुरबार व वाशीम असे दोन नवीन जिल्हे निर्माण झाले. 1 मे, 1999 रोजी परभणी जिल्ह्याचे विभाजन होऊन हिंगोली तर भंडारा जिल्ह्याचे विभाजन होऊन गोंदिया जिल्ह्याची निर्मिती झाली. 1 ऑगस्ट, 2014 रोजी ठाणे जिल्ह्याचे विभाजन होऊन पालघर जिल्हा निर्माण झाला. सध्या महाराष्ट्रात एकूण 36 जिल्हे आहेत.

नकाशा क्र. 7.1 : महाराष्ट्र राज्य - सद्यः राजकीय नकाशा (जिल्हा सरहद्दी व मुख्यालयासह)

महाराष्ट्रात खेड्यांची संख्या 43,665 आहे. यापैकी वस्ती असलेल्या खेड्यांची संख्या 40,959 आहे.

(संदर्भ : महाराष्ट्राची आर्थिक पाहणी : 2017-2018, पान क्र. 3)

[†] महाराष्ट्र शासनाने मुंबई उपनगर जिल्ह्यात अंधेरी, बोरिवली व कुर्ला असे तीन तालुके केलेले आहेत. ते फक्त शासकीय कारभारासाठी आहेत. अन्यथा महाराष्ट्रात एकूण 355 तालुके आहेत. (संदर्भ : महाराष्ट्राची आर्थिक पाहणी 2011-2012, पान क्र. 79.)

महाराष्ट्रात जिल्हा परिषदा (34), ग्रामपंचायती (27,855), पंचायत समित्या (351), नगर परिषदा (236), महानगरपालिका (27), नगर पंचायत (124) व कटक मंडळे (7) आहेत.

(**संदर्भ :** महाराष्ट्राची आर्थिक पाहणी 2017-18, पान क्र. 5).

महाराष्ट्र : प्रशासकीय विभाग (तालुक्यांसहित)

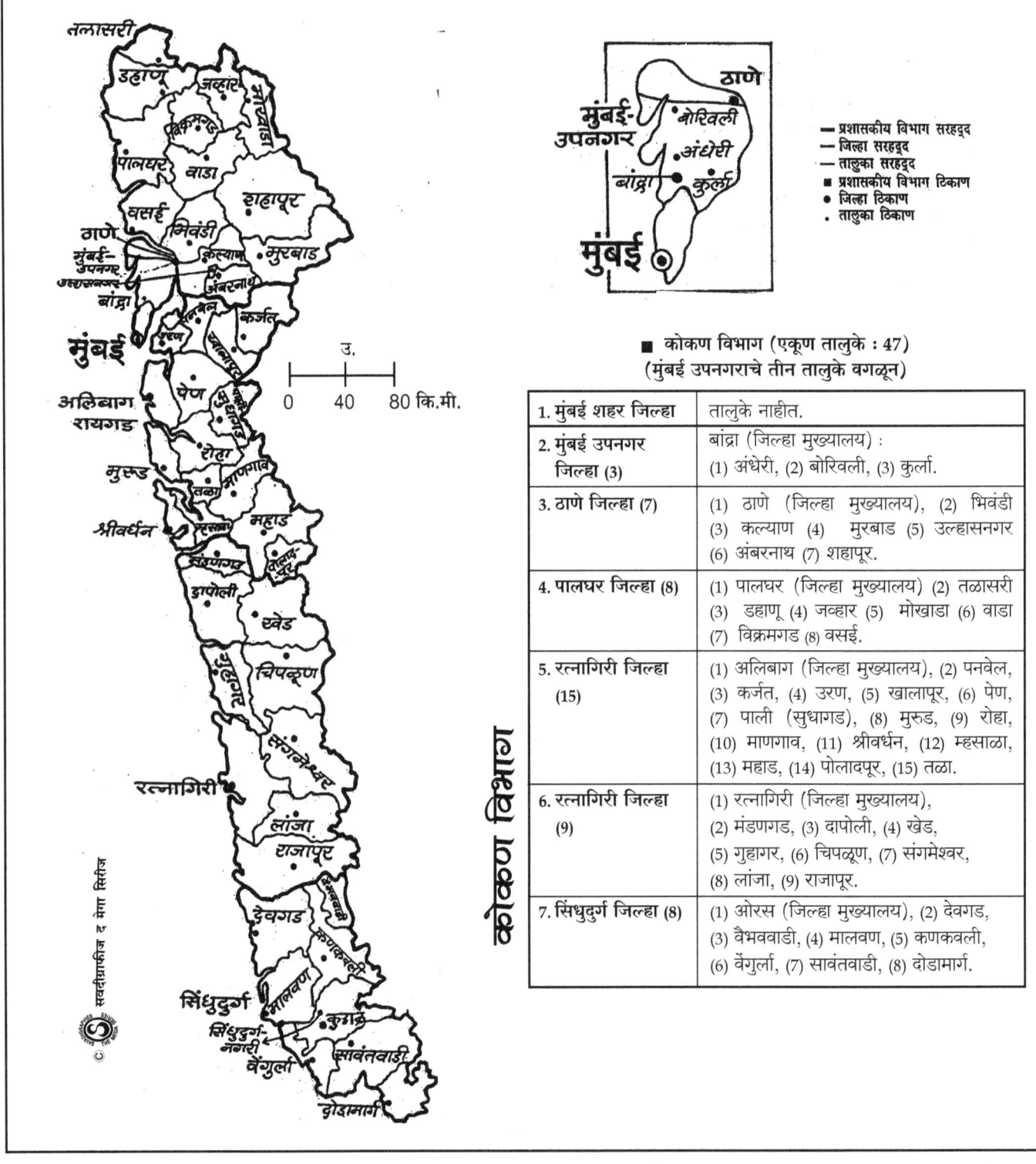

कोकण विभाग

■ कोकण विभाग (एकूण तालुके : 47)
(मुंबई उपनगराचे तीन तालुके वगळून)

1. मुंबई शहर जिल्हा	तालुके नाहीत.
2. मुंबई उपनगर जिल्हा (3)	बांद्रा (जिल्हा मुख्यालय) : (1) अंधेरी, (2) बोरिवली, (3) कुर्ला.
3. ठाणे जिल्हा (7)	(1) ठाणे (जिल्हा मुख्यालय), (2) भिवंडी (3) कल्याण (4) मुरबाड (5) उल्हासनगर (6) अंबरनाथ (7) शहापूर.
4. पालघर जिल्हा (8)	(1) पालघर (जिल्हा मुख्यालय) (2) तळासरी (3) डहाणू (4) जव्हार (5) मोखाडा (6) वाडा (7) विक्रमगड (8) वसई.
5. रत्नागिरी जिल्हा (15)	(1) अलिबाग (जिल्हा मुख्यालय), (2) पनवेल, (3) कर्जत, (4) उरण, (5) खालापूर, (6) पेण, (7) पाली (सुधागड), (8) मुरुड, (9) रोहा, (10) माणगाव, (11) श्रीवर्धन, (12) म्हसाळा, (13) महाड, (14) पोलादपूर, (15) तळा.
6. रत्नागिरी जिल्हा (9)	(1) रत्नागिरी (जिल्हा मुख्यालय), (2) मंडणगड, (3) दापोली, (4) खेड, (5) गुहागर, (6) चिपळूण, (7) संगमेश्वर, (8) लांजा, (9) राजापूर.
7. सिंधुदुर्ग जिल्हा (8)	(1) ओरस (जिल्हा मुख्यालय), (2) देवगड, (3) वैभववाडी, (4) मालवण, (5) कणकवली, (6) वेंगुर्ला, (7) सावंतवाडी, (8) दोडामार्ग.

नकाशा क्र. 7.2 : महाराष्ट्र – कोकण विभाग

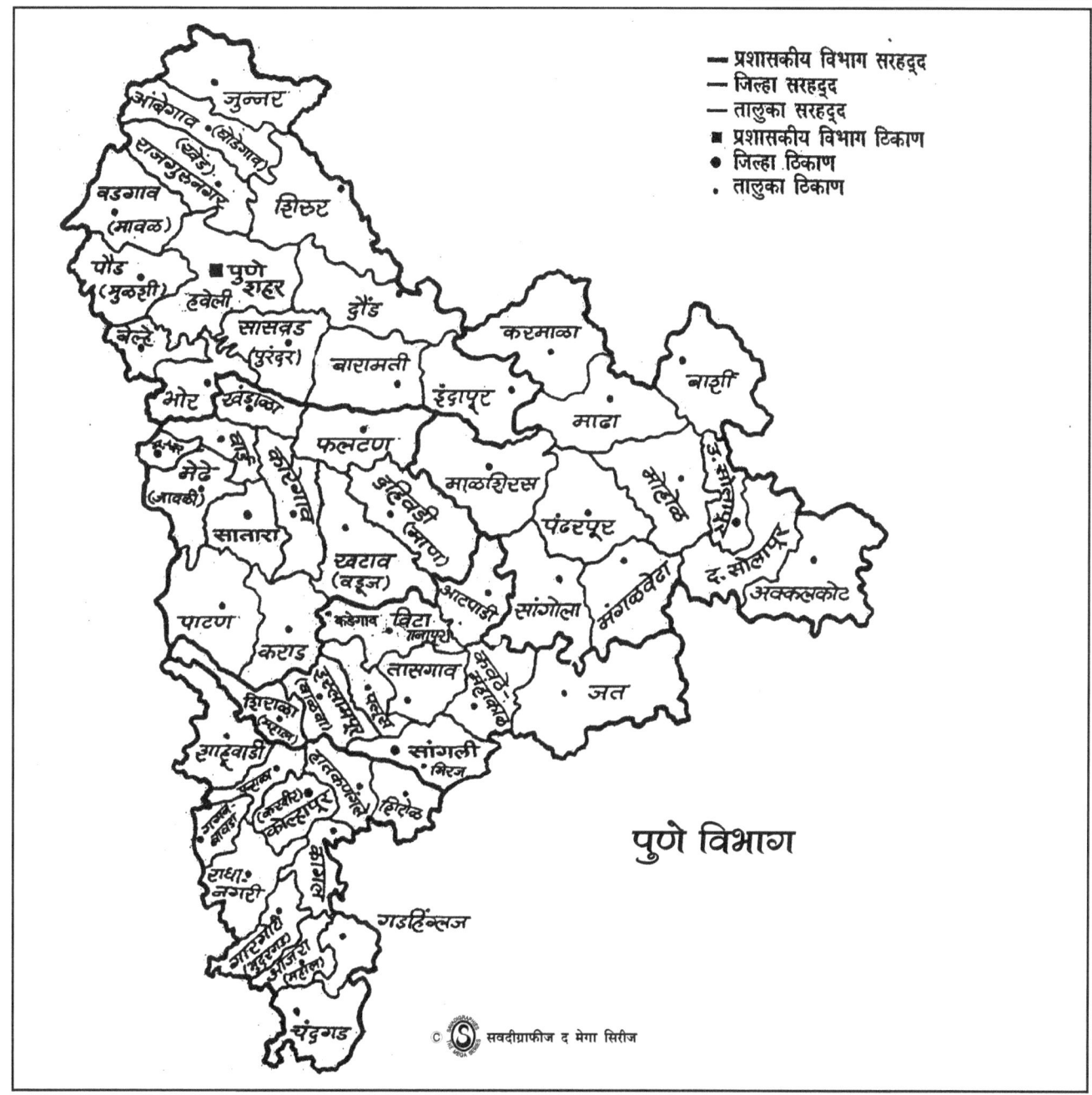

पुणे विभाग

■ पुणे विभाग (एकूण तालुके : 58)	
1. पुणे जिल्हा (14)	(1) पुणे शहर (जिल्हा मुख्यालय), (2) जुन्नर, (3) आंबेगाव (घोडेगाव), (4) वडगाव (मावळ), (5) राजगुरुनगर (खेड), (6) शिरूर, (7) पौड (मुळशी) (8) हवेली, (9) दौंड, (10) वेल्हे, (11) सासवड (पुरंदर), (12) भोर, (13) बारामती, (14) इंदापूर.
2. सातारा जिल्हा (11)	(1) सातारा (मुख्य कार्यालय), (2) खंडाळा, (3) महाबळेश्वर (4) वाई, (5) फलटण, (6) मेढे (जावळी), (7) कोरेगाव, (8) खटाव (वडूज), (9) दहिवडी माण, (10) पाटण, (11) कराड.
3. सांगली जिल्हा (10)	सांगली – जिल्हा मुख्यालय : (1) शिराळा (महाल), (2) विटा (खानापूर), (3) आटपाडी, (4) इस्लामपूर (वाळवा), (5) तासगाव, (6) कवठे महांकाळ, (7) जत, (8) मिरज, (9) पलूस, (10) कडेगाव
4. कोल्हापूर जिल्हा (12)	(1) कोल्हापूर–करवीर (जिल्हा मुख्यालय), (2) शाहूवाडी, (3) पन्हाळा, (4) हातकणंगले, (5) गगनबावडा, (6) शिरोळ, (7) कागल, (8) राधानगरी, (9) गारगोटी (भुदरगड), (10) गडहिंग्लज, (11) आजरा (महाल), (12) चंदगड.
5. सोलापूर जिल्हा (11)	(1) उत्तर सोलापूर (सोलापूर जिल्हा मुख्यालय), (2) करमाळा, (3) माढा, (4) बार्शी, (5) माळशिरस, (6) पंढरपूर, (7) मोहोळ, (8) सांगोला, (9) मंगळवेढा, (10) दक्षिण सोलापूर, (11) अक्कलकोट.

नकाशा क्र. 7.3 : पुणे विभाग

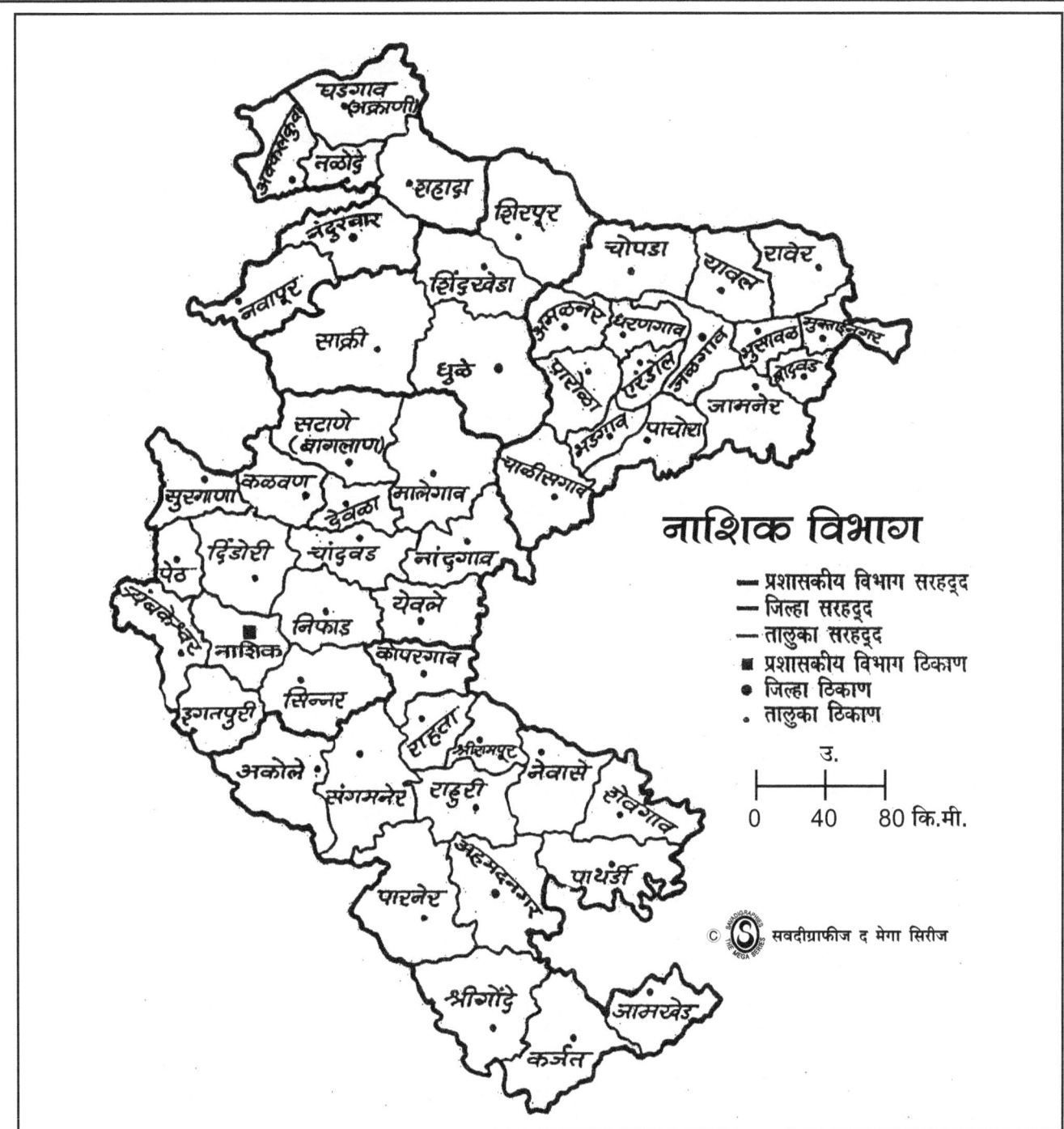

■ नाशिक विभाग (एकूण तालुके : 54)	
1. नाशिक जिल्हा (15)	(1) नाशिक (जिल्हा मुख्यालय), (2) सटाणा (बागलाण), (3) सुरगाणा, (4) कळवण, (5) मालेगाव, (6) पेठ, (7) दिंडोरी, (8) चांदवड, (9) निफाड, (10) नांदगाव, (11) येवले, (12) इगतपुरी, (13) सिन्नर, (14) त्र्यंबकेश्वर, (15) देवळा.
2. अहमदनगर जिल्हा (14)	(1) अहमदनगर (जिल्हा मुख्यालय), (2) कोपरगाव, (3) अकोले, (4) संगमनेर, (5) श्रीरामपूर, (6) राहुरी, (7) नेवासे, (8) पारनेर, (9) शेवगाव, (10) पाथर्डी, (11) श्रीगोंदे, (12) कर्जत, (13) जामखेड, (14) राहता.
3. धुळे जिल्हा (4)	(1) धुळे (जिल्हा मुख्यालय), (2) शिरपूर, (3) शिंदखेडा, (4) साक्री.
4. नंदुरबार जिल्हा (6)	(1) नंदुरबार (जिल्हा मुख्यालय), (2) अक्कलकुवा, (3) धडगाव (अक्राणी) (4) तळोदे, (5) शहादा, (6) नवापूर.
5. जळगाव जिल्हा (15)	(1) जळगाव (जिल्हा मुख्यालय), (2) चोपडा, (3) यावल, (4) रावेर, (5) अमळनेर, (6) एरंडोल, (7) भुसावळ, (8) मुक्ताई-नगर, (9) पारोळा, (10) भडगाव, (11) पाचोरा, (12) जामनेर, (13) चाळीसगाव, (14) धरणगाव, (15) बोदवड.

नकाशा क्र. 7.4 : नाशिक विभाग

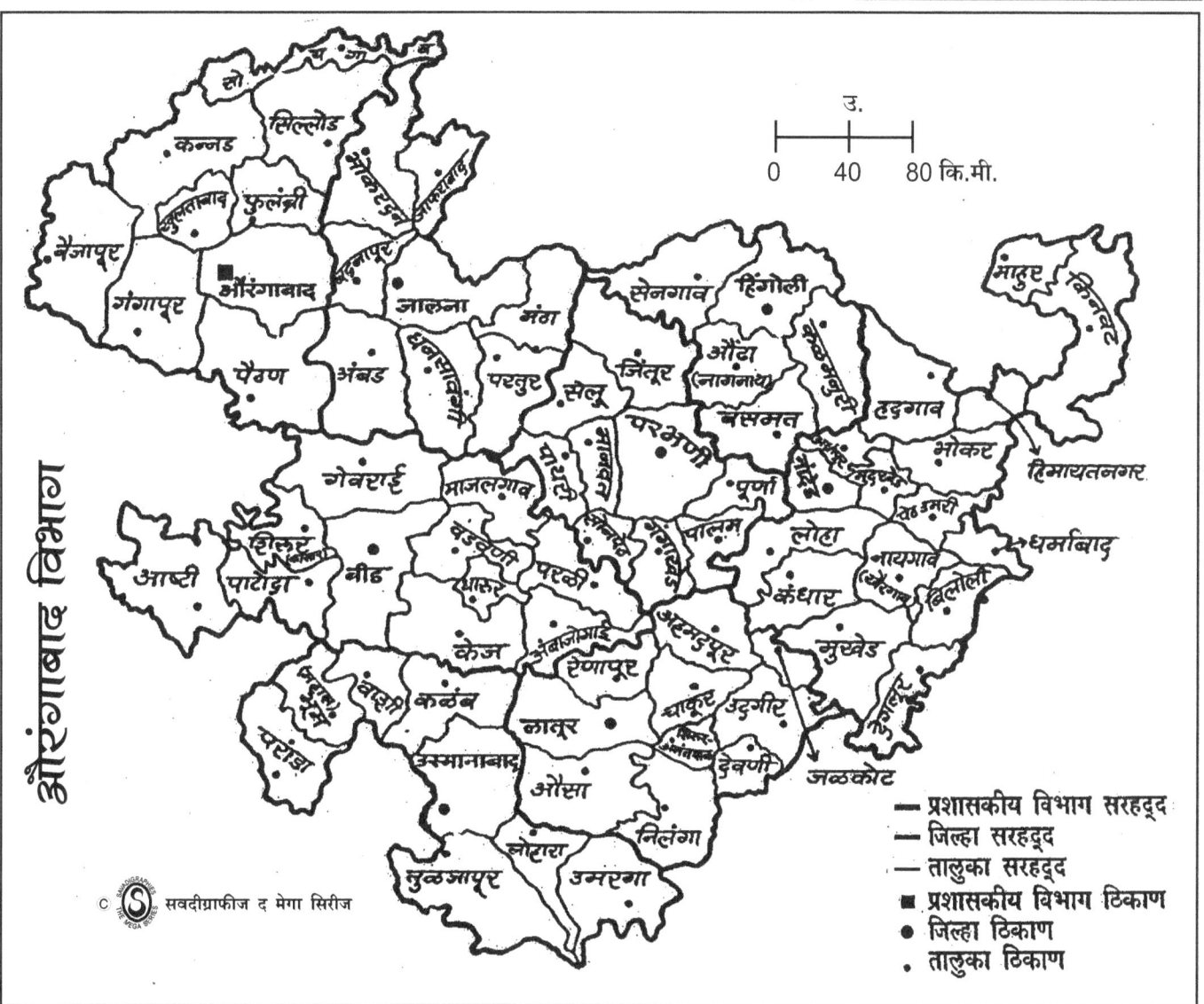

■ औरंगाबाद विभाग (एकूण तालुके : 76)	
1. औरंगाबाद जिल्हा (9)	(1) औरंगाबाद (जिल्हा मुख्यालय), (2) सोयगाव, (3) कन्नड, (4) सिल्लोड, (5) वैजापूर, (6) खुलताबाद, (7) गंगापूर, (8) पैठण, (9) फुलंब्री.
2. जालना जिल्हा (8)	(1) जालना (जिल्हा मुख्यालय), (2) भोकरदन, (3) जाफराबाद, (4) अंबड, (5) परतूर, (6) मंठा, (7) घनसावंगी, (8) बदनापूर.
3. बीड जिल्हा (11)	(1) बीड (जिल्हा मुख्यालय), (2) गेवराई, (3) आष्टी, (4) पाटोदा, (5) माजलगाव, (6) केज, (7) अंबेजोगाई, (8) वडवणी, (9) शिरूर (कासार), (10) परळी, (11) धारूर.
4. परभणी जिल्हा (9)	(1) परभणी (जिल्हा मुख्यालय), (2) जिंतूर, (3) पाथरी, (4) गंगाखेड, (5) सोनपेठ, (6) मानवत, (7) सेलू, (8) पालम, (9) पूर्णा.
5. हिंगोली जिल्हा (5)	(1) हिंगोली (जिल्हा मुख्यालय), (2) कळमनुरी, (3) बसमत, (4) औंढा नागनाथ, (5) सेनगाव.
6. उस्मानाबाद जिल्हा (8)	(1) उस्मानाबाद (जिल्हा मुख्यालय), (2) भूम (महाल), (3) कळंब, (4) परांडा, (5) तुळजापूर, (6) उमरगा, (7) वाशी, (8) लोहारा.
7. लातूर जिल्हा (10)	(1) लातूर (जिल्हा मुख्यालय), (2) अहमदपूर, (3) औसा, (4) निलंगा, (5) उदगीर, (6) देवणी, (7) शिरूर अनंतपाळ, (8) जळकोट, (9) रेणापूर, (10) चाकूर.
8. नांदेड जिल्हा (16)	(1) नांदेड (जिल्हा मुख्यालय), (2) किनवट, (3) हदगाव, (4) भोकर, (5) कंधार, (6) बिलोली, (7) मुखेड, (8) देगलूर, (9) मुदखेड, (10) हिमायतनगर, (11) माहूर, (12) धर्माबाद, (13) पेठ उमरी, (14) अर्धापूर, (15) लोहा, (16) नायगाव (खैरगाव).

नकाशा क्र. 7.5 : महाराष्ट्र औरंगाबाद विभाग

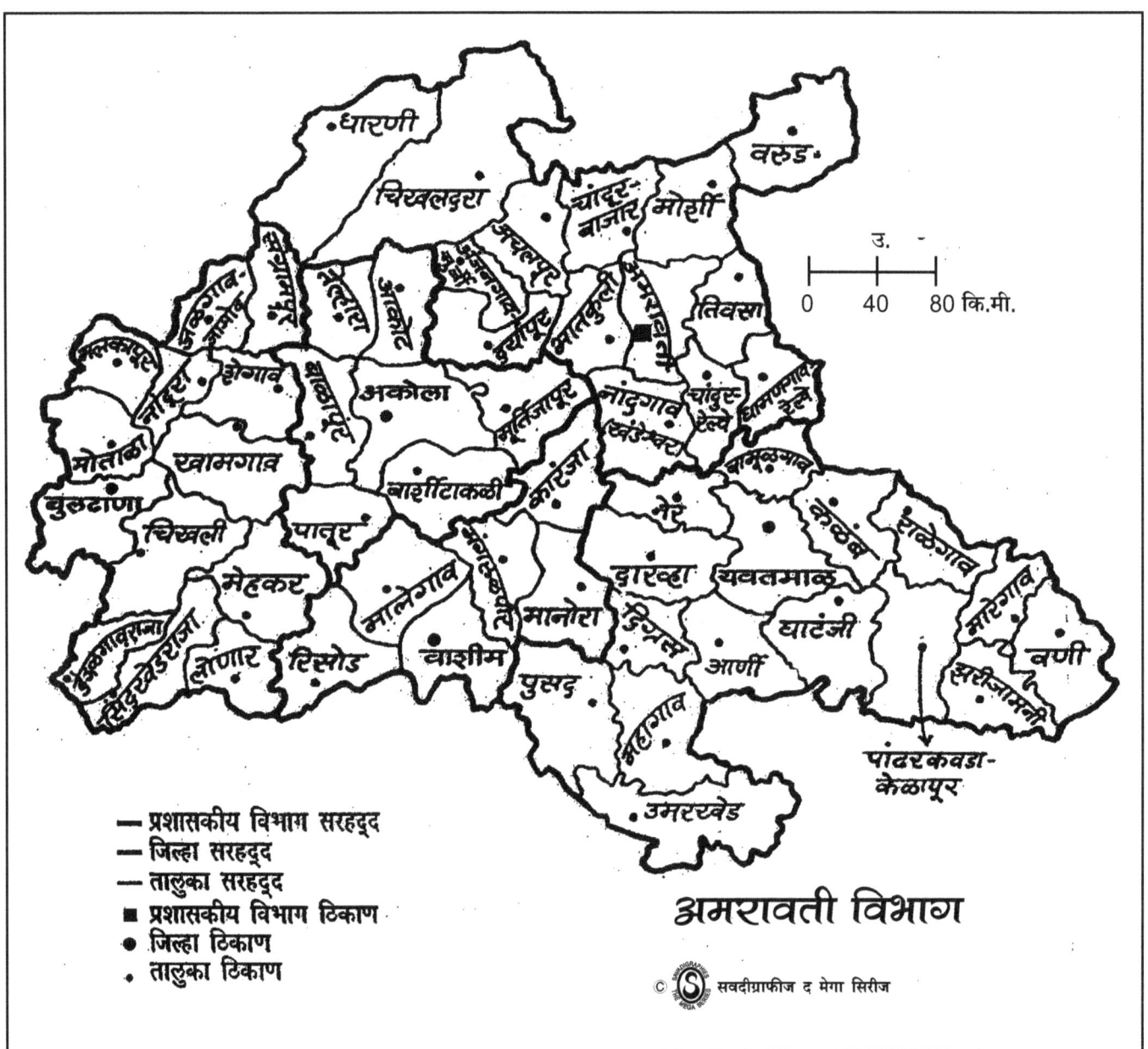

अमरावती
अमरावती विभाग

■ अमरावती विभाग (एकूण तालुके : 56)	
1. **अमरावती जिल्हा (14)**	(1) अमरावती (जिल्हा मुख्यालय), (2) धारणी (मेळघाट), (3) चिखलदरा, (4) अचलपूर, (5) चांदूर बाजार, (6) मोर्शी, (7) वरूड, (8) अंजनगाव-सुर्जी, (9) भातकुली, (10) तिवसा, (11) दर्यापूर, (12) नांदगाव (खंडेश्वर), (13) चांदूर रेल्वे, (14) धामणगाव रेल्वे.
2. **बुलढाणा जिल्हा (13)**	(1) बुलडाणा (जिल्हा मुख्यालय), (2) जळगाव (जामोद), (3) संग्रामपूर, (4) मलकापूर, (5) नांदुरा, (6) शेगाव, (7) मोताळा, (8) खामगाव, (9) चिखली, (10) मेहकर, (11) देऊळगाव राजा, (12) सिंदखेड राजा, (13) लोणार.
3. **अकोला जिल्हा (7)**	(1) अकोला (जिल्हा मुख्यालय), (2) तेल्हारा, (3) आकोट, (4) बाळापूर, (5) मूर्तिजापूर, (6) पातूर, (7) बार्शी टाकळी.
4. **वाशिम जिल्हा (6)**	(1) वाशिम (जिल्हा मुख्यालय), (2) कारंजा, (3) मालेगाव, (4) मंगरूळपीर, (5) रिसोड, (6) मानोरा.
5. **यवतमाळ जिल्हा (16)**	(1) यवतमाळ (जिल्हा मुख्यालय), (2) बाभूळगाव, (3) नेर, (4) दारव्हा, (5) कळंब, (6) राळेगाव, (7) दिग्रस, (8) घाटंजी, (9) पांढरकवडा (केळापूर), (10) मारेगाव, (11) वणी, (12) पुसद, (13) महागाव, (14) उमरखेड, (15) आर्णी, (16) झरी जामनी.

नकाशा क्र. 7.6 : महाराष्ट्र अमरावती विभाग

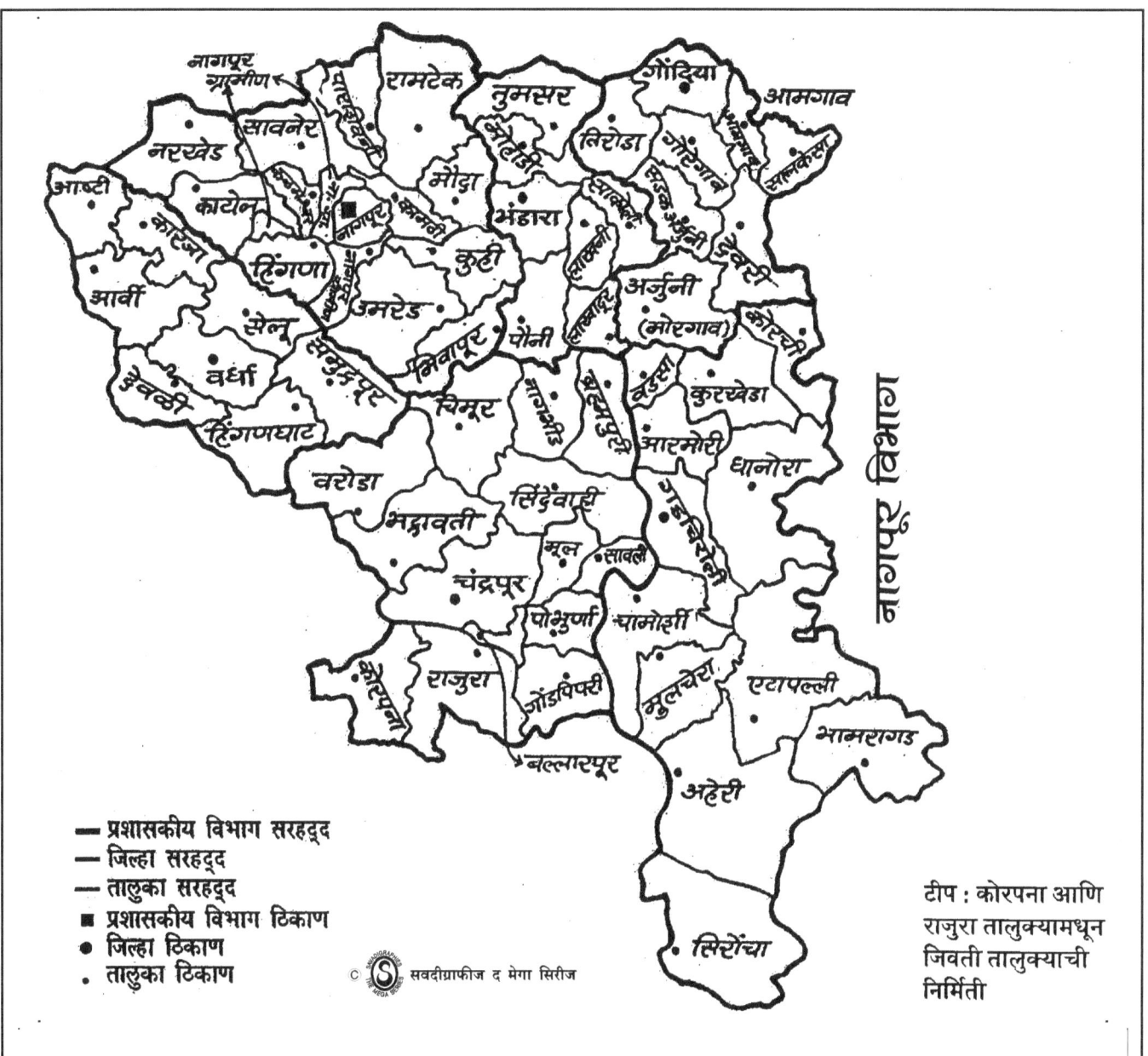

नागपूर विभाग

■ नागपूर विभाग (एकूण तालुके : 64)	
1. नागपूर जिल्हा (14)	(1) नागपूर (जिल्हा मुख्यालय), (2) नरखेड, (3) सावनेर, (4) पारशिवनी, (5) रामटेक, (6) काटोल, (7) कळमेश्वर, (8) कामठी, (9) मौदा, (10) हिंगणा, (11) नागपूर ग्रामीण (3 भाग), (12) उमरेड, (13) कुही, (14) भिवापूर.
2. वर्धा जिल्हा (8)	(1) वर्धा (जिल्हा मुख्यालय), (2) आष्टी, (3) कारंजा, (4) आर्वी, (5) सेलू, (6) देवळी, (7) हिंगणघाट, (8) समुद्रपूर.
3. भंडारा जिल्हा (7)	(1) भंडारा (जिल्हा मुख्यालय), (2) तुमसर, (3) मोहाडी, (4) साकोली, (5) पौनी, (6) लाखादूर, (7) लाखणी.
4. गोंदिया जिल्हा (8)	(1) गोंदिया (जिल्हा मुख्यालय), (2) तिरोडा, (3) गोरेगाव, (4) आमगाव, (5) देवरी, (6) सालकेसा, (7) अर्जुनी मोरगाव, (8) सडक-अर्जुनी.
5. चंद्रपूर जिल्हा (15)	(1) चंद्रपूर (जिल्हा मुख्यालय), (2) चिमूर, (3) नागभीड, (4) ब्रह्मपुरी, (5) वरोडा, (6) भद्रावती, (7) सिंदेवाही, (8) मूल, (9) राजुरा, (10) गोंडपिंपरी, (11) बल्लारपूर, (12) पोभुर्णा, (13) सावली, (14) कोरपना, (15) जिवती.
6. गडचिरोली जिल्हा (12)	(1) गडचिरोली (जिल्हा मुख्यालय), (2) कुरखेडा, (3) आरमोरी, (4) धानोरा, (5) चामोशी, (6) एटापल्ली, (7) अहेरी, (8) सिरोंचा, (9) भामरागड, (10) कोरची वडसा, (11) वडसा देसाईगंज, (12) मुलचेरा.

नकाशा क्र. 7.7 : महाराष्ट्र - नागपूर विभाग

तक्ता क्र. 7.1 (अ) : महाराष्ट्राचे जिल्हे - क्षेत्रफळ (चौ.कि.मी.)

प्रशासकीय विभाग/जिल्हे	क्षेत्रफळ (चौ.कि.मी.)	प्रशासकीय विभाग/जिल्हे	क्षेत्रफळ (चौ.कि.मी.)	प्रशासकीय विभाग/जिल्हे	क्षेत्रफळ (चौ.कि.मी.)
(अ) कोकण विभाग	**30,728**	**(क) नाशिक विभाग**	**57,493**	**(इ) अमरावती विभाग**	**46,027**
1. मुंबई शहर	157	13. नाशिक	15,530	26. अमरावती	12,210
2. मुंबई उपनगर	446	14. अहमदनगर	17,048	27. बुलडाणा	9,661
3. ठाणे	4,214	15. धुळे	8,063	28. अकोला	5,429
4. पालघर	5,344	16. नंदुरबार	5,034	29. वाशीम	5,153
5. रायगड	7,152	17. जळगाव	11,765	30. यवतमाळ	13,582
6. रत्नागिरी	8,208	**(ड) औरंगाबाद विभाग**	**64,813**	**(ई) नागपूर विभाग**	**51,377**
7. सिंधुदुर्ग	5,207	18. औरंगाबाद	10,107	31. नागपूर	9,802
(ब) पुणे विभाग	**57,275**	19. जालना	7,718	32. वर्धा	6,309
8. पुणे	15,643	20. बीड	10,693	33. भंडारा	3,895
9. सातारा	10,480	21. परभणी	6,517	34. गोंदिया	5,425
10. सांगली	8,572	22. हिंगोली	4,524	35. चंद्रपूर	11,443
11. कोल्हापूर	7,685	23. उस्मानाबाद	7,569	36. गडचिरोली	14,412
12. सोलापूर	14,895	24. लातूर	7,157	**महाराष्ट्र**	**3,07,713**
		25. नांदेड	10,528		

--- सर्वांत लहान जिल्हा —— सर्वांत मोठा जिल्हा

संदर्भ : India, 2001; महाराष्ट्र शासन, 2014

तक्ता क्र. 7.1 (ब) : महाराष्ट्र - जिल्हावार व प्रशासकीय विभागानुसार तालुक्यांची संख्या

प्रशासकीय विभाग जिल्हा	तालुक्यांची संख्या	प्रशासकीय विभाग जिल्हा	तालुक्यांची संख्या	प्रशासकीय विभाग जिल्हा	तालुक्यांची संख्या
I कोकण विभाग	**47*[1]**	**II पुणे विभाग**	**58**	**III नाशिक विभाग**	**54**
1. मुंबई शहर	एकही नाही.	1. पुणे	14	1. नाशिक	15
2. मुंबई उपनगर	3*[2]	2. सातारा	11	2. अहमदनगर	14
3. ठाणे	7	3. सांगली	10	3. धुळे	4
4. पालघर	8	4. कोल्हापूर	12	4. नंदुरबार	6
5. रायगड	15	5. सोलापूर	11	5. जळगाव	15
6. रत्नागिरी	9				
7. सिंधुदुर्ग	8				
प्रशासकीय विभाग जिल्हा	**तालुक्यांची संख्या**	**प्रशासकीय विभाग जिल्हा**	**तालुक्यांची संख्या**	**प्रशासकीय विभाग जिल्हा**	**तालुक्यांची संख्या**
IV औरंगाबाद विभाग	**76**	**V अमरावती विभाग**	**56**	**VI नागपूर विभाग**	**64**
1. औरंगाबाद	9	1. अमरावती	14	1. नागपूर	14
2. जालना	8	2. बुलडाणा	13	2. वर्धा	8
3. बीड	11	3. अकोला	7	3. भंडारा	7
IV औरंगाबाद विभाग	**76**	**V अमरावती विभाग**	**56**	**VI नागपूर विभाग**	**64**
4. परभणी	9	4. वाशीम	6	4. गोंदिया	8
5. हिंगोली	5	5. यवतमाळ	16	5. चंद्रपूर	15
6. उस्मानाबाद	8			6. गडचिरोली	12
7. लातूर	10				
8. नांदेड	16				

महाराष्ट्रात एकूण तालुक्यांची संख्या 355. मुंबई उपनगरांच्या तीन तालुक्यांचा समावेश नाही.

*1 व *2
1. मुंबई उपनगर जिल्ह्यात अंधेरी, बोरिवली व कुर्ला असे 3 तालुके आहेत. ते फक्त शासकीय कारभारासाठी आहेत.
2. वरील तीन तालुके वगळल्यास कोकण प्रशासकीय विभागात 47 तालुके आहेत.

महाराष्ट्राचे प्रशासकीय विभाग

महाराष्ट्राचे एकूण सहा प्रशासकीय विभाग आहेत. ते पुढीलप्रमाणे – (1) कोकण विभाग (2) पुणे विभाग (3) नाशिक विभाग (4) औरंगाबाद विभाग (5) अमरावती विभाग (6) नागपूर विभाग. **(नकाशा क्र. 7.8 व तक्ता क्र. 7.2 पाहा.)**

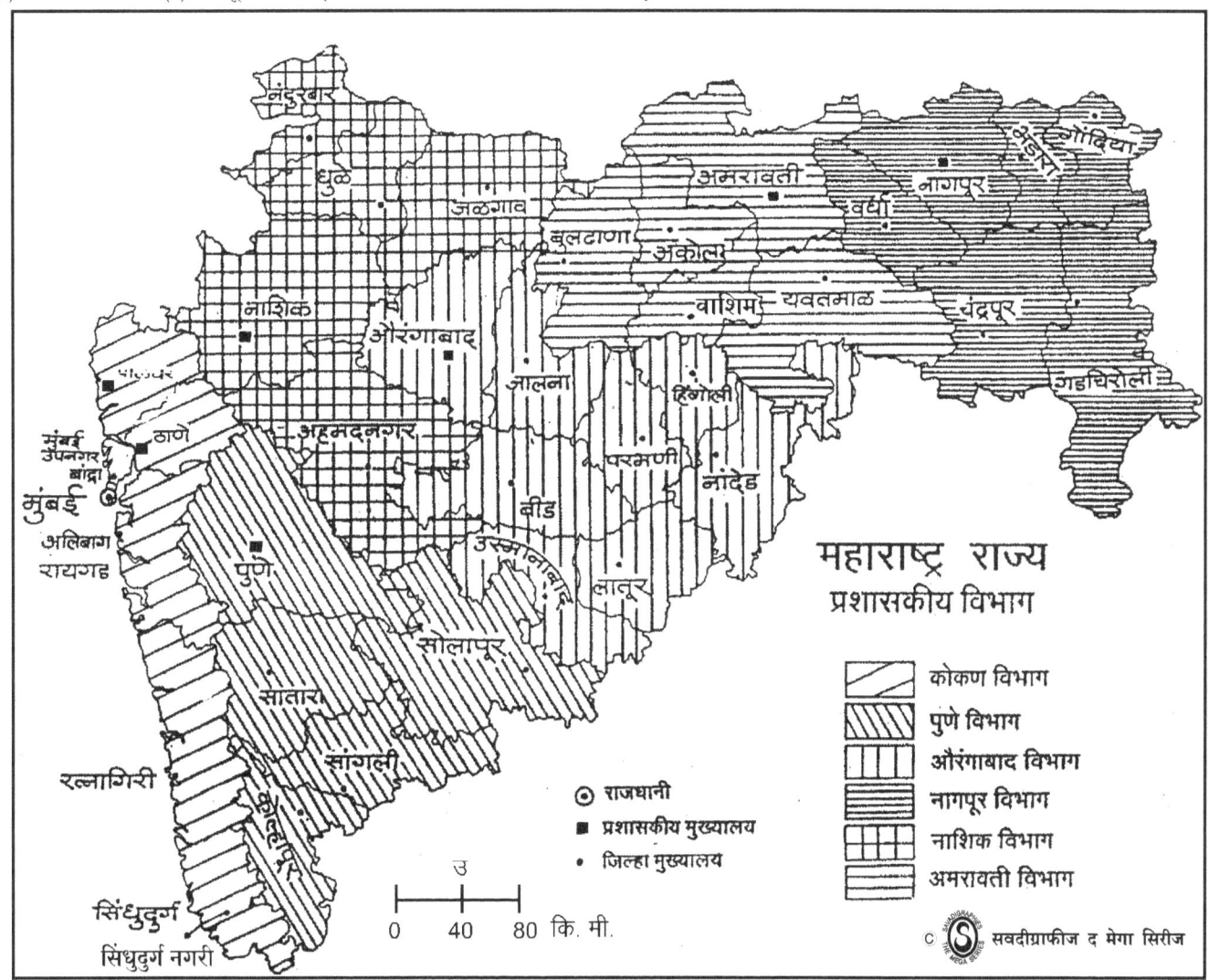

महाराष्ट्र : प्रशासकीय विभाग : महाराष्ट्रात प्रशासकीय विभाग 6 आहेत. (अ) कोकण विभाग (7 जिल्हे), (ब) पुणे विभाग (5 जिल्हे), (क) नाशिक विभाग (5 जिल्हे), (ड) औरंगाबाद विभाग (8 जिल्हे), (इ) अमरावती विभाग (5 जिल्हे), (ई) नागपूर विभाग (6 जिल्हे). महाराष्ट्रात 1 मे, 1960 रोजी 26 जिल्हे होते. सध्या 36 जिल्हे आहेत. महाराष्ट्रात सर्वांत मोठा प्रशासकीय विभाग औरंगाबाद विभागाचा 8 जिल्ह्यांचा तर सर्वांत कमी प्रशासकीय विभाग नाशिक विभाग, पुणे विभाग व अमरावती विभाग प्रत्येकी 5 जिल्ह्यांचे आहेत.

नकाशा क्र. 7.8 : महाराष्ट्र – प्रशासकीय विभाग

तक्ता क्र. 7.2 : महाराष्ट्राचे प्रशासकीय विभाग

विभाग	जिल्ह्यांची संख्या	जिल्हे
1. कोकण	7	(1) *मुंबई शहर, (2) मुंबई उपनगर, (3) ठाणे, (4) पालघर, (5) रायगड, (6) रत्नागिरी, (7) सिंधुदुर्ग.
2. पुणे	5	(8) पुणे, (9) सातारा, (10) सांगली, (11) कोल्हापूर, (12) सोलापूर.
3. नाशिक	5	(13) नाशिक, (14) **अहमदनगर, (15) धुळे, (16) नंदुरबार, (17) जळगाव.
4. औरंगाबाद	8	(18) औरंगाबाद, (19) जालना, (20) बीड, (21) परभणी, (22) हिंगोली (23) उस्मानाबाद, (24) लातूर, (25) नांदेड.
5. अमरावती	5	(26) अमरावती, (27) बुलडाणा, (28) अकोला, (29) वाशीम, (30) यवतमाळ.
6. नागपूर	6	(31) नागपूर, (32) वर्धा, (33) भंडारा, (34) गोंदिया, (35) चंद्रपूर, (36) गडचिरोली.
एकूण जिल्हे	36	

*महाराष्ट्रामध्ये सर्वांत जास्त क्षेत्रफळ असलेला जिल्हा (अहमदनगर 17,048 चौ.कि.मी.)

**महाराष्ट्रामध्ये सर्वांत कमी क्षेत्रफळ असलेला जिल्हा (मुंबई शहर 157 चौ.कि.मी.)

महाराष्ट्र : पारंपरिक प्रादेशिक विभाग

कोकण : सह्याद्री पर्वत व अरबी समुद्राच्या दरम्यान असलेल्या अरुंद किनारपट्टीचे **कोकण** आहे. ऑगस्ट 2014 नुसार **कोकणात एकूण सात जिल्हे आहेत.**

देश : सह्याद्रीच्या पूर्व बाजूला महाराष्ट्राचा 'देश' हा प्रादेशिक विभाग असून महाराष्ट्राच्या विकासात 'देश' या विभागाचा वाटा महत्त्वपूर्ण आहे. यामध्ये पुणे विभागातील पुणे, सातारा, सांगली, कोल्हापूर व सोलापूर हे 5 जिल्हे तसेच नाशिक विभागातील नाशिक व अहमदनगर जिल्ह्यांचा समावेश होतो. **देश या विभागात एकूण 7 जिल्हे आहेत.**

घाटमाथा : सह्याद्री पर्वताच्या उंचवट्याचा भाग 'घाटमाथा' म्हणून ओळखला जातो.

मावळ : सह्याद्रीच्या पूर्वेकडील उतरणीचा भाग 'मावळ प्रांत' या नावाने ओळखला जातो.

खानदेश : उत्तर महाराष्ट्रातील तापी खोऱ्यातील **धुळे, नंदुरबार व जळगाव या तीन जिल्ह्यांना खानदेश** असे म्हणतात. खानदेशामध्येही जमीन सुपीक व काळी असून त्या ठिकाणचा कापूस व केळी महाराष्ट्रात प्रसिद्ध आहेत. **(नकाशा क्र. 7.9 पाहा.)**

मराठवाडा : मध्य महाराष्ट्रातील गोदावरीच्या खोऱ्यास 'मराठवाडा' असे प्रादेशिक नाव आहे. गोदावरी तीरावर नेवासे, पैठणसारखी पवित्र तीर्थक्षेत्रे आहेत. मराठवाड्यात औरंगाबाद या प्रशासकीय विभागाचा समावेश होतो. **मराठवाड्यात एकूण 8 जिल्हे आहेत.**

विदर्भ : नागपूर विभागास 'विदर्भ' किंवा 'वऱ्हाड' या नावाने व्यवहारात संबोधले जाते. तेथील सुपीक काळी जमीन व कापूस-संत्री यांचा अगदी निकटचा संबंध 'वऱ्हाड' या शब्दाशी आहे. यामध्ये अमरावती विभाग (5 जिल्हे) व नागपूर प्रशासकीय विभागाचा (6 जिल्हे) समावेश होतो. **विदर्भात एकूण 11 जिल्हे आहेत.**

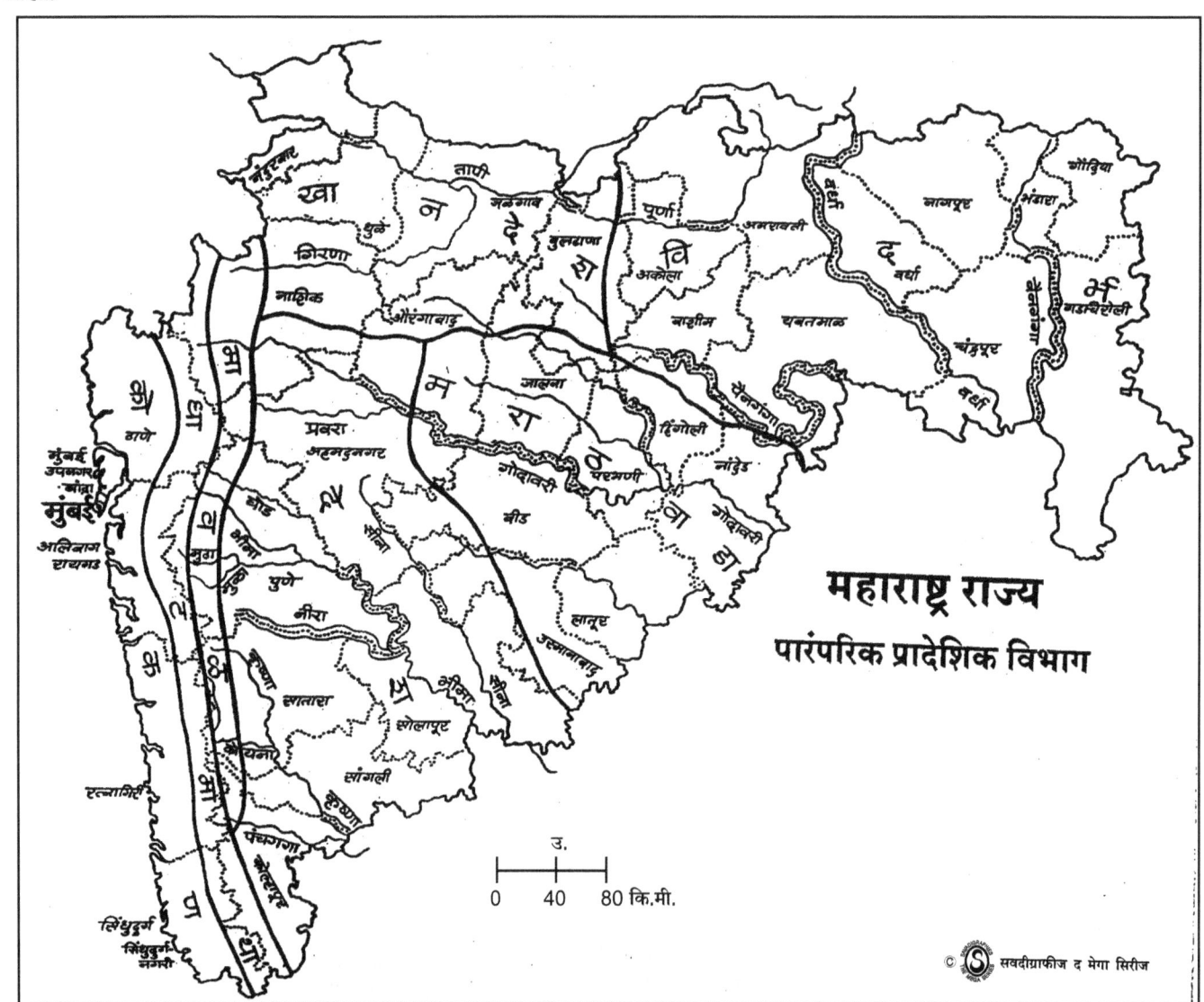

> **महाराष्ट्र राज्य : पारंपरिक प्रादेशिक विभाग :** महाराष्ट्रात कोकण, देश, घाटमाथा, मावळ, खानदेश, मराठवाडा व विदर्भ आहेत. कोकणात 6 जिल्हे; देशावर 7 जिल्हे; खानदेशात 3 जिल्हे; मराठवाड्यात 8 जिल्हे व विदर्भात 11 जिल्हे आहेत. विदर्भाला 'वऱ्हाड' असेही म्हणतात.

नकाशा क्र. 7.9 : महाराष्ट्राचे पारंपरिक प्रादेशिक विभाग

तक्ता क्र. 7.3 : महाराष्ट्र - जिल्ह्यांची पुनर्रचना

क्र.	नवीन जिल्हा पुनर्रचना	जिल्ह्याचे विभाजन	दिनांक व वर्ष	क्र.	नवीन जिल्हा पुनर्रचना	जिल्ह्याचे विभाजन	दिनांक व वर्ष
1.	सिंधुदुर्ग	रत्नागिरी	1 मे, 1981	2.	गडचिरोली	चंद्रपूर	26 ऑगस्ट, 1982
3.	जालना	औरंगाबाद	1 मे, 1981	4.	लातूर	उस्मानाबाद	16 ऑगस्ट, 1982
5.	मुंबई उपनगर	बृहन्मुंबई	1990	6.	वाशीम	अकोला	1 जुलै, 1998
7.	नंदुरबार	धुळे	1 जुलै, 1998	8.	हिंगोली	परभणी	1 मे, 1999
9.	गोंदिया	भंडारा	1 मे, 1999	9.	पालघर	ठाणे	1 ऑगस्ट, 2014

* 'कुलाबा' जिल्ह्याचे नाव बदलून 'रायगड' जिल्हा : 1 जाने., 1981 * द्विभाषिक मुंबई राज्याची स्थापना : 1956 * महाराष्ट्र राज्याची स्थापना : 1 मे, 1960

नवीन ठाणे जिल्हा

महाराष्ट्र शासनाने 1 ऑगस्ट, 2014 रोजी मूळ ठाणे जिल्ह्याचे विभाजन करून नवीन ठाणे जिल्हा व पालघर जिल्ह्याची निर्मिती केली.

सीमा, क्षेत्रफळ, तालुके : कोकणात ठाणे जिल्ह्याचे भौगोलिक स्थान पालघर जिल्ह्याच्या दक्षिणेस आहे. ठाणे जिल्ह्याचे क्षेत्रफळ 4,214 चौ.कि.मी. आहे.

सीमा : ठाणे जिल्ह्याच्या वायव्य व उत्तरेस पालघर जिल्हा आहे. ईशान्येस नाशिक जिल्हा, पूर्वेस अहमदनगर जिल्हा, आग्नेयेस पुणे जिल्हा, दक्षिणेस रायगड जिल्हा व मुंबई उपनगर जिल्हा व पश्चिम कोपऱ्यात अरबी समुद्र आहे.

तालुके : ठाणे जिल्ह्यात 7 तालुके आहेत. (1) ठाणे (जिल्हा मुख्यालय) (2) भिवंडी (3) शहापूर (4) कल्याण (5) उल्हासनगर (6) अंबरनाथ (7) मुरबाड. **(नकाशा क्र. 7.10 पाहा.)**

प्राकृतिक रचना : ठाणे जिल्ह्याचा बराचसा भाग सखल मैदानाचा आहे. पूर्व भाग डोंगराळ व उताराचा आहे. ठाणे खाडीच्या पूर्वेस समुद्राच्या समांतर उत्तर-दक्षिण दिशेने टेकड्यांची कटक (Ridge) पाहावयास मिळते. यामुळे किनाऱ्यापासून सखल प्रदेश अलग झाला आहे. या टेकड्या समुद्रापासून 8 ते 80 कि.मी. अंतरावर आहेत. ठाणे जिल्ह्यातून मुख्यतः उल्हास नदी वाहते.

खाड्या : ठाणे जिल्ह्याच्या पश्चिम किनाऱ्यालगत अनेक खाड्या आहेत. यामध्ये भरतीचे पाणी शिरते व बराचसा सखल भाग जलमय होतो. मोठ्या खाड्या भिवंडी व चिंचणी आहेत. ठाणे खाडी खऱ्या अर्थाने खाडी नाही तर सागराने वेढलेला खोलगट भाग आहे.

बेटे - सालसेट : ठाणे जिल्ह्यात सालसेट बेटाचा उत्तर भाग आहे ते मुख्य भूमीपासून उल्हास खाडीद्वारा अलग झालेले आहे. भूभागाच्या पुनरुद्धारामुळे खाडी मुंबई बेटाशी जोडलेली आहे.

तलाव : शहापूरच्या उत्तर भागात ऊर्ध्व भातसा येथे धरण बांधून भातसा तलाव निर्माण केला आहे. भिवंडी तालुक्यात तानसा नदीवर धरण बांधून तानसा तलाव निर्माण केला आहे.

पालघर जिल्हा

महाराष्ट्र शासनाने 1 ऑगस्ट, 2014 रोजी ठाणे जिल्ह्याचे विभाजन करून पालघर जिल्ह्याची निर्मिती केली. महाराष्ट्राचा 36 वा जिल्हा पालघर आहे.

स्थान, क्षेत्रफळ, सीमा, तालुके : स्थान व क्षेत्रफळ : कोकणामधील सर्वांत उत्तरेकडील पालघर जिल्हा आहे. पालघर जिल्ह्याचे क्षेत्रफळ 5,344 चौ.कि.मी. आहे.

सीमा : पालघर जिल्ह्याच्या उत्तरेला गुजरात राज्याचा वलसाड जिल्हा आणि केंद्रशासित प्रदेश दादरा व नगर हवेली आहे. ईशान्य व पूर्वेला नाशिक जिल्हा आहे. दक्षिण व आग्नेयेला ठाणे जिल्हा आहे. तर पश्चिमेला अरबी समुद्र आहे.

तालुके : पालघर जिल्ह्यात 8 तालुके आहेत - (1) पालघर (जिल्हा मुख्यालय) (2) तळासरी (3) डहाणू (4) विक्रमगड (5) जव्हार (6) मोखाडा (7) वाडा (8) वसई. **(नकाशा क्र. 7.9 पाहा.)**

प्राकृतिक रचना व नदीप्रणाली : कोकणामधील अति उत्तरेकडे पालघर जिल्हा असून एक सखल प्रदेश आहे. पूर्वेकडे सह्याद्री पर्वताचा तीव्र उताराचा भाग आहे. दक्षिण भागात उल्हास नदीचे खोरे तर उत्तरेला डोंगराळ वैतरणा नदीचे खोरे आहे. अधूनमधून उंचवट्याचे भागही आहेत. पालघर मुख्यालयापासून काही शहरांची अंतरे मोखाडा - 112 कि.मी., जव्हार - 75 कि.मी., विक्रमगड - 60 कि.मी.

नदीप्रणाली : पालघर जिल्ह्यामधून प्रामुख्याने वैतरणा आणि उल्हास या दोन नद्या वाहतात.

वैतरणा : वैतरणा नदीचा उगम नाशिक जिल्ह्यात त्र्यंबक डोंगरात होतो. याचे भौगोलिक स्थान गोदावरी नदीच्या उगमाच्या विरुद्ध बाजूस आहे. **वैतरणा नदीची लांबी 154 कि.मी. आहे. कोकणामधील सर्वांत मोठी नदी वैतरणा आहे.** वैतरणा नदी वाडा, शहापूर व पालघर तालुक्यात वाहाते व शेवटी अरबी समुद्राला अर्नाळा खाडीमधून मिळते. पालघर जिल्ह्याचा जवळजवळ उत्तर भाग वैतरणा नदीच्या खोऱ्याने व्यापलेला आहे. महत्त्वाच्या उपनद्या पिंजाल, सूर्या, देहेरजा आणि तानसा आहेत.

उल्हास नदी : उल्हास नदीचा उगम लोणावळ्याजवळ तुंगार्लीच्या उत्तरेस आहे. बोरघाटातून पालघर जिल्ह्यात उल्हास नदी उतरते. तिला अनेक उपनद्या आहेत. यांपैकी पालघर जिल्ह्यात बारवी आणि भातसा या महत्त्वाच्या उपनद्या आहेत.

गरम पाण्याचे झरे : पालघर जिल्ह्यात गरम पाण्याचे अनेक झरे आहेत. उदा., वसई तालुक्यात तानसा नदीच्या खोऱ्यात अकलोली, गणेशपुरी आणि वज्रेश्वरी येथे गरम पाण्याचे झरे आहेत. पालघर तालुक्यात कोकनेर (मसवण) व सातिवली येथेही गरम पाण्याचे झरे आहेत.

तलाव : वैतरणा नदीवर ऊर्ध्व वैतरणा तलाव आणि निम्न वैतरणावर गोडक सागर तलाव बांधलेला आहे.

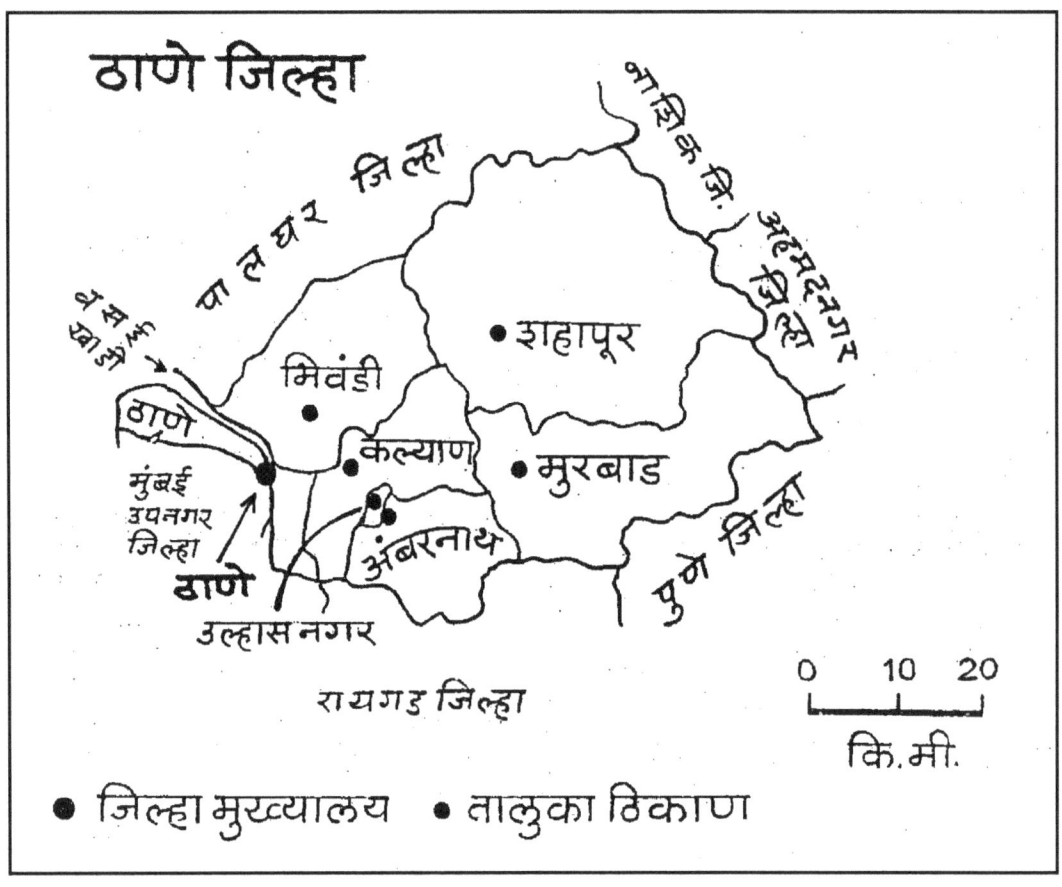

नकाशा क्र. 7.10 : नवीन ठाणे जिल्हा

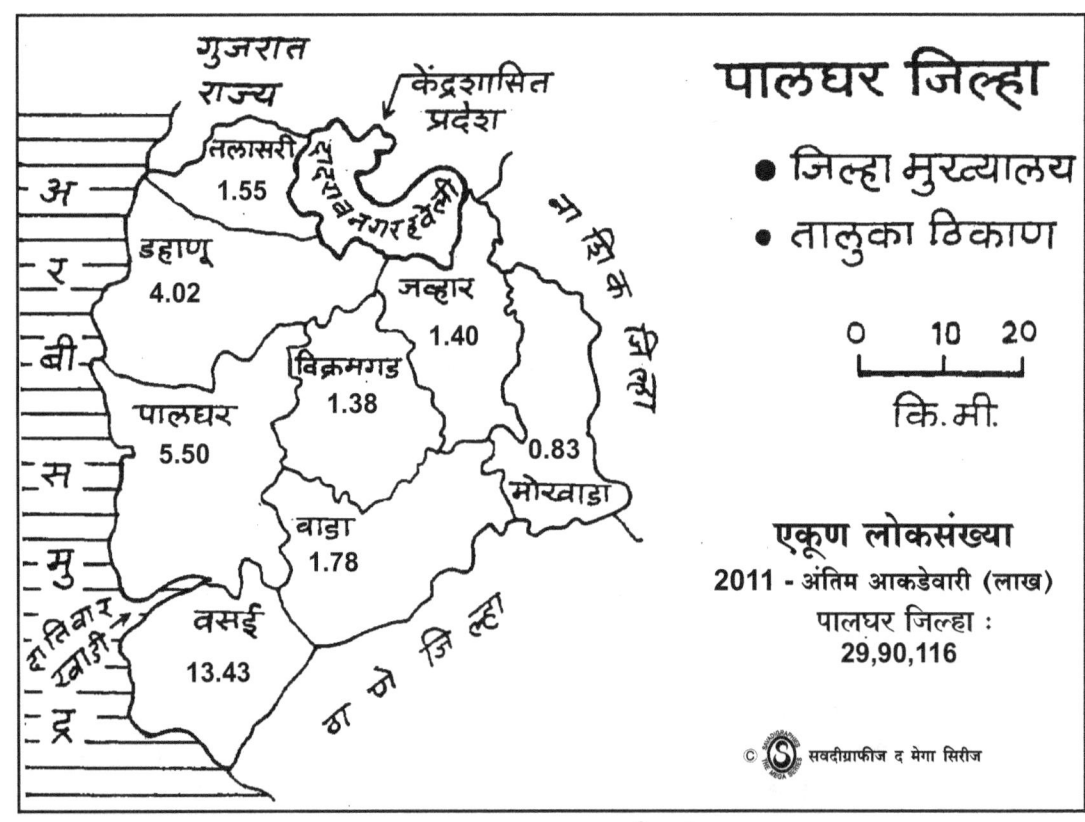

नकाशा क्र. 7.11 : पालघर जिल्हा

7.2 महाराष्ट्र : प्राकृतिक रचना व भूगर्भ रचना

प्राकृतिक रचना

महाराष्ट्राचे प्रमुख तीन विभाग पडतात. **(1) कोकण किनारपट्टी (2) सह्याद्री पर्वत किंवा पश्चिम घाट, सह्याद्रीच्या व सातपुडा पर्वताच्या डोंगररांगा (3) महाराष्ट्र पठार किंवा दख्खन पठारी प्रदेश किंवा देश (नकाशा क्र. 7.12 पाहा.)**

1. कोकण किनारपट्टी

''सह्याद्री पर्वत व अरबी समुद्र यांच्या दरम्यान असलेल्या दक्षिणोत्तर लांबट चिंचोळ्या सखल भागाला 'कोकण' असे म्हणतात.''

कोकणाची निर्मिती : महाराष्ट्राच्या पश्चिमेला व अरबी समुद्राला लागून असलेल्या सह्याद्री पर्वताचा प्रस्तरभंग होऊन कोकण किनारपट्टी तयार झाली. तसेच मुंबईजवळील जलमग्न अरण्यांचा प्रदेश असे दर्शवितो की, किनारपट्टीवर समुद्राची पातळी उंचावली गेली असावी. म्हणजेच किनाऱ्याचे निमज्जन (खचणे) झालेले आहे.

लांबी, रुंदी व क्षेत्रफळ : कोकण किनारपट्टीची दक्षिणोत्तर लांबी सुमारे 720 कि. मी. आहे. कोकणचा विस्तार उत्तरेस डहाणूपासून दक्षिणेस वेंगुर्ल्यापर्यंत किंवा उत्तरेस दमणगंगा नदीपासून दक्षिणेस तेरेखोल नदीपर्यंत आहे. सरासरी रुंदी 30 ते 60 कि. मी. आहे. उल्हास नदीच्या खोऱ्यात कोकणची रुंदी सुमारे 100 कि. मी. आहे, तर दक्षिणेकडे काही भागांत ती 40 ते 45 कि.मी. इतकी कमी रुंद आहे. कोकणचे क्षेत्रफळ 30.728 चौ. कि.मी. आहे.

कोकणाची प्राकृतिक रचना : एक सलग मैदान नाही. हा डोंगरदऱ्यांनी व्यापलेला परंतु कमी उंचीचा सखल भाग आहे. किनाऱ्याजवळ वाळूचे पट्टे आहेत. किनारपट्टीजवळ सखल भागाची समुद्रसपाटीपासून सरासरी उंची सुमारे 15 मीटर इतकीच आहे. **किनाऱ्यापासून पूर्वेकडे सह्याद्रीच्या पायथ्यापर्यंत ही उंची सुमारे 250 मीटरपर्यंत वाढते. प्रदेशाचा सर्वसाधारण उतार पूर्व-पश्चिम दिशेने आहे.**

उपविभाग : उत्तर कोकण व दक्षिण कोकण : कोकणात मुंबई शहर, मुंबई उपनगर, ठाणे, पालघर, रायगड या पाच जिल्ह्यांचा तर दक्षिण कोकणात रत्नागिरी व सिंधुदुर्ग या दोन जिल्ह्यांचा समावेश होतो. उत्तर कोकणापेक्षा दक्षिण कोकण अधिक खडकाळ, डोंगराळ आहे.

खलाटी व वलाटी : ''पश्चिमेकडील अरबी समुद्राच्या सखल भागाला **'खलाटी'** असे म्हणतात. **खलाटीच्या पूर्वेस जो डोंगराळ भाग आहे, त्याला 'वलाटी' असे म्हणतात.''**

खाड्या : ''भरतीचे पाणी नदीच्या मुखात जेथपर्यंत आत शिरते तेवढ्या नदीच्या भागाला 'खाडी' असे म्हणतात.''

कोकणचा किनारा अनेक खाड्यांनी बनलेला आहे. मुंबईच्या उत्तरेस **दातीवरे व वसईची खाडी** इत्यादी आहेत. तर वसईच्या दक्षिणेस जयगडपर्यंत **धरमतर, राजपुरी, बाणकोट, दाभोळ व जयगडच्या खाड्या** इत्यादी आहेत, तर त्याच्या दक्षिणेस **विजयदुर्गची खाडी, कर्लीची खाडी** इत्यादी व कोकणच्या दक्षिण सरहद्दीजवळ **तेरेखोलची खाडी** आहे.

किनाऱ्यावरील खडकात मालवण व हर्णे दरम्यान गुहा आढळतात.

सागरी किल्ले : वसईचा किल्ला, जंजिरा, सुवर्णदुर्ग, विजयदुर्ग आणि सिंधुदुर्ग किल्ले इत्यादी सागरी किल्ले आहेत.

बंदरे : महाराष्ट्राच्या कोकण किनारपट्टीवर **मुंबई हे नैसर्गिक आणि आंतरराष्ट्रीय महत्त्वाचे बंदर** आहे. **मुंबईजवळच न्हावाशेवा हे बंदर उभारलेले आहे. मुंबईच्या दक्षिणेस अलिबाग, मुरूड, श्रीवर्धन, जयगड, रत्नागिरी, मालवण व वेंगुर्ला यांसारखी बंदरे आहेत. महाराष्ट्रात एकूण 49 बंदरे आहेत.**

बेटे : मुंबई, साष्टी, खांदेरी, उंदेरी, कुरटे, जंजिरा, घारापुरी व अंजदीव ही बेटे कोकणातच समाविष्ट होतात.

2. सह्याद्री पर्वत किंवा पश्चिम घाट, सह्याद्रीच्या व सातपुडा पर्वताच्या डोंगररांगा

भारताच्या पश्चिम किनारपट्टीस सह्याद्री समांतर पर्वत आहे. उत्तरेस सातमाळा डोंगरापासून दक्षिणेस कन्याकुमारीपर्यंत सह्याद्री पसरलेला आहे. त्याची **लांबी सुमारे 1,600 कि. मी.** आहे. यापैकी महाराष्ट्रात 720 कि.मी. लांबीचा सह्याद्री पर्वत आहे, यास 'पश्चिम घाट' या नावानेही ओळखले जाते. त्याची सरासरी उंची 915 ते 1,220 मीटर आहे. महाराष्ट्रामध्ये सह्याद्रीची उंची उत्तरेकडे वाढत जाते, तर दक्षिणेकडे कमी होत जाते.※

सह्याद्री पर्वत नद्यांचा जलविभाजक : सह्याद्री पर्वतरांगांमुळे अरबी समुद्रास मिळणाऱ्या पश्चिमवाहिनी नद्यांचे आणि बंगालच्या उपसागरास मिळणाऱ्या पूर्ववाहिनी नद्यांचे जलविभाजक वेगवेगळे झालेले आहेत.

दख्खनच्या पठारावरील नद्यांच्या उगमस्थानाचे प्रदेश : दख्खनच्या पठारावरील महत्त्वाच्या नद्यांची उगमस्थाने सह्याद्री पर्वतामध्ये आहेत.

1. **नाशिक जिल्ह्यात त्र्यंबकेश्वरजवळ गोदावरीचा उगम** आहे.
2. गोदावरी नदीच्या उगमाच्या दक्षिणेस सुमारे 100 कि. मी. अंतरावर **भीमाशंकर येथे भीमा नदी उगम** पावते.
3. भीमा नदीच्या दक्षिणेस **महाबळेश्वर येथे कृष्णा नदीचा उगम** आहे, तसेच **कोयना** नदीही तेथूनच उगम पावते. या महत्त्वाच्या नद्यांप्रमाणेच गोदावरी, भीमा आणि कृष्णा नद्यांच्या बऱ्याच उपनद्यांचा उगम सह्याद्री पर्वतामध्ये झाला आहे.

सह्याद्री पर्वतामधील महत्त्वाची शिखरे, घाटमाथे, किल्ले, घाट किंवा खिंडी यांची स्वतंत्र यादी या उपप्रकरणाच्या शेवटी दिलेली आहे.

राजकीय स्वरूप : सह्याद्रीच्या पर्वतमय भागात नाशिक, अहमदनगर, पुणे, सातारा, सांगली व कोल्हापूर जिल्ह्यांच्या पश्चिम भागाचा तर ठाणे, रायगड, रत्नागिरी व सिंधुदुर्ग जिल्ह्याच्या काही पूर्व भागांचा समावेश होतो.

सह्याद्री पर्वताच्या डोंगररांगा किंवा डोंगराळ प्रदेश

सह्याद्री पर्वताच्या खालील तीन मोठ्या डोंगररांगा आहेत.

(अ) शंभूमहादेव डोंगररांगा, (ब) हरिश्चंद्र-बालाघाट डोंगररांगा, (क) सातमाळा-अजिंठा डोंगररांगा.

※ (संदर्भ : मराठी विश्वकोश खंड 17, पान क्र. 875)

(अ) शंभूमहादेव डोंगररांगा : रायरेश्वरपासून शिंगणापूरपर्यंत पसरलेल्या रांगेला 'शंभूमहादेव डोंगररांग' असे म्हणतात. या डोंगररांगा सातारा व सांगली जिल्ह्यांतून पुढे कर्नाटकात जातात. **भीमा नदीच्या खोऱ्याच्या दक्षिणेस शंभूमहादेव डोंगर आहे. यामुळे भीमा व कृष्णा या नद्यांची खोरी वेगवेगळी झालेली आहेत. महाराष्ट्रात पठारावरील दक्षिणेकडील सर्वांत मोठी शंभूमहादेव डोंगररांग आहे.**

(ब) हरिश्चंद्र-बालाघाट डोंगररांगा : गोदावरीच्या दक्षिणेस हरिश्चंद्र-बालाघाट डोंगररांगा आहेत. तिच्यामुळे **गोदावरी व भीमा यांची खोरी वेगळी** होतात. या डोंगररांगांच्या **पश्चिम भागास 'हरिश्चंद्र घाट' व पूर्व भागास 'बालाघाट'** या नावाने ओळखले जाते. **बालाघाट हा सपाट माथ्याचा प्रदेश आहे.**

(क) सातमाळा-अजिंठा डोंगररांगा : गोदावरी व तापी नदीच्या खोऱ्यांना वेगळी करणारी सातमाळा-अजिंठा डोंगररांग आहे. देवगिरीचा (दौलताबाद) इतिहासप्रसिद्ध किल्ला व अजिंठ्याची जगप्रसिद्ध लेणी याच डोंगरात उत्तरेकडील उतारावर वाघूर नदीच्या वळणाच्या खडकात आहे. वेरूळ डोंगरात वेरूळ लेणी आहेत. डोंगराच्या **पश्चिम भागास 'सातमाळा डोंगर'** असे म्हणतात. **यांच्या रांगा मनमाडच्या पलीकडे अंकाई-टंकाईपासून 'अजिंठा टेकड्या' म्हणून ओळखल्या जातात.** महाराष्ट्राच्या उत्तर सरहद्दीजवळ सातपुडा रांग पसरलेली आहे. या पर्वतरांगेमुळे नर्मदा व तापी खोरी अलग झाली आहेत.

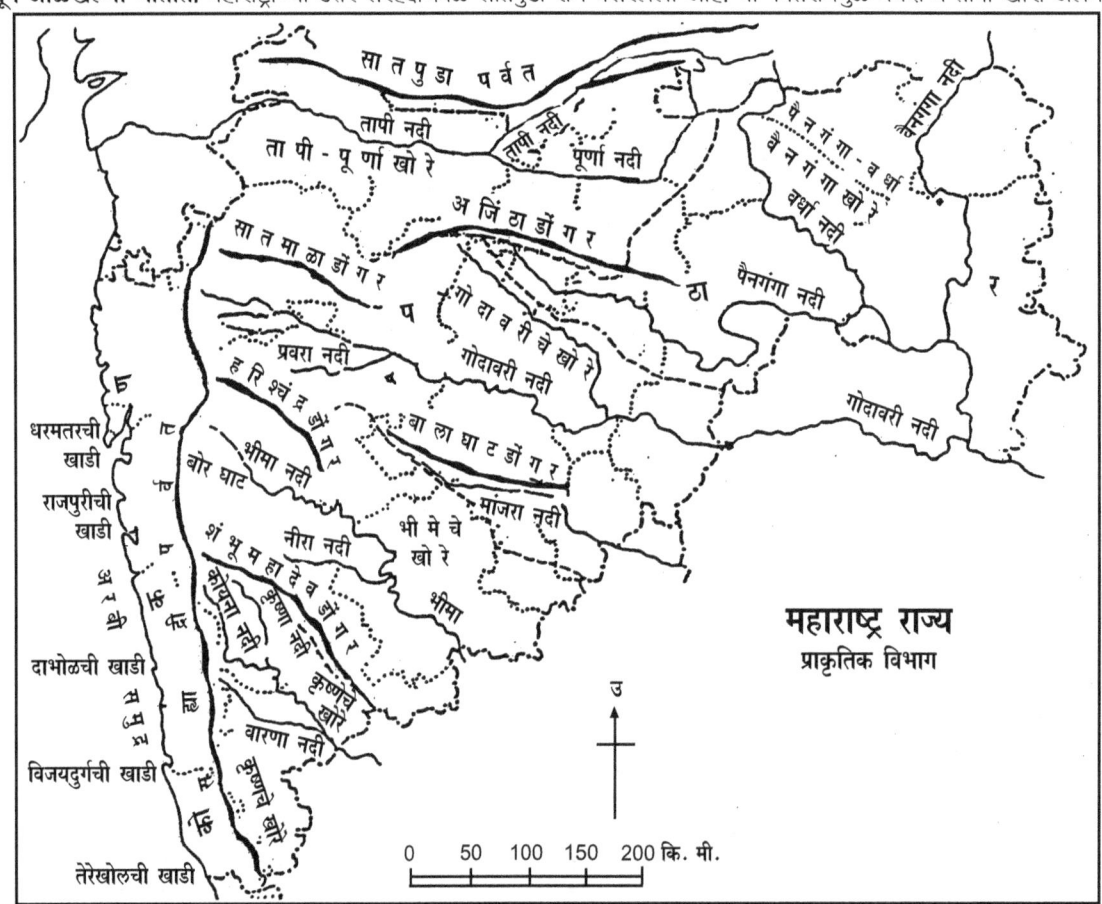

महाराष्ट्र : प्राकृतिक रचना : *महाराष्ट्राचे प्राकृतिकदृष्ट्या कोकण किनारपट्टी, सह्याद्री पर्वत - डोंगराळ प्रदेश व महाराष्ट्र पठार असे तीन प्रमुख विभाग पडतात. अरुंद चिंचोळ्या किनारपट्टीचा भाग सखल व डोंगराळ आहे. किनारपट्टीस सह्याद्री पर्वत समांतर आहे. सह्याद्रीपासून पठारावर शंभूमहादेव डोंगररांगा, हरिश्चंद्र-बालाघाट डोंगररांगा व सातमाळा डोंगररांगा आहेत. महाराष्ट्राचा बराचसा भाग दख्खनच्या पठाराने व्यापलेला आहे.*

नकाशा क्र. 7.12 : महाराष्ट्र - प्राकृतिक रचना

अन्य डोंगर किंवा टेकड्या

महाराष्ट्रात काही वैशिष्ट्यपूर्ण डोंगर किंवा टेकड्या पठारावर आढळतात. उदा., धुळे जिल्ह्यात **गाळणा डोंगर**, औरंगाबाद जिल्ह्यात **वेरूळ डोंगर**, हिंगोली व नांदेड जिल्ह्यांत अनुक्रमे **हिंगोली व मुदखेड डोंगर** आहेत. विदर्भात नागपूर जिल्ह्यात **गरमसूर डोंगर**, गोंदिया जिल्ह्यांत **दरकेसा टेकड्या**, भंडारा जिल्ह्यात **गायखुरी डोंगर**, गडचिरोली जिल्ह्यात **चिरोली टेकड्या, भामरागड व सूरजागड डोंगर** आहेत. पूर्वेकडे अजिंठ्यापासून डोंगरांचे दोन सुळके होतात. त्यापैकी एक रांग देवगिरी सिंदखेडवरून दक्षिणेस परभणी व नांदेड जिल्ह्यातून जाते, तिला **'निर्मल रांग'** असे म्हणतात तर उत्तरेस असणारी रांग यवतमाळ जिल्ह्यातून जाते.

महाराष्ट्रामधील डोंगररांगा व टेकड्यांची स्वतंत्र यादी पुढे दिलेली आहे.

3. महाराष्ट्र पठार किंवा दख्खन पठारी प्रदेश किंवा देश

''**सह्याद्री पर्वताच्या पूर्वेस विशाल असा पठारी प्रदेश पसरलेला आहे. त्यास 'महाराष्ट्र पठार' किंवा 'दख्खन पठारी प्रदेश' असे म्हटले जाते.**'' हा पठारी प्रदेश मूळ दख्खनच्या पठाराचा सर्वांत मोठा भाग आहे. **नद्यांच्या खोऱ्यांनी महाराष्ट्र पठार तयार झालेले आहे.** डोंगरांच्या दरम्यान आलटून-पालटून नद्यांची खोरी आढळतात. पठाराचा **सर्वसाधारण उतार पश्चिमेकडून पूर्वेकडे** आहे. **महाराष्ट्र पठाराची पूर्व-पश्चिम लांबी 750 कि. मी.** आहे. पठाराची **दक्षिणोत्तर रुंदी सुमारे 700 कि. मी.** आहे. **पठाराची सर्वसाधारण उंची 450 मी.** आहे. **महाराष्ट्राचा 90% भूभाग दख्खनच्या पठाराने व्यापलेला आहे.**

महाराष्ट्र पठाराची निर्मिती : महाराष्ट्र पठाराची निर्मिती ज्वालामुखीच्या उद्रेकामुळे झालेली आहे. सुमारे 70 दशलक्ष वर्षांपूर्वी दख्खनच्या प्रदेशात भूपृष्ठावर प्रचंड भेग पडून **भ्रंशमूलक उद्रेक झाला आणि लाव्हारसाचे संचयन झाले. लाव्हारसापासून महाराष्ट्र पठार तयार झाल्याने त्यास 'दख्खन लाव्हा'**

या नावानेही ओळखले जाते. लाव्हारसाचे अशा प्रकारचे संचयन **सुमारे 29 वेळा उद्रेक होऊन सरतेशेवटी पठार तयार झाले. हा लाव्हारस प्रामुख्याने बेसिक प्रकारचा आहे. दख्खनच्या पठाराच्या पश्चिम बाजूस विस्तीर्ण कडा आहेत** व त्यापासून पश्चिम घाटाची निर्मिती झाली. मुंबई समुद्राच्या बाजूकडे पठाराची जाडी जास्त आहे.

दख्खनची पठारे : दख्खनच्या पठारी प्रदेशात **डोंगररांगांवर काही भागांत लहान-लहान पठारे** तयार झालेली आहेत.

1. बालाघाट डोंगरावर **अहमदनगर-बालाघाट पठार** तयार झालेले आहे. या **पठारामुळे उत्तरेस गोदावरी व दक्षिणेस भीमा नदीचे खोरे अलग** झालेले आहे. **(नकाशा क्र. 7.13 पाहा.)**
2. शंभूमहादेव डोंगरांच्या उंचवट्याच्या भागात **सासवडचे पठार** आहे.
3. तसेच **औंध पठार आणि खानापूर-जत पठारही** आहेत.
4. सातमाळा-अजिंठा डोंगरावरील सपाट प्रदेश **बुलडाणा पठार व मालेगाव पठार** आहे.
5. मराठवाड्यात **मांजरा पठार** आहे.
6. उत्तरेकडे धुळे-नंदुरबार जिल्ह्यात सातपुडा रांगांमुळे **तोरणमाळ पठार** आहे.

महाराष्ट्र पठारांची स्वतंत्र यादी पुढे दिलेली आहे.

दख्खनच्या पठारावरील खोऱ्यांचा प्रदेश : महाराष्ट्राचा पठारी प्रदेश किंवा दख्खनचे पठार मुख्यत्वेकरून नद्यांच्या खोऱ्यांसाठी प्रसिद्ध आहे. सह्याद्रीमध्ये उगम पावलेल्या गोदावरी, भीमा व कृष्णा या नद्या पूर्वेकडे वाहत जातात. (नकाशा क्र. 7.14 व तक्ता क्र. 7.9 पाहा.)

महाराष्ट्र पठारावर उत्तरेकडून दक्षिणेकडे आल्यास नद्यांची पुढील खोरी पाहावयास मिळतात : (1) तापी-पूर्णा खोरे, (2) गोदावरी खोरे, (3) प्राणहिता खोरे, (4) भीमा खोरे, (5) कृष्णा खोरे.†

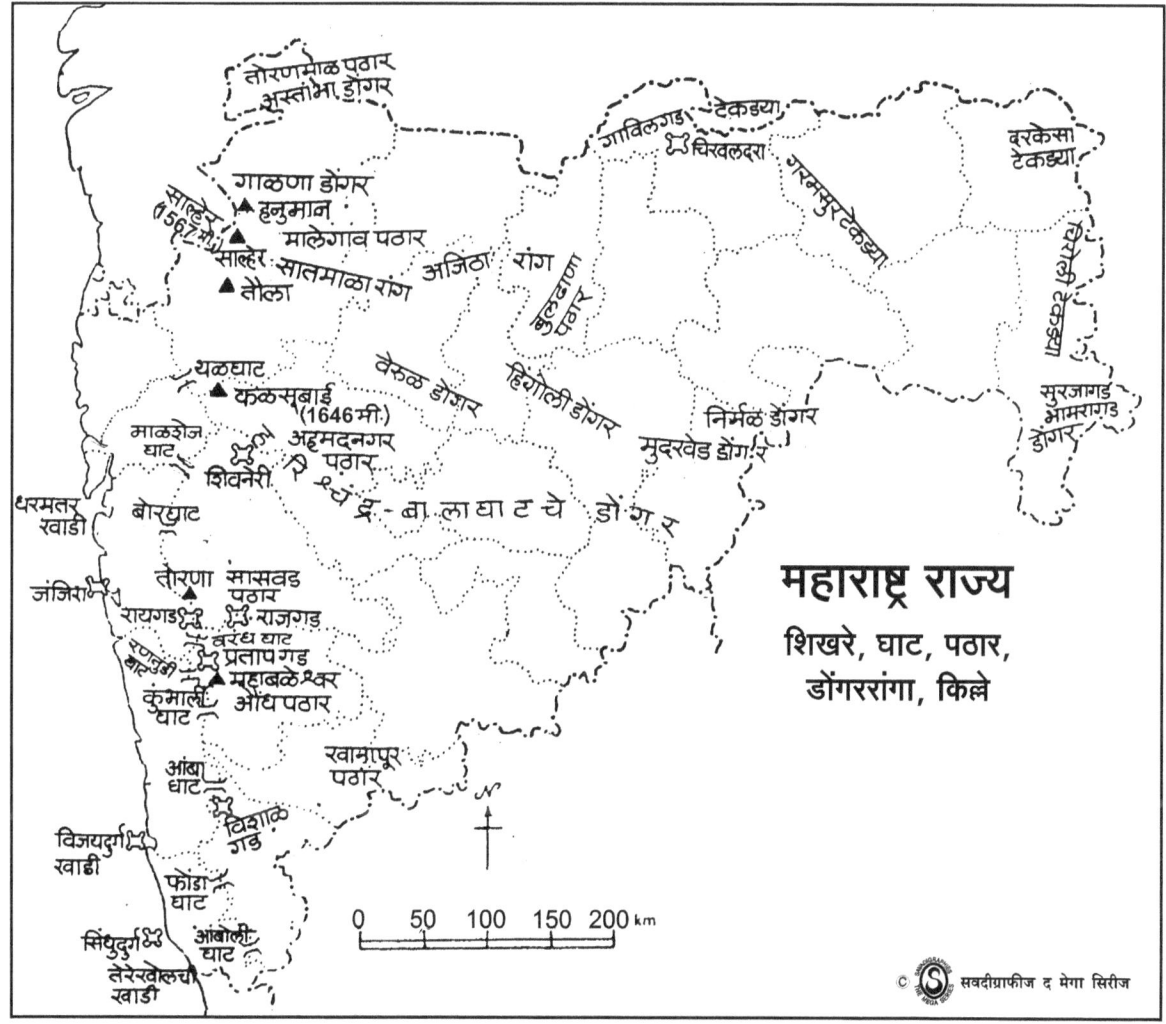

महाराष्ट्र : शिखरे, खिंडी (घाट), पठार व डोंगररांगा : महाराष्ट्रात सर्वांत उंच शिखर कळसूबाई आहे. याचप्रमाणे साल्हेर, तौला, हनुमान ही महत्त्वाची शिखरे आहेत. थळ, बोर, कुंभार्ली, आंबा, फोंडा व आंबोली घाट महत्त्वाचे आहेत. तोरणमाळ, मालेगाव, अहमदनगर, सासवड, औंध, खानापूर, बुलडाणा ही पठारे आहेत. तसेच अस्तांभा, गाळणा, वेरूळ, हिंगोली, गाविलगड, गरमसूर, दरकेसा, चिरोली, सूरजागड व भामरागड डोंगर आहेत. शिवनेरी, रायगड, प्रतापगड, विशाळगडसारखे डोंगरी किल्ले आणि कर्नाळा; तर जंजिरा, विजयदुर्ग आणि सिंधुदुर्गसारखे जलदुर्ग आहेत. **(तक्ता क्र. 7.4 पाहा.)**

नकाशा क्र. 7.13 : महाराष्ट्र : शिखरे, खिंडी, पठार, डोंगर व किल्ले

† नदीप्रणालीचे स्वतंत्र उपप्रकरण 1.3 आहे.

तक्ता क्र. 7.4 : महाराष्ट्राची प्राकृतिक वैशिष्ट्ये

(अ) महाराष्ट्रातील महत्त्वाची शिखरे

शिखर	उंची (मी.)	जिल्हा	शिखर	उंची (मी.)	जिल्हा
कळसूबाई	1,646	अहमदनगर	अस्तंभा	1,325	नंदुरबार
साल्हेर	1,567	नाशिक	त्र्यंबकेश्वर	1,304	नाशिक
महाबळेश्वर	1,438	सातारा	तौला	1,231	नाशिक
हरिश्चंद्रगड	1,424	अहमदनगर	वैराट	1,177	अमरावती
सप्तश्रृंगी	1,416	नाशिक	चिखलदरा	1,115	अमरावती
तोरणा	1,404	पुणे	हनुमान	1,063	धुळे

(ब) महाराष्ट्रातील खाड्या

खाडी	नदी	जिल्हा	खाडी	नदी	जिल्हा
दातीवरे	तानसा व वैतरणा	पालघर	केळशी	भारजा	रत्नागिरी
वसई	उल्हास	पालघर	दाभोळ	वशिष्ठी	रत्नागिरी
ठाणे	उल्हास	ठाणे	जयगड	शास्त्री	रत्नागिरी
माहीम	माहीम	मुंबई उपनगर/ मुंबई शहर	जैतापूर	काजवी	रत्नागिरी
धरमतर	पाताळगंगा	रायगड	देवगड	देवगड	सिंधुदुर्ग
बाणकोट	सावित्री	रायगड/रत्नागिरी	कालावली	गड	सिंधुदुर्ग
तेरेखोल	तेरेखोल	सिंधुदुर्ग	कर्ली	कर्ली	सिंधुदुर्ग

(क) महाराष्ट्रातील प्रमुख घाट

घाट	मार्ग	घाट	मार्ग
थळ (कसारा) घाट	मुंबई-नाशिक	कुंभार्ली घाट	कराड-चिपळूण
बोरघाट	पुणे-मुंबई	आंबा घाट	कोल्हापूर-रत्नागिरी
खंबाटकी घाट	पुणे-सातारा	आंबोली घाट	सावंतवाडी-बेळगाव
दिवा घाट	पुणे-बारामती	फोंडा घाट	कोल्हापूर-पणजी

(ड) महाराष्ट्रातील महत्त्वाचे किल्ले

किल्ला	जिल्हा	किल्ला	जिल्हा	किल्ला	जिल्हा
साल्हेर-मुल्हेर	नाशिक	सिंहगड	पुणे	तोरणा	पुणे
अंकाई-टंकाई	नाशिक	पुरंदर	पुणे	प्रतापगड	सातारा
हरिश्चंद्रगड	अहमदनगर	शिवनेरी	पुणे	सज्जनगड	सातारा
रायगड	रायगड	लोहगड	पुणे	वासोटा	सातारा
कर्नाळा	रायगड	राजमाची	पुणे	पन्हाळा	कोल्हापूर
प्रबळगड	रायगड	रोहिडेश्वर	पुणे	विशाळगड	कोल्हापूर
लिंगाणा	रायगड	राजगड	पुणे		

(इ) दख्खनवरील पठारे

पठार	जिल्हा	पठार	जिल्हा
अहमदनगर पठार	अहमदनगर	खानापूर पठार	सांगली
सासवड पठार	पुणे	मालेगाव पठार	नाशिक
औंध पठार	सातारा	बुलडाणा पठार	बुलडाणा
पाचगणी पठार (टेबललँड)	सातारा	तोरणमाळ पठार	नंदुरबार

(ई) दख्खन पठारावरील अन्य डोंगर (टेकड्या)

डोंगर	जिल्हा	डोंगर	जिल्हा
अस्तांभा डोंगर	नंदुरबार	गरमसूर डोंगर	नागपूर
गाळणा डोंगर	धुळे-नंदुरबार	दरकेसा टेकड्या	गोंदिया
अजिंठा डोंगर	औरंगाबाद	चिरोली डोंगर	गडचिरोली
वेरूळ डोंगर	औरंगाबाद	भामरागड	गडचिरोली
हिंगोली डोंगर	हिंगोली	सूरजागड	गडचिरोली
मुदखेड डोंगर	नांदेड		

तक्ता क्र. 7.5 : महाराष्ट्र : जिल्हावार पर्वत/डोंगर/डोंगररांगा/टेकड्या

जिल्हा	पर्वत/डोंगर/डोंगररांगा/टेकड्या	जिल्हा	पर्वत/डोंगर/डोंगररांगा/टेकड्या
मुंबई जिल्हा व मुंबई उपनगर जिल्हा	पाली, ॲन्टॉप हिल, शिवडी, खंबाला, मलबार हिल.	ठाणे जिल्हा	सह्याद्री
रायगड, सिंधुदुर्ग व रत्नागिरी जिल्हा	सह्याद्री.	जळगाव जिल्हा	सातपुडा, सातमाळा, अजिंठा, शिरसोली व हस्तीचे डोंगर.
धुळे जिल्हा	धानोरा व गाळण्याचे डोंगर.	नंदुरबार जिल्हा	सातपुडा व तोरणमाळचे डोंगर.
नाशिक जिल्हा	सह्याद्री, गाळणा, साल्हेर, मुल्हेर, वणी, चांदवड, सातमाळा रांगा.	अहमदनगर जिल्हा	सह्याद्री, कळसूबाई, अदुला, बाळेश्वर, हरिश्चंद्रगड डोंगररांगा.
पुणे जिल्हा	सह्याद्री, हरिश्चंद्र, शिंगी, तसुबाई, पुरंदर, ताम्हीणी, अंबाला डोंगररांगा.	सातारा जिल्हा	सह्याद्री, परळी, बामणोली, महादेव, यवतेश्वर, मेढोशी, आगाशीव, औंध, म्हस्कोबा, सीताबाई रांगा.
सांगली जिल्हा	आष्टा, होनाई, शुकाचार्य, कमलभैरव, बेलगबाड, आडवा, मल्लिकार्जुन, मुचुंडी, दंडोबा रांग.	कोल्हापूर जिल्हा	सह्याद्री, पन्हाळा, उत्तर व दक्षिण दूधगंगा, चिकोडी रांग.
सोलापूर जिल्हा	महादेव, बालाघाट, शुकाचार्य	औरंगाबाद जिल्हा	अजिंठा, सातमाळा, सूरपालनाथ
जालना जिल्हा	अजिंठ्याची रांग, जांबुवंत टेकडी.	परभणी जिल्हा	उत्तरेस अजिंठ्याचे डोंगर, दक्षिणेस बालाघाट रांग.
हिंगोली जिल्हा	अजिंठ्याची डोंगररांग, हिंगोलीचे डोंगर.	नांदेड जिल्हा	सातमाळा, निर्मल, मुदखेड, बालाघाटचे डोंगर.
लातूर जिल्हा	बालाघाटचे डोंगर.	उस्मानाबाद जिल्हा	बालाघाट, तुळजापूर व नळदुर्ग डोंगर.
बीड जिल्हा	बालाघाटचे डोंगर	बुलढाणा जिल्हा	–
अकोला जिल्हा	गाविलगडचे व अजिंठ्याचे डोंगर.	वाशिम जिल्हा	–
अमरावती जिल्हा	सातपुडा, गाविलगडच्या रांगा, पोहऱ्याचे व चिरोडीचे डोंगर.	यवतमाळ जिल्हा	अजिंठ्याचे डोंगर व पुसदच्या टेकड्या
वर्धा जिल्हा	रावणदेव, गरमसूर, मालेगाव, नांदगाव, ब्राह्मणगाव टेकड्या.	नागपूर जिल्हा	सातपुड्याचे डोंगर, गरमसूर, महादागड, चिल्कापार टेकड्या.
भंडारा जिल्हा	आंबागडचे डोंगर, गायखुरी व भीमसेन टेकड्या.	गोंदिया जिल्हा	नवेगाव, प्रतापगड, चिंचगड व दरकेसाचे डोंगर.
चंद्रपूर जिल्हा	पेरजागड व चांदुरगडचे डोंगर, चिमूर व मूल टेकड्या.	गडचिरोली जिल्हा	चिरोली, टिपागड, सिरकोडा, सूरजागड, भामरागड, चिकियाला डोंगररांग.

भूगर्भरचना

तक्ता क्र. 7.6 : महाराष्ट्र – पृथ्वीच्या कवचातील निरनिराळे खडक, त्यांचा तयार होण्याचा कालखंड व त्यांचा महाराष्ट्रातील विस्तार

खडकसमूह	संक्षिप्त वर्णन	कालखंड	विस्तार	क्षेत्राची टक्केवारी
1. गाळाची जमीन व जांभा खडक	(अ) नदीच्या प्रवाहामुळे तयार झालेली चिकण, चिकण पोयटा व वाळूचे थर असलेली जमीन.	एक दशलक्ष ते दोन कोटी वर्षे	तापी-पूर्णा, गोदावरी व वैनगंगा नदीचे खोरे (गाळाची जमीन)	4.7
	(ब) जांभा खडक मुख्यतः लोहप्राणिदयुक्त सच्छिद्र खडक		रत्नागिरी जिल्ह्याचा दक्षिण भाग, सिंधुदुर्ग जिल्हा, पुणे, सातारा व कोल्हापूर जिल्ह्यातील सह्याद्री पर्वताच्या माथ्याचा भाग (जांभा खडक)	
2. दख्खनचा काळा (डेक्कन ट्रॅप)	दख्खनचा अग्निजन्य काळा खडक	दोन कोटी ते चार कोटी वर्षे	महाराष्ट्रातील संपूर्ण भंडारा-गोंदिया व गडचिरोली जिल्हा, तसेच चंद्रपूर, रत्नागिरी व कोल्हापूर जिल्ह्यांचा काही भाग वगळता इतर सर्व जिल्हे	81.3
3. अप्पर गोंडवना समूह व लोअर गोंडवना समूह	पोयटामय व वालुकामय खडक	दहा ते तीस कोटी वर्षे	नागपूर, चंद्रपूर, यवतमाळ व वर्धा जिल्ह्यांचा काही भाग	1.5
4. विंध्ययन प्रणाली	वालुकामय घन खडक	साठ कोटी वर्षे	यवतमाळ व चंद्रपूर जिल्हे	
5. कडाप्पा प्रणाली	पखाल व पैनगंगा खडक, मालेतील चुनखडीचे खडक व कलाडगी प्रकारचे वालुकामय व पोयट्याचा खडक	दीडशे कोटी वर्षे	यवतमाळ, चंद्रपूर व कोल्हापूर जिल्ह्यांचा काही भाग	2.0
6. कॅब्रियन समूह	सौसर व साकोली मालेतील अतिप्राचीन रूपांतरित खडक	चारशे कोटी वर्षे	संपूर्ण भंडारा व गोंदिया जिल्हा, गडचिरोली, चंद्रपूर, नागपूर, रत्नागिरी व सिंधुदुर्ग जिल्ह्याचा काही भाग	10.5
			एकूण	**100.00**

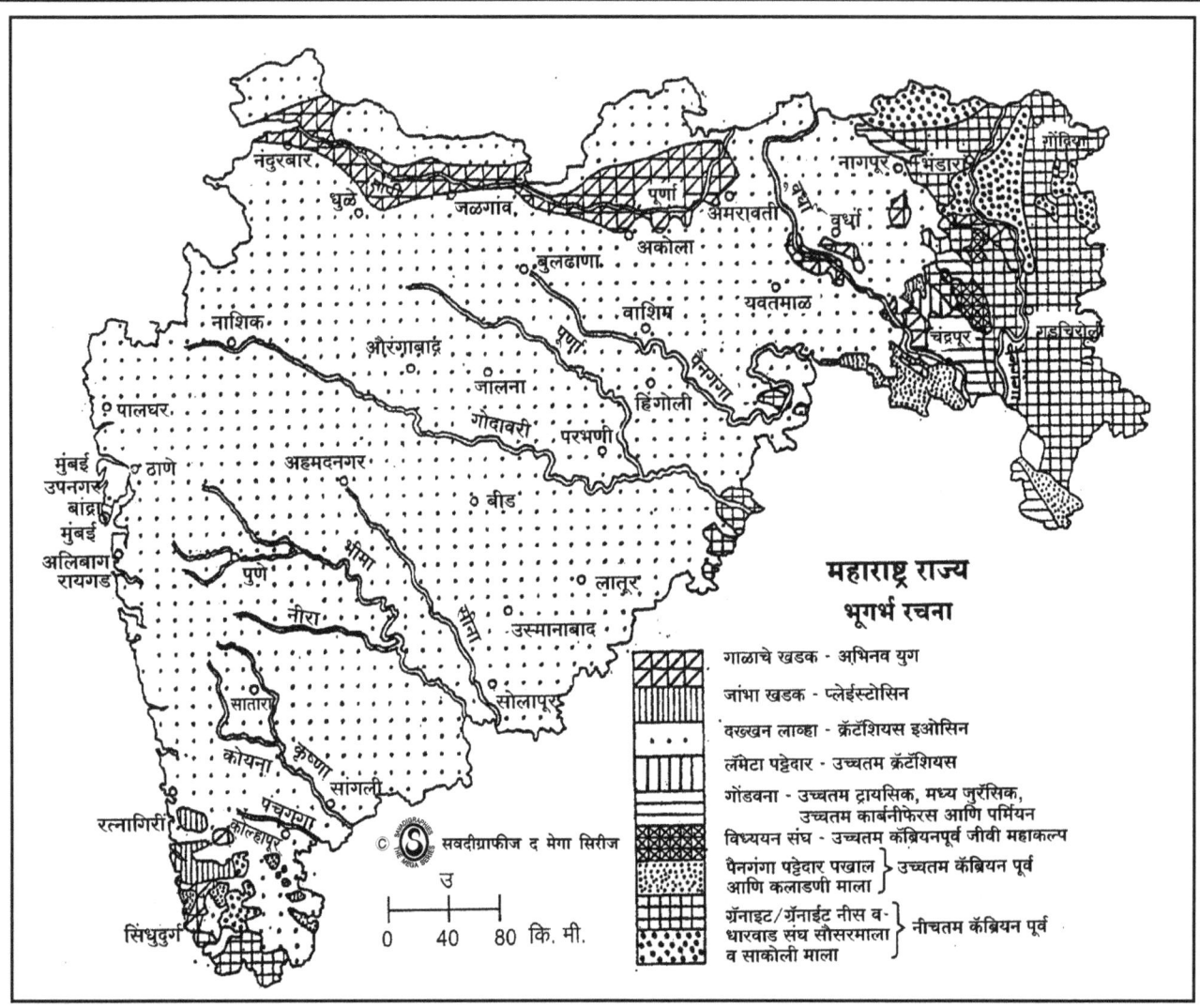

महाराष्ट्र राज्य
भूगर्भ रचना

गाळाचे खडक - अभिनव युग
जांभा खडक - प्लेईस्टोसिन
दख्खन लाव्हा - क्रॅटेशियस इओसिन
लमेटा पट्टेदार - उच्चतम क्रॅटेशियस
गोंडवना - उच्चतम ट्रायसिक, मध्य जुरॅसिक, उच्चतम कार्बनीफेरस आणि पर्मियन
विंध्ययन संघ - उच्चतम कँब्रियनपूर्व जीवी महाकल्प
पैनगंगा पट्टेदार पखाल }उच्चतम कँब्रियन पूर्व आणि कलाडगी माला
ग्रॅनाइट/ग्रॅनाईट नीस व धारवाड संघ सौसरमाला }नीचतम कँब्रियन पूर्व व साकोली माला

महाराष्ट्र : भूगर्भरचना : *विदर्भात चंद्रपूर, गडचिरोली; अल्प प्रमाणात भंडारा व गोंदिया जिल्हा; मराठवाड्यात नांदेड, कोकणात सिंधुदुर्ग जिल्ह्यात आर्कियन खडक आहेत. धारवाड सिरीजमध्ये विदर्भाच्या पूर्व भागात नागपूर, भंडारा व गोंदिया जिल्ह्यात सौसर सिरीज, चिलपी घाट थर, गोंडाईट सिरीज खडक आढळतात. कडप्पा प्रकारचा खडक 'कलाडगी सिरीज' या नावाने कोल्हापूर व सिंधुदुर्ग जिल्ह्यात आढळतात. विंध्ययन प्रकारचे खडक चंद्रपूर जिल्ह्यात गोंडवनाकालीन खडकात कोळशाची निर्मिती झालेली आहे. विदर्भात कन्हान खोरे व वर्धा खोऱ्यात तसेच अमरावती व गडचिरोली जिल्ह्यात गोंडवनाकालीन खडक आहेत. भ्रंशमूलक उद्रेकाने लाव्हारस शेकडो चौरस कि. मी. पसरून दख्खन पठाराची निर्मिती झालेली आहे तर तापी-पूर्णाच्या खचदरीमध्ये व वर्धा, वैनगंगा आणि प्राणहिता खोऱ्यांत गाळाचे संचयन झाले आहे.*

नकाशा क्र. 7.14 : महाराष्ट्र : भूगर्भरचना

7.3 महाराष्ट्र : नदीप्रणाली

नद्यांच्या मार्गानुसार विभागणी : महाराष्ट्रातून वाहणाऱ्या नद्यांच्या मार्गानुसार त्यांचे चार विभाग पाडले जातात.

(1) दख्खनच्या पठारावर वायव्य-आग्नेय दिशेने वाहणाऱ्या नद्या, (2) विदर्भातील उत्तर-दक्षिण दिशेने वाहणाऱ्या नद्या, (3) उत्तर महाराष्ट्रात खानदेशात पूर्व-पश्चिम दिशेने वाहणाऱ्या नद्या, (4) कोकण किनारपट्टीवरील पश्चिम-पूर्व दिशेने वाहणाऱ्या नद्या.

नद्यांच्या जलविभाजकांनुसार प्रदेशाची विभागणी : महाराष्ट्रामध्ये सह्याद्री पर्वत व काही प्रमाणात सातपुडा पर्वतरांगांतील टेकड्या प्रमुख जलविभाजक आहेत. सातमाळा-अजिंठा डोंगररांगा, हरिश्चंद्र-बालाघाट डोंगररांगा आणि शंभूमहादेव डोंगररांगा या दुय्यम जलविभाजक आहेत. महाराष्ट्रात सह्याद्री पर्वत मुख्य जलविभाजक गृहीत धरून नद्यांचे दोन विभाग होतात : (1) पूर्ववाहिनी नद्या व (2) पश्चिमवाहिनी नद्या. (नकाशा क्र. 7.18 पाहा.)

(1) **पूर्ववाहिनी नद्या :** सह्याद्री पर्वतामध्ये उगम पावून दख्खनच्या पठारावरून पूर्वेकडे वाहत जाणाऱ्या नद्यांना 'पूर्ववाहिनी नद्या' असे म्हणतात. दख्खनच्या पठारावरून गोदावरी, भीमा आणि कृष्णा या नद्या पूर्वेस तसेच आग्नेय दिशेस वाहत जातात. (2) **पश्चिमवाहिनी नद्या :** सह्याद्री पर्वतात उगम पावून पश्चिमेकडे संपूर्ण पर्वत ओलांडून कोकण किनारपट्टीवरून वाहत जाणाऱ्या नद्यांना 'पश्चिमवाहिनी नद्या' असे म्हणतात. ● कोकणामध्ये वैतरणा, उल्हास, सावित्रीसारख्या पश्चिमवाहिनी नद्या आहेत. या नद्या अरबी समुद्रास मिळतात. ● सातपुडा पर्वतरांगांमध्ये उगम पावणाऱ्या तापी-पूर्णा नद्या पूर्वेकडून पश्चिमेकडे वाहत जाऊन अरबी समुद्रास मिळतात. ● तसेच **नर्मदा नदी** ही महाराष्ट्राच्या वायव्य सरहद्दीला स्पर्श करून पश्चिमेस वाहते.

महाराष्ट्रातील नद्यांची खोरी

गोदावरी नदीचे खोरे

दक्षिण भारतातील व आपल्या महाराष्ट्रातील सर्वांत मोठी नदी गोदावरी असून ती दख्खनच्या पठारावर पश्चिम घाटापासून पूर्व घाटापर्यंत वाहून पुढे बंगालच्या उपसागरास मिळते. तिला **'दक्षिण भारताची गंगा'** असेही म्हणतात.

उगम : सह्याद्री पर्वतात नाशिक जिल्ह्यात त्र्यंबकेश्वरच्या ब्रह्मगिरी टेकडीवर गोदावरीचा उगम झालेला आहे व भारतामधील बारा ज्योतिर्लिंगांपैकी हे एक ज्योतिर्लिंग असून महाराष्ट्रामधील पाच ज्योतिर्लिंगांपैकी एक ज्योतिर्लिंग आहे.

गोदावरीची एकूण लांबी सुमारे 1,465 कि. मी. असून तिचे नदीप्रणालीचे क्षेत्र 3,12,812 चौ. कि. मी. आहे. यापैकी **महाराष्ट्रात नदीचा प्रवाह 668 कि. मी. असून नदीप्रणालीचे क्षेत्र 1,53,779 चौ. कि. मी. आहे. महाराष्ट्रातील गोदावरी खोऱ्यामधून दरवर्षी सुमारे 37,830 दशलक्ष घनमीटर पाण्याचा प्रवाह वाहतो.**

राजकीय क्षेत्र : गोदावरी खोऱ्यामध्ये प्रवाहाच्या पहिल्या टप्प्यात **नाशिक जिल्ह्याचा दक्षिण भाग, नगर जिल्ह्याचा उत्तर भाग व मराठवाड्यातील सर्व जिल्हे** येतात. याशिवाय पूर्व भागात यवतमाळ, वर्धा, नागपूर, भंडारा, गोंदिया, चंद्रपूर व गडचिरोली हे विदर्भाचे जिल्हे गोदावरी खोऱ्याने व्यापलेले आहेत. **संपूर्ण गोदावरी खोऱ्याने महाराष्ट्राचे 49% क्षेत्र व्यापलेले आहे. (नकाशा क्र. 7.15 पाहा.)**

गोदावरी खोऱ्याचे विभाग

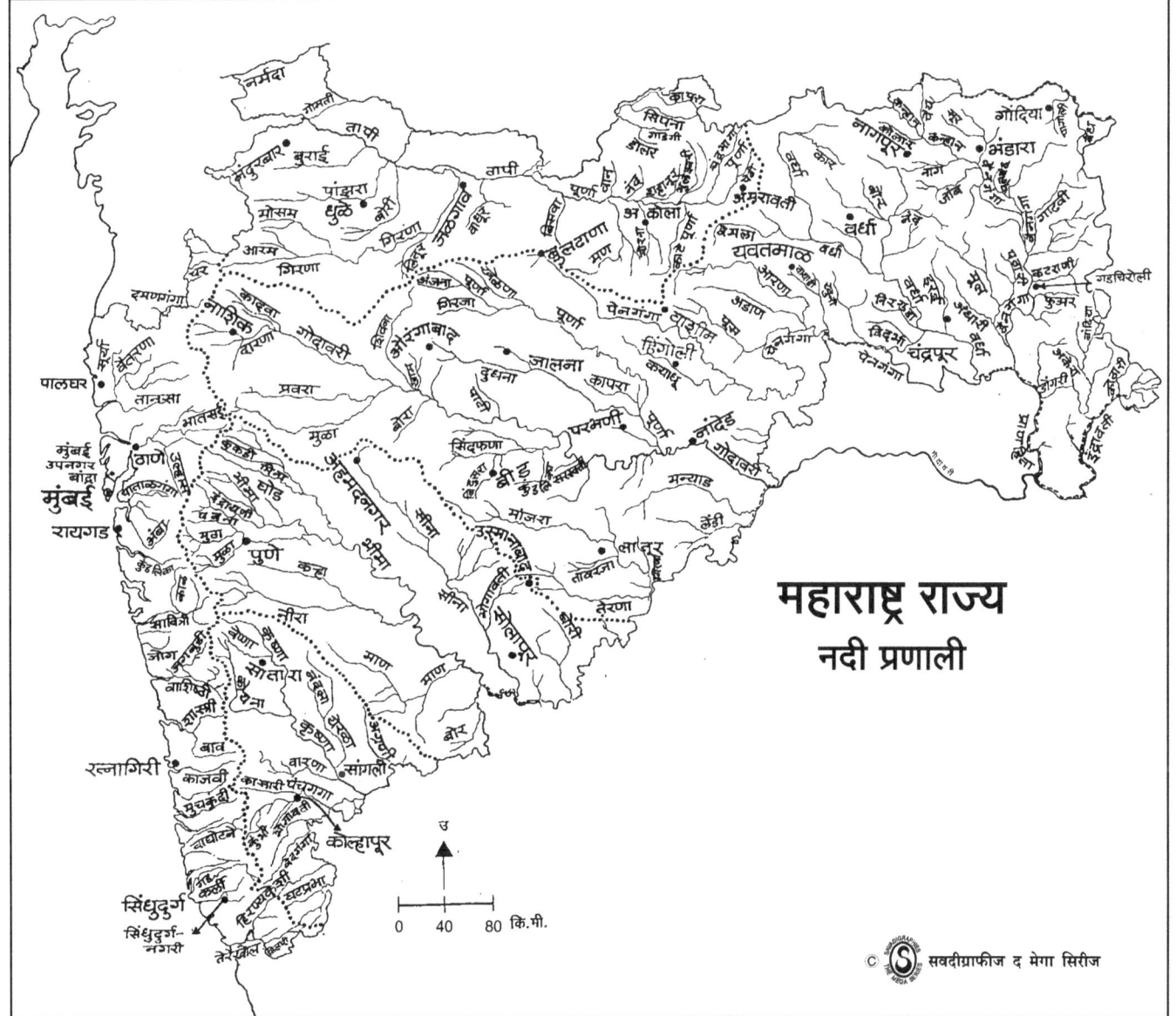

महाराष्ट्र : नदीप्रणाली : महाराष्ट्रात सह्याद्रीच्या जलविभाजकामुळे पूर्ववाहिनी नद्या वाहतात. सातमाळा-अजिंठा डोंगररांगा, हरिश्चंद्र-बालाघाट डोंगररांगा व शंभूमहादेव डोंगररांगा या उपजलविभाजकामुळे अनुक्रमे गोदावरी, भीमा व कृष्णा नद्या पठारावरून पूर्वेकडे कर्नाटक व आंध्र प्रदेशातून वाहत जाऊन बंगालच्या उपसागरास मिळतात. उत्तर महाराष्ट्रात पूर्व-पश्चिम दिशेने तापी-पूर्णा व नर्मदा नदी वाहत जाते तर कोकणात वैतरणा, उल्हास, सावित्रीसारख्या नद्या पश्चिमेस अरबी समुद्रास मिळतात.

नकाशा क्र. 7.15 : महाराष्ट्र - नदीप्रणाली

महाराष्ट्रात गोदावरी नदीच्या खोऱ्याचे विभाग पुढीलप्रमाणे - (1) **गोदावरी नदीचे मुख्य खोरे : गोदावरी ब्रह्मगिरी टेकड्यात उगम** पावते. गोदावरीच्या **उजव्या तीरावरून किंवा दक्षिणेकडून दारणा, प्रवरा, मुळा, बोरा, सिंदफणा, बिंदुसरा, कुंडलिका** या नद्या मिळतात, तर **डाव्या तीराकडून किंवा उत्तरेकडून कादवा, शिवना, खाम नद्या मिळतात. (2) गोदावरी-पूर्णा नदीचे खोरे : अजिंठ्याच्या डोंगरात पूर्णा (दक्षिण पूर्णा) उगम पावते** व पूर्णा स्थानकाच्या दक्षिणेकडे परभणीवरून आलेली पूर्णा नदी डावीकडून गोदावरीस येऊन मिळते. **(3) मांजरा नदीचे खोरे :** बीड जिल्ह्यात पाटोदा पठारावरील अंबेजोगाईच्या दक्षिणेकडे **मांजरा नदी** वाहते नंतर लातूर जिल्ह्यात लातूर व निलंगा तालुक्यामधून वाहते. नांदेडवरून पुढे गेल्यावर महाराष्ट्राच्या सीमेवर कोंडलवाडीजवळ उजवीकडून गोदावरीस मांजरा नदी मिळते. मुख्य गोदावरीच्या खोऱ्यात नाशिक, नेवासे, औरंगाबाद, जालना, पैठण, परभणी, बीड, नांदेड, उदगीर वगैरे महत्त्वाची शहरे आहेत.

पूर्व विदर्भातील नद्या : पूर्व विदर्भातून वाहणाऱ्या वर्धा व वैनगंगा यांचा **साधारण प्रवाह उत्तर-दक्षिण दिशेने** असून त्या गोदावरीस मिळतात. **मराठवाड्यातून उगम पावलेली पैनगंगा नदी पूर्वेकडे वाहत जाते.**

(4) पैनगंगा नदीचे खोरे : अजिंठा टेकड्यात आग्नेय उतारावर (20° 31' उ. अ. व 76° 2' पू. रे.) पैनगंगा नदीचा उगम होतो. पैनगंगा ही नदी बुलडाणा व यवतमाळ पठारावरून पूर्वेकडे वाहत जाते आणि यवतमाळच्या पूर्व सरहद्दीवर बल्लारपूर येथे वर्धा नदीला पैनगंगा मिळते. **(5) वर्धा नदीचे खोरे : मध्य प्रदेशात बैतूल जिल्ह्यात सातपुडा रांगांच्या दक्षिण उतारावर वर्धा नदीचा उगम होतो.** वर्धा नदी ही वर्धा-अमरावती जिल्हा व पुढे यवतमाळ जिल्ह्याची पूर्व सरहद्द निर्माण करते.

(6) वैनगंगा नदीचे खोरे : महाराष्ट्राच्या सरहद्दीबाहेर मध्य प्रदेशात मैकल पर्वतरांगांत शिवनी जिल्ह्यात दरकेसा टेकड्यांजवळ भाकल येथे वैनगंगा नदी उगम पावून दक्षिणेकडे सुमारे 300 कि. मी. अंतर जाते. चंद्रपूर जिल्ह्यात **वर्धा व वैनगंगा नद्यांचा संगम चंद्रपूरच्या दक्षिणेस** होतो. यापुढे तिला **'प्राणहिता'** या नावाने ओळखले जाते. चंद्रपूर-गडचिरोली जिल्ह्यांची उत्तर-दक्षिण सरहद्द वैनगंगा नदीमुळे निर्माण होते.

(7) प्राणहिता नदीचे खोरे : वर्धा व पैनगंगा नद्यांचा एकत्रित प्रवाह व पुढे वैनगंगेबरोबरील संयुक्त प्रवाहास 'प्राणहिता नदी' म्हणतात. गडचिरोली जिल्ह्यात सरहद्दीवर गोदावरीला प्राणहिता नदी येऊन मिळते.

(8) इंद्रावती नदीचे खोरे : मध्य प्रदेशात उगम पावणारी इंद्रावती नदी विदर्भाच्या गडचिरोली जिल्ह्याची आग्नेय सरहद्द निर्माण करून वाहते व ती पुढे गोदावरी नदीस मिळते.

भीमा नदीचे खोरे

कृष्णा नदीची उपनदी भीमा हिने महाराष्ट्राचा बराचसा भाग व्यापलेला आहे. म्हणून भीमा नदीचा स्वतंत्रपणे विचार केला जातो.

उगम : भीमा नदीचा उगम पुण्याजवळ भीमाशंकर (19° 4' उ. अ. व 73° 32' पू. रे.) येथे आहे. महाराष्ट्रामधील पाच ज्योतिर्लिंगांपैकी एक आहे. बालाघाट डोंगराच्या उत्तरेस गोदावरी नदी वाहते तर दक्षिणेस भीमा नदीचे खोरे आहे. नंतर भीमा नदी **आग्नेयेस 451 कि. मी. अंतर वाहत जाते** आणि **कर्नाटकात रायचूरजवळ कुरुगुड्डी येथे कृष्णा व भीमा नद्यांचा संगम होतो. महाराष्ट्रात भीमा नदीप्रणालीचे क्षेत्रफळ 46,184 चौ. कि. मी. आहे.**

राजकीय क्षेत्र : भीमा खोऱ्यात **पुणे व सोलापूर जिल्ह्यांचा संपूर्णपणे समावेश** होतो तर **सातारा जिल्ह्याचे खंडाळा, फलटण व दहिवडी (माण) तालुके, नगर जिल्ह्याच्या दक्षिणेकडील श्रीगोंदा, कर्जत व जामखेड तालुके, मराठवाड्यातील बीड जिल्ह्यातील आष्टी तालुका आणि उस्मानाबाद जिल्ह्यातील परांडा, भूम, तुळजापूर व उमरगा हे तालुके समाविष्ट** होतात. **(नकाशा क्र. 7.15 पाहा.)**

उपनद्या : भीमा नदीस उजव्या किनाऱ्याने म्हणजे दक्षिणेकडून भामा, इंद्रायणी, मुळा-मुठा, नीरा व माण या नद्या मिळतात तर डाव्या किनाऱ्याने म्हणजे उत्तरेकडून वेळ, घोड व सीना या नद्या येऊन मिळतात.

भीमा नदीचा प्रवाहमार्ग : भीमा नदीचा उगम सुमारे 1,000 मी. पेक्षा जास्त उंचीच्या डोंगरावर भीमाशंकर येथे होतो. त्यानंतर भीमा नदी भामनेर खोऱ्याच्या अतिशय खडकाळ आणि अरुंद दरीमधून सुमारे 50 ते 55 कि. मी. वाहते. त्यानंतर मार्गामध्ये **भामा आणि इंद्रायणी नद्या** उजव्या किनाऱ्याने आणि **वेळ नदी** येऊन मिळाल्यावर प्रवाह ईशान्येकडे वळतो. रांजणगावजवळ उजव्या बाजूने **मुळा-मुठा** या नद्या येऊन मिळतात. नंतर **भीमा व घोडनदीचा** संगम होतो. टेंभुर्णीजवळ उजव्या किनाऱ्याने भोर तालुक्यातून वाहत येणारी नीरा नदी येऊन मिळते. **पवित्र तीर्थक्षेत्र पंढरपुरातून भीमा नदी वाहत जाते** व त्यानंतर उजव्या किनाऱ्याने येणारी **माण नदी** भीमेला मिळते.

सीना खोरे : भीमेच्या डाव्या किनाऱ्याने सीना नदी वाहते. अहमदनगर जिल्ह्यात सीनेचा उगम होतो. सीना नदी ही भीमेला सोलापूर जिल्ह्यात मिळते.

कृष्णा नदीचे खोरे

महाराष्ट्र पठारावरून वाहणाऱ्या गोदावरी नदीच्या खालोखाल महत्त्वाची कृष्णा ही नदी आहे. दख्खनच्या पठारावर पश्चिम घाटापासून पूर्व घाटापर्यंत वाहून पुढे बंगालच्या उपसागरास मिळते.

उगम : कृष्णा नदीचा उगम सातारा जिल्ह्यात महाबळेश्वरला 1,220 मीटर उंचीवर 17° 59' उ. अ. व 73° 38' पू. रे. येथे झालेला आहे. 'क्षेत्र महाबळेश्वर' येथे कृष्णा, वेण्णा, कोयना, गायत्री व सावित्री या पाच नद्यांची उगमक्षेत्रे पाहावयास मिळतात.

कृष्णा नदीची एकूण लांबी 1,400 कि. मी. असून नदीप्रणालीचे क्षेत्र 2,58,948 चौ. कि. मी. आहे. महाराष्ट्रात कृष्णा नदीचा प्रवाह फक्त 282 कि. मी. लांबीचा असून तिचे नदीप्रणालीचे क्षेत्र 28,700 चौ. कि. मी. आहे.

राजकीय क्षेत्र : कृष्णा नदीच्या खोऱ्यात **सातारा (भीमा खोऱ्याचे खंडाळा, फलटण व माण तालुके वगळून), सांगली (जत व खानापूरचा पूर्व भाग वगळून) व संपूर्ण कोल्हापूर जिल्ह्याचा समावेश होतो. (नकाशा क्र. 7.15 पाहा.)**

महाराष्ट्रातील कृष्णा नदीच्या खोऱ्यास अप्पर कृष्णा खोरे असेही म्हटले जाते.

कृष्णा नदीला बहुतेक सर्व नद्या उजव्या किनाऱ्याने किंवा पश्चिम व दक्षिणेकडून मिळतात. वेण्णा, कोयना, वारणा, पंचगंगा, दूधगंगा व वेदगंगा या नद्या उजव्या किनाऱ्याने तर येरळा नदी डाव्या किनाऱ्याने कृष्णेस मिळते.

कृष्णा नदीचा प्रवाहमार्ग

कृष्णा नदीचा उगम महाबळेश्वर येथे झाल्यावर ती आग्नेयेस वाहू लागते. सातारा जिल्ह्यात माहुली येथे येते. येथे कृष्णा व वेण्णा नद्यांचा संगम होतो. नंतर **कऱ्हाड येथे कृष्णा व कोयनेचा प्रीतिसंगम होतो.** सांगलीजवळ उजव्या किनाऱ्याने कृष्णेस वारणा नदी मिळते. कोल्हापूर व सांगली जिल्ह्यांतून वाहणारी **पंचगंगा** नदी कुरुंदवाडजवळ कृष्णा नदीस मिळते.

कृष्णा नदीच्या खोऱ्यात महाबळेश्वर, वाई, सातारा, कराड, सांगली, मिरज, कोल्हापूर तसेच किर्लोस्करवाडी, इस्लामपूर यांसारखी शहरे आहेत.

तापी नदीचे खोरे

तापी नदी मात्र पूर्वेकडून पश्चिमेकडे वाहते. दक्षिणेस सातमाळा-अजिंठा डोंगररांगा आणि उत्तरेस सातपुडा पर्वत यांच्या दरम्यान तापी नदी वाहते.

उगम : तापी नदीचा उगम मध्य प्रदेशात सातपुडा पर्वतरांगांवर मुलताई येथे होतो. नदीचा प्रवाह पूर्वेकडून पश्चिमेकडे आहे. मध्य प्रदेश, महाराष्ट्र व गुजरात राज्यांतून वाहत जाऊन सुरत येथे अरबी समुद्रास तापी नदी मिळते. तापी नदीची एकूण लांबी 724 कि. मी. असून नदीप्रणालीचे क्षेत्र 65,150 चौ. कि. मी. आहे. यापैकी महाराष्ट्रात तापी नदीची लांबी 208 कि. मी. असून नदीप्रणालीचे क्षेत्र 31,660 चौ. कि. मी. आहे.

तापी नदीच्या उपनद्या

तापी नदीस विदर्भाच्या पश्चिम भागातून वाहत येणारी **पूर्णा नदी** मिळते. ही तापीची मुख्य उपनदी आहे.

राजकीय क्षेत्र : तापी-पूर्णा खोऱ्याने **पश्चिम विदर्भाचा अमरावती, अकोला, वाशीम व बुलडाणा जिल्ह्यांचा भाग** व्यापलेला आहे तर यानंतर **जळगाव, धुळे व नंदुरबार हे जिल्हे या खोऱ्यात समाविष्ट** होतात. **(नकाशा क्र. 7.15 पाहा.)**

तापी नदीचे प्रवाहमार्ग : उत्तर महाराष्ट्रात तापी-पूर्णा खोरे आहे. **तापी नदीचे क्षेत्र खचदरीच्या भागात आहे, यामुळे नदी खोल घळईमधून वाहत जाते** आणि **अमरावती जिल्ह्याची वायव्य सरहद्द तापीच्या घळईमुळे निर्माण झालेली आहे.** त्यानंतर मध्य प्रदेशातील बऱ्हाणपूर खिंडीतून महाराष्ट्रात जळगाव जिल्ह्यात रावेर शहराजवळ तापी नदी पुन्हा प्रवेश करते. जळगाव, धुळे व नंदुरबार जिल्ह्यांतून वाहताना नदीचा प्रवाह पूर्व-पश्चिम दिशेने असून जवळजवळ सरळ आहे. नंदुरबार जिल्ह्यातील प्रकाशे शहराच्या थोड्या पश्चिमेस गुजरातमध्ये तापी नदी प्रवेश करते.

तापी-पूर्णा खोऱ्याची साधारण रुंदी 240 कि. मी. आहे. खोऱ्याच्या उत्तरेस तापी नदीला अगदी **जवळून समांतर अशी सातपुडा पर्वतरांग** आहे. त्याची दक्षिण बाजू लहान-लहान प्रवाहाने झिजलेली असून **पायथ्याशी शिलापद किंवा पिडमाँट** तयार झालेले आहेत. तसेच तो भाग ओबडधोबड प्रदेशाचा बनलेला असून **बिहडची निर्मिती** झालेली आहे.

तापी नदीची मुख्य उपनदी 'पूर्णा' : तापी नदीची मुख्य उपनदी पूर्णा असून तिचा उगम या खोऱ्यात पूर्वेस असलेल्या गाविलगड डोंगराच्या दक्षिण उतारावर होतो. नंतर ती दक्षिणेकडे अमरावती जिल्ह्यात येते व पश्चिमेला वळते. पुढे अकोला व बुलडाणा जिल्ह्यांतून पश्चिमेस पूर्णा नदी वाहत जाऊन त्या ठिकाणी **तापी नदी जळगाव जिल्ह्यात शिरते. तेथे श्रीक्षेत्र चांगदेवजवळ पूर्णा मिळते.**

पूर्णा नदीच्या ज्या **उपनद्या गाविलगड टेकड्यांतून** येतात त्या **उत्तर-दक्षिणेस वाहतात व एकदम पश्चिमेस वळून पूर्णा नदीस मिळतात.** उदा., **पेढी नदी.**

तापी व पूर्णा नद्यांचा संयुक्त प्रवाह : तापी व पूर्णेचा संयुक्त प्रवाह **जळगाव, धुळे व नंदुरबार जिल्ह्यांतून वाहत जातो.** या प्रदेशाला 'खानदेश' असेही म्हणतात. तापी नदीच्या खोऱ्यात अमरावती, अकोला, चाळीसगाव, बुलडाणा, जळगाव, भुसावळ, धुळे व नंदुरबार यांसारखी महत्त्वाची शहरे आहेत.

नर्मदा नदीचे खोरे

महाराष्ट्राच्या वायव्य कोपऱ्यात नंदुरबार जिल्ह्याची सुमारे 54 कि. मी. सरहद्द नर्मदा नदीच्या प्रवाहामुळे तयार होते. ती अतिशय खोल घळईतून वाहते.

कोकण नद्या किंवा कोकण खोरे

उत्तरेस दमणगंगा नदी व दक्षिणेस तेरेखोल नदीपर्यंत 720 कि. मी. लांबीच्या व 30 ते 60 कि. मी. रुंदीच्या या कोकण किनारपट्टीमधून नद्या वाहत जातात. **या नद्यांची लांबी 49 ते 155 कि. मी. आहे.** कोकणातील सर्वांत लांब नदी वैतरणेची 154 कि.मी. आहे. **(नकाशा क्र. 7.15 पाहा.)**

कोकणातील नद्या व देशातील नद्या यांमधील फरक

1. **देशावरील नद्या पूर्ववाहिनी** आहेत तर **कोकणातील नद्या पश्चिमवाहिनी** आहेत.
2. या नद्यांचा उगम जरी सह्याद्री पर्वतामध्ये होत असला तरी **देशावरून वाहणाऱ्या नद्या जास्त लांबीच्या** आहेत, तर **कोकणातील नद्या अतिशय आखूड** आहेत.
3. देशावरील नद्यांचे उतार सर्वसाधारण संथ स्वरूपाचे आहेत. त्यांची खोरी रुंद असून त्यांचा विविध प्रकारे उपयोग होतो; तर याउलट कोकणातील नद्या सरळ कड्यासारख्या असणाऱ्या सह्याद्री पर्वतावरून अतिशय वेगाने वाहत येतात आणि अरुंद व खडकाळ प्रदेशावरून लगेच समुद्रास मिळतात. त्यांचा उपयोग मर्यादित स्वरूपात होतो.

कोकणातून वाहणाऱ्या नद्यांच्या मुखाजवळ खाड्या निर्माण झालेल्या आहेत.

विभागवार नद्या : कोकणच्या लांब परंतु अरुंद किनारपट्टीचे उत्तर कोकण, मध्य कोकण व दक्षिण कोकण असे तीन विभाग पाडले जातात.

1. उत्तर कोकणातून दमणगंगा, सूर्या, वैतरणा, तानसा, काळू, भातसई, उल्हास व मुरबाडी या नद्या वाहतात.
2. मध्य कोकणातून पाताळगंगा, आंबा, कुंडलिका, काळ, सावित्री, वशिष्ठी, शास्त्री या नद्या वाहतात.
3. दक्षिण कोकणातून काजवी, मुचकुंदी, वाघोटने, शुक, गड, कर्ली व तेरेखोल या नद्या वाहतात.

कोकणामधील वरील नद्यांपैकी वैतरणा व उल्हास या नद्या जास्त लांबीच्या आहेत.

कोकणामध्ये उगम पावून अरबी समुद्राला मिळणाऱ्या वैतरणा नदीची लांबी 154 कि.मी. आहे. म्हणून कोकणामध्ये सर्वांत मोठी नदी वैतरणा आहे. उल्हास नदी नव्हे !

तक्ता क्र. 7.7 : महाराष्ट्राची नदीप्रणाली

मुख्य नदीचे खोरे	लांबी व क्षेत्र (भारत व महाराष्ट्र)	राजकीय क्षेत्र	उपखोरे	उजव्या किनाऱ्याने मिळणाऱ्या उपनद्या	डाव्या किनाऱ्याने मिळणाऱ्या उपनद्या
गोदावरी नदी	**भारत :** लांबी : 1,465 कि.मी. क्षेत्र : 3,12,812 चौ.कि.मी. **महाराष्ट्र :** लांबी : 668 कि.मी. क्षेत्र : 1,53,779 चौ.कि.मी.	**नाशिक** जिल्ह्याचा दक्षिण भाग, **अहमदनगर** जिल्ह्याचा उत्तर भाग, **मराठ-वाड्यातील** सर्व जिल्हे, **विदर्भातील** वाशीम, यवतमाळ, वर्धा, नागपूर, भंडारा, गोंदिया, चंद्रपूर व गडचिरोली जिल्हे.	गोदावरी मुख्य खोरे	दारणा, प्रवरा, मुळा, बोरा, सिंदफणा, (बिंदुसरा), कुंडलिका, सरस्वती.	कादवा, शिवना, खाम.
			गोदावरी-पूर्णा खोरे	अंजना, गिरजा, कापरा, दुधना.	खेळणा.
			मांजरा नदीचे खोरे	तावरजा, तेरणा, गिरणा.	मन्याड, लेंडी.
			पैनगंगा खोरे	कयाधू.	पूस, आरणा, वाघाडी, खुनी.
			वर्धा खोरे	वेमला, निरगुडा, विदर्भ.	कार, बोर, नंद, इरई.
			वैनगंगा खोरे	कन्हान (पेंच, कोलार) नाग, मूल, अंधारी, पठारी.	सुर, चुलबंद, गाढवी, खोब्रागडी, बाघ, कटराणी, फुअर, बांदिया, डोंगरी,
			प्राणहिता-इंद्रावती खोरे	-	कोठारी.
भीमा नदी	**महाराष्ट्र :** लांबी : 451 कि.मी. क्षेत्र : 46,184 चौ.कि.मी.	**पुणे व सोलापूर** हे दोन्ही जिल्हे, **साताऱ्यातील** खंडाळा, फलटण व माण तालुके, **मराठवाड्यातील** बीड जिल्ह्यातील आष्टी व उस्मानाबाद जिल्ह्यातील परांडा, भूम, तुळजापूर, उमरगा तालुके.	भीमा खोरे	भामा, इंद्रायणी, मुळा-मुठा, पवना, वेळ, कऱ्हा, नीरा, माण, बोर.	कुकडी, पुष्पावती, मीना, घोड.
			सीना खोरे	-	भोगावती, बोरी.
कृष्णा नदी	**भारत :** लांबी : 1,400 कि.मी. क्षेत्र : 2,58,948 चौ.कि.मी. **महाराष्ट्र :** लांबी : 282 कि.मी. क्षेत्र : 28,700 चौ.कि.मी.	**सातारा**-खंडाळा, माण व फलटण तालुका वगळून, **सांगली**-जत व खानापूरचा पूर्व भाग वगळून, **संपूर्ण कोल्हापूर** जिल्हा.	कृष्णा खोरे	कोयना, वारणा, पंचगंगा [कुंभी, कासारी, तुळशी, भोगावती व सरस्वती (गुप्त)], दूधगंगा, वेदगंगा, घटप्रभा, ताम्रपर्णी.	येरळा, नंदला, अग्रणी.
तापी नदी	**भारत :** लांबी : 724 कि.मी. क्षेत्र : 65,150 चौ.कि.मी. **महाराष्ट्र :** लांबी : 208 कि.मी. क्षेत्र : 31,660 चौ.कि.मी.	**पश्चिम विदर्भाचा** अमरावती, अकोला व बुलडाणा. **खानदेशचे** जळगाव, धुळे व नंदुरबार जिल्हे.	पूर्णा-तापी खोरे	चंद्रभागा, भुलेश्वरी, नंद, वान.	कापरा, सिपना, गाडगी, डोलर (अमरावती जिल्ह्यातील तापीच्या उपनद्या) पेढी, काटेपूर्णा, मोरना, मण, नळगंगा, बिसवा.
			पूर्णा-तापी खोरे	गोमई	वाघूर, गिरणा (अरम, लितूर, मोसम) बोरी, पांझरा, बुराई.

(क्रमशः)

मुख्य नदीचे खोरे	लांबी व क्षेत्र (भारत व महाराष्ट्र)	राजकीय क्षेत्र	उपखोरे	उजव्या किनाऱ्याने मिळणाऱ्या उपनद्या	डाव्या किनाऱ्याने मिळणाऱ्या उपनद्या
कोकण	नद्यांची लांबी : 49 ते 155 कि.मी. दरम्यान. क्षेत्र : 30,394 चौ.कि.मी.	मुंबई शहर, मुंबई उपनगर, ठाणे, पालघर, रायगड, रत्नागिरी, सिंधुदुर्ग.	उत्तर कोकण	**स्वतंत्र नद्या :** दमणगंगा, वरोळी, सूर्या, वैतरणा, (दहरेजा, पिंजाल, लोहानी, बांद्री उपनद्या), तानसा, भातसई, काळू, उल्हास (मुरबाड, बारबी उपनद्या). कोकणातील सर्वांत लांब नदी : वैतरणा (154 कि.मी.) उल्हास नदीची लांबी 122 कि.मी. आहे.	
			मध्य कोकण	**स्वतंत्र नद्या :** पाताळगंगा, आंबा, कुंडलिका, काळ, गांधार, भोगावती, घोड, सावित्री, भारजा, जोग, वशिष्ठी (जगबुडी उपनदी), शास्त्री (बाव उपनदी).	
			दक्षिण कोकण	**स्वतंत्र नद्या :** काजळी, मुचकुंदी, काजवी, शुक, देवगड आचरा, गड, कर्ली (कार्ली उपनदी), तेरेखोल, कळणा, तिलारी.	
नर्मदा नदी	**भारत :** लांबी : 1,312 कि.मी. क्षेत्रफळ : 98,795 चौ.कि.मी. **महाराष्ट्र :** लांबी : 54 कि.मी. क्षेत्रफळ : 7055 चौ.कि.मी.	नंदुरबार जिल्ह्याची वायव्य सरहद्द.			

तक्ता क्र. 7.8 : महाराष्ट्र - नद्यांची खोरी

1. गोदावरी खोरे		2. पैनगंगा नदीचे खोरे	
धरणे	(1) गंगापूर धरण (नाशिक) : गोदावरी-देशातील पहिले (2) जायकवाडी प्रकल्पांतर्गत : (अ) पैठण (नाथ-सागर जलाशय, औरंगाबाद जिल्हा) : गोदावरी नदी (ब) दारणा धरण (नाशिक) दारणा नदी (क) भंडारदरा धरण (अहमदनगर) : प्रवरा नदी (ड) सिंदफणा धरण : सिंदफणा नदी (इ) येलदरी व सिद्धेश्वर धरण (हिंगोली) : दक्षिण पूर्णा नदी (ई) मन्याड धरण (नांदेड) : मन्याड नदी	**धरणे**	(1) इसापूर धरण (यवतमाळ) : पैनगंगा नदी (2) पूस धरण (यवतमाळ) : वनवाली येथे पूस नदीवर (3) सायखेड धरण (यवतमाळ) : खुनी नदी (4) वाघाडी धरण (यवतमाळ) : वाघाडी नदी
संगमावरील शहरे/ठिकाणे	(1) टोके (अहमदनगर) : गोदावरी व प्रवरा (2) सिरोंचा (गडचिरोली) : गोदावरी व प्राणहिता (3) नेवासे (अहमदनगर) : प्रवरा व मुळा (4) संगमनेर (अहमदनगर) : प्रवरा व महाळुंगी	**संगमावरील शहरे/ठिकाणे**	(1) हिवरा (जि. यवतमाळ) : पैनगंगा-पूस नदी (2) जुगद (जि. यवतमाळ) : पैनगंगा-वर्धा नदी
नदीकाठावरील महत्त्वाची शहरे	गोदावरी नदी : नाशिक, पैठण, गंगाखेड, कोपरगाव व नांदेड	**नदीकाठावरील महत्त्वाची शहरे**	(1) पैनगंगा नदी : मेहेकर (बुलडाणा) (2) पूस नदी : पुसद व महागाव (यवतमाळ) (3) वाघाडी नदी : घाटंजी (यवतमाळ) (4) खुनी नदी : पांढरकवडा (यवतमाळ) (5) अरुणावती नदी : अर्णी
खोऱ्यातील प्रमुख शहरे	नाशिक, औरंगाबाद, जालना, बीड व नांदेड	**खोऱ्यातील प्रमुख शहरे**	उमरखेड, पुसद, दिग्रस, घाटंजी व पांढरकवडा
3. वर्धा नदीचे खोरे		**4. वैनगंगा नदीचे खोरे**	
धरणे	(1) बोर धरण : बोरी नदी (2) पोथरा धरण : पोथरी नदी	**धरणे**	(1) इटियाडोह धरण : गाढवी नदी (2) दीना धरण : दीना नदी
संगमावरील शहरे/ठिकाणे	(1) नांदेसावंगी (यवतमाळ) : वर्धा व बेंबळा नदी (2) रामतीर्थ (यवतमाळ) : वर्धा व रामगंगा नदी	**संगमावरील शहरे/ठिकाणे**	(1) घुग्गुसजवळ वाढा (चंद्रपूर) : वर्धा व पैनगंगा नदी (2) काटी गावाजवळ (गोंदिया) : वैनगंगा व वाघ नदी (3) भंडारा (भंडारा) : वैनगंगा व सूर नदी (4) चपराळा (गडचिरोली) : वर्धा व वैनगंगा नदीचा **संगम पुढे** 'प्राणहिता नदी' या नावाने प्रवाह (5) अहेरी व सिरोंचा (गडचिरोली) : प्राणहिता नदी (6) सिरोंचाजवळ नगरम (गडचिरोली) : गोदावरी व प्राणहिता (वर्धा व वैनगंगा) नदी (7) भामरागड (गडचिरोली) : इंद्रावती, पर्लकोटा व मापुलगौतम यांचा त्रिवेणी संगम

(क्रमशः)

नदीकाठावरील महत्त्वाची शहरे/ठिकाणे	वर्धा नदी : पुलगाव (वर्धा)	**नदीकाठावरील महत्त्वाची शहरे**	वैनगंगा नदी : पवनी, भंडारा, गडचिरोली, चामोंशी, अहेरी व सिरोंचा
खोऱ्यातील प्रमुख शहरे	अमरावती : वरूड, मोर्शी व तिवसा वर्धा : आष्टी, आर्वी पुलगाव चंद्रपूर : वरोडा, भद्रावती, राजुरा व चंद्रपूर यवतमाळ : बाभूळगाव, कळंब, राळेगाव, मारेगाव, वणी व राजूर	**खोऱ्यातील शहरे**	भंडारा, तुमसर, गोंदिया व गडचिरोली
5. भीमा नदीचे खोरे		**6. कृष्णा नदीचे खोरे**	
धरणे	(1) घोड प्रकल्प : घोड नदी (2) वीर धरण : नीरा नदी (3) भाटघर धरण : येळवंडी नदी (नीरेची उपनदी) (4) पानशेत धरण : मुठा नदीची उपनदी अंबी (5) खडकवासला धरण : मुठा नदी (6) वरसगाव धरण : मुळा नदी (मुठेची उपनदी) (7) मुळशी धरण : मुळा नदी (8) उजनी धरण : भीमा	**धरणे**	(1) धोम धरण (सातारा) : वाईजवळ कृष्णा नदी (2) कोयना धरण (शिवसागर सातारा) : हेळवाकजवळ कोयना नदी (3) चांदोली धरण (सांगली) : चांदोलीजवळ वारणा नदी (4) राधानगरी धरण (कोल्हापूर) : भोगावती (5) काळम्मावाडी धरण (कोल्हापूर) : दूधगंगा नदी (6) तुळशी धरण (कोल्हापूर) : तुळशी
संगमावरील शहरे/ठिकाणे	(1) पुणे : मुळा-मुठा नदी (2) शिरूर (पुणे) कुकडी व घोडनद्यांच्या संगमा-जवळ (3) रांजणगाव-अष्टविनायकापैकी एक (पुणे) मुळा-मुठा संयुक्त प्रवाह व भीमा नदी (4) नीरा-नरसिंगपूर : भीमा व नीरा	**संगमावरील शहरे/ठिकाणे**	(1) माहुली (सातारा) : कृष्णा व वेण्णा (2) कऱ्हाड (सातारा) : कृष्णा व कोयना नदी (3) नृसिंहवाडी (कोल्हापूर) : कृष्णा व पंचगंगा नदी (4) हरिपूर (सांगली) : कृष्णा व वारणा नदी (5) भिलवडी (सांगली) : कृष्णा व येरळा
नदीकाठावरील महत्त्वाची शहरे/ठिकाणे	(1) पुणेः मुळा-मुठा नदी (2) इंद्रायणी-देहू व आळंदी (3) जेजुरी-कऱ्हा नदी (4) पंढरपूर-भीमा नदी	**नदीकाठावरील महत्त्वाची शहरे**	कृष्णा नदी : वाई, कराड, सांगली, औदुंबर, नृसिंहवाडी पंचगंगा नदी : कोल्हापूर
खोऱ्यातील प्रमुख शहरे	पुणे, सोलापूर, बारामती, फलटण, बार्शी	**खोऱ्यातील शहरे**	वाई, सातारा, कऱ्हाड, सांगली व कोल्हापूर
7. तापी नदीचे खोरे		**8. नर्मदा नदीचे खोरे**	
धरणे	(1) महान धरण (अकोला) : काटेपूर्णा नदी (2) नळगंगा धरण (बुलडाणा) : नळगंगा नदी (3) दहिगाव व जामदे येथील धरणे (जळगाव) : गिरणा नदी (4) सुसरी धरण (जळगाव) : गोमती नदी (5) सय्यदनगर येथील धरण (धुळे) : पांझरा नदी (6) फोफर धरण : बुराई नदी (7) अनेर धरण : अनेर नदी	धडगाव (नंदुरबार) : नर्मदेच्या उदाई उपनदीच्या काठावर	
संगमावरील शहरे/ठिकाणे	(1) मुदावड (धुळे) : तापी व पांझरा नदी (2) प्रकाशे (नंदुरबार) : तापी व गोमती नदी	**9. कोकण खोरे**	
नदीकाठावरील महत्त्वाची शहरे/ठिकाणे	(1) पातूर (अकोला) : निर्गुणा नदीकाठावर (2) शेगाव (बुलडाणा) : मास नदीकाठावर (3) मोर्णा नदी : अकोला (4) नळगंगा नदी : मलकापूर (बुलडाणा) (5) तिस्तूर नदी : चाळीसगाव (जळगाव) (6) पांझरा नदी : धुळे (7) कान नदी : साक्री गाव (8) अरुणावती : शिरपूर (9) बुराई : सिंदखेडा (10) गोमती : शहादा	**संगमावरील शहरे/ठिकाणे**	महाड (रायगड) : सावित्री व गांधार नदी
खोऱ्यातील प्रमुख शहरे	(1) अकोला : मूर्तिजापूर, अकोला, पातूर, बालापूर (2) बुलडाणा : खामगाव, मलकापूर (3) जळगाव : भुसावळ, जळगाव, अमळनेर (4) धुळे : धुळे, साक्री (5) नंदुरबार : नंदुरबार, शहादा, तळोदा, नवापूर	**नदीकाठावरील महत्त्वाची शहरे**	(1) पेण (रायगड) : भोगावती नदी (2) शहापूर (ठाणे) : भातसई नदी (3) कर्जत (रायगड) : उल्हास नदी (4) पोलादपूर (रायगड) : सावित्री (5) माणगाव (रायगड) : घोडनदी (6) पाली (रायगड) : अंबा नदी (7) खालापूर (रायगड) : पाताळगंगा नदी (8) रोहा (रत्नागिरी) कुंडलिका नदी (9) दापोली (रत्नागिरी) : जोग नदी (10) चिपळूण (रत्नागिरी) : वशिष्ठी नदी (11) राजापूर (रत्नागिरी) : काजवी नदी (12) कणकवली (सिंधुदुर्ग) : गड नदी

7.4 महाराष्ट्र हवामान : पावसाचे वितरण

महाराष्ट्रातील हवामान वैशिष्ट्यपूर्ण आहे. त्याच्या प्राकृतिक रचनेचा परिणाम हवामानावर झालेला आहे. महाराष्ट्राच्या पश्चिम बाजूस अरबी समुद्र आहे. यामुळे महाराष्ट्रात मान्सून वाऱ्यामुळे पाऊस मिळतो. कोकण किनारपट्टीस उत्तर-दक्षिण दिशेने पसरलेला सह्याद्री पर्वत हा महाराष्ट्राच्या हवामानाचा सर्वांत अधिक महत्त्वाचा प्राकृतिक घटक आहे. यामुळेच नैर्ऋत्य मान्सून वारे अडविले जाऊन मोठ्या प्रमाणात पाऊस पडतो.

महाराष्ट्रातील ऋतू

(1) **उन्हाळा :** मार्च ते मे, (2) **पावसाळा :** जून ते सप्टेंबर, (3) **हिवाळा :** ऑक्टोबर ते फेब्रुवारी.

महाराष्ट्रात उन्हाळ्यात सर्वांत जास्त पाऊस कोल्हापूर जिल्ह्यात गडहिंग्लज व चंदगड तालुक्याच्या काही भागात 10 सें. मी. ते 12.5 सें. मी. दरम्यान पडतो. भारतीय मोसम विज्ञानाने नवीन सांख्यिकी प्रकाशित केली त्याचे विश्लेषण केले आहे हे ग्रंथाचे वैशिष्ट्य.

पावसाळा–नैर्ऋत्य मान्सून वाऱ्याच्या काळातील हवामानाची परिस्थिती (कालखंड : 1941-1990)

(भारतीय मान्सूनची संकल्पना व स्वरूप याचा अभ्यास प्रकरण 4 भारताचा प्राकृतिक भूगोलात हवामान उपप्रकरणात केलेला आहे.)

नैर्ऋत्य मान्सून काळातील पर्जन्य : महाराष्ट्रात मान्सून काळातील पाऊस अत्यंत महत्त्वाचा असतो. (i) कोकण व घाटमाथ्यावर मान्सूनचा 250 सें. मी. पेक्षा जास्त पाऊस पडतो. या काळातील सर्वांत जास्त पावसाची नोंद आंबोलीला 707 सें. मी. आहे. (ii) कोकण किनारपट्टीचा उत्तर-दक्षिण प्रत्यक्ष चिंचोळा पट्टा, नाशिक, पुणे व कोल्हापूर जिल्ह्याच्या पश्चिम भागात 150 ते 250 सें. मी. पाऊस मान्सून काळात पडतो. (iii) पश्चिम घाटाच्या पूर्वेस नंदुरबारपासून कोल्हापूरपर्यंत उत्तर-दक्षिण अरुंद पट्टा व विदर्भाच्या पूर्व भागात 100 ते 150 सें. मी. पावसाचे प्रमाण आहे. (iv) 100 सें. मी. समपर्जन्य रेषेच्या पश्चिम घाटाच्या पूर्वेस, मराठवाड्याचा पूर्व भाग व विदर्भाच्या पश्चिम भागात पावसाळ्यात 75 ते 100 सें. मी. पाऊस पडतो. (v) नैर्ऋत्य मान्सून काळात 50 ते 75 सें. मी. पाऊस पडणारा सर्वांत मोठा निमओसाड प्रदेश हा मराठवाडा, खानदेशचा जळगाव, पश्चिम विदर्भाचा काही भाग आहे. (vi) पश्चिम महाराष्ट्रात मान्सूनचा खऱ्या अर्थाने असणारा अवर्षणग्रस्त प्रदेश नाशिक, नगर, पुणे, सातारा, सांगली व सोलापूर जिल्ह्यांत असून येथे पावसाचे प्रमाण 30 ते 50 सें. मी. आहे. (vii) महाराष्ट्रातील सर्वांत कमी पाऊस पडणारा पट्टा सातारा जिल्ह्याच्या पूर्व भागात दहीवडी व म्हसवडचा परिसर असून येथे पावसाचे प्रमाण फक्त 29 ते 30 सें. मी.चा आहे. **(नकाशा क्र. 7.16 पाहा.)**

सापेक्ष आर्द्रता

कोकणामध्ये सापेक्ष आर्द्रतेचे प्रमाण 85% ते 90% पर्यंत आढळते तर पठारी प्रदेशात त्याचे प्रमाण थोडे कमी असते. मध्य महाराष्ट्रात 75% ते 80% पर्यंत आढळते, तर विदर्भात सापेक्ष आर्द्रता 70% ते 75% असते.

पावसाचे दिवस

महाराष्ट्रात जून ते सप्टेंबर या चार महिन्यांच्या काळात जरी पावसाळा असला तरी पाऊस पडणाऱ्या दिवसांची संख्या त्यापेक्षा बरीच कमी असते. **कोकणामध्ये 250 ते 350 सें. मी. पाऊस पडणाऱ्या प्रदेशात पावसाचे सुमारे 75 ते 95 दिवस असतात, तर मध्य महाराष्ट्रात 50 ते 75 सें. मी. पाऊस पडणाऱ्या प्रदेशात पावसाचे दिवस सुमारे 35 ते 50 असतात, तर विदर्भात 100 ते 150 सें. मी. पाऊस पडणाऱ्या प्रदेशात सुमारे 60 ते 65 दिवस पावसाचे असतात.**

महाराष्ट्रात मान्सून काळात सर्वांत जास्त पावसाचे दिवस कोल्हापूर जिल्ह्यात गगनबावडा येथे 108 दिवस आहेत. या खालोखाल महाबळेश्वर येथे 103 दिवस तर आंबोलीला पावसाळ्याचे 97 दिवस आहेत तर महाराष्ट्रात पावसाळ्यातील सर्वांत कमी पावसाचे दिवस सातारा जिल्ह्यात म्हसवड येथे 19 दिवस आहेत.

वार्षिक पर्जन्याचे वितरण (नकाशा क्र. 7.17 पाहा.) (कालखंड 1941-1990 ची नोंद)

1. 300 सें.मी. पेक्षा जास्त पाऊस असणारे प्रदेश (अतिशय जास्त पाऊस) (कालखंड 1941 ते 1990)

- **महाराष्ट्रात कोकण व पश्चिम घाटामध्ये पावसाचे वार्षिक प्रमाण 300 सें.मी. पेक्षा जास्त आहे.**
- **मान्सूनची धडक आल्याने घाटमाथ्यावरही पावसाचे प्रमाण 400 सें.मी. पेक्षा जास्त असते. घाटमाथ्यावर आंबोली (745 सें.मी.; सन 1901 ते 1950 दरम्यानची नोंद), नवीन संशोधनानुसार ताम्हिणी (पुणे जिल्हा) 649.84 सें.मी. (नवीन संशोधन) महाबळेश्वर (589 सें.मी.), माथेरान (528 सें.मी.) या ठिकाणी जास्त पाऊस पडतो. दख्खनच्या पठारावरून वाहणाऱ्या गोदावरी, भीमा, कृष्णा या मुख्य नद्या व त्यांच्या बऱ्याच उपनद्यांची उगमस्थाने सह्याद्री पर्वतावरच आहेत व तेथेही पावसाचे प्रमाण 400 सें.मी. पेक्षा जास्त आहे.** या पावसामुळेच नद्यांना पाणीपुरवठा होतो.
- रायगड जिल्ह्यात भिरा येथे वार्षिक पाऊस 500 सें.मी. आहे.
- कोल्हापूर जिल्ह्यात पश्चिम भागात वार्षिक पाऊस गगनबावडा (586 सें.मी.), राधानगरी (368 सें.मी.); पुणे जिल्ह्यातील लोणावळा (450 सें.मी.), खंडाळा (461 सें.मी.); नाशिक जिल्ह्यातील इगतपुरी (335 सें.मी.) येथे वार्षिक पावसाची नोंद आहे.
- **कोकणात व सह्याद्री पर्वतावर दक्षिणेकडून उत्तरेकडे गेल्यास पावसाचे प्रमाण कमी-कमी होत जाते.**

पावसाचे वार्षिक दिवस : महाराष्ट्रात सर्वांत जास्त पाऊस (300 ते 750 सें.मी.) पडणाऱ्या कोकण व सह्याद्री पर्वतावर पावसाचे वार्षिक दिवस साधारणपणे 90 ते 143 दिवस आहेत. म्हणजे तीन ते चार महिने पाऊस पडतो. **महाराष्ट्रात सर्वांत जास्त वार्षिक पावसाचे दिवस रायगड जिल्ह्यात पनवेल येथे 143 दिवस आहेत.** या खालोखाल सिंधुदुर्ग जिल्ह्यात आंबोली (125 दिवस, सन 1901 ते 1950 ची नोंद); कोल्हापूर जिल्ह्यात गगनबावडा (122 दिवस); सातारा जिल्ह्यात महाबळेश्वर (119 दिवस) अशी पावसाची नोंद झालेली आहे.

अद्यापपर्यंत सर्वांत जास्त वार्षिक पर्जन्य : महाराष्ट्रात आतापर्यंतच्या सर्वांत जास्त पावसाची नोंद कोल्हापूर जिल्ह्यात गगनबावडा येथे सन 1975 मध्ये 938 सें.मी. झालेली आहे. या खालोखाल महाबळेश्वरला सन 1914 मध्ये 847 सें.मी. पाऊस पडला असून सन 1961 मध्ये 842 सें.मी. पावसाची नोंद झालेली आहे.

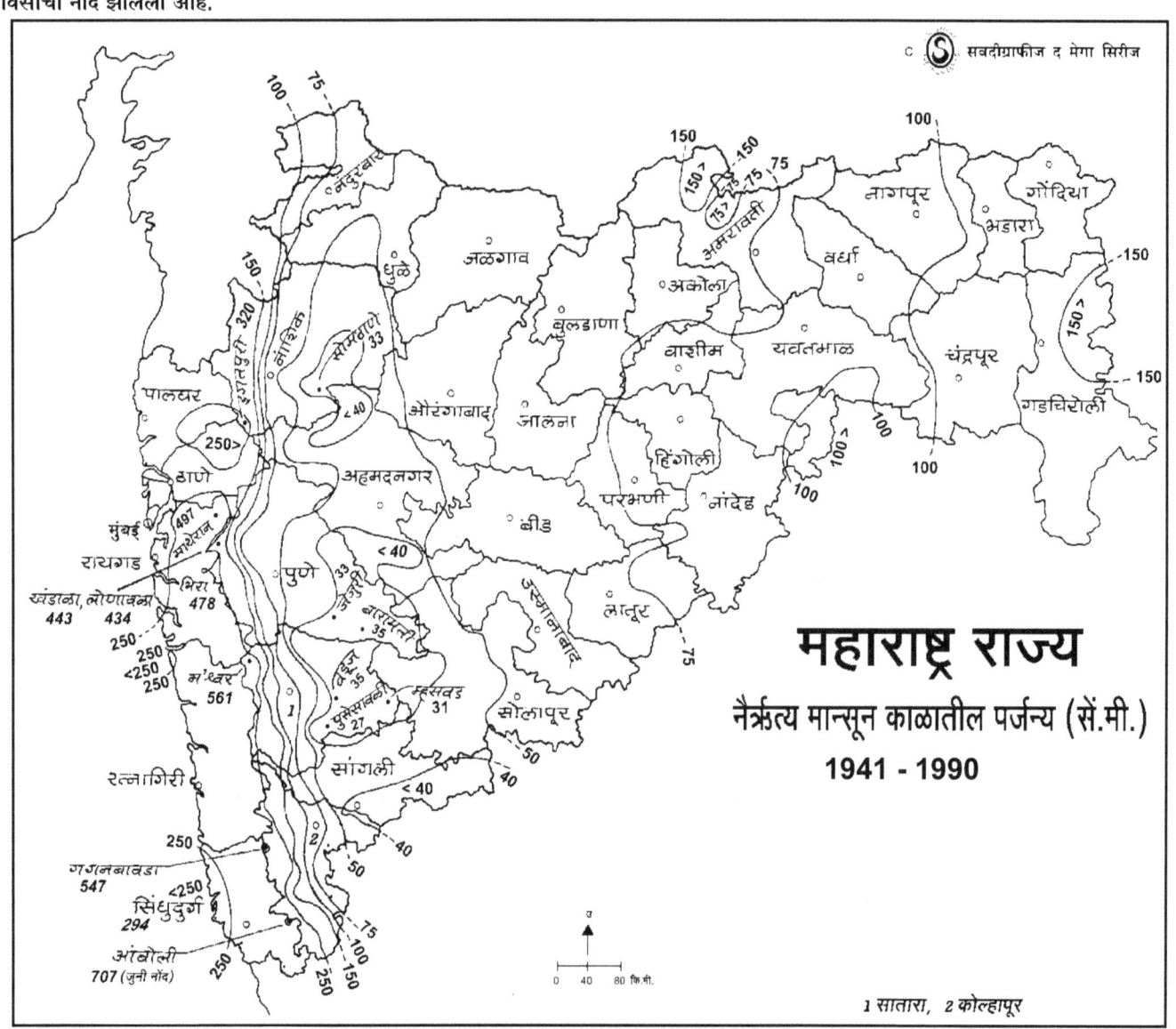

नकाशा क्र. 7.16 : नैर्ऋत्य मान्सून काळातील पर्जन्य

2. **200 ते 300 सें.मी. दरम्यान पाऊस असणारे प्रदेश (जास्त पाऊस) (कालखंड 1941 – 1990 – 2005)**

   • अरबी समुद्रालगतचा कोकण किनारपट्टीलगतचा उत्तर-दक्षिण चिंचोळा भाग आणि घाटमाथ्याच्या लगेच पूर्वेस असलेल्या मावळ भागात पावसाचे प्रमाण 200 ते 300 सें.मी. आहे.

   • कोकणात या पट्ट्यात **देवगड (265 सें.मी.), हर्णे (252 सें.मी.), मुरूड (246 सें.मी.) व अलिबाग (224 सें.मी.)** दक्षिणेकडून उत्तरेकडे असे पावसाचे प्रमाण कमी-कमी होत गेल्याचे पाहावयास मिळते.

   • मावळ भागाचा टापू सह्याद्री पर्वतास उत्तर-दक्षिण दिशेने असून त्याला बिलगून आहे. **नाशिक, पुणे, सातारा व कोल्हापूर जिल्ह्याच्या पश्चिम भागांचा यामध्ये समावेश होतो.**

   • मुंबई शहर जिल्ह्यात वार्षिक पाऊस 214 सें.मी. व मुंबई उपनगर जिल्ह्यात 241 सें.मी. पाऊस पडतो. कुलाबा येथे 213 सें.मी., सांताक्रूझ येथे 239 सें.मी. पाऊस पडतो तर बोरिवली येथे 261 सें.मी. पावसाची नोंद आहे.

   • **महाराष्ट्रात मुंबई (सांताक्रूझ) येथे 27 जुलै, 2005 रोजी चोवीस तासांमधील विक्रमी पावसाची नोंद 94.24 सें.मी. झालेली आहे.**

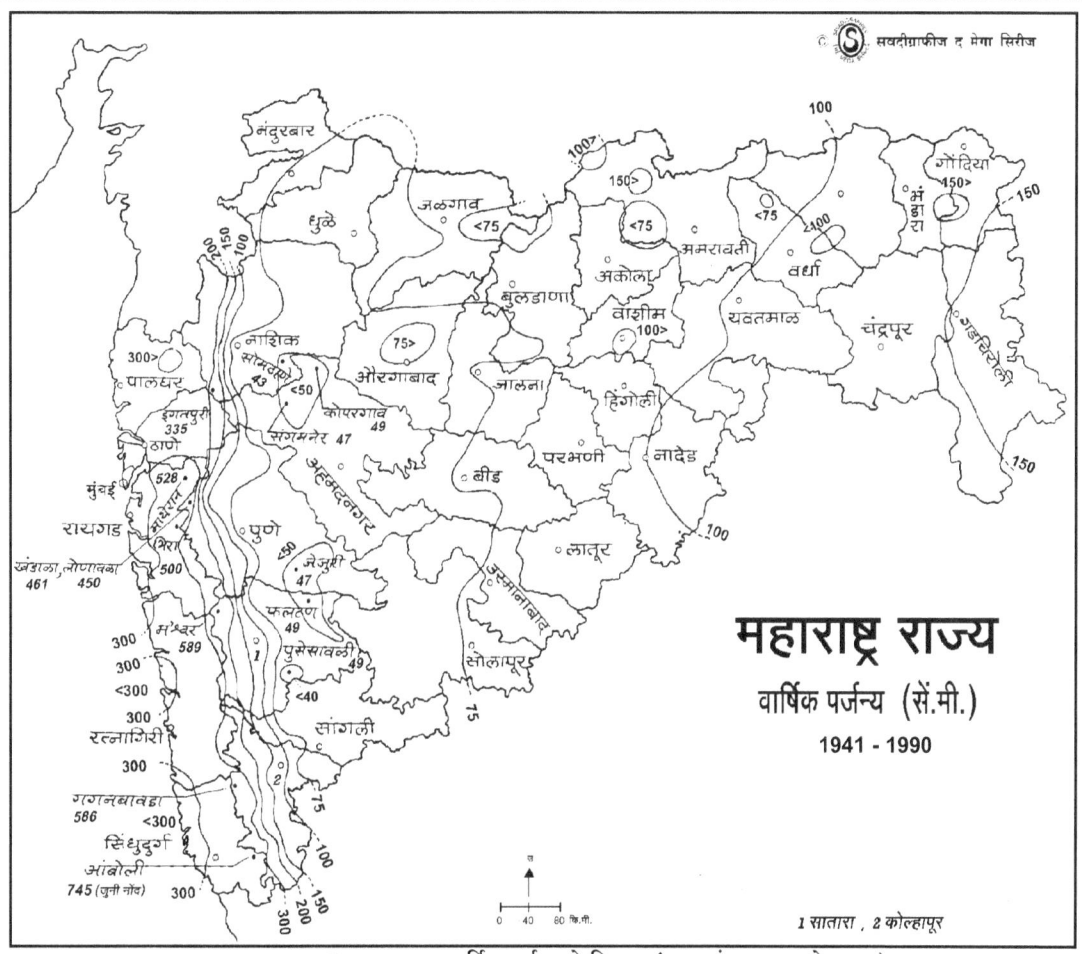

नकाशा क्र. 7.17 : महाराष्ट्र - वार्षिक पर्जन्याचे वितरण (कालखंड : 1941 ते 1990)

वार्षिक पर्जन्याचे दिवस : सन 1941 ते 1990 या कालखंडात महाराष्ट्रात 200 ते 300 सें.मी. पाऊस पडणाऱ्या कोकण व घाटमाथ्याच्या काही भागात वार्षिक पर्जन्याचे 75 ते 101 दिवस आहेत. म्हणजेच सुमारे अडीच ते तीन महिने पावसाचे आहेत. **या पावसाच्या प्रदेशात कोल्हापूर जिल्ह्यातील चंदगड येथे वार्षिक पर्जन्याच्या 101 दिवसांची नोंद अशी सर्वांत जास्त आहे.**

3. 100 ते 200 सें.मी. दरम्यान पाऊस असणारे प्रदेश (मध्यम पाऊस) (कालखंड 1941 ते 1990)

- **एक चिंचोळा पट्टा मावळच्या पूर्वेस उत्तर-दक्षिण दिशेने आढळतो.**
- **महाराष्ट्राच्या पूर्व भागात विदर्भामध्ये या पावसाचा सर्वांत महत्त्वाचा टापू आहे.** यामध्ये चंद्रपूर, गडचिरोली, भंडारा, गोंदिया हे पूर्ण जिल्हे समाविष्ट होतात. नागपूर, वर्धा व यवतमाळ जिल्ह्यांतील पूर्व भागात पावसाचे हेच प्रमाण आढळते. मराठवाड्यातील नांदेड जिल्ह्याचा ईशान्य कोपरा व पूर्व भागात मध्यम पावसाची नोंद होते.

4. वार्षिक पर्जन्य 75 ते 100 सें.मी. दरम्यान पाऊस असणारे प्रदेश (कालखंड 1941 ते 1990)

- पश्चिम महाराष्ट्रात नाशिक जिल्ह्यात वार्षिक पर्जन्याची नोंद कळवण आणि दिंडोरी येथे प्रत्येकी 81.3 सें.मी. आहे. याचप्रमाणे अहमदनगर जिल्ह्यात जामखेड (71.1 सें.मी.); पुणे जिल्ह्यात जुन्नर (75.56 सें.मी.); सातारा जिल्ह्यात कोरेगाव (76.7 सें.मी.); सोलापूर जिल्ह्यात (75.5 सें.मी.) आणि कोल्हापूर जिल्ह्यात कागल (88.5 सें.मी.) येथे वार्षिक पाऊस पडतो.
- खानदेशात जळगाव जिल्ह्यात निम्म्यापेक्षा जास्त वेधशाळा केंद्रात वार्षिक पावसाचे प्रमाण 75 ते 100 सें.मी. दरम्यान आहे. उदाहरणार्थ, जामनेर (81.9 सें.मी.), पाचोरा (81.8 सें.मी.); नंदुरबार जिल्ह्यात नंदुरबार (89.0 सें.मी.) येथे वार्षिक पाऊस पडतो.
- मराठवाड्यात वार्षिक पावसाची नोंद बीड जिल्ह्यात माजलगाव (80.7 सें.मी.); जालना जिल्ह्यात (75.8 सें.मी.); परभणी व हिंगोली जिल्ह्यात पावसाचे प्रमाण 90 ते 100 सें.मी. दरम्यान आहे.
- लातूर जिल्ह्यात अहमदपूर (92.5 सें.मी.) येथे पाऊस पडतो; तर नांदेड जिल्ह्यात बसर वगळता सर्वत्र पावसाचे प्रमाण 94 ते 99 सें.मी. दरम्यान आहे.
- पश्चिम विदर्भात बहुतेक ठिकाणी पावसाचे प्रमाण 75 सें.मी. पेक्षा जास्त आहे. अकोला, वाशीम व बुलडाणा जिल्ह्यात हे प्रमाण आढळते.

5. वार्षिक पर्जन्य 60 ते 75 सें.मी. दरम्यान पाऊस असणारे प्रदेश (कालखंड 1941 ते 1990)

- महाराष्ट्रात पश्चिम महाराष्ट्र, खानदेश व मराठवाड्यात 60 ते 75 सें.मी. पाऊस पडणारा प्रदेश आहे.

6. वार्षिक पर्जन्य 50 ते 60 सें.मी. दरम्यान पाऊस असणारे प्रदेश (कालखंड 1941 ते 1990)

मध्य महाराष्ट्रात पुणे, सातारा, सांगली, सोलापूर, अहमदनगर व नाशिक जिल्हे; खानदेशात धुळे जिल्हा आणि मराठवाड्यात औरंगाबाद व बीड जिल्हे यांचा समावेश वार्षिक पर्जन्य 50 ते 60 सें.मी. पाऊस पडणाऱ्या प्रदेशात होतो.

- मध्य महाराष्ट्रात पुणे जिल्ह्यात दौंड (50.21 सें.मी.), बारामती (51.65 सें.मी.), इंदापूर (52.55 सें.मी.); सातारा जिल्ह्यात वडूज (52.01 सें.मी.); सांगली जिल्ह्यात सांगली व मिरज (56 ते 57 सें.मी.); सोलापूर जिल्ह्यात माळशिरस (52 सें.मी.); अहमदनगर जिल्ह्यात बऱ्याच ठिकाणी 55 ते 59 सें. मी. पाऊस पडतो.
- खानदेशात धुळे जिल्ह्यात साक्री (54 सें.मी.) येथे वार्षिक पावसाची नोंद आहे.
- मराठवाड्यात औरंगाबाद जिल्ह्यात वैजापूर (53 सें.मी.); बीड जिल्ह्यात रोटी (60 सें.मी.) येथे वार्षिक पावसाची नोंद आहे.

वार्षिक पावसाचे दिवस : मध्य महाराष्ट्रात सर्वांत कमी पावसाचे दिवस पुणे जिल्ह्यात दौंड व अहमदनगर जिल्ह्यात राहुरी येथे प्रत्येकी 30 दिवस आहेत. यानंतर अहमदनगर जिल्ह्यात मिरजगाव व श्रीरामपूर आणि बीड जिल्ह्यात रोटी येथे वार्षिक पावसाचे 31 दिवस आहेत. मध्य महाराष्ट्रात बऱ्याच ठिकाणी या गटामध्ये पावसाचे 32 ते 36 दिवस आहेत.

सर्वांत कमी वार्षिक पर्जन्य : पुणे जिल्ह्यात 1945 साली इंदापूरला 10.51 सें.मी. आहे. यानंतर नाशिक जिल्ह्यात 1972 साली नंदगावला 11.71 सें.मी. पाऊस झाला तर पुणे जिल्ह्यात 1972 साली बारामती येथे 12.4 सें.मी. पावसाची नोंद आहे. अहमदनगर जिल्ह्यात 1972 साली राहुरी येथे 14.3 सें.मी. व मिरजगावला 15.64 सें.मी. पाऊस झाला.

7. वार्षिक पर्जन्य 50 सें.मी. पेक्षा कमी पाऊस असणारे प्रदेश (कालखंड 1941 ते 1990)

मध्य महाराष्ट्रात सातारा, पुणे, नाशिक व अहमदनगर जिल्ह्याच्या पूर्व भागात वार्षिक पर्जन्य 50 सें.मी. पेक्षा कमी पावसाचा प्रदेश आहे.

- **महाराष्ट्रात सर्वांत कमी वार्षिक पावसाची नोंद सातारा जिल्ह्यात पुसेसावळी येथे फक्त 38.75 सें.मी. आहे.**
- या व्यतिरिक्त सातारा जिल्ह्यात फलटण (48.88 सें.मी.) आणि म्हसवड (49.88 सें.मी.) येथे वार्षिक पावसाची नोंद आहे.
- पुणे जिल्ह्यात जेजुरी येथे वार्षिक पाऊस फक्त 47.15 सें.मी. आहे.
- नाशिक जिल्ह्यात सोमठाणे (43.06 सें.मी.) व कोळेगाव माळ येथे वार्षिक पाऊस 46.78 सें.मी. पडतो.
- अहमदनगर जिल्ह्यात कोपरगाव (49.11 सें.मी.) आणि संगमनेर (46.75 सें.मी.) येथे वार्षिक पावसाची नोंद आहे.

वार्षिक पावसाचे दिवस : महाराष्ट्रात सर्वांत कमी वार्षिक पावसाचे दिवस सातारा जिल्ह्यात म्हसवड; पुणे जिल्ह्यात जेजुरी; नाशिक जिल्ह्यात सोमठाणे व कोळेगाव माळ येथे प्रत्येकी फक्त 30 दिवसांची नोंद आहे.

महाराष्ट्रात सर्वांत कमी पाऊस पडणाऱ्या सातारा जिल्ह्यातील पुसेसावळी येथे फक्त 35 दिवस पाऊस पडतो.

महाराष्ट्रातील अवर्षणाचे स्वरूप

तक्ता क्र. 7.9 : महाराष्ट्र : वार्षिक पर्जन्य – अतिशय जास्त पर्जन्य (300-750 सें. मी.) नोंद करणारी वेधशाळा केंद्रे (कालखंड 1941-1990)

वेधशाळा केंद्रे	वार्षिक पाऊस	पावसाचे दिवस	सर्वांत जास्त वार्षिक पाऊस	सर्वांत कमी वार्षिक पाऊस	वेधशाळा केंद्रे	वार्षिक पाऊस	पावसाचे दिवस	सर्वांत जास्त वार्षिक पाऊस	सर्वांत कमी वार्षिक पाऊस
सिंधुदुर्ग जिल्हा					**पुणे जिल्हा**				
आंबोली	745	125	887	499	खंडाळा	461	109	584	330
कणकवली	410	105	558	328	लोणावळा	450	107	636	232
सावंतवाडी	376	110	511	211					
बांदा	357	110	575	196	**रत्नागिरी जिल्हा**				
कुडाळ	308	102	425	157	लांजा	390	103	523	289
सातारा जिल्हा					मंडणगड	385	103	551	246
महाबळेश्वर	589	119	847	368	देवरूख	368	108	563	217
कोल्हापूर जिल्हा					चिपळूण	350	107	518	224
गगनबावडा	586	122	938	335	खेड	337	103	522	206
राधानगरी	368	107	446	267	दापोली	329	102	470	155
रायगड जिल्हा					राजापूर	321	102	485	202
माथेरान	528	108	692	258	**नाशिक जिल्हा**				
कर्जत	328	96	462	184	इगतपुरी	334	102	661	180
महाड	319	101	415	191	**टीप :** पावसाची आकडेवारी सें. मी. मध्ये तर दिवसाची आकडेवारी संख्येने दर्शविली आहे.				
रोहा	312	97	524	165					
माणगाव	309	97	426	204					

Ref. : Climate of Maharashtra - Data Consolidated from Page No. 23 to 76.

तक्ता क्र. 7.10 : महाराष्ट्र : वार्षिक पावसाची 50 सें. मी. पेक्षा कमी पाऊस नोंद करणारी वेधशाळा केंद्रे (कालखंड 1941-1990)

वेधशाळा केंद्रे	वार्षिक पाऊस	पावसाचे दिवस	वेधशाळा केंद्रे	वार्षिक पाऊस	पावसाचे दिवस	वेधशाळा केंद्रे	वार्षिक पाऊस	पावसाचे दिवस
अहमदनगर जिल्हा			**पुणे जिल्हा**			**सातारा जिल्हा**		
संगमनेर	46.75	31	जेजुरी	47.15	30	पुसे सावळी	38.75	35
धुळे जिल्हा			बारामती	51.65	31	म्हसवड	49.88	30
साक्री	49	41	दौंड	50.21	30	फलटण	48.48	32
नाशिक जिल्हा			**सोलापूर जिल्हा**					
सोमठाणे	43.06	30	अकलूज	45	30			

Ref. : Climate of Maharashtra - India Meteorological Department

7.5 महाराष्ट्र : मृदा

महाराष्ट्रामधील मृदेचे प्रकार : **(1) काळी मृदा (2) जांभा मृदा (3) गाळाची मृदा (4) तांबडी मृदा आणि पिवळसर मृदा.**

1. काळी मृदा किंवा रेगूर (रेगूड मृदा)

महाराष्ट्रामध्ये **सर्वांत महत्त्वाची मृदा म्हणजे दख्खनच्या पठारावरील कापसाची काळी** मृदा आहे. तिने दख्खनच्या पठारावरील सर्वांत जास्त प्रदेश व्यापलेला आहे.

प्रदेश : सह्याद्री पर्वताच्या पूर्वेकडे घाटमाथा ओलांडल्यावर संपूर्ण प्रदेश काळ्या मृदेचा असून विदर्भातील पूर्वेकडील प्रदेश वगळता सर्वत्र काळी मृदा आढळते. अर्थात रेगूर मृदेचे स्वरूप सर्वत्र सारखे असतेच असे नाही. मृदेच्या थराची जाडी बदलत असते, त्याप्रमाणे रंगही गडद काळ्या रंगाचा असून फिकट होत असतो. **(नकाशा क्र. 7.18 पाहा.)**

महाराष्ट्रात सर्वांत उत्तम प्रकारची कापसाची काळी मृदा ही गोदावरी, भीमा, कृष्णा तसेच तापी नदीच्या खोऱ्यात आढळते. त्याचप्रमाणे त्यांच्या उपनद्यांच्या खोऱ्यातदेखील काळी मृदा आहे. काळ्या मृदेचे प्रामुख्याने दोन उपप्रकार पडतात :

(अ) मैदानावरील मध्यम काळी मृदा व

(ब) दरीमधील खोल काळी मृदा.

गुणधर्म :

1. काळ्या मृदेचे रंगानुसार विविध प्रकार पडतात. उदा., गडद काळी मृदा, मध्यम काळी मृदा, उथळ काळी मृदा वगैरे.
2. नद्यांच्या खोऱ्यात मृदेची सुपीकता जास्त प्रमाणात असते. पठारावरील मृदा ही फिकट रंगाची, पातळ आणि मध्यम प्रतीची असते.
3. तिच्यामध्ये ओलावा टिकवून धरण्याची क्षमता असते.
4. तिची सुपीकता कमी होत नाही.
5. कोरड्या हवेत काळी मृदा भुसभुशीत होते. कडक उन्हामुळे मोठ्या भेगा पडतात.
6. मान्सूनचा पाऊस सुरू झाल्यावर या मृदेवरील भेगा नाहीशा होतात व ही सुपीक मृदा पिकास अत्यंत अनुकूल असते.
7. मृदेमध्ये वाजवीपेक्षा जास्त पाणी असल्यास किंवा अतिरिक्त जलसिंचन झाल्यास जमिनीत पाणी साचून ती दलदलयुक्त होते. क्षारयुक्त मृदा पुन्हा कोणत्याही उपायाने पिकाखाली आणता येत नाही.

पिके : महाराष्ट्रातील सर्वोत्तम मृदेत काळी मृदा प्रसिद्ध आहे. खरीप आणि रब्बी या दोन्ही हंगामांतील पिकांची लागवड या मृदेत केली जाते. कापूस, गहू, ऊस, ज्वारी, तंबाखू, जवस तसेच कडधान्यांचे उत्पादनही घेतले जाते. पश्चिम महाराष्ट्रात जलसिंचनाच्या उत्तम सोई उपलब्ध झाल्यामुळे उसाचे क्षेत्र वाढले आहे. विदर्भात कापूस हे तर सर्वांत महत्त्वाचे नगदी पीक आहे. त्याखेरीज संत्र्यांच्या बागादेखील सर्वत्र आढळतात. खानदेशमध्ये तापी नदीच्या खोऱ्यात कापसाच्या खालोखाल केळीच्या बागा व इतर पिकेही आहेत.

2. जांभा मृदा

प्रदेश : महाराष्ट्रामध्ये कोकणातील रत्नागिरी, सिंधुदुर्ग व रायगड; पश्चिम महाराष्ट्रातील कोल्हापूर जिल्ह्यात आणि सह्याद्रीच्या घाटमाथ्यावर तसेच तेथील डोंगराळ भागात जांभा मृदा आढळते. गडचिरोलीच्या पूर्व भागात जांभा मृदा आहे. उंच डोंगराळ प्रदेशात तसेच सखल प्रदेशातही जांभा मृदा आढळते.

गुणधर्म :

1. जांभा मृदेचा थर तांबूस तपकिरी किंवा पिवळसर तांबड्या छटांचा असतो.
2. उंचावरच्या प्रदेशातील जांभा मृदा अतिशय पातळ, उथळ आणि खडकाळ स्वरूपाची असते. तिच्यात ओलावा टिकवून धरण्याची क्षमता असत नाही.
3. रत्नागिरी व सिंधुदुर्गच्या सखल भागामध्ये जांभा मृदेचे संचयन झालेले आहे. अशा सखल प्रदेशातील जांभा मृदेचा रंग गडद तपकिरी असतो. मृदेमध्ये ओलावा टिकवून धरण्याची क्षमता असते.

पिके : कोकणामध्ये रत्नागिरी व सिंधुदुर्ग जिल्ह्यांत प्रामुख्याने फळबागांची लागवड मोठ्या प्रमाणात केलेली आहे. त्यामध्ये त्यांनी प्रावीण्य संपादन केलेले आहे. रत्नागिरीमधील हापूस आंबा महाराष्ट्रातच नव्हे तर जगात प्रसिद्ध आहे. त्याची निर्यात करून परकीय चलन मिळते. याशिवाय काजू, चिकू वगैरे फळझाडांचे उत्पादन मिळते.

3. किनाऱ्याची गाळाची मृदा

प्रदेश : महाराष्ट्रात कोकण किनारपट्टीलगत सखल प्रदेशात गाळाची मृदा आहे, तिला 'भाबर मृदा' असेही म्हणतात. ही मृदा कोकणात उत्तर-दक्षिण दिशेने किनारपट्टीलगत असून अतिशय चिंचोळ्या प्रदेशात आढळते.

पिके : वाळूमिश्रित लोम प्रकारच्या मृदेत प्रामुख्याने तांदळाचे पीक घेतले जाते. तसेच किनाऱ्यालगतच्या प्रदेशात नारळ व पोफळीच्या बागा आढळतात.

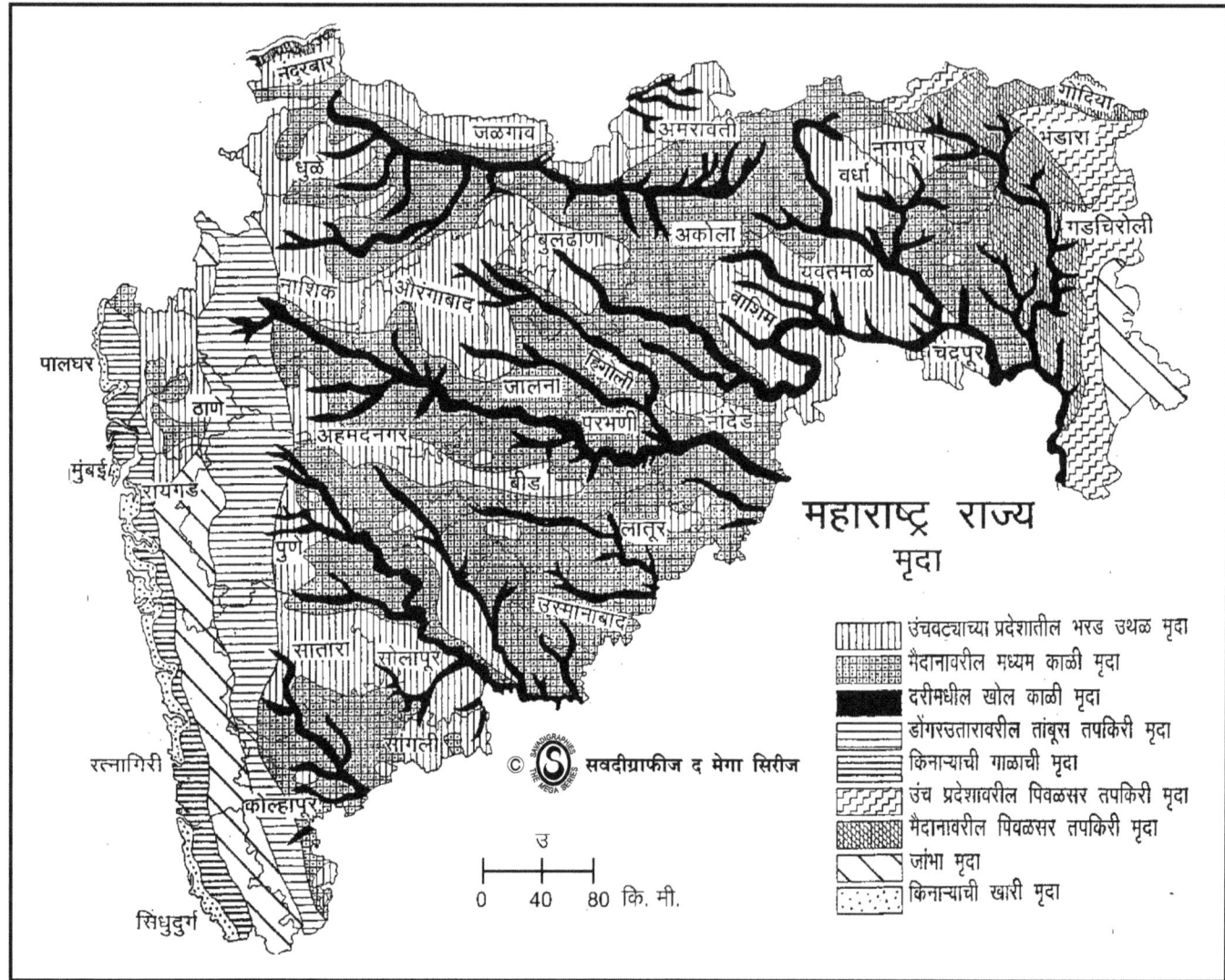

महाराष्ट्र - कृषी विभागाद्वारे मृदा प्रकार : महाराष्ट्रात पठारावर उंचवट्याच्या प्रदेशात भरड उथळ मृदा आहे. मैदानावर मध्यम काळी मृदा आढळते. गोदावरी, कृष्णा, भीमा, तापी नद्यांच्या खोऱ्यात अत्यंत सुपीक खोल काळी मृदा आहे. घाटमाथ्यावर व डोंगरउतारावर तांबूस तपकिरी मृदा आढळते. कोकण किनारपट्टीलगत गाळाची मृदा आहे तर पूर्व विदर्भात उंचवट्याच्या प्रदेशात पिवळसर तपकिरी मृदा आढळते. महाराष्ट्र पठाराच्या मैदानावर पिवळसर तपकिरी मृदा आहे. कोकणात रायगड, रत्नागिरी व सिंधुदुर्ग जिल्ह्यांत व घाटमाथ्याकडे जांभा मृदा आढळते तर किनाऱ्यालगत काही भागात खारी मृदा आहे.

नकाशा क्र. 7.18 : महाराष्ट्र - राष्ट्रीय मृदा, सर्वेक्षण व महाराष्ट्र कृषी विभागाद्वारे निर्मित मृदा प्रकार

4. तांबडी आणि पिवळसर मृदा

प्रदेश : सह्याद्रीच्या पर्वतमय भागात विशेषतः उत्तर कोकणलगत तसेच विदर्भाच्या पूर्व भागात वर्धा व वैनगंगा नद्यांच्या खोऱ्यात तांबडी व पिवळसर मृदा तयार झालेली आहे.

गुणधर्म :

1. तांबड्या मृदेची रचना, रंग, खोली, रासायनिक पदार्थांचे प्रमाण व सुपीकता यांच्यात स्थिरता असत नाही.
2. पूर्णपणे तांबूस व लाल तांबडी मृदा असत नाही. तिचा रंग तपकिरी, पिवळा किंवा राखीदेखील असू शकतो.
3. उंचावरच्या प्रदेशात तांबडी मृदा पातळ थराची, कमी सुपीक, वाळूमिश्रित, सच्छिद्र आणि फिकट रंगाची असते. परंतु सखल प्रदेशात खोल थरांची व रासायनिक पदार्थांनी युक्त गडद रंगाची सुपीक लोम प्रकारची असते.

पिके : उंचावरच्या प्रदेशातील तांबड्या मृदेत भरड धान्ये, प्रामुख्याने बाजरीसारख्या पिकांचे उत्पादन घेतले जाते. विदर्भामध्ये भंडारा, गोंदिया, चंद्रपूर व गडचिरोली जिल्ह्यांत तांदळाची लागवड केली जाते. परंतु इतरत्र मात्र भरड धान्ये घेतली जातात.

7.6 महाराष्ट्र : वने

महाराष्ट्रातील वनांचे प्रमुख प्रकार

महाराष्ट्रात वनस्पतींचे प्रमुख वैशिष्ट्यपूर्ण प्रकार पाहावयास मिळतात.

1. उष्ण कटिबंधीय सदाहरित अरण्ये

प्रदेश : महाराष्ट्रामध्ये कोकण भागात सह्याद्रीच्या पायथ्यालगत सिंधुदुर्ग जिल्ह्यात सावंतवाडी परिसरात ही सदाहरित अरण्ये पाहावयास मिळतात. **वार्षिक पर्जन्य सुमारे 200 सें. मी. किंवा त्याहीपेक्षा जास्त असणाऱ्या प्रदेशात व जांभा मृदेच्या भागात उष्ण कटिबंधीय सदाहरित अरण्ये पाहावयास मिळतात.**

वृक्षांचे स्वरूप : प्रदेशातील भरपूर पाऊस, आर्द्रतेचे जास्त प्रमाण व जमिनीमध्ये ह्यूमसचे मुबलक प्रमाण असल्याने घनदाट वनस्पतींचे आच्छादन पाहावयास मिळते. **वृक्षांची उंची 45 ते 60 मी.** दरम्यान असते. घनदाट अरण्यांमध्ये कमी उंचीच्या वनस्पतींचीदेखील वाढ होते.

वृक्षांचे प्रकार : सदाहरित अरण्यांमध्ये **नागचंपा, पांढरा सिडार, फणस, कावसी, जांभूळ** वगैरे वृक्ष आढळतात. त्या घनदाट अरण्यात अधूनमधून **बांबू आणि कळक** यांचे विविध प्रकार आहेत.

आर्थिक महत्त्व : सदाहरित अरण्यात असलेल्या वनस्पतींचा **आर्थिकदृष्ट्या मर्यादित प्रमाणात उपयोग होतो.** त्याचे कारण या वनस्पतींपासून तयार होणारे **लाकूड अतिशय कठीण** असल्याने ते टिंबर म्हणून वापरण्यास योग्य असत नाही. तरीही तेथील वृक्षांची तोड बऱ्याच प्रमाणात झालेली आहे.

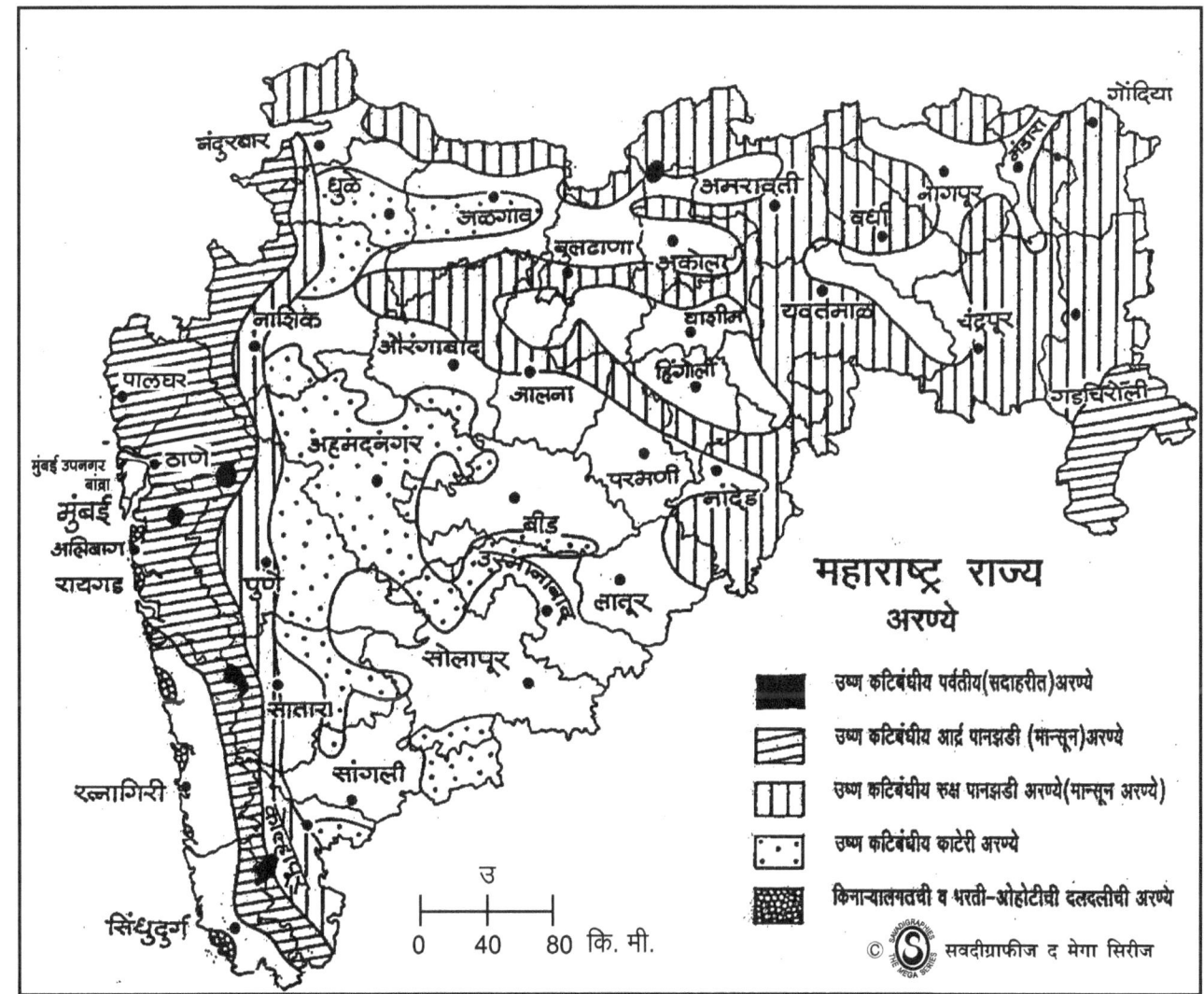

महाराष्ट्र - अरण्ये : उष्ण कटिबंधीय सदाहरित अरण्ये सावंतवाडी परिसरात असून वनस्पतीचे दाट आच्छादन आहे. निमसदाहरित अरण्ये कोकण व घाटमाथ्यावर आहेत. उपउष्ण कटिबंधीय सदाहरित अरण्ये महाबळेश्वर, पाचगणी भागात आहेत. आर्द्र पानझडी अरण्ये पर्जन्यछायेच्या प्रदेशात व पूर्व विदर्भात आहेत. रूक्ष पानझडी अरण्ये देशावर कमी पावसाच्या प्रदेशात आहेत. काटेरी अरण्ये मुख्यतः फक्त मध्य महाराष्ट्र, मराठवाडा व विदर्भात काही ठिकाणी आढळतात.

नकाशा क्र. 7.19 : महाराष्ट्र - अरण्ये

2. उष्ण कटिबंधीय निमसदाहरित अरण्ये

प्रदेश : वार्षिक पर्जन्य 200 सें. मी. पेक्षा कमी असणाऱ्या प्रदेशात निमसदाहरित अरण्ये आढळतात. सदाहरित अरण्ये आणि पानझडीची अरण्ये यांच्या संक्रमण अवस्थेत ही अरण्ये आहेत. **पश्चिम किनारपट्टीवर कोकणामध्ये त्यांचा एक सलग पट्टा** पाहावयास मिळतो. त्याचप्रमाणे **सह्याद्री पर्वताच्या पश्चिम भागात घाटमाथ्यावरही काही वनस्पती** आढळतात. विशेषतः **आंबोली, लोणावळा, इगतपुरीच्या परिसरात निमसदाहरित अरण्ये** आहेत. **(नकाशा क्र. 7.19 पाहा.)**

वृक्षांचे स्वरूप : उष्ण कटिबंधीय निमसदाहरित अरण्यात आढळणारे **वृक्ष सदाहरित अरण्यांपेक्षा कमी उंचीचे** असतात. या अरण्यातील **वृक्षांची पाने गळण्याचा हंगाम वेगवेगळा** असतो. यामुळे वर्षभरात सर्वसाधारण स्वरूपात हिरवीगार वनश्री पाहावयास मिळते. अधूनमधून काही पानझडी वृक्षही असतात.

वृक्षांचे प्रकार : निमसदाहरित अरण्यात **किंडल, रानफणस, नाना, कदंब, शिसम, बिबळा** वगैरे वृक्ष आढळतात. **बांबूची वने कमी** प्रमाणात आहेत.

आर्थिक महत्त्व : निमसदाहरित अरण्यातील वृक्षांचा आर्थिकदृष्ट्या बराच उपयोग होतो. विशेषतः **आईन, नाना, वावळी** हे वृक्ष महत्त्वाचे आहेत.

3. उपउष्ण कटिबंधीय सदाहरित अरण्ये

प्रदेश : सह्याद्री पर्वतावर 250 सें. मी. पेक्षा जास्त पाऊस असणाऱ्या प्रदेशात ही अरण्ये आहेत. **महाबळेश्वर, पाचगणी, माथेरान आणि भीमाशंकरच्या परिसरात** उपउष्ण सदाहरित अरण्ये आहेत. उत्तर महाराष्ट्रात **गाविलगड टेकड्यांवरही ही अरण्ये** आहेत.

वृक्षांचे स्वरूप : सह्याद्री पर्वतामधील वर उल्लेखिलेल्या प्रदेशातील **पावसाचे भरपूर प्रमाण, तुलनात्मकदृष्ट्या मध्यम स्वरूपाचे तापमान, दीर्घकाळ पाऊस आणि आर्द्रता या सर्व घटकांमुळे सदाहरित वृक्ष** आढळतात. तेथील **जांभा जमिनीचाही प्रभाव वनस्पतींच्या वितरणावर** झालेला आहे. अरण्यातील वृक्षांची फार मोठ्या प्रमाणात तोड करण्यात आली असून त्यांचे लहान-लहान पट्टे राहिलेले आहेत.

वृक्षांचे प्रकार : उपउष्ण सदाहरित अरण्यात जांभळा, अंजन, हिरडा, आंबा, बेहडा, कारवी वगैरे महत्त्वाचे वृक्ष आहेत.

आर्थिक महत्त्व : अरण्यातील **अनेक वृक्षांचा आर्थिकदृष्ट्या उपयोग** होतो. वनस्पतींची तोड मोठ्या प्रमाणात झाली आहे. **हिरडा** वृक्षाचे लाकूड चांगले मजबूत असते. अशाच तऱ्हेने इतर वृक्षांचाही उपयोग केला जातो व **मधुमक्षीकापालन** हा एक महत्त्वाचा लघुउद्योगधंदा आहे.

4. उष्ण कटिबंधीय आर्द्र पानझडी अरण्ये किंवा उष्ण कटिबंधीय मान्सून अरण्ये

प्रदेश : महाराष्ट्रात ही अरण्ये प्रामुख्याने **चंद्रपूर व गडचिरोली जिल्ह्यांच्या पूर्व भागात चिरोल आणि नवेगाव टेकड्यांवर** आहेत. तो परिसर **'आलापल्ली अरण्ये' म्हणून ओळखला जातो.** याशिवाय **भंडारा व गोंदिया जिल्ह्याचा काही भाग, सातपुडा पर्वतरांगांतील गाविलगड टेकड्या (मेळघाट)** यांचा समावेश होतो. **शंभूमहादेव, हरिश्चंद्र-बालाघाट आणि सातमाळा डोंगररांगांच्या** पश्चिम भागात आर्द्र पानझडी अरण्ये पाहावयास मिळतात. **कोल्हापूर, नाशिक, ठाणे, पालघर, धुळे व नंदुरबार जिल्ह्यांत पानझडी** अरण्ये आहेत.

वृक्षांचे स्वरूप : या प्रदेशात **वार्षिक पाऊस 120 ते 160 सें.मी.** असून तो प्रामुख्याने पावसाळ्यात जून ते सप्टेंबर **या चार महिन्यांच्या काळात नैर्ऋत्य मान्सून** वाऱ्यांपासून पडतो आणि वर्षातील **बाकीचे आठ महिने जवळजवळ कोरडे** असतात. कोरड्या ऋतूत बाष्पोत्सर्जन कमी व्हावे म्हणून अनेक वनस्पतींची पाने गळून पडतात. **त्यामुळे या पर्णहीन वनस्पती पुन्हा पावसाळा सुरू होईपर्यंत कशातरी तग धरू शकतात. म्हणूनच अशा वैशिष्ट्यपूर्ण वृक्षांना 'पानझडीची अरण्ये' असे म्हणतात.** या अरण्यांमध्ये घनदाट वृक्षांचे प्रमाण मध्यम स्वरूपाचे असते. **काही सदाहरित वृक्ष अधूनमधून** असतात. **वृक्षांची उंची 30 ते 40 मीटर असते.** काही भागांमध्ये स्थलांतरित शेतीमुळे आता अरण्ये तुरळक राहिलेली आहेत.

वृक्षांचे प्रकार : आर्द्र पानझडी अरण्यात **प्रमुख वनस्पती सागवान** आहेत. याशिवाय **आईन, हिरडा, बिबळा, लेंडी, येरूल, किंडल, कुसुम, आवळा, शिसम, सिरस** वगैरे वृक्ष आढळतात. **बांबूची वनेही** पाहावयास मिळतात.

आर्थिक महत्त्व : सर्वांत महत्त्वाचा वृक्ष सागवान आहे. चंदनाचे वृक्षही अधूनमधून आढळतात. या अरण्यातील अनेक वृक्षांची देखभाल वनखात्यामार्फत केली जाते. **चंद्रपूर व गडचिरोली जिल्ह्यातील 'आलापल्ली अरण्यामधील' वृक्षाची भारतातील प्रसिद्ध वृक्षांमध्ये गणना केली जाते. महाराष्ट्रात चंदनाची काही झाडे आढळतात.**

5. उष्ण कटिबंधीय रूक्ष पानझडी अरण्ये

प्रदेश : सातपुडा पर्वतरांगा आणि अजिंठा डोंगररांगांत रूक्ष पानझडी अरण्ये आढळतात. **घाटमाथ्याच्या पूर्वेस** पायथ्यालगत असणाऱ्या **कमी उंचीच्या टेकड्यांवरही ही अरण्ये** पाहावयास मिळतात. अशाच प्रकारे **विदर्भामध्येही डोंगराळ भाग** या अरण्यांनी व्यापलेला आहे.

वृक्षांचे स्वरूप : वार्षिक पर्जन्य 80 ते 120 सें. मी. असणाऱ्या प्रदेशात रूक्ष पानझडी अरण्ये आढळतात. त्यांचे सलग पट्टे नाहीत. ते अधूनमधून पाहावयास मिळतात. पानझडी वृक्ष उंच असतात. काही ठिकाणी **कमी उंचीचे वृक्षही** आढळतात. अधूनमधून **गवताळ प्रदेशही** असतो. पावसाळ्यातच फक्त वनस्पती हिरव्यागार दिसतात. कोरड्या हवामानात **पाण्याच्या अभावामुळे बरेचसे वृक्ष पर्णहीन** असतात.

वृक्षांचे प्रकार : उष्ण कटिबंधीय रूक्ष पानझडी अरण्यात **सागवान, धावडा, शिसम, तेंदू, पळस, बीजसाल, लेंडी, हेडी, बेल, खैर, अंजन** वगैरे वृक्ष असतात.

आर्थिक महत्त्व : या अरण्यांमधील **अनेक वनस्पतींचा उपयोग टिंबर** म्हणून व्यापारी दृष्टीने केला जातो. तसेच **इंधन म्हणून लाकडाचा** वापर मोठ्या प्रमाणात करतात. **खैरसारख्या वनस्पतींचा उपयोग कात** निर्माण करण्यासाठी केला जातो. पानझडी वृक्ष अरण्यांमध्ये **मानवाचे अतिक्रमण मोठ्या प्रमाणात झालेले आहे.**

6. उष्ण कटिबंधीय काटेरी अरण्ये

प्रदेश : दख्खनच्या पठारावर **मध्य महाराष्ट्रात** नद्यांच्या खोऱ्याच्या लागवडीच्या परिसरात असणाऱ्या डोंगररांगांवर आणि कमी उंचीच्या पठारावर काटेरी झाडे आढळतात. **पुणे, सातारा, सांगली व अहमदनगरच्या पूर्व भागात तसेच सोलापूर, मराठवाडा आणि विदर्भ भागातही** टेकड्यांवर काटेरी अरण्ये आहेत.

वृक्षांचे स्वरूप : वार्षिक पर्जन्य 80 सें. मी. पेक्षा कमी असणाऱ्या प्रदेशात ही अरण्ये आढळतात. या प्रदेशात **अधूनमधून उत्तम प्रकारचे वृक्ष** पाहावयास मिळतात. पठारावर **ज्या-ज्या भागात पाण्याची उपलब्धता आहे, तेथे हिरव्यागार वनस्पती** असतात. **कोरड्या हवामानास जुळवून घेणाऱ्या काटेरी वनस्पतींचे प्रमाण जास्त** आहे. अशा वनस्पती कोरड्या हवामानातदेखील जगू शकतात.

वृक्षांचे प्रकार : काटेरी अरण्यात **बाभूळ, खैर, हिवर** हे वृक्ष सर्वत्र आढळतात. **निंब झाड** अनेक ठिकाणी पाहावयास मिळते.

आर्थिक महत्त्व : काटेरी अरण्यात आढळणाऱ्या वृक्षांचा उपयोग आर्थिकदृष्ट्या बऱ्याच बाबतीत केला जातो. **तारवडसारख्या झुडपाचा उपयोग टॅनिंगसाठी केला जातो. विविध प्रकारची झाडे जळणासाठी तोडली जातात.**

महाराष्ट्रातील वनांचे जिल्हावार स्वरूप (31 मार्च, 2017)

सन 2016-17 अखेर राज्याचे एकूण वनक्षेत्र 61,724 चौ.कि.मी. (अस्थायी) असून राष्ट्रीय वन धोरण, 1988 नुसार वनक्षेत्राचे प्रमाण भौगोलिक क्षेत्राच्या 33 टक्के असावे या उद्दिष्टाच्या तुलनेत राज्याचे वनक्षेत्र 20.06 टक्के आहे. राज्यातील एकूण वनक्षेत्रापैकी वन विभाग (55,433 चौ.कि.मी.), महाराष्ट्र वन विकास महामंडळ (मवविम) (3,554 चौ.कि.मी.), वन विभागाच्या आधिपत्याखाली आणण्यात आलेले खासगी वनक्षेत्र (1,179 चौ.कि.मी.) व महसूल विभाग (1,558 चौ.कि.मी.) यांच्या आधिपत्याखाली आहे. एकूण वनक्षेत्रापैकी 51,070 चौ.कि.मी. राखीव, 6,602 चौ.कि.मी. सरंक्षित आणि 4,052 चौ.कि.मी. अवर्गीकृत वनक्षेत्र होते. 'भारताचा वनस्थिती अहवाल-2017' नुसार राज्याच्या एकूण वनाच्छादनात अति घनदाट वने 17.2 टक्के, मध्यम घनदाट वने 40.8 टक्के, खुले वन 42.0 टक्के होते. राज्याचे एकूण कांदळवन आच्छादन 304 चौ.कि.मी. असून ते भारताचा वनस्थिती अहवाल-2015 मध्ये नमूद केलेल्या आच्छादनाच्या तुलनेत 82 चौ.कि.मी. ने वाढले आहे.

तक्ता क्र. 7.11 : परिमंडळनिहाय वनक्षेत्राचे वर्गीकरण 31 मार्च, 2017 (चौ.कि.मी.)

परिमंडळ	वनक्षेत्र				एकूण वनक्षेत्राशी टक्केवारी
	राखीव	संरक्षित	अवर्गीकृत	एकूण	
गडचिरोली	11,386.80	1,397.59	60.64	12,845.03	20.8
नागपूर	4,304.32	2,155.65	1,264.94	7,724.92	12.5
धुळे	6,123,92	57.06	245.31	6,426.29	10.4
ठाणे	4,38.21	1,202.85	233.53	5,774.59	9.4
नाशिक	5,011.96	274.30	53.16	5,339.42	8.7
चंद्रपूर	3,816.23	886.43	106.31	4,808.97	7.8
अमरावती	4,598.95	48.14	12.37	4,659.46	7.5
कोल्हापूर	2,780.20	418.92	1,317.99	4,517,11	7.3
यवतमाळ	3,691.18	34.40	208.84	3,934.42	6.4
औरंगाबाद	2,650.57	126.28	344.67	3,121.52	5.1
पुणे	2,368.18	0.13	203.82	2,572.13	4.2
महाराष्ट्र	**51,070.52**	**6,601.75**	**4,051.59**	**61,723.86**	**100.0**

आधार : प्रधान मुख्य वन संरक्षक कार्यालय, महाराष्ट्र शासन

संदर्भ : महाराष्ट्राची आर्थिक पाहणी 2017-2018, पान क्र. 115

वन्यजीव, राष्ट्रीय उद्याने आणि अभयारण्ये

राज्यात सहा राष्ट्रीय उद्याने, 48 अभयारण्ये आणि सहा संवर्धित राखीव क्षेत्रे आहेत. 'भारतातील वाघांची स्थिती 2014' अहवालानुसार राज्यातील वाघांची अंदाजित संख्या 190 होती, जी सन 2010 मध्ये 169 होती. राज्यातील वाघांची संख्या मोजण्यासाठी फेज 4 (कॅमेरा ट्रॅप) अभ्यास पाहणी 2014-15 मध्ये घेण्यात आली असून सदर पाहणीत 203 वाघ असल्याचे निदर्शनास आले. प्रकल्प, राष्ट्रीय उद्याने व अभयारण्ये यांचे क्षेत्र आणि खर्च याची माहिती.

तक्ता क्र. 7.12 : प्रकल्प, राष्ट्रीय उद्याने व अभयारण्ये यांचे क्षेत्र आणि खर्च (₹ कोटी)

प्रकल्प	क्षेत्र (चौ.कि.मी.)		खर्च		
	गाभा	बफर	2014-15	2015-16	2016-17
व्याघ्र प्रकल्प					
मेळघाट	1,500.49	1,268.03	25.60	30.40	10.16
ताडोबा अंधारी	625.82	1,101.77	5.40	4.66	7.65
पेंच	257.26	483.95	4.11	4.32	5.71
सह्याद्री	600.12	565.45	1.63	1.59	3.69
नवेगाव-नागझिरा	656.36	1,241.27	1.69	1.76	9.89
बोर	138.12	678.15	0.77	0.69	1.44
राष्ट्रीय उद्याने/अभयारण्ये यांचा विकास		6,175.55	4.42	5.56	7.67
हत्ती प्रकल्प कोल्हापूर		उ. ना.	0.38	0.08	0.24

आधार : प्रधान मुख्य वन संरक्षक कार्यालय, महाराष्ट्र शासन

संदर्भ : महाराष्ट्राची आर्थिक पाहणी 2017-2018, पान क्र. 116

वन उत्पादने

वनांद्वारे इमारती लाकूड, जळाऊ लाकूड ही प्रमुख व बांबू, तेंदू पत्ता, डिंक, गवत, इत्यादी गौण वन उत्पादने मिळतात. ही सर्व वन उत्पादने राज्याचा महसूल वाढविण्यासाठी व स्थानिकांना उपजीविका पुरविण्यासाठी महत्त्वपूर्ण आहेत. वन उत्पादने व त्यांचे मूल्य पुढीलप्रमाणे –

महाराष्ट्रातील खाजण वने/कच्छ वने/तिवर वने (कांदळवने) (Maharashtra : District wise Mangrove Cover) (31 मार्च, 2017)

महाराष्ट्रामध्ये कोकण किनारपट्टीलगत सर्व जिल्ह्यात खाजण वने/कच्छ वने/तिवर वने/कांदळवने पसरलेली आहेत. 2017 नुसार महाराष्ट्रामध्ये खाजण वने 304 चौ.कि.मी. क्षेत्रामध्ये विस्तारलेली आहेत. यापैकी मध्यम दाट वने 85 चौ.कि.मी. तर खुली वने 216 चौ.कि.मी. आहेत.

तक्ता क्र. 7.13 : महाराष्ट्राची जिल्हावार खाजण वनांची विभागणी (2017) (चौ.कि.मी.)

जिल्हे	अतिदाट खाजण वने	मध्यम दाट खाजण वने	खुली खाजण वने	एकूण	2015 च्या मानाने बदल
ठाणे-पालघर	0	29	61	90	31
मुंबई शहर	0	0	2	2	0
मुंबई उपनगर	0	27	37	64	16
रायगड	0	12	94	106	29
रत्नागिरी	0	15	15	30	1
सिंधुदुर्ग	0	5	7	12	5
एकूण	0	88	216	304	82

Source : India State of Forest Report 2017, Page No. 60

पहिले तीन जिल्हे : (1) गडचिरोली (12,845 चौ.कि.मी.) (2) चंद्रपूर (4,809 चौ.कि.मी.) (3) ठाणे-पालघर (3,691 चौ.कि.मी.)
शेवटचे तीन जिल्हे : (1) मुंबई शहर (2 चौ.कि.मी.) (2) लातूर (41.31 चौ.कि.मी.) (3) रत्नागिरी (72.92 चौ.कि.मी.)

1. **अतिदाट वने :** महाराष्ट्रामध्ये (कोकण) अतिदाट वने नाहीत.
2. **मध्यम दाट वने :** महाराष्ट्रामध्ये (कोकण) 2017 नुसार मध्यम दाट खाजण वनांचे क्षेत्र 88 चौ.कि.मी. आहे. सर्वांत जास्त मध्यम दाट खाजण वनांचे क्षेत्र ठाणे-पालघर जिल्ह्यात 29 चौ.कि.मी. असून या खालोखाल मुंबई उपनगरामध्ये 27 चौ.कि.मी. क्षेत्र आहे.
3. **खुली खाजण वने :** कोकणात 2017 नुसार 216 चौ.कि.मी. आहेत. सर्वांत जास्त क्षेत्र रायगड जिल्ह्यात 94 चौ.कि.मी. असून या खालोखाल ठाणे-पालघर 61 चौ.कि.मी. आहे.

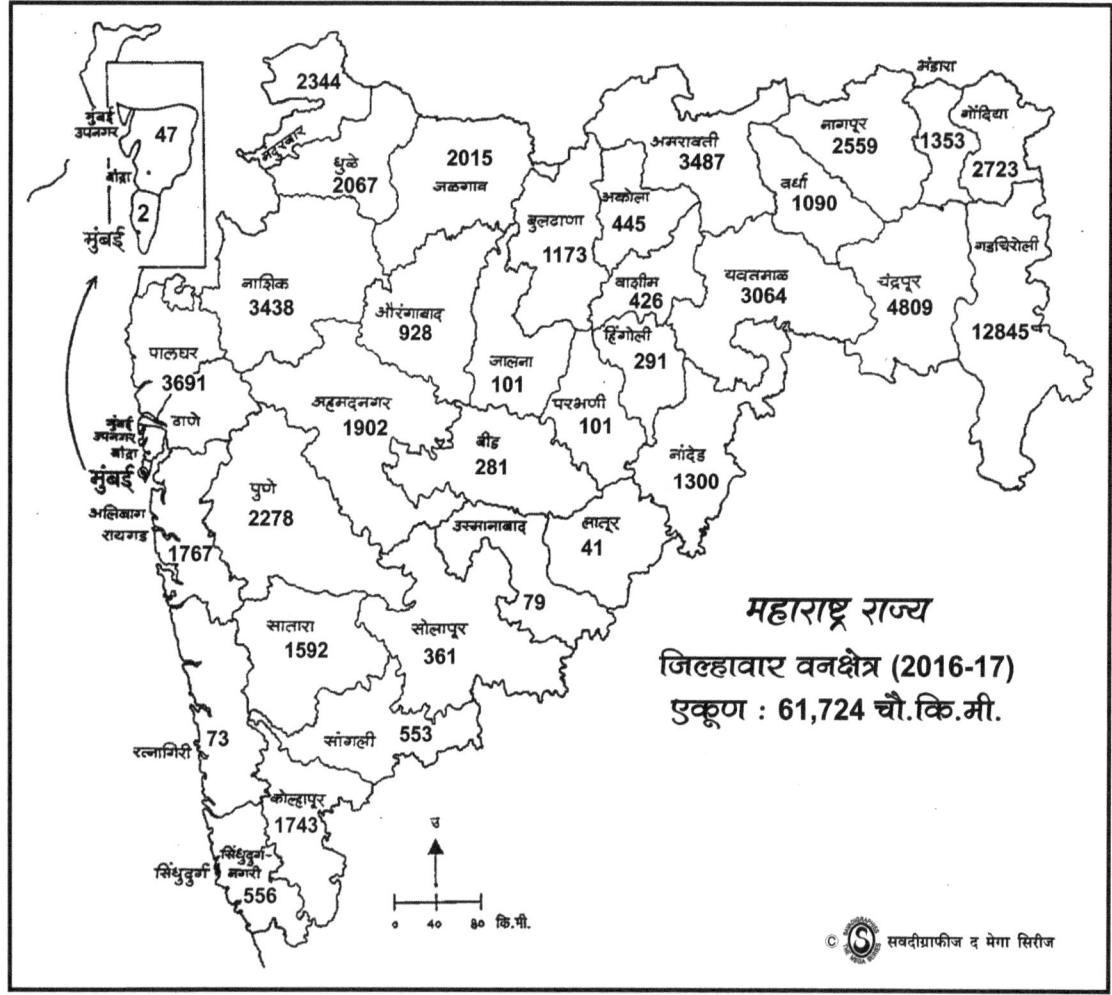

नकाशा क्र. 7.20 : जिल्हावार वनांचे एकूण क्षेत्र (2016-17)

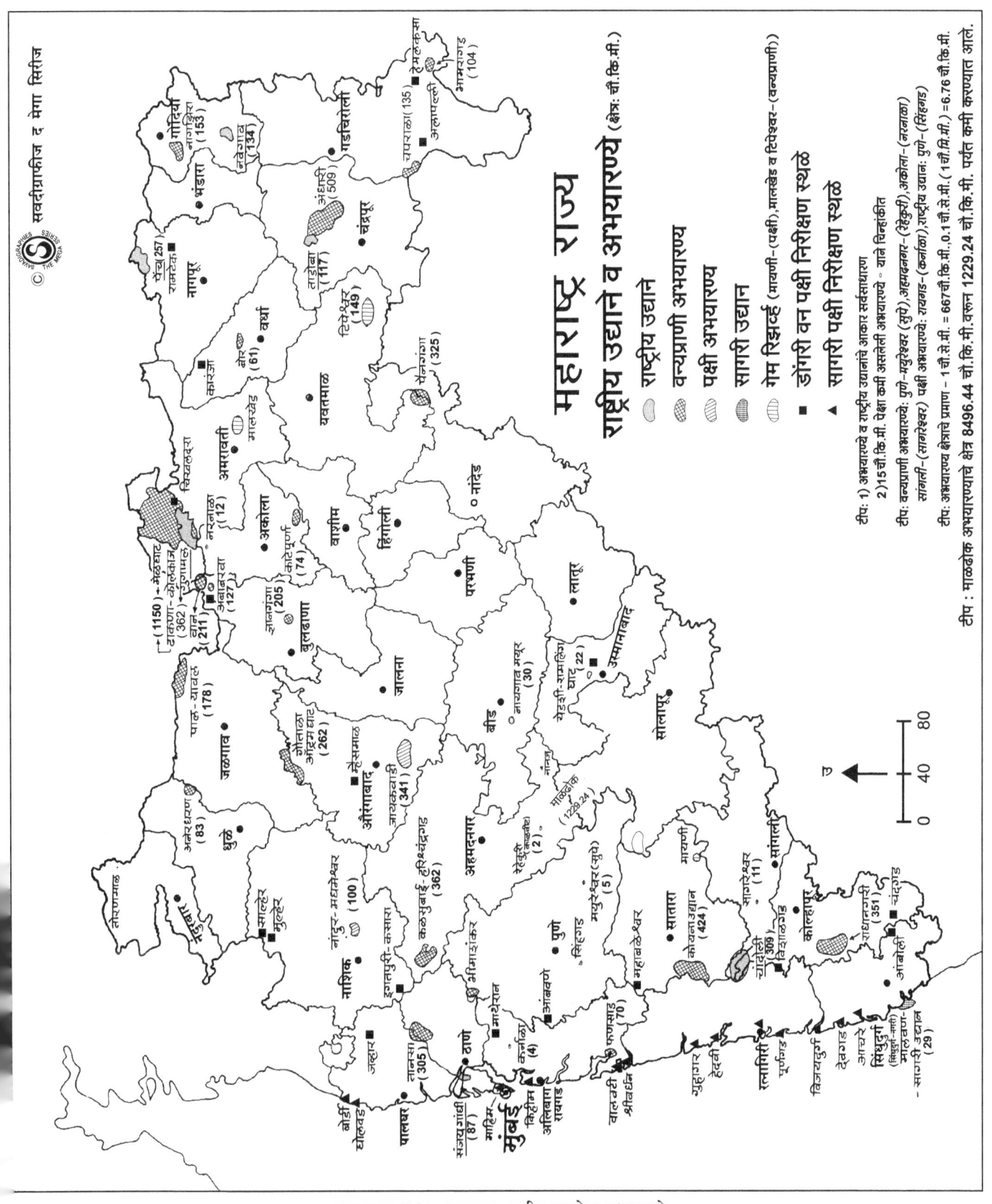

नकाशा क्र. 7.21 : महाराष्ट्र – राष्ट्रीय उद्याने व अभयारण्ये

तक्ता क्र. 7.14 : महाराष्ट्र - जिल्हावार अभयारण्ये व संवर्धन राखीव

जिल्हा	अभयारण्ये व संवर्धन राखीव
I. नागपूर प्रशासकीय विभाग	
1. चंद्रपूर	1. अंधारी 2. घोडझरी
2. गडचिरोली	1. प्राणहिता 2. चपराळा 3. भामरागड 4. *कोलामार्का
3. नागपूर-भंडारा	1. उमरेड 2. कऱ्हाडला
4. नागपूर	1. मानसिंगदेव
5. वर्धा-नागपूर	1. नवीन बोर
6. वर्धा	1. बोर 2. नवीन बोर (विस्तारित)
7. गोंदिया	1. नागझिरा 2. नवीन नागझिरा 3. नवीन नवेगाव
8. भंडारा	1. कोका
II. अमरावती विभाग	
9. अमरावती	1. मेळघाट (ढाकणा कोळखाज) 2. वान
10. बुलडाणा	1. ज्ञानगंगा 2. अंबाबरवा 3. लोणार
11. यवतमाळ-नांदेड	1. पैनगंगा
12. यवतमाळ वाशिम	1. टिपेश्वर 2. इसापूर
13. वाशिम	1. काटेपूर्णा
14. वाशिम-अकोला	1. करंजा सोहोळ
15. अकोला	1. कर्नाळा
III. कोकण विभाग	
16. ठाणे	1. ठाणे खाडी
17. रायगड	1. सुधागड 2. फणसाड 3. कर्नाळा
18 सिंधुदुर्ग	1. मालवण, सागरी
19. पालघर	1. तानसा 2. तुंगारेश्वर
IV. पुणे विभाग	
20. पुणे	1. ताम्हणी 2. मयुरेश्वर सुपे
21. पुणे-ठाणे	1. भीमाशंकर
22. सातारा	1. कोयना 2. मायणी
23. कोल्हापूर	1. राधानगरी
24. सोलापूर	1. माळढोक 2. नवीन माळढोक
25. सांगली	1. सागरेश्वर/यशवंतराव चव्हाण
V. नाशिक विभाग	
26. नाशिक	1. नांदूर मधमेश्वर 2. *ममदापूर 3. *अंजनेरी 4. *भोरगड
27. अहमदनगर	1. कळसूबाई-हरिश्चंद्रगड 2. देऊळगाव-रेहेकुरी
28. धुळे	अनेर धरण
29. जळगाव	यावल
30. नंदुरबार	*तोरणमाळ
VI. औरंगाबाद विभाग	
32. औरंगाबाद	जायकवाडी
33. औरंगाबाद-जळगाव	गौताळा ऑट्रम घाट, *मुक्ताई भवानी (जळगाव)
38. बीड	नायगाव मयुरेश्वर
39. उस्मानाबाद	येडशी रामलिंग घाट

महाराष्ट्र : राष्ट्रीय उद्याने

राष्ट्रीय उद्याने	जिल्हा/ जिल्हे	क्षेत्रफळ (चौ.कि.मी.)	जाहीर दिनांक
1. ताडोबा	चंद्रपूर	116.550	31-3-1955
2. संजय गांधी	ठाणे-मुंबई उपनगर	86.985	4-2-1983 व 16-1-1996
3. नवेगाव	गोंदिया	133.880	12-11-1975
4. पेंच (जवाहरलाल नेहरू)	नागपूर	259.710	22-11-1975
5. गुगामल	अमरावती	361.28	27-11-1987 व 8-8-2000
6. चांदोली	सातारा, सांगली, कोल्हापूर, रत्नागिरी	317.670	14-5-2004

- **राष्ट्रीय उद्यानाचे एकूण क्षेत्रफळ : 1276.055 चौ.कि.मी.**
- **महाराष्ट्र - अभयारण्ये व राष्ट्रीय उद्यानाचे एकूण क्षेत्रफळ : 8995.033 चौ.कि.मी.**

*संवर्धन राखीव क्षेत्रे

Source : APCCF (Eco-Tourism and Wildlife Administration) and Maharashtra Forest Department Statistical Outline, 2013; Pages 86-87.

पश्चिम घाट : युनेस्को जागतिक वारसा - महाराष्ट्र

पश्चिम घाटातील 39 ठिकाणांचा जागतिक वारसा स्थळांच्या यादीत समावेश करण्यात आला. त्यामध्ये कोल्हापूर जिल्ह्यातील राधानगरी अभयारण्य, सांगली जिल्ह्यातील चांदोली अभयारण्य, सातारा जिल्ह्यातील कास पठार व कोयना अभयारण्याला जागतिक वारसा स्थळाचा दर्जा प्राप्त झाला. या निर्णयामुळे पश्चिम घाटातील सौंदर्यावर शिक्कामोर्तब झाला. हा वारसा जपण्याची जबाबदारी आता आपली आहे. हा वारसा जपतानाच येथील पर्यावरण राखण्यासाठी ठोस पावले उचलणे आवश्यक आहे. या परिसराचा पर्यटनदृष्ट्या विकास साधला जाईल आणि रोजगारासह विविध संधी उपलब्ध होतील हे नक्की; मात्र येथील पर्यावरण जपण्यासाठी सर्वांनी एक होऊन काम करण्याची नितांत आवश्यकता आहे.

(i) कास पठार : 'कास' हे नाव या परिसरात आढळणाऱ्या 'कासा' या वृक्षावरून व 'कासाईदेवी' या ग्रामदेवतेवरून पडले. साताऱ्यापासून 23 किलोमीटरवर असलेल्या कास पठारावर सुमारे दीड हजार वनस्पतींचे प्रकार नोंदविले आहेत. यापैकी 'रेड डेटा बुक' पुस्तकात नोंद असलेल्या 624 अस्तित्व धोक्यात असलेल्या वनस्पतींपैकी 46 वनस्पती या पठारावर आढळतात. पावसाळा संपल्यानंतर ऑगस्ट, सप्टेंबर, ऑक्टोबरमध्ये पठार छोट्या-छोट्या वैशिष्ट्यपूर्ण रानफुलांच्या ताटव्यांनी आच्छादले जाते.

(ii) **कोयना अभयारण्य :** कोयना अभयारण्याची 1985 साली घोषणा झाली. मात्र अद्याप त्याची अंतिम अधिसूचना जाहीर झालेली नाही. या क्षेत्रात जानेवारी 2010 मध्ये सह्याद्री व्याघ्र प्रकल्प जाहीर झाला. महाबळेश्वर, जावळी, पाटण या तालुक्यांतील 50 गावांचा अभयारण्यात समावेश आहे. • धरण – कोयना • जलाशय – शिवसागर • पश्चिम महाराष्ट्रातील पहिला व्याघ्र प्रकल्प • क्षेत्रफळ – 423.55 चौ.कि.मी. • दोन ते पाच वाघांचा वावर • निमसदाहरित, सदाहरित जंगल, मिश्र पानगळीचे जंगल व डोंगराळ.

(iii) **चांदोली राष्ट्रीय उद्यान :** सांगलीच्या पश्चिमेला शिराळा तालुक्यात 85 किलोमीटरवर हे उद्यान वसले आहे. 317.67 चौरस किलोमीटर परिसरात हे उद्यान पसरलेले आहे. पश्चिम घाटातील निमसदाहरित जंगल. 34 टीएमसीचे मातीचे धरण. सांगली, रत्नागिरी, सातारा व कोल्हापूर जिल्ह्यात हे उद्यान पसरलेले आहे. येथे सरासरी दीड हजार मिलिमीटर पाऊस कोसळतो. प्रस्तावित सह्याद्री व्याघ्र प्रकल्पात याचा समावेश. 2005 साली त्याला राष्ट्रीय उद्यानाचा दर्जा मिळाला. • जिल्हा – सांगली • धरण – चांदोली • जलाशय वसंतसागर • महाराष्ट्रातील सहावे राष्ट्रीय उद्यान • क्षेत्रफळ – 317.67 चौ.कि.मी. • निमसदाहरित जंगल.

(iv) **राधानगरी अभयारण्य : राधानगरी अभयारण्य म्हणजे पूर्वीचे दाजीपूर गवा अभयारण्य. राज्यातील हे पहिले अभयारण्य.** राजर्षी छत्रपती शाहू महाराज यांनी या अभयारण्याची स्थापना केली. खास शिकारीसाठी ते राखून ठेवले होते. त्या वेळी त्याचे क्षेत्रफळ अवघे 20 चौरस किलोमीटर होते. 1985 साली या अभयारण्याचे क्षेत्रफळ वाढवून ते 351.16 चौरस किलोमीटर करण्यात आले. गव्यांचा मुक्त वावर हे येथील खास वैशिष्ट्य. त्याच्या संवर्धन आणि संरक्षणासाठी अभयारण्याची निर्मिती. • धरण – राधानगरी • जलाशय – **लक्ष्मी तलाव : महाराष्ट्रातील पहिले धरण** • क्षेत्रफळ – 351 चौ.कि.मी. • सदाहरित जंगल • सात वाघांचे अस्तित्व.

तक्ता क्र. 7.15 : वन्यप्राण्यांची क्षेत्रे

वन्यप्राणी	क्षेत्रे (जिल्हा)
सांबर, चितळ, नीलगाय, चौशिंगा वगैरे.	चंद्रपूर, गडचिरोली, भंडारा, गोंदिया.
गवे	कोल्हापूर, सिंधुदुर्ग, भंडारा, गोंदिया, अमरावती.
जंगली कुत्रे व अस्वले	सिंधुदुर्ग, रत्नागिरी, चंद्रपूर, भंडारा, गोंदिया, नांदेड, अमरावती.
कस्तुरी मांजरे व पाणमांजरे	भंडारा, गोंदिया, अमरावती, कोकण.

व्याघ्र प्रकल्प (Tiger Projects)

1972 साली हा भारताचा 'राष्ट्रीय प्राणी' म्हणून घोषित केला.

व्याघ्र प्रकल्पाचा उद्देश : आपल्या राष्ट्रीय प्राण्यांचे संरक्षण, संवर्धन करणे, त्यासाठी मानवी अतिक्रमणापासून दूर अशा ठिकाणी राष्ट्रीय उद्यान किंवा अभयारण्य निर्माण करून त्या ठिकाणी नैसर्गिक खुल्या वातावरणात त्यांना ठेवून त्यांचे जतन करणे व त्यांची संख्या वाढविणे असे आहे.

भारतातील या यशस्वी योजनेचे जनक आहेत वनखात्याचे माजी संचालक श्री. कैलास सांकला. त्यांनी आपले संपूर्ण जीवन या कार्यासाठी वाहून घेतले. सन 2010 मध्ये करण्यात आलेल्या सर्वेक्षणाच्या मार्च 2014 च्या स्थितिदर्शक व्याघ्र गणनेनुसार राष्ट्रीय व्याघ्र संरक्षण प्राधिकरणाने महाराष्ट्रातील वाघांची संख्या 190 आहे. सरासरीने ती 2010 साली 169 होती.

सामाजिक वनीकरण

रस्ते, लोहमार्ग, कालवे, नद्यांचे प्रवाह, शाळा, महाविद्यालये, शासकीय मालकीच्या मोकळ्या जागा, नापीक क्षेत्रे इत्यादी ठिकाणी वृक्षारोपण केले जाते. हा कार्यक्रम 'सामाजिक वनीकरण' यामध्ये समाविष्ट होतो.

इंधन व इमारतीसाठी लाकूड पुरविणे, जनावरांना चारा उपलब्ध करून देणे, शेतजमिनीचे संरक्षण, लोकांना करमणुकीसाठी उद्याने तयार करणे इत्यादी सामाजिक वनीकरणाची उद्दिष्टे आहेत.

वनसंरक्षण

महाराष्ट्रामध्ये उपलब्ध असलेल्या वनस्पतींच्या प्रकारांचे संरक्षण करणे आवश्यक आहे. कारण राज्यामध्ये एकूण भौगोलिक क्षेत्रफळापैकी फक्त 20% क्षेत्र अरण्याखाली आहे. राष्ट्रीय वनधोरणानुसार राज्यामध्ये एकूण जमिनीच्या 33.33% अरण्ये असावयास पाहिजेत. यासाठीच **उपलब्ध असलेल्या वनस्पतींचे संरक्षण करणे आणि नवीन वनस्पतींचे संवर्धन करणे जरुरीचे आहे.**

महाराष्ट्रामधील वनांसंबंधी महाराष्ट्राची आर्थिक पाहणी सन 2016-2017 ची विशेष माहिती

महाराष्ट्रामध्ये सन 2016-2017 नुसार एकूण वनक्षेत्र 61,723.82 चौ.कि.मी. (अस्थायी) आहे. याची एकूण भौगोलिक क्षेत्रापैकी 20.061 टक्केवारी आहे.

महाराष्ट्राच्या वनक्षेत्राचे प्रशासकीय आधिपत्याचे स्वरूप : (1) वन विभाग (2) महाराष्ट्र वनविकास महामंडळ (म.व.वि.म.) (3) महसूल विभाग

एकूण वनक्षेत्राची विभागणी (अस्थायी) :

1.	राखीव वन :	51,070.50 चौ.कि.मी.
2.	संरक्षित वन :	6,601.73 चौ.कि.मी.
3.	अवर्गीकृत वन :	40,51.59 चौ.कि.मी.
	एकूण वनक्षेत्र	61,723.82 चौ.कि.मी.

→ **संत तुकाराम वनग्राम योजना :**

महाराष्ट्र : वनविभाग	**क्षेत्र (अस्थायी)**	**टक्केवारी**
अ) वन विभाग :	55,433.25 चौ.कि.मी.	18.01%
ब) महाराष्ट्र वन विकास महामंडळ :	3553.58 चौ.कि.मी.	1.15%
क) खासगी वनक्षेत्र	1179.10 चौ.कि.मी.	0.38%
ड) महसूल विभाग	1557.89 चौ.कि.मी.	0.51%
एकूण	61,723.84 चौ.कि.मी.	20.06%

संदर्भ : महाराष्ट्राची आर्थिक पाहणी 2017-2018, पान क्र. 116

तक्ता क्र. 7.16 : महाराष्ट्रातील वने

महाराष्ट्र : वनक्षेत्राचे जिल्हावार वितरण (2016 - 17)

(वन व महसूल विभाग) (चौ.कि.मी.) (नकाशा क्र. 7.20 पाहा.)

क्र.	जिल्हा	क्षेत्रफळ	क्र.	जिल्हा	क्षेत्रफळ
I.	**कोकण विभाग**		V.	**अमरावती विभाग**	
1.	**मुंबई शहर**	**2**	25.	बुलडाणा	1173
2.	मुंबई उपनगर	47	26.	अकोला	445
3.	ठाणे, पालघर	3,691	27.	वाशीम	426
4.	रायगड	1767	28.	अमरावती	3487
5.	रत्नागिरी	73	29.	यवतमाळ	3064
6.	सिंधुदुर्ग	556			
II.	**नाशिक विभाग**		VI.	**नागपूर विभाग**	
7.	नाशिक	3438	30.	वर्धा	1090
8.	धुळे	2067	31.	नागपूर	2559
9.	नंदुरबार	2344	32.	भंडारा	1353
10.	जळगाव	2015	33.	गोंदिया	2723
11.	अहमदनगर	1902	34.	चंद्रपूर	4809
III.	**पुणे विभाग**		35.	गडचिरोली	**12,845**
12.	पुणे	2278			
13.	सातारा	1592	■	**एकूण महाराष्ट्र**	**61,724**
14.	सांगली	553			
15.	सोलापूर	361			
16.	कोल्हापूर	1743			
IV.	**औरंगाबाद विभाग**				
17.	औरंगाबाद	928			
18.	जालना	101			
19.	नांदेड	1300			
20.	परभणी	101			
21.	हिंगोली	291			
22.	बीड	281			
23.	उस्मानाबाद	78			
24.	**लातूर**	**41**			

Source : Maharashtra Forest Department – Statistical Outline, 2016-17; Pages 10 to 14.

वृक्ष लागवड : वृक्ष लागवड कार्यक्रमाची अंमलबजावणी मुख्यतः वन विभाग, महाराष्ट्र वन विकास महामंडळ व सामाजिक वनीकरण संचालनालय यांचेमार्फत करण्यात येते. वृक्ष लागवडीअंतर्गत क्षेत्र व खर्च दिला आहे.

तक्ता क्र. 7.17 : वृक्ष लागवडीअंतर्गत क्षेत्र व खर्च

वर्ष	वन विभाग		महाराष्ट्र वन विकास महामंडळ		सामाजिक वनीकरण		
	क्षेत्र (हेक्टर)	खर्च (₹ कोटी)	क्षेत्र (हेक्टर)	खर्च (₹ कोटी)	क्षेत्र (हेक्टर)	उत्पादन (₹ कोटी)	पुरविलेली रोपे (₹ कोटी)
2015-16	51.866	11.44	2,898	11.05	1,029	17.43	0.38
2016-17	36,457	142.95	2,906	9.08	2,787	45.10	1.19
2017-18*	29,806	63.98	3,601	11.49	3,985	33.46	0.50

आधार : प्रधान मुख्य वनसंरक्षक कार्यालय, महाराष्ट्र शासन ***अस्थायी** **डिसेंबरपर्यंत**

संदर्भ : महाराष्ट्राची आर्थिक पाहणी 2017-2018, पान नं. 117

राज्यशासनाने मोठ्या प्रमाणात वृक्ष लागवड करण्याच्या हेतूने तीन वर्षात 50 कोटींत 50 रोपे लावण्याचा कार्यक्रम सुरू केला आहे. 1 जुलै, 2016 रोजीच्या 2.81 कोटी रोपे लावण्याच्या यशस्वी मोहिमेनंतर, राज्यशासनाचा 1 जुलै ते 7 जुलै, 2017 या कालावधीत सार्वजनिक चळवळीद्वारे 4 कोटी रोपे लावण्याचा उद्देश होता, तो 5.43 कोटी रोपे लावून यशस्वी झाला. या कालावधीत नाशिक व नागपूर विभागात प्रत्येकी सुमारे 1.3 कोटी त्याखालोखाल औरंगाबाद विभागात एक कोटी तर कोकण, पुणे व अमरावती विभाग प्रत्येकी सुमारे 0.6 कोटी रोपे लावण्यात आली.

★★★

8. महाराष्ट्र : आर्थिक भूगोलाचे स्वरूप

मानवी संस्कृतीच्या प्रारंभापासून पशुपालन व्यवसाय चालत आलेला आहे. मानवाने प्राण्यांना माणसाळले व त्यांचा पाळीव प्राणी म्हणून वापर होऊ लागला. शेतीप्रधान अर्थव्यवस्था असलेल्या भारतासारख्या देशात आणि महाराष्ट्रातही पशुसंवर्धनाला महत्त्वाचे स्थान आहे.

8.1 महाराष्ट्र : पशुधन व मासेमारी

महाराष्ट्रातील पशुधन

महाराष्ट्रात पशुधनाचे आर्थिक महत्त्व

(1) **शेतीव्यवसाय व पशुधन :** शेतीव्यवसायात प्राण्यांचा वापर भिन्न-भिन्न स्वरूपात केला जातो. शेतकामात नांगरणी तसेच जोडधंद्यासाठी पशुधनास निर्विवाद महत्त्व आहे. बैल, गायी, म्हशी, रेडे, शेळ्या, मेंढ्या, डुकरे, कोंबड्या इत्यादी जनावरांचा जोडधंदे व शेतीकामाकरिता उपयोग होतो. महाराष्ट्रात 2012 च्या पशुधन गणनेनुसार, सुमारे 32.54 कोटी पशुधन व 77.79 दशलक्ष कोंबड्या व बदके आहेत.

(2) **वाहतूक व पशुधन :** वाहतुकीसाठी प्राण्यांचा वापर केला जातो. ग्रामीण भागात याचे महत्त्व प्रकर्षाने जाणवते.

(3) **उद्योगधंदे व पशुधन :** महाराष्ट्रात पशुधनावर आधारित अनेक उद्योगधंदे विकसित झालेले आहेत. दूध, दुधाची भुकटी, लोणी, चीज, मांस यांसारख्या प्राणिज उत्पन्नावर छोटे उद्योग-व्यवसाय उभारले आहेत. कातडी कमविणे व त्यावर आधारित चर्मोद्योग, औद्योगिक व कृषिव्यवसायांमधील साधने, लष्करातील काही साधनांच्या निर्मितीचे उद्योग विकसित झालेले आहेत.

(4) **मानवी आहार व पशुधन :** दूध, लोणी, चीज, मांस, अंडी व मासे यांसारख्या प्राणिज पदार्थांचा आहारातील वापर महत्त्वाचा आहे.

महाराष्ट्र : पशुधन गणना (2012)

महाराष्ट्राच्या एकोणिसाव्या पशुधन गणनेनुसार (2012) एकूण पशुधन सुमारे 32.5 दशलक्ष आहे. ग्रामीण भागात एकूण पशुधन 31.1 दशलक्ष व नागरी भागात सुमारे 14 लाख आहे. महाराष्ट्राचे पशुधन ग्रामीण भागात 95.7% व नागरी भागात 4.3% आहे.

महाराष्ट्रातील पशू

(1) गाय - बैल (2) म्हशी - रेडे (3) मेंढ्या (4) शेळ्या (5) वराह (6) घोडे व तट्टू (7) खेचर व गाढव (8) उंट (9) कुत्री (10) ससे (11) भटके पशू.

(1) **गाय - बैल :** महाराष्ट्रात सर्वांत जास्त गाय-बैल पशुधन आहे. महाराष्ट्रात 2012 च्या पशुधन गणनेनुसार गाय-बैलांची संख्या 15.48 दशलक्ष आहे. यापैकी 15.1 दशलक्ष गाय-बैल ग्रामीण भागात व नागरी भागात 3.95 लाख आहेत.

(अ) **संकरित गाय-बैल :** 2012 च्या पशुधन गणनेनुसार संकरित गाय-बैलांची संख्या 36.5 लाख आहे. यांपैकी ग्रामीण भागात 35.3 लाख व नागरी भागात 1.21 लाख संकरित गाय-बैल आहेत.

(ब) **देशी गाय-बैल :** महाराष्ट्रात देशी गाय-बैलांची संख्या 11.83 दशलक्ष आहे. यांपैकी ग्रामीण भागात 11.56 दशलक्ष व नागरी भागात 2.7 लाख देशी गाय-बैल आहेत.

(2) **म्हशी - रेडे :** महाराष्ट्रात 2012 च्या पशुधन गणनेनुसार म्हशी व रेड्यांची संख्या 5.59 दशलक्ष आहे. यांपैकी ग्रामीण भागात यांची संख्या 5.21 दशलक्ष व नागरी भागात 3.84 लाख आहे.

महाराष्ट्रात म्हशींची एकूण संख्या 4.5 दशलक्ष आहे. यांपैकी ग्रामीण भागात 4.64 दशलक्ष आणि नागरी भागात 3.5 लाख म्हशी आहेत.

महाराष्ट्रात 2012 च्या पशुधन गणनेनुसार रेड्यांची संख्या 5.97 लाख आहे. ग्रामीण भागात 5.65 लाख रेडे आहेत.

तक्ता क्र. 8.1 : महाराष्ट्र - एकोणिसावी पशुधन गणना (2012)

पशुधन	ग्रामीण	नागरी	एकूण
संकरित गाय-बैल	35,29,717	1,21,160	36,50,877
देशी गाय-बैल	11,559,938	2,73,392	11,833,330
एकूण गाय-बैल	15,089,655	3,94,552	15,484,207
म्हशी-रेडे	5,209,994	3,84,398	5,594,392
संकरित मेंढ्या	68,085	3,537	71,622
देशी मेंढ्या	2,465,876	42,883	2,508,759
एकूण मेंढ्या	2,533,961	46,420	2,580,381
शेळ्या	7,971,842	4,63,465	8,435,307
संकरित वराह	22,578	14,877	37,455
देशी वराह	2,10,105	78,196	2,88,301
एकूण वराह	2,32,683	93,073	3,25,756
घोडे व तट्टू	30,781	6,506	37,287
खेचर व गाढव	23,593	7,547	31,140
उंट	116	66	182
कुत्रे	1,077,856	1,87,841	1,265,697
ससे	7,547	4,356	11,903
भटके पशू (गुरे व कुत्री)	9,65,794	4,04,786	13,70,580
एकूण पशुधन	**31,092,625**	**13,96,027**	**32,488,652**

Source : 19th Livestock Census-2012, Table No. 1 To 71.

(3) मेंढ्या : महाराष्ट्रात 2012 च्या पशुधन गणनेनुसार एकूण मेंढ्यांची संख्या 2.58 दशलक्ष आहे. यांपैकी ग्रामीण भागात 2.53 दशलक्ष तर नागरी भागात फक्त 46.4 हजार मेंढ्या आहेत.

(अ) संकरित मेंढ्या : महाराष्ट्रात एकूण संकरित मेंढ्यांची संख्या 71,622 आहे. यांपैकी ग्रामीण भागात 68,085 संकरित मेंढ्या आहेत. महाराष्ट्रात संकरित मादी मेंढ्यांची संख्या 52,211 व संकरित नर मेंढ्यांची संख्या 19,411 आहे.

(ब) देशी मेंढ्या : महाराष्ट्रात 2012 च्या पशुधन गणनेनुसार देशी मेंढ्यांची संख्या 2.51 दशलक्ष आहे. यांपैकी मादी मेंढ्यांची संख्या 2.02 दशलक्ष आहे तर देशी नर मेंढ्यांची संख्या 4.85 लाख आहे. महाराष्ट्रात ग्रामीण भागात एकूण देशी मेंढ्यांची संख्या 2.47 दशलक्ष तर नागरी भागात 42,883 आहे.

(4) शेळ्या : महाराष्ट्रात 2012 च्या पशुधन गणनेनुसार एकूण शेळ्यांची संख्या 8.44 दशलक्ष आहे. यांपैकी बकऱ्यांची संख्या 1.9 दशलक्ष तर शेळ्यांची संख्या 6.54 दशलक्ष आहे. ग्रामीण भागात एकूण शेळ्यांची संख्या 7.97 दशलक्ष व नागरी भागात 4.63 लाख आहे.

तक्ता क्र. 8.2 : एकोणिसावी पशुधन गणना 2012 नुसार पशुधन

पशुवैद्यकीय विभाग	गाई व बैल	म्हशी व रेडे	शेळ्या व मेंढ्या	इतर पशुधन	एकूण पशुधन
कोकण	1,106	397	365	16	1,884
नाशिक	3,688	889	3,268	126	7,971
पुणे	2,488	2,202	2,913	56	7,659
औरंगाबाद	1,936	510	1,163	59	3,668
लातूर	1,642	683	781	39	3,145
अमरावती	2,248	453	1,338	44	4,083
नागपूर	2,375	461	1,188	54	4,078
एकूण	**15,483**	**5,515**	**11,016**	**394**	**32,488**

------- सर्वांत जास्त ------ सर्वांत कमी

आधार : पशुसंवर्धन आयुक्त यांचे कार्यालय, महाराष्ट्र शासन **संदर्भ :** महाराष्ट्राची आर्थिक पाहणी 2014-15, पान क्र. 86

महाराष्ट्र : पोल्ट्री (पशुधन गणना 2012)

महाराष्ट्रात पोल्ट्री व्यवसाय चांगला विकसित झालेला आहे.

पोल्ट्रीचे स्वरूप

(I) परसामधील पोल्ट्री : (1) कोंबडी (2) बदके (3) अन्य पक्षी (II) पोल्ट्री फार्म (हॅच्युरीज)

(I) परसामधील पोल्ट्री : महाराष्ट्रात 2012 च्या पशुधन गणनेनुसार परसामधील एकूण पोल्ट्री पक्ष्यांची संख्या 17.51 दशलक्ष आहे. यांपैकी ग्रामीण भागात यांची संख्या 16.6 दशलक्ष तर नागरी भागात 8.73 लाख आहे. परसामधील पोल्ट्रीत (अ) कोंबडी-कोंबडा (ब) बदके (क) अन्य पक्षी यांचा समावेश होतो.

(II) पोल्ट्री फार्म (हॅच्युरीज) : पोल्ट्री फार्ममध्ये लेअर (Layers) ब्रायलर (Brailer), बदक आणि इतर पक्ष्यांचा समावेश होतो.

महाराष्ट्रात 2012 नुसार एकूण पोल्ट्री फार्मवरील एकूण पक्ष्यांची संख्या 60.29 दशलक्ष आहे. यांपैकी ग्रामीण भागात 59.06 दशलक्ष व नागरी भागात 12.25 लाख आहेत.

महाराष्ट्रात पोल्ट्री फार्मवर लेअरची संख्या 8.03 दशलक्ष, ब्रायलरची संख्या 50.87 दशलक्ष बदकांची संख्या 7.78 लाख व इतर पक्ष्यांची संख्या 6.14 लाख आहे.

महाराष्ट्रात एकूण पोल्ट्रीमधील पक्ष्यांची संख्या 77.79 दशलक्ष असून यांपैकी ग्रामीण भागात 75.7 दशलक्ष व नागरी भागात 2.1 दशलक्ष आहे.

पशुधनासाठी पायाभूत सुविधा

राज्यामध्ये महाराष्ट्राची आर्थिक पाहणी 2017-18 नुसार 33 पशुवैद्यकीय बहुचिकित्सालये; 1,741 पशुवैद्यकीय श्रेणी I दवाखाने; 2,841 श्रेणी II पशुवैद्यकीय दवाखाने; 65 फिरती पशुवैद्यकीय चिकित्सालये आणि 168 तालुका पशुवैद्यकीय लघू बहुचिकित्सालये याद्वारे पशुधनाच्या आरोग्याची निगा राखण्यासाठी सुविधा उपलब्ध करण्यात आल्या आहेत. या सर्व 4,848 केंद्रांमध्ये कृत्रिम रेतनाची सुविधा उपलब्ध करून देण्यात आली आहे. पुणे, नागपूर आणि औरंगाबाद येथे गोठविलेल्या वीर्याच्या नळ्यानिर्मितीच्या तीन प्रयोगशाळा आहेत. याद्वारे व 34 जिल्हा कृत्रिम रेतन केंद्रांद्वारे गोठीत वीर्याच्या नळ्यांचा पुरवठा राज्यातील सर्व कृत्रिम रेतन केंद्रांना केला जातो.

राष्ट्रीय गुरे व म्हैस पैदास प्रकल्प

राष्ट्रीय गुरे व म्हैस पैदास प्रकल्प हा 100 टक्के केंद्रपुरस्कृत कार्यक्रम असून तो पशु प्रजनन सेवेचे बळकटीकरण व विस्तारीकरण, देशी जातीचे संवर्धन तसेच ग्रामीण युवकांच्या स्वयं-रोजगारनिर्मितीसाठी महाराष्ट्र पशुधन विकास महामंडळामार्फत राबविण्यात येत आहे.

राष्ट्रीय गुरे व म्हैस पैदास प्रकल्पांतर्गत शुद्ध देशी जातींच्या जनावरांचे प्रभावी जतन व संवर्धनाकरिता महाराष्ट्र पशुधन विकास महामंडळामार्फत 363 मुऱ्हा नर वासरे व 46 देशी नर वासरांचे नैसर्गिक संयोगाकरिता 100 टक्के अनुदानावर स्थानिक स्तरावर वाटप करण्यात आले आहे.

पशुधन विमा योजना

पशुधन विमा योजना ही केंद्रपुरस्कृत असून राज्यात 2006-07 पासून महाराष्ट्र पशुधन विकास महामंडळामार्फत शेतकरी किंवा पशुपालकांकडे उपलब्ध असलेल्या जनावरांच्या कायमस्वरूपी अपंगत्व किंवा आकस्मिक मृत्यूमुळे होणाऱ्या नुकसानापासून संरक्षण देणे आणि त्यांच्याकडे उपलब्ध असलेल्या पशुधन व तद्नुषंगिक उत्पादनात गुणात्मक सुधारणा करणे या दुहेरी उद्देशाने राबविण्यात येत आहे.

कुक्कुट विकास

ग्रामीण विकासामध्ये कुक्कुट पालन व्यवसाय परिणामकारक भूमिका बजावतो. या व्यवसायामुळे ग्रामीण लोकसंख्येला नियमित उत्पन्न मिळण्यास मदत होते. मध्यवर्ती अंडी उबवणी केंद्रांमधून पुरवठा केलेले कुक्कुटादी पक्षी आणि अंड्यांची उपलब्धता तक्ता 8.3 मध्ये दिली आहे.

तक्ता क्र. 8.3 : मध्यवर्ती अंडी उबवणी केंद्रांमधून पुरवठा केलेले कुक्कुटादी पक्षी व अंड्यांची उपलब्धता

वर्ष	पुरवठा करण्यात आलेले कुक्कुटादी पक्षी (लाख)	अंड्यांची उपलब्धता (दरडोई दरवर्षी)	
		राज्य	देश
2012 - 13	8.68	41	58
2013 - 14	9.87	43	61
2014 - 15	8.21	44	63
2015 - 16	8.86	46	66
2016 - 17	6.38	47	69

आधार : पशुसंवर्धन आयुक्त यांचे कार्यालय, महाराष्ट्र शासन

संदर्भ : महाराष्ट्राची आर्थिक पाहणी 2017-18, पान क्र. 112

प्रमुख पशुधन उत्पादने

मांस उत्पादनात महाराष्ट्र हे 11.4 टक्के उत्पादनाच्या हिश्श्यासह देशातील दुसऱ्या क्रमांकाचे मोठे राज्य आहे. दुग्ध उत्पादनात राज्याचा सातवा क्रमांक असून राष्ट्रीय स्तरावर दरडोई प्रतिदिन 352 ग्रॅम उपलब्धतेच्या तुलनेत राज्यात दरडोई प्रतिदिन 243 ग्रॅम दूध उपलब्धता आहे. अंडी उत्पादनात राज्याचा पाचवा क्रमांक असून प्रतिवर्ष दरडोई अंडी उपलब्धता राज्यात 47 आहे, तर राष्ट्रीय स्तरावर 69 आहे. राष्ट्रीय पोषण संस्थेने प्रतिवर्ष दरडोई 180 अंडी सेवन करावे अशी शिफारस केली आहे.

तक्ता क्र. 8.4 : राज्यातील पशुधन व कुक्कुटादी पक्ष्यांचे उत्पादन

वर्ष	मांस ('000 मे. टन)	दूध ('000 मे. टन)	अंडी (कोटी)	लोकर ('000 कि.ग्रॅ.)
2014-15	631 (9.43)	9,542 (6.52)	508 (6.47)	1,386 (2.88)
2015-16	675 (9.61)	10,153 (6.3)	529 (6.38)	1,390 (3.20)
2016-17	845 (11.44)	10,402 (6.35)	548 (6.22)	1,407 (3.23)

टीप : कंसातील आकडे अखिल भारताची टक्केवारी दर्शवितात. **आधार :** पशुसंवर्धन आयुक्त यांचे कार्यालय, महाराष्ट्र शासन

संदर्भ : महाराष्ट्राची आर्थिक पाहणी 2017-18, पान नं. 101

दुग्धविकास

दुग्ध व्यवसाय हा एक कृषी पूरक व्यवसाय असून त्यात ग्रामीण कुटुंबांच्या आहार पोषण मूल्यांचा स्तर उंचावण्याबरोबरच अतिरिक्त उत्पन्न व रोजगाराच्या संधी निर्माण करण्याची क्षमता आहे. दूध उत्पादनामध्ये राज्याचा देशात सातवा क्रमांक आहे.

तक्ता क्र. 8.5 : दुधाचे उत्पादन व दरडोई उपलब्धता

वर्ष	दुधाचे उत्पादन (लाख मे. टन)		दरडोई उपलब्धता (ग्रॅम प्रति दिन)	
	राज्य	भारत	राज्य	भारत
2012-13	87.34	1,324.31	213	299
2013-14	90.89	1,376.85	219	307
2014-15	95.42	1,463.14	228	322
2015-16	101.52	1,554.91	239	337
2016-17	104.02	1,636.94	243	352

तक्ता क्र. 8.6 : विभागनिहाय दूध उत्पादन (लाख मे. टन)

विभाग	2014-15	2015-16	2016-17
कोकण	5.14	4.91	4.18
नाशिक	25.28	27.12	28.07
पुणे	38.25	41.84	42.99
औरंगाबाद	16.81	14.30	16.48
अमरावती	4.82	7.09	6.77
नागपूर	5.12	6.26	4.73
महाराष्ट्र	**95.42**	**101.52**	**104.02**

आधार : पशुसंवर्धन आयुक्त यांचे कार्यालय, महाराष्ट्र शासन

संदर्भ : महाराष्ट्राची आर्थिक पाहणी 2017-18, पान नं. 113

सन 2016-17 मध्ये शासकीय व सहकारी क्षेत्र मिळून 108 दूध प्रक्रिया प्रकल्प व 155 दूध शीतकरण केंद्रे कार्यरत होती व त्यांची प्रतिदिन क्षमता अनुक्रमे 91.17 लाख लीटर व 38.46 लाख लीटर होती. शासकीय व सहकारी दुग्धशाळांचे दैनिक सरासरी दूध संकलन 2016-17 मध्ये अनुक्रमे 0.82 लाख लीटर व 44.67 लाख लीटर आणि 2017-18 मध्ये डिसेंबरपर्यंत अनुक्रमे 0.72 लाख लीटर व 47.82 लाख लीटर होते. राज्यात 188 शीतगृहे असून त्यांची क्षमता 7,796.07 मे. टन आहे, त्यापैकी 165 शीतगृहे खासगी क्षेत्रात असून त्यांची क्षमता 7,369.60 मे. टन आहे.

महाराष्ट्र : पशुसंशोधन, पैदास आणि पालन केंद्रे

• **डांगी जनावरे संशोधन केंद्र :** इगतपुरी (नाशिक) • **पशुपैदास केंद्रे :** हिंगोली (हिंगोली), पोहरा (अमरावती) • **खिलार पैदास केंद्र :** जत (सांगली) • **लाल-कंधारी विकास केंद्र :** कंधार (नांदेड) • **वराहपालन केंद्रे :** बोरिवली आधुनिक वराह मोठे केंद्र (मुंबई उपनगर); वसई व डहाणू (पालघर), कऱ्हाड (सातारा).

महाराष्ट्रातील मासेमारी

नकाशा क्र. 8.1 : महाराष्ट्रातील मासेमारीची महत्त्वाची केंद्रे

सागरी मासेमारी हा कोकणचा एक महत्त्वाचा व्यवसाय आहे. किनाऱ्यावरील डहाणू, माहीम, वसई, वर्सोवा, अलिबाग, मुरूड-जंजिरा, श्रीवर्धन, दाभोळ, रत्नागिरी, मालवण, वेंगुर्ला व शिरोड ही महत्त्वाची केंद्रे आहेत. कोकणच्या किनाऱ्यालगत पापलेट, सुरमई, रावस, शिंगाळा, बोंबील, बांगडा, कोळंबी व हलवा जातीचे मासे सापडतात. नद्या, तलाव व धरणांच्या जलाशयांमध्ये गोड्या पाण्यातील मासेमारी चालते. अन्न म्हणून माशांना अनन्यसाधारण महत्त्व आहे. याशिवाय तेलनिर्मिती, खतनिर्मिती, सौंदर्यप्रसाधने निर्मिती-मध्येसुद्धा माशांचा वापर करतात.

माशांचे प्रकार

(1) **हैद-तारली (सारडीन) :** यामध्ये तेलाचे प्रमाण जास्त असते. याचा उपयोग तेल काढण्यासाठी होतो. सारडीन गटाला तारली व पेडवे माशांचाही समावेश होतो.

(2) **बांगडा :** हा मासा प्लवंग या सूक्ष्म वनस्पतीवर जगतो. महाराष्ट्रात हैद माशाप्रमाणे बांगडादेखील भरपूर मिळतो.

(3) **बोंबील :** महाराष्ट्रात बोंबील या माशाला महत्त्व आहे. भारतातील या माशाच्या एकूण उत्पन्नाच्या 35% उत्पादन महाराष्ट्रात होते.

(4) **पॉम्फ्रेटस् :** सारंगा, हलवा व पापलेट यांचा समावेश पॉम्फ्रेटस् या गटात केला जातो. हे मासे अतिशय चवदार असतात. यापैकी पापलेटला बरीच मागणी असते. भारतातील 35% पॉम्फ्रेटस्चे उत्पादन महाराष्ट्रात होते.

(5) **सुरमई :** हा मासादेखील चविष्ट असून पापलेटच्या खालोखाल याला मागणी असते. हा मासा थव्याने राहतो व अन्य माशांना खाऊन जगतो.

(6) **मांजरी मासे :** घोळ, कोथसारखे मासे या गटात आहेत. ते सुकवून त्याची निर्यात करतात. ताजे किंवा खारवून मासे खाल्ले जातात.

(7) **कवचधारी प्राणी :** कोळंब, जवळा, शेवंड, कालव इत्यादींचा समावेश यामध्ये करतात. या प्राण्यांच्या सांगाड्यात अस्थीऐवजी कुर्च्या असतात. यापैकी **कोळंबी ही सर्वांत महत्त्वाची** आहे. भारतात केरळच्या खालोखाल महाराष्ट्रात कोळंबी पकडतात. हे मासे सागरतळाजवळ असल्याने ट्रॉल जाळ्याच्या साहाय्याने यांची पकड केली जाते.

मत्स्योत्पादन म्हणजे काय ?

सर्वसाधारण असा समज असतो की, मत्स्योत्पादन म्हणजे फक्त माशांचे उत्पादन होय तर प्रत्यक्षात माशांव्यतिरिक्त कोळंबी, शेवंड, कालवे, खेकडे व बेडूक यांची पकड तसेच शंख, शिंपले व मोती गोळा करणे यांचाही मासेमारीमध्ये समावेश केला जातो.

माशांची पकड व मत्स्यशेतीचे स्वरूप : निसर्गतः जलाशयात मासे असतात. यांची विविध जाळी व साधनांनी शिकार करणे म्हणजे माशांची पकड होय.

विशिष्ट जातींच्या माशांची मत्स्यबीजे मर्यादित तलाव किंवा जलक्षेत्रात सोडणे, माशांची वाढ शेतीप्रमाणे करणे व कालांतराने मासे पकडणे याला 'मत्स्यशेती' म्हणतात.

मासेमारीचे प्रकार

(अ) खाऱ्या पाण्यातील मासेमारी : खाऱ्या पाण्यातील मासेमारी कोकण किनारपट्टीवर चालते. (1) उत्तर कोकण (2) दक्षिण कोकण.

(1) **उत्तर कोकण :** मुंबई शहर, मुंबई उपनगर, ठाणे व रायगड जिल्ह्यांचा यात समावेश होतो. उत्तर कोकणच्या किनारपट्टीमध्ये मासेमारीचे क्षेत्र बरेच मोठे आहे. उत्तरेकडील भाग उथळ आहे. महाराष्ट्रातील सुमारे 70 मीटर खोलीपर्यंत सागरात मासेमारी चालते. कोकण किनाऱ्यावरील बहुतेक प्रत्येक वसाहत म्हणजे मच्छीमार गाव आहे.

मुंबईला वर्सोवा व माहीम या मच्छीमारांच्या वस्त्या आहेत. ठाणे जिल्ह्यात डहाणू सातपाटी, अर्नाळा व वसई ही महत्त्वाची मासेमारीची केंद्रे आहेत. यांना मुंबईच्या मोठ्या बाजारपेठेचा फायदा मिळतो. घोळ, बोंबील, पापलेट, दरा व वाम हे मासे मोठ्या प्रमाणात सापडतात. रायगड जिल्ह्यात अलिबाग, मुरूड व श्रीवर्धन ही महत्त्वाची मासेमारीची शहरे आहेत. या जिल्ह्यांत पापलेट, सुरमई, हलवा, मुशी, कोळंबी, बोंबील व करंदी हे प्रमुख मासे आढळतात.

(2) **दक्षिण कोकण :** दक्षिण कोकणात 100 पेक्षा जास्त मच्छीमारीची खेडी आहेत. रत्नागिरी व सिंधुदुर्ग जिल्ह्यांचा समावेश दक्षिण कोकणात होतो. **वेंगुर्ला, शिरोड, देवबाग, मालवण** व **रत्नागिरी** ही महत्त्वाची मासेमारी शहरे आहेत. ही केंद्रे खोल सागरी मासेमारीकरिता अनुकूल आहेत. दक्षिणेकडून उत्तरेकडे बांगडा, हैद व पेडवे मासे कमी-कमी होत जातात. दक्षिण कोकणात मासे प्रामुख्याने खारवून टिकवितात.

(ब) गोड्या पाण्यातील मासेमारी : महाराष्ट्रातील मोठ्या नद्या, त्यांच्या उपनद्या, तळी, तलाव त्याचप्रमाणे धरणांच्या जलाशयांमधून गोड्या

पाण्यातील मासेमारी आढळते. ही मासेमारी सुमारे 7 ते 8 महिने चालते. विदर्भामध्ये विशेषतः पूर्व भागात भंडारा, गोंदिया, चंद्रपूर, गडचिरोली व नागपूर या जिल्ह्यांत तलाव आहेत. तेथे कृत्रिम पद्धतीने माशांची पैदास केली जाते. यामध्ये राहू, काटल व रिगळसारखे मासे सोडून त्यांची जोपासना केली जाते. महाराष्ट्रात गोड्या पाण्यातील मासेमारीचा त्या प्रमाणात विकास झालेला नाही.

नीलक्रांती धोरण

केंद्रशासनाने नीलक्रांती अभियान जाहीर केले आहे. त्यानुसार राज्यशासनाने सन 2017 मध्ये नीलक्रांती धोरण जाहीर केले आहे. अभियानाची मुख्य उद्दिष्टे खालीलप्रमाणे आहेत.

- सागरी व गोड्या पाण्यातील मत्स्य उत्पादनाच्या पूर्ण क्षमतेचा वापर करून उत्पादन 2020 पर्यंत तीन पट वाढविणे.
- मच्छीमार व मत्स्य शेतकऱ्यांचे उत्पन्न दुप्पट करण्यासाठी उत्पादकता वाढवून हंगामपश्चात उत्तम पायाभूत सुविधा निर्माण करण्यासाठी ई-कॉमर्ससह विपणन, इतर तंत्रज्ञान आणि जागतिक उत्तमोत्तम नावीन्यपूर्ण कल्पना राबविणे यावर विशेष लक्ष केंद्रित करणे.
- 2020 पर्यंत निर्यात मिळकत तिप्पट व त्याचा लाभ मच्छीमार व मत्स्य शेतकऱ्यांपर्यंत पोहोचविण्यावर लक्ष केंद्रित करणे.

ही उद्दिष्टे साध्य करण्याकरिता 21 योजनांचे एकत्रीकरण करून सात व्यापक योजना तयार करण्यात आल्या असून त्या पुढीलप्रमाणे आहेत. भू-जलाशयीन तळी, दलदली भाग, जलाशय व थंड पाण्याकरिता योजना, निमखाऱ्या पाण्याकरिता योजना, भू-जलाशयीन पायाभूत सुविधा पुरविण्यासाठी योजना, सागरी क्षेत्रातील मत्स्य संवर्धन/पिंजरा पद्धत योजना, सागरी क्षेत्रातील पायाभूत सुविधेकरिता योजना, मच्छीमारांच्या कल्याणासाठी बचत व साहाय्य योजना, कल्याणकारी घरकुल योजना, सदर योजना राबविण्याकरिता सन 2016-17 या वर्षात केंद्र व राज्य हिस्सा अनुक्रमे ₹ 13.63 कोटी व ₹ 7.70 कोटी वितरित झाले असून सन 2017-18 या वर्षाकरिता केंद्राने ₹ 23.0 कोटी तरतूद केली आहे.

मत्स्यव्यवसाय

तक्ता क्र. 8.7 : मत्स्य उत्पादन व निर्यात

बाब	परिमाण	2015-16	2016-17	2017-18**
मत्स्य उत्पादन	लाख मे. टन			
सागरी		4.34	4.63	3.50
गोड्या पाण्यातील		1.46	2.00	1.15
एकूण	**5.80**	**6.63**	**4.65**	
स्थूल मूल्य	₹ कोटी			
सागरी		4,470	5,734	4,375
गोड्या पाण्यातील		1,455	2,078	1,265
एकूण		**5,925**	**7,812**	**5,640**
मत्स्य उत्पादनाची निर्यात				
(अ) उत्पादन	लाख मे. टन	1.28	1.52	उना
(ब) मूल्य	₹ कोटी	3,673	4,312	उना

आधार : महाराष्ट्र आर्थिक पाहणी 2017-18, पान नं. 114

8.2 महाराष्ट्र : जलसिंचन

महाराष्ट्राच्या जलसिंचनाचे कमाल क्षेत्र : महाराष्ट्रामध्ये जास्तीत जास्त किंवा कमाल सिंचनक्षमता सुमारे 71 लाख हेक्टर समजली जाते. यापैकी भूपृष्ठावरील जलसंपत्तीचा वाटा 53 लाख हेक्टर आणि भूगर्भांतर्गत जलसंपत्तीचा वाटा 18 लाख हेक्टर असेल. भूपृष्ठावरील पाण्यापासून भिजविता येईल अशा 53 लाख हेक्टर जमिनीपैकी मोठ्या आणि मध्यम प्रकल्पांद्वारे 41 लाख हेक्टर जमीन आणि लघू पाटबंधारे योजनेखाली 12 लाख हेक्टर जमीन भिजविता येईल. आपल्या महाराष्ट्राचे एकूण भौगोलिक क्षेत्र सुमारे 3.07 कोटी हेक्टर आहे. त्यापैकी 2.11 कोटी हेक्टर जमीन शेतीखाली येऊ शकेल. यावरून असे लक्षात येईल की, **महाराष्ट्रामध्ये शेतजमिनीच्या कमाल सुमारे 2 कोटी हेक्टरपैकी फक्त 71 लाख हेक्टर जमिनीलाच पाणीपुरवठा होऊ शकेल. एकूण शेतजमिनीपैकी जलसिंचनाचे प्रमाण फक्त 26% असेल.**

जलसिंचनाचे प्रकार

महाराष्ट्रात जलसिंचनाचे पुढील प्रकार प्रचलित आहेत. (1) विहीर जलसिंचन (2) तलाव जलसिंचन (3) उपसा जलसिंचन (4) ठिबक सिंचन (5) तुषार सिंचन (6) कालवे.

तक्ता क्र. 8.8 : महाराष्ट्र - जलसिंचन प्रकारानुसार प्रमुख जिल्हे

जलसिंचन प्रकार	प्रमुख जिल्हे	जलसिंचन प्रकार	प्रमुख जिल्हे
विहीर जलसिंचन	अहमदनगर, नाशिक, पुणे	ठिबक जलसिंचन	नाशिक, अहमदनगर, औरंगाबाद, अमरावती, जळगाव
तलाव जलसिंचन	भंडारा, गोंदिया, चंद्रपूर आणि गडचिरोली	तुषार जलसिंचन	जळगाव, अमरावती, बुलडाणा

कालवे

महाराष्ट्रात जलसिंचन प्रकारात विहिरींच्या खालोखाल कालव्यांद्वारे सुमारे 23% क्षेत्र अमलात आणले जाते. महाराष्ट्रात मुख्यत्वेकरून दख्खनच्या पठारावर कृष्णा, गोदावरी, भीमा आणि त्यांच्या उपनद्यांच्या क्षेत्रात पाटबंधारे योजना अमलात आणून कालव्याद्वारे जमिनीला पाणीपुरवठा केला जातो. पाटबंधारे योजनेमध्ये मोठे, मध्यम आणि लघुपाटबंधारे असे उपप्रकार पाडले आहेत. या सर्व योजना शासनामार्फत राबविल्या जातात.

महाराष्ट्रात विशेषतः दख्खनच्या पठारावर पश्चिम महाराष्ट्र आणि मध्य महाराष्ट्रात सातत्याने अवर्षण पडते. अशा प्रदेशात पाणीपुरवठ्याची गरज आहे याचा विचार करून अवर्षण क्षेत्र निश्चित करण्यात आले. महाराष्ट्रात 94 तालुके अवर्षणग्रस्त आहेत.

तक्ता क्र. 8.9 : महाराष्ट्रातील प्रमुख जलसिंचन योजना

विभाग/जिल्हे	पूर्ण प्रकल्प	अपूर्ण प्रकल्प	नियोजित प्रकल्प
पुणे विभाग			
पुणे	माणिकडोह, वाडज, डिंभे वरसगाव, पानशेत, खडकवासला, वीर	चासकमान	देवघर
सातारा	धोम, कण्हेर, कोयना		
कोल्हापूर	तुळशी, राधानगरी	वारणा, दूधगंगा, तिलारी	
सोलापूर	उजनी	बुधिहाळ	
नाशिक विभाग			
नाशिक	वाघड, आळंदी, ओझरखेड, पालखेड, गंगापूर, गिरणा	सुपले, चाणकपूर, पुणेगाव, मुकणे, दारणा, कादवा	वाकी, भावली
अहमदनगर	भंडारदरा, ओझर, मुळा, कुकडी	घोड	
जळगाव	दहिगाव, जामडा	वाघुरे	अप्पर तापी
औरंगाबाद विभाग			
औरंगाबाद	जायकवाडी		
बीड	माजलगाव		
परभणी-हिंगोली	येलदरी, सिद्धेश्वरी, पूर्णा		
नांदेड	मन्याड	विष्णुपुरी	
उस्मानाबाद	मांजरा		
अमरावती विभाग			
अमरावती	तापी		
बुलडाणा	जयगाव, नळगंगा		हातनूर, खडकपूर्णा
अकोला-वाशीम	वाण		
यवतमाळ	पैनगंगा, पूस	अरुणावती	बेंबला, लोअर पैनगंगा

(क्रमशः)

विभाग/जिल्हे	पूर्ण प्रकल्प	अपूर्ण प्रकल्प	नियोजित प्रकल्प
नागपूर विभाग			
नागपूर	रामटेक, लोअर वेण्णा	पेंच	
वर्धा		अप्पर वर्धा, लोअर वर्धा	
भंडारा-गोंदिया	बाघ, इटियाडोह	भवनथडी, घोसी	धापेवाडा
चंद्रपूर	असोला-मेंढा	हूमन	अंधारी
गडचिरोली		तुलतुली	बाती
कोकण विभाग			
ठाणे		भातसा	सूर्या, वैतरणा

महाराष्ट्रात 30 जून, 2011 रोजी पूर्ण झालेल्या मोठ्या प्रकल्पांची संख्या 32 आहे. तर प्रगतिपथावर 54 मोठे प्रकल्प आहेत. मध्यम 186 प्रकल्प पूर्ण असून 72 मध्यम प्रकल्प प्रगतिपथावर आहेत. राज्य स्तरावरील पूर्ण लघू प्रकल्प 2,549 असून प्रगतिपथावर 559 लघू प्रकल्प आहेत. स्थानिक स्तरावरील पूर्ण लघू प्रकल्पांची संख्या 63,145 तर प्रगतिपथावरील लघू प्रकल्पांची संख्या 6,681 आहे. **महाराष्ट्र शासनाने 2010-11 नंतरची आकडेवारी उपलब्ध करून दिलेली नाही.**

संदर्भ : महाराष्ट्र आर्थिक पाहणी (2011-2012)

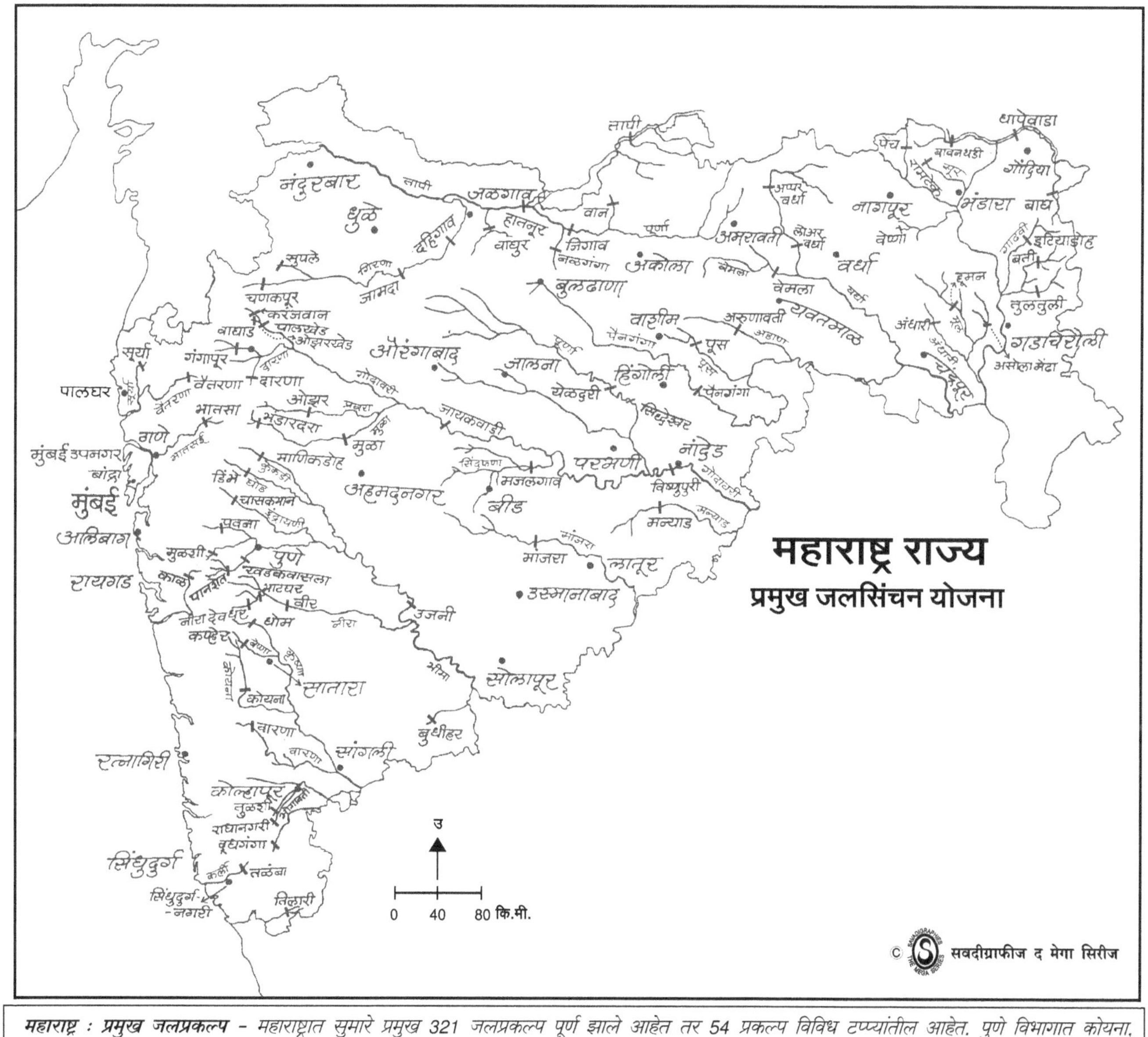

महाराष्ट्र राज्य प्रमुख जलसिंचन योजना

महाराष्ट्र : प्रमुख जलप्रकल्प - महाराष्ट्रात सुमारे प्रमुख 321 जलप्रकल्प पूर्ण झाले आहेत तर 54 प्रकल्प विविध टप्प्यांतील आहेत. पुणे विभागात कोयना, खडकवासला, मुळशी धरण, पवना धरण, वरसगाव, पानशेत, भाटघर, वीर, राधानगरी; नाशिक विभागात गंगापूर, सुपले, गिरणा, भंडारदरा; औरंगाबाद विभागात जायकवाडी, येळदरी, पूर्णा, मांजरा; अमरावती विभागात तापी, नळगंगा, पैनगंगा, पूस; नागपूर विभागात रामटेक, बाघ, इटियाडोह, असोला-मेंढा इत्यादी आहेत.

नकाशा क्र. 8.2 : महाराष्ट्र - प्रमुख जलप्रकल्प

तक्ता क्र. 8.10 : महाराष्ट्र : मध्यम जलप्रकल्प

विभाग/जिल्हे	मध्यम जलप्रकल्प	विभाग/जिल्हे	मध्यम जलप्रकल्प
कोकण विभाग		**औरंगाबाद विभाग**	
ठाणे	खोलसापाडा	औरंगाबाद	अजंठा, कोलही, बोरदेहगाव, लाहुकी, सुखना
रायगड	गांधारी, भावे	जालना	धमना, गलहाटी, काझन, कालन, गिरजा
रत्नागिरी	नातुवाडी	बीड	बिंदुसरा, कुंडलिका, वाणा, वाघेबाबुलगाव, महासंगवी, रूती, सिंदफणा
सिंधुदुर्ग	देवगड, महंमदवाडी, अरुणा, समरबळी	परभणी	कारपासे, मासेली, निवळी
पुणे विभाग		हिंगोली	सावळी
पुणे	पुष्पावती, दहवले, कासारसाई	उस्मानाबाद	तेरणा, सुरती, खंडल, बाणगंगा
सातारा	आंधळी	लातूर	खासपुरी, चांदनी, वहाती, रामगंगा, भारजा, पोरू, फुसलगा, साकोल
सांगली	सिधेवाडी, वसाप्पावाडी, दोशी नाला	नांदेड	कुदळा, कुंडल, हिंगणवाडी, मानलीख
सोलापूर	पानगाव, आष्टी, एकरूखा, तिसगा, म्हसवड, पालवलकरवाडी, बुधिघाट	**अमरावती विभाग**	
		अमरावती	शहानूर
कोल्हापूर	कुंभी, कासारी, पाटगाव	बुलडाणा	पेंटकाली, कोरडी
नाशिक विभाग		अकोला	शिवणखुर्द, उमा, काटेपूर्णा, मोर्णा
नाशिक	हरणबारी, केळझर, वाडेल, तेमगोडे, दरसवाडी, माडकीजाब	वाशीम	सोनल, मोतसवंगी, मुर्गी, गिरोला, ब्राह्मणवाडा
		यवतमाळ	कारले, गोकी, देवगाव, सायखेडा, चापडोह, वाघम
अहमदनगर	अधळा, मंदोहल, सिना	**नागपूर विभाग**	
धुळे	बुराई, पांझरा, अक्कलपाडा, मालनगाव, बंगवाल, अनेर, कारवाडी,	नागपूर	खेकरा, रामटेक, चंद्रभागा, मोरगाव, डोंगरगाव, कान्होली, मकरढोकला, पांढराबोडी
नंदुरबार	नागन, रंगावली, देहाली	वर्धा	बोर, मदन, पंचधर, धाम
जळगाव	सुकी, भोकरबारी, मन्यार्डे अंगवत, तोंडापूर, मणपूर, अनेर	भंडारा	बोथाली, सोरगा, रंगेपन
		गोंदिया	खुळबंदा, संग्रामपूर, बोदलकसा, पुजारी टोला, कालीमटीटोला
		चंद्रपूर	घोडझरी, चांदाई, लाभनसरद, अमूल, पाकडगुंडम, डोंगरगाव, गरडी
		गडचिरोली	रेगडी, कारवाफा

सिंचन

महाराष्ट्र शासनाच्या जलसंपदा विभागाच्या आधिपत्याखालील लाभक्षेत्रातील सिंचित क्षेत्र 2016-17 मध्ये 39-47 लाख हेक्टर आहे.

तक्ता क्र. 8.11 : पाटबंधारे प्रकल्पांची संख्या, निर्मित सिंचन क्षमता आणि सिंचित क्षेत्र

बाब	जलसंपदा विभागाचे प्रकल्प		
	मोठे व मध्यम	लघू	एकूण
30 जून, 2017 रोजी पूर्ण व प्रगतिपथावरील प्रकल्पांची संख्या	403	3,507$	3,910
सिंचन क्षमता (लाख हेक्टर)			
(i) जून, 2016 पर्यंत निर्मित सिंचित क्षेत्र	34.72*	14.89*	49.62*
(ii) 2016-17 मधील कालव्यांद्वारे सिंचित क्षेत्र	18.40++	6.85++	25.25++
(iii) लाभ क्षेत्रातील विहिरींद्वारे 2016-17 मधील सिंचित क्षेत्र	12.05	2.18	14.22
(iv) 2016-17 मधील एकूण वापरलेली सिंचन क्षमता (ii) + (iii)	30.45	9.02	31.47

$ प्रकल्प संख्येमध्ये महाराष्ट्र सिंचन विकास महामंडळाच्या 283 उपसा सिंचन योजनांचा समावेश आहे.

+ + प्रकल्प कालव्यांवरील उपसा व धरणातून नदी नाल्यांमध्ये सोडलेल्या पाण्यामुळे प्रत्यक्ष सिंचित क्षेत्र समाविष्ट

आधार : जलसंपदा विभागाच्या आधिपत्याखालील मुख्य लेखापरीक्षक जल व सिंचन, औरंगाबाद

संदर्भ : महाराष्ट्र आर्थिक पाहणी 2017-18 पान नं. 96

टीप : यानंतर शासनाने जलसिंचनाची आकडेवारी उपलब्ध नाही असे नमूद केले आहे.

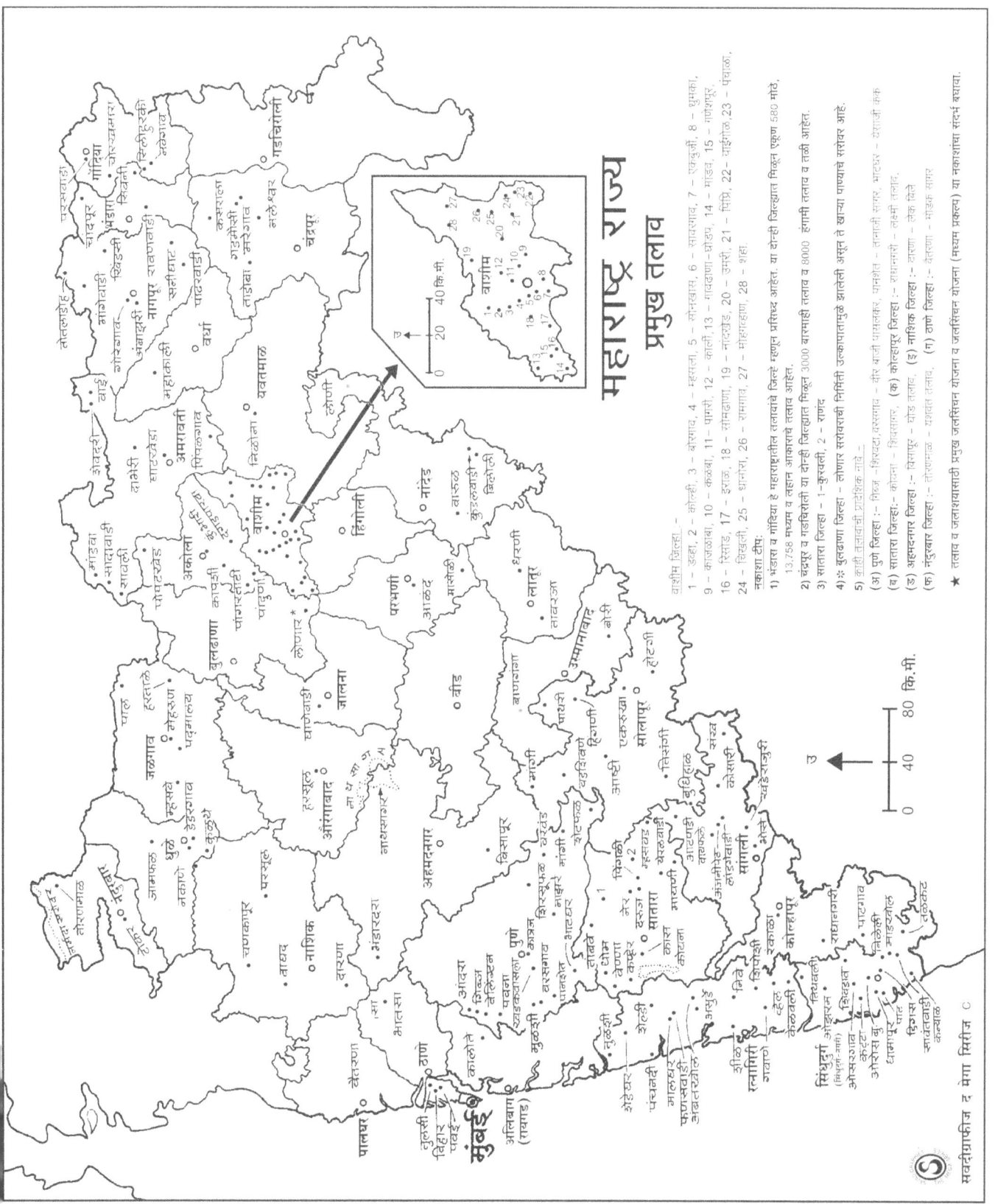

नकाशा क्र. 8.3 : महाराष्ट्र – प्रमुख तलाव

तुषार व ठिबक सिंचन

तुषार व ठिबक सिंचनपद्धतीचा अवलंब केल्याने सिंचनासाठी वापरल्या जाणाऱ्या पाण्याची बचत होते व त्यामुळे 25 ते 40% अतिरिक्त क्षेत्र सिंचनाखाली आणणे शक्य होते.

शिवाय त्यामुळे जमिनीची धूप कमी होते, मशागतीची कामे सुलभ होतात, खतांची कार्यक्षमता वाढते, किडींमुळे होणारे नुकसान घटते आणि परिणामतः पीक उत्पादनात वाढ होते. या सिंचनपद्धतीचा अवलंब करण्याच्या दृष्टीने जून 2010 पासून तुषार व ठिबक सिंचन संच खरेदी करण्यासाठी केंद्रशासनाच्या मानकानुसार सर्वसामान्य शेतकऱ्यांना 50% व अल्पभूधारक व सीमांतिक शेतकऱ्यांना 60% अनुदान देऊन राज्यशासन उत्तेजन देते.

तक्ता क्र. 8.12 : वर्षनिहाय तुषार आणि ठिबक सिंचन संचांचे वितरण आणि झालेला खर्च

वर्ष	तुषार सिंचन संच		ठिबक सिंचन संच		खर्च (₹कोटी)
	संचांची संख्या	क्षेत्र (हेक्टर)	संचांची संख्या	क्षेत्र (हेक्टर)	
2014-15	52,180	43,098	2,00,496	1,70,719	688.41
2015-16	33,898	33,898	1,12,244	1,02,041	445.98
2016-17	64,385	45,510	1,51,399	1,33,931	575.27

आधार : कृषी आयुक्तालय, महाराष्ट्र शासन

संदर्भ : महाराष्ट्राची आर्थिक पाहणी, 2017-2018, पान क्र. 104.

जलाशयांतील साठ्यांची स्थिती

राज्यातील सर्व मोठ्या, मध्यम व लघू पाटबंधारे (राज्य क्षेत्र) जलाशयांमध्ये 15 ऑक्टोबर, 2010 रोजीचा एकूण उपयुक्त जलसाठा 27,309 दशलक्ष घनमीटर होता व तो प्रकल्प क्षमतेच्या सुमारे 82% होता.

जलाशयातील साठा : मोठ्या, मध्यम व लघु पाटबंधारे (राज्यक्षेत्र) जलाशयामध्ये मिळून एकत्रितपणे 15 ऑक्टोबर, 2016 रोजी एकूण उपयुक्त जलसाठा 29,814 दशलक्ष घनमीटर होता व तो प्रकल्प आराखड्यानुसार उपयुक्त जलसाठा क्षमतेच्या सुमारे 69.6 टक्के होता.

तक्ता क्र. 8.13 : जलाशयातील उपयुक्त साठा, सिंचन क्षमता व प्रत्यक्ष सिंचित क्षेत्र **(दलघमी)**

वर्ष	प्रकल्प आराखड्यानुसार जलसाठा क्षमता (दलघमी)	15 ऑक्टोबर रोजी उपयुक्त जलसाठा (दलघमी)	उपयुक्त जलसाठ्याची टक्केवारी	निर्मित सिंचन क्षमता (30 जून अखेर) (लाख हेक्टर)	प्रत्यक्ष सिंचित क्षेत्र (1 जुलै ते 30 जून) (लाख हेक्टर)	प्रत्यक्ष सिंचित क्षेत्राची निर्मित सिंचन क्षमतेशी टक्केवारी
2012-13	35,838	20,406	56.9	47.62	24.96	52.4
2013-14	40,313	29,232	72.5	48.03	32.46	67.6
2014-15	40,729	25,001	61.4	48.66	31.37	64.5
2015-16	40,729	18,072	44.4	49.10	24.47	49.8
2016-17	42,849	29,814	69.6	49.62	39.47	79.5

आधार : जलसंपदा विभागाच्या आधिपत्याखालील मुख्य लेखापरीक्षक, जल व सिंचन, औरंगाबाद

संदर्भ : महाराष्ट्राची आर्थिक पाहणी, 2017-2018, पान क्र. 96

जलयुक्त शिवार अभियान

सन 2019 पर्यंत पाणी टंचाईमुक्त राज्य या संकल्पनेनुसार पाण्याची टंचाई कायमची दूर करण्यासाठी राज्यात 'जलयुक्त शिवार अभियान' डिसेंबर 2014 पासून राबविण्यात येत आहे. भू-जलपातळी वाढविण्यासाठी शाश्वत सिंचन सुविधेच्या निर्मितीद्वारे पावसाचे पाणी जमिनीत मुरवणे असा या अभियानाचा मुख्य हेतू आहे.

दरवर्षी 5,000 गावे व पाच वर्षात 25,000 गावे पाणी टंचाईमुक्त करण्याचे लक्ष्य निर्धारित करण्यात आले आहे. वर्ष 2017-18 मध्ये 12 जानेवारी अखेर 5,018 गावे निवडण्यात आली असून त्यात 7,683 कामे पूर्ण झाली व 6,440 कामे प्रगतिपथावर आहेत.

मागेल त्याला शेततळे योजना : राज्यशासनाने 'मागेल त्याला शेततळे' ही महत्त्वाकांक्षी योजना सुरू केली आहे. या योजनेअंतर्गत शेतामध्ये जलसंधारणासाठी नवीन शेततळी निर्माण करण्याच्या हेतूने अल्प व अत्यल्प भूधारक शेतकऱ्यांना प्राधान्याने अनुदान देण्यात येत आहे. शेतामध्ये कायमस्वरूपी पाणीसाठे निर्माण करण्यावर या योजनेचा भर आहे.

या योजनेच्या माध्यमातून शेतकऱ्यांना त्यांच्या शेतामध्ये पाणी साठवून त्याचा शेतीसाठी वापर करण्यास मदत झाली आहे. या योजनेअंतर्गत अनुदान लाभास पात्र होण्यासाठी शेतकऱ्यांकडे वैयक्तिक किंवा सामूहिक किमान 0.60 हेक्टर शेती क्षेत्र असणे आवश्यक आहे. या योजनेअंतर्गत पहिल्या टप्प्यात 2016-17 करिता 1,12,311 शेततळ्यांच्या निर्मितीचे लक्ष्य असून त्यापैकी जानेवारी, 2018 अखेर 60,496 पूर्ण झाली आहेत.

8.3 महाराष्ट्र : कृषी

महत्त्वाची टीप : महाराष्ट्र शासनाद्वारा जानेवारी 2019 पर्यंत 2017-18 ची कृषी व उद्यान विज्ञान पिकासंबंधी अंदाज/अंतिम उपलब्ध न झाल्याने 2016-17 च्या अंतिम अंदाजाचे विश्लेषण केले आहे

तांदूळ (वर्ष 2016-17) :

तांदळाचे क्षेत्र (हेक्टर) : *(1) गोंदिया : 2,09,300 (2) भंडारा : 1,82,400 (3) गडचिरोली : 1,53,400* ♦ ***महाराष्ट्र : 15,35,300 हेक्टर तांदळाचे उत्पादन (टन) :*** *(1) गोंदिया : 5,10,300 (2) कोल्हापूर : 3,97,800 (3) भंडारा : 3,78,400* ♦ ***महाराष्ट्र : 35,81,200 हेक्टर टन तांदळाचे हेक्टरी उत्पादन (कि.ग्रॅ.) :*** *(1) कोल्हापूर : 3,483 (2)सिंधुदुर्ग : 3,264 (3)रत्नागिरी : 3,123* ♦ ***महाराष्ट्र : 2,333 (कि.ग्रॅ./हेक्टर)***

नकाशा क्र. 8.4 : महाराष्ट्र – तांदूळ उत्पादन (2016-17)

तक्ता क्र. 8.14 : महाराष्ट्रातील प्रमुख पिके

घटक	हवामान	जमीन	अन्य घटक	वैशिष्ट्यपूर्ण व सुधारित जाती	प्रदेश/क्षेत्र	उत्पादन व उत्पादकता
तांदूळ	उष्ण व दमट हवामान **तापमान :** 25° ते 35° से. **पर्जन्य :** 100 सें.मी. पेक्षा जास्त नैर्ऋत्य मान्सूनवर अवलंबून.	जांभा खडकापासून तयार झालेली जमीन, चिकणमातीची जमीन.	प्रामुख्याने लावणी पद्धतीने लागवड, 'रान भाजल्यामुळे' रोपांची चांगली वाढ.	कोळंबा, झिनिया, आंबेमोहर, कमोद, कृष्णसाळ, घनसाळ, पांढरी लुचाई, आय.आर. जया, कर्जत 184, रत्नागिरी 24.	कोकण, मावळ किनाऱ्याची खार जमीन, वैनगंगा खोरे. क्षेत्रानुसार ठाणे, चंद्रपूर, रायगड, भंडारा, गोंदिया, पहिले भंडारा, गोंदिया गडचिरोली व सिंधुदुर्ग जिल्ह्यांतील खरीप हंगामातील 100% शेतजमीन तांदळाखाली.	1960 साली 13 लाख टनांवरून 2016–2017 मध्ये 33.81 लाख टन. याच काळात हेक्टरी उत्पादन 1,050 कि.ग्रॅ. वरून 2,333 कि.ग्रॅ. भारतामध्ये महाराष्ट्राचा तांदळाच्या क्षेत्रात व उत्पादनात फक्त 2.3% वाटा.

(क्रमशः)

घटक	हवामान	जमीन	अन्य घटक	वैशिष्ट्यपूर्ण व सुधारित जाती	प्रदेश/क्षेत्र	उत्पादन व उत्पादकता
गहू	**तापमान :** हिवाळ्याचे तापमान 10° ते 15° से. कापणीच्या आधी उबदार व कोरडी हवा आणि तापमान 21° ते 26° से. पिकास दंव चांगले. **पर्जन्य :** 50 ते 75 सें.मी.	गाळ व चिकणमाती-युक्त जमीन, काळी जमीन निचरा होणे आवश्यक.	जलसिंचनाची आवश्यकता. हिवाळ्यातील अल्प पाऊस उपयुक्त.	एच.डी.-2,189 (सरबती), एच.डी.-4,502 (बक्षी) कल्याणसोना, पी.बी.एन.-42, कैलास एन.-59 (बक्षी), एन.आय.-5,439 (सरबती), अजिंठा	क्षेत्रानुसार-अहमदनगर, नाशिक, पुणे, नागपूर, सोलापूर पहिले 5 जिल्हे. अकोला, वाशीम, अमरावती, बुलडाणा, यवतमाळ व वर्धा जिल्ह्यातील रब्बी हंगामातील 90 ते 100% शेतजमीन गव्हाखाली.	1960 साली 4 लाख, 2016-2017 मध्ये 16.02 लाख टन उत्पादन. याच काळात हेक्टरी उत्पादन 422 कि.ग्रॅ. वरून 1,740 कि.ग्रॅ.
ज्वारी	**तापमान :** 25 ते 26° से. **पर्जन्य :** कमीत कमी 40 ते 45 सें.मी. 50 ते 75 सें.मी. पावसाच्या प्रदेशात उत्तम पीक.	मध्यम खोलीची, काळी व चिकणमातीची जमीन, रेताड व चोपण जमीन वगळल्यास कोणतीही जमीन चालते.	खरीप व रब्बी हंगामात ज्वारीचे पीक. खरीप ज्वारीबरोबर तूर, चवळी, मूग, उडीद तर रब्बीबरोबर जवस व करडई मिश्र पीक. कापूस, हरभरा, भुईमूगसारख्या पिकांबरोबर फेरपालट.	सी.ए.एच.-1, सी.ए.एच.-2, आर.एस.पी.व्ही.	खरीप ज्वारी : क्षेत्रानुसार लातूर, नांदेड, जळगाव व बुलडाणा पहिले 5 जिल्हे. खरीप हंगामाचे 40% क्षेत्र. रब्बी ज्वारी : क्षेत्रानुसार सोलापूर, अहमदनगर, पुणे, बीड व औरंगाबाद पहिले 5 जिल्हे. एकूण ज्वारी : क्षेत्रानुसार सोलापूर अहमदनगर, पुणे, नांदेड, जळगाव हे पहिले 5 जिल्हे.	1960 साली 42 लाख टनांवरून 2016-2017 मध्ये 24.82 लाख टन उत्पादन. याच काळात हेक्टरी उत्पादनात 672 कि.ग्रॅ. वरून 702 कि.ग्रॅ.

कडधान्ये

(1) **तूर :** तूर पिकविणारे भारतातील महाराष्ट्र प्रमुख राज्य. मध्यम ते भारी जमीन. मिश्र पीक. 70 ते 100 सें.मी. पाऊस.

सुधारित जाती : बी.डी.एन.-1, बी.डी.एन.-2, टी. विशाखा-1, टी.डी.टी.-10, क्षेत्रानुसार यवतमाळ, उस्मानाबाद, अमरावती, अकोला, परभणी पहिले 5 जिल्हे. सन 1960 मध्ये तुरीचे 4.7 लाख टन उत्पादन तर सन 2016-2017 मध्ये 20.89 लाख टन उत्पादन.

(2) **हरभरा :** रब्बी हंगामातील हरभरा हे महत्त्वाचे कडधान्य. देशी व काबुली प्रकार. भारी, मध्यम भारी व गाळाची जमीन. पाण्याचा निचरा व ओलावा धरून ठेवणारी जमीन.

सुधारित जाती : चाफा, एन-59, विकास, विश्वास, फुले जी-12, विजया, क्षेत्रानुसार नाशिक, जळगाव, औरंगाबाद, परभणी व अहमदनगर पहिले 5 जिल्हे. सन 1960 मध्ये हरभऱ्याचे 4 लाख टन उत्पादन तर सन 2016-2017 मध्ये हरभऱ्याचे उत्पादन 19.41 लाख टन.

(3) **इतर कडधान्ये : (अ) मूग :** भारतात मुगाच्या क्षेत्रात व उत्पादनात महाराष्ट्राचा प्रथम क्रमांक. प्रामुख्याने मराठवाड्यात तसेच खानदेश व विदर्भात लागवड. **सुधारित जाती :** टी.ए.जी.-7, फुले मूग-2, एस.-8, पुसा वैशाखी. सन 2016-2017 मध्ये मुगाच्या 4.44 लाख हेक्टर क्षेत्रांमधून 2.60 लाख टन उत्पादन झाले. **(ब) उडीद :** खरीप हंगामाचे अल्प मुदतीचे पीक : जळगाव, उस्मानाबाद, औरंगाबाद, अकोला, बुलडाणा व धुळे जिल्ह्यांत जास्त क्षेत्र. **सुधारित जाती :** टी.-9, टी.ए.यू.-1, सिंदखेडा-1, नं. 55. सन 2016-2017 मध्ये 3.38 लाख हेक्टरमधून उडदाचे 1.83 लाख टन उत्पादन झाले. **(क) मटकी :** सर्वत्र पिकविले जाणारे कडधान्य. सांगली, सातारा, सोलापूर, नगर व औरंगाबाद या जिल्ह्यांमध्ये प्रामुख्याने लागवड. सुधारित जाती नं. 88, एम.बी.एस.-27.

एकूण कडधान्याच्या क्षेत्रात अकोला, परभणी, जळगाव, बुलडाणा व यवतमाळ हे पहिले पाच जिल्हे.

तक्ता क्र. 8.15 : महाराष्ट्र : मुख्य पिकाखालील क्षेत्र, उत्पादन आणि हेक्टरी उत्पादन

(क्षेत्र : 000 हेक्टर, उत्पादन : 000 मे. टन, हेक्टरी उत्पादन : कि.ग्रॅ.)

पीक	वर्ष 1960-1961			वर्ष 2012-2013			वर्ष 2016-2017		
	क्षेत्र	उत्पादन	हेक्टरी उत्पादन	क्षेत्र	उत्पादन	हेक्टरी उत्पादन	क्षेत्र	उत्पादन	हेक्टरी उत्पादन
1	2	3	4	5	6	7	8	9	10
तांदूळ	1,300	1,369	1,054	1,557	3,056	1,963	1,535	3,581	2,333
गहू	907	401	442	785	1,143	1,445	1,272	2,214	1,740
ज्वारी	6,284	4,224	672	3,290	2,174	661	3,616	2,538	702
बाजरी	1,635	489	299	788	502	637	837	800	955
इतर तृणधान्ये	480	272	567	1,020	1,953	1,915	1,230	3,512	2,856
एकूण तृणधान्ये	**10,606**	**6,755**	**637**	**7,440**	**8,828**	**1,187**	**8,490**	**12,646**	**1,489**

(क्रमशः)

पीक	वर्ष 1960-1961			वर्ष 2012-2013			वर्ष 2016-2017		
	क्षेत्र	उत्पादन	हेक्टरी उत्पादन	क्षेत्र	उत्पादन	हेक्टरी उत्पादन	क्षेत्र	उत्पादन	हेक्टरी उत्पादन
1	2	3	4	5	6	7	8	9	10
तूर	530	468	883	1,214	1,006	829	1,436	2,089	1,455
हरभरा	402	134	333	1,135	937	826	1,929	1,941	1,006
मूग	–	–	–	431	211	490	444	260	585
उडीद	–	–	–	363	214	593	338	183	542
इतर कडधान्ये	1,417	387	273	183	62	338	211	110	522
एकूण कडधान्ये	**2,349**	**989**	**421**	**3,323**	**2,430**	**731**	**4,258**	**4,584**	**1,052**
एकूण अन्नधान्ये	**12,955**	**7,744**	**598**	**10,762**	**11,258**	**1,046**	**12,848**	**17,229**	**1,341**
भुईमूग	1,083	800	739	271	286	1,054	355	420	1,183
सोयाबीन	–	–	–	3,064	4,690	1,531	3,841	4,587	1,194
करडई	331	–	–	105	55	522	76	52	691
इतर तेलबिया	454	–	–	211	74	352	137	54	394
एकूण तेलबिया	**1,868**	–	–	**3,651**	**5,105**	**1,398**	**4,409**	**5,113**	**1,160**
ऊस	155	10,404	×66.92	936	11,677	*83	633	54,237	86,000
कापूस (रूई)	2,500	1,673	114	4,187	6,793	276	4,212	10,755	434

टीप : *ऊस हेक्टरी उत्पादन : मे.टन कापूस उत्पादन : 000 गासड्यांमध्ये 1 गासडी : 170 कि.ग्रॅ.

संदर्भ : (i) कृषी आयुक्तालय, महाराष्ट्र शासन, मुंबई 2012-13 (ii) महाराष्ट्र आर्थिक पाहणी 2017-18, पान क्र. 121 ते 123.

संभाव्य उत्पादन 2017-18

खरीप पिके : सन 2017 च्या खरीप हंगामामध्ये 150.45 लाख हेक्टर क्षेत्रावर पेरणी पूर्ण करण्यात आली ती मागील वर्षीच्या तुलनेत थोडी अधिक होती. मागील वर्षीच्या तुलनेत तृणधान्ये, कडधान्ये, तेलबिया आणि कापूस या पिकांखालील क्षेत्रात अनुक्रमे तीन टक्के, एक टक्का आणि 0.1 टक्का घट तर ऊस या पिकाखालील क्षेत्रात 43 टक्के वाढ झाली. गतवर्षीच्या तुलनेत तृणधान्ये, कडधान्ये, तेलबिया आणि कापूस यांच्या उत्पादनात अनुक्रमे चार टक्के, 46 टक्के, 15 टक्के आणि 44 टक्के घट अपेक्षित असून उसाच्या उत्पादनात 25 टक्के वाढ अपेक्षित आहे. प्रमुख खरीप पिकांचे क्षेत्र व उत्पादन खालील तक्त्यामध्ये दिले आहे.

तक्ता क्र. 8.16 : प्रमुख खरीप पिकांचे संभाव्य क्षेत्र व उत्पादन (वर्ष 2017-18)

पीक	क्षेत्र ('000 हेक्टर)	उत्पादन ('000 मे. टन)
	2017-18 (अस्थायी)	2017-18 (अस्थायी)
तांदूळ	1,447	2,661
ज्वारी	410	417
बाजरी	680	616
नाचणी	86	94
मका	914	2,977
इतर तृणधान्ये	42	19
एकूण तृणधान्ये	**3,579**	**6,783**
तूर	1,229	984
मूग	453	164
उडीद	484	177
इतर कडधान्ये	81	54
एकूण कडधान्ये	**2,247**	**1,379**
एकूण अन्नधान्ये	**5,826**	**8,163**

पीक	क्षेत्र ('000 हेक्टर)	उत्पादन ('000 मे. टन)
	2017-18 (अस्थायी)	2017-18 (अस्थायी)
सोयाबीन	3,841	3,886
भुईमूग	213	260
तीळ	17	4
कारळे	18	5
सूर्यफूल	15	7
इतर तेलबिया	6	1
एकूण तेलबिया	**4,110**	**4,163**
कापूस (रुई)@	4,207	6,049
ऊस**	902	67,863
एकूण	**15,045**	–

@170 किलोची एक गासडी याप्रमाणे कापसाचे उत्पादन '000 गासड्यांमध्ये ** तोडणी क्षेत्र #परिगणना प्रत्यक्ष आकडेवारीवर आधारित

ीप : वर्ष 2017-18 ची आकडेवारी ही द्वितीय पूर्वानुमानावर आधारित आहे.

आधार : कृषी आयुक्तालय, महाराष्ट्र शासन

संदर्भ : महाराष्ट्राची आर्थिक पाहणी 2017-18, पान क्र. 92

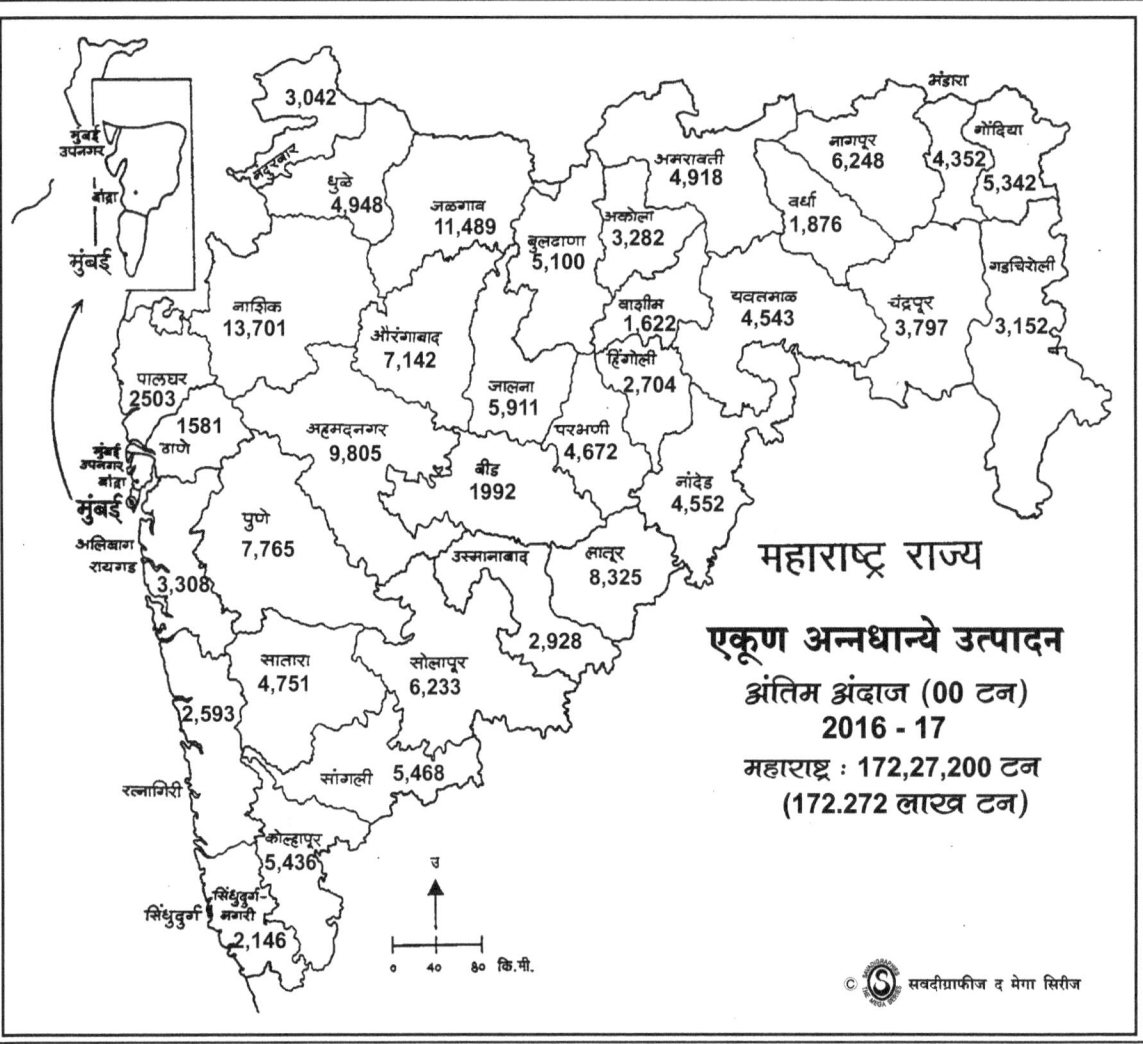

अन्नधान्ये (वर्ष 2016 - 17) :

एकूण अन्नधान्यांचे क्षेत्र (हेक्टर) : *(1) अहमदनगर : 10,36,900 (2) बीड : 9,47,700 (3) सोलापूर : 9,21,400* ♦ ***महाराष्ट्र : 128.473 लाख हेक्टर (128,47,300 हेक्टर) एकूण अन्नधान्यांचे उत्पादन (टन) :*** *(1) नाशिक : 13,70,100 (2) जळगाव : 11,48,900 (3) अहमदनगर : 9,80,500* ♦ ***महाराष्ट्र : 172,27,200 टन (172.272 लाख टन)***

नकाशा क्र. 8.5 : महाराष्ट्र - एकूण अन्नधान्ये (2016-17)

रब्बी पिके : रब्बी पिकांखालील क्षेत्रात (5 जानेवारी, 2018 च्या स्थितीस अनुसरून) मागील वर्षीच्या तुलनेत 31 टक्के घट दिसत आहे. मागील वर्षीच्या तुलनेत तृणधान्ये, कडधान्ये आणि तेलबिया या पिकांखालील क्षेत्रात अनुक्रमे 42 टक्के, सहा टक्के आणि 60 टक्के घट दिसत आहे. मागील वर्षीच्या तुलनेत तृणधान्ये, कडधान्ये आणि तेलबिया यांच्या उत्पादनात अनुक्रमे 39 टक्के, चार टक्के आणि 73 टक्के घट अपेक्षित आहे.

तक्ता क्र. 8.17 : प्रमुख रब्बी पिकांचे संभाव्य क्षेत्र व उत्पादन (वर्ष 2017-18)

पीक	क्षेत्र ('000 हेक्टर) 2017-18 (अस्थायी)	उत्पादन ('000 मे. टन) 2017-18 (अस्थायी)
ज्वारी	1,705	1,510
गहू	801	1,208
मका	184	473
इतर तृणधान्ये	4	1
एकूण तृणधान्ये	**2,694**	**3,193**
हरभरा	1,848	1,881
मूग	453	164
इतर कडधान्ये	91	43

पीक	क्षेत्र ('000 हेक्टर) 2017-18 (अस्थायी)	उत्पादन ('000 मे. टन) 2017-18 (अस्थायी)
तीळ	1	0.4
करडई	33	15.7
सूर्यफूल	7	3.8
जवस	10	2.5
सरसू व मोहरी	5	13
एकूण तेलबिया	**56**	**24**
तंबाखू	–	–
एकूण	**4,688**	–

महाराष्ट्र राज्य
ऊस उत्पादन
अंतिम अंदाज (00 टन)
2016 - 17
महाराष्ट्र : 542,36,800 टन
(542.37 लाख टन)
उ

ऊस (वर्ष 2016 - 17) :

उसाचे क्षेत्र (हेक्टर) : *(1)कोल्हापूर : 1,32,631 (2) पुणे : 95,903 (3) सांगली : 72,358* ♦ ***महाराष्ट्र :*** *6,33,300* ***हेक्टर (6.333 लाख हेक्टर) गव्हाचे उत्पादन (टन) :*** *(1) कोल्हापूर : 1,24,99,000 (2) पुणे : 90,70,900 (3) सांगली : 78,09,500* ♦ ***महाराष्ट्र :*** *542,36,800* ***टन (542.368 लाख टन) गव्हाचे हेक्टरी उत्पादन (कि.ग्रॅ.) :*** *(1) सातारा : 124 (2) धुळे : 116 (3) सांगली : 108* ♦ ***महाराष्ट्र : 86 कि.ग्रॅ./हेक्टर***

नकाशा क्र. 8.6 : महाराष्ट्र – ऊस उत्पादन (2016-17)

उन्हाळी पिके : सन 2017-18 मध्ये उन्हाळी तृणधान्य, कडधान्य आणि तेलबिया पिकाखालील क्षेत्र अनुक्रमे 0.83 लाख हेक्टर, 0.02 लाख हेक्टर व 0.91 लाख हेक्टर लक्ष्य अंदाजित आहे. उन्हाळी तृणधान्य, कडधान्य आणि तेलबिया या पिकांच्या उत्पादनाचे अंतिम करण्यात आलेले लक्ष्य अनुक्रमे 1.84 लाख मे. टन, 0.01 लाख मे. टन व 1.45 लाख मे. टन निर्धारित करण्यात आले आहे.

सन 2017-18 मधील एकूण संभाव्य उत्पादन : द्वितीय पूर्वानुमानानुसार 2017-18 मध्ये मागील वर्षीच्या तुलनेत तृणधान्ये, कडधान्ये, तेलबिया आणि कापूस या पिकांच्या एकूण उत्पादनात घट अपेक्षित असून उसाच्या एकूण उत्पादनात वाढ अपेक्षित आहे.

तक्ता क्र. 8.18 : प्रमुख पिकांचे संभाव्य क्षेत्र व उत्पादन

पीक	2016-17	2017-18@ (अस्थायी)	शेकडा बदल#
तृणधान्ये	126.46	99.77	(–) 21.1
कडधान्ये	45.84	33.06	(–) 27.9
एकूण तृणधान्ये	**172.30**	**132.83**	**(–) 22.9**
तेलबिया	51.13	41.87	(–) 18.1
कापूस$	107.55	60.49	(–) 43.8
ऊस	542.37	678.63	25.1

@खरीप व रब्बी पिकांचा समावेश $लाख गासड्या (प्रत्येकी 170 कि.ग्रॅ.)

टीप : वर्ष 2017-18 ची आकडेवारी ही द्वितीय पूर्वानुमानावर आधारित आहे.

आधार : कृषी आयुक्तालय, महाराष्ट्र शासन

संदर्भ : महाराष्ट्राची आर्थिक पाहणी 2017-18, पान क्र. 93

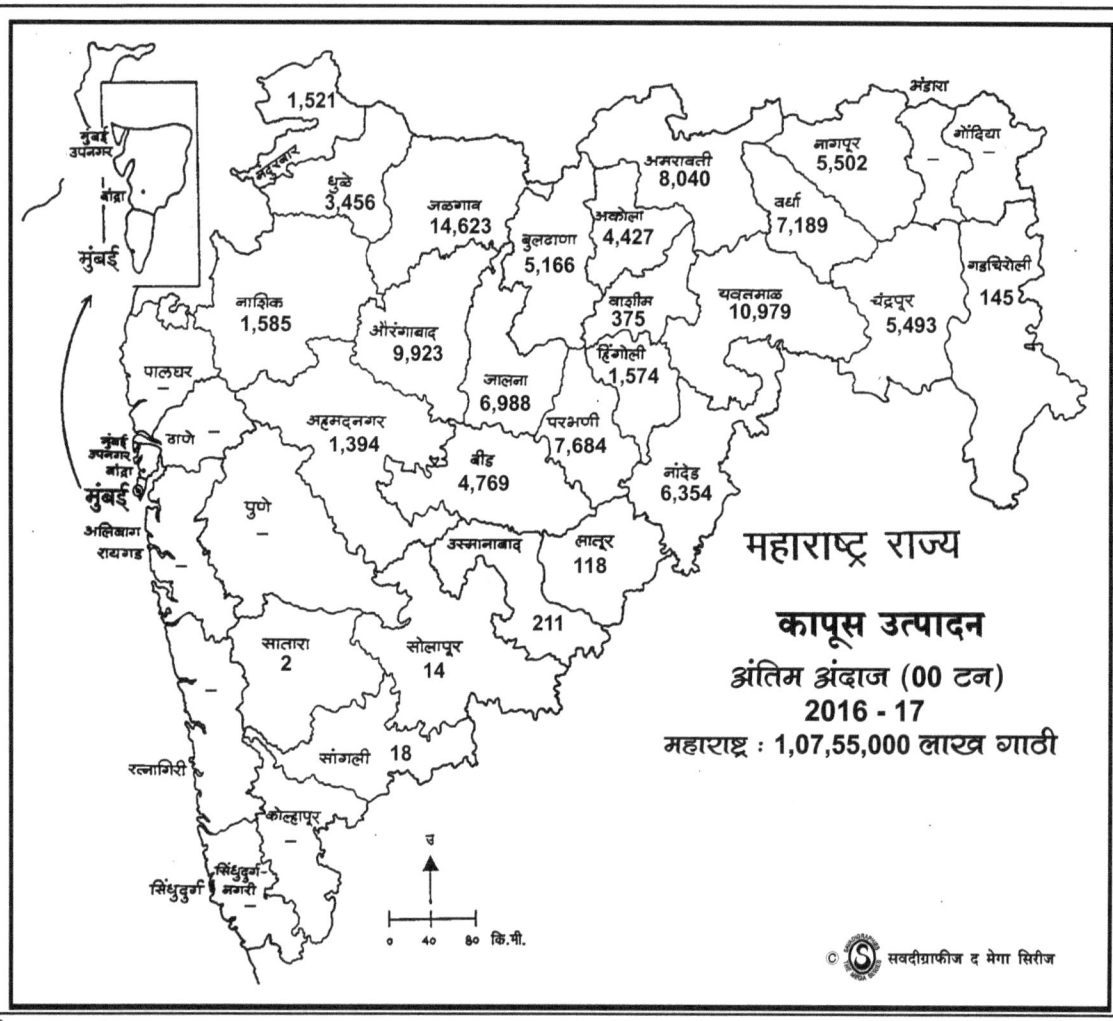

कापूस (वर्ष 2016 - 17) :

कापसाचे क्षेत्र (हेक्टर) : *(1) औरंगाबाद : 5,06,500 (2) जळगाव : 5,04,200 (3) यवतमाळ : 4,20,700* ♦ ***महाराष्ट्र : 42,12,400 हेक्टर (42.124 लाख हेक्टर) कापसाचे उत्पादन (गाठी) :*** *(1) जळगाव : 14,62,300 (2) यवतमाळ : 10,97,900 (3) औरंगाबाद : 9,92,300* ♦ ***महाराष्ट्र : 107,55,000 गाठी (107.55 लाख गाठी) कापसाचे हेक्टरी उत्पादन (कि.ग्रॅ.) :*** *(1) परभणी : 779 (2) लातूर : 751 (3) नागपूर : 685* ♦ ***महाराष्ट्र : 434 कि.ग्रॅ./हेक्टरी***

नकाशा क्र. 8.7 : महाराष्ट्र - कापूस उत्पादन (2016-17)

महाराष्ट्रातील एकूण फळांचे क्षेत्र, उत्पादन व उत्पादकता (सन 2016-17 : दुसरा प्रगत अंदाज)

(1) **एकूण फळांचे क्षेत्र :** सन 2016-17 च्या दुसऱ्या प्रगत अंदाजानुसार, महाराष्ट्रात एकूण फळांचे क्षेत्र 7,62,699 हेक्टर (सुमारे 7.63 लाख हेक्टर) आहे. सन 2015-16 साली फळांचे क्षेत्र 7,26,973 हेक्टर होते. याचा अर्थ, **फळांच्या क्षेत्रामध्ये 49,726 हेक्टरने वाढ झाली.**

वैशिष्ट्ये : एकूण फळ क्षेत्रामधील पहिली पाच फळे : महाराष्ट्रात सन 2016-17 च्या दुसऱ्या प्रगत अंदाजानुसार, **सर्वांत जास्त क्षेत्र आंब्याचे असून (1,57,073 हेक्टर) याची एकूण फळांच्या क्षेत्रांशी टक्केवारी 20.29 आहे.**

या खालोखाल **(ii) डाळिंब :** 1,36,423 हेक्टर (17.89%); **(iii) संत्री :** 1,07,482 हेक्टर (14.09%); **(iv) द्राक्षे :** 1,03,978 हेक्टर (13.63%); **(v) केळी :** 75,011 हेक्टर (9.88%) यांचा क्रमांक लागतो.

वरील पाच फळांचे एकूण क्षेत्र 5,79,967 हेक्टर असून याची टक्केवारी 75.88 आहे. उर्वरित फळांच्या क्षेत्राची टक्केवारी 24.12 आहे.

जिल्हावार क्षेत्र : पहिले पाच जिल्हे : सन 2016-17 च्या दुसऱ्या प्रगत अंदाजानुसार, महाराष्ट्रामध्ये एकूण फळ क्षेत्रामध्ये **सर्वांत जास्त क्षेत्र नाशिक जिल्ह्यात 1,09,315 हेक्टर आहे. महाराष्ट्रात याची टक्केवारी 14.33 आहे.**

- या खालोखाल (ii) अमरावती (75,502 हेक्टर; 9.9%); (iii) सोलापूर (67,318 हेक्टर; 8.83%); (iv) रत्नागिरी (61,503 हेक्टर; 8.07%); (v) जळगाव (57,975 हेक्टर; 7.63%) या जिल्ह्यांचा क्रमांक लागतो.
- वरील पाच जिल्ह्यांत मिळून **महाराष्ट्रातील एकूण फळांचे क्षेत्र 3,71,613 हेक्टर असून याची टक्केवारी 48.76 आहे.**

(2) **एकूण फळांचे उत्पादन :** सन 2016-17 च्या दुसऱ्या प्रगत अंदाजानुसार, महाराष्ट्रामध्ये एकूण फळांचे उत्पादन 1,08,03,207 टन (सुमारे 108 लाख टन) झाले. सन 2015-16 च्या एकूण फळांचे अंतिम उत्पादन 96,01,920 टन होते. याचा अर्थ असा की, **फळ उत्पादनामध्ये 12,01,287 टन (सुमारे 12 लाख टन) एवढी प्रचंड वाढ झाली. महाराष्ट्राची फळ उत्पादनामधील वाढ लक्षणीय आहे.**

वैशिष्ट्ये : **एकूण फळ उत्पादनामधील पहिली पाच फळे : केळी :** सन 2016-17 च्या दुसऱ्या प्रगत अंदाजानुसार, महाराष्ट्रामध्ये **सर्वांत जास्त केळीचे उत्पादन 36,25,996 टन असून याची एकूण फळांच्या उत्पादनाशी टक्केवारी 33.56 आहे.**

या खालोखाल **(ii) द्राक्षे** : 22,38,036 टन (20.72%); **(iii) डाळिंब** : 15,75,792 टन (14.59%); **(iii) संत्री** : 7,88,070 टन (7.29%); **(iv) मोसंबी** : 6,51,793 टन (6.09%) यांचा क्रमांक लागतो.

सन 2016-17 नुसार वरील पाच फळांचे उत्पादन 88,79,687 टन (सुमारे 88.8 लाख टन) असून याची टक्केवारी 82.25 आहे. उर्वरित फळांच्या उत्पादनाची टक्केवारी 17.75 आहे.

जिल्हावार उत्पादन : पहिले पाच जिल्हे : सन 2016-17 च्या दुसऱ्या प्रगत अंदाजानुसार, महाराष्ट्रामध्ये जिल्हावार **सर्वांत जास्त फळांचे उत्पादन जळगाव जिल्ह्यात 27,79,374 टन असून महाराष्ट्रात याची टक्केवारी 25.73 आहे.**

- या खालोखाल (ii) नाशिक (20,41,679 टन, 18.9%); (iii) सांगली (7,61,964 टन, 7.05%); (iv) सोलापूर (6,76,383 टन, 6.26%); (v) अमरावती (5,62,930 टन, 5.21%) या जिल्ह्यांचा क्रमांक लागतो.
- **वरील पाच जिल्ह्यांमधील फळांचे उत्पादन 68,22,330 टन असून याची टक्केवारी 63.15 आहे.**

नकाशा क्र. 8.8 : महाराष्ट्र - एकूण फळ उत्पादन (सन 2016-17)

(3) एकूण फळांचे हेक्टरी उत्पादन :

सन 2016-17 च्या दुसऱ्या प्रगत अंदाजानुसार, महाराष्ट्रामध्ये एकूण फळांचे हेक्टरी उत्पादन 14.6 टन आहे. सन 2015-16 नुसार, फळांचे अंतिम हेक्टरी उत्पादन 13.21 टन होते. याचा अर्थ, हेक्टरी उत्पादनामध्ये 1.39 टन वाढ झालेली आहे.

वैशिष्ट्ये : एकूण फळांच्या हेक्टरी उत्पादनामधील पहिली पाच फळे : सन 2016-17 च्या दुसऱ्या प्रगत अंदाजानुसार, महाराष्ट्रामध्ये **सर्वांत जास्त हेक्टरी उत्पादन केळीचे असून ते 48.34 टन आहे.** या खालोखाल **(ii) पपई** (31.86 टन); **(iii) कलिंगड** (27.44 टन); **(iv) द्राक्षे** (21.52 टन) आणि **(v) खरबूज** (20.32 टन) यांचा क्रमांक लागतो.

जिल्हावार फळांचे हेक्टरी उत्पादन : एकूण फळांच्या हेक्टरी उत्पादनामधील पहिले पाच जिल्हे : सन 2016-17 च्या दुसऱ्या प्रगत अंदाजानुसार, **महाराष्ट्रामध्ये जिल्हावार फळांच्या हेक्टरी उत्पादनात सर्वांत पहिला क्रमांक जळगाव जिल्ह्याचा असून ते 47.94 टन आहे.** या खालोखाल नांदेड (28.47 टन), हिंगोली (26.55 टन), सांगली (25.05 टन), धुळे (22.69 टन) या जिल्ह्यांचा समावेश होतो.

तक्ता क्र. 8.19 : उद्यानविज्ञान पिकांखालील अंदाजित क्षेत्र व उत्पादन

पीक	क्षेत्र ('000 हेक्टर)			उत्पादन ('000 मे. टन)		
	2016-17 अंतिम	2017-18 (अस्थायी)	शेकडा बदल	2016-17	2017-18 (अस्थायी)	शेकडा बदल
फळे	705.12	695.05	(–) 1.4	10,630.08	10,879.88	2.3
भाजीपाला	712.68	572.13	(–) 19.7	10,520.49	9,043.98	(–) 14.0
मसाल्याची पिके	41.81	42.02	0.5	371.72	373.58	0.5
फळबाग पिके	207.10	207.33	0.1	393.75	370.32	(–) 6.0
फुले@	**6.78**	**5.49**	**(–) 19.0**	76.7	86.1	**(–) 312.3**

टीप : वर्ष 2017-18 ची आकडेवारी ही पहिल्या पूर्वानुमानावर आधारित आहे. @ दंडासह व दंडविरहित फुले समाविष्ट

आधार : राष्ट्रीय फलोत्पादन मंडळ, भारत सरकार

संदर्भ : महाराष्ट्राची आर्थिक पाहणी 2017-18, पान क्र. 93

तक्ता क्र. 8.20 : महाराष्ट्रामधील फळे

क्र.	विभाग	प्रमुख फळझाडे	अन्य फळझाडे
1.	कोकण	आंबा, काजू, नारळ, सुपारी, अननस, चिकू.	कॉफी, कोको, ब्रेड फ्रूट, मसाले पिके (उदा., लवंग, काळी मिरी, दालचिनी, कोकम, वेलदोडे, ऑलस्पाईस इत्यादी.)
2.	पश्चिम घाट (उदा., महाबळेश्वर, माथेरान)	स्ट्रॉबेरी, मलबेरी, अंजीर, गुजबेरी.	विशिष्ट जातीची सफरचंद, नाशपती व सप्ताळू.
3.	मध्य व पश्चिम महाराष्ट्र	द्राक्षे, मोसंबी, लिंबू, अंजीर, पेरू, डाळिंब, पपई, चिकू.	काजू (कोल्हापूर), फालसा, लिची.
4.	खानदेश	केळी, आंबा, बोर, लिंबू.	पानवेल, फालसा, पेरू.
5.	मराठवाडा (औरंगाबाद विभाग)	संत्री, केळी, द्राक्षे, अंजीर, आंबा.	फालसा, पेरू, सीताफळ.
6.	विदर्भ विभाग	संत्री, लिंबू, बोर, काही भागात द्राक्षे व पपई.	काही भागात बोर, फालसा, केळी, आंबा.

महाराष्ट्र : भाजीपाला पिके (सन 2016-17 : दुसरा प्रगत अंदाज)

महाराष्ट्रात खालील प्रमुख भाजीपाल्यांचे उत्पादन घेतले जाते : (1) शेंगा (सर्व प्रकारच्या वालासहित) (2) बीट कंद (3) कारले (4) दुधी भोपळा (5) वांगी (6) कोबी (7) ढोबळी मिरची (8) गाजर (9) कॉलीफ्लॉवर (10) काकडी (11) हिरवी मिरची (12) लाल भोपळा (13) हिरव्या पालेभाज्या (14) भेंडी (15) कांदा (16) हिरवा वाटाणा (17) पडवळ (18) बटाटा (19) मुळा (20) दोडका (21) रताळे (22) टोमॅटो (23) इतर भाजीपाला.

महाराष्ट्र : एकूण भाजीपाला पिकांचे क्षेत्र, उत्पादन व हेक्टरी उत्पादन

(1) एकूण भाजीपाल्यांचे क्षेत्र :

सन 2016-17 च्या दुसऱ्या प्रगत अंदाजानुसार, महाराष्ट्रामध्ये एकूण भाजीपाल्याचे क्षेत्र 6,92,040 हेक्टर (सुमारे 6.92 लाख हेक्टर) आहे. सन 2015-16 मध्ये भाजीपाल्याचे क्षेत्र 7,10,146 हेक्टर (सुमारे 7.1 लाख हेक्टर) होते. याचा अर्थ, भाजीपाल्याचे क्षेत्र 18,106 हेक्टरने कमी झाले; तरी उत्पादनामध्ये बरीच वाढ झालेली आहे. याचे स्वरूप आपण पुढे पाहणार आहोत.

- **वैशिष्ट्ये :**

एकूण भाजीपाला क्षेत्रामधील पहिली पाच भाजीपाला पिके : सन 2016-17 च्या दुसऱ्या प्रगत अंदाजानुसार, महाराष्ट्रामध्ये **सर्वांत जास्त क्षेत्र कांद्याचे 4,71,663 हेक्टर (सुमारे 4.72 लाख हेक्टर) असून याची एकूण भाजीपाल्याच्या क्षेत्राशी टक्केवारी 68.16 आहे.** या खालोखाल **(ii) टोमॅटो** (43,644 हेक्टर/6.31%); **(iii) हिरवी मिरची** (30,990 हेक्टर/4.48%); **(iv) बटाटा** (22,800 हेक्टर/3.29%) आणि **(v) वांगी** (22,141 हेक्टर/3.20%) या भाजीपाल्यांचा क्रमांक लागतो.

वरील पाच भाजीपाल्यांचे एकूण क्षेत्र 5,91,238 हेक्टर असून याची टक्केवारी 85.44 आहे. उर्वरित भाजीपाल्याच्या क्षेत्राची टक्केवारी 16.74 आहे.

- **जिल्हावार एकूण भाजीपाल्याचे क्षेत्र :**

एकूण भाजीपाल्याचे क्षेत्रामधील पहिले पाच जिल्हे : सन 2016-17 च्या दुसऱ्या प्रगत अंदाजानुसार, महाराष्ट्रामध्ये **एकूण भाजीपाला क्षेत्रामध्ये सर्वांत जास्त क्षेत्र नाशिक जिल्ह्यात 2,04,534 हेक्टर असून याची टक्केवारी 28.8 आहे.**

या खालोखाल पुणे (1,26,576 हेक्टर/17.82%); अहमदनगर (1,20,041 हेक्टर/16.89%); सोलापूर (27,705 हेक्टर/3.90%); धुळे (27,666 हेक्टर/3.9%) या जिल्ह्यांचा क्रमांक लागतो.

वरील पाच जिल्ह्यांत मिळून महाराष्ट्रामधील एकूण भाजीपाल्यांचे क्षेत्र 5,00,522 हेक्टर असून याची टक्केवारी 72.33 आहे.

(2) एकूण भाजीपाल्याचे उत्पादन :

सन 2016-17 च्या दुसऱ्या प्रगत अंदाजानुसार, महाराष्ट्रामध्ये एकूण भाजीपाल्याचे उत्पादन 1,15,32,443 टन (सुमारे 115.32 लाख टन) आहे. सन 2015-16 मध्ये एकूण भाजीपाल्याचे अंतिम उत्पादन 1,04,79,313 टन (104.79 लाख टन) होते. याचा अर्थ असा की, **एकूण भाजीपाल्याच्या उत्पादनामध्ये 10,53,130 टन एवढी प्रचंड वाढ झालेली आहे.**

- **वैशिष्ट्ये :**

एकूण भाजीपाला उत्पादनामधील पहिली पाच भाजीपाला पिके : सन 2016-17 च्या दुसऱ्या प्रगत अंदाजानुसार, महाराष्ट्रामध्ये सर्वांत जास्त कांद्याचे उत्पादन 80,25,080 टन (सुमारे 80 लाख टन) असून याची एकूण भाजीपाला उत्पादनाशी टक्केवारी 69.59 आहे.

या खालोखाल **(ii) टोमॅटो** (9,54,772 टन/8.28%); **(iii) बटाटा** (5,38,072 टन/4.67%); **(iv) वांगी** (4,25,283 टन/3.69%) आणि **(v) हिरवी मिरची** (3,34,094 टन/2.90%) या भाजीपाल्यांचा क्रमांक लागतो.

वरील पाच भाजीपाला पिकांचे एकूण उत्पादन 102,77,301 टन (102.77 लाख टन) असून याची टक्केवारी 89.13 आहे.

- **जिल्हावार एकूण भाजीपाल्याचे उत्पादन :**

एकूण भाजीपाला उत्पादनामधील पहिले पाच जिल्हे : सन 2016-17 च्या दुसऱ्या प्रगत अंदाजानुसार, महाराष्ट्रामध्ये **एकूण भाजीपाला उत्पादनात पहिला क्रमांक नाशिक जिल्ह्याचा असून त्याचे उत्पादन सुमारे 35.26 लाख टन असून याची टक्केवारी 30.58 आहे.**

या खालोखाल अहमदनगर (23,64,275 टन/20.50%); पुणे (23,35,220 टन/20.16%); औरंगाबाद (5,07,400 टन/4.4%); जळगाव (3,78,600 टन/3.28%) या जिल्ह्यांचा क्रमांक लागतो.

वरील पाच जिल्ह्यांत मिळून महाराष्ट्रामधील एकूण भाजीपाला उत्पादन 91,11,159 टन असून याची टक्केवारी 78.99 आहे.

(3) एकूण भाजीपाल्याचे हेक्टरी उत्पादन (उत्पादकता) :

सन 2016-17 च्या दुसऱ्या प्रगत अंदाजानुसार, **महाराष्ट्रामध्ये एकूण भाजीपाल्याचे हेक्टरी उत्पादन 16.66 टन आहे.**

सन 2015-16 नुसार, एकूण भाजीपाल्याचे हेक्टरी उत्पादन 14.76 टन होते. याचा अर्थ, हेक्टरी उत्पादनामध्ये 1.90 टन वाढ झालेली आहे.

- **वैशिष्ट्ये : एकूण भाजीपाला हेक्टरी उत्पादनामधील पहिली पाच भाजीपाला पिके :** सन 2016-17 च्या दुसऱ्या प्रगत अंदाजानुसार, **महाराष्ट्रामध्ये सर्वांत जास्त हेक्टरी उत्पादन बटाट्याचे 23.60 टन आहे.**

या खालोखाल **(ii) टोमॅटो** (21.88 टन); **(iii) फ्लॉवर** (21.82 टन); **(iv) कोबी** (21.05 टन) आणि **(v) वांगी** (19.31 टन) या भाजीपाल्यांचा क्रमांक लागतो.

- **जिल्हावार एकूण भाजीपाल्याचे हेक्टरी उत्पादन : एकूण भाजीपाला हेक्टरी उत्पादनामधील पहिले पाच जिल्हे :** सन 2016-17 च्या दुसऱ्या प्रगत अंदाजानुसार, महाराष्ट्रामध्ये **एकूण भाजीपाला हेक्टरी उत्पादनात सर्वांत पहिला जिल्हा वाशिम असून याचे हेक्टरी उत्पादन 27.24 टन आहे.**

या खालोखाल **(ii) औरंगाबाद** (22.08 टन); **(iii) अहमदनगर** (19.70 टन); **(iv) अकोला** (19.22 टन) आणि **(v) सांगली** (19.16 टन) या जिल्ह्यांचा क्रमांक लागतो.

नकाशा क्र. 8.9 : महाराष्ट्र - एकूण भाजीपाला उत्पादन (सन 2016-17)

भौगोलिक निर्देशक (Geographical Indicators – G.I.)

व्याख्या व व्याप्ती : जी. आय. टॅग एखाद्या उत्पादनाची ओळख दर्शवितो. (मग ते शेतीमधील असो, नैसर्गिक असो किंवा उत्पादित असो) जे आपल्या मूळच्या प्रदेशाचा दर्जा व प्रतिष्ठा याकडे निर्देश करते. उदाहरणार्थ, सोलापुरी चादरी. असा प्रदेश शहर, प्रांत किंवा देशही असू शकतो. भारत जागतिक व्यापार संघटनेचा (WTO) संस्थापक सदस्य आहे. व्यापारविषयक बौद्धिक संपदा (TRIPS) हा त्याचाच एक भाग आहे. बौद्धिक संपदेच्या प्रकारांपैकी (उदा., पेटंट, ट्रेडमार्क) एक म्हणजे जी.आय. आहे. भारताने ही पद्धत सन 2003 पासून लागू केली.

ट्रेडमार्कपेक्षा वेगळे कसे ? : ट्रेडमार्कमध्ये एका उद्योगाच्या वस्तू व सेवा दुसऱ्यापासून वेगळ्या काढून दाखविल्या जातात; तर जी.आय. मध्ये एका भौगोलिक प्रदेशापासून दुसऱ्याची विशेष वैशिष्ट्ये वेगळी काढली जातात.

फायदे : एकदा जी. आय. टॅग मिळाला की तो भाग सोडून ते नाव इतर कोणी वापरू शकत नाही. नागपुरी संत्री कर्नाटकातही पिकविता येतीलच की; पण मग त्यांनी ती 'नागपुरी संत्री' या नावाने विकू नयेत. त्यातून ग्राहकाची दिशाभूल होऊ शकते. जी.आय. मुळे त्या-त्या भागाची विशेष ओळख जी शतकानुशतकाच्या कौशल्याने व दर्जाने प्राप्त केली असते ती कायम राहते व तिला संरक्षण प्राप्त होते. जी.आय. टॅगमुळे माल विक्री करणे, मालाला चांगला भाव मिळविणे सोपे जाते. 'दार्जिलिंगचा चहा' हा भारताला मिळालेला पहिला जी.आय. होता. भारतासारख्या भौगोलिक व सांस्कृतिक विविधता असलेल्या देशाला तर जी.आय. व्यवस्थेचा खूप फायदा करून घेता येऊ शकतो.

ओळख व आर्थिक परतावा : जी.आय. मुळे त्या भागातील शेती, हस्तकला, कलाकुसर यांना ओळख तर मिळतेच व त्याचबरोबर त्यातून पर्यटन वाढते. भारताच्या सांस्कृतिक वारशाला उजाळा मिळतो. लुप्त होणाऱ्या पारंपरिक कला व कलाकार यांना पुनर्जीवन प्राप्त होते. स्थानिक स्तरावर रोजगारनिर्मिती होते. निर्यातीला चालना मिळते. अमूल्य अशा परकीय चलनाची गंगाजळी वाढते. जवळजवळ सर्वच राज्ये या स्पर्धेत हिरिरीने उतरली आहेत. त्यामुळे स्पर्धात्मक संघराज्य हे आपले प्रतिमान प्रत्यक्षात यायला मदत होते. परिणामी, सध्या भारताची 261 उत्पादने जी.आय. मिळवून आहेत.

महाराष्ट्र व जी.आय. : आपले राज्यही या स्पर्धेत अग्रेसर आहे. महाराष्ट्रातील 'सोलापुरी चादर' व 'सोलापूरचाच टेरी टॉवेल' ही जी.आय. पटकावणारी पहिली दोन उदाहरणे होती. त्यानंतर 'पुणेरी पगडी' त्यात सामील झाली. मग नंबर आला 'नाशिकच्या खोऱ्यातील वाईन'चा. मग 'पैठणी साडी' व 'महाबळेश्वरच्या स्ट्रॉबेरी' यादीत जोडत गेल्या. त्यानंतर नाशिकची द्राक्षे, वारली चित्रे, कोल्हापूरचा गूळ, नागपुरी संत्री यांनी आपली खासियत सिद्ध केली. मग प्रवेश करते झाले आजऱ्याचा घनसाल तांदूळ, मंगळवेढ्याची ज्वारी आणि सिंधुदुर्ग व रत्नागिरी येथील कोकम; नुकताच शेतीप्रकारातील वाघ्या घेवडा, नवापूर तूरडाळ, वेंगुर्ल्याचे काजू, लासलगावचा कांदा यांनी जी.आय. मिळवून राज्याची मान उंचावली आहे. महाराष्ट्राला आतापर्यंत सतरा प्रवेश मिळाले आहेत.

याशिवाय सोलापूरची डाळिंबे, कोल्हापूरच्या चपला, रत्नागिरीचा हापूस व देवगडचा आंबा यांना 'जी.आय.' ची प्रतीक्षा आहे.

तक्ता क्र. 8.21 : महाराष्ट्र : प्रमुख पिकांसंबंधी क्षेत्र, उत्पादन व उत्पादकतेमधील पहिले जिल्हे (2016-17 अंतिम अंदाज)

1	2	3		4		5	
पीक प्रकार	जिल्हा	क्षेत्र (00 हेक्टर)		उत्पादन (000 टन)		उत्पादकता हेक्टरी (कि. ग्रॅ.)	
तांदूळ	जिल्हा मूल्य	गोंदिया	2,093	गोंदिया	5,103	कोल्हापूर	3,483
ज्वारी	जिल्हा मूल्य	सोलापूर	6,587	सोलापूर	3,619	कोल्हापूर	2,009
मका	जिल्हा मूल्य	जळगाव	1,976	नाशिक	7,004	पुणे	5,887
बाजरी	जिल्हा मूल्य	नाशिक	1,560	नाशिक	2,493	नाशिक	1,598
गहू	जिल्हा मूल्य	नागपूर	1,359	नागपूर	2,326	सांगली	2,483
तूर	जिल्हा मूल्य	यवतमाळ	1,735	लातूर	4,324	लातूर	3,429
ऊस	जिल्हा मूल्य	कोल्हापूर	1,32,631	कोल्हापूर	1,24,990	सातारा	124
कापूस	जिल्हा मूल्य	जळगाव	5,042	जळगाव	14,623	परभणी	779
हरभरा	जिल्हा मूल्य	लातूर	1,611	अमरावती	1,642	धुळे	2,863
मूग	जिल्हा मूल्य	जालना	528	जालना	352	अकोला	874
उडीद	जिल्हा मूल्य	नांदेड	514	जळगाव	230	अकोला	884
भुईमूग	जिल्हा मूल्य	कोल्हापूर	489	कोल्हापूर	927	सोलापूर	2,647
सोयाबीन	जिल्हा मूल्य	लातूर	3,703	बुलडाणा	7,036	कोल्हापूर	2,361
एकूण तृणधान्ये	जिल्हा मूल्य	सोलापूर	8,083	नाशिक	13,11,900	सिंधुदुर्ग	3,222
एकूण कडधान्ये	जिल्हा मूल्य	यवतमाळ	3,41,000	लातूर	6,04,400	लातूर	1,936
एकूण अन्नधान्ये	जिल्हा मूल्य	अहमदनगर	10,36,900	नाशिक	13,70,100	सिंधुदुर्ग	3,107
एकूण तेलबिया	जिल्हा मूल्य	लातूर	4,14,800	कोल्हापूर	2,09,600	कोल्हापूर	2,096

संदर्भ : कृषी आयुक्तालय, महाराष्ट्र आर्थिक पाहणी (2017-18)

शाश्वत कृषी

व्याख्या : **"मानवाच्या बदलत्या गरजा भागविताना कृषीसाठी साधनसंपत्तीचे यशस्वी व्यवस्थापन करणे की, ज्यायोगे पर्यावरणाचा दर्जा आणि नैसर्गिक साधनसंपत्तीचे गुणसंवर्धन होईल, याला शाश्वत कृषी असे म्हणतात."**

"Successful management of resources for agriculture to satisfy the changing human needs, while maintaining or enhancing the ability of environment and conserving natural resources."

(1) औद्योगिक क्रांतीनंतर मानवी क्रिया आणि जीवनशैलीत झपाट्याने बदल झाल्याने निसर्गाच्या अवनतीची किंमत मोजावी लागणार (2) प्रमुख कृषी पर्यावरणीय समस्या : प्रमुख कृषी समस्यांमध्ये जमिनीची धूप, जनुकीय जैवविविधतेला धोका, ऊर्जा साधनांचा व जलसंपत्तीचा ऱ्हास/अवनती, पाण्यातील रसायनांचे वाढते प्रमाण, मजुरांची समस्या, अन्नधान्य पुरवठा समस्या, कीटकनाशकांची समस्या इत्यादींचा समावेश होतो. या समस्यांचे गांभीर्य व खोली विचारात घेतल्यास वर्तमान कृषी पारिस्थितिकीयदृष्ट्या शाश्वत विकासाच्या दिशेने आहे असे संभवत नाही. (3) कृषी-कला ही व्यावसायिक विशेषीकृत तज्ज्ञांच्या

हातामधील एक उद्योग आणि यातून अनेक पर्यावरणीय समस्या (4) कृषीचा अर्थ वैज्ञानिक आणि आर्थिक निवडीशी जोडल्याने सांस्कृतिक मूल्यावर परिणाम (5) नैसर्गिक साधनसंपत्तीची ढासळती गुणवत्ता (6) भूमी क्षेत्राचे दरडोई घटते प्रमाण (7) कृषिव्यवसायाच्या प्रगतीमधून काही पर्यावरणीय व सामाजिक समस्या.

कृषी पद्धतीद्वारा शाश्वत/निरंतर/चिरस्थायी कृषीचा अवलंब

(1) **मिश्र शेती :** मिश्र शेतीमध्ये पीक–पशुधन, पीक–मत्स्य, पीक–पशुधन–मत्स्य उत्पादन कार्यक्रमाचा समावेश होतो. एकात्मिक घटक व्यवस्थापन प्रणालीचा विकास करणे आवश्यक असते. **मिश्र शेतीमध्ये धोक्याची शक्यता कमी असते. मजुरांची विभागणी, साधनसंपत्तीचा पुनर्उपयोग हे फायदे असतात. मिश्र शेतीमध्ये शेतकऱ्यास अनेक क्रियांवर लक्ष ठेवावे लागते. यामुळे काही प्रमाणात फायदा कमी होतो अशी त्याची मर्यादाही आहे.**

(2) **आंतर पीक पद्धत :** एकाच शेतात एकाच वेळी दोन किंवा तीन पिके घेतली जातात, याला **'आंतर पीक' पद्धत असे म्हणतात.** विशेषतः जलसिंचन सुविधा नसणाऱ्या क्षेत्रात पीक संयोगाच्या विविध पर्यायांचा अवलंब शेतकरी करू शकतात. **शेजारच्या पिकांमधील पूरकता या आधारावर 'आंतर पीक पद्धत' विकसित करावी लागते.**

(3) **पीक चक्राकार पद्धत :** पहिल्या पिकांपेक्षा पुढील पिकांच्या वेगळ्या जाती, उपजाती पीक चक्राकार पद्धतीमध्ये असतात. उदाहरणार्थ, गव्हानंतर बार्ली, धान्यानंतर हिरवळीचे खत इत्यादी. चक्राकार पद्धतीमधील अनुक्रमानुसार दोन किंवा तीन किंवा अधिक वर्षांसाठी पिके घेतली जातात. **पीक चक्राकार पद्धतीमुळे मृदेची सुपीकता राखली जाते किंवा सुधारली जाते. मृदेची झीज कमी होते. विपरीत हवेमुळे होणारा धोका कमी होतो, कृषी रसायनावर अवलंबून राहण्याचे प्रमाण कमी आणि नक्त फायद्यात वाढ होते.**

8.4 महाराष्ट्र : खनिज साधनसंपत्ती

महाराष्ट्र हे खनिजसंपत्तीकरिता फारसे प्रसिद्ध राज्य नाही. महाराष्ट्रातील एकूण क्षेत्रफळापैकी फक्त 12.33% क्षेत्रात खनिजसंपत्ती आढळते. राज्यातील बरीचशी खनिजसंपत्ती बेसाल्ट खडकाच्या बाह्य क्षेत्रात विशेषतः स्फटिकयुक्त व रूपांतरित खडकात पाहावयास मिळते.

महाराष्ट्रातील खनिजसंपत्तीची मुख्य क्षेत्रे

(1) **पूर्व विदर्भ : चंद्रपूर, गडचिरोली, भंडारा, गोंदिया, नागपूर व यवतमाळ जिल्हे.**

(2) **कोकण व दक्षिण महाराष्ट्र : सिंधुदुर्ग, रत्नागिरी, रायगड, ठाणे व कोल्हापूर इ. जिल्हे.**

महाराष्ट्रात प्रमुख खनिजांच्या उत्खननासाठी 285 खनिज पट्टे व गौण खनिजांचे 203 खनिजपट्टे आहेत.

खनिजसंपत्ती

(1) **मँगनीज** (2) **लोहखनिज** (3) **बॉक्साइट** (4) **क्रोमाईट** (5) **चुनखडी** (6) **डोलोमाईट** (7) **कायनाईट व सिलिमनाईट** (8) **इतर खनिजे.**

1. मँगनीज

भारतात मँगनीजचा साठा सुमारे 161 दशलक्ष टन असून यापैकी 40% साठा एकट्या महाराष्ट्रात आहे. **मँगनीजचे प्रमुख साठे भंडारा व नागपूर जिल्ह्यांमध्ये असून त्या खालोखाल सिंधुदुर्ग जिल्ह्याचा उल्लेख केला जातो.**

भंडारा : भंडारा जिल्ह्यातील मँगनीजचे साठे हे भारतातील मोठ्या साठ्यांपैकी एक आहेत. **प्रमुख साठे तुमसर तालुक्यात आहेत.**

नागपूर : नागपूर जिल्ह्यात मँगनीजचा पट्टा सावनेर तालुक्यातील खापा या गावापासून सुरू होतो तो पूर्वेस रामटेक तालुक्यात जाऊन भंडारा जिल्ह्यातील भंडारा तालुक्यापर्यंत आहे. मँगनीजचा पट्टा पुढे मध्य प्रदेशात जातो. **वैशिष्ट्यपूर्ण मँगनीजचा पट्टा सावनेर-रामटेक आहे.**

या प्रदेशातील मँगनीजचे उत्पादन उघड्या खाणीतून व मानवी कष्टाने घेतले जाते. **कन्हान व तुमसर येथे फेरो-मँगनीज** बनविण्याची संयंत्रे उभारण्यात आलेली आहेत. उच्च प्रतीच्या मँगनीजच्या खनिजाचा काही भाग निर्यात केला जातो.

सिंधुदुर्ग : सिंधुदुर्ग जिल्ह्यात **सावंतवाडी व वेंगुर्ला परिसरात** जांभा खडकात विस्कळीतपणे विखुरलेल्या धोंड्याच्या स्वरूपात मँगनीज आढळते. याशिवाय **कणकवली तालुक्यात फोंडा** येथे मँगनीजचे साठे आहेत.

2. लोहखनिज

भारतात लोहखनिजाचा अंदाजे साठा 1,346 कोटी टनांचा आहे. यापैकी 20% लोहखनिज महाराष्ट्रात आहे. महाराष्ट्रात लोहखनिजाचे महत्त्वाचे साठे चंद्रपूर, गडचिरोली, गोंदिया, नागपूर व सिंधुदुर्ग या जिल्ह्यांमध्ये आहेत. उत्तम प्रकारचे खनिज **धारवाडी संघाच्या खडकाशी निगडित** असते. यामधील हेमेटाईट हे महत्त्वाचे खनिज आहे. ते उघड्या खाणीतून काढले जाते. **टॅकोनाईट व जांभा खडकात लोहखनिज आढळते. चंद्रपूर, गडचिरोली, नागपूर व गोंदिया या जिल्ह्यांमध्ये टॅकोनाईट आणि रायगड, कोल्हापूर, रत्नागिरी, सिंधुदुर्ग व सातारा या जिल्ह्यांमध्ये जांभा खडकात लोहखनिज आढळते.**

पूर्व विदर्भ : या विभागात जलजन्य खडकात लोहखनिज आढळते. येथील लोहपाषाण स्थूल असून यामध्ये **61 ते 71%** लोह असते. गडचिरोली जिल्ह्यात सूरजागड विभागात अंदाजे 275 दशलक्ष टन लोहखनिजाचा साठा आहे. **ते चांगल्या प्रतीचे आहेत.**

चंद्रपूर : चिमूर आणि ब्रह्मपुरी तालुक्यात लोहखनिजाच्या खाणी आहेत.

गडचिरोली : चंद्रपूरप्रमाणेच खनिजसंपत्तीने विपुल असलेला जिल्हा म्हणजे गडचिरोली होय. गडचिरोली व देऊळगावचा परिसर लोहखनिजासाठी प्रसिद्ध आहे. उच्च प्रतीचे लोहखनिज आहे.

गोंदिया : गोंदिया जिल्ह्यात अग्निजन्य खडकात लोहखनिज सापडते. **गोरेगाव तालुक्यात मॅग्नेटाईट प्रकारचे लोहखनिज** आढळते.

सिंधुदुर्ग : सिंधुदुर्ग जिल्ह्यात **वेंगुर्ला व सावंतवाडी तालुक्यात** लोहखनिजाचे साठे आहेत.

रेडीनजीक अरबी समुद्राच्या सन्मुख असलेल्या बुटक्या टेकड्यात 2 कि. मी. लांबीपर्यंत लोहखनिजाचे साठे पसरलेले आहेत. **रेडी व बांदा या भागातील लोहखनिज धारवाड** संघातील खडकात आहेत. यामध्ये 50% लोह आहे.

कोल्हापूर : कोल्हापूर जिल्ह्यात **शाहूवाडी व राधानगरी तालुक्यात** लोहखनिजाचे साठे आहेत.

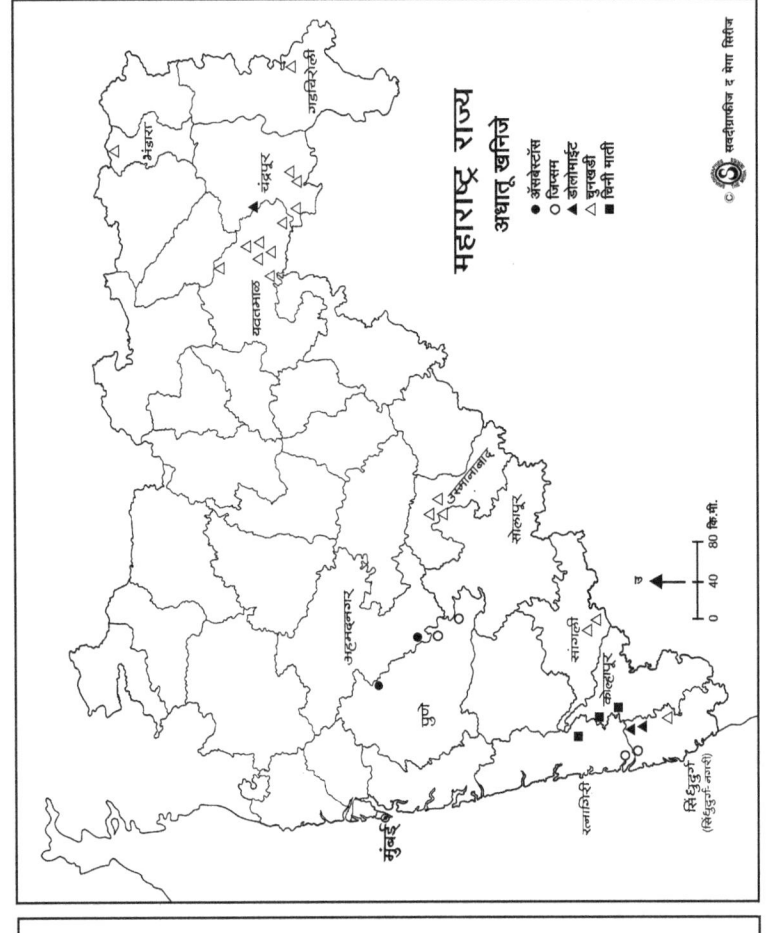

महाराष्ट्र राज्य

नकाशा क्र. 8.10 : महाराष्ट्र - खनिजसंपत्ती - 1

महाराष्ट्र राज्य

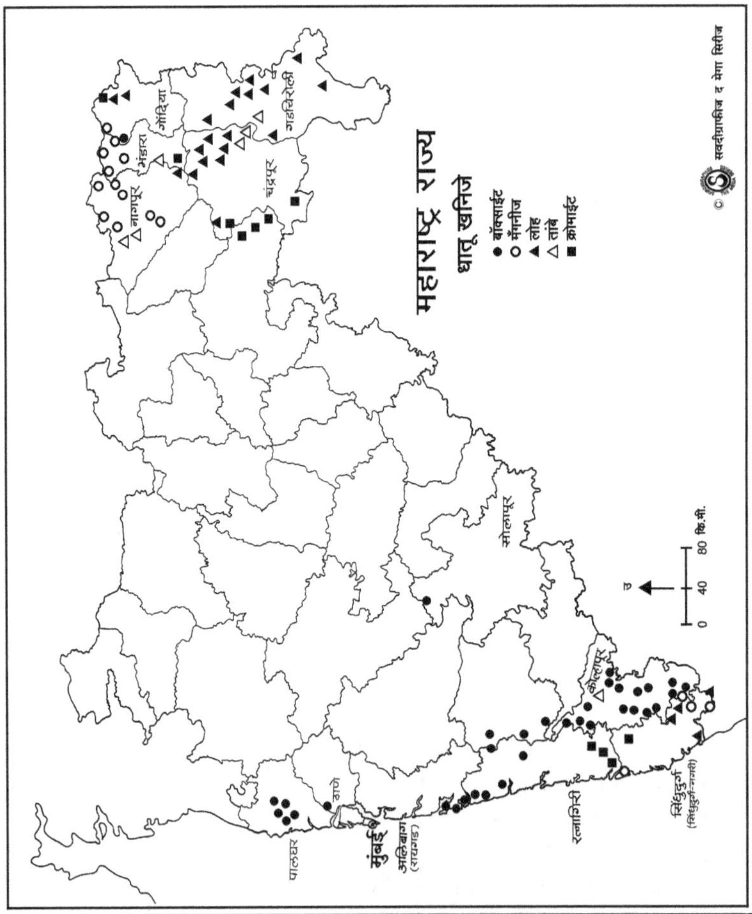

नकाशा क्र. 8.11 : महाराष्ट्र - खनिजसंपत्ती - 2

3. बॉक्साइट

जांभा खडकात बॉक्साइटचे साठे असतात. बॉक्साइटचा उपयोग मुख्यत्वेकरून अॅल्युमिनिअमनिर्मितीसाठी केला जातो. भारतातील सुमारे 21% बॉक्साइटचे उत्पादन महाराष्ट्रात होते.

महाराष्ट्रात कोल्हापूर, रत्नागिरी, सिंधुदुर्ग, रायगड, ठाणे, सांगली व सातारा या जिल्ह्यांमध्ये बॉक्साइटचे साठे आहेत. राज्यात बॉक्साइटचे सुमारे 68 दशलक्ष साठे आहेत व ते **उच्च प्रतीचे** आहेत.

कोल्हापूर : कोल्हापूर जिल्ह्यात शाहुवाडी, राधानगरी व चंदगड तालुक्यात बॉक्साइटचे साठे आहेत. **हे इंडियन अॅल्युमिनिअम कंपनीच्या बेळगाव येथील अॅल्युमिनिअम कारखान्यात धातूनिर्मितीकरिता उपयोगात आणले जाते.**

रायगड : रायगड जिल्ह्यातील बॉक्साइटचे साठे प्रामुख्याने मुरूड, रोहा व श्रीवर्धन तालुक्यात केंद्रित झालेले आहेत.

रायगड जिल्ह्यात बॉक्साइटचे सुमारे 10 दशलक्ष टन साठे आहेत. त्यात **अॅल्युमिनिअमचे प्रमाण 45 ते 52% आहे.** काही बॉक्साइट निर्यात केले जाते.

ठाणे : येथील अंदाजित साठे 1.3 दशलक्ष टनांचे असून ते कनिष्ठ प्रतीचे आहेत.

इतर साठे : मुंबई उपनगर : बोरिवली, जोगेश्वरी व गोरेगाव. **सिंधुदुर्ग :** सिंधुदुर्ग जिल्ह्यात **आंबोली घाटाचा परिसर. रत्नागिरी :** रत्नागिरी जिल्ह्यात **दापोली व मंडणगड** तालुका.

4. क्रोमाईट

धातुउद्योग, किमती खड्यांवर प्रक्रिया करणारे उद्योग व रसायन उद्योगात क्रोमाईटचा उपयोग होतो. **भारतातील एकूण क्रोमाईटच्या साठ्यांपैकी सुमारे 10% साठा (5 कोटी टन) महाराष्ट्रात असून ते भंडारा, गोंदिया, सिंधुदुर्ग व रत्नागिरी या जिल्ह्यांमध्ये आहेत.**

5. चुनखडी

चुन्याचा मूलभूत पदार्थ म्हणजे चुनखडके. बांधकामात जोडण्यासाठी लागणारा चुना हा चुनखडक भाजून तयार केला जातो. महाराष्ट्रात भारताच्या चुनखडकाचा साठा 9% व उत्पादन फक्त 2% आहे. महाराष्ट्रात चुनखडीचे अंदाजे साठे 4,000 दशलक्ष टन इतके आहेत. महाराष्ट्रात चुनखडीचे साठे बऱ्याच ठिकाणी आढळत असून ते विविध प्रकारच्या भूवैज्ञानीय प्रस्तर समूहाशी निगडित आहेत. **महाराष्ट्रात चुनखडीचे साठे प्रामुख्याने यवतमाळ, गडचिरोली व चंद्रपूर या जिल्ह्यांत विंध्ययन खडकात आहेत.**

चंद्रपूर : बारीक कणांचा आणि करड्या रंगाचा चुनखडक चंद्रपूर जिल्ह्यात **वरोडा व राजुरा तालुक्यात** चुनखडी सापडते. **चुनखडीचे अंदाजे साठे 1,026 दशलक्ष टन आहेत.**

यवतमाळ : यवतमाळ जिल्ह्यात चुनखडीचे साठे सर्वांत जास्त असून त्याचे अंदाजे साठे 2,900 दशलक्ष टन आहेत.

अहमदनगर : अहमदनगर जिल्ह्यात 75% कॅल्शिअम कार्बोनेट असलेला टुफा आढळतो.

इतर जिल्हे : धुळे, नंदुरबार, नांदेड, पुणे व सांगली या जिल्ह्यांतील चुनखडीचे साठे कनिष्ठ दर्जाचे असून अंदाजे साठे 40 दशलक्ष टन आहेत. या जिल्ह्यांमध्ये कनिष्ठ दर्जाचे चुनखडीचे साठे आहेत. याचा उपयोग प्रामुख्याने चुनाभट्टीत होतो.

6. डोलोमाईट

डोलोमाईटच्या एकूण उत्पादनापैकी 90% उत्पादन लोह-पोलादनिर्मितीसाठी वापरले जाते व उरलेले खत कारखान्यात वापरतात. **डोलोमाईट व डोलोमाईटयुक्त चुनखडीचे साठे प्रामुख्याने यवतमाळ, चंद्रपूर व गडचिरोली या जिल्ह्यांमध्ये आहेत. याशिवाय रत्नागिरी व नागपूर जिल्ह्यात डोलोमाईट आढळते.**

7. कायनाईट व सिलिमनाईट

हिऱ्यांना पैलू पाडण्याच्या उद्योगात याचप्रमाणे काचसामान, रसायन उद्योग, सिमेंट उद्योग व विजेची उपकरणे निर्मिती उद्योगात कायनाईटचा उपयोग होतो. भारताच्या कायनाईटच्या एकूण उत्पादनापैकी 15% उत्पादन महाराष्ट्रात होते. **राज्यात भंडारा व गोंदिया जिल्ह्यात कायनाईटचे साठे आहेत.**

तक्ता क्र. 8.22 : महाराष्ट्रातील खनिजसंपत्ती व प्रमुख उत्पादक जिल्हे

खनिज	जिल्हे	खनिज	जिल्हे
1. मँगनीज	भंडारा, नागपूर, सिंधुदुर्ग	7. कायनाईट	भंडारा, गोंदिया
2. लोहखनिज	चंद्रपूर, गडचिरोली, भंडारा, गोंदिया, नागपूर व सिंधुदुर्ग	8. सिलिकामय वाळू	सिंधुदुर्ग व रत्नागिरी
		9. जांभा	कोकण, पूर्व विदर्भ, कोल्हापूर व सातारा
3. बॉक्साइट	कोल्हापूर, रत्नागिरी, रायगड, ठाणे, सांगली व सातारा	10. अभ्रक	पूर्व विदर्भ
4. क्रोमाईट	भंडारा, गोंदिया, सिंधुदुर्ग व रत्नागिरी	11. टंगस्टन	नागपूर
5. चुनखडी	यवतमाळ, गडचिरोली, चंद्रपूर, नागपूर, नांदेड, सांगली, नगर, सिंधुदुर्ग, रत्नागिरी व सातारा	12. मीठ	कोकण
		13. खनिज जल	कोकण
6. डोलोमाईट	यवतमाळ, रत्नागिरी, गडचिरोली, नागपूर व चंद्रपूर		

तक्ता क्र. 8.23 : महाराष्ट्रातील जिल्हावार प्रमुख खनिजसंपत्तीचे वितरण

जिल्हे	खनिजसंपत्ती
1. भंडारा-गोंदिया	मँगनीज, लोहखनिज, क्रोमाईट, कायनाईट, क्वार्टझाईट, सिझियम, व्हॅनेडियम.
2. नागपूर	मँगनीज, लोहखनिज, चुनखडी, डोलोमाईट, जांभा, संगमरवर, टंगस्टन, गॅलिअम, अभ्रक, रेतीवाळू.
3. चंद्रपूर	लोहखनिज, चुनखडी, ग्रॅनाईट, वालुकाश्म, बराईट, तांबे.
4. गडचिरोली	लोहखनिज, चुनखडी, डोलोमाईट, ग्रॅनाईट, तांबे.
5. कोल्हापूर	बॉक्साईट, जांभा, बराईट, लोहखनिज, चिनी माती, सिलिका.
6. सिंधुदुर्ग	मँगनीज, लोहखनिज, क्रोमाईट, चुनखडी, डोलोमाईट, सिलिकामय, वाळू, ग्रॅनाईट, गेरू, शिरगोळ.
7. रत्नागिरी	बॉक्साईट, क्रोमाईट, इल्मेनाईट, शिरगोळा, डोलोमाईट, सिलिका, वाळू, बराईट, खनिज तेल, कुरूंद.
8. रायगड	बॉक्साईट, मीठ, खनिज जल, लोहखनिज (तुरळक), खनिज तेल, मिठागरे.
9. ठाणे	बॉक्साईट, मीठ, खनिज जल, बांधकाम दगड, रेती.
10. सांगली	बॉक्साईट, चुनखडी.

तक्ता क्र. 8.24 : महाराष्ट्र - प्रमुख खनिज उत्पादन (000 टन)

खनिजे	वर्ष		खनिजे	वर्ष	
	2010-2011	2016-2017		2010-2011	2016-2017
1. कच्चे लोखंड	1,018	1,198	2. चुनखडी	10,431	11,998
3. कच्चे मँगनीज	589	417	4. बॉक्साइट	2,492	1,893
5. डोलोमाईट	79	उ. ना.	6. सिलिका वाळू	327	उ. ना.
7. लॅटेराईट	49	उ. ना.			

*अस्थायी

संदर्भ : महाराष्ट्राची आर्थिक पाहणी 2017-2018, पान क्र. 149

पूर्व महाराष्ट्र-खाण क्षेत्र

नकाशा क्र. 8.12 : पूर्व महाराष्ट्र - खाणक्षेत्र

पूर्व महाराष्ट्र - खाणक्षेत्र :

महाराष्ट्रात पूर्व भागात खनिज-संपत्तीचे केंद्रीकरण झालेले आहे. दगडी कोळसा, मँगनीज, लोहखनिज व चुन-खडक हे प्रामुख्याने आढळतात. चंद्रपूर जिल्ह्यात सर्वांत जास्त प्रमाणात खनिजसंपत्ती आहे. यामध्ये चंद्रपूर, राजुरा, बल्लारपूर, भद्रावती, चिमूर, ब्रह्मपुरी व वरोडा परिसर प्रसिद्ध आहे. यानंतर नागपूर जिल्ह्यात नागपूर, सावनेर, रामटेक, कामठी व उमरेड; यवतमाळ जिल्ह्यात दिग्रस, उमरखेड, मारेगाव व वणी; भंडारा जिल्ह्यात भंडारा व तुमसर आणि गोंदिया जिल्ह्यात गोरेगाव परिसरात खनिज-संपत्ती आहे.

8.5 महाराष्ट्र : ऊर्जा साधनसंपत्ती

महाराष्ट्रामध्ये पुढील ऊर्जा साधनांद्वारा विद्युत प्राप्त होते. (1) दगडी कोळसा (2) जलविद्युत (3) औष्णिक विद्युत (4) खनिज तेल व नैसर्गिक वायू (5) अणुविद्युत.

1. दगडी कोळसा

भूगर्भशास्त्रीयदृष्ट्या महाराष्ट्रातील दगडी कोळसा हा गोंडवनी संघाच्या व दामुदा मालेतील बाराकार समुदायातील खडकात पाहावयास मिळतो. महाराष्ट्रात दगडी कोळशाचे साठे पूर्व विदर्भात नागपूर, चंद्रपूर, गडचिरोली व यवतमाळ या जिल्ह्यांमध्ये आढळतात. राज्यात कोळशाचे अंदाजे साठे 5,000 दशलक्ष टन आहेत. भारताच्या दगडी कोळशाच्या एकूण साठ्यांपैकी सुमारे 4% कोळसा साठा महाराष्ट्रात आहे. महाराष्ट्रातील सर्व दगडी कोळसा हा अकोकक्षम आहे. याची पुढील तीन क्षेत्रे आहेत.

(1) **वैनगंगा खोरे :** नागपूर जिल्ह्यातील कामठी, उमरेड, पाटणसावंगी इत्यादी प्रदेशांमध्ये दगडी कोळसा आढळतो. कामटी व उमरेड क्षेत्रांत अंदाजे साठे अनुक्रमे 75 दशलक्ष टन व 70 दशलक्ष टन आहेत. (2) **वर्धा खोरे :** वर्धा खोऱ्यात बांदर (100 द. ल. टन), वरोडा (60 द. ल. टन), बल्लारपूर (2,000 द. ल. टन), दुर्गापूर (40 द. ल. टन), बुन इत्यादी ठिकाणी कोळशाचे साठे आहेत. **महाराष्ट्रात दगडी कोळशाचे सर्वांत मोठे साठे बल्लारपूर (चंद्रपूर जिल्हा) येथे आहेत.** (3) **यवतमाळ व चंद्रपूर जिल्ह्यांचा एकमेकांचा सीमावर्ती भाग :** या प्रदेशात घुग्गुस-तेलवासा (1,000 द. ल. टन), सास्ती-राजुरा (100 द. ल. टन), मांजरी (50 द. ल. टन) इत्यादी ठिकाणी दगडी कोळशाच्या खाणी आहेत.

दगडी कोळशाचे वितरण

चंद्रपूर : चंद्रपूर जिल्ह्यात चंद्रपूर व घुग्गुस व भद्रावती तालुक्यात दगडी कोळशाचे साठे आहेत.

यवतमाळ : यवतमाळ जिल्ह्यात वणी, राजुरा, मारेगाव व उमरखेड तालुक्यात दगडी कोळशाच्या खाणी आहेत.

नागपूर : नागपूर जिल्ह्यात उमरेड, सावनेर व कामटी तालुक्यांत दगडी कोळशाचे साठे आहेत. **उमरेड तालुक्यामधील दगडी कोळसा उच्च प्रतीचा आहे.** सावनेर ते कन्हान भागात दगडी कोळशाचे बरेच साठे आहेत.

महाराष्ट्रातील दगडी कोळशाचा उपयोग राज्यामधील औष्णिक केंद्रे (खापरखेडा, बल्लारपूर, पारस) याचप्रमाणे उद्योगधंदे व रेल्वेसाठी केला जातो. प्रोड्यूसर नावाचा जळणाचा वायू निर्माण करण्यासाठी काही कोळसा वापरता येण्यासारखा आहे. तर काही कोळशाचे कार्बनीकरण करून कोक, इंधन, वायू, हलके तेल व अमोनिअम सल्फेट इत्यादी पदार्थ मिळविता येऊ शकतील.

दगडी कोळशाचे उत्पादन

महाराष्ट्रात दगडी कोळशाचे उत्पादन वाढलेले आहे. 1961 साली दगडी कोळशाचे उत्पादन 8,56,000 टन होते. ते 2000 साली 28 दशलक्ष टन झाले. सन 2013-2014 मध्ये कोळशाचे अस्थायी उत्पादन अंदाजे 34 दशलक्ष टन झाले.

2. जलविद्युत

कोयना जलविद्युत केंद्र

कोयना जलविद्युत केंद्रास 'अर्वाचीन महाराष्ट्राची भाग्यरेषा' असे म्हटले जाते. या प्रकल्पाचे एक खास वैशिष्ट्य म्हणजे महाराष्ट्रातील आण्विक व जलविद्युत केंद्रांमधून निर्माण होणारी वीज एकत्र करून संपूर्ण राज्यात विद्युत जाळे उभारले आहे. हेळवाकजवळील 'देशमुखवाडी' येथे कोयना नदीवर धरण बांधून पाणी अडविले आहे. या धरणामुळे विस्तृत जलाशय निर्माण झालेला असून 'शिवसागर' या नावाने तो ओळखला जातो.

(1) बोगद्यातून पूर्वेकडचे पाणी पश्चिमेला नेले आहे. तेथे चिपळूण तालुक्यातील पोफळी येथे डोंगराच्या पोटात एक प्रचंड वीज केंद्र उभारले आहे. कोयना वेजेच्या आधारेच मुंबई-पुणे औद्योगिक पट्ट्यांचा विकास झालेला आहे. याचप्रमाणे दक्षिण महाराष्ट्रात सातारा, सांगली व कोल्हापूर जिल्ह्यांसदेखील वीज पुरविली जाते. याचा फायदा कृषिव्यवसायासदेखील झालेला आहे. पोफळी वीजकेंद्रापासून पाणी आणखी एका 2,000 मीटर लांबीच्या बोगद्यातून नेले जाते व शेवटी वशिष्ठी नदीमध्ये सोडले जाते. कोयना जलविद्युत प्रकल्पाची एकूण विद्युतनिर्मिती क्षमता 1,920 मेगावॅट आहे. यामध्ये पोफळी 560 मेगावॅट, अलोरे 320 मेगावॅट, धरण पायथा 40 मेगावॅट व तांबटवाडी 1,000 मेगावॅट विद्युतक्षमता आहे. (2) तिसऱ्या टप्प्यात पोफळी विद्युतगृहातून वीज निर्माण झाल्यावर बाहेर पडणारे पाणी अधःजल भुयारातून पुन्हा एकदा विद्युतनिर्मितीसाठी कोळकेवाडी जलाशयात वळविण्यात आलेले आहे. या विद्युतगृहात चार जनित्रे असून त्याची क्षमता 320 मेगावॅट आहे. याशिवाय पावसाळ्यात वशिष्ठी नदीच्या खोऱ्यात उपलब्ध होणाऱ्या पाण्याचा वापर अधिक विद्युतनिर्मिती करण्यासाठी एक योजना कार्यान्वित केली. यामुळे पावसाळ्यात अतिरिक्त वीजनिर्मिती करतात. (3) धरणाच्या उंचीचा फायदा घेऊन विद्युतनिर्मितीसाठी कोयना धरणाच्या पायथ्याशी 40 मेगावॅट क्षमतेचे विद्युतगृह उभारले आहे.

'लेक टॅपिंग'चा यशस्वी प्रयोग

कोयना जलाशयात 'लेक टॅपिंग'चा यशस्वी प्रयोग 13 मार्च, 1999 रोजी झाला. अत्याधुनिक तंत्रज्ञानावर आधारित स्फोटाने उडविण्याचा लेक टॅपिंगचा प्रयोग आशिया खंडात पहिल्यांदाच यशस्वी झाला आणि कोयना प्रकल्प 1,000 मेगावॅट वीजनिर्मितीसाठी सज्ज झाला. अशाच प्रकारे 2012 साली लेक टॅपिंगचा दुसरा यशस्वी प्रयोग करण्यात आला.

पश्चिम घाटामधील इतर जलविद्युत प्रकल्प

भिरा, खोपोली व भिवपुरी जलविद्युत केंद्रे : कोकणात रायगड जिल्ह्यात टाटा वीज मंडळाची भिरा, खोपोली व भिवपुरी येथे जलविद्युत केंद्रे आहेत. यांची क्षमता सुमारे 375 मेगावॅट आहे. मुळा नदीवर खोपोली (72 मेगावॅट) व भिवपुरी (72 मेगावॅट) केंद्रे आहेत. भिरा या ठिकाणी टाटा कंपनीच्या विद्युत केंद्राची क्षमता 150 मेगावॅट तर भिराची क्षमता 80 मेगावॅट आहे.

जायकवाडी-पैठण जलविद्युत प्रकल्प : मराठवाड्यात गोदावरी नदीवर पैठणजवळ धरण बांधलेले आहे. यांच्या आधारे सुमारे 12 मेगावॅट वीजनिर्मिती करण्याची क्षमता आहे.

तक्ता क्र. 8.25 : महाराष्ट्रातील जलविद्युत प्रकल्प

क्र.	पूर्ण झालेले प्रकल्प		क्र.	पूर्ण झालेले प्रकल्प	
(अ)	**कोकण विभाग**		(ड)	**औरंगाबाद विभाग**	
1.	कोयना स्तर	2. भिरा अवजल	1.	येलदरी	
3.	भातसा	4. तेरवानमेढे	2.	पैठण	
5.	सूर्या	6. सूर्या उजवा कालवा प्रपात	3.	माजलगाव	
7.	डोलवहाल	8. तिलारी	(इ)	**अमरावती विभाग**	
(ब)	**पुणे विभाग**		1.	शहानूर	
1.	राधानगरी	2. कोयना स्तर (1 व 2)	2.	वाण	
3.	कोयना धरण विद्युत	4. भाटघर	(फ)	**नागपूर विभाग**	
5.	वीर	6. पवना	1.	पेंच – मध्य प्रदेशबरोबर	
7.	येवतेश्वर	8. खडकवासला		आंतरराज्यीय प्रकल्प	
9.	कण्हेर	10. धोम		महाराष्ट्राचा वाटा (33%)	
11.	उजनी	12. माणिकडोह	(ग)	**मे. टाटा**	
13.	डिंभे	14. वापणा	1.	भिरा	2. खोपोली
15.	दूधगंगा	16. कोयना स्तर	3.	भिवपुरी	4. भिवपुरी
(क)	**नाशिक विभाग**		5.	भिरा उदंचन योजना	
1.	वैतरणा भुयारी विद्युतगृह		(ह)	**खासगीकरणांतर्गतचे प्रकल्प**	
2.	वैतरणा धरण पायथा विद्युतगृह	3. करंजवण	1.	भंडारदरा विद्युतगृह	
4.	सरदार सरोवर प्रकल्प आणि गुजरात, मध्य प्रदेश व राजस्थानबरोबर आंतरराज्यीय प्रकल्प महाराष्ट्राचा वाटा 27%		2.	वज्रप्रपात जलविद्युतगृह	3. चासकमान
			4.	भंडारदरा विद्युतगृह क्र. 2	

✼ महाराष्ट्र आर्थिक पाहणीनुसार 31 डिसेंबर, 2011 रोजी जलविद्युत प्रकल्पांची स्थापित क्षमता 3,378 मेगावॅट आहे.

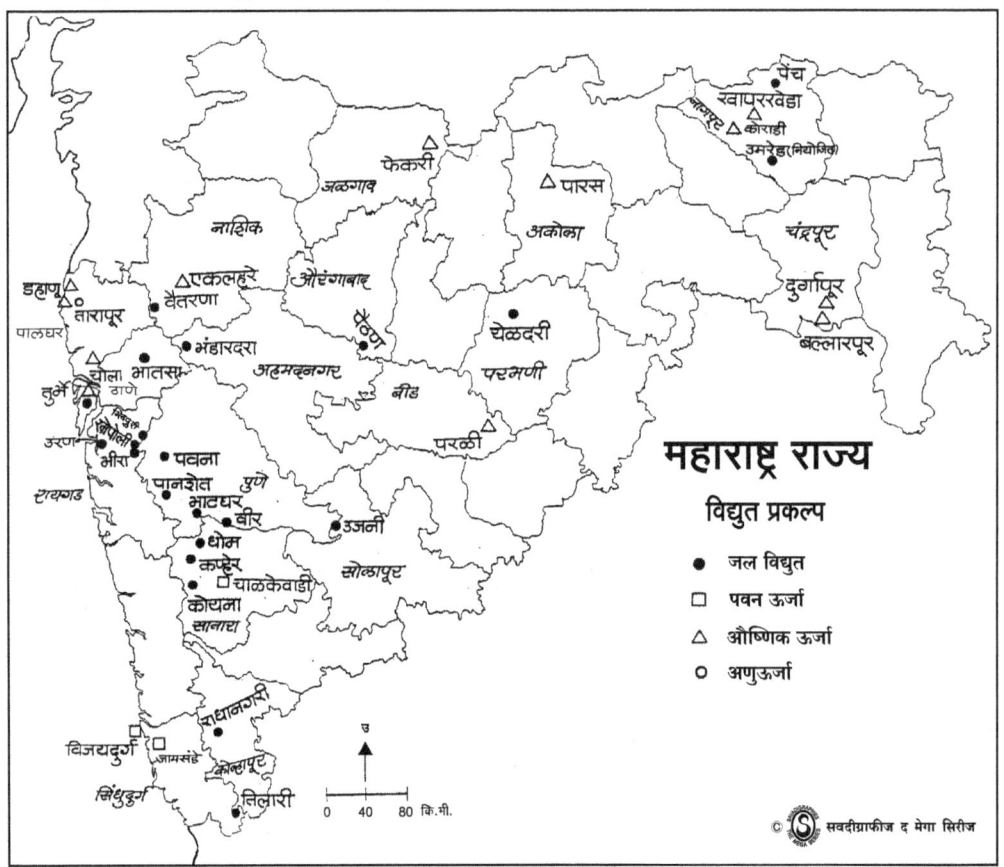

महाराष्ट्र : विद्युत प्रकल्प - महाराष्ट्रात प्रमुख जलविद्युत प्रकल्प कोयना आहे. याचप्रमाणे भिरा, खोपोली, भिवपुरी (रायगड), वैतरणा (ठाणे), भाटघर, वीर, पवना, वरसगाव, पानशेत (पुणे), येलदरी (परभणी) याशिवाय पैठण, पेंच, भंडारदरा, उजनी येथे जलविद्युत प्रकल्प. औष्णिक केंद्रे चोला, टाटा तुर्भे, एकलहरे, परळी, फेकरी, पारस, कोराडी, खापरखेडा, दुर्गापूर, बल्लारपूर, डहाणू, अणुकेंद्र तारापूर तर पवन ऊर्जेची जामसंडे, विजयदुर्ग, सिंधुदुर्ग, नरकुसवडे, ठोसेघर, चाळकेवाडी (सातारा), गुढे-पाचगणी व ढालगाव (सांगली) येथे उभारणी झाली आहे.

नकाशा क्र. 8.13 : महाराष्ट्र : विद्युत प्रकल्प

तक्ता क्र. 8.26 : खासगीकरणांतर्गत पूर्ण झालेले जलविद्युत प्रकल्प

प्रकल्पाचे नाव		स्थापित क्षमता (मेगावॅट)	प्रकल्पाचे नाव		स्थापित क्षमता (मेगावॅट)
भंडारदरा	(1 × 12 मेगावॅट)	12.0	राधानगरी	(2 × 5 मेगावॅट)	10.0
वज्राप्रपात	(1 × 3 मेगावॅट)	3.0	कुंभी	(1 × 2.5 मेगावॅट)	2.5
चासकमान	(1 × 3 मेगावॅट)	3.0	कासारी	(1 × 2.5 मेगावॅट)	2.5
नीरा देवघर		6.0	घटप्रभा	(2 × 2.5 मेगावॅट)	5.0
कोनाल	(2 × 5 मेगावॅट)	10.0	धोम बलकवडी	(1 × 4 मेगावॅट)	4.0
देवगड	(1 × 1.5 मेगावॅट)	1.5	कडवी	(1 × 1.5 मेगावॅट)	1.5
टेंभू बॅरेज	(4.5 मेगावॅट)	4.5	पेंच उजवा तट कालवा	(2 × 0.7 मेगावॅट)	1.4
सोनवडे	(2 × 2 मेगावॅट)	4.0	वज्रा – 2	(1 × 1 मेगावॅट)	1.0
दारणा	(2 × 2.45 मेगावॅट)	4.9	नीरा डावा तट कालवा	(2 × 2.4 मेगावॅट)	4.8
चित्री	(1 × 2 मेगावॅट)	2.0	एकूण		83.6

संदर्भ : (i) जलसंपदा विभाग, महाराष्ट्र शासन; (ii) महाराष्ट्राची आर्थिक पाहणी, 2012-13; पान 158

3. औष्णिक विद्युत

दगडी कोळसा, लिग्नाईट कोळसा, खनिज तेल व नैसर्गिक वायूपासून औष्णिक विद्युत निर्माण केली जाते. महाराष्ट्रात प्रामुख्याने दगडी कोळशाच्या आधारे औष्णिक विद्युत निर्माण करतात. ही केंद्रे एक तर कोळशाच्या खाणीजवळ किंवा रेल्वेमार्गावर उभारलेली आहेत. या दृष्टीने विदर्भातील कोराडी, खापरखेडा, बल्लारपूर व दुर्गापूर ही केंद्रे सोईची आहेत.

(1) कोकणातील औष्णिक विद्युत केंद्रे :

(अ) चोला (ठाणे) : मध्य रेल्वेचे कल्याणजवळ उल्हास नदीच्या खाडीच्या कडेला औष्णिक विद्युत केंद्र आहे. याची विद्युत क्षमता 118 मेगावॅट आहे. या केंद्रापासून मुंबई, मुंबई उपनगर, कल्याण-पुणे व मुंबई-कल्याण-इगतपुरी रेल्वेमार्गाकरिता विद्युत पुरवठा केला जातो. चोला औष्णिक केंद्रास विदर्भ व झारखंडमधील कोळसा रेल्वेमार्गाने उपलब्ध होतो तर उल्हास नदीमधून पाणी मिळते.

(ब) तुर्भे : तुर्भे येथे औष्णिक विद्युत केंद्र आहे. याशिवाय टाटा विद्युत मंडळाचे 1,330 मेगावॅटचे विद्युत केंद्रही तुर्भेला आहे.

तक्ता क्र. 8.27 : महाराष्ट्रातील औष्णिक विद्युत केंद्रे

क्र.	विद्युत केंद्र	जिल्हा	क्र.	विद्युत केंद्र	जिल्हा	क्र.	विद्युत केंद्र	जिल्हा
1.	चोला	ठाणे	2.	तुर्भे टाटा	मुंबई	3.	एकलहरे	नाशिक
4.	परळी	बीड	5.	फेकरी	भुसावळ	6.	पारस	अकोला
7.	कोराडी	नागपूर	8.	खापरखेडा	नागपूर	9.	दुर्गापूर	चंद्रपूर
10.	बल्लारपूर	चंद्रपूर	11.	डहाणू	ठाणे	12.	अणुकेंद्र-तारापूर	ठाणे
13.	उरण	रायगड						

(2) पश्चिम महाराष्ट्रातील औष्णिक विद्युत केंद्र - एकलहरे (नाशिक) : पश्चिम महाराष्ट्रात नाशिक जिल्ह्यात नाशिकजवळ एकलहरे येथे औष्णिक विद्युत केंद्र उभारले आहे. याची विद्युतक्षमता 910 मेगावॅटची आहे. यामुळे नाशिकचे औद्योगिक क्षेत्र विकसित होत आहे.

(3) खानदेशमधील औष्णिक विद्युत केंद्र - फेकरी (भुसावळ) : खानदेशात जळगाव जिल्ह्यात भुसावळजवळ फेकरी येथे औष्णिक विद्युत केंद्र उभारले आहे. याची विद्युतक्षमता 482.5 मेगावॅट आहे. याचा फायदा खानदेशच्या कृषी व औद्योगिक क्षेत्रांना होत आहे.

(4) मराठवाड्यातील औष्णिक विद्युत केंद्र - परळी (बीड) : मराठवाड्यात बीड जिल्ह्यात परळी येथे औष्णिक विद्युत केंद्र उभारलेले आहे. या केंद्राची विद्युतक्षमता 690 मेगावॅटची आहे.

(5) विदर्भातील औष्णिक विद्युत केंद्रे : महाराष्ट्रात औष्णिक विद्युत केंद्रांचा विकास मुख्यत्वेकरून विदर्भात दगडी कोळशाच्या उपलब्धतेमुळे झालेला आहे.

(अ) पारस : पश्चिम विदर्भात अकोला जिल्ह्यात अकोल्याजवळ पारस औष्णिक विद्युत केंद्र आहे. याची वीजनिर्मितीची क्षमता 62.5 मेगावॅट आहे.

(ब) कोराडी : महाराष्ट्रातील सर्वांत महत्त्वाचे औष्णिक विद्युत केंद्र नागपूरजवळ कोराडी येथे आहे. याची विद्युतक्षमता 1,100 मेगावॅट आहे.

(क) खापरखेडा : नागपूरच्या वायव्येस खापरखेडा औष्णिक विद्युत केंद्र आहे. याची विद्युतक्षमता 420 मेगावॅट आहे.

(ड) दुर्गापूर : चंद्रपूर जिल्ह्यात चंद्रपूरजवळ दुर्गापूर औष्णिक विद्युत केंद्र आहे.

(इ) बल्लारपूर : चंद्रपूरच्या दक्षिणेस बल्लारपूर औष्णिक विद्युत केंद्र असून चंद्रपूर जिल्ह्यातील दुर्गापूर व बल्लारपूर यांची एकत्रित विद्युत क्षमता 1,840 मेगावॅट आहे.

4. खनिज तेल व नैसर्गिक वायू

बॉम्बे हाय : मुंबईजवळ पश्चिमेला 176 कि.मी. अंतरावर अरबी समुद्रात 3 फेब्रुवारी, 1974 रोजी सागरी सम्राटने पहिली विहीर खोदली. ते तेलक्षेत्र 'बॉम्बे हाय' या नावाने ओळखले जाते. या परिसरात सुमारे 2,000 चौ.कि.मी. क्षेत्रात 5.5 कोटी टन तेल मिळण्याची शक्यता आहे. याशिवाय 'वसई हाय' येथेही तेलक्षेत्र आहे. बॉम्बे हाय क्षेत्रात खनिज तेल व नैसर्गिक वायू उपलब्ध होतो. भारतातील खनिज तेलाचे 50% उत्पादन बॉम्बे हाय तेलक्षेत्रामधून मिळते.

उरण औष्णिक विद्युत केंद्र : या खनिज तेलावर आधारित तेलशुद्धीकरण कारखाने मुंबईला आहेत. उरण बंदराजवळ नैसर्गिक वायू साठविला जातो. तेथे औष्णिक विद्युत केंद्र आहे.

5. अणुऊर्जा

अणुऊर्जा निर्माण करण्यासाठी युरेनिअम, थोरिअम, लिथिअम व प्लॅटिनम यांसारख्या आण्विक इंधनांचा वापर केला जातो. भारतीय अणुशक्ती मंडळाची स्थापना 10 ऑगस्ट, 1948 रोजी झाली. महाराष्ट्रात मुंबई (तुर्भे) व तारापूर येथे अणुशक्तीची केंद्रे आहेत.

(1) **भाभा ॲटोमिक रिसर्च सेंटर, ट्रॉम्बे :** मुंबईला तुर्भे येथे ही संस्था उभारली असून त्याचे प्रमुख कार्य संशोधनाचे आहे. या ठिकाणी सहा अणुभट्ट्या आहेत. (अ) अप्सरा अणुभट्टी (ब) सायरस अणुभट्टी (क) झर्लिना अणुभट्टी (ड) पूर्णिमा-1 (इ) पूर्णिमा-2 (ई) ध्रुव.

(2) **तारापूर अणुकेंद्र :** मुंबईच्या उत्तरेला 100 कि.मी. अंतरावर तारापूर येथे अमेरिकेच्या मदतीने ऑक्टोबर, 1969 मध्ये हे केंद्र उभारले. याची उत्पादनक्षमता 420 मेगावॅट आहे. या केंद्रामधून महाराष्ट्र व गुजरात राज्यास वीज पुरविली जाते.

अपरंपरागत ऊर्जा साधनसंपत्ती

कोळसा, पेट्रोलिअम व नैसर्गिक वायू ही ऊर्जा साधने अपुनर्नूतनीकरणीय आहेत. याचे साठे मर्यादित असून ते फार काळ टिकणार नाहीत. म्हणून ऊर्जेची काही पर्यायी, अपरंपरागत साधने शोधणे ही आज काळाची गरज बनली आहे.

महाराष्ट्रामधील प्रमुख अपरंपरागत ऊर्जा

पवन ऊर्जा : वाऱ्याच्या झोताचा वापर करून ऊर्जा मिळविली जाते. पवन ऊर्जेचे विद्युत ऊर्जेत रूपांतर केले जाते.

महाराष्ट्रातील पवन ऊर्जा : महाराष्ट्रात डिसेंबर 2001 मध्ये 845 पवनचक्क्या कार्यान्वित होत्या. सातारा जिल्ह्यात सर्वांत जास्त 703 पवनचक्क्या असून त्याचे वितरण वनकुसवडे (552), ठोसेघर (106), चाळकेवाडी (44), माळेवाडी (25) असे आहे. सांगली जिल्ह्यात गुढे-पाचगणी (34) व ढालगाव (14) पवनचक्क्या कार्यान्वित आहेत. कवठे महांकाळ तालुक्यात अनेक ठिकाणी पवनचक्क्या आहेत. अहमदनगर जिल्ह्यात कवड्या डोंगरावर 40 पवनचक्क्या आहेत. याशिवाय सिंधुदुर्ग जिल्ह्यात 26 - यांपैकी विजयदुर्ग (6) व देवगडला (20) पवनचक्क्या आहेत.

पवन ऊर्जानिर्मितीत महाराष्ट्राचा तमिळनाडूनंतर देशात दुसरा क्रमांक लागतो. देशातील (1,414.3 मेगावॅट) 17% उत्पादन महाराष्ट्रामधून होते. सन 1997 पासून उत्पादनास सुरुवात झाली.

नवीकरण (अक्षय) ऊर्जा : पवन, सौर, जैविक, बायोगॅस, सागरी लाटा, भू-औष्णिक इ. स्वच्छ आणि पर्यावरणपूरक अक्षय ऊर्जेचे स्रोत आहेत. अक्षय ऊर्जेच्या विविध क्षेत्रांतील ज्ञानास प्रोत्साहन देणे, विकसित करणे व प्रसारित करणे असे विस्तृत उद्दिष्ट असलेल्या महाराष्ट्र ऊर्जा विकास अभिकरण (महाऊर्जा) या राज्यशासनाच्या संस्थेस ऊर्जा संवर्धन कायदा, 2001 च्या तरतुदींचे राज्यात समन्वयन, विनियमन व अंमलबजावणी करण्यासाठी नियुक्त यंत्रणा म्हणून घोषित केले आहे. 31 डिसेंबर, 2015 अखेर एकूण 6,932 मेगावॅट क्षमतेचे प्रकल्प स्थापित करण्यात आले आहेत. राज्यातील अक्षय ऊर्जेची संभाव्य क्षमता व त्यापैकी स्थापित क्षमता खालील तक्त्यामध्ये दिली आहे.

तक्ता क्र. 8.28 : नवीकरणीय ऊर्जेची संभाव्य क्षमता व स्थापित क्षमता

स्रोत	संभाव्य क्षमता	स्थापित क्षमता			
		31 मार्च रोजी			31 ऑक्टोबर, 2017 रोजी
		2015	2016	2017	
पवन	9,400	4,444	4,662	4,769	4,775
चिपाडांपासून वीज सहनिर्मिती	2,500	1,415	1,415	1,849	1,849
लघु जल विद्युत प्रकल्प#	732	294	302	304	304
कृषी अवशेष	831	200	200	215	215
शहरी घनकचरा	287	3	3	3	3
औद्योगिक कचरा	200	32	34	9	9
सौर	7,500	329	362	383	624
एकूण	**21,450**	**6,717**	**6,978**	**7,532**	**7,779**

आधार : महाऊर्जा, ऊर्जा सांख्यिकी 2016, अहवाल जलसंपदा विभाग, महाराष्ट्र शासन

जलसंपदा विभागाने स्थापित केलेले 25 मेगावॅटपेक्षा कमी क्षमतेचे प्रकल्प

संदर्भ : महाराष्ट्राची आर्थिक पाहणी 2017-18, पान क्र. 158

स्रोतनिहाय नवीकरणीय (अक्षय) ऊर्जेचे प्रकल्प

दिवसेंदिवस पारंपरिक ऊर्जा स्रोतात घट होत असल्याने नवीन व अक्षय स्रोतांचा शोध ही काळाची गरज आहे. राज्यशासनाचे आणि नवीन व नवीकरणीय ऊर्जा मंत्रालय (एमएनआरइ), भारत सरकार यांचे महाऊर्जेमार्फत राबविण्यात येत असलेले काही उपक्रम खाली नमूद केलेले आहेत.

(1) **पवन ऊर्जा :** महाऊर्जाद्वारे 11.09 मेगावॅट क्षमतेचे प्रदर्शक प्रकल्प राज्यात उभारण्यात आले आहेत. शासनाची आकर्षक धोरणे व प्रोत्साहने यामुळे पवन ऊर्जा क्षेत्रात राज्यात ₹ 23,200 कोटींपेक्षा अधिक खासगी गुंतवणूक झाली आहे.

(2) **सौर औष्णिक व सौर फोटो व्होल्टाईक ऊर्जा :** राज्यात डिसेंबर 2015 अखेरपर्यंत 360.25 मेगावॅट क्षमतेचे ग्रीड संलग्न सौर फोटो व्होल्टाईक ऊर्जा प्रकल्प महाऊर्जामार्फत कार्यान्वित झाले आहेत. महानिर्मितीने 895 मेगावॅट क्षमतेचे सौरऊर्जा प्रकल्प प्रस्तावित केले आहेत.

(3) **चिपाडांपासून वीज सह-निर्मिती :** राज्यात डिसेंबर 2015 अखेरपर्यंत चिपाडांपासून वीज सह-निर्मितीचे एकूण 84 प्रकल्प कार्यान्वित करण्यात आले आहेत. या क्षेत्रात गुंतवणूकदारांना आकर्षित करण्यासाठी केंद्रशासनाकडून बॉयलर संरचनेवर आधारित वीज सह-निर्मिती प्रकल्पांना भांडवली अर्थसाहाय्य देण्यात येते. तसेच राज्यशासनाकडूनदेखील वित्तीय साहाय्य देण्यात येते.

(4) **कृषिजन्य अवशेषांवर आधारित ऊर्जानिर्मिती :** नवीन व नवीकरणीय ऊर्जा मंत्रालय, भारत सरकार यांच्या आर्थिक मदतीतून महाऊर्जाद्वारे राज्यातील 39 तालुक्यांमध्ये कृषी अवशेषांच्या उपलब्धतेबाबत अभ्यास घेण्यात आले आहेत. खाजगी सहभागाबाबत आकर्षक धोरणामुळे डिसेंबर 2015 अखेरपर्यंत कृषिजन्य अवशेषांवर आधारित 19 ऊर्जानिर्मिती प्रकल्प कार्यान्वित झाले आहेत व 17 प्रकल्प मंजूर करण्यात आले आहेत.

(5) **लघू जलविद्युत प्रकल्प :** राज्यातील एकूण 732 मेगावॅट संभाव्य क्षमतेपैकी जलसंपदा विभागाकडून 284.30 मेगावॅट क्षमतेचे लघू जलविद्युत प्रकल्प डिसेंबर 2015 अखेरपर्यंत स्थापित करण्यात आले आहेत. लघू जलविद्युत प्रकल्प खाजगीकरणातून विकसित करण्यास चालना देण्यासाठीच्या राज्यशासनाच्या धोरणांतर्गत नोव्हेंबर 2015 अखेरपर्यंत 108.10 मेगावॅट क्षमतेचे 25 प्रकल्प कार्यान्वित झाले असून 52 मेगावॅट क्षमतेच्या सोळा प्रकल्पांचे बांधकाम सुरू आहे.

नवीन व नवीकरणीय ऊर्जा स्रोतांचे महत्त्व व राज्यातील वाव लक्षात घेऊन त्यापासून वीजनिर्मितीच्या पारेषण संलग्न प्रकल्पांना चालना देण्यासाठी राज्याचे एकत्रित धोरण, 2015 जाहीर करण्यात आले आहे. या धोरणांतर्गत एकूण 14,400 मेगावॅट क्षमतेचे नवीन व नवीकरणीय ऊर्जेपासून वीजनिर्मितीचे पारेषण संलग्न प्रकल्प पुढील पाच वर्षांमध्ये आस्थापित करण्याचे उद्दिष्ट निश्चित करण्यात आले आहे.

वीजनिर्मिती

राज्यात 2016-17 मध्ये एकूण वीजनिर्मिती (नवीकरणीय स्रोतासह) 1,15,046 दशलक्ष युनिट्स तर 2017-18 मध्ये डिसेंबरपर्यंत एकूण 74,968 दशलक्ष युनिट्स झाली. त्यात सार्वजनिक क्षेत्र, खासगी क्षेत्र आणि सार्वजनिक-खासगी भागीदारी 2016-17 मध्ये वीजनिर्मितीत अनुक्रमे 43.3 टक्के, 52.7 टक्के आणि चार टक्के वाटा होता.

तक्ता क्र. 8.29 : स्रोतनिहाय वीजनिर्मिती **(दशलक्ष युनिट्स)**

स्रोत	2014-15	2015-16	2016-17	2017-18+*	2016-17 मध्ये 2015-16 च्या तुलनेत शेकडा बदल
राज्यांतर्गत	**1,03,779**	**1,13,787**	**1,15,046**	**74,968**	**1.1**
औष्णिक	84,882	94,482	89,084	59,440	(–) 5.7
नैसर्गिक वायुजन्य	4,626	5,302	9,481	6,229	78.8
जलजन्य	5,856	5,045	5,978	3,112	18.5
नवीकरणीय$	8,415	8,958	10,502	6,187	17.2
केंद्रीय क्षेत्राकडून प्राप्त	**30,401**	**29,179**	**32,582**	**18,626**	**11.7**

टीप : 1 युनिट = 1 किलोवॅट तास $ बंदिस्त विजेसह *अस्थायी +डिसेंबरपर्यंत

आधार : महानिर्मिती, टाटा पॉवर, रिलायन्स इन्फ्रास्ट्रक्चर, महावितरण, केंद्रीय विद्युत प्राधिकरण, केंद्रशासन

संदर्भ : महाराष्ट्राची आर्थिक पाहणी 2017-18, पान क्र. 154

विजेचा वापर

राज्यात 2016-17 मध्ये विजेचा एकूण वापर 1,08,455 दशलक्ष युनिट्स झाला असून 2015-16 मध्ये विजेचा एकूण वापर 1,16,743 दशलक्ष युनिट्स होता. राज्यातील विजेचा सर्वाधिक वापर औद्योगिक क्षेत्रात (31.2 टक्के) तर त्या खालोखाल कृषी क्षेत्रात (26.1 टक्के) आणि घरगुती क्षेत्रात (24.8 टक्के) होता.

भारतातील आणि महाराष्ट्रातील दरडोई विजेचा अंतिम वापर : कोकण विभागात एकूण वीज वापर सर्वाधिक बृहन्मुंबईसह (34.7 टक्के) असून त्याखालोखाल पुणे (25.8 टक्के), नाशिक (14.2 टक्के), औरंगाबाद (12.4 टक्के), नागपूर (7.5 टक्के) व अमरावती (5.4 टक्के) आहे.

ग्रामीण विद्युतीकरण, जाळ्यांची सुधारणा आणि ऊर्जा अक्षय्यता

राज्यातील वस्ती असलेल्या एकूण 40,959 गावांपैकी (जनगणना, 2011 नुसार) 40,913 गावांचे डिसेंबर 2017 अखेरपर्यंत पारंपरिक ऊर्जेद्वारे विद्युतीकरण झाले आहे. ग्रामीण विद्युतीकरण, जाळ्यांची सुधारणा आणि ऊर्जा अक्षय्यतेसाठी राबविण्यात येत असलेल्या योजना खालीलप्रमाणे आहेत.

(1) **दीनदयाल उपाध्याय ग्राम ज्योती योजना :** केंद्रशासनाने 2015 पासून ग्रामीण भागासाठी ही (100 टक्के केंद्रपुरस्कृत) योजना सुरू केली असून राज्यासाठी 2,164.15 कोटी रक्कम मंजूर करण्यात आली आहे. एकूण 12.48 लाख ग्रामीण कुटुंबांना (त्यापैकी 3.96 लाख दारिद्र्यरेषेखालील) वीज जोडणी देण्याचे प्रस्तावित आहे.

(2) **कृषी पंपांचे विद्युतीकरण :** सन 2016-17 मध्ये 1,25,522 कृषी पंपांचे व सन 2017-18 मध्ये डिसेंबर अखेरपर्यंत 47,140 कृषी पंपांचे वेद्युतीकरण पूर्ण झाले आहे. कृषी पंपांच्या विद्युतीकरणाचा अनुशेष भरून काढण्यासाठी 2017-18 मध्ये ₹ 87.3 कोटी अनुदान मंजूर करण्यात आले आहे. मागेल त्याला वीज जोडणी' ही स्थिती गाठण्यासाठी प्रयत्न करण्यात येत आहेत.

राज्यात सुमारे 40.82 लाख कृषी पंप आहेत. कृषी पंपांना वीज पुरवठा करण्यासाठी अनुदान दिले जाते. सन 2017-18 मध्ये कृषी पंपांना वीज पुरवठा करण्यासाठी ₹ 6,245 कोटी व 2016-17 मध्ये ₹ 4,510.39 कोटींचे अनुदान देण्यात आले होते.

(3) **अटल सौर कृषी पंप योजना :** सदर योजना राज्यात सन 2015 पासून सुरू करण्यात आली असून राज्यात 7,540 सौर कृषी पंप स्थापित करण्याच्या उद्दिष्टाच्या तुलनेत सुमारे 4,576 सौर कृषी पंप डिसेंबर, 2017 पर्यंत कार्यान्वित करण्यात आले.

(4) **मुख्यमंत्री सौर कृषी वाहिनी योजना :** सदर योजना नव्याने जाहीर करण्यात आली असून शेतकऱ्यांना कमी दरात सौर ऊर्जा उपलब्ध करून देऊन कृषी पंप चालविणे आणि अखंड 12 तास वीज पुरवठा करणे हा योजनेचा मुख्य उद्देश आहे.

(5) **घरगुती कार्यक्षम दिव्यांसाठी कार्यक्रम (डीईएलपी) :** जून 2015 मध्ये घोषित करण्यात आलेल्या या कार्यक्रमांतर्गत घरगुती ग्राहकांकडील सद्य:स्थितीतील सीएफएल व इनकॅन्डेसन्ट दिव्यांच्या ऐवजी एलईडी दिवे बदलून देण्यात येत आहेत. हा कार्यक्रम एनर्जी एफिशियन्ट सर्व्हिसेस लि. या केंद्रीय ऊर्जा मंत्रालयाच्या सार्वजनिक क्षेत्रातील कंपन्यांच्या संयुक्त उपक्रमाद्वारे राबविण्यात येत असून राज्यात महावितरणद्वारे कार्यरत आहे. महाराष्ट्र विद्युत नियामक

आयोगाने मंजुरी दिलेल्या आराखड्यानुसार महावितरणला 3.86 कोटी एलईडी दिवे वितरणासाठी ₹ 553.93 कोटी खर्च अंदाजित असून याद्वारे अंदाजित 750 दशलक्ष युनिट्सची वार्षिक बचत व मागणीत सुमारे 293 मेगावॅट घट अपेक्षित आहे. पुढील दोन आर्थिक वर्षांत 3 कोटी एलईडी दिवे वितरित करण्याचे उद्दिष्ट आहे. राज्यात 31 डिसेंबर, 2017 पर्यंत 2.17 कोटी एलईडी दिव्यांचे वितरण करण्यात आले आहे.

(6) **नवीकरणीय ऊर्जा खरेदी बंधन ('आरपीओ') व नवीकरणीय ऊर्जा प्रमाणपत्रे ('आरईसी') पद्धती :** नवीकरणीय ऊर्जा खरेदी बंधन हे महाराष्ट्र विद्युत नियामक आयोगाने कायद्याद्वारे बंधनकारक केले असून बांधील यंत्रणेद्वारे (वितरण परवानाधारक, ग्रीडला जोडलेले बंदिस्त वीजनिर्मिती प्रकल्प व वितरण मुक्त प्रवेश असलेले ग्राहक) वापर केलेल्या एकूण विजेपैकी किमान मर्यादेपर्यंत नवीकरणीय ऊर्जा खरेदी करणे बंधनकारक आहे.

नवीकरणीय ऊर्जेस चालना देण्यासाठी आणि उपलब्ध असलेले नवीकरणीय ऊर्जा स्रोत व बांधील यंत्रणांना साध्य करावयाचे नवीकरणीय ऊर्जा खरेदी बंधन यांच्यात असलेली तफावत दूर करण्याकरिताचे 'आरईसी' हे बाजाराधारीत साधन आहे. महाराष्ट्र विद्युत नियामक आयोगाने महाऊर्जा या यंत्रणेस 'आरपीओ', त्याचे अनुपालन व 'आरईसी' पद्धतीची अंमलबजावणी यासाठी राज्य यंत्रणा म्हणून घोषित केले आहे. बांधील यंत्रणांना त्यांच्या एकूण वीज वापराच्या किमान पातळीपर्यंत नवीकरणीय ऊर्जा खरेदी करणे अनिवार्य आहे. महाराष्ट्र विद्युत नियामक आयोगाच्या 'आरपीओ-आरईसी नियमन 2010' (2017-18 पर्यंत) अनुसार नवीकरणीय ऊर्जा स्रोतांमधून किमान खरेदी करावयाची ऊर्जा (1 युनिट विजेच्या समतुल्य) सौर ऊर्जेसाठी दोन टक्के व इतर नवीकरणीय ऊर्जेसाठी 10.5 टक्के इतके उद्दिष्ट आहे.

तक्ता क्र. 8.30 : नवीकरणीय ऊर्जा बंधन (आरपीओ) चे साध्य (टक्के)

क्षेत्र	साध्य*					
	सौर		इतर नवीकरणीय ऊर्जा		एकूण	
	2016-17	2017-18	2016-17	2017-18	2016-17	2017-18
महावितरण	0.38	0.33	8.36	7.45	8.74	7.78
टाटा पॉवर	1.09	1.77	10.16	9.70	11.25	11.47
रिलायन्स इन्फ्रास्ट्रक्चर	0.73	0.65	7.34	3.21	8.07	3.86
बेस्ट	0.98	0.60	9.08	3.73	10.06	4.33

आधार : महाऊर्जा *अस्थायी

संदर्भ : महाराष्ट्राची आर्थिक पाहणी 2017-18, पान क्र. 159

ऊर्जेचे इतर प्रकार

पेट्रोलिअम व नैसर्गिक वायू

पेट्रोलिअम उत्पादनांच्या एकूण वापराची आकडेवारी वाढीचा कल दर्शविते. भारतात व महाराष्ट्रात प्रमुख पेट्रोलिअम उत्पादनांमध्ये मागील वर्षीच्या तुलनेत 2016-17 मध्ये अनुक्रमे 3.2 टक्के व 6.1 टक्के वाढ झाली.

तक्ता क्र. 8.31 : प्रमुख पेट्रोलिअम उत्पादनांचा वापर (000 टन)

पेट्रोलिअम उत्पादने	2016-17	
	भारत	महाराष्ट्र
नॅफ्था	13,174	401
द्रवरूप पेट्रोलिअम गॅस (एलपीजी)	21,537	2,635
मोटर स्पिरीट/गॅसोलीन (एमएस)	23,765	3,025
सुपिरीअर केरोसीन ऑइल (एसकेओ)	5,397	413
एव्हीएशन टर्बाईन इंधन (एटीएफ)	6,998	1,466
हाय स्पीड डिझेल (एचएसडी)	76,015	8,071
लाईट डिझेल ऑइल (एलडीओ)	449	98
फर्नेस ऑइल (एफओ)	7,077	858
हॉट हेवी स्टॉक (एचएचएस)/लो सल्फर हेवी स्टॉक (एलएसएचएस)	104	27
लुब्रिकन्ट/वंगण	3,353	307
बिटुमेन	5,939	500
इतर	3,137	1,537
एकूण	**1,66,945**	**19,338**

आधार : 'भारतीय पेट्रोलिअम व नैसर्गिक वायू सांख्यिकी' 2016-17 अहवाल

संदर्भ : महाराष्ट्र आर्थिक पाहणी 2017-18, पान क्र. 162

एलपीजी घरगुती ग्राहक, वितरक, उच्च दर्जाचे केरोसीन तेल (एसकेओ)/कमी प्रतीचे डिझेल तेल (एलडीओ) वितरक आणि किरकोळ विक्री केंद्रे तक्ता क्र. 8.32 मध्ये दिली आहेत.

तक्ता क्र. 8.32 : एलपीजी घरगुती ग्राहक, वितरक, केरोसीन/एलडीओ वितरक आणि किरकोळ विक्री केंद्रे

तपशील	2016-17	
	भारत	महाराष्ट्र
एलपीजी घरगुती ग्राहक (संख्या लाखात)	2,346.05	256.50
एलपीजी वितरक (संख्या)	18,786	1,756
केरोसीन/एलडीओ वितरक (संख्या)	6,543	767
किरकोळ विक्री केंद्रे (संख्या)	59,595	5,684
सार्वजनिक वितरण व्यवस्थेसाठी केरोसीनचे वाटप (000 मे. टन)	8,908.9*	724.3*
सार्वजनिक वितरण व्यवस्थेसाठी केरोसीनची उचल (000 मे. टन)	5,197.2*	403.1*

आधार : 'भारतीय पेट्रोलिअम व नैसर्गिक वायू सांख्यिकी' 2016-17 अहवाल

संदर्भ : महाराष्ट्र आर्थिक पाहणी 2017-18 पान 162

महानगर गॅस लि., महाराष्ट्र नॅचरल गॅस लि. आणि गॅस ॲथॉरिटी ऑफ इंडिया लि. (गेल). या पाइपद्वारे नैसर्गिक वायू (पीएनजी) जोडणी, कॉम्प्रेस्ड नैसर्गिक वायू (सीएनजी) केंद्रे व सीएनजी वरील वाहने या संदर्भात राज्यात कार्यरत यंत्रणा आहेत. देशात मार्च, 2017 अखेर 1,233 सीएनजी केंद्रे व सुमारे 30.45 लाख सीएनजी वाहने असून त्यापैकी 245 सीएनजी केंद्रे व 6.86 लाख सीएनजी वाहने राज्यात आहेत. त्याचप्रमाणे भारतात 36.14 लाख पीएनजी जोडण्या असून त्यापैकी 10.03 लाख जोडण्या राज्यात आहेत.

प्रधानमंत्री उज्ज्वला योजना : या योजनेचा मुख्य उद्देश स्त्रिया व मुले यांच्या आरोग्य सुरक्षिततेसाठी स्वयंपाकाकरिता स्वच्छ इंधन-एलपीजीचा पुरवठा करणे, त्यामुळे त्यांच्या आरोग्याशी कोणतीही तडजोड न करता, प्रदूषित स्वयंपाकघर किंवा असुरक्षित ठिकाणी जळाऊ लाकडे गोळा करण्यास त्यांना जावे लागणार नाही. या योजनेअंतर्गत पुढील तीन वर्षात दारिद्र्यरेषेखालील कुटुंबांना एलपीजी जोडणीकरिता प्रत्येक जोडणीमागे ₹ 1,600 साहाय्य देण्यात येईल. महिला सबलीकरण विशेषतः ग्रामीण भारतात घरातील स्त्रीच्या नावाने एलपीजी जोडणी उपलब्ध करून देण्यात येईल. सामाजिक, आर्थिक यात गणनेच्या आकडेवारीनुसार दारिद्र्यरेषेखालील कुटुंबे निश्चित करण्यात येतील.

8.6 महाराष्ट्र : उद्योगधंदे

महाराष्ट्र हे भारतातील एक महत्त्वाचे औद्योगिक राज्य आहे. मुंबईला 'भारताची औद्योगिक राजधानी' असे म्हटले जाते. महाराष्ट्रात परंपरागत कृषी उत्पन्नावर आधारित साखर व कापड गिरण्यांचा विकास झालेला आहे. त्याचप्रमाणे रसायन, पेट्रोलिअम, धातू उद्योग, परिवहन सामग्री यांचाही विकास झाल्याने औद्योगिकीकरणाचा वेग वाढलेला आहे. एखाद्या राज्याचा विकास होण्याकरिता पायाभूत गोष्टींची आवश्यकता असते.

महाराष्ट्रातील उद्योगधंद्यांचे प्रकार

(1) **कृषी उत्पादनांवर आधारित उद्योग :** यामध्ये कापड उद्योग, साखर उद्योग, तेलगिरण्या, तंबाखू प्रक्रिया उद्योग इत्यादी.

(2) **खनिज उत्पादनावर आधारित उद्योग :** लोह-पोलाद उद्योग, सिमेंट उद्योग, खनिज तेल शुद्धीकरण, यंत्रोद्योग इत्यादी.

(3) **वन उत्पादनांवर आधारित उद्योग :** लाकूड कापण्याच्या गिरण्या, कागद कारखाने, आगपेट्यांचे कारखाने, औषधे, खेळांचे साहित्य, फर्निचरनिर्मिती उद्योग इत्यादी.

(4) **प्राणिज उत्पादनांवर आधारित उद्योग :** कातडी उद्योग, लोकरी कापडाच्या गिरण्या, रेशीम उद्योग, दुधापासून पदार्थ बनविणे यांचा समावेश होतो.

कृषी उत्पादनावर आधारित उद्योगधंदे

कापड उद्योग

कापड उद्योगधंद्यांचे स्थानिकीकरण

• **कापड गिरण्यांचे स्थान, कापूस उत्पादक प्रदेश आणि बाजारपेठा : कापड उद्योगधंद्यांचे स्थानिकीकरण पूर्णपणे कच्चा माल पुरवठीय आहे. कापूस आणि तयार कापड पाठविण्यास येणारा वाहतुकीचा खर्च साधारण सारखाच असतो.** वाहतुकीचा कमीत कमी खर्च येण्यासाठी कापड गिरण्यांचे स्थान कापसाचे उत्पादक प्रदेश आणि बाजारपेठ या असू शकतात. • **बाजारपेठेत स्थानिकीकरण : जेव्हा बाजारपेठ आणि कापसाच्या उत्पादनाच्या प्रदेशात वरील घटक साधारणपणे सारख्याच प्रमाणात उपलब्ध असतात तेव्हा कापड गिरण्यांचे स्थानिकीकरण बाजारपेठेत होते. • कापसाचा नियमित पुरवठा : कच्च्या मालाचा नियमित पुरवठा ही बाब कापड गिरण्यांच्या बाबतीत महत्त्वाचा घटक** होऊ लागल्याने कापूस उत्पादनाच्या प्रदेशात कापड गिरण्या स्थापन होत आहेत.

कापड उद्योगधंद्याची उभारणी

भारतीय कापड गिरण्यांमध्ये आज मुंबईला महत्त्वाचे स्थान असले तरी भारतात पहिली कापड गिरणी 1818 मध्ये हावडा जिल्ह्यात हुगळी नदीवर कोलकत्याजवळ चुरसी येथे स्थापना केली. **मुंबई येथे 1851 मध्ये बॉम्बे स्पिनिंग आणि विव्हिंग कंपनी लि. नावाची पहिली कापड गिरणी उभारली.**

महाराष्ट्रातील सर्वांत महत्त्वाचे कापड गिरण्यांचे केंद्र : मुंबई

महाराष्ट्रात 2006-07 अनुसार, एकूण 286 कापड गिरण्या आहेत, यापैकी 89 कापड गिरण्या एकट्या मुंबई शहरात आहेत. देशातील 24% त्याचा व 37% भाग महाराष्ट्रात आहेत. आता मुंबईमधील कापड गिरण्यांचे अस्तित्व बऱ्याच अंशी कमी झाले आहे. उर्वरित महाराष्ट्रात 197 कापड गिरण्या आहेत.

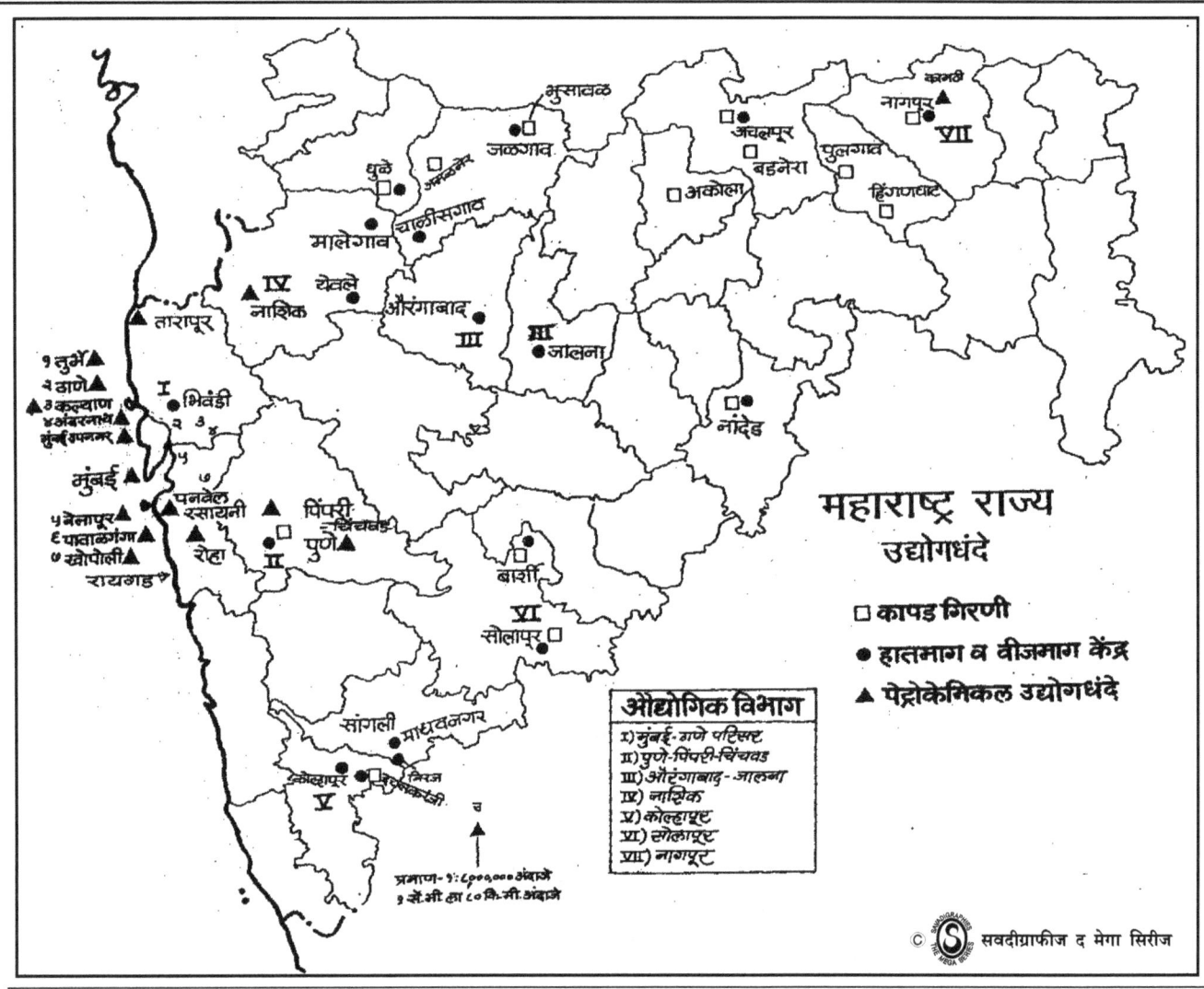

महाराष्ट्र : उद्योगधंदे व औद्योगिक विकास

महाराष्ट्रात मुंबई-ठाणे परिसरात व पश्चिम महाराष्ट्रात उद्योगधंद्यांचे केंद्रीकरण झालेले आहे. मुंबईला अनेक उद्योगधंदे आहेत. कापड गिरण्यांचे केंद्रीकरण आहे. महाराष्ट्राचे 'मँचेस्टर' इचलकरंजी आहे. विदर्भात नागपूर, वर्धा; खानदेशात धुळे, जळगाव जिल्हे; मराठवाड्यात औरंगाबाद-जालना जिल्ह्यात कापड गिरण्या आहेत. ***पेट्रोकेमिकल उद्योगधंदे :*** *महाराष्ट्रात पेट्रोकेमिकल उद्योगधंदे मुंबई शहर, मुंबई उपनगर, ठाणे व त्याचा परिसर, रायगड जिल्हा, पुणे व त्याचा परिसर.*

नकाशा क्र. 8.14 : महाराष्ट्र - सुती कापड व पेट्रोकेमिकल उद्योगधंदे व औद्योगिक विभाग

महाराष्ट्रामधील कापड गिरण्यांची इतर ठिकाणे

(1) **विदर्भ :** कापूस उत्पादनाच्या प्रदेशात नागपूर शहर आहे. रेल्वेचे जंक्शन आहे. तसेच यंत्रमागाचे प्रमुख केंद्र असल्याने कापड गिरण्यांना आवश्यक असणाऱ्या सुताचा पुरवठा होतो. **विदर्भातील प्रमुख कापड गिरण्यांची केंद्रे अकोला, हिंगणघाट (जि. वर्धा), पुलगाव (जि. वर्धा) व बडनेरा (जि. अमरावती), अचलपूर (जि. अमरावती) येथे आहेत.**

(2) **खानदेश :** तापीच्या नदीच्या खोऱ्यातील धुळे आणि जळगाव जिल्ह्यातील **अमळनेर, चाळीसगाव व जळगाव** या ठिकाणी कापड गिरण्या उभारलेल्या आहेत.

(3) **पश्चिम महाराष्ट्र :** पश्चिम महाराष्ट्रात कापसाचे उत्पादन विदर्भाप्रमाणे मोठ्या प्रमाणात नसूनही बहुतेक सर्व जिल्ह्यांत कापड गिरण्या आहेत. आता यंत्रमागावर वस्त्र विणले जाते. • **नाशिक जिल्हा** : मालेगाव, येवला. • **सोलापूर जिल्हा** : सोलापूर, बार्शी • **कोल्हापूर जिल्हा** : इचलकरंजी. **इचलकरंजीला 'महाराष्ट्राचे मँचेस्टर' म्हणतात.** इचलकरंजी तर यंत्रमागाचे जाळेच आहे.

(4) **मराठवाडा :** मराठवाड्यात कापसाचे उत्पादन होते. **औरंगाबाद, जालना, नांदेड** ही कापडाची केंद्रे आहेत.

(5) **कोकण : ठाणे जिल्हा :** कल्याण आणि भिवंडी येथेही कापडनिर्मिती केली जाते.

महाराष्ट्रातील सहकारी सूत गिरण्यांचे वितरण

महाराष्ट्रात 65 सहकारी सूत गिरण्या चालू अवस्थेत आहेत. महाराष्ट्रात सर्वांत जास्त सहकारी सूत गिरण्या पुणे प्रशासकीय विभागात 30 आहेत, तर नाशिक व औरंगाबाद प्रशासकीय विभागात 10 सहकारी सूत गिरण्या आहेत.

महाराष्ट्रात उभारणी होत असलेल्या सहकारी सूत गिरण्या : महाराष्ट्रात एकूण 67 सहकारी सूत गिरण्या उभारण्याचे काम चालू आहे. महाराष्ट्रात सर्वांत जास्त सहकारी सूत गिरण्या उभारण्याचे काम पुणे प्रशासकीय विभागात (28) होत आहे.

साखर उद्योग

महाराष्ट्राच्या ग्रामीण भागाचे आर्थिक, शैक्षणिक व सामाजिक स्थित्यंतर करणारा हा उद्योग नवसमाजनिर्मितीचे नवे दालन उघडीत आहे.

साखर उद्योगधंद्यांचे स्थानिकीकरण : महाराष्ट्रात पहिला साखर कारखाना 1920 साली अहमदनगर जिल्ह्यात बेलापूर येथे उभारण्यात आला.

(1) ऊस पिकविणाऱ्या प्रदेशात साखर कारखान्याचे स्थानिकीकरण झालेले आहे. (2) पाण्याच्या उपलब्धतेमुळे अवर्षणग्रस्त भागात उसाची लागवड केलेली आहे. (3) सहकारी साखर कारखान्याचे यश महत्त्वपूर्ण आहे.

महाराष्ट्रातील साखर कारखान्यांचे वितरण : महाराष्ट्रात 31 मार्च, 2009 रोजी सर्वाधिक म्हणजे 201 कारखाने असून यांपैकी 165 कारखाने सहकारी क्षेत्रातील आहेत.

पश्चिम महाराष्ट्रातील सहकारी साखर कारखान्यांचे वितरण : पश्चिम महाराष्ट्रात सर्वांत जास्त प्रमुख सहकारी 77 साखर कारखाने आहेत. **पश्चिम महाराष्ट्रात सर्वांत जास्त प्रमुख सहकारी साखर कारखाने अहमदनगर जिल्ह्यात व या खालोखाल कोल्हापूर जिल्ह्यात आहेत.**

(1) **अहमदनगर जिल्हा :** महाराष्ट्रात सर्वांत जास्त प्रमुख 15 साखर कारखाने अहमदनगर जिल्ह्यात आहेत.

(2) **कोल्हापूर जिल्हा :** महाराष्ट्रात कोल्हापूर जिल्हा विशेषतः गूळ आणि साखर उत्पादनासाठी प्रसिद्ध आहे. कोल्हापूर जिल्ह्यात प्रमुख 14 साखर कारखाने आहेत. कोल्हापूर जिल्ह्यात वाहणाऱ्या नद्यांवर उपसा जलसिंचन व विहिरी यामुळे उसाची लागवड मोठ्या प्रमाणात होते.

(3) **सांगली जिल्हा :** सांगली जिल्ह्यात एकूण प्रमुख 12 सहकारी साखर कारखाने आहेत.

(4) **पुणे जिल्हा :** पुणे जिल्ह्यात प्रमुख 11 सहकारी साखर कारखाने आहेत.

(5) **सोलापूर जिल्हा :** सोलापूर जिल्ह्यात प्रमुख 11 सहकारी साखर कारखाने आहेत.

(6) **सातारा जिल्हा :** सातारा जिल्ह्यात प्रमुख 7 सहकारी साखर कारखाने आहेत. कालवा, विहिरी जलसिंचनाने उसाची लागवड केली जाते.

पश्चिम महाराष्ट्र
साखर उद्योग

नकाशा क्र. 8.15 : पश्चिम महाराष्ट्र साखर उद्योग

(7) **नाशिक जिल्हा :** नाशिक जिल्ह्यात प्रमुख 6 सहकारी साखर कारखाने आहेत.

(8) **खानदेश :** खानदेशात धुळे जिल्ह्यात 4 व नंदुरबार जिल्ह्यात 2 सहकारी साखर कारखाने आहेत.

औरंगाबाद प्रशासकीय विभागातील सर्व आठही जिल्ह्यांत एकूण प्रमुख 34 सहकारी साखर कारखाने आहेत. अमरावती शासकीय विभागात एकूण प्रमुख 9 सहकारी साखर कारखाने आहेत. नागपूर जिल्हा 2, वर्धा जिल्हा 2, भंडारा 1 असे पाच सहकारी साखर कारखाने आहेत.

साखर उद्योगाबरोबर अनेक प्रकल्पांना चालना

साखर उत्पादनाबरोबरच विविध प्रकल्पांना ग्रामीण भागात चालना मिळाली. रोजगार वाढले. उसाला योग्य भाव मिळाल्याने शेतकऱ्यांची आर्थिक स्थिती सुधारली. शेतीमध्ये यांत्रिकता आली. शाळा-महाविद्यालये, अभियांत्रिकी महाविद्यालये, संशोधन संस्था, वैद्यकीय महाविद्यालये यांच्या संख्येमध्ये वाढ झाली.

डोंगराळ प्रदेश विकासापासून वंचित राहिले. ग्रामीण भागात पर्यावरणीय समस्या निर्माण झाल्या. पण साखर उद्योगाने ग्रामीण परिसराचा कायापालट केला आहे हे निर्विवादपणे मान्यच करावे लागेल.

पेट्रोकेमिकल उद्योगधंदे

पेट्रोकेमिकल उद्योगधंद्यामध्ये विविध प्रकारच्या रसायनांची निर्मिती करतात. या दृष्टीने सल्फ्युरिक ॲसिड, हायड्रोक्लोरिक ॲसिड, नायट्रिक ॲसिड, सोडा, ॲश, पेट्रोकेमिकल्स इत्यादींची अत्यंत गरज असते. प्रामुख्याने गंधक आणि गंधकाची संयुगे व त्यांची ॲसिड्स यांना मोठ्या प्रमाणात मागणी असते.

(1) मुंबई शहर व मुंबई उपनगर : विविध प्रकारच्या उद्योगांना आवश्यक असणारी रसायने पुरविण्यासाठी मुंबईला रासायनिक निर्मितीची अनेक केंद्रे आहेत. पेट्रोकेमिकल्स निर्मितीचे केंद्र तुर्भेला आहे. येथे असणाऱ्या तेलशुद्धीकरण कारखान्यामध्ये देशातील 50% पेक्षा जास्त पेट्रोलिअम पदार्थांच्या उत्पादनासाठी कच्चा माल पुरविला जातो.

(2) ठाणे व त्याचा परिसर : अंबरनाथ, ठाणे, बेलापूर हा भाग रासायनिक विभाग म्हणून ओळखला जातो. हेवी केमिकल्सची उत्पादने मुंबईबरोबरच ठाण्याला उत्पादित केली जातात. तारापूर, पाताळगंगा, डोंबिवली, ठाण्याच्या खाडीचा परिसर व अंबरनाथ येथे केमिकल कॉम्प्लेक्स उभारले आहेत.

(3) रायगड जिल्हा : रायगड जिल्ह्यात पनवेल-रसायनी, रोहा या परिसरात रासायनिक उद्योगधंदे आहेत. पेट्रोकेमिकल्सचा मोठा प्रकल्प नागोठाणे येथे उभारलेला आहे.

(4) पुणे व त्याचा परिसर : पुणे-पिंपरी-चिंचवड या परिसरात जे उद्योगधंदे उभारलेले आहेत त्यांना आवश्यक असणारी काही रसायने त्या भागातच उत्पादित केली जातात.

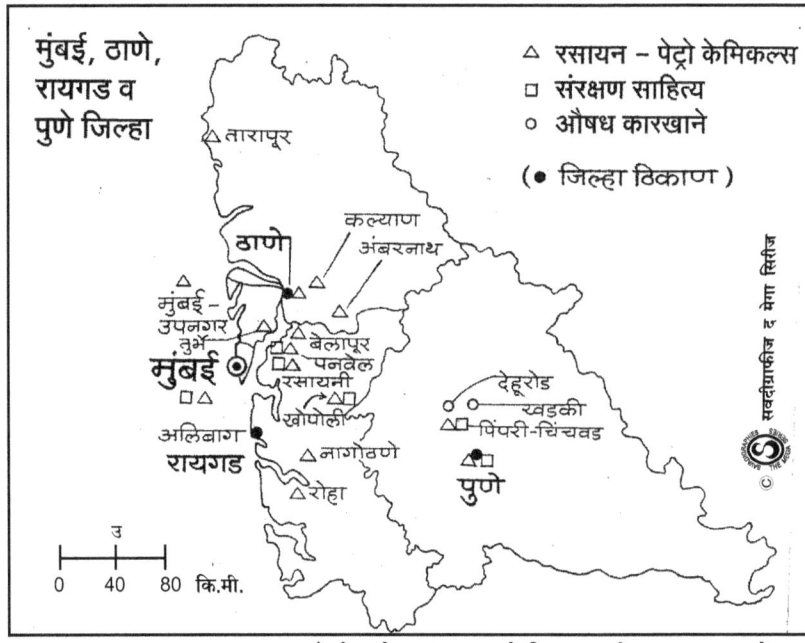

नकाशा क्र. 8.16 : मुंबई, ठाणे, रायगड व पुणे जिल्ह्यामधील अन्य कारखाने

महाराष्ट्र उद्योग

महाराष्ट्र हे औद्योगिक क्षेत्रामध्ये अग्रगण्य राज्यांपैकी एक असून देशाच्या वस्तुनिर्माण क्षेत्रामध्ये राज्याचे महत्त्वाचे स्थान आहे. आर्थिक विकासात राज्य नेहमीच आघाडीवर असून राज्याच्या अर्थव्यवस्थेवर औद्योगिक व सेवाक्षेत्रातील वाढीचा मोठा प्रभाव राहिला आहे. पायाभूत सुविधा व औद्योगिकीकरणासाठी अद्ययावत शहरे यांचा विस्तार, औद्योगिक समूहांसाठी संपर्क सुविधा, औद्योगिक संकुले, लॉजिस्टिक संकुले, विशाल वस्त्र केंद्रे इत्यादींचा विकास करण्यावर शासनाने लक्ष केंद्रित केले आहे.

राज्यांचे विविध उपक्रम : देशातील तसेच परदेशी गुंतवणूकदारांसाठी महाराष्ट्र हे नेहमीच प्रथम पसंतीचे राज्य राहिले आहे. हे समजून उद्योग क्षेत्र सक्षम करण्यासाठी राज्याने वेळोवेळी या क्षेत्रात विविध सुधारणा राबविण्याचे जाणीवपूर्वक प्रयत्न केले आहेत. खालील धोरणे व्यावसायिक वातावरण सुधारण्याच्या उद्देशाने आखली असून त्याद्वारे राज्यातील उद्योग क्षेत्र सर्वसमावेशक वृद्धीने वाटचाल करेल.

- औद्योगिक गुंतवणुकीमध्ये राज्याचे अग्रस्थान राखण्याकरिता केंद्रित औद्योगिक धोरण
- सर्व मंजुऱ्या एकाच ठिकाणी मिळवून देण्याकरिता गुंतवणूकदारांसाठी एक खिडकी योजना
- ग्रामीण उद्योजकता आणि महिला सक्षमीकरणासाठी चालना देण्यासाठी काथ्या उद्योग धोरण
- विद्युत वाहन व त्यांचे भाग यांच्या उत्पादनामध्ये राज्यास अग्रस्थानी ठेवण्यास व त्यांच्या निर्यातीस चालना देण्यासाठी विद्युत वाहन उत्पादन धोरण
- राज्यातील फिनटेक क्षेत्रास चालना देण्याच्या उद्देशाने फिनटेक धोरण
- सूक्ष्म, लघु व मध्यम उद्योगांना सक्षम करण्याकरिता स्पर्धात्मक आंतरराष्ट्रीय दर्जाचे कुशल मनुष्यबळ तयार करण्यासाठी अवकाश व संरक्षण उत्पादन धोरण
- कपास क्षेत्राचे बळकटीकरण, रेशीम व लोकर क्षेत्राचे पुनरुज्जीवन आणि अपारंपरिक सूत व हरित ऊर्जेस चालना देण्यासाठी सर्जनशील दृष्टिकोन याकरिता वस्त्रोद्योग धोरण
- किरकोळ व्यापार क्षेत्रात राज्याचे अग्रस्थान उंचविण्याकरिता किरकोळ व्यापार धोरण
- राज्याचे माहिती तंत्रज्ञान/माहिती तंत्रज्ञान साहाय्यभूत सेवा क्षेत्रातील अग्रस्थान कायम राखण्याकरिता माहिती तंत्रज्ञान धोरण
- जागतिक स्पर्धेत टिकाव धरू शकतील असे इलेक्ट्रॉनिक्स प्रणाली डिझाईन व उत्पादन उद्योग राज्यामध्ये निर्माण करण्याकरिता इलेक्ट्रॉनिक्स धोरण
- औद्योगिक समूह/मुक्त व्यापार साठवण क्षेत्र/किनारपट्टी आर्थिक क्षेत्र विकसित करण्यास प्रोत्साहन देण्याकरिता महाराष्ट्र बंदर विकास धोरण
- सामाजिकदृष्ट्या वंचित गटांच्या उद्योजकतेला औद्योगिक वाढीच्या मुख्य प्रवाहात सामील करून घेण्याकरिता अनुसूचित जाती/जमाती उद्योजकता धोरण
- कृषी उद्योगाविषयी व्यवहारांसाठी जैव-तंत्रज्ञान धोरण
- अतिरिक्त आर्थिक गतिविधींना उत्तेजना देण्याकरिता विशेष आर्थिक क्षेत्र धोरण

मॅग्नेटिक महाराष्ट्र

राज्यशासनाने सुरू केलेल्या विविध सुधारणा प्रदर्शित करण्याकरिता तसेच गुंतवणूक आकर्षित करण्याकरिता व रोजगारांच्या संधी निर्माण करण्याकरिता फेब्रुवारी, 2018 मध्ये मॅग्नेटिक महाराष्ट्र : कन्व्हर्जन्स 2018 ही जागतिक गुंतवणूक परिषद आयोजित करण्यात आली. या परिषदेत ₹ 12.07 लाख कोटी मूल्याची गुंतवणूक असलेले व 36.77 लाख प्रस्तावित रोजगार असलेले 4,108 प्रस्ताव मंजूर करण्यात आले.

स्टार्ट अप्स : कोणत्याही अर्थव्यवस्थेमध्ये स्टार्ट अप्स हे भविष्यातील व्यवसायांचे बीज आहे. त्यामुळे वर्तमानकाळातील नवीन व्यवसायांना प्रोत्साहन देणे व त्यांचे संवर्धन करणे खूप महत्त्वाचे आहे. या उपक्रमांची क्षमता जाणून घेऊन, मॅग्नेटिक महाराष्ट्र : कन्व्हर्जन्स 2018 स्टार्ट अप ॲवॉर्डस सुरू करून या अंतर्गत असे उपक्रम ओळखणे, जाणणे व त्यांना प्रोत्साहित करणे याकरिता शासन सक्रिय सहभागाची भूमिका बजावत आहे. अशा प्रकारे देण्यात आलेल्या प्रोत्साहनामुळे राज्यातील आर्थिक घडामोडी वृद्धिंगत होण्यास मदत होईल. तसेच उपक्रमांच्या नवनिर्मितीमुळे व अस्तित्वात असलेल्या उपक्रमांचा दर्जा उंचविल्यामुळे नोकऱ्या व रोजगारांची निर्मिती होऊन सर्वसामान्य जनतेमधील ज्ञान व सर्जनशीलतेची पातळीही वाढेल.

राज्यात महिला उद्योजक धोरण : 2017 हे विशेष धोरण जाहीर केले आहे. देशात अशा प्रकारचे महिला उद्योजकांसाठी स्वतंत्र धोरण राबविणारे महाराष्ट्र हे पहिले राज्य आहे. महिला उद्योजक धोरण 2017 ची उद्दिष्टे खालीलप्रमाणे आहेत :

- महिला उद्योजकांच्या सक्रिय सहभागास प्रोत्साहन देणे.
- महिला परिचालित उद्योगांचे प्रमाण सध्याच्या नऊ टक्क्यांवरून 20 टक्क्यांपर्यंत वाढविणे.
- आश्वासक व्यावसायिक वातावरण निर्माण करणे.
- तांत्रिक, परिचालनात्मक तसेच आर्थिक साहाय्य पुरवून महिलांना रोजगाराच्या अधिक संधी निर्माण करणे.

महाराष्ट्र उद्योग, व्यापार व गुंतवणूक साहाय्य केंद्र (मैत्री) : मैत्री, शासन ते उद्योग (G2B) पोर्टल, हे सध्या अस्तित्वात असलेले व संभाव्य गुंतवणूकदारांसाठी पूर्णपणे इंटरनेटला जोडलेले एक स्टॉप शॉप असून येथे गुंतवणूक प्रक्रियेबाबत एकत्रित माहिती मिळते. मैत्री कक्षामार्फत उद्योजकांना उद्योगांच्या संबंधित 16 विभागांकडील एकूण 38 सेवा उपलब्ध करून देण्यासाठी कार्यवाही करण्यात येत असून, त्यापैकी 19 सेवा उपलब्ध झाल्या आहेत. मैत्री कक्षामार्फत नोव्हेंबर, 2017 पर्यंत एकूण 506 घटकांचे 980 प्रकरणे हाताळण्यात आली व त्यापैकी 901 प्रकरणे निकाली काढण्यात आली तर उर्वरित 79 प्रकरणांवरील प्रक्रिया प्रगतिपथावर आहे.

उद्योग आधार : सूक्ष्म, लघु व मध्यम उद्योग मंत्रालय, भारत सरकार यांनी उद्योग आधार ही नवीन प्रणाली सुरू केली आहे. यापूर्वी राबविण्यात येत असलेली नोंदणीची किचकट प्रक्रिया बंद करून एक पानी नोंदणी प्रपत्र तयार करण्यात आले आहे. या माहितीवर आधारित या सूक्ष्म, लघु व मध्यम उपक्रमांसाठी 12 अंकी एकमेव नोंदणी क्रमांक म्हणजे उद्योग आधार क्रमांक देण्यात येईल. या उपक्रमांची नोंदणी झाल्यावर उद्योजक शासनाचे सर्व लाभ व योजना जसे कमी व्याजदर, सोपे कर्ज व हमी न देता कर्ज, अनुदाने इ. मिळण्यास पात्र राहतील. वर्ष 2015 पासून डिसेंबर, 2017 पर्यंत, राज्यात एकूण 3.59 लाख सूक्ष्म, लघु व मध्यम उपक्रमांनी उद्योग आधारासाठी नोंदणी केली आहे व त्यापैकी 2.95 लाख सूक्ष्म, 0.60 लाख लघु व 0.03 लाख मध्यम उपक्रम आहेत.

औद्योगिक गुंतवणूक : ऑगस्ट, 1991 ते डिसेंबर, 2017 या कालावधीत ₹ 11,89,815 कोटी गुंतवणुकीसह 19,826 औद्योगिक प्रस्ताव मंजूर करण्यात आले. त्यापैकी ₹ 2,92,252 कोटी (24.6 टक्के) गुंतवणुकीचे 8.974 प्रकल्प (45.3 टक्के) कार्यान्वित करण्यात आले व त्यामधून 12.67 लाख रोजगारनिर्मिती झाली.

ऑगस्ट, 1991 ते डिसेंबर, 2017 या कालावधीत माहिती तंत्रज्ञान उद्योगासाठी 525 प्रस्ताव प्राप्त झाले असून यातील गुंतवणूक सर्वांत जास्त ₹ 3,94,886 कोटी (एकूण गुंतवणुकीच्या 33.2 टक्के) आहे. या पाठोपाठ इंधन आणि धातू उद्योगांमध्ये अनुक्रमे ₹ 1,43,138 कोटी (12.0 टक्के) व ₹ 1,02,081 कोटी (8.6 टक्के) गुंतवणूक आहे. एकूण मंजूर गुंतवणुकीपैकी सुमारे 53.8 टक्के गुंतवणूक या तीन उद्योग गटांमध्ये आहे.

सन 2016 मध्ये ₹ 38,193 कोटी गुंतवणुकीच्या व 0.71 लाख प्रस्तावित रोजगारनिर्मितीच्या 378 प्रकल्पांची नोंदणी झाली. सन 2017 मध्ये, ₹ 48,581 कोटी गुंतवणुकीच्या व अंदाजे 0.27 लाख प्रस्तावित रोजगारनिर्मितीच्या 354 प्रकल्पांची नोंदणी झाली आणि 1.582 कोटी गुंतवणुकीचे व अंदाजे 0.2 लाख प्रस्तावित रोजगारनिर्मितीचे 24 प्रकल्प कार्यान्वित झाले.

तक्ता क्र. 8.33 : निवडक राज्यांसाठी मंजूर औद्योगिक प्रस्ताव@ (ऑगस्ट 1991 ते डिसेंबर 2017)

तपशील	महाराष्ट्र	गुजरात	तमिळनाडू	आंध्र प्रदेश$	उत्तर प्रदेश	कर्नाटक	अखिल भारत
प्रस्ताव (संख्या)	19,826	13,783	9,601	8,981	8,343	5,540	1,10,518
	(17.9)	(12.5)	(8.7)	(8.1)	(7.5)	(5.0)	(100.0)
गुंतवणूक (1 कोटी)	11,89,815	15,22,129	5,42,839	10,27,847	3,54,153	11,70,777	1,18,29,537
	(10.1)	(12.9)	(4.6)	(8.7)	(3.0)	(9.9)	(100.0)

@आवेदन पत्र/इरादा पत्र/100 टक्के निर्यातभिमुख प्रस्तावांसह **टीप :** कंसातील आकडे अखिल भारताची टक्केवारी दर्शवितात.

आधार : औद्योगिक धोरण आणि संवर्धन विभाग, भारत सरकार

संदर्भ : महाराष्ट्राची आर्थिक पाहणी 2017-2018, पान क्र. 131.

मोठ्या प्रकल्पांमधील गुंतवणूक : राज्यात 2005 पासून मोठ्या प्रकल्पांबाबतचे धोरण राबविण्यात येत आहे. राज्यामध्ये सुरुवातीपासून डिसेंबर, 2017 पर्यंत ₹ 4,06,130 कोटी गुंतवणुकीच्या 4.6 लाख प्रस्तावित रोजगारनिर्मितीच्या 5.45 विशाल प्रकल्पांना मान्यता देण्यात आली. यापैकी ₹ 70,769 कोटी प्रत्यक्ष गुंतवणूक व सुमारे 1.16 लाख प्रस्तावित रोजगारनिर्मितीच्या 170 प्रकल्पांना पात्रता प्रमाणपत्र देण्यात आले आहे.

थेट विदेशी गुंतवणूक : राज्यात सातत्याने येणारा थेट परदेशी गुंतवणुकीचा ओघ शासनाने व्यवसाय सुलभीकरण, धोरणे, दर्जेदार पायाभूत सुविधा, प्रोत्साहन आणि कुशल मनुष्यबळ यासाठी घेतलेल्या अनेक उपक्रमांचा परिणाम आहे. देशातील थेट विदेशी गुंतवणुकीबाबत राज्य नेहमीच आघाडीवर राहिले आहे. औद्योगिक धोरण आणि संवर्धन विभाग, भारत सरकार यांच्या अहवालानुसार, एप्रिल, 2000 ते सप्टेंबर, 2017 पर्यंत राज्यात थेट परदेशी गुंतवणूक ₹ 6,11,760 कोटी असून तो देशातील एकूण थेट परदेशी गुंतवणुकीच्या 31 टक्के आहे.

महाराष्ट्रातून निर्यात : राज्यातून मुख्यत्वे रत्ने व आभूषणे, पेट्रोकेमिकल्स, तयार कपडे, सुती धागे, धातू व धातू उत्पादने, शेतमालावर आधारित उत्पादने, अभियांत्रिकी उपकरणे, औषधे व औषधी द्रव्ये आणि प्लॅस्टिक व प्लॅस्टिकच्या वस्तू यांची निर्यात होते. निर्यातीकरिता पारितोषिक देणे व आंतरराष्ट्रीय प्रदर्शनात सहभाग घेण्यासाठी लघु उद्योगांना जागा भाडे अनुदान योजना राबविणे याकरिता राज्य पुढाकार घेत आहे.

तक्ता क्र. 8.34 : महाराष्ट्र आणि देशातून झालेली निर्यात (₹ कोटी)

वर्ष	महाराष्ट्र	भारत	वर्ष	महाराष्ट्र	भारत
2012-13	3,61,460	15,46,766	2015 - 16	4,36,435	17,14,617
2013 - 14	4,34,591	18,31,009	2016 - 17	4,51,978	18,49,428
2014 - 15	4,45,349	18,65,589	2017-18+	1,80,844	7,39,805

आधार : वाणिज्यिक बुद्धी संपदा व सांख्यिकी महासंचालनालय, भारत सरकार +नोव्हेंबरपर्यंत

संदर्भ : महाराष्ट्राची आर्थिक पाहणी 2017-2018, पान क्र. 132.

विशेष आर्थिक क्षेत्रे : राज्याने फेब्रुवारी 2006 पासून विशेष आर्थिक क्षेत्र (सेझ) धोरण स्वीकारले असून ऑक्टोबर, 2017 पर्यंत राज्यात 246 विशेष आर्थिक क्षेत्रांचे प्रस्ताव प्राप्त झाले आहेत. राज्यामध्ये 31 ऑक्टोबर, 2017 पर्यंत 4,087 हेक्टर क्षेत्रावर ₹ 35,024 कोटी गुंतवणुकीची 28 विशेष आर्थिक क्षेत्रे कार्यान्वित झाली व त्यामधून सुमारे 5.25 लाख रोजगार निर्माण झाला.

माहिती तंत्रज्ञान संकुले : महाराष्ट्र औद्योगिक विकास महामंडळ (म.औ.वि.मं.), सिडको व सॉफ्टवेअर टेक्नॉलॉजी पार्क ऑफ इंडिया यांनी 37 सार्वजनिक माहिती तंत्रज्ञान संकुले विकसित केली. त्यामध्ये सुमारे ₹ 18,000 कोटी गुंतवणूक असून सुमारे 2.68 लाख रोजगार निर्माण झाला.

खासगी क्षेत्राला सहभागी करून माहिती तंत्रज्ञान उद्योगासाठी जागतिक दर्जाच्या पायाभूत सुविधा निर्माण करण्याकरिता 506 खासगी माहिती तंत्रज्ञान संकुले मंजूर करण्यात आली. त्यापैकी 185 माहिती तंत्रज्ञान संकुले कार्यरत असून त्यामधील गुंतवणूक 4,738 कोटी असून त्यामधून 6.32 लाख रोजगार निर्माण झाला. उर्वरित 321 माहिती तंत्रज्ञान संकुलांमधून 12,828 कोटी गुंतवणूक प्रस्तावित असून सुमारे 17.10 लाख रोजगाराच्या संधी निर्माण होणे अपेक्षित आहे. खासगी माहिती तंत्रज्ञान संकुले पुणे (177), मुंबई शहर व मुंबई उपनगर (165), ठाणे (150), नागपूर (5), नाशिक (5), औरंगाबाद (3) आणि वर्धा (1) या जिल्ह्यांमध्ये आहेत.

जैव-तंत्रज्ञान संकुले : राज्यात म.औ.वि.मं. परिसरात जालना आणि हिंजवडी (पुणे) येथे सार्वजनिक क्षेत्रातील दोन जैव-तंत्रज्ञान संकुले विकसित करण्यात आली आहेत. राज्यात सहा खासगी तत्त्वावरील जंव-तंत्रज्ञान संकुले प्रस्तावित असून त्यात सुमारे 305 कोटी गुंतवणूक अपेक्षित आहे. राज्यात सुमारे ₹ 4,733 कोटी गुंतवणूक प्रस्तावित असून ₹ 1,65 लाख रोजगारनिर्मिती होणे अपेक्षित असलेली बारा जैव-तंत्रज्ञान विशेष आर्थिक क्षेत्रे प्रस्तावित करण्यात आली आहेत. ऑक्टोबर, 2017 पर्यंत सूक्ष्म, लघु व मध्यम उद्योगांतर्गत 50 घटक नोंदणीकृत असून त्याकरिता 261 कोटी गुंतवणुकीतून 0.87 लाख रोजगारनिर्मिती होणे अपेक्षित आहे, तर मोठ्या उद्योगांतर्गत नोंदणीकृत 16 घटकांकरिता ₹ 1,120 कोटी गुंतवणुकीतून 0.71 लाख रोजगारनिर्मिती होणे अपेक्षित आहे.

दिल्ली-मुंबई औद्योगिक मार्गिका : दिल्ली-मुंबई औद्योगिक मार्गिका देशातील सर्वांत महत्त्वाकांक्षी पायाभूत सुविधा कार्यक्रम आहे. देशाची राजधानी दिल्ली व आर्थिक केंद्र मुंबई यांच्या दरम्यान नियोजित औद्योगिक विकास प्रकल्प आहे. पायाभूत सुविधा क्षेत्रातील अद्ययावत तंत्रज्ञान एकटवून नवीन औद्योगिक शहरे 'स्मार्ट शहर' म्हणून विकसित करणे हा उद्देश आहे. देशातील सहा राज्यांमध्ये व्यापलेल्या या प्रमुख कार्यक्रमात राज्यातील शेंद्रा-बिडकीन आणि दिघी बंदर या दोन औद्योगिक क्षेत्रांचा समावेश आहे. या मार्गिकेचे यथार्थदर्शी नियोजन पूर्ण झाले असून टप्पा-1 मधील भाग म्हणून निश्चित झालेल्या शहरांसाठी मुख्य आराखडा व प्राथमिक अभियांत्रिकी हाती घेण्यात आले आहे. या मार्गिकेचा एक भाग म्हणून सुनियोजित आणि हरित स्मार्ट औद्योगिक शहर अशा राज्यातील 10,000 एकर क्षेत्रात वसलेल्या औरंगाबाद औद्योगिक शहराचा (ऑरिक) विकास केला जात आहे.

सहकारी औद्योगिक वसाहती : म.औ.वि.मं. क्षेत्राव्यतिरिक्त सहकारी तत्त्वावर औद्योगिक वसाहती विकसित करण्यास शहरी भागांमध्ये केंद्रीकृत उद्योग ग्रामीण भागामध्ये विकेंद्रीत करण्याच्या उद्देशाने ग्रामीण भागात अधिक संधी निर्माण करण्याचा कार्यक्रम राज्याने हाती घेतला आहे. दि. 31 डिसेंबर, 2017 अखेर एकूण 142 सहकारी औद्योगिक वसाहती नोंदणीकृत असून त्यापैकी 107 सहकारी औद्योगिक वसाहती, सुमारे 1.79 लाख रोजगार असलेल्या 8,037 कार्यान्वित घटकांसह कार्यरत आहेत. एकूण रोजगारामध्ये 48.7 टक्के रोजगार पुणे विभागात, 27.9 टक्के रोजगार नाशिक विभागात, 16.3 टक्के रोजगार कोकण विभागात (मुंबई समाविष्ट) व 7.1 टक्के रोजगार उर्वरित विभागात, शासनाने 93 सहकारी औद्योगिक वसाहतींना सुमारे ₹ 15.83 कोटी सहभाग भांडवल पुरविले आहे.

सामूहिक प्रोत्साहन योजना : औद्योगिकदृष्ट्या कमी विकसित भागात उद्योगांच्या प्रसारास उत्तेजन देऊन या भागात नवीन किंवा विस्तारीत उद्योग घटक स्थापन करण्यासाठी राज्यशासन सामूहिक प्रोत्साहन योजना राबवित आहे. सन 1964 मध्ये स्थापन झाल्यापासून सदर योजनेमध्ये वेळोवेळी सुधारणा करण्यात आली असून राज्याने 'सामूहिक प्रोसाहन योजना-2013' जाहीर केली आहे व ती एप्रिल 2013 ते मार्च 2018 पर्यंत अमलात राहील. पात्र असलेले खासगी क्षेत्रातील, सार्वजनिक/संयुक्त क्षेत्रातील, सहकारी क्षेत्रातील आणि केंद्रीय सार्वजनिक क्षेत्रातील फक्त विशाल उद्योग घटक 'सामूहिक प्रोत्साहन योजना-2013' अंतर्गत विचारात घेतले आहेत. या योजनेअंतर्गत 2017-18 मध्ये ऑक्टोबरपर्यंत ₹ 1,855 कोटी प्रोत्साहन रक्कम पात्र असलेल्या सूक्ष्म, लघु व मध्यम उपक्रम, मोठे उद्योग आणि विशाल प्रकल्पांना वितरित करण्यात आली. याबाबतची माहिती तक्ता 8.53 मध्ये दिली आहे.

सुधारित औद्योगिक पायाभूत सुविधा श्रेणीवाढ योजना : तत्त्वाद्वारे पुरवून निवडलेल्या कार्यरत उद्योग समूहांची स्पर्धात्मक क्षमता वृद्धिंगत करण्याचे योजनेचे उद्दिष्ट आहे. या योजनेअंतर्गत प्रत्येक मंजूर प्रकल्पासाठी प्रकल्प किमतीच्या 50 टक्केप्रमाणे जास्तीत जास्त ₹ 50 कोटीपर्यंत केंद्रीय साहाय्य देण्यात येते.

महाराष्ट्र औद्योगिक विकास महामंडळ : 31 मार्च, 2017 पर्यंत 47,412 उद्योग घटकांसाठी ₹ 1,73,774 कोटी एवढ्या गुंतवणुकीद्वारे 13.19 लाख इतकी रोजगारनिर्मिती करण्यात आली व 83,042 विकसित भूखंडांच्या 92 टक्के भूखंड उद्योजकांना वितरित करण्यात आले. महाराष्ट्र औद्योगिक विकास महामंडळ क्षेत्रातील औद्योगिक घटकांची माहिती तक्ता 8. 53 मध्ये दिली आहे.

तक्ता क्र. 8.35 : महाराष्ट्र औद्योगिक विकास महामंडळ क्षेत्रातील औद्योगिक घटक

(31 मार्च, 2017)

विभाग	घटक (संख्या)	गुंतवणूक (₹ कोटी)	रोजगार (लाख)
मुंबई	1,012	19,040	1.39
कोकण (मुंबई वगळून)	12,821	48,953	4.11
नाशिक	7,823	6,979	0.91
पुणे	12,159	66,464	4.77
औरंगाबाद	7,650	8,943	0.75
अमरावती	2,273	7,338	0.38
नागपूर	3,674	16,057	0.88
एकूण	47,412	1,73,774	13.19

आधार : महाराष्ट्र औद्योगिक विकास महामंडळ, महाराष्ट्र शासन

संदर्भ : महाराष्ट्राची आर्थिक पाहणी 2017-18, पान क्र. 134.

खनिजे : राज्यातील खनिज साठा क्षेत्र विदर्भातील भंडारा, चंद्रपूर, गडचिरोली, नागपूर, गोंदिया व यवतमाळ, पश्चिम महाराष्ट्रातील सातारा व कोल्हापूर, तसेच कोकणातील रायगड, रत्नागिरी व सिंधुदुर्ग या जिल्ह्यांमध्ये विखुरलेले असून तेथे कोळसा, चुनखडी, कच्चे मँगनीज, बॉक्साइट, कच्चे लोखंड, कायनाईट, फ्लोराईट (ग्रेडेड), क्रोमाईट इत्यादी खनिजांचे साठे आढळून येतात. राज्यात उत्पादनक्षम खनिज साठा असणारे सुमारे 58 हजार चौ. कि.मी. क्षेत्र असून ते राज्याच्या एकूण भौगोलिक क्षेत्राच्या 19 टक्के आहे. राज्यात मार्च, 2017 अखेर 52,446 रोजगार असलेल्या प्रमुख खनिजांच्या 194 खाणी कार्यरत आहेत. राज्यातील 2016-17 मध्ये उत्खनन केलेल्या खनिजांचे एकूण मूल्य ₹ 8,723 कोटी होते. यापैकी उत्खनन केलेल्या कोळशाचे मूल्य ₹ 7,494 कोटी (उत्खनन केलेल्या खनिजांचे एकूण मूल्याच्या 85.9 टक्के) होते. सन 2017-18 मध्ये (सप्टेंबर 2017 पर्यंत) उत्खनन केलेल्या खनिजांचे एकूण मूल्य ₹ 2,645 कोटी होते. राज्यातील महत्त्वाच्या खनिजांचे उत्पादन व मूल्य दिले आहे.

वस्त्रोद्योग : वस्त्रोद्योगाच्या विकासामध्ये महत्त्वाची भूमिका पार पाडण्यासाठी राज्याकडे उत्कृष्ट पायाभूत सुविधा आहेत. देशाच्या कापसाच्या उत्पादनापैकी सुमारे 25 टक्के उत्पादन राज्यात होते. देशाच्या वस्त्रोद्योग आणि वस्त्र उत्पादनात राज्याचे योगदान 10.4 टक्के आहे. तसेच या क्षेत्रातील देशाच्या रोजगाराच्या 11.1 टक्के रोजगार राज्याने दिला आहे. सप्टेंबर 2017 पर्यंत, राज्यात 188 सुतकताई यंत्र आणि 36 संमिश्र कारखाने, 48.39 लाख स्पिंडल आणि 43,863 रोटर्स एवढी स्थापित क्षमता आहे. याद्वारे सुमारे 293 दशलक्ष किलो सुती धागा तयार केला जातो. जो देशाच्या एकूण उत्पादनाच्या जवळपास आठ टक्के आहे. वर्ष 2017 मध्ये, सप्टेंबरपर्यंत, 155 दशलक्ष किलो सुती धाग्याचे उत्पादन करण्यात आले आहे.

पर्यटन : राज्यास अव्वल क्रमांकाचे पर्यटनस्थळ बनविणे, राज्यभरात पर्यटन पायाभूत सुविधांची उभारणी करणे आणि पर्यटन क्षेत्रातील गुंतवणुकीचे सुलभीकरण करणे यासाठी शासनाने महाराष्ट्र पर्यटन धोरण 2016 तयार केले आहे. सन 2025 पर्यंत राज्याला अग्रगण्य पर्यटनस्थळ बनविणे व पर्यटन उद्योगात 1 लाख अतिरिक्त रोजगारनिर्मितीसह ₹ 30,000 कोटींच्या गुंतवणुकीस आकर्षित करणे हे या धोरणाचे उद्दिष्ट आहे. महाराष्ट्र पर्यटन विकास महामंडळ पर्यटन धोरण राबविणारी राज्यातील नोडल संस्था आहे.

पर्यटकांना स्वच्छ व स्वस्त परवडण्याजोगी निवास व न्याहरी व्यवस्था पुरविण्यासाठी महाराष्ट्र पर्यटन विकास महामंडळाने 'निवास व न्याहरी' योजना सुरू केली. या योजनेखाली 1,350 पेक्षा जास्त सेवा पुरवठाधारक नोंदणीकृत आहेत. महाराष्ट्र पर्यटन विकास महामंडळामार्फत 21 पर्यटक निवास चालविण्यात येत आहेत. महाराष्ट्र पर्यटन विकास महामंडळ पुणे महोत्सव, वेरूळ महोत्सव, एलिफंटा महोत्सव, इत्यादी महोत्सवांचे आयोजन करते. सन 2016 मध्ये राज्याला भेट देणाऱ्या एकूण पर्यटकांची संख्या 12 कोटी होती. त्यापैकी देशी पर्यटकांची संख्या 11.65 कोटी व विदेशी पर्यटकांची संख्या 0.46 कोटी होती.

पर्यटन क्षेत्रातील बदल लक्षात घेता विविध प्रायोगिक उपक्रम उदा., कृषी पर्यटन, गाव पर्यटन, अन्न पर्यटन, सफारी आदिवासी जीवनशैली इत्यादी एका छत्राखाली आणण्याकरिता महाराष्ट्र पर्यटन विकास महामंडळाने 'महाभ्रमण' ही योजना राबविली आहे. या योजनेअंतर्गत सध्या 86 सेवापुरवठादार महाराष्ट्र पर्यटन विकास महामंडळ यांच्याकडे नोंदणीकृत आहेत.

8.7 महाराष्ट्र : वाहतूक

महाराष्ट्रामधील वाहतुकीचे प्रकार – (1) रस्ते (2) रेल्वे (3) विमानमार्ग (4) जलमार्ग.

1. रस्ते वाहतूक

महाराष्ट्रात 1951 साली सुमारे 30,000 कि.मी. लांबीचे रस्ते होते. 31 मार्च, 2017 सालानुसार महाराष्ट्रामध्ये एकूण रस्त्यांची लांबी 3.03 लाख कि.मी. आहे.

रस्त्यांचे प्रकार

(अ) राष्ट्रीय महामार्ग, (ब) महाराष्ट्रामधील राष्ट्रीय महामार्ग, (क) प्रमुख राज्य महामार्ग, (ड) प्रमुख जिल्हा मार्ग, (इ) इतर जिल्हा मार्ग, (ई) ग्रामीण रस्ते.

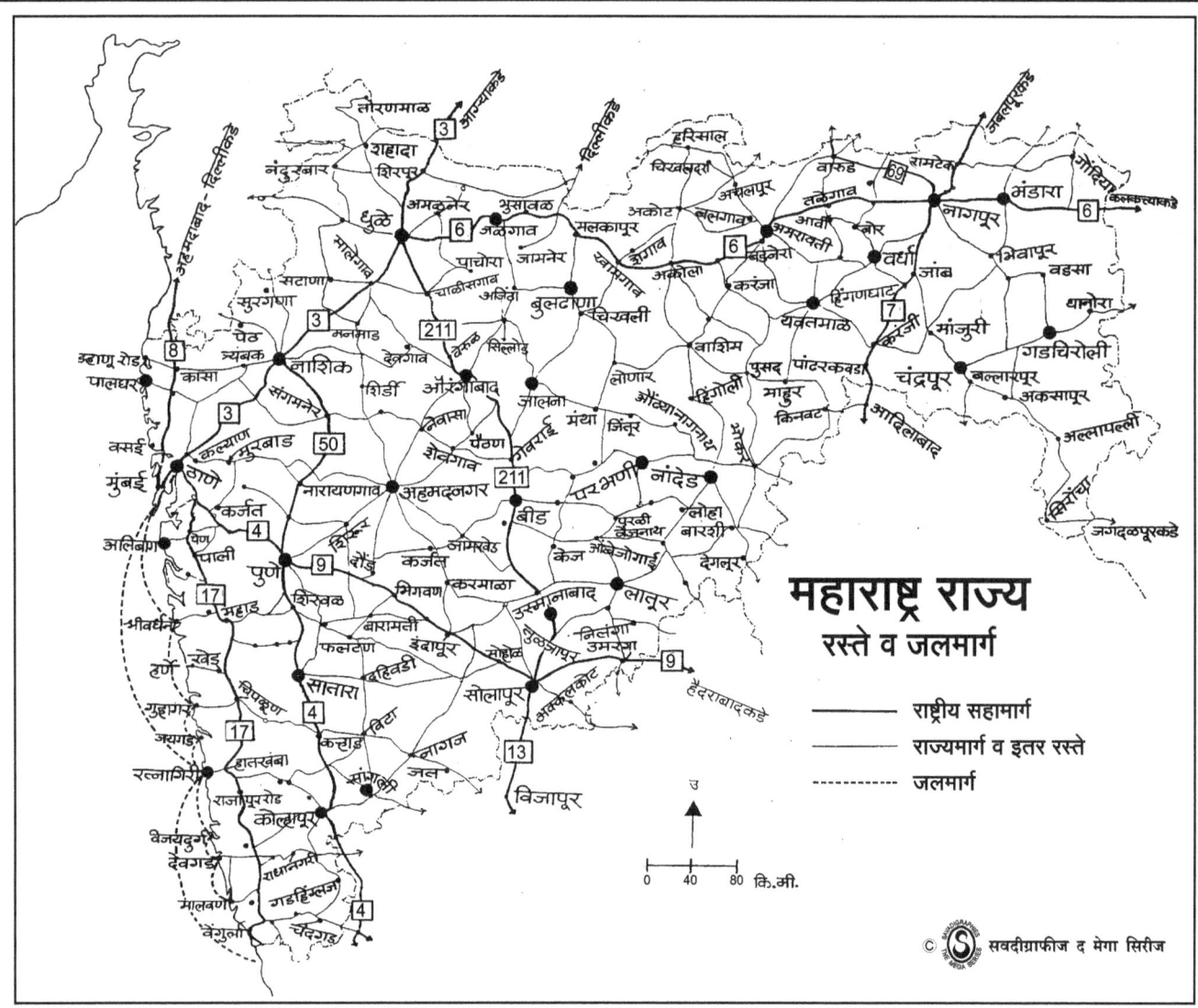

नकाशा क्र. 8.17 : महाराष्ट्र - रस्ते व जलमार्ग

(अ) राष्ट्रीय महामार्ग

राज्यानुसार महामार्गाची विभागणी पाहिल्यास महाराष्ट्राचा दुसरा क्रमांक लागतो. 2015 सालानुसार राष्ट्रीय महामार्गाची लांबी 12,275 कि.मी. आहे.

(1) **मुंबई-नाशिक-आग्रा महामार्ग :** (महामार्ग क्र. 3, राज्यामधील लांबी 391 कि.मी.) : मुंबई-ठाणे-भिवंडी-नाशिक-धुळे या शहरांमधून हा महामार्ग आग्र्याकडे जातो.

(2) **मुंबई-पुणे-बेंगळुरू-चेन्नई महामार्ग :** (महामार्ग क्र. 4, राज्यामधील लांबी 371 कि.मी.) : मुंबई-पुणे-सातारा-कराड-कोल्हापूर मार्गाने बेंगळुरूला जाता येते. हा महामार्ग प्रामुख्याने 'पुणे-बेंगळुरू' या नावाने ओळखला जातो.

(3) **न्हावाशेवा-कळंबोली-पळस्पे महामार्ग :** (महामार्ग क्र. 4-ब, राज्याची लांबी 27 कि.मी.) : मुंबई बंदराचा ताण कमी करण्यासाठी मुंबईजवळ न्हावाशेवा बंदर उभारलेले आहे. ते महामार्गावर आणण्यासाठी न्हावाशेवा-पळस्पे महामार्ग बांधलेला आहे.

(4) **हाजिरा-सुरत-धुळे-नागपूर-कोलकता महामार्ग :** (महामार्ग क्र. 6, राज्यामधील लांबी : 813 कि.मी.) मुंबईहून धुळे, पुढे अकोला-बडनेरा-नागपूरपर्यंत जाता येते. तेथून मध्य प्रदेश व पुढे कोलकत्यास जाता येते.

(5) **वाराणसी-नागपूर-हैदराबाद-बंगलोर-(कन्याकुमारी महामार्ग) :** (महामार्ग क्र. 7, राज्यामधील लांबी 232 कि.मी.) : महाराष्ट्रातून वाराणसी-कन्याकुमारी हा महामार्ग नागपूर शहरामधून जातो.

(6) **मुंबई-अहमदाबाद-जयपूर-दिल्ली महामार्ग :** (महामार्ग क्र. 8, राज्यामधील लांबी 128 कि.मी.) : मुंबईहून दिल्लीस बडोदा-अहमदाबादमार्गे राजस्थानातून (जयपूर) जाता येते.

(7) **पुणे-सोलापूर-हैदराबाद-विजयवाडा महामार्ग :** (महामार्ग क्र. 9, राज्यामधील लांबी 336 कि.मी.) : पुणे-सोलापूर-हैदराबादमार्गे आंध्र प्रदेशातील विजयवाड्याला जाता येते.

(8) **सोलापूर-विजापूर-चित्रदुर्ग :** (महामार्ग क्र. 13, राज्यामधील लांबी 43 कि.मी.) : सोलापूरहून फक्त 43 कि.मी. लांबीचा महामार्ग महाराष्ट्रात आहे.

तक्ता क्र. 8.36 : महाराष्ट्र महत्त्वाच्या राष्ट्रीय महामार्गाचे नवीन क्रमांक

महामार्ग	संघ क्रमांक	नवीन क्रमांक	महामार्ग	संघ क्रमांक	नवीन क्रमांक
मुंबई - चेन्नई	4	48	मुंबई-दिल्ली	8	48
पुणे-मछलीपट्टणम	9	65	हाजिरा-कोलकता	6	53
वाराणसी - कन्याकुमारी	7	44	पनवेल - कोची	67	66
पुणे-नाशिक	50	60	कल्याण-निर्मल	222	61
सोलापूर-धुळे	211				

(9) **निजामाबाद-जगदलपूर महामार्ग :** (महामार्ग क्र. 16, राज्यातील लांबी 30 कि.मी.) : विदर्भामधून 30 कि.मी. लांबीचा महामार्ग जातो.

(10) **पनवेल-गोवा-मंगलोर महामार्ग :** (महामार्ग क्र. 17, राज्यामधील लांबी 482 कि.मी.) : या महामार्गाची सुरुवात पनवेलजवळ मुंबई-पुणे रस्त्यावरून होते. महामार्ग रायगड, रत्नागिरी व सिंधुदुर्ग जिल्ह्यांमधून जातो. पनवेल-पेण-महाड-चिपळूण-राजापूर-सावंतवाडीमार्गे गोव्यात जातो. हा रस्ता 'मुंबई-गोवा' नावाने प्रसिद्ध आहे.

(11) **पुणे-मछलीपट्टणम् महामार्ग :** सोलापूर-हैद्राबाद मार्गे.

(ब) महाराष्ट्रामधील राष्ट्रीय महामार्ग

(11) **पुणे-नाशिक महामार्ग :** (महामार्ग क्र. 50, लांबी 192 कि.मी.) राज्यात सुरू होऊन राज्यामध्ये पूर्ण होणारा महामार्ग आहे.

(12) **नागपूर-अब्दुल्लागंज :** (महामार्ग क्र. 69, राज्यातील लांबी 55 कि.मी.) : मार्गाची लांबी 55 कि.मी. आहे.

(13) **रत्नागिरी-कोल्हापूर :** (राष्ट्रीय महामार्ग क्र. 204, राज्यातील लांबी 126 कि.मी.)

(14) **सोलापूर-धुळे :** (राष्ट्रीय महामार्ग क्र. 211, लांबी 400 कि.मी.) उस्मानाबाद-बीड-गेवराई-औरंगाबाद मार्गे.

मुंबई-पुणे सहापदरी रस्ता : मुंबई-पुणे सहापदरी रस्ता आहे. रस्त्यावरील वाहनांची कोंडी कमी करण्याच्या दृष्टीने बांधलेला आहे.

भारतातील एकूण राष्ट्रीय महामार्गांपैकी फक्त 9.2% महामार्ग महाराष्ट्रात आहेत.

पुणे-कागल सहापदरी मार्ग चालू : पुणे-सातारा-कराड-कोल्हापूर-कागल चौपदरी महामार्ग 2006 साली पूर्णत्वाने कार्यान्वित झाला. 2011 सालापासून पुणे-कागल सहापदरी मार्ग करण्यास प्रारंभ झालेला आहे.

जिल्ह्यानुसार राष्ट्रीय महामार्ग : मराठवाड्यात विशेषतः परभणी, हिंगोली, नांदेड व लातूर जिल्ह्यांमध्ये एकही राष्ट्रीय महामार्ग नाही. त्याचप्रमाणे विदर्भात वाशीम व चंद्रपूर जिल्ह्यात एकही राष्ट्रीय महामार्ग नाही.

(क) प्रमुख राज्य महामार्ग

31 मार्च, 2017 नुसार याची लांबी 3,861 कि.मी. आहे.

महाराष्ट्रात प्रमुख शहरे जोडलेल्या रस्त्यांना 'राज्य महामार्ग' म्हणतात. त्याची देखरेख, बांधकाम आणि दुरुस्ती महाराष्ट्र सरकार पाहते. महाराष्ट्रात 1951 साली 7,520 कि.मी. लांबीचे राज्य महामार्ग होते. महाराष्ट्रात राज्य महामार्गाची एकूण संख्या 129 आहे. 2017 सालानुसार राज्य महामार्गाची लांबी 30,589 कि.मी. आहे.

काही महत्त्वाच्या राज्यमार्गांची माहिती पुढे दिलेली आहे. • बांद्रा-घोडबंदर-ठाणे रस्ता कोपर बावरी येथे मुंबई-आग्रा राष्ट्रीय महामार्गाला मिळतो. • वसई-कल्याण-अहमदनगर-भूम रस्ता गोळेगाव येथे मलकापूर-सोलापूर रस्त्याला मिळतो. • मुंबई-पनवेल रस्ता गोवा महामार्गास मिळतो. • धुळे-चाळीसगाव-दौलताबाद रस्ता नाशिक-औरंगाबाद-नांदेड रस्त्याला मिळतो. • पुणे-नगर-औरंगाबाद-जळगाव हा राज्य महामार्ग महत्त्वाचा आहे. • कोकणातून गुहागर-चिपळूण पुढे कराड-जतमार्गे कर्नाटकात विजापूरला जाता येते. • विदर्भामध्ये यवतमाळ-बडनेरा रस्ता धुळे-नागपूर-कोलकता या राष्ट्रीय महामार्गाला मिळतो.

(ड) प्रमुख जिल्हा मार्ग

1951 साली प्रमुख जिल्हा मार्गांची लांबी 9,936 कि.मी. होती तर 2017 सालानुसार 52,637 कि.मी. आहे.

(इ) इतर जिल्हा मार्ग

जिल्ह्यामध्ये इतर शहरे आणि गावे रस्त्यांनी जोडली जातात त्यास 'इतर जिल्हा मार्ग' असे म्हणतात. महाराष्ट्रात 1951 साली सुमारे 5,000 कि.मी. लांबीचे इतर जिल्हा मार्ग होते. 2017 सालानुसार इतर जिल्हा रस्त्यांची लांबी 58,116 कि.मी. आहे.

(ई) ग्रामीण रस्ते

1951 साली ग्रामीण भागात 5,726 कि.मी. लांबीचे ग्रामीण रस्ते होते. 2017 सालानुसार ग्रामीण रस्त्यांची लांबी 1,45,881 कि.मी. आहे.

तक्ता क्र. 8.37 : सार्वजनिक बांधकाम विभाग व जिल्हा परिषदांच्या देखभालीखालील रस्त्यांची लांबी (कि.मी.) (31 मार्च रोजी)

वर्ष	रस्त्यांचे प्रकार						
	राष्ट्रीय महामार्ग	प्रमुख राज्य महामार्ग	राज्य महामार्ग	प्रमुख जिल्हा रस्ते	इतर जिल्हा रस्ते	ग्रामीण रस्ते	एकूण
2014-15	4,766	6,163	33,860	50,585	58,115	1,45,879	2,99,368
2015-16	7,438	5,180	33,330	50,844	58,116	1,45,881	3,00,789
2016-17	12,275	3,861	30,589	52,637	58,116	1,45,881	3,03,259

आधार : सार्वजनिक बांधकाम विभाग, महाराष्ट्र शासन
संदर्भ : महाराष्ट्राची आर्थिक पाहणी 2017-2018, पान क्र. 163.

प्रधान मंत्री ग्राम सडक योजना

ग्रामीण भागामध्ये 500 व अधिक (आदिवासी भागातील 250 व अधिक) लोकसंख्या असलेल्या तसेच रस्त्याने न जोडलेल्या वस्त्यांना बारमाही रस्त्यांनी जोडणे हा प्रधान मंत्री ग्राम सडक योजनेचा मूळ उद्देश आहे आणि या योजनेची सन 2000 पासून अंमलबजावणी करण्यात येत आहे. ज्या राज्यांनी लक्ष्याच्या तुलनेत लोकवस्त्या जोडणीची 100 टक्के व रस्त्यांचा दर्जा सुधारण्यासाठी 75 टक्के कामे पूर्ण केली आहेत त्या राज्यांसाठी केंद्रशासनाने प्रधानमंत्री ग्राम सडक योजना भाग दोन (केंद्रशासन 60 टक्के व राज्यशासन 40 टक्के हिस्सा) सन 2013 पासून मंजूर केली आहे. या योजनेअंतर्गत केवळ रस्त्यांचा दर्जा सुधारण्याची कामे घेता येतात व केंद्रशासनाने राज्यासाठी 2,620 किमी रस्ते लांबीच्या रस्त्यांचा दर्जा सुधारण्याचे उद्दिष्ट ठरवून दिले आहे.

या योजनेंतर्गत सन 2017-18 करिता, 27,207 कि.मी. लांबीच्या रस्त्यांनी 8,808 लोकवस्त्यांना जोडण्याचे उद्दिष्ट ठरविण्यात आले आहे. एकूण उद्दिष्टांपैकी नोव्हेंबर, 2017 पर्यंत 8,584 वस्त्यांना जोडलेल्या रस्त्यांची लांबी 25,665 कि.मी. आहे.

2. रेल्वे वाहतूक

भारतात पहिली रेल्वे 1853 साली मुंबई ते ठाणे दरम्यान सुरू झाली. महाराष्ट्रामध्ये 31 मार्च, 2017 सालानुसार रेल्वेमार्गांची एकूण लांबी 6,165 कि.मी. (कोकण रेल्वे 381 कि.मी.) आहे. ती भारतातील एकूण 67,368 कि.मी. लांबीच्या 9.2% एवढी आहे. पनवेल-पेण 35 कि.मी. लांबीच्या दुपदरी मार्गाचे काम पूर्ण झालेले आहे.

महाराष्ट्रातील काही प्रमुख रेल्वेमार्ग

ब्रॉडगेज मार्ग

(1) **मुंबई-दिल्ली मार्ग (मध्य रेल्वेमार्ग) :** मुंबई-दिल्ली रेल्वेमार्गांची रेल्वे कल्याणवरून थळघाट ओलांडून नाशिक-मनमाड-भुसावळमार्गे महाराष्ट्रातून पुढे मध्य प्रदेशातून दिल्लीला जाते.

(2) **मुंबई-दिल्ली मार्ग अहमदाबादमार्गे (पश्चिम रेल्वेमार्ग) :** या मार्गाने डहाणू-सुरत-बडोदा-अहमदाबादवरून राजस्थानातून पुढे दिल्लीला जाता येते.

(3) **मुंबई-कोलकता मार्ग :** मध्य रेल्वेचा हा मार्ग मुंबई-कल्याण-भुसावळपर्यंत मुंबई-दिल्लीप्रमाणेच आहे. पुढे या मार्गाने भुसावळ-वर्धा-नागपूर-गोंदियावरून जबलपूरमार्गे कोलकत्याकडे जाता येते.

(4) **मुंबई-चेन्नई :** हा मार्ग मध्य रेल्वेचा असून कल्याणनंतर बोरघाटातून पुणे-सोलापूरमार्गे चेन्नईला जातो. हा मार्ग महाराष्ट्रात भीमा खोऱ्यातून जातो.

(5) **मुंबई-सिकंदराबाद मार्ग :** मुंबई-पुणे-सोलापूरपर्यंत तोच असून पुढे सिकंदराबादला जातो.

(6) **मुंबई-कोल्हापूर मार्ग :** मुंबई-पुणे-सातारा-कऱ्हाड-मिरजमार्गे कोल्हापूरपर्यंत रेल्वे वाहतूक होते.

(7) **दिल्ली-चेन्नई मार्ग (ग्रँट ट्रँक मार्ग) :** या मार्गाची सुरुवात महाराष्ट्रातून होत नाही. परंतु विदर्भाच्या दृष्टीने हा मार्ग महत्त्वाचा आहे. कारण विदर्भात नागपूर-वर्धा-चंद्रपूर व बल्लारपूरवरून हा मार्ग पुढे आंध्र प्रदेशातून चेन्नईला जातो.

(8) **भुसावळ-सुरत रेल्वेमार्ग :** तापी खोऱ्यातून भुसावळ-जळगावमार्गे गुजरातमधील सुरतकडे जातो.

(9) **निजामुद्दीन एक्सप्रेस :** गोव्याहून दिल्लीला जाणारी गाडी महाराष्ट्रातून जाते. राजापूर रोड-मिरज-पुणे-मनमाड मार्गाने पुढे दिल्लीला जाते.

(10) **मिरज-परळी वैजनाथ :** नवीन ब्रॉडगेज मार्ग मिरज-पंढरपूर-लातूर-उदगीर-परळी वैजनाथ

महाराष्ट्रातील अंतर्गत प्रदेशातील ब्रॉडगेज रेल्वेमार्ग

(1) **पुणे-मिरज ब्रॉडगेज मार्ग :** 1971 साली याचे रुंदीकरण करण्यात आले. हाच रेल्वेमार्ग पुढे कर्नाटकात बेंगलोरपर्यंत जातो.

(2) **दौंड-मनमाड :** अहमदनगर आणि नाशिक जिल्ह्यांतून जातो.

(3) **परळी-वैजनाथ-उदगीर :** पुढे आंध्र प्रदेशातील विकाराबादकडे जातो.

(4) परळी-वैजनाथपर्यंत आलेला मार्ग पुढे परभणी-पूर्णा-हिंगोली-वाशीमपासून मध्य प्रदेशातील खांडव्यापर्यंत जातो.

(5) **कोल्हापूर-नागपूर-गोंदिया (महाराष्ट्र एक्सप्रेस) :** हा राज्यात सर्वांत जास्त लांबीचा अंतर्गत रेल्वेमार्ग आहे. कोल्हापूर-मिरज-कराड-सातारा-पुणे-दौंड-मनमाड-अकोला-वर्धा-नागपूरमार्गे जाते. या गाडीने गोंदियापर्यंत जाता येते.

याशिवाय राज्यात कर्जत-खोपोली, मिरज-कोल्हापूर, चाळीसगाव-धुळे, जलंब-खामगाव, बडनेरा-अमरावती, मांजरी-वणी-राजुर, तडळी-घुग्गुस, कन्हान-रामटेक, तुमसर रोड-तिरोडी, नारखेड-अमरावती हे कमी लांबीचे ब्रॉडगेज रेल्वेमार्ग राज्यातील प्रमुख ब्रॉडगेज मार्गांशी जोडलेले आहेत.

मनमाड-औरंगाबाद, औरंगाबाद-जालना, दौंड-बारामतीचे ब्रॉडगेजमध्ये रूपांतर झालेले आहे.

मीटरगेज रेल्वेमार्ग

सोलापूर-गदग : हा मीटरगेज मार्ग आहे.

परभणी-अकोट-खांडवा : हा मार्ग परभणी-पूर्णा-हिंगोली-वाशीम, अकोटवरून मध्य प्रदेशात खांडव्यापर्यंत जातो. याचे रुंदीकरण काही प्रमाणात झालेले आहे.

नॅरोगेज

नेरळ-माथेरान, लातूर-चंद्रपूर, पाचोरा-जामनेर, मूर्तिजापूर-अचलपूर, मूर्तिजापूर-यवतमाळ, पुलगाव-आर्वी वगैरे नॅरोगेज मार्ग आहेत.

मुंबई उपनगर रेल्वे

उपनगरीय रेल्वे हे मुंबईमध्ये जन वाहतुकीचे प्रमुख साधन आहे. मुंबईची उपनगरीय रेल्वेसेवा पश्चिम रेल्वे आणि मध्य रेल्वे या दोन विभागीय रेल्वेद्वारे चालविली जाते. हार्बर व ट्रान्स हार्बर मार्ग हे मध्य रेल्वेचा भाग आहेत. दर दिवशी एकूण 258 गाड्यांच्या ताफ्याने 2,979 फेऱ्यांद्वारे सरासरी 76.5 लाख प्रवाशांची वाहतूक केली जाते.

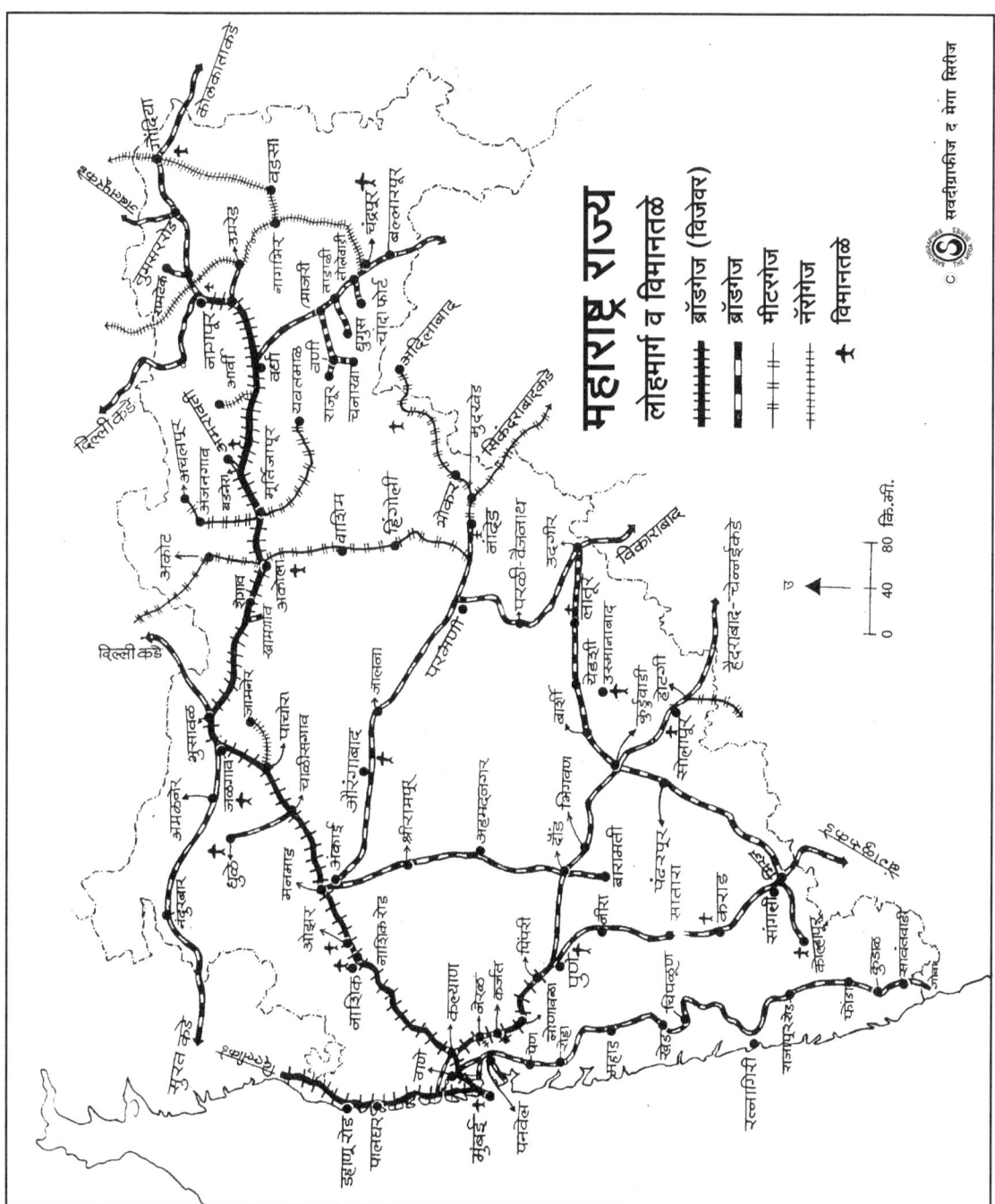

महाराष्ट्र - रेल्वे व विमानतळे :
महाराष्ट्रात मुंबई-दिल्ली (मध्य व पश्चिम रेल्वे), मुंबई-कोलकता, मुंबई-चेन्नई, मुंबई-सिकंदराबाद, मुंबई-कोल्हापूर, कोल्हापूर-नागपूर-गोंदिया, भुसावळ-सुरत असे प्रमुख ब्रॉडगेज मार्ग आहेत. मुंबई हे आंतरराष्ट्रीय विमानतळ आहे. याचप्रमाणे नागपूर-पुणे येथे विमानतळ आहे. तसेच महाराष्ट्राच्या महत्त्वाच्या शहरी वायुदूत सेवा उपलब्ध आहेत.

नकाशा क्र. 8.18 : महाराष्ट्र - रेल्वे व विमानतळे

ंढरपूर-मिरज विभाग (157 कि.मी.)

कुर्ला-ठाणे : अतिरिक्त 5 वी आणि 6 वी लाइन (17 कि.मी.) टप्पा 1 : कुर्ला-भांडूप व टप्पा 2 : भांडूप-ठाणे एप्रिल 2011 मध्ये पूर्ण झाले असून ाहदारीसाठी मार्ग खुला झालेला आहे.

ोकण रेल्वे

मुंबई ते मंगलोर या मार्गाने धावणारी कोकण रेल्वेची लांबी 843 कि.मी. आहे. महाराष्ट्रात कोकण रेल्वेची लांबी सुमारे 381 कि.मी. आहे. या रेल्वेमार्गावर ्कूण 68 रेल्वेस्टेशन्स असून त्यापैकी महाराष्ट्रात 34 आहेत.

कोकण रेल्वेमार्गावर सर्वांत लांब बोगद्याची लांबी 'कुरबुडे' या रत्नागिरीजवळील बोगद्याची 6.45 कि.मी. आहे व तो आशियामध्ये सर्वांत मोठा बोगदा होय. त्नागिरीजवळ पानवळ या ठिकाणी आशियातील सर्वांत उंच पूल असून त्याची उंची 65 मीटर आहे.

3. विमानमार्ग वाहतूक

मुंबई आंतरराष्ट्रीय विमानतळ : महाराष्ट्रात तीन आंतरराष्ट्रीय व पाच देशांतर्गत विमानतळे. सुरुवातीला विमानतळावर आंतरराष्ट्रीय विमानाची वाहतूक होत असे. सांताक्रूझजवळच 'सहारा' हे नवीन आंतरराष्ट्रीय विमानतळ उभारलेले आहे. या विमानतळाची देखरेख व व्यवस्थापन प्राधिकरणामार्फत केले जाते.

अन्य विमानतळे : महाराष्ट्रातील अन्य विमानतळे मुंबईच्या खालोखाल पुणे, नागपूर येथे उभारलेली आहेत. नागपूर हे देशाच्या मध्यवर्ती असल्याने विमान वाहतुकीस त्याला महत्त्वाचे स्थान आहे.

केंद्र सरकारने सोलापूर, कोल्हापूर, नाशिक (देवळाली), औरंगाबाद, अकोला येथे विमानतळे बांधलेली आहेत. राज्य सरकारने कराड, उस्मानाबाद, धुळे, चंद्रपूर, रत्नागिरी, जळगाव, फलटण, भंडारा, अकोला येथे विमानतळे बांधलेली आहेत. बऱ्याच ठिकाणी वायुदूत सेवा उपलब्ध आहेत.

नांदेड ते हैद्राबाद दैनंदिन उड्डाण दि. 27 एप्रिल, 2017 व नांदेड ते मुंबई दि. 16 नोव्हेंबर, 2017 पासून कार्यान्वित झाली आहेत.

छत्रपती शिवाजी आंतरराष्ट्रीय विमानतळावरील वाहतुकीचा ताण कमी करण्यासाठी नवी मुंबई येथे अतिरिक्त विमानतळाचे काम सार्वजनिक खासगी भागीदारी तत्त्वावर चार टप्प्यात प्रस्तावित असून ₹ 16,704 कोटी खर्च अपेक्षित आहे. हे विमानतळ प्रतिवर्ष 60 दशलक्ष प्रवासी क्षमतेने वाहतूक करण्यासाठी नियोजित असून पहिल्या टप्प्यात किमान 10 दशलक्ष प्रवासी प्रतिवर्ष हाताळण्यास विकसित करण्यात येत आहे.

नागपूर येथील बहुआयामी आंतरराष्ट्रीय प्रवासी व कार्गो हब विमानतळ (मिहान) प्रकल्पामध्ये सध्याच्या विमानतळाचा आंतरराष्ट्रीय प्रवासी व कार्गो हब विमानतळामध्ये विकसित करण्याचा समावेश आहे. महाराष्ट्र विमानतळ विकास कंपनी मर्यादित व भारतीय विमानतळ प्राधिकरण यांच्या संयुक्त उपक्रमाद्वारे इंडिया मर्यादित प्रकल्प राबविण्यात येत आहे. डॉ. बाबासाहेब आंबेडकर आंतरराष्ट्रीय विमानतळ, नागपूरचे उन्नयन व आधुनिकीकरण करण्यासाठी सार्वजनिक खासगी भागीदारी तत्त्वावर आरेखन, बांधकाम, वित्तपुरवठा, कार्यान्वयन व हस्तांतरण तत्त्वाद्वारे प्रस्ताव विनंती तयार करण्यात आली आहे.

मुंबई आंतरराष्ट्रीय विमानतळ मर्यादित यांच्यासह भारतीय विमानतळ प्राधिकरणाने छत्रपती शिवाजी आंतरराष्ट्रीय विमानतळ, मुंबईच्या आधुनिकीकरणांतर्गत प्रतिवर्ष 40 दशलक्ष प्रवासी वाहतूक हाताळण्याची क्षमता असलेले नवीन टी 2 टर्मिनल बांधण्यात आले आहे. राज्यात तीन आंतरराष्ट्रीय व 13 देशांतर्गत विमानतळे आहेत. बारामती, कोल्हापूर, सोलापूर नांदेड, उस्मानाबाद, लातूर व यवतमाळ येथील प्रवासी व माल वाहतूक नगण्य आहे. ओझर विमानतळ, नाशिक येथून 2016-17 व 2017-18 मध्ये (डिसेंबरपर्यंत) अनुक्रमे 1,73,151 मे. टन आणि 101,783 मे. टन मालाची वाहतूक केली आहे.

विमान वाहतूक

राज्यशासनाने विशेष उद्देश कंपनी म्हणून सन 2002 मध्ये, महाराष्ट्र विमानतळ विकास कंपनी मर्यादित (एमएडीसी) स्थापन केली आहे. नागपूर येथील बहुआयामी आंतरराष्ट्रीय प्रवासी व कार्गो हब विमानतळ (मिहान) व नागपूर आंतरराष्ट्रीय विमानतळ, हे प्रकल्प एमएडीसीमार्फत कार्यान्वित होत आहेत. 'मिहान' प्रकल्पामध्ये नागपूर येथील विमानतळाला आंतरराष्ट्रीय प्रवासी व कार्गो हब विमानतळामध्ये विकसित करण्याचा समावेश आहे. राजगुरुनगर (नवीन चाकण, जि. पुणे) येथील नवीन आंतरराष्ट्रीय विमानतळ विकसित करण्यात येत आहे.

मुंबई आंतरराष्ट्रीय विमानतळावरील ताण कमी करण्यासाठी नवी मुंबई येथे अतिरिक्त विमानतळ उभारण्याचे प्रस्तावित असून प्रकल्पाची एकूण किंमत ₹ 14,500 कोटी आहे. विमानतळ विकासासाठी एकूण नियोजित क्षेत्र 2,042 हेक्टर आहे.

तक्ता क्र. 8.38 : विमान वाहतूक

• मुंबई	• पुणे	• नागपूर	• नाशिक (ओझर)	• नांदेड	• औरंगाबाद
• सोलापूर	• कोल्हापूर	• कराड	• नाशिक (देवळाली)	• अकोला	• उस्मानाबाद
• धुळे	• चंद्रपूर	• रत्नागिरी	• जळगाव	• फलटण	• भंडारा

4. जलवाहतूक आणि व्यापार

व्यापाराच्या शाश्वत वृद्धीसाठी जलवाहतूक क्षेत्राचा महत्त्वपूर्ण वाटा आहे. महाराष्ट्र बंदर विकास धोरण सन 2016 पासून राज्यात राबविण्यात येत आहे. या धोरणांतर्गत 720 कि.मी. सागरी किनाऱ्यावरील उद्योगांना चालना देण्यासह बंदरांचा सर्वांगीण विकास करण्यावर भर आहे. तसेच पायाभूत सुविधांचे उन्नतीकरण करणे, रेल्वे व रस्त्यांची बंदराशी जोडणी करणे व किनारपट्टीवरील जहाजनिर्मिती व दुरुस्ती उद्योगांना प्रोत्साहन देणे हे या धोरणात समाविष्ट आहे. अंतर्गत जलवाहतूक प्रकल्पांतर्गत राज्याने प्रवासी सुविधांचे बांधकाम व अस्तित्वात असलेल्या सुविधांच्या नूतनीकरणासाठी विविध प्रकल्प हाती घेतले आहेत.

मोठी बंदरे : राज्यातील 720 कि.मी. लांबीच्या किनारपट्टीवर मुंबई पोर्ट ट्रस्ट (एमबीपीटी) व जवाहरलाल नेहरू पोर्ट ट्रस्ट (जेएनपीटी) ही दोन मोठी बंदरे आहेत. जवाहरलाल नेहरू बंदर हे देशातील सर्वांत मोठे कन्टेनर वाहतूक करणारे बंदर आहे आणि आंतरराष्ट्रीय कन्टेनर वाहतूक करणाऱ्या प्रमुख 100 बंदरांमध्ये 24 व्या स्थानावर आहे. अनुक्रमे 630 लाख टन व 622 लाख टन मालाची वाहूक 2016-17 साली केली.

धामणखोल-जयगड, दिघी आणि लवगण-जयगड (आंग्रे बंदर) ही बंदरे कार्यान्वित झाली आहेत. रेवस-आवरे, विजयदुर्ग आणि रेडी या बंदराची बांधकाम पूर्व कामे प्रगतिपथावर आहेत. याशिवाय, लहान बंदरांच्या परिसरात अनेक बंदिस्त व बहूद्देशीय थांबे असून तेथेदेखील मालाची वाहतूक केली जाते.

लहान बंदरे : राज्यशासनाने राज्यातील 48 लहान बंदरे खासगी क्षेत्राच्या सहभागाद्वारे बांधा-मालकीचा करा-वापरा-भागीदारी करा-हस्तांतरित करा या पद्धतीने विकसित करण्याचा धोरणात्मक निर्णय घेतला आहे. पहिल्या टप्प्यात दिघी, रेवस-आवरे (जिल्हा - रायगड), धामणखोल-जयगड, लवगण-जयगड (जिल्हा - रत्नागिरी) आणि विजयदुर्ग, रेडी (जिल्हा - सिंधुदुर्ग) ही सहा लहान बंदरे महाराष्ट्र मेरी टाईम बोर्ड विकसित करणार आहे. या सहा बंदरांपैकी धामणखोल-जयगड हे बंदर कार्यान्वित झाले आहे.

सागरमाला कार्यक्रम : बंदरामुळे होणाऱ्या विकासास चालना देणे या कार्यक्रमाचा उद्देश आहे. किमान पायाभूत गुंतवणुकीमधून आयात-निर्यात तसेच अंतर्गत व्यापाराच्या वाहतुकीवरील खर्च कमी करणे या दृष्टीने हा कार्यक्रम राबविण्यात येत आहे. सागरमाला कार्यक्रमांतर्गत बंदराचे आधुनिकीकरण, नवीन बंदर विकास, बंदर जोडणी, बंदरविकासांतर्गत औद्योगिकीकरण व सामाजिक विकास या प्रमुख बाबी आहेत. मांडवा येथील ब्रेकवॉटर बंधाऱ्याचे बांधकाम तसेच रो-रो सेवेचे काम प्रगतिपथावर आहे. या कार्यक्रमांतर्गत रो-रो सेवेचे बांधकाम गोराई, वसई, भाईंदर, नारंगी, खारवडेश्वरी, मनोरी आणि घोडबंदर या ठिकाणी प्रस्तावित आहे.

मरीना : मरीनामुळे अनधिकृत व असंघटित नांगरवाड्यांमुळे जलक्षेत्रामध्ये झालेली दाटी कमी होण्यास मदत होईल. या प्रकल्पाच्या पहिल्या टप्प्यात 30 बोटी ठेवण्याकरिता पनवेलजवळील बेलापूर येथे पायाभूत सुविधा निर्माण करण्यात येणार असून हा प्रकल्प डिसेंबर, 2019 पर्यंत पूर्ण होईल. या मरिनामुळे गेटवे

ऑफ इंडिया नजीकच्या समुद्रात नांगरून ठेवलेल्या यॉटस व स्पीड बोटी मरिनामध्ये सुरक्षित ठेवता येतील. गेटवे ऑफ इंडिया ते बेलापूर, नवी मुंबई येथे 15 मिनिटात पोहोचता येईल.

तक्ता क्र. 8.39 : जलवाहतूक

मुंबई व न्हावाशेवा : आंतरराष्ट्रीय बंदर

अन्य बंदरे

• डहाणू • कल्याण • धरमतर-रेवदंडा • रत्नागिरी • बेलापूर (उलवा)	• सातपाटी • वर्सोवा • राजपुरी • पूर्णगड • रेडी	• दातीवरा, अर्नाळा, ठाणे • मोरा • दिघी • जैतापूर • वेंगुर्ला	• तुर्भे • करंजा • हर्णे • विजयदुर्ग	• बेलापूर (उलवा) • रेवस • दाभोळ • देवगड	• मनोरी-मार्वे • अलिबाग • जयगड • आचरे

दळणवळण (संदेशवहन) : टपाल, दूरध्वनी, दृक-श्राव्य व माहिती दूरसंचार हे दळणवळण व्यवस्थेचे प्रमुख घटक आहेत. डाक सेवेबाबतची आकडेवारी तक्ता क्र. 8.68 मध्ये दिली आहे.

राज्यात 30 सप्टेंबर, 2017 रोजी इंटरनेट वापरणाऱ्यांची संख्या 5.45 कोटी होती, जी सर्व राज्यांच्या तुलनेत सर्वांत जास्त आहे.

सप्टेंबर, 2017 अखेर राज्यात एकूण दूरध्वनी जोडण्यांची संख्या 48.38 लाख होती. दर लाख लोकसंख्येमागे दूरध्वनी व भ्रमणध्वनी जोडण्यांची संख्या अनुक्रमे 3,985 व 1,08,847 होती. दूरध्वनी जोडण्या व भ्रमणध्वनीची आकडेवारी तक्ता 8.69 मध्ये दिली आहे.

8.8 महाराष्ट्र : पर्यटनस्थळे

महाराष्ट्राची भौगोलिक, सांस्कृतिक व धार्मिक वैशिष्ट्यांमुळे भारतातील एक पर्यटनदृष्ट्या राज्य अशी राज्यात वा भारतातच नव्हे तर परदेशातही महती पसरलेली आहे. **भारतातील पहिला पर्यटन जिल्हा म्हणून सिंधुदुर्ग जिल्ह्यास मान मिळालेला आहे.**

पुण्याचा गणेशोत्सव, अष्टविनायक स्थळे, पंढरीचा विठोबा, ज्ञानदेवाची आळंदी, तुकोबांचे देहू, कोल्हापूरची महालक्ष्मी, तुळजापूरची भवानी व शिर्डीचे साईबाबा इत्यादी महाराष्ट्राचीच नव्हे तर भारतीयांची दैवते आहेत.

महाराष्ट्राचा सह्याद्री म्हणजे दुर्गांचा मानबिंदू होय. श्री छत्रपती महाराजांच्या पदस्पर्शाने पावन झालेले किल्ले आबालवृद्धांना साद घालीत असतात.

महाराष्ट्राच्या काळ्या पत्थराने लेणी व शिल्पस्थाने यांच्या रूपाने आपल्या प्राचीन संस्कृतीचा वारसा जपून ठेवलेला आहे. ही ठिकाणे फारच अद्भुत आहेत. सह्याद्रीची गिरिस्थाने, सातपुडा पर्वतरांगा, विदर्भीय डोंगररांगा ही थंड हवेची ठिकाणे म्हणून प्रसिद्ध पावलेली आहेत. राष्ट्रीय उद्याने व अभयारण्ये तर महाराष्ट्राची आगळीवेगळी ओळख करून देतात. कोकण म्हटले की, रूपेरी समुद्रकिनारे, जलदुर्ग यांची आठवण होते.

या सर्वांचा परिचय आपण पुढील मुद्द्यांच्या आधारे संक्षिप्त स्वरूपामध्ये करून घेणार आहोत.

तक्ता क्र. 8.40 : महाराष्ट्रातील धार्मिक स्थळे व वैशिष्ट्ये

धार्मिक स्थळे	वैशिष्ट्ये यात्रा/उरूस	धार्मिक स्थळे	वैशिष्ट्ये यात्रा/उरूस
मुंबई शहर व मुंबई उपनगर जिल्हा			
महालक्ष्मी	देऊळ (आश्विन व चैत्र)	डोंगरी (मुंबई)	पीर सय्यद अहमद अली शहा काद्रीचा उरूस
लक्ष्मीनारायण	देऊळ (आश्विन)	माहीम	हजरत मगदुम फकी अलीसाहेबाचा उरूस
वडाळा	विठोबाचे मंदिर (आषाढ)	माणकेश्वर	स्वयंभू शिवलिंग
माऊंट मेरी (बांद्रा)	पवित्र चर्च (सप्टेंबर)	माऊंट पोइन्सूर (बोरिवली)	चर्च (डिसेंबर)
ठाणे जिल्हा			
कल्याण	दुर्गाडी किल्ला, दोन मशिदी, विठ्ठल मंदिर	माहीम	भुईकोट किल्ला, खाडीत दोन किल्ले
म्हसे (मुरबाड)	महेश्वराचे लिंग	हाजीमलंग	मलंगगड (माघ)
भिवंडी	बाबा दिवाणसाहेब उरूस	अंबरनाथ	शिवालय अंबरेश्वर
निर्मळ	परशुरामाची भूमी	ठाणे	कोपिनेश्वरांचे मंदिर
शहाड	विठ्ठल-रखुमाईचे मंदिर	लोनाड	रामेश्वरांचे मंदिर
टिटवाळा	महागणपतीचे जागृत देवस्थान	वज्रेश्वरी	वज्रेश्वरी देवीचे मंदिर
अकलोली	स्वामी नित्यानंद	गणेशपुरी	स्वामी मुक्तानंद आश्रम
रायगड जिल्हा			
कर्नाळा	किल्ला, स्तंभ, शिलालेख	जंजिरा	मुस्लिमांची यात्रा
चौल	हिंगलाज व शितळादेवीचे मंदिर दत्त, रामेश्वर	तकाई (खालापूर)	बोंगल्या विठोबाचे मंदिर (कार्तिक)
हरिहरेश्वर	हरिहरेश्वर व काळभैरव	कुणकेश्वर	डोंगरात शंकराचे मंदिर
भोरप सुधागड	भोराई देवीचे जागृत स्थान	फातिमा	ख्रिस्तीधर्मीयांची वार्षिक यात्रा
शिवथरघळ	रामदासस्वामी रचित दासबोधनिर्मिती स्थळ	श्रीवर्धन	सोमजाई देवी मंदिर

(क्रमशः)

धार्मिक स्थळे	वैशिष्ट्ये यात्रा/उरूस	धार्मिक स्थळे	वैशिष्ट्ये यात्रा/उरूस
रत्नागिरी जिल्हा			
परशुराम (चिपळूण)	काम-परशुराम-काळ यांच्या मूर्ती	अंजनवेल	तारकेश्वराचे प्राचीन मंदिर
राजापूर	गंगा अवतरण उत्सव, गंगातीर्थ व धोपेश्वर मंदिर	संगमेश्वर	संगमेश्वर व कर्णेश्वर मंदिरे, संभाजी महाराजांची समाधी
केळशी	याकूबबाबाचा दर्गा	मार्लेश्वर	प्रसिद्ध तीर्थक्षेत्र (महादेव)
अडिवरे	श्री महाकाली मंदिर	गुहागर	श्री व्याडेश्वर
डेरवण	शिवसृष्टी शिल्परूपात निर्मित	पावस	श्री स्वामी स्वरूपानंद समाधी
मुरूड	दुर्गादेवी मंदिर	रत्नागिरी	भगवती मंदिर, भोगेश्वर मंदिर
वेळणेश्वर	जागृत व स्वयंभू शिवस्थान	कशेळी	कनकादित्य सूर्य मंदिर
सिंधुदुर्ग जिल्हा			
कणकवली	श्री भालचंद्र महाराज मठ	दाणोली	श्री साटम महाराजांची समाधी
माणगाव	श्री वासुदेवानंद सरस्वती यांचे जन्मस्थान व दत्त मंदिर	वालावल	श्री लक्ष्मीनारायण मंदिर
पुणे जिल्हा			
आळंदी	ज्ञानेश्वरांचे मंदिर (कार्तिक व आषाढी)	जेजुरी	खंडोबाचे प्रसिद्ध देवस्थान
देहू	संत तुकारामांचे वसतिस्थान (तुकाराम बीज)	भीमाशंकर	12 ज्योतिर्लिंगांपैकी एक
चतुःशृंगी (पुणे)	चतुःशृंगीदेवी (नवरात्र)	करंजे (बारामती)	सोमेश्वर (श्रावण)
नरसिंहपूर	नरसिंहाचे मंदिर	निंबगाव	खंडोबा
शिवापूर	कमर अली दरवेशचा दर्गा	वढू	संभाजी महाराजांची समाधी
खेड	सिद्धेश्वराचे देऊळ, दिलावरखानाची कबर, तुकाईचे देऊळ, चंडीराम बाबाची समाधी	कोरीगड	कोराई देवीचे मंदिर
सातारा जिल्हा			
माहुली	मांगलाईदेवी, कृष्णाघाट	मांढरदेव (ता. वाई)	काळूबाई (पौष)
शिखर शिंगणापूर	शंभूमहादेव (महाशिवरात्र)	म्हसवड	सिद्धनाथ नागोबा, विरोबाची देवळे (कार्तिक व मार्गशीर्ष)
पाल (ता. कराड)	खंडोबा (पौष)	वाई	कृष्णामाई, राम रथोत्सव
धोम	शिवपंचायतन व नरसिंह मंदिर	फलटण	राम मंदिर, साईबाबा मंदिर
औंध	यमाई मंदिर	सातारा	मंगळाई मंदिर, साईबाबा मंदिर प्रतिशिर्डी
कराड	कृष्णामाई मंदिर	गोंदवले	श्री ब्रह्मचैतन्य गोंदवलेकर महाराज जन्म व समाधीस्थान
चाफळ	श्रीराम मंदिर	पुसेगाव	श्री सेवागिरी महाराज समाधीस्थान
क्षेत्र महाबळेश्वर	पंचगंगा मंदिर	सज्जनगड	श्री समर्थ रामदासांचे समाधीस्थान
सांगली जिल्हा			
सांगली	गणपती मंदिर, राम मंदिर	औदुंबर	दत्तात्रेयांचे जागृत देवस्थान, दत्तमंदिर, ब्रह्मानंद स्वामी मठ, भुवनेश्वरी देऊळ
बत्तीस शिराळा	नागपंचमीस यात्रा, गोरखनाथ देऊळ, मारुती देऊळ	मिरज	मिरासाहेब साधूचा दर्गा
तासगाव	गणपती मंदिर, उजव्या सोंडेचा गणपती	रेवणसिद्धी	महाशिवरात्र यात्रा
जत	यल्लमादेवी	खरसुंडी	खरसुंडा सिद्ध (पौष व चैत्र)
कवठेमहांकाळ	महाकाली मंदिर		
कोल्हापूर जिल्हा			
कोल्हापूर	अंबाबाईचे प्राचीन देवस्थान	बाहुबली	जैन मंदिर
नरसोबाची वाडी	दत्तात्रेयांचे जागृत देवस्थान	वाडी रत्नागिरी	ज्योतिबा मंदिर (चैत्र)
आजरा	रोझरी चर्च	खिद्रापूर	कपिलेश्वर मंदिर, कोरीव लेणी
सोलापूर जिल्हा			
पंढरपूर	महाराष्ट्रातील आराध्य दैवत विठ्ठल मंदिर	वैराग (ता. बार्शी)	नागपंथाची यात्रा (श्रावण)
मोहोळ	नागनाथ मंदिर (वैशाख)	सोलापूर	श्री सिद्धेश्वर मंदिर
वडवळ (ता. मोहोळ)	नागनाथ मंदिर (चैत्र-वैशाख)	अक्कलकोट	श्री स्वामी समर्थांचा मठ
बार्शी	भगवंताचे मंदिर	ब्रह्मपुरी	सिद्धेश्वर
करमाळा	भवानीदेवीचे मंदिर		

(क्रमशः)

धार्मिक स्थळे	वैशिष्ट्ये यात्रा/उरूस	धार्मिक स्थळे	वैशिष्ट्ये यात्रा/उरूस
नाशिक जिल्हा			
वणी	सप्तशृंगीदेवी (चैत्र नवरात्र)	पेइंट	खंडोबा (फाल्गुन)
वडनेर-भैरव (चांदोर)	भैरवनाथ (चैत्र)	परघडी (नांदगाव)	शनी देऊळ (शनी अमावस्या)
त्र्यंबकेश्वर	पवित्र क्षेत्र निवृत्तिनाथांची यात्रा (पौष)	नाशिक (पंचवटी)	काळाराम मंदिर (रामनवमी)
चांदवड	रेणुकादेवी मंदिर	सिन्नर	गोदेश्वराचे देऊळ, शिल्पकाम प्रेक्षणीय
इगतपुरी	ब्रह्मदेवाचे मंदिर	मांगी-तुंगी	जैनधर्मीयांचे तीर्थस्थान
पांडव लेणी	लेण्यांसाठी प्रसिद्ध	झोडगा	माणकेश्वर मंदिर
धुळे जिल्हा			
धुळे शिरपूर	एकवीरा देवीचे मंदिर, वाग्देवता मंदिर खंडोबा (माघ)	बीजासनदेवी मुळावद	बीजासनदेवीचे मंदिर कपिलेश्वर (महाशिवरात्र)
नंदुरबार जिल्हा			
तोरणमाळ	सीताखाई मंदिर, नागार्जुन मंदिर	तळोदा	कालिकादेवी (वैशाख)
सारंगखेड (ता. शहादे)	दत्त क्षेत्र (मार्गशीर्ष)	प्रकाशे	केदारेश्वर, महादेव व संगमेश्वर मंदिरे
अहमदनगर जिल्हा			
शिर्डी	शिर्डी हे साईबाबांचे समाधीस्थान	नेवासे	ज्ञानदेवांनी ज्ञानेश्वरी कथन केली
श्रीरामपूर	रामनवमी उत्सव राम मंदिरात	टोके (नेवासे)	सिद्धेश्वरांचे स्वयंभू लिंग (माघ)
प्रवरा संगम (नेवासे)	शिवमंदिर (महाशिवरात्र)	बोधेगाव	बन्नुमाचा दर्गा (आश्विन)
शिंगणापूर	शनी मंदिर	मढी (पाथर्डी)	कानिफनाथ मंदिर (फाल्गुन)
पुणतांबे	चांगदेवाची समाधी	बेलापूर	जुना महानुभावी मठ
देवगड (ता. नेवासा)	श्री किसनगिरी महाराजांचे समाधीस्थान, दत्त मंदिर	मोहटादेवी (ता. पाथर्डी)	श्री रेणुकामातेचे देवस्थान
वृद्धेश्वर	शिवाचे पुरातन मंदिर	सोनई	रेणुका शक्तिपीठ
जळगाव जिल्हा			
चांगदेव गाव	चांगदेव मंदिर, शिवरात्रीला यात्रा	कोथडी (एदलाबाद)	मुक्ताबाईची समाधी (माघ)
अंमळनेर	महादेवाचे मंदिर, राम मंदिर, जैन मंदिर, सखाराम महाराजांची समाधी	जळगाव	राम मंदिर, महालक्ष्मी देऊळ
अट्रावल (ता. यावल)	मुंजोबाचे मंदिर	चोरवड	एकमुखी दत्त मंदिर
चांदसनी (ता. चोपडा)	संत बहिरम मंदिर	पद्मालय (ता. एरंडोल)	गणपती मंदिर
पाटणादेवी	पाटणदेवीचे मंदिर		
औरंगाबाद जिल्हा			
औरंगाबाद	खडकेश्वराचे मंदिर	कचनेर	श्रीचिंतामणी पार्श्वनाथ तीर्थस्थान
खुल्दाबाद	औरंगजेबाची कबर आणि दर्गा	म्हैसमाळ	गिरिजादेवीचे मंदिर
पैठण	संत एकनाथांची कर्मभूमी, दक्षिण काशी, एकनाथांची समाधी, दत्त मंदिर	आपेगाव	ज्ञानेश्वरांचे जन्मस्थान
शूलिभंजन	दत्त मंदिर		
जालना जिल्हा			
अंबड	खंडोबाचे मंदिर, मत्स्योदरी देवीचे मंदिर	जांब	समर्थ रामदासस्वामींचे जन्मगाव
टाको डोणगाव	बोहरी समाजाचा दर्गा	राजूर	गणपतीचे मंदिर
जालना	आनंदस्वामींचा मठ, गणपती मंदिर, दर्गा		
बीड जिल्हा			
आंबेजोगाई	मुकुंदराय आणि दासोपंत या संतांचे जन्मस्थान, खोलेश्वराचे मंदिर	परळी-वैजनाथ	ज्योतिर्लिंगांपैकी हे अत्यंत पवित्र स्थान वैजनाथांचे मंदिर. माघ महिन्यात यात्रा
तळवाडा	त्वरितपुरी देवीची यात्रा (चैत्र, वैशाख)	बीड	कनकालेश्वर मंदिर (मकर संक्रांत व महाशिवरात्र), दर्गा
आष्टी	शहाबुखारीचा दर्गा	येळंब	खुदाबक्ष पीराचा दर्गा
नेकनूर	बंकटस्वामींची समाधी	मांजरसुभा	मन्मथस्वामींची समाधी
नवगण राजुरी	गणपतीचे मंदिर	पांचाळेश्वर	महानुभाव पंथाचे मंदिर
नामलगाव (ता. बीड)	गणपतीचे प्राचीन मंदिर	कपिलधार	श्री स्वामी मन्मथनाथांची समाधी
राक्षसभुवन	शनीचे मंदिर		

(क्रमशः)

धार्मिक स्थळे	वैशिष्ट्ये यात्रा/उरूस	धार्मिक स्थळे	वैशिष्ट्ये यात्रा/उरूस
उस्मानाबाद जिल्हा			
उस्मानाबाद	शमसुद्दीन गाझीचा दर्गा, कोरीव लेणी	तेर	संत गोरा कुंभाराचे गाव, जैन मंदिर, बौद्धकालीन स्तूप
येडशी	रामलिंग मंदिर व दुर्गादेवी मंदिर	अणदूर	खंडोबाचे मंदिर
परंडा	हंसराजस्वामींचा मठ	सोनारी	भैरवनाथाचे मंदिर
डोमगाव	कल्याणस्वामींचा मठ व ख्वाजा बद्रुद्दीनसाहेबांचा दर्गा	भूम	आलय प्रभूचे मंदिर
कळंब	सय्यद जाफर अली तहसीलदार यांचा दर्गा	उमरगा	महादेवाचे मंदिर
कसगी	सिद्धेश्वराचे मंदिर	तुळजापूर	तुळजाभवानी साडेतीन पीठांपैकी एक
कुंथलगिरी	जैनधर्मीयांचे तीर्थस्थान	मालेगाव	खंडोबाचे मंदिर (पौष)
येरमाळ	येडेश्वरी देवीचे मंदिर (चैत्र)	ढोकी	गोरा कुंभाराची समाधी
परभणी जिल्हा			
मुदगळ	मुदगळेश्वराचे मंदिर	सेलू	गोपाळेश्वर, सुभेदार, साधु पुरुषांच्या स्मरणार्थ यात्रा. विष्णू-केशव मंदिर
परभणी	शहा-तुरब-उल-हक् यांचा दर्गा	चारठाणा	प्राचीन मंदिर, दगडी मनोरा
कुलपाक	जैनधर्मीयांचे प्रसिद्ध तीर्थक्षेत्र		
हिंगोली जिल्हा			
शिरड-शहापूर	जैन मंदिर	नरसी	संत नामदेवांचे जन्मस्थान, नृसिंहाचे मंदिर
औंढा नागनाथ	महादेव मंदिर		
लातूर जिल्हा			
लातूर	सिद्धेश्वराचे मंदिर, केशवराज मंदिर, अष्टविनायक मंदिर, जैनांचे पार्श्वनाथ मंदिर, दर्गा महाशिवरात्रीला मोठी यात्रा	रेणापूर	रेणुकादेवीचे मंदिर
औसा	मल्लीनाथ महाराजांचा मठ	उजनी	नाथ संप्रदायी गणेशनाथ यांची समाधी
निलंगा	नीलकंठेश्वराचे मंदिर, स्वयंभू शिवलिंग, शाह पीर पाशा कादरी यांचा दर्गा	उदगीर	उदगीरबुवांची समाधी
नांदेड जिल्हा			
माहूर	रेणुका मातेचे मंदिर, दत्तात्रेयांचे निद्रास्थान, दत्त मंदिर	नांदेड	शिखांचे तीर्थस्थान, नरसिंह मंदिर
कंधार	दर्गा	बिलोली	कोरीव कामासाठी प्रसिद्ध असलेली मशीद
हदगाव	दत्त मंदिर	मुखेड	दशरथेश्वर महादेवाचे मंदिर
अमरावती जिल्हा			
अमरावती	अंबादेवी (अश्विनी)	सवंग विठोबा	विठोबाची यात्रा, संत विठ्ठलबुवा किंवा अवधूतबुवा यांची समाधी
अचलपूर	मशिदी, कबरी व शाहदौल रहिमान शहा गाझीचा दर्गा	कारंजा बहिराम	बहिरामचे मंदिर (मार्गशीर्ष)
सालबर्डी	शिवमंदिर (महाशिवरात्र)	कौंडिण्यपूर	विठ्ठल-रखुमाई मंदिर, विदर्भ पंढरी
भातकुली	जैनधर्मीयांचे देवस्थान	नांदगाव खंडेश्वर	खंडेश्वर महाराजांचे मंदिर
मुक्तागिरी	जैन मंदिर समूह	मोझरी	संत तुकडोजी महाराजांची समाधी
रिधपूर (रिद्धपूर)	महानुभाव पंथाचे तीर्थक्षेत्र, दत्त मंदिर	शेंडगाव	संत गाडगे महाराजांचे जन्मस्थान
माधान (ता. चांदूर बाजार)	संत गुलाबराव महाराज यांचे जन्मस्थान	ऋणमोचन	शिवमंदिर
अकोला जिल्हा			
अकोला	राजराजेश्वराचे मंदिर, राणी सीतामाता मंदिर, जैन मंदिर	बाळापूर	बाळादेवीचे देऊळ, राजा जयसिंगाची छत्री
पातूर	बौद्ध लेणी, प्राचीन मंदिराचे अवशेष	अकोट	नरसिंग महाराजांचे क्षेत्र
मूर्तिजापूर	गाडगे महाराजांचा आश्रम	बार्शी टाकळी	हेमाडपंती मंदिर
वाशीम जिल्हा			
मंगरूळ	बिरबलनाथाचे मंदिर व सय्यद मौलाना हजरत हयात कलंदर रहमतुल्ला अलम पीराचा दर्गा	कारंजा	नरसिंह सरस्वती मंदिर, जैन मंदिर, गुरू मंदिर
वाशीम	बालाजी मंदिर व पद्मतीर्थ	लोणी बुद्रूक	सखाराम महाराजांचे मंदिर
शिरपूर	जैनधर्मीयांचे पार्श्वनाथाचे मंदिर		

(क्रमशः)

धार्मिक स्थळे	वैशिष्ट्ये यात्रा/उरूस	धार्मिक स्थळे	वैशिष्ट्ये यात्रा/उरूस
❖❖ बुलडाणा जिल्हा			
शेगाव	गजानन महाराजांची समाधी	पिंपळगाव सराई	शरीफ सैलनी शहा मियाचा उरूस
देऊळगाव राजा	बालाजी मंदिर (आश्विन)	धानोरा	महासिद्ध बाबाची यात्रा (माघ)
लोणार	दैत्य सूदनाचे मंदिर	खामगाव	बुद्ध विहार
सिंदखेड राजा	जिजामाता यांचे जन्मस्थान, दगडी महाल, तलाव, लखुजीराजे यांची समाधी	मेहेकर	नरसिंह, बालाजी, विष्णू यांची मंदिरे
जामोद	प्राचीन जैन मंदिर		
❖❖ यवतमाळ जिल्हा			
दिग्रस	घंटीबाबाची यात्रा (आश्विन)	वणी	रंगनाथस्वामींची जत्रा (फाल्गुन), विष्णूचे मंदिर
कळंब	गणपती मंदिर		
❖❖ नागपूर जिल्हा			
रामटेक	रामचंद्र व लक्ष्मण यांची देवालये	अंभोरा	चैतन्येश्वर मंदिर आणि हरिहरस्वामींची समाधी
अदासा	गणपतीचे पुरातन मंदिर	काटोल	भवानी मंदिर
धापावाडा	विठ्ठल मंदिर विदर्भातील पंढरपूर		
❖❖ वर्धा जिल्हा			
कापती (हिंगणघाट)	लक्ष्मीनारायणाचे मोठे मंदिर	सेवाग्राम	महात्मा गांधींचा आश्रम
पवनार	आचार्य विनोबा भावे यांचा परमधाम आश्रम	धाग	शंकराची पाषाण मूर्ती. महाशिवरात्रीला यात्रा
दत्तपूर	लक्ष्मीनारायण मंदिर	आर्वी	जैनधर्मीयांचे काचेचे मंदिर
टाकरखेडा	संत लहानोजी महाराजांची समाधी	आष्टी	जैन मंदिर
सारंगपुरी	तेलंगराय बाबांचे मंदिर व समाधीस्थान		
❖❖ भंडारा जिल्हा			
भंडारा	बहिरंगेश्वराचे मंदिर	पौनी	मुरलीधर मंदिर व बौद्धकालीन स्तूप
अड्याळ	हनुमान मंदिर	माडगी	नरसिंह मंदिर
❖❖ गोंदिया जिल्हा			
दारेकसा	डोंगरातील गुहा	सालेकसा	गढमाते चे मंदिर
❖❖ चंद्रपूर जिल्हा			
चंद्रपूर	महाकाली व मुरलीधर मंदिर	भद्रावती	जैनधर्मीयांचे पार्श्वनाथांचे भव्य मंदिर
चिमूर	बालाजी मंदिर	सोमनाथ	श्रावण व शिवरात्र यात्रा
❖❖ गडचिरोली जिल्हा			
मार्कंडा	हेमाडपंती देवालय	वैरागगड	भंडारेश्वर व गोरजाईची हेमाडपंती मंदिरे
आरमोरी	शंकराचे मंदिर	ठाणेगाव	शंकराचे हेमाडपंती मंदिर
झाडपापडा	डोंगरातील आदिवासी दैवत	मूलचेरा	पहिल्या शतकातील मंदिराचे अवशेष

तक्ता क्र. 8.41 : पुणे परिसरातील अष्टविनायक स्थळे

स्थळे	जिल्हा	स्थळे	जिल्हा	स्थळे	जिल्हा
मोरेश्वर, मोरगाव	पुणे	चिंतामणी थेऊर	पुणे	महागणपती, रांजणगाव	पुणे
सिद्धिविनायक, सिद्धटेक	अहमदनगर	विघ्नहर, ओझर	पुणे	गिरिजात्मक, लेण्याद्री	पुणे
बल्लाळेश्वर, पाली	रायगड	वरदविनायक, मढ (महड)	रायगड		

तक्ता क्र. 8.42 : विदर्भातील अष्टविनायक स्थळे

स्थळे	जिल्हा	स्थळे	जिल्हा	स्थळे	जिल्हा
नागपूर	नागपूर	मेंढा	भंडारा	कळंब	यवतमाळ
अदासा	नागपूर	पौनी	भंडारा	चंद्रपूर	चंद्रपूर
रामटेक	नागपूर	केळझर	वर्धा		

तक्ता क्र. 8.43 : ज्योतिर्लिंग स्थळे

स्थळे	जिल्हा	स्थळे	जिल्हा	स्थळे	जिल्हा
परळी वैजनाथ	बीड	भीमाशंकर	पुणे	त्र्यंबकेश्वर	नाशिक
औंढा नागनाथ	हिंगोली	घृष्णेश्वर	औरंगाबाद		

तक्ता क्र. 8.44 : महाराष्ट्रातील देवीची साडेतीन पीठे

स्थळे	जिल्हा	स्थळे	जिल्हा	स्थळे	जिल्हा
श्री महालक्ष्मी	कोल्हापूर	श्री तुळजाभवानी	तुळजापूर	सप्तशृंगी (वणी)	नाशिक
माहूर	नांदेड				

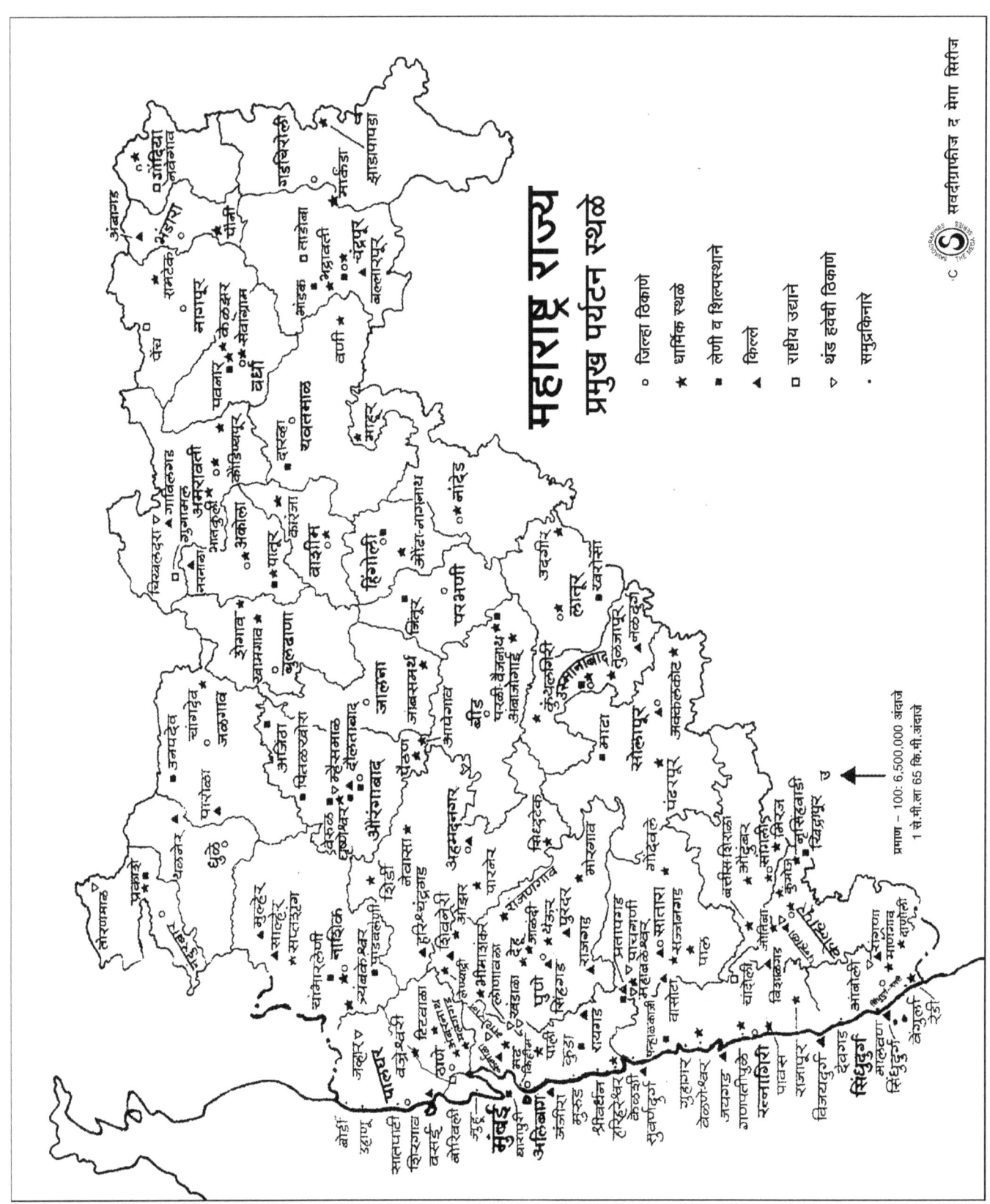

नकाशा क्र. 8.19 : महाराष्ट्र - प्रमुख पर्यटनस्थळे

महत्त्वाची लेणी व शिल्पस्थाने

तक्ता क्र. 8.45 : जागतिक वारसा - शिल्पस्थाने

स्थळे	जिल्हा	स्थळे	जिल्हा
अजिंठा, वेरूळ	औरंगाबाद	घारापुरी (एलेफंटा)	रायगड

तक्ता क्र. 8.46 : थंड हवेची प्रमुख ठिकाणे

ठिकाणे	जिल्हा	ठिकाणे	जिल्हा	ठिकाणे	जिल्हा	ठिकाणे	जिल्हा
महाबळेश्वर, पाचगणी	सातारा	लोणावळा, खंडाळा	पुणे	आंबोली	सिंधुदुर्ग	पन्हाळा	कोल्हापूर
म्हैसमाळ	औरंगाबाद	माथेरान	रायगड	चिखलदरा	अमरावती	तोरणमाळ	नंदुरबार
जव्हार	ठाणे	रामटेक	नागपूर				

तक्ता क्र. 8.47 : गरम पाण्याचे झरे

ठिकाणे	जिल्हा	ठिकाणे	जिल्हा	ठिकाणे	जिल्हा
गणेशपुरी, वज्रेश्वरी, अकलोली, सातिवली	ठाणे	उन्हेर, साव	रायगड	उन्हवरे-ताम्हाने, खेड, आरवली, तुरळ, राजावाडी	रत्नागिरी
उनपदेव, अडावद, चांगदेव	जळगाव	सालबर्डी	अमरावती	गोळवली, फणसवणे, मठ, राजापूर (उन्हाळे)	रत्नागिरी
उनकेश्वर	नांदेड	कापेश्वर	यवतमाळ		

तक्ता क्र. 8.48 : राष्ट्रीय उद्याने

ठिकाणे	जिल्हा	ठिकाणे	जिल्हा	ठिकाणे	जिल्हा
नवेगाव	गोंदिया	ताडोबा	चंद्रपूर	पेंच	नागपूर
बोरिवली	मुंबई उपनगर	गुगामाळ	अमरावती	चांदोली	कोल्हापूर, सातारा, सांगली व रत्नागिरी जिल्ह्यांच्या सरहद्दीलगत

तक्ता क्र. 8.49 : महत्त्वाचे धबधबे

ठिकाणे	जिल्हा	ठिकाणे	जिल्हा	ठिकाणे	जिल्हा
जव्हार, खोडाळे, कोकणेर, हालोली, येऊर	ठाणे	राजमाची, शिवथरघळ	रायगड	परशुराम, प्रचीतगड, नायरी, मार्लेश्वर, धूतपापेश्वर	रत्नागिरी
आंबोली	सिंधुदुर्ग	लोणावळा, खंडाळा, भीमाशंकर, राजगुरुनगर, ताम्हणी घाट	पुणे	सोमेश्वर	नाशिक
महाबळेश्वर, ठोसेघर, चांदोली	सातारा	भंडारदरा, रंधा	अहमदनगर	मनुदेवी, पाटणादेवी	जळगाव
सौताडा	बीड	चिखलदरा	अमरावती	सहस्त्रकुंड	नांदेड
अंबाखोरी	नागपूर	दरकेसा	गोंदिया		

तक्ता क्र. 8.50 : पक्षी अभयारण्य

ठिकाणे	जिल्हा	ठिकाणे	जिल्हा	ठिकाणे	जिल्हा
कर्नाळा	रायगड	नांदुर-माधमेश्वर	नाशिक	जायकवाडी	औरंगाबाद

तक्ता क्र. 8.51 : महत्त्वाचे समुद्रकिनारे

- **ठाणे :** बोर्डी, डहाणू, सातपाटी, शिरगाव, अर्नाळा.
- **मुंबई उपनगर :** मनोरी, मार्व्हे, एरंगळ, मढ, जुहू.
- **रायगड :** मांडवी, किहिम, अलिबाग, काशीद, नांदगाव, जंजिरा-मुरूड, श्रीवर्धन, मांडवा (रेवस), दिघी, अक्षी-नागाव, हरिहरेश्वर.
- **रत्नागिरी :** केळशी, हर्णे, लाडघर, गुहागर, हेदवी, वळणेश्वर, तंवसाळ, जयगड, गणपतीपुळे, भगवती, भाट्ये, पूर्णगड, वरवड, अंबोलगड, जैतापूर.
- **सिंधुदुर्ग :** देवगड, मिठबाव, मालवण, तारकर्ली, निवती, कोचरा-भोगवे, वेंगुर्ला, शिरोडा, उभा दांडा, मोचेमाड, सागरेश्वर, आचरा, कुणकेश्वर.

तक्ता क्र. 8.52 : महत्त्वाच्या संतांची समाधीस्थाने

संत	समाधीस्थाने	जिल्हा	संत	समाधीस्थाने	जिल्हा	संत	समाधीस्थाने	जिल्हा
गाडगे महाराज	अमरावती	अमरावती	तुकडोजी महाराज	मोझरी	अमरावती	रामदासस्वामी	सज्जनगड	सातारा
संत तुकाराम	देहू	पुणे	एकनाथ	पैठण	औरंगाबाद	साईबाबा	शिर्डी	अहमदनगर
गजानन महाराज	शेगाव	बुलढाणा	जनार्दनस्वामी	दौलताबाद	औरंगाबाद	ज्ञानेश्वर	आळंदी	पुणे
निवृत्तिनाथ	त्र्यंबकेश्वर	नाशिक	गोरोबा कुंभार	ढोकी	उस्मानाबाद	दामाजी पंत	मंगळवेढा	सोलापूर
चोखामेळा	पंढरपूर	सोलापूर	श्रीधरस्वामी	पंढरपूर	सोलापूर	मच्छिंद्रनाथ	सप्तशृंगी	नाशिक
गुरुगोविंदसिंग	नांदेड	नांदेड						

तक्ता क्र. 8.53 : महत्त्वाच्या संतांची जन्मस्थाने

संत	जन्मस्थाने	जिल्हा	संत	जन्मस्थाने	जिल्हा	संत	जन्मस्थाने	जिल्हा
रामदासस्वामी	जांब	जालना	संत तुकाराम	देहू	पुणे	ज्ञानेश्वर	आपेगाव	औरंगाबाद
निवृत्तिनाथ	आपेगाव	औरंगाबाद	सोपानदेव	आपेगाव	औरंगाबाद	मुक्ताबाई	आपेगाव	औरंगाबाद
गोविंदप्रभू	रिद्धपूर	अमरावती	जनाबाई	गंगाखेड	परभणी	संत नामदेव	नरसी	हिंगोली

★ ★ ★

9. महाराष्ट्र : लोकसंख्या भूगोलाचे स्वरूप

9.1   महाराष्ट्र : जनगणना (2011) अंतिम आकडेवारी

9.2   महाराष्ट्र : अन्य लोकसंख्याशास्त्रीय घटक (2011)

9.3   महाराष्ट्र : स्थलांतर

महाराष्ट्राचा विकास लोकसंख्येच्या स्वरूपावर अवलंबून आहे. साधनसंपत्तीचा पर्याप्त उपभोग लोकसंख्येचा आकार, लोकसंख्येची संरचना, लोकांची उपक्रमशीलता, कार्यक्षमता, तांत्रिक ज्ञान यांवर अवलंबून असतो.

| 9.1 | महाराष्ट्र : जनगणना (2011) अंतिम आकडेवारी |

आपण महाराष्ट्र : जनगणना - 2011 अंतिम आकडेवारी यांचा पुढील मुद्द्यांच्या आधारे अभ्यास करणार आहोत :

1. महाराष्ट्राची लोकसंख्या (सन 2011)
2. लोकसंख्येची दशवार्षिक वाढ (सन 2001 – 2011)
3. लोकसंख्येची घनता (सन 2011)
4. लिंग-गुणोत्तर (सन 2011)
5. बालिका-बालकांची संख्या (सन 2011)
6. बालिका-बालकांचे लिंग-गुणोत्तर (सन 2011)
7. साक्षरता (सन 2011)
8. अनुसूचित जाती व जमातीच्या लोकसंख्येचे स्वरूप (सन 2011)

> **महत्त्वाची टीप :** ठाणे जिल्ह्याचे विभाजन झाल्याने उपलब्ध नवीन ठाणे व पालघर जिल्ह्याच्या आकडेवारीमुळे जनगणना व अन्य लोकसंख्याशास्त्रीय घटकात बदल झालेले आहेत याची विशेष नोंद घ्यावी.

1. महाराष्ट्राची लोकसंख्या (सन 2011) (नवीन ठाणे व पालघर जिल्ह्याची स्वतंत्र आकडेवारी)

सन 2011 च्या अंतिम जनगणनेनुसार, महाराष्ट्राची लोकसंख्या 11,23,74,333 (सुमारे 11 कोटी 24 लाख/11.24 कोटी) आहे. भारतातील लोकसंख्येत • प्रथम क्रमांक : उत्तर प्रदेश (19.96 कोटी); • दुसरा क्रमांक : महाराष्ट्र (11.24 कोटी); • तिसरा क्रमांक : बिहार (10.41 कोटी) या राज्यांचा लागतो.

- सन 2011 च्या अंतिम जनगणनेनुसार, भारताची लोकसंख्या 1,21,01,93,422 (सुमारे 121 कोटी) आहे. **महाराष्ट्रात देशातील 9.29 टक्के लोकसंख्या आहे.**

- सन 2001 च्या अंतिम जनगणनेनुसार, महाराष्ट्राची लोकसंख्या 9,68,78,627 (सुमारे 9.69 कोटी) होती.

- सन 2001 ते 2011 या दशकात 1,54,95,706 (सुमारे 1.55 कोटी) लोकसंख्येची भर पडली.

लोकसंख्येनुसार महाराष्ट्रातील पहिले व शेवटचे पाच जिल्हे - 2011 : (नकाशा क्र. 9.1 व तक्ता क्र. 9.1 पाहा.)

- **महाराष्ट्रातील सर्वांत जास्त लोकसंख्येचा जिल्हा - पुणे :** सन 2011 च्या अंतिम जनगणनेनुसार, पुणे जिल्ह्याची लोकसंख्या सर्वांत जास्त म्हणजे 94,29,408 (सुमारे 94.3 लाख) आहे. राज्याच्या एकूण लोकसंख्येपैकी 8.39 टक्के लोक पुणे जिल्ह्यात राहतात. ठाणे जिल्ह्याचा विभाजनापूर्वी महाराष्ट्रात लोकसंख्येमध्ये पहिला क्रमांक होता.

- **पुणे जिल्ह्याच्या खालोखाल मुंबई उपनगर व नवीन ठाणे :** पुणे जिल्ह्यानंतर दुसरा क्रमांक मुंबई उपनगर जिल्ह्याचा असून त्याची लोकसंख्या 93,56,962 (सुमारे 93.57 लाख) असून याची टक्केवारी 8.30 आहे. यानंतर तिसरा क्रमांक नवीन ठाणे जिल्हा असून त्याची लोकसंख्या 80,70,032 (80.7 लाख) असून याची टक्केवारी 7.18 आहे.

- **2001 सालच्या जनगणनेनुसार लोकसंख्यादृष्ट्या पहिल्या तीन जिल्ह्यांची स्थिती :** 2001 साली महाराष्ट्रातील लोकसंख्येत पहिला क्रमांक मुंबई उपनगर (8.9%); दुसरा क्रमांक ठाणे (8.4%); तिसरा क्रमांक पुणे (7.5%) असे क्रमांकानुसार जिल्हे होते.

> **अत्यंत महत्त्वाची टीप :** बऱ्याच लोकसंख्याशास्त्रीय घटकासंबंधी नवीन ठाणे व पालघरची आकडेवारी उपलब्ध झाली यानुसार माहिती

- सन 2011 च्या अंतिम जनगणनेनुसार, नवीन ठाणे जिल्ह्याची लोकसंख्या (पालघर जिल्हा वगळून) 80,70,032 (80.7 लाख) आहे. यानंतर नाशिक (61.07 लाख) व नागपूर (46.54 लाख) या जिल्ह्यांचा क्रमांक लागतो.

महाराष्ट्रातील पहिल्या पाच जिल्ह्यांमध्ये राज्यातील सुमारे 37 टक्के लोकसंख्या वास्तव्य करते.

- **महाराष्ट्रातील सर्वांत कमी लोकसंख्येचा जिल्हा - सिंधुदुर्ग :** सन 2011 च्या अंतिम जनगणनेनुसार, महाराष्ट्रात सर्वांत कमी लोकसंख्या सिंधुदुर्ग जिल्ह्याची (फक्त 8.50 लाख) आहे. याची राज्यामधील टक्केवारी जेमतेम 0.8 आहे. यानंतर गडचिरोली जिल्ह्याचा वाटा फक्त एक टक्का आहे. लोकसंख्येच्या दृष्टीने अन्य छोटे जिल्हे हिंगोली, वाशीम व भंडारा असून यांचा प्रत्येकाचा वाटा सुमारे 1.1 टक्का आहे. वर्धा व गोंदिया या जिल्ह्यांची लोकसंख्येची टक्केवारी प्रत्येकी 1.2 आहे.

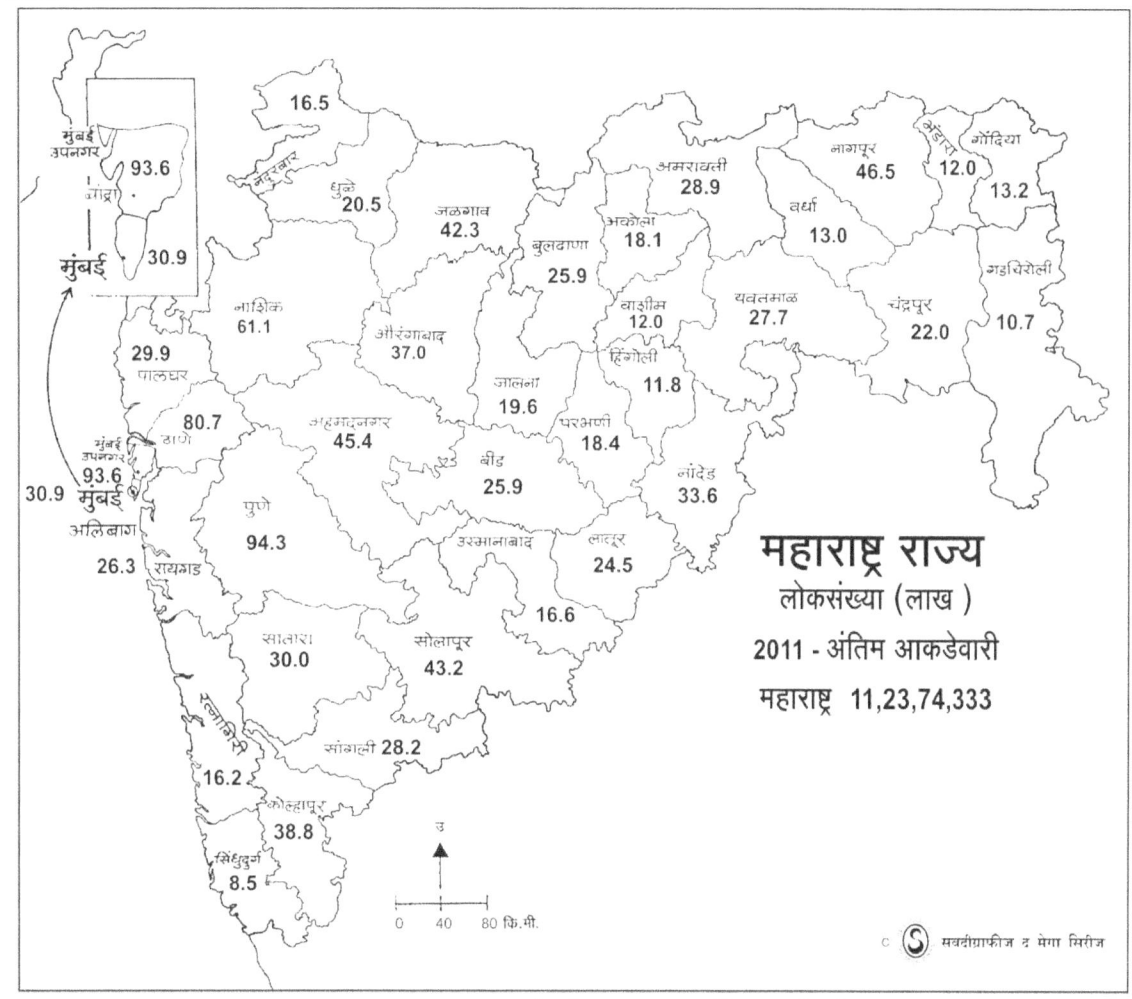

नकाशा क्र. 9.1 : महाराष्ट्र : लोकसंख्या - 2011 (अंतिम आकडेवारी)

तक्ता क्र. 9.1 : महाराष्ट्र - लोकसंख्या (सन 2011 : अंतिम आकडेवारी) ठाणे व पालघर स्वतंत्र

घटक	1	2	3	4	5
पहिले पाच जिल्हे	पुणे	मुंबई उपनगर	नवीन ठाणे	नाशिक	नागपूर
लोकसंख्या	94,29,408	93,56,962	80,70,032	61,01,187	46,53,570
टक्केवारी	8.39	8.30	7.18	5.44	4.14
शेवटचे पाच जिल्हे	सिंधुदुर्ग	गडचिरोली	हिंगोली	वाशीम	भंडारा
लोकसंख्या	8,49,651	10,72,942	11,77,345	11,97,160	12,00,334
टक्केवारी	0.76	0.95	1.05	1.06	1.07

संदर्भ : भारतीय जनगणना, 2011 (अंतिम आकडेवारी)

2. लोकसंख्येची दशवार्षिक वाढ (सन 2001 – 2011) अंतिम आकडेवारी (ठाणे-पालघर जिल्हा एकत्रित)

सन 2001 ते 2011 या दशवार्षिक काळामधील लोकसंख्यावाढीचे स्वरूप :

- **सन 2001 ते 2011 या दशवार्षिक काळात महाराष्ट्रात लोकसंख्यावाढीचा दर 15.99 टक्के आहे तर राष्ट्रीय स्तरावर वाढीचा दर 17.64 टक्के आहे. भारतीय स्तरापेक्षा महाराष्ट्रात लोकसंख्यावाढीचा दर 2.65 टक्क्याने कमी आहे.**
- सन 1991 ते 2001 या दशवार्षिक कालखंडात लोकसंख्यावाढीचा दर 22.73 टक्के होता. याचा अर्थ, लोकसंख्यावाढीचा दर 6.74 बिंदूंनी (Percentile Points) घटला.
- भारतात लोकसंख्यावाढीच्या दरात महाराष्ट्राचा एकविसावा क्रमांक आहे.

सन 2001 ते 2011 या दशकामधील लोकसंख्यावाढीच्या दराचे स्वरूप (अंतिम आकडेवारी) :

(i) दशवार्षिक लोकसंख्यावाढीचा दर 35 टक्क्यांपेक्षा जास्त असणारा जिल्हा - ठाणे व पालघर : सन 2001 ते 2011 या दशकात महाराष्ट्रात सर्वांत जास्त लोकसंख्यावाढीचा दर ठाणे-पालघर जिल्हा (36.01%) आहे. 110 वर्षांचा आढावा घेता असे आढळते की, सन 1911 ते 1921 या दशकाचा अपवाद वगळता, सन 1901 ते 1911 पासून 1981 ते 1991 पर्यंत जुना ठाणे जिल्ह्याच्या लोकसंख्यावाढीच्या दराचा आलेख चढता आहे. सन 1981 ते 1991 या दरम्यान लोकसंख्यावाढीचा कमाल दर 56.62 टक्के होता तर सन 1990-91 दरम्यान थोडा खाली म्हणजे 54.92 टक्के झाला.

(ii) दशवार्षिक लोकसंख्यावाढीचा दर 25.01 ते 35 टक्के दरम्यान (उच्च वाढीचा दर) असणारे जिल्हे :

(a) 30.10 ते 35 टक्के दरम्यान असणारा जिल्हा - पुणे : या गटात सन 2001 ते 2011 या दशकात लोकसंख्यावाढीचा दर पुणे जिल्हा (30.37%) आहे. लोकसंख्यावाढीचा दर सन 1981 ते 1991या दशकात 32.85 टक्के होता; तो सन 1991 ते 2001 या दशकात 30.73 टक्क्यांपर्यंत खाली आला.

(b) 25.01 ते 30 टक्के दरम्यान असणारे जिल्हे : या गटात सन 2001 ते 2011 या दशकात लोकसंख्यावाढीचा दर

- औरंगाबाद जिल्हा (27.8%) आहे. सन 1981 ते 1991 दरम्यान लोकसंख्यावाढीचा कमाल दर 39.56 टक्के होता.
- यानंतर नंदुरबार (25.66%) जिल्ह्याचा क्रमांक असून हाच त्याचा वाढीचा कमाल दर आहे.

महाराष्ट्र - लोकसंख्येची दशवार्षिक वाढ (टक्केवारी) - 2001-2011 (अंतिम आकडेवारी) :

महाराष्ट्रातील लोकसंख्येच्या दशवार्षिक वाढीनुसार पहिले पाच जिल्हे (आकडे टक्केवारीत) : (1) ठाणे (36.01) (ठाणे-पालघर जिल्हा), (2) पुणे (30.37), (3) औरंगाबाद (27.8), (4) नंदुरबार (25.5), (5) नाशिक (23).

महाराष्ट्रातील लोकसंख्येच्या दशवार्षिक वाढीनुसार शेवटचे पाच जिल्हे (आकडे टक्केवारीत) : (1) मुंबई शहर (– 7.56), (2) रत्नागिरी (– 4.8), (3) सिंधुदुर्ग (– 2.2) (4) वर्धा (+ 5.17), (5) भंडारा (+ 5.6).

(iii) दशवार्षिक लोकसंख्यावाढीचा दर 0.1 ते 10 टक्के दरम्यान (निम्न वाढीचा दर) असणारे जिल्हे :

(a) 5.01 ते 10 टक्के दरम्यान असणारे जिल्हे : या गटात सांगली (9.24%), मुंबई उपनगर (8.01%), सातारा (6.93%), चंद्रपूर (6.40%), भंडारा (5.60%) या जिल्ह्यांचा समावेश होतो.

(b) 0.1 ते 5 टक्के दरम्यान असणारा जिल्हा - वर्धा : या गटात वर्धा जिल्ह्याचा समावेश असून लोकसंख्यावाढीचा दर 5.17 टक्के आहे.

(iv) दशवार्षिक लोकसंख्यावाढीचा दर 0 टक्क्यापेक्षा कमी (ऋणात्मक वाढीचा दर) असणारे जिल्हे : सन 2001 ते 2011 या दशकात महाराष्ट्रातील सर्वांत जास्त ऋणात्मक वाढीचा दर मुंबई शहर जिल्हा (– 7.56) आहे. या खालोखाल रत्नागिरी (– 4.80%) व सिंधुदुर्ग (– 2.20%) या जिल्ह्यांचा क्रमांक लागतो.

3. लोकसंख्येची घनता (सन 2011 : अंतिम आकडेवारी) (ठाणे व पालघर जिल्हा स्वतंत्र)

सन 2011 च्या अंतिम जनगणनेनुसार, महाराष्ट्रातील लोकसंख्येची घनता दर चौ.कि.मी. ला 365 असून राष्ट्रीय स्तरावर ती घनता 382 आहे. राष्ट्रीय स्तरापेक्षा महाराष्ट्राची लोकसंख्येची घनता 17 बिंदूने कमी आहे.

सन 2001 मध्ये महाराष्ट्राची घनता 315 होती. याचा अर्थ, दशवार्षिक कालखंडात लोकसंख्येच्या घनतेमध्ये 50 बिंदूंनी वाढ झालेली आहे.

महाराष्ट्रातील लोकसंख्येच्या घनतेनुसार पहिले पाच जिल्हे :

- **सन 2011 च्या अंतिम जनगणनेनुसार, महाराष्ट्रात लोकसंख्येची सर्वांत जास्त घनता मुंबई उपनगर जिल्हा (20,980) आहे.** 2001 साली या जिल्ह्याची घनता 19,373 होती. सन 2011 मधील घनतेमध्ये 1,607 ने वाढ झालेली आहे. **(नकाशा क्र. 9.2 पाहा.)**
- **लोकसंख्येच्या घनतेमध्ये दुसरा क्रमांक मुंबई शहर (19,652) आहे.** 2001 साली मुंबई शहराची लोकसंख्येची घनता 21,261 होती. याचा अर्थ, मुंबई शहराच्या लोकसंख्येच्या घनतेत 1,609 ने घट झालेली आहे. मुंबई शहरातील काही लोकांनी मुंबई उपनगर व ठाणे या जिल्ह्यात स्थलांतर केलेले आहे. **(नकाशा क्र. 9.2 पाहा.)**
- **लोकसंख्येच्या घनतेमध्ये तिसरा क्रमांक नवीन ठाणे जिल्हा (1,900) आहे.**
- लोकसंख्येच्या घनतेमध्ये चौथा क्रमांक पुणे जिल्हा (603) आहे. 2001 साली पुणे जिल्ह्याची लोकसंख्या घनता 462 होती. सन 2001 ते 2011 या दशकात पुणे जिल्ह्याच्या घनतेमध्ये 141 बिंदूंनी वाढ झालेली आहे.
- लोकसंख्येच्या घनतेमध्ये पाचवा क्रमांक कोल्हापूर जिल्हा (504) आहे. 2001 सालच्या जनगणनेच्या तुलनेने लोकसंख्येची घनता 46 बिंदूंनी वाढलेली आहे.

महाराष्ट्रातील लोकसंख्येच्या घनतेनुसार शेवटचे पाच जिल्हे :

- **सन 2011 च्या अंतिम जनगणनेनुसार, महाराष्ट्रात लोकसंख्येची सर्वांत कमी घनता गडचिरोली जिल्हा (74) आहे.** गडचिरोली जिल्ह्याची 2001 सालची घनता 67 होती. यामध्ये 7 बिंदूंनी वाढ झालेली आहे.
- लोकसंख्येच्या घनतेमध्ये शेवटून दुसरा क्रमांक सिंधुदुर्ग जिल्हा (163) आहे. 2001 साली सिंधुदुर्ग जिल्ह्याची लोकसंख्येची घनता 167 होती. याचा अर्थ, सिंधुदुर्ग जिल्ह्याच्या लोकसंख्येच्या घनतेत – 4 बिंदूंनी घट झालेली आहे.
- लोकसंख्येच्या घनतेमध्ये शेवटून तिसरा क्रमांक चंद्रपूर जिल्हा (193) आहे. सन 2001 च्या तुलनेने चंद्रपूर जिल्ह्याची घनता 12 बिंदूंनी वाढलेली आहे.
- लोकसंख्येच्या घनतेमध्ये शेवटून चौथा क्रमांक रत्नागिरी जिल्हा (197) आहे. 2001 साली या जिल्ह्याची घनता 207 होती. याचा अर्थ, रत्नागिरी जिल्ह्याची घनता – 10 बिंदूंनी घटलेली आहे.

सन 2011 च्या अंतिम जनगणनेनुसार जिल्हावार लोकसंख्येच्या घनतेची वैशिष्ट्ये :

(i) अति विशेष दाट लोकवस्तीच्या घनतेचा जिल्हा - मुंबई उपनगर (घनता 20,000 पेक्षा जास्त) : सन 2011 च्या अंतिम जनगणनेनुसार, महाराष्ट्रात अति विशेष दाट लोकवस्तीच्या घनतेचा जिल्हा मुंबई उपनगर (20,980) आहे तर मुंबई शहराची लोकसंख्येची घनता 19,652 आहे.

सन 2011 च्या अंतिम जनगणनेनुसार, मुंबई शहर संकुलाचा एकत्रित विचार केल्यास 603 चौ.कि.मी. क्षेत्राची लोकसंख्येची घनता 20,634 आहे. मुंबई उपनगर (93,56,962) आणि मुंबई शहर (30,85,415) दोन्ही मिळून 1,24,42,373 लोक राहतात.

(ii) अति दाट लोकवस्तीच्या घनतेचा जिल्हा - नवीन ठाणे (घनता 1,100 ते 1,200) : सन 2011 च्या अंतिम जनगणनेनुसार, महाराष्ट्रात अति दाट लोकवस्तीच्या घनतेचा नवीन ठाणे जिल्हा (1,900) आहे.

मुंबई शहर, मुंबई उपनगर व ठाणे या जिल्ह्यांचा एकत्रित विचार केल्यास 4,817 चौ.कि.मी. क्षेत्रात सुमारे 205.17 लाख लोक राहतात. यांची एकत्रित लोकसंख्येची घनता 4,259 आहे.

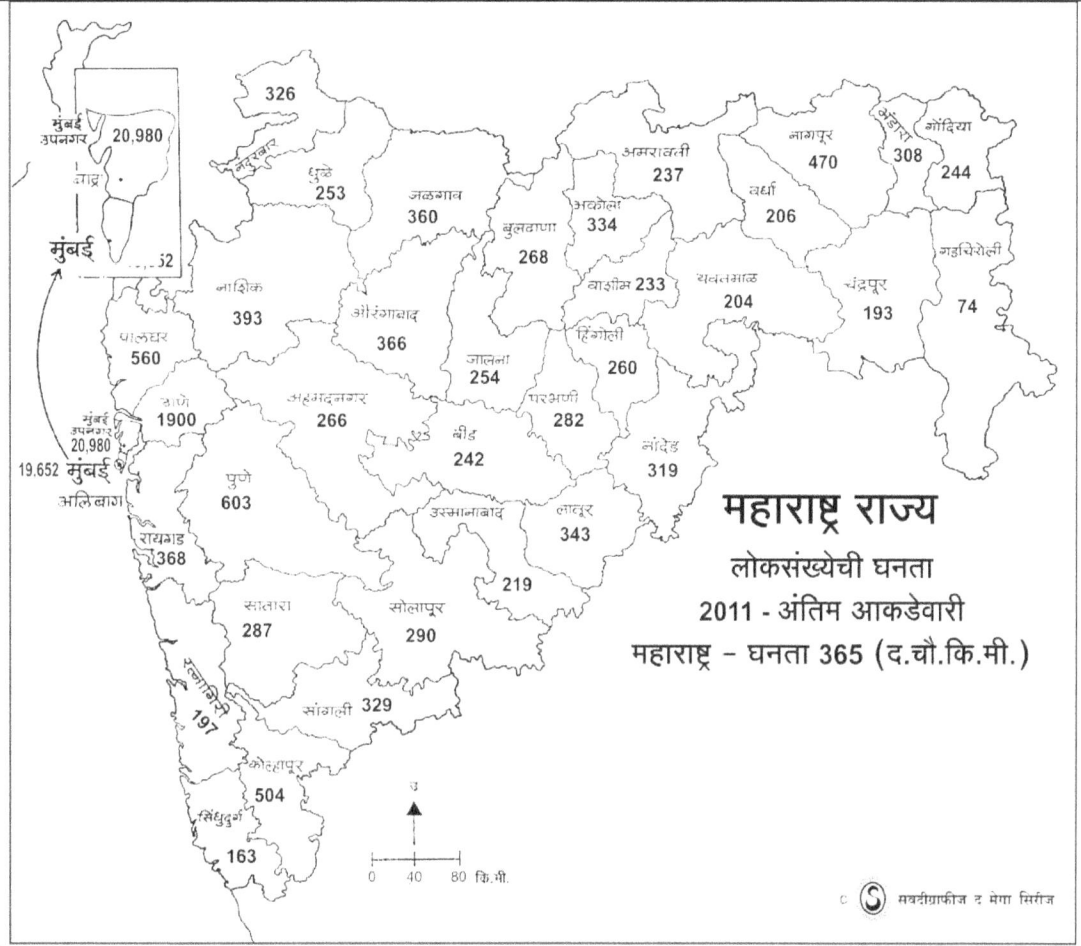

महाराष्ट्र - लोकसंख्येची घनता - 2011 (अंतिम आकडेवारी) : ठाणे व पालघर स्वतंत्र
महाराष्ट्रातील लोकसंख्येच्या घनतेनुसार पहिले पाच जिल्हे : **(1) मुंबई उपनगर (20,980),** (2) मुंबई शहर (19,652), (3) ठाणे (1,157), (4) पुणे (603), (5) कोल्हापूर (504).
महाराष्ट्रातील लोकसंख्येच्या घनतेनुसार शेवटचे पाच जिल्हे : (1) गडचिरोली (74), (2) सिंधुदुर्ग (163), (3) चंद्रपूर (193), (4) रत्नागिरी (197), (5) यवतमाळ (204).

नकाशा क्र. 9.2 : महाराष्ट्र - लोकसंख्येची घनता - 2011

4. लिंग-गुणोत्तर : पुरुष-स्त्री गुणोत्तर (सन 2011 : अंतिम आकडेवारी) (ठाणे व पालघर जिल्हा स्वतंत्र)

• सन 2011 च्या अंतिम जनगणनेनुसार, महाराष्ट्रात लिंग-गुणोत्तर 929 : 1000 आहे तर राष्ट्रीय स्तरावर हेच प्रमाण 943 : 1000 आहे. भारतीय स्तरावर महाराष्ट्राचा लिंग-गुणोत्तरामध्ये बाविसावा क्रमांक आहे.

• सन 2001 ते 2011 या दशवार्षिक कालखंडात महाराष्ट्रात लिंग-गुणोत्तर 922 वरून 929 पर्यंत वाढलेले आहे. ही वाढ फक्त 7 : 1000 या प्रमाणात आहे.

सन 2011 च्या अंतिम जनगणनेनुसार लिंग-गुणोत्तरामधील पहिले पाच जिल्हे :

• सन 2011 च्या अंतिम जनगणनेनुसार, महाराष्ट्रात लिंग-गुणोत्तरात सर्वांत प्रथम क्रमांक रत्नागिरी जिल्हा (1,122) आहे. 2001 साली हे प्रमाण 1,136 होते; तेव्हाही रत्नागिरी प्रथम स्थानावर होता. सन 2001 ते 2011 या दशकात ते – 14 बिंदूंनी घटलेले आहे. **(नकाशा क्र. 9.3 पाहा.)**

• महाराष्ट्रात लिंग-गुणोत्तरात दुसरा क्रमांक सिंधुदुर्ग जिल्हा (1,036) आहे. 2001 साली हे प्रमाण 1,079 होते. सन 2001 ते 2011 या दशकात ते – 43 बिंदूंनी कमी झालेले आहे.

• महाराष्ट्रात लिंग-गुणोत्तरात सर्वांत जास्त घट सिंधुदुर्ग जिल्ह्याची असून ही एक चिंताजनक बाब आहे.

• महाराष्ट्रात लिंग-गुणोत्तरात तिसरा क्रमांक गोंदिया जिल्हा (999) आहे. 2001 साली हे प्रमाण 1,005 होते. सन 2001 ते 2011 या दशकात ते – 6 बिंदूंनी घट झालेली आहे.

• महाराष्ट्रात लिंग-गुणोत्तरात चौथा क्रमांक सातारा जिल्हा (988) असून पाचवा क्रमांक भंडारा जिल्ह्याचा (982) आहे.

• लिंग-गुणोत्तरात सन 2001 व 2011 यामधील फरक पाहता असे आढळते की, भंडारा व गडचिरोली (982) हे जिल्हे वगळता महाराष्ट्रातील उरलेल्या पहिल्या चार जिल्ह्यांमध्ये ऋणात्मक फरक आहे. ही बाब अधोरेखित करणारी आहे.

• पालघर जिल्ह्याचे लिंग-गुणोत्तर 977 आहे.

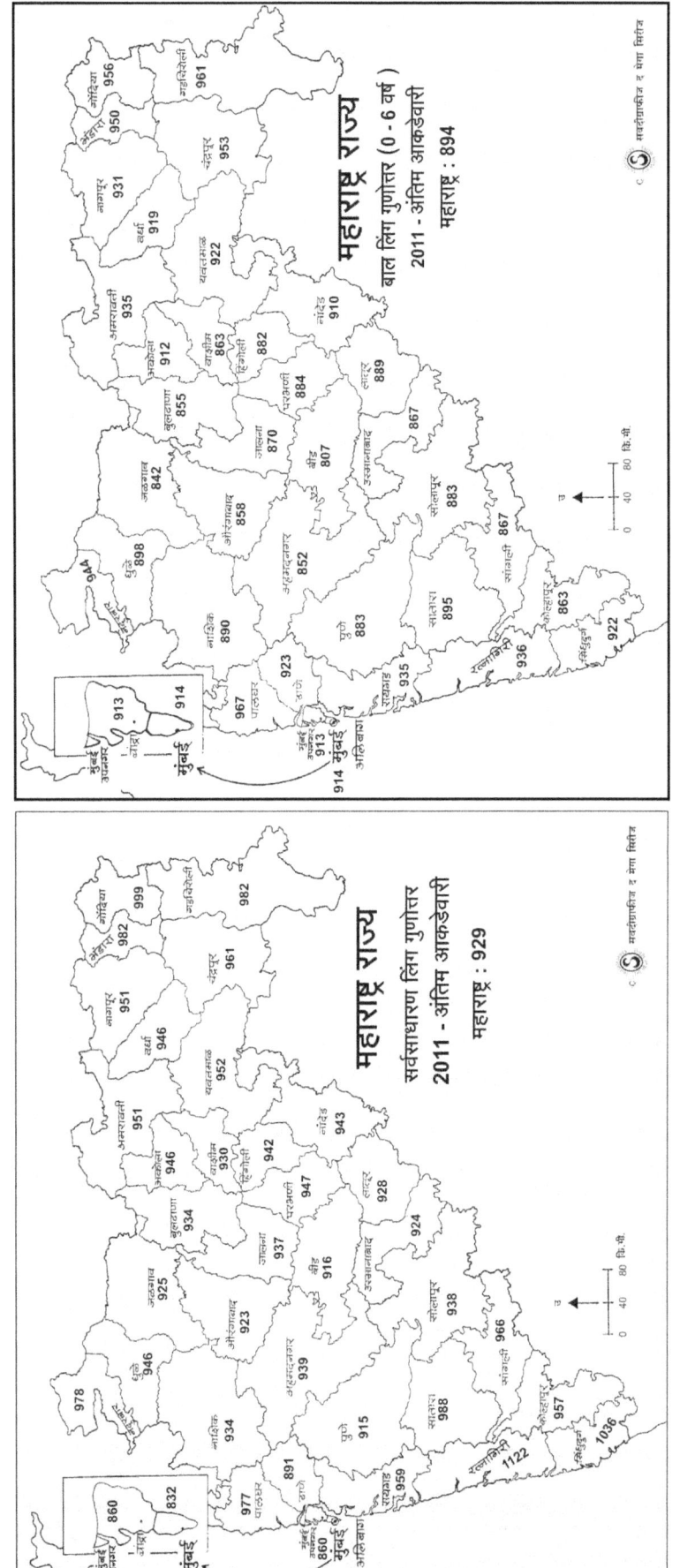

महाराष्ट्र राज्य
महाराष्ट्र : 929

नकाशा क्र. 9.3 : महाराष्ट्र - सर्वसाधारण लिंग-गुणोत्तर - 2011

महाराष्ट्र राज्य
बाल लिंग गुणोत्तर (0 - 6 वर्ष)
महाराष्ट्र : 894

महाराष्ट्र : बाल लिंग-गुणोत्तर - 2011 (अंतिम आकडेवारी) : (ठाणे-पालघर स्वतंत्र)

महाराष्ट्रातील बाल लिंग-गुणोत्तरानुसार पहिले पाच जिल्हे : (1) पालघर (967), *(2) गडचिरोली (961), (3) गोंदिया (956), (4) चंद्रपूर (953), (5) भंडारा (950).*

महाराष्ट्रातील बाल लिंग-गुणोत्तरानुसार शेवटचे पाच जिल्हे : (1) बीड (807), *(2) जळगाव (842), (3) अहमदनगर (852), (4) बुलडाणा (855), (5) औरंगाबाद (858),*

नकाशा क्र. 9.4 : महाराष्ट्र - बाल लिंग-गुणोत्तर - 2011

सन 2011 च्या अंतिम जनगणनेनुसार लिंग-गुणोत्तरामधील शेवटचे पाच जिल्हे :

- **सन 2011 च्या अंतिम जनगणनेनुसार, महाराष्ट्रात लिंग-गुणोत्तरात सर्वांत कमी लिंग-गुणोत्तर मुंबई शहर (832) आहे.** 2001 साली हे प्रमाण 777 होते. याचा अर्थ, सन 2001 ते 2011 या दशकात मुंबई शहराच्या लिंग-गुणोत्तरात + 55 बिंदूंनी वाढ झालेली आहे.
- महाराष्ट्रात लिंग-गुणोत्तरात दुसऱ्या क्रमांकावर सर्वांत कमी लिंग-गुणोत्तर मुंबई उपनगर जिल्हा (860) आहे. 2001 साली हे प्रमाण 822 होते. याचा अर्थ, सन 2001 ते 2011 या दशकात मुंबई उपनगर जिल्ह्याच्या लिंग-गुणोत्तरात + 38 बिंदूंनी वाढ झालेली आहे.
- महाराष्ट्रात लिंग-गुणोत्तरात तिसऱ्या क्रमांकावर सर्वांत कमी लिंग-गुणोत्तर नवीन ठाणे जिल्हा (891) आहे. 2001 साली हे प्रमाण 858 होते. सन 2001 ते 2011 या दशकात नवीन ठाणे जिल्ह्याच्या लिंग-गुणोत्तरात + 33 बिंदूंनी वाढ झालेली आहे.
- मुंबई शहर, मुंबई उपनगर व नवीन ठाणे हे जिल्हे लोकसंख्येत अग्रेसर आहेत. यांच्या लिंग-गुणोत्तरात काही प्रमाणात सुधारणा झालेली आहे, ही एक आशादायक बाब आहे.
- या खालोखाल चौथ्या क्रमांकावर लिंग-गुणोत्तरात पुणे जिल्हा (915) आहे. 2001 साली हे प्रमाण 919 होते. सन 2001 ते 2011 या दशकात पुणे जिल्ह्याच्या लिंग-गुणोत्तरात – 4 बिंदूंनी घट झालेली आहे.
- या खालोखाल पाचव्या क्रमांकावर लिंग-गुणोत्तरात बीड जिल्हा (916) आहे. 2001 साली हे प्रमाण 936 होते. सन 2001 ते 2011 या दशकात पुणे जिल्ह्याच्या लिंग-गुणोत्तरात – 20 बिंदूंनी घट झालेली आहे.

5. बालिका-बालकांची संख्या (सन 2011 : अंतिम आकडेवारी) (ठाणे व पालघर स्वतंत्र)

सन 2011 च्या अंतिम जनगणनेनुसार, बालिका-बालकांची एकूण संख्या 1,33,26,517 (1.33 कोटी) आहे. यांपैकी बालकांची संख्या 70,35,391 (70.35 लाख) आणि बालिकांची संख्या 62,91,126 (62.91 लाख) आहे.

2001 साली महाराष्ट्रात बालिका-बालकांची एकूण संख्या 1.31 कोटी होती. यांपैकी बालकांची संख्या 68.79 लाख तर बालिकांची संख्या 63.09 लाख होती.

सन 2001 व 2011 च्या आकडेवारीशी तुलना करता, बालिका-बालकांची संख्या सुमारे तीन लाखांनी घटलेली आहे. यांपैकी बालकांच्या संख्येमध्ये सुमारे 57,000 ने घट झालेली आहे तर बालिकांच्या संख्येत मात्र 2 लाख 73 हजारांनी घट झालेली आहे. ही मात्र सर्वांत चिंताजनक बाब आहे. स्वतःला तथाकथित प्रगत आणि प्रगतिशील राज्य म्हणवून घेणाऱ्या महाराष्ट्राला बालिकांची संख्या एवढ्या प्रमाणात घटणे हे बिलकूल शोभनीय नाही.

तक्ता क्र. 9.2 : महाराष्ट्र - बालिका-बालकांच्या संख्येनुसार (0 ते 6 वर्षे)
पहिले व शेवटचे पाच जिल्हे (सन 2011 : अंतिम आकडेवारी)

घटक	1	2	3	4	5
पहिले पाच जिल्हे	पुणे	मुंबई उपनगर	नवीन ठाणे	नाशिक	अहमदनगर
बालिका-बालकांची संख्या	11,04,959	9,30,884	9,23,541	8,27,935	5,56,014
शेवटचे पाच जिल्हे	सिंधुदुर्ग	गडचिरोली	भंडारा	वर्धा	गोंदिया
बालिका-बालकांची संख्या	71,193	1,20,272	1,26,025	1,28,901	1,40,365

संदर्भ : भारतीय जनगणना, 2011 (अंतिम आकडेवारी)

6. बालिका-बालकांचे लिंग-गुणोत्तर (सन 2011 : अंतिम आकडेवारी) (ठाणे व पालघर जिल्हा स्वतंत्र)

सन 2011 च्या अंतिम जनगणनेनुसार, राष्ट्रीय स्तरावर बालिका-बालकांचे सरासरी गुणोत्तर 919 आहे.

महाराष्ट्रातील बालिका-बालकांचे सरासरी लिंग-गुणोत्तर फक्त 894 आहे तर 2001 साली हेच प्रमाण 913 होते. याचा अर्थ, दर 1,000 बालकांमध्ये – 19 बालिकांची घट झालेली आहे.

सन 2011 च्या अंतिम जनगणनेनुसार महाराष्ट्रातील बालिका-बालकांच्या लिंग-गुणोत्तराचे वितरण :

(i) **बालिका-बालकांचे अत्यंत वाईट लिंग-गुणोत्तर (850 पेक्षा कमी) : सन 2011 च्या अंतिम जनगणनेनुसार, महाराष्ट्रात बालिका-बालकांचे लिंग-गुणोत्तर सर्वांत कमी बीड जिल्हा (807) आहे.** 2001 साली हेच प्रमाण 894 होते. याचा अर्थ, सन 2001 ते **2011 या दशकात बीड जिल्ह्यात बाल लिंग-गुणोत्तरात 87 बिंदूंनी घट झालेली आहे आणि महाराष्ट्रात सर्वांत जास्त घट आहे,** ही एक शोचनीय बाब आहे. या खालोखाल जळगाव जिल्ह्याचा (842) क्रमांक लागतो. **(नकाशा क्र. 9.4 पाहा.)**

(ii) **बालिका-बालकांचे वाईट लिंग-गुणोत्तर (851 ते 900) :** सन 2011 च्या अंतिम जनगणनेनुसार, महाराष्ट्रात या गटात पंधरा जिल्ह्यांचा समावेश आहे. यामध्ये सर्वांत प्रथम क्रमांक धुळे जिल्हा (898) आहे. यानंतर नाशिक (890), लातूर (889), परभणी (884), पुणे व सोलापूर (883), हिंगोली (882), जालना (870), सांगली व उस्मानाबाद (867), वाशीम (863), कोल्हापूर (863), औरंगाबाद (858), बुलडाणा (855) व अहमदनगर (852) या जिल्ह्यांचा क्रमांक लागतो.

तक्ता क्र. 9.3 : महाराष्ट्र - बाल लिंग-गुणोत्तर : दशवार्षिक वाढ/घट (सन 2001-2011 : अंतिम आकडेवारी)

घटक	1	2	3	4	5
पहिले पाच जिल्हे	कोल्हापूर	सातारा	सांगली	चंद्रपूर	गोंदिया
दशवार्षिक वाढ/घट	+ 24	+ 17	+ 16	+ 14	– 2
शेवटचे पाच जिल्हे	बीड	वाशीम	बुलडाणा	हिंगोली	परभणी
दशवार्षिक वाढ/घट	– 87	– 55	– 53	– 45	– 39

संदर्भ : भारतीय जनगणना, 2011 (अंतिम आकडेवारी)

7. साक्षरता (सन 2011 : अंतिम आकडेवारी) (ठाणे व पालघर जिल्हा स्वतंत्र)

साक्षरतेची स्थिती : सन 2011 च्या अंतिम जनगणनेनुसार, महाराष्ट्रात 8,15,54,200 (सुमारे 8.16 कोटी) लोक साक्षर आहेत. यांपैकी पुरुष : 4,52,57,584 (4.53 कोटी) आणि स्त्रिया : 3,62,96,706 (सुमारे 3.69 कोटी) साक्षर आहेत.

- महाराष्ट्रात सर्वांत जास्त निरक्षर लोक पुणे जिल्ह्यात 10,71,181 (10.71 लाख) आहेत.
- महाराष्ट्रात सर्वांत कमी निरक्षर लोक सिंधुदुर्ग जिल्ह्यात 1,05,013 (सुमारे 1.05 लाख) आहेत.

(1) **सन 2011 च्या अंतिम जनगणनेनुसार एकूण साक्षरतेचे संख्येनुसार पहिले पाच जिल्हे :**
- सन 2011 च्या अंतिम जनगणनेनुसार, महाराष्ट्रात एकूण साक्षरतेत सर्वांत प्रथम क्रमांक मुंबई उपनगर जिल्हा : 78,85,917 (78.86 लाख) आहे.
- या खालोखाल पुणे : 72,88,517 (72.89 लाख); नवीन ठाणे : 62,34,386 (62.34 लाख); नाशिक (42.94 लाख); नागपूर (37.34 लाख) या जिल्ह्यांचा क्रमांक लागतो.

(2) **सन 2011 च्या अंतिम जनगणनेनुसार एकूण साक्षरतेचे संख्येनुसार शेवटचे पाच जिल्हे :**
- सन 2011 च्या अंतिम जनगणनेनुसार, महाराष्ट्रात एकूण साक्षरतेत सर्वांत शेवटचा क्रमांक गडचिरोली जिल्हा असून 6,74,958 लोक साक्षर आहेत.
- यानंतर सिंधुदुर्ग (6,75,218); हिंगोली (7.74 लाख), वाशीम (8.57 लाख), नंदुरबार (8.92 लाख) या जिल्ह्यांचा क्रमांक लागतो.

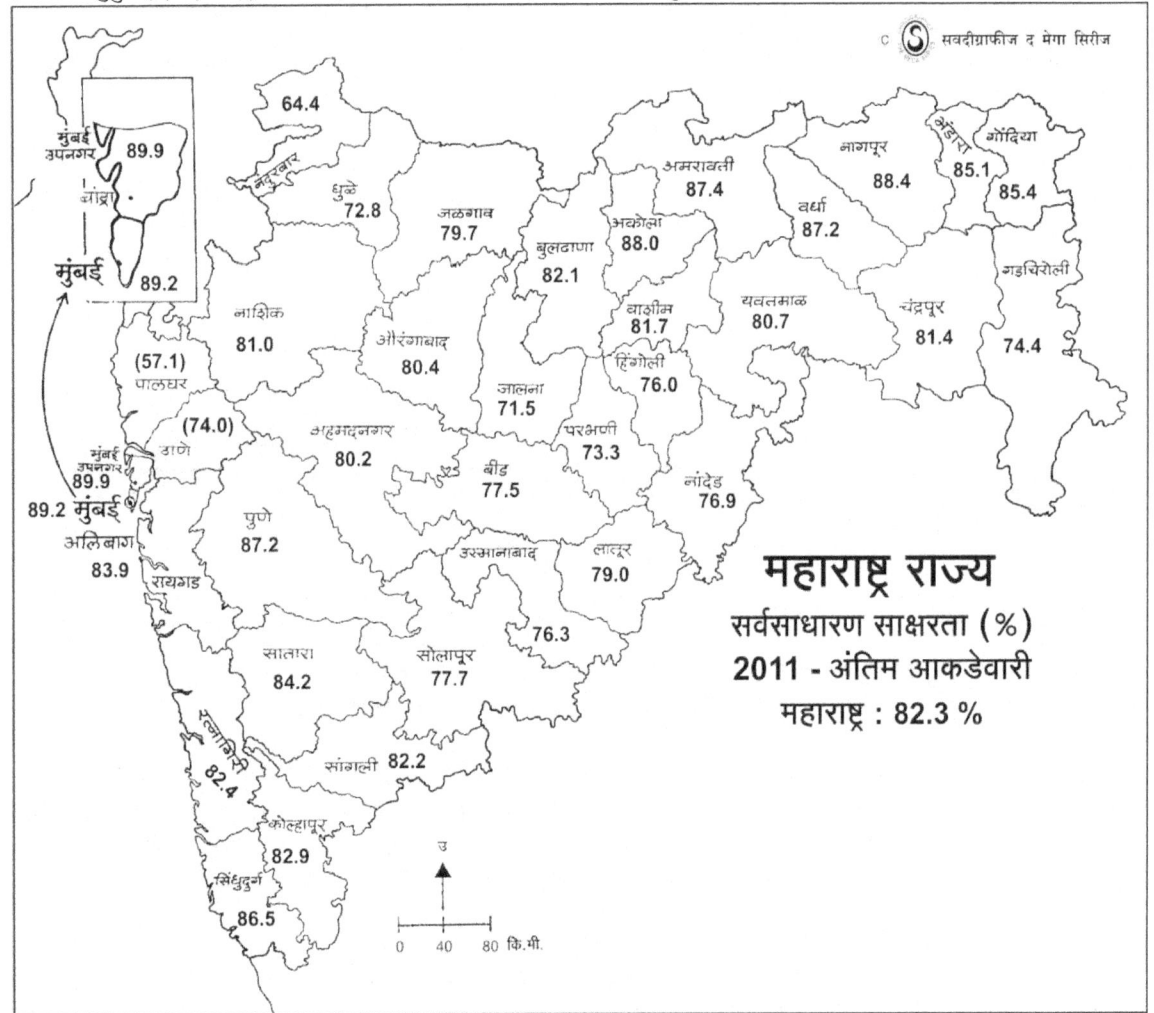

महाराष्ट्र : सर्वसाधारण साक्षरता दर (टक्केवारी) - 2011 (अंतिम आकडेवारी) :
महाराष्ट्रातील सर्वसाधारण (एकूण) साक्षरतेच्या टक्केवारीनुसार पहिले पाच जिल्हे : **(1)** मुंबई उपनगर **(89.9)**, **(2)** मुंबई शहर (89.2), **(3)** नागपूर (88.4), **(4)** अकोला (88.0), **(5)** अमरावती (87.4).
महाराष्ट्रातील सर्वसाधारण (एकूण) साक्षरतेच्या टक्केवारीनुसार शेवटचे पाच जिल्हे : **(1)** पालघर (57.14), **(2)** नंदुरबार (64.4), **(3)** जालना (71.5), **(4)** धुळे (72.8), **(5)** परभणी (73.3).

नकाशा क्र. 9.5 : महाराष्ट्र - सर्वसाधारण साक्षरता दर (टक्केवारी) - 2011

महाराष्ट्रातील साक्षरतेची टक्केवारी (2011)

सन 2011 च्या अंतिम जनगणनेतील टक्केवारीनुसार, महाराष्ट्रात 82.30 टक्के लोक साक्षर आहेत. 1951 साली महाराष्ट्रात फक्त 27.91 टक्के लोक साक्षर होते. यानंतर सातत्याने साक्षरतेची टक्केवारी वाढत गेली आहे.

सन 2011 च्या अंतिम जनगणनेनुसार महाराष्ट्रातील एकूण साक्षरतेच्या टक्केवारीनुसार पहिले पाच जिल्हे : सन 2011 च्या अंतिम जनगणनेनुसार, महाराष्ट्रात एकूण साक्षरतेची सर्वांत जास्त टक्केवारी मुंबई उपनगर जिल्हा (89.9%) आहे. या खालोखाल मुंबई शहर (89.2%), नागपूर (88.4%), अकोला (88.0%), अमरावती (87.4%) असे जिल्ह्यांचे क्रमांक आहेत. **(नकाशा क्र. 9.5 पाहा.)**

सन 2011 च्या अंतिम जनगणनेनुसार महाराष्ट्रातील एकूण साक्षरतेच्या टक्केवारीनुसार शेवटचे पाच जिल्हे : सन 2011 च्या अंतिम जनगणनेनुसार, महाराष्ट्रात एकूण साक्षरतेची सर्वांत कमी टक्केवारी पालघर जिल्हा (57.14%) आहे. या खालोखाल नंदुरबार जिल्हा (64.4%), जालना (71.5%), धुळे (72.8%), परभणी (73.3%) असे जिल्ह्यांचे क्रमांक आहेत.

8. अनुसूचित जाती व अनुसूचित जमातीच्या लोकसंख्येचे स्वरूप (सन 2011 : अंतिम आकडेवारी)

(नवीन ठाणे व पालघर जिल्हा स्वतंत्र)

I. महाराष्ट्रातील अनुसूचित जाती व जमातीचे लोकसंख्या वितरण (सन 2011 : अंतिम आकडेवारी)

✤ अनुसूचित जातींच्या लोकसंख्येचे वितरण - 2011 (नवीन ठाणे व पालघर जिल्हा स्वतंत्र)

महाराष्ट्रात 2011 सालच्या अंतिम जनगणनेनुसार, अनुसूचित जातींची लोकसंख्या 1,32,75,898 (सुमारे 1.33 कोटी) असून तिची एकूण लोकसंख्येशी टक्केवारी 11.8 आहे.

■ **वैशिष्ट्ये :**

(1) **अनुसूचित जातींच्या लोकसंख्येनुसार पहिले पाच जिल्हे : 2011 सालच्या अंतिम जनगणनेनुसार, महाराष्ट्रात अनुसूचित जातींच्या लोकसंख्येमध्ये सर्वांत प्रथम क्रमांक पुणे जिल्हा : 11.81 लाख (8.89%) आहे.** या खालोखाल (2) नागपूर : 8.68 लाख (6.34%); (3) सोलापूर : 6.5 लाख (4.89%); (4) नवीन ठाणे : 6.43 लाख (4.84%); (5) नांदेड : 6.4 लाख (4.82%) असे जिल्ह्यांचे क्रमांक येतात. **महाराष्ट्राच्या एकूण आदिवासी जातीचे वरील पाच जिल्हे मिळून 40.69 लाख (30.44%) लोक राहतात, हे एक वैशिष्ट्य नोंद करता येईल. (नकाशा क्र. 9.6 पाहा.)**

(2) **अनुसूचित जातींच्या लोकसंख्येनुसार शेवटचे पाच जिल्हे : 2011 सालच्या अंतिम जनगणनेनुसार, महाराष्ट्रात अनुसूचित जातींच्या लोकसंख्येमध्ये सर्वांत शेवटचा जिल्हा नंदुरबार (47,985) आहे.** यानंतर (2) सिंधुदुर्ग (55,586); (3) रत्नागिरी (66,948); (4) पालघर (86,978); (5) गडचिरोली (1,20,745) असे जिल्ह्यांचे क्रमांक येतात.

(3) **प्रशासकीय विभागानुसार अनुसूचित जातींच्या लोकसंख्येचे स्वरूप** : महाराष्ट्रात प्रशासकीय विभागानुसार अनुसूचित जातींची सर्वांत जास्त लोकसंख्या पुणे विभागात (11.80 लाख) तर सर्वांत कमी लोकसंख्या नाशिक विभागातील नंदुरबार जिल्ह्यात (47,985) आहे.

(4) **अनुसूचित जातींच्या लोकसंख्येनुसार पहिले पाच तालुके : 2011 सालच्या अंतिम जनगणनेनुसार, अनुसूचित जातीमध्ये सर्वांत जास्त लोकसंख्येचा तालुका नागपूर शहर (नागपूर) (4,75,425)** असून त्याची तालुकावार टक्केवारी (19.8) आहे. या खालोखाल (2) पुणे शहर (पुणे) : 4,46,602 (13.51%); (3) हवेली पुणे : 3,75,246 (15.41%); (4) औरंगाबाद (औरंगाबाद) : 2,89,811 (18.22%); (5) ठाणे (ठाणे) : 2,57,085 (6.79%) या तालुक्यांचा समावेश होतो.

■ **वैशिष्ट्ये :**

- अनुसूचित जातींच्या पहिल्या पाच तालुक्यांमध्ये पुणे जिल्ह्यामधील दोन तालुक्यांचा समावेश होतो.
- अनुसूचित जातींच्या लोकसंख्येची पहिल्या चार तालुक्यांची टक्केवारी 13 ते 20 टक्के दरम्यान आहे.

✤ अनुसूचित जमातींच्या लोकसंख्येचे वितरण - 2011 (नवीन ठाणे व पालघर जिल्हा स्वतंत्र)

महाराष्ट्रात 2011 सालच्या अंतिम जनगणनेनुसार, अनुसूचित जमातींची लोकसंख्या 1,05,10,213 (सुमारे 1.05 कोटी) असून तिची एकूण लोकसंख्येशी टक्केवारी 9.3 आहे.

■ **वैशिष्ट्ये :**

(1) **अनुसूचित जमातींच्या लोकसंख्येनुसार पहिले पाच जिल्हे : 2011 सालच्या अंतिम जनगणनेनुसार, महाराष्ट्रात अनुसूचित जमातींच्या लोकसंख्येमध्ये सर्वांत प्रथम क्रमांक नाशिक जिल्हा : 15.64 लाख (14.88%) आहे.** या खालोखाल (2) नंदुरबार : 11.42 लाख (10.86%); (3) पालघर : 11.18 लाख (10.64%); (4) धुळे : 6.47 लाख (6.16%); (5) जळगाव : 6.04 लाख (5.75%) असे जिल्ह्यांचे क्रमांक येतात. **महाराष्ट्राच्या एकूण आदिवासी जमातीचे वरील पाच जिल्ह्यांमध्ये 54.99 लाख (52.33%) लोक वास्तव्य करतात हे एक वैशिष्ट्य आहे. (नकाशा क्र. 9.7 पाहा.)**

(2) **अनुसूचित जमातींच्या लोकसंख्येनुसार शेवटचे पाच जिल्हे : 2011 सालच्या अंतिम जनगणनेनुसार, महाराष्ट्रात अनुसूचित जमातींच्या लोकसंख्येमध्ये सर्वांत शेवटचा जिल्हा सिंधुदुर्ग (6,976) आहे.** यानंतर (2) सांगली (18,333); (3) रत्नागिरी (20,374); (4) मुंबई शहर (25,093); (5) सातारा (29,635) असे जिल्ह्यांचे क्रमांक येतात. या सर्व जिल्ह्यांची जिल्हावार टक्केवारी एक टक्क्यापेक्षाही कमी आहे. **महाराष्ट्राच्या एकूण आदिवासी जमातीचे वरील पाच जिल्हे मिळून एकूण लोकसंख्या 1,00,411 आहे.**

अनुसूचित जमातींच्या लोकसंख्येनुसार पहिले पाच तालुके : 2011 सालच्या अंतिम जनगणनेनुसार, अनुसूचित जमातीमध्ये सर्वांत जास्त लोकसंख्येचा डहाणू तालुका (ठाणे) (2,77,514) असून त्याची तालुकावार टक्केवारी (69.02) आहे. या खालोखाल (2) साक्री (धुळे) : 2,47,970 (53.34%); (3) नवापूर (नंदुरबार) : 2,32,501 (85.52%); (4) शहादा (नंदुरबार) : 2,20,975 (54.20%); (5) अक्कलकुवा (नंदुरबार) : 2,09,586 (85.25%) या तालुक्यांचा समावेश होतो.

■ **वैशिष्ट्ये :**

- अनुसूचित जमातींच्या पहिल्या पाच तालुक्यांमध्ये नंदुरबार जिल्ह्यामधील तीन तालुक्यांचा समावेश होतो.
- अनुसूचित जमातीची तालुकावार टक्केवारी पाहाता, महाराष्ट्रात नवापूर तालुका (नंदुरबार) (85.52%) सर्वांत प्रथम असून यानंतर अक्कलकुवा तालुका (नंदुरबार) (85.25%) यांचा क्रमांक लागतो.

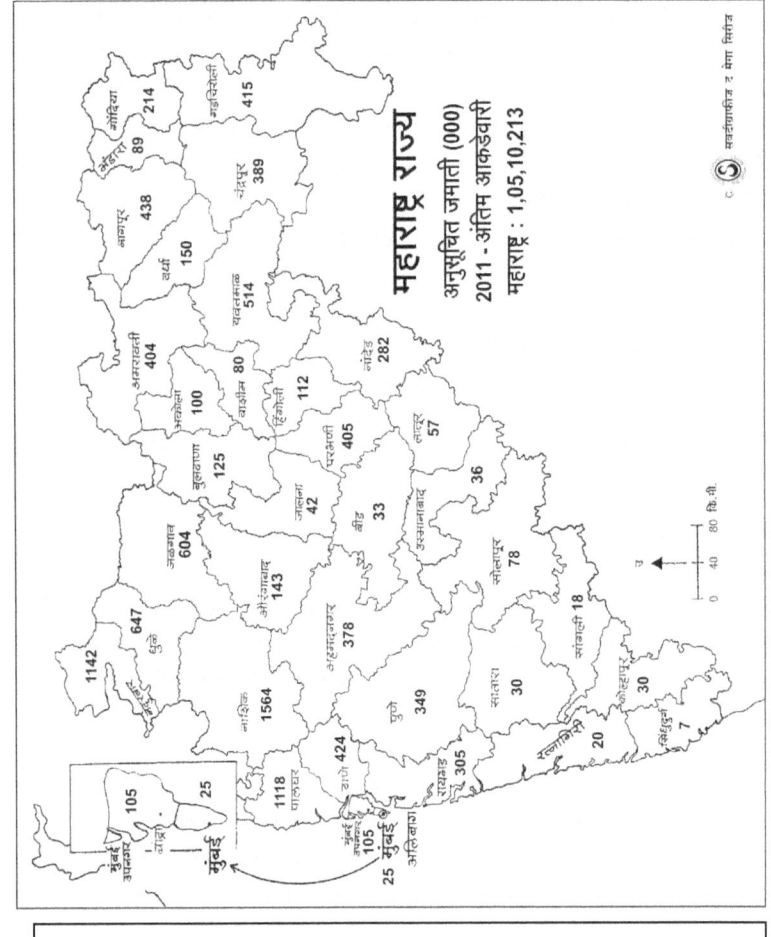

महाराष्ट्र - अनुसूचित जाती - 2011 (अंतिम आकडेवारी) :

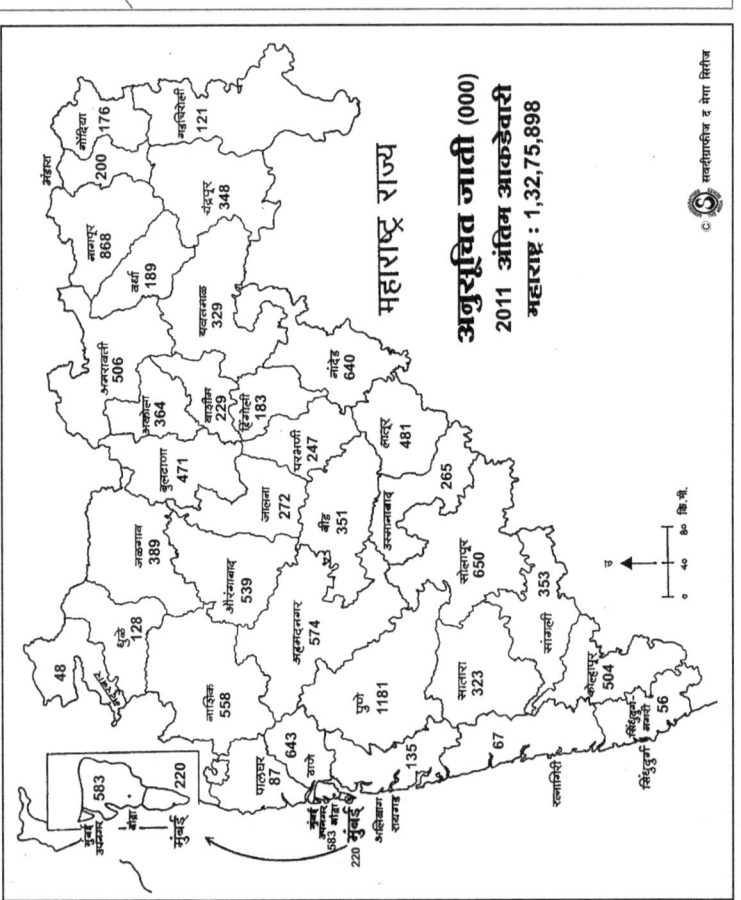

महाराष्ट्रातील अनुसूचित जातींचे लोकसंख्येनुसार पहिले दहा जिल्हे : *(1)* ***पुणे (11,80,703)*** *(2) नागपूर (8,67,713) (3) ठाणे (7,30,089) (4) सोलापूर (6,49,745) (5) नांदेड (6,40,783) (6) मुंबई उपनगर (5,83,302) (7) अहमदनगर (5,73,693) (8) नाशिक (5,54,687) (9) औरंगाबाद (5,39,368) (10) अमरावती (5,06,374).*

नकाशा क्र. 9.6 : महाराष्ट्र - अनुसूचित जाती - 2011

महाराष्ट्र - अनुसूचित जमाती - 2011 (अंतिम आकडेवारी) :

महाराष्ट्रातील अनुसूचित जमातींचे लोकसंख्येनुसार पहिले दहा जिल्हे : *(1) नाशिक (15,64,369) (2) ठाणे (15,42,451) (3) नंदुरबार (11,41,933) (4) धुळे (6,47,315) (5) जळगाव (6,04,367) (6) यवतमाळ (5,14,057) (7) नागपूर (4,37,571) (8) गडचिरोली (4,15,306) (9) अमरावती (4,04,128) (10) चंद्रपूर (3,89,441)*

नकाशा क्र. 9.7 : महाराष्ट्र - अनुसूचित जमाती - 2011

9.2 महाराष्ट्र : अन्य लोकसंख्याशास्त्रीय घटक (2011)

9. ग्रामीण-नागरी लोकसंख्या (सन 2011 : अंतिम आकडेवारी) (नवीन ठाणे व पालघर जिल्हा एकत्रित)

■ ग्रामीण लोकसंख्येची वैशिष्ट्ये - 2011

• सन 2011 च्या अंतिम जनगणनेनुसार, महाराष्ट्रात ग्रामीण लोकसंख्या 6,15,56,074 (सुमारे 6.16 कोटी) आहे. एकूण लोकसंख्येशी ग्रामीण लोकसंख्येची टक्केवारी (54.77) आहे. राष्ट्रीय स्तरावर हेच प्रमाण (68.54) आहे.

• राष्ट्रीय स्तराच्या मानाने महाराष्ट्रात ग्रामीण लोकसंख्या 13.77 टक्क्यांनी कमी आहे.

• 2001 सालच्या जनगणनेनुसार, महाराष्ट्रात ग्रामीण लोकसंख्या 5,57,78,000 (सुमारे 5.78 कोटी) होती; एकूण लोकसंख्येशी ग्रामीण लोकसंख्येची टक्केवारी (57.60) होती.

• याचा अर्थ, महाराष्ट्रात या दशकात ग्रामीण लोकसंख्या सुमारे तीन टक्क्यांनी कमी झाली; म्हणजेच तीन टक्के लोकसंख्येने नागरी प्रदेशाकडे स्थलांतर केले.

• सन 2001 ते 2011 या दशकात ग्रामीण लोकसंख्येच्या वाढीचा दर सर्वांत जास्त नंदुरबार जिल्ह्यात (23.62%) आहे.

• सन 2001 ते 2011 या दशकात ग्रामीण लोकसंख्येच्या सर्वांत जास्त ऋणात्मक वाढीचा दर रत्नागिरी (– 10.34%), रायगड (– 0.63%), वर्धा (– 3.99%) या जिल्ह्यांचा लागतो.

महाराष्ट्र : ग्रामीण लोकसंख्येचे टक्केवारीनुसार जिल्हावार वितरण (सन 2011 : अंतिम आकडेवारी) : महाराष्ट्रात सन 2011 च्या जनगणनेनुसार, अंतिम आकडेवारीच्या आधारे ग्रामीण लोकसंख्या 6,15,56,074 (सुमारे 6.16 कोटी) असून एकूण लोकसंख्येशी ग्रामीण लोकसंख्येची टक्केवारी 54.77 टक्के आहे. या काळात ग्रामीण लोकसंख्येत प्रत्यक्ष वाढ 57,79,074 झालेली आहे.

(1) **महाराष्ट्रात सन 2011 नुसार, ग्रामीण लोकसंख्येच्या टक्केवारीनुसार पहिले पाच जिल्हे :** महाराष्ट्रात ग्रामीण लोकसंख्येमध्ये सन 2011 च्या जनगणनेनुसार सर्वांत जास्त ग्रामीण लोकसंख्येची टक्केवारी गडचिरोली जिल्हा (89.0%) आहे. या खालोखाल सिंधुदुर्ग (87.4%), हिंगोली (84.8%), रत्नागिरी (84.7%), नंदुरबार (83.3%) या जिल्ह्यांचा क्रमांक लागतो.

(2) **महाराष्ट्रात सन 2011 नुसार, ग्रामीण लोकसंख्येच्या टक्केवारीनुसार शेवटचे पाच जिल्हे :** महाराष्ट्रात ग्रामीण लोकसंख्येमध्ये सर्वांत शेवटचा जिल्हा ठाणे-पालघर (23.0%) आहे. यानंतर नागपूर (31.7%), पुणे (39.0%), औरंगाबाद (56.0%), नाशिक (57.5%) या जिल्ह्यांचा क्रमांक लागतो. **(नकाशा क्र. 9.8 पाहा.)**

तक्ता क्र. 9.4 : महाराष्ट्र - लोकसंख्याशास्त्रीय घटक : ग्रामीण व नागरी क्षेत्र (सन 2011 : अंतिम आकडेवारी)

लोकसंख्याशास्त्रीय घटक	ग्रामीण क्षेत्र	नागरी क्षेत्र	ग्रामीण क्षेत्र (%)	नागरी क्षेत्र (%)
एकूण लोकसंख्या	6,15,56,074	5,08,18,259	100%	100%
• पुरुष लोकसंख्या	3,15,39,034	2,67,04,022	51.24%	52.54%
• स्त्री लोकसंख्या	3,00,17,040	2,41,14,237	48.76%	43.56%
लोकसंख्या लिंग-गुणोत्तर	952	903	–	–
एकूण बाल लोकसंख्या	76,88,954	56,37,563	100%	100%
• बालक लोकसंख्या	40,67,399	29,67,992	52.9%	52.65%
• बालिका लोकसंख्या	36,21,555	26,69,571	47.1%	47.35%
बाल लिंग-गुणोत्तर	890	899	–	–
साक्षरता	4,14,82,761	4,00,71,529	100%	100%
• पुरुष साक्षर	2,33,91,475	2,18,66,109	56.39%	54.57%
• स्त्री साक्षर	1,80,91,286	1,82,05,420	43.61%	45.43%
साक्षरतेची टक्केवारी	77.01	88.69	–	–
• पुरुष साक्षर	85.15	92.12	–	–
• स्त्री साक्षर	68.54	84.89	–	–

संदर्भ : Census of India, 2011; Final Population Today

महाराष्ट्र : नागरी लोकसंख्येचे टक्केवारीनुसार जिल्हावार वितरण (सन 2011 : अंतिम आकडेवारी) : (ठाणे व पालघर जिल्हा एकत्रित)

महाराष्ट्रात सन 2011 च्या जनगणनेनुसार, अंतिम आकडेवारीच्या आधारे नागरी लोकसंख्येची टक्केवारी 45.23 टक्के आहे. प्रत्यक्ष नागरी लोकसंख्या 5,08,18,259 आहे. 2001 साली महाराष्ट्राची लोकसंख्या 4,19,01,000 (सुमारे 4.19 कोटी) होती. या काळात नागरी लोकसंख्येत 81,17,259 ने वाढ झाली.

(1) **महाराष्ट्रात सन 2011 नुसार, शंभर टक्के नागरी लोकवस्ती असणारे जिल्हे :** महाराष्ट्रात मुंबई शहर आणि मुंबई उपनगर हे दोन जिल्हे संपूर्णतः नागरी लोकवस्तीचे जिल्हे आहेत.

(2) **नागरी लोकसंख्येचे 50.1 ते 75 टक्के दरम्यान असणारे जिल्हे :** महाराष्ट्रात ठाणे-पालघर जिल्ह्यात नागरी लोकसंख्या 77.0 टक्के आहे. या खालोखाल नागपूर जिल्ह्यात नागरी लोकसंख्येची टक्केवारी 68.3 असून पुणे जिल्ह्यात 61.0 टक्के नागरी लोक वास्तव्य करतात. **(नकाशा क्र. 9.9 पाहा.)**

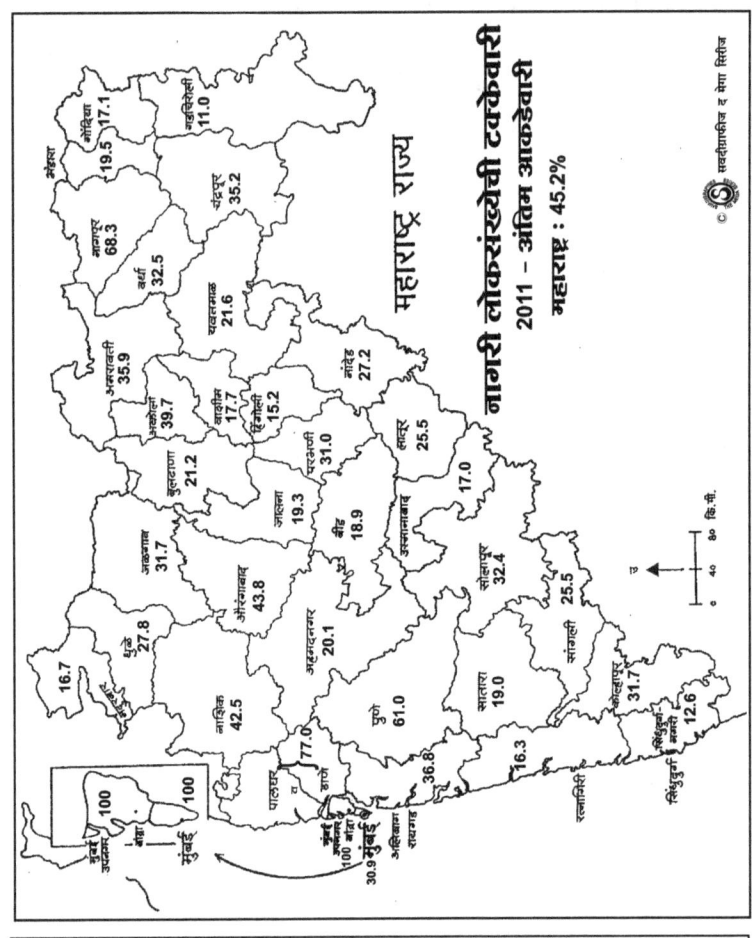

नकाशा क्र. 9.9 : महाराष्ट्र – नागरी लोकसंख्येची टक्केवारी – 2011

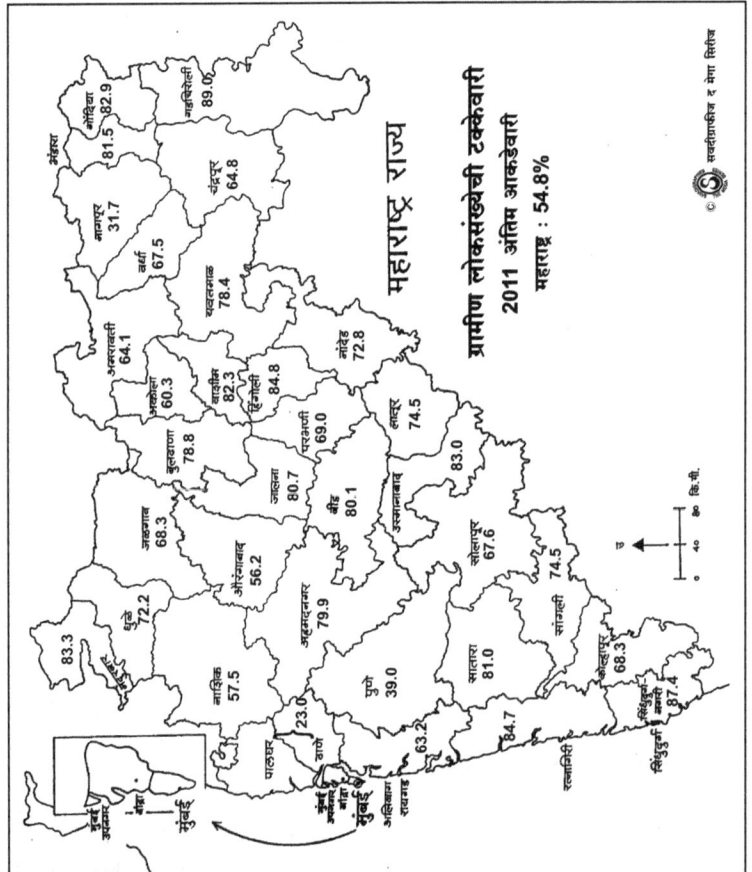

नकाशा क्र. 9.8 : महाराष्ट्र – ग्रामीण लोकसंख्येची टक्केवारी – 2011

(3) **महाराष्ट्रात सन 2011 नुसार, नागरी लोकसंख्येच्या टक्केवारीनुसार पहिले पाच जिल्हे :** वर उल्लेख केलेले पाचही जिल्हे - मुंबई शहर, मुंबई उपनगर, ठाणे-पालघर, नागपूर, पुणे हे महाराष्ट्रात नागरी लोकसंख्येच्या टक्केवारीत पहिले पाच जिल्हे आहेत.

(4) **महाराष्ट्रात सन 2011 नुसार, नागरी लोकसंख्येच्या टक्केवारीनुसार शेवटचे पाच जिल्हे : महाराष्ट्रात सन 2011 च्या जनगणनेनुसार, नागरी लोकसंख्येच्या टक्केवारीत सर्वांत शेवटचा जिल्हा गडचिरोली (11.0%) आहे.** यानंतर सिंधुदुर्ग (12.6%), हिंगोली (15.2%), रत्नागिरी (16.3%), नंदुरबार (16.7%) या जिल्ह्यांचा क्रमांक लागतो.

महाराष्ट्र : सन 2001 ते 2011 आणि सन 1991 ते 2001 या जनगणनेनुसार जिल्हावार नागरी लोकसंख्येच्या दशवार्षिक वाढीच्या टक्केवारीमधील बदलाची वैशिष्ट्ये (ठाणे व पालघर जिल्हा एकत्रित)

(1) **मुंबई शहर व मुंबई उपनगर जिल्हे :** हे दोन्हीही जिल्हे पूर्णतया नागरी असल्याने नागरी टक्केवारीमधील बदलाचा फरक असण्याचा प्रश्न नाही.

(2) **महाराष्ट्रात नागरी लोकसंख्येच्या दोन दशवार्षिक वाढीमधील सर्वांत जास्त फरकाचा रायगड जिल्हा :** रायगड जिल्ह्यामधील नागरी लोकसंख्येच्या दशवार्षिक वाढीचा फरक + 12.6 टक्के आहे.

(3) **रायगड जिल्ह्याव्यतिरिक्त नागरी लोकसंख्येच्या दोन दशवार्षिक वाढीमधील पहिले चार जिल्हे :** यामध्ये औरंगाबाद (+ 6.3%), वर्धा (6.2%), गोंदिया (+ 5.1%) आणि रत्नागिरी (+ 5.0%) या जिल्ह्यांचा क्रमांक लागतो.

(4) **नागरी लोकसंख्येच्या दोन दशवार्षिक वाढ (+ 4%) जास्त असणारे जिल्हे :** ठाणे-पालघर जिल्ह्याची + 4.4 टक्के वाढ झालेली आहे. जेव्हा यांची स्वतंत्र आकडेवारी उपलब्ध होईल तेव्हा जुना ठाणे जिल्ह्याच्या दोन दशवार्षिक वाढीमध्ये निश्चित वाढ झाल्याचे निदर्शनास येईल. या खालोखाल नागपूर (+ 4%), गडचिरोली (4.1%), भंडारा (+ 4.0) या जिल्ह्यांचा क्रमांक लागतो.

- **नागरी लोकसंख्येची वैशिष्ट्ये - 2011**
  - सन 2011 च्या अंतिम जनगणनेनुसार, महाराष्ट्रात नागरी लोकसंख्या 50,818,259 (सुमारे 5.08 कोटी) आहे. एकूण लोकसंख्येशी नागरी लोकसंख्येची टक्केवारी (45.23) आहे. राष्ट्रीय स्तरावर हेच प्रमाण (31.16) आहे.
  - राष्ट्रीय स्तराच्या मानाने महाराष्ट्रात नागरी लोकसंख्या 14.07 टक्क्याने जास्त आहे.
  - 2001 सालच्या जनगणनेनुसार, महाराष्ट्रात नागरी लोकसंख्या 4,19,01,000 (सुमारे 4.19 कोटी) होती; एकूण लोकसंख्येशी नागरी लोकसंख्येची टक्केवारी (42.40) होती.
  - सन 2011 च्या अंतिम जनगणनेनुसार, भारतात नागरी लोकसंख्येच्या प्रमाणात प्रथम क्रमांक तमिळनाडू (48.45%), दुसरा क्रमांक केरळ (47.72%) तर तिसरा क्रमांक महाराष्ट्र (45.23%) राज्याचे आहे.
  - 2001 सालच्या जनगणनेनुसार, नागरी लोकसंख्येच्या प्रमाणात प्रथम क्रमांक तमिळनाडू (43.9%) तर दुसरा क्रमांक महाराष्ट्र (42.4%) राज्याचा होता.
  - भारतातील नागरी लोकसंख्यादृष्ट्या विचार करता, महाराष्ट्राचा (5.08 कोटी) प्रथम क्रमांक असून 2001 सालीसुद्धा महाराष्ट्र प्रथम क्रमांकावर होते.
  - भारतामधील एकूण नागरी लोकसंख्येपैकी 13.48 टक्के नागरी लोकसंख्या महाराष्ट्रात आहे.

10. शहर संकुले / नागरी समूह (सन 2011 : अंतिम आकडेवारी)

शहर संकुलाची व्याख्या : शहर संकुले/नागरी समूह म्हणजे एखादे शहर व त्यालगतची वाढ किंवा दोन अथवा जास्त भौगोलिकदृष्ट्या संलग्न शहरे त्यांच्या लगतच्या वाढीसह वा वाढीशिवाय मिळून तयार झालेला समूह होय.

सन 2001 च्या जनगणनेनुसार, नागरी समूहात एकूण 20,000 किंवा त्याहून जास्त लोकसंख्या असलेले किमान एक शहर असते.राज्यात दहा लाख व त्याहून जास्त लोकसंख्या असलेले पाच नागरी समूह व एक शहर आहे. सन 2011 च्या जनगणनेनुसार, बृहन्मुंबई, पुणे, नागपूर, नाशिक, औरंगाबाद हे नागरी समूह असून वसई-विरार (महानगरपालिका) हे शहर आहे. **(तक्ता क्र. 9.5 पाहा.)**

राज्याच्या एकूण लोकसंख्येत या सहा नागरी समूह/शहरांचा हिस्सा 26.6 टक्के असून राज्यातील नागरी लोकसंख्येतील त्यांचा हिस्सा 58.9 टक्के आहे. **(नकाशा क्र. 9.10 पाहा.)**

शहर संकुले/नागरी समूहाची लोकसंख्येनुसार वैशिष्ट्ये (सन 2011) : साक्षरतेची सर्वांत जास्त टक्केवारी नागपूर शहर संकुल (93.2) असून साक्षरतेची सर्वांत कमी टक्केवारी औरंगाबाद शहर संकुल (89.2) आहे.

तक्ता क्र. 9.5 : महाराष्ट्र - दहा लाख व त्यापेक्षा जास्त लोकसंख्या असलेले नागरी समूह/शहर (2011)

नागरी समूह/शहर	लोकसंख्या (लाख)	लोकसंख्या (0-6 वर्षे) (लाख)	साक्षर (लाख)	लिंग-गुणोत्तर (स्त्री-पुरुष प्रमाण)	बाल प्रमाण लिंग-गुणोत्तर (0-6 वर्षे)	साक्षरता दर (7 वर्षे व त्यावरील) (टक्केवारी)
बृहन्मुंबई	184	17	151	861	900	90.8
पुणे	51	6	41	899	883	91.4
नागपूर	25	3	21	958	920	93.2
नाशिक	16	2	13	895	855	91.0
औरंगाबाद	12	2	9	918	859	89.2
वसई-विरार (महानगरपालिका)	12	1	10	880	915	91.1

संदर्भ : भारताचे महानिबंधक; महाराष्ट्राची आर्थिक पाहणी, 2011-12; पान क्र. 14

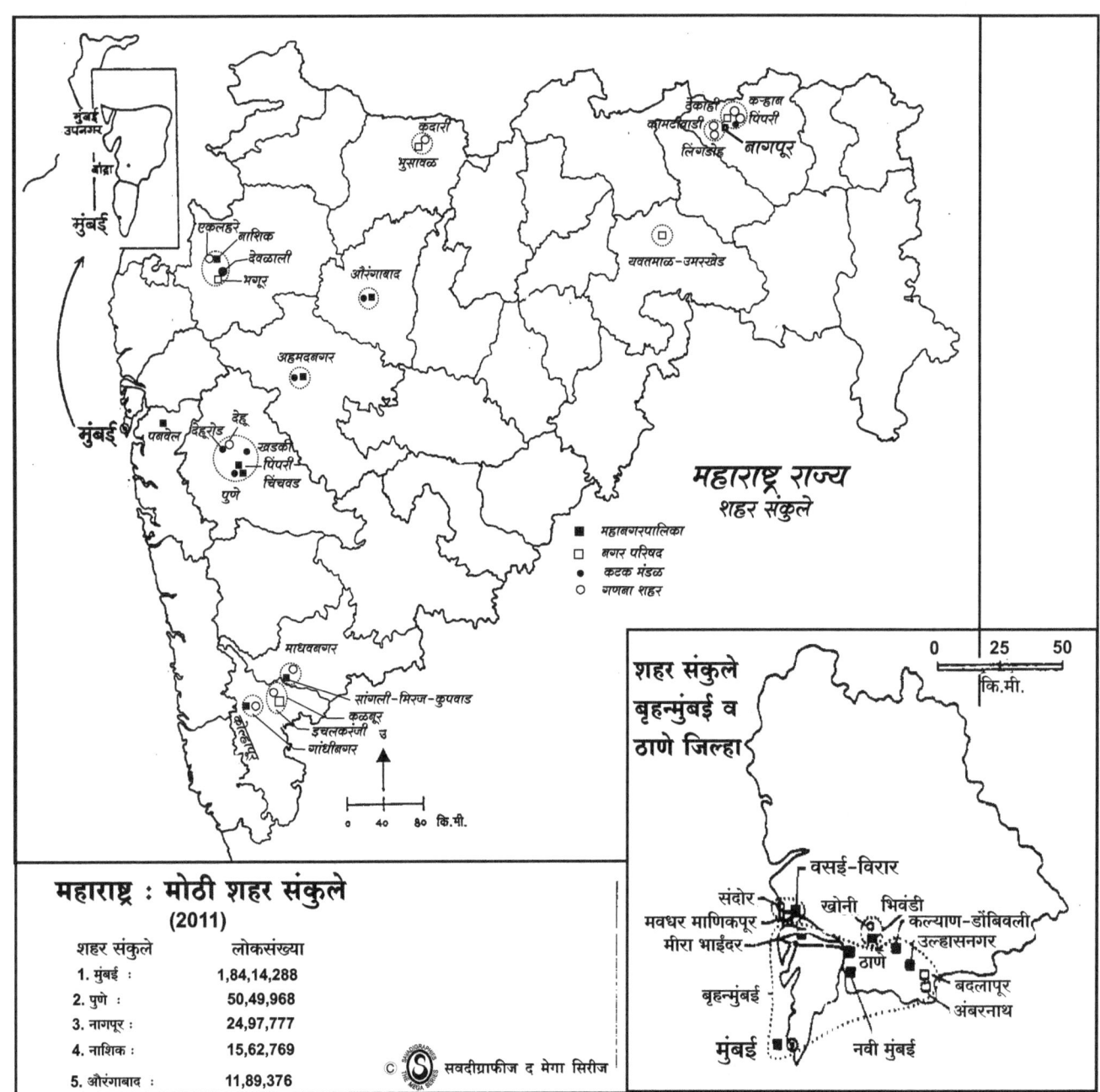

नकाशा क्र. 9.10 : महाराष्ट्रामधील शहर संकुले – 2011

तक्ता क्र. 9.6 : महाराष्ट्रातील महानगरपालिका
(सन 2011) (नकाशा क्र. 9.11 पाहा.)

महाराष्ट्रात सत्तावीस महानगरपालिका असून त्या पुढीलप्रमाणे :

1.	मुंबई	8.	सोलापूर	15.	नांदेड-वाघाळा	22.	अहमदनगर
2.	नवी मुंबई	9.	अमरावती	16.	अकोला	23.	वसई-विरार शहर
3.	पुणे	10.	ठाणे	17.	मालेगाव (नाशिक)	24.	लातूर
4.	औरंगाबाद	11.	कल्याण-डोंबिवली	18.	भिवंडी-निजामपूर	25.	चंद्रपूर
5.	नाशिक	12.	पिंपरी-चिंचवड	19.	मीरा-भाईंदर	26.	परभणी
6.	नागपूर	13.	उल्हासनगर	20.	जळगाव	27.	पनवेल
7.	कोल्हापूर	14.	सांगली-मिरज-कूपवाड	21.	धुळे		

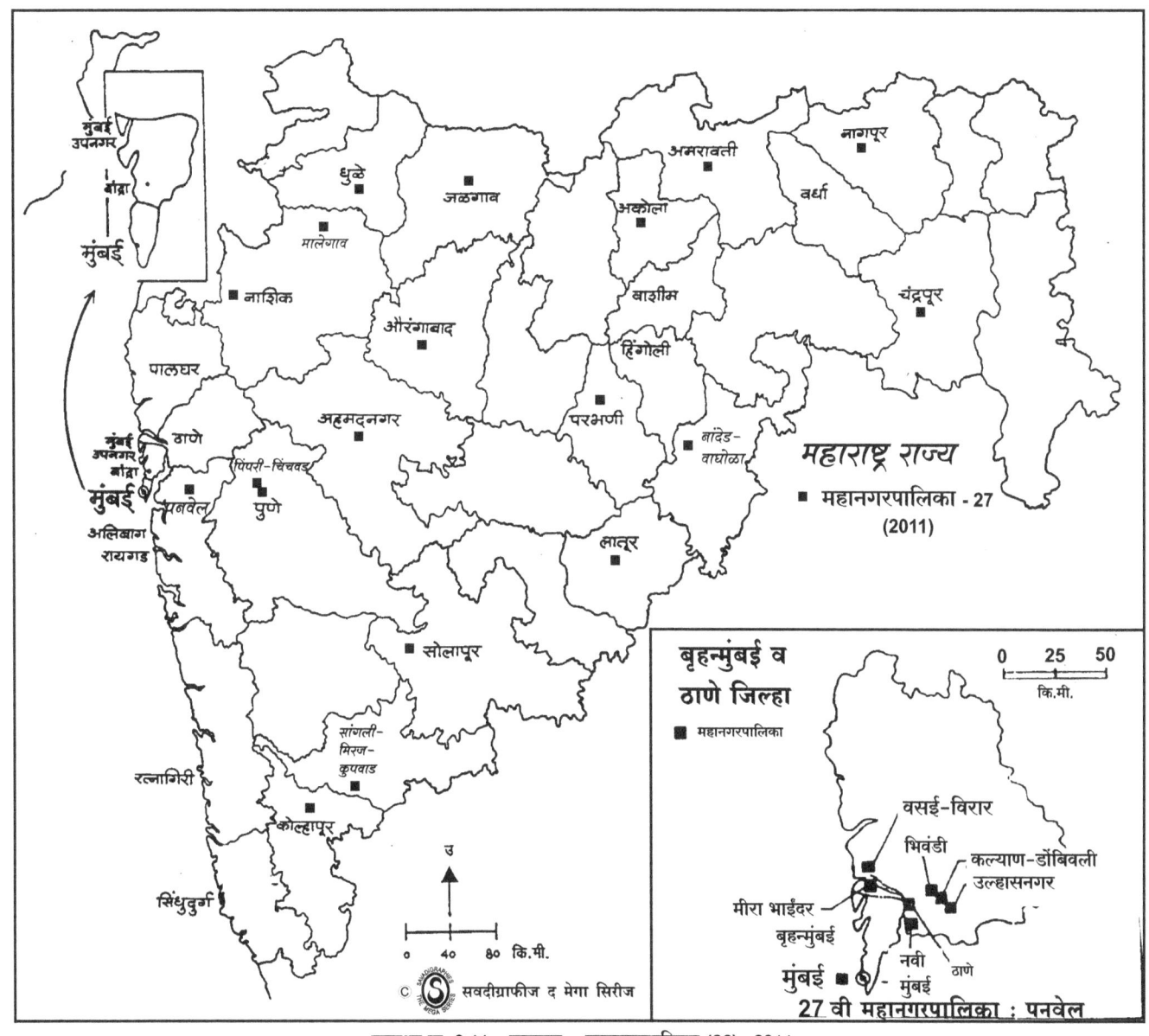

नकाशा क्र. 9.11 : महाराष्ट्र - महानगरपालिका (26) - 2011

11. वयोगटानुसार लोकसंख्या (सन 2011 : अंतिम आकडेवारी)

आर्थिकदृष्ट्या सक्रिय लोकसंख्येवर (15 ते 59 वर्षे) अवलंबून असलेले लोकसंख्येचे प्रमाण अवलंबन गुणोत्तर दर्शविते. राज्याच्या अवलंबन गुणोत्तरात सन 2001 मध्ये 691 च्या तुलनेत लक्षणीय घट होऊन ते सन 2011 मध्ये 578 झाले. राष्ट्रीय पातळीवर याच कालावधीत हे प्रमाण 752 वरून 652 पर्यंत कमी झाले आहे.

राज्यातील लोकसंख्येच्या वयाची मध्यम 27.1 वर्षे (म्हणजे 50 टक्के लोकसंख्या 27 वर्षे व त्यापेक्षा कमी वयोगटातील आहे.) असून भारतासाठी 24.9 वर्षे आहे. सन 2001 मध्ये राज्य व राष्ट्रीय पातळीवर तत्सम आकडेवारी अनुक्रमे 24.4 वर्षे व 22.7 वर्षे इतकी होती. वयोगटानुसार लोकसंख्येचे प्रमाण व स्त्री-पुरुष प्रमाण तक्ता क्र. 9.7 मध्ये दर्शविलेले आहेत.

तक्ता क्र. 9.7 : वयोगटानुसार लोकसंख्येचे प्रमाण व स्त्री-पुरुष प्रमाण

वयोगट (वर्षे)	लोकसंख्या प्रमाण		स्त्री-पुरुष प्रमाण	
	2001	2011	2001	2011
0 ते 6	14.1	11.9	913	894
07 ते 14	18.0	14.8	918	897
15 ते 26	23.4	23.6	861	891
27 ते 49	29.4	31.9	920	935
50 ते 59	6.3	7.8	922	933
60+	8.7	9.9	1,150	1,114
एकूण	100.0	100.0	922	929

संदर्भ : भारताचे महानिबंधक

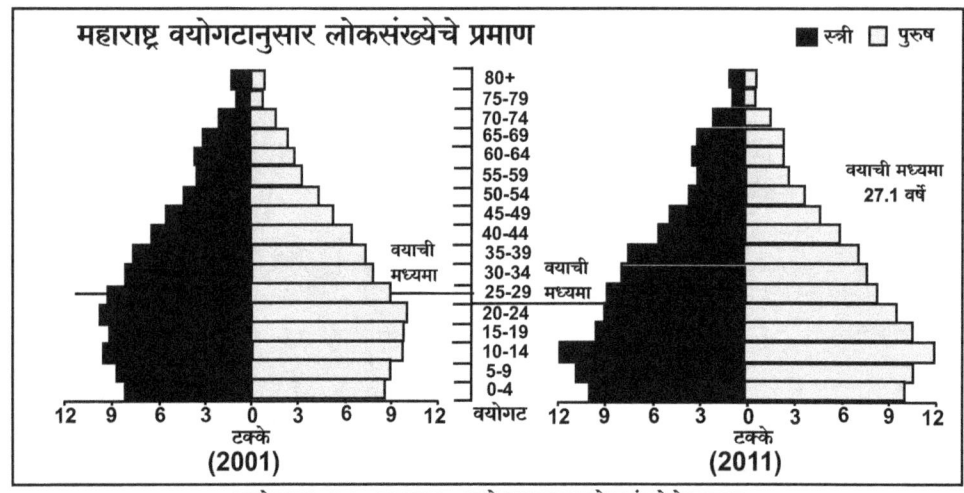

आलेख क्र. 9.1 : महाराष्ट्र – वयोगटानुसार लोकसंख्येचे प्रमाण

12. झोपडपट्ट्यांमधील लोकसंख्या (सन 2011 : अंतिम आकडेवारी)

जनगणना 2011 नुसार राज्यातील 1.18 कोटी लोकसंख्या झोपडपट्ट्यांमध्ये राहत असून देशातील झोपडपट्ट्यांमध्ये राहणाऱ्या एकूण लोकसंख्येपैकी सर्वाधिक प्रमाण (18 टक्के) राज्यामध्ये आहे. राज्यातील शहरी लोकसंख्येशी झोपडपट्टी क्षेत्रामधील लोकसंख्येचे प्रमाण 23.3 टक्के असून सन 2001 मध्ये हे प्रमाण 27.3 टक्के होते. झोपडपट्ट्यांमध्ये राहणाऱ्या लोकसंख्येचा कामातील सहभागाचा दर 38.1 असून तेथील पुरुष व स्त्रियांचे साक्षरतेचे प्रमाण अनुक्रमे 89.3 व 79.0 इतके आहे. राज्यातील झोपडपट्टी क्षेत्रामध्ये स्त्री-पुरुष प्रमाण 872 इतके आहे.

तक्ता क्र. 9.8 : झोपडपट्ट्यांमधील राहणाऱ्या लोकसंख्येबाबत ठळक बाबी

वैशिष्ट्ये		जनगणना	
		2001	2011
लोकसंख्या (कोटीमध्ये)		1.11	1.18
लोकसंख्येचे प्रमाण (अनुसूचित जाती)		11.5	15.7
लोकसंख्येचे प्रमाण (अनुसूचित जमाती)		2.5	3.1
साक्षरतेचे प्रमाण	एकूण	80.9	84.6
	पुरुष	87.6	89.3
	स्त्रिया	72.3	79.0
कामातील सहभागाचा दर	एकूण	34.9	38.1
	पुरुष	53.7	56.5
	स्त्रिया	12.0	17.0
स्त्री-पुरुष प्रमाण (स्त्रिया प्रति '000 पुरुष)		825	872

संदर्भ : (i) भारताचे महानिबंधक; (ii) महाराष्ट्राची आर्थिक पाहणी, 2013-14; पान क्र. 16

13. अपंग (निशक्त) लोकसंख्येचे स्वरूप (सन 2011 : अंतिम आकडेवारी)

महाराष्ट्रात अपंग प्रकारानुसार (1) अंध (2) कर्णबधिर (3) मूक/वाचादोष (4) पांगळे (5) मंद बुद्धी (6) मनोरुग्ण (7) इतर अपंग असे लोक वास्तव्य करतात. महाराष्ट्रात सन 2011 च्या जनगणनेनुसार, अपंगांची लोकसंख्या 29,63,392 (सुमारे 29.63 लाख) आहे. 2001 साली अपंगांची लोकसंख्या 15,69,582 (सुमारे 15.70 लाख) होती. या दहा वर्षांच्या कालखंडात अपंगांच्या लोकसंख्येमध्ये 13,93,800 नी (सुमारे 13.94 लाख) वाढ झालेली आहे. याचा अर्थ, अपंगांच्या लोकसंख्येत 88.8 टक्क्याने वाढ झालेली आहे. ही खरोखर चिंताजनक बाब आहे. या दृष्टीने समाजशास्त्रज्ञ, लोकसंख्याशास्त्रज्ञ, आरोग्यतज्ज्ञ आणि राजकारणी यांनी एकत्रित येऊन या योग्य उपाययोजना आखून त्याची अंमलबजावणी करण्याची आवश्यकता आहे. अन्यथा अपंग ही एक गंभीर समस्या होईल ! या दृष्टीने महाराष्ट्रीय जनतेला प्रबोधन केले पाहिजे.

तक्ता क्र. 9.9 : महाराष्ट्र – अपंग (निशक्त) लोकसंख्या - 2011

अपंग प्रकार		लोकसंख्या	टक्केवारी	अपंग प्रकार		लोकसंख्या	टक्केवारी
1.	अंध	5,74,808	19.4	6.	मनोरुग्ण	59,268	2.0
2.	कर्णबधिर	4,74,143	16.0	7.	इतर	5,09,703	17.2
3.	मूक/वाचादोष	4,74,143	16.0	8.	एकाधिक	1,62,987	5.5
4.	पांगळे	5,48,228	18.5		एकूण	29,63,392	100
5.	मंद बुद्धी	1,60,023	5.4				

संदर्भ : महाराष्ट्राची आर्थिक पाहणी, 2013-14; पान क्र. 15

(1) **अपंग लोकसंख्येचे पहिले पाच जिल्हे : सन 2011 च्या जनगणनेनुसार, महाराष्ट्रात अपंग लोकसंख्येत ठाणे-पालघर जिल्ह्याचा (2,54,383) सर्वांत पहिला क्रमांक** असून या खालोखाल मुंबई उपनगर (2,43,281), पुणे (2,26,306), जळगाव (1,39,587), अहमदनगर (1,22,665) या जिल्ह्यांचा समावेश होतो. **या पहिल्या पाच जिल्ह्यांत मिळून अपंग लोकसंख्या (9.86 लाख) आहे. महाराष्ट्रातील एकूण अपंगांपैकी 33.6 टक्के अपंग आहेत. (नकाशा क्र. 9.12 पाहा.)**

(2) **अपंग लोकसंख्येचे शेवटचे पाच जिल्हे : सन 2011 च्या जनगणनेनुसार, महाराष्ट्रात अपंग लोकसंख्येत सर्वांत शेवटचा जिल्हा गडचिरोली असून याची अपंग लोकसंख्या फक्त 23,605 आहे.** यानंतर सिंधुदुर्ग (23,790), गोंदिया (26,450), नंदुरबार (28,021), वर्धा (29,918) या जिल्ह्यांचा समावेश होतो.

(3) **महाराष्ट्रात 2001 आणि 2011 दरम्यानच्या अपंग लोकसंख्येच्या निव्वळ वाढीचे पहिले व शेवटचे पाच जिल्हे :** महाराष्ट्रात 2001 आणि 2011 सालच्या अपंग लोकसंख्येच्या जनगणनेची तुलना केली असताना असे आढळते की, यांच्या **निव्वळ वाढीमध्ये ठाणे-पालघर जिल्ह्याचा (1,83,976) प्रथम क्रमांक आहे.** या खालोखाल पुणे (1,35,024), मुंबई उपनगर (1,27,471), जळगाव (83,323), कोल्हापूर (64,702) या जिल्ह्यांचा समावेश होतो.

अपंग लोकसंख्येच्या निव्वळ वाढीमध्ये सर्वांत शेवटचा क्रमांक गोंदिया जिल्ह्याचा आहे. सन 2001 च्या तुलनेनुसार 2011 साली अपंगांची लोकसंख्या 280 ने घटलेली आहे हे विशेष ! महाराष्ट्रामधील सन 2011 च्या जनगणनेनुसार गोंदिया हा एकमेव जिल्हा आहे की जेथे अपंगांची लोकसंख्या घटलेली आहे. यानंतर नंदुरबार (4,433), रत्नागिरी (6,688), वर्धा (7,726), हिंगोली (8,914) या जिल्ह्यांचा समावेश होतो.

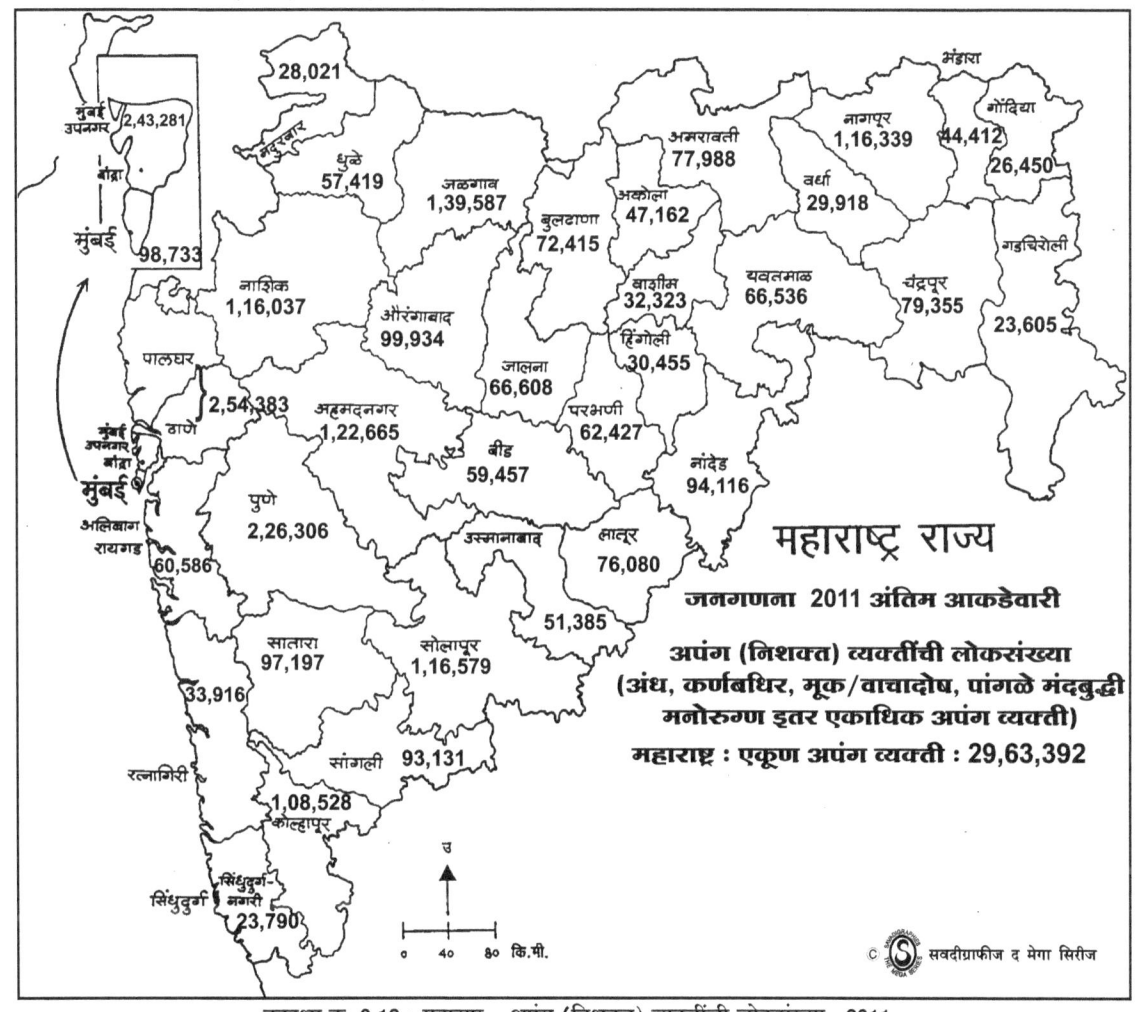

नकाशा क्र. 9.12 : महाराष्ट्र - अपंग (निशक्त) व्यक्तींची लोकसंख्या - 2011

14. आर्थिक उपक्रमानुसार कामगारांची टक्केवारी (सन 2011 : अंतिम आकडेवारी)

महाराष्ट्रात आर्थिक उपक्रमानुसार कामगारांचे खालील प्रकारे वर्गीकरण केले जाते :

I. शेतकरी II. शेतमजूर
III. घरगुती उद्योगधंदे IV. इतर कामगार

I. **आर्थिक उपक्रमांमध्ये शेतकऱ्यांचा सहभाग : सन 2011 च्या जनगणनेनुसार, महाराष्ट्रात शेतकऱ्यांच्या आर्थिक उपक्रमामध्ये टक्केवारी 5.4 आहे. पुरुष शेतकरी व स्त्री शेतकरी यांची स्वतंत्र टक्केवारी पाहता आर्थिक उपक्रमात पुरुष शेतकऱ्याची टक्केवारी 23.3 तर स्त्री शेतकऱ्यांची टक्केवारी 29.6 आहे. (तक्ता क्र. 9.10 पाहा.)**

II. **आर्थिक उपक्रमांमध्ये शेतमजुरांचा सहभाग :** सन 2011 च्या जनगणनेनुसार, महाराष्ट्रात आर्थिक उपक्रमामध्ये पुरुष शेतमजुरांची टक्केवारी 20.8 व स्त्री शेतमजुरांची टक्केवारी 39.9 आहे तर शेतमजुरांची एकूण टक्केवारी 27.3 टक्के आहे.

III. **आर्थिक उपक्रमांमध्ये घरगुती उद्योगधंद्याचा सहभाग :** महाराष्ट्रात घरगुती उद्योगधंद्याचा आर्थिक उपक्रमामध्ये फारच अल्प म्हणजे 2.5 टक्के वाटा आहे. घरगुती उद्योगधंद्यात पुरुषांचा सहभाग 2.1 टक्के तर स्त्रियांचा सहभाग 3.2 टक्के आहे.

IV. **आर्थिक उपक्रमांमध्ये इतर कामगारांचा सहभाग :** सन 2011 च्या जनगणनेनुसार, महाराष्ट्रात इतर कामगारांची आर्थिक उपक्रमामध्ये टक्केवारी 44.18 असून ती सर्वांत जास्त आहे. पुरुष इतर कामगार व स्त्री इतर कामगार यांची आकडेवारी पाहता त्याचा अनुक्रमे 53.8 टक्के व 27.3 टक्के वाटा आहे.

तक्ता क्र. 9.10 : महाराष्ट्र – आर्थिक उपक्रमानुसार कामगारांची टक्केवारी (सन 2011)

घटक	सर्वांत पहिला जिल्हा	टक्केवारी	सर्वांत शेवटचा जिल्हा	टक्केवारी
शेतकरी :				
शेतकरी – पुरुष	बीड	46.7	ठाणे–पालघर	6.0
शेतकरी – स्त्री	रत्नागिरी	51.8	अमरावती	11.5
शेतकरी – एकूण	बीड	48.3	ठाणे–पालघर	7.8
शेतमजूर :				
शेतमजूर – पुरुष	वाशीम	48.1	ठाणे–पालघर	6.4
शेतमजूर – स्त्री	अमरावती	71.0	पुणे	17.6
शेतमजूर – एकूण	नंदुरबार	55.3	ठाणे–पालघर	0.93
शेतकरी – शेतमजूर एकत्रित	वाशीम	83.5	ठाणे–पालघर	17.1
घरगुती उद्योगधंदे :				
घरगुती उद्योगधंदे – पुरुष	गोंदिया	3.3	बुलडाणा व वाशीम	1.1
घरगुती उद्योगधंदे – स्त्री	गोंदिया	7.1	बुलडाणा	1.1
घरगुती उद्योगधंदे – एकूण	गोंदिया	4.9	बुलडाणा	1.1
इतर कामगार :				
इतर कामगार – पुरुष	मुंबई उपनगर	96.5	वाशीम	20.5
इतर कामगार – स्त्री	मुंबई शहर	93.7	वाशीम	7.4
इतर कामगार – एकूण	मुंबई उपनगर	95.8	वाशीम	15.2

विशेष निष्कर्ष :
- घरगुती उद्योगधंदे – पुरुष, स्त्री आणि एकूण : सर्वांत पहिला जिल्हा – गोंदिया
- घरगुती उद्योगधंदे – पुरुष, स्त्री आणि एकूण : सर्वांत शेवटचा जिल्हा – बुलडाणा
- इतर कामगार : पुरुष, स्त्री आणि एकूण : सर्वांत शेवटचा जिल्हा – वाशीम

संदर्भ : महाराष्ट्राची आर्थिक पाहणी, 2013-14; पान 20.

15. महाराष्ट्र : किशोरवयीन व युवा लोकसंख्या जनगणना (2011) अंतिम आकडेवारी (10 ते 19 वर्षे)

महाराष्ट्रात 2011 जनगणनेच्या अंतिम आकडेवारीनुसार किशोरवयीन लोकसंख्या 2,13,51,123 (सुमारे 2.14 कोटी) आहे. महाराष्ट्रात सर्वांत जास्त किशोरवयीन लोकसंख्या पुणे जिल्ह्यात 16,02,999 (16.03 लाख) असून या खालोखाल मुंबई उपनगर (16 लाख) व नवीन ठाणे जिल्ह्यांचा (14.36 लाख) क्रमांक आहे. (तक्ता क्र. 9.12 पाहा.)

महाराष्ट्रात 2011 च्या जनगणनेनुसार किशोरवयीन लोकसंख्येत सर्वांत शेवटचा जिल्हा सिंधुदुर्ग जिल्ह्याचा (1,46,140) आहे.

तक्ता क्र. 9.11 : महाराष्ट्र - किशोरवयीन लोकसंख्या (10 ते 19 वर्षे) (2011) अंतिम आकडेवारी

घटक	1	2	3	4	5
पहिले पाच जिल्हे	पुणे	मुंबई उपनगर	नवीन ठाणे	नाशिक	अहमदनगर
किशोरवयीन लोकसंख्या	16,02,999	16,00,040	14,36,466	12,27,545	8,76,830
शेवटचे पाच जिल्हे	सिंधुदुर्ग	भंडारा	गडचिरोली	वर्धा	हिंगोली
किशोरवयीन लोकसंख्या	1,46,140	2,28,063	2,33,901	2,35,440	2,51,951

संदर्भ : महाराष्ट्राची आर्थिक पाहणी, 2014-15; पान क्र. 19

यानंतर भंडारा (2.28 लाख) व गडचिरोली जिल्ह्यांचा (2.34 लाख) क्रमांक आहे.

महाराष्ट्र : युवा लोकसंख्या (15 ते 24 वर्षे) जनगणना - 2011 अंतिम आकडेवारी

महाराष्ट्रात 2011 च्या अंतिम आकडेवारीनुसार युवा लोकसंख्या 2,16,88,246 (सुमारे 2.17 कोटी) आहे. महाराष्ट्रात सर्वांत जास्त युवा लोकसंख्या पुणे जिल्ह्यात 18.48 लाख आहे. या खालोखाल मुंबई उपनगर (18.34 लाख) व नवीन ठाणे जिल्ह्याचा (15.40 लाख) क्रमांक आहे. (तक्ता क्र. 9.12 पाहा.)

महाराष्ट्रात युवा लोकसंख्येत सर्वांत शेवटचा जिल्हा सिंधुदुर्ग (1.40 लाख) असून यानंतर गडचिरोली (2.19 लाख) व वाशीम जिल्ह्यांचा (2.23 लाख) क्रमांक आहे.

तक्ता क्र. 9.12 : महाराष्ट्र - युवा लोकसंख्या (2011) अंतिम आकडेवारी

घटक	1	2	3	4	5
पहिले पाच जिल्हे	पुणे	मुंबई उपनगर	नवीन ठाणे	नाशिक	नागपूर
युवा लोकसंख्या	18,48,164	18,33,965	15,49,446	12,09,223	8,98,139
शेवटचे पाच जिल्हे	सिंधुदुर्ग	गडचिरोली	वाशीम	भंडारा	हिंगोली
युवा लोकसंख्या	1,40,192	2,18,880	2,23,446	2,28,063	2,28,405

संदर्भ : महाराष्ट्राची आर्थिक पाहणी, 2014-15; पान 19

16. धर्मनिहाय लोकसंख्या जनगणना (2011) अंतिम आकडेवारी

सर्वसाधारण धर्मनिहाय लोकसंख्या व टक्केवारी : महाराष्ट्रात 2011 च्या जनगणनेनुसार धर्मनिहाय लोकसंख्येत हिंदू लोकसंख्या 8.97 कोटी असून त्याची टक्केवारी 79.83 आहे. या खालोखाल मुस्लीम लोकसंख्या 12.17 कोटी असून याची टक्केवारी 11.54 आहे. **(आलेख क्र. 9.3 पाहा.)**

बौद्ध लोकसंख्या 65.3 लाख (5.81%), जैन लोकसंख्या : 14 लाख (1.25%), ख्रिश्चन लोकसंख्या : 10.8 लाख (0.96%), शीख लोकसंख्या : 2.23 लाख (0.2%) आहे.

याशिवाय महाराष्ट्रात इतर धर्म आणि धर्ममते असणाऱ्यांची लोकसंख्या 1.79 लाख तर धर्म न सांगितलेली लोकसंख्या 2.86 लाख आहे.

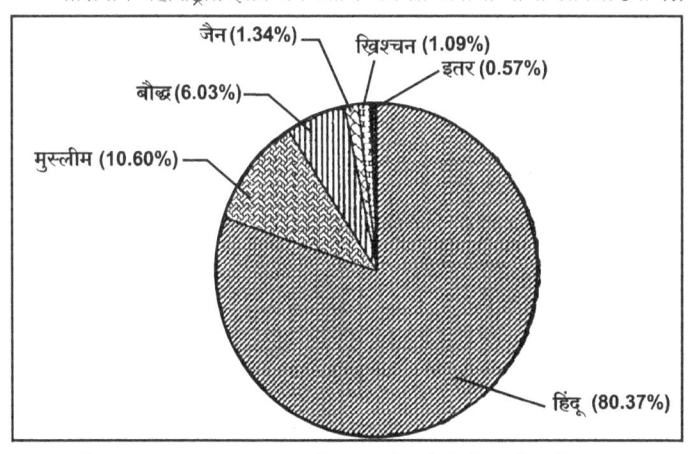
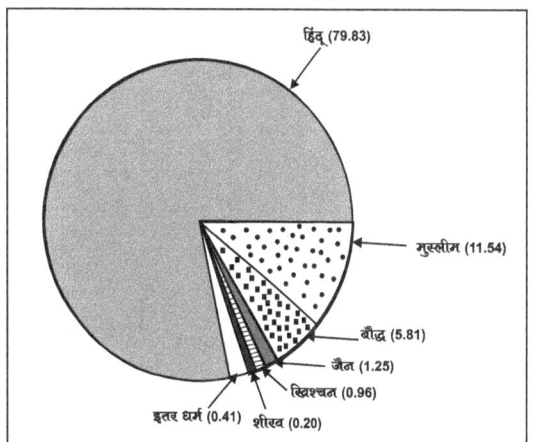

आलेख क्र. 9.2 : महाराष्ट्र - धर्मानुसार लोकसंख्येची टक्केवारी (2001)   आलेख क्र. 9.3 : महाराष्ट्र - धर्मानुसार लोकसंख्येची टक्केवारी (2011)

तक्ता क्र. 9.13 : महाराष्ट्र - धर्मनिहाय लोकसंख्येच्या टक्केवारीमधील फेरबदल
(जनगणना 2001 आणि 2011)

धर्म	जनगणना 2001		जनगणना 2011		फेरबदल (%)
	लोकसंख्या	टक्केवारी	लोकसंख्या	टक्केवारी	
हिंदू	7,78,59,385	80.37	8,97,03,057	79.83	– 0.54
मुस्लीम	1,02,70,485	10.60	1,21,71,152	11.54	+ 0.94
बौद्ध	58,38,710	6.03	65,31,200	5.81	– 0.22
जैन	13,01,843	1.34	14,00,349	1.25	– 0.09
ख्रिश्चन	10,58,313	1.09	10,80,073	0.96	– 0.13
शीख	2,15,337	0.22	2,23,247	0.20	– 0.02
इतर धर्म	2,36,841	0.57	1,78,965	0.41	– 0.16
धर्म न सांगितलेले	97,713		2,86,290		

संदर्भ : महाराष्ट्राची आर्थिक पाहणी, 2015-16; पान क्र. 13

1. **धर्मनिहाय लोकसंख्येच्या टक्केवारीमधील फेरबदल (जनगणना 2001 आणि 2011) :**

- **मुस्लीम लोकसंख्येच्या टक्केवारीत सर्वांत जास्त वाढ** 0.9 टक्के झालेली आहे.
- **हिंदू लोकसंख्येच्या टक्केवारीत सर्वांत जास्त घट** – 0.54 टक्के झालेली आहे.
- **बौद्ध, जैन आणि ख्रिश्चन लोकसंख्येच्या टक्केवारीत अल्प प्रमाणात घट** झालेली आहे.
- **इतर धर्मीय लोकसंख्येच्या टक्केवारीत अल्प प्रमाणात वाढ** झालेली आहे.

2. **धार्मिक लोकसंख्येच्या टक्केवारीचे ग्रामीण – नागरी स्वरूप (2011) :**

- फक्त हिंदूधर्मीय लोकसंख्येची ग्रामीण टक्केवारी (48%) नागरी लोकसंख्येच्या टक्केवारीपेक्षा (31.8%) 16.2 टक्क्यांनी जास्त आहे.
- अन्य सर्व धर्मीयांची लोकसंख्येची नागरी टक्केवारी ग्रामीण लोकसंख्येच्या टक्केवारीपेक्षा जास्त आहे.
- मुस्लीमधर्मीयांची नागरी लोकसंख्येची टक्केवारी (8.4%) ग्रामीण लोकसंख्येच्या टक्केवारीपेक्षा (31.1%) 5.3 टक्क्यांनी जास्त आहे.
- शीख धार्मिक लोकसंख्येची टक्केवारी (0.2%) फक्त नागरी भागात जास्त राहते.
- अन्य धर्मीयांची लोकसंख्येची टक्केवारी ग्रामीण भागापेक्षा नागरी भागात ख्रिश्चन आणि बौद्ध लोक (प्रत्येकी + 0.8%) राहतात.
- बौद्धधर्मीयांची ग्रामीण टक्केवारी (3.0%) नागरी टक्केवारीपेक्षा (2.8%) 0.2 टक्क्यांनी जास्त आहे.

3. **धर्मनिहाय लोकसंख्या :**

- भारताचे महानिबंधक यांच्या कार्यालयाकडून धर्मनिहाय लोकसंख्येबाबतची आकडेवारी प्रकाशित करण्यात आली असून त्यानुसार सर्व धर्मांच्या लोकसंख्येचा दशवार्षिक वृद्धिदर कमी झाला आहे. परिणामी, राज्य पातळीवर एकंदरीत वृद्धिदरात 6.7 टक्के अंकांची घट नोंदवली गेली आहे.
- राज्यातील लिंग-गुणोत्तर प्रमाणामध्ये एकंदरीत सात अंकांची सुधारणा झाली असून सन 2001 मधील 922 वरून ते सन 2011 मध्ये 929 इतके झाले आहे. राज्यातील ग्रामीण भागामधील लिंग-गुणोत्तर प्रमाण 2001 मधील 960 वरून कमी होऊन सन 2011 मध्ये 952 झाले आहे तर याच कालावधीमध्ये शहरी भागात ते 873 वरून वाढ होऊन 903 झाले आहे. सन 2011 मध्ये ख्रिश्चन लोकसंख्येकरिता लिंग-गुणोत्तर प्रमाण सर्वाधिक (1,031) असून शीख लोकसंख्येकरिता ते सर्वांत कमी (891) आहे.

तक्ता क्र. 9.14 : महाराष्ट्र – धर्मनिहाय लोकसंख्येची वैशिष्ट्ये (सन 2011)

प्रमुख धर्म	क्षेत्र	लोकसंख्येचे प्रमाण		साक्षरतेचा दर		स्त्री-पुरुष प्रमाण*	
		राज्य	भारत	राज्य	भारत	राज्य	भारत
हिंदू	एकूण	79.8	79.8	81.8	73.3	928	939
	ग्रामीण	48.0	56.5	76.7	68.1	951	947
	नागरी	31.8	23.3	89.3	85.3	894	921
मुस्लीम	एकूण	11.5	14.2	83.6	68.5	911	951
	ग्रामीण	3.1	8.5	79.1	63.0	959	958
	नागरी	8.4	5.7	85.2	76.5	893	942
ख्रिश्चन	एकूण	1.0	2.3	92.3	84.5	1,031	1,023
	ग्रामीण	0.1	1.4	83.0	78.7	982	1,008
	नागरी	0.9	0.9	93.3	92.9	1,037	1,046
शीख	एकूण	0.2	1.7	90.9	75.4	891	903
	ग्रामीण	0.0	1.2	79.6	70.9	891	905
	नागरी	0.2	0.5	92.3	86.5	891	898
बौद्ध	एकूण	5.8	0.7	83.2	81.3	970	965
	ग्रामीण	3.0	0.4	79.1	76.7	963	960
	नागरी	2.8	0.3	87.5	87.3	978	973
जैन	एकूण	1.2	0.4	95.3	94.9	964	954
	ग्रामीण	0.2	0.1	91.3	88.6	922	935
	नागरी	1.0	0.3	96.3	96.5	974	959

संदर्भ : (i) भारताचे महानिबंधक यांचे कार्यालय; (ii) महाराष्ट्राची आर्थिक पाहणी, 2015-16; पान 13

तक्ता क्र. 9.15 : महाराष्ट्र – धर्मनिहाय लोकसंख्येनुसार पहिले पाच जिल्हे (संख्या : 000) (जनगणना 2011)

I. हिंदू लोकसंख्येनुसार पहिले पाच जिल्हे						
घटक	1	2	3	4	5	एकूण
पहिले पाच जिल्हे	ठाणे-पालघर	पुणे	मुंबई उपनगर	नाशिक	अहमदनगर	
लोकसंख्या (000)	8,716	8,090	6,337	5,237	4,107	32,487
टक्केवारी (%)	9.72	9.02	7.06	5.84	4.58	36.22
II. मुस्लीम लोकसंख्येनुसार पहिले पाच जिल्हे						
पहिले पाच जिल्हे	मुंबई उपनगर	ठाणे-पालघर	औरंगाबाद	मुंबई शहर	नाशिक	
लोकसंख्या (000)	1,796	1,356	787	773	693	5,405
टक्केवारी (%)	13.85	10.45	6.08	5.96	5.34	41.67

(क्रमशः)

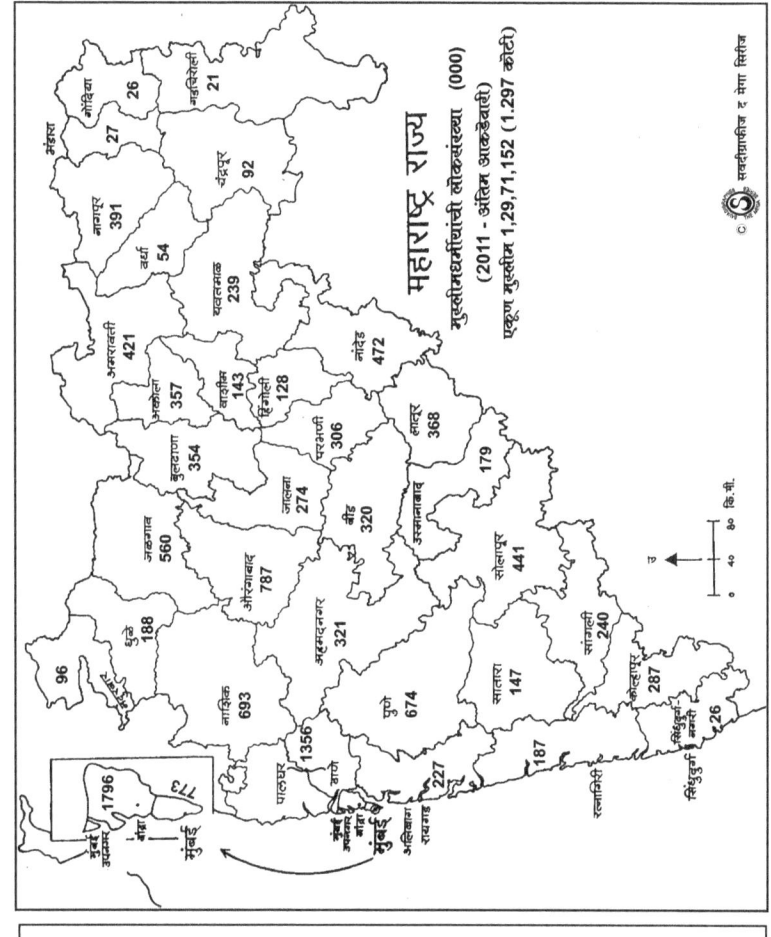

महाराष्ट्र राज्य
हिंदूधर्मीयांची लोकसंख्या (000)

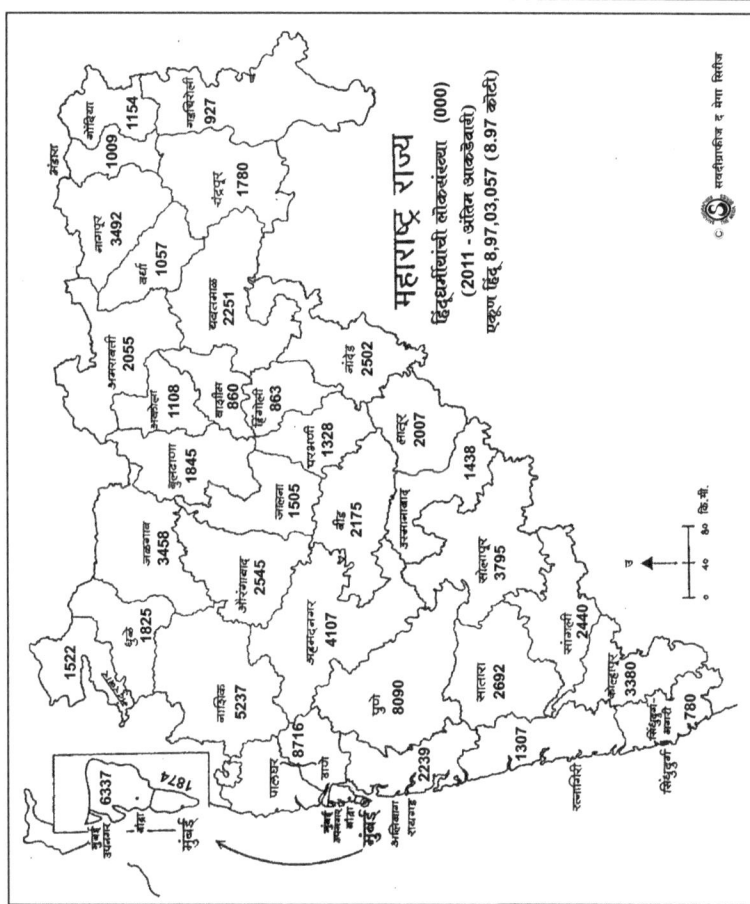

नकाशा क्र. 9.13 : महाराष्ट्र - हिंदूधर्मीयांची लोकसंख्या (सन 2011)

महाराष्ट्र राज्य
मुस्लीमधर्मीयांची लोकसंख्या (000)

नकाशा क्र. 9.14 : महाराष्ट्र - मुस्लीमधर्मीयांची लोकसंख्या (सन 2011)

	III. बौद्ध लोकसंख्येनुसार पहिले पाच जिल्हे					
पहिले पाच जिल्हे	नागपूर	मुंबई उपनगर	ठाणे-पालघर	अमरावती	बुलडाणा	
लोकसंख्या (000)	668	470	450	384	364	2,336
टक्केवारी (%)	10.23	7.2	6.89	5.88	5.57	35.77
	IV. जैन लोकसंख्येनुसार पहिले पाच जिल्हे					
पहिले पाच जिल्हे	मुंबई उपनगर	ठाणे-पालघर	मुंबई शहर	कोल्हापूर	पुणे	
लोकसंख्या (000)	344	172	166	155	128	965
टक्केवारी (%)	24.57	12.29	11.86	11.07	9.14	68.93
	V. शीख लोकसंख्येनुसार पहिले पाच जिल्हे					
पहिले पाच जिल्हे	मुंबई उपनगर	ठाणे-पालघर	पुणे	नागपूर	नांदेड	
लोकसंख्या (000)	47	39	27	20	14	147
टक्केवारी (%)	21.08	17.49	12.11	8.97	6.28	65.92
	VI. ख्रिश्चन लोकसंख्येनुसार पहिले पाच जिल्हे					
पहिले पाच जिल्हे	मुंबई उपनगर	ठाणे-पालघर	पुणे	मुंबई शहर	नागपूर	
लोकसंख्या (000)	322	281	135	85	35	858
टक्केवारी (%)	29.81	26	12.5	7.87	3.24	79.44
	VII. इतर धर्म आणि धर्ममत लोकसंख्येनुसार पहिले पाच जिल्हे					
पहिले पाच जिल्हे	मुंबई शहर	मुंबई उपनगर	पुणे	ठाणे-पालघर	जळगाव	
लोकसंख्या (000)	31	18	10	10	10	
	VIII. धर्म न सांगणाऱ्या लोकसंख्येनुसार पहिले पाच जिल्हे					
पहिले पाच जिल्हे	ठाणे-पालघर	पुणे	मुंबई उपनगर	जळगाव	यवतमाळ	
लोकसंख्या (000)	37	26	23	21	11	

संदर्भ : महाराष्ट्राची आर्थिक पाहणी, 2015-16; पान 17

9.3 महाराष्ट्र : स्थलांतर (जनगणना 2011)

एका क्षेत्रातून दुसऱ्या क्षेत्रात होणारी मानवी हालचाल म्हणजेच स्थलांतर होय. स्थलांतराच्या प्रक्रियेत दोन स्थळांतील अंतर, हेतू व स्थलांतराचा कालखंड या तीन घटकांना महत्त्वाचे स्थान असते.

''विशिष्ट कालावधीत एका भौगोलिक किंवा राजकीय विभागातून आर्थिक, सामाजिक किंवा राजकीय कारणासाठी दुसऱ्या भौगोलिक किंवा राजकीय विभागात जाऊन वास्तव्य करणे म्हणजेच 'स्थलांतर' होय.''

महाराष्ट्रामध्ये पुढील स्वरूपाची स्थलांतरे प्रामुख्याने पाहावयास मिळतात.

(1) **ग्रामीण-नागरी स्थलांतर :** (अ) नागरी केंद्रात औद्योगिक विकास झालेला असतो. रोजगार सुविधांची उपलब्धता असते. यामुळे कुशल व अकुशल कार्यक्षमतेचे लोक नागरी केंद्राकडे सतत स्थलांतर करतात. (ब) महाराष्ट्रात ग्रामीण भागातील लोक प्रामुख्याने मुंबई-पुणे विभागात स्थलांतर करतात. (क) मुंबईला स्वातंत्र्यपूर्व काळात गिरणीत काम करण्यासाठी कोकणातून विशेषतः रत्नागिरी व सिंधुदुर्ग जिल्ह्यांतून व देशावरून विशेषतः सातारा, सांगली व कोल्हापूर भागातून लोक मुंबईला आले. (ड) अन्नधान्यांच्या कमी उत्पादनामुळे अवर्षणप्रवण क्षेत्रातून अनेक लोक मोलमजुरीसाठी मुंबईला आले. मुंबईला एकदा आल्यावर ते लोक पुन्हा आपल्या गावाकडे जाण्यास नाखुश असतात. (ड) मुंबईला महाराष्ट्रातून लोक स्थलांतरित होतातच; परंतु त्यापेक्षाही अन्य राज्यांतून विशेषतः कर्नाटक, केरळ, गुजरात, मध्य प्रदेश, उत्तर प्रदेश व बिहारमधूनही लोक मुंबईला आलेले आहेत.

(2) **नागरी-ग्रामीण स्थलांतर :** आयुष्यभर नोकरी-उद्योग केल्यावर सेवानिवृत्तीनंतर कित्येक लोक आपल्या खेड्याकडे किंवा अन्य लहान नगराकडे स्थलांतर करतात. मोठ्या महानगरातील अति गर्दी, प्रदूषण, राहत्या घरांचा प्रश्न वगैरे कारणांमुळे कमी वस्तीच्या प्रदेशाकडे स्थलांतराची प्रवृत्ती वाढते. विशेषतः मुंबईसारख्या महानगरातून काही लोक सेवानिवृत्तीनंतर अन्य नगरात एखादी वास्तू बांधून स्थलांतर करण्याची प्रवृत्ती आढळत आहे.

(3) **नागरी-नागरी स्थलांतर :** हे स्थलांतर मुख्यत्वे नोकरी-व्यवसायामुळे होते. यामध्ये स्त्रियांपेक्षा पुरुषांचे प्रमाण जास्त असते.

(4) **ग्रामीण-ग्रामीण स्थलांतर :** मुख्यत्वेकरून यामध्ये स्त्रियांचे प्रमाण जास्त असते. लग्नानंतर मुली सासरी जातात, त्यामुळे त्यांचे वास्तव्याचे ठिकाण बदलते.

(अ) महाराष्ट्र : स्थलांतर - 2011

भारतामध्ये जनगणनेमध्ये स्थलांतर दोन प्रकारच्या स्थितीनुसार नोंदले जाते.

(1) **जन्माच्या ठिकाणानुसार स्थलांतर :** एखाद्या व्यक्तीची गणना त्याच्या जन्म-ठिकाणापेक्षा म्हणजेच जन्मगाव किंवा नगर/शहर यापेक्षा वेगळ्या जागी होते तेव्हा त्या व्यक्तीस जन्माच्या ठिकाणापासून स्थलांतर असे म्हणतात.

(2) **मागील वास्तव्याच्या ठिकाणानुसार स्थलांतर :** एखाद्या व्यक्तीची गणना त्याच्या/तिच्या मागील वास्तव्याच्या ठिकाणापेक्षा वेगळ्या ठिकाणी होते तेव्हा त्या व्यक्तीस मागील वास्तव्याच्या ठिकाणानुसार स्थलांतर असे म्हणतात.

मागील वास्तव्याच्या ठिकाणानुसार स्थलांतराबाबतच्या कारणांचे वर्गीकरण : (i) कामकाज/रोजगार (ii) व्यवसाय (iii) शिक्षण (iv) विवाह (v) जन्मानंतर स्थानबदल (vi) कुटुंबासमवेत स्थानबदल (vii) इतर कारणे.

महाराष्ट्रामधील सन 2011 च्या जनगणनेनुसार स्थलांतराचे सर्वसाधारण स्वरूप (मागील वास्तव्याच्या ठिकाणानुसार)

वैशिष्ट्ये :

➔ **एकूण स्थलांतर** : जनगणना 2011 नुसार महाराष्ट्रामध्ये मागील वास्तव्याच्या ठिकाणानुसार 5.731 कोटी (573.31 लाख) व्यक्तींनी स्थलांतर केलेले आहे. यापैकी पुरुष-स्थलांतरितांची संख्या 237.88 लाख असून याची टक्केवारी 41.5 आहे तर स्त्री-स्थलांतरितांची संख्या 335.43 लाख असून याची टक्केवारी 58.5 आहे. **पुरुषांपेक्षा स्त्रियांच्या स्थलांतरितांची संख्या सुमारे 97.5 लाखाने जास्त आहे.**

➔ **सध्या ग्रामीण भागामध्ये वास्तव्य करणाऱ्या स्थलांतरितांचे स्वरूप** : महाराष्ट्रामध्ये सन 2011 च्या जनगणनेनुसार ग्रामीण भागामध्ये 279.52 लाख व्यक्तींनी स्थलांतर केले. यापैकी पुरुष-स्थलांतरितांची संख्या 90.42 लाख तर स्त्री-स्थलांतरितांची संख्या 189.10 लाख आहे. **ग्रामीण भागामध्ये पुरुषांपेक्षा स्त्रियांची स्थलांतर संख्या दुपटीपेक्षा जास्त आहे.**

(अ) ग्रामीण - ग्रामीण स्थलांतर : ग्रामीणकडून ग्रामीणकडे स्थलांतर करण्याची एकूण व्यक्तींची संख्या 218.88 लाख आहे. यापैकी पुरुष स्थलांतरित 65.29 लाख तर स्त्री-स्थलांतरित 153.58 लाख एवढी मोठ्या प्रमाणात आहे. **पुरुषांपेक्षा स्त्रियांचे स्थलांतर ग्रामीण भागात 2¼ पेक्षा जास्त आहे.**

(ब) नागरी - ग्रामीण स्थलांतर : सन 2011 च्या जनगणनेनुसार फक्त 38.47 लाख व्यक्तींनी नागरी-ग्रामीण स्थलांतर केलेले आहे. ते **ग्रामीण-ग्रामीण स्थलांतरितांच्या एक-पंचमांशपेक्षाही कमी आहे.** यापैकी नागरी पुरुषांची स्थलांतरितांची संख्या 16.76 लाख तर नागरी स्त्रियांची स्थलांतरितांची संख्या 21.71 लाख आहे.

तक्ता क्र. 9.16 : महाराष्ट्र - मागील वास्तव्याच्या ठिकाणानुसार आणि वास्तव्याच्या कालावधीनुसार स्थलांतरित*
(जनगणना 2011) (आकडेवारी लाखात)

सध्याचा वास्तव्याचा कालावधी	मागील वास्तव्याचे ठिकाण - ग्रामीण/नागरी	सध्याचे वास्तव्याचे ठिकाण					
		ग्रामीण			नागरी		
		व्यक्ती	पुरुष	स्त्री	व्यक्ती	पुरुष	स्त्री
1 वर्षापेक्षा	ग्रामीण	12.34	5.92	6.43	6.93	3.83	3.10
कमी	नागरी	3.34	1.71	1.64	8.00	4.07	3.94
	एकूण	17.64	8.54	9.10	16.99	8.94	8.05
1 ते 4 वर्षे	ग्रामीण	32.51	10.65	21.86	24.97	13.11	11.86
	नागरी	8.77	3.89	4.88	27.63	13.28	14.35
	एकूण	44.83	15.85	28.98	57.56	28.80	28.76
5 ते 9 वर्षे	ग्रामीण	31.18	9.37	21.81	22.05	11.38	10.66
	नागरी	7.32	3.11	4.21	23.76	11.28	12.48
	एकूण	41.72	13.63	28.09	50.24	24.82	25.42
10 वर्षे व त्यावरील	ग्रामीण	142.70	39.30	103.40	80.56	41.89	38.67
	नागरी	19.01	8.04	10.97	72.05	34.83	37.22
	एकूण	174.95	52.19	122.75	168.63	84.71	83.92
सर्व	**ग्रामीण**	**218.88**	**65.29**	**153.58**	**134.59**	**70.26**	**64.33**
	नागरी	**38.47**	**16.76**	**21.71**	**131.55**	**63.51**	**68.04**
	एकूण	**279.52**	**90.42**	**189.10**	**293.79**	**147.46**	**146.33**

* अस्थायी **टीप :** (1) वास्तव्याच्या सर्व कालावधीमध्ये 'निश्चित नसलेला कालावधी' यांचा समावेश आहे.
(2) मागील वास्तव्याचे ठिकाण ग्रामीण/नागरी असे वर्गीकरण नसलेल्यांचा समावेश 'एकूण' मध्ये केला आहे.

संदर्भ : भारताचे महानिबंधक कार्यालय; महाराष्ट्राची आर्थिक पाहणी 2016 - 17; पान 15 - 16

• **सध्या नागरी भागामध्ये वास्तव्य करणाऱ्या स्थलांतरितांचे स्वरूप** : महाराष्ट्रामध्ये सन 2011 च्या जनगणनेनुसार नागरी भागामध्ये 293.79 लाख व्यक्तींनी स्थलांतर केले. यापैकी पुरुष-स्थलांतरितांची संख्या 147.46 लाख तर स्त्री-स्थलांतरितांची संख्या 146.33 लाख आहे. याचा अर्थात **महाराष्ट्रामध्ये नागरी भागाकडे पुरुष आणि स्त्रियांचे स्थलांतर सर्वसाधारणपणे सारख्या प्रमाणात झालेले आहे.**

(अ) नागरी - नागरी स्थलांतर : महाराष्ट्रामध्ये नागरी-नागरी स्थलांतरितांची एकूण संख्या 131.55 लाख आहे. यापैकी पुरुष-स्थलांतरितांची संख्या 63.51 लाख तर स्त्री-स्थलांतरितांची संख्या 68.04 लाख आहे. **नागरी-नागरी स्थलांतरात पुरुषांपेक्षा स्त्रियांची संख्या थोडी जास्त आहे.**

(ब) ग्रामीण - नागरी स्थलांतर : महाराष्ट्रामध्ये ग्रामीण-नागरी स्थलांतरितांची एकूण संख्या 134.59 लाख आहे. **नागरी-नागरी व ग्रामीण-नागरी स्थलांतरितांची संख्या साधारण सारखी आहे.** ग्रामीणकडून नागरी भागाकडे येणाऱ्या स्थलांतरित पुरुषांची संख्या 70.26 लाख तर स्त्रियांची संख्या 64.33 लाख आहे. **स्त्रियांपेक्षा पुरुष-स्थलांतरितांची संख्या थोडी जास्त आहे.**

सध्याच्या वास्तव्याच्या कालावधीनुसार स्थलांतराचे स्वरूप (जनगणना 2011)

महाराष्ट्रामध्ये सध्याच्या वास्तव्याच्या कालावधीचे वर्गीकरण पुढीलप्रमाणे : (1) एक वर्षापेक्षा कमी कालावधी (2) 1 ते 4 वर्षांचा कालावधी (3) 5 ते 9 वर्षांचा कालावधी (4) 10 वर्षे व त्यावरील कालावधी याचे आपण विश्लेषण करणार आहोत.

(अ) सध्या ग्रामीण भागामध्ये वास्तव्य करणाऱ्या स्थलांतरितांचे कालावधीनुसार स्वरूप (जनगणना 2011)

(1) एक वर्षापेक्षा कमी कालावधी : महाराष्ट्रामध्ये जनगणना 2011 नुसार, ग्रामीण भागामध्ये एक वर्षापेक्षा कमी कालावधीचे वास्तव्य असणाऱ्या स्थलांतरित व्यक्तींची संख्या 17.64 लाख आहे. यांपैकी ग्रामीण-ग्रामीण स्थलांतरितांची संख्या 12.34 लाख तर नागरी-ग्रामीण स्थलांतरितांची संख्या फक्त 3.34 लाख आहे. एक वर्षापेक्षा कमी कालावधी असणाऱ्या ग्रामीण स्थलांतरितांमध्ये पुरुष संख्या 8.54 लाख तर स्त्रियांची संख्या 9.10 लाख आहे. याचा अर्थ, **पुरुषांपेक्षा स्त्रियांची स्थलांतर संख्या थोडी जास्त आहे.**

(2) 1 ते 4 वर्षांचा कालावधी : महाराष्ट्रामध्ये जनगणना 2011 नुसार, ग्रामीण भागामध्ये 1 ते 4 वर्षे कालावधीत वास्तव्य करणाऱ्या स्थलांतरित व्यक्तींची संख्या 44.83 लाख आहे. यांपैकी पुरुष-स्थलांतरितांची संख्या 15.85 लाख आणि स्त्री-स्थलांतरितांची संख्या 28.98 लाख आहे. **पुरुषांपेक्षा स्त्रियांची स्थलांतरित संख्या 13 लाखांनी जास्त आहे.**

ग्रामीण भागामध्ये 1 ते 4 वर्षे कालावधीत वास्तव्य करणाऱ्या ग्रामीण-ग्रामीण स्थलांतरितांची संख्या 32.51 लाख आहे तर नागरी-ग्रामीण स्थलांतरितांची संख्या 8.77 लाख आहे. याचा अर्थ, **नागरी-ग्रामीण स्थलांतरितांपेक्षा ग्रामीण-ग्रामीण स्थलांतरितांची संख्या साधारण चौपट आहे.**

(3) 5 ते 9 वर्षांचा कालावधी : महाराष्ट्रामध्ये जनगणना 2011 नुसार, ग्रामीण भागामध्ये 5 ते 9 वर्षे कालावधीतील वास्तव्य करणाऱ्या स्थलांतरित व्यक्तींची संख्या 41.72 लाख आहे. यांपैकी पुरुष-स्थलांतरितांची संख्या 13.63 लाख तर स्त्री-स्थलांतरितांची संख्या 28.09 लाख आहे. **पुरुषांपेक्षा स्त्रियांची स्थलांतरितांची संख्या सुमारे 15 लाखांनी जास्त आहे.**

ग्रामीण भागामध्ये 5 ते 9 वर्षे कालावधीत वास्तव्य करणाऱ्या ग्रामीण-ग्रामीण स्थलांतरितांची संख्या 31.18 लाख असून पुरुषांपेक्षा स्त्री-स्थलांतरितांची संख्या 2¼ पटीपेक्षा जास्त आहे. **नागरी-ग्रामीण स्थलांतरितांची संख्या 7.32 लाख आहे. यापेक्षा ग्रामीण-ग्रामीण स्थलांतरिताची संख्या चौपटीपेक्षा जास्त आहे.**

(4) 10 वर्षे व त्यावरील कालावधी : महाराष्ट्रामध्ये जनगणना 2011 नुसार, **ग्रामीण भागामध्ये 10 वर्षे व त्यावरील जास्त कालावधीतील वास्तव्य करणाऱ्या स्थलांतरित व्यक्तींची एकूण संख्या 174.95 लाख (सुमारे 175 लाख) असून वास्तव्याच्या कालावधीमध्ये सर्वांत जास्त स्थलांतरितांची संख्या 10 वर्षे व त्यावरील जास्त कालावधी गटातील आहेत.**

यामध्ये पुरुष-स्थलांतरितांची संख्या 52.19 लाख आहे. **स्त्री-स्थलांतरितांची संख्या 122.75 लाख (123 लाख) एवढी प्रचंड आहे. याचे प्रमुख कारण मुलींची लग्ने हे आहे.** त्यांचे आई-वडील मुलगी जवळपासच्या ग्रामीण भागातील स्थळे अजूनही निवडण्यास प्राधान्य देतात. या कालावधी गटामधील ग्रामीण-ग्रामीण स्थलांतरितांमध्ये पुरुषांपेक्षा स्त्री-स्थलांतरितांची संख्या 2¼ पटीपेक्षा जास्त आहे. त्या मानाने नागरी-ग्रामीण स्थलांतरितांची एकूण संख्या (10 वर्षे व त्यावरील जास्त कालावधी) फक्त सुमारे 19 लाख आहे.

(ब) सध्या नागरी भागामध्ये वास्तव्य करणाऱ्या स्थलांतरितांचे कालावधीनुसार स्वरूप (जनगणना 2011)

(1) एक वर्षापेक्षा कमी कालावधी : महाराष्ट्रामध्ये जनगणना 2011 नुसार, नागरी भागामध्ये एक वर्षापेक्षा कमी कालावधीत वास्तव्य असणाऱ्या स्थलांतरित व्यक्तींची संख्या 16.99 लाख (सुमारे 17 लाख) आहे. यांपैकी नागरी-नागरी स्थलांतरितांची संख्या 8 लाख तर ग्रामीण-नागरी स्थलांतरितांची संख्या 6.93 लाख आहे. एक वर्षापेक्षा कमी कालावधी असणाऱ्या नागरी स्थलांतरितांमध्ये पुरुषांची संख्या 8.94 लाख तर स्त्रियांची संख्या 8.05 लाख आहे. याचा अर्थ, **पुरुष-स्थलांतरितांची संख्या स्त्री-स्थलांतरितांपेक्षा थोडी जास्त आहे.**

(2) 1 ते 4 वर्षांचा कालावधी : महाराष्ट्रामध्ये जनगणना 2011 नुसार, नागरी भागामध्ये 1 ते 4 वर्षे कालावधीत वास्तव्य करणाऱ्या स्थलांतरित व्यक्तींची संख्या 57.56 लाख आहे. यांपैकी पुरुष-स्थलांतरितांची संख्या 28.80 लाख तर स्त्री-स्थलांतरितांची संख्या 28.76 लाख म्हणजे **साधारण पुरुष स्थलांतरिताएवढी आहे.**

नागरी भागामध्ये 1 ते 4 वर्षे कालावधीत वास्तव्य करणाऱ्या नागरी-नागरी स्थलांतरितांची संख्या 27.63 लाख आहे तर ग्रामीण-नागरी स्थलांतरित व्यक्तींची संख्या 24.97 लाख आहे. याचा अर्थ, **नागरी-नागरी स्थलांतरित व्यक्तींची संख्या ग्रामीण-नागरी स्थलांतरित व्यक्तींपेक्षा 3.66 लाखांनी जास्त आहे.**

(3) 5 ते 9 वर्षांचा कालावधी : महाराष्ट्रामध्ये जनगणना 2011 नुसार, नागरी भागामध्ये 5 ते 9 वर्षे कालावधीत वास्तव्य करणाऱ्या स्थलांतरित व्यक्तींची संख्या 50.24 लाख आहे. यांपैकी पुरुष-स्थलांतरितांची संख्या 24.82 लाख तर **स्त्री-स्थलांतरितांची संख्या 25.46 लाख म्हणजे साधारण सारखी आहे.**

नागरी भागामध्ये 5 ते 9 वर्षे कालावधीत वास्तव्य करणाऱ्या नागरी-नागरी स्थलांतरित व्यक्तींची संख्या 23.76 लाख तर ग्रामीण-नागरी स्थलांतरित व्यक्तींची संख्या 22.05 लाख आहे. याचा अर्थ, नागरी-नागरी स्थलांतरित व्यक्तींची संख्या 1.7 लाखांनी जास्त आहे. **म्हणजे साधारण सारखी आहे.**

(4) 10 वर्षे व त्यावरील कालावधी : महाराष्ट्रामध्ये जनगणना 2011 नुसार, **नागरी भागामध्ये 10 वर्षे व त्यावरील जास्त कालावधीतील वास्तव्य करणाऱ्या स्थलांतरित व्यक्तींची एकूण संख्या 168.63 लाख (सुमारे 169 लाख) असून ही वास्तव्याच्या कालावधीमध्ये सर्वांत जास्त आहे.**

यामध्ये पुरुष-स्थलांतरितांची संख्या 84.71 लाख तर स्त्री-स्थलांतरितांची संख्या 83.92 लाख (84 लाख) म्हणजे साधारण सारखीच आहे.

नागरी-नागरी स्थलांतरित व्यक्तींची संख्या 72.05 लाख तर ग्रामीण-नागरी स्थलांतरितांची संख्या 80.56 लाख आहे. याचा अर्थ, **ग्रामीण-नागरी स्थलांतरितांची संख्या सुमारे 8.5 लाखांनी जास्त आहे.**

महाराष्ट्रामधील मागील वास्तव्याच्या ठिकाणानुसार आणि स्थलांतराच्या कारणानुसार स्थलांतराचे स्वरूप (जनगणना 2011)

महाराष्ट्रामध्ये स्थलांतराची प्रमुख कारणे पुढीलप्रमाणे : (1) कामकाज/रोजगार (2) व्यवसाय (3) शिक्षण (4) विवाह (5) जन्मानंतर स्थानबदल (6) कुटुंबा-समवेत स्थानबदल (7) इतर.

आपण स्थलांतराच्या सध्याच्या वास्तव्याच्या ठिकाणानुसार ग्रामीण व नागरी स्तरावर विश्लेषण करणार आहोत.

जनगणना 2011 नुसार, महाराष्ट्रामध्ये स्थलांतरितांची संख्या आणि स्थलांतराच्या कारणानुसार उतरत्या क्रमानुसार क्रमांक :

(1) विवाहामुळे स्थलांतर (197.62 लाख/34.47%)
(2) जन्मानंतर स्थानबदल (110.65 लाख/19.3%)
(3) कुटुंबासमवेत स्थानबदल (99.42 लाख/17.34%)
(4) कामकाज/रोजगारामुळे स्थलांतर (88.3 लाख/15.40%)
(5) इतर कारणामुळे स्थलांतर (59.85 लाख/10.44%)
(6) शिक्षणामुळे स्थलांतर (12.5 लाख/2.18%)
(7) व्यवसायामुळे स्थलांतर (4.98 लाख/0.87%)

(1) **विवाहामुळे स्थलांतर (197.62 लाख/34.47%) : महाराष्ट्रामध्ये सन 2011 जनगणनेनुसार, विवाहामुळे सर्वांत जास्त स्थलांतर झालेले आहे.** विवाहामुळे झालेल्या एकूण स्थलांतरितांची संख्या 197.62 लाख असून त्याची टक्केवारी 34.47 आहे. यांपैकी स्त्रियांची संख्या तब्बल 191.65 लाख तर पुरुषांची संख्या फक्त 5.97 लाख आहे व ती नगण्य म्हणता येईल. **स्त्रियांचे स्थलांतर प्रामुख्याने महाराष्ट्रामध्ये जिल्हांतर्गत आणि आंतरजिल्हा स्थलांतर मोठ्या प्रमाणात आहे.**

- जनगणना 2011 नुसार, **महाराष्ट्रामध्ये ग्रामीण-ग्रामीण विवाहामुळे होणारे स्थलांतर सर्वांत जास्त 117.44 लाख असून यामध्ये स्त्रियांचे स्थलांतर 114.25 लाख एवढे आहे.** त्यामानाने पुरुषांचे स्थलांतर फक्त 3.19 लाख आहे.
- नागरी-ग्रामीण विवाहामुळे स्थलांतर 10.33 लाख असून स्त्री-स्थलांतराची संख्या 10.03 लाख एवढी आहे तर पुरुष स्थलांतराची संख्या फक्त 29 हजार आहे.
- महाराष्ट्रामध्ये नागरी भागामध्ये विवाहामुळे एकूण स्थलांतरितांची संख्या 62.44 लाख आहे. यांपैकी स्त्री विवाहितांची स्थलांतरितांची संख्या तब्बल 60.22 लाख तर पुरुष-स्थलांतरितांची संख्या फक्त 2.22 लाख आहे.
- महाराष्ट्रामध्ये नागरी-ग्रामीण स्थलांतरात स्त्री विवाहितांची संख्या 31.26 लाख तर पुरुष विवाहित स्थलांतराची संख्या फक्त 1.10 आहे.
- महाराष्ट्रामध्ये नागरी-नागरी स्थलांतरात स्त्री विवाहितांची संख्या 25.30 लाख तर पुरुषांची संख्या फक्त 95 हजार आहे.

(2) **जन्मानंतर स्थानबदल (110.65 लाख/19.3%)** : महाराष्ट्रामध्ये सन 2011 जनगणनेनुसार, दुसऱ्या क्रमांकावर जन्मानंतर स्थानबदलामुळे होणाऱ्या स्थलांतरितांची एकूण संख्या 110.65 लाख असून याची टक्केवारी 19.3 आहे. यांपैकी पुरुष-स्थलांतरितांची संख्या 68.76 लाख तर स्त्री-स्थलांतरितांची संख्या 41.89 लाख आहे. **या गटात पुरुष-स्थलांतरितांची संख्या स्त्री-स्थलांतरितांपेक्षा सुमारे 27 लाखांनी जास्त आहे.**

- ग्रामीण भागात जन्मानंतर स्थानबदलामुळे ग्रामीण-ग्रामीण एकूण स्थलांतर 49.98 लाख (सुमारे 50 लाख) असून यांपैकी पुरुष-स्थलांतरितांची संख्या 32.79 लाख तर स्त्री-स्थलांतरितांची संख्या 17.19 लाख आहे. **ग्रामीण-ग्रामीण स्थलांतरात या गटामधील स्त्री-स्थलांतरितांपेक्षा पुरुष-स्थलांतरितांची संख्या जवळजवळ दुप्पट आहे.**
- नागरी-ग्रामीण भागामध्ये जन्मानंतर स्थानबदलामुळे झालेल्या स्थलांतरात पुरुषांची संख्या 9.30 लाख व स्त्रियांची संख्या 6.20 लाख आहे.
- नागरी भागामध्ये जन्मानंतर स्थानबदलामुळे झालेल्या स्थलांतरात एकूण स्थलांतरितांची संख्या 40.84 लाख असून यांपैकी पुरुष-स्थलांतरितांची संख्या 23.95 लाख तर स्त्री-स्थलांतरितांची संख्या 16.90 लाख आहे.
- नागरी-नागरी जन्मानंतर स्थानबदलामुळे झालेल्या स्थलांतरात एकूण स्थलांतरितांची संख्या 21.14 लाख असून यांपैकी पुरुष-स्थलांतरितांची संख्या 12.19 लाख तर स्त्री-स्थलांतरितांची संख्या 8.95 लाख (सुमारे 9 लाख) आहे.
- ग्रामीण-नागरी जन्मानंतर स्थानबदलामुळे एकूण स्थलांतरितांची संख्या 16.24 लाख असून यांपैकी पुरुष-स्थलांतरितांची संख्या 9.77 लाख तर स्त्री-स्थलांतरितांची संख्या 6.47 लाख आहे.

(3) **कुटुंबासमवेत स्थानबदलामुळे स्थलांतर (99.42 लाख/17.34%) :** महाराष्ट्रामध्ये सन 2011 जनगणनेनुसार, कुटुंबासमवेत स्थानबदलामुळे एकूण स्थलांतरितांची संख्या 90.42 लाख असून याची टक्केवारी 17.34 आहे. यांपैकी पुरुष-स्थलांतितांची संख्या 44.28 लाख तर स्त्री-स्थलांतरितांची संख्या 55.15 लाख आहे. **या गटामध्ये पुरुष स्थलांतरितांपेक्षा स्त्री-स्थलांतरांची संख्या सुमारे 11 लाखांनी जास्त आहे.**

- ग्रामीण-ग्रामीण भागात कुटुंबासमवेत स्थानबदलामुळे एकूण स्थलांतरितांची संख्या 19.23 लाख आहे. यांपैकी पुरुष-स्थलांतरितांची संख्या 9.09 लाख तर स्त्री-स्थलांतरितांची संख्या 10.13 लाख आहे. **या गटात पुरुष स्थलांतरितांपेक्षा स्त्री-स्थलांतरितांची संख्या सुमारे एक लाखाने जास्त आहे.**
- नागरी-ग्रामीण स्थलांतरामध्ये या गटामधील एकूण स्थलांतरितांची संख्या 6.38 लाख असून यांपैकी पुरुष-स्थलांतरितांची संख्या 2.91 लाख तर स्त्री-स्थलांतरितांची संख्या 3.47 लाख आहे.
- ग्रामीण-नागरी भागात कुटुंबासमवेत स्थानबदलामुळे एकूण स्थलांतरितांची संख्या 29.7 आहे. यांपैकी पुरुष-स्थलांतरितांची संख्या 12.40 लाख तर स्त्री-स्थलांतरितांची संख्या 17.30 लाख आहे. **या गटामध्ये पुरुष स्थलांतरितांपेक्षा स्त्री-स्थलांतरितांची संख्या सुमारे 5 लाखांनी जास्त आहे.**
- महाराष्ट्रामध्ये जनगणना 2011 नुसार नागरी-नागरी भागात कुटुंबासमवेत स्थानबदलामुळे स्थलांतरितांची एकूण संख्या 37.39 लाख आहे. यांपैकी पुरुष-स्थलांतरितांची संख्या 16.73 लाख असून स्त्री-स्थलांतरितांची संख्या 20.66 लाख आहे. पुरुष स्थलांतरितांपेक्षा स्त्री-स्थलांतरितांची संख्या सुमारे 4 लाखांनी जास्त आहे.
- **कुटुंबासमवेत स्थानबदलामुळे नागरी-नागरी भागात स्थलांतरितांची संख्या सर्वांत जास्त आहे.**

(4) **कामकाज/रोजगारामुळे स्थलांतर (88.3 लाख/15.40%)** : महाराष्ट्रामध्ये सन 2011 जनगणनेनुसार, कामकाज/रोजगारामुळे स्थलांतरितांची एकूण संख्या 88.3 लाख असून याची टक्केवारी 15.4 आहे. यांपैकी पुरुष-स्थलांतरितांची संख्या 75.83 लाख तर स्त्री-स्थलांतरितांची संख्या 12.47 लाख आहे. **या गटामध्ये स्त्री-स्थलांतरितांपेक्षा पुरुष-स्थलांतरितांची संख्या सुमारे 6 पटीपेक्षा जास्त आहे. रोजगारानिमित्त पुरुषवर्गाचे स्थलांतर मोठ्या प्रमाणात झालेले आढळते.**

- महाराष्ट्रामध्ये सन 2011 जनगणनेनुसार, ग्रामीण-ग्रामीण भागात कामकाज/रोजगारामुळे एकूण स्थलांतरितांची संख्या 15.10 लाख आहे. यांपैकी पुरुष-स्थलांतरितांची संख्या 11.15 लाख तर स्त्री-स्थलांतरितांची संख्या फक्त 3.95 लाख आहे.
- महाराष्ट्रामध्ये या गटात नागरी-ग्रामीण भागात एकूण स्थलांतरितांची संख्या फक्त 3.01 लाख असून यांपैकी पुरुष-स्थलांतरितांची संख्या 2.40 लाख तर स्त्री-स्थलांतरितांची संख्या फक्त 0.61 लाख आहे. **रोजगारासाठी नागरी भागातून ग्रामीण भागात येणाऱ्यांचे प्रमाण खूप कमी आहे.**
- महाराष्ट्रामध्ये ग्रामीण-नागरी भागात कामकाज/रोजगारामुळे होणाऱ्या स्थलांतरितांची एकूण संख्या 42.56 लाख आहे. यांपैकी पुरुष-स्थलांतरितांची संख्या 38.66 लाख तर स्त्री-स्थलांतरितांची संख्या फक्त 3.9 लाख आहे. **महाराष्ट्रामध्ये ग्रामीण भागातून नागरी भागाकडे रोजगारासाठी पुरुष स्थलांतरित होणाऱ्यांची संख्या स्त्री-स्थलांतरितांपेक्षा सुमारे 9 पटीपेक्षा जास्त आहे.**

- महाराष्ट्रामध्ये जनगणना 2011 नुसार नागरी-नागरी भागात कामकाज/रोजगारामुळे होणाऱ्या स्थलांतरितांची एकूण संख्या 23.48 लाख आहे. यांपैकी पुरुष-स्थलांतरितांची संख्या 20.36 लाख असून स्त्री-स्थलांतरितांची संख्या फक्त 3.12 लाख आहे.

(4) **इतर कारणामुळे होणारे स्थलांतर (59.85 लाख/10.44%) :** महाराष्ट्रामध्ये सन 2011 जनगणनेनुसार, इतर कारणांमुळे होणाऱ्या स्थलांतरितांची एकूण संख्या 59.85 लाख असून याची टक्केवारी 10.44 आहे. यांपैकी पुरुष-स्थलांतरितांची संख्या 31.82 लाख तर स्त्री-स्थलांतरितांची संख्या 28.03 लाख आहे.

- महाराष्ट्रामध्ये सन 2011 जनगणनेनुसार, **या गटामधील सर्वांत जास्त स्थलांतरितांची संख्या नागरी-नागरी स्थलांतरात 18.05 लाख आहे.** यांपैकी पुरुष-स्थलांतरितांची संख्या 9.92 लाख तर स्त्री-स्थलांतरितांची संख्या 8.13 लाख आहे.
- या खालोखाल या गटात ग्रामीण-ग्रामीण भागात स्थलांतरितांची एकूण संख्या 12.42 लाख आहे.

(6) **शिक्षणामुळे स्थलांतर (12.5 लाख/2.18%) :** महाराष्ट्रामध्ये सन 2011 जनगणनेनुसार, शिक्षणामुळे होणाऱ्या स्थलांतरितांची एकूण संख्या 12.5 लाख असून याची टक्केवारी 2.18 आहे.

- महाराष्ट्रामध्ये सन 2011 जनगणनेनुसार, **या गटामधील ग्रामीण-ग्रामीण स्थलांतरितांची संख्या सर्वांत जास्त 4.04 लाख आहे.** यांपैकी पुरुष-स्थलांतरितांची संख्या 2.49 लाख तर स्त्री-स्थलांतरितांची संख्या 1.54 लाख आहे.
- या खालोखाल या गटात ग्रामीण-नागरी भागात स्थलांतरितांची एकूण संख्या 3.87 लाख आहे. यांपैकी पुरुष-स्थलांतरितांची संख्या 2.68 लाख तर स्त्री-स्थलांतरितांची संख्या 1.19 लाख आहे.

(7) **व्यवसायामुळे स्थलांतर (4.98 लाख/0.87%) : महाराष्ट्रामध्ये सन 2011 जनगणनेनुसार, व्यवसायामुळे होणाऱ्या स्थलांतराचे प्रमाण सर्वांत कमी आहे.** या गटात नागरी-नागरी स्थलांतराची संख्या 2.12 लाख तर ग्रामीण-नागरी स्थलांतरितांची संख्या 1.52 लाख आहे.

महाराष्ट्रामधील जनगणना 2001 आणि 2011 मधील एकूण स्थलांतरितांची वाढ आणि त्याच्या टक्केवारीमधील फेरबदल (+ किंवा –)

जनगणना 2001 व 2011 मधील स्थलांतराच्या सांख्यिकीचे विश्लेषण केल्यास काही महत्त्वपूर्ण निष्कर्ष पाहावयास मिळतात. याचे स्वरूप पुढीलप्रमाणे :

- **निष्कर्ष :**

→ **महाराष्ट्रामध्ये सन 2001 ते 2011 या दशकामध्ये स्थलांतरितांच्या संख्येत सुमारे 37 टक्के वाढ :** महाराष्ट्रात सन 2001 जनगणनेनुसार, स्थलांतरितांची संख्या 417.15 लाख होती तर 2011 च्या जनगणनेनुसार स्थलांतरितांची संख्या 573.31 लाख आहे. याचा अर्थ, स्थलांतरितांच्या संख्येमध्ये निव्वळ वाढ सुमारे 156 लाख झालेली आहे. टक्केवारीनुसार स्थलांतरितांची वाढ सुमारे 37 टक्क्यांनी झालेली आहे. **महाराष्ट्रामध्ये स्थलांतरितांचा ओघ वाढत आहे हे याचे द्योतक आहे.**

स्थलांतराचे स्वरूप

→ **महाराष्ट्रामध्ये विवाहामुळे स्थलांतरितांची सर्वांत जास्त संख्या :** जनगणना 2001 नुसार विवाहामुळे स्थलांतरितांची संख्या 148.68 लाख होती; ती 2011 साली 197.62 लाख झाली. या खालोखाल (ii) जन्मानंतर स्थानबदलामुळे स्थलांतरितांची संख्या सुमारे 51 लाखांवरून 111 लाखांपर्यंत गेली. (iii) कुटुंबासमवेत स्थानबदलामुळे स्थलांतरितांची संख्या सुमारे 72 लाखांवरून सुमारे 100 लाख (1 कोटी) पर्यंत गेली.

- **जनगणना 2011 नुसार, तीन स्थलांतराच्या कारणांमुळे स्थलांतर 407.89 लाख (408 लाख) झालेले आहे. ते एकूण स्थलांतराच्या सुमारे 71 टक्के आहे.**
- **महाराष्ट्रामध्ये एकूण स्थलांतराच्या फेरबदलात अव्वल क्रमांक जन्मानंतर स्थानबदलाचा :** जनगणना 2011 नुसार एकूण स्थलांतराच्या फेरबदलात जन्मानंतर स्थानबदलामुळे स्थलांतरितांची निव्वळ वाढ 59.56 लाख असून याचा प्रथम क्रमांक आहे.
- या खालोखाल (ii) विवाहामुळे स्थलांतराची वाढ सुमारे 49 लाख आहे. (iii) कुटुंबासमवेत स्थानबदल सुमारे 28 लाख आहे.

स्थलांतरितांच्या टक्केवारीचे स्वरूप

- 2001 च्या जनगणनेनुसार स्थलांतरितांची सर्वांत जास्त टक्केवारी विवाहामुळे स्थलांतराची (35.64%) असून या खालोखाल (ii) कुटुंबासमवेत स्थानबदल (17.23%); (iii) इतर कारणांमुळे स्थलांतर (16.42%) यांचा क्रमांक लागतो. वरील तीन स्थलांतराच्या कारणांची टक्केवारी 69.29 आहे.
- **2011 च्या जनगणनेनुसार स्थलांतरितांची सर्वांत जास्त टक्केवारी विवाहामुळे स्थलांतराची (34.47%) असून या खालोखाल (ii) जन्मानंतर स्थानबदल (19.3%); (iii) कुटुंबासमवेत स्थानबदल (17.34%) यांचा क्रमांक लागतो.** वरील तीन स्थलांतराच्या कारणांची टक्केवारी सुमारे 71 आहे.

तक्ता क्र. 9.17 : महाराष्ट्र - जनगणना 2001 आणि 2011 मधील एकूण स्थलांतर (लाख) आणि टक्केवारीमधील फेरबदल (%)

स्थलांतराचे कारण	एकूण स्थलांतर (लाख)			टक्केवारी		
	2001	2011	फेरबदल	2001	2011	फेरबदल
1. कामकाज/रोजगार	69.05	88.3	19.05	16.55	15.4	– 1.15
2. व्यवसाय	1.93	4.48	3.05	0.46	0.87	+ 0.41
3. शिक्षण	6.04	12.5	6.46	1.45	2.18	+ 0.73
4. विवाह	148.68	197.62	48.94	35.64	34.47	– 1.17
5. जन्मानंतर स्थानबदल	51.09	110.65	59.56	12.25	19.3	+ 6.75
6. कुटुंबासमवेत स्थानबदल	71.88	99.62	27.74	17.23	17.34	+ 0.11
7. इतर	68.48	59.83	– 8.65	16.42	10.44	– 7.98
एकूण	**417.15**	**573.31**	**156.16**			**+ 37.44**

टीप : सर्वांत जास्त सर्वांत कमी

संदर्भ : (i) जनगणना 2001 आणि 2011 स्थलांतराची सांख्यिकी. (ii) महाराष्ट्राची आर्थिक पाहणी, 2016 - 17

स्थलांतराचे परिणाम

स्थलांतराचे परिणाम निर्गमन क्षेत्रात (Out Migration) तसेच आगमन (In Migration) क्षेत्रातही दिसून येतात. स्थलांतरामुळे स्थलांतरित व्यक्ती नवीन पर्यावरणात व संस्कृतीत वावरते. त्यातूनच पुढे सांस्कृतिक देवाण-घेवाण होऊन सांस्कृतिक विकास होतो.

स्थलांतराचे परिणाम पुढीलप्रमाणे -

(1) लोकसंख्याशास्त्रीय परिणाम : अंतर्गत स्थलांतरामुळे आगमन क्षेत्रातील तसेच निर्गमन क्षेत्रातील लोकसंख्येच्या आकारावर व रचनेवर परिणाम होतो.

(अ) लोकसंख्या व प्रदेशातील **साधनसंपत्तीचे पुनर्स्थानांकन किंवा संतुलन होण्यास** मदत होते.

(ब) स्थलांतरामुळे निर्गमन क्षेत्रातील लोकसंख्या घटते तर आगमन क्षेत्रातील लोकसंख्या वाढते.

(क) लोकसंख्येच्या आकारावर म्हणजे एकूण लोकसंख्या व तिची घनता, तिची वाढ बदलते. तसेच जनन, मर्त्यता, वयोरचना, लिंगरचना, साक्षरता यांत संख्यात्मक बदल जाणवतात.

(ड) निर्गमन क्षेत्रात बालके, स्त्रिया व वृद्धांचे प्रमाण वाढते.

(इ) निर्गमन क्षेत्रात बुद्धिवहन (Brain Drain) समस्या निर्माण होते. याउलट आगमन क्षेत्रात बुद्धिवंतांची व कार्यक्षम लोकसंख्येची भर पडते. आर्थिक विकासाला आगमन क्षेत्रामधील लोकसंख्या पोषक असते.

(2) आर्थिक परिणाम :

➡ **आगमन क्षेत्रातील आर्थिक परिणाम :**

(अ) आगमन क्षेत्रात मोठ्या प्रमाणात स्थलांतर घडून आल्यास त्या प्रदेशातील मानव आणि साधनसंपत्ती याचे गुणोत्तर बदलते. **साधनसंपत्तीवरील ताण वाढतो. आर्थिक विकास व नियोजन** यावर प्रतिकूल परिणाम घडून येतो.

(ब) मुळातच **न्यून लोकसंख्या** असलेल्या प्रदेशात स्थलांतर घडून आल्यास ते **आर्थिक विकासाला पोषक** ठरते. साधनसंपत्तीचा विकास होतो.

(क) मात्र अनियोजित व अनिर्बंधपणे स्थलांतर घडून आल्यास प्राथमिक गरजांची पूर्तता नीट होत नाही. **नागरी जीवनाच्या अनेक समस्या** उद्भवतात.

(ड) आगमन क्षेत्रात लोकसंख्या वाढल्याने नियोजनाचा आराखडा बदलावा लागतो.

(इ) शहराची निकोप वाढ होत नाही. **गलिच्छ वस्त्या, प्रदूषण, सार्वजनिक आरोग्य** यांसारखे ज्वलंत प्रश्न निर्माण होतात.

➡ **निर्गमन क्षेत्रातील आर्थिक परिणाम :** • निर्गमन क्षेत्रात कार्यक्षम लोकसंख्या घटते. • परावलंबितांचे प्रमाण वाढते. • आर्थिक उत्पन्नात घट होते.

(3) सामाजिक परिणाम : स्थलांतरामुळे आगमन व निर्गमन क्षेत्रातील सामाजिक भिन्नतेवर परिणाम होतो. जातिरचना, समाजपद्धती, विवाहप्रणाली, शिक्षण, चालीरीती या सामाजिक अंगांमध्ये विविधता निर्माण होते. सामाजिक अभिसरण होण्यास वेळ लागतो.

➡ **आगमन क्षेत्रातील सामाजिक परिणाम :**

(अ) आगमन क्षेत्रात अल्पसंख्याकांचे प्रमाण वाढून प्रसंगी **सामाजिक ताणतणाव निर्माण** होतात. सामाजिक स्वास्थ्य धोक्यात येते.

(ब) आगमन क्षेत्रात काही अनुकूल बदलही दिसून येतात. आगमन क्षेत्रात **आचार-विचारांचे आदानप्रदान** होते. नवीन जीवनपद्धती-संस्कृती निर्माण होते.

(क) स्थलांतरित लोक नवीन पर्यावरणाशी व संस्कृतीशी मिळते-जुळते घेतात. ते अधिक सहनशील बनतात.

(ड) आगमन क्षेत्रात बुद्धिवंतांची भर पडल्याने त्यांच्या ज्ञानाचा लाभ मिळतो. **आर्थिक विकासाला चालना** मिळते.

(इ) आंतरजातीय विवाह, विचारमंथन, समायोजन, उच्च शिक्षण यांमुळे **सामाजिक संक्रमणाला वाव** मिळतो.

➡ **निर्गमन क्षेत्रातील सामाजिक परिणाम :**

(अ) निर्गमन क्षेत्रात स्त्रियांचे प्रमाण वाढल्याने त्या **परिस्थितिजन्य आव्हानांना तोंड देण्यासाठी सक्षम** बनू लागतात. अनेक जबाबदाऱ्या अंगावर पडल्याने त्या **स्वावलंबी** होऊ लागतात.

(ब) व्यवसाय, पतपेढ्या, संघटना, विक्रीसंस्था, लघुउद्योग, शिक्षण यांमध्ये स्त्रियांचा सहभाग वाढू लागतो.

(क) मात्र निर्गमन क्षेत्रातील **साधनसंपत्तीचा पुरेपूर विकास होत नाही.**

(4) सांस्कृतिक परिणाम :

(अ) अंतर्गत स्थलांतरामुळे सांस्कृतिक देवाण-घेवाण होते.

(ब) राष्ट्रीय एकात्मता धोक्यात येते. सांस्कृतिक अवमूल्यन वाढू लागते.

(क) जातीयवाद, भाषावाद, प्रांतवादासारख्या सांस्कृतिक समस्या निर्माण झालेल्या आहेत.

★ ★ ★

Notes :